நிலத்தின் விளிம்புக்கு

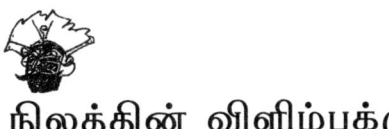

நிலத்தின் விளிம்புக்கு

அசதா (பி. 1973)

மொழிபெயர்ப்பாளர்

சொந்த ஊர் விழுப்புரம் மாவட்டம் முகையூர். கவிஞர், சிறுகதை ஆசிரியர், மொழிபெயர்ப்பாளர். ‘பிஷப்புகளின் ராணி’ (கவிதை), ‘வார்த்தைப்பாடு’ (சிறுகதைகள்) ஆகியவை இவரது நூல்கள். மரியானோ அஸூவெலாவின் ‘வீழ்த்தப்பட்டவர்கள்’, ‘முன்கூறப்பட்ட சாவின் சரித்திரம்’ (நாவல்கள்), ‘நீல நாயின் கண்கள்’ (சிறுகதைகள்) ஆகியன இவரது மொழிபெயர்ப்பு ஆக்கங்கள். மொழிபெயர்ப்புக்கென 2003இல் திருப்பூர் தமிழ்ச் சங்க விருதும், 2015இல் விகடன் விருதும் பெற்றவர். 2004ஆம் ஆண்டு சாகித்திய அக்காதெமியின் ‘இளம் எழுத்தாளர்களுக்கான பயண நல்கை’ இவருக்கு வழங்கப்பட்டது. ஆங்கிலத்தில் முதுகலைப் பட்டம் பெற்ற இவர் பள்ளி ஆசிரியராகப் பணிபுரிகிறார். விழுப்புரத்தில் வசித்துவருகிறார்.

டேவிட் கிராஸ்மன்

நிலத்தின் விளிம்புக்கு

ஆங்கிலத்திலிருந்து தமிழில்
அசதா

காலச்சுவடு பதிப்பகம்

அன்பார்ந்த வாசகருக்கு, வணக்கம்.

காலச்சுவடு நூலை வாங்கியமைக்கு நன்றி.
நூலின் உள்ளடக்கம், உருவாக்கம், அட்டைப்படம் இன்ன பிற
அம்சங்கள் பற்றிய உங்கள் கருத்துகளையும் ஆலோசனைகளையும்
காலச்சுவடு வரவேற்கிறது. தகவல், எழுத்து, வாக்கியப் பிழைகள் தென்பட்டால்
கட்டாயம் தெரிவித்து உதவுங்கள். நூல் தயாரிப்பில் கடும் குறைபாடு இருப்பின்
மாற்றுப் பிரதி உங்களுக்குக் கிடைக்க காலச்சுவடு ஏற்பாடு செய்யும்.

மின்னஞ்சல்: publisher@kalachuvadu.com

காலச்சுவடு நாகர்கோவில் தலைமையகத்துக்கும் கடிதம் அனுப்பலாம்.

தங்கள்
எஸ்.ஆர். சுந்தரம் (கண்ணன்)
பதிப்பாளர் - நிர்வாக இயக்குநர்

CONSULATE GENERAL OF
ISRAEL IN BENGALURU

This work is published with the support of consulate of the state of Israel, Bengaluru.

TO THE END OF THE LAND by David Crossman

Copyright © 2010 by David Crossman

நிலத்தின் விளிம்புக்கு ❖ ஹீப்ரூ நாவல் ❖ ஆசிரியர்: டேவிட் கிராஸ்மன் ❖ ஆங்கிலத்தில்: ஜெஸிகா கோஹன் ❖ஆங்கிலத்திலிருந்து தமிழில்: அசதா ❖ முதல் பதிப்பு: டிசம்பர் 2017 ❖ வெளியீடு: காலச்சுவடு பப்ளிகேஷன்ஸ் (பி) லிட்., 669, கே.பி. சாலை, நாகர்கோவில் 629001

காலச்சுவடு பதிப்பக வெளியீடு : 778

nilattin viLimpukku ❖ Tamil translation of Hebrew Novel ❖ Author: David Grossman ❖ Jessica Coben (English) ❖ Tamil Translation from English by Asadha ❖ Language: Tamil ❖ First Edition: December 2017 ❖ Size: Royal ❖ Paper: 18.6 kg maplitho ❖ Pages: 744

Published by Kalachuvadu Publications Pvt.Ltd., 669, K.P. Road, Nagercoil 629001, India ❖ Phone: 91-4652-278525 ❖ e-mail: publications@kalachuvadu.com ❖ Wrapper printed at Print Specialities, Chennai 600014 ❖ Printed at Mani Offset, Chennai 600077

ISBN: 978-93-5244-103-7

12/2017/S.No. 778, kcp 1788, 18.6 (1) MLL

மிஹாலுக்கு
யோனதானுக்கும் ரூட்டிக்கும்.
ஊரி(1985—2006)க்கு

இந்த நாவலை மே 2003இல், என் மூத்த மகன் யோனதானின் ராணுவப் பணி முடிய ஆறு மாதங்களும் அவனுக்கு இளையவனான ஊரி படையில் சேர்வதற்கு ஒன்றரை வருடங்களும் இருக்கையில் எழுதத் தொடங்கினேன். அவர்கள் இருவருமே ஆயுதப் படைப் பிரிவில் பணிபுரிந்தனர்.

ஊரிக்கு நாவலின் கதை, கதை மாந்தர் பற்றி நன்கு தெரியும். ஒவ்வொரு முறை தொலைபேசியில் பேசும்போதும் விடுப்பில் வீட்டுக்கு வரும்போதும் நாவலில், கதை மாந்தரது வாழ்வுகளில் புதிதாக என்ன நடந்திருக்கிறது எனக் கேட்பான் ("இந்த வாரம் அவர்களை என்ன செய்தீர்கள்?" என்பது அவனது வழமையான கேள்வி). அவனுடைய பணிக்காலத்தில் பெரும்பகுதியை ஆக்கிரமிக்கப்பட்ட பிராந்தியங்களிலும் வாகன ரோந்துகளிலும் தேடுதல்களிலும் அதிரடித் தாக்குதல்களிலும் சோதனைத் தடுப்புகளிலும் செலவிட்டான். தனது அனுபவங்களை அவ்வப்போது என்னுடன் பகிர்ந்துகொள்வான்.

அப்போதெல்லாம் எனக்கொரு உணர்வு அல்லது ஒரு விருப்பம் இருந்தது: நான் எழுதிக்கொண்டிருக்கும் நாவல் அவனைப் பாதுகாக்கும் என்று.

2006 ஆகஸ்ட் 12ஆம் தேதி, லெபனான் போரின் இறுதி மணிநேரங்களில் தெற்கு லெபனானில் ஊரி கொல்லப் பட்டான். இன்னொரு பீரங்கி வண்டியிலிருந்த படைவீரர் களைக் காப்பாற்றச் செல்லும்போது அவனது பீரங்கி வண்டி ஏவுகணையால் தாக்கப்பட்டது. ஊரியுடன் சேர்த்துப் பீரங்கி வண்டியிலிருந்த அவனது படைக்குழுவினர் அனைவரும் கொல்லப்பட்டனர்: ப்னயாஹு ரெய்ன், ஆடம் கோரென், அலெக்ஸ் போனிமோவிட்ச்.

ஏழுநாள் துக்க அனுஷ்டிப்புக்குப் பின் மீண்டும் நான் நாவலுக்கு வந்தேன். நாவலின் பெரும்பகுதி ஏற்கெனவே எழுதப்பட்டிருந்தது. அனைத்துக்கும் மேலாக அதில் மாற்றமென நான் கண்டது யதார்த்தத்தின் பிரதிபலிப்பைத் தான்; நாவலின் இறுதி வரைவு அந்தப் பிரதிபலிப்பில்தான் எழுதப்பட்டது.

டேவிட் கிராஸ்மன்

முகவுரை, 1967

ஏய், பெண்ணே, சத்தம் போடாதே!

யாரது?

பேசாதே! எல்லோரையும் எழுப்பி விடுகிறாய்!

ஆனால், நான் அவளைப் பிடித்துக்கொண்டிருந்தேன்.

யாரை?

பாறை மேல், நாங்கள் அமர்ந்திருந்தோம்.

எந்தப் பாறையைப் பற்றி நீ சொல்கிறாய்? நாம் தூங்குலாம்.

அப்போது அப்படியே அவள் விழுந்துவிட்டாள்.

இந்தக் கூச்சலும் பாட்டும்.

ஆனால் நான் உறங்கிக்கொண்டிருந்தேன்.

நீ கத்திக்கொண்டிருந்தாய்.

அவள் என் கையைத் தள்ளிவிட்டுவிட்டு விழுந்தாள்.

பேச்சை நிறுத்து, தூங்கு.

விளக்கைப் போடு.

நீ என்ன பைத்தியமா? அதைச் செய்தால் அவர்கள் நம்மைக் கொன்றுபோடுவார்கள்.

கொஞ்சம் பொறு.

என்ன?

பாடிக்கொண்டா இருந்தேன்?

பாடினாய், கூச்சலிட்டாய், எல்லாமே. இப்போது அமைதியாய் இரு.

என்ன பாடிக்கொண்டிருந்தேன்?

நீ பாடிக்கொண்டிருந்தது என்னவா?

உறக்கத்தில் நான் என்ன பாடிக்கொண்டிருந்தேன்?

நீ என்ன பாடிக்கொண்டிருந்தாயென எனக்குத் தெரிந்திருக்கத்தான் வேண்டுமா? சில கூச்சல்கள். அதுதான் நீ பாடிக்கொண்டிருந்தது. என்ன பாடிக்கொண்டிருந்தேன், அவளுக்குத் தெரிந்துகொள்ள விரும்புகிறாள் . . .

அந்தப் பாடல் உனக்கு நினைவில்லையா?

இங்கே பார், உனக்கென்ன கிறுக்கா? ஏதோ இன்னும் நான் உயிரோடிருக்கிறேன்.

ஆனால் நீ யார்?

அறை எண் மூன்று.

நீயும் தனித்து அடைத்து வைக்கப்பட்டிருக்கிறாயா?

நான் திரும்பிப் போகவேண்டும்.

போகாதே . . . போய்விட்டாயா? கொஞ்சம் பொறு? ஹலோ . . . போய்விட்டான். ஆனால் நான் என்ன பாடிக்கொண்டிருந்தேன்?

OOO

மீண்டும் மறுநாள் இரவும் அவளை அவன் எழுப்பினான். மூச்சைப் பிடித்துக்கொண்டு பாடி மருத்துவமனை முழுவதையையுமே எழுப்பி விட்டதற்காக மீண்டும் அவள்மீது கோபப்பட்டான். இது முந்தின இரவு தான் பாடிய அதே பாடல்தானா என்பதை நினைவுபடுத்திச் சொல்லும் படி அவனிடம் கெஞ்சினாள். அந்த வருடங்களில் ஏறக்குறைய ஒவ்வொரு இரவும் தான் கண்ட அந்தக் கனவின் காரணமாக அவள் அதைத் தெரிந்துகொள்ளத் தவித்தாள். முழுக்கமுழுக்க வெண்மையான ஒரு கனவு. தெருக்கள், வீடுகள், மரங்கள், நாய்கள், பூனைகள், செங்குத்துக் குன்றின் விளிம்பில் நிற்கும் பாறை என அதில் அவள் கண்ட யாவுமே, வெண்ணிறத்தில் இருந்தன. சிவப்புச்சிகை கொண்ட அவளது தோழி அடாவும் தனது முகத்திலோ உடம்பிலோ துளி இரத்தமும் இன்றி, தன் தலைமுடியில் துளி நிறமும் இன்றி வெண்ணிறத்தில் இருந்தாள். ஆனால் இந்த முறையும் அது எந்தப் பாடல் என அவனால் நினைவுகூர முடியவில்லை. அவன் முழு உடலும் நடுங்கியது, பதிலுக்குத் தன் படுக்கையிலிருந்து அவளும் நடுங்கினாள். நாம் ஜோடி ஒரு காஸ்ட்டனட் இசைக்கருவிகள் போல என்றான். அவளே எதிர்பாராத வகையில் மகிழ்ச்சி பொங்கச் சத்தமாகச் சிரித்தாள், அச்சிரிப்பு அவனுக்குள் கிச்சுக்கிச்சு மூட்டியது. தனது அறையிலிருந்து அவளுடைய அறைக்கு வர தனது சக்தி முழுவதையும் அவன் செலவிட்டிருந்தான். முப்பத்தைந்து படிகள், ஒவ்வொரு படியிலும் நின்று ஆசுவாசப்படுத்திக்கொண்டு, சுவர்களையும் கதவுகளையும் காலி உணவு வண்டிகளையும் பற்றிப் பிடித்தபடியே வந்திருந்தான். அவளது வாசற்படியின் லினோலீயம் பாவிய வழுவழுப்பான தரையில் சோர்வுடன் படுத்தான். பல நிமிடங்கள் இருவருக்கும் மூச்சிரைத்தது. மீண்டும்

12 டேவிட் கிராஸ்மன்

அவளுக்குச் சிரிப்புமூட்ட நினைத்தான், ஆனால் அவனால் பேச இயல
வில்லை, பிறகு அவன் உறங்கிவிட்டிருக்க வேண்டும், மறுபடி அவளது
குரல் அவனை எழுப்பியது.

ஏதாவது சொல்.

யார்? யாரது?

நான்தான்.

நீ...

சொல், இந்த அறையில் நான் மட்டும்தான் இருக்கிறேனா?

எனக்கு எப்படித் தெரியும்?

உனக்கு, நடுக்கம்போல ஏதாவது இப்போது?

ஆமாம், நடுங்குகிறேன்.

உன்னுடையது எவ்வளவு அதிகம்?

இன்று மாலை அது நாற்பது.

என்னுடையது நாற்பது புள்ளி மூன்று. நீ எப்போது சாவாய்?

நாற்பத்து இரண்டில்.

நெருங்கிவிட்டது.

இல்லையில்லை, உனக்கும் இன்னும் நேரமிருக்கிறது.

போகாதே, எனக்குப் பயமாயிருக்கிறது.

பேசுவது கேட்கிறதா?

என்ன?

திடீரென எவ்வளவு நிசப்தமாகிவிட்டது?

இதற்கு முன்பு வெடிச்சத்தங்கள் கேட்டனவா?

பீரங்கிகள்.

நான் உறங்கிக்கொண்டிருக்கிறேன், திடீரென்று பார்த்தால் மறுபடி
இரவாகிவிட்டது.

ஏனென்றால் மின்சாரம் துண்டிக்கப்பட்டிருந்தது.

அவர்கள் வெற்றிபெற்றுக் கொண்டிருக்கிறார்கள் என நினைக்கிறேன்.

யார்?

அராபியர்கள்.

இருக்கவே முடியாது.

டெல் அவிவை கைப்பற்றி விட்டார்கள்.

என்ன சொல்கிறாய்... உனக்கு யார் சொன்னது?

தெரியவில்லை. என் செவியில் விழுந்தது.

நீ அப்படிக் கனவு கண்டிருக்கிறாய்.

இங்குதான் அதைச் சொன்னார்கள், யாரோ ஒருவர், முன்பு, எனக்குக் குரல்கள் கேட்டன.

அது காய்ச்சலால் ஏற்பட்டது. பீதிக் கனவுகள். எனக்கும்கூட வரும்.

என் கனவு... நான் என் நண்பனோடு இருந்தேன்.

ஒருவேளை உனக்குத் தெரிந்திருக்கலாம்.

என்ன?

எந்தத் திசையிலிருந்து நான் வந்தேன்?

இங்கே எனக்கு எதுவும் தெரியவில்லை.

இன்னும் எத்தனை நாட்கள் இருக்க வேண்டும் நீ?

தெரியவில்லை.

எனக்கு, நான்கு நாட்கள், ஒரு வார காலமாகக்கூட இருக்கலாம்.

பொறு, செவிலி எங்கே?

இரவில் அவள் 'இன்டர்னல் ஏ'யில் இருப்பாள். அவள் ஒரு அராபியப் பெண்.

உனக்கு எப்படித் தெரியும்.

அவள் பேசும்போது அதைக் கேட்க முடியும், அது தெரியும்.

உனக்கு நடுங்குகிறது.

என் வாய், என் முகமெல்லாம்.

ஆனால்... எல்லோரும் எங்கே போனார்கள்?

குண்டுத் தாக்குதலில் இருந்து காப்பாற்ற நம்மை மறைவிடத்துக்கு அவர்கள் கொண்டு போகப்போவதில்லை.

ஏன்?

அப்போதுதான் நம் நோய் அவர்களுக்குப் பரவாது.

பொறு, ஆக அது நாம் மட்டும்தான் –

அந்தச் செவிலி.

நான் நினைத்தேன்.

என்ன?

எனக்காக நீ அதைப் பாட முடிந்தால்.

மறுபடியும் அதையா?

வெறுமனே வாய்க்குள்ளாக ராகத்தை மட்டும் முனகு.

நான் கிளம்புகிறேன்.

நீ நானாக இருந்தால் உனக்காக நான் பாடுவேன்.

திரும்பிப் போக வேண்டும்.

எங்கு?

எங்கு, எங்கு, என் மூதாதையருடன் படுத்துறங்குவதற்கு, துயரினால் என்னையே வீழ்த்திக்கொண்டு கல்லறைக்கு அங்குதான்.

என்ன? என்ன அது? சற்றுப் பொறு, உன்னை எனக்குத் தெரியுமா? ஏய், திரும்பி வா.

○○○

மறுநாள் இரவும், நள்ளிரவுக்கு முன்பாக அவன் அவளது அறைவாசலுக்கு வந்து நின்று, அவளைத் திட்டினான். அவள் தூக்கத்தில் பாடி தன்னையும் இந்த உலகம் முழுவதையும் எழுப்பி விடுவதாகப் புகார் சொன்னான். அவள் தனக்குள்ளே சிரித்தபடி அவனது அறை அவ்வளவு தொலைவிலா இருக்கிறது எனக் கேட்டாள். அப்போதுதான் நேற்று இரவும் அதற்கு முந்தின இரவும் இருந்த இடத்தில் இப்போது அவள் இல்லை என்பதை அவளது குரலிலிருந்து உணர்ந்தான்.

ஏனென்றால் நான் இப்போது உட்கார்ந்திருக்கிறேன், அவள் விளக்கினாள். அவன் எச்சரிக்கையுடன் கேட்டான், ஆனால் நீ ஏன் உட்கார்ந்திருக்கிறாய்? ஏனென்றால் என்னால் உறங்க முடியவில்லை, அவள் சொன்னாள், அதோடு நான் பாடவும் செய்யவில்லை, இங்கே அமைதியாக உட்கார்ந்தபடி உனக்காகக் காத்திருந்தேன்.

இருவருமே இருள் அதிகமாவதாக உணர்ந்தனர். ஒரு புதிய வெப்ப அலை – அதற்கும் அவளது நோய்க்கும் சம்பந்தமிருப்பதாகத் தெரிய வில்லை – ஓராவின் கால் விரல்களிலிருந்து எழுந்து அவளது கழுத்திலும் முகத்திலும் சிவப்புப் புள்ளிகளை உண்டாக்கியது. இருட்டாக இருப்பது நல்லது, அவள் நினைத்துக்கொண்டாள், தளர்வான தனது இரவு உடையின் கழுத்துப்பட்டையை மேலே இழுத்துவிட்டாள்.

கடைசியாக வாசற்படியிலிருந்து சன்னமாகத் தொண்டையைச் செருமியபடி அவன் சொன்னான், நல்லது நான் திரும்பிச் செல்ல வேண்டும். ஆனால் எதற்காக? அவள் கேட்டாள். அவசரமாகத் தனக்குக் கரும்புள்ளி செம்புள்ளி இட்டுக்கொள்ள வேண்டும் என்றான். உடனே அவளுக்கு அது புரியவில்லை, புரிந்தபோது பலமாகச் சிரித்தாள். வா, முட்டாளே, போதும் உன் நடிப்பு, எனக்குப் பக்கத்தில் உனக்கு நாற்காலி போடுகிறேன்.

வாசலுக்கு நேராக உலோக அலமாரிகள், படுக்கைகள் இருப்பதை உணர்ந்து சற்று விலகி நின்றான். காலிப் படுக்கை ஒன்றின்மீது கைகளை

ஊன்றினான், சத்தமாக மூச்சிரைத்தது. நான் இங்கே இருக்கிறேன், வலியுடன் முனகினான். எனக்கு இன்னும் பக்கத்தில் வா, அவள் சொன்னாள். சற்றுப் பொறு நான் மூச்சு வாங்கிக்கொள்கிறேன். இருட்டு அவளுக்குள் தைரியத்தை நிரப்பியது, உரத்த குரலில் சொன்னாள், நலம் குன்றாத குரலில், கடற்கரைகளின் குரலில், துடுப்புப் பந்தாட்டங்களின் குரலில், கொயட் பீச்சில் மிதவைகளை நோக்கி நீந்திப் போன குரலில் சொன்னாள், உனக்கு எதைக் கண்டு பயம்? நான் உன்னைக் கடித்துவிட மாட்டேன். அவன் முணுமுணுத்தான், சரி, சரி, எனக்குப் புரிகிறது. நான் இன்னும் உயிரோடிருக்கிறேன். அவனது முணுமுணுப்பும் சிரமப்பட்டு கால்களை இழுத்தபடி நடந்து வந்ததும் அவளை நெகிழச் செய்தது. நாம் ஒருவகையில் வயதான ஒரு ஜோடியைப் போலிருக்கிறோம், அவள் நினைத்துக்கொண்டாள்.

அய்யோ!

என்ன ஆயிற்று?

இந்தப் படுக்கைகளில் ஒன்று என்ன செய்ததென்றால்... ச்சே! ஒரு விதியை பற்றிக் கேள்விப்பட்டிருக்கிறாயா?

என்ன சொன்னாய்?

கெடுமதிகொண்ட அறைக்கலன்கள் பற்றிய விதி – கேள்விப் பட்டிருக்கிறாயா?

வருகிறாயா இல்லையா?

நடுக்கம் குறைவதாக இல்லை, சிலநேரம் அது நீண்டநேர நடுக்கமாக மாறியது. அவர்கள் பேசியபோது வார்த்தைகள் துண்டுபட்டன, பலநேரம் இடையே சற்று நடுக்கம் குறைகையில் பேசலாம் எனக் காத்திருந்தனர், முகமும் வாய்த்தசைகளும் சற்றுநேரம் அமைதிகொள்ளும், அதன்பின் அவர்கள் பதற்றம் மிக்க உயர்ந்த குரலில் வேகமாக வார்த்தைகளைத் துப்புவர். திக்கிய பேச்சு அவர்களது வாக்கியங்களை வாய்க்குள்ளேயே நசுக்கியது. உனக்கு–என்ன–வயதாகிறது? பதி–னாறு–உனக்கு? ஒரு–கால்–வரு–ஷம்–கூட. எ–னக்கு–மஞ்சள்கா–மாலை, உ–னக்கு? எனக்கா? அவன் சொன்னான். நான்–நினைக்–கிறேன்–அது–கருப்–பைத்–தொற்று.

மௌனம். அவன் நடுங்கினான், மூச்சிரைத்தது. உண்–மையில்–நான் அதை–நகைச்–சுவைக்–காகச்–சொன்–னேன். அது ஒன்றும் நகைச்சுவை இல்லை, அவள் சொன்னாள். அவன் அரற்றினான்: அவளுக்குச் சிரிப்பூட்ட முயன்றேன், ஆனால் அவளது நகைச்சுவையுணர்வு மிகவும்... யாருடன் பேசிக்கொண்டிருக்கிறாய் எனக் கேட்டாள், மறுபடி உற்சாகம் அடைந்தவளாக. அவன் பதில் சொன்னான்: எனக்கு நகைச்சுவைத் துணுக்கு எழுதுபவரிடம், நான் அவரை வேலையை விட்டு நீக்க வேண்டும் என நினைக்கிறேன். நீ இங்கு வந்து என் பக்கத்தில் அமராவிடில் நான் பாட ஆரம்பித்துவிடுவேன், அவள் மிரட்டினாள். அவன் நடுங்கிக் கொண்டே சிரித்தான். அவனது சிரிப்பு கழுதைக் கனைப்பைப் போன்று இருந்தது. அது தன்னைத் தக்கவைத்துக்கொள்வதற்கான ஒரு சிரிப்பு;

அவள் அதை ஒரு மருந்தைப்போல, ஒரு பரிசைப்போல ரகசியமாக விழுங்கினாள்.

அவளது முட்டாள்தனமான எளிய அந்த நகைச்சுவையைக் கேட்டு அவன் பலமாகச் சிரித்தான். முன்புபோல அதைக் கேட்டு அடுத்தவர்கள் விழுந்துவிழுந்து சிரிக்குமளவுக்குத் தன் நகைச்சுவைகள் இல்லை என்பதை அவனிடம் சொல்லவே செய்தாள். “நகைச்சுவை என்று வரும்போது அவள் விதூஷகன் (ஜெஸ்டர்) அளவுக்கு இல்லை” என அந்த வருடம் பூரிம் விருந்தின்போது அவர்கள் பாடினார்கள். அது ஒன்றும் சிறிய குறை இல்லை. அவளை முடக்கிவிடும் குறையாக அது இருந்தது, இன்னும் பெரிதாக சிக்கலானதாக மாறிவிடக்கூடிய ஒரு புதிய குறைபாடு. சமீப வருடங்களில் அவளிடமிருந்து மறைந்து கொண்டிருக்கும் அவளது பிற குணங்களோடு இதற்கும் சம்பந்தமிருந்தது. உதாரணமாக உள்ளுணர்வு. எப்படி இதுபோன்ற தனித்துவமான குணமும்கூட திடீரென மறையக் கூடும்? அல்லது சரியானதைச் சரியான நேரத்தில் சொல்லக்கூடிய சாமர்த்தியம். ஒரு காலத்தில் அவளிடம் இருந்த அது இப்போது இல்லை. அல்லது அவளது நகைச்சுவைத் திறன். அவள் உண்மையாகவே புத்திகூர்மை மிக்கவளாக இருந்தாள். தீப்பொறிகள் அவளிடமிருந்தும் வெளியேறிவிட்டன. (இருந்தும் அது ஒரு பூரிம் பாடல்தான், “எஸ்தர்” என்ற வார்த்தைக்கு எதுகையாக வேறொரு வார்த்தையை அவர்களால் கண்டுபிடிக்க முடியாதிருந்திருக்கலாம் என அவள் தன்னைத் தேற்றிக்கொண்டாள்.) அல்லது அவளது காதலுணர்வும். அவள் எண்ணிப் பார்த்தாள். அது அவளது சீர்கேட்டின் ஓர் அங்கமாக இருக்கலாம் – உண்மையாக ஒருவரைக் காதலிக்கும் திறன் – காதலால் பற்றியெரிவது, இளம்பெண்கள் பேசிக்கொள்வதுபோல, திரைப்படங்களில் பார்ப்பதுபோல – அவளிடம் இல்லாமல் போய்விட்டது. ராணுவப் பள்ளிக்குச் சென்றவனும் தற்போது ராணுவத்தில் பணிபுரிபவனுமான ஆஷர் ஃபெயின்ப்ளாட் மீது அவளுக்குப் பெரும் ஈர்ப்பு ஏற்பட்டது. பெவ்ஸ்னர் தெருவுக்கும் யோசஃப் தெருவுக்கும் இடையிலான படிகளில் வைத்து அவன் அவள்தான் தன் ஆத்ம துணை என்றான், அப்போதும் கூட அவன் அவளைத் தொடவில்லை. இரண்டு வருடங்களில் ஒருமுறைகூட அவன் கைகளோ விரல்களோ அவள்மீது பட்டதில்லை. ஒருபோதும் அவளைத் தொட்டதில்லை என்ற எண்ணமும்கூட அதோடு சம்மந்தப்பட்டிருந்திருக்கலாம். எல்லாமே ஏதோவொரு வகையில் தொடர்பு கொண்டிருப்பதாகவும் விஷயங்கள் தெளிவடைந்து வருவதாகவும் அவள் மனதின் ஆழத்தில் உணர்ந்தாள். தனக்காகக் காத்திருந்தவற்றின் இன்னுமதிக சிறு துண்டுகளையும் அவள் கண்டெடுத்தபடி இருப்பாள்.

ஒரு கணம் தன்னை அவள் ஐம்பது வயதினளாகக் கண்டாள். வாசனையற்ற மலரைப்போல வாடிவதங்கி, மெலிந்து உயர்ந்த அவள் தலையைக் குனிந்தபடி, முகத்தை அகண்ட விளிம்புடைய வைக்கோல் தொபபி மறைக்க நீண்ட அடிகளெடுத்து நடந்து செல்கிறாள். கழுதைச் சிரிப்புச் சிரிக்கும் அந்தப் பையன் அவளிடம் வர கைகளால் தடவி வழியைக் கண்டுபிடித்தபடியிருந்தான், அருகே வந்தான் பிறகு தூரச் சென்றான்–அதை அவன் வேண்டுமென்றே செய்வதாக அவளுக்குத்

தோன்றியது, அவனுக்கு இது ஒருவகை விளையாட்டாக இருக்க வேண்டும்–அவன் சிரித்தான், தனது மெதுவாக நகரும் தன்மை பற்றித் தானே கேலி செய்துகொண்டான். மிதப்பதுபோல அறையைச் சுற்றிச் சுற்றி வந்தான், அவள் இருக்கும் திசையை அறியவேண்டி ஏதாவது பேசிக்கொண்டேயிருக்கும்படி அவளைக் கேட்டான்: ஒரு கலங்கரை விளக்கம்போல ஆனால் ஓசையுடன், அவன் விளக்கினான். பயல் புத்திசாலிதான், அவள் நினைத்தாள். இறுதியாக அவன் தடவியபடியே அவளது படுக்கையை அடைந்தான். அவள் போட்டு வைத்திருந்த நாற்காலி கைகளில் தட்டுப்பட அதில் அப்படியே தளர்வாக அமர்ந்தான், ஒரு கிழவனைப்போல அவனுக்கு மூச்சிரைத்தது. அவனது நோயின் வியர்வையை அவளால் முகர முடிந்தது. தனது போர்வைகளில் ஒன்றை இழுத்து அவனிடம் தந்தாள். அதைத் தன்மேல் சுற்றிக்கொண்டவன் எதுவும் பேசவில்லை. இருவருமே களைத்துப் போயிருந்தார்கள். இருவருமே நடுங்கினார்கள், முனகினார்கள்.

பிறகு போர்வைக்குள்ளிருந்து அவள் கேட்டாள், உன் குரல் பரிச்சய மானதாகத் தெரிகிறது, நீ எங்கிருந்து வருகிறாய்? ஜெரூசலேம், என்றான் அவன். நான் ஹைஃபாவிலிருந்து வருகிறேன், லேசாக அழுத்தம் கொடுத்துச் சொன்னாள். உடல்நிலை சிக்கலானதால் றாம்பம் மருத்துவமனையிலிருந்து ஆம்புலன்ஸில் என்னை இங்கு கொண்டு வந்தார்கள். எனக்கும் அப்படி ஆகும், அவன் சிரித்தான், என் வாழ்க்கை முழுவதும் சிக்கல்கள். அவர்கள் அமைதியாக அமர்ந்திருந்தனர். தன் வயிற்றையும் மார்பையும் சொறிந்த படி அவன் முனகினான். அவளும் முனகினாள். அது மிக மோசமான விஷயம், இல்லையா? தன் பத்து விரல் நகங்களாலும் தன்னைச் சொறிந்து கொண்டாள். இந்த அரிப்பு நிற்பதற்காகச் சிலநேரம் என் தோலை உரித்து எடுத்துவிட வேண்டும் என்று மிகவும் விரும்புகிறேன். ஒவ்வொரு முறை அவள் பேசும்போதும் அவளது உதடுகள் ஒட்டி விலகும் மெல்லிய ஒலியை அவன் கேட்டான், அவன் கைவிரல் முனைகளும் கால்விரல் முனைகளும் பரபரத்தன.

ஓரா சொன்னாள், இம்மாதிரி நேரத்தில் இதைவிடவும் முக்கியமான விஷயங்களுக்கு ஆம்புலன்ஸ் வாகனங்கள் தேவைப்படுகின்றன என அந்த ஆம்புலன்ஸ் ஓட்டுநர் சொன்னான்.

இங்கே இருக்கும் எல்லோரும் நம் மீது கோபத்தில் இருக்கிறார்கள் என்பதை நீ கவனித்திருக்கிறாயா? ஏதோ நாம் வேண்டுமென்றே...

காரணம் கொள்ளைநோய் பாதித்தவர்களில் கடைசியாக எஞ்சி யிருப்பவர்கள் நாம்.

சற்று நலமாக உணர்ந்தவர்களைக்கூட அவர்கள் வீட்டுக்கு அனுப்பி விட்டார்கள். குறிப்பாக ராணுவ வீரர்களை. தூக்கி எறிந்தார்கள். சரியான நேரத்தில் போருக்குச் செல்ல அவர்களை ராணுவத்திற்கே நேரடியாக அனுப்பிவிட்டார்கள்.

ஆக, உண்மையிலேயே போர் நடக்கப் போகிறதா?

விளையாடுகிறாயா? இரண்டு நாட்களாகப் போர் நடந்தது கொண்டிருக்கிறது.

எப்போது தொடங்கியது? ரகசியமான குரலில் கேட்டாள்.

முந்தினநாள் என நினைக்கிறேன். உன்னிடம் ஏற்கனவே சொல்லியிருக்கிறேன், நேற்று அல்லது அதற்கு முந்தினநாள், எனக்கு நினைவில்லை, நாட்கள் பற்றிக் குழப்பாக இருக்கிறது.

ஆமாம், நீ சொல்லியிருந்தாய். ஓரா விக்கித்துப்போனாள். விசித்திரமான, பீதியூட்டும் கனவுகளின் கெட்டித்த வடிவங்கள் அவளுள் மிதந்தன.

உனக்கு எப்படிக் கேட்காமல் போனது? அவன் முணுமுணுத்தான். அபாயச் சங்கு ஒலிகளும் குண்டுகள் வெடிப்பதும் எப்போதும் கேட்டபடியிருந்தது, ஹெலிகாப்டர்கள் தரையிறங்குவதை நான் கேட்டேன். இந்நேரம் பத்து லட்சம் பேராவது இறந்திருப்பார்கள்.

என்ன நடக்கிறது?

எனக்குத் தெரியவில்லை. இங்கே பேசுவதற்கும் யாருமில்லை. நம்மிடம் பேச அவர்களுக்குப் பொறுமையில்லை.

அப்படியானால் நம்மையெல்லாம் பார்த்துக்கொள்வது யார்?

இப்போது ஒல்லியான சிறிய அந்த அராபியப் பெண் மட்டுமே, அழுவாளே அவள். அவள் அழுவதை நீ கேட்டிருக்கிறாயா?

அது ஒரு பெண்ணின் அழுகையா? ஓரா வியப்புற்றாள். ஏதோ மிருகம் ஓலமிடுவதாக நினைத்திருந்தேன். உனக்கு நன்றாகத் தெரியுமா?

அது மனித அழுகைதான், நிச்சயமாக.

ஆனால் எப்படி அவளை நான் இதுவரை பார்க்கமாலே இருக்கிறேன்?

அவள் ஒரு மாதிரி வந்துகொண்டும் போய்க்கொண்டும் இருப்பவள். வந்து சோதனைகள் செய்வாள், மருந்தையும் உணவையும் ஒரு தட்டில் வைத்துவிட்டுப் போய்விடுவாள். இரவு பகல் இரண்டு வேளையும் அவள் மட்டும்தான் இப்போது. தன் கன்னங்களை உள்நோக்கி இழுத்து யோசனை மிக்கவனாகச் சொன்னான். நம்மைப் பார்த்துக்கொள்ளவென அவர்கள் விட்டுச் சென்றிருக்கும் ஒரே நபர் ஒரு அராபியர், சிரிப்பாக இல்லை? காயம்பட்டவர்களுக்குச் சிகிச்சை செய்ய அவர்கள் அராபியர்களை அனுமதிப்பதில்லை.

ஆனால் ஏன் அவள் அழுகிறாள்? அவளுக்கு என்னவாயிற்று?

எனக்கு எப்படித் தெரியும்? ஓரா நிமிர்ந்து உட்கார்ந்தாள், அவள் உடல் விரைத்தது, உணர்ச்சியற்று அமைதியாக அவள் சொன்னாள். நான் சொல்கிறேன், அவர்கள் டெல் அவிவைக் கைப்பற்றிவிட்டார்கள். நாசரும் ஹுசைனும் டீஸைன்காஃப் தெருவின் சிற்றுண்டி விடுதியில் காபி அருந்திக்கொண்டிருக்கிறார்கள்.

எப்படி உனக்குத் தெரியும்? அச்சமுற்றவனாக அவன் கேட்டான்.

நேற்று நான் அதைக் கேட்டேன், அல்லது இன்று. ஏறத்தாழ எனக்கு உறுதியாகத் தெரியும், அதை அவளது வானொலிப் பெட்டியில் கேட்டேன் என்று நினைக்கிறேன், அவர்கள் பெர்ஷீபா, ஆஷ்கெலொன், டெல் அவிவ் இவற்றைக் கைப்பற்றிவிட்டனர்.

இல்லையில்லை, அப்படியிருக்க முடியாது. ஜுரத்தில் அப்படி நீ நினைக்கிறாய், அப்படியிருக்கவே முடியாது! உனக்குப் புத்தி சரியில்லை, அவர்கள் வெற்றிபெற வாய்ப்பே இல்லை.

அவள் தனக்குள்ளே குழறலாகப் பேசியவாறே நினைத்தாள், எது நடக்கும் எது நடக்காது என்பதுபற்றி உனக்கென்ன தெரியும்?

OOO

சிறிதுநேர ஆழ் உறக்கத்துக்குப்பின் சுற்றிலும் அந்தப் பையனைத் தேடிப் பார்த்தாள். இன்னும் இங்கேதான் இருக்கிறாயா? என்ன, ஆமாம். அவள் பெருமூச்சு விட்டாள். அறையில் என்னோடு ஒன்பது பெண்கள் இருந்தனர், இப்போது நான் மட்டுமே எஞ்சியிருக்கிறேன், அது தொந்தரவு தரக்கூடிய விஷயமில்லையா? அவளோடு மூன்று இரவுகள் இருந்தும் இன்னமும் அவள் பெயரைத் தான் தெரிந்துகொள்ளவில்லை என்பது அவ்ரமுக்குப் பிடித்திருந்தது, அவளுக்கும் அவன் பெயர் தெரியாது. இது போன்ற சிறிய மர்மங்களை அவன் விரும்பினான். தான் எழுதி ரீல்–டு–ரீல் ஒலி நாடாவில் பதிவுசெய்த சிறு நகைச்சுவை நாடகங்களிலும்– அந்நாடகங்களில் குழந்தைகள், முதியவர்கள், பெண்கள், பிசாசுகள், அரசர்கள், காட்டு வாத்துகள், பேசும் சிறு கொதிப்பானைகள் எத்தனை கதாபாத்திரங்களானாலும் அவனே ஏற்று நடித்தான். தோன்றி உடன் மறைந்த ஜந்துக்கள், கதாபாத்திரங்களால் கற்பனை செய்யப்பட்ட கதாபாத்திரங்கள் என – புத்திசாலித்தனமான சிறு விளையாட்டுக்கள் அதில் இருந்தன. இதனிடையே ஊகங்களால் அவன் தனக்கே ஆச்சரியமூட்டிக் கொண்டான்: ரினா? யயெல்? ஒருவேளை லியோரா? அவள் ஒரு லியோராவைப்போல இருக்கிறாள் என நினைத்தான், அவள் புன்னகை ஒளிமிக்கதாக இருக்கிறது, எனவே அவள் பெயரில் ஒரு ‘ஓர்’ இருக்க வேண்டும். என் அறையும் இப்படித்தான், அவளிடம் அவன் சொன்னான். கிட்டத்தட்ட, படைவீரர்கள் உள்ளிட்ட அனைவருமே அறை எண் மூன்றிலிருந்து கிளம்பிவிட்டனர். சிலரால் நடக்கவே முடியவில்லை, அவர்களையும்கூட அவர்களது படைப்பிரிவுகளுக்கு அனுப்பிவிட்டனர். இப்போது அவனுடன் ஒரேயொருவன் மட்டுமே இருந்தான், அவனொரு படைவீரன் அல்ல, அவன் இரண்டு நாள் முன்பு நாற்பது புள்ளி ஒன்றுடன் வந்த அவனது வகுப்புத் தோழன், அந்த அளவை அவர்களால் குறைக்க முடியவில்லை, நாள் முழுக்கக் கனவு கண்டபடியே ஆயிரத்தோரு இரவுகளைத் தனக்குத்தானே சொல்லிக்கொள்வான் – நிறுத்து, ஓரா அவனை இடைமறிக்கிறாள். வின்கேட்டில் எப்போதாவது பயிற்சியில் இருந்திருக்கிறாயா? எப்போதாவது கைப்பந்து விளையாடியிருக்கிறாயா? திகிலான ஒரு சிறு ஊளையை வெளிப்படுத்தினான் அவ்ரம். புன்னகையை

மறைத்துக்கொண்டு முகத்தில் கடுமையைக் காட்டினாள் ஓரா: நல்லது, நீ நன்றாக விளையாடும் விளையாட்டு எதுவுமே இல்லையா? ஒரு வினாடி அவ்ரம் யோசித்தான். குத்துச்சண்டைப் பயிற்சியில் குத்துவாங்கும் மூட்டையாக, என்றான். பிறகு எந்த இளைஞர் இயக்கத்தில் இருந்தாய்? அவள் கோபமாகக் கேட்டாள். எந்த இயக்கத்திலும் நான் இல்லை, புன்னகைத்தபடி அவன் சொன்னான். எந்த இயக்கத்திலும் இல்லையா? அவள் மனம் சுருங்கினாள். பிறகு நீ யார்? நீ ஒரு இயக்கத்தில் இருக்கிறாய் என்று மட்டும் சொல்லாதே. புன்னகை மாறாமலே அவ்ரம் கேட்டான், ஏன் சொல்லக்கூடாது? ஓரா அவமதிக்கப்பட்டதாக உணர்ந்தாள். மிகையான பெருமூச்சுடன் அவன் சொன்னான், ஏனென்றால் நம் மட்டில் அது அனைத்தையும் பாழாக்கிவிடும். ஏனென்றால் நீதான் அந்த மிகப் பொருத்தமான பெண் என நான் நினைக்கத் தொடங்கியிருந்தேன். ஹா! அவள் வேகமாகத் காறித்துப்பினாள். நான் மக்கனாட் ஓலிமில் இருக்கிறேன். தன் முகவாய்க்கட்டையை நீட்டி உதடுகளைக் குவித்துக் கூரையைப் பார்த்து மனமுடைந்த ஒரு நாயின் நீண்ட ஊளையை வெளிப்படுத்தினான். நீ சொல்வது மிகப் பயங்கரமான விஷயம் என்றான். உன்னுடைய நோய்க்கு மருத்துவ விஞ்ஞானம் ஒரு மருந்தைக் கண்டுபிடிக்கும் என நம்புகிறேன். அவள் உற்சாகமாய்த் தன் பாதங்களால் தாளமிட்டாள். நிறுத்து, எனக்குத் தெரியும். ஒருமுறை உன்னுடைய நண்பர்களுடன் நீ யெஸூத் ஹமாலே முகாமில் இல்லை? அங்கே காட்டில் நீங்கள் கூடாரங்கள் அமைத்துத் தங்கியிருக்கவில்லை?

பிரிய நாட்குறிப்பே, கனத்த ரஷ்ய உச்சரிப்புடன் அவ்ரம் பெருமூச்சு விட்டான். குளிரும் தீவிர உணர்ச்சிகளும் நிறைந்த இந்த நள்ளிரவு நேரத்தில் உருக்குலைந்து போயிருந்த நான் கடைசியாக எனக்கான பெண்ணைக் கண்டறிந்துகொண்டபோது அவள் இதற்குமுன் எங்கோ என்னைப் பார்த்தவளாக இருந்தாள் – ஓரா அலட்சியமாக மூக்கை உறிஞ்சினாள். சுருக்கமாகச் சொல்லப்போனால், அவ்ரம் தொடர்ந்தான், எல்லா சாத்தியப்பாடுகளையும் நாங்கள் ஆராய்ந்தோம், அவளது எல்லா பீதியூட்டும் எண்ணங்களையும் நிராகரித்தபின், ஒருவேளை எதிர்காலத்தில் வேண்டுமானால் எங்களை ஒருவருக்கொருவர் தெரிந்திருக்கலாம் என்ற முடிவுக்கு வந்தேன்.

ஊசியால் குத்தப்பட்டதுபோல ஓரா கீச்சென்று கத்தினாள். அவளது வலி அவனையும் பற்றிக்கொள்ள, என்ன ஆயிற்று என மென்மையாகக் கேட்டான் அவ்ரம். ஒன்றுமில்லை, அவள் சொன்னாள், அது ஒன்றுமில்லை. இருளை ஊடுருவி இறுதியாக அவன் யாரென்று அறிய ரகசியமாக அவனைக் கூர்ந்து நோக்கினாள்.

எப்படியோ, ஒரு பறவையைப்போல அவன் அறை எண் மூன்றுக்குப் பறந்து போய் அவனது வகுப்புத் தோழனின் படுக்கையில் இறங்கினான். அவனும் தன் உறக்கத்தில் நடுங்கிக்கொண்டும் பெருமூச்சு விட்டுக்கொண்டும், உடம்பைச் சொறிந்தான். இங்கே மிகவும் அமைதியாக இருக்கிறது, அவ்ரம் முணுமுணுத்தான். இந்த இரவு எவ்வளவு அமைதியாக இருக்கிறதென்று

பார்த்தாயா? நீண்ட மௌனம் நிலவியது. அப்போது அந்த இன்னொரு பையன் கடூரமான, உடைந்த குரலில் பேசினான்: இது கல்லறையைப் போலிருக்கிறது. ஒருவேளை நாம் இறந்துபோய்க்கூட இருக்கலாம். அவ்ரம் யோசித்தான். இங்கே பார், அவன் சொன்னான், நாம் உயிரோடு இருந்தபோது பள்ளிக்கூடத்தில் ஒரே வகுப்பில் பயின்றோம். அந்தப் பையன் எதுவும் சொல்லவில்லை. அவன் தலையை உயர்த்தி அவ்ரமைப் பார்க்க முயன்றான், அவனால் முடியவில்லை. சில நிமிடங்கள் கழித்து அவன் முனகினான். உயிரோடிருந்தபோது வகுப்பறையில் நான் எதையும் படிக்கவில்லை. அது உண்மைதான், மெல்லிய பாராட்டும்விதமான புன்னகையுடன் அவ்ரம் சொன்னான். நான் உயிரோடிருந்தபோது என் வகுப்பில் எதையுமே படிக்காத ஒருவன் இருந்தான். அவன் பெயர் இலன். மிகவும் கர்வம் பிடித்தவன், யாரிடமும் பேசாதவன்.

உங்களோடு அவன் பேச என்ன இருக்கிறது? நீங்கள் எல்லோருமே குழந்தைகள், சிறுபிள்ளைகள், ஒன்றும் தெரியாதவர்கள்.

ஏன்? அமைதியாகக் கேட்டான் அவ்ரம். எங்களுக்குத் தெரியாதது அப்படியென்ன உனக்குத் தெரியும்?

இலன் கசப்பான, சிறு அலட்சியச் சிரிப்பொன்றை வெளிப்படுத்தினான், பிறகு கொந்தளிப்புமிக்க ஒரு உறக்கத்தில் மூழ்கியபடி அவர்களிருவரும் அமைதியாக அமர்ந்திருந்தனர். எங்கோ தொலைவில் அறை எண் ஏழில் படுக்கையிலிருந்தவாறே இவையெல்லாம் உண்மையிலேயே நடந்தனவா என்பதை விளங்கிக்கொள்ள முயற்சி செய்தாள் ஓரா. நீண்ட நாட்கள் ஆகிவிடவில்லை, சில நாட்கள் முன்பு டென்னியன் மைதானத்தில் பயிற்சி முடித்து நடந்து வந்துகொண்டிருக்கையில் தெருவில் மயங்கி விழுந்தாள். போருக்கு ஆயத்தமாக அமைக்கப்பட்டிருந்த புதிய ராணுவ முகாம்கள் ஏதேனும் ஒன்றுக்குச் சென்றிருந்தீர்களா, அங்கு எதையாவது சாப்பீட்டீர்களா, கழிப்பறைகளைப் பயன்படுத்தினீர்களா என றாம்பம் மருத்துவமனை மருத்துவர் கேட்டது அவள் நினைவுக்கு வந்தது. உடனடியாக வீட்டிலிருந்து அவள் வெளியேற்றப்பட்டு முன்பின் அறியாத ஒரு நகருக்கு அனுப்பப்பட்டாள். விசித்திரமான அந்நகரின் மிகச்சிறிய புறக்கணிக்கப்பட்ட மருத்துவமனை ஒன்றின் மூன்றாம் தளத்தில் பொறியில் சிக்கவைக்கப்பட்டதுபோல் மருத்துவர்களால் அவள் முற்றிலுமாகத் தனிமையில் வைக்கப்பட்டாள். அவளுடைய பெற்றோர் களும் நண்பர்களும் அவளைப் பார்க்கவிடாமல் உண்மையிலேயே தடுக்கப்பட்டனரா அல்லது அவள் உறங்கிக்கொண்டிருக்கையில் வந்து, அவளை மீட்டெடுக்கும் முயற்சியில் அவளைச் சுற்றிச் செய்வதறியாது நின்றுகொண்டு, அவளிடம் பேச்சுக்கொடுத்து, அவளைப் பெயர்சொல்லி அழைத்துப் பின்னர் போகும்போது ஒருமுறை அவளைத் திரும்பிப் பார்த்துவிட்டுச் சென்றார்களா என்பதெல்லாம் அவளுக்குத் தெரியாது. அந்தப் பார்வையில் பொதிந்திருந்தது இதுதான்: என்னவொரு அவமானம், எப்படிப்பட்ட நல்ல பெண், ஆனால் ஒன்றும் செய்ய வழியில்லை, வாழ்க்கை நகர்ந்துகொண்டேயிருக்கிறது, அடுத்து என்ன என்பதை யோசிக்க வேண்டும், ஒரு போர் நடக்கவிருக்கிறது அதற்காக நமது எல்லா சக்தியும் தேவைப்படுகிறது.

நான் சாகப் போகிறேன், இலன் குழறலாகச் சொன்னான்.

முட்டாள்தனமாகப் பேசாதே, அவனை உலுக்கி எழுப்பியபடி அவ்ரம் சொன்னான். நீ உயிரோடிருப்பாய், இன்னும் ஒன்றிரண்டு நாட்களில் நீ–

இது நடக்குமென்று எனக்குத் தெரியும், இலன் மென்மையாகச் சொன்னான். ஆரம்பத்திலிருந்தே அது வெளிப்படை.

இல்லையில்லை, இப்போது பீதியுற்றவனாக அவ்ரம் சொன்னான். என்ன பேசுகிறாய் நீ, அப்படியெல்லாம் நினைக்காதே.

ஒரு பெண்ணை நான் முத்தமிட்டதுகூடக் கிடையாது.

நீ முத்தமிடுவாய், அவ்ரம் சொன்னான். கலவரமடையாதே, எல்லாம் சரியாகிவிடும்.

நான் உயிரோடிருந்தபோது, பிறகு இலன் சொன்னான் – முழுதாக ஒரு மணிநேரத்துக்குப் பிறகு இருக்கலாம் – என் வகுப்பில் ஒரு குள்ளப் பையன், என்னுடைய இடுப்பளவுதான் இருப்பான்.

அது நான்தான், அவ்ரம் சிரித்தான்.

எப்போதும் அவன் தன் வாயை மூடவே மாட்டான்.

அது நான்தான்.

குழப்பம் செய்துகொண்டே இருப்பான்.

அது நான்தான், நான்தான்.

நான் அவனைப் பார்த்து நினைத்துக்கொள்வேன். அவன் சின்னப் பையனாக இருந்தபோது அவன் அப்பா அடிக்கடி அவனை அடித்து உதைப்பார்.

யார் உனக்குச் சொன்னது? எச்சரிக்கையடைந்தவனாக அவ்ரம் கேட்டான்.

நான் மனிதர்களைப் பார்க்கிறேன், சொல்லிவிட்டு இலன் உறங்கிவிட்டான்.

உணர்ச்சிகள் கிளறப்பட்டவனாக அவ்ரம் தனது சிறகுகளை விரித்து வளைந்த அந்த தாழ்வாரத்தினூடாகப் பறந்தான், சுவர்களில் முட்டி மோதி கடைசியாக ஓராவின் படுக்கையருகேயிருந்த நாற்காலியில் வந்து இறங்கினான். கண்களை மூடி உறங்கி உறங்கி விழித்தான். ஓரா அடாவைப் பற்றிக் கனவு கண்டுகொண்டிருந்தாள். கனவில் அவள் அடாவுடன் இருந்தாள், கிட்டத்தட்ட எல்லா இரவுகளிலும் அவர்களிருவரும் நடந்த அதே முடிவற்ற வெள்ளைச் சமவெளியில் அமைதியாக கைகளைப் பற்றிக்கொண்டிருந்தனர். முன்பு வந்த கனவுகளில் அவர்கள் எப்போதும் பேசிக்கொண்டிருந்தனர். பெரிய பாதாளத்தை நோக்கியிருந்த பாறையைத் தொலைவே அவர்கள் பார்த்தனர். பக்கவாட்டிலிருந்து தன்னையே பார்த்துக்கொள்ள ஓரா துணிந்தபோது அடா உடலற்று இருந்ததைக்

நிலத்தின் விளிம்புக்கு

கண்டாள். அங்கிருந்ததெல்லாம் ஒரு குரல், விரைவான, கூர்மையான எப்போதும்போல எச்சரிக்கைமிக்க ஒரு குரல். கைகளை இறுகப் பற்றியிருக்கும் உணர்வு அவளுள் இன்னும் இருந்தது. அவள் விரல்கள் ஓராவை இன்னும் உறுதியாகப் பற்றியிருந்தன. ஓராவின் தலைக்குள் ரத்தம் பாய்ந்தது: விட்டுவிடாதே, விட்டுவிடாதே, அடாவை விட்டுவிடாதே, ஒரு நிமிடம்கூட அவளை—

இல்லை, ஓரா முணுமுணுத்தாள், பீதியினால் உண்டான வியர்வையில் குளித்தவளாய் சட்டென்று கண்விழித்தாள். நான் பெரிய முட்டாள்—

கை கால்களைப் பரப்பியபடி இருட்டில் அவ்ரம் கிடந்த இடத்தைப் பார்த்தாள். அவள் கழுத்து நரம்பு வேகமாகத் துடிக்க ஆரம்பித்தது.

அவன் எழுந்தான், என்ன சொன்னாய்? நாற்காலியில் தன்னைத் திடமாக அமர்த்திக்கொள்ள முயன்றான். தரையை நோக்கி வழுக்கிக் கொண்டே இருந்தான், தாங்க முடியாத பாரம்கொண்ட அவனது தலையை கீழே வைக்கவேண்டி அடாவடியான ஒரு சக்தி அவனைப் படுக்கச் சொல்லி இழுத்தபடியிருந்தது.

கொஞ்சம் உன்னைப் போலவே பேசுகிற தோழி ஒருத்தி எனக்கு இருந்தாள், அவள் முணுமுணுத்தாள். இன்னும் நீ இங்குதான் இருக்கிறாயா?

நான் இங்குதான் இருக்கிறேன், தூங்கிவிட்டேன் என நினைக்கிறேன்.

முதல் வகுப்பிலிருந்தே நாங்கள் நண்பர்கள்.

ஆனால் இப்போது கிடையாது இல்லையா? ஓரா கடுமையாக உதறிக்கொண்ட தன் கைகளைக் கட்டுப்படுத்த முயன்று தோற்றாள். அவள் யாரோடாவது அடாவைப் பற்றிப் பேசி இரண்டு வருடங்களுக்கும் மேலாகிறது. அடாவின் பெயரை அவள் சத்தமாகச் சொன்னதுகூட இல்லை. அவ்ரம் சற்று முன்னோக்கிக் குனிந்தான். என்னவாயிற்று உனக்கு? ஏன் இப்படி இருக்கிறாய்?

நான் சொல்வதைக் கேள்.

என்ன?

எச்சிலை விழுங்கிக்கொண்டு அவள் வேகமாகச் சொன்னாள், முதல் வகுப்பில் முதல் நாளில் வகுப்புக்குள் நுழைந்தபோது நான் பார்த்த முதல் நபர் அவள்தான்.

ஏன்?

ஏனென்றால், அவள் சற்று ஏளனமாகச் சிரித்தாள், அவளுக்குச் சிவப்புத் தலைமுடி இருந்தது,

ஓ. நிறுத்து, நீ?

அவள் மீண்டும் சத்தமாகச் சிரித்தாள் அவளது சிரிப்பு ஆரோக்கியமானதாக இனிமையானதாக இருந்தது. தன்னோடு இருந்தபடி ஒருவர் இவ்வளவு நீண்ட நேரம், மூன்று இரவுகள், அவளொரு சிவப்புத்

தலைமுடிக்காரி என்பது தெரியாமல் பேசிக்கொண்டிருக்க முடியும் என்பது அவளுக்கு ஆச்சரியமாக இருந்தது. ஆனால் எனக்குத் தேமல்கள் கிடையாது, அவள் அவசரமாக விளக்கினாள். அடாவுக்கு இருந்தன, அவள் முகம் முழுக்க, கைகளிலும் கால்களிலும். இதுவும்கூட உனக்குக் கேட்கப் பிடிக்குமா?

அவளது கால்களிலுமா?

எல்லா இடத்திலும்.

ஏன் நிறுத்திவிட்டாய்?

தெரியவில்லை, சொல்வதற்கு அதிகம் இல்லை.

மனதிலிருப்பதைச் சொல்.

அதுவொரு சிறிய ... தான் சார்ந்த குழுவின் ரகசியத்தைச் சொல்லலாமா என்பதை முடிவு செய்ய இயலாமல் ஒரு வினாடி அவள் தயங்கினாள், சிவப்புச் சிகை கொண்ட குழந்தை முதலில் செய்வது தன்னைப்போல சிவப்புச் சிகை கொண்ட வேறு குழந்தைகள் இருக்கின்றனவா எனப் பார்ப்பதுதான்.

அவர்களை நண்பர்களாக்கிக்கொள்ள? ஓ, இல்லை, அதற்கு நேர்மாறாக. சரிதானே?

அவனைப் பாராட்டும் விதமாக இருட்டில் அவள் புன்னகைத்தாள். அவள் நினைத்ததைவிட அவன் புத்திசாலியாக இருந்தான். ரொம்பச் சரி, அவள் சொன்னாள். அதோடு அவர்கள் அருகருகே நிற்கக்கூடாது.

இது நான்– நான் குள்ளமானவர்கள் இருக்கிறார்களா என முதலில் பார்ப்பதுபோல.

ஏன்?

அது அப்படித்தான்.

நீ... கொஞ்சம் பொறு, நீ குள்ளனா?

பந்தயம் கட்டத் தயார், உன் முழங்கால் உயரம்கூட நான் இருக்க மாட்டேன்.

ஹா!

நிஜமாகவே, சர்க்கஸ்களிலிருந்து எனக்கு எவ்விதமான அழைப்புகள் வருகின்றன என்று உனக்குத் தெரியாது.

ஒரு விஷயத்தைச் சொல்.

என்ன?

ஆனால் உண்மையைச் சொல்.

மேலே சொல்.

நேற்றும் இன்றும் எதற்கு நீ என்னிடம் வந்தாய்?

தெரியவில்லை. சும்மா வந்தேன்.

அப்படியே இருந்தாலும்.

அவன் தொண்டையைச் செருமிக்கொண்டு சொன்னான் "உறக்கத்தில் நீ பாட ஆரம்பிக்கும் முன் உன்னை எழுப்ப விரும்பினேன், அவ்ரம் பொய் சொன்னான்"

என்ன சொன்னாய்?

"மறுபடி உறக்கத்தில் நீ பாட ஆரம்பிக்கும் முன் உன்னை எழுப்ப விரும்பினேன், எப்போதும் சதி எண்ணம் கொண்ட அவ்ரம் பொய் சொன்னான்"

ஓ, நீ—

ஆமாம்.

நீ கூடுதலாகச் சேர்த்து—

ரொம்பச் சரி.

மௌனம். ஒரு ரகசியப் புன்னகை. இருபக்கமும் சக்கரங்கள் வேகமாகச் சுழன்றன.

உன் பெயர் அவ்ரமா?

நான் என்ன செய்ய முடியும். என் பெற்றோருக்குக் கிடைத்த மலிவான பெயர் அதுதான்.

நான் இப்படிச் சொன்னால் எப்படி இருக்கும், "ஒரு நாடக நடிகனைப் போன்று அல்லது அதைப்போன்ற இன்னொரு வகையில் அவன் பேசினான் என ஓரா தனக்குள் நினைத்தாள்"?

"நீ புரிந்துகொண்டுவிட்டாய், அவ்ரம் ஓராவைப் புகழ்ந்தான், பின் தனக்குள்ளே சொல்லிக்கொண்டான், பிரியத்துக்குரிய மனமே, எனக்குத் தோன்றுகிறது, நாம் கண்டுவிட்டோம்—"

"இப்பொழுது சற்று அமைதியாக இரு, அறிவாளி ஓரா சொன்னாள், பின் பெருங்கடலை விடவும் ஆழமான விஷயங்களுக்குள் அகழ்ந்து சென்றாள்."

"பெருங்கடலைவிடவும் ஆழமான என்ன விஷயங்களை அவள் நினைத்துக்கொண்டிருக்கிறாள் என்று நான் ஆச்சரியம் கொள்கிறேன். அவ்ரம் பதற்றத்துடன் கற்பனை செய்தான்."

"உண்மையிலேயே அவனைப் பார்க்க விரும்புவதாக அவள் தனக்குள்ளாக நினைத்தாள், ஒரேயொரு நிமிடம்தான் – பிறகு ஒரு நரிக்குரிய தந்திரத்துடன் அவனிடம் சொன்னாள், ஒரு நாற்காலி தவிர்த்து இன்று அவள் இதையும் தயாரித்து வைத்திருந்ததை."

ஒரு உரசல், மீண்டும் ஒரு உரசல், ஒரு எரிநெருப்பு, அறையில் புள்ளி யாக வெளிச்சம் ஒளிர்கிறது. நீண்ட, வெண்நிற, மெல்லிய கை ஒன்று

நீளுகிறது, அதில் ஒரு தீக்குச்சிப் பந்தம். ஒரு திரவத்தைப் போல சுவர்களில் வெளிச்சம் அலைந்தாடுகிறது. காலியான பல வெற்றுப் படுக்கைகள், நடுங்கும் நிழல்கள், ஒரு சுவர், ஒரு கதவுச்சட்டம் இவைகளைக் கொண்ட பெரிய அறை, ஒளி வட்டத்தின் மையத்தில் தீக்குச்சி ஒளியிலிருந்து சற்றே பின்வாங்கும் அவ்ரம்.

அவனைச் சங்கடப்படுத்த வேண்டாம் என்பது போல அவள் இன்னொரு தீக்குச்சியைப் பற்றவைத்து இன்னும் கீழாகப் பிடிக்கிறாள். நீலநிற இரவு உடைக்குள் இருக்கும் அந்த இளைஞனின் கட்டையான வலுமிக்க இரண்டு கால்கள் வெளிச்சத்தில் தெரிகின்றன.

ஆச்சரியமூட்டும்படியான சிறிய கைகள் அவன் மடியில் பதற்றத்துடன் ஒன்றையொன்று பற்றிக்கொள்கின்றன, சிறிய திடகாத்திரமான உடலில் வெளிச்சம் மேலேறுகிறது, இருளிலிருந்து ஒரு பெரிய வட்ட முகத்தை அது தனியே வெட்டியெடுக்கிறது. நோயின் தாக்கத்திலும் கிட்டத்தட்ட சங்கடப்படுத்துகிற வாழவேண்டுமென்ற ஆசை அந்த முகத்தில் இருக்கிறது, ஆர்வமும் தீவிரமும் கொண்ட முகம், உருண்டை மூக்கு, தடித்தக் கண்ணிமைகள் அவற்றுக்கு மேலாக அடர்ந்து கிடக்கும் கறுத்த ரோமம்.

அவளை ஆச்சரியப்படுத்தியது என்னவென்றால் அவள் பார்க்கும்படிக்கும் அதைப்பற்றி ஒரு முடிவுக்கு வரும்படிக்கும் தனது முகத்தை அவன் காட்டிய விதம்தான், கண்களை இறுக மூடிக்கொண்டு முகத்தின் உறுப்புகளனைத்தையும் தீவிரமாக சுருக்கிக்கொண்டு தன் முகத்தை அவன் காட்டினான். ஒரு கணம் அவனைப் பார்த்தால் உடைந்து விடக்கூடிய மிக மெல்லிய பொருளொன்றை மேலே எறிந்துவிட்டு அது கீழே விழுந்து சிதறுவதற்காக காத்திருப்பவனைப் போலிருந்தது.

வலியினால் ஒரு கணம் மூச்சு நின்றுவிட ஓரா நெருப்பில் சுட்டுக்கொண்ட தன் விரல்முனையை நக்குகிறாள். சற்றுத் தயங்கியவள் இன்னொரு தீக்குச்சியை எடுத்துப் பற்றவைத்து ஒரு தீவிர வெளிப்படைத்தன்மையுடன் தனது நெற்றிக்கு நேராகப் பிடிக்கிறாள். கண்களை மூடிக்கொண்டு மேலும் கீழுமாக முகத்துக்கு நேரே வெளிச்சத்தைக் காட்டுகிறாள். அவளது கண்ணிமை ரோமங்கள் துடிக்கின்றன, உதடுகள் லேசாக வெளித்துருத்துகின்றன. அவளது நீண்ட, மேலுயர்ந்த கன்னத்தெலும்புகள் மீதும், பணியாத தோற்றம் கொண்ட, புடைத்துக் காணப்பட்ட வாய் மற்றும் முகவாய்க்கட்டை மீதும் நிழல்கள் உடைகின்றன. கறுத்த, உறக்கத்தினால் பீடிக்கப்பட்ட ஏதோவொன்று அவளது அழகான முகத்தின் மீது வட்டமிட்டது, தொலைந்துபோன, மீண்டும் கிடைக்காத ஏதோவொன்று, ஆனால் அந்த நோய்தான் அவளுக்கு அம்மாதிரியான தோற்றத்தைத் தந்திருக்க வேண்டும். அவளது குட்டையான கேசம் தேய்த்துப் பளபளப்பாக்கிய பித்தளையைப் போல் மின்னுகிறது, தீக்குச்சி அணைந்து இருள் மீண்டும் அவளைப் போர்த்திய பிறகும் அவன் கண்களில் அது பிரகாசிக்கிறது.

ooo

ஏய்,

என்ன, என்ன?

அவ்ரம்?

நீ தூங்கிவிட்டாயா?

நானா? நீதான் தூங்கிவிட்டாயென நினைத்தேன்.

நாம் குணமடைவோம் என உண்மையிலே நீ நினைக்கிறாயா?

ஆம்.

ஆனால், இங்கு நான் வந்தபோது ஒரு நூறு பேர் தனி அறைகளில் வைக்கப்பட்டிருந்தார்கள். எப்படி குணப்படுத்துவதென்று மருத்துவர்களுக்குத் தெரியாத ஏதோ நமக்கிருக்கிறது போலும்!

அதாவது – நம் இருவருக்குமா?

இங்கே எஞ்சியிருப்பவர்கள் எவரெவரோ அவர்களுக்கு.

நாம் இருவர் மட்டும், அதோடு இன்னொருவன், என் வகுப்புத் தோழன்.

ஆனால், ஏன் நாம்?

ஏனென்றால் நமக்கு ஈரல் அழற்சிக் கோளாறு உள்ளன.

ஆமாம், அதுதான். ஏன் நாம்?

தெரியவில்லை.

எனக்கு மறுபடி தூக்கம் வருகிறது –

நான் விழித்துக்கொண்டிருக்கிறேன்.

ஏன் எனக்குத் தூக்கம் வந்தபடியே இருக்கிறது.

பலவீனமான உடம்பு.

தூங்கிவிடாதே, என்னைப் பார்த்துக்கொள்.

அப்படியானால் என்னோடு பேசு. சொல்.

எதைப்பற்றி?

உன்னைப் பற்றி.

அவர்கள் சகோதரிகளைப் போல, அவனிடம் அவள் சொன்னாள். பார்ப்பதற்கு ஒருவர் மற்றவரைப்போல இல்லையென்றாலும் எல்லோரும் அவர்களை 'சயாமிய இரட்டையர்கள்' என அழைத்தனர். ஆறு வயதிலிருந்து பதினான்கு வயதுவரை, முதல் வகுப்பு முதல் எட்டாம் வகுப்பில் முப்பருவத்தின் முதல் பருவ இறுதிவரை எட்டு வருடங்கள் அவர்கள் ஒரே மேசையில் அமர்ந்திருந்தனர். பள்ளிக் காலத்துக்குப் பின்னும்

அவர்கள் பிரிந்துவிடவில்லை, ஒருவரது அல்லது மற்றவரது வீட்டில், மக்கனாட் ஓலிம் இளைஞர் இயக்கத்தில், நீண்ட நடைகளின்போது என அவர்கள் எப்போதும் சேர்ந்தே இருந்தனர் – நான் சொல்வதைக் கேட்டுக்கொண்டுதானே இருக்கிறாய்?

என்ன ..? ஆமாம், கேட்டுக்கொண்டிருக்கிறேன் ... ஒன்று மட்டும் எனக்கு விளங்கவில்லை – ஏன் இப்போது நீங்கள் தோழிகளாய் இல்லை?

ஏனென்றா கேட்டாய்?

ஆமாம்.

அவள்–

அவள்?

அவள் உயிரோடு இல்லை.

அடாவா?!

தாக்கப்பட்டவனைப்போல வலியுடன் அவன் பின்வாங்குவதை அறிந்தாள். கால்களை மடித்து அமர்ந்து முழங்கால்களைக் கைகளால் கட்டிக்கொண்டு முன்னும் பின்னுமாக ஆடினாள். அடா இறந்துவிட்டாள், அடா இறந்து இரண்டு வருடங்களாகிறது, அவள் அமைதியாகத் தனக்குள்ளே சொல்லிக்கொண்டாள். சரி, சரி, அவள் இறந்துபோனது எல்லோருக்குமே தெரியும். இப்போது அது பழகிவிட்டது, அவள் இறந்து விட்டாள். வாழ்க்கை தொடர்கிறது. ஒரு ரகசியத்தை, அந்தரங்கமான ஒரு விஷயத்தை, அவளுக்கும் அடாவுக்கும் மட்டுமே தெரிந்திருந்த ஒன்றை இப்போது அவ்ரமிடம் தான் தெரிவித்துவிட்டதற்காக அவள் வருந்தினாள்.

பிறகு, சில காரணங்களுக்காக, அவள் இறுக்கம் தளர்ந்தாள். ஆடுவதை நிறுத்தினாள். நுரையீரலுக்குள் முட்கள் இருப்பதுபோல மெதுவாக, எச்சரிக்கையுடன் மறுபடி மூச்சுவிட ஆரம்பித்தாள். அந்த முட்களை ஒவ்வொன்றாக இந்தப் பையன் கவனமாகக் களைந்துவிடுவான் என்ற ஒரு விநோதமான எண்ணம் அவளுள் தோன்றியது.

ஆனால், அவள் எப்படி இறந்தாள்?

சாலை விபத்து.

விபத்தா?

அதே போன்ற நகைச்சுவையுணர்வு உங்களுக்கு.

உங்கள் என்றால் யார்?

நீயும் அவளும், ஒரே மாதிரி.

அதனால்தான்–

என்ன?

அதனால்தான் நீ என் நகைச்சுவைகளுக்குச் சிரிப்பதில்லையா?

அவ்ரம்–

சொல். உன் கையைக் கொடு.

என்ன?

உன் கையைக் கொடு, சீக்கிரம்.

ஆனால், நமக்கு அதற்கு அனுமதி உண்டா?

முட்டாள்தனமாகப் பேசாதே, உன் கையைக் கொடு.

இல்லை, நான் சொல்ல வருவது, இந்த தனித்து வைக்கப்பட்ட நிலை. எப்படிப்பார்த்தாலும் ஏற்கனவே நமக்குத் தொற்று ஏற்பட்டிருக்கிறதே.

ஆனால் ஒருவேளை–

உன் கையைக் கொடு.

பார் நம் இருவருக்கும் எப்படி வியர்க்கிறது.

அது நல்ல விஷயம்தான்.

ஏன்?

நம்மில் ஒருவருக்கு மட்டும் வியர்த்தால் எப்படியிருக்கும்?

அல்லது ஒருவருக்கு மட்டுமே நடுக்கம் ஏற்பட்டால்.

அல்லது ஒருவர் மட்டுமே உடம்பைச் சொறிந்துகொண்டிருந்தால்.

அல்லது ஒருவருக்கு மட்டுமே–

என்ன?

உனக்குத் தெரியும்.

நீ தெளிவில்லாமல் பேசுகிறாய்.

அது உண்மைதான், இல்லையா?

அப்படியானால் அதைச் சொல்.

சரி: மலம்–

வெள்ளையடிக்கும் சுண்ணாம்பு நிறத்தில்–

அதோடு ரத்தம், வண்டி வண்டியாய்.

அவள் குசுகுசுப்பாகச் சொன்னாள்: என் உடம்மில் இவ்வளவு ரத்தம் இருப்பது எனக்குத் தெரியாது.

வெளியே பார்க்க மஞ்சள் நிறம், பைத்தியம் போலக் குலுங்கும், ரத்தம் மலமாய் வரும், அது என்ன? நீ இப்போது சிரித்துக்கொண்டிருக் கிறாய்... நான் கவலைப்பட்டுக்கொண்டிருக்கிறேன்...

இதைக்கேள், நோய்வாய்ப்படுவதற்கு முன் நான் நினைத்தேன் என்னுடம்பில் இல்லையென—

என்ன இல்லையென?

என் உடம்பில் ரத்தம்.

எப்படி அப்படி இருக்க முடியும்?

அதுபற்றிக் கவலைப்படாதே.

அப்படித்தான் நீ நினைத்தாயா?

என் கையைப் பற்றிக்கொள், விட்டுவிடாதே.

○○○

தலைமுடியின் நிறம் தவிர்த்து அவர்களுக்குள் வேறெந்த ஒற்றுமையும் கிடையாது, கிட்டத்தட்ட அவர்கள் ஒருவருக்கு மற்றவர் நேரெதிராக இருந்தனர். ஒருத்தி உயரமாக வலுவாக இருந்தாள், மற்றவள் குட்டையாக கொழுகொழுவென்று. ஒருத்திக்குக் குதிரைக்குட்டி போன்ற ஒளிவுமறைவற்ற, பிரகாசம் ததும்பும் முகம், அடுத்தவளுக்கு இறுக்கமான, கவலைகள் நிறைந்த, தேமல் புள்ளிகள் பரவிய, நீண்ட மூக்கும் முகவாய்க்கட்டையும் கொண்ட முகம், அதோடு பெரிய மூக்குக்கண்ணாடியும் அணிந்திருந்தாள்— ஷ்டெட்லிலிருந்து வரும் இளம் அறிஞரைப்போல இருக்கிறாள் என ஓராவின் அப்பா சொல்வார். நிறத்தைத் தவிர்த்து அவர்கள் தலைமுடிகூட ஒன்றுபோல இல்லை. அடாவுக்கு அடர்ந்து காடுபோல வளர்ந்திருந்த சுருள்சுருளான கேசம், ஒரு சீப்பை அதற்குள் நுழைப்பது கடினம். நான் அவள் தலைமுடியைப் பின்னிவிடுவேன், ஓரா சொன்னாள், ஒரே அடர்த்தியான பின்னலாக, பிறகு அதை ஒரு ஸபாத் சல்லா எனும் நீண்ட முண்டுமுண்டான ரொட்டியைப் போல அவளது தலையைச் சுற்றிக் கட்டுவேன், வேறு யாரையும் அதுபோலச் செய்ய அவள் விடமாட்டாள்.

அடாவின் தலை உண்மையாகவே சிவப்பாக இருந்தது, ஓராவின் தலையைவிடச் சிவப்பாக, எப்போதும் எங்களது பாராட்டுக்குரியதாக அது இருந்தது. படுக்கையில் உடலைச் சுருட்டிக்கொண்டு இப்போது ஓரா அதைப் பார்த்தாள்: ஒரு தீக்குச்சி முனையைப் போல, ஒரு தீக்கொப்புளத்தைப்போல அடா தோன்றினாள். ஓரா அவளை உற்றுப்பார்த்தாள், உற்றுப் பார்த்து விட்டு அவளின் முழுமையை எதிர்கொள்ள முடியாமல் கண்களை மூடிக்கொண்டாள். அவளை இதுபோல வண்ணத்தில் பார்த்து நீண்ட நாட்களாகிறது என நினைத்தாள்.

அவனது கையைத் தனது இரண்டு கைகளாலும் பற்றியவாறு, அவள் எப்போதும் எனக்கு இந்தப் பக்கமாகவே நடந்தாள் என அவ்ரமிடம் சொன்னாள். ஏனென்றால் பிறந்ததிலிருந்தே அடாவுக்கு வலது காது மட்டுமே கேட்கும். நாங்கள் எப்போதும் பேசிக்கொண்டேயிருந்தோம், எல்லாவற்றைப் பற்றியும், நாங்கள் எல்லாவற்றைப் பற்றியும் பேசினோம். திடீரென அமைதியான அவள் தன் கைகளை அவனிடமிருந்து விடுவித்துக் கொண்டாள். என்னால் முடியவில்லை, அவள் நினைத்தாள். அவளைப் பற்றி

அவனிடம் சொல்வதன் மூலம் நான் என்ன செய்துகொண்டிருக்கிறேன்? அவன் இதை எதையுமே சொல்லச் சொல்லிக் கேட்கக்கூட இல்லையே. அதை நானே வலியச் சொல்லட்டும் என்பதுபோல அவன் மௌனமாக இருக்கிறான்.

ஆழமாக மூச்சை இழுத்துவிட்டுக் கொண்டவள் எப்படியாவது அதை அவனிடம் சொல்லிவிட வேண்டுமென்று நினைத்தாள், ஆனால் வார்த்தைகள் வரவில்லை. வார்த்தைகள் நெஞ்சில் அழுத்தின, வெளியே வரவில்லை. அவனிடம் என்ன சொல்ல முடியும்? எதை அவன் புரிந்து கொள்வான்? நான் சொல்ல விரும்புகிறேன், அவனுக்காக. அவளது கைவிரல்கள் இன்னொரு கையின் உள்ளங்கையில் வளை தோண்டின. அப்படித்தான் அவர்களிருவரையும் ஒன்றாக அவள் நினைவுகூர்ந்தாள், அந்த ஒன்றிணைப்பை நினைவுகூர்ந்தாள், அவள் புன்னகைத்தாள்: இப்போது நான் எதை நினைத்துப் பார்த்தேன் தெரியுமா? ஒன்றுமில்லை, அதற்கு ஒரு வாரம் முன்பு – அது நடப்பதற்கு முன்பு – நாங்கள் 'குட்டி முயல்' பற்றிய ஒரு இலக்கியப் பகுப்பாய்வு செய்தோம், சளிபிடித்துக்கொண்ட ஒரு குட்டி முயல் பற்றிய மழலையர் பாட்டு அது.

அவ்ரம் உடம்பைக் குலுக்கிக்கொண்டு கண்விழித்தான், பலவீனமாகப் புன்னகைத்தான். என்ன அது, சொல். ஓரா சிரித்தாள். நாங்கள் எழுதி னோம் – உண்மையில் அடாதான் அதில் பெரும்பகுதியை எழுதினாள், எங்களிருவரில் எப்போதுமே அவள்தான் அதிகத் திறமைசாலி – சாதாரண ஜலதோஷம் என்கிற கொள்ளைநோய் விலங்கு உலகத்துக்கு, அதிலும் அவ்வுலகின் மிகவும் அப்பிராணியான ஒரு உயிரினத்துக்குப் பரவியது எவ்வளவு பயங்கரமானது என நீளமாக ஒரு கட்டுரை எழுதினோம்...

அவ்ரம் தனக்குள்ளே குசுகுசுப்பாகப் பேசிக்கொண்டான்: "அவ்வுலகின் மிகவும் அப்பிராணியான ஒரு உயிரினம்." வார்த்தைகளை அவன் வாயால் சுவைப்பதை அவளால் உணர முடிந்தது, வார்த்தைகள் மீது அவன் தனது நாவால் தடவினான். பிறகு திடீரென, நீண்ட காலத்துக்குப் பின் முதல் தடவையாக, ஆச்சரியப்படத்தக்க வகையில் அவளது நினைவு தெளிவடைந்தது: அவளும் அடாவும். எல்லாமே நினைவுக்குத் திரும்புகின்றன, உற்சாகம் மிக்கவளாக அவள் நினைத்துக்கொண்டாள். 'கலைநயமிக்க ஆளுமை' கொண்டிருந்த மற்றும் கொண்டிராத பையன் களைப் பற்றிய முடிவில்லாத பேச்சு, தமது பெற்றோர்களைப் பற்றிய அந்தரங்கங்கள் – கிட்டத்தட்ட ஆரம்பம் முதலே தங்கள் குடும்ப ரகசியங் களுக்கு விசுவாசமாக இருப்பதைக் காட்டிலும் ஒருவர் மற்றவருக்கு மிகவும் விசுவாசமாக இருந்தனர். இப்போது அவள் நினைத்துப் பார்த்தாள், அடா மட்டும் இல்லையென்றால் இரு நபர்களுக்கிடையே இத்தனை நெருக்கம் சாத்தியம் என்பதை அவள் கண்டுணர்ந்திருக்கவே முடியாது. அவர்கள் கற்றுக்கொள்ள ஆரம்பித்து ஒருபோதும் கற்று முடிக்காத எஸ்பராந்தோ பேச்சு வழக்கு . . . கின்னரெட் ஏரிக்குச் சென்ற வருடாந்திர பள்ளிச் சுற்றுலா, அவள் அவனிடம் சொன்னாள், பேருந்தில் அடா தனக்கு வயிற்றுவலி வந்திருப்பதாகவும் தான் இறந்துவிடப்போவதாகவும் ஓராவிடம் சொன்னாள், அவளுக்குப் பக்கத்தில் அழுதபடியே

அமர்ந்திருந்தாள் ஒரா. ஆனால் உண்மையில் அவள் இறந்தபோது நான் அழவில்லை, என்னால் அழ முடியவில்லை. எனக்குள் எல்லாமே வறண்டுவிட்டிருந்தன. அவள் இறந்ததிலிருந்து ஒரு முறைகூட நான் அழவில்லை. நவே ஷனன் குடியிருப்பில் அவர்கள் இருவரது வீட்டுக்கும் நடுவில் ஒரு சிறு சாலையும் குறுக்குச் சந்தும்தான். இருவரும் பள்ளிக்கு ஒன்றாக நடந்து சென்றனர், ஒன்றாகத் திரும்பி வந்தனர், தெருக்களைக் கடக்கையில் கைகளைக் கோர்த்துக்கொண்டு ஒன்றாகவே கடந்தனர்; ஆறு வயதிலிருந்தே இருந்துவந்த பழக்கம் அது, பதினான்கு வயதிலும் அவர்கள் அப்படியே இருந்தனர். ஒரா நினைத்துப் பார்த்தாள், ஒரு தடவை, அவர்களுக்கு ஒன்பது வயதாக இருந்தபோது அன்றைய தினம் எதனாலோ அவர்களுக்குள் சண்டை, அடாவின் கையைப் பிடிக்காமலே அவள் தெருவைக் கடந்தாள், வளைவிலிருந்து வந்த நகராட்சி வேன் ஒன்று அடாவின் மேல் மோதியது, அடா வெகு மேலே தூக்கியெறியப்பட்டாள்—

அவளால் திரும்ப அதைப் பார்க்க முடிந்தது: அவளது சிவப்புக் கோட் ஒரு பாராசூட்டைப்போல விரிந்தது. ஓரா இரண்டு அடிகள்தான் பின்னே இருந்தாள், ஓடிச் சென்று வரிசையாக இருந்த புதர்களின் பின்னால் ஒளிந்துகொண்டாள், தரையில் மண்டியிட்டுக் காதுகளைப் பொத்திக்கொண்டு கண்களை இறுக மூடிக்கொண்டாள், தான் எதையும் பார்க்கவோ, கேட்கவோ கூடாதென தனக்குள்ளே சப்தமாக ஹம்ம் என்று ஓசையெழுப்பினாள்.

அதுவொரு ஒத்திகை என்பதை நான் அறியவில்லை, அவள் சொன்னாள்.

யாரையும் காப்பாற்றும் திறமையில்லாதவள் நான், பிறகு அவள் சொன்னாள், அவள் தனக்குத்தானே பேசிக்கொண்டது போலவும் அவனுக்கு எச்சரிக்கை விடுப்பது போலவும் தோன்றியது.

சீக்கிரமே ஹனுக்கா விடுமுறை வந்தது, குறைந்த சுருதியில் சொன்னாள் அவள். என் பெற்றோர், சகோதரன், நான் எல்லோரும் விடுமுறைக்காக நஹரியா சென்றோம், வருடா வருடம் முழு விடுமுறையையும் அங்கு இருந்த ஒரு விருந்தினர் இல்லத்தில் தங்கிக் கழிப்போம். விடுமுறை முடிந்த மறுநாள் பள்ளிக்குச் சென்று வழக்கமாகக் காலையில் நாங்கள் சந்திக்கும் சிறு கடை அருகே காத்திருந்தேன், அவளைக் காணவில்லை, அவள் வந்திருக்கவில்லை, தாமதமானதால் நான் வகுப்பறைக்குச் சென்றேன் அங்கும் அவள் இல்லை, விளையாட்டு மைதானத்தில் எங்கள் மரத்தருகே பார்த்தேன், எங்களுக்கான எல்லா இடங்களிலும் பார்த்தேன், அவள் இல்லை, மணியடித்தது, அப்போதும் அவள் வரவில்லை, அவளுக்கு ஒருவேளை உடல்நலமில்லாமல் இருக்கலாம் அல்லது தாமதமாக வரலாம், சீக்கிரம் வந்துவிடுவாள் என நினைத்தேன். அப்போது எங்கள் ஆசிரியர் வந்தார், பார்க்க அவர் குழப்பத்துடன் இருந்தார், ஒருமாதிரி பக்கவாட்டில் சாய்ந்தவாறு நின்றுகொண்டு அவர் சொன்னார், நமது அடா… உடன் அவருக்குக் கண்ணீர் பொங்கியது, என்ன நடக்கிறதென்று எங்களுக்குப் புரியவில்லை, சில பிள்ளைகள் சிரிக்கக்கூடச் செய்தனர் காரணம் அவரிடமிருந்து வந்த தேம்பும் சப்தம், அது அவரது மூக்கு வழியாக வந்தது…

வேகமான குசுகுசுப்புகளாக அவள் பேசினாள். அவளுக்கு வலிக்கும்படி யாக தனது உள்ளங்கைகளுக்குள் அவள் கையை அவன் அழுத்தினான், அவள் கையை இழுத்துக்கொள்ளவில்லை.

ரமாத் கானில் நேற்று இரவு ஒரு விபத்தில் அவள் கொல்லப்பட்டதாக பிறகு அவர் சொன்னார். அவளது ஒன்றுவிட்ட சகோதரன் ஒருவன் அங்கு இருந்தான், அவள் தெருவில் நடந்துபோய்க்கொண்டிருந்தாள், எதிரே ஒரு பஸ் வந்தது, அவ்வளவுதான்.

அவனது புறங்கையில் அவளது மூச்சு வேகமாகவும், சூடாகவும் இருந்தது.

நீ என்ன செய்தாய்?

ஒன்றும் செய்யவில்லை.

ஒன்றும் செய்யவில்லையா?

நான் அங்கு உட்கார்ந்திருந்தேன். எனக்கு எதுவும் நினைவில்லை.

அவ்ரமுக்கு வேகமாக மூச்சிரைத்தது.

அவளது புத்தகங்கள் இரண்டு என் பையில் இருந்தன. விடுமுறை கழிந்து அவளிடம் திரும்பத் தருவதற்காக கொண்டுவந்த இளையோர் கலைக்களஞ்சியத்தின் இரண்டு தொகுதிகள், அவற்றை வைத்துக்கொண்டு இனி நான் என்ன செய்வது என யோசித்துக்கொண்டிருந்தேன்.

இப்படித்தான் நீ முதல் தடவை அதை நீ அறிந்தாய்? வகுப்பறையில்?

ஆமாம்.

அப்படி இருக்க முடியாது.

அப்படித்தான் இருக்க முடியும்.

பிறகு என்ன நடந்தது.

எனக்கு நினைவில்லை.

அவளது பெற்றோர்?

என்ன?

அவர்களுக்கு என்னவாயிற்று?

அவர்களைப் பற்றி எனக்குத் தெரியாது.

நான் நினைக்கிறேன், இதுபோன்ற ஒன்று, ஒரு விபத்து, எனக்கு நடந்தால் என் அம்மா பைத்தியமாகிவிடுவாள், அது அவளைக் கொன்றுவிடும்.

ஓரா நிமிர்ந்து உட்கார்ந்தாள், கையை விலக்கிக் கொண்டு சுவரின் மீது முதுகைச் சாய்த்து அமர்ந்தாள்.

எனக்குத் தெரியாது... அவர்கள் எதுவும் சொல்லவில்லை.

ஆனால் எப்படி?

நான்...

எனக்குக் கேட்கவில்லை, பக்கத்தில் வா.

நான் அவர்களிடம் பேசவில்லை.

எப்போதுமா?

அதிலிருந்து.

கொஞ்சம் பொறு, அவர்களும் விபத்தில் கொல்லப்பட்டார்களா?

அவர்களா? இல்லை... இன்றும் அவர்கள் அதே வீட்டில் வசித்து வருகின்றனர்.

ஆனால் நீ சொன்னாய்... நீயும் அவளும் சகோதரிகளைப்போல என்று சொன்னாய்–

நான் அங்கு போகவில்லை...

அவள் உடல் இறுகத் தொடங்கியது. இல்லை, இல்லை – அந்நியமான சில்லுப் போன்ற ஒரு சிரிப்பை வெளிப்படுத்தினாள். போகாமலிருப்பது நல்லது என அவள் அம்மா சொன்னாள், அவர்களை இன்னும் சோகமடையச் செய்ய வேண்டாமென்று. அவள் கண்கள் பனித்தன. அது நல்ல விஷயமாகத்தான் இருந்தது, என்னை நம்பு, மிக நல்ல விஷயமாக இருந்தது. எதைப்பற்றியும் பேசவேண்டியதில்லை பார்.

அவ்ரம் அமைதியாக உட்கார்ந்திருந்தான். அவள் மூக்கை உறிஞ்சினாள்.

வகுப்பில் அவளைப்பற்றி ஒரு கட்டுரை எழுதினோம், எல்லோருமே ஏதாவது எழுதினார்கள், நானும் எழுதினேன். கட்டுரை வகுப்புக்கான ஆசிரியை அவற்றைத் தொகுத்து ஒரு புத்தகமாக்கினாள், அதை அவளது பெற்றோர்களுக்கு அனுப்பப் போகிறேன் என்றாள். ஓரா திடீரெனத் தனது கை முஷ்டியை வாயில் வைத்து அழுத்திக்கொண்டாள். எதற்கு இதை நான் உன்னிடம்போய் சொல்லவேண்டும்?

அவளுக்கு சகோதர சகோதரிகள் இருந்தனரா? அவன் கேட்டான்.

இல்லை.

அவள் மட்டும்தானா?

ஆமாம்.

அவளும் நீயும் மட்டும்?

உனக்குப் புரியவில்லை, நீ நினைப்பது உண்மையில்லை ... அவர்கள் சொன்னது சரிதான்!

யார், யாரைப்பற்றி நீ பேசுகிறாய்?

என் பெற்றோர். என் அப்பா இல்லை, என் அம்மா, வேறு யாரையும் விட இம்மாதிரி விஷயங்கள் அவளுக்கு நன்றாகத் தெரிந்திருந்தன. அவள் நாஜிக்களின் இனஅழிப்பிலிருந்து தப்பி வந்தவள். நான் வருவதை அடாவின் பெற்றோரும் விரும்பவில்லை, அதனாலேயே ஒருபோதும் அவர்கள் என்னை அங்கு வரும்படி அழைக்கவில்லை. என்னை அவர்கள் அழைத்திருக்கலாம், அழைத்திருக்கலாம் இல்லையா?

ஆனால் இப்போது நீ அவர்களிடம் போகலாமே.

வேண்டாம், வேண்டாம். அந்தச் சம்பவத்திலிருந்து அவளைப்பற்றி நான் யாருடனும் பேசியதில்லை, அவள் . . . அவளது தலை முன்னும் பின்னுமாக ஆடியது, அவளது உடம்பு குலுங்கியது. வகுப்பில் யாருமே அவளைப்பற்றி இப்போது பேசுவதில்லை, எப்போதுமே, இரண்டு வருடங்கள் . . . அவள் தலையை சுவரில் முட்டத் தொடங்கினாள்: டங் டங் டங் டங். அவ—ள்அங்—கு—இருந்—தே—இல்—லை—என்பது—போல.

நிறுத்து என்றான் அவ்ரம், அவள் உடனே நிறுத்தினாள். நேரே இருட்டை வெறித்து நோக்கினாள். இப்போது அவர்கள் இருவரும் அதைக் கேட்டனர். அங்கே, தொலைவே இருந்த அறைகள் ஒன்றில் அந்தச் செவிலி அழுதுகொண்டிருந்தாள். சன்னமான நீண்ட ஓலம்.

சற்றுக் கழித்து அவன் கேட்டான், வகுப்பில் அவள் அமர்ந்திருந்த நாற்காலியை என்ன செய்தார்கள்?

அவளது நாற்காலியையா?

ஆமாம்.

என்ன சொல்கிறாய். அது அங்கேயேதான் இருந்தது.

காலியாகவா?

ஆமாம், காலியாகத்தான், அதில் யார் உட்காருவார்கள்?

அவள் அமைதியாக, எச்சரிக்கையுணர்வுடன் அமர்ந்திருந்தாள். அவனையும் அழகான கரடி பொம்மை போன்ற அவனது வேடிக்கைத் தோற்றத்தையும் வைத்து ஆரம்பத்தில் தவறாக எடைபோட்டுவிட்டோமோ என ஐயப்படத் தொடங்கினாள். மேலோட்டமாகப் பார்க்க அப்பாவித் தனமானது போன்ற, ஆனால் அவளுள் கிழித்துச் சென்றதை சற்றுக் கழித்தே உணர முடிகிற இந்தக் கேள்வியை அவன் கேட்பது இது முதல் தடவையல்ல.

அவள் நாற்காலிக்குப் பக்கத்தில் நீ அமர்ந்திருந்தாயா?

ஆமாம் . . . இல்லை . . . என்னைப் பின்பகுதிக்கு அனுப்பிவிட்டார்கள். என்னை அனுப்பிவிட்டார்கள், அவளது இருக்கைக்கு மூன்று வரிசைகள் பின்னால், ஆனால் பக்கவாட்டில்.

எங்கே?

எங்கேயென்றால்?

எனக்குக் காட்டு, அவன் ஆர்வமுடன் கோரினான், பொறுமை யற்றவனாக, சரியாக எந்த இடத்தில்?

ஒரு புதிய, மாறுபட்ட சோர்வு அவளுள் பரவியது, முழுதுமாகச் சரணடைந்துவிடுவதன் பலவீனம். எங்களது மேசை இங்கிருந்தது என வைத்துக்கொள்வோம், முனகியபடியே வேகமாகத் தன் விரலால் வரைந்தாள், பிறகு இந்த இடத்தில்.

ஆக, எப்போதுமே நீ பார்க்கக்கூடிய வகையில் அது இருந்தது?

ஆமாம்.

ஏன் வேறு யாரையும் அவர்கள் அதில் உட்கார வைக்கவில்லை? முன் வரிசைக்கு நெருக்கமாக, அப்படி இருந்திருந்தால் நீ இப்படி–

போதும், நிறுத்து. வாயை மூடு! நீ வாயை மூடவே மாட்டாயா?

○○○

ஓரா–

இப்போது என்ன? என்ன வேண்டும் உனக்கு?

நான் நினைத்தேன், ஒருநாள், எனக்குத் தெரியவில்லை...

என்ன?

நான் சும்மா நினைத்துப் பார்த்தேன், ஒருநாள் நாம் போய் அவளது பெற்றோரைப் பார்த்தால்?

நானும் நீயுமா? ஆனால் எப்படி நாம்?

எப்போதேனும் நான் ஹைஃபாவில் இருந்தால், உன்னோடு நான் வருகிறேன், நீ விரும்பினால்.

ஓராவின் தொண்டை ஆழத்தில் பரிதாபத்துக்குரிய ஒரு கோழிக்குஞ்சு தனது இறக்கைகளை உக்கிரமாக அடித்துக்கொள்ள ஆரம்பித்தது.

அவளுடைய பெற்றோருக்கு... தெரு மூலையில் கடை ஒன்று இருந்தது, நாங்கள் அங்கு...

என்ன, சொல்லு–

பொருட்கள் வாங்குவதை நிறுத்திவிட்டோம்.

நாங்கள் நிறுத்திவிட்டோம் என்றாயே அதற்கு என்ன அர்த்தம்?

என் பெற்றோர், அப்படிச் செய்யமாலிருப்பது நல்லது என்றாள் என் அம்மா.

நீ ஒத்துக்கொண்டாய்?

எனவே நாங்கள் அந்தப் பகுதியைச் சுற்றிக்கொண்டு வந்தோம்.

ஆனால் நீ எப்படி?

அவ்ரம், என்னைப் பிடித்துக்கொள் !

அவளால் விலக்கப்பட்டவன், அவள் அச்சத்தால் ஈர்க்கப்பட்டுத் தன் கைகளால் தடவினான், கால் முட்டிகள் தட்டுப்பட்டன, பிறகு மெல்லிய கூரான முழங்கை, சிறு வளைவு, வறண்ட வெப்பமான தோல், வாயின் ஈரம். அவள் தோள்களை அவன் பற்றிக்கொண்டபோது நடுங்கியபடி தன் முழு உடலுடனும் அவனோடு ஒட்டிக்கொண்டாள், அவன் தன்னோடு அவளை அணைத்துக்கொள்ள உடன் அவளது துயரம் முழுவதுமாக அவனை நிரப்பியது.

அதீத உணர்ச்சியுடன் ஒருவரையொருவர் கட்டிப்பிடித்த வாக்கிலேயே அவர்கள் அமர்ந்தனர். ஓரா வாய் திறந்து அழுதாள், தொலைந்துபோன சிறுமியொருத்தி அழுவதைப்போல சளி சிந்தியபடி அழுதாள். அவ்ரம் அவளது சுவாசத்தை முகர்ந்தான், அது நோயின் வாசம். சரி, சரி, என்றான் அவன், அவளது ஈரத்தலையை, வியர்வை வடிந்த கேசத்தை, ஈரமான முகத்தை மீண்டும் மீண்டும் வருடியபடி. நெருக்கியபடி அவர்கள் அவள் படுக்கையில் அமர்ந்தனர், எல்லோரும் தங்களை மறந்துபோனால் நன்றாயிருக்கும் என அவ்ரம் நினைத்தான். இப்படியே இன்னும் சில நாட்கள் கடந்தாலும் அவனுக்குக் கவலையில்லை. சில நேரம் அவன் கை தன்போக்கில் திருட்டுத் தனமாகக் கீழிறங்கி அவளது வெதுவெதுப்பான கழுத்தைத் தொட்டது அல்லது வாதுமைக்கொட்டை போன்ற புஜத்தின் புடைப்புத் தசைகள் கொண்ட அவளது நீண்ட கைகளில் எதேச்சையாக வழுக்கிச் சென்றது. நல்லவனாக, பரிவுகாட்டுபவனாக மட்டும் இருந்துவிட வேண்டும் என்று அவன் எவ்வளவோ போராடிப் பார்த்தான். ஆனால் அவ்வாறு இருக்க முயல்கையில், அந்த மனவுறுதிக்கு மாறாக தன்னை அலைக்கழித்துக்கொண்டிருக்கும் சுயமைதுனப் பயணங்களுக்குத் தேவையான சரக்குகளைச் சேகரித்துக்கொள்ளவும் தலைப்பட்டான்.

அவன் கையில் ஒப்படைக்கத் தயார்படுவதுபோல ஓராவின் தலை சற்றுப் பின்னோக்கிச் சாய்ந்தது. ஒரு சில வாரங்களுக்கு இதுபோதும் என அவ்ரம் மூட்டமான மனதூடாக கணக்கிட்டுக்கொண்டான். ஆனால் வேண்டாம் அவளை விட்டுவிடு, தன்னையே அவன் கடிந்துகொண்டான். அவளையல்ல.

பிறகு, நீண்ட நேரத்துக்குப் பிறகு, தனது சட்டைக் கையில் அவள் மூக்கைத் துடைத்தாள். நீ மிகவும் அன்பானவன், தெரியுமா ? வழக்கமான பையன்களைப் போலில்லை நீ.

நாம் பரஸ்பரம் திட்டிக்கொண்டல்லவா துவங்கினோம்.

அப்படிச் செய்வது நன்றாக இருக்கிறது, நிறுத்தாதே.

அப்புறம் இந்த மாதிரி செய்வது ?

இதுவும்.

○○○

டேவிட் கிராஸ்மன்

அடுத்த இரவு – இப்போது பகல் இரவுகளை கணக்கிடுவது அவளுக்கு இயலாமல் இருந்தது – அவள் அறைக்குள் அவ்ரம் ஒரு சக்கர நாற்காலியைத் தள்ளிக்கொண்டு வந்தான். அச்சத்தினால் உண்டான வியர்வையில் நனைந்தவளாய் அவள் விழித்தெழுந்தாள். அதேபோன்ற விசித்திர பீதிக்கனவு வந்தது, பயங்கரக் காட்சிகளை விவரித்தபடி ஒரு கடூரமான குரல் அவளைச் சுற்றி வந்தது. வார்டில் எங்கிருந்தோ, தாழ்வாரத்தில் அல்லது காலி அறைகளிலிருந்தோ, வரும் வானொலிச் சத்தம் என சில நேரம் அவள் நினைத்தாள். அந்தக்குரலை அவள் ‘கெய்ரோவிலிருந்து வரும் இடி முழக்கம்” எனக்கூட அடையாளம் கண்டிருந்தாள். அது ஹீப்ரூவில் ஒலிபரப்பப்படும் நிகழ்ச்சி; வகுப்பில் பிள்ளைகள் அலங்காரமான அந்த எகிப்திய அறிவிப்பாளரின் குரலை அதன் அபத்தமான ஹீப்ரூ உச்சரிப்புகளுடன் நையாண்டி செய்வர். மற்ற நேரங்களில் தனக்குள்ளிருந்தே அக்குரல் வருவதாக திடமாக நம்பினாள். அது “எதிரியின் உள்ளாடைகளைப் பறித்துக்கொண்ட” புகழ்மிக்க அராபியப் படைகளால் ஸீயோனியப் பகுதி முழுமையும் கைப்பற்றப்பட்டதை அவளுக்கு மட்டும் சொல்லும்; தீரமிக்க அராபிய வீரர்கள் அலையலையாக இந்தக் கணம் பீர்ஷிபா, அஷ்கெலான் மற்றும் டெல் அவிவை ஊடுருவிக்கொண்டுள்ளனர், அந்தக் குரல் அறிவித்தது. வியர்வையில் குளித்தவளாய், இதயம் வேகமாகத் துடிக்க அவள் அப்படியே படுத்துக்கிடந்தாள். இங்கே ஓராவுக்கு என்ன நடந்துகொண்டிருக்கிறது என்பது பற்றி அடாவுக்கு எதுவுமே தெரியாது என்பதை நினைத்தால்... அடாவின் காலமல்ல இப்போது, அவளது காலத்தில் நடக்கவில்லை என்பதற்கு என்ன அர்த்தம்? ஒரு காலத்தில் அவர்கள் ஒரே காலத்தைப் பகிர்ந்துகொண்டார்கள், இப்போது அடாவின் காலம் முடிந்துவிட்டது, ஓரா அவள் காலத்தில் இல்லை என்ற உண்மையை ஒருவர் எப்படிப் புரிந்துகொள்ள முடியும். எப்படி அவ்வாறு இருக்க முடியும்?

ஓராவுக்குச் சக்கரங்களின் சத்தமும், திணறலான மூச்சுச் சத்தமும் கேட்டன. அவ்ரம்? அவள் முணுமுணுத்தாள். நீ வந்ததில் எனக்கு மகிழ்ச்சி, எனக்கு என்ன நடந்தது தெரியுமா. இருவர் அங்கே சுவாசிப்பதை அப்போது தான் அவள் உணர்ந்தாள். பிசுபிசுவென ஒட்டும் போர்வையில் தன்னைச் சுற்றிக்கொண்டவளாய் படுக்கையில் எழுந்து உட்கார்ந்தாள், இருட்டில் உற்றுப்பார்த்தாள்.

உனக்கு என்ன கொண்டு வந்திருக்கிறேன் பார், அவன் முணுமுணுப்பாகச் சொன்னான்.

அவன் வந்து தன்னோடு இருக்கவேண்டும், தன்னோடு பேச வேண்டும், தான் பேசும் ஒவ்வொரு வார்த்தையும் அவனுக்கு முக்கியமானது என்பது போல கேட்கவேண்டும் என அவள் நாளெல்லாம் காத்திருந்தாள். மிருதுவான அவனது வசியப்படுத்தும் விரல்களால் தன் தலையையும் முதுகையும் அவன் வருடி விடுவதற்காக அவள் ஏங்கினாள், அவை ஒரு பெண் அல்லது குழந்தையுடையது போன்ற மிருதுவான விரல்கள். குளிருக்கும் பீதிக்கனவுகளுக்கும் இடையே சிந்தனை தெளிந்திருந்த

சில கணப்பொழுதுகளில் அவனோடு சேர்ந்திருந்த இரவுகளை மறுபடி நினைத்துப்பார்க்க முயன்றாள், அந்தப் பையனைத் தவிர கிட்டத்தட்ட அனைத்துமே மறந்துபோயிருந்தன. அவனைக்கூட நினைவுகூர்வது கடின மாக இருந்தது. தான் பார்த்த, தனக்குத் தெரிந்த ஒருவனாக அவனை நினைக்க முடியவில்லை. ஆனால் மணிக்கணக்காக உறங்கியபடியும் விழித்தபடியும் அவள் கிடந்தபோது அவன் கை மீண்டும் மீண்டும் தன் முகத்தை வருடுவதாகவும், கிடார் போல கழுத்து நரம்புகளை மீட்டுவதாகவும் கற்பனை செய்தாள். அவளை யாரும் அந்த வகையில் தொட்டதில்லை, மொத்தத்தில் அவளைத் தொட்டவர்கள் மிகச் சிலரே. இது போல இதற்கு முன்பு ஒரு பெண்ணோடு இருந்திருக்காத பட்சத்தில் சரியாக இப்படிச் செய்ய அவனால் எப்படி முடிந்தது? இப்போது அவனுக்காகப் பொங்கி வந்த அன்பின் நடுவே, அவன் வந்ததும் ஒன்றாகப் படுத்துக்கொண்டு வழக்கம் போல ஒரு உரையாடலை மேற்கொள்ளலாம் என நாள் முழுக்கக் காத்திருக்கையில், அவன் இம்மாதிரியொரு இங்கிதமற்ற தவறைச் செய்யும் படி ஆகிறது, ஒரு சிறுபையன் செய்யும் தவறு, திரையில் ஒரு முத்தக்காட்சி வரும்போது முரட்டுத்தனமான ஓசைகள் எழுப்புபவர்களைப் போல, அந்த இன்னொரு நபருடன் அவன் அவளது அறைக்கு வருவது போல–

சக்கர நாற்காலியில் இருப்பவனோ மெதுவாகக் குறட்டைவிட்டபடி, உண்மையில் தான் எங்கிருக்கிறோம் எனத் தெரியாதவனாய் உறங்கிக் கொண்டிருந்தான். ஒரு அலமாரியிலும் படுக்கையிலும் மோதிக்கொண்டு விட்டு, மன்னிப்புகளையும் விளக்கங்களையும் சொல்லியபடி அவ்ரம் சாமர்த்தியமாக அவனை அறைக்குள் கொண்டு வந்திருந்தான்: இரவு முழுக்க அவனை அறையில் தனியே விட்டு வருவது எனக்கு வருத்தமளிப்ப தாக இருந்தது. இலனுக்கு பீதிக்கனவுகள் வருகின்றன, அவனது உடல் வெப்பநிலை நாற்பது டிகிரியாக இருக்கிறது, அதைவிட அதிகமாகவும் இருக்கக் கூடும், எப்போதும் இல்லாதவற்றைக் கற்பனை செய்துகொள்கிறான், சாவது பற்றி அவன் அச்சம் கொண்டிருக்கிறான், உன்னைப் பார்ப்பதற்காக அறையை விட்டுக் கிளம்பும்போது அராபியர்கள் வெற்றி பெற்றுவிட்டதன் சத்தங்களை அவன் கேட்கிறான், பயங்கரமான விஷயங்கள்.

இலனது முகம் சுவரைப் பார்த்தபடியிருக்குமாறு சக்கர நாற்காலியைத் திருப்பி விட்டுவிட்டு, அவளிடம் போவதற்கான வழியைத் தடவினான். அவளை ஆச்சரியப்படுத்தும் நுட்பமான அறிவுடன் தூரத்தில் அவளின் அசைவுகளை அவன் அறிந்தான், அவளது படுக்கையில் அமராமல் அமைதியாக அவளுக்குப் பக்கத்திலிருந்த நாற்காலியில் அமர்ந்துகொண்டு காத்திருந்தான்.

அவள் கால்களை மடித்து, கைகளை நெஞ்சுக்குக் குறுக்காகக் கட்டிக் கொண்டு கோபம்மிக்க அமைதியில் உட்கார்ந்திருந்தாள். கடைசிவரை ஒரு வார்த்தையும் பேசக்கூடாது என உறுதியெடுத்துக்கொண்டாள், ஆனால் சீக்கிரமே வேகமாகக் கத்தினாள்: நான் வீட்டுக்குப் போகவேண்டும், இந்த இடத்தில் இருந்தது போதும்.

உன்னால் முடியாது, நீ இன்னும் குணமாகவில்லை.

எனக்குக் கவலையில்லை.

உனக்குத் தெரியுமா, அவ்ரம் இனிமையாகப் பேசினான், அவன் டெல் அவிவில் பிறந்தவன்.

யார்?

அவன்தான், இலன்.

அவனுக்கு அது நல்லது.

ஒரு வருடம் முன்புதான் அவன் ஜெரூசலேத்தில் குடியேறினான்.

அப்படிப்போடு.

அவனது அப்பாவை அங்கே ராணுவத் தளத்தில் படைத்தலைவர் போன்றவொரு பொறுப்பில் நியமித்திருந்தனர். கர்னல், அல்லது அது போன்ற ஏதோவொன்று, உனக்கு ஒரு வேடிக்கையான விஷயமொன்று சொல்லட்டுமா–

வேண்டாம்.

அறையின் விளிம்பை எச்சரிக்கையாக ஒரு பார்வை பார்த்தபின் முன்னோக்கிக் குனிந்து குசுகுசுப்பாகச் சொன்னான், அவன் என்ன பேசுகிறோம் என்பது தெரியாமலே பேசுகிறான்.

நீ என்ன சொல்கிறாய்?

காய்ச்சல் காரணமாக உறக்கத்தில் அவன் தெளிவில்லாமல் தொடர்ந்து பேசிக்கொண்டேயிருக்கிறான்.

அவளும் குனிந்து குசுகுசுப்பாகச் சொன்னாள், ஆனால் அது ... ஒரு மாதிரி தர்மசங்கடமாக இருக்கும் இல்லையா?

வேறு ஏதாவது சொல்ல வேண்டுமா?

சொல்லு.

சாதாரணமாக, நாங்கள் பேசிக்கொள்வதில்லை.

ஏன்?

நான் மட்டுமில்லை, முழு வகுப்புமே, நாங்கள் அவனிடம் பேசுவது கிடையாது.

அவனை ஒதுக்கிவைத்துவிட்டீர்கள்?

இல்லை அது நீ சொன்னதற்கு நேர் எதிர். அவன்தான் எங்களை ஒதுக்கிவைத்தான்.

பொறு, ஒரு பையன் முழு வகுப்பையும் ஒதுக்கிவைத்தானா?

ஒருவருட காலம் இப்படியே போனது.

அப்புறம்?

நான் சொன்னேனில்லையா, காய்ச்சலில் அவன் வாயை மூடுவதே இல்லை . . .

என்ன ?

எனக்குத் தெரியவில்லை. அது கொஞ்சம் . . .

எனக்கு சலிப்பு ஏற்படும், எனவே சில நேரம் நான் . . . அவனிடம் பேச்சுக்கொடுத்துக்கொண்டிருப்பேன், உனக்குத் தெரியுமா, அவன் பதில் சொல்வான்

உறக்கத்திலா ?

ஆமாம், ஒருமாதிரி பாதிப் புரிந்துகொள்வான்.

ஆனால் அது—

எது ?

எனக்குத் தெரியவில்லை, அது மற்றவரின் கடிதத்தைப் படிப்பது போலில்லையா ?

வேறு என்ன செய்ய, காதில் கைகளை வைத்து மூடிக்கொள்ளவா ? உண்மை என்னவென்றால், அதோடு—

என்ன ?

அவன் விழித்திருக்கையில் பள்ளிக்கூடத்தில் செய்வது போல் உண்மையிலேயே அவனை நான் வெறுக்கிறேன், ஆனால் அவன் உறங்குகையில் . . .

உறங்குகையில் ?

அவன் வேறு ஆளாகிவிடுகிறான், அவனது பெற்றோரைப் பற்றிப் பேசுகிறான் என்று வைத்துக்கொள்வோம். அவனது அப்பா, ராணுவம் எல்லாவற்றைப் பற்றியும்.

சரி.

எனவே நானும் என் அப்பா அம்மாவைப் பற்றிச் சொல்வேன். அப்பா எங்களை எப்படி விட்டுச் சென்றார், அவரைப் பற்றி எனது ஞாபகங்கள் என்ன இதுபோன்ற விஷயங்களை.

ஓ.

நான் நேரடியாக இவனிடம் உண்மையைச் சொல்வேன், எல்லா வற்றையும். இருவரும் சரிக்குச் சரி.

ஓரா தான் அமர்ந்திருந்த நிலையை சரிசெய்துகொண்டு, ஒரு போர்வை யால் தன்னை மூடிக்கொண்டாள். கடைசிச் சில கணங்களுக்கு அவனது குரல் மறைமுகமான சிறு குறிப்பைக் கொண்டிருந்தது, சிறு பதற்றம் அவளது கணுக்கால்களைக் கவ்வியது.

நேற்று அவ்ரம் சொன்னான், காலையில் உன்னிடமிருந்து திரும்பிய போது . . . ஜுர வேகத்தில் அவன் பேசிக்கொண்டிருந்தான். தெருவில்

பார்த்த ஒரு பெண்ணைப்பற்றிய கதைகளைச் சொல்லிக்கொண்டிருந்தான், அவளிடம் பேச அவன் மிகவும் சங்கோஜப்பட்டான், அவளுக்கு அவன் மீது ஆர்வம் ஏற்படாமல் போய்விடுமோ எனப் பயந்தான். அவ்ரம் சற்று ஏளனமாகச் சிரித்தான், எனவே நானும் அப்படிச் செய்தேன்.

என்ன செய்தாய்?

கவலைப்படாதே, அவனுக்கு எதுவும் புரிவதில்லை.

கொஞ்சம் பொறு, அவனிடம் என்ன சொன்னாய்?

நீயும் நானும் யார் என்று, அடாவைப் பற்றி நீ என்னிடம் சொன்ன வற்றை—

என்ன?

ஆனால் அவன் நன்றாகத் தூங்கிக்கொண்டிருந்தான்.

ஆனால் அதெல்லாம் நான் உனக்குச் சொன்னவை. தனிப்பட்ட விஷயங்கள், என் ரகசியங்கள்!

ஆமாம், ஆனால் அவனுக்கு...

உனக்குப் புத்தியில்லையா? எதையும் மனதோடு வைத்திருக்க முடியாதா? ஒரு இரண்டு வினாடிகளுக்குக்கூட?

முடியாது.

முடியாது?!

அவள் தன் படுக்கையிலிருந்து துள்ளி எழுந்தாள், தனது பலவீனத்தை மறந்து அறையை வேகமாகச் சுற்றிவந்தாள். அருவருப்பில் அவனை விட்டு விலகிப்போனாள், தலை மார்பில் தொங்க வெப்ப மூச்சை உள்ளிழுத்தபடி உறங்கிக்கொண்டிருந்த மற்றவனிடமிருந்தும்.

ஓரா வேண்டாம், பொறு, நான் சொல்வதைக் கேள், உன்னிடமிருந்து விட்டுத் திரும்புகையில் நான் மிகவும்...

என்ன மிகவும்? தன் நெற்றிப் பொட்டுகள் தெறிப்பது போல உணர்ந்தவளாகக் கத்தினாள்.

என் உடம்பில் இடமெதுவும் இருக்கவில்லை, ஏனென்றால் நான் மிகவும்—

ஆனால் ஒரு ரகசியம்! ஒரு ரகசியம்! அது ரொம்ப அடிப்படையான விஷயம், இல்லையா?

எச்சரிக்கும் விதமாக விரலை ஆட்டியபடி தாக்குவது போல அவனருகே வந்தாள். அவன் சற்றுப் பின்வாங்கினான். உன்னைப் பற்றி நான் மிகச்சரியாக இப்படித்தான் நினைத்திருந்தேன், எல்லாம் சரியாகப் பொருந்துகிறது.

என்ன பொருந்துகிறது?

நீ எந்த இளைஞர் இயக்கத்திலும் இல்லை, எந்த விளையாட்டும் நீ விளையாடுவது இல்லை, அப்புறம் அந்தத் தத்துவப் பேச்சுக்கள் அதோடு உனக்கு நண்பர்கள் குழு கிடையாது – உனக்குக் கிடையாது, இருக்கிறதா?

ஆனால் நாம் பேசியதற்கும் இதற்கும் என்ன சம்பந்தம்?

எனக்குத் தெரியும்! அதோடு நீ ஒரு, நீ ஒரு சுத்த . . . ஜெரூசலேத்தான்!

அவள் திரும்பப் படுக்கைக்குத் தாவி முகம் வரை போர்வையை இழுத்து மூடிக்கொண்டாள். ஆழத்தில் மனம் கொதித்தது. இனி தன்னைப் பற்றி அவனிடம் இன்னொரு வார்த்தை சொல்லமாட்டாள். அவனை நம்பலாம் என நினைத்திருந்தாள், அப்படித்தான் நினைத்தாள். எப்படி அவள் இம்மாதிரி ஒரு தோத்தாங்குள்ளியால் ஈர்க்கப்படத் தன்னை அனுமதித்தாள்? வெளியே போ, வெளியே போ, நான் சொல்வது கேட்கிறதா? என்னை விட்டு விலகிப்போ, நான் தூங்க விரும்புகிறேன்.

கொஞ்சம் பொறு, அவ்வளவுதானா?

திரும்பி வராதே! எப்போதும்!

சரி, அவன் முணுமுணுத்தான். நல்லது . . . குட்நைட்.

குட்நைட் என்றால்? அவனை இங்கேயே என்னிடம் விட்டுவிட்டுப் போகப் போகிறாயா?

என்ன? ஓ, மன்னித்துக்கொள், நான் மறந்துவிட்டேன்.

அவன் எழுந்தான், குனிந்தபடியே வழியைத் தடவினான்.

ஒரு நிமிடம் நில்!

இப்போது என்ன?

அவனிடம் என்ன சொன்னாய் என்பதை முதலில் சொல். அவனிடம் சரியாக நீ எதைச் சொன்னாய் என்பதை நான் தெரிந்துகொள்ள வேண்டும்.

இப்போதா அதைச் சொல்லச் சொல்கிறாய்?

இதைச் சொல்ல உகந்த நேரமென்று மனதில் எதையாவது வைத்திருக்கிறாயா? இறைதூதர் வரும் வரை நாம் காத்திருக்க வேண்டுமா?

ஆனால் அது நினைத்த மாத்திரத்தில் வந்துவிடுவதில்லை . . . நான் சொல்வதைக் கேள், நான் உட்கார வேண்டும்.

ஏன்?

எனக்குத் தெம்பில்லை.

அவள் ஏற்றுக்கொண்டாள். உட்கார், ஆனால் ஒரு நிமிடத்துக்கு மட்டும்தான்.

அவன் சிரமத்துடன், தனது படுக்கையின் மூலையில் இடித்தபடி திரும்பி நடந்து வரும் ஓசையைக்கேட்டாள். சபித்தபடியும் கைகளால் தடவியபடியும் வந்து நாற்காலியைக் கண்டுபிடித்துத் தளர்ந்து அதில்

விழுந்தான். இலன் உறக்கத்தில் வேகவேகமாக மூச்சு விடுவதையும் பின் பெருமூச்சுவிடுவதையும் அவள் கேட்டாள். இருட்டில் அந்தப் பெருமூச்சுகளிலிருந்து அவனது குரலையும் தோற்றத்தையும் ஊகிக்க அவள் முயன்றாள். தன்னைப் பற்றி அவனுக்கு என்ன தெரிந்திருக்கும் எனவும் அவள் யோசித்தாள்.

வெளியில் எங்கோ ஒரு ஆம்புலன்ஸின் எச்சரிக்கை ஒலி ஊளையிட்டது. தொலைவே கேட்ட வெடிச் சத்தங்களின் எதிரொலிகள் தீவிரமடையத் தொடங்கின. உதடுகளை இறுக மூடி ஓரா மூச்சை வெளியே விட்டாள். அவள் மூளைக்குள் குழப்பம் ஒன்று உருவாகிக்கொண்டிருந்தது. அவன் மீதான தனது கோபம் மிகைப்படுத்தப்பட்டது என்று அவள் உணர்ந்துவிட்டிருந்தாள், அது பொய்க் கோபமாகக்கூட இருக்கலாம், தனக்குள் வளர்ந்துகொண்டிருக்கும் ஒரு துரோகமிக்க காதலிடமிருந்து தன்னைக் காத்துக்கொள்ள அவள் முயன்றாள். தான் நேசித்த, அக்கறை கொண்டிருந்த எல்லோரிடமிருந்தும் எவ்வளவு தொலைவாகத் தான் வந்துவிட்டிருக்கிறோம் என்பதை உணர்ந்து அவள் பீதியடைந்தாள்.

மருத்துவமனையிலிருக்கும் இத்தனை நாட்களில் ஆஷர் ஃபெயின்ப்ளாட்டைப் பற்றிக் கிட்டத்தட்ட நினைக்கவேயில்லை. அவனையும் தன் பெற்றோரையும் தனது பள்ளி நண்பர்களையும் அவள் புறக்கணித்து விட்டிருந்தாள். இப்போது அந்த நோய், காய்ச்சல், வயிறு, நமைச்சல் இவை மட்டுமே அவளது உலகம் என மாறிப்போனது போலிருந்தது, இவற்றோடு மூன்று அல்லது நான்கு நாட்களுக்கு முன்பு வரை தனக்கு யாரென்றே தெரியாத அவ்ரமும். எப்படி இது நடந்தது. எல்லோரையும் எப்படி அவள் மறந்தாள். இத்தனை நேரமும் அவள் எங்கிருந்தாள், என்ன கனவு கண்டுகொண்டிருந்தாள்?

எரியும் அவளது சருமத்தின் மீதாக சில்லென்று ஒரு குளிர்ச்சி இறங்கியது. வழியில் குறுக்காகப் படுத்து உறங்கிக்கொண்டிருந்த அவ்ரமிடமிருந்து ஆழ்ந்த மூச்சொன்று வெளிப்பட்டது, அறையின் இன்னொரு ஓரத்தில் இலன் இப்போது முழு அமைதியில் உறங்கிக்கொண்டிருந்தான். தனக்கு நிகழ்ந்துகொண்டிருக்கும் மிக முக்கியமான ஒரு விஷயத்தை இறுதியாக அவள் விளங்கிக்கொள்ளும்படிக்கு அவளை அவர்கள் தனியே விட்டு வி[illegible]து போலிருந்தது. படுக்கையில் நிமிர்ந்து உட்கார்ந்து கைகளை முழங்கால்களைச் சுற்றிக் கட்டிக்கொண்டவள் தனது வாழ்வெனும் சித்திரத்திலிருந்து தான் மெதுவாக வெட்டியெடுக்கப்படுவதாகவும் ஓரா இருந்த இடத்தில் மங்கலான ஒரு ஓட்டை மட்டுமே எஞ்சும் என்பதாகவும் நினைத்தாள்.

அவளது சிந்தனையுள், அவளைப் பீடித்திருந்த சோம்பலான சலசலப்பினுள் கரகரப்பான தெளிவற்ற ஒரு குரல் கள்ளத்தனமாய்ப் புகுந்தது. அது அவ்ரமின் குரல்தான் என்பதை முதலில் அவளால் உணர முடியவில்லை, அது தனக்குத் தானே பேசிக்கொள்ளும் மனநலம் கெட்ட அவனது நண்பனது குரல் என நினைத்து அவள் பதற்றமடைந்தாள். கையில் தீக்குச்சியுடன் உன்னைப் பார்த்த அந்த நிமிடத்திலிருந்து என் மனதிலிருக்கும் எதையும் உன்னிடம் சொல்லவியலும் என நினைத்தேன்.

ஆனால் என் மட்டில் நீ எரிச்சலடைவாய், எனக்குத் தெரியும், நீ ஒரு தீவிர சிவப்புச் சிகைக்காரி, உனக்கு முன்கோபம் அதிகம். உனக்கு எரிச்சல் ஏற்பட்டால் என்னை எட்டி உதை. அவள் என்னை எட்டி உதைக்க வில்லை, ஒருவேளை இன்று அவள் உதைக்கா நோன்பில் இருக்கலாம் அல்லது பரிதாபத்துக்குரிய குள்ளர்களை உதைப்பதை அனுமதிக்காத சங்கம் ஏதாவதொன்றில் அவள் சேர்ந்துவிட்டிருக்கலாம். இதோ, அவள் இப்போதுதான் புன்னகைத்தாள். இந்த இருட்டிலும் அவள் வாயை என்னால் பார்க்க முடிகிறது. என்ன அற்புதமான வாய் அவளுக்கு—

அவன் மௌனமானான். ஓரா எச்சிலைக் கூட்டி விழுங்கினாள். உடன் அவளுடம்பில் இன்னொரு அடுக்கு வியர்வை பொங்கி வந்தது. இருட்டில் கண்கள் மட்டும் ஒளிரும்படி போர்வையை அவள் மேலே இழுத்து விட்டுக்கொண்டாள். அவ்ரம் கவனித்தான், இம்முறையும் அவள் எட்டி உதைக்கவில்லை, நான் சொல்வதற்கு அவள் அனுமதிக்கிறாள் என்று அதற்கு அர்த்தம், உதாரணமாக – அவன் தயங்கினான், திடீரென அது மிக நெருங்கிவிட்டது; நாங்கள் உன்னைப் பார்க்க விடு, கோழையே, பெட்டையே – உதாரணமாக, அவளை நான் மிகவும் அழகானவள் எனச் சொல்வேன், நான் பார்த்தவர்களிலேயே மிக் அழகானவள், காய்ச்சலும் நோயும் கொண்டிருந்தாலும்கூட இந்த மருத்துவமனையிலேயே அவள்தான் அழகி. அவளைப் பார்த்த கணத்திலிருந்து, அப்போது இருட்டாக இருந்தபோதும், எப்போதும் அவள் ஒளியாக, ஒளிமிக்க ஏதோவொன்றாக, தூயதாக . . . தீக்குச்சியைக் கொண்டு அவள் எனக்குத் தன்னைக் காண்பித்தாள், அப்போது அவள் கண்களை மூடிக்கொண்டாள், அவளது இமை மயிர்கள் நடுங்கின . . . பேசப்பேச அவ்ரம் இன்னுமதிகம் கிளர்ச்சியுற்றவனாக மாறினான். உணர்ச்சி மேலிட, தைரியம் தந்த விறைப்புடன் அவன் பேசினான். ஓராவின் இதயம் மிக வேகமாகத் துடித்தது, தான் மயங்கிவிடப்போகிறோம் என அவள் நினைத்தாள். இப்படி அவன் பேசுவதையெல்லாம் அவள் கேட்டுக்கொண்டிருப்பதைப் பார்த்தால் அவளது நண்பர்கள், பையன்களோ பெண்களோ, அது அவள் தான் என்று நம்ப மாட்டார்கள். இது சிடுமூஞ்சி ஓராவா? பிடிவாதக்காரி ஓராவா இது?

கரகரப்பான குரலில் அவ்ரம் மேலும் சொன்னான், நானொரு பெரிய கதாநாயகன் என அவள் நினைத்துக்கொள்ளக் கூடாது. கற்பனை யில் தவிர்த்து இதுபோன்றவொரு பெண்ணுடன் நான் பேசியதே இல்லை. இரண்டு கை முஷ்டிகளையும் கன்னங்களோடு வைத்து தனக்குள் கனன்று ஒளிர்ந்த நீறுபூத்த நெருப்பில் கவனம் குவித்தான். இவ்வளவு அழகான பெண்ணுடன் இவ்வளவு நெருக்கத்தில் அவன் இருந்ததே யில்லை. குறிப்புப் புத்தகத்தில் எழுதுவதற்காகவே இவற்றைக் குறித்துக் கொள்கிறேன், காரணம் எல்லாப் பெண்களையும் தன் காலடியில் விழவைக்கும் கவர்ச்சிமிகு ஆண்களுள் ஒருவன் இங்கிருப்பதாக அவள் நினைத்துக்கொண்டிருக்கிறாள். ஓரா முகவாய்க்கட்டையை வெளியே நீட்டி உதடுகளை இறுக மூடிக்கொண்டாள். ஆனால் கன்னக்குழியளவு ஒரு சிரிப்பு அவளது முகத்தைக் கோணச் செய்தது. என்னவொரு விசித்திரமான ஆள், ஓரா நினைத்துக்கொண்டாள். தீவிரத் தன்மையுடன்

பேசுகிறானா அல்லது நகைச்சுவையாகப் பேசுகிறானா, புத்திசாலியா அல்லது வடிகட்டின முட்டாளா எனக் கண்டுபிடிப்பது கடினம். அவன் மாறிக்கொண்டேயிருக்கிறான். போர்வையால் புருவத்து வியர்வையை அவள் துடைத்துக்கொண்டாள். அவனைப்பற்றிய எரிச்சலூட்டுகிற, தாங்கிக்கொள்ள முடியாத, கோபமூட்டுகிற விஷயம் என்னவென்றால் விடாமல் ஒருவரை நச்சரித்தபடியே இருப்பான், நொடி நேரம்கூட விடமாட்டான், ஏனென்றால் இரண்டு நாட்கள் முன்பு அவளது பக்கத்தில் வந்து உட்கார்ந்த கணம் முதல், அல்லது அதன்பின் எப்போது அவன் வந்தாலும், அவன் எப்போது பரபரப்புடன் இருக்கிறான், எப்போது மகிழ்ச்சியாக இருக்கிறான் அல்லது வருத்தமுற்று இருக்கிறான் என்பதை அவள் சரியாக அறிந்திருந்தாள். எல்லாவற்றுக்கும் மேலாக, அவனுக்கு தான் எப்போதெல்லாம் தேவைப்படுகிறோம் என்பதையும் அவள் அறிந்திருந்தாள். அவனுக்கு அதுபோன்றதொரு துணிச்சல் இருந்தது, அவன் ஒரு ஜேப்படித் திருடன், ஒரு உளவாளி மற்றும் சிறு நாக்கைப் போல அவளுள் நுழைந்துவிட்ட ஒரு விலாங்கு மீன், வளைந்துகொடுக்கிற போஷாக்கான ஆனால் அவளுடையதாக இல்லாத விலாங்கு மீன், எங்கிருந்து வந்தது அது. அச்சத்தில் ஓரா துள்ளிக் குதித்தாள்: இங்கே வா! வந்து ஒரு நிமிடம் இப்படி நில்!

என்ன ... என்ன நடந்தது?

எழுந்திரு!

நான் என்ன செய்தேன்?

வாயை மூடு. திரும்பி நில்!

இருளில் தடவியபடியே நடந்து இருவரும் ஒருவர் முதுகு மற்றவருடையது மீது ஒட்ட வந்து நின்றனர். காய்ச்சல் மற்றும் பிற தீவிர உணர்வுகளால் அவர்கள் நடுங்கினர். அவர்களது உடல்கள் கோணிக்கொண்டு ஒன்றின் முன் மற்றொன்று என நடனமாடின. இலன் பெருமூச்சு விட்டான், எப்படிப் பட்டவொரு அசந்தர்ப்பமான பெருமூச்சு என அவ்ரம் நினைத்தான், தயவுசெய்து இப்போது விழித்துக்கொள்ளாதே. தசைப்பிடிப்பான அவளது கெண்டைக்கால் தசைகளை தனது கெண்டைக்கால்கள் மீது உணர்ந்தான், சுருள்வில் போன்று அதிரும் அவளது பின்புறத்தின் விளிம்பு அவனது பின்புறத்தின்மீது பட்டது. அதன் பிறகு எல்லாம் தடம் மாறிப்போயின: அவனது தோள்பட்டைகள் அவளது முதுகின் கீழ் எங்கோ இருந்தன, அவன் முகம் அவளது கழுத்தின் பின்புறம் பதிந்திருந்தது. என்னைவிட ஒரு தலையளவு நீ உயரமாக இருக்கிறாய், தனது அச்சங்கள் குரூரமான வகையில் உண்மையாக மாறுவதை அறிந்த ஆச்சரியத்தில் உணர்ச்சியற்றவனாக அவன் இதைச் சொன்னான். ஆனால் நாம் இன்னும் அதே வயதில்தான் இருக்கிறோம் என்று மென்மையாகச் சொன்னவள் அவனை எதிர்கொள்ளத் திரும்பினாள். அந்த இருட்டிலும் அவனது முகத்தையும், பெரிய, விரிந்த, அவள்மீது வருத்தத்தைப் பொழிந்த, ஏங்கும் பார்வை கொண்டிருந்த அவன் விழிகளையும் அவளால் பார்க்க முடிந்தது. நினைவில் வைத்திருக்க ஒரு பரிகாசச் சித்திரத்தை அவளிடம் தருவதற்காக விரைந்து அவள் அடா

அங்கிருக்கிறாளா எனப் பார்த்தாள். முழுதுமாக அவனது உருவத்தை, பொதுவாக இந்த இடத்தை, அறையின் அந்தப் பக்கத்திலிருந்தபடி அவளது தலைக்குள் துளையிட்டுக்கொண்டிருந்தவனை என அவள் அச்சித்திரத்தில் வெளிப்படுத்துவாள். ஆனால் அவள் இதயம் மோசமான செய்தியை எதிர்பார்த்துப் பதற்றத்திலிருந்தது.

ஏய், பலவீனமாக அவள் முணுமுணுத்தாள், உன்னால் என்னைப் பார்க்க முடிகிறதா? முடிகிறது, அவனும் முணுமுணுத்தான். எப்படி நம்மால் இப்போது பார்க்க முடிகிறது? திரும்ப பிரமைகளுக்குள் மூழ்கிவிடுவோமோ என்ற அச்சத்துடனே அவள் வியப்புடன் கேட்டாள். அவன் சிரித்தான். சந்தேகமாய் அவனைக் கூர்ந்துபார்த்தாள். என்ன சிரிப்பு? என்னைப் பற்றி மோசமான விஷயங்களைச் சொல்ல நீ அனுமதிக்க மாட்டாய் இல்லையா? சிரிக்கும்போது அவன் முகம் மாறியது. அவனுக்கு அழகான பற்கள், சரியான வரிசையிலமைந்த பளிச்சிடும் பற்கள், அழகான உதடுகள். மொத்த வாய்ப்பகுதியுமே வேறு யாருடையதோ போல இருந்தது, லேசாக அவளுள் இந்த எண்ணம் வந்தது. எந்தப் பெண்ணாவது அவனை முத்தமிட்டால் நிச்சயம் அவள் தன் கண்களை மூடிக்கொண்டதான் முத்தமிடுவாள், அவளுக்கென அந்த வாய் மட்டுமே இருக்கும். ஒரு வாய் மட்டும் உனக்குப் போதுமா? முட்டாள்தனமான சிந்தனை. அவளது முட்டிகள் சற்றே நடுங்கின. அவள் விழுந்துவிடப் போகிறாள். இந்த நோய் அவளைக் கடும் சோர்வுக்கு ஆளாக்கிவிடுகிறது. அவளை ஒரு கந்தல் துணியாக்கிவிடுகிறது. அவனது இரவு உடையின் கைப்பகுதியைப் பிடித்துக்கொண்டவள் கிட்டத்தட்ட அவன்மீது விழுந்தே விட்டாள். அவள் முகம் அவனது முகத்துக்கு அருகே இருந்தது, அவன் முத்தமிட முயன்றால் விலகிக்கொள்வதற்கான பலம் அவளிடம் இல்லை.

அவளிடம் அவளது குரலைப் பற்றிச் சொல்ல விரும்புகிறேன், அவ்ரம் சொன்னான், ஏனென்றால் ஒரு பெண்ணின் குரல் எப்போதும், அவளது உருவத்தை நான் அறிந்துகொள்ளும் முன்பாகவே, எனக்கு மிக முக்கியமானது. அவள் குரல் நானறிந்த யாருக்கும் இல்லாத ஒரு குரல், ஆரஞ்சுக் குரல், சத்தியமாக, சிரிக்காதே, அதன் விளிம்பில் சிறிது எலுமிச்சை மஞ்சள், அதில் ஒரு துள்ளல், ஒரு தாவல். அவள் விரும்பினால் அவளைப்பற்றி ஒருநாள் நான் எழுதவிருப்பதை இங்கேயே இப்போதே விவரிப்பேன், ஆச்சரியமூட்டும்விதமாக அவள் வேண்டாம் என்று சொல்லவில்லை.

சரி, ஓரா முணுமுணுத்தாள்.

அவ்ரம் எச்சிலைக்கூட்டி விழுங்கினான், நடுங்கினான். நான் நினைக்கிறேன் அது அவள் குரல்களின் ஒரு துணுக்கு, அவன் சொன்னான். வெறும் குரல்கள். அது பற்றிச் சில நாட்களாக, நாங்கள் பேச ஆரம்பித்ததிலிருந்து, நான் யோசித்துக்கொண்டிருந்தேன், அது இப்படித்தான் தொடங்கும்: பதினான்கு சுரங்கள் இருக்கின்றன, நமக்குத் தெரியும். ஒற்றைச் சுரங்கள், ஒன்றையடுத்து மற்றொன்று, மனிதக் குரல்கள். மனிதக் குரல்கள் எனக்குப் பிடித்தமானவை. அதைவிடவும் அழகான ஓசைகள் உலகில் இல்லை, இருக்கின்றனவா?

அப்படியா? ஆக, நீ, நீ ... இசை கோர்ப்பவனா?

இல்லை, இசையெல்லாம் ஒன்றுமில்லை, அதிகமும் அது ஒரு கலவை ... அதை விடு. குரல்கள், இப்போது எனக்கு ஆர்வமூட்டுபவை அவைதான்.

ஓ, என்றாள் ஓரா.

ஆனால் எதற்குப் பதினான்கு? மெல்லிய குரலில் கேட்டான், ஓரா அந்த அறையில் இல்லாததுபோல, தீவிரமாக யோசிப்பவனாக தனக்குத் தானே கேட்டுக்கொண்டான். நான் கேட்கையில் பதினான்கு குரல்கள் ஒலிக்கின்றன, ஆனால் ஏன்? தனக்குள்ளே அவன் முணுமுணுத்தான்: ஏனென்று தெரியவில்லை, அப்படித்தான் நான் உணர்கிறேன். ஒரு நீண்ட சுரத்துடன் அது தொடங்கும், தெரியுமா? ஒரு வகையான "அ...," ஆறு அட்சரக் காலமுடையது, அது முடிந்ததும்தான் அடுத்தக் குரல் தொடங்கும்: "அ..." ஒன்றுக்கொன்று தமது ஒலிப்பான்களை ஒலித்தபடி பனிமூட்டத்தில் கப்பல்கள் பயணிப்பதுபோல, எப்போதாவது அதைக் கேட்டிருக்கிறாயா?

இல்லை... கேட்டிருக்கிறேன், நான் ஹைஃபாவைச் சேர்ந்தவள்.

அது சோகம் மிக்கதாக இருக்கும். அவன் பற்கள் வழியாக மூச்சை இழுத்தான், அதை அவள் உணர்ந்தாள்: ஒரு கண்சிமிட்டலில், அவனது முழுமையும் அந்த சோகத்தில் மூழ்கியிருக்க, இப்போது முழு உலகுமே அந்தச் சோகமாக இருந்தது, அவளும் கசப்பான, நெஞ்சையுருக்கும் சோகம் தனக்குள் பாய்வதை அனிச்சையாக உணர்ந்தாள்.

அது அடாவின் பொருட்டாக இருக்கலாம் என்றாள் அவள்.

எது?

ஏனென்றால், அவளுக்கு, உன்னிடம் சொல்லியிருக்கிறேன், பதினான்கு வயதிருக்கும்போது அவளுக்கு–

அவளுக்கு?

அந்தச் சுரங்கள், நீ கேட்டதுபோல, எப்படி பதினான்கு சுரங்கள் எனக் கேட்டாய்.

ஓ, சற்றுப் பொறு – வருடத்துக்கு ஒரு சுரம்?

இருக்கலாம்.

அப்படியானால் அவளது ஒவ்வொரு வருடத்தும் ஒரு பிரியாவிடை.

ஆம், அதுபோலத்தான்.

நல்ல விஷயம். உண்மையிலேயே அது... அதுபற்றி நான் யோசிக்க வில்லை. வருடத்துக்கு ஒன்று.

ஆனால் நீதான் அப்படிச் சொன்னாய், அவள் சிரித்தாள், அதனால் நீ எவ்வளவு ஈர்க்கப்பட்டாய் என்பதை நினைக்கச் சிரிப்பாயிருக்கிறது.

ஆனால் நீதான், அவ்ரம் புன்னகைத்தான், அதைச் சொன்னது நான்தான் என்பதைச் சொன்னது நீதான்.

ooo

நீ எனக்கு ஊக்கம் தருகிறாய், தனது தீவிர குழந்தைத்தன்மையுடன் சொல்வாள் அடா. ஓரா சிரிப்பாள்: நான்? உனக்கு ஊக்கம் தருகிறேனா? நான் கொஞ்சமே மூளை கொண்ட ஒரு கரடி, அவ்வளவுதான்! அடா— அடாவுக்கு அப்போது பதிமூன்று வயது, ஓரா நினைத்துப் பார்த்தாள், அவள் மரணமடைய இன்னும் ஒரு வருடம் இருந்தது. இன்னும் ஒரு வருடத்தில் இறக்கப் போகிறோம் என்பது தெரியாமலிருப்பது எவ்வளவு பயங்கரமானது, அவள் வழக்கம்போல் தனது செயல்களைச் செய்துகொண்டிருந்தாள், அவள் அதை நினைத்துக்கூடப் பார்த்திருக்கவில்லை, ஆனால் ஆழத்தில் அவள் இன்னும் அதிக அறிவுகொண்டவளாகவும், முதிர்ச்சி மிக்கவளாகவும், திடம் அதிகமுள்ளவளாகவும் வளர்ந்துகொண்டிருந்தாள் – அடா ஓராவின் கையைப் பிடித்து உற்சாகமாக நன்றியணர்வுடன் முன்னும் பின்னுமாக ஆட்டியபடி சொன்னாள், நீதான், ஆமாம், நீதான். நீ சும்மா உட்கார்ந்திருக்கிறாய் பிறகு ஒற்றை வார்த்தை சொல்கிறாய் அல்லது ஒரு சிறு கேள்வி கேட்கிறாய், அது ஒன்றுமே இல்லை என்பது போல, ஆனால் அதுதான்! என் மூளைக்குள் எல்லாம் ஒழுங்காகிவிடுகின்றன, நான் சொல்ல வந்தது என்னவென்று தெளிவாகிவிடுகிறது. ஓ, ஓரா, நீயின்றி என்னால் என்ன செய்ய முடியும்? நீயில்லாமல் எப்படி நான் வாழ்வேன்?

அவள் நினைத்துப்பார்த்தாள்: அவர்கள் ஒருவர் மற்றவரது கண்ணுக்குள் உற்றுப்பார்த்தார்கள். ஒரு வருடம், பிரிய கடவுளே!

அழிந்துபோகாமல் இன்னும் தெளிந்ததாக இருக்கும் இந்நினைவை இப்போது அவளால் கிட்டத்தட்ட தாங்கிக்கொள்ளவே முடிவதில்லை: அடா தான் எழுதிய கதைகளையும் கவிதைகளையும் தன் குறிப்பேட்டிலிருந்து படித்துக் காட்டிக்கொண்டிருக்கிறாள், பலவிதக் குரல்களில், சைகைகளில், தொப்பிகள் முக்காடுகள் எனச் சிலநேரம் அதற்கான உடைகளுடன், பல்வேறு கதாபாத்திரங்களையும் நடித்துக் காட்டுகிறாள், அப்பாத்திரங்களோடு சேர்ந்து அழுகிறாள், சிரிக்கிறாள். தலைக்குள் தீச்சுடர்கள் குதித்து ஆடி கண்கள் வழியே எட்டிப்பார்ப்பது போல பழுப்புப் புள்ளிகள் நிறைந்த அவளது ரோஜா வண்ண முகம் சிவப்பாக மாறுகிறது. கண்கள் விரியப் பார்த்தபடி ஓரா கால்களை மடித்து அவள் எதிரே அமர்கிறாள்.

அனேகமாக அடா படித்து முடித்ததும், ஓரா வடிந்துபோனவளாக, தன்னையிழந்து வாய்பிளந்து நிற்பாள், உடன் அவள் தன்னை மீட்டுக் கொள்வாள். இப்போது அவளது முறை: சுற்றிவளைத்து, கட்டிப்பிடித்து, தன்னோடு அடாவைப் பிணைத்துக்கொள்வாள், ஓராவின் கையிலிருந்து ஒரு கணம்கூட அவள் பிரிந்திருக்கக்கூடாது.

அவளுக்குச் சிநேகிதன் யாராவது இருந்தார்களா என என்னையே நான் கேட்டபடி இருக்கிறேன், தனது கரகரப்பான, பகல்கனவுச் சாயல் கொண்ட குரலில் எங்கோ தொலைவில் இருந்து அவ்ரம் தன்னையே கேட்டுக்கொண்டான். அவளுக்கு அப்படி யாரும் இல்லையென அவள் சொன்னதை நானறிவேன், ஆனால் எப்படி அது சாத்தியம்? அவள் போன்றவொரு பெண்ணால் ஒரு நிமிடம்கூட தனித்திருக்க முடியாதே, ஹைஃபாவிலிருக்கிற ஆண்கள் ஒன்றும் முட்டாள்களும் கிடையாது.

அவன் சற்று நிறுத்தி அவளது பதிலுக்காக் காத்திருந்தான். அவள் ஒன்றும் பேசவில்லை. என்னிடம் தனது சிநேகிதன் குறித்து அவள் சொல்ல விரும்பவில்லையோ? அல்லது உண்மையிலேயே அவளுக்குச் சிநேகிதன் யாரும் கிடையாதோ? அவளுக்கு அப்படி யாரும் இல்லை, ஓரா அமைதியாகச் சொன்னாள். எப்படி? அவ்ரம் முணுமுணுத்தான். அவளுக்கு அது தெரியவில்லை, விருப்பமின்றி அவனது பாணியினால் கவரப்பட்டவள் தன்னைப் பற்றி இவ்விதமாகப் பேசுவது உண்மையில் மிகவும் சௌகரியமாக இருப்பதாக உணர்ந்து நீண்ட மௌனத்துக்குப் பிறகு சொன்னாள். நீண்ட காலமாக அவளுக்கு ஒரு சிநேகிதன் தேவைப் படவில்லை. தன்னையுமறியாமலே தனது வார்த்தைகளை, அறையின் விளிம்பிலிருந்து கேட்ட ஓசைகுறைந்த ஆனால் பதற்றமான இதயத் துடிப்பு களுக்கு ஒத்திசைவாக அவள் உச்சரித்தாள். அப்புறம் அவளுக்குப் பொருத்த மானவர்கள் யாருமே இல்லை, நான் சொல்வது, உண்மையிலேயே அவளுக்குப் பொருத்தமானவர்கள்.

அவள் யாரையுமே காதலித்ததில்லையா? அவ்ரம் கேட்டான். ஓரா பதில் சொல்லவில்லை. இருட்டிலிருந்தபடி தனக்குள்ளாக ஆழப் புதைந்தபடியிருப்பதாக அவள் நினைத்தாள், அவனைப் பற்றியிருப்பது போன்ற அரக்கத்தனமான ஒரு சக்தி அவளையும் பற்றியது போல, நீண்ட அவளது கழுத்து கீழ்நோக்கி வலியுடன் தோள்பட்டையை நோக்கி, அறையின் தூரத்து மூலையை நோக்கி வளைந்தது. ஆக, அவள் ஒருவனைக் காதலித்தாள், அவ்ரம் சொன்னான், ஓரா தன் தலையை உலுக்கிக்கொண்டாள். இல்லை, இல்லை, ஒருவனைக் காதலித்ததாக அவள் நினைத்தாள், அவ்வளவே, இப்போதுதான் அவளுக்குத் தெரிகிறது அவள் அப்படிச் செய்யவில்லையென. அது ஒன்றுமேயில்லை, ஏமாற்றத் துடன் அவள் முணுமுணுத்தாள், அது ஒரு விரயம். ஆஷரைப் பற்றி அவள் சொல்லத் தொடங்கினால் பெரும் ஆரவார நீர்ப்பெருக்காக உண்மை வெளிப்பட்டுவிடும் என நினைத்தாள், ஒன்றுமேயற்ற அந்த இரண்டு வருடங்களைப் பற்றிய உண்மை, எதையும் இனி மாற்றியமைக்க முடியாது, ஆனால் அவனிடம் இவற்றைச் சொல்ல வேண்டுமென்று ஏற்பட்ட தவிப்பை எண்ணி அவள் அஞ்சினாள்.

ஒரு நிமிடம் பொறு, கதவருகிலிருந்து திடீரென அவன் கிசுகிசுத்தான், ஒரு நிமிடத்தில் திரும்பி வந்துவிடுகிறேன். என்ன? எங்கேயிருக்கிறாய் நீ? ஓரா கலவரமுற்றாள். எதற்காக இப்போது என்னைவிட்டுப் போகிறாய்? ஒரு நிமிடம்தான், உடனே திரும்பி விடுவேன்.

கடைசியாக எஞ்சியிருந்த பலத்தைப் பயன்படுத்தித் தன்னுடலை இழுத்தபடி அவன் அறையை விட்டு வெளியேறினான். தாழ்வாரத்துச் சுவர்களில் சாய்ந்தவாறு அவளிடமிருந்து தொலைவாகத் தன்னை இழுத்துவந்தான். ஒவ்வொரு சில அடிகளுக்கும் நின்று தன் தலையைக் குலுக்கிக் கொண்டு திரும்பிப் போ, திரும்பிப் போ என தனக்குத்தானே சொல்லிக்கொண்டான், ஆனாலும் தன்னுடைய அறையை அடைந்து படுக்கையில் அமரும்வரை வலுக்கட்டாயமாகத் தன்னை இழுத்தபடியே இருந்தான்.

சிலதடவை அவனைக் கூப்பிட்டுப் பார்த்தாள், முதலில் உரக்க, பின் மெதுவாக, ஆனால் அவன் திரும்பி வரவில்லை. செவிலி வந்து கதவருகே நின்றுகொண்டு எதற்கு சத்தம் போட்டுக்கொண்டிருந்தாய் எனக் கேட்டாள். ஒரு கசப்புக்கொடி அவள் குரலைச் சுற்றியிருந்தது. அவள் போனபின்பு பீதியடைந்திருந்த ஓரா, அறிவுக்கும் சிந்தனைக்கும் அப்பால் சென்றுவிடவேண்டி உறங்க முயற்சி செய்தாள், ஆனால் அந்நோய் அவள் சிந்தனையிடம் வித்தை காட்டியது. கொடுங்கனவுகளின் பற்றுக்கொடிகள் அவள்மீது படர்ந்து அவளை இறுகச்சுற்றிக்கொண்டன. அதிரும் அந்த உலோகக் குரலும் ராணுவ இசையும் மீண்டும் காற்றை நிரப்பின. நான் கனவு காண்கிறேன், ஓரா முணுமுணுத்தாள், இது வெறும் கனவு. அவள் காதுகளை மூடிக்கொண்டாள். கடும் அராபியச் சாயல்கொண்ட ஹீப்ரூவில் பேசிய அக்குரல் அவள் தலைக்குள் எதிரொலித்தது. கீர்த்தி மிக்க சிரிய ராணுவத்தின் பீரங்கிகள் ஸீயோனியக் கலிலேயாவையும் சட்டத்துக்குப் புறம்பான ஸீயோனிய குடியிருப்புகளையும் அடித்து நொறுக்கிக்கொண்டு வருகின்றன, ஹைஃபாவை விடுவிக்கவும் 1948ஆம் வருடத்து வெளியேற்றத்தின் அவமானத்தைத் துடைக்கவும் அவை வந்துகொண்டிருக்கின்றன. தன்னைக் காத்துக்கொள்ள தான் தப்பிச் சென்றாக வேண்டும் என்பதை ஓரா உணர்ந்திருந்தாள், ஆனால் அதற்கு அவளுக்குத் தெம்பில்லை. திடீரென முழுதுமாக விழித்துக்கொண்டவள் படுக்கையில் நிமிர்ந்து உட்கார்ந்தாள், ஒரு கேடயம் போல தீப்பெட்டியைத் தன் முகத்துக்கு நேராகப் பிடித்துக்கொண்டாள், ஏனென்றால் அறையின் ஓரத்தில் யாரோ அசைவதாகவும், ஓரா, ஓரா என பலவீனமாக அழைப்ப தாகவும், பரிச்சயமற்ற ஒரு ஆண் குரல் உறக்கத்திலிருந்தபடி தன்னிடம் பேசுவதாகவும் அவள் நினைத்தாள்.

OOO

பின்னர், எவ்வளவு நேரம் கழித்து என்று யாருக்கும் தெரியாது, அவ்ரம் தன்னுடைய மற்றும் இலனது போர்வைகளுடன் திரும்பி வந்தான். ஒரு வார்த்தையும் பேசாது அவள் அறைக்குள் வந்தவன் அவன்மீது போர்வையைப் போர்த்தி எல்லா பக்கமும் மூடினான், போர்வை ஓரங்களை அடியில் மடித்து விட்டான். தன்னையும் போர்வையால் மூடிக்கொண்டவன் ஓரா அதைச் சொல்வதற்காகக் காத்திருந்தான்.

அவள் சொன்னாள்: உன்னிடம் நான் பேச விரும்பவில்லை. எல்லா வற்றையும் நீ கெடுத்துவிட்டாய். என் வாழ்விலிருந்து வெளியே போ.

அவன் ஒன்றும் பேசவில்லை.

அவள் கோபம் உச்சமடைந்தது. சத்தியமாகச் சொல்கிறேன் நீ ஒரு தோத்தாங்குள்ளி!

நான் என்ன செய்துவிட்டேன்?

“என்ன செய்துவிட்டேனா”? எங்கே போய்த் தொலைந்தாய்?

சும்மா என் அறையை எட்டிப் பார்த்துவிட்டு வந்தேன்.

"அறையை எட்டிப் பார்த்துவிட்டு வந்தேனா"! வளையில் தங்காத எலியே! என்னை இங்கே தனியே விட்டுவிட்டு மணிக்கணக்காகக் காணாமல் போய்விட்டாய்—

என்ன பேசுகிறாய் நீ, மணிக்கணக்காகவா? அதிகம் போனால் அரைமணி நேரமிருக்கும், அப்புறம் நீ தனியாகவும் இல்லை.

வாயை மூடு, நீ வாயை மூடுவது நல்லது.

அவன் வாயை மூடிக்கொண்டான். அவள் தன் உதடுகளைத் தொட்டாள். அவை எரிந்துகொண்டிருப்பதாகத் தோன்றியது.

ஒன்று மட்டும் சொல்.

என்ன?

அவன் பெயர் என்னவென்று சொன்னாய்?

இலன். ஏன்? ஏதாவது . . . நான் இல்லாதபோது ஏதாவது நடந்ததா?

என்ன நடக்கும்? நீ வெளியே போனாய் பிறகு நேரே திரும்பி வந்தாய், என்ன—

நான் வெளியே போனேன் பிறகு நேரே திரும்பி வந்தேன்? இப்போது அது "நீ வெளியே போனாய் பிறகு நேரே திரும்பி வந்தாய்"?

நிறுத்து. அதை விட்டுவிடு.

கொஞ்சம் பொறு, அவன் பேசினானா? தூக்கத்தில் ஏதாவது பேசினானா?

இங்கே பார், யார் நீ, இஸ்ரேலிய பாதுகாப்பு ஏஜென்ஸியைச் சேர்ந்தவனா?

நீ விளக்கைப் போட்டாயா?

அதுபற்றி நீ கவலைப்படத் தேவையில்லை.

எனக்குத் தெரியும், எனக்குத் தெரியும்.

ஆக, உனக்குத் தெரியும், நீ மகா புத்திசாலி. உனக்குத் தெரிந்திருக்கும் பட்சத்தில் நான்... அப்படியிருக்கையில் ஏன் என்னை விட்டுச் சென்றாய்?

நீ அவனைப் பார்த்தாய்?

ஆமாம், அவனைப் பார்த்தேன், நான் அவனைப் பார்த்தேன்! அதற்கென்ன?

ஒன்றுமில்லை.

அவ்ரம்

என்ன—

அவன் உண்மையிலேயே மிகவும் மோசமான நிலையில் இருக்கிறானா?

நிலத்தின் விளிம்புக்கு

ஆமாம்.

நம் இருவரை விடவும் அவன் மோசமான நிலையில் இருக்கிறான் என நினைக்கிறேன்.

ஆமாம்.

அவன் . . . எனக்குத் தெரியவில்லை, ஆபத்தான நிலையில் இருக்கிறானா?

எனக்கென்ன தெரியும்?

அஹ், ஒரா தன் மனதில் ஆழத்திலிருந்து பெருமூச்சு ஒன்றை வெளிப்படுத்தினாள், இப்போது ஒருமாதம் அல்லது ஒரு வருடத்திற்கு தொடர்ந்து தூங்கிவிட வேண்டும்போல இருக்கிறது, அச்.

ஒரா?

என்ன?

அவன் பார்க்க நன்றாக இருக்கிறான் இல்லையா?

எனக்குத் தெரியவில்லை, நான் பார்க்கவில்லை.

அவன் பார்க்க நன்றாக இருக்கிறான் என்பதை ஒத்துக்கொள்.

எனக்குப் பிடித்த மாதிரி அவன் இல்லை.

அவன் ஒரு தேவதூதன்.

ஆமாம், சரி, எனக்குப் புரிகிறது.

பள்ளிக்கூடத்தில் பெண்கள் அவன் பின்னால் பைத்தியமாக அலைவார்கள்.

அதுபற்றி அக்கறையுள்ள யாரிடமாவது இதைச் சொல்.

அவனோடு நீ பேசினாயா?

அவன் ஆழ்ந்து உறங்கிக்கொண்டிருந்தான், நான் சொன்னேனில்லையா, அவன் எதையும் கேட்கக்கூடிய நிலையில் இல்லை.

நான் சொல்ல வருவது– நீ அவனோடு பேசினாயா? அவனிடம் ஏதாவது சொன்னாயா?

என்னைத் தனியே விடு, என்னைத் தனியே விடமாட்டாயா!

ஒரா

என்ன?

அவன் கண்ணைத் திறந்தானா? உன்னைப் பார்த்தானா?

நீ பேசுவது எனக்குக் கேட்கவில்லை, எனக்கு எதுவும் கேட்கவில்லை, லா–லா–லா–லா–

அவன் ஏதாவது சொன்னானா? உன்னிடம் பேசினானா?

"... சந்தைக்குப் போகும் வண்டி, அதில் துயர்மிகு கண்களுடன் கன்றுக்குட்டி ..."

அவன் பேசினானா என்று மட்டும் சொல்.

"... அதன் தலைக்கு மேலொரு குருவி, சிறகையடித்து வானில் பறக்க..."

நிறுத்து, இதுதானே அந்தப் பாடல்?

எது?

இது அந்தப் பாடல், சத்தியமாக, நீ பாடி நான் விழித்துக்கொண்ட பாடல்.

நிச்சயமாக உனக்குத் தெரியுமா?

ஆமாம், ஆனால் நீ அப்போது சத்தமாகப் பாடினாய், என்ன பாடுகிறாய் என்றே அப்போது புரியவில்லை.

அந்தப் பாடல்...

துயர்மிகு கண்களுடன் கன்றுக்குட்டி, ஆமாம், ஆமாம், "டோனா, டோனா". ஆனால் யாருடனோ சண்டைபோடுவது போல, விவாதிப்பது போல சத்தம் போட்டுப் பாடிக்கொண்டிருந்தாய்.

தன்னுடம்பை மேலே உயர்த்தித் தொலைவே இடமென்றில்லாத ஓர் இடத்துக்கு, அவளும் அடாவும் சேர்ந்து நடந்து சென்ற அடாவுக்குப் பிடித்தமான பாடலை அவர்கள் பாடிய அந்த இடத்துக்குப் பறந்துபோவதை ஓரா உணர்ந்தாள். அது அடாவின் அம்மாவுக்கும் பிடித்த பாடல், சிலநேரம் பாத்திரங்களைக் கழுவும்போது யிட்டிஷ் மொழியில் தனக்குத்தானே பாடிக்கொள்வாள். இறைச்சிக்கூடத்துக்குக் கொண்டு செல்லப்படும் ஒரு கன்றுக் குட்டி, அதன் தலைக்கு மேல் வந்து அதனைப் பரிகாசம் செய்து விட்டுப் பிறகு சந்தோஷமாய்ப் பறந்துபோகும் ஒரு குருவி இவற்றைப் பற்றிய பாடல் அது.

அவ்ரம், சட்டென்று திகிலடைந்தவளாக சொன்னாள் ஓரா, உடனே கிளம்பு, கிளம்பு.

நான் என்ன செய்துவிட்டேன்?

போ, அவனையும் உன்னோடு அழைத்துக்கொண்டு போ, நான் தூங்கவேண்டும், சீக்கிரம், நான்–

நீ?

அவளைப்பற்றி நான் கனவு காண வேண்டும்.

விடிகாலைக்குச் சற்றுமுன்பு அறை எண் மூன்றின் வாசல் கதவருகே அவள் திடீரென்று தோன்றினாள், மெல்லிய குரலில் அவனை அழைத்தாள். அவன் துள்ளி எழுந்தான்: இங்கே என்ன செய்கிறாய்? சோகத்துடன் அவன் சொன்னாள், உன்னைப்போல ஒருவனை இதற்குமுன் நான்

பார்த்ததில்லை, அவள் திருத்தினாள், உன்னைப்போல ஒரு பையனை. தெம்பில்லாதவனாக அவன் தலை கவிழ்ந்து உட்காரந்திருந்தான். அவளிடம் மெதுவாகக் கேட்டான், ஆக, அவளைப்பற்றி நீ கனவு கண்டாய்? ஓரா முணுமுணுத்தாள், இல்லை, என்னால் உறங்க முடியவில்லை. கனவுகாண மிகவும் விரும்பினேன் அதனாலேயே அது முடியவில்லை. அவன் கேட்டான், ஆனால் நீ எதற்கு அவளைப்பற்றிக் கனவு காண விரும்பினாய்? அதற்கு என்ன அவ்வளவு..? அவள் சொன்னாள், அவளிடம் ஒரு முக்கியமான விஷயம் சொல்ல வேண்டும்.

மிகவும் களைத்துப்போனவனாக எவ்வித மகிழ்ச்சியுமின்றி அவன் கேட்டான், ஓரா, மறுபடி அவனைப் பார்க்க விரும்புகிறாயா? அவள் கேட்டாள், உனக்கு ஏதாவது மரை கழன்றுவிட்டதா? நான் உன்னைப் பற்றிப் பேசிக்கொண்டிருக்கிறேன், நீயோ எப்போதும் என்னிடம் அவனைக் காட்டுவதிலேயே குறியாக இருக்கிறாய். ஏன் இப்படி நடந்துகொள்கிறாய் உண்மையைச்சொல். அவன் சொன்னான், எனக்குத் தெரியவில்லை, நான் எப்போதுமே அப்படித்தான், அது இயல்பாக நடக்கிறது. தளர்ந்தவளாக அவள் சொன்னாள், எனக்கு எதுவும் புரியவில்லை, எனக்கு எதுவுமே புரியவில்லை.

திடீரென்று மிகவும் உடல்நலம் குன்றிவிட்டவர்களைப்போல கூன் வளைந்து அவர்கள் அமர்ந்திருந்தனர். நொடிக்கு நொடி கெட்டச் செய்திகள் அவனுக்குள் பெருகிக்கொண்டேயிருந்தன. எப்படிப்பட்டவொரு தவறை அவன் செய்துவிட்டான், அவளை இலனோடு அங்கே தனியே விட்டு வந்ததன் மூலம் எப்படிப்பட்டவொரு பயங்கரமான, கடும் பாதிப்பை உண்டாக்குகிற சிக்கலை அவன் ஏற்படுத்திவிட்டான்.

நான் சொல்லவந்தது வேறு, நம்பிக்கை இழந்தவனாக அவன் சொன்னான், ஆனால் உனக்கு ஆர்வமே இல்லை, ஆர்வமிருந்ததா? அவள் கவனமாகக் கேட்டாள், என்ன சொல்ல வந்தாய்? ஆனால் அவன் வாயைத் திறக்கும் முன்பே அவன் என்ன சொல்லப்போகிறான் என்பது அவளுக்குத் தெரிந்திருந்தது, அவன் மட்டில் அவளது உடல் இறுக மூடிக்கொண்டது. நான் எழுதுவது யாருக்கும் தெரியாது, அவன் சொன்னான், எப்போதும் நான் எழுதிக்கொண்டிருக்கிறேன்.

நீ என்ன எழுதுகிறாய்? தன் காதுகளையே கிழிப்பது போல அவள் குரல் விசித்திரமாக ஒலித்தது. கட்டுரைகள்? வேடிக்கைப் பாடல்கள்? கற்பனைக் கதைகள்? என்ன எழுதுகிறாய்?

எல்லாமும் எழுதுகிறேன், சற்று கர்வத்துடன் அவன் சொன்னான். முன்பெல்லாம், நான் சிறுவனாக இருந்தபோது, எப்போதும் கற்பனைக் கதைகளை புனைந்தபடி இருப்பேன். இப்போது நான் முற்றிலும் வேறான விஷயங்களை எழுதுகிறேன் ...

எனக்குப் புரியவில்லை, அவள் சீறினாள், நீ வெறுமனே உட்கார்ந்து எழுதிக்கொண்டிருக்கிறாய், உனக்காக? ஆறுதலற்ற ஒரு கடும் வெறுப்பு அவனைச் சூழ்ந்தது. அவள் அங்கிருந்து வெளியேற அவன் விரும்பினான். பிறகு அவள் திரும்பி வரவேண்டும். அப்போது அவள் பழைய அவளாக

இருக்க வேண்டும். கடந்த சில இரவுகளாக அவர்களிடையே பின்னப் பட்டிருந்த அந்த அதிசயம், நுண்ணிய அந்த ரகசியம் தன் தீவிரத்தை யிழந்து மங்கிவிட்டிருந்தது. ஒருவேளை அப்படியொன்று உண்மையில் இல்லாமல்கூட இருந்திருக்கலாம், மற்றவற்றோடு சேர்ந்து அதுவும் அவனது எண்ணத்தில் மட்டுமே இருந்திருக்கலாம்.

விளக்கமாகச் சொல், திடீரென சண்டைக்கு ஆயத்தமானவளைப்போல அவனை வற்புறுத்தினாள். "நான் முற்றிலும் வேறான விஷயங்களை எழுதுகிறேன்" என்பதற்கு என்ன அர்த்தம்? துரோகத்தின் கொடுக்கு தன்னைத் தீண்டுவது பற்றிய பிரமிப்புடன், அவன் தனக்குள் மூழ்கினான். விடாப்பிடியாக ஓரா முணுமுணுத்தாள், வேடிக்கைக் கவிதைகள் எவ்வளவு வேடிக்கையானவை, நான் சொல்கிறேன், பொழுதுபோக்கின் உச்சம் அவை! சமீப வருடங்களாய் நான் குரல்கள்மீது ஆர்வமாயிருக்கிறேன் என முன்பு அவன் சொன்னதில் "சமீப வருடங்களாய்" என்பதைச் சொன்ன விதத்தை அவள் நினைத்துப் பார்த்தாள். முந்தைய வருடங்களில் அவன் வேறு விஷயங்களைச் செய்துகொண்டிருந்தான் என்ற முடிவுக்கு அவள் வரவேண்டியிருந்தது, அந்த கர்வி "அடுத்து வந்த வருடங்களில்"– ஹா!– தனக்கு இன்னும் வேறு விஷயங்களில் நாட்டமிருக்கும் என்பதை அறிந்தவன் போலச் சொன்னான். எதில் தன்னையவள் வீணடித்தாள்? எல்லோரையும் ஏமாற்றி கண்ணைத் திறந்தபடியே தூங்குவது ஒன்றுதான் அவள் செய்தது. அதுவே அவளது பெரிய சாதனை. ஏமாற்றுவதில் கைதேர்ந்தவள், தூக்கத்தில் நடப்பதில் உலகளவிலான வெற்றி வீராங்கனை. ஓடுகையில், உயரம் தாண்டுகையில், கைப்பந்து விளையாடுகையில், எல்லாவற்றுக்கும் மேலாக நீச்சலடிக்கையில் அவள் தூங்கினாள். நிலத்தை விட நீரில் அது வலி குறைந்ததாக இருந்தது. சனிக்கிழமைகளில் எய்ன் இரோனிலுள்ள விளையாட்டரங்குக்கு அணியினருடன் பயிற்சிக்குச் செல்கையில் அவள் தூங்கினாள். சில நேரம் அவர்கள் டெல் அவிவில் உள்ள மக்கபி மைதானத்துக்குச் சென்றனர், பாரவண்டியின் பின்புறத்தில் அமர்ந்தபடி எல்லோரோடும் சேர்ந்து அவள் கடந்து போவோரை நோக்கி உற்சாகமாக உரக்கக் கத்துவாள்.

மனமுருகப் பாடியபடி அவள் சென்ற நீண்டதூர நடைகளின்போது அவள் தூங்கினாள். அட்லிட் கடற்கரையில் இரவு நேர நடையின்போதும் மக்கனாட் ஓலிமில் இரவு நிகழ்வுகளின்போதும் அவள் தூங்கினாள். வரிசையாக ஒவ்வொருவராக வந்து குழுவினர் விரித்துப் பிடித்த முரட்டுத் துணிப் படுதாவில் விழுந்தபோது, இழுத்துக் கட்டிய கயிற்றில் தொங்கிய படி பள்ளங்களைக் கடந்தபோது, கயிற்றுப் பாலம் அமைத்தபோது, வாணவேடிக்கைகள் நடத்தியபோது என எல்லா நேரங்களிலும் தூங்கினாள். அது நிகழும்போது அவள் வேறெதையும் நினைத்ததில்லை. அவளது கைகள் அசைந்தன, கால்கள் அசைந்தன, ஓயாமல் வாய் உளறியபடி இருந்தது, அவளிடமிருந்து ஓசைகள் வெளிப்பட்டன ஆனால் அவளது சிந்தனை ஏதுமற்று வெறுமையாக இருந்தது, அவள் உடல் ஒரு பாலைவனக் காடாயிருந்தது.

அடாவுக்குப் பிறகான தனது நண்பர்களான மிரி எஸ்., ஓர்னா, ஷிஃபி ஆகியோரோடு சேர்ந்து திரும்பவும் அவள் விருந்துகள் மற்றும் பயணங்களில்

வேடிக்கைப் பாடல்கள், சிறு நாடகங்கள் என அனைத்தையுமே முன்பு போலவே உற்சாகத்துடன் செய்தாள். உண்மையில் வாழ்க்கை கடந்து போய்க்கொண்டே இருந்தது.

எப்படி அது கடந்துபோனது என்று புரிந்துகொள்ள முடியவில்லை. அவளது உடல் வழமையான வேலைகளைச் செய்துகொண்டிருந்தது– சாப்பிட்டாள், அருந்தினாள், நடந்தாள், நின்றாள், அமர்ந்தாள், மலம் கழித்தாள், சிரிக்கக்கூடச் செய்தாள், முதல் வருடத்தில் அவள் கால்விரல்கள் உணர்ச்சியற்றுப்போயின, சில தடவை பல மணி நேரத்துக்கு அப்படியே இருந்தது, சில நேரம் அவளது இடது கையின் பின்புறத் தோலும் உணர்வற்றுப்போனது. அவள் தொடையிலும் முதுகிலும் அது போன்ற இடங்கள் இருந்தன, அவ்விடங்களைத் தொடுகையிலும், சொறிகையிலும் கூட அவளால் எதையும் உணரமுடியவில்லை. ஒரு முறை தொடையின் உணர்ச்சியற்ற பகுதியில் எரியும் தீக்குச்சியால் சுட்டாள், வெள்ளைச் சருமம் கருகுவதைப் பார்த்தாள், கருகும் வாசனையை முகர்ந்தாள், ஆனால் வலி ஏதும் தெரியவில்லை. இதுபற்றி அவள் யாரிடமும் சொல்லவில்லை. இதுபோன்றவொரு விஷயத்தை அவள் யாரிடம் போய்ச் சொல்வாள்.

குளிரையும், குளிர்ந்துவிடுதலையும் உணரும் ஒரு துளை இருக்கிறது என அவள் இப்போது நினைத்தாள், நீண்ட நாட்களாகவே அது இருக்கிறது, எப்படி அதை நான் பார்க்காமலிருந்தேன்? அடா இருந்தவரைக்கும் ஓரா வடிவில் ஒரு துளை இருந்தது, அதனுள் நானிருந்தேன்.

அவள் இருமினாள், நிஜ உலகுக்குத் திரும்பி வந்தாள். அவ்ரமுடனான சண்டையில் பாதியிலேயே அவள் தூங்கிவிட்டிருக்க வேண்டும். எதைப்பற்றி அவர்கள் சண்டை போட்டார்கள்? அவனைப் பற்றிய அவளுக்கு எரிச்ச லூட்டிய விஷயம் எது? அல்லது ஏற்கனவே அவர்கள் சமரசத்துக்கு வந்துவிட்டிருக்க வேண்டும். படுக்கையின் அந்த ஓரத்தில் பலமாகக் குறட்டைவிட்டபடி, கைகால்களைப் பரப்பிக்கொண்டு சுவரோரமாகப் படுத்திருக்கும் அவ்ரமின் உருவத்தை அவள் கற்பனை செய்தாள். இது அவனது அறையா அல்லது அவளுடையதா? இலன் எங்கே?

தான் சாகப் போவதாகச் அவன் சொல்லியிருந்தான். தன் மரணம் நிகழும் என்பதையும் நிகழ்ந்தே ஆகவேண்டும் என்பதையும் அவன், அறிந்திருந்தான். பிறந்த பொழுதே தான் நீண்டநாள் வாழப்போவதில்லை, ஏனென்றால் அதற்கான உயிராற்றல் தனக்குள் இல்லை என்பதை அவன் அறிந்திருந்தான். அவன் சொன்னது இவ்வளவுதான். அவனை அமைதிப்படுத்த அவள் முயற்சி செய்தாள், அவனது விசித்திர வார்த்தை களை அழித்து விடவும். ஆனால் அவள் பேசுவதை அவன் கேட்கவில்லை, அவள் அங்கிருப்பதேகூட அவனுக்குத் தெரியாமலிருக்கலாம். பெற்றோரது விவாகரத்துக்குப்பின் அவன் தந்தை அவனை ராணுவ முகாமுக்கு அங்கிருந்த மிருகங்களுடன் வாழ அழைத்துக்கொண்டு போனதிலிருந்து சீரழிந்துபோன தன் வாழ்வை நினைத்து வெட்கமின்றி அழுதான். அப்போதிருந்து எல்லாமே குழப்பமடைய ஆரம்பித்தன, அவன் புலம்பி னான், அந்நோய் அந்தக் குழப்பங்களின் இயற்கையான ஒரு நீட்சியாக

இருந்தது. அவன் உடல் கொதித்துக்கொண்டிருந்தது, அவன் சொன்னதில் பாதி அவளுக்குப் புரியவில்லை. முணுமுணுப்பான கிசுகிசுப்பான பேச்சுகளின் துணுக்குகளே வெளிப்பட்டன. எனவே அவனது உடல் வெப்பத்தில் குளித்தவளாய் அவனுக்கு மிக அருகே வந்து நின்றாள், கவனமாக அவன் தோளைத் தடவிக்கொடுத்தாள். அவனது முதுகையும் அவள் தடவிக்கொடுத்தாள், அப்போது சில நேரம் அவள் இதயம் வேகமாகத் துடித்தது. வேகமாக தனது கைகளை அடர்ந்த அவனது தலைமுடியின்மீது வைத்துத் தடவினாள், அவன் எப்படி இருக்கிறான் என்றுகூட அவள் பார்த்ததில்லை, மங்கலான தனது கற்பனையில் அவன் அவ்ரமைப்போல இருக்கமாட்டான் என நினைத்தாள், ஏனென்றால் அவர்கள் இருவரும் ஒன்றாக அவளது வாழ்வில் நுழைந்திருந்தனர். தான் பயந்திருந்தபோது அல்லது வருத்தமுற்றிருந்தபோது அவ்ரம் அவளுக்குச் சொன்னதை அவனுக்கு அவள் சொல்லிக்கொண்டிருந்தாள். அந்த முட்டாள் அவ்ரமின் உபகாரத்தால் என்ன சொல்லவேண்டுமென்று அவளுக்குத் தெரிந்திருந்தது. சட்டென்று இலன் அவளது கையைப் பற்றினான், வேகமாக அழுத்தினான் மேலும் கீழுமாக தன் கையை அவள் கைமீது ஓடவிட்டான். அதிர்ச்சியாக இருந்தபோதும் கையை அவள் விலக்கிக்கொள்ளவில்லை, அவன் தன் கன்னத்தை அவள் கன்னத்தின்மீது வைத்தான், பிறகு தனது நெற்றியை, அவள் கையைத் தன் நெஞ்சுடன் சேர்த்து வைத்துக்கொண்டான். திடீரென அவன் அவளை முத்தமிட்டான். வறண்ட வெப்பமான முத்தங்களை அவள் கைமீது பொழிந்தான், அவள் விரல்களில், உள்ளங்கையில். அவனது தலை அவள் உடலை உழுதது. அவனது தலைக்கு மேலாக இருட்டைப்பார்த்தபடி ஓரா பேச்சற்றுப்போய் நின்றாள். ஆச்சரியமுடன் மனதில் எண்ணம் ஓடியது: அவன் என்னை முத்தமிட்டுக்கொண்டிருக்கிறான், என்னை முத்தமிட்டுக்கொண்டிருக்கிறான் என்பது அவனுக்குத் தெரியாது. இலன் சட்டென்று தனக்குள்ளே சிரித்துக்கொண்டான், குலுங்கிச் சிரித்தான். அவன் சொன்னான், ராணுவ முகாமில் சிலநேரம் இரவுகளில் யாருக்கும் தெரியாமல் வெளியே வந்து தற்காலிக ராணுவக் கட்டடங்களின் சுவர்களின் எழுதினேன், "படைத்தலைவரின் மகன் ஒரு ஓரினப் புணர்ச்சியாளன்". இதைப்பார்த்து அதிர்ச்சியடைந்த அவனது அப்பா கையில் சுண்ணாம்பு வாளியுடன் சுற்றி வந்தார், அதைச் செய்பவனை மறைந்திருந்து கண்டுபிடித்துத் தாக்கக் காத்துக்கொண்டிருந்தார் – ஆனால் நான் எச்சரிக்கிறேன், சகோதரனே, இதை யாரிடமும் சொல்லிவிடாதே. இலன் பரிகாசமாகச் சிரித்தான், அவன் உடல் குலுங்கியது. இதை உன்னிடம் மட்டுமே சொல்கிறேன், அவனது அப்பா தன் அலுவலகத்தில் எப்படி ஒரு பெண் வீரரைப் புணர்ந்தார், அப்போது அவளெழுப்பிய ஒலிகள் எப்படி முகாம் முழுவதும் கேட்கக் கூடியதாக இருந்தன என்பதை கடூரமான தன் குரலில் அவன் விவரித்தான், ஆனால் அது என் பெற்றோர் கூடியிருக்கையில் இருந்ததைவிட மோசமில்லை, அந்தப் பீதிக்கனவு முடிந்துபோன ஒன்று, அவன் வலிமிக்கதொரு குரலில் சொன்னான். எனக்குத் திருமணம் நடக்கப் போவதேயில்லை, அவன் சொன்னான், அவனது நெற்றி தாங்க முடியாத அளவுக்கு அவளது நெஞ்சில் சுட்டது, அவள் தன்னோடு அவனை இறுக்கிக்கொண்டாள், உண்மையிலேயே

ஒரு வருடம் முழுவதும் யாருடனும் பேசியிராதவனைப்போல அவன் பேசினான். அவன் சிரித்தான், ஓராவின் கை வளைவுக்குள் தன் முகத்தைப் புதைத்து அவளது வாசனையை முகர்ந்தான். ஆலன்பியில் இசைக்கருவிகள் விற்கும் கடையின் வாசனை என்னைப் பைத்தியமாக்கிவிடும். அது சாக்ஸஃபோன் துளைகளில் பிளாஸ்டிக் தக்கைகளை அடைக்கப் பயன்படுத்தும் பசையின் வாசனை. ஒரு வருடம் முன்பு, பழைய செல்மர் பாரிஸ் சாக்ஸஃபோன் ஒன்றை நல்ல நிலையில் கண்டெடுத்தேன் என அவளிடம் சொன்னான். டெல் அவிவில் எனக்கு ஒரு இசைக்குழு இருந்தது. வெள்ளிக்கிழமைகளில் நாங்கள் சுற்றி உட்கார்ந்து இரவு முழுவதும் புதிய இசைத்தட்டுகளைக் கேட்போம், ஜான் கால்ட்ரேன், சார்லி பார்க்கர் போன்றோரைக் கேட்டபடியும் டெல் அவிவ் ஜாஸை உருவாக்கியபடியுமிருப்போம்.

அவனது உடல் வெப்பம் மெதுவாக அவளுள் இறங்கத் தொடங்கியது. உடல் கொதிக்கும் ஒருவன் தன் கைமீது சாய்ந்திருப்பது பற்றிய உணர்வின் அசைவற்றுப்போகச் செய்யும் வியப்பு அவளை ஆட்கொண்டது. இது போலவே சற்று நேரம், காலை வரை அல்லது ஒரு நாள் முழுக்க அவன் இருந்தாலும்கூட அது பற்றிப் பெரிதாக அவள் கவலைப்படமாட்டாள். அவனுக்கு உதவ விரும்புகிறேன். ஆசையினால் அவள் உடல் சிறு ஊசிகளால் குத்தப்படுவது போன்ற குறுகுறுப்புக்கு ஆளானது, பாதங்கள் பற்றியெரிந்தன. அவளுக்கு இதுபோன்ற உணர்வுகள் ஏற்பட்டு நீண்ட நாட்களாகிறது. இலன் அவளது இன்னொரு கையைத் தேடியெடுத்து மூடிய தனது கண்கள் மீதாக வைத்துக்கொண்டான், எப்போதும் மகிழ்ச்சியாக இருப்பது எப்படியென்பது தனக்குத் தெரியும் என்றான்.

மகிழ்ச்சியாகவா? மூச்சுத் திணறியவள், தீயில் சுட்டுக்கொண்டவள் போலத் தன் கையை ஒரு வினாடி விலக்கிக்கொண்டாள். எப்படி?

என்னிடம் ஒரு வழிமுறை உள்ளது. என் எல்லா பகுதிகளையும் துண்டுதுண்டாக உடைத்துக்கொள்வேன், மனதின் ஏதாவது ஒரு பகுதியில் மோசமாக உணர்ந்தால், வேறு பகுதிக்குச் சென்றுவிடுவேன். அவன் மூச்சு அவளது மணிக்கட்டுகளை வருடியது. அவனது இமை மயிர்கள் உள்ளங் கைகளில் கிச்சுக்கிச்சு மூட்டுவதைப்போல உணர்ந்தாள்.

அபாயங்களை நான் அந்த வழியில்தான் ஓரிடத்தில் இல்லாமல் பரவலாக வைக்கிறேன் என்ற இலன் தலையைப் பின்னோக்கிச் சாய்த்து வறண்ட, வாதைக்குள்ளான ஒரு சிரிப்புச் சிரித்தான். யாரும் என்னைக் காயப்படுத்த முடியாது, நான் தாண்டிச் சென்றுவிடுவேன், நான்–

வாக்கியத்தின் நடுவிலேயே அவன் தலை தொங்கியது, வற்றிப் போய் விட்டிருந்தான், சக்தி தீர்ந்துவிட்டிருந்தது, அவன் ஆழ்ந்த உறக்கத்துக்குப் போனான். அவன் விரல்கள் பிடி தளர்ந்து அவள் கைமீதாக நழுவி அவன் மடியில் விழுந்தன, தலை முன்னோக்கிக் கவிழ்ந்தது.

ஓரா, நின்றபடி ஒரு தீக்குச்சியைப் பொருத்தி முதல் தடவையாக இலனின் முகத்தைப் பார்த்தாள். மூடிய விழிகளுடன் அந்த ஒளிவட்டத்துள் அவன் முகம் ஓர் அழகுத் துளியாக இருந்தது. அவள் இன்னொரு

தீக்குச்சியைப் பொருத்தினாள், அவன் பிதற்றியபடியும் கனவில் யாருடனோ சண்டை போட்டபடியுமிருந்தான். தன் தலையை அவன் வலுவாக உதறினான், கோபத்தில் அவன் முகம் சுளித்தான், குருடாக்கும் அந்த வெளிச்சம் காரணமாக இருக்கலாம், அவன் மனதில் கண்ட காட்சியின் காரணமாக இருக்கலாம். அடர்ந்த அழகிய அவனது புருவங்கள் ஒன்று மற்றொன்றை நோக்கித் தீவிரமாகச் சுருங்கின. அவனது திருத்தமான நெற்றியை, விழிகளின் அமைப்பை, வெப்பமான வறண்ட இப்போதும் தனது உதடுகளில் பற்றியெரிந்த அவனது அழகான உதடுகளை வெளிச்சமிட்டுக் காட்டியவளாக ஓரா தன்னை மறந்து நின்றிருந்தாள்.

OOO

அமைதியாக இருப்பதென்று தனக்குத்தானே அவள் உறுதியெடுத்துக் கொண்டாள். அவள் என்ன சொன்னாலும் அது பிழையாகவே அமைந்து விடும், அவளது முட்டாள்தனத்தை, மேம்போக்கான அறிவை நிரூபிக்க அவ்ரமுக்கு அது உதவியாக இருந்துவிடும். படுக்கையிலிருந்து எழுந்து தனது அறைக்குத் திரும்பிச் செல்லவும், எப்போதைக்குமாக அவ்ரமையும், அந்த இன்னொருவனையும் மறக்கவும் அவளுக்கு மட்டும் தெம்பிருந்தால்.

உனக்கு எரிச்சலுண்டாகும்படி நடந்துகொண்டுவிட்டேன், அவள் சொன்னாள்.

அப்படியெல்லாம் ஒன்றுமில்லை.

ஆனால்... ஏன் நீ ஓடிப்போய்விட்டாய்? ஏன் நீ என்னிடமிருந்து ஓடிவிட்டாய், அப்போதுதான்—

எனக்குத் தெரியவில்லை, எனக்குத் தெரியவில்லை. திடீரென்று நான்—

அவ்ரம்?

என்ன?

என் அறைக்கு திரும்பிச் செல்வோம். அங்குதான் நமக்கு நன்றாக இருக்கிறது.

அவளை இங்கேயே விட்டுவிட்டா?

ஆமாம், சீக்கிரம், சீக்கிரம்...

கவனம், இல்லாவிட்டால் நாம் இருவருமே விழுந்துவிடுவோம்.

மெதுவாக நட, எனக்குத் தலை சுற்றுகிறது.

என்மீது சாய்ந்துகொள்.

அவள் குரல் கேட்கிறதா?

மணிக்கணக்கில் அவள் இப்படியே தேம்பியபடி இருப்பாள்.

இதற்குமுன் அவளைப் பற்றிக் கனவு கண்டிருக்கிறேன். உண்மையிலேயே கலவரமூட்டும் ஒரு விஷயம் அது, அவளை நினைத்தால் எனக்குப் பெரும் அச்சமாக இருக்கிறது.

அவள் அழுகை அந்த மாதிரி–

கவனமாகக் கேள், அவள் தனக்குத்தானே பாடுவது போலிருக்கிறது. துக்கம் அனுஷ்டிக்கிறாள்.

அவளது படுக்கையில் வந்து அவர்கள் அமர்ந்தபின் அவள் சொன்னாள், சொல்.

என்ன?

நீ எழுதுவாயா ஒரு...

வேடிக்கைக் கவிதை, கற்பனைக் கதை எழுதவேண்டுமா?

ஹா–ஹா. உன்னுடைய கதைகள். உன்னால் இந்த மருத்துவமனையைப் பற்றி எழுத முடியும் என நினைக்கிறாயா?

முடியலாம், எனக்குத் தெரியவில்லை. உண்மையில் நான் ஒன்றை நினைத்திருந்தேன், ஆனால் ஏற்கனவே அது–

எதைப்பற்றி, சொல்...

அவ்ரம் பிராயசையுடன் எழுந்து சுவரில் சாய்ந்து அமர்ந்தான். அவளையும் அவளது மாற்றி மாற்றிப் பேசும் குணத்தையும் புரிந்து கொள்ள முயல்வதை அவன் கைவிட்டிருந்தபோதும் சொல் என அவள் கேட்கையில் கையில் நூல்கண்டுடனிருக்கும் பூனைக்குட்டியைப்போல அவனால் சொல்லாமலிருக்க முடியவில்லை.

போருக்கு நடுவில் மருத்துவமனையில் படுத்திருக்கும் ஒருவனைப் பற்றிய கதை அது, அவன் கூரை மீது ஏறுகிறான், கையில் ஒரு தீப்பெட்டி–

என்னைப்போல–

ஆமாம், ஆனால் அது முழுக்க அப்படியல்ல. ஏனென்றால் இந்தப் பையன் மின்வெட்டின்போது அந்தத் தீக்குச்சிகளைக்கொண்டு எதிரி விமானங்களுக்கு சமிக்ஞை கொடுக்கிறான்.

எப்படிப்பட்ட ஆள் அவன், பைத்தியமா?

இல்லை. அந்த விமானங்கள் வந்து தனிப்பட்ட விதத்தில் தன்மீது குண்டுகளை வீசவேண்டுமென விரும்புகிறான்.

ஆனால், ஏன்?

இன்னமும் அது எனக்குத் தெரியவில்லை. இதுவரை மட்டுமே நான் யோசித்து வைத்திருக்கிறேன்.

உண்மையிலேயே அந்தளவுக்கு அவன் விரக்தியடைந்துவிட்டானா?

ஆமாம்.

இலன் அவனிடம் சொன்னவற்றிலிருந்து அவ்ரம் இந்தக் கதையை உருவாக்கியிருக்கவேண்டுமென ஓரா நினைத்தாள். ஆனால் அதைக்

கேட்கும் துணிச்சல் அவளுக்கு இல்லை. மாறாக இப்படிச் சொன்னாள், இது கொஞ்சம் திகிலூட்டுவதாக இருக்கிறது.

உண்மையாகவா? அதைப்பற்றி இன்னும் கொஞ்சம் சொல்.

அவள் அதுபற்றி சிந்திக்க ஆரம்பித்தாள். துருப்பிடித்த சக்கரங்கள் அவள் மூளைக்குள் உருளத் தொடங்குவதை உணர்ந்தாள். அவ்ரமும் அதை உணர்ந்ததுபோலத் தோன்றியது, அவன் மௌனமாகக் காத்திருந்தான்.

அவனைப்பற்றி நினைத்துப் பார்க்கிறேன், அவள் சொன்னாள், அவன் கூரை மீது நிற்கிறான், ஒன்றன் பின் ஒன்றாக தீக்குச்சிகளைப் பொருத்துகிறான், சரியா?

சரிதான் என்றவன் கை கால்களை நீட்டிப் படுத்தான்.

அவன் வானத்தைப் பார்க்கிறான், எல்லாத் திசைகளிலும், அவை வருவதற்காக காத்திருக்கிறான், அந்த விமானங்கள் வருவதற்காக. அவை எங்கிருந்து வரும் என அவனுக்குத் தெரியாது. சரியா?

சரி, சரி.

ஒருவேளை இவை அவனது வாழ்வின் கடைசித் தருணங்களாக இருக்கலாம். அவன் கடுமையாக கலவரப்பட்டிருக்கிறான், இருந்தாலும் அவற்றுக்காக அவன் காத்திருக்க வேண்டும். அவன் அப்படிப்பட்டவன் தான், பிடிவாதக்காரன், தைரியசாலி, சரியா?

என்ன?

ஆமாம், அந்தக் கணம் இந்த உலகிலேயே மிகத் தனிமையானவனாக அவன் இருக்கிறான்.

அதுபற்றி நான் சிந்திக்கவில்லை, விசித்திரமான ஒரு சிரிப்புடன் அவ்ரம் சொன்னான். அவனது தனிமையைப் பற்றி நான் யோசிக்கவேயில்லை.

அவனுக்கு ஒரேயொரு நண்பன் இருந்திருந்தால்கூட அவன் இதைச் செய்திருக்க மாட்டான், செய்திருப்பானென்று நினைக்கிறாயா?

ஆமாம், அவன் இதைச் செய்திருக்க—

அவனுக்காக ஒருவரை நீ உருவாக்கலாமே?

ஏன்?

அப்பொழுதுதான் அவனுக்கு ... எனக்குத் தெரியவில்லை, ஒரு நண்பன், அவனோடு இருக்க ஒருவர் கிடைப்பார்.

அவர்கள் மௌனமாக உட்கார்ந்திருந்தார்கள். அவன் யோசிப்பதை அவளால் உணர முடிந்தது. சலசலப்புடன் இறங்கிய வேகமான யோசனை ஒழுக்கு. அவளுக்கு அந்த ஓசை பிடித்திருந்தது.

அப்புறம் அவ்ரம்?

என்ன?

என்னைப் பற்றி எப்போதேனும் உன்னால் எழுத முடியும் என நினைக்கிறாயா?

தெரியவில்லை.

உன்னோடு பேசப் பயமாயிருக்கிறது, என்னுடைய முட்டாள்தனங்கள் அனைத்தையும் நீ எழுதிவிடுவாய்.

எதுபோன்ற முட்டாள்தனங்கள்?

நான் முட்டாள்தனமாகப் பேசுகிறேன் என்றால் அது இங்கே இந்தக் காய்ச்சல் காரணமாகத்தான், சரியா?

ஆனால், நடப்பவற்றை நான் அப்படியே எழுதுவதில்லை.

உண்மைதான், நீ கற்பனையாக எழுதுகிறாய், சுவாரஸ்யமே அதுதான், இல்லையா? என்னைப்பற்றி கற்பனையாக என்ன எழுதுவாய்?

ஒரு நிமிடம், நீ கூட எழுதுவாயா என்ன?

நானா? வாய்ப்பேயில்லை! நான் எழுதுவது கிடையாது. மறைக்காமல் என்னிடம் சொல்–

என்ன?

அந்தக் கதையில் நீ என்னை நீ அடா என்ற பெயரில் எழுதத் திட்டமிட்டிருந்தாய் இல்லையா?

உனக்கெப்படித் தெரியும்?

எனக்குத் தெரியும், அவள் சொன்னாள், கைகளை உடலோடு இறுகக் கட்டிக்கொண்டாள். நான் ஏற்றுக்கொள்கிறேன். என்னை அடா என்றே கூப்பிடு.

முடியாது.

முடியாது என்றால்?

உன்னை ஓரா என்றே அழைப்பேன்.

உண்மையாகவா?

ஓரா, அந்தப் பெயரைச் சுவைத்தவனாக அவ்ரம் சொன்னான். அவன் வாய் வழியாகவும் முழு உடல் வழியாகவும் அப்பெயரின் இனிமை வெளியே பொழிந்தது. ஓ–ரா.

அவளுள் எதுவோ பாய்ந்தது, புராதனமான, லயம் கொண்ட ஓர் அறிவு. அவனொரு கலைஞன். அதுதான், அவனொரு கலைஞன். கலைஞர்களைப் பற்றி அவளுக்குத் தெரியும். நீண்ட காலமாக அவள் அதைப் பயன்படுத்தியிருக்கவில்லை, இப்போது அவளை அது நிறைக்கிறது. அவள் குணமடைய வேண்டும், நோயை வெல்ல வேண்டும், திடீரென அவளுக்கு உறுதிபடத் தோன்றியது, அவளுக்குள் பெண்ணுக்கான உள்ளுணர்வு இருந்தது. அவள் கண்களை மூடிக்கொண்டாள், மகிழ்ச்சியின் சிறு அதிர்வு அவளைத் தாக்கியது. கணநேர உந்துதலில் முன்பின்

அறியாத ஒருவன் மேல் சாய்ந்து அவனது உதட்டில் நீண்ட நேரமாக முத்தமிட்டுக்கொண்டிருக்குமளவுக்குத் தனக்கு ஏற்பட்ட தைரியத்தை நினைத்து அவள் வியந்தாள். அவள் முத்தமிட்டாள், முத்தமிட்டாள், முத்தமிட்டாள். இப்போது கடைசியாகக் கட்டுப்படுத்தி வைக்காமல் அதை நினைத்துப்பார்க்க அவள் துணிந்தபோது, அவள் அந்த முத்தத்தை உணர்ந்தாள், தன் முதல் முத்தத்தை, அவளுள் புகுந்து, அவளை எழுப்பி, அவளது செல்கள் ஒவ்வொன்றினுள்ளும் மெல்ல நுழைந்து அவள் ரத்தத்தை கிளர்ச்சியுறச் செய்த அந்த முத்தத்தை அவள் அனுபவித்தாள். இப்போது என்ன நடக்கும்? அவள் நினைத்துப்பார்த்தாள். இந்த இருவரில் நான் யாரை ... ஆனால் ஆச்சரியப்படும்விதமாக அவள் இதயம் லேசாகவும் மகிழ்வு நிரம்பியும் இருந்தது.

உண்மை என்னவென்றால் நானும் கொஞ்சம் எழுதுவேன், இப்படி ஒத்துக்கொண்டது அவளுக்கே ஆச்சரியமாக இருந்தது.

நீ எழுதுவாயா?

உன்னைப்போல தீவிரமாக இல்லை, நான் எழுதுவேன் எனச் சொன்னதை பெரிதாக எடுத்துக்கொள்ளாதே. அவள் பேசாமலிருக்க நினைத்தாள் ஆனால் முடியவில்லை. அவை உண்மையிலேயே பாடல்கள் இல்லை, உண்மையைச் சொன்னால் அவை நடை மேற்கொள்ளும்போது, சிறு பயணங்கள், பயிற்சி முகாம்களின்போது பாடும் பாடல்கள், முட்டாள் தனமானவை, வேடிக்கைக் கவிதைகள் வகையைச் சார்ந்தவை.

ஓ, அது. அவளை இடையூறு செய்த ஒருவித தன்னடக்கத்துக்குத் திரும்பியவனாக, விசித்திரமான ஒரு சோகத்துடன் அவன் புன்னகைத்தான். எனக்காக நீ ஏதாவது பாட வேண்டுமே.

தலையை அவள் வலுவாக ஆட்டி மறுத்தாள். முடியவே முடியாது, நீ என்ன பைத்தியமா? ஒருபோதும் முடியாது.

அவனைப் பற்றி அவள் அறிந்தது கொஞ்சம்தான் என்றாலும், கோணலானவையும் போலி அறிவுஜீவித்தனமானவையுமான எண்ணங்களால் நிறைந்திருந்த அவன் மூளைக்குள் அவளது பாடல்கள் எதிரொலிப்பதை தான் உணர முடிந்தது எப்படி என்பதை அவளால் நிச்சயம் சொல்லமுடியும். ஆனால் அந்த எண்ணமே அவளைப் பாடவும் வைத்தது – சங்கடப்படுவதற்கு இனி அவளிடம் என்ன இருக்கிறது?

ஆக, அந்தப் பாட்டின் வரிகளுக்குள் மறைந்திருக்கும் அர்த்தங்களை அகழ்ந்து பார்க்க விரும்புகிறாய்? அவனைப் பார்த்து அர்த்தமுடன் புன்னகைத்தாள். இது நீண்ட காலத்துக்கு முன்பு நான் எழுதியது, அவள் சொன்னாள். சேர்ந்தே இதை நாங்கள் எழுதினோம், நானும் அடாவும் மக்கானயிம் முகாமின் கடைசி நாளுக்காக இதை எழுதினோம். புதையல் வேட்டை விளையாடினோம், எல்லோருமே தொலைந்து போனோம், அதுபற்றிக் கேட்காதே.

நான் கேட்க மாட்டேன், அவன் புன்னகைத்தான்.

அப்படியானால் இதைக்கேள்.

இலனிடம் நீ என்ன சொன்னாய்?

எப்போதும் அது உனக்குத் தெரியவராது.

அவனை முத்தமிட்டாயா?

என்ன? என்ன சொன்னாய்? அவள் அதிர்ந்துபோனாள்.

நான் சொன்னது உனக்குப் புரியிவில்லையா.

அவன் என்னை முத்தமிட்டிருக்கலாமில்லையா? தன் புருவங்களை உயர்த்தி குறும்புத்தனமாக அவற்றை வளைத்து நெறித்து விளையாடினாள், வெட்கம்கெட்ட ஊர்சுலா ஆன்ட்ரஸ். இப்போது நான் பாடுவதை அமைதியாகக் கேள். இது "தாதரிஸா பூம்" மெட்டில் அமைந்தது, அந்தப் பாடல் உனக்குத் தெரியுமா?

சந்தேக உணர்வும் கிளர்ச்சியும் சேர இதற்குமுன் தான் அடைந்திராத ஒரு ஆனந்தத்தில் நெளிந்தவனாக, ஆமாம், தெரியும் என்றான் அவ்ரம்.

தன் தொடைகளில் தாளமிட்டவாறு ஓரா பாடினாள்.

புதையல் வேட்டை தொடங்கினோம், *தாதரிஸா பூம்,*
எங்கள் குழுத்தலைவன் நல்ல கட்டுமஸ்தானவன், *தாதரிஸா பூம்,*
வழி கண்டறிய நான் உதவுவேன் என்றான், *தாதரிஸா பூம்,*
தொலைந்தோ, வழிமாறியோ போகாமலிருக்கவும்–

தாதரிஸா பூம், அவ்ரம் மெதுவாக முணுமுணுத்தான், ஓரா அவனைப் பார்த்துப் புதிதாகப் புன்னகைத்தாள், மென்மையான இளம் புன்னகை, அவள் அகத்தில் ஒளியுண்டாகி முகம் ஒளிர்ந்தது. அவளொரு தூய்மை நிறைந்த களங்கமற்ற பெண் என அவன் நினைத்தான், தனது இயல்புக்கு மாறாக மனதிலிருப்பதை அப்படியே சொல்ல நினைத்தான். "படைப்புக்களிலேயே மிகவும் களங்கமற்ற படைப்பு" அவன் நினைத்துப் பார்த்தான். வியப்பு மேலிட அவன் நினைத்தான், நான் மகிழ்வாக இருக்கிறேன். அவள் எனக்கு வேண்டும், என்னவளாக அவள் எனக்கு வேண்டும், எப்போதைக்குமாக, என்றென்றைக்குமாக. வழக்கம்போல அவனது எண்ணங்கள் மாறின, சாத்தியங்களின் எல்லைகளை நோக்கி, காதல் நோயில் விழுந்த ஒரு கனவுகாண்பவனின் எண்ணங்களாக அவை மாறின: அவள் என் மனைவியாவாள், வாழ்வில் என் பிரியசகியாவாள்–

அடுத்த அடி, அவள் சொன்னாள்:

குறிப்புகளைக் கொண்டு பரிசைக் கண்டுபிடித்தோம்–

தாதரிஸா பூம், தடித்த குரலில் பாடியபடி அவ்ரம் தனது தொடைகளில் தாளமிட்டான், சில நேரம் கவனம் பிசகி அவளது தொடைகளில் தட்டினான்.

அவர்களைத் தவிர வேறு யாரும் கண்டுகொள்ளவில்லை–

தாதரிஸா பூம்.

ஏனென்றால் தலைவன் எங்களைப் பார்க்கையில்–

தாதரிஸா பூம்!

அவன் பார்வை எங்களை மயக்கி, குருடாக்கியது!

நிறுத்து, அவ்ரம் தன் கையை அவளது கைமீது வைத்தான். சத்தம் போடாதே யாரோ வருகிறார்கள்.

எனக்கு எதுவும் கேட்கவில்லையே.

அது அவன்தான்.

இங்கு வருகிறானா? தனது அறையிலிருந்து இங்கு வருகிறானா?

எனக்கு ஒன்றும் விளங்கவில்லை. அவன் உயிருக்குப் போராடிக் கொண்டிருக்கிறான்.

என்ன செய்வது அவ்ரம்?

அவன் தவழ்ந்து வருகிறான்! கைகளை ஊன்றி நகர்ந்து வருகிறான்.

அவனை இங்கிருந்து கொண்டு போய்விடு, அவனிடத்துக்குக் கொண்டு போ!

என்ன பிரச்சனை ஓரா, சற்று நேரம் நம்மோடு அவன் அமர்ந் திருக்கட்டுமே.

வேண்டாம், எனக்குப் பிடிக்கவில்லை, இப்போது வேண்டாம்.

ஒரு நிமிடம். ஏய், இலன்? இலன் வா, இங்கேதான் இன்னும் கொஞ்ச தூரம்தான்.

நான் சொல்கிறேன், நான் கிளம்பி விடுவேன்.

இலன், நான்தான் அவ்ரம், உன்னுடைய வகுப்புத் தோழன். நான் இங்கு ஓராவுடன் இருக்கிறேன். சொல், அவனிடம் சொல்–

என்ன சொல்ல?

ஏதாவது சொல்–

இலன் . . ? நான்தான், ஓரா.

ஓரா?

ஆமாம்.

அப்படியானால், நீ நிஜமானவள்?

ஆமாம், இலன், அது நான்தான். உள்ளே வந்து எங்களோடு இரு, சற்றுநேரம் நாம் ஒன்றாக இருப்போம்.

நிலத்தின் விளிம்புக்கு

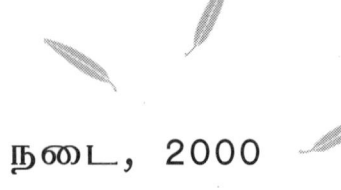

நடை, 2000

வாகனங்களின் அணிவகுப்பு வளைந்து நெளிந்து செல்கிறது. சிவிலியன் கார்கள், ஜீப்புகள், ராணுவ ஆம்புலன்ஸ்கள், பீரங்கி வண்டிகள், பெரிய பாரவண்டிகள் மீது ஏற்றப்பட்ட புல்டோசர்கள் என பிரமிக்க வைக்கும் அணிவகுப்பு. அவளது வாடகைக் கார் ஓட்டுநர் அமைதியாக, துயர்நிரம்பியவராகக் காணப்பட்டார். அவரது கை மெர்ஸிடெஸின் கியர் மாற்றும் கைப்பிடியில் ஓய்வாக இருக்க பருத்த அவரது கழுத்து அசையாமல் இருந்தது. பல நிமிடங் களுக்கு அவர் அவளையோ ஓஃபரையோ பார்க்கவில்லை.

ஓஃபர் காரில் ஏறி அமர்ந்தவுடன் அவனிடமிருந்து கோப மூச்சு ஒன்று வெளிப்பட்டது, மின்னல் வெட்டுப் போன்ற அவனது பார்வை சொன்னது: குறிப்பிட்ட இந்த ஓட்டுநரை இதுபோன்றவொரு பயணத்துக்குக் கூப்பிட்டிருப்பது ஒன்றும் புத்திசாலித்தனமானது இல்லை, அம்மா. அப்போதுதான் தான் செய்திருப்பது என்னவென்று அவளுக்குப் புரிந்தது. அன்று காலை அவள் ஸமியைத் தொலைபேசியில் அழைத்து கில்போவா பகுதிக்கு நீண்டதொரு பயணமாகத் தன்னை அழைத்துச் செல்லவேண்டும் என்றாள். வழக்கம்போலவே பயணத்துக்கான காரணம், பிற பயண விவரங்கள் எதையும் தான் அவரிடம் சொல்லயிருக்கவில்லை என்பது இப்போது அவள் நினைவுக்கு வந்தது. எப்போது வரவேண்டும் என ஸமி கேட்டார், அவள் தயங்கி "மூன்று மணிக்கு வாருங்கள்" என்றாள். "ஓரா" அவர் சொன்னார் "நாம் சீக்கிரம் கிளம்பலாமே, பிற்பாடு போக்குவரத்து கடும் நெரிசலாகி விடும்" அந்த தினத்தின் பைத்தியக்காரத்தனத்தைப் பற்றிய அவரது ஒரே புரிதல் அதுவாக இருந்தது. அப்போதும் அவள் அதைப் புரிந்துகொள்ளவில்லை, மூன்று மணிக்கு முன்பாகக் கிளம்ப வழியே இல்லை என்று மட்டும் அவரிடம் சொன்னாள். அந்த நேரத்தை அவள் ஓஃபருடன் செலவிட விரும்பினாள். ஓஃபர் அதற்கு ஒத்துக்கொண்டாலும்கூட

அதற்காக அவன் எத்தனைப் பிரயாசைப்பட்டான் என்பது அவளுக்குத் தெரிந்திருந்தது. அவர்கள் இருவருக்காகவும் அவள் திட்டமிட்டிருந்த அந்த ஒருவார காலப் பயணத்துக்கு இன்னும் ஏழு அல்லது எட்டு மணி நேரமே இருந்தது. இந்தப் பயணத்தில் ஓஃபரும் இருக்கிறான் என்பதை ஸமியிடம் தான் சொல்லவில்லை என்பதை இப்போது உணர்கிறாள். அதை அவள் சொல்லியிருந்தால் இன்று, இன்றைக்கு மட்டும் ஓஃபரை விட்டுவிட்டு வரச்சொல்லியிருப்பார், அல்லது அவரிடம் வேலை பார்த்த யூத ஓட்டுநர்கள் யாரையாவது அனுப்பி வைத்திருப்பார், “என்னுடைய யூதப் பகுதி” அவர்களை அவர் அப்படித்தான் அழைத்தார். ஆனால் அவரை அவள் அழைத்தபோது தீவிர மனக்குழப்பத்தில் இருந்தாள். அப்போது அவளுக்கு அது தோன்றவேயில்லை – ஒருவித சங்கடம் மெதுவாக அவளது நெஞ்சில் எழுந்தது – இது மாதிரியான பயணத்துக்கு, இதுபோன்றதொரு நாளில், ஒரு அராபிய ஓட்டுநரை அமர்த்தாமலிருப்பது நல்லதுதான்.

எங்களில் ஒருவராக, இங்கிருக்கும் அராபியர்களில் ஒருவராக இருந்தாலும்கூட, தனது நடத்தையை அவள் நியாயப்படுத்த முயல்கையில் இலன் அவள் மூளையைப் பிறாண்டுகிறான். இருபது ஆண்டுகளுக்கு மேலாக கிட்டத்தட்ட குடும்பத்தில் ஒருவராக இருக்கும் – அவளது முன்னாள் கணவன் இலனிடம் பணிபுரிபவர்கள், மற்றும் அவனது குடும்பத்தவர்கள் – என யாரையும் தன் வாகனத்தில் வைத்து ஓட்டிச்செல்லும் ஸமியாக இருந்தாலும்கூட அப்படித்தான். அவர்கள்தான் அவரது வாழ்வாதாரம், அவரது நிலைத்த மாத வருமானம், பதிலுக்கு அவர் நாள் முழுக்க, எப்போதெல்லாம் தேவைப்படுகிறதோ அப்போதெல்லாம் அவர்களுக்கு சேவை செய்யக் கடன்பட்டிருந்தார். அவரது குடும்ப நிகழ்ச்சிக்காக அபு கோஷிலிருக்கும் அவர் வீட்டுக்குச் சென்றிருக்கின்றனர், அவர் மனைவி இனாமை அவர்களுக்குத் தெரியும், அவரது மூத்த மகன்கள் இருவர் அர்ஜெண்டினாவில் குடியேற விரும்பியபோது தங்களுக்குத் தெரிந்தவர்களிடம் சொல்லியும் பணம் கொடுத்தும் அவர்களுக்கு உதவினர். இருவரும் சேர்ந்து பலநூறு மணி நேரம் பயணத்தில் கழித்திருக்கின்றனர், ஆனாலும் ஸமி இவ்வளவு அமைதியாக இருந்து அவள் பார்த்ததில்லை. அவரோடான ஒவ்வொரு பயணமும் ஒரு நகைச்சுவை நிகழ்ச்சி போலிருக்கும், நகைச்சுவையுணர்வும் சாமர்த்தியப் பேச்சும் மிக்கவர் அவர். அரசியலில் பட்டுக்கொள்ளாமலிருக்கும் அவர் பொடி வைத்துப் பேசுவார், நல்லது கெட்டது என்ற பாகுபாடில்லாமல் எல்லாவற்றையும் பேசுவார். அதோடு இன்னொரு ஓட்டுநரை அழைப்பதென்பதை அவளால் கற்பனை செய்யக்கூட முடியாது. அடுத்த வருடம்வரை அவள் கார் ஓட்டவும் முடியாது: கடந்த ஆறு மாதங்களில் மூன்று விபத்துகள், வாகனம் ஓட்டும்போதான விதிமீறல்கள் ஆறு. அவளது ஓட்டும் தகுதிக்கு அது அதிகப்படியான குப்பை. அவளது ஓட்டுநர் உரிமத்தை ரத்து செய்த வெறுக்கத்தக்கவரான அந்த நீதிபதி அவளிடம் சீறினார், உங்களுக்கு நான் நன்மைதான் செய்திருக்கிறேன் உங்கள் உயிரை நான் காப்பாற்றி யிருக்கிறேன், அதற்கு நீங்கள் கடன்பட்டிருக்கிறீர்கள். ஓஃபரை வைத்துக் கொண்டு அவளே காரை ஓட்டியிருந்தால் இதெல்லாமே மிகச் சுலபமாக முடிந்திருக்கும். இன்னொரு தொண்ணூறு நிமிடங்கள் அவனோடு

தனித்திருந்திருக்க முடியும், வழியில் காரை நிறுத்தவும் அவனை அவள் தூண்டியிருக்க முடியும், வாடி அராவில் சில நல்ல உணவு விடுதிகள் இருந்தன. எல்லாவற்றுக்கும் மேலாக ஒருமணி நேரம் கூடுதலாக, ஒருமணி நேரம் குறைவாக என எதற்கு இந்த அவசரம்? ஏன் இத்தனை பரபரப்பாக இருக்கிறாய்? உனக்காக என்ன இங்கே காத்திருக்கிறது, சொல்?

அவனோடு மட்டுமான தனித்த பயணமோ, அவள் மட்டுமேயான பயணமோ விரைவில் அமையப்போவதில்லை, இந்த நெருக்குதலுக்கு அவள் பழகிக்கொள்ள வேண்டும். பறித்துக்கொள்ளப்பட்ட தனது சுதந்திரம் பற்றித் தினம் கவலைப்படுவதை அவள் கைவிட வேண்டும். இலனிடமிருந்து பிரிந்த பின்னரும் தனக்காகக் கார் ஓட்ட ஸமி இருப்பதை நினைத்து அவள் மகிழ்ச்சியடைய வேண்டும், அப்போது இதுபோன்ற விவரங்களை யோசிக்க அவளால் முடியாமல் போனது, ஆனால் இலன் உறுதியாக இருந்தான். அவர்களது விவாகரத்து ஒப்பந்தத்தில் ஸமி ஒரு வெளிப்படையான ஷரத்தாக இருந்தார். அவரே சொல்லுவார், அறைக்கலன்கள், தரைவிரிப்புகள், வெள்ளிப் பாத்திரங்களைப் போல என்னையும் நீங்கள் பங்கு போட்டுக்கொண்டீர்கள். பெரிய பற்கள் தெரிய சிரித்துக்கொண்டே சொல்வார் ”அராபியரான நாங்கள், எப்போது பிரிவினை ஆரம்பித்ததோ அப்போதிருந்தே பங்குபோடப்படுவதற்கு பழகிவிட்டோம்”. அவரது இந்த நகைச்சுவை பற்றிய நினைவுடன் இன்று நிகழ்ந்த சம்பவம், ஏற்பட்ட குழப்பத்தில் அவரது அந்தப் பகுதியை, அவரது அராபியத்தன்மையை, முற்றிலும் அழித்துக்கொள்ள வைத்த சூழல் எல்லாம் சேர்ந்து அவளைச் சங்கடப்பட வைத்தது.

கையில் தொலைபேசியுடனும், முகத்தில் குற்றவுணர்வுடனும் ஓஃபரை இன்று காலையில் பார்த்ததிலிருந்து யாரோ ஒருவர் வந்து கண்ணியமாகவும் உறுதியாகவும் அவளது விவகாரங்களைக் கையிலெடுத்துக் கொண்டிருந்தார். அவள் ஒதுக்கி, தள்ளி தூர வைக்கப்பட்டு, வெறும் பார்வையாளராக, விழி விரியப் பார்த்துக்கொண்டிருக்கும் ஒரு சாட்சியாக மாறியிருந்தாள். அவள் நினைவுகள் வெறும் உணர்ச்சித் தெறிப்புகளாக மட்டுமேயிருந்தன. வீட்டின் அறைகளில் சிறு அடிகள் வைத்துக் குறுக்கு மறுக்காக நடந்துகொண்டிருந்தாள். பிறகு அவர்கள் கடைக்குச் சென்று துணிகள், மிட்டாய், குறுந்தகடுகள் – புதிதாக ஜானி கேஷ் தொகுப்புகள் வந்திருந்தன – வாங்கினர். காலை முழுவதும் அவன்கூடவே ஏதோ மயக்கத்திலிருப்பவள் போல நடந்துகொண்டிருந்தாள், சின்னப்பெண் போல அவன் சொன்னதற்கெல்லாம் சிரித்தாள், வரப்போகும் கணக்கற்ற வருடங்களின் பட்டினியை நினைத்து – விரிந்த பார்வையால் லஜ்ஜையின்றி அவனை விழுங்கிக்கொண்டிருந்தாள் – உண்மையாகவே அப்படியொரு காலம் வரவிருந்தது. நான் போகிறேன் என அவன் சொன்னபோது அவளுக்கு அதுகுறித்து ஐயமிருக்கவில்லை. அன்று காலை மூன்று தடவை அவள் பொதுக் கழிப்பறைக்குச் சென்று வந்தாள், வயிற்றுப்போக்கு ஏற்பட்டிருந்தது. ஓஃபர் சிரித்தான்: “என்னவாயிற்று உங்களுக்கு? என்ன சாப்பிட்டீர்கள்?” அவனது சிரிப்பின் ஒலியை, சிரிக்கையில் லேசாகச் சாயும் அவனது தலையை நினைவின் ஆழத்தில் செதுக்கி வைத்தபடி அவனை உற்றுப்பார்த்து பலவீனமாகப் புன்னகைத்தாள்.

சட்டையை அணிந்து பார்க்கும் அவனையே உற்றுப் பார்த்த இளம் காசாளர் பெண் வெட்கத்தில் நாணினாள், என் அன்பு மகன் ஓர் இளம் மான் என ஓரா தனக்குள் பெருமைப்பட்டுக்கொண்டாள். இசைத்தட்டுக் கடையில் வேலை பார்த்த பெண் பள்ளியில் அவனுக்கு ஒரு வருடம் இளையவள், இன்னும் மூன்று மணி நேரத்தில் எங்கு போகிறாய் எனக் கேட்டபடி அவனருகே சென்று அவனைக் கட்டியணைத்தாள், தனது உயரமான சற்றே பருத்த உடலோடு சேர்த்து அவனை இறுக்கினாள், திரும்பி வந்ததும் தன்னைத் தொலைபேசியில் அழைக்கும்படி கேட்டுக்கொண்டாள். இந்த உணர்வுகளின் மட்டில் சற்றும் சலனப்படாமலிருந்த அவனைப் பார்த்த ஓரா இன்னமும் அவன் மனம் தாலியாவிடம் இருப்பதை அறிந்தாள். அவனை அவள் பிரிந்து சென்று ஒரு வருடம் ஆகிறது, அவன் மனதில் இன்னமும் அவள் மட்டுமே இருந்தாள். தன்னைப்போலவே யார் மட்டிலும் நம்பிக்கை மாறாதவனாக அவன் இருப்பதை, தன்னைவிடவும் ஒருவனுக்கு ஒருத்தி என்ற எண்ணத்தில் தீர்க்கமாக இருப்பதையும் நினைத்து அவள் வருந்தினாள். தாலியாவின் நினைவுகளிலிருந்து விடுபட அவனுக்கு எத்தனை ஆண்டுகள் – அவனுக்கு ஆயுள் இன்னும் சில ஆண்டுகள் இருந்தால் – ஆகுமோ என அவள் நினைத்தாள். உடன் வேகமாக அந்த எண்ணத்தை அவள் அழித்தாள், இரண்டு கைகளாலும் சீற்றமுடன் தன் மூளையிலிருந்து அதனை தேய்த்தழித்தாள், இருந்தும் ஒரு காட்சி தப்பி உள் நுழைந்தது: ஓராவிடம் வருத்தம் தெரிவிக்க அல்லது ஒரு வகையான காலம் கடந்த மன்னிப்பைக்கோரவென தாலியா வருகிறாள், அவள் முகம் கோபத்தில் இறுகுகிறது. எப்படி இப்படி அவனை நீ காயப்படுத்தலாம்? அவள் நினைத்துப்பார்த்தாள். சத்தமாக எதையோ அவள் முணுமுணுத்திருக்க வேண்டும், ஓஃபர் குனிந்து "என்ன அம்மா, என்ன அது?" என மெதுவாகக் கேட்டான். ஒரு கணம் அவன் முகம் அவளுக்குத் தெரியவில்லை – அவனுக்கு முகமே இல்லை, அவள் கண்கள் வெற்றிடத்தை, கடும் பீதியை வெறித்தன. "ஒன்றுமில்லை. நான் தாலியாவைப் பற்றி நினைத்துக்கொண்டிருந்தேன். சமீபத்தில் அவளோடு ஏதும் பேசினாயா?" ஓஃபர் கைகளை வீசி "மறந்துவிடுங்கள், அது முடிந்துபோன கதை" என்றான்.

அவள் மணி பார்த்துக்கொண்டே வந்தாள். அவளது கைக்கடிகாரத்தில், அவனது கைக்கடிகாரத்தில், வணிக வளாகத்துப் பெரிய கடிகாரங்களில், வீட்டு உபயோகப்பொருட்கள் விற்பனையகங்களில் ஓடிக்கொண்டிருந்த தொலைக்காட்சிகளில். காலம் விசித்திரமாக நடந்துகொண்டது, சிலநேரம் பறந்தோடியது, சிலநேரம் மெதுவாக ஊர்ந்தது அல்லது முற்றிலுமாக உறைந்து நின்றது. காலத்தைப் பின்னோக்கிப் புரட்டிப்போடுவதுகூட எளிதாக இருக்கும் என அவளுக்குத் தோன்றியது, நீண்ட காலத்துக்கு அல்ல ஒரு அரைமணி அல்லது ஒருமணி நேரத்துக்கு அப்படிச் செய்தால் நன்றாயிருக்கும். காலம், விதி, கடவுள் போன்ற பெரிய விஷயங்களைக்கூட அற்ப விவாதங்களால் களைத்துத்துப்போகச் செய்யமுடியும். ஷுக்கிலிருக்கும் விடுதியில் மதிய உணவருந்த நகரின் மையத்துக்குப் பயணித்தனர், இருவருக்குமே பசியில்லை என்றபோதும்

ஏராளம் உணவுகளை அவர்கள் வரவழைத்தனர். தபூவாக்கிலிருக்கும் சோதனைச்சாவடி பற்றியக் கதைகளைச் சொல்லி அவளுக்குச் சிரிப்பூட்ட முயன்றான். அங்கு அவன் ஏழு மாதங்கள் பணிபுரிந்தான். வணிக வளாகத்துக்குள் நுழையும்போது அவர்களைச் சோதனையிடப் பயன்பட்டதுபோன்ற ஒரு சிறிய கைக்கருவியைக்கொண்டு சோதனைத் தடுப்பு வழியாகக் கடந்துசெல்லும் ஆயிரக்கணக்கான பாலஸ்தீனியர்களை அவன் சோதனையிடுவான் என்பதை அவள் அப்போதுதான் அறிந்தாள். “உன் கையில் இருந்ததெல்லாம் அது மட்டும்தானா?” மெல்லிய குரலில் அவள் கேட்டாள். அவன் சிரித்தான் “என்னிடம் என்ன இருக்குமென்று நீங்கள் நினைத்தீர்கள்?”, “நான் எதையும் நினைக்கவில்லை” என்றாள் அவள். “அங்கே எப்படி அந்தச் சோதனை நடக்குமென்று உங்களுக்குத் தெரியுமா?” குழந்தைக்குரிய ஒரு ஏமாற்றத்தின் ரேகை அவன் குரலில் தெரிந்தது. “எனக்கு நீ அதைச் சொன்னதேயில்லையே?” என்றாள் அவள். அவன் சுருக்கமாகச் சொன்னான், எப்படியென உங்களுக்குத் தெரியும், அவள் பதில் சொல்லும் முன்பாக அகலமான, பழுப்பேறிய, சொரசொரப்பான தனது கையை நீட்டி அவளது கையை மூடினான், எளிய ஆனால் அபூர்வமான அந்தத் தொடுகை அவள் உணர்வுகளை மழுங்கடித்தது, அவள் மௌனமானாள். தான் ஒதுக்கிவைத்த ஒன்றை எடுத்து அதனிடத்தில் வைத்து நிரப்ப விரும்பியவன் போல கடைசி நிமிடத்தில் வேகமாக அவளிடம் சொன்னான். ஜெனினின் வடக்கே மக்கள் வசிக்கும் பகுதியை நோக்கித் துப்பாக்கி நிலைநிறுத்தியிருந்த குறுகலான இடத்தில் நான்கு மாதங்கள் தான் இருந்ததைப்பற்றிச் சொன்னான். எப்படி தினமும் காலை ஐந்து மணிக்குக் கதவைத் திறந்து வெளியே வந்து இரவில் அங்கே பாலஸ்தீனியர்கள் கண்ணி வெடி ஏதும் வைத்துள்ளனரா என அறையின் வேலியைச் சுற்றிப் பார்ப்பான் என்பதைச் சொன்னான். “அப்படித் தனியாக நடந்துதான் நீ பார்ப்பாயா?” எனக்கேட்டாள்.

“வழக்கமாக அறைக்குள்ளிருந்து ஒருவர் எனக்கு அரணாக துப்பாக்கியைக் குறி பார்த்திருப்பார் – அதாவது அப்போது யாராவது விழித்திருந்தால்”. அது பற்றி இன்னும் அதிகம் தெரிந்துகொள்ள விரும்பினாள் ஆனால் அவள் தொண்டை வற்றிவிட்டிருந்தது. தோள்களைக் குலுக்கியபடி வயதான ஒரு பாலஸ்தீனியரின் குரலில் ஓஃபர் சொன்னான், “குலோ மின் அல்லா” – எல்லாம் கடவுளிடமிருந்து வருவது. “எனக்கு இது தெரியாது” என அவள் முணுமுணுத்தாள். அவளுக்கு அது தெரிந்திருக்கவேண்டும் என்று தான் எதிர்பார்க்கவில்லை என்பதைப் புரிந்துகொண்டவன்போல மனக்கசப்பு ஏதுமின்றி அவன் சிரித்தான். அவன் நேப்லஸில் இருக்கும் கஸ்பா என்னும் பழைய குடியிருப்பைப் பற்றிச் சொன்னான். மிகப் புராதனமான அந்தக் கஸ்பா எல்லா கஸ்பாக்களிலும் சுவாரஸ்யமானது. “குறுகிய தெருக்களின் மேல் பாலங்கள் போல கட்டப்பட்ட ரோமானிய காலத்து வீடுகள் அங்கு இருந்தன, நகரின் அடியில் கிழக்கிலிருந்து மேற்காக நீர்வழி ஒன்று சென்றது, அதிலிருந்து வாய்க்கால்கள், சுரங்கவழிகள் எல்லாத் திசைகளிலும் பிரிந்து சென்றன, தலைமறைவு குற்றவாளிகள் அங்குதான் வசித்தனர், ஏனென்றால் ஒருபோதும் அங்கே வர நாங்கள் துணியமாட்டோம் என்பது அவர்களுக்குத் தெரியும்.” ஒரு புதிய வீடியோ விளையாட்டைப் பற்றிச் சொல்வதைப்போல அவன் ஆர்வமுடன்

சொல்லிக்கொண்டிருந்தான். இரண்டு கைகளாலும் அவன் தலையைப் பற்றி அவன் கண்ணுக்குள் நோக்கி அவனது ஆன்மாவை அறியவேண்டும் எனத் தனக்குள் எழுந்த உணர்வைக் கட்டுப்படுத்த சிரமப்பட்டாள், ஏதோ ஓடிப்பிடித்து விளையாடுபவர்களைப் போல மகிழ்வும், சிரிப்பும், கண்ணடிப்புமாய் அவர்கள் இருந்தபோதும் வருடங்களாக அவனது ஆன்மா அவளிடமிருந்து நழுவியபடி இருந்தது – அதனால் அப்படிச் செய்ய அவளுக்குத் துணிவிருக்கவில்லை. புகாரோ குற்றம் சாட்டுதலோ தொனிக்காத ஒரு குரலில் "ஏய், ஓஃபர், முன்பு போல இப்போது நாம் நண்பர்களாக இல்லையே ஏன்? நான் உன் அம்மாவாக இருந்தால் மட்டும் என்ன?" என அவளால் கேட்கவும் முடியவில்லை.

சந்திப்பதாகச் சொல்லியிருந்த இடத்துக்கு அவளையும் ஓஃபரையும் அழைத்துச் செல்ல மூன்று மணிக்கு ஸமி வந்துவிடுவார். மூன்று மணி அவள் நினைவின் வெகு தொலைவில் இருந்தது. அதன்பிறகு என்ன நடக்கும் என்பதைக் கற்பனை செய்யும் வலு அவளுக்கு இல்லை, தனக்குக் கற்பனைத் திறனே இல்லையென அவள் சொல்வதற்கான சான்றாகவும் அது இருந்தது. ஆனால் இனியும் அது உண்மையாக இருக்க முடியாது, அதுவும் மாறிவிட்டது. சமீபமாக அவளுக்குள் கற்பனைகள் பெருக்கெடுத்தன – கற்பனைகளால் அவள் விஷமூட்டப்பட்டிருந்தாள். ஸமி அவளது பயணத்தை லகுவாக்குவார், குறிப்பாக, திரும்பி வரும்போது. போகும்போது இருப்பதைவிட திரும்பி வரும்போது பயணம் மிகக் கடினமாக இருக்கும் என்பதில் சந்தேகமில்லை. அவளுக்கும் ஸமிக்கும் வழமையான வீட்டு வேலைகள் இருந்தன. ஸமி தன் குடும்பத்தைப் பற்றி, அபு கோஷில் பல்வேறு குலக்குழுக்களுக்கு இடையே உள்ள சிக்கலான உறவுகளைப் பற்றிப் பேசுவதைக் கேட்க அவளுக்குப் பிடிக்கும், நகர் மன்றத்தின் ஊழல்கள், பதினைந்து வயதில் அவர் காதலித்த பெண்கள், இளமைத் திருமணம் செய்துகொண்ட பிறகும் தனது அத்தை மகளுடன் தொடரும் காதல் பற்றியும்கூட அவர் பேசுவார். குறைந்தது வாரத்துக்கு ஒரு முறையாவது முற்றிலும் தற்செயலாக கிராமத்தில் அவளைச் சந்திப்பதாகச் சொல்வார். அவள் பள்ளி ஆசிரியையாக இருந்தவள், அவரது மகள்களுக்கு அவள் பாடம் சொல்லிக் கொடுத்திருக்கிறாள், பிறகு அவள் உயரதிகாரி பொறுப்புக்குச் சென்றாள். அவர் சொல்லும் கதைகளை வைத்துப் பார்க்கும்போது அவள் திடமானவளாக, தன் கருத்தில் பிடிவாதமுடையவளாக இருக்கவேண்டும். ஓரா அவளைப் பற்றி விசாரிக்க வேண்டுமென்ற விதத்திலேயே எப்போதும் அவர் தனது உரையாடலை கொண்டுசென்றார். பிறகு அவளைப் பற்றிய செய்தியை ஒருவித மரியாதையுடன் சொல்லுவார்: இன்னொரு குழந்தை, அவளுடைய முதல் பேரன், கல்வி அமைச்சகத்திலிருந்து கிடைத்த பரிசு, பணியின்போது நிகழ்ந்த அவளது கணவனின் மரணம். சிறு அங்காடியில், ரொட்டிக்கடையில், அபூர்வமாக அவளது வாடகைக் காரில் அவள் பயணித்தத் தருணங்களில் என தற்செயலாக அவர்களுக்குள் நிகழ்ந்த உரையாடல்களை மனதைத் தொடும் வகையிலான விவரங்களுடன் மாறாமல் அப்படியே அவர் சொல்வார். இந்தப் பெண்ணைப் பற்றி அவர் பேச அனுமதித்த ஒரே பெண் அவளாகத்தான் இருக்க முடியும் என்பதை ஓரா யூகித்திருந்தாள், காரணம் வெளிப்படையான பதிலைக்கொண்டிருந்த

அந்த ஒரு கேள்வியை அவள் ஒருபோதும் தன்னிடம் கேட்கமாட்டாள் என்ற அவரது நம்பிக்கையாக இருக்கலாம்.

ஸமி பழுத்த அனுபவசாலியாகவும் வேகமாக சிந்திக்கக்கூடியவராகவும் இருந்தார், தொழில் சார்ந்த அவரது நுணுக்கம் வாழ்வைப் பற்றிய ஞானத்துக்கு வலுசேர்த்தது. தனது தொழில்திறனால் அவருக்கு நிறைய நன்மைகள், அவற்றுள் அவருக்குச் சொந்தமாக அமைந்த வாடகைக் கார்களும் அடக்கம். பன்னிரண்டு வயதாக இருந்தபோது அவரிடம் ஒரு ஆடு இருந்தது, வருடத்துக்கு அது இரண்டு குட்டிகளை ஈன்றது. ஆரோக்கியமான ஒரு வயது ஆட்டிக்குட்டியை ஆயிரம் ஷெக்கல்களுக்கு விற்கலாம், ஒருமுறை அவர் ஓராவிடம் விளக்கினார். “ஆட்டுக்குட்டிக்கு ஆயிரம் ஷெக்கல்கள் கிடைத்தால் அதை விற்றுவிடுவேன், விற்ற பணத்தை அப்படியே தனியே வைத்துவிடுவேன், எட்டாயிரம் ஷெக்கல்கள்கள் சேரும்வரை இப்படிச் செய்வேன். பதினேழு வயதில் ஓட்டுநர் உரிமம் எடுத்தேன், ஃபியட் 127 ஒன்றை வாங்கினேன், பழைய பாணி வண்டிதான் ஆனால் நன்றாக ஓடியது. அதை என் ஆசிரியரிடமிருந்து வாங்கினேன், எங்கள் கிராமத்தில் காரில் பள்ளிக்குச் சென்றவன் நான் மட்டும்தான். பிற்பகலில் சவாரி ஓட்டினேன், எடுபிடி வேலைகள் செய்தேன், இதை எடு, அதைக் கொண்டுவா, அங்கே போ, அதை எடுத்து வா, இப்படியே மெல்ல, மெல்ல …”

கடந்த வருடம் ஓராவின் வாழ்வில் ஏற்பட்ட பிரளயங்களின் நடுவே, நவேடாவில் கட்டப்பட்டுக்கொண்டிருந்த அருங்காட்சியகம் ஒன்றில் தற்காலிக வேலையொன்றுக்கு அவள் தோழியொருத்தி ஏற்பாடு செய்தாள். சில காரணங்களுக்காக அந்த அருங்காட்சியகம் இஸ்ரேலின் பொருளியல் கலாச்சாரம் குறித்த விஷயங்களில் ஈடுபாடு கொண்டதாக இருந்தது. அவள் மடியில் வந்து விழுந்த வழக்கத்து மாறான அந்த வேலை ஓரா சிறிதளவு தன்னையே மறந்திருக்க உதவியது. அந்த அருங்காட்சியகத்தின் ரகசிய நோக்கங்கள் பற்றியோ உலகத்தில் இத்தனை இடங்கள் இருக்க இவ்வளவு பணம் செலவழித்து நவேடா பாலைவனத்தின் நடுவே இஸ்ரேலின் மாதிரி ஒன்றினை உருவாக்கி வைக்க அவர்களைத் தூண்டியது எது என்பது பற்றியோ அவள் அதிகம் யோசிக்கவில்லை. ஐம்பதுகளுக்குப் பொறுப்பாக இருந்த குழுவில் அவள் இருந்தாள், அவளைப் போன்ற “சேகரிப்பாளர்கள்” மற்றக் குழுக்களிலும் இருந்ததை அவள் அறிந்திருந்தாள். ஆனால் அவர்களில் யாரையும் அவள் சந்தித்தது இல்லை. இரண்டு அல்லது மூன்று வாரங்களுக்கு ஒரு முறை அவள் ஸமியுடன் பொருட்கள் வாங்குவதற்காக ஊரைச் சுற்றி மகிழ்வான பயணங்கள் மேற்கொண்டாள். தெளிவற்றதொரு உள்ளுணர்வு எச்சரிக்க அந்த அருங்காட்சியகம் பற்றியும் அதன் நோக்கங்கள் பற்றியும் அவருடன் பேசுவதைத் தவிர்த்தாள். ஸமியும் எதுவும் கேட்கவில்லை, இந்தப் பயணங்களை அவர் இனாமிடம் சென்று எப்படி விவரிப்பார் என அவள் நினைத்துப் பார்த்தாள். இருவரும் சேர்ந்து அந்த நாட்டைச் சுற்றினர். ஜோர்டான் பள்ளத்தாக்கின் கிப்புட்ஸில் அவர்கள் பெரிய துருப்பிடிக்காத எஃகுத் தொட்டிகளை வாங்கினர், வடபகுதியிலிருந்த மோஷவ் ஒன்றிலிருந்து பழங்கால பால் கறக்கும் இயந்திரம் ஒன்றை வாங்கினர், ஜெரூசலேம் குடியிருப்புப் பகுதியில் புதியது

போன்ற பளபளப்பான ஐஸ் பெட்டி ஒன்றை வாங்கினர். அற்பமான அதுவரை மறந்துபோயிருந்த பொருட்களைக் கண்டுபிடித்து வாங்கியது கிட்டத்தட்ட அவளுக்கு உடல் ரீதியான இன்பத்தை அளித்தது: டாஸ்பின் சோப்புக்கட்டியின் எட்டுத் துண்டுகளில் ஒன்று, வெல்வெட்டா கைக் களிம்பு ஒன்று, சானிடரி நாப்கின்கள் ஒரு கட்டு, ஒருகாலத்தில் எக்ட் பேருந்து ஓட்டுநர்கள் பயன்படுத்திய அலங்கரிக்கப்பட்ட ரப்பர் விரல் உறைகள், குறிப்பேட்டின் பக்கங்கள் நடுவே உலர வைக்கப்பட்ட காட்டுப் பூக்கள், ஏராளம் பாடப்புத்தகங்கள், வெகுஜனப் புத்தகங்கள் – அவளுக்கு அளிக்கப்பட்டிருந்த பணிகளுள் ஐம்பதுகளில் காணப்பட்ட கிப்புட்ஸ் வீட்டு நூலகம் ஒன்றை மறு நிர்மாணம் செய்யவேண்டியதும் ஒன்று. தான் சந்தித்த ஒவ்வொருவரையும் ஸமி ஜூப்ரான் தன் கனிவாலும் எளிய வசீகரத்தாலும் கவர்ந்தார். மூத்த கிப்புட்ஸியர்கள் அவர் ஒரு முன்னாள் கிப்புட்ஸ் உறுப்பினர் என நினைத்தனர். (அது உண்மைதான், நகைச்சுவையாக அவளிடம் அவர் சொன்னார்: *“கிர்யத் அனாவிமுடைய நிலங்களில் பாதி எங்களுடையது”*). ஜெரூசலேத்தில் உள்ளூர் பேக்காமன் விளையாட்டுச் சங்கத்தில் சிலபேர் அவர் நக்லவோட் பகுதியில் வளர்ந்தவர் என்று அவர்மீது பாய்ந்தனர், பழைய விளையாட்டரங்கில் நடந்த ஹப்போயல் கால்பந்தாட்டங்களைப் பைன் மரங்களில் ஏறி அவர் பார்த்ததையும் அவர்கள் நினைவுகூர்ந்தனர். வெயிலில் கன்றிய தோலும் குலுங்கும் கை வளையங்களுமாய் காணப்பட்ட துடிப்பான டெல் அவிவ் விதவையொருத்தி சந்தேகமேயில்லாமல் அவர் கெரமைச் சேர்ந்தவர் என்றாள்: ஒரு ஏமனியர் என்பதற்குச் சற்றே பருமனானவராகத் தோன்றினாலும் அவர் “வேர்களுடன்” காணப்பட்டது வெளிப்படையாகத் தெரிந்தது என்றாள், மறுநாள் காரணமே இல்லாமல் அவள் ஓராவை வந்து பார்த்தபோது அவர் *“மிகக் கவர்ச்சியாகவும்”* இருப்பதாகச் சொன்னாள். “நிச்சயம் அவர் எட்ஸெலில் போரிட்டவரைப் போலிருக்கிறார். அப்புறம், அவர் வீடு மாற்றும் வேலைக்குக் கிடைப்பாரா?” என்றாள். அவரிடம் தங்களது அன்புக்குரிய பொருட்களை மக்கள் கொடுக்கும் விதத்தை ஓரா கவனித்திருக்கிறாள். அந்தப் பொருட்களைத் துச்சமாகக் கருதும் தங்களது பிள்ளைகள் தங்கள் காலத்துக்குப்பின் நிச்சயமாகத் தூரத் தூக்கிப் போட்டுவிடுவார்கள் என்று உணர்ந்த அவர்கள் அந்த நேசத்துக்குரிய உடமைகளை அவரிடம் கொடுத்தால் ஏதோவொரு வகையில் அது தங்கள் குடும்பப் பெயரைத் தக்கவைத்துக்கொண்டு இருக்கும் என நினைத்தனர். ஒவ்வொரு பயணத்தின்போதும், அது ஒரு பத்து நிமிடப் பயணமாக இருந்தாலும், அவர்கள் அரசியல் பேசினர், சமீபத்திய அரசியல் நிகழ்வுகளைப் பற்றி விவாதித்தனர். பல ஆண்டுகளுக்கு முன்பு அவ்ரமுக்கு ஏற்பட்ட துயருக்குப்பின் அவள் “சூழ்நிலையிலி”ருந்து முற்றிலுமாகத் தன்னை துண்டித்துக்கொண்டாள் – அதற்கான விலையை நான் கொடுத்து விட்டேன், பட்டுக்கொள்ளாத ஒரு சிறு புன்னகையுடன் அவள் சொன்னாள் – ஸமியினால் மீண்டும் மீண்டும் அவள் இது பற்றிய பேச்சினுள் இழுக்கப்பட்டாள். அவளை உள்ளிழுத்தது அவரது விவாதங்களோ தர்க்கங்களோ அல்ல ஏனென்றால் அவற்றையெல்லாம் அவரிடமிருந்தும் மற்றவர்களிடமிருந்தும் முன்பே அவள் கேட்டிருக்கிறாள், முடிவற்ற இந்த விவாதத்தில் இதுவரை சொல்லாத ஒரேயொரு புதுக் கருத்தைக்கூட

யாரும் சொல்லிவிடப்போவதில்லை என அவள் நம்பினாள். "இதுவரை கேட்டிராத, தீர்க்கமான விவாதங்களை யார் முன்வைப்பீர்கள்?" யாரேனும் அவளிடம் விவாதிக்க வரும்போது அவள் கேட்டாள். விரல்களை ஆட்டியும் எச்சரிக்கையுடன் புன்னகைத்தபடியும் அவளும் ஸமியும் நிலைமையை விவாதிக்கையில்–அவரோடான விவாதங்களில் ஆச்சரியமூட்டும் வகையில் தான் விரும்பாதபோதும் தனது உண்மையான சார்புகளுக்கு அப்பால் அவள் வலது சார் நிலைப்பாட்டை நோக்கி நகர்ந்தாள். இலன் மற்றும் பையன்களோடு இருக்கையில் அவர்கள் சொல்வதுபோல யதார்த்தமல்லாத ஒரு இடது சார்பை அவள் கொண்டிருந்தாள், அவளாலேயே தான் யார் தனது நிலைப்பாடு என்ன என்பதை தீர்மானமாகச் சொல்ல முடியாமலிருந்தது, "எப்படிப் பார்த்தாலும், முழுக்கதையும் முடிந்த பிறகுதான், யார் சொன்னது சரி யார் சொன்னது தவறு என்பது தெரியவரும், இல்லையா?" தோள்களை அழகாகக் குலுக்கியபடி அவள் சொல்வாள். இருந்தாலும், அராபியத்தனமான தனது ஹீப்ரூவில் ஏற்ற இறக்கத்துடன் ஸமி, ஏராளம் வார்த்தைகளைக் கொண்ட, அறச்சீற்றம் தொனிக்கும் யூத மற்றும் அராபியரின் பேராசைமிக்க பாவனைகள் எல்லாம் ஒன்றுமேயில்லை என்றபோது, இரு தரப்புத் தலைவர்களையும் கூர்மையான அரபியில் விமர்சித்தபோது அவள் தனது நினைவின் ஆழத்திலிருந்து தனது தந்தையின் மொழியான யிட்டிஷில் அவற்றுக்கு இணையான மரபுத் தொடர்களை நினைத்துப் பார்த்தாள். சிலநேரம் அவள் நுட்பமான கண்ணுக்குப் புலப்படாதவொரு நிலையை உணர்ந்தாள், அவரோடு பேசிக்கொண்டிருக்கையில் சட்டென்று முடிவு, முழுமையான பெரிய அந்தக் கதையின் முடிவு, நல்லதாக அமைய வேண்டும், அது நல்லதாக அமையும், தனக்குப் பக்கத்தில் உட்கார்ந்திருக்கும் கரடுமுரடான தோற்றம் கொண்ட, வட்ட முகம் அமைந்த இம்மனிதன் ஒரு மெல்லிய முரண்பாட்டின் ஜுவாலையை தடித்த தனது உடலுக்குள்ளேயே காப்பாற்றி வைத்திருக்க முடிந்தால் அது நல்லதாக அமையும், ஏனென்றால் இவ்வளவுக்குள்ளாகவும் அவர் தன்னிலை மாறாமல் இருந்திருக்கிறார். தான் அறிந்துகொள்ளவேண்டியது என்ன என்பதை அவரிடமிருந்து அவள் தெரிந்துகொள்ளும் தருணங்களும் இருந்தன. ஒரு நாள், ஒருவேளை இஸ்ரேலின் நிலை தலைகீழாகும்போது, அப்படி நடக்கக் கூடாது, அவரது நிலையில் தன்னை அவள் கண்டாள், அவளது நிலையில் அவர் இருந்தார். அது சாத்தியமே. அது எப்போதும் கதவுக்குப் பின்னால் காத்திருக்கிறது. ஒருவேளை அவரும்கூட அதைப்பற்றி நினைத்திருப்பார் என்பதை அவள் உணர்ந்தாள் – இன்னமும் அவள் அவளாகவே இருப்பதன் மூலம் அவருக்கு அவள் எதையோ படிப்பித்திருக்கிறாள்.

இந்தக் காரணங்களுக்காக எவ்வளவு முடியுமோ அவ்வளவு அவரை அவள் உற்றுக் கவனித்தபடி இருக்கவேண்டியது அவசியமாகிறது, இத்தனை வருடங்களாக எப்படி அவர் மனம் கசப்பேறிப் போகாமல் இருக்கிறது என்பதை அறியவேண்டும். அவளுக்குத் தெரிந்தவரை, இலன் எப்போதும் சொல்வது போல அவர் தனக்குள்ளே மௌனமாக கொலைவெறிமிக்க ஒரு வெறுப்பை அடக்கிவைத்திருக்கிறார் என்பதை அவள் அவரைப் பார்க்கையில் உணர்ந்ததில்லை. தினசரி எதிர்கொள்ளும் சிறிதும் பெரிதுமான

அவமதிப்புகளுக்குத் தனது குறைகளைக் காரணம் காட்டாமலிருக்கும் அவரது குணத்தைப் பார்த்து அவள் வியந்திருக்கிறாள் – அவரிடமிருந்து இப்பண்பைக் கற்றுக்கொள்ள அவள் விரும்பினாள். அவரிடத்தில் அவள் இருந்திருந்தால், அப்படி நடக்கக் கூடாது, அதனைத் தீவிர உணர்ச்சியுடன் எதிர்கொண்டிருப்பாள் – உண்மையைச் சொல்லப்போனால் மோசமான இந்த வருடத்தில் அவள் அப்படித்தான் நடந்துகொண்டிருக்கிறாள். இத்தனைப் பிரச்சனைகள் குழப்பங்களுக்கு மத்தியில் அவரொரு சுதந்திர மனிதனாகவே இருக்கிறார். அவளால் மிக அபூர்வமாகவே அப்படி இருக்க முடியும்.

அவளுடைய முட்டாள்தனமும், இக்கால கட்டத்தில் இந்த இடத்தில் கட்டுப்பாடும் சிக்கலும் மிக்க விஷயமான கண்ணியமான ஒரு மனிதப்பிறவியாக வாழ்தல் என்பதில் அவளுக்கு ஏற்பட்ட தோல்வியும் பெரிதாக வளர்ந்து வெடித்துவிடுவது போல அச்சுறுத்துகின்றன. கண்ணியமாக அல்லது ஒரு *பெண்ணைப்போல*–இன்னும் அவள் தனது அம்மாவின் குரலில் மட்டுமே கேட்கும் சில வார்த்தைகள் இருந்தன – நடந்துகொள்வது மட்டுமல்ல, இயற்கையிலேயே உங்களால் வேறு எதுபோலவும் நடந்துகொள்ள முடிவதில்லை, வேண்டுமென்றே தீர்மானமாக கண்ணியத்துடன் நடந்துகொள்வதென்பது அமிலம் நிரம்பிய அகண்ட பாத்திரத்தில் தலைகீழாகக் குதிப்பது போன்றது. அவரது உயரம் பருமன் மற்ற உருவ அமைப்புகளை வைத்து அவ்வாறு சொல்வது கடினம் என்றாலும் ஸமி உண்மையிலேயே கண்ணியமானவர். மனதுக்குள் வெறுப்புடனும் ஒருவித சந்தேகத்துடனும்தான் என்றாலும் இலன், இதை ஒத்துக்கொள்ளவேண்டியதாயிற்று: "கண்ணியமானவராக இருக்கலாம், ஆனால் அவருக்கொரு சந்தர்ப்பம் கிடைக்கும்வரை பொறுத்திரு. அப்போது அல்லாவுடையது போன்ற கண்ணியத்தை நீ காண்பாய்."

இத்தனை ஆண்டுகளாக, அவரை அவள் கவனித்து வந்ததிலிருந்து – அவள் எப்போதுமே அவரைக் கவனித்து வந்தாள் – அவரிடம் அவள் கண்ட சில பிறவிக் குறைபாடுகளை, இங்கே அவரது நிலையில், பிளவுபட்ட அல்லது இரட்டை இருப்பில், ஒரு குழந்தைக்குரிய ஆர்வம் மாறாமல் கவனித்து வந்தாள். அவள் மிக நிச்சயமாக அறிவாள், அவர் தவறியதேயில்லை. கண்ணியத்தில் ஒருபோதும் அவர் தவறியதேயில்லை.

ஒருமுறை வெளிநாட்டுப் பயணம் முடித்துத் திரும்பிய இலனை வரவேற்கவென அவளையும் குழந்தைகளையும் அவர் விமான நிலையத் துக்குத் தன் வாடகைக் காரில் அழைத்துச் சென்றார். சோதனைத் தடுப்பி லிருந்த விமான நிலையக் காவலர்கள் அவரை அழைத்துச் சென்று அரை மணி நேரமாக விசாரித்தனர், ஓராவும் குழந்தைகளும் காரிலேயே காத்திருந்தனர். அப்போது பையன்கள் இருவரும் சிறியவர்களாக இருந்தனர், ஆடமுக்கு ஆறு, ஓஸ்பருக்கு மூன்றையொட்டிய வயது. அப்போதுதான் ஸமி ஒரு அராபியர் என்பது அவர்களுக்குத் தெரியவந்தது. முகம் வெளுத்து வியர்வை வழிய திரும்பி வந்தபோது என்ன நடந்தது என்பதை அவர்களிடம் சொல்ல அவர் மறுத்துவிட்டார். அவர் சொன்னது இது மட்டும்தான், "நீ மலம் போன்ற ஒரு அராபியன் என்றார்கள், நான்

சொன்னேன், நீங்கள் என் மேலெல்லாம் மலம் கழிக்கலாம், ஆனால் அதனால் நான் மலம் போலாகிவிடமாட்டேன்."

இந்த வார்த்தைகளை அவள் ஒரு போதும் மறந்ததில்லை. இப்போதெல்லாம், அவர்கள் தன்னை அசிங்கப்படுத்தும்போதெல்லாம் இன்னும் திடமாக இந்த வார்த்தைகளை, ஒரு மருந்து என்பது போல, தன் மனதுக்கு அது வலுவூட்டும் என்பதுபோல, தனக்குத்தானே அவள் சொல்லிக்கொள்வாள். அவளை அசிங்கப்படுத்தியவர்கள், சிறிது காலம் முன்புவரை அவள் பணிபுரிந்த மருத்துவமனையில் நைச்சியமாகப் பேசி அவளை வளைக்க முயன்ற இரண்டு மேலாளார்கள் – குழைந்து வழிவார். அப்படிப்பட்டவர்களை அவ்ரம் இப்படித் தான் அழைத்தான் – மற்றும் இலனிடமிருந்து பிரிந்தபோது கிட்டத்தட்ட அவளிடமிருந்து விலகி இலனுடன் சேர்ந்துகொண்ட அவளது நண்பர்கள் சிலர் (அந்த இடத்தில் நானாக இருந்தால்கூட இலன் பக்கம்தான் போயிருப்பேன், என்னுடன் நான் இருந்திருக்க மாட்டேன் என அவள் நினைத்தாள்). இந்தப் பட்டியலில் தனது பயணம் செய்யும் சுதந்திரத்தைப் பறித்துக்கொண்ட வேசை மகனான அந்த நீதிபதியையும் அவள் சேர்ப்பாள், தன்னை அசிங்கப்படுத்தியவர்களில் தன் பிள்ளைகளையும் அவள் சேர்த்துக்கொள்வாள், முக்கியமாக ஆடமை, ஓஃபரை அல்ல. தயக்கத்துடன், அவளால் உறுதியாகச் சொல்ல முடியவில்லை, இனியும் அவளால் தீர்மானமாகச் சொல்ல முடியவில்லை, இலனையும் அதில் அவள் சேர்ப்பாள். ஆமாம், அசிங்கப் படுத்துப்வர்களில் அவன் முதலானவனாக இருந்தான், அவளது வாயின் விளிம்புகள் எப்போதும் புன்னகையில் மேல் நோக்கி வளைந்திருக்குமாறு பார்த்துக்கொள்வதே தனது வாழ்வின் ஒரே குறிக்கோள் என ஒருமுறை, முப்பது வருடங்களுக்கு முன்பு, சத்தியம் செய்தவன் அவன். ஹா. தன்னையுமறியாமல் அவள் வெறுமையான, சற்றே தொங்கியபடியிருக்கும் தன் மேலுதட்டின் விளிம்பைத் தொட்டுப் பார்க்கிறாள். கடைசியில் அவளை அசிங்கப்படுத்தியவர்களுடன் அவளது மேலுதடும் சேர்ந்துவிட்டது. ஸமியுடனான அனைத்துப் பயணங்கள், எதிர்பாராமல் சந்தித்த அனைத்துச் சிறு சவால்கள், சிலநேரம் மக்கள் அவரைப் பார்த்த சந்தேகப் பார்வைகள், மிக அன்பானவர்கள், அறிவு மிக்கவர்கள் என அறியப்பட்டவர்கள்கூட போகிற போக்கில் சொன்ன கடுமையான சொற்கள், அன்றாட வாழ்வு இருவருக்கும் தந்த ஒரே மாதிரியான கேள்விகளைக் கொண்ட சோதனைகள் இவற்றின் வழியாக அவர்களிடையே ஒரு அமைதியான, பரஸ்பர நம்பிக்கை, சிக்கலான நடனம் அல்லது ஆபத்தான கழைக்கூத்தில் ஒரு சக கலைஞரிடம் வைப்பது போன்ற நம்பிக்கை, வளர்ந்து வந்திருந்தது: உங்களுக்குத் தெரியும் அவர் உங்களை ஏமாற்றமாட்டார், உங்களுக்குத் தெரியும் அவரது கை நடுங்காது, அவருக்குத் தெரியும், நீங்கள் கேட்கக் கூடாதென முற்றிலும் தடைசெய்யப்பட்ட ஒன்றை அவரிடம் நீங்கள் கேட்கமாட்டீர்கள்.

இன்று அவள் தவறினாள், அவரைத் தவறச் செய்தாள். அதை அவள் உணர்ந்தபோது காலம் கடந்துவிட்டிருந்தது. வழக்கம்போல அவளுக்காகக் கார் கதவைத் திறக்க விரைந்தபோது ராணுவச் சீருடையில் கையில் துப்பாக்கியுடன் படிக்கட்டுகளிலிருந்து ஓஃபர் இறங்கிவருவதை அவர்

பார்த்தார் அவன் பிறந்ததிலிருந்து அவர் பார்த்துக்கொண்டிருக்கும் அந்த ஓஃபர்தான். அவளையும் இலனையும் ஓஃபருடன் அவர்தான் மருத்துவமனையிலிருந்து வீட்டுக்குக் காரில் அழைத்து வந்தார். தன் கைகள் நடுங்கும் என்பதால் இலன் அன்று வண்டியை ஓட்ட அச்சப்பட்டான். தனது மூத்த மகளான யூஸ்ரா பிறந்த அன்றுதான் உண்மையிலேயே தனது வாழ்வு தொடங்கியதாக வரும் வழியில் ஸமி சொன்னார். அப்போது அவருக்கு ஒரேயொரு குழந்தைதான், பின்னர் இரண்டு பையன்களும் இன்னுமிரண்டு பெண்களும் பிறந்தனர் – "எனக்கு மக்கள்தொகையியல் பிரச்சனைகள் ஐந்து" கேட்கும் யாரிடமும் அவர் உற்சாகமாகச் சொல்வார் – அன்று அவர் மிகக் கவனமாக வண்டியை ஓட்டியதை ஓரா கவனித்தாள், அவள் கைகளில் இருந்த ஓஃபரின் உறக்கத்துக்கு இடைஞ்சல் ஏற்பட்டுவிடக்கூடாதென்பதற்காக சாலைப் பள்ளங்களைச் சுற்றியும், வேகத்தடைகள் மீதும் மிக மெதுவாக, குலுங்காமல் ஓட்டினார். அடுத்து வந்த வருடங்களில் பையன்கள் நகரின் மையத்திலிருந்த பள்ளிக்குச் சென்றபோது ஸூர் ஹடாஸாவிலிருந்தும் எய்ன் காரீமிலிருந்தும் சென்ற ஐந்து பிள்ளைகளுக்காக பள்ளிக்கூடம் செல்ல அவள் ஏற்பாடு செய்த கூட்டுப் பயணத்தில் ஸமிதான் ஓட்டுநராக இருந்தார். இலன் வெளிநாட்டில் இருந்தபோதெல்லாம் அவர்தான் அவர்களது பயணங்களில் ஓட்டுநராக இருந்தார், குடும்பத்தின் அன்றாட வழமைகளுள் அவர் ஓர் அங்கமாகிப் போயிருந்த வருடங்களும் உண்டு. ஆடம் பெரியவனான பிறகும் ஓட்டுநர் உரிமம் எடுக்காமல் இருந்தான்; அப்போதெல்லாம் வெள்ளிக்கிழமை இரவுகளில் நகரத்துக்கு சென்று வரும் அவனை அவர்தான் காரில் வீட்டுக்கு அழைத்து வருவார். பிறகு ஓஃபரும் இதில் சேர்ந்துகொண்டான். மது விடுதியிலிருந்து இருவரும் தொலைபேசியில் கூப்பிடுவர், எந்த நேரமாயிருந்தாலும் அபு கோஷிலிருந்து ஸமி வருவார், அதிகாலை மூன்று மணியாக இருந்தாலும் தானொன்றும் ஆழ்ந்து உறங்கிக்கொண்டிருக்கவில்லை என்றே சொல்வார், போக வேண்டுமென்ற நினைவு வந்து அவர்கள் உள்ளேயிருந்து வரும்வரை ஆடம், ஓஃபர் மற்றும் அவர்களது நண்பர்களுக்காக விடுதிக்கு வெளியே காத்திருப்பார். அவர் அவர்களது உரையாடலைக் கேட்டிருக்கக்கூடும், ராணுவம் பற்றிய அவர்களது பேச்சுக்கள் – அப்போதெல்லாம் அவர் எதைக் கேட்டார் என்று யாருக்குத் தெரியும்? சட்டென்று அந்த எண்ணம் அவளுள் திகிலாக உதித்தது. விளையாட்டாக மது மயக்கத்தில் உளறிய சோதனைச் சாவடி அனுபவங்கள் பற்றிய நகைச்சுவைகளில் அவர்கள் என்னவெல்லாம் சொன்னார்களோ. பிறகு பையன்களை அவர்களது வெவ்வேறு குடியிருப்புப் பகுதிகளில் கொண்டு விடுவார். இப்போது ஓஃபரை அவர் ஜெனின் அல்லது நேப்லஸில் ஒரு ராணுவ நடவடிக்கைக் காக கொண்டுவிட வேண்டும் என்பதை அவள் எண்ணிப் பார்த்தாள். தொலைபேசியில் அவரை அழைத்தபோது இந்த ஒரு விஷயத்தை மட்டும் சொல்ல மறந்துவிட்டிருந்தாள், ஆனால் ஸமி விரைவாக அதைப் புரிந்துகொண்டுவிட்டார். கோபமும் தோல்வியும் சேர்ந்த ஒரு பயங்கரக் கலவையினால் அவர் முகம் இருண்டுபோவதைப் பார்த்த அவள் மனம் துவண்டாள். ஒரு கண்சிமிட்டலில் அவர் அனைத்தையும் புரிந்து கொண்டார்: சீருடை அணிந்தவனாய் கையில் துப்பாக்கியுடன் ஓஃபர்

படிகளில் இறங்கி வருகிறான், இஸ்ரேலிய போர் முயற்சிகளுக்கு தன் எளிய பங்களிப்பை வழங்குமாறு ஓரா தன்னிடம் கேட்பதை அவர் புரிந்துகொண்டார்.

அவரது முகத்தின் கருத்த சருமத்தின் கீழாக சாம்பல் வண்ண நீரோட்டம் மெல்ல விரவிப் பரவியது, நெருப்பிலிருந்து கிளம்பும் புகைக்கரி அவருள் எழுந்து உடன் அடங்கியது. யாரோ அவரை அறைந்துவிட்டது போல இருந்தது, அவர் அசையாமல் நின்றார். அவளே அவர்முன் தனது ஒளி நிரம்பிய மகிழ்வுடனும் அன்புடனும் நின்றுகொண்டு, எவ்வளவு வலுவாக முடியுமோ அவ்வளவு வலுவாக அவர் கன்னத்தில் அறைந்ததைப்போல. ஒரு கணம் அவர்கள் மூவரும் பொறியில் சிக்கியது போல உணர்ந்தார்கள், சட்டென்று குற்றவுணர்வுக்கு ஆளானார்கள்: உயரே படிகளில் ஓஃபர், துப்பாக்கி தொங்கிக்கொண்டிருக்கிறது, தோட்டாக்கள் அடங்கிய பெட்டி ஒரு ரப்பர் பட்டையால் அதனோடு இணைக்கப்பட்டிருக்கிறது; இதுபோன்றவொரு பயணத்துக்குக்கு விகாரமானதாகத் தோன்றிய ஊதா வண்ணத்தில் மொசுமொசுவென்று மிகவும் ஆடம்பரமாகக் காணப்பட்ட அசட்டுத்தனமான தோள்பையுடன் அவள்; சற்றும் அசையாது நின்றார் ஸமி, ஆனால் இன்னும் இன்னும் குறுக்கிக்கொண்டே போய் மெதுவாக ஒன்றுமில்லாமல் ஆனார். அப்போதுதான் அவர் எவ்வளவு வயதானவராகிவிட்டார் என்பதை அவள் உணர்ந்தாள். முதன்முதலாக அவரை அவள் பார்த்தபோது அவர் கிட்டத்தட்ட ஒரு சின்னப் பையனைப்போல இருந்தார். இருபத்தோரு வருடங்கள் கடந்து விட்டன, அவளைவிட அவருக்கு மூன்று அல்லது நான்கு வயது குறைவு, ஆனால் பார்க்க அவர் வயது மிகுந்தவராகத் தோன்றினார். இங்கே மனிதர்கள்—அவர்களும்கூட, மிக வேகமாக முதிர் வயதை அடைந்துவிடுகிறார்கள் என்ற விசித்திரமான எண்ணம் அவளுள் ஓடியது. அவர்களும்கூட.

காரில் பின்புறம் ஏறியதன் மூலம் விஷயங்களை அவள் இன்னும் மோசமாக்கினாள், அவளுக்காக அவர் கதவைத் திறந்து வைத்திருந்த, வழக்கமாக பயணிகள் ஏறும் பக்கம் அவள் ஏறவில்லை – ஆனால் எப்போதும் அவள் ஸமிக்குப் பக்கத்திலேயே அமர்வாள், எப்படி அது மாறும்? – ஓஃபர் இறங்கி வந்து பின் இருக்கையில் அவளுக்குப் பக்கத்தில் அமர்ந்தான். கைகளைத் தொங்கப்போட்டவராய்த் தலை சற்றே சாய்ந்திருக்க ஸமி காருக்கு வெளியிலேயே நின்றபடியிருந்தார். எதையோ நினைவுபடுத்திப் பார்க்க முயற்சிக்கும் ஒருவரைப்போல, அல்லது தொலை தூரத்திலிருந்து தன் நினைவில் சட்டென தோன்றியிருந்த, மறந்துபோன ஒரு வாக்கியத்தை தனக்குள்ளேயே தெளிவின்றி சொல்லிப் பார்ப்பது போல, ஒருவேளை அது ஒரு பிரார்த்தனை அல்லது ஒரு முதுமொழி, அல்லது ஒருபோதும் திரும்பப் பெறமுடியாத ஒன்றை வழியனுப்புதல். அல்லது ஊகை மற்றும் வேல மரங்களின் பிரகாசமான மஞ்சள் பூக்களின் மணம் நிறைந்த அற்புதமான இளவேனில் காற்றை உள்ளிழுக்க ஒருவன் தனக்கேயென ஒரு கணப்பொழுதை ஒதுக்கிக்கொள்வது போல. இப்படிச் சற்றுநேரம் நின்ற பின்னரே அவர் காருக்குள் அமர்ந்தார், நிமிர்ந்து விரைப்பாக அமர்ந்து அவர்கள் வழி சொல்லக் காத்திருந்தார்.

“ஸமி, இன்றைக்கு நீண்டதூரப் பயணமாக இருக்கப்போகிறது, தொலைபேசியில் நான் சொன்னேனா?” ஓரா கேட்டாள். ஸமி தலையை அசைக்கவோ ஆட்டவோ செய்யவில்லை, பின்னோக்குக் கண்ணாடியில் அவளைப் பார்க்கவுமில்லை. தடித்த பொறுமைமிக்க தனது கழுத்தை சற்று இறக்க மட்டும் செய்தார். “நாம் ஓஃபரை அந்தப் போர் நடவடிக்கைக்காக அழைத்துச் செல்கிறோம், உங்களுக்கு அதைப் பற்றித் தெரியுமா, ரேடியோவில் அதைக் கேட்டிருப்பீர்கள், இடம் கில்போவுக்குப் பக்கத்தில். இப்போது நாம் வண்டியை எடுப்போம், வழியில் விவரங்களைச் சொல்கிறேன்.” அவள் விரைவாகப் பேசினாள், குரல் சுரத்தில்லாமல் இருந்தது. “அந்தப் போர் நடவடிக்கை” ஏதோவொரு விளம்பர நிகழ்ச்சியைப் பற்றிச் சொல்வதுபோல அவள் சொன்னாள், உண்மையில் கிட்டத்தட்ட அவள் வாயில் “அந்த முட்டாள்தனமான போர் நடவடிக்கை” என வந்துவிட்டது, அல்லது “உங்கள் அரசாங்கத்தின் போர் நடவடிக்கை” என்றுகூட. ஆனால் மிகவும் சிரமப்பட்டு அவள் தன்னைக் கட்டுப்படுத்திக்கொண்டாள். காரணம் அது ஓஃபருக்குக் கோபமூட்டும் என அவளுக்குத் தெரியும், அப்படி அவன் கோபப்பட்டால் அது நியாயமான கோபம்தான்: இப்படிப்பட்டவொரு நாளில் எப்படி அவளால் அரசாங்கத்துக்கு எதிரான ஒரு கூட்டணியை உருவாக்க முடியும்? அதோடு மதிய உணவின்போது முடிவாக அவர்களை அடக்கி வைக்க வேண்டுமென்று சொல்லி அவளை அதை ஏற்றுக்கொள்ளவும் வைத்தான். அது அவர்களை முற்றிலும் அழித்துவிடவோ, நம்மைத் துன்புறுத்துவதனின்றும் அவர்களைத் தடுக்கவோ செய்யாது என்றாலும் அதைச் செய்யவேண்டும், மாறாக அது ஒரு சிறு அச்சுறுத்தலை வழங்கக் கூடும் என வலியுறுத்திச் சொன்னான். ஸமியிடம் கடுமையாக நடந்து கொண்ட நினைவு அவளை வாதைக்குள்ளாக்க ஓரா இப்போது தன் நாக்கைக் கடித்துக்கொண்டாள், இடது முட்டியை வயிற்றோடு சேர்த்துக் கட்டிக்கொண்டாள். தனக்குள் பெருகிவந்த உணர்வுகளை அடக்கவேண்டி ஓஃபருடன் அல்லது ஸமியுடன் இயல்பானதொரு உரையாடலைத் தொடங்க முயன்றுகொண்டே இருந்தாள். அவர்களது மௌனத்தை மீறி அவள் அதை செய்ய முயன்றுகொண்டிருந்தாள், இம்முயற்சியைக் கைவிடப்போவதில்லை என உறுதியுடன் தொடர்ந்தாள். அவளே ஆச்சரியப்படும் வகையில் நாற்பத்தெட்டு வயதில் முற்றிலும் பார்வையை இழந்துவிட்ட தனது தந்தையைப் பற்றிய பழைய சம்பவம் ஒன்றை நினைவுபடுத்திச் சொன்னாள் – “நினைத்துப் பாருங்கள்”– கண்அழுத்த நோயினால் முதலில் வலது கண் போனது “ஒருநாள் எனக்கும் அதுதான் நடக்கும்” என்றாள், அடுத்து வந்த வருடங்களில் இடது கண்ணில் கண்புரை உண்டானது, ஒரு குண்டூசித் தலையளவு பார்வையே மிச்சமிருந்தது, “மரபணுக்கள் தம் வேலையைச் செய்தால் கிட்டத்தட்ட எனக்கும் அவ்வளவுதான் மிஞ்சும்.” அவள் அளவுக்கதிகமாகச் சிரித்தாள், “பல ஆண்டுகளாக, ஓரளவுக்குப் பார்வையிருந்த கண்ணில் கண்புரை அறுவைச் சிகிச்சை செய்ய அவர் பயந்தார்” காரின் வெற்றிடத்திடம் உற்சாகமான குரலில் அவள் சொன்னாள். ஸமி எதுவும் சொல்லவில்லை. ஸமியின் நல்லெண்ணத்தைப் பெற இவ்வளவு இறங்கி வருவாள் என்றோ, தனது நாகரிகமற்றத் தவறுக்குப் பிராயசித்தமாக இப்படிப்பட்ட, மனதுக்கு

நெருக்கமான ஒரு சம்பவத்தைச் சொல்வாள் என்றோ நினைத்துப் பார்த்திராத ஓஃபர் ஜன்னலுக்கு வெளியே பார்த்தபடி கன்னங்களை உப்பி தலையை உலுக்கிக்கொண்டான். இதையெல்லாம் அவளும் பார்த்தாள், இருந்தும் அவளால் தன் பேச்சை நிறுத்த முடியவில்லை. கதை தன் போக்கில் சென்றது, காரணம் பொறுமையுடன் மனம் தளராமல் தொடர்ந்து அவள் அப்பாவிடம் பேசி அவரை அறுவைச் சிகிச்சைக்குச் சம்மதிக்க வைத்தது ஓஃபர்தான். ஓஃபரினால்தான் தனது மரணத்துக்கு முன்பாக சில வடருடங்களை அவர் நன்றாக வாழ்ந்தார். தனது குழந்தைப்பருவத்துச் சம்பவங்கள், நினைவுகளையும், பள்ளி, நண்பர்கள், பெற்றோர்கள், குழந்தைப் பருவத்தில் அவள் வசித்த ஹைஃபா குடியிருப்பின் அண்டைவீட்டுக்காரர்கள் பற்றிய கதைகளையும் மனதில் வைத்திருந்தவன் ஓஃபர்தான் என்பது பேசிக்கொண்டிருக்கையில் அவளுக்கு உரைத்தது. அந்த வயதில் எந்தக் குழந்தைக்கும் வாய்த்திராத மகிழ்வுடன் அந்தக் கதைகளினூடாக அவன் வாழ்ந்தான், அவற்றைச் சரியாக எந்த நேரத்தில் எப்படிச் சொல்லவேண்டுமென அறிந்திருந்தான், தனது குழந்தைப் பருவத்தையும், இளமைப்பருவத்தையும் தனக்காக அவன் பாதுகாத்து வருவதை ரகசியமாக அவள் அறிந்தாள், அதனாலேயே இத்தனை வருடங்களாக அவற்றை அவள் அவனிடம் சேமித்து வைத்துவந்தாள். அவளையறியாமலேயே இலனும் ஆடமும் அவளது கதைகளைக் கேட்பவர்களல்ல என்ற முடிவுக்கு வந்தாள். அவள் பெருமூச்சொன்றை வெளிப்படுத்தினாள், அது வித்தியாசமான, புதிதான ஒரு பெருமூச்சென்பதை உடன் உணர்ந்தாள், தன்னுள்ளிருக்கும் வேறுபட்ட ஒரு பகுதியிலிருந்து உறைந்து குளிர்ந்த கத்தியால் வெட்டியெடுக்கப்பட்டப் பெருமூச்சு. அவள் கலவரமுற்றிருந்தாள். ஒரு கணம் அவள் மறுபடி குழந்தையாகியிருந்தாள், அடாவுடன் சண்டையிட்டபடியிருந்தாள், அவளது கையை விட்டுப்போய் மலை விளிம்பிலிருந்து குதிக்கவேண்டுமென அடம்பிடித்தாள் அடா; அடா அவளை விட்டுபோய் பல வருடங்களாகிறது – உடனே கையை உதறிவிட்டுப் போகத்தான் எனும்போது திடீரென்று திரும்பி வந்து தன் கையை ஏன் அவள் பற்றிக்கொள்ள வேண்டும்? ஸமி மற்றும் ஓஃபரின் மௌனத்தினூடாக அவள் சலசலவென்று பேசிக்கொண்டே வந்தாள். தங்களுக்கிடையேயிருந்த விரோதங்களைத் தாண்டியும் இந்த இருவரும் இப்போது தனக்கெதிராக ஒன்றுபட்டு நிற்பது அவளை இன்னும் அதிக மனச்சோர்வுக்குள்ளாக்கியது. அவர்களிடையே ஒரு கூட்டு இருக்கிறது, கடைசியாக ஓரா புரிந்துகொண்டாள், அவளைப் பலியாக வைத்து உண்டான கூட்டு, அவர்களைப் பிரித்து வைத்த விஷயங்கள் எல்லாவற்றை விடவும் மிக ஆழமானதாகவும் வலுவானதாகவும் இருந்தது.

மூக்குச் சிந்தும் ஓசை வலுவான ஓர் இடையூறை ஏற்படுத்த அவள் தன் பேச்சை நிறுத்தினாள். ஓஃபருக்குச் சளி பிடித்திருக்க வேண்டும். அல்லது ஒவ்வாமை ஏதாவது. கடந்த சில வேனிற் காலங்களில் அவனது ஒவ்வாமைகள் மே மாதக் கடைசி வரை நீடித்தன. காரின் பின்புறம் இருந்த அலங்கார ஆலிவ் பெட்டியிலிருந்து ஒரு துடைக்குந்தாளை எடுத்து ஓஃபர் அதில் மூக்கைச் சிந்தினான், அது ஸமி தன் பயணிகளுக்காக வைத்திருந்தது. ஒவ்வொரு தாளாக எடுத்து சத்தத்துடன் மூக்கைச்சிந்தித் துடைத்துவிட்டு நிரம்பிக்கொண்டிருந்த சாம்பல் கிண்ணத்தில் கசக்கி

எறிந்தான். அவனுடைய கிலிலான் தாக்குதல் துப்பாக்கி அவர்களுக்கு நடுவே இருந்தது; அதன் குழல் பல நிமிடங்கள் அவள் மார்பையே குறிபார்த்திருந்தது, அவளால் இனியும் அதைத் தாங்கிக்கொள்ள முடிய வில்லை, அதைத் தள்ளி வைக்குமாறு அவனிடம் சமிக்ஞை செய்தாள். எரிச்சலுடன் அதை எடுத்துத் தன் தொடைகளுக்கிடையே அவன் வைக்கும் போது துப்பாக்கியின் குறிபார்க்கும் பகுதி காரின் மேற்கூரையை மூடியிருந்த திண்டு வேலைப்பாட்டில் பட்டு ஒரு நூலைப் பிரித்துவிட்டது. உடனே ஓஃபர் "மன்னித்துக்கொள்ளுங்கள் ஸமி, இதை நான் கிழித்துவிட்டேன்" என்றான். பிரிந்துவந்துவிட்ட நூலை விரைவாக ஒரு பார்வை பார்த்த ஸமி கரகரப்பான குரலில் "அதைப்பற்றிக் கவலைப்படவேண்டாம்" என்றார். "இல்லையில்லை, பிரச்சனை தேவையில்லை இதை சரிசெய்வதற்கான பணத்தை நாங்கள் தந்துவிடுகிறோம்" என்றாள் ஓரா. ஆழமாக மூச்சை உள்ளிழுத்தவராய் ஸமி சொன்னார் "அதை விடுங்கள், அது ஒன்றும் அவ்வளவு பெரிய விஷயமில்லை". அதன் அடிப்பகுதியையாவது மடித்துவை என்று ஓரா ஓஃபரின் காதில் கிசுகிசுத்தாள். வழக்கமாக அப்படிச் செய்வதில்லை என்றும் தான் பீரங்கி வண்டிக்குள் இருந்தபோது மட்டுமே துப்பாக்கியின் அடிப்பகுதியை மடித்து வைத்ததாகவும் சற்று உரத்த கிசுகிசுப்பாகச் சீற்றமுடன் அவன் சொன்னான், ஓரா முன்னோக்கிச் சாய்ந்து ஸமியைப் பார்த்து அந்த நூலை வெட்டிவிடக் கத்தரிக்கோல் ஏதும் வைத்திருக்கிறீர்களா எனக் கேட்டாள், அவர் வைத்திருக்கவில்லை. அவள் கண் முன்னே நடனமாடியபடி சுழன்ற அந்த நூல் ஒரு கணம் பிதுங்கி வெளியே வந்துவிட்ட குடலைப்போலத் தோன்றியது, அதை மறுபடி உள்ளே வைத்துத் தைத்துவிடலாம் என்றாள் "உங்களிடம் ஊசியும் நூலும் இருந்தால் இப்பொழுதே அதைத் தைத்துவிடலாம்." தன் மனைவி அதைச் செய்துவிடுவாள் என ஸமி சொன்னார், பிறகு எந்த உணர்ச்சியுமற்ற குரலில் இருவரையுமே நோக்கி "துப்பாக்கியைக் கவனமாக வைத்திருங்கள்" என்றார். "அப்போதுதான் அது காரின் கூரையில் இடிக்காது. ஒரு வாரம் முன்புதான் நான் காரின் கூரையில் திண்டுவேலை செய்தேன்". நசுங்கிய ஒரு புன்னகையுடன் ஓரா சொன்னாள் "சரி ஸமி, இனி அப்படி நடக்காது." கண்ணிமைகளைத் தாழ்த்தி அவளால் புரிந்துகொள்ள முடியாத ஒரு பார்வையை அவர் பார்த்தார்.

கடந்தவாரம் வழக்கமான ஒரு பயணத்தின்போது காரில் செயற்கை சிறுத்தைப்புலித் தோலாலான புதிய திண்டுவேலை செய்யப்பட்டிருப்பதைப் பார்த்தாள். அது பற்றிய அவளது உணர்வுகளை உன்னிப்பாகக் கவனித்த ஸமி சொன்னார் " இந்த மாதிரி வேலைப்பாடு உங்களுக்குப் பிடிக்கவில்லை, உங்களுக்கு இது அழகாகத் தோன்றவில்லை, இல்லையா?" பொதுவாகவே தனக்கு மிருகத் தோலால் செய்யப்படும் திண்டுவேலைகள் மீது பெரிதாக ஆர்வமிருப்பதில்லை, அது செயற்கைத் தோல் என்றாலும்கூட என்றாள். அவர் சிரித்தார். "இல்லை, உங்களைப் பொறுத்தவரை இது அராபியர்கள் ரசனை, அப்படித்தானே?" அவர் குரலில் வழக்கத்துக்கு மாறான ஒரு கசப்பை அவள் உணர்ந்தாள், அவளுக்குத் தெரிந்தவரை அவரும் இதற்குமுன் இப்படியொரு அலங்காரத்தைச் செய்ததில்லை. தனக்கு அது மிகவும் அழகாகத் தோன்றுவதாகச் சொன்ன அவர் ஒருவனால் தனது ரசனையை மாற்றிக்கொள்ள முடியாது என்றார். ஓரா பதில் பேசவில்லை. அவருக்கு

இது கடினமான ஒரு நாளாக இருக்க வேண்டுமென நினைத்தாள், யாரேனும் ஒரு பயணி அவரை அவமதித்திருக்கலாம், சோதனைத் தடுப்பு ஒன்றில் அவரை அசிங்கப்படுத்தியிருக்கலாம். தற்காலிகமாக அந்த வாடகைக் காரில் நிலவிய மனச்சோர்வுநிலையை விட்டு இருவருமே வெளியே வந்தனர், ஆனால் அன்றைய தினம் முழுவதுமே ஒருவித அமைதியின்மை அவளைக் கடித்துத் தின்றபடி இருந்தது, அன்று மாலை தொலைக்காட்சிப் பார்க்கையில்தான் அவரது காரின் கூரைத் திண்டு வேலைக்கும் கிழக்கு ஜெரூசலேத்தில் ஒரு பள்ளிக்கு வெளியே கார் குண்டை வெடிக்க முயன்ற யூதக்குடியேறிகள் குழுவுக்கும் இருந்த தொடர்பை அறிந்தாள். அவர்கள் சில நாட்களுக்கு முன்பு கைதுசெய்யப்பட்டிருந்தார்கள், அவர்களில் ஒருவன் எப்படித் தாங்கள் காரின் உட்புறத்தையும் வெளிப்புறத்தையும் "அராபிய ரசனை"யோடு ஒத்துப்போகும் வகையில் வடிவமைத்தோம் என்பதைத் தொலைக்காட்சியில் விளக்கினான்.

இப்போது காருக்குள்ளிருந்த அமைதி இன்னும் இறுக்கமடைந்தது, மீண்டும் தனது பேச்சால் அதனை நிரப்ப முற்பட்டாள் ஓரா. தனது தந்தையைப் பற்றி, அவரின் இழப்பு அவளில் ஏற்படுத்திய பாதிப்புப் பற்றி, எது இடது எது வலது என சொல்லத்தெரியாத நிலையிலிருக்கும் தனது தாயைப்பற்றி, தென்னமெரிக்காவில் சந்தோஷமாய் நாட்களைக் கழித்துக்கொண்டிருக்கும் இலன் மற்றும் ஆடமைப்பற்றி அவள் பேசினாள். ஸமி உணர்ச்சி எதையும் வெளிக்காட்டிக்கொள்ளவில்லை ஆனால் அவரது கண்கள் அங்குமிங்குமாய் அலைந்து ஒருமணி நேரமாகத் தனது வாகனம் ஊர்ந்துகொண்டிருந்த அந்த வாகன அணிவகுப்பை ஆராய்ந்தன. அவர்களது முதற்பயணங்கள் ஒன்றின்போது அவர் சிறுவனாயிருந்தபோதிருந்தே இஸ்ரேலின் சாலைகளில் பாரவண்டிகளை, தனியார் வண்டியோ ராணுவ வண்டியோ, எண்ணுவது வழக்கம் எனச் சொல்லியிருந்தார். ஏன் என்பது போல அவள் அவரைப் பார்த்தாள், நான் என் குடும்பம் உட்பட 1948இன் அராபியர்கள் அனைவரையும் எல்லையைத் தாண்டி கொண்டுவிட அவர்கள் பாரவண்டிகளில்தான் வருவார்கள் என அவர் விளக்கினார். "உங்கள் வெளியேற்றவாதிகள் வாக்களிப்பது அதைத்தானே?" சிரித்தபடி கேட்டார். "வாக்குறுதிகள் காப்பாற்றப்படவேண்டும், இல்லையா? நிச்சயமாகச் சொல்வேன் கொஞ்சம் பணம் கிடைக்குமென்றால் பாரவண்டிகளை ஓட்ட எங்கள் முட்டாள்களே வரிசையாக வந்து நிற்பார்கள்."

இதுவரை அவள் கேட்டிராத பிளிறும் ஓசைகளுடன் ஓஃபர் தொடர்ந்து தன் மூக்கைச் சிந்துகிறான். மென்மையான அவனது இயல்புக்கு ஒவ்வாத விதத்தில் அந்த ஓசை கடூரமானதாகவும், அந்நியமானதாகவும் இருக்கிறது. துடைக்குந்தாள்களை கசக்கி அவன் சாம்பல் கிண்ணத்தில் எறிகிறான், உடன் பெட்டியிலிருந்து இன்னொரு தாளை உருவுகிறான், பயன்படுத்திய தாள்கள் கீழே விழுகின்றன அவற்றை அவன் எடுப்பதில்லை, குனிந்து குனிந்து தனது பைக்குள் அவற்றை எடுத்துப் போடுவதை அவள் கைவிடுகிறாள்.

ஒரு "ஸ்டார்ம்" ஜீப் தொடர்ந்து ஒலி எழுப்பியபடியே அவர்களைத் தாண்டிச் செல்கிறது, அவர்களது வண்டியின் குறுக்காய் வந்து நிற்கிறது. பின்னால் ஒரு ஹம்மர் அவர்களது காரைத் தொட்டுவிடுவது போல வேகமாக நெருங்குகிறது. ஸமி தன் வழுக்கைத் தலையை தடவியபடி இருக்கிறார். ஓட்டுநர் இருக்கையின் மெத்தென்ற பின்புறத்தில் தனது பரந்த முதுகை அழுந்தப் பதிக்கிறார். ஓபரின் நீண்ட கால்கள் பின்னால் முட்டுகையில் முன்னோக்கி குலுங்கிச் சாய்கிறார். சற்றே நெடிமிக்க ஆணுக்கேயான வாசனையுடன் அவள் விரும்பும் விலைமிக்க சவரத்துக்குப்பிறகான திரவத்தின் மணமும் சேர்ந்த வாசனை சில நிமிடங்களாக மோசமடைந்து கொண்டிருக்கும் இனிய வியர்வை வாசனையாக மாறிக்கொண்டிருந்தது. நெடியுடன் கிளம்பி குளிர்ச்சாதன வசதியையும் மீறி அது காரை நிறைத்தது. ஓராவுக்கு மூச்சுத் திணறினாலும் காரின் ஜன்னல் கதவைத் திறக்க அவள் துணியவில்லை, சாய்ந்து அமர்ந்து வாயால் மூச்சுவிடுகிறாள். ஸமியின் வழுக்கைத் தலையிலிருந்து பெரிய துளிகளாக வியர்வை இறங்கி உப்பிய அவரது கன்னங்கள் வழி ஓடியது. அவரிடம் ஒரு துடைக்குத்தாளை தர விரும்பினாள், ஆனால் அவளுக்கு அச்சம். அவருக்குப் பிடித்தமான மஜித் எல்க்ரம் உணவு விடுதியில் உணவருந்திய பின் மேசைக்கு அவர்கள் ரோஸ்வாட்டரை எடுத்து வருகையில் வேகமாக அதில் தன் விரல்களை அவர் வைக்கும் விதத்தை நினைத்துக்கொண்டாள்.

முன்னே இருக்கும் வாகனத்துக்கும் பின்னால் முட்டிக்கொண்டிருக்கும் வாகனத்துக்கும் இடையே அவர் கண்கள் வேகமாகச் சென்றுவந்தன. இரண்டு விரல்களால் தன் சட்டையின் காலரைக் கழுத்திலிருந்து அவர் மேலிழுத்து விடுகிறார். இந்த வாகனக் கூட்டத்தில் அவர் மட்டுமே அராபியர் என்பதை அவள் நினைத்துப் பார்க்கிறாள். அவளுள்ளும் வியர்வையின் குறுகுறுப்பை உணர்கிறாள்; அவர் பயந்துவிட்டிருக்கிறார், அச்சத்தினால் இறந்துகொண்டிருக்கிறார். எப்படி இதை நான் அவருக்கு செய்திருக்க முடியும்? ஒரு பெரிய வியர்வைத்துளி அவரது முகவாய்க் கட்டையிலிருந்து விழாமல் ஒட்டிக்கொண்டிருக்கிறது. கணத்த ஒரு நீர்த்துளி, எப்படி அது கீழே சொட்டும்? ஏன் அதை அவர் துடைக்கவில்லை, வேண்டுமென்றே அதை அவர் அப்படியே விட்டுவிட்டாரா? ஓராவின் முகம் வெப்பத்தில் சிவந்துவிடுகிறது. வேகமாக அவள் மூச்சுவிடுகிறாள். காரின் ஜன்னலைத் திறந்தபடி ஓஃப்பர் சொல்கிறான் "மிகவும் வெப்பமாக இருக்கிறது, குளிர்ச்சாதனம் மிகவும் பலவீனமாக உள்ளது."

அவள் பின்புறமாகச் சாய்ந்து உட்கார்ந்து தன் கண்ணாடியைக் கழற்றுகிறாள், மஞ்சள் பூக்களின் அலை அவள் முன்னால் அசைகிறது, காட்டுக் கடுகுப்பூக்கள். குறைபட்ட அவளது விழிகள் அவற்றை உடைத்து நசுக்கி பிரகாசமான மஞ்சள் தீற்றல்களாகக் காட்டுகின்றன. தன் கண்களை மூடுகிறாள். தனது உடலிலிருந்து வருவதுபோல வாகனக் கூட்டத்தின் அதிர்வு வெடித்துக் கிளம்பி, வலுவான அச்சமூட்டும் ஒரு ஊளையாக உயர்ந்து ஒலிக்கிறது. அவள் தன் கண்களைத் திறக்கிறாள்; அச்சமூட்டும் அந்த இடிக்கும் ஓசை மறைந்து வெளிச்ச அலைகள் திரும்புகின்றன. அவள் கண்களை மூட மீண்டும் அந்த ஊளை உயர்ந்து ஒலிக்கிறது. உள்ளுக்குள் மேள ஒலிபோல, விடாப்பிடியான, வெறுக்கத்தக்க ஒரு

பேரொலி, என்ஜின்கள் மற்றும் பிஸ்டன்களின் கூட்டொலி. அவற்றுக்கு அடியில் இதயத்துடிப்புகள், வேகமாகப் பாயும் ரத்தக்குழாய்கள், அச்சத்தின் மௌனத் தெறிப்புகள். பாம்பு போல வளைந்து நிற்கும் வாகன வரிசையைப் பார்க்கப் பின்னோக்கித் திரும்புகிறாள். அந்தக் காட்சி கிட்டத்தட்ட கொண்டாட்டம் போல கிளர்ச்சியூட்டுகிற, பெரிய உயிர்த்துடிப்புள்ள வண்ணமிக்க அணிவகுப்பாக இருக்கிறது. பெற்றோர்கள், சகோதரர்கள், தோழியர்கள், தாத்தா பாட்டிகள்கூட, அந்தப் பருவத்தின் முக்கிய நிகழ்வான போர்ப்பிரச்சாரத்துக்கு தங்களது அன்புக்குரியவர்களை அழைத்து வந்திருந்தனர். ஒவ்வொரு காரிலும் ஒரு இளம்பையன் இருந்தான், அப்போதுதான் கனிந்திருந்த பழங்கள், மனிதப் பலியுடன் முடியும் இளவேனில் திருவிழா. நீ? தன்னையே அவள் தீர்க்கமாகக் கேட்கிறாள். உன்னையே நீ பார், எவ்வளவு நாசூக்காக, அமைதியாக உன் மகனை, கிட்டத்தட்ட உனது ஒரே மகனை, நீ மிக நேசிக்கும் இளைஞனை, இஸ்மாயிலை உன் தனிப்பட்ட ஓட்டுநராகக் கொண்டு இங்கு அழைத்து வருகிறாய்.

ஒன்றுகூடுமிடம் வந்ததும் கண்ணில்பட்ட முதல் நிறுத்திடத்தில் அவசர பிரேக்கைப் பயன்படுத்தி நிறுத்தி, நெஞ்சின் மீதாகக் கைகளைக் கட்டிக்கொண்டு ஓராவுக்காகத் தான் அங்கேயே காத்திருப்பதாகச் சொல்கிறார் ஸமி. இதுவரை இல்லாத வகையில் அவளிடம் சீக்கிரம் வந்துவிடும்படி சொல்கிறார். ஓஃபர் காரை விட்டு வெளியே வருகிறான். ஸமி அசையவில்லை. கோபமாக எதையோ சொல்கிறார், என்னவென்று அவளுக்குப் புரியவில்லை. ஓஃபரிடம் போய் வா என்று அவர் சொல்லி யிருக்கக்கூடும் என அவள் நினைக்கிறாள். ஆனால் அவர் என்ன முணுமுணுத்தார் என்று யாருக்குத் தெரியும். பிரகாசமாக எரியும் விளக்கு களின் ஒளியில் கண்களைச் சிமிட்டியபடியே ஓஃபரின் பின்னால் நடந்துசெல்கிறாள். துப்பாக்கிக் குழல்கள், குளிர் கண்ணாடிகள், கார் கண்ணாடிகள். எங்கே அவன் தன்னை அழைத்துச் செல்கிறான் என அவளுக்குத் தெரியவில்லை. அதேநேரம் அந்த நூற்றுக்கணக்கான இளைஞர்கள் நடுவே கலந்து இனி ஒருபோதும் பார்க்க முடியாதவாறு அவன் மறைந்து போவானோ என்றும் அவள் பயந்தாள், அதற்கு அர்த்தம் – இந்நாள் முழுவதும் தன்னுள் கொண்டிருந்த அந்தத் துயர நிமிடங்களை மாற்றியமைத்தவளாக அவள் உடன் தன்னைத் திருத்திக்கொண்டாள்– அவன் மறுபடி வீட்டுக்கு வரும் வரையில் அவனை அவள் பார்க்கமாட்டாள். சூரியன் கடுமையடைகிறது, அந்தக் கூட்டமே ஒரு வண்ணக் குவியலாக, பரப்பரப்பாக நகரும் புள்ளிகளாக மாறுகிறது. அவள் ஓஃபரின் நீளமான காக்கி நிற பின்புறத்தையே கவனமாகப் பார்த்தபடியிருக்கிறாள். அவனது நடை இறுக்கமாக சற்று முரட்டுத்தனமாக இருக்கிறது. தன் தோள்களை விரித்து கால்களை அகட்டி வைத்து அவன் நடப்பதைப் பார்த்தாள். அவள் நினைத்துப் பார்க்கிறாள். அவனுக்குப் பன்னிரண்டு வயதாக இருந்தபோது தொலைபேசியில் பேசுகையில் அவன் தன் குரலை மாற்றிக் கொள்வான். கனத்து ஒலிக்கவேண்டும் என்பதற்காக தொண்டையை இறுக்கி “ஹலோ” என்பான் அடுத்த நிமிடம் அதை மறந்தவனாக

86

டேவிட் கிராஸ்மன்

வழக்கமான தனது கீச்சுக்குரலில் பேசுவான். அவளைச் சுற்றிலும் உரத்துக் கூப்பிடும் ஓசைகள், சீழ்க்கையொலிகள், மெகாபோன் அழைப்புகள், சிரிப்பு என நிறைந்திருந்தது. "அன்பே பேசு, நான்தான், அன்பே பேசு, நான்தான்" எனப் பக்கத்தில் ஒரு கைப்பேசி ஒலித்துக்கொண்டிருந்தது. இந்தக் கைப்பேசி ஒலிப்புப்பாடல் அவள் போகுமிடமெல்லாம் அவளைத் தொடர்வதாகத் தோன்றியது. இந்த கூச்சல் குழப்பத்தின் நடுவே தூரத்தில் எல்லோரும் ஒன்றுகூடும் மைதானத்தில் ஒரு குழந்தையின் பேச்சை சட்டென்று அவளால் தனித்துக் கேட்க முடிந்தது. அந்த ஆண் குழந்தையின் தாய் அவனுக்கு அன்புடன் பதில் சொல்வதும் அவளுக்குக் கேட்டது. அவர்கள் எங்கேயிருக்கிறார்கள் எனப் பார்க்க அவள் ஒரு நிமிடம் நிற்கிறாள். அவளால் அவர்களைக் கண்டுபிடிக்க முடியவில்லை. ஒரு காரின்மீது வைத்து அந்தக் குழந்தையின் உறிஞ்ஞாடையை அவள் மாற்றுவதாக அவள் கற்பனை செய்கிறாள். குனிந்து அவள் குழந்தையின் வயிற்றில் கிச்சுகிச்சு மூட்டுகிறாள். தோள்பையை உடலோடு அணைத்தபடி, சற்றே கூன்வளைந்து அவள் நிற்கிறாள், கசிந்துவரும் அந்தத் தாய்–குழந்தை ஒலிகளை அவை மறைந்து தேயும்வரை தன் நாவால் சுவைக்கிறாள். அது ஒரு பெரிய, நிவர்த்தி செய்யமுடியாத தவறு. பிரியும் நேரம் நெருங்க நெருங்க ராணுவவீரர்களும், அவர்களது குடும்பத்தாரும் அறிவை மயங்கவைக்கும் மருந்தை முகர்ந்தவர்கள் போலாகின்றனர், அவர்களது கொண்டாட்ட உணர்வு மங்குகிறது. ஒரு பள்ளிக்கூடப் பயணம் அல்லது குடும்பச் சுற்றுலாவின்போது காணும் உற்சாக இசைகள் எங்கும் நிறைகின்றன. தயார்நிலைப் பணியிலிருந்து விலக்களிக்கப்பட்ட அவள் வயதையொத்த ஆண்கள், ராணுவத்திலிருக்கும் அவர்களது நண்பர்களை, இளம் வீரர்களின் தந்தையர்களை சந்தித்து சிரிப்பைப் பரிமாறிக் கொள்கின்றனர். முதுகில் தட்டிக்கொள்கின்றனர். "நமது கடமை முடிந்துவிட்டது, இனி அவர்களுடையது," கட்டை குட்டையான இருவர் பேசிக்கொள்கின்றனர். தங்கள் அன்புக்குரியவர்களுக்குப் பிரியாவிடையளிக்கும் குடும்பத்தினரை தொலைக்காட்சிக் குழுக்கள் நெருங்கி வந்து படம் பிடிக்கின்றன. தாகத்தில் தொண்டை வறண்டவளாக ஓரா நடையும் ஓட்டமுமாக ஓபரின் பின்னால் போகிறாள். ஒவ்வொருமுறை அவள் பார்வை ஒரு ராணுவவீரன்மீது படும்போதும் அவனது நினைவு வந்துவிடுமோவென்ற அச்சத்தில் தன்னையுமறியாமல் உடன் பார்வையை விலக்குகிறாள்; போர்ப்பிரச்சாரத்துக்குச் செல்லும் முன்பாக சிலநேரம் வீரர்கள் குழுப்புகைப்படம் எடுக்கையில் ஒருவரது தலைக்கும் மற்றவரது தலைக்கும் இடையில் குறிப்பிட்ட இடைவெளி இருக்குமாறு பார்த்துக்கொள்வோம் என ஓஃபர் ஒருமுறை சொல்லியிருக்கிறான். அப்போதுதான் பிறகு செய்தித்தாளில் புகைப்படம் வெளியாகையில் தலையைச்சுற்றி சிவப்பு வட்டமிட போதுமான இடம் இருக்கும். வீரர்கள் அவரவரது படையணியின் இடத்துக்குச் செல்லுமாறு ஒலிபெருக்கிகள் இரைந்தன. படையணியினர் சந்திக்குமிடத்தை அவர்கள் சந்திக்கும் விடுதி என அழைத்தார்கள். தாய்க்குரிய தொனியில் அவள் நினைத்துப் பார்க்கிறாள். காட்டுமிராண்டிகள், மொழியை மானபங்கப்படுத்துபவர்கள். நடந்துகொண்டிருந்த ஓஃபர் சட்டென நிற்கிறான், கிட்டத்தட்ட அவள் அவன்மீது மோதிவிட்டாள். அவன் திரும்பி அவளைப் பார்க்க அவளுள்

ஒரு பிரளயத்தை உணர்கிறாள். "என்னவாயிற்று உங்களுக்கு?" ரகசியம் போன்ற குரலில் அவளிடம் கேட்கிறான். "இங்கு ஒரு அராபியன் வந்திருப்பதை அவர்கள் பார்த்து, அவர் தற்கொலை செய்துகொள்ள வந்திருப்பதாக நினைத்தால் என்ன ஆவது? இங்கே என்னை அழைத்து வருவதைப்பற்றி அவர் எப்படி உணர்ந்தார் என்பதை நீங்கள் நினைத்துப் பார்க்கவில்லையா? இந்த நிகழ்வு அவருக்கு எப்படி இருக்கும் என்பதுகூட உங்களுக்குத் தெரியாதா?"

வாதிடவோ விளக்கிச் சொல்லவோ அவளுக்கு தெம்பிருக்கவில்லை. அவன் சொல்வது சரிதான், ஆனால் அவள் எதையும் யோசித்துப் பார்க்கக் கூடிய நிலையில் இல்லை. எப்படி அவனால் அவளைப் புரிந்துகொள்ள முடியாமல் போனது. அவளோடு கலிலேயாவுக்கு செல்லவிருந்த பயணத்துக்குப் பதிலாக தான் ஒரு கஸ்பா அல்லது முக்கக்தாவுக்கு செல்லவிருப்பதாக அவன் சொன்னதிலிருந்து அவளது மூளையை வெண்ணிறப் பனிமூட்டம் சூழ்ந்துவிட்டிருந்தது. அது காலை ஆறு மணி. அடுத்த அறையில் கிசுகிசுப்பான குரலில் அவன் தொலைபேசியில் பேசிக்கொண்டிருப்பதைக் கேட்டு அவள் விழித்தாள். உடன் அங்கு ஓடினாள். அவனது முகத்தில் கண்ட குற்றவுணர்வைப் பார்த்ததுமே கோபமடைந்தவளாய் "அவர்கள் அழைத்தார்களா?" எனக் கேட்டாள்.

"நான் கிளம்ப வேண்டுமெனச் சொல்கிறார்கள்."

"எப்போது."

"எவ்வளவு விரைவாக முடியுமோ அவ்வளவு விரைவாக."

இந்த அழைப்பு கொஞ்சம் தாமதமாக வந்திருக்கக் கூடாதா, அந்தப் பயணத்தை அவர்கள் இரண்டு அல்லது மூன்று நாட்களுக்கு நீட்டித்திருக்க முடியுமே. அவனோடு ஒருவார காலம் இருப்பது என்பது இப்போது ஒரு கனவாகிவிட்டதை உணர்ந்தவளாய் இப்படி நினைத்துப் பார்த்தாள். பரிதாபமான ஒரு புன்னகையுடன் அவள் கேட்டாள் "குடும்பமாகச் சேர்ந்து சில விருந்துகளுக்கு ஏற்பாடு செய்வதாக நாம் சொல்லியிருந்தோமே?"

அவன் சிரித்துவிட்டுச் சொன்னான் "அம்மா இது ஒன்றும் விளையாட்டில்லை, போர்." அவனுடைய, அவன் தந்தையுடைய, அவன் அண்ணனுடைய அகங்காரத்தையும், அவளில் மிக அதிகமாக வலியுண்டாகக் கூடிய இடமாகப் பார்த்து அவளை தாக்குவதையும் பார்க்க—அவள் மிகக் கோபமாக அவனிடம் சொன்னாள், "போருக்கும் விளையாட்டுக்குமிடையிலான வித்தியாசத்தை ஆண் மூளை உணர்ந்திருப்பதாக எனக்குத் தெரியவில்லை." காலைக் காபி அருந்தும் முன்பாகவே தனது வாதிடும் திறனை பயன்படுத்த முடிந்ததை எண்ணி ஒரு கணம் அவள் சிறிது திருப்திகொண்டாள். தோள்களைக் குலுக்கிவிட்டு தனது பயணத்துக்குத் துணிமணிகளை எடுத்துவைக்க ஓஃபர் தனது அறைக்குள் சென்றுவிட்டான். வழக்கம்போல ஒரு புத்திசாலித்தனமான பதிலைச் சொல்லாமல் அவன் சென்றுவிட்டதனாலேயே அவன் மீது அவளுக்குச் சந்தேகம் தோன்ற ஆரம்பித்தது.

அவன் பின்னாலேயே சென்று அவள் கேட்டாள். "உனக்குத் தெரியப் படுத்தவா அவர்கள் தொலைபேசியில் அழைத்தார்கள்?" ஏனென்றால் அப்போது தொலைபேசி ஒலித்ததாக அவளுக்கு நினைவில்லை.

பீரோவிலிருந்து தனது சீருடைச் சட்டைகளையும் சிலஜோடி சாம்பல் வண்ணக் காலுறைகளையும் எடுத்து தனது முதுகுப்பையில் திணித்தான் ஓஃபர். கதவின் பின்னிருந்து அவன் முணுமுணுத்தான் "யார் அழைத்தால் என்ன? போர் நடவடிக்கை ஒன்று நிகழவிருக்கிறது, அவசர அழைப்பு வந்தது, நாட்டில் பாதிப்பேர் ராணுவப் பணிக்குக் கிளம்பிவிட்டனர்."

ஒரா விடவில்லை. நானா? கண்டுகொள்ளாமையை இவ்வளவு கச்சிதமான முள்ளைக் கொண்டா குத்துவது? பிற்பாடு அவள் தன்னையே கேட்டுக்கொண்டாள். பலவீனமடைந்தவளாக வாசற்கதவின் மீது சாய்ந்து கொண்டாள். கைகளை நெஞ்சுக்குக் குறுக்காய் கட்டிக்கொண்டாள். அந்தத் தொலைபேசி அழைப்பு வரும் முன்பாக நடந்தவற்றைச் சொல்லுமாறு அவனை வற்புறுத்தினாள். அன்று காலை அவன்தான் அவர்களைத் தொலைபேசியில் அழைத்தான் என்பதை அவன் ஒப்புக்கொள்ளும்வரை அவள் விடமாட்டாள். காலை ஆறு மணிக்கு முன்பே படையணிக்குத் தொலைபேசியில் பேசி தன்னைப் படையில் சேர்த்துக்கொள்ளுமாறு மன்றாடியிருக்கிறான். காலை ஒன்பது மணிக்கு அவள் ஆள்சேர்ப்பு மையத்தில் இருந்திருக்கவேண்டும். அங்கு அவனை அவர்கள் படையிலிருந்து விடுவித்திருப்பார்கள். அங்கிருந்து அவளோடு அவன் கலிலேயாவுக்குப் பயணித்திருக்க வேண்டும். பார்வையைத் தாழ்த்தியபடி முணுமுணுப்பாக அவன் பேசியதிலிருந்து அவள் தெரிந்துகொண்டாள். அவனது பணிக்காலத்தை நீட்டிக்கும்படி அவனிடம் கேட்டுக்கொள்ளும் எண்ணம் ராணுவத்துக்கே இருந்திருக்கவில்லை. அவர்களைப் பொறுத்தவரை அவன் ஒரு சிவிலியன். படையிலிருந்து விடுவிக்கப்பட்டு விடுப்பில் இருப்பவன். நெற்றி சிவக்க, ராணுவச் சேவையை விட்டுவிடக்கூடாதென்று முடிவு செய்தது தான்தான் என ஒருவித இறுமாப்புடன் ஒப்புக்கொண்டான் ஓஃபர். "வேறு வழியே இல்லை! மூன்று வருடங்கள் மலம் தின்றபின் சரியாக இதுமாதிரியான ஒரு ராணுவ நடவடிக்கைக்கு நான் தயாராக இருக்க மாட்டேனா?" மூன்று வருடங்களாக சோதனைத் தடுப்புகளில் வேலை, ரோந்துப்பணி. பாலஸ்தீனிய கிராமங்களிலும் குடியேற்றப் பகுதிகளிலுமிருக்கும் சிறுவர்கள் அவனை நோக்கிக் கற்களை எறிவார்கள். அதோடு ஆறுமாதங்களாக தனது பீரங்கி வண்டிக்கு எச்சில் துப்பும் தொலைவுகூட அருகே அவன் சென்றதில்லை. இப்போது கடைசியாக அசிங்கம்பிடித்த அவனது அதிர்ஷ்டம் இந்தத் தீவிரமான ராணுவ நடவடிக்கையில் ஈடுபட அவனுக்கு வாய்ப்பளித்துள்ளது. ஆயுதமேந்திய படைப்பிரிவுகள் சேர்ந்து ஒன்றாக அதில் ஈடுபடவிருக்கின்றன. அவன் கண்கள் தளும்பின, ஒரு கணம் நல்லவொரு பூரிம் விருந்திலிருந்து தாமதமாக வீட்டுக்கு வர அவளிடம் அவன் வம்பாக அனுமதி கேட்டுக் கொண்டிருப்பதைப் போல தோன்றியது – அவனது நண்பர்களெல்லாம் படையிலிருக்க அவன் மட்டும் எப்படி கலிலேயாவில் நடைபயணத்தில் ஈடுபட்டிருக்க முடியும்? சுருங்கச் சொன்னால் தன்னார்வ அடிப்படையில்

இன்னுமொரு இருபத்தெட்டு நாட்களுக்குப் படையில் இருக்க அவர்களை அவன் சம்மதிக்க வைத்திருந்தான்.

அவன் பேசி முடித்ததும் "ஓ" என்றாள் அவள், அது உள்ளீடற்ற, உள்ளடங்கிய "ஓ." *என் பிணத்தை இழுத்தபடி சமையலறைக்குச் சென்றேன்,* அவள் தனக்குள்ளேயே சொல்லிக்கொண்டாள். இது அவளது முன்னாள் கணவன் இலன் சொல்வது, அவளது வாழ்க்கையை அதன் சிறந்த வருடங்களில், வளமும் நன்மையுமான வருடங்களில் பகிர்ந்துகொண்டவன். நாணத்துடனும், நன்றியுணர்வுடனும், உள்ளடங்கிய விகாரமானதொரு உற்சாகத்துடனும் பழைய இலன் சொல்வான். *'வாழ்வின் முழுமை.'* இதுதான் ஓராவை பெரும் காதலுடன் அவனை நோக்கித் தள்ளியது. இந்த வாழ்வின் முழுமை தனக்கு அருளப்பட்டதை நினைத்து மனதின் ஆழத்தில் எப்போதுமே வியப்பு நிறைந்தவனாக அவன் இருந்ததை அவள் நினைத்துப் பார்த்தாள். ஸூர் ஹடாஸாவில், அவ்ரமிடமிருந்து வாங்கிய வீட்டில் குழந்தைகளுடன் இருக்கையில் அன்றைய தினத்தின் அயரவைக்கும் கடமைகளை முடித்து இறுதியாக இரவில் துவைத்த துணிகளைக் காயவைப்பதை அவர்கள் எவ்வளவு விரும்பினார்கள் என்பதை நினைத்துப் பார்த்தாள். இருண்ட வயல்களையும் பள்ளத்தாக்கையும் ஹூஸன் என்ற அராபிய கிராமத்தையும் பார்த்தபடி அமைந்திருந்த அவர்களது தோட்டத்துக்குப் பெரிய தொட்டியொன்றை தூக்கிச் செல்வர். பெரிய அத்திமரமும் கிரிவில்யா செடிகளும் தமக்கேயான மர்மமும் வளமும் நிறைந்த வாழ்வில் சலசலத்தபடி இருக்கும். கொடியில் காயப்போட்ட டஜன் கணக்கான சிறுசிறு துணிகள் சித்திர எழுத்துக்களைப் போலத் தோன்றும். சிறிய காலுறைகள், உள்சட்டைகள், துணிச் சப்பாத்துகள், பிடிமானப் பட்டிகளுடனான கால்சராய்கள், வண்ணமயமான ஓஷ்கோஷ் முழு மறைப்பாடைகள். பகலின் இறுதி வெளிச்சத்தில் வெளியே சென்ற ஹூஸன் கிராமத்தைச் சேர்ந்த யாரேனும் அவர்களை கவனித்துக் கொண்டிருப்பார்களா? அவர்களை நோக்கி ஒரு துப்பாக்கியைக் குறி பார்த்திருப்பார்களா? சிலநேரம் ஓரா நினைத்துப் பார்ப்பாள், உடன் ஒரு குளிர் ஊடுருவி அவளது தண்டுவடத்தை நடுங்க வைக்கும். அல்லது துணிகளைக் காயவைப்பவர்களுக்கு – அதுவும் இதுபோன்ற துணிகளைக் காயவைப்பவர்களுக்கு – தாக்கப்படுவதனின்றும் விலக்கு இருக்கிறதா? அவள் நினைவு சட்டென்று மாறியது – ஒரு "*பீரங்கிவண்டி வீரனின்* முழு மறைப்பாடையை அணிந்துவந்து அவளிடமும் இலனிடமும் ஓஃபர் காட்டியதை அவள் நினைத்துப் பார்த்தாள். அப்போது ஸூர் ஹடாஸாவிலிருந்த வீட்டை விற்றுவிட்டு அவர்கள் எய்ன் காரீமின் வடக்காக, நகரத்துக்கு மிக அருகில் குடியேறிருந்தனர். பெரிய தீப்பிடிக்காத மறைப்பாடைக்குள் தன்னை மறைத்தவனாக மெதுவாக குதித்துக் குதித்துத் தாண்டியபடி அவர்களிடம் வந்தான், இப்படியும் அப்படியும் அசைந்து கைகளை இறக்கைபோல் அடித்து தன் இனிமையான குரலில், "அம்மா அப்பா டெலிடப்பீஸ்" என்றான். இருபது வருடங்களுக்கு முன்பு இரவில் தோட்டத்தில் பையன்களின் துணிகளை உலர்த்திக் கொண்டிருக்கையில் நெருக்கமாகத் துணிகள் தொங்கிக்கொண்டிருந்த கொடிக்கயிறுகள் வழி நடந்து வந்து இலன் அவளை அணைத்தான்,

ஈரத்துணிகளில் சிக்கியவர்களாய் இருவரும் ஊசலாடினர், மென்மையாகச் சிரித்தனர், காதலுடன் பெருமூச்செறிந்தனர். இலன் அவள் காதில் சொன்னான், "இதுதான் இல்லையா, ஓரின்க்கா, இதுதான் வாழ்வின் முழுமை, இல்லையா?" உப்புச் சுவையுள்ள ஒரு மகிழ்வு அவள் தொண்டைக்குள் துடிக்க எவ்வளவு முடியுமோ அவ்வளவு இறுக்கமாக அவனை அணைத்தாள். அவளுள் மிக வேகமாகக் கடந்துபோன ஒரு கணத்தை, தனக்குள்ளாக அது விரைந்து சென்றபோது அப்படியே அவள் பிடித்து வைத்தாள், பயனுள்ளதாய் அமைந்த வருடங்களின் ரகசியத்தையும் அவற்றின் ஏற்ற இறக்கங்களையும் அவை தன் உடலுக்கும் இலனது உடலுக்கும் தந்திருந்த ஆசீர்வாதங்களையும், தங்களது இரு குழந்தைகள், தங்களுக்காக அவர்கள் கட்டிய வீடு, பல ஆண்டுகளாகப் பிடிகொடாமல் தயங்கிக் கிடந்த, அவ்ரமுக்கு ஏற்பட்ட துயரம் என்னும் பலத்த அடிக்குப் பின்னர் தனது சொந்தக் காலில் நின்றிருப்பதாகத் தோன்றும் அவர்களது காதல் இவை மீதான ஆசீர்வாதங்களையும் அவள் நினைத்துக்கொண்டாள்.

தன் அறையில் பெட்டிக்குள் துணிமணிகளை அடுக்கி முடித்தான், அவள் சமையலறையில் எதுவும் செய்யத் தோன்றாமல் அப்படியே நின்றிருந்தாள். முயற்சி எதுவுமின்றியே மறுபடியும் இலன் வென்றுவிட்டதாக நினைத்தாள்; ஓஃபருடன் அவள் நினைத்தபடி பயணம் மேற்கொள்ள முடியாது, அவனோடு கழிக்க அவளுக்கு ஒரு வாரம்கூட இல்லை. சிலநேரம் அவன் அதை மறுத்திருப்பினும், எப்போதும் போலவே அவள் என்ன நினைக்கிறாள் என்பதை ஓஃபர் யூகித்திருக்க வேண்டும். அவளுக்குப் பின்னால் வந்து நின்று "அம்மா, கவலையை விடுங்கள், எல்லாம் சரியாகி விடும்," எப்படிப் பயன்படுத்துவதென அவன் மட்டுமே அறிந்த அந்தக் குரலில் சொன்னான். மனதைக் கல்லாக்கிக்கொண்டவள் அவன் பக்கம் திரும்பாமல் நின்றாள். கலிலேயா பயணத்தை அவர்கள் ஒருமாத அளவுக்குத் திட்டமிட்டிருந்தனர். அவனது ராணுவச் சேவை முடிவுக்கு வந்ததற்காக அவனுக்கு அவள் அளிக்கவிருந்த பரிசு அது. அதோடு அவனது ராணுவத்திலிருந்து தனது விடுதலைக்காக தனக்குத்தானே அவள் அளிக்கவிருந்த பரிசும்கூட. இருவரும் வெளியே போய், மடித்தால் சதுரங்களாகிவிடக்கூடிய சிறு கூடார அமைப்புகள் இரண்டு, பெரிய முதுகுப்பைகள், உறங்கும் பைகள் என வாங்கினர். நடைபயணத்துக்கான சப்பாத்துகளை அவளுக்கு மட்டும் வாங்கினாள். ஓஃபர் தனது பழைய சப்பாத்துகளை விடுவதாயில்லை. தனது ஓய்வு நேரங்களில் வெப்ப உள்ளாடைகள், தொப்பிகள், பின்புறம் சிறு பையுடன் கூடிய இடுப்பிலணியும் வார்ப்பட்டை, கொப்புளங்கள் ஏற்பட்டால் பயன்படுத்தவென பேண்ட்–எய்டுகள், தண்ணீர்ப் போத்தல்கள், நனைந்தாலும் ஈரமாகாத தீக்குச்சிகள், முகாமுக்கான அடுப்பு, உலர்பழங்கள், க்ராக்கர்ஸ், டப்பாவிலடைத்த உணவுகள் என வாங்கிச் சேகரித்தாள். அடிக்கடி அவள் அறையில் தான் பார்க்கும் கனத்த அந்த முதுகுப்பைகளைத் தூக்கி அவன் எடை பார்ப்பான், ஆச்சரியத்துடன் சொல்வான், "நன்றாக எடைகூடி வருகின்றன, நன்றாக வளர்ந்து வருகின்றன." அவள் சேர்த்து வைத்திருக்கும் அனைத்தையும் சுமந்துவர ஒரு கலிலேய சுமைதூக்கியை அமர்த்த வேண்டியிருக்கும்

என நகைச்சுவையாகச் சொல்வான். அவனது மகிழ்வான மனநிலைக்கு, அவன் முகத்தில் தெரியும் ஒளிக்கு தன் பதிலென மனதார அவள் சிரித்தாள். ராணுவப் பணியிலிருந்து அவன் விடுவிக்கப்படவிருந்த கடைசி வாரங்களில் கடத்தி எங்கோ வைக்கப்பட்டிருந்த சுவைகளும் வாசனைகளும் மெதுவாகத் திரும்பி வந்தன. காதுகளைச் சுத்தம் செய்தபின் கேட்பது போல ஒலிகள் துல்லியமாகக் கேட்டன. சிறு ஆச்சரியங்கள் அவளுக்காகக் காத்திருந்தன. உணர்வுகளின் கட்டுக்கடங்காச் சேர்க்கைகள்; தண்ணீர்க் கட்டணச் சீட்டைப் பிரிக்கையில் புத்தம்புது பார்ஸலே தழைக்கட்டைப் பிரிப்பதுபோல உணர்ந்தாள். தான் அதை நம்ப வேண்டுமென்பதற்காக தனக்குள்ளே உரக்கச் சொல்லிக்கொள்வாள். “இன்னும் ஒரு வாரம்தான், நாங்கள் இருவரும் கலிலேயாவில்.” கிட்டத்தட்ட அவள் யாரிடமும் சொன்னதில்லை, “ஓஃபர் ராணுவத்திலிருந்து விடுவிக்கப்படுகிறான், அவன் வெளியே வருகிறான், ராணுவத்திலிருந்து அவன் முழுதாகத் திரும்பி வருகிறான்.”

கடைசி வாரத்தின்போது இன்னுமதிகம் துணிச்சல் கொண்டவளாக வீட்டின் சுவர்களைப் பார்த்துத் திரும்பத் திரும்பச் சொன்னாள். “கொடுங்கனவு முடிந்துவிட்டது, தூக்கமாத்திரை தேவைப்படும் இரவுகள் இனியில்லை” என்று கர்வத்துடன் கிசுகிசுத்தாள். விதியைச் சீண்டி விடுகிறோம் என்பதை அவள் அறிந்திருந்தாள். ஆனாலும் ஓஃபர் ஏற்கனவே தனது பணிவிடுவிப்பின் இரண்டாவது வாரத்தில் இருந்தான். உடனடியான எந்த அச்சுறுத்தலுக்கும் வாய்ப்பில்லை. பொதுவான கிட்டத்தட்ட முடிவேயில்லாத அந்தச் சண்டையிலிருந்து பல ஆண்டுகளுக்கு அவள் தன்னைத் துண்டித்துக்கொண்டிருந்தபோதும் அது தன் கருவளையங்களை உருவாக்கியபடியே இருந்தது. இங்கே ஒரு பயங்கரவாதத் தாக்குதல், அங்கே குறிவைத்து நிகழ்த்தப்பட்ட ஒரு படுகொலை என உணர்ச்சியற்ற முகத்துடன் பின்னால் திரும்பிப் பார்க்காமல் அவள் ஆன்மா கடந்துவந்த தடைகள். நம்பிக்கைகொள்ளும் துணிவு அவளுக்கு வந்துவிட்டிருந்தது, காரணம் ஓஃபரும்கூட அவ்வளவுதான், அது முடிந்துவிட்டது என நம்பத் தொடங்கியிருந்தான். சில நாட்கள் முன்பு தொடர்ந்து பதினெட்டு மணிநேரம் உறங்குவதை அவன் நிறுத்தியபோது அவனிடம் ஏற்பட்டிருந்த மாற்றத்தைக் கவனித்தாள். அவனது ராணுவத்தனமான பேச்சை நீர்த்துப்போகச் செய்திருந்த லேசான சிவிலியன் தன்மை, நாளுக்கு நாள் மென்மையடைந்து கொண்டே வந்த அவனது வெளிப்பாடுகள். மூன்று வருட காலத்து வெறுக்கத்தக்க ராணுவச் சேவையிலிருந்து பாதிப்பு எதுவுமின்றி தப்பி வந்துவிட்டதை அவன் உணர ஆரம்பித்தபோது வீட்டைச்சுற்றி அவன் வளையவந்த விதமும் மாறியிருந்தது. “என் பையன் திரும்பி வருகிறான்,” குளிர்பதனப் பெட்டியிடம், பாத்திரங்கழுவியிடம், கணினிச் சுட்டியிடம், ஜாடியில் செருகி வைத்திருந்த பூக்களிடம் என எச்சரிக்கை யுணர்வுடன் அவள் சொன்னாள். உண்மையில் அவர்கள் திரும்பி வருவது இல்லை. மூன்று வருடம் ராணுவத்தில் இருந்த ஆடமுடனான தனது அனுபவத்திலிருந்து அவள் இதை நன்றாகத் தெரிந்து வைத்திருந்தாள். முன்பிருந்ததுபோல் அவர்கள் திரும்பி வருவதில்லை. தேசவுடமை ஆக்கப் பட்ட அந்தக் கணமே அதுவரை இருந்த இளைஞன் அவனிடமிருந்து

தொலைந்து போகிறான். ஆடமுக்கு நேர்ந்தது ஓஃபருக்கும் நேருமென யார் சொன்னது? அவர்கள் மிகவும் வேறுபட்டவர்கள். இப்போதைக்கு முக்கியமான விஷயம் ஓஃபர் ஆயுதப் படைப்பிரிவிலிருந்து வெளியே வருவதுதான் – *அவனது கவசத்திலிருந்தும் அவன் வெளியே வருகிறான்*, கவித்துவமாக அவள் எண்ணிப் பார்த்தாள். ரிமோட் கண்ட்ரோலை அவன் கையிலிருந்து பிடுங்கிவிட்டு மெல்லிய போர்வையால் அவனை மூடி அவன் உறங்குவதைப் பார்த்துக்கொண்டிருந்த முந்தின இரவில் அவள் தனக்குள்ளேயே தெளித்துக்கொண்ட இனிப்புத்துளிகள் இவைதாம். பெரிய அகலமான அவனது உதடுகள் மெல்லப் பிரிந்து முரணாக நகைப்பதுபோலத் தோன்றின, அது அவள் தன்னைக் கவனித்துக்கொண்டிருப்பது தனக்குத் தெரியும் எனச் சொல்வதாக இருந்தது. வளைந்த அவனது நெற்றி உறக்கத்தில்கூட அவனுக்கு சற்றே தீவிரமான தோற்றத்தைத் தந்தது. எதையும் ஒளித்து வைத்திராத முகம், குட்டையாக வெட்டப்பட்டத் தலைமுடி இவற்றைப் பார்க்க முன்னெப்போதையும்விட வாழ்வதற்கு வலுவுடன் அவன் தயாராக இருப்பதாகத் தோன்றியது. ஒரு ஆண்மகன், வியப்புடன் அவள் நினைத்துப் பார்த்தாள், ஒரு முழு ஆண். அவனுள் இருந்த யாவுமே சாத்தியப்பாடு கொண்டவையாக, ஒளிவுமறைவற்றவையாக வலுவுடன் இயங்குபவையாக இருந்தன. எதிர்காலம் உள்ளும் புறமுமாக அவனது முகத்துக்கு ஒளியூட்டியிருந்தது. திடீரென்று இந்தப் போர் நடவடிக்கை வந்துவிட்டது. இதையும் சமாளிப்பேன். மறுநாள் காலை சமையலறையில் இருந்து நஞ்சு போலவொரு காபியைத் தனக்குத் தயாரித்தபடி ஓரா பெருமூச்செறிந்தாள். அதுமட்டும் இயலும் என்றால் அவள் படுக்கைக்குத் திரும்பிச் சென்று இது எல்லாம் நடந்து முடியும் வரை உறங்கிக் கிடப்பாள். இதுபோன்ற போர் நடவடிக்கை எத்தனை நாட்களுக்கு நீடிக்கும்? ஒருவாரம்? இரண்டுவாரம்? ஒரு வாழ்நாள்? ஆனால் படுக்கைக்குத் திரும்ப அவளிடம் வலு இல்லை, ஒரு அடிகூட அவளால் எடுத்துவைக்க முடியாமலிருந்தது. நொடிக்கு நொடி எல்லாமே முடிவு செய்யப்பட்டுவிட்டதாய், தவிர்க்க முடியாததாய் மாறிக்கொண்டிருந்தன. வயிறு, குழைந்துகொண்டிருந்த குடல் என அவள் உடல் அதை ஏற்கனவே அறிந்திருந்தது.

OOO

அன்று மாலை ஏழரை மணிக்கு ஜீன்ஸும் டி–சர்ட்டும் அணிந்து, அதன் மேலாக ஒரு கவித்துவத் தோற்றத்துக்காக உண்மையான கடும் உழைப்பாளியான ஆர்வமிக்க ஒரு இல்லத்தரசியின் பூக்கள் விரவிய ஒரு மேல்மறைப்புத்துணியை – ஒரு சமையல் கலைஞரைப் போல– அணிந்திருந்தாள். அடுப்பின்மீது சூடான சமையல் பாத்திரங்கள் நடனமாடுகின்றன. நீராவி எழுந்து சுழன்று கூரையில் திரண்டு வாசனை மிகு மேகங்களாகிறது. தான் நினைத்தபடியே எல்லாம் நடக்குமென சட்டென்று அவளுக்குத் தோன்றுகிறது.

தான் எதிர்கொள்ளும் பகைவர்களுக்குப் பொருத்தமாக இருக்கும் வகையில் தனது சிறப்பான உணவுச் சேர்க்கையை உருவாக்க அவள் போரில் குதிக்கிறாள். ஏரியலாவின் காய்கறிகள் சேர்த்த கோழி இறைச்சித்

துண்டுகள், ஏரியலாவின் மாமியாரின் பாரசீக அரிசிச்சோறுடன் உலர்பழங்கள் பைன் பருப்புகள் கலந்த உணவு, தன் அம்மா செய்வதனின்றும் சற்றே வேறுபட்ட பூண்டும் தக்காளியும் சேர்த்த அவளது இனிப்புக் கத்தரிக்காய் மற்றும் காளான், வெங்காயம் சேர்த்த மாவுப்பலகாரங்கள், வீட்டில் மின்னடுப்பு மட்டும் சரியாக இருந்தால் அவள் குறைந்தது இன்னுமொரு மாவுப்பலகாரமாவது செய்வாள். எப்படியிருந்தாலும் ஓஃபர் தன் விரல்களைச் சப்புமளவுக்கு அது இருக்கப் போகிறது. மின்னடுப்புக்கும் அடுப்புக்கும் இடையே எதிர்பாராத ஒரு மகிழ்வுடன் வளையவருகிறாள். இலன் அவளைவிட்டுப் பிரிந்ததிலிருந்து எய்ன் காரீமில் தாங்களிருந்த வீட்டைப் பூட்டிவிட்டு இருவரும் தனித்தனி வாடகை வீட்டுக்குச் சென்றதிலிருந்து முதல் தடவையாக சமையலறை மீதும் சமையலறை என்ற கருத்தின் மீதும் அவளுக்கொரு பிரியமும் இது என்னுடையது என்ற எண்ணமும் உண்டாகிறது. இந்தப் பழைய பாணியிலமைந்த அழுக்கடைந்த சமையலறையிலும் அந்த எண்ணம் சாத்தியமாகிறது. இந்தச் சமையலறை தீர்மானமற்ற வகையில் அவளை நெருங்குகிறது, பரிமாறும் கரண்டிகள், அகப்பைகளின் ஈர மூக்குகளால் அவளை உரசுகின்றது. அவளுக்குப் பின்னிருக்கும் மேசையில் மூடிய பாத்திரங்களில் கத்தரிக்காய்க் கலவை, முட்டைக்கோஸ் கலவை, ஆப்பிள் மற்றும் மாம்பழத் துண்டுகளை அவள் மறைத்து வைத்திருந்த – சாப்பிடுகையில் ஓஃபர் அதை கண்டுபிடித்தாலும் கண்டுபிடிக்காமல் போனாலும் – பெரியதொரு பாத்திரத்தில் வைக்கப்பட்ட நறுக்கிய காய்கறிகளின் கலவை என அடுக்கி வைக்கப்பட்டிருக்கின்றன. இன்னொரு பாத்திரத்தில் அவளது பாணியில் அவள் செய்த வறுத்த கோதுமை சேர்த்த காய்கறிக் கலவையான டபூலா–அதற்காக அவன் உயிரையே விடுவான், இல்லை, அவன் மிகமிக விரும்புவான், வேகமாக அவள் தன்னை திருத்திக்கொண்டாள்.

உணவுகள் தயாராகிக்கொண்டிருக்கையில் அவள் வந்தாள்: அடுப்பில் வெந்தபடி, மின்னடுப்பில் இருந்தபடி, வாணலியில் கொதித்தபடி அவை இருந்தன. இனியும் அவற்றுக்கு அவள் தேவையில்லை. ஆனால் அவள் சமைக்க வேண்டிய தேவையிருக்கிறது. ஓஃபர் வீட்டுக்கு வந்து புதிதாகச் சமைத்த உணவு வேண்டும் என்பான். பதற்றத்துடன் அவள் விரல்கள் காற்றில் அளைகின்றன. நான் எங்கிருந்தேன்? காய்கறிக் கலவையில் மீந்திருந்த சில காய்கறிகளை எடுத்து, பாடியபடியே கத்தியால் நறுக்குகிறாள். *“கீச்சொலியெழுப்பும் சங்கிலிகளுடன் பீரங்கி வண்டிக்காரர்கள் புறப்பட்டனர் / அவர்களது உடல்கள் மண்நிறத்தைப் பூசியிருந்தன”*– பாடுவதை அவள் நிறுத்தினாள் எப்படி இந்தப் பழைய பாட்டு தன் நினைவுக்கு வந்தது? இன்றிரவு அவன் வீட்டுக்கு வந்தால் அவளுக்காக அவன் விரும்பும்படி இறைச்சியை சிவப்பு ஒயினில் சமைத்து வைக்கவேண்டும். அந்தச் செய்தியைத் தெரிவிக்க வந்தவர்கள்; உள்ளூர் ராணுவ மையத்தில் ஏதேனும் அலுவலகத்தில் ஒன்றுகூடியுள்ளார்களா? பயிற்சி அல்லது புத்தாக்கப் பயிற்சி பெற்றுக்கொள்கிறார்களா – ஆனால் புத்தாக்கம் செய்துகொள்ள என்ன இருக்கிறது? தங்கள் வேலையை மறந்திருக்க அவர்களுக்கு எப்போது நேரமிருந்திருக்கிறது? அறிவிப்பு

ஏதும் இல்லாத நாளொன்று ஒரு குடும்பத்துக்கு எப்போது வாய்த்திருக்கிறது? போர் நடவடிக்கையில் ராணுவ வீரர்களோடு ஒன்றாக போர் அறிவிப்பாளர்களும் சேர்த்துக்கொள்ளப்பட்டது விசித்திரமாக இருக்கிறது. உச்ச ஸ்தாதி கீச்குரலில் அவள் சிரித்துக்கொள்கிறாள், இதோ மீண்டும் அடா, ஓரா எப்படி நடந்துகொள்கிறாள் என்பதைக் கவனிக்கத் தனது பெரிய கண்களுடன் மறுபடி வந்துவிட்டாள். வெளியேயிருந்து பார்த்தால் உள்ளே நடப்பது ஓரளவுக்குத் தெரியக்கூடிய முன்கதவின் கீழ்ப் பாதியினுடாக பலநிமிட நேரமாக அவள் பார்த்துக்கொண்டிருப்பதை ஓரா உணர்கிறாள். தீர்வுகாணப்பட வேண்டிய பிரச்சனை ஒன்று இருக்கிறது. ஆனால் அது என்ன பிரச்சனையென்று அவளால் புரிந்துகொள்ள முடியவில்லை. அடுப்பில் உள்ள பாத்திரங்களிடம் ஓடுகிறாள். கலக்கியபடி தொடர்ச்சியாக மசாலாப் பொருட்களைச் சேர்க்கிறாள் – உணவு காரமாக இருப்பது அவனுக்குப் பிடிக்கும் – பாத்திரங்களுக்கு மேல் முகத்தை வைத்து அவற்றிலிருந்து வரும் மூச்சு முட்டும் நெடியை உள்ளிழுக்கிறாள். அவள் உணவை ருசி பார்ப்பதில்லை. இன்றிரவு அவளுக்குப் பசியில்லை – துணுக்கு ரொட்டியை வாயில் போட்டாலும் உடன் வாந்தியெடுத்து விடுவாள். தன் கை மிகவேகமாக இயங்கி பாப்ரிகா மிளகாய்ப் பொடியைத் தூவுவதைப் பார்க்கிறாள். சில குறிப்பிட்ட அசைவுகள், அவை எப்போதும் தொலைபேசியை ஒலிக்கச் செய்தன. இந்த விசித்திரமான தொடர்பை அவள் நீண்டகாலம் முன்பே கவனித்திருந்தாள்: உதாரணமாக உணவில் மசாலா சேர்க்கையில் அல்லது ஒரு சமையல் பாத்திரம் அல்லது வாணலியைக் கழுவியபின் துடைக்கையில் கிட்டத்தட்டத் தொலைபேசி ஒலித்தது. இந்தச் சுழல் இயக்கங்களில் இருக்கும் ஏதோவொன்று தொலைபேசிக்கு உயிரூட்டுவது போலத் தோன்றியது. மெல்லிய கண்ணாடி ஜாடியிலிருக்கும் பூக்களுக்கு அவள் நீர் விடும்போதுகூட அது நடந்தது– எவ்வளவு சுவாரஸ்யமான விஷயம், ஆனால் அந்தப் பூஜாடிகளுக்கு நீர்விடும்போது மட்டும்தான். தனது தொலைபேசியின் ரகசிய ஆசைகளை எண்ணி அவள் சிரித்துக்கொள்கிறாள். உலர்பழங்கள் பைன் பருப்புகள் சேர்த்து சமைத்த சோறு இருக்கும் பானையை குப்பைத் தொட்டியில் காலிசெய்கிறாள். கவனமாக மெதுவாக கவரும் விதமாக சோற்றுப் பானையைக் கழுவுகிறாள், ஆனால் எதுவும் நடப்பதில்லை. தொலைபேசி பழுதாகிவிட்டது (அதாவது மௌனமாகிவிட்டது). ஓஃபர் தனது வேலையில் மும்முரமாக இருந்தான். ஏதாவது தொடங்க வேண்டுமென்றால்கூட அதற்கு பலமணி நேரமாகும். நாளை அல்லது அதற்கு மறுநாள்வரை அவர்கள் கிளம்ப மாட்டார்கள். *"அவனது பீரங்கிவண்டியை இரண்டு எறிகணைகள் தாக்கியபோது"* – வாய்க்குள்ளேயே அவள் பாடினாள், *"அவன் எரிநெருப்பின் நடுவே இருந்தான்."* உடன் அவள் பாட்டை நிறுத்திக்கொள்கிறாள். நாளைக்குச் செய்யவென ஏதாவது பணிகளைக் கண்டுபிடிக்கவேண்டும். ஆனால் அவளுக்கு அதிகம் வேலையில்லாத நாட்களில் நாளையும் ஒன்று. நாளை தன் இளம் மகனுடன் கலிலேயாவின் பாறைகள் மீதாக தாவித்தாவி சென்றுகொண்டிருப்பாள். ஆனால் பயணத்திட்டத்தில் சிறிய ஒரு சிக்கல் இருந்தது. ரெஹாவியாவில் இருக்கும் மருத்துவமனைக்குத் தொலைபேசி செய்து தான் வேலைசெய்ய

விரும்புவதாக, ஒரு தன்னார்வப் பணியாளராகவேனும், அவசியமென்றால் அலுவலகப் பணிகளைப் பார்க்கவும் தயார் எனச் சொல்லவேண்டும். இதை அவளது ஒத்திசைவு செய்துகொள்ளும் காலம் என அவர்கள் அழைப்பர். மருத்துவமனையின் நிரந்தர முடநீக்கியல் மருத்துவர் குழந்தைப் பிறப்புக்காகச் செல்லும்வரை, அதாவது மே மாத நடுப்பகுதி வரை அவள் அவர்களுக்குத் தேவைப்படமாட்டாள் என ஏற்கனவே இரண்டு முறை அவர்கள் தெரிவித்திருந்தனர். ஒரு புதிய உயிர் உலகுக்கு வரப்போகிறது என நினைத்த ஓரா கசப்பு எச்சிலை விழுங்கிக்கொள்கிறாள். மே மாதம் வரைக்கும் என்ன செய்வதென்று ஏன் திட்டமிடாமல் போனோம் எனத் தன்னையே கடிந்துகொள்கிறாள். ஓஃபருடன் செல்லவிருந்த பயணத்தைத் திட்டமிடுவதிலேயே அவள் கவனம் முழுக்கக் குவிந்திருந்தது. ஆனால் கலிலேயாவில் ஒரு திருப்புமுனை ஏற்படும் என்ற நம்பிக்கை அவளுக்கு இருந்தது. அவளும் ஓஃபரும் முழுமையாக நலம்பெறப் போவதன் துவக்கம் அங்கு ஏற்படும். அது எல்லை மீறிய நம்பிக்கை.

சமைத்தக் கத்தரிக்காயை குப்பைக் கூடையில் தள்ளிவிட்டு வாணலியைத் தேய்க்கிறாள். சிரத்தையுடன் கழுவுகிறாள். அப்படியே ஓரக்கண்ணால் ரகசியமாக தொலைபேசியைப் பார்க்கிறாள். இப்போது என்ன? நான் எங்கிருந்தேன்? கதவு. கதவின் கீழ்ப்பகுதி. தடித்த சொரசொரப்பூட்டிய கண்ணாடி மீதாக நான்கு சிறிய குறுக்குச் சட்டங்கள். அச்சுப்பொறியிலிருந்து மூன்று ஏ4 அளவு காகிதங்களை எடுத்து கண்ணாடி மீது ஒட்டுகிறாள். இனி அவள் ராணுவச் சப்பாத்துகளைப் பார்க்காமல் இருப்பாள். குளிப்பதனப்பெட்டி கிட்டத்தட்டக் காலியாக இருந்தது. சமையல் பொருட்களுக்கான அறையில் கொஞ்சம் உருளைக்கிழங்குகளும் வெங்காயமும் மட்டுமே இருந்தன. விரைவாக ஒரு சூப் தயாரிக்கலாமா? நாளை காலை அங்காடிக்குச் சென்று மீண்டும் அவள் வீட்டை நிரப்புவாள். எது நடந்தாலும் இடையில் அவர்கள் வந்துவிடுவார்களே என்ற எண்ணம் தோன்றியது. மளிகைப் பொருட்களைப் பிரித்து குளிர்பதனப் பெட்டிக்குள் பொருட்களை வைக்கையில் அல்லது அவள் தொலைக்காட்சியைப் பார்த்தபடி உட்கார்ந்துகொண்டிருக்கையில் அவர்கள் வருவார்கள். அல்லது அவள் உறங்கிக்கொண்டிருக்கையில் அல்லது குளியலறையில் இருக்கையில் அல்லது சூப்புக்காகக் காய்கறிகளை நறுக்கிக்கொண்டிருக்கையில்.

ஒரு கணம் அவள் சுவாசம் தடைபடுகிறது. ஒரு ஜன்னலைத் திறப்பதுபோல அவள் வானொலிப் பெட்டியைத் திறக்கிறாள். ‘இசையின் குரல்’ நிகழ்ச்சியை வைக்கிறாள். சில நிமிடங்கள் மத்தியகாலத்து இசையொன்றைக் கேட்கிறாள், இல்லை, பேச்சு வேண்டும் மனிதக்குரல் வேண்டும். உள்ளூர் வானொலி நிலையத்தில் இளம் செய்தியாளர் மிஸ்ராஸி ஜெரூசலே உச்சரிப்புக்கொண்ட ஒரு வயதான பெண்ணுடன் பேசிக்கொண்டிருக்கிறார். காய்கறிகளை கண்டபடி வெட்டுவதை ஓரா நிறுத்துகிறாள். விரிசலுற்றிருக்கும் சலவைக்கல் தளத்தின்மீது சாய்ந்து கொண்டு புருவத்தில் வழியும் வியர்வையைப் புறங்கையால் துடைக்கிறாள். இந்த வாரம் காஸாவில் நடந்த போரில் பங்குகொண்ட தன் மூத்த மகனைப் பற்றி அந்த முதியவள் பேசுவதைக் கேட்கிறாள். ஏழு வீரர்கள் கொல்லப்பட்டார்கள். அனைவருமே அவனது படையணியைச் சேர்ந்த

நண்பர்கள். நேற்று சிலமணி நேரம் வீட்டுக்கு வருவதற்கு அவனை அனுமதித்தனர். இன்று காலை அவன் திரும்ப ராணுவத்துக்குச் சென்று விட்டான்.

“வீட்டிலிருந்தபோது அவருக்கு உங்களது மார்புணவை அளீத்தீர்களா?” ஓராவுக்கு வியப்பேற்படும் வகையில் செய்தியாளர் கேட்டார்.

“எனது மார்புணவா?” ஆச்சரியமடைந்தவராக அந்தப் பெண்ணும் அவரைக் கேட்கிறாள்.

செய்தியாளர் சிரிக்கிறார். “இல்லை அவருக்கு *மாண்பான* உணவை அளித்தீர்களா? எனக் கேட்டேன்.”

“ஆமாம்,” மெல்லச் சிரித்தபடி அந்தப் பெண் சொன்னாள். “நீங்கள் வேறு எதையோ கேட்டீர்கள் என நினைத்தேன், எல்லாச் சிறந்த உணவு களையும் சமைத்தேன், அவனைச் சீராட்டினேன்.”

“எப்படி அவரைச் சீராட்டினீர்கள் எனச் சொல்லுங்கள்,” செய்தியாளர் கேட்கிறார்.

தனது அரவணைப்பால் ஓராவை மூடும் ஒரு தாராள குணத்துடன் அந்தத் தாய் சொல்கிறாள். “உரிய விதத்தில் அவனைச் சீராட்டினேன். அவனுக்கு விருப்பமான உணவுகள், நல்ல வெந்நீர்க் குளியல், மிருதுவான துவாலை, அவனுக்காகவென்றே வாங்கிவந்த அவனுக்குப் பிடித்த ஷாம்பூ இவைகளோடு சீராட்டினேன்.” அப்போது அவளது குரல் இறுக்க மடைகிறது. “ஆனால் இதையும் நான் சொல்லவேண்டும். உங்களுக்குத் தெரியுமா, இரட்டையரான எனது இளைய மகன்கள் மூத்தவன் காட்டிய வழியிலேயே சென்று ஸபரில் அதே படையணியில் இருக்கின்றனர். மூவரும் ஒரே படையணியில். இந்த வானொலி வழியாக நான் ஒரு விண்ணப்பம் வைக்க விரும்புகிறேன், வைக்கலாமா?”

“கண்டிப்பாக,” செய்தியாளரின் குரலில் ஒலிக்கும் மெல்லிய பரிகாசத்தை ஓராவால் உணரமுடிகிறது. “ஐ.டி.எஃப்க்கு (இஸ்ரேலிய பாதுகாப்புப் படைகளுக்கு) நீங்கள் என்ன சொல்ல விரும்புகிறீர்கள்?”

“என்ன சொல்லிவிடப் போகிறேன்,” அந்தத் தாய் பெருமூச்செறிகிறாள், ஓராவின் மனம் அவளுக்காக இரங்குகிறது. “என் மகன்கள், அந்த இரட்டையர், பூர்வாங்கப் பயிற்சிகளில் இருந்தபோது சலுகை ஒப்பந்த மொன்றில் கையெழுத்திட்டிருந்தனார், அதனால் அவர்கள் இருவரும் சேர்ந்தே பணிபுரிய அனுமதிக்கப்பட்டனர். பூர்வாங்கப் பயிற்சியில் இருந்தவரை அது நன்றாகவே இருந்தது. நன்றாக இருக்கவில்லையென நான் சொல்லவில்லை. இப்போது அவர்கள் எல்லைப் பகுதிக்குச் செல்கிறார்கள், கிவாட்டியின் எல்லைப் பகுதி காஸா என்பது எல்லோருக்கும் தெரியும். காஸாவைப் பற்றி உங்களுக்குச் சொல்லத் தேவையில்லை, எனவே அங்கு செல்வதைப்பற்றி ராணுவம் சற்றுப் பரிசீலிக்க வேண்டும் என்னைப் பற்றியும் கொஞ்சம் யோசித்துப் பார்க்கவேண்டும். இப்படிக் கேட்பதற்கு நீங்கள் என்னை மன்னிக்க . . .”

உருளைக் கிழங்குகளுக்குள்ளிருந்து அவர்கள் வந்தால் என்ன செய்வது? கையிலிருக்கும் பெரிய, பாதி தோல் சீவிய கிழங்கையே ஓரா உற்றுப் பார்க்கிறாள், அல்லது வெங்காயத்துக்குள்ளிருந்து வந்தால்? தனது ஒவ்வொரு அசைவும் கதவு தட்டப்படுவதற்கு முன்பான இறுதி அசைவாக அமைந்துவிடக்கூடும் என நினைக்கிறாள். ஓஃப்பர் இன்றும் கில்போவாவில்தான் இருக்கிறான். இப்போது பயப்பட எதுவுமில்லை என அமைதியடைகிறாள். ஆனால் எண்ணங்கள் ஊர்ந்து மேலேறி வந்து தோல்சீவியைப் பிடித்திருக்கும் அவள் கைகளைச் சுற்றிப் பின்னிக் கொள்கின்றன. ஒரு கணம் கதவு தட்டப்படுவது தவிர்க்க முடியாத தாகிறது. ஒவ்வொரு மனிதருள்ளும் காணப்படும் இடர் ஏற்படுத்தும் திறனை பொறுமையற்றுத் தூண்டிவிடும் அந்தக் குணத்தினால், காரணியை விளைவுடன் சேர்த்து அவள் மனம் குழப்பிக்கொள்கிறது. உருளைக்கிழங்கைச் சுற்றி இயங்கும் அவள் கைகளின் தளர்வுற்ற மெதுவான அசைவுகள் கதவு தட்டப்படும் ஓசைக்கு முன்பான அவசியமான துவக்க இசை போன்று தோன்றுகின்றன.

முடிவற்ற இந்தக் கணத்தில் அவளும் தொலைவே இருக்கும் ஓஃப்பரும், இருவருக்குமிடையேயான பரந்த இடைவெளியில் நடப்பவை யாவும், சமையலறை மேசையருகில் நின்றபடியான அவளது ஒவ்வொரு செயலும், முட்டாள்தனமாக இன்னும் அவள் உருளைக்கிழங்கின் தோலைச் சீவிக் கொண்டிருக்கிறாள் என்ற உண்மையும் – தோல்சீவியைப் பிடித்திருக்கும் அவள் விரல்கள் இப்போது வெளுப்படைகின்றன – வழக்கமான, அற்பமான வீட்டைச் சுற்றிய அவனது இயக்கங்களும், அவளைச் சுற்றிய யதார்த்தத்தின் மேம்போக்கான ஒழுங்கற்ற துண்டுகளும் ஒரு மர்ம நடனத்தின் அசைவுகளாகும்படி நெருக்கமாகப் பின்னப்பட்ட இழைகளைப் போல அறிவின் கணநேரத் தெறிப்பில் விளங்கிக்கொள்ளப் படுகின்றன. அது மெதுவான இறுக்கமான ஒரு நடனம். தம்மையுமறியாம லேயே அந்நடனத்தின் பங்கேற்பாளர்களாக அவள், ஓஃப்பர், யுத்தத்துக்குத் தயாராகும் அவனது நண்பர்கள், வரப்போகும் யுத்தங்களுக்காக வரைபடங் களை உற்று ஆராயும் மூத்த அதிகாரிகள், கூடுமிடத்தில் அவள் பார்த்த பீரங்கிவண்டிகளுடன் நகர்ந்த சிறுவாகனங்கள், அங்கிருக்கும் கிராமங்கள் மற்றும் நகரங்களின் மக்கள், மற்றவர்கள் – இவர்கள் படைவீரர்களும் பீரங்கிவண்டிகளும் தங்கள் தெருக்கள், சந்துகள் வழியாகச் செல்கையில் கீழே இழுத்துவிடப்பட்ட ஒளித்தடுப்புகளின் பின்னிருந்து பார்ப்பவர்கள், நாளையோ அல்லது அதற்கு மறுநாளோ அல்லது இன்று இரவேகூட கல் அல்லது துப்பாக்கிக் குண்டு அல்லது எறிகணை கொண்டு ஒரு மின்னல்போல ஓஃப்பரைத் தாக்கவிருக்கும் அந்தச் சிறுவன், (விசித்திரமாக இந்நடனத்தின் மெதுவான இறுக்கமிகு தன்மையை மீறுவதும் நடனத்தைச் சிக்கலாக்குவதும் இந்தச் சிறுவனின் அசைவுதான்) இப்போது ஜெரூசலேம் ராணுவ அலுவலகத்தில் தங்களது செயல்முறைகளைப் புதுப்பித்துக் கொண்டிருப்பவர்களான அறிவிப்பாளர்கள், இந்த அகால நேரத்தில் வீடு திரும்பி இனாமிடம் இன்று நடந்தவற்றைப் பற்றிச் சொல்லிக்கொண்டிருக்கும் ஸமி ஆகியோர் இருந்தனர். இந்த மிகப்பெரிய, யாவற்றையும் உள்ளடக்கிய செயல்பாட்டில் ஒவ்வொருவரும், தங்களது பாத்திரம் என்னவென்று தெரியாது கடந்த தீவிரவாதத் தாக்குதலில் கொல்லப்பட்டவர்களும்,

அடக்கம்: அவர்கள் இதற்குப் பலியானவர்கள், இப்போது புதிய போர் நடவடிக்கையைத் தொடங்கியிருக்கும் ராணுவவீரர்கள் இவர்களது மரணத் துக்குப் பழிதீர்ப்பார்கள். திடீரென்று ஒரு இரும்புக் குண்டைப்போல கனக்கும், அவள் கையிலிருக்கும் இனியும் வெட்டித் துண்டுகளாக்க முடியாத உருளைக்கிழங்கேகூட ஒரு கண்ணியாக இருக்கலாம். ராணுவ வீரர்களும் சிவிலியன்களுமாக ஆயிரக்கணக்கான மக்கள், வாகனங்கள், ஆயுதங்கள், போர்க்கள சமையற்கூடங்கள், அளவாக வழங்கப்பட்ட போர்க்கால உணவுப்பொருட்கள், ஆயுதக் கிடங்குகள், பெட்டி பெட்டி யாக இரவில் பார்க்க உதவும் சாதனம் உள்ளிட்ட கருவிகள், சமிக்ஞை நெருப்புக் கருவிகள், தூக்குப் படுக்கைகள், ஹெலிகாப்டர்கள், தண்ணீர்க் குடுவைகள், கணினிகள், ஆன்டெனாக்கள், தொலைபேசிகள் மற்றும் முத்திரையிடப்பட்ட, பெரிய கறுப்பு பிளாஸ்டிக் பைகள் ஆகியவை அடங்கிய கணிக்கப்பட்ட முறைப்படுத்தப்பட்ட ஒரு பெரும் அமைப்பின் மிகச்சிறிய ஆனால் மிக முக்கிய ஒரு கண்ணியாக இந்த உருளைக்கிழங்கு இருக்கலாம். இவையனைத்தும், கண்ணுக்குத் தெரிந்த மற்றும் தெரியாத ஒன்றோடொன்று பிணைந்த இழைகளும் அவளைச் சுற்றியும் அவளுக்கு மேலாகவும் நகருவதை திடீரென அவள் உணருகிறாள். ஒரு பிரம்மாண்ட மீன்வலையைப் போல பரந்து விழும்படிக்கு விசிறப்பட, அது மெல்லப் பரவி இரவு வானத்தை நிரப்புகிறது. ஓரா சட்டென்று அந்த உருளைக் கிழங்கைத் தவறவிடுகிறாள். அடுப்பு மேடையிலிருந்து உருண்டு கீழே குளிர்பதனப் பெட்டிக்கும் சுவருக்கும் இடையே அது உருண்டு சென்றது. மேசையில் இரண்டு கைகளையும் ஊன்றியவாறு அதை அவள் வெறித்துப் பார்க்கையில் வெளுப்பான வண்ணத்தில் அங்கிருந்து அது ஒளிர்ந்தது.

இரவு ஒன்பது மணி வாக்கில் அவள் கடும் பதற்றத்திலிருந்தாள். ஆச்சரியப் படும் விதமாக அவளும் ஓஃபரும் டி.வியில் வருகிறார்கள். அவனது படைப்பிரிவு ஒன்று கூடுமிடத்தில் கட்டியணைத்து அவனுக்கு அவள் பிரியாவிடை தருகிறாள். கேமராக்கள் அங்கு இருந்தது அவளுக்கு நினைவுக்கு வருகிறது. ஸமியை அழைத்து வந்ததற்காக ஓஃபர் அவளைக் கடிந்துகொண்டபோது அவள் முகம் சிவந்ததைக் கண்டு கடிந்துகொள்வதை நிறுத்தினான். கோபத்துடனே அவளைத் தன் நெஞ்சோடு அணைத்து, "அம்மா, அம்மா நீங்கள் ஒரு யதார்த்தம் புரியாத நபர்," எனக் கனிவாகச் சொன்னான். நாற்காலியைத் தள்ளிவிட்டு அவள் துள்ளியெழுகிறாள். தொலைக்காட்சித் திரையோடு முகத்தைச் சேர்த்து வைத்துக்கொள்கிறாள், ஓஃபரின் முகத்துடன்.

ஒரு சர்வாதிகாரத் திமிருடன் அவளை இறுகப் பிடித்தபடி அவள் முகத்தை கேமராவை நோக்கித் திருப்புகிறான். அவனது இந்தச் செய்கை அவளுக்கு வியப்பளித்தது. அவள் தடுமாறி விழுந்துவிட இருந்தாள். பிறகு அவள் அவனைக் கட்டிப்பிடித்தபடி தர்மசங்கடமாகச் சிரித்தாள். எல்லாமே அங்கிருந்தன. முட்டாள்தனமான அந்த ஊதா வண்ண கைப்பையும்கூட— கவலையுற்ற தன் தாயைக் காண்பிக்க அவன் ஒளிப்பதிவாளரை நோக்கி அவள் முகத்தைத் திருப்பினான். இப்போது யோசிக்கையில் அவன் அவளைத் திருப்பி கேமராவுக்குக் காட்டியதில் அடங்கியிருந்த நிஜமான

வஞ்சகத்தை உணர்ந்தாள். அவள் கை தானாக உயர்ந்து தலைமுடி அதிகமும் கலைந்திருக்காதவாறு சரிபார்த்தது, பாசாங்கான பதவிசுடன் *"யார், நானா?"* என்பதனான ஒரு புன்னகையை வெளிப்படுத்தினாள். தானே முன்வந்து போர் நடவடிக்கையில் கலந்துகொள்ள முடிவெடுத்ததை அவளிடமிருந்து அவன் மறைத்த நேற்றைய இரவிலிருந்து அவர்களிடையே அந்தத் துரோகம் கனன்றுகொண்டிருந்தது. திட்டமிட்டிருந்த பயணத்தை சாதாரணமாக எந்த யோசனையுமின்றி அவன் கைவிட்டபோதும் அது கனன்றது. இன்னும் பெரியதொரு துரோகம், தாங்கமுடியாத ஓர் அந்நியத்தன்மை போருக்குப் போகும் படைவீரன் என்ற அவனது திறமைக்குள் மறைந்திருந்தது. தனது பணியைச் செய்யும் திறன்மிக்கவனாக, மரியாதை குறைந்த துடுக்குத்தனமும் போருக்கான மகிழ்வும் ஆர்வமும் மிக்கவனாக அவளுக்கான பாத்திரத்தை அவள்மீது திணித்தான்: சுருக்கங்கள் விழுந்து வயது முதிர்ந்த தோற்றம். இருந்தும் பெருமையில் ஒளிரும் முகத்துடன் (ஒரு மலிவான இலச்சினை: படைவீரனின் தாய்.) மரணத்தின் முன் நிற்கும் அவர்களை ஒன்றுமறியா வசீகரத்துடன் பார்க்கும் ஒரு முழு முட்டாளின் பாத்திரம். அவள் கேமராவைப் பார்த்துப் புன்னகைக்கிறாள். அவளது வாய் தொலைக்காட்சியிலும் வீட்டிலும் தன்னையுமறியாமல் அவனது புன்னகையைக் கேலியாகப் பிரதி செய்கிறது. அவன் கண்களைச் சுற்றி மாயாஜாலம் போன்றமைந்த மூன்று சிறிய சுருக்கங்கள். மனதில் எழுந்த எண்ணமொன்றை வலிந்து அவள் வெளியே தள்ளுகிறாள்: அவனது இந்தப் படத்தை மறுபடி எப்போது அவர்கள் ஒளிபரப்புவார்கள்? திரையில் அதை அவள் தெளிவாகப் பார்க்கிறாள். அவன் தலையைச் சுற்றி சிவப்பு ஒளிவட்டம். யாரோ ஒருவர் கழியில் கட்டப்பட்ட ஒலிவாங்கியை அவர்கள் நடுவே நுழைக்கிறார். "இதுபோன்ற ஒரு தருணத்தில் ஒரு மகன் தன் தாயிடம் என்ன சொல்ல முடியும்?" உற்சாகம் பொங்கச் செய்தியாளர் கேட்கிறார், "திரும்பி வரும்வரை பியரைக் குளிர்ச்சியாக வைத்திருங்கள்," மகன் சிரிக்கிறான், நாலாபுறமும் மனம்விட்ட சிரிப்பு எழுகிறது. "சற்றுப் பொறுங்கள்," உற்சாகத்தைத் தடுத்தவனாக ஒரு விரலை உயர்த்துகிறான் ஓஃபர், செய்தியாளர் கேமராமேன் மற்றும் சுற்றியிருந்த அனைவரது கவனத்தையும் எளிதாகத் தன்பக்கம் திருப்புகிறான் – அது ஒரு இலன் தருணம், தான் விரலை உயர்த்தினால் எல்லோரும் அமைதியாகிவிடுவார்கள் என்பதை அறிந்த ஒருவனது செய்கை. "அவர்களிடம் சொல்ல இன்னொன்றும் இருக்கிறது," அர்த்தமுடன் புன்னகைத்தபடி அவள் மகன் தொலைக்காட்சியில் சொல்கிறான். துறுதுறுப்பும் குறும்புமாக ஒரு கண்ணைச் சிமிட்டி கேமராவைப் பார்த்தபடி அவளது காதின் அருகே தன் உதடுகளைக் கொண்டுவருகிறான். அவனது தொடுகையையும் கழுத்தில் படிந்த அவனது சூடான மூச்சுக்காற்றையும் அவள் நினைத்துப் பார்க்கிறாள். காதுக்கும் வாய்க்கும் நடுவிலான வெளியை விரைவாக ஆக்கிரமிக்க கேமரா முயற்சிப்பதை பார்க்கிறாள். தன் முகத்தில் தோன்றும் தீவிர உணர்வைப் பார்க்கிறாள். தனக்கும் ஓஃபருக்குமிடையே எப்படிப்பட்ட இயற்கையான மென்மையான நெருக்கம் அமைந்திருக்கிறது என்பதை எல்லோரும் பார்க்கும்படி (இலன் பார்க்கும்படி–கலாபகோஸில் சேனல் 2 பார்க்க முடியுமா?) வெளிப்படுத்துகையில் அவளுள் ஏற்பட்ட பரிதாபகர

மான இறைஞ்சுதலையும் அவள் அங்கு கண்டாள். கடைசியாக செய்தி ஆசிரியர் வேறு செய்திக்குச் செல்கிறார். ஒரு படைவீரன் மற்றும் அவனது தோழியுடன் செய்தியாளர் நகைச்சுவையாகப் பேசுகிறார். அந்தத் தோழி படைவீரனையும் அவன் தாயையும் சேர்த்துத் தழுவுகிறாள். இரு பெண்களது வயிற்றுப் பகுதியும் ஆடையால் மூடப்படாமலிருக்கின்றது. ஓரா தன்னுள் இரண்டு வலிகளை உணர்கிறாள். சாய்வுநாற்காலியின் விளிம்பில் தொப்பென்று அமர்கிறாள், கை கழுத்துத் தோலைப் பிடித்துத் திருகுகிறது. தன் காதில் அவன் சொன்னதைக் கேட்டு முகத்தில் வேதனை படர அவள் விலகி வந்ததை அவர்கள் காட்டாதது நல்லதாகப் போயிற்று. அந்த நினைவு அவளை அறைகிறது. ஏன் அதை அவன் என்னிடம் சொல்ல வேண்டும்? அதைச் சொல்ல எப்போது அவன் ஒத்திகை பார்த்தான்? எங்கிருந்து அவனுக்கு அந்த எண்ணம் தோன்றியது.

வேகமாக எழுந்து நிற்கிறாள். அவள் உட்காரக் கூடாது. தன்னைத் தேட ஆரம்பித்திருக்கும் ஒளிக் கற்றைக்கு, மெதுவாக இறங்கி வந்தபடியிருக்கும் பெரிய மீன்வலைக்கு உட்கார்ந்திருக்கும் ஒரு இலக்காக அவள் மாறிவிடக்கூடாது. அவள் கதவில் தலை சாய்த்துக்கொள்கிறாள். ஒன்றுமில்லை. ஜன்னல் வழியே சாலை மற்றும் நடைபாதையின் ஒரு துண்டைப் பார்க்கிறாள். அதனை ஆராய்கிறாள், முன்பின் பார்த்திராத கார் எதுவும் வரவில்லை. ராணுவ எண், எழுத்துக் கொண்ட கார் எதுவுமில்லை, அண்டை வீடுகளில் அந்நியரைப் பார்த்ததும் குரைக்கும் நாய்களின் குரைப்புமில்லை, தீய தேவதூதுவர்கள் குழு எதுவும் வரவில்லை. அதே நேரம் இது அதிகாலை, இன்னும் காலமிருக்கிறது. ஆனால் அவர்களுக்கு நேரம் என்ற ஒன்று இல்லை, அவள் பதில் சொல்லிக்கொள்கிறாள். அவர்கள் காலை ஐந்து மணிக்குக்கூட வருவார்கள், சரியாக அவர்கள் வரும் நேரம் அதுதான். உறக்கச்சுவடு நீங்காமல், அரை மயக்க நிலையில், எதிர்வினையாற்றும் அவகாசமற்று, தாங்கள் சொல்லவந்த செய்தியைச் சொல்லும் முன் அவர்களைப் படிகளில் உருட்டிவிட வலுவற்றிருக்கையில் அவர்கள் வந்தார்கள். இப்போது நிஜமாகவே அகால வேளையாக இருந்தது, அவளும் ஓஃபரும் பிரிந்தபின் கடந்திருந்த இந்தச் சிலமணி நேரங்களில் எதுவும் நடந்திருக்க வாய்ப்பில்லையென உணர்கிறாள். பின்கழுத்தைத் தேய்த்துவிட்டுக்கொள்கிறாள். அமைதிகொள், இன்னமும் அவன் தன் நண்பர்களுடன் கில்போவாவில்தான் இருக்கிறான், ஆவணங்கள் தயாரித்தல், போர் நடவடிக்கை பற்றி விளக்குதல், சிக்கலான செயல்முறைகள் உள்ளிட்ட நடைமுறைகள் பல இருந்தன. எதுவும் நடக்கும் முன்பாக அனைவரது வாசனைகளையும் ஒன்றாகக் கலக்க வேண்டும், அவர்கள் கண்களில் வலுமிக்க மின்னலையும் கழுத்தில் துடிப்புகளையும் உருவாக்க வேண்டும். தனது நண்பர்களுடன், கட்டுப்படுத்தப்பட்ட அவர்களது ஆக்ரோஷத்துடன், போர்த்தாகத்துடன், போர் என்ற இறுகிய திரவத்துடன், நன்றாக மறைத்துக்கொள்ளப்பட்ட அவர்களது அச்சத்துடன் ஓஃபர் தன்னைப் புதுப்பித்துக்கொள்வதை அவள் உணர்ந்தாள்; பாதி மார்பு இன்னொரு பாதி மார்புடன் சேர்ந்த விரைவான அணைப்பில், முதுகிலான இரண்டு தட்டல்களில், அடையாளப்படுத்தும் அடிகளில், துளையிடப்பட்டச் சீட்டுகளில் என முக்கிய விஷயங்களை அவன் கொடுத்தும் பெற்றும் கொள்கிறான். கவனம் குலைக்கும் வகையில்

தன்னை அவள் இன்று முதல் எல்லாமே உறைந்து போகவிருக்கும் அவனது அறைக்குள் இழுத்துச் செல்கிறாள். தனக்கும் முன்பாகவே அந்த அறை அதைச் செய்துவிட்டிருப்பதை, கைவிடப்பட்ட ஒரு இடத்துக்கேயான வெறுமையான தோற்றத்தை தேர்ந்துகொண்டுவிட்டிருப்பதைப் பார்க்கிறாள். பொருட்கள் அனாதையாகிவிட்டவை போலக் காணப்படுகின்றன: வார்ப்பட்டைகள் பிரிந்து கிடக்கும் அவனது செருப்புகள், அவனது கணினி மேசையின் நாற்காலி, தனது படுக்கையருகே அவன் வைத்திருக்கும் வரலாறு பாடப்புத்தகங்கள் – அவனுக்கு வரலாறு பிடித்திருந்தது–பிடிக்கும்; அவள் பிடிக்கும் என்ற அர்த்தத்தில்தான் சொல்கிறாள், இனியும் அவனுக்கு வரலாறு பிடிக்கும் – அலமாரிகளில் இருந்த பால் ஆஸ்டர் புத்தகங்கள், குழந்தையாக இருக்கையில் அவன் விரும்பிப் படித்த டி&டி புத்தகங்கள், பன்னிரண்டு வயதில் அவன் வழிபட்ட, இருபத்தோரு, இருபத்தோரு, இருபத்தோரு வயதானபோதும் சுவரிலிருந்து எடுக்க மறுத்த மக்காபி ஹைஃபா கால்பந்து வீரர்களின் சுவரொட்டிகள்.

சொல்லப்போனால் அவள் அந்த அறைக்குள் நடக்கக்கூடாது, இன்னமும் தொங்கிக்கொண்டிருக்கும் அவனது அசைவுகளின் இழையை அவள் அறுக்கக்கூடாது, இன்னும்கூட சிலநேரங்களில் தலையணையிலிருந்து, ரோமங்கள் உதிர்ந்துகொண்டிருக்கும் டென்னிஸ் பந்திலிருந்து, சிறு சிறு போர் ஆயுதங்கள் ஏராளம் தரித்த ஒரு கமாண்டோ வீரன் பொம்மையிலிருந்து (பையன்கள் வளர்ந்தபின் தாங்கள் அங்கு செல்வதை நிறுத்திய, இன்னும் கொஞ்சநாள் கழித்துத் தங்கள் பேரப்பிள்ளைகளுக்காக செல்ல வேண்டுமென்று நினைத்திருந்த, ஓஃபருக்கும் ஆடமுக்குமாக அவளும் இலனும் தங்களது வெளிநாட்டுப் பயணங்களின்போது வழக்கமாக பொம்மைகள் வாங்கும் கடைகளுள் ஒன்றில் வாங்கிய பொம்மையது) எழுந்து காற்றில் கலக்கும் அவனது குழந்தைப்பருவத்து வாசனைகளை அவள் மௌனமாக்கிவிடக்கூடாது. அவர்களது கனவுகள் சிறியவை, எளியவை, ஆனாலும் விரைவிலேயே அவை சிக்கலாகவும் கிட்டத்தட்ட ஈடேறமுடியாதனவாகவும் மாறின. கொஞ்சம் பிரம்மச்சாரியக் காற்றை சுவாசிக்கவேண்டி இலன் அவளை விட்டுப் பிரிந்தான். அவனோடு ஆடமும் போனான். இப்போது ஓஃபரும் அவளுடன் இல்லை. அவனது உடைமைகளுக்குத் தன் முதுகைக் காட்டாமல் கவனமாக அறையின் பக்கவாட்டில் அடிமேல் அடிவைத்து வெளியே வருகிறாள். சற்று நின்று நாடுகடத்தப்பட்டவனின் ஏக்கத்துடன் பார்க்கிறாள். கசங்கிக் கிடக்கும் மான்செஸ்டர் யுனைட்டட் டி–ஷர்ட், மூலையில் எறியப்பட்ட ராணுவக் காலுறை, காகித உறையிலிருந்து எட்டிப்பார்க்கும் கடிதம், பழைய செய்தித்தாள், கால்பந்து இதழ், வடபகுதியில் அருவி ஒன்றின் அருகே தாலியாவுடன் சேர்ந்து அவன் எடுத்துக்கொண்ட புகைப்படம், தரைவிரிப்பில் கிடக்கும் ஐந்து கிலோ அளவுள்ள சிறிய இரும்பு உடற்பயிற்சி எடைகள், திறந்து தலைகவிழ்ந்து கிடக்கும் ஒரு புத்தகம் – அவன் வாசித்த கடைசி வாக்கியம் என்னவாக இருக்கும்? அவன் பார்த்த கடைசிப் படம் எது? ஒரு குறுகிய சந்து, பெரிய கல்லொன்று காற்றில் பறந்து வருகிறது, துணியால் மூடிய இளைஞனொருவனின் முகம், அந்தக் கண்கள் கடும் கோபத்திலும் வெறுப்பிலும் எரிகின்றன. அங்கிருந்து அவள் நினைவு ஒரு ராணுவ வளாகத்துக்கு விரைவாகத் தாவிச் செல்கிறது. அங்கு

ஒரு ராணுவவீரன் படைவீரர்களின் கோப்புகள் நிறைந்த அலமாரியை நோக்கிச் செல்கிறான் – அவளது காலத்தில், வரலாற்றுக்கு முந்தைய காலத்தில், அப்படித்தான் செய்தார்கள். இப்போது அது ஒரு கணினி: ஒரு சொடுக்கு, திரையில் ஒரு ஒளிர்தல், ராணுவ வீரனின் பெயர், துயரம் நிகழ்ந்துவிடும் பட்சத்தில் தகவலளிக்க அவனது தொடர்பு விவரங்கள். தனது பெற்றோரின் முகவரி இரண்டு என்பதை அவர்களுக்கு அவன் தெரிவித்துவிட்டானா?

இறுக்குவது போன்ற ஒரு அழைப்பொலியைத் தருகிறது தொலைபேசி. அது அவன்தான். அவளுக்குத் தாங்கமுடியாத மகிழ்ச்சி. "நம் இருவரையும் தொலைக்காட்சியில் பார்ததீர்களா?" நண்பர்கள் அவனிடம் தொலைபேசியில் தெரிவித்திருந்தனர்.

"சொல்வதைக் கேள், இன்னும் நீ கிளம்பவில்லை? கிளம்பிவிட்டாயா?" அவள் மெல்லிய குரலில் கேட்டாள்.

"கிளம்பிப் போய்விட்டிருக்கத்தான் விரும்பினேன்! இப்படியே போனால் நாளை இரவு வரை நாங்கள் இங்குதான் இருப்போம்"

அந்த வார்த்தைகள் அவள் காதில் விழவேயில்லை. அவள் கவனம் அவன் குரலின் அந்நியத்தனம் மிக்க கனத்த ஒலிப்பில், அவனது புதிய வஞ்சகத்தின் எதிரொலிப்பில் குவிந்திருந்தது. அது எப்போதுமே தனக்கு விசுவாசமாக இருந்த ஒரேயொரு ஆணின் வஞ்சகம். நேற்றிலிருந்து, சொல்லப்போனால் துரோகமிழைப்பதன் ஆனந்தத்தை அவன் சுவைத்ததிலிருந்து, அவளுக்குத் துரோகமிழைப்பதன் ஆனந்தத்தை அவன் சுவைத்ததிலிருந்து, முதன் முதலாக இறைச்சியைச் சுவைக்கும் நாய்க்குட்டியைப் போல அந்த ருசியை மீண்டும் மீண்டும் அனுபவிக்க அவன் விரும்பியதுபோலத் தோன்றியது.

"ஒரு நொடி, அப்படியே இருங்கள் அம்மா." அவன் சிரித்தபடி அருகிலிருப்பவனை அழைக்கிறான்: "ஏன் பெரிதாக அலட்டிக்கொள்கிறாய். நாம் உள்ளே போகிறோம், அவர்கள் மேல் துப்பாக்கிகளை சடசடக்கிறோம், வெளியே வருகிறோம்." வேகமாக, உணர்ச்சித் தீவிரத்துடன், அவளை ஓரம் ஒதுக்கிச் சென்றதில் மகிழ்ந்தவனாய் மீண்டும் அவளிடம் திரும்புகிறான். "ம், அம்மா, நாளை தி ஸப்ரானோஸை எனக்காகப் பதிவு செய்ய முடியுமா? டிவியின் மேல் எதுவும் பதிவு செய்யப்படாத கேசட் ஒன்று இருக்கிறது. வி.சி.ஆரை எப்படி இயக்குவதெனத் உங்களுக்குத் தெரியும், சரிதானே," பேசிக்கொண்டிருக்கையில் ஒருமுறை அவன் சொன்ன வழிமுறைகளைக் குறித்து வைத்திருந்த துண்டுக் காகிதத்தைத் தேடி கேசட்டுகள் அடங்கிய மேசை இழுப்பறையைத் துழாவுகிறாள். "இடதுபுறம் கடைசியாக இருக்கும் பொத்தானை அழுத்துங்கள், பிறகு ஆப்பிள் படம் போட்டிருக்கும் பொத்தானை ..."

"இப்போது, கிளம்பும் முன்பாக என்ன செய்துகொண்டிருக்கிறாய்?" தன்னுடன் அவன் செலவிட்டிருக்க வேண்டிய விலைமதிப்பற்ற இந்த நேரத்தை எண்ணி வருந்தியவளாக அவள் கேட்டாள். அதே நேரம் சவ

ஊர்வலத்துக்கானது போன்ற தனது முகத்துடன் அவனுக்கு அவள் எதைத் தந்துவிட முடியும். விரைவிலேயே எங்காவது தனக்கென ஒரு அறையை அவன் வாடகைக்கு எடுத்துக்கொள்வான் அல்லது ஆடமைப் போல இலனுடன் சென்றுவிடுவான். ஏன் அவன் போகக் கூடாது? இலனுடன் இருக்கையில் எல்லாமே சந்தோஷமாக, நல்ல நேரமாக இருக்கும். அந்த மூன்று இளைஞர்களும் பெற்றோரது தொந்தரவு இல்லாமல் விருந்துகளில் ஈடுபடலாம். இடையே ஓஃபர் என்னவோ சொல்கிறான், அவளால் வார்த்தைகளைப் பிரித்தறிய முடியவில்லை. கண்களை மூடுகிறாள். இன்று மாலை தாலியாவிடம் பேச ஏதாவதொரு காரணத்தைக் கண்டுபிடிப்பாள்; அவன் கிளம்பும் முன் தாலியா அவனிடம் பேசவேண்டும்.

பின்னணியில் ஒலிக்கும் குழப்பமான சத்தங்களை மீறிப் பேச முயல்கிறான். "வாயை மூடுங்கள், இது என் அம்மா!" சந்தோஷமும் வியப்புமான கூச்சல்கள் எழுகின்றன, பிறகு வெயிலில் கிடக்கும் நரிகளைப் போல ஊளையிடுகிறார்கள், அம்மாவை விசாரித்ததாகச் சொல்கிறார்கள். "ரீகுலா பதார்த்தம் செய்து அனுப்பச் சொல்!" அமைதியான ஒரு இடத்தை நோக்கி நடக்கிறான் ஓஃபர். "மிருகங்கள், அவர்களில் அனேகம் பேர் பீரங்கி வண்டியில் பாரமேற்றுபவர்கள்" அவன் விளக்குகிறான்.

நடக்கையில் அவனுக்கு மூச்சுவாங்குவதை அவளால் கேட்க முடிகிறது. வீட்டிலும் கைப்பேசியில் பேசுகையில் அவன் நடப்பான், ஆடமும் அப்படித்தான். அதை அவர்கள் இலனிடமிருந்து கற்றுக்கொண்டனர் – என்னுடைய மரபணுக்கள் வெண்ணெய் போல மென்மையானவை என அவள் நினைத்துக்கொள்கிறாள். சிலநேரம் வீட்டின் பெரிய வரவேற்பறையைச் சுற்றிவந்து, தங்களது குறுகிய குறுக்குப் பாதைகளில் விரைவாக நடந்தபடி, ஒருவரோடு ஒருவர் மோதாமல் பையன்கள் இருவரும் இலனும் என மூவரும் ஒரே நேரத்தில் தத்தமது கைப்பேசியில் பேசுவர்.

இப்போது திடீரென அமைதி. பீரங்கி வண்டிகளுள் ஒன்றின் பின்புறம் அவனொரு மறைவான இடத்தைக் கண்டுபிடித்திருக்கலாம். இந்த அமைதி அவளைப் பதற்றத்துக்குள்ளாக்குகிறது, அவனுக்கும் அதே உணர்வு, தன்னைப் பாதுகாக்க இஸ்ரேலின் ஒட்டுமொத்தப் பாதுகாப்புப் படைகளும் இன்றி அவளை எதிர்கொள்கிறான், நூற்றுப் பத்து சதம் படையினர் வந்திருக்கின்றனர் என அவசரமாகச் சொல்கிறான், "எல்லோருமே ஆர்வமாக இருக்கிறார்கள், அவர்களைத் தாக்க வேண்டிய நேரத்தை எதிர்பார்த்துக் காத்திருக்கிறார்கள்"–பேசுகையில் தன்னை அவன் ராணுவமயமாக்கிக்கொள்கிறான். "துணை அதிகாரி சொல்கிறார் இதுவரை இம்மாதிரி கூட்டம் சேர்ந்து தான் பார்த்ததில்லை என்று"–அப்படியானால் நீ இல்லாமலேகூட அவர்களால் சமாளிக்க முடியுமில்லையா என ஓரா சொல்ல நினைக்கிறாள் ஆனால் சொல்லவில்லை–"அப்புறம் பிரச்சனை என்னவென்றால் எல்லோருக்கும் கொடுக்க குண்டுதுளைக்காத உள்ளாடைகள் போதவில்லை, ஒன்றாகச் சேர்ந்து செல்ல சிலரிடம் வாகனம் இல்லை, அஃபுலாவில் போக்குவரத்து நெரிசலில் அவை சிக்கிக் கொண்டுவிட்டன." அவன் வாய்க்குள் இந்தச் சரளைக்கல்லைத் திணித்தது

யாரோ அவரேதான் இதெல்லாம் எப்போது முடியும் எனத் தெரியுமா என அவளைக் கேட்கவும் செய்கிறார். அதன் முழு அர்த்தமின்மையும் முட்டாள்தனமும் அகலும்வரை அந்தக் கேள்வியைச் சற்று நேரம் அவன் எதிரொலிக்க விடுகிறான். இது அவளுக்கெதிராக இலன் செய்யும் சிறு தந்திரங்களுள் ஒன்று. எந்தமாதிரியான ஒரு பல தலைமுறை ஆயுதத்தை பயன்படுத்த ஆரம்பித்துள்ளோம் என்பதை அறியாமலே குழந்தைகள் அதைக் கையிலெடுத்துக்கொள்கிறார்கள். குறைந்தபட்சம் ஓஃபராவது சீக்கிரம் அவளிடம் திரும்பிவிடுகிறான், ஆனால் அதுவும்கூட இல்லாது போய்விடுமோ என எண்ணிப் பார்க்கிறாள், எப்போது அவன் இலனின் நீண்ட ஊசிகள் ஒன்றினால் அவளைக் குத்திவிட்டு பிறகு காயம்பட்டுக் கிடப்பவளைத் தன்னோடு கொண்டுபோக வராமல் போவானோ. “நிஜமாகவே, கவலைப்படாதீர்கள் அம்மா” அவன் குரல் அவனது அணைப்பைப்போல வாஞ்சையுடன், குணப்படுத்துவதாக இருக்கிறது. “பயங்கரவாத உள்கட்டமைப்பை அழிக்கும் வரை ஓயமாட்டோம்”. இப்போது அவன் புன்னகைக்கத் தொடங்குவதை அவளால் உணர முடிகிறது. பிரதம மந்திரியின் ஆணவம் தொனிக்கும் குரலைப் போலி செய்து சொல்கிறான் “கொலைகாரக் கும்பல்களை ஒழிக்கும் வரை, பாம்புகளின் தலைகளை வெட்டியெறியும் வரை, அவர்களின் கூடுகளை. . .”

அவனது சிரிப்பில் அவளும் கலக்கிறாள். “ஓஃபரிகோ, சொல்வதைக் கேள், சில நாட்கள் நான் வடபகுதியில் போய் இருக்கலாம் என நினைக்கிறேன்”.

“ஒரு நிமிடம், இங்கே ஒரே இரைச்சலாக கேட்கிறது. என்ன . . . என்ன சொன்னீர்கள்?”

“வடக்கே போகலாம் என நினைத்திருக்கிறேன்”

“அப்படியானால் கலிலேயாவுக்கா?”

“ஆமாம்.”

“தனியாகவா”

“ஆமாம், தனியாக.”

“ஏன் தனியாகப் போகவேண்டும்? உங்களோடு வர யாரும் . . .” துரதிருஷ்டமான தனது வார்த்தைப் பிரயோகத்தை அவன் உணர்கிறான். “உங்கள் தோழியர் யாருடனாவது அல்லது வேறு யாருடனாவது நீங்கள் போகலாமில்லையா?”

அவனது சமாளிக்கும் திறனின்மையை மறைத்தவளாய், “என்னுடன் வரவேண்டுமென நான் விரும்பும் யாரும் எனக்கில்லை, தோழியருடனோ அல்லது வேறு யாருடனோ போகவும் எனக்கு விருப்பமில்லை, அதோடு வீட்டிலிருக்கவும் எனக்குப் பிடிக்கவில்லை” என்கிறாள்.

அவன் குரல் தளர்கிறது. “நீங்கள் சொல்வதை நான் சரியாகக் கேட்க வில்லை. உண்மையிலேயே நீங்கள் தனியாகப் போகப் போகிறீர்களா?”

திடீரென அவளது வாயை மூடியிருந்த மூடி திறந்துகொள்கிறது. “உன்னுடைய பார்வையில், என்னோடு வர யார் இருக்கிறார்கள்? என்னோடு வர இருந்தவன் கடைசி நிமிடத்தில் விலகிக்கொண்டான், தானாகவே முன்வந்து யூதப் படைகளோடு சேர்ந்துகொண்டான் …”

பொறுமையற்றவனாய் அவன் குறுக்கிடுகிறான். “ஆக நமது இடங்களுக்கு, நாம் திட்டமிட்டிருந்த இடங்களுக்கு நீங்கள் போகிறீர்கள்?”

தனக்குச் சொந்தமாய் அவன் திருடிக்கொண்ட அந்த நாமை அவள் தீரத்துடன் கடக்கிறாள். “எனக்குத் தெரியாது. இப்போதுதான் அதுபற்றி நான் யோசித்தேன்.”

“நல்லது. உங்களது பயணப்பை வேறு தயாராக உள்ளது,” சற்று கேலியாகச் சிரிக்கிறான்.

“இரண்டு பைகள்.”

“உண்மையிலே, எனக்குப் புரியவில்லை”

“புரிந்துகொள்ள என்ன இருக்கிறது. என்னால் இங்கு இருக்க முடியாது. இங்கே எனக்கு மூச்சை அடைக்கிறது.”

அவனுக்குப் பின்னால் எங்கோ ஓர் பெரிய இயந்திரம் செயல்படத் தொடங்குகிறது. யாரோ சீக்கிரம் எனக் கத்துகிறார்கள். அவனது எண்ணவோட்டத்தை அவளால் உணர முடிகிறது. இப்போது அவனுக்கு அவள் வீட்டிலிருக்க வேண்டும், அதுதான், அவன் நினைப்பது சரிதான், கிட்டத்தட்ட அவனது விருப்பத்துக்கு இணங்கிவிடுகிறாள், ஆனால் அந்தக் கணமே இம்முறை தனக்கு வேறு வழியில்லை என்பதை விரைவாகவும் அவசரமாகவும் உணர்கிறாள். இறுக்கமான அமைதி. அவனது விருப்பத்துக்கு எதிராகச் செயல்பட தனக்குள்ளாகப் போராடுகிறாள், எண்ணற்ற சிறு குற்றச்சாட்டுக் குறிகளிடப்பட்ட நினைவின் நிலவரைபடமொன்று அவளுள் விரிகிறது: ஓஃபருக்கு மூன்று வயது, சிக்கலான ஒரு பல் அறுவை சிகிச்சை அவனுக்கு நடக்கிறது. மயக்கமருந்து நிபுணர் அவனது மூக்கையும் வாயையும் வாயுமுகமூடி கொண்டு மூடுகையில் அவளை வெளியே போகச் சொல்கிறார்கள். ஓஃபரின் மிரட்சியுற்ற கண்கள் கெஞ்சின, ஆனால் அவள் திரும்பி நடந்தாள். அவனுக்கு நான்கு வயதிருக்கும்போது, மழலையர் பள்ளியின் வேலியை பத்து விரல்களாலும் பற்றிக்கொண்டு அவளுக்காக அவன் கத்திக்கொண்டிருக்க அப்படியே விட்டுவிட்டு வந்தாள், அன்று முழுக்க அவனது கத்தல்கள் அவளைச் சுற்றிவந்தன. இது போன்ற நிறைய கைவிடுதல்கள், தப்பித்தல்கள், கண்மூடுதல்கள், முகமறைத்தல்கள் இருந்தன, ஆனால் சந்தேகமில்லாமல் இன்று அவற்றிலெல்லாம் மிகக் கடினமானது நிகழவுள்ளது. ஆனால் வீட்டில் கழிக்கும் ஒவ்வொரு கணமும் அவளுக்கு ஆபத்தானது, அவளுக்கது தெரியும், அது அவனுக்கும் ஆபத்தானது, அதை அவனால் புரிந்துகொள்ள முடியாது, அவன் புரிந்துகொள்வானென்று நம்புவதிலும் அர்த்தமில்லை. அவன் மிகவும் இளையவன். அவனது ஆசைகள் எளியவை, பண்படாதவை: அவளையும் வீட்டையும் சிறிதும் மாற்றமின்றி வைத்தபடி அவனுக்கு அவள் வீட்டிலிருக்க வேண்டும், அதிலும் அத்தனை நாட்களும் எங்கேயும் நகராமல் அவள் இருக்கவேண்டும்… அவளிடமிருந்து

விலகிப்போய் கோபத்தில் கைகால்களை உதைத்துக்கொண்டதுபோல, அவள் நினைத்துப் பார்க்கிறாள் அப்போது அவனுக்கு ஐந்து வயது, அவள் தனது சுருட்டை முடியை நேராக்கியிருந்தாள்!... அப்போதுதான் விடுமுறையில் வந்து அவளை அணைத்து இறுகிக் கிடப்பவளை இளகச் செய்து அவன் பயன்படுத்திக்கொள்ள முடியும். அவனைப் பீடித்திருந்த ஒருவித அலட்சியத்துடன் துண்டு துண்டான திகிலூட்டும் விஷயங்களைச் சொல்லி அவளைக் கவர முயல்வான், தான் சொல்லக்கூடாத ரகசியங்களைக்கூடச் சொல்வான். ஓரா அவனது மூச்சொலியைக் கேட்கிறாள். அவனோடு சேர்ந்து அவளும் மூச்சு விடுகிறாள். தங்களது தசைநாண்கள் நீட்சியடைவதை இருவரும் உணர்கிறார்கள்... அவளது தசைநாண்கள் தலைகீழாகத் திரும்புகின்றன.

"எவ்வளவு நாட்கள் வெளியே இருப்பீர்கள்?" கோபமும் பலவீனமும் தோற்றுப்போய்விட்ட வருத்தம் சிறிதும் கலந்த குரலில் அவன் கேட்டான்.

"அதுபோலப் பேசாதே ஓஃபர். உன்னோடு இந்தப் பயணம் மேற்கொள்ள வேண்டுமென்று எவ்வளவு விரும்பினேன் என்று உனக்குத் தெரியும், அதை எவ்வளவு எதிர்பார்த்திருந்தேனென்றும் தெரியும்."

"அம்மா, இதில் என்னுடைய தவறு எதுவும் இல்லை, வரச்சொல்லி அவசர அழைப்பு."

தானே முன்வந்து படைக்கு அவன் திரும்பியதை பெரிய மனதுடன் அவள் நினைவுபடுத்தாமல் விடுகிறாள்.

"உன்னைக் குற்றம் சொல்லவில்லை, உனது பணி முடிந்ததும் அந்தப் பயணத்தை நாம் மேற்கொள்ளப் போகிறோம் பார், இது உறுதி. நான் பேச்சு மாறமாட்டேன், ஆனால் இப்போது இங்கிருந்து நான் வெளியேற வேண்டும், என்னால் இங்கே தனியே இருக்க முடியாது."

"நிச்சயமாக, இல்லை, நிச்சயமாக, நான் சொல்லவந்தது, ஆனால்"... அவன் தயங்கினான்... "நீங்கள் வெளியே வயலில் சென்று, அதாவது தனியே, உறங்கமாட்டீர்கள்தானே?"

அவள் சிரிக்கிறாள். "இல்லையில்லை. உனக்கென்ன பைத்தியமா? தனியே 'வயலில்' உறங்கமாட்டேன்."

"உங்கள் கைப்பேசியை உடன் வைத்திருப்பீர்கள்தானே?"

"தெரியவில்லை, அது பற்றி நான் யோசிக்கவில்லை"

"ஆனால், அம்மா, நான் கேட்க வந்தது என்னவென்றால்... நீங்கள் இப்படிச் செல்வது அப்பாவுக்கு...–"

"அப்பாவைப் பற்றிய பேச்சு எதற்கு? அவருக்கும் இதற்கும் என்ன சம்பந்தம்? தான் எங்கே இருக்கிறேன் என்பதை அவர் என்னிடம் சொல்லிக்கொண்டிருக்கிறாரா?"

ஓஃபர் பின்வாங்குகிறான். "சரி, சரி, அம்மா, நான் எதுவும் சொல்ல வில்லை."

அவனையுமறியாமலே மெல்லிய பெருமூச்சு அவன் உதடுகள் வழி வெளியேறுகிறது, சட்டென்று அறிவிழந்தவர்களாய் பிரிந்துபோக முடிவெடுத்துவிட்ட பெற்றோரது மகனான ஒரு சிறு பையனின் பெருமூச்சு அது. அப்பெருமூச்சை ஓராவால் கேட்க முடிகிறது. அவனது போர் உத்வேகம் குறைந்துபோவதை உணர்கிறாள். எச்சரிக்கையுடன் அவளுள் சிந்தனை ஓடுகிறது: நான் என்ன செய்துகொண்டிருக்கிறேன்? குழப்பமும் மனத்தளர்ச்சியும் உள்ளவனாக எப்படி அவனைப் போருக்கு அனுப்புவேன். கசப்பு அவள் தொண்டையை நிறைக்கிறது: "அவனைப் போருக்கு அனுப்புதல்" போன்ற சொற்கள் எங்கிருந்து வருகின்றன? அதற்கும் அவளுக்கும் என்ன சம்பந்தம்? தமது மகன்களைப் போருக்கு அனுப்பும் அன்னையருள் ஒருத்தியல்ல அவள். உம் ஜூனி அல்லது பெய்த் அல்ஃபா அல்லது நெக்பா அல்லது பெய்த் ஹஷிதா அல்லது கஃபார் கிலாடி போன்ற ராணுவப் பரம்பரையைச் சார்ந்த சமூகத்தைச் சார்ந்தவள் அல்ல அவள். ஆனால் இப்போது அவள் அப்படிப்பட்டவொரு சமூகத்தவளாக மாறிவிட்டிருப்பதை உணர்ந்து ஆச்சரியப்படுகிறாள்: அவள் அவனை படையினர் "சந்திக்குமிடத்துக்கு" அழைத்துச் சென்றாள், நண்பர்கள் முன் அவனைச் சங்கடப்படுத்திவிடக்கூடாது என்பதற்காக அளவானதொரு எதிர்ப்புடனே அவனை அணைத்தபடி நின்றாள், தேவைக்கேற்றபடி தலையை உலுக்கித் தோள்களைக் குலுக்கிக்கொண்டாள், இதே போன்ற அசைவுகளை நிகழ்த்திக்கொண்டிருந்த மற்ற பெற்றோர்களை கையறுநிலையின் பகட்டான புன்னகையுடன் பார்த்தாள்... எங்கு அவர்கள் இந்த நடன அசைவுகளைக் கற்றனர்? தொலைக்காட்சிக் கேமரா அவர்களைப் படம் பிடித்தபோது, ஓஃபர் அவள் காதில் முணுமுணுத்திருந்த வார்த்தைகளால் அவளில் நஞ்சு கலந்துவிட்டிருந்தது. அவன் சொன்ன விஷயத்தினால் மட்டுமல்லாது, அது ஒரு நிஜமான விஷயம் என்பதுபோல அவன் சொன்ன விதத்திலும் உண்டான கடும் வேதனையில் அவளது வாய் விரிந்தது. மிகத் தெளிவாக, வெகு முன்பாகவே ஒவ்வொரு வார்த்தையாக அதை ஒத்திகை பார்த்திருந்தவன் போலச் சொன்னான், சொன்னவுடன் மீண்டும் அவளை அணைத்துக்கொண்டான், ஆனால் இம்முறை கேமராவிலிருந்தும் அவளை மறைத்துக்கொள்வதற்கான அணைப்பு அது. ஏற்கனவே ஒருமுறை, அவன் தனது ராணுவப் பயிற்சியை முடித்திருந்த சமயம், அவனை அவள் சங்கடத்துக்கு உள்ளாக்கியிருந்தாள். லத்தூர்னில் போரில் மரணமடைந்த ஆயிரக்கணக்கான வீரர்களின் பெயர்கள் பொறிக்கப்பட்ட நீண்ட சுவரைக் கடந்து அவர்களது அணிவகுப்புச் சென்றபோது மைதானத்தில் உட்கார்ந்து அழுதாள். அவள் சத்தம்போட்டு அழுததால் பெற்றோர்கள், படை அதிகாரிகள், ராணுவ வீரர்கள் அவளைப் பார்த்தனர். படை அதிகாரி மண்டலத் தளபதியிடம் குனிந்து ஏதோ சொன்னார். ஆனால் இந்த முறை பயிற்சியில் தேறிவிட்டிருந்த ஓஃபர் எரியும் தீயின்மீது போர்வையை வீசுவதுபோல வந்து அவளை அணைத்துக்கொண்டான், தன் கைகளால் கிட்டத்தட்ட அவளை நொறுக்கிவிட்டான், நாசூக்கற்ற விதத்தில் அவள் தலைக்கு மேலாக எல்லாத் திசையிலும் பார்த்தான். "நிறுத்துங்கள் அம்மா, மிகவும் நாடகத்தனமாக நடந்துகொள்கிறீர்கள்."

"சரி," அவன் பெருமூச்செறிகிறான். "அம்மா, என்னதான் உங்கள் கதை?"

தோற்றுவிட்டோமென்பது அவனது பேச்சில் வெளிப்படுகிறது, அந்தத் தோல்வி வெளிப்படையாகத் தெரிகிறது வேதனை தருகிறது, அவள் சொல்கிறாள், "இல்லை, கதை எதுவும் இல்லை"

"உண்மையைச் சொல்லப்போனால் நீங்கள் இப்படிப் பேசுவது எனக்கு விசித்திரமாக இருக்கிறது."

"எது விசித்திரம்? எது அப்படி விசித்திரமாயிருக்கிறது? கலிலேயாவில் நடைபயணம் போவது விசித்திரம் ஆனால் நேப்லஸில் இருக்கும் கஸ்பாவுக்குள் செல்வது விசித்திரமில்லை?!"

"சரி, நான் திரும்பி வரும்போது நீங்கள் வீட்டில் இருப்பீர்களா?"

"இப்போதைக்கு என்னால் சொல்ல முடியாது."

"சொல்லமுடியாதென்றால் என்ன அர்த்தம்?" அவன் சீறுகிறான். "நீங்கள் ஒன்றும் மாயாமாக மறைந்து போய்விடப் போவதில்லையே?" இது அவனது வழக்கமான, கவலைமிக்க, கிட்டத்தட்ட ஒரு தந்தையினுடையது போன்ற, அவளது ஆழ்ந்த ஏக்கத்தை நோக்கித் திருப்பப்பட்ட குரல்.

"கவலைப்படாதே ஓஃபரிகா, நான் முட்டாள்தனமாக எதையும் செய்யமாட்டேன். சில நாட்களுக்கு இங்கு இருக்க மாட்டேன் அவ்வளவு தான், வெறுமனே உட்கார்ந்தபடி என்னால் காத்துக்கொண்டிருக்க முடியாது."

"எதற்காகக் காத்துக்கொண்டிருக்க வேண்டும்?"

அவளால் சொல்ல முடியவில்லை, ஆனால் இறுதியாக அவன் புரிந்துகொள்கிறான். அவர்கள் நடுவே நீண்ட அமைதி நிலவுகிறது, மறுக்க முடியாத தெளிவுடன் ஓரா தனது மனதை மாற்றிக்கொள்கிறாள்: சரியாக இருபத்தெட்டு நாட்கள். அவனது அவசர படை அழைப்பின் பணிக்காலம் முடியும் வரை.

"ஒருவேளை எல்லாமே இரண்டொரு நாட்களில் முடிந்து நான் வீடு திரும்பிவிட்டால்" தனது எரிச்சலூட்டும் பேச்சைப் புதுப்பித்துக் கொண்டவனாய்க் கேட்டான். "எனக்குக் காயமோ வேறு ஏதாவதோ ஏற்பட்டால்... உன்னை எங்கே தேடுவார்கள்?"

அவள் பதில் சொல்லவில்லை. அவர்கள் அவளைத் தேடமாட்டார்கள், மிகச்சரியாக அதுதான் விஷயம். அவளுள் ஏதோவொன்று பளிச்சிடுகிறது: அவளை அவர்கள் கண்டுபிடிக்கவில்லையென்றால், அவர்களால் அவளைக் கண்டுபிடிக்க முடியாமல் போனால், அவளுக்குத் துன்பமில்லை. அவளாலேயே அதைப் புரிந்துகொள்ள முடியவில்லை. புரிந்துகொள்ள அவள் முயற்சிக்கிறாள். இந்த யோசனையில் அர்த்தமிருப்பதாக அவளுக்குத் தெரியவில்லை, எதில்தான் அர்த்தமிருக்கிறது?

“இறுதி ஊர்வலம் நடக்கும் பட்சத்தில்?” ஓஃபர் பொருத்தமான அந்தக் கேள்வியை, தன்னையுமறியாமலே இலன் கேட்கும் பாவனையில் கேட்கிறான். மரணத்தையும் அது தொடர்பான சொற்களையும் தனது பேச்சில் கலந்துவிடுவான் இலன். இதுபோன்ற பேச்சுக்கள் ஒருபோதும் அவளைச் சலனப்படுத்தாமல் இருந்ததில்லை, அவற்றிலெல்லாம் மிகக் கடைசியானதாக இப்போது அவனது இந்த நகைச்சுவை, அதை நகைச்சுவை எனச் சொல்ல முடிந்தால், அது அவர்கள் இருவரையுமே அதிர்ச்சிக்குள்ளாக்குகிறது, காரணம் அவன் எச்சில் விழுங்குவதை அவள் கேட்டாள்.

பிற்பகல் அவளுள் தோன்றிய எல்லாவற்றையும் மறந்துவிட வைக்கும் அந்தச் சிந்தனை மீண்டும் அவளுள் எழுந்தது: அந்த ஒன்றுக்கு விசுவாசமாக இருப்பதை விடுத்து இவற்றுடனெல்லாம் ஏன் என்னை சம்பந்தப்படுத்திக்கொள்ள வேண்டும்...

அவன் குரல் மறுபடி மேலெழுந்து வருகிறது. “அம்மா, நான் நகைச்சுவைக்காகச் சொல்லவில்லை. நீ கைப்பேசியை எடுத்துச் செல்வது நல்லது, அப்போதுதான் உன்னைத் தொடர்புகொள்ள முடியும்.”

“இல்லையில்லை.” கணத்துக்குக் கணம் தனது திட்டத்தைப் பற்றி அவள் இன்னுமதிகம் தெளிவுகொள்கிறாள், “அது மட்டும் கூடாது.”

“ஏன் கூடாது? அதை நீங்கள் அணைத்து வைத்துவிடலாம், குறுஞ் செய்திகளுக்காக மட்டும் பயன்படுத்தலாம், எஸ்எம்எஸ்களுக்காக”

உண்மையில் அவள் திறன்மிக்க குறுஞ்செய்தியனுப்புபவளாக மாறியிருந்தாள். சமீபமாக அவள் அதில் தேர்ச்சி பெற்றிருந்தாள். அவளுடைய புது நண்பன், அவளது காதலனாகவும் இருக்கலாம், பெரிய எழுத்து ‘சி ’யைக் கொண்ட ஒரு கதாபாத்திரம், அவனுக்குத்தான் நன்றி சொல்ல வேண்டும், அவனுடனான தொடர்பு குறுஞ்செய்திகளூடாக மட்டும்தான். ஒரு கணம் அவன் சொல்வதை யோசிக்கிறாள், பின் தலையை குலுக்கிக்கொள்கிறாள்: “முடியாது, அதுகூட முடியாது”. தன்னை மறக்கச் செய்யும் ஒரு சிந்தனை அவளை ஆட்கொள்கிறது: ஓஃபர் எஸ்எம்எஸ் என்பதன் விரிவு என்னவென்று தெரியுமா?”

தொலைபேசி வழியாக அவளை அவன் உற்றுப் பார்க்கிறான், “என்ன, என்ன கேட்டீர்கள்?”

“அது ‘ஸேவ் மை ஸோல்’ என்பதாக இருக்கலாமில்லையா?”

ஓஃபர் பெருமூச்சு விடுகிறான். “உண்மையிலேயே, அம்மா, எனக்குத் தெரியவில்லை.”

தனது ஆழ் சிந்தனைகளிலிருந்து வேகமாக அவள் மீண்டு வருகிறாள். “என் கைப்பேசியை நான் எடுத்துச் செல்லவில்லை. நான் கண்டுபிடிக்கப்பட விரும்பவில்லை”

“என்னால் கூடவா?” திடீரென மெல்லிய உணர்ச்சியற்ற குரலில் அவன் கேட்கிறான்.

“உன்னால் கூட. ஒருவராலும் கண்டுபிடிக்கப்படக் கூடாது,” வருத்தமுடன் சொல்கிறாள் ஓரா. புகைமூட்டமாயிருந்த எண்ணம் அவளுள் தெளிவடைகிறது. அவன் அங்கிருக்கிற காலம் முழுக்க அவளை யாரும் கண்டுபிடிக்க முடியாது. அதுதான் விஷயம். அதுதான் சட்டம். எல்லாமும் அல்லது எதுவுமேயில்லை, ஒரு குழந்தையின் வாக்குறுதி போல, வாழ்வின்மீதே பைத்தியக்காரத்தனமானதொரு சூதாட்டம்.

“ஆனால் நிஜமாகவே எனக்கு ஏதாவது நடந்துவிட்டால்?” விளங்கிக் கொள்ள முடியாத அதிர்ச்சியூட்டும் இந்த ஒழுங்கு கலைப்பை எதிர்த்து அவன் கத்துகிறான்.

“நடக்காது, உனக்கு எதுவும் நடக்காது, நான் சொல்கிறேன், எனக்குத் தெரியும். சிறிதுகாலம் நான் மறைந்து போகவேண்டும், தயவுசெய்து புரிந்துகொள். சொல்லப்போனால், உனக்குத் தெரியுமா, நீ அதைப் புரிந்துகொள்ளவேண்டுமென நான் எதிர்பார்க்கவில்லை. நான் வெளிநாடு போய்விட்டதாக நினைத்துக்கொள்” – அப்பாவைப் போல எனச் சொல்ல நினைக்கிறாள், ஆனால் சொல்லவில்லை.

“இப்போது? இப்போது நீங்கள் வெளிநாடு போகிறீர்களா? இதுபோன்றவொரு நேரத்தில்? போர் சமயத்தில்?”

கிட்டத்தட்ட அவன் கெஞ்சுகிறான், அவள் முனகுகிறாள், அவளது உடலும் மனமும் ஒற்றைப் புள்ளியில் கவனம் குவித்திருக்கின்றன, அது தேடி வந்து அவளது முலைக்காம்பைக் கண்டடையும் அவனது வாய்.

அந்த வாயை உற்றுநோக்கும் தனது பார்வையை அவள் சிரமத்துடன் வேறுபக்கம் திருப்புகிறாள். அது அவனது நன்மைக்காகத்தான். அவனை விட்டு அவள் செல்வது அவனது நன்மைக்காகத்தான். அவன் அதைப் புரிந்துகொள்ளமாட்டான். “நான் போயாக வேண்டும்,” புருவத்தை நெறித்தவளாய் ஒரு பிரமாணத்தைப் போலத் திரும்பத் திரும்பச் சொல்கிறாள். அவனை மறுத்துச் செல்கிறாள், அவனுக்காகவே அதைச் செய்கிறாள், அவளுக்கே அது முழுதாகப் புரியவில்லையென்றாலும், வலுவாக அதை உணர்கிறாள் ...

அவர்களுக்கு நான் விசுவாசமாக இருப்பதென்பது எப்படி, அவளை அங்கே அனுப்புபவர்களுக்கு ... இறுதியாக மூளையின் புகைமூட்டத்திலிருந்து எதையோ கொஞ்சம் அவளால் வெளியே எடுக்க முடிகிறது ...– என் தாய்மையை விடவும் அவர்களுக்கு நான் விசுவாசமாக இருக்க வேண்டுமா?

“ஓபர், நான் சொல்வதைக் கேள், கத்தாதே. நான் சொல்வதைக் கேள்!” அவனது பேச்சை இடைவெட்டுகிறாள், அவளது குரலில் இருக்கும் ஏதோவொன்று அவனை அச்சுறுத்தும், அதிகாரத்தின் இனம்புரியாத ஒரு நெருக்கத்தை உணர்த்தும். “இப்போது என்னிடம் சண்டை போட்டுக் கொண்டு நிற்காதே. கொஞ்ச நாள் நான் வெளியே இருக்க வேண்டும். அதை உனக்கு விளக்குகிறேன், ஆனால் இப்போது அல்ல. இதை நான் உனக்காகத்தான் செய்கிறேன்.”

“எனக்காகவா? எப்படி அது எனக்காக இருக்க முடியும்?”

உனக்கு வயது முதிரும்போது அது புரியும், கிட்டத்தட்ட அவள் வாயில் இந்த வார்த்தைகள் வந்துவிடுகின்றன, ஆனால் உண்மையில் அவளுக்குத் தெரியும், அது இதற்கு நேர் எதிரானது: இளமையில் நீங்கள் புரிந்துகொள்கிறீர்கள், அப்போது நீங்கள் மறுபடி சிறு பையனாக இருக்கிறீர்கள், அச்சுறுத்தும் நிழல்கள் மற்றும் பீதிக்கனவுகளுடன் நம்ப முடியாத, அபத்தமான பேரங்கள் புரிகிறீர்கள், அப்போது ஒருவேளை உங்களால் புரிந்துகொள்ள முடியும்.

இப்போது அது முடிவு செய்யப்பட்டுவிட்டது. ஒரு நிமிடம்கூட காத்திராமல் எழுந்து உடனே வீட்டைவிட்டுக் கிளம்பு எனக் கட்டளையிடும் ஒன்றுக்கு அவள் அடிபணிந்தாக வேண்டியிருக்கிறது. இனி அவள் இங்கிருக்க இயலாது. ஒரு விசித்திரமும் குழப்பமுமான விதத்தில் பார்க்க இது, மங்கிப் போய்விட்டது என அவள் நினைத்திருந்த தாய்க்குரிய உள்ளுணர்வாகவும் இருக்கிறது, சமீபமாக அவ்வுள்ளுணர்வின்மீது பல்வேறு சந்தேகங்கள் எழுப்பப்பட்டிருந்தன.

“நீ உன்னைக் கவனமாகப் பார்த்துக்கொள்வாயென்று எனக்கு வாக்குக் கொடு,” தன் கண்களுக்குப் பின்னால் எழுந்துவரும் இறுக்கமான உறுதிப்பாட்டை மறைக்க முயன்றவளாய் மென்மையாகச் சொல்கிறாள். “முட்டாள்தனமாக எதையும் செய்யாதே, நான் சொல்வது கேட்கிறதா? கவனமாக இரு, ஓஃபர், அங்கு யாரையும் காயப்படுத்தாதே, நீயும் காயப்படுதலுக்கு ஆளாகாதே, அதோடு உனக்காகத்தான் இதை நான் செய்கிறேன் என்பதைத் தெரிந்துகொள்.”

“எனக்காக என்ன செய்கிறீர்கள்?” அவன்மீதான அவளது நம்பிக்கை யின்மை அவனைச் சோர்வடையச் செய்கிறது. இது போல அவள் நடந்து கொண்டு அவன் பார்த்ததேயில்லை. இது போன்ற வினோத ஆசைகள் எப்போதிருந்து அவளிடம் காணப்படுகின்றன? ஆனால் அவனுக்கு அப்போது ஒன்று விளங்குகிறது; “என்ன இது, ஏதோ உறுதிமொழி எடுப்பது போல?”

அவன் புரிந்துகொண்டுவிட்டதில், புரிந்துகொள்வதற்கு மிகஅருகில் வந்துவிட்டதில் ஓராவுக்கு மகிழ்ச்சி. அவனையன்றி வேறு யார் அவளைப் புரிந்துகொள்ள முடியும்? “ஆமாம், அதை ஒரு உறுதிமொழி என நீ சொல்ல லாம், ஆமாம். உன்னுடைய வேலை, அவசர அழைப்பு, முடிந்ததும் நாம் சந்திக்கலாம் என்பதை மறந்துவிடாதே.”

அவன் பெருமூச்சு விடுகிறான். “நீங்கள் சொல்வது போலவே.”

இப்போது அவர்கள் சந்தித்த இடத்திலிருந்து ஒரு அடி அவன் பின்னே வைப்பதாக அவள் உணர்கிறாள் . . . உறைந்த கணங்கள், இங்கும் அங்கும், வெகு அரிதானவை, அவனது அகம் அவளுக்குக் காட்டப்படுகிறது. ஒரு வாரம் கலிலேயாவில் இருப்பதைத் தேர்ந்தெடுக்காமல் கஸ்பாக்களையும் முக்கட்டாக்களையும் அவன் தேர்ந்தெடுத்ததற்கு அவையே காரணமாக இருக்கலாம் என அவள் நினைக்கிறாள். அவனை அச்சுறுத்துவது அவள்

கேட்கும் வாக்குறுதியல்ல, திடீரென எல்லாவித மாயச் சிந்தனைகளுடனும் கிளர்ச்சியுற்றவள் போன்று அவள் நடந்துகொள்ளத் தொடங்கியதுதான்.

தனது குரலை ஒன்றுதிரட்டிக் கொண்டவனாய் ஓஃபர் ஏற்கனவே இன்னும் ஒரு சிறு அடி அவளிடமிருந்தும் விலகியிருந்தான். "சரி, அம்மா", உரையாடலை முடிக்கும் விதமாகச் சொல்கிறான், இப்போது அவன்தான், ஒரு சிறு பெண்ணுக்குரிய அவளது ஆசைகளைப் பார்த்துத் தோளைக் குலுக்கிக்கொள்ளும் பெரிய மனிதன். "இப்போது அதுதான் உங்களுக்குத் தேவையென்றால், ஒன்றும் பிரச்சனையில்லை, அப்படியே செய்யுங்கள். நான் உங்களுக்கு ஆதரவாக இருக்கிறேன். சரி இப்போது நான் கிளம்ப வேண்டும்."

"விரைவில் சந்திப்போம், ஓஃபரிகோ. உன்னை நேசிக்கிறேன்."

"அங்கே எதுவும் முட்டாள்தனமாகச் செய்யாதீர்கள், அம்மா, எனக்கு வாக்குக் கொடுங்கள்."

"உனக்குத் தெரியும், நான் அப்படி எதுவும் செய்யமாட்டேன்."

"இல்லை, எனக்கு வாக்குறுதி கொடுங்கள்," அவன் புன்னகைக்கிறான், அந்தக் கனிவு மீண்டும் அவன் குரலில் இழைந்து அவளைக் கரைக்கிறது.

"நான் உறுதியளிக்கிறேன், கவலைப்படாதே, எனக்கு ஒன்றும் ஆகாது."

"நானும்."

"வாக்குறுதி கொடு."

"உறுதியளிக்கிறேன்."

"உன்னை நேசிக்கிறேன்."

"அற்புதம்."

"அங்கே உன்னை கவனமாகப் பார்த்துக்கொள்."

"நீங்களும். கவலைப்படாதீர்கள், எல்லாமே நல்லவிதமாக நடக்கும். வருகிறேன்."

"சென்று வா, ஓஃபர், என் செல்ல..."

வற்றிப்போய், வியர்வையில் நனைந்தவளாய் கையில் தொலைபேசி ரிஸீவருடன் அப்படியே நிற்கிறாள். நல்ல தெளிவுடன் நினைத்துப் பார்க்கிறாள்: இந்தக் குரலை நான் கேட்டது இதுவே கடைசி தடவையாக இருக்கலாம். அந்தக் குரலை மறந்துவிடுவோமோ என அச்சப்படுகிறாள். இன்னொரு எண்ணம்: யாருக்குத் தெரியும், எத்தனை முறை இந்த அர்த்த மற்ற சொற்றொடர்களாலான அற்ப உரையாடலை நான் மனதிற்குள் திரும்பத் திரும்ப ஓடவிட்டுப் பார்த்தபடி இருப்பேனென்று? கவனமாக இரு என அவனிடம் சொன்னேன். கவலைப்படாதீர்கள் எனக்கு ஒன்றும் ஆகாது என்றான். இரண்டு அல்லது மூன்றே நாட்களில் போர் நடவடிக்கை முடிந்துவிடலாம், இந்த உரையாடலும் இதைப் போன்ற நூற்றுக்கணக்கான

உரையாடல்களோடு சேர்த்து மறக்கப்பட்டுவிடும். ஆனால் இதற்குமுன் இப்படி அவள் தெளிவாக உணர்ந்ததேயில்லை. ஒவ்வொரு கணத்தையும் வலிமிக்கதாக்கி நாள் முழுக்க உறையவைக்கும் குளிர்ச் சில்லுகள் அவளது அடி வயிற்றைக் குடைந்துகொண்டே இருந்தன. இப்போது அவனது குரலின் எச்சத்தை தொலைபேசியிலிருந்து அவள் உறிஞ்சுகிறாள். அவன் சிறுவனாக இருந்தபோது, எப்படி அவர்கள் பிரியும்போது சென்று வருகிறேன் என்று சொல்லி தரும் முத்தத்தை ஒரு சிக்கலான நீண்ட சடங்கு போல நிகழ்த்தினார்கள் என்பதை நினைத்துப் பார்க்கிறாள்... ஆனால் அது அவனுடனா இல்லை ஆடமுடனா? அணைப்புக்கள் மற்றும் சத்தமிக்க உணர்ச்சிமயமான முத்தங்களுடன் அது ஆரம்பிக்கும், மெதுவாக அவை நுட்பமிக்க மென்மையான முத்தங்களாக மாறும், அவனது கன்னத்திலும் அவளது கன்னத்திலும், அவனது நெற்றியிலும் அவளது நெற்றியிலும், அவனது உதடுகளிலும் அவளது உதடுகளிலும், அவனது மூக்கு நுனியிலும் அவளது மூக்கு நுனியிலும் பட்டாம்பூச்சி முத்தங்களுடன் அது முடியும். தொடுகையொன்றின் மிக மெல்லிய எதிரொலி மட்டுமே மிச்சமிருக்கும் வரை, மாயம் போலிருக்கும், படபடத்த படி நகரும் காற்றாகிய ஓர் உடல்.

தொலைபேசி மறுபடி ஒலிக்கிறது. கரகரப்பான தயக்கமிக்க ஒரு ஆண்குரல் அது ஓராவா எனக் கேட்கிறது. வேகமாக மூச்சுவாங்கியவளாக அவள் கீழே அமர்கிறாள், கனத்து மூச்சு வாங்கியபடி ஒலிக்கும் அவன் குரலைக் கேட்கிறாள். "நான்தான்," அவன் சொல்கிறான், அவள் சொல்கிறாள், "நீங்கள்தானென்று தெரியும்". மெல்லிய சீழ்க்கையொலிகளாக அவனது மூச்சு வந்தபடியிருக்கிறது, அவனது இதயத்துடிப்பையும் கேட்கமுடியும் போல இருந்தது. ஓஃபரை அவன் டிவியில் பார்த்திருக்க வேண்டுமென அவள் நினைத்தாள், எதுவோ அவளைத் துணுக்குறச் செய்கிறது: ஓஃபர் எப்படி இருப்பானென்பதை இப்போது அவன் தெரிந்துகொண்டிருப்பான்.

"ஓரா, எல்லாம் முடிந்துவிட்டது, இல்லையா?"

"என்ன முடிந்துவிட்டது?" அவள் குழம்புகிறாள், அதோடு அந்த வார்த்தையின் நிழல் அவளைப் பீதிக்குள்ளாக்குகிறது.

"அவனது ராணுவப் பணிக்காலம்," அவன் மெல்லிய குரலில் சொல்கிறான். "முன்பு நாம் பேசியபோது அவன் படையில் சேர்ந்திருப்ப தாகவும் இன்றைய தினம் அவனது பணிக்காலம் முடிவுக்கு வந்துவிடும் என்றும் சொல்லியிருந்தாய், சரிதானே?"

இன்று நிகழ்ந்த பொதுவான குழப்பங்களிடையே இதைப்பற்றியும் அவனைப் பற்றியும் யோசிக்க மறந்துவிட்டதை அவள் உணர்கிறாள். இந்தச் சிக்கலிலிருந்து அவனது பாகத்தை, இன்று தன்னைவிட அதிகம் பாதுகாப்புத் தேவைப்படுவனாக இருக்கும் அந்த மனிதனை அவள் நீக்கிவிட்டிருந்தாள்.

"சொல்வதைக் கேளுங்கள்," கிட்டத்தட்ட ஒரு ஆசிரியருக்குரிய கண்டிப்பு மிக்க "சொல்வதைக் கேளுங்கள்," என்பதுடன் தொடங்குகிறாள்...

அவனது பதற்றம் மின்சாரம் போல அவளை வந்தடைகிறது, தனது வார்த்தைகளைத் தேர்வு செய்ய அவள் கவனம் குவிக்க வேண்டியிருக்கிறது; அவள் தவறேதும் செய்துவிடக்கூடாது. "ஆமாம், ஓஃப்பர் இன்று வெளியே வந்திருக்க வேண்டும் . . ." மெதுவாக எச்சரிக்கையுடன் பேசுகிறாள், அவன் மனதில் உண்டாகும் பீதியை அவளால் உணர முடிகிறது, அடிபட்டக் குழந்தையைப்போல தலையைக் கைகளால் அவன் மறைத்துக் கொள்வதை கிட்டத்தட்ட அவளால் காண முடிகிறது . . . "ஆனால் இங்கே ஒரு அவசரநிலை, செய்தியில் நீங்கள் கேட்டிருப்பீர்கள், ஒரு போர் நடவடிக்கை, அதனால் அவனைப் படையில் சேர்த்து அழைத்துப் போயிருக்கிறார்கள். சொல்லப்போனால் இப்போதுதான் அவனை தொலைக்காட்சியில் காண்பித்தார்கள்." பேசிக்கொண்டிருக்கும்போதுதான் அவனிடம் தொலைக்காட்சிப் பெட்டி இல்லையென்பதை உணர்கிறாள். அப்போதுதான் தான் அவனுக்குத் தந்துகொண்டிருக்கும் அதிர்ச்சியின் தீவிரம் அவளுக்குப் புரிகிறது. இப்போது அவன் தெரிந்துகொண்டிருப்பது அவன் எதிர்பார்த்ததற்கு எதிரானது. "அவ்ரம், எல்லாவற்றையும் உங்களுக்கு விளக்குகிறேன், நிலைமை ஒன்றும் அவ்வளவு மோசமில்லை என்பது உங்களுக்குப் புரியும், உலகம் ஒன்றும் அழிந்துவிடப்போவதில்லை."

ஓஃப்பரை ராணுவ நடவடிக்கை ஒன்றுக்காக அவர்கள் அழைத்து சென்றிருக்கிறார்கள் என மீண்டும் அவனிடம் சொல்கிறாள். அவள் சொல்வதைக் கேட்கிறான், அல்லது கேட்கவில்லை, அவள் சொல்லி முடித்ததும் உணர்ச்சியற்றவனாக "ஆனால் அது நல்லதற்கு இல்லையே" என்கிறான்.

அவள் பெருமூச்செறிகிறாள். "நீங்கள் சொல்வது சரி, அது நல்லதற்கு அல்ல."

"இல்லை, நிஜமாகவே சொல்கிறேன். அது நல்லது அல்ல. இது நல்ல நேரம் இல்லை."

ஓராவின் கையில் தொலைபேசி நனைந்து கிடக்கிறது, ஒரு மனிதனின் முழு எடையும் ரிஸீவரில் ஏற்றப்பட்டதுபோல அதைப் பிடித்திருந்ததில் அவள் கை வலிக்கிறது. "அங்கே எப்படி இருக்கிறீர்கள்?" அவள் முணுமுணுப்பாகக் கேட்கிறாள் "நாம் பேசி பல காலம் ஆகிவிட்டது."

"ஆனால் அவன் இன்று வெளியே வருவதாகச் சொல்லியிருந்தாய். நீ அப்படித்தான் சொன்னாய்."

"நீங்கள் சொல்வது சரி, இன்றுதான் அவன் படையிலிருந்து விலகும் நாள்."

"பிறகு ஏன் அவனை அவர்கள் வெளியே விடவில்லை." அவளிடம் இப்போது அவன் கத்துகிறான். "இன்று அவனது படைவிலகல் நாள்! நீ சொன்னது அதுதான்!"

ரிஸீவர் வழியாக அவளை நோக்கி நெருப்பு மூச்சொன்று வருவது போல இருக்கிறது. தொலைபேசியை அவள் தன் முகத்திலிருந்து

விலக்கிப் பிடிக்கிறாள். அவனோடு சேர்ந்து அவளுக்கும் கத்த வேண்டும் போலிருக்கிறது: இன்றைக்கு அவன் வெளியே வந்திருக்க வேண்டியதுதான்.

இருவரும் அமைதியாகிறார்கள். ஒரு கணம் சற்றே அவன் அமைதி யடைந்தது போலத் தோன்றியது, அவன் மெதுவாகச் சொல்கிறாள், "நீங்கள் எப்படி இருக்கிறீர்கள், சொல்லுங்கள்? மூன்று வருடங்களாக ஆளையே காணவில்லை."

அவள் சொல்வதை அவன் கேட்கவில்லை, மாறாக தனக்குள்ளே அவன் திரும்பச் சொல்லிக்கொள்கிறான், "இது நல்லதில்லை. கடைசி நிமிடத்தில் அவனது பணிக்காலத்தை நீட்டித்தது மோசமானது."

தனது சத்தியப் பிரமாணங்களும் ரட்சைகளும் மூன்று வருடங்களுக்கு வருமாறு மட்டுமே அளவாக வைத்திருந்த ஓரா இப்போது அவை எல்லா வற்றையும், தன்னையும் செலவிட்டிருந்தாள். அவ்ரமுடைய வார்த்தைகள் தன்னுடையதை விடவும் கூர்மையான அறிவின்பாற்பட்டவை என உணர்கிறாள்.

"எவ்வளவு காலம் அவன் அங்கிருப்பான்?" அவன் கேட்கிறான்.

அதைத் தெரிந்துகொள்ள வாய்ப்பில்லை என அவள் விளக்குகிறாள். "அவன் படைவிலகல் விடுமுறையில் வந்திருந்தான், திடீரென்று ராணுவத்தி லிருந்து தொலைபேசியில் அழைத்தார்கள்," அவள் நடுவில் ஒன்றைச் சொல்லாமல் விடுகிறாள், "அவனை வரச்சொன்னார்கள்."

"ஆனால் எவ்வளவு காலம்?"

"இது அவசர அழைப்பு. சில வார காலம் இருக்கலாம்."

"சில வாரங்களா?"

"அது, இருபத்தெட்டு நாட்கள்," உடன் வேகமாகச் சேர்த்துக்கொள்கிறாள், "ஆனால் அதற்கும் வெகு முன்பாகவே முடிந்துவிட வாய்ப்பிருக்கிறது."

அவர்கள் இருவருமே களைத்துவிட்டிருந்தார்கள். அவளது நீண்ட கால்கள் அவளுக்குக் கீழாக மடிந்திருக்க, தலை கவிழ்ந்து, தலைக்கேசம் கன்னத்தின்மீது விழ, அவளறியாமலே அவளது உடல் தனது இளமைப் பருவத்து அமரும்நிலை ஒன்றை மறு கட்டமைப்பு செய்ய தளர்ந்து சாய்வு நாற்காலியிலிருந்து தரை விரிப்பின் மீது சரிகிறாள். பதினேழு, பத்தொன்பது, இருபத்தியிரண்டு வயதுகளில் ஒருவர் மற்றவரிடம் தங்கள் இதயத்திலிருப்பதைக் கொட்டியவர்களாய் தொலைபேசியில் பேசும்போது அவள் இப்படித்தான் அமர்ந்திருப்பாள். அது முன்பு, அவனுக்கு இதயம் என்று ஒன்று இருந்தபோது, தொலைவே இருந்து இலன் சொல்கிறான். தொலைபேசி இணைப்பினூடாக ஒரு மௌனச் சலசலப்பு, காலம் மற்றும் நினைவின் குறுக்கீடுகள். தரைவிரிப்பின் வளைவான வேலைப்பாடுகளை அவள் விரல் தடவுகின்றது. யாராவது இது பற்றி ஆராய்ச்சி செய்யவேண்டும், கடுகடுப்புடன் எண்ணிப் பார்க்கிறாள்: பஞ்சு போன்ற தரைவிரிப்பின்மீது விரல்களால் தடவுகையில் ஏன் பழைய நினைவுகளும் ஏக்கங்களும் திரும்பி வருகின்றன? அவள் இன்னும் தன்

திருமண மோதிரத்தைக் கழற்றவில்லை, ஒருவேளை அதை எப்போதுமே அவளால் கழற்றக்கூடாமல் போகலாம். அந்த உலோகம் அவள் உடலோடு ஒட்டிக்கொண்டு போகமாட்டேன் என்கிறது. ஒருவேளை அது சுலபமாகக் கழன்றுகொண்டு வருகிறார்ப் போலிருந்தால் நீ அதைக் கழற்றுவாயா?

அவள் உதடுகள் தளர்கின்றன. இப்போது அவன் எங்கிருக்கிறான் . . . ஈக்வடார்? பெரு? இங்கே கிட்டத்தட்ட ஒரு போர் நடப்பதை அறியாமல் கலாப்பகஸில் ஆடமுடன் கடல் ஆமைகள் நடுவே நீண்ட நடையில் இருக்கலாம். இன்றைக்கு ஓஃபரை அவள் தனியாக சமாளிக்க வேண்டி யிருக்கிறது.

“ஓரா,” கிணற்றிலிருந்து மேலேறி வருபவன் போல கண்டிப்புடன் சொல்கிறான் அவ்ரம், “இப்போது என்னால் தனித்திருக்க முடியாது.”

உடன் அவள் எழுந்து நிற்கிறாள். “என்னை நீங்கள் . . . உங்களுக்கு என்ன வேண்டும்?”

“எனக்குத் தெரியவில்லை.”

தலை சுற்றத்தொடங்க அவள் சுவரில் தலை சாய்க்கிறாள். “உங்களுடன் வந்து இருக்க யாரேனும் இருக்கிறார்களா?”

நீண்ட வினாடிகள் கடக்கின்றன. “இல்லை. இப்போது இல்லை.”

“உங்களுக்கு நண்பரென்று யாரும் இல்லையா, உடன் பணிபுரிபவர் களில் யாராவது?” அல்லது யாராவது பெண், அவள் மனதிற்குள் நினைத்துக்கொள்கிறாள். ஒருமுறை அவனோடு ஒரு பெண் இருந்தாள், ஒரு இளம்பெண், அவள் என்னவானாள்?

“இரண்டு மாதங்களாக நான் வேலைக்குச் செல்லவில்லை.”

“என்ன நடந்தது?”

“உணவு விடுதியைப் புதுப்பிக்கிறார்கள். எல்லோருக்கும் விடுப்பளித் துள்ளார்கள்.”

“உணவு விடுதி? நீங்கள் உணவு விடுதியிலா வேலை பார்க்கிறீர்கள்? அந்த மதுவிடுதி என்னவாயிற்று?”

“எந்த மதுவிடுதி?”

“நீங்கள் வேலைபார்த்தீர்களே அது . . .”

“ஓ, அதுவா. அங்கிருந்து நான் வெளியே வந்து இரண்டு வருடங்க ளாகின்றன. என்னை வேலையிலிருந்து நீக்கிவிட்டார்கள்.”

குடும்பத்திலிருந்தும் பணியிலிருந்துமான என்னுடைய வேலை நீக்கங்கள் பற்றி நானும் சொல்லியிருக்கவில்லை என அவள் நினைக்கிறாள்.

“எனக்குத் தெம்பிருக்கவில்லை. எனது சக்தி இன்றோடு தீர்ந்துவிட்டது.”

“நான் சொல்வதைக் கேளுங்கள்” அமைதியாக, முன்தீர்மானித்த விதத்தில் அவள் சொன்னாள், “நாளை வடபகுதிக்குச் செல்ல நான்

திட்டமிட்டிருக்கிறேன். எனவே நீங்கள் இருக்குமிடத்துக்கு வந்து சில நிமிடங்கள் இருந்துவிட்டுப் போகமுடியும்..."

அவனது சுவாசம் மீண்டும் விரைவுபடுகிறது, மூச்சுத் திணறுகிறது, ஆனால் உடனே அவளை அவன் நிராகரிக்கவில்லை. நெற்றி ஜன்னலின் கண்ணாடியைத் தொட்டிருக்க அவள் ஜன்னலருகே நிற்கிறாள். தெரு சாதாரணமாக இருக்கிறது. முன்பின் அறியாத வாகனங்கள் ஏதுமில்லை. அண்டை வீட்டு நாய்கள் குரைக்கவில்லை.

"ஓரா, நீ சொன்னது எனக்குப் புரியவில்லை."

"பரவாயில்லை, அது ஒரு அற்ப எண்ணம்." அவள் ஜன்னலை விட்டு விலகி வருகிறாள்.

"நீ இங்கு வர விரும்புகிறாயா?"

அவள் குழப்பத்தில் "ஆமாம்," என்கிறாள்.

"அதைத்தான் முதலில் நீ சொன்னாய், இல்லையா"

"அப்படித்தான் நினைக்கிறேன்."

"எப்போது?"

"நீங்கள் எப்போது சொல்கிறீர்களோ அப்போது. நாளைக்கு. இப்போது. சரியாக இப்போது. உண்மையைச் சொன்னால் இங்கே எனக்குத் தனியாக இருப்பது சற்று அச்சமாக இருக்கிறது."

"அப்படியானால் இங்கு வர நீ விரும்புகிறாய்?"

"சில நிமிடங்கள் மட்டும். எப்படியும் நான் வருவேன்..."

"எதையும் எதிர்பார்த்து வராதே. இங்கே குப்பை."

அவள் எச்சிலைக்கூட்டி விழுங்குகிறாள், இதயம் வேகமாகத் துடிக்க ஆரம்பிக்கிறது. "எனக்குப் பயமில்லை."

"நான் குப்பையில் வாழ்கிறேன்."

"எனக்குக் கவலையில்லை."

"அல்லது நாம் வெளியே ஒரு நடை போய்விட்டு வரலாம். நீ என்ன நினைக்கிறாய்?"

"எது சொன்னாலும் சரி."

"நான் படிகளில் இறங்கிக் கீழே காத்திருப்பேன். கொஞ்சம் நாம் நடந்துவிட்டு வரலாம், சரியா?"

"தெருவிலா?"

"தெருமுனையில் மதுவிடுதி ஒன்று உள்ளது."

"நான் வருகிறேன், பிறகு முடிவு செய்துகொள்ளலாம்"

"என் முகவரி தெரியுமா?"

“தெரியும்.”

“ஆனால் உனக்குக் கொடுக்க என்னிடம் ஒன்றுமில்லை. அது வெறும் காலி இடம்.”

“எனக்கு எதுவும் தேவையில்லை.”

“கிட்டத்தட்ட ஒருமாதமாக நான் தனியாகத்தான் இருக்கிறேன்.”

“என்ன வைத்திருக்கிறீர்கள்?”

“அங்காடியை மூடிவிட்டார்கள் என நினைக்கிறேன்.”

“எனக்கு சாப்பிட எதுவும் தேவையில்லை.” பேசிக்கொண்டிருக்கையிலே அவள் வீட்டின் ஒரு சுவரிலிருந்து மற்றதை நோக்கி உதைபட்ட பந்து போலச் செல்கிறாள். எல்லாவற்றையும் ஒழுங்குபடுத்தவேண்டும், பயணமூட்டைகளை முடிக்க வேண்டும், விட்டுச் செல்ல குறிப்புகள் எழுதவேண்டும். அவள் செல்வாள். தப்பிச் செல்வாள். அவனைத் தன்னோடு எடுத்துச் செல்வாள்.

“நாம் சாப்பிடலாம் . . . இங்கே பக்கத்தில் சிறு கடை ஒன்று இருக்கிறது . . .”

“அவ்ரம், என்னால் ஒரு துணுக்கு ரொட்டிகூட சாப்பிட முடியாது. நான் உன்னைப் பார்க்க வேண்டும் அவ்வளவுதான் . . .”

“நான்?”

“சாப்பிடலாம்.”

“அதன்பிறகு நீ வீட்டுக்குத் திரும்பிவிடுவாயா?”

“ஆமாம். இல்லை. நான் கலிலேயாவுக்குப் போனாலும் போவேன்.”

“கலிலேயாவுக்கா?”

“இப்போது அது பற்றிப் பேசவேண்டாம்.”

“எவ்வளவு நாளாகும்?”

“அங்கு போகவா, அங்கிருந்து திரும்பவா?”

பதிலில்லை. ஒருவேளை அவளது எளிய நகைச்சுவையை அவன் புரிந்துகொள்ளவில்லை.

“இங்கே எல்லாவற்றையும் முடித்துக்கொண்டு டெல் அவிவ் வர எனக்கு ஒருமணி நேரம் ஆகும்.” ஒரு வாடகைக்கார்! இதை நினைத்ததும் அவள் இதயம் துவள்கிறது. மறுபடியும் எனக்கு ஒரு வாடகைக்கார் தேவை. கலிலேயா போக எவ்வளவு துல்லியமாகத் திட்டமிட்டேன்? கண்களை இறுக மூடிக்கொண்டாள். தலைவலி வருவது போலிருந்தது. இலன் சொன்னது சரி. அவளது ஐந்தாண்டுத் திட்டங்கள் அதிகம் போனால் ஐந்து வினாடிகள் மட்டுமே நீடிப்பவை.

“இங்கே குப்பை, நான் மறுபடி சொல்கிறேன்.”

“நான் வருகிறேன்.”

அவன் தன் மனதை மாற்றிக்கொண்டு பித்தேறியவனாய் சுற்றித் தாக்க ஆரம்பிக்கும் முன் அவள் தொலைபேசியை வைக்கிறாள். அவள் ஓஃபருக்கு ஒரு குறிப்பு எழுதுகிறாள், முதலில் அமர்ந்தபடி எழுதுகிறாள், பின் அவளையுமறியாமல் நின்றபடி முதுகை வளைத்து எழுதுகிறாள். தன்னாலேயே புரிந்துகொள்ள முடியாத ஒன்றை அவனுக்கு விளக்குகிறாள், தன்னை மன்னிக்க வேண்டுகிறாள், அவன் பணிமுடிந்து வரும்போது மறுபடியும் இருவரும் சேர்ந்து நீண்ட நடை மேற்கொள்ளலாம் என வாக்குறுதி தருகிறாள், தயவுசெய்து என்னைத் தேடவேண்டாம், ஒரு மாதத்தில் திரும்பி வந்துவிடுவேன், இது அம்மாவின் வாக்கு என்கிறாள். குறிப்பை ஒரு உறைக்குள் வைத்து ஒட்டி மூடி மேசை மீது வைக்கிறாள். பணிப்பெண் ப்ரோன்யாவுக்கு சாதாரண ஹீப்ரூவில் பெரிய எழுத்துக்களில் எழுதப்பட்ட குறிப்புகள் கொண்ட தாளை வைக்கிறாள். எதிர்பாராத ஒரு விடுமுறையில் செல்வதாகவும், கடிதங்களைக் கொண்டுவரும்படியும், விடுமுறையில் ஓஃபர் வந்தால் அவனுக்கு வேண்டியது – துணி துவைத்தல், தேய்த்தல், சமைத்தல் – செய்யும்படியும் அதில் எழுதப்பட்டிருக்கிறது. உடன் வழக்கத்தைவிட அதிகமான தொகை எழுதப்பட்ட காசோலையை அந்த மாதச் சம்பளமாக வைக்கிறாள். பிறகு அவசரமாகச் சில மின்னஞ்சல்களை அனுப்புகிறாள், தொலைபேசியில் பேசுகிறாள், முக்கியமாக அவளது தோழியருக்கு. பொய் சொல்லாமல் அதே நேரம் முழு உண்மையையும் சொல்லிவிடாமல் அவர்களுக்கு சூழ்நிலையை விளக்குகிறாள் . . . எல்லாவற்றுக்கும் மேலாக ஓஃபர் தானே விரும்பித்தான் இன்று படைக்குத் திரும்பிச் சென்றான் என்பதைக் குறிப்பிடாமல் . . . யாராவது கேட்கும் குழப்பமான கேள்விகளை கிட்டத்தட்ட முரட்டுத்தனமாக இடை வெட்டுகிறாள். ஓஃபருடன் அவள் திட்டமிட்டிருந்த பயணம் பற்றி அவர்கள் யாவருமே அறிவர், அவளுடன் சேர்ந்து அவர்களும் அப்பயணத்தை ஆர்வமுடன் எதிர்பார்த்திருந்தனர். திட்டத்தில் ஏதோ தவறாகப் போய்விட்டது, கடைசி நிமிடத்தில், ஒரு வித்தியாசமான, முன்பு திட்டமிட்டிருந்ததை விடவும் சுவாரஸ்யமான, துணிச்சலான, அதன்மட்டில் மனதைக் கட்டுப்படுத்தமுடியாத ஒரு திட்டம் உருவாகியிருக்கிறது என அவர்கள் நினைக்கிறார்கள். அவள் வித்தியாசமாக, தலைக்கிறுக்குள்ளவளாக, எதையோ சாப்பிட்டுவிட்டவள் போல அவர்களுக்குத் தெரிகிறாள். இதுபோல தனது செயல்கள் மர்மமாகத் தெரிவதற்காக அவர்களிடம் மன்னிப்புக் கோருகிறாள்: “இன்னமும் அது ஒரு ரகசியமே,” என்று புன்னகையுடன் அவள் சொல்ல அவளது நண்பர்கள் கவலைகொள்கின்றனர், ஒருவருக்கொருவர் தொலைபேசியில் பேசி சூழ்நிலையை ஆராய்ந்து ஓராவுக்கு என்ன ஆயிற்று என கண்டுபிடிக்க முயல்கின்றனர். சில வண்ணமயமான ஊகங்கள், உணர்ச்சிமயமான ஆனந்தம் குறித்த (அனேகமாக வெளிநாட்டில்) அனுமானங்கள், புதிதாக உருவாகியிருக்கும் இந்த சுதந்திரப்பறவையான தங்களது தோழி மீது சற்றுப் பொறாமை என அவை இருந்தன.

அந்தக் கதாபாத்திரத்துக்கு அவள் தொலைபேசி செய்கிறாள்– குறிப்பிட்ட இந்த நேரம், வெளிப்படையாகவே அக்கதாபாத்திரத்துக்கு

தொலைபேசியில் பேசக்கூடிய சூழல் இதுவல்ல என்றிருக்கும் நிலை, இவற்றை மீறியும் வீட்டிலிருந்து பேசுகிறாள். அவனால் பேசவியிலுமா என அவள் கேட்கவில்லை, அவனது திடீர் கோபத்தையும், எச்சரிக்கையையும் அவள் உதாசீனம் செய்து தான் ஒருமாத காலம் வெளியே செல்வதாகவும், திரும்பி வந்தபின் என்ன நடக்கிறது எனப் பார்க்கலாம் எனவும் சொல்கிறாள். தெளிவற்ற அவனது முணுமுணுப்புகளில் மகிழ்ந்தவளாக அவள் தொலைபேசியை வைக்கிறாள். தொலைபேசியின் பதிலிறுப்பானில் ஒரு செய்தியைப் பதிவு செய்கிறாள். "ஹை, இது ஓரா, கிட்டத்தட்ட ஏப்ரல் இறுதிவரைக்கும் நான் வெளியே இருப்பேன். எனக்காகச் செய்திகள் எதையும் விட்டுச் செல்ல வேண்டாம், காரணம் அவற்றை நான் கேட்க இயலாது. நன்றி, போய் வருகிறேன்." அவளது குரல் பதற்றமும் இறுக்கமும் கொண்டிருக்கிறது, மர்மமான விடுமுறைப் பயணம் மேற்கொள்ளும் ஒருவரது குரலாக அது இல்லை. எனவே அவள் வேறு செய்தியைப் பதிகிறாள், இந்தமுறை பனிச்சறுக்கு வீரர், அல்லது பன்ஜீ–குதிப்பாளர் ஒருவரது உற்சாகமான குரலில் அது இருக்கிறது. இஸ்ரேலில் நிலவும் இந்தச் சூழ்நிலை பற்றி அறிய நேர்ந்து ஓஃபர் எப்படி இருக்கிறான் எனத் தெரிந்துகொள்ள விரும்பித் தொலைபேசி செய்தால் இந்தக் குரல் பதிவை இலன் கேட்பான் என அவள் நினைத்தாள். அவள் அனுபவிக்கும் கட்டற்ற சுதந்திரத்தை எண்ணிப் பொறாமையும் ஆச்சரியமும் அடைவான். ஓஃபரும்கூட வீட்டுக்குத் தொலைபேசி செய்வான் என்பதை உணர்கிறாள், இம்மாதிரியான குரல் அவனுக்கு எரிச்சலூட்டும். ஆகவே, வழமையாகவே வெளிப்படைத்தன்மையுள்ள சற்றே அற்புதமான அவளது அழகிய குரல் அவளைக் காட்டிக்கொடுத்தாலும் மூன்றாவதாக அவள் எந்த உணர்ச்சியுமற்ற, அவளால் முடிந்த சாதாரண தொனியில் ஒரு செய்தியைப் பதிவு செய்கிறாள். இது போன்ற சிந்தனைகளில் ஆழ்வதை நினைத்து அவள் மீதே அவளுக்கு எரிச்சல் வருகிறது. கவனம் சிதறிய நிலையில் ஸமியின் எண்ணுக்கு அழைக்கிறாள்.

சந்திக்குமிடத்தில் ஓஃபரை விட்டுவிட்டு வருகையில் வாடகைக்காரில் அவள் ஸமிக்குப் பக்கத்தில் அமர்ந்து அவனை அழைத்தவகையில் தான் செய்துவிட்டிருந்த அந்த அவமானகரமான தவறுக்கு வருத்தம் தெரிவித்தாள். அன்று காலையில் மட்டுமல்லாது முழு நாளுமே தான் இருந்த நிலையை அவள் மிக எளிமையாக விளக்கினாள். ஸமி காரை ஓட்ட அவள் விரிவாகப் பேசிக்கொண்டு வந்தாள், அவள் மனதின் பாரம் முழுவதுமாக இறங்கும்வரை அவள் பேசிக்கொண்டு வந்தாள். அவர் எதுவும் சொல்லவில்ல, அவள் பக்கம் முகத்தைத் திருப்பவுமில்லை. அவரது மௌனத்தினால் சற்று ஆச்சரியமுற்றவளாக அவள் கேட்டாள், "நான் மிக விரும்புகிறேன், நானும் நீங்களும் இந்த இடத்துக்கு வர முடிந்ததை நினைத்துக் கத்த விரும்புகிறேன்." உணர்ச்சியின்றி தன் பக்கவாட்டில் இருந்த பொத்தானை அழுத்தி அவள் பக்கத்து ஜன்னலைத் திறந்த ஸமி, "கத்துங்கள்" என்றார். முதலில் அவளுக்குச் சங்கடமாகப் போனது ஆனால் பிறகு அவள் தலையை வெளியே நீட்டி தலைச்சுற்றல் உண்டாகும்வரை கத்தினாள். அவள் பின்புறமாக இருக்கையின் தலைமுட்டில் சாய்ந்து விடுதலை உணர்வுடன் சிரிக்க ஆரம்பித்தாள். காற்றினால் கண்ணீர்

கசிந்திருந்த கண்களுடனும், சிவந்துபோன கழுத்துடனும் அவரைப் பார்த்தாள்.

"உங்களுக்குத் கத்தவேண்டும்போல் இல்லையா?" என்றாள். "நம்புங்கள், நான் கத்தாமலிருப்பது நல்லது," என்றார்

வரும் வழி முழுவதும் முதுகை முன்னோக்கி வளைத்து, ஓட்டுவதில் கவனம் குவித்தவராக எதுவும் பேசாமல் வந்தார். இனியும் பேசி அவரை தொல்லைப்படுத்த வேண்டாம் என முடிவு செய்தாள். களைத்துப் போயிருந்ததால் உறங்க ஆரம்பித்தவள் வீடு வந்தபின்தான் எழுந்தாள். அதை ஒரு உரையாடல் என அழைக்க முடிந்தால், அப்போதிருந்து, அவர்களிடையேயான உரையாடலை அவள் எண்ணற்ற முறை திரும்பத் திரும்ப மனதில் நினைத்துப் பார்த்தாள்; அவர் அரிதாகவே பேசினார் ... தான் செய்தது சரிதான் என்ற முடிவுக்கு வந்தாள், காரணம் அவர் எதையும் பேசாமல் வந்தாலும் அவருக்காகவும் சேர்த்து அவளே பேசிக்கொண்டு வந்தாள், அவளை எளிதில் தப்பவிடாத வகையில், அந்தச் சிறு சம்பவத்தில் விசுவாசத்துடன் அவரது தரப்பை அவள் முன்வைத்து வந்தாள். அவள் வீட்டு முன் ஸமி காரை நிறுத்தியபோது அவரைப் பார்க்காமலே, இப்போது, இன்றைக்குப் பிறகு, தற்போது உள்ளதைத் தாண்டியும் அவருக்கு ஒரு உதவி செய்யத் தான் கடன்பட்டிருப்பதாகச் சொன்னாள். படபடக்கும் தன் உள்ளத்தில் அவள் நினைத்தாள்: யூத இன அழிப்பின்போது யூதர்களுக்கு உதவிய யூதரல்லாத ஒருவரது உதவி. அவர் இறுக்கத்துடன் அதைக் கேட்டுக்கொண்டிருந்தார், தனது வார்த்தைகளை மனனம் செய்வது போல அவர் உதடுகள் மெதுவாகப் பிரிந்து அசைந்தபடியிருந்தன, அவர் காரைத் திருப்பிச் செல்கையில் அவள் மெல்லப் படிகளில் ஏறிக்கொண்டிருந்தாள். இத்தனைக் குழப்பங்களுக்கும், வரும் வழி முழுவதுமான விசித்திரமிக்க அவரது மௌனத்துக்கும் பிறகும் உண்மையானதொரு யதார்த்தத்தின் நெருப்பினால் புடமிடப்பட்டு அவர்களது நட்பு உண்மையிலேயே இன்று ஆழமடைந்துள்ளதாக நினைத்தாள்.

அவள் அழைத்து டெல் அவிவுக்கு மிக அவசரமாகப் பயணம் செல்லவேண்டுமென்று விளக்கும் முன்பாகவே அவளை மனங்குன்றவைக்கும் ஒரு உணர்ச்சியற்ற தன்மை யுடன் தனக்கு உடல் நலமில்லை என்கிறார் ஸமி. அந்தப் பயணம் முடிந்து வீட்டுக்கு வந்ததுமே அவர் படுக்கையில் விழுந்துவிட்டார், இன்னும் சில மணி நேரம் அவர் படுத்திருக்க வேண்டும். அவர் குரலிலிருக்கும் பொய்யை உணர்கிறாள், அவள் மனம் தளர்ச்சியுறுகிறது. இலனிடமிருந்து பிரிந்தது முதல் அவள் தொடர்ந்து மறுத்து வந்திருந்த ஒரு விஷயம், தொடர்ந்து அவளைக் கேலியும் சந்தேகமுமாக வதைத்து வந்த அந்த அந்த விஷயம் இன்று உருத்திரண்டு, அவளது வெகுளித்தனத்தையும் முட்டாள்தனத்தையும் வெளிக்காட்டி அவளை அறைகிறது.

எனக்குப் புரிகிறது நான் வேறு வாடகைக்கார் அமர்த்திக் கொள்கிறேன் என அவள் சொல்ல நினைக்கிறாள், ஆனால் அவளையும் மீறி அவரை வரச்சொல்லி வற்புறுத்தவே செய்கிறாள்.

“திருமதி. ஓரா, எனக்கு இப்போது ஓய்வு தேவை. இன்று எனக்குக் கடுமையான நாளாக அமைந்துவிட்டது. ஒரே நாளில் என்னால் இரண்டு பெரிய சவாரிகள் மேற்கொள்ள முடியாது.”

அந்த “திருமதி. ஓரா” என்ற வார்த்தை அவளை ஆழ்ந்த வேதனைக்குள்ளாக்குகிறது, அவள் தொலைபேசியை வைத்துவிட நினைக்கிறாள், ஆனால் வைக்கவில்லை. இன்று

அவர்களிடையே நிகழ்ந்தது என்னவென்று அவரிடம் தெளிவுபடுத்தாமல் தன் மனம் நிம்மதியடையாது என நினைக்கிறாள். பொறுமையாக, தனது நிதானத்தை இழந்துவிடாமல், அவரே பார்த்தது போல, தனக்கும் இந்த நாள் கடுமையானதாக அமைந்துவிட்டது என்கிறாள். ஆனால் ஸமி அவளது பேச்சைப் பாதியில் வெட்டியவராக தனது ஓட்டுநர்களில் ஒருவரை அனுப்புவதாகச் சொல்கிறார்.

இந்த இடத்தில் துவண்டுவிடாமல் மனதைத் திடமுடன் வைத்துக் கொள்கிறாள், சிறிதளவே என்றாலும் தனக்கும் சுயகௌரவம் இருக்கிறது என்பதை நினைவுபடுத்திக்கொள்கிறாள். கோபமாக, எனக்குத் தேவை யில்லை, நன்றி, நான் பார்த்துக்கொள்கிறேன் என்கிறாள். அவள் குரலின் உணர்ச்சியற்ற தன்மை அவரை எச்சரித்திருக்க வேண்டும், தயவுசெய்து அதைத் தனிப்பட்ட வகையில் எடுத்துக்கொள்ள வேண்டாம் என்கிறார், பிறகு மௌனம். அவரது குரலில் இந்தப் புதிய மௌன ஒப்புதலை அறிந்தவள் மனம் மாறியவளாய்ச் சொல்கிறாள். “நான் என்ன செய்வது ஸமி? எப்போதுமே நான் உங்களைத் தனிப்பட்ட வகையில்தான் எடுத்துக்கொண்டிருக்கிறேன்.” அவர் பெருமூச்சு விடுகிறார். அவள் மௌனமாகக் காத்திருக்கிறாள். ஸமியின் வீட்டில் யாரோ ஒரு ஆண் சத்தமாக, கிளர்ச்சியுற்ற குரலில் பேசிக்கொண்டிருப்பதைக் கேட்கிறாள். தளர்ந்த குரலில் அந்த நபரை அமைதியாக இருக்கும்படிச் சொல்கிறார் ஸமி. அந்தக் குரலில் இருக்கும் சோர்வு அல்லது அதன்மீது படிந்திருக்கும் ஏமாற்றத்தின் நிழல் உடனே அவரைப் பார்க்க வேண்டுமென அவளைத் தூண்டுகிறது. இன்னும் கொஞ்சம் கூடுதலான நேரம், சில கணங்கள்கூடப் போதும், அவரோடு செலவிட்டால் தவறாகிப்போன எல்லாவற்றையும் அவளால் சரிசெய்துவிட முடியும். முதலில் நான் செய்தது சரிப்படுத்தும் செயலல்ல என அவள் நினைக்கிறாள். இம்முறை அவரிடம் நான் முற்றிலும் வேறான விஷயங்களைப் பேசுவேன். இதுவரை ஒருபோதும் நாங்கள் பேசாத விஷயங்கள், இன்றைய என தவறுக்கான வேர்கள், எங்கள் தாய்ப்பாலுடன் நாங்களருந்திய அச்சங்கள் மற்றும் வெறுப்பு இவை பற்றி. சொல்லப்போனால் இன்னும் நாங்கள் பேச ஆரம்பிக்கவே இல்லை, அவளுக்கு இது விசித்திரமாகத் தோன்றுகிறது: பயணங்களின்போது நாங்கள் ஏராளம் பேசிக் கழித்த அந்த நேரங்களில் ஒருவரையொருவர் கிண்டல் செய்து சிரித்தோம், உண்மையில் அப்போதெல்லாம் உண்மையில் நாங்கள் பேச ஆரம்பிக்கவேயில்லை.

ஸமியின் வீட்டில் கேட்கும் கூச்சல் அதிகரிக்கிறது. நான்கு அல்லது மூன்று பேரிடையே கடும் விவாதம் நடக்கிறது, ஒரு பெண் கத்துகிறாள். அந்தப் பெண்குரலை ஓராவால் அடையாளம் காணமுடியாவிட்டாலும் அது ஸமியின் மனைவி இனாமாக இருக்க வேண்டும் என நினைக்கிறாள். அங்கே நிகழ்வது தன்னைப்பற்றி அல்லது அவர்களிருவரிடையே இன்று நடந்தது பற்றி இருக்குமோ என நினைக்கிறாள். அது சாத்தியமென்றால், அது பைத்தியக்காரத்தனமான சிந்தனை, ஆனால் இது போன்றதொரு நாளில், இது போன்றதொரு நாட்டில், எதுவும் சாத்தியமே, ஸமி ஒரு ராணுவவீரனை ராணுவ நடவடிக்கைக்காக அழைத்துச் செல்வதைப் பார்த்து யாரோ தகவல் சொல்லியிருக்க வேண்டும். “ஒரு நிமிடம்”

என்கிறார் ஸமி, தெளிவான வேகமான அரபியில் அந்த இளைஞனை அழைக்கிறார். இதுவரை ஓரா அவருள் கற்பனை செய்திராத ஒரு வன்முறையுடன் அவர் கத்துகிறார். அடங்குவதற்குப் பதிலாக அந்த மனிதன் குற்றம்சாட்டும் குரலில் மரியாதையற்ற விதத்தில் பதில் சொல்கிறான். கரகரத்தக் குரலில் அவன் பேசும் வார்த்தைகள் ஓராவுக்கு நச்சுத் தெளிப்புப் போலத் தோன்றுகிறது. சிறு குழந்தையொன்று தேம்பும் சத்தம் கேட்கிறது, அது ஸமியின் கடைசிக் குழந்தையை விடவும் சிறிய குழந்தை. அடுத்து ஏதோ மோதும் சத்தம். யாரோ ஒரு மேசையை உதைத்திருக்க வேண்டும் அல்லது ஒரு நாற்காலியை எறிந்திருக்க வேண்டும். அங்கு நடப்பதற்கு இன்று அவள் மேற்கொண்ட பயணத்துடன் தொடர்புள்ளது என அவள் இன்னும் அதிக வலுவுடன் நினைக்கிறாள், அழைப்பைத் துண்டித்துவிட்டு அவரது வாழ்க்கையில் இனியும் சேதம் எதையும் ஏற்படுத்தாமல் வெளியேறிவிட வேண்டும் என நினைக்கிறாள். அவர் மேசைமீது ரிஸீவரை எறிகிறார். அவரது காலடி ஓசை மெல்லத் தேய்ந்து கிட்டத்தட்ட மறைந்து விடுகின்றது, இருந்தும் அவள் கவனமுடன் அங்கு நடப்பதை ரிஸீவர் வழியாகக் கேட்கிறாள்: அவர்களது அந்தரத்தின் இழை அறுத்துத் திறக்கப் படுகிறது, உள்ளே பார்க்க ஒரு துளை கிடைக்கிறது, அதை நோக்கி அவள் ஈர்க்கப்படுகிறாள். நாம் உடனில்லாத தனிமையில் அவர்கள் இப்படித்தான் என அவள் நினைக்கிறாள், உண்மையிலேயே உடன் நாம் இல்லாதபோது, உண்மையிலேயே அவர்களுக்கு நாம் உடனில்லாத தனிமை கிடைக்கும்போது இப்படித்தான். அப்போது கடுமையான ஒரு காட்டுக் கூச்சல் கேட்கிறது, அது ஸமியிடமிருந்தா அல்லது அந்த இன்னொரு ஆளிடமிருந்தா என அவளால் சொல்ல முடியவில்லை. பிறகு அடிப்பது போன்ற இரண்டு சத்தங்கள், கைத்தட்டுவது அல்லது கன்னத்தில் அறைவது போல. அதன்பின் மௌனம். சிறுவனின் பலவீனமான மெல்லிய அழுகை மட்டுமே அம்மௌனத்தைக் கலைக்கிறது.

ஓரா சமையலறை மேசைமீது சாய்ந்துகொள்கிறாள். ஏன் அவரை மீண்டும் நான் அழைத்தேன்? அவள் யோசிக்கிறாள். எவ்வளவு பெரிய முட்டாள்தனம். நான் என்ன நினைத்துக்கொண்டிருந்தேன்... கில்போவாவுக்கு அழைத்துச் சென்று திரும்பி வந்தபின் அவர் மறுபடி என்னை டெல் அவிவுக்கு அழைத்துப்போக முடியுமா? நான் தொடர்ந்து தவறுகள் செய்கிறேன். நான் தொடுவதெல்லாம் தவறாகி விடுகின்றன.

அச்சமுற்றவராய், குரல் உடைந்து மறுபடி அவர் பேச்சு ஒலிக்கிறது. இப்போது அவர் படபடவென்று பேசுகிறார், ஆனாலும் முணுமுணுப் பாகவே. டெல் அவிவில் குறிப்பாக எங்கு போக வேண்டும், வழியில் நகரின் தெற்குப் பகுதியில் தனது தனிப்பட்ட வேலைக்காக சற்று நின்று செல்வது பற்றி ஒன்றும் பிரச்சனை இல்லையே என்கிறார். ஓரா குழப்பமடைகிறாள். எல்லாவற்றையும் மறந்து விடுங்கள் எனச் சொல்லவருகிறாள், ஆனால் அவருக்குத் தான் மிகவும் தேவை என்பதை உணர்கிறாள். அவரது இந்தத் தேவை நடந்த தவறை சரிசெய்ய ஒரு வாய்ப்பைத் தரும். டெல் அவிவில் எவ்வளவு தூரம் போக முடியுமோ அவ்வளவு தூரம் போய்விட்டு அங்கிருந்து கலிலேயாவுக்கு வேறு வாடகைக்கார் பிடித்துச் செல்வதாகவும் செலவைப்பற்றிக் கவலையில்லை என்றும் சொல்கிறாள்.

அவர் அவசரமான ஒரு குரலில் கேட்கிறார், "அது சரி, ஓரா? நான் வரவா? நீங்கள் கிளம்பத் தயாராக இருக்கிறீர்களா?" பின்னணியில் அந்தக் கூச்சல் குழப்பம் மறுபடி தொடங்குகிறது. இப்போது அது ஒரு விவாதமாக இல்லை. அந்த இன்னொரு நபர் கத்துகிறார், ஆனால் தனக்குத் தானே கத்திக்கொள்வது போல இருக்கிறது, மன்றாடுவது போல ஒரு பெண் பேசியபடியே அழுகிறாள் – இது இனாமாகத்தான் இருக்க வேண்டும் என ஓரா எண்ணுகிறாள் – அது நீளமான, தோற்றுப்போனவரது போன்ற புலம்பல். ஒரு கணம் அந்தப் புலம்பல் தொலைவே இருந்து ஒலித்த முனகலுடன் கலக்கிறது. அதை ஓரா முன்பு ஒருமுறை கேட்டிருக்கிறாள். சிறிய ஜெரூசலேம் மருத்துவமனை ஒன்றில் தனித்து வைக்கப்பட்டவர்கள் பிரிவில் அவ்ரமுடனும், இலனுடனும் இருந்தபோது கேட்ட அந்த அராபியச் செவிலியின் தேம்பும் குரல் அது. அதை அவள் நினைத்துப் பார்த்துப் பல பத்துவருடங்கள் கடந்திருந்தன.

"டெல் அவிவின் தெற்குப் பகுதியில் நாம் நீண்ட நேரம் இருக்க வேண்டுமா?" என அவள் ஸமியைக் கேட்கிறாள். "ஐந்து நிமிடங்கள்" என்கிறார் ஸமி, அவளது தயக்கத்தை உணர்பவர் அவளிடம் வெளிப்படையாகவே கெஞ்சுகிறார், அப்படி அவர் செய்வது அரிது: "உங்களிடமிருந்து ஒரு பெரிய உதவியாக இதை எதிர்பார்க்கிறேன்." சிலமணி நேரங்கள் முன்புதான் அவருக்கு அவள் தந்திருந்த வாக்குறுதியை நினைத்துக் கொள்கிறாள், அதிலிருக்கும் கவித்துவ நீதி அவளைச் சுருக்கென்று தைக்கிறது – இன அழிப்பின்போது யூதர்களுக்கு உதவிய யூதரல்லாதவர்கள் – துடைப்பக்கட்டை. "அது ஒன்றும் பிரச்சனையில்லை," அவள் சொல்கிறாள்.

தன் பயணப்பையை எடுத்துக்கொண்டு வெளியே வருகிறாள், திடீர் உந்துதலால் திரும்பச் சென்று பயணத்துக்கென்று பொதியப்பட்டு தயாராக ஆனால் வாடிக்கிடக்கும் ஓஃபரின் பையையும் எடுத்து வருகிறாள். அது அவ்ரமாகத்தான் இருக்குமென்று ஒலிக்கும் தொலைபேசியை அசட்டை செய்கிறாள், அவளை வரச்சொன்ன தனது தைரியத்தின் மட்டில் தானே அச்சமடைந்தவனாக வராதே என்று கெஞ்சுவதற்காக அவன் தொலைபேசி செய்யக்கூடும். ஆனால் அது மனம் மாறிவிட்ட ஸமியாகக்கூட இருக்கலாம். தப்பி தலைமறைவாகச் செல்பவளைப்போல வேகமாக அவள் படிகளில் இறங்கி வருகிறாள். இந்தப் படிகளில்தான் நாளைக்கு, அல்லது ஒரு வாரத்தில், அந்த அறிவிப்பாளர்கள் ஏறி வருவார்கள், அல்லது எப்போதுமே அவர்கள் வரமாட்டார்கள். அவளுக்குத் தெரியும் அவர்கள் வருவார்கள், நிச்சயமாக அவளுக்குத் தெரியும். வழக்கமாக அவர்கள் மூன்றுபேர், அப்படித்தான் சொல்வார்கள், மெதுவாக அவர்கள் இந்தப் படிகளில் ஏறுவார்கள். இது நடக்குமென நம்புவது சாத்தியமற்றது, ஆனால் அவர்கள் வருவார்கள், படிகளில் ஏறுவார்கள், இந்தப் படியில் பிறகு அந்தப் படியில், சற்று உடைந்திருக்கும் அந்தப் படியிலும், அவளுக்காகக் கொண்டு வந்திருக்கும் தகவலைப் படியேறும்போதே அவர்கள் சொல்லிக்கொண்டு வருவார்கள். ஆடம் படையில் சேர்ந்து கைப்பற்றப்பட்ட பகுதிகளில் குறுகிய கால பணிகளுக்காகச் சென்றிருந்தபோதான இரவுகளிலும், ஓஃபரின் மூன்று ஆண்டுகால ராணுவப் பணியின்போதான இரவுகளிலும்

அவள் இந்த தகவல் கொண்டு வருபவர்களுக்காகக் காத்திருந்தாள். அப்போதெல்லாம் அழைப்புமணி ஒலிக்கையில் கதவருகே சென்று தனக்குள்ளே சொல்லிக்கொள்வாள், அதுதான். அந்தக் கதவு நாளை, அடுத்த இரண்டு நாட்களுக்கு, கிட்டத்தட்ட ஒரு வாரத்துக்கு சாத்தப்பட்டே இருக்கும், அந்தத் தகவல் வழங்கப்படமாட்டாது, அதற்கு இரண்டுபேர் தேவை, வழங்க ஒருவர் பெற்றுக்கொள்ள ஒருவர், பெற்றுக்கொள்ள இங்கு யாருமே இருக்கமாட்டார்கள், எனவே அந்தத் தகவல் வழங்கப்படாமல் அப்படியே இருக்கும், இதுதான் அவளுள் திடீரென ஒளிர்ந்தது, நிமிடத்துக்கு நிமிடம் அந்த ஒளி ஊசிமுனைக் கூர்மைகொண்ட தீவிர உற்சாகத் தெறிப்புகளால் இன்னும் பிரகாசமடைந்தது. இப்போது வீட்டைப் பூட்டிக்கொண்டு வெளியே வந்துவிட்டாள், உள்ளே தொலைபேசி ஓயாமல் அடித்துக்கொண்டிருக்கிறது, சாலையோரம் நடந்தபடி அவள் ஸமிக்காகக் காத்துக்கொண்டிருக்கிறாள். எதிர்பாராதவிதமாக ஆனால் ஒருவித உத்வேக ஜுவாலையுடன் அவள்மீது இறங்கும் அந்த வினோத எண்ணம், அதைப் பற்றி நினைக்க நினைக்க, இன்னும் அதிகம் கிளர்ச்சியூட்டுகிறது, நான் இப்படி இருந்ததில்லையே, அவள் சிரிக்கிறாள், அது அதிகமும் அவ்ரமின் உபாயங்களுள் ஒன்று போலத் தெரிகிறது, அல்லது இலனுடையது போல, என்னுடையது அல்லவே அல்ல, தான் செய்யவிருப்பது சரிதான் என்பது பற்றிய ஐயம் இல்லாதவரையும், இதுதான் சரியான எதிர்ப்பு, அந்த வார்த்தையை நாவால் உருட்டிப் பின் அதைக் கடிப்பது அவளுக்கு உவப்பளிக்கிறது: எதிர்ப்பு, எனது எதிர்ப்பு. அந்தப் புத்தம் புதிதான படபடத்துத் திமிறும் இரையை அவளது வாய் இறுக்கும் விதம் அவளுக்குப் பிடித்திருக்கிறது. களைத்த அவள் பாதங்கள் வழி புதியதொரு வலு பரவுகிறது. அவளுக்குத் தெரியும் அது மிக அற்பமான பரிதாபகரமான எதிர்ப்பு. இன்னும் ஒரு மணி அல்லது இரண்டு மணி நேரத்தில் வலுவிழந்து மறைந்து விருப்பற்ற ஒரு சுவையை விட்டுச் செல்லக்கூடியது. ஆனால் அவளால் வேறு என்ன செய்யமுடியும்? அவர்கள் வந்து அந்த அறிவிப்பை அவளுள் அடித்து இறக்க ஏதுவாக அங்கேயே உட்கார்ந்து காத்துக்கொண்டிருக்க வேண்டுமா? "நான் இங்கே இருக்கப் போவதில்லை," தனக்கு உத்வேகமூட்டிக்கொள்ளும் விதமாக அவள் அறிவிக்கிறாள், "அவர்களிடமிருந்து அதை நான் பெற்றுக்கொள்ளப் போவதில்லை." வறண்ட ஆச்சரியமான ஒரு சிரிப்புச் சிரிக்கிறாள்: "அதுதான், அது முடிவு செய்யப்பட்டுவிட்ட ஒன்று, அவள் மறுப்பாள்". அவளே முதல் அறிவிப்பு – மறுப்பாளர் ஆவாள். கைகளைத் தலைக்கு மேலாக நீட்டி சோம்பல் முறிக்கிறாள், விரைவாக வீசும் புதிதான மாலைக் காற்றால் நுரையீரல்களை நிரப்புகிறாள். ஒரு ஒத்திப்போடுதல் … அவளுக்கு ஒரு ஒத்திப்போடுதல் கிடைக்கும், அவளுக்கும், முக்கியமாக ஓஃபருக்கும் கிடைக்கும். அதோடு, அவளால் இப்போது அதை எதிர்பார்க்க முடியாது. ஒரு குறுகியகால எதிர்ப்பு–ஒத்திப்போடுதல். அவள் மனதில் வெதுவெதுப்பான அலைகள் ஏராளம் வந்து மோதுகின்றன. அவள் பயணப்பைகளைச் சுற்றி வேகமாக நடக்கிறாள். சந்தேகமில்லாமல் அவளது திட்டத்தில் அடிப்படையான தவறு ஒன்று இருக்கிறது. வெளிப்படையான ஒரு பொருத்தமின்மை, சீக்கிரமே அது கண்டுபிடிக்கப்பட்டு எல்லாவற்றையும் ஒன்றுமில்லாமல் செய்துவிடும், அவளையது கேலி செய்யும், இரண்டு பயணப்பைகளோடு

வீட்டுக்கு அனுப்பிவிடும். ஆனால் அதுவரை, தன்மட்டிலும், கடந்த ஒரு வருடமாக அவளைப் பீடித்திருக்கும் கோழைத்தனத்திலிருந்தும், அவள் சுதந்திரமானவளாக இருப்பாள். தான் என்ன செய்யப்போகிறோம் என்பதனை அவள் மென்மையாக தனக்குத்தானே சொல்லிக்கொள்கிறாள், தான் வீட்டைவிட்டுப் போனால், அந்த ஒப்பந்தம், அதை அவள் இப்போது அப்படித்தான் நினைக்கிறாள், சற்றாவது, குறைந்தபட்சம் சிறிது காலத்துக்காவது ஒத்திப் போடப்படும் என்ற வினோத முடிவை அவள் மீண்டும் அடைகிறாள். அது ராணுவம், போர், தேசம் ஆகியன விரைவில், ஒருவேளை இன்றிரவேகூட, அவள்மீது திணிக்க இருக்கும் ஒப்பந்தம். தன்னிச்சையான அந்த ஒப்பந்தம் அவள், அதாவது ஓரா, தனது மகனின் மரணம் குறித்த அறிவிப்பைப் பெற்றுக்கொள்ள சம்மதிக்கிறாள், அதன்மூலம் சிக்கலும் சுமைகூடியதுமான செயல்முறையாகிய அவனது மரணத்தை, ஒழுங்குமிக்க, சகஜநிலை வாய்ந்த அதன் முடிவுக்குக் கொண்டுவரவும், ஒரு வழியில் பார்க்க அவர்களுக்கு அவனது மரணம் பற்றிய அறிவிக்கப்பட்ட தீர்மானமான உறுதியை வழங்கவும் அவள் சம்மதிக்கிறாள். இது சற்றே அவளை அக்குற்றத்தில் உடன்குற்றவாளியாக மாற்றுவது.

இந்தச் சிந்தனைகளால் சக்தி திடீரென வடிந்து சாலையோரம் இரண்டு பயணப்பைகளுக்கு நடுவே அவள் அமர்கிறாள். இப்போது அப்பைகள் அவளைச் சூழ்ந்திருப்பதுபோலத் தோன்றுகின்றன, பெற்றோரைப் போல அவை அவளைப் பாதுகாக்கின்றன. கனமான நிரம்பி வழியும் பைகளை அவள் அணைத்துக்கொள்கிறாள், தன்னை நோக்கி இழுத்துக்கொள்கிறாள், அந்தக் கணம் அவள் சற்றுப் பைத்தியநிலையில் இருக்கக்கூடும் என அமைதியாக விளக்குகிறாள். ஆனால் அவளுக்கும் அந்த அறிவிப்பாளர்களுக்கும் இடையிலான மல்யுத்தப் போட்டியில் அவள் தன்னால் இயன்ற மட்டும் பார்த்துவிடுவது, ஓஃபருக்காக நேருக்குநேர் மோதுவது என இருக்கிறாள், அப்போதுதான் பின்னால் அவள் சிறு எதிர்ப்புமின்றி சரணடைந்தோமே என்று வருந்த வேண்டியிருக்காது. எனவே அவர்கள் தகவல் சொல்ல வரும்போது அவள் இங்கிருக்க மாட்டாள். பொதி, அனுப்பியவருக்கே திருப்பப்படும், சுழன்றுகொண்டிருக்கும் சக்கரம் ஒரு கணம் நிற்கும், அது சற்றே பின்னோக்கி சுழலவும் கூடும், அதிகமில்லை, ஒன்று அல்லது இரண்டு சென்டிமீட்டர்கள். உடன் அந்த அறிவிப்பு மறுபடியும் அனுப்பப்படும்... அதுபற்றி அவளுக்குக் குழப்பமில்லை. அவர்கள் முயற்சியைக் கைவிடமாட்டார்கள், இந்த யுத்தத்தில் அவர்கள் தோற்கக் கூடாது, ஒரேயொரு பெண்ணிடம் என்றாலும் அவர்களது சரணடைதல் அவர்களது முழு அமைப்புமே இயங்காமல் போய்விட்டது என்றாகிவிடும். இந்த உபாயத்தைக் கையாண்டு மற்ற குடும்பங்களும் தங்களது பிரியத்துக்குரியவர்களின் மரணச் செய்தியைப் பெற்றுக்கொள்ளாமல் போனால் அவர்கள் எங்கே போவார்கள்? அவர்களிடமிருந்து தப்பிக்க அவளுக்கு வாய்ப்பில்லை. வாய்ப்பே இல்லை. ஆனால் சில நாட்களாவது அவள் அவர்களுடன் சண்டை செய்யலாம். நீண்ட காலம் இல்லை, இருபத்தெட்டு நாட்கள் மட்டும், ஒரு மாதத்திற்கும் குறைவு. இது சாத்தியம், இது அவளது சக்திக்குட்பட்டது,

உண்மையில் இதுதான் அவளுக்குச் சாத்தியமான ஒரே விஷயம், அவள் சக்திக்குட்பட்ட ஒரே விஷயம்.

○○○

ஸமியின் வாடகைக்காரின் பின்புறம் அவள் மறுபடியும் அமர்கிறாள். அவளுக்குப் பக்கத்தில் ஆறு அல்லது ஏழு வயதுடைய சிறுவன், ஸமிக்குக்கூட அவனது சரியான வயது தெரியவில்லை – மெலிந்த அரபிச் சிறுவன், காய்ச்சலில் உடல் கொதிக்கிறது. "எங்கள் ஆட்களில் ஒருவரது மகன்," என்று பொதுவாகச் சொல்கிறார் ஸமி. அவள் வற்புறுத்திக் கேட்கும் போதும் "ஒருவரது மகன்," என்று மட்டுமே சொல்கிறார். அவனை டெல் அவிவில், அந்நகரின் தென்பகுதியிலுள்ள குடும்பத்தவரிடம் விடச்சொல்லியிருக்கிறார்கள், ஸமியின் குடும்பமா அந்தச் சிறுவனின் குடும்பமா? அதுவும் தெளிவில்லாமல் இருக்கிறது. இனியும் கேள்வி கேட்டு அவரைச் சங்கடப்படுத்த வேண்டாமென ஓரா முடிவு செய்கிறாள். ஸமி களைத்துப்போனவராகவும் அச்சமுற்றவராகவும் காணப்படுகிறார். பல்வலி வந்ததுபோல கன்னம் ஒருபக்கம் வீங்கியிருக்கிறது. இந்த இரவில் எதற்கு இரண்டு பைகளை இழுத்துக்கொண்டு வருகிறீர்கள் என அவர் கேட்கவில்லை. ஆர்வத்தில் மின்னும் கண்களின் குறுகுறுப்பைத் தவிர்த்து அவரின் முகம் உயிரற்றுக் காணப்படுகிறது, கிட்டத்தட்ட அவர் வேறு யாரோ போல காணப்படுகிறார், கில்போவா பயணத்தை மீண்டும் ஒரு முறை நிகழ்த்துவதில் அர்த்தமில்லை என்பதை உணர்கிறாள். காருக்குள் இருட்டாக இருந்தபோதும் அச்சிறுவன் அவளுக்குப் பழக்கமான ஆடைகளை அணிந்திருப்பதைப் பார்க்கிறாள்: முட்டிப் பகுதிகளில் பக்ஸ் பன்னி படம் தைத்த ஜீன்ஸ், அது ஆடமுடையது, ஷிமோன் பெரஸின் தேர்தல் வாசகம் எழுதப்பட்ட ஓஃபருடைய டி–சர்ட். இரண்டுமே அவனுக்குப் பெரிதாக இருந்தன, இப்போதுதான் அவற்றை அவன் முதல் தடவை அணிகிறானோ என ஐயப்பட்டாள். அவனை நோக்கிக் குனிந்து "என்னவாயிற்று?" எனக் கேட்கிறாள். அவனுக்கு உடம்பு சரியில்லை என்கிறார் ஸமி. அவனிடம் உன் பெயர் என்னவென்று கேட்கிறாள். உடனே ஸமி "ரமி," என்கிறார், "அவனை ரமி என்று கூப்பிடுங்கள்." அவள் கேட்கிறாள், "ராமியா, ரமியா?" "ரமி, ரமி," அவர் சொல்கிறார்.

இந்தப் பயணத்துக்கு நான் தேவையில்லாமல் போயிருந்தால், இந்தச் சிறுவன் வந்திருக்க மாட்டான் என ஓரா நினைக்கிறாள். வீட்டில் தகராறு செய்துகொண்டிருந்தவர்கள் மீதான கோபத்தை அவர் இப்போது அவள்மீது வைத்திருப்பதாக நினைக்கிறாள். எவ்வளவு சீக்கிரம் வாய்ப்புக் கிடைக்கிறதோ அவ்வளவு சீக்கிரம் அவள் ஸமி எவ்வாறு தன்னை நடத்துகிறார் என்பது பற்றி இலனிடம் சொல்வாள் எனத் தன்னை அவள் தேற்றிக்கொள்கிறாள். இலனிடம் அவர் இவ்வளவு கடுமையாக நடந்துகொள்வாரா எனப் பார்க்கலாம். அவளுக்காக இலன் அவரை வறுத்தெடுத்துவிடுவான், வேலையை விட்டுக்கூட நீக்கிவிடுவான், அது, தான் அவளுக்கு எவ்வளவு உறுதிப்பாடுடையவனாக, இன்னும் அவளைப் பாதுகாக்க எண்ணம் கொண்டவனாக இருக்கிறோம் என்பதை நிரூபிக்க அவனுக்கு ஒரு வாய்ப்பு. ஓரா சற்று நேராக, நிமிர்ந்து உட்காருகிறாள்.

தனக்கு உதவ இலனை ஏன் அவள் அழைக்க வேண்டும்? அது அவளுக்கும் ஸமிக்கும் இடையிலான பிரச்சனை, இலனது பண்டைய போர்வீரனது பாதுகாப்பு போன்ற ஒரு பாதுகாப்பு இல்லாமலேயே தான் இருக்கலாம், மிக்க நன்றி.

அவளது உடல் திரும்பவும் தளர்ந்து குறுகுகிறது, கட்டுப்படுத்தமுடியாத வகையில் முகம் நடுங்குகிறது, காரணம், கைவிடப்பட்டதன் வலி அவளைத் துளைக்கிறது. தனிமையோ, அவமரியாதையோ அல்ல ஆனால் அந்தத் துண்டிப்பு, இலன் அவளுள் விட்டுச் சென்ற வெற்றிடத்தின் கண்ணுக்குத் தெரியாத கடும் வலி. இருட்டில் தன்னையவள் காரின் கண்ணாடியில் பார்க்கிறாள், இதற்குமுன் கண்டிராத, தனது சருமத்தின் கூரிய வேதனையைக் காண்கிறாள், அது நீண்ட காலமாக உண்மையாக நேசிக்கப்படவில்லை, அவள் முகம், வருடம் ஆக ஆகத் தீவிரமடையும் ஒரு காதலுடன் யாரும் அதைப் பார்க்கவில்லை. அந்தக் கதாபாத்திரம், எரான், நவேடா அருங்காட்சியகத்தில் அவளுக்கு வேலை வாங்கித் தந்தவன், அவளைவிட பதினேழு வயது இளையவன், ஏராளம் தொழில்சார் திட்டங்களைக் கையில் வைத்திருக்கும் புத்திக்கூர்மைமிக்க கணினி மேதை, அவனை எப்படி வரையறுப்பது என அவளுக்குத் தெரியவில்லை: நண்பன்? காதலன்? படுக்கைத் தோழன்? அவளுக்கு அவன் யார்? "காதல்," சந்தேகமில்லாமல் அவர்களுக்கிடையேயான உறவை வரையறுக்க அது பெருந்தன்மையானதொரு சொல், மௌனமாகச் சிரித்தபடி அவள் நினைத்துப்பார்க்கிறாள். ஆனால் குறைந்தபட்சம் இலனுக்குப் பிறகு தனது உடல் அடுத்தவரை, அடுத்தவொரு ஆணை, கவரும் வகையிலான துகள்களை வெளியிடுகிறது என்பதற்கு அவனொரு ஆதாரம். அவள் தன் எண்ணங்களுள் இன்னும் இன்னும் ஆழ மூழ்குகிறாள். அசாதாரண மௌனத்தில் கடுமையான போக்குவரத்து நெரிசலில் அவர்கள் ஷார் ஹாகே பள்ளத்தாக்கு வழியாக பயணிக்கிறார்கள். விமான நிலையத்தையொட்டி போக்குவரத்து நெரிசல் இன்னும் அதிகமாயிருக்கிறது. "இன்றைக்கு எல்லா இடங்களிலும் சோதனைத் தடுப்புகள்" என்கிறார் ஸமி திடீரென. அவர் குரலிலிருக்கும் ஏதோ ஒன்று அவளுக்கு சமிக்ஞை தருகிறது. வேறு ஏதாவது அவர் சொல்வாரென அவள் காத்திருக்கிறாள், ஆனால் அவர் அமைதியாகவே இருக்கிறார்.

அந்தச் சிறுவன் உறங்கிவிட்டான். வியர்வையில் அவனது நெற்றி ஒளிர்கிறது, மென்மையான கழுத்தில் அவனது தலை விசித்திரமானதொரு லகுவுடன் ஆடிக்கொண்டிருக்கிறது. அப்போதுதான் ஸமி சிறுவனுக்கடியில் மெல்லிய போர்வையொன்றை விரித்திருப்பதைப் பார்க்கிறாள், இருக்கையின் திண்டுவேலை அவன் வியர்வையால் பாழாகிவிடக்கூடாது என்பதற்காக. இறகு போன்ற அவனது மெல்லிய வலது கை திடீரென உயர்ந்து முகத்துக்கு நேராகவும் பின் தலைக்கு மேலாகவும் படபடக்கிறது, ஓரா அருகே சென்று அவனைத் தன்னோடு அணைத்துக்கொள்கிறாள். அசைவற்றவனாய், கருமையாக, கிட்டத்தட்ட குருடானவை போன்று தோன்றும் தன் கண்களை அவன் திறக்கிறான், அவளைக் குழப்பமாகப் பார்க்கிறான். அவன் தன்னை ஒதுக்கமாட்டான் என நினைத்தவளாய் ஓரா அசையாமலிருக்கிறாள். அவன் வேகமாய் மூச்சுவிடுகிறான், மெலிந்த

அவனது மார்பு ஏறி இறங்குகிறது, புரிந்துகொள்ளவும் எதிர்க்கவுமான வலுவை இழந்துவிட்டவன்போல தன் கண்களை மூடிக்கொண்டு அவள் உடலோடு தளர்வாக ஒட்டிக்கொள்கிறான், அவர்களது ஆடைகள் வழி அவனது வெப்பம் அவளுள் பரவுகிறது. சிறிது கழித்து அவனைச் சுற்றியிருக்கும் தன் கையை மாற்றித் அவனுக்குத் தோதாக வைத்துக் கொள்கிறாள், அவளது தொடுதலில் பறவைச் சிறகுகள் போன்ற அவனது தோள்கள் இறுகுகின்றன. மறுபடி அவள் சற்று நிதானிக்கிறாள் அவன் தலையைத் தனது தோளோடு அழுத்திக்கொள்கிறாள், பிறகே அவன் மூச்சுவிடுவதைத் தொடர்கிறான்.

நிமிர்ந்து உட்கார்ந்து பின்னோக்குக் கண்ணாடி வழி ஸமி அவர்களைப் பார்க்கிறார். அவர் கண்கள் உணர்ச்சியற்றிருக்கின்றன, தான் பார்ப்பதை அவர் ஏதோவொரு கற்பனைக் காட்சியுடன் ஒப்பிடுகிறார் என்ற அசாதாரண உணர்வு ஓராவுக்கு. அவரது பார்வை அவளைச் சங்கடத்துக்குள்ளாக்குகிறது, கிட்டத்தட்ட அவள் அந்தச் சிறுவனிடமிருந்து விலகிக்கொள்கிறாள், அதே நேரம் அவனைத் தூக்கத்திலிருந்து எழுப்பி விடக்கூடாது எனவும் நினைக்கிறாள். அவன் உடலிலிருந்து வெளிவரும் வெப்பம், அவன் முகத்துக்கும் அவள் தோளுக்குமிடையே ஊறிவரும் வியர்வை, அவள் கைமீது ஒழுகியிருக்கும் அவனது எச்சில் இவற்றைத் தாண்டியும் அந்த அணைப்பு அவளுக்கு இதமாக இருக்கிறது... ஒருவேளை இவையெல்லாம்தான் அந்த இதத்துக்குக் காரணமாக இருக்குமோ. அந்த வெப்பமும் ஈரமும் குழந்தைப் பருவத்தின் மறந்துபோன ஒரு முத்திரையை அவளுள் மறுபடி பதிக்க வருகின்றன. அவனை அவள் ஓரக்கண்ணால் பார்க்கிறாள்: அவனது முடி கரடுமுரடாக வெட்டப்பட்டிருக்கிறது, குட்டையாக வெட்டப்பட்ட முடியினூடாக சரியாக குணமடைந்திராத நீண்ட அரிவாள் வடிவத் தழும்பு ஒன்றைப் பார்க்கிறாள். அவளை நெருக்கி யிருக்கும் அவனது சிறிய முகத்தில் பிடிவாதம் தெரிகிறது. கசப்பேறிய சிறிய ஒரு முதியவனைப் போலிருக்கிறான். அவனது விரல்கள் நீளமாக மெலிதாக அழகாக இருப்பதைப் பார்த்து அவளுக்கு மகிழ்ச்சி.

தன் நினைவின்றி அக்கைகளை அவன் அவளுடைய கைகள் மீது வைக்கிறான், சில நிமிடங்கள் கழித்து உறக்கத்தில் கையைத் திருப்புகிறான், மெல்லிய தேவதூதுவனுடையதைப்போன்ற ஒரு உள்ளங்கையை அவள் பார்க்கிறாள்.

ஓராவின் மனதுள் அதிர்ச்சி: ஓஃபர். கிட்டத்தட்ட ஒருமணி நேரமாக அவனைப் பற்றி அவள் நினைத்திருக்கவில்லை. ஓஃபரின் கைகளை அவள் இன்று பார்க்க முடியாது, நரம்புகள் புடைத்த, பற்களால் கடிக்கப்பட்ட விரல் நகங்களடியில், படையிலிருந்து விலகி மூன்று மாதங்கள் வரை முழுதும் மறையாத துப்பாக்கியின் உயவுக் களிம்பினால் ஏற்பட்டிருந்த கறுப்புக் கோடுகள் கொண்ட – ஆடம் படையிலிருந்து வந்தபோது அவள் அது பற்றி அறிந்திருந்தாள் – பரந்த கைகள் அவை. எல்லா விரல் கணுக்களும் மூட்டுக்களும் முரடு கட்டியிருக்கும், ஆறிய வெட்டுக்காயங்களின் கோடுகள், தழும்புகள், இறுதியில் பழுப்பு நிற மெழுகுப் பூச்சாகத் தோன்றும்வரை சிராய்க்கபட்டு, கருக்கப்பட்டு, கீறப்பட்டு, கிழிந்து, தைக்கப்பட்டு, மறுபடி வளர்ந்து, உரிந்து, களிம்பிட்டு,

கட்டுப்போடப்பட்ட தோலடுக்குகள் அந்த உள்ளங்கையில் இருந்தன. அந்த ராணுவக் கை, இறுக்கமற்ற அதன் தொடுகைகளில், விரலோடு விரல் கோர்ப்பதில், குழந்தைத்தனமாக கட்டைவிரல் தன் சகோதர விரல்களை, ஏதோ அவற்றை எண்ணுவது போல, தடவி விடுவதில், கவனக்குறைவாகச் சுண்டுவிரலைச் சுற்றிய தோலைக் கடிப்பதில் எனத் தனது அசைவுகளில் நளினமுள்ளதாகவே இருந்தது. *அம்மா, நீங்கள் சொல்வது தவறு*, விரலைக் கடித்தபடி அவளிடம் சொல்கிறான், எதைப்பற்றி அவர்கள் பேசிக்கொண்டிருந்தார்கள் என அவளுக்கு நினைவில்லை. அவன் தன் விரலைக் கடிப்பது போன்ற, புருவத்தைத் தேய்த்துக்கொள்வது போன்ற ஒரு துண்டு நினைவு மட்டுமே, *அம்மா, நீங்கள் சொல்வது முற்றிலும் தவறு*.

நம்பமுடியாத ஒரு விசுவாசத்துடன் அந்தச்சிறுவன் அவள்மீது சாய்ந்து எளிய ஆனால் ருசுப்படுத்தமுடியாத ஒரு பெருமிதத்தை அவளுள் விதைக்கிறான், தான் ஐயுற்ற ஒன்றை அவள் உறுதிப்படுத்திக்கொள்வது போலத் தோன்றுகிறது. "இயற்கையான அம்மா இல்லை நீங்கள்," நீண்ட நாட்கள் முன்பு, வீட்டை விட்டுக் கிளம்பும் முன்பு ஆடம் சொல்லியிருக்கிறான். அது போலவே வெகு சாதாரணமாக எந்த உணர்ச்சியுமற்ற குரலில் அறிவியல்பூர்வமாகவும், புறவயமாகவும் தோன்றிய ஒரு உறுதிப்பாட்டுடன் அவளை நசுக்கி மறுதலித்தான். தூரத்து நினைவொன்றின் சுருக்குக் கயிறு மிதந்து வந்து அவளது கழுத்தைச் சுற்றி மெல்ல இறுக்குகிறது, ஓஃபர் பிறந்தவுடன் புடைத்த அவனது முஷ்டியை அவள் பார்க்கிறாள். அவனை அவள் நெஞ்சின் மீது கிடத்திவிட்டு யாரோ கீழே என்னவோ செய்கிறார்கள், துழாவுகிறார்கள், தைக்கிறார்கள், அவளோடு பேசுகிறார்கள், நகைச்சுவைச் சொல்லி சிரிக்கிறார்கள். "ஒரு நிமிடத்தில் முடிந்துவிடும்," அந்த நபர் சொல்கிறார். "விளையாட்டாய்ப் பேசுகையில் நேரம் போவதே தெரிவதில்லை, இல்லையா?" தன்மீது இரங்கிக் கொஞ்சம் பேசாமலிருங்கள் எனச் சொல்வதற்குக்கூட வலுவின்றி அவள் களைத்துப்போயிருக்கிறாள். விசித்திரமான ஆழ் அமைதியுடன் தன்னைப் பார்த்தபடியிருக்கும் விரிந்த நீலக் கண்களிலிருந்து சக்தியைத் திரட்டிக்கொள்ள முயன்றாள். பிறந்த கணத்திலிருந்தே எப்போதும் அவன் கண்களைத் தேடினான். அவன் பிறந்த கணத்திலிருந்து அவனிடமிருந்து அவள் சக்தியைப் பெற்றாள். இப்போது அவனது சிறு உள்ளங்கையைப் பார்க்கிறாள். குட்டி உள்ளங்கை, தன்னோடு பிரவச அறையில் இருந்திருந்தால் அவ்ரம் இப்படித்தான் சொல்லியிருப்பான்; இப்போதும் அவன் தன்னோடும் ஓஃபரோடும் இல்லையென்பதை ஒப்புக்கொள்வது அவளுக்குக் கடினமாயிருக்கிறது; எப்படி அவன் அங்கே அவர்களோடு இல்லாமலிருக்க முடியும்? இடுப்பைச் சுற்றி ஆழமானச் சுருக்கம், சற்று முன்புவரை அவளின் ஒரு உள்ளுறுப்பாக இருந்து இன்னும் அதுபோலவே தோன்றும் அந்தச் சிறிய கையின் அடர் சிவப்பு நிறம், இவற்றுடன் எப்படி அவன் இல்லாமலிருக்க முடியும். அந்தக் கை மெதுவாகத் திறந்து முதல் முறையாக சங்கு போன்ற, குழப்பமான ஒரு உள்ளங்கையைக் காட்டியது. ஆழ்ந்த, இருண்ட பிரபஞ்சத்திலிருந்து என்ன கொண்டுவந்திருக்கிறாய், என் மகனே? தன்மீது நெருக்கி வரையப்பட்ட கோடுகள், அதை மூடிய

வெளுப்பும் கொழுப்புமான வலை, ஒளி ஊடுருவும் மாதுளம்பழ முத்துக்கள் போன்ற விரல் நகங்கள், திரும்ப மூடிக்கொண்டு அவள் விரலைப் பற்றிக் கொண்ட அதன் விரல்கள் இவற்றுடனான அந்தக் கைகள்: ஆயிரமாயிரம் ஆண்டுகளினதும், பண்டைய யுகங்களினதுமான ஞானத்தால் என்னோடு நீ இணைக்கப்பட்டிருக்கிறாய்.

அந்தச் சிறுவன் குழறுகிறான், அவன் நாக்கு உதடுகளைத் தடவுகிறது. தண்ணீர் இருக்கிறதா என ஓரா ஸமியைக் கேட்கிறாள். காரின் முன்புற சிறு திறப்பில் கடந்த பயணத்தில் அவள் பயன்படுத்திய தண்ணீர்ப் போத்தல் இருக்கிறது. போத்தலைத் திறந்து அவன் வாயில் வைக்கிறாள், அவன் சிறிது குடித்துவிட்டு சிறிது தண்ணீரை உமிழ்கிறான். தண்ணீரின் சுவை அவனுக்குப் பிடிக்காமலிருக்கலாம். கொஞ்சம் தண்ணீரை உள்ளங்கையில் ஊற்றி அவன் நெற்றியை, கன்னங்களை, வறண்ட உதடுகளை மெதுவாக ஈரமாக்குகிறாள். ஸமி மாறாத அதே பதற்றத்துடன் உறுத்துப் பார்க்கும் பார்வையால் அவளை வெறிக்கிறார். தான் உருவாக்கிய காட்சியொன்றைப் பரிசோதித்துப் பார்க்கும் இயக்குனரது பார்வை அது என அவள் உணருகிறாள். அந்தச் சிறுவன் நடுங்குகிறான், அவள் உடலோடு இன்னும் இறுக்கமாக ஒட்டிக்கொள்கிறான். திடீரென அவன் தன் கண்களைத் திறந்து அவளைப் பார்க்கிறான், அவன் பார்வை அவள்மீது பதியவில்லை, ஆனால் அவன் உதடுகள் விசித்திரமானதொரு கனவுப் புன்னகையில் சற்றே விரிகின்றன. ஒரு கணம் அவன் திடமானவனாகவும் அதே நேரம் குழந்தைத்தனமிக்கவனாகவும் தெரிகிறான். அவள் ஸமியை நோக்கிக் குனிந்து தீர்மானமான ஆனால் முணுமுணுப்பான குரலில் அவனது உண்மையான பெயர் என்னவெனக் கேட்கிறாள்.

ஸமி ஆழமாக மூச்சு விடுகிறார். “எதற்கு ஓரா?”

“அவன் பெயரைச் சொல்லுங்கள்,” கோபத்தில் உதடுகள் வெளுக்க அவள் திரும்பவும் கேட்கிறாள்.

“அவன் பெயர் யாஸ்தி. அவனை யாஸ்தி எனக் கூப்பிடுவார்கள்.”

தன் பெயரைக் கேட்ட சிறுவன் உறக்கத்தில் நடுங்குகிறான், வாயிலிருந்து சில அரபி வார்த்தைகள் வெளிப்படுகின்றன. ஓடுவதை அல்லது தப்பி ஓடுவதைக் கனவு கண்டவன்போல அவன் கால்கள் வலுவாக உதறிக்கொள்கின்றன.

“உடனடியாக இவனை மருத்துவரிடம் காட்டவேண்டும்,” என்கிறாள் ஓரா.

“டெல் அவிவ் பக்கத்தில் இருப்பவர்கள், அவன் குடும்பத்தார், அவனது நோய்க்கு அவர்களிடம் சிறப்பு மருத்துவர் இருக்கிறார்.” அவன் உடம்புக்கு என்ன என ஓரா கேட்கிறாள். “அவனுக்கு வயிற்றில் பிரச்சனை, பிறப்பிலிருந்தே. ஜீரணக் கோளாறு சம்பந்தமானது. மூன்று அல்லது நான்கு பதார்த்த வகைகளை மட்டுமே அவனால் சாப்பிட முடியும், வேறு ஏதாவது சாப்பிட்டால் வெளியே வந்துவிடும்.” பிறகு வலுக்கட்டாயமாகப் பெறப்பட்ட ஒப்புதல் வாக்குமூலம் போல அவர் சொல்கிறார், “அவனுக்கு இங்கே சரியில்லை.”

"எங்கே?" அச்சிறுவனோடு ஒட்டியிருக்கும் அவளது உடல்பகுதி பதற்றமடைகிறது.

"தலையில். மனவளர்ச்சிக் குன்றியவன். சுமார் மூன்று வருடங்கள் முன்னால் திடீரென்று இப்படி ஆகிவிட்டது."

"திடீரென்றா? இது திடீரென்று நடக்கிற விஷயமில்லையே."

"அவனுக்கு அப்படித்தான் ஆனது." ஸமி வாயை இறுக மூடிக் கொள்கிறார்.

அவள் ஜன்னலைப் பார்த்துத் திரும்புகிறாள். தானும் தன்மீது சாய்ந்திருக்கும் சிறுவனும் கண்ணாடியில் எதிரொளிப்பதைப் பார்க்கிறாள். கார் மிகவும் மெதுவாகச் செல்கிறது. முன்னூறு மீட்டர்கள் முன்னால் சாலை அடைக்கப்பட்டிருப்பதாக அறிவிப்புப் பலகை சொல்கிறது. மனதுக்குள் யாருடனோ விவாதம் புரிவதுபோல ஸமியின் உதடுகள் வேகமாக அசைகின்றன. அவர் குரலைச் சற்று உயர்த்துகிறார்: "எனக்கெதற்கு இது. எல்லோருமே எனக்கெதிராக இருக்கிறார்கள், யெச்ராபெத்தெம், என்னை அவர்கள் ஒரு ... என நினைக்கிறார்கள்." பிறகு, புரிந்துகொள்ள முடியாத முணுமுணுப்புகளில் அவர் குரல் அடங்கிவிடுகிறது.

ஓரா முன்னோக்கிக் குனிகிறாள். "கதை என்ன?" மெல்லக் கேட்கிறாள்.

"எந்தக் கதையுமில்லை."

"இந்தப் பையனின் கதை என்ன?" அவள் வற்புறுத்துகிறாள்.

"ஒரு கதையும் இல்லை!" திடீரெனக் கத்தும் அவர் ஓட்டும் சக்கரத்தைக் கையால் தாக்குகிறார். சிறுவன் அவளைக் கட்டிக்கொள்கிறான், அவன் மூச்சு ஒரு கணம் நின்றுவிடுகிறது. "எப்போதும் எல்லாவற்றுக்குமே ஒரு கதை இருந்துவிடுவதில்லை, ஓரா!" அவளது பெயரை உச்சரிக்கையில் வெளிப்படும் இகழ்ச்சியை அவளால் உணர முடிகிறது. அவர் பேசுகை யில் கிட்டத்தட்ட ஒவ்வொரு வார்த்தையிலும் இஸ்ரேலிய ஸப்ரா உச்சரிப்புக் கைவிடப்பட்டு, ஒரு புதிய முரட்டுத்தனமான அந்நிய ஓசை கலந்து வருவதை அவள் காண்கிறாள். "நீங்கள்,' பின்னோக்குக் கண்ணாடி வழியாக அவர் சீறுகிறார், "எல்லாவற்றுக்கும் ஒரு கதையை எதிர்பார்க்கிறீர்கள். அதை உங்களது டெலிஃபிஷன் நிகழ்ச்சிக்கு அல்லது உங்களது பெஸ்டிவலுக்குத் திரைப்படமாக்கப் பயன்படுத்திக்கொள்வீர்கள், அப்படித்தான் இல்லையா? ஹா? அப்படித்தான் இல்லையா?"

அறை வாங்கியவள் போல ஓரா திரும்பப் பின்னால் சாய்கிறாள். "நீங்கள்," என அவளை அழைக்கிறார். எப்போதும் அவரால் கேலியாகக் குறிப்பிடப்பட்டு வந்த கைப்பற்றப்பட்ட பகுதிகளில் வசிக்கும் பாலஸ்தீனியர் களது உச்சரிப்புப் போல "பெஸ்டிவல்." என்கிறார். போலியானவொரு "அழுக்கு அராபியன்" பாத்திரத்தை ஏற்று அவர் அவளுக்குத் தன் எதிர்ப்பைத் தெரிவிக்கிறார்.

"இந்தப் பையன், ஒரு நோயுற்ற பையன், வேறொன்றுமில்லை. நோயுற்றவன். மனவளர்ச்சிக் குன்றியவன். அவனை வைத்து நீங்கள்

படமெடுக்க முடியாது! இங்கே எந்தக் கதையுமில்லை! நாம் அவனைக் கொண்டு போகிறோம், அங்கேயிருக்கும் அவனது வீட்டில் விடுகிறோம், யாராவதொரு மருத்துவருடன். பின் உங்களுக்கு எங்கே போக வேண்டுமோ அங்கே போகிறோம், அப்புறம் *கலாஸ்*, எல்லோருக்கும் மகிழ்ச்சி."

ஓராவின் கன்னங்கள் சிவந்துவிடுகின்றன. "நீங்கள்" என்பதுள் அவளை அவர் அடக்கிய விதம் அவளைக் கோபத்துக்குள்ளாக்கியது. தனியாக இல்லாமல் ஏதோ அவள் *அவர்களோடு* சேர்ந்துகொண்டு அவரை எதிர்கொள்வது போல இருந்தது அவரது பேச்சு. மெதுவாக, கிட்டத்தட்ட ஒவ்வொரு எழுத்தாக அவள் சொல்கிறாள், "இந்தப் பையன் யாரென்பது எனக்குத் தெரிய வேண்டும். சோதனைச் சாவடி வரும் முன்பாக எனக்குத் தெரியவேண்டும்."

ஸமி பதில் சொல்லவில்லை. அவள் குரலும் அதிலிருந்த அதிகாரமும் இதுநாள்வரை ஒருபோதும் அவள் வெளிப்படையாகக் குறிப்பிட விரும்பாத அல்லது குறிப்பிடுவதற்கான தேவையேற்பட்டிராத சில விஷயங்களை நினைவுபடுத்தி அவருடைய புத்தியை மீட்டிருக்க வேண்டும். நீண்ட அமைதி. அவளது விழைவும் அவரது விழைவும் ஒன்றின் முன் மற்றொன்று தம் முதுகுகளை வளைத்துக்கொள்வதை அவள் உணர்கிறாள். சற்றுக் கழித்து ஸமி நீண்ட மூச்சை வெளிப்படுத்தியவராய் சொல்கிறார், "எனக்குத் தெரிந்த ஒருவரது மகன். அவர் நல்லவர், படையினரைப் பொறுத்தவரை அவர் மட்டில் எந்தக் குற்றமும் கிடையாது. கவலை வேண்டாம். நீங்கள் கவலைப்பட ஒன்றுமில்லை." அவரது தோள்பட்டைகள் தளர்ந்து சுருங்குகின்றன. கையால் தன் வழுக்கைத் தலையைத் தடவுகிறார், நெற்றியைத் தொடுகிறார், அச்சத்துடன் தனது தலையை குலுக்கிக் கொள்கிறார். "ஓரா, எனக்கு என்ன ஆயிற்று எனத் தெரியவில்லை. நான் களைத்துப்போயிருக்கிறேன், மிகவும் களைத்துப்போயிருக்கிறேன். நீங்கள், நீங்கள் அனைவருமே இன்று என்னைப் பைத்தியமாக்கிவிட்டீர்கள். போதும். எனக்குக் கொஞ்சம் ஓய்வு தேவை. கொஞ்சம் அமைதி, கடவுளே."

அவள் தலையை மீண்டும் பின்னுக்கு இழுத்துக்கொள்கிறாள். எல்லோருமே அறிவில்லாமல் நடந்துகொள்கிறார்கள் என நினைத்தாள். ஸமி பதற்றத்துடன் இருபுறமும் வரும் கார்களின் பயணிகள் மீது பார்வையை ஓடவிடுவதை பாதி மூடிய விழிகளால் பார்த்தாள். மூன்றுவழிப் பாதைகள் கலந்து இருவழிப் பாதைகளாக மாறுகின்றன பிறகு ஒருவழிப் பாதையாக. எதிரே சாலையில் நின்று நின்று ஒளிரும் நீல விளக்குகள் தெரிகின்றன. ஒரு போலீஸ் ஜீப் சாலையோரம் குறுக்காக நிறுத்தி வைக்கப்பட்டிருக்கிறது. உதடுகளை அசைக்காமல் ஓரா கேட்கிறாள், "அவர்கள் என்னைக் கேட்டால் நான் என்ன சொல்ல?"

"கேட்டால் அவனை உங்களுடைய மகன் என்று சொல்லுங்கள். ஆனால் அவர்கள் கேட்கமாட்டார்கள்." காரை முன்னோக்கி செலுத்துபவர் கண்ணாடியில் அவளது விழிகளைச் சந்திப்பதைத் தவிர்க்கிறார்.

ஓரா அமைதியாகத் தலையசைக்கிறாள். ஆக, அதுதான் நான் ஏற்க வேண்டிய பாத்திரம், அவள் தனக்குள் எண்ணிக்கொள்கிறாள்.

அதற்காகத்தான் அவன் இந்த உடைகளை அணிந்துள்ளான். இந்த ஜீன்ஸும் ஷிமோன் பெரஸும் அதற்காகத்தான். சிறுவனை அவள் தன்னோடு இறுக்கிக்கொள்கிறாள், அவனது தலை அவள் மார்பில் சரிகிறது. மெதுவாக அவன் பெயரை அவன் காதில் சொல்ல கண்களைத் திறந்து அவளைப் பார்க்கிறான். அவள் புன்னகைக்கிறாள், அவன் இமைகள் திரும்பவும் மூடிக்கொள்கின்றன, சில கணங்கள் கழித்து கனவில்போல அவளைப் பார்த்து அவன் புன்னகைக்கிறான். "வெப்ப அளவை உயர்த்துங்கள், அவன் நடுங்குகிறான்."

ஸமி வெப்ப அளவைக் கூட்டுகிறார். அவளுக்குப் புழுங்குகிறது, ஆனால் சிறுவனின் நடுக்கம் சற்றுக் குறைகிறது. துடைக்குந்தாளால் அவனது வியர்வையைத் துடைத்து கைகளால் அவனுடைய முடியைக் கோதிவிடுகிறாள். அவனது காய்ச்சலைத் தனது சருமத்தில் உணர்கிறாள். ஒரு வருடம் முன்பு துயூரா கிராமத்தைச் சேர்ந்த கிறுக்குப் பிடித்தக் கிழவரொருவர் ஹெப்ரானில் ஒரு இறைச்சிக்கூடத்துள் வைத்துப் பூட்டப்பட்டு கிட்டத்தட்ட நாற்பத்தெட்டு மணிநேரம் அதில் இருந்தார். அவர் இறந்துபோகவில்லை, அவரது கிறுக்குத்தனம்கூட முழுதுமாக குணமாகியிருக்கக்கூடும். ஆனால் அந்த தினத்திலிருந்து அவளது வாழ்வும், அவளது குடும்பத்தினுடைய வாழ்வும் மெதுவாக அவளுக்கு வெளிப்பட ஆரம்பித்தது. இப்போது எல்லா இடங்களிலும் நீல விளக்குகள் ஒளிர்கின்றன. ஆறு அல்லது ஏழு போலீஸ் வாகனங்கள் காணப்படுகின்றன. ரோந்துப் படையினர் போலீஸார் ராணுவ அதிகாரிகள் எனச் சாலையின் இரண்டு ஓரங்களிலும் சுறுசுறுப்பாக இயங்குகின்றனர். ஓரா உடம்பில் வியர்வை வழிகிறது. தனது ஆடைக்குள் கையை விட்டு ஷிவிட்டி தாயத்துடன்கூடிய மெல்லிய வெள்ளிச் சங்கிலியை வெளியே எடுக்கிறாள். அந்தத் தாயத்து "கர்த்தரை எப்போதும் எனக்கு முன்பாக வைத்திருக்கிறேன்' என்ற வசனம் பொறிக்கப்பட்ட உலோகப்பூச்சுக் கொண்ட ஒரு பதக்கம். மிக மெதுவாக கிட்டத்தட்டத் திருட்டுத்தனமாக அந்த ஷிவிட்டியை ஒருகணம் அவள் அவன் நெற்றியில் வைக்கிறாள். அவள் தோழி ஏரியலா பல வருடங்களுக்கு முன்பு அவளுக்கு அதைத் தந்திருந்தாள். சிரித்தபடியே வேண்டாமென்று அவள் மறுக்க முற்பட்டபோது "எல்லோருக்குமே இதுபோன்ற சிறு தேவாலயங்கள் தேவை" என்றாள். ஆனால் கடைசியில் இலன் வெளிநாடு சென்ற ஒவ்வொரு முறையும், அவளது அப்பா மருத்துவமனையில் அனுமதிக்கப்பட்டபோதும், எந்தத் தீங்கும் நேர்ந்துவிடக்கூடாது என எண்ணிய நேரங்களிலும் அவள் அதை அணிய ஆரம்பித்தாள். அது கடவுள்மீதான மூடத்தனமான நம்பிக்கையென கேட்டவரிடமெல்லாம் அவள் சொன்னாள். ஆடம் ராணுவத்திலிருந்த காலம் முழுவதும் பிறகு ஒஃபரது பணிக்காலத்திலும் அவள் அதை அணிந்தாள். இப்போது அனைவருக்கும் சரியானதையே செய்யும் முகமாக அதேநேரம் அந்த இஸ்லாமியச் சிறுவனை அவனது விருப்பமின்றி மதம் மாற்றாமல் தனக்குள்ளே அவள் முணுமுணுக்கிறாள், "அல்லாவை எப்போதும் எனக்கு முன்பாக வைத்திருக்கிறேன்."

அவர்களது பாதையில் போலீஸ் வாகனங்கள் நெருங்கி வருகின்றன. நீளமான முள்கம்பிகள் சாலையில் குறுக்கும் மறுக்குமாய் நீண்டிருக்கின்றன.

போலீஸார் பரபரப்புடன் காணப்படுகின்றனர். அதிபிரகாசமான ஒளி விளக்குகளை கார்களுக்குள் காட்டி பயணிகளை நீண்ட நேரம் பரிசோதிக்கின்றனர், ஓயாமல் அடுத்தவருடன் சத்தம்போட்டுப் பேசுகின்றனர். சில அதிகாரிகள் சாலையோரம் நின்றபடி கைப்பேசியில் பேசிக்கொண்டிருக்கின்றனர். இது வழக்கத்தை விட மோசமானது என ஓரா நினைக்கிறாள். வழக்கமாக அவர்கள் இத்தனைப் பதற்றமாக இருக்க மாட்டார்கள். அவர்களுக்கு முன்பாக இன்னும் ஒரேயொரு கார்தான் இருக்கிறது. ஓரா ஸமியை நோக்கிக் குனிந்து அவசரமாகச் சொல்கிறாள், “ஸமி, இந்தப் பையன் யாரென்பது எனக்கு இப்போது தெரிந்தாக வேண்டும்.”

ஸமி முன்னால் பார்த்துவிட்டு பெருமூச்சுவிடுகிறார். “வேறு யாரும் இல்லை, கைப்பற்றப்பட்டப் பகுதிகளில் வசிக்கும், எனக்காகக் கூரை அலங்கார வேலைகள் செய்யும் ஒருவரது மகன். உண்மையைச் சொன்னால் அவரொரு ஐ.ஆர், சட்டத்துக்குப் புறம்பான குடியேறி. இவனுக்கு நேற்று இரவிலிருந்தே இப்படித்தான் இருக்கிறது, இரவு முழுக்கவும் உடம்புக்கு முடியவில்லை, காலையில் உடம்பு தூக்கித் தூக்கிப் போடுகிறது, கழிப்பறை போகையில்… *யா அனி* (என்ன சொல்ல), ரத்தம்.”

“அவனுக்கு மருத்துவம் ஏதும் பார்க்கவில்லையா?”

“பார்த்தோம். கிராமத்திலிருந்து செவிலி ஒருத்தியை அழைத்து வந்தோம், *யா அனி*, இந்த வியாதிக்கு உடனடியாக மருத்துவமனைக்குப் போக வேண்டும் என அவள் சொன்னாள். சட்டத்துக்குப் புறம்பாகக் குடியேறியவர் எப்படி மருத்துவமனைக்குப் போக முடியும்?” அவரது குரல் தேய்ந்து கரகரப்பான முணுமுணுப்பாகிவிட, ஒரு உரையாடல் அல்லது விவாதத்தை மீளவும் கட்டமைப்பது போலத் தனக்குள்ளே பேசிக் கொள்கிறார், பிறகு ஓட்டும் சக்கரத்தின்மீது கையால் ஓங்கி அடிக்கிறார்.

“கொஞ்சம் அமைதியாய் இருங்கள்,” அதட்டலாகச் சொல்கிறாள் ஓரா. தலைமுடி கலைந்து கிடக்கும் தன் முகத்தை அவள் சரிப்படுத்திக் கொள்கிறாள். “அமைதியாக இருங்கள், எல்லாம் சரியாகிவிடும். சிரியுங்கள்!”

இளம் போலீஸ்காரர் ஒருவர், பார்க்க அவரே குழந்தைபோல இருந்தார், அவர்களிடம் வருகிறார். அவரது விளக்கு வெளிச்சம் ஓராவை அடைகையில் அவர் அவளது பார்வையிலிருந்து மறைகிறார். வலியுடன் அவள் கண்களைச் சிமிட்டுகிறாள்; குறைபாடுடைய அவளது விழித்திரைக்கு இதுபோன்ற வெளிச்சங்கள் வதையாக அமைந்துவிடுகின்றன. தோராயமாக அந்த வெளிச்சத்தின் திசையில் அவள் வாய் விரியப் புன்னகைக்கிறாள். அந்த அதிகாரி இன்னொரு கையால் வேகமாக வளையங்கள் வரைந்து காண்பிக்க, ஸமி கண்ணாடியைக் கீழிறக்குகிறார். “எல்லாம் நல்லபடியாக இருக்கிறதா?” ரஷ்ய உச்சரிப்பில் கேட்டபடி முகங்களை ஆராய தலையைக் காருக்குள் நுழைக்கிறார். ஸமி மகிழ்வான மிடுக்கான கம்பீரமான குரலில் பதில் சொல்கிறார், “மாலை வணக்கம், எல்லாமே மிக நன்றாக உள்ளன, *பரூக் ஹஷம்* (கடவுளுக்கு நன்றி)”

“எங்கிருந்து வருகிறீர்கள்?”

“பெய்ட் ஸாயித்திலிருந்து” புன்னகைத்தபடியே ஓரா சொல்கிறாள்.

“பெய்ட் ஸாயித்தா? அது எங்கிருக்கிறது?”

“ஜெரூசலேத்துக்கு அருகில்.” அந்தப் போலீஸ்காரனின் அறியாமை குறித்த ஆச்சரியம் தனக்கும் ஸமிக்குமிடையே பரிமாறிக்கொள்ளப்படுவதை ஸமியைப் பார்க்காமலே ஓரா உணர்கிறாள்.

“ஜெரூசலேத்துக்கு அருகில்,” மகிழ்வானதொரு புன்னகையுடன் அந்த அதிகாரி திரும்பச் சொல்கிறார், ஒருவேளை அவர்களை மறுபடி ஆராய அவகாசம் எடுத்துக்கொள்வதற்காக இருக்கலாம். “எங்கே போய்க் கொண்டிருக்கிறீர்கள்?”

“டெல் அவிவ்,” அவளும் மகிழ்வான ஒரு புன்னகையுடன் பதில் சொல்கிறாள். “குடும்பத்தினரைப் பார்க்க,” என்று கேட்காமலே சொல்கிறாள்.

“காரின் பின்புறம்,” கார் ஜன்னலிலிருந்து விலகியவராய் அதிகாரி சொல்கிறார். காரின் பின்புறம் பொருட்கள் வைக்குமிடத்தைச் சுற்றி வருகிறார். இரண்டு பயணப் பைகளையும் ஆராய்ந்து அவற்றைக் குலுக்கிப் பார்ப்பது அவர்களுக்குக் கேட்கிறது. பதற்றத்தில் ஸமியின் தோள்கள் இறுகுவதை ஓரா பார்க்கிறாள். ஒரு எண்ணம் அவளைச் சுற்றி வட்டமிடு கிறது: காரின் பின்புறம் எதை அவன் இழுத்துப் பார்த்துக்கொண்டிருக்கிறான் என யாருக்குத் தெரியும். ஒரு குழப்பமான சினிமாவின் காட்சிகளைப் போல சாத்தியங்கள் அவள் நினைவில் வந்துபோகின்றன. அவள் கண்கள் விரைவாக ஸமியின் உடலைப் பார்க்கின்றன அதனைப் பற்றிய விவரங் களைச் சேகரிக்கின்றன வகைப்படுத்துகின்றன, எடைபோடுகின்றன சரிவராது எனக் கைவிடுகின்றன. முற்றிலும் அவள்சாராத ஒரு இயங்குமுறை அவளுள் செயல்படுத்தப்பட்டிருந்தது. முயன்றுபெற்ற மறிவினைகளின் சிக்கலான ஒரு தொகுப்பு. தான் என்ன செய்கிறோம் என்பதை அறிய அவளுக்கு அவகாசமிருக்கவில்லை. நொடிக்கும் குறைவான நேரம், அதிக மில்லை. உலகை வேகமாக ஒரு சுற்று வருகிறாள், அவள் முகத்தில் எந்த அசைவுமில்லை.

அவளது உணர்வுகளை ஒருவேளை ஸமி அறிந்திருக்கக் கூடும். அவரது முகபாவனைகளில் இருந்து அதைக் கண்டறிய முடியவில்லை. அவருக்கும் இதில் நிறைய பயிற்சி இருக்கிறது என்பதை அவள் நினைத்துப் பார்க்கிறாள். அவர் அங்கேயே அசைவற்று இறுக்கமாக அமர்ந்திருக்கிறார், கைவிரல்கள் கியர் பிடியில் வேகமாகத் தாளமிட்டபடி இருக்கின்றன.

அந்த போலீஸ் அதிகாரியின் முகம், நரியுடையதைப் போல கூராக, காதுகள் பின்னோக்கி வளைந்து, வாழ்க்கை அதில் வெகு விரைவிலேயே ஒரு அடையாளத்தை செதுக்கி வைத்துவிட்ட ஒரு சிறுவனின் முகம், திரும்பத் தோன்றுகிறது. இம்முறை அவர் அவளது ஜன்னலுக்கு வருகிறார்.

“அந்த இரண்டு பயணப் பைகள் யாருடையவை அம்மா?”

“என்னுடையவை. நாளை நான் கலிலேயா செல்கிறேன், ஒரு நடைபயணம்.” மீண்டும் அவள் அகன்றதொரு புன்னகை பூக்கிறாள்.

அவளையும் அந்தச் சிறுவனையும் போலீஸ் அதிகாரி நீண்ட நேரம் உற்றுப் பார்க்கிறார், யாரிடமோ ஆலோசிக்க வேண்டிய தோரணையில் உடலைப் பாதியளவு பின்னால் திருப்புகிறார். அவரது விரல்களில் ஒன்று அவளுக்கருகே காரின் திறந்த ஜன்னல் கதவில் சாய்ந்திருக்கிறது. அந்த விரலைப் பார்த்த ஓராவின் மனதில் எண்ணங்கள் ஓடுகின்றன: மெல்லிய ஒரு விரல் ஒருவரது விதியை நிறுத்தவோ தடுக்கவோ தீர்மானிக்கவோ முடிவது எப்படிப்பட்ட ஆச்சரியம். சிலநேரம் தன்னிச்சையான சுதந்திரத்தின் விரல்கள்தாம் எத்தனை மெல்லியவை. போலீஸ் அதிகாரி மற்ற அதிகாரிகளுள் ஒருவரை அழைக்கிறார், அவரோ தொலைபேசியில் ஆழ்ந்துள்ளார். தான்தான் சந்தேகத்திடமான நபர் என்ற எண்ணம் ஓராவின் ஆழ்மனதில் ஓடுகிறது. அவளைப் பற்றிய ஏதோவொன்று அந்த அதிகாரிக்கு ஐயமுண்டாக்கியிருக்க வேண்டும். அவர் முகம் மறுபடி அவளை நோக்கித் திரும்புகிறது. இன்னும் ஒரு நிமிடம் அப்படி அவர் பார்த்தால் தான் உடைந்துபோவோம் என நினைக்கிறாள்.

கண்விழித்த சிறுவன் குழப்பத்துடன் விளக்கு வெளிச்சத்தில் கண்களைச் சிமிட்டுகிறான். புன்னகையுடன் அவனது தோள்களைப் பற்றுகிறாள் ஓரா. அவன் நீண்ட மெல்லிய தனது கையை ஒளிக்கற்றையில் மெதுவாக அசைக்கிறான். ஒரு கணம் பனிக்குடத்தில் நீந்தும் சிசுவைப் போலத் தோன்றுகிறான். அப்போதுதான் அவன் வெளிச்சத்தின் பின்னிருக்கும் முகத்தையும் சீருடையையும் பார்க்கிறான், அவன் விழிகள் விரிகின்றன, உடல் வலுவாக அதிர்வதை அவள் உணர்கிறாள், தன்னோடு சேர்த்து அவனை இறுக்கிக்கொள்கிறாள். போலீஸ் அதிகாரி குனிந்து அவனை ஆரய்கிறார். கசப்பானதொரு கைவிடுதலின் குறிப்பு அவரது முகத்திலிருந்து நீண்டு அந்தச் சிறுவனது முகத்தை அடைகிறது. ஒளிக்கற்றைச் சிறுவனின் உடம்பில் விழுந்து *ஷிமோன் பெரஸ், அமைதிக்கான என் நம்பிக்கை* என்ற வார்த்தைகள்மீது விழுகிறது. தனது வாயின் ஓரங்களை இழுத்து போலீஸ் அதிகாரி ஒரு ஏளன நகைப்பை வெளிப்படுத்துகிறார். என்ன நடக்கிறது என்பதை உணர்ந்துகொள்ள இயலாமல் ஆக்கப்பட்டதில் கடும் சோர்வு தன்மீது படிவதை ஓரா உணர்கிறாள். யாஸ்தியின் வலுவான இதயத்துடிப்புதான் அவளை நிமிர்ந்து உட்கார வைக்கிறது. இப்போது அமைதியாக இருக்கவேண்டுமென அவனுக்கு தெரிந்திருப்பது எப்படி என ஆச்சரியமடைகிறாள். எப்படி அவனால் இவ்வளவு அமைதியாக இருக்க முடிகிறது? தாய்க் கௌதாரியின் அபாயக் கீச்சொலியைக் கேட்டதும் அசைவற்று தன்னை மறைத்துக்கொள்ளும் குஞ்சுக் கௌதாரியைப் போல.

ஒரு தாய்க் கௌதாரியைப் போல நான் எப்படி மாறினேன்? அவள் நினைத்துப் பார்க்கிறாள். அதுவும் முழுமையும் இயற்கையான ஒரு தாய்க் கௌதாரியாக.

அவர்களுக்குப் பின்னால் ஒரு கார் ஒலியெழுப்புகிறது, பிறகு இன்னொன்று. அவர்களை எரிச்சலுடன் முறைக்கிறார் போலீஸ் அதிகாரி. அவரை எதுவோ சங்கடப்படுத்துகிறது. எதுவோ சரியில்லை. அவர் இன்னொரு கேள்வி கேட்கப்போகையில் துடிப்புமிக்கதொரு விரைவுடன் அவரை முந்திக்கொள்கிறார் ஸமி. மனதாரச் சிரித்தவராய் தலையைத்

திருப்பி பின்னாலிருக்கும் ஓராவைப் பார்த்து போலீஸ் அதிகாரியிடம் சொல்கிறார், "கவலை வேண்டாம், நண்பரே, இவர் எங்களுள் ஒருவர்."

சிறு ஒவ்வாமையுடன் உதட்டைச் சுழித்தவராய் கையிலிருக்கும் விளக்கை அசைத்து அவர்கள் போகலாம் எனச் சொல்கிறார் அதிகாரி. அந்தச் சிறு விசாரணை சில நிமிடங்களே நீடித்தது, ஆனால் அதற்குள் ஓராவின் உடல் வியர்வையில் குளித்துவிட்டது, அவளுடையதும் அந்தச் சிறுவனுடையதுமான வியர்வை.

"ஒரு ஐ.ஆரா?" பிறகு, தன் குரல் தன்னிடம் மீண்டபின் அயலோன் நெடுஞ்சாலை நோக்கி ஸமி காரின் வேகத்தைக்கூட்டிக்கொண்டிருந்தபோது அவள் கேட்கிறாள். "கைப்பற்றப்பட்ட பகுதியிலிருப்பவர்களை நீங்கள் வேலைக்கு வைத்திருக்கிறீர்களா?"

ஸமி தோள்களைக் குலுக்கிக்கொள்கிறார். "எல்லோருமே கைப்பற்றப் பட்ட பகுதியிலிருப்பவர்களை வேலைக்கு வைத்திருக்கிறார்கள். அவர்கள், டஃபாவிம் (மேற்குக்கரை வாசிகள்) சல்லிசான கூலிக்குக் கிடைப்பவர்கள். அபு கோஷில் உள்ள கூரை அலங்காரவேலை செய்பவரை நான் வேலைக்கு வைத்துக்கொள்ள முடியுமா என்ன?"

அவள் இன்னும் வசதியாகச் சாய்ந்து அமர்ந்துகொள்கிறாள், அந்தச் சிறுவனும் அப்படியே அமர்கிறான். அவனது வியர்வையையும் தன் வியர்வையையும் அவள் துடைக்கிறாள். பக்கவாட்டில் பார்த்தபடியே வருகிறாள், தன்னைச் சுட்டும் அந்தப் போலீஸ் அதிகாரியின் விரலை கார் விளிம்பில் இப்போதும்கூடப் பார்க்க முடியும் என்பதுபோல. இதுபோன்ற சோதனைச் சாவடி அனுபவமொன்றை மீண்டும் தன்னால் தாங்க முடியாது என அவளுக்குத் தோன்றுகிறது. "'எங்களுள் ஒருவர்' என்று அவரிடம் நீங்கள் ஏன் சொன்னீர்கள்?"

ஸமி புன்னகையுடன் தன் உதடுகளை நாவால் ஈரப்படுத்திக்கொள்கிறார். ஓராவுக்கு இந்தச் செய்கை பற்றித் தெரியும்: வாயிலிருந்து வெளியே வரும் முன்பே துடுக்கான ஒரு வசனத்தை மனதுக்குள் சொல்லி அவர் ரசிக்கிறார். அவள் தனக்குள்ளே சிரித்துக்கொண்டவளாய் கழுத்தை அழுத்திவிட்டுக்கொண்டு கால் விரல்களை நீட்டி மடக்குகிறாள். ஒரு வன்முறைக்குப் பிறகு வீட்டை மீண்டும் அவர்கள் ஒழுங்குபடுத்துவது போன்ற உணர்வு அவளுக்குள் உண்டாகிறது.

"'எங்களுள் ஒருவர்' என்றால் ஒரு இடதுசாரி போலத் தோன்றினாலும் நீங்கள் எங்களுள் ஒருவர் என அர்த்தம்" என்கிறார் ஸமி.

சிறுவன் சற்றே இறுக்கம் தளர்ந்து மறுபடி உறங்க ஆரம்பிக்கிறான், அவன் தலையை எடுத்துத் தன் மடியில் வைத்துக்கொள்கிறாள் ஓரா. இதுவே இந்நாளின் அவளது முதல் அமைதியான தருணமாக இருக்கக்கூடும்.

இலனின் ஒருவகையான தூரத்து நீட்சியாகவும், சமீபத்தில் அவனோடு தன்னை இணைக்கும் கயிறாகவும் அவளுக்கு ஸமி இருந்ததனால் அவளை வீட்டு நினைப்பு வாட்டுகிறது. அவர்கள் பிரிந்த பிறகு பெய்ட் ஸாயித்தில்

அவள் வாடகைக்கு எடுத்த வீட்டை நினைத்தோ, ஸுர் ஹடஸ்ஸாவில் அவ்ரமிடமிருந்து அவளும் இலனும் வாங்கிய அந்த வீட்டை நினைத்தோ அல்ல. எய்ன் கரீமில் அவளும் இலனும் கடைசியாக வசித்த, தடித்த குளிர்ச்சியான சுவர்கள் கொண்டிருந்த, சுற்றிலும் சைப்ரஸ் மரங்கள் நிறைந்திருந்த பரந்த அந்த இரண்டு தள வீட்டை அவள் வலியுடன் நினைத்து ஏங்குகிறாள். ஆழமான விளிம்புகளையுடைய வளைந்த பெரிய ஜன்னல்கள், அலங்காரமான தரை ஓடுகள் (அவற்றில் சில மேலே வந்திருந்தன) அமைந்த வீடு. அவ்வீட்டை ஒரு மாணவியாக ஓரா முதன் முதலாகப் பார்த்திருந்தாள். அப்போது காலியாக, மூடிக் கிடந்தது. முதல் பார்வையிலேயே அதன்மீது அவளுக்குக் காதலுண்டானது. அவ்ரம் தந்த தைரியத்தில் அவளொரு காதல் கடிதம் எழுதினாள். "என் அன்புக்குரிய, மனம்வாடி தனித்திருக்கும் வீடே," என ஆரம்பித்து அவ்வீட்டிடம் தன்னைப் பற்றியும் தானும் அவ்வீடும் ஒருவருக்கொருவர் எவ்வாறு பொருத்தமாயிருக்கிறோம் என்பது பற்றியும் விளக்கி எழுதினாள். தான் அதை மகிழ்வுடைய வீடாக மாற்றுவதாய் அதனிடம் உறுதியளித்தாள். நீண்ட சுருட்டையான செம்பட்டை முடியுடன் ஆரஞ்சுவண்ண உடற்பயிற்சி ஆடையில் ஒரு மோட்டார் சைக்கிள்மீது சாய்ந்தபடி சிரித்துக்கொண்டிருக்கும் புகைப்படத்தைக் கடித உறையின் மீது ஒட்டி அனுப்பினாள். அதனுடன் வீட்டுச் சொந்தக்காரர்களுக்கு ஒரு குறிப்பையும் இணைத்திருந்தாள், வீட்டை விற்க அவர்கள் முடிவு செய்யும்பட்சத்தில் . . . அவர்கள் வீட்டை விற்க முடிவு செய்தார்கள்.

கடந்த சில வருடங்களில் அவளும் இலனும் நன்றாகப் பணம் சேர்த்திருந்தனர், வசதிபடைத்தவர்களாகியிருந்தனர். இலனது வியாபாரம் பெருகியது: இருபது வருடங்கள் முன்பு தனது வேலையை விட்டு சிலருக்கு மட்டுமே புரிபடுவதாயிருந்த அறிவுசார் சொத்து தொடர்பான துறையில் இலன் கவனம் செலுத்தியது ஒரு வெற்றிகரமான சூதாட்டமாக அமைந்தது. எண்பதுகளின் மத்தியப்பகுதி வரை உலகம் கருத்தமைவுகள், காப்புரிமைகள், பாதுகாத்து வைக்கப்படவேண்டிய கண்டுபிடிப்புகள், அறிவைத் திரட்டுதல் இவற்றால் நிறைந்திருந்தது. பல நாடுகளிலும் இவை சார்ந்த சட்டமுறைப்படுத்தல் மற்றும் சட்டத்தின் ஓட்டைகள் முதலானவற்றில் துரித நடவடிக்கைகள் தேவைப்பட்டன; புதிய கணினிப் பயன்பாடுகள், தகவல் தொடர்பு மற்றும் குறியீட்டு முறைகளில் புதிய கண்டுபிடிப்புகள், மரபணு மருத்துவம், பொறியியல், உலக வர்த்தக அமைப்பின் அனைத்துவகையான ஒப்பந்தங்கள், உடன்பாடுகள்; மற்றவர்களை விடவும் இலன் அங்கு ஒரு நிமிடம் முன்னதாகச் சென்று விட்டான். தாங்கள் விரும்பிய வகையில் வீட்டைப் புதுப்பிக்கவும், அழகுபடுத்தவும் அவர்களுக்கு வசதியிருந்தபோதும், அவளுக்குப் பிடித்தவாறு அதை மாற்றிக்கொள்ளுமாறு இலன் அனுமதித்தான். எனவே அந்த வீடு அதன் போக்கிலேயே இருக்கவும், தனக்கு இயன்ற வேகத்தில் வளரவும், மகிழ்வுடன் அளவுக்கு அதிகமான வேறுபட்ட பாணிகளுக்குள் தன்னை அது மாற்றியமைத்துக்கொள்ளவும் அவள் அனுமதித்தாள். பல வருடங்களாக கண்ணாடிக் கதவையுடைய பெரிய குளிர்பதனப்பெட்டி சமையலறையில் இருந்தது. பேரங்காடிகளுக்கு

வீட்டு உபயோகச் சாதனங்களை விற்கும் ஒருவர் தனது கடையை இழுத்து மூடும்போது விற்பனைக்கு வந்த அதை ஓரா வாங்கியிருந்தாள். வீட்டில் அது மிகப்பெரிய ஒரு கண் உறுத்தலாக இருந்தது. உணவருந்தும் அறைக்கான நாற்காலிகளை மோல் ஷில்ஷோம் என்ற ஜெரூசலேம் விடுதியிலிருந்து மிகவும் சல்லிசான விலைக்கு வாங்கினாள், காரணம், ஒரு தடவை பேசிக்கொண்டிருக்கையில் அந்த நாற்காலிகள் உட்கார எவ்வளவு வசதியாக இருக்கின்றன என ஆடம் சொல்லியிருந்ததுதான். நிழல் படிந்த புழங்கும் அறை தடித்த விரிப்புகள், பெரிய மெத்தைகள், வெளிறிய மூங்கில் அறைக்கலன்கள், மூன்று சுவர்களை அடைத்து நிரம்பி வழியும் புத்தக அலமாரிகள் இவற்றின் குகையாக இருந்தது. விருந்தளிப்பவரின் பெருமையும் மகிழ்வுமான, ஒருவர் முழங்கை மற்றவரது மீது படாமல் பதினைந்துபேர் அமரக்கூடிய மிகப்பெரிய உணவருந்தும் மேசை. அதை அவளது நாற்பத்தெட்டாவது பிறந்தநாளுக்காக ஓஃபர் தானே செய்து அலங்கரித்து அளித்து ஆச்சரியப்படுத்தினான். அதை வட்டமான மேசையாகச் செய்திருந்தான்: "யாரும் அதில் மூலையில் அமர வேண்டியிருக்காது," என்றான். வீடே ஓராவின் மனநிலைகளுக்கு ஏற்ப எதிர்வினையாற்றும்படிக்கு மிகச் சரியாக இசைவாக்கப்பட்டிருந்தது. அது கவனமாக, தயக்கத்துடன், தனது நெடுங்கால வாட்டத்தை உதிர்த்தது, கைகால்களை நீட்டிக்கொண்டது, இறுக்கமான அதன் மூட்டுக்களில் நெட்டிமுறித்தது. எப்போதாவது தனது பழைய கவர்ச்சி மிகு கைவிடப்பட்டத் தன்மையில் கொஞ்சத்தை, ஆரோக்கியமான புறக்கணிப்பை ஓரா அதற்குத் தருகையில் அது சௌகரியமானதொரு பராமரிப்பின்மையாக அதனை வளர்த்துக்கொண்டதை அவள் பார்த்திருக்கிறாள். சில நேரம் ஒரு குறிப்பிட்ட ஒளி அதன்மீது விழும்வரை அது மகிழ்வுள்ளதாகவே இருக்கும். சிறுபிள்ளைத்தனமான குழப்பங்களை அவள் அதில் உருவாக்கியிருந்தபோதும் அவ்வீட்டில் இலன் நிறைவுடனே இருப்பதாக அவள் உணர்ந்தாள். அவளது ரசனை, அதாவது அவளது ரசனைகளின் தொகுப்பு, அவன் விரும்பத்தக்கதாகவே இருந்தது. அவர்களிடையேயான உறவு திடீரென மோசமடைந்தபோதும், அவர்களது நெருக்கம் அபாயகரமான வேகத்தில் மறைந்தபோதும் அவர்களுக்காக அவள் உருவாக்கிய அந்த வீடு அவன் மனதில் உயிர்ப்புடன்தான் இருந்தது. அவளை, அவளது பொறுமையின்மையை முணுமுணுப்புகளை, அவளது சொல் செயல் மற்றும் யாவற்றைப் பற்றியதுமான அவளது இடைவிடாத விமர்சனத்தை அவன் மறைத்துக்கொள்ள ஆரம்பித்த அடுக்குகளின் கீழே; தன்னிடமிருந்து அவன் முகம் திருப்பிக்கொண்டதற்கும் அப்பால், பணிவான அக்கறை மற்றும் அவளை அவமதிக்கும் விதத்தில் அவள் மட்டில் அவன் காட்டிய நாசூக்குக்கும் அப்பால், அவர்களது அன்பையும் நட்பையும் மறுதலிக்கும் விதமாக அவன் செய்த சிறிதும் பெரிதுமான மறுப்புகளுக்கும் அப்பால், தன்னைப் பொறுத்தவரை இந்த உறவு முடிந்துவிட்டது என்ற அவனது அறிவித்தலுக்கும் அப்பால்... அவளைவிடத் தனக்கு நல்லவொரு மனைவியோ தோழியோ காதலியோ இருக்க முடியாது என்றே இன்னமும் அவன் நினைக்கிறான் என்று உறுதியாக அவள் நம்பினாள். அதோடு அவர்கள் இருவரும் ஐம்பதை

நெருங்கிக்கொண்டிருக்க, அவளைத் தவிர்ப்பதற்காக உலகின் தொலைவுகளுக்கெல்லாம் அவன் பயணம் செய்து வந்திருக்க, தங்களது இளமைக் காலத்தில், அதாவது அவர்கள் சிறுவர்களாக இருக்கையில் நடந்த யாவற்றையும் இருவரும் சேர்ந்துதான் தாங்கிக்கொள்ள முடியும் என்பதை இப்போதும் தன் மனதின் ஆழத்தில் உணர்ந்தவனாக இருக்கிறான்.

அரசர் ஆகமத்தில் சூனாமின் சீமாட்டி தன் கணவரிடம் இறைத்தூதர் எலிசாவுக்கு தங்குவதற்கான இடமொன்றை ஏற்பாடுச் செய்யச் சொல்லும் பகுதியை வாசிக்கும் போதெல்லாம் தான் எப்படி நெகிழ்ந்து போவேன் என்று இலன் குறிப்பிட்டபோது அவன் முகத்தில் தோன்றிய பிரகாசத்தை அவள் நினைத்துப் பார்க்கிறாள். அப்போது பத்தொன்பதரை வயதுக்காரர்களான இலனும் அவ்ரமும் சினாயில் ராணுவப் பணியில் இருந்தார்கள். இலனும் திரைப்படங்கள், இசை உருவாக்கும் கனவில் இருந்துகொண்டிருந்தான். அவ்ரம் அவ்ரமாகவே இருந்தான். ராணுவத்தில் வழங்கியிருந்த சிறு பைபிளிலிருந்து அவளுக்குப் படித்துக் காட்டுவான், *நான் உம்மை வேண்டுகிறேன், மேலே அவருக்கு ஒரு அறை கட்டித் தருவோம். அதில் படுக்கை, மேசை, நாற்காலி, விளக்குத்தண்டு இவற்றை வைப்போம். நம்மைப் பார்க்க வருகையில் அவர் அங்கு தங்கட்டும்.*

கீழ்த்தளத்தில் சிறு கட்டில் ஒன்றில் அவர்கள் படுத்திருந்தனர். அவ்ரம் அப்போது விடுமுறையில் வீட்டுக்குச் சென்றிருக்கவேண்டும். காலியான அவனது கட்டில் அவர்களைப் பார்த்தது, அதற்கும் மேலே சுவரில் கரித்துண்டால் ஒரு வரி எழுதப்பட்டிருந்தது: *மனிதன்... இருப்பது நல்லதன்று.* தனித்து என்ற வார்த்தை எழுதப்படாமலே அந்த மேற்கோள் முடிந்திருந்தது. இலனின் தோள் பள்ளத்தில் அவளது தலை அழுந்தியிருந்தது. நீளமான, ஒரு இசைக்கலைஞனது போன்ற விரல்களால் அவளது முடியை மெதுவாகக் கோதிவிட்டபடியே அந்த அதிகாரம் முழுவதையும் அவன் அவளுக்கு வாசித்துக் காண்பித்தான்.

கடைசியில் அவர்கள் தெற்கு டெல் அவிவிற்குச் செல்லவில்லை, ஜாஃபாவுக்குச் சென்றார்கள். மருத்துவமனைக்குப் போகாமல் ஸமி நீண்ட நேரம் தேடியலைந்து கண்டுபிடித்த ஒரு ஆரம்பப் பள்ளிக்குச் சென்றார்கள். சற்றுத் தேறியிருந்த யாஸ்தி கார் ஜன்னலில் முகத்தை அழுத்தியவனாய்க் கடந்துபோகும் தெருக்களையும் அதன் காட்சிகளையும் ஆர்வமுடன் பார்த்தபடி வருகிறான். இதுபோன்ற விஷயங்கள் உண்மையிலேயே உலகில் உள்ளனவா என்பது போல அடிக்கடித் திரும்பி ஒராவை ஒரு அவநம்பிக்கைப் பார்வை பார்க்கிறான். ஸமிக்குப் பின்னாலிருந்தபடி அவர்கள் இருவரும் ஒரு விளையாட்டை உருவாக்குகிறார்கள்: அவன் அவளைப் பார்க்கிறான், அவள் சிரிக்கிறாள், மறுபடி அவன் ஜன்னல் வழியாக வெளியே பார்க்கிறான், பிறகு மீண்டும் அவளைப் பார்க்கிறான். கடலையொட்டியிருந்த உலாவும் சாலையில் கார் போகும்போது ஸமி யாஸ்தியைப் பார்த்துச் சொல்கிறார், “*ஷூஃப் எல் பஹ்ர்*”–கடலைப் பார்.

தன் தலையையும் தோள்களையும் வெளியே நீட்டி அவன் பார்க்கிறான், ஆனால் தெருவிளக்குகளுக்கு அப்பால் சில நுரைத் தொகுதிகளுடன் கடல் ஓர் இருண்ட வெளியாகவே தோன்றுகிறது. "பஹ்ர், பஹ்ர்," அவன் முணுமுணுக்கிறான், கைவிரல்களை விரிக்கிறான். "இதுவரை நீ கடலைப் பார்த்ததே இல்லையா?" என ஓரா கேட்கிறாள். அவன் பதில் சொல்ல வில்லை. ஸமி சிரிக்கிறார்: "இவனா, எங்கே அவன் கடலைப் பார்ப்பான்? அகதி முகாமின் உலாவும் சாலையிலா?" இளங்காற்றில் உப்புநீரின் வாசம், அதை முகர்ந்து சுவைக்கையில் யாஸ்தியின் மூக்குத்துளைகள் விரிகின்றன. அவன் முகத்தில் கிட்டத்தட்ட வாதைக்குள்ளானது போன்ற ஒரு தோற்றம், அந்த முக அமைப்பு மகிழ்ச்சியைத் தாங்கிக்கொள்ள ஏற்றதல்ல என்பதுபோல.

நோய் மறுபடி அவனை தளரச் செய்கிறது. அவன் கைகளும் தலையும் வெட்டிவெட்டி இழுக்கத் துவங்குகின்றன; தன்மீது எறியப்படும் பொருட்களைத் அவன் தடுப்பது போலத் தோன்றுகிறது. துடைக்கும் தாள்களால் அவனது வியர்வையைத் துடைக்கிறாள், தாள்கள் தீர்ந்து போகையில் முன்னிருக்கையினடியிலிருக்கும் கந்தல் துணியைப் பயன்படுத்துகிறாள். அங்கு ஒரு பிளாஸ்டிக் பை இருக்கிறது, அவனது உள்ளாடைகள், ஒரு ஜோடிக் காலுறைகள், ஓஃபர் பயன்படுத்திப் பின் ஸமியுடைய குழந்தைகளுக்கு அவள் கொடுத்துவிட்ட ஒரு நிஞ்சா ஆமைகள் டி–ஷர்ட், உபரி பிளேடுகளுடன்கூடிய ஒரு திருப்புளி, உள்ளே ஒரு டைனோசார் கொண்ட ஊடுருவிப் பார்க்கக்கூடிய உலக உருண்டை. யாஸ்திக்குத் தாகம், நாவால் உதடுகளை அவன் ஈரப்படுத்துகிறான். தண்ணீர்ப் போத்தல் காலியாக உள்ளது, ஒரு கடையில் நிறுத்தி தண்ணீர் வாங்க ஸமிக்கு பயம். "இது மாதிரியான ஒரு நாளில் ஒரு அராபியன் இந்தக் கடைகளுக்குப் போவது உசிதமானதல்ல," வறண்ட குரலில் அவர் விளக்குகிறார். ஜாஃபாவின் குறுக்குச் சந்துகளில் சுற்றிவளைத்துப் பதற்றமுடன் மெதுவாக அவர் காரைச் செலுத்துவதனாலேயா என்னவோ யாஸ்தி வாந்தியெடுக்க ஆரம்பிக்கிறான்.

அவன் உடல் அசைவற்றுப் போவதை அவள் பார்க்கிறாள். வலிப்பு வந்தது போல அவனது விலா மட்டும் ஏறி இறங்குகிறது. அவள் காரை நிறுத்தச் சொல்கிறாள். இந்த இடத்தில் வண்டியை நிறுத்த முடியாது என முணுமுணுக்கிறார் ஸமி: எதிரே நடைபாதையில் ஒரு போலீஸ் வாகனம் நிறுத்தி வைக்கப்பட்டிருக்கிறது. இன்னுமொரு வலிப்புடனான வாய்க்குழறல் ஒலியைக் கேட்கையில் அவர் தன்னிலை இழந்தவர்போல காரின் வேகத்தைக் கூட்டுகிறார். காரின் சிவப்பு விளக்குளை எரியவிடுகிறார், ஒரு இருண்ட மூலை அல்லது காலியிடம் இருக்கிறதா எனப் பார்க்கிறார். கொஞ்சம் தாங்கிக்கொள்ளுமாறு யாஸ்தியிடம் அரபியில் கத்துகிறார். அவனை அச்சுறுத்துகிறார், அவனை அவன் அப்பாவை தாத்தாவை சபிக்கிறார். சிறுவனின் வாயிலிருந்து வாந்தி பாய்ந்து வருகிறது. திண்டு வேலைப்பாடுகளில் வாந்தி பட்டுவிடாமல் அவன் தலையைத் தரையை நோக்கிப் பிடிக்கும்படி ஓராவிடம் அவர் உரத்துச் சொல்கிறார். ஆனால் காற்று வெளியேறும் பலூனைப் போல அவனது தலை எல்லாப் பக்கமும்

அலைகிறது. பாதங்கள் கால்சராய் சப்பாத்துகள் தலைமுடி என அவள் மேலெங்கும் வாந்தி தெறிக்கிறது.

மின்னலைப்போல ஸமியின் வலதுகை பின்னால் வருகிறது, துழாவு கிறது, அருவருப்புடன் வெடுக்கென்று இழுத்துக்கொள்கிறது. "அவன் கையைக் கொடுங்கள்!" மெலிதான, பெண்ணினுடையது போன்ற குரலில் அவர் கிறீச்சிடுகிறார். "அவன் கையை இங்கே வையுங்கள்!" ஏதேனும் உடனடி நிவாரணம் அல்லது பாலஸ்தீனிய–ஷமானிக் தந்திரம் ஏதாவது அவருக்குத் தெரிந்திருக்கலாம் என நினைத்தவளாய் அவரது குரலின் அவசரத்துக்கு இயந்திரத்தனமாக அடிபணிகிறாள் ஓரா. வதங்கிய சிறுவனது கையை இரண்டு முன்னிருக்கைகளுக்கு இடையிலான சந்தில் அவள் பிடிக்கிறாள். அதைப் பார்க்காமலே சம்மட்டி போன்ற தனது கையால் அந்தக் கையை அடிக்கிறார் ஸமி. தனக்கே அடி விழுந்தது போல ஓரா கத்துகிறாள். யாஸ்தியின் கையை இழுக்க தனது கையை சந்தில் விடுகிறாள், இதை அறியாத ஸமி அவளது கைமீது இன்னொரு அடியை இறக்குகிறார்.

சில நிமிடங்கள் கழித்து அவர்கள் பள்ளிக்கூடத்தை அடைகிறார்கள். பூட்டிய வாயிற்கதவருகே காரை நிறுத்துகிறார்கள். உள்ளே நிழலில் காத்திருக்கும் தாடி வைத்த இளைஞர் வெளியே வந்து நாலா பக்கமும் பார்க்கிறார், வேலியோரமாக தன்னைத் தொடர்ந்து வரும்படி ஸமியை நோக்கி சமிக்ஞை செய்கிறார். வேலிக்கு அந்தப் பக்கம் இந்தப் பக்கம் என அவர்கள் நடக்கிறார்கள். இருண்ட ஒரு மூலையில் வேலியின் உடைந்த பாகமொன்றைத் தள்ளித் திறந்து அவன் ஸமியிடம் வருகிறான், சுற்றும் முற்றும் பார்த்தபடியே அவர்கள் வேகமாகக் குசுகுசுத்துக்கொள்கிறார்கள். ஓரா காரை விட்டு வெளியே வந்து இரவின் ஈரக்காற்றை உள்ளிழுக்கிறாள். அவளது இடது கை எரிகிறது, வலி இன்னும் மோசமாகும் என்பது அவளுக்குத் தெரிகிறது. தன் மேலெங்கும் வாந்திக் கறை பூசியிருப்பதை தெருவிளக்கு வெளிச்சத்தில் பார்க்கிறாள். உடம்பைக் குலுக்கி அதைப் போக்க முயற்சிக்கிறாள். தாடி வைத்த இளைஞர் ஸமியின் கையைப் பிடித்தபடி மீண்டும் காருக்கு அழைத்து வருகிறார். உள்ளே படுத்திருக்கும் யாஸ்தியை அவர்கள் பார்க்கிறார்கள். வருத்தமுடன் தனது திண்டு வேலைப்பாடுகளைப் பார்க்கிறார் ஸமி. இருவருமே ஓராவை சட்டை செய்யவில்லை. அந்த இளைஞர் தன் கைப்பேசியில் சமிக்ஞை போல ஏதோ சொல்கிறார். இருட்டில் கிடக்கும் அந்தப் பள்ளிக்கூடத்திலிருந்து மூன்று சிறுவர்கள் ஓடி வருகிறார்கள். யாரும் ஒரு வார்த்தையும் பேசவில்லை. மூவரும் யாஸ்தியை காருக்குள்ளிருந்து இழுத்து பக்கவாட்டுக் கதவு ஒன்றின்வழியாக வேகமாக உள்ளே தூக்கிச் செல்கிறார்கள். ஒருவன் யாஸ்தியின் தோள்களைப் பிடித்திருக்கிறான், மற்றவர்கள் அவன் கால்களை. அவர்களைப் பார்த்து ஓரா நினைக்கிறாள், அவர்கள் இப்படி ஒருவரைத் உள்ளே தூக்கிச் செல்வது இது முதல் தடவையில்லை. யாஸ்தியின் தலையும் கைகளும் தொங்கிக் கிடக்கின்றன, கண்கள் மூடியுள்ளன, அவனுக்கும் இது முதல் தடவையில்லை என்பது எப்படியோ அவளுக்குத் தெளிவாகிறது.

அவர்களுக்குப் பின்னால் அவள் நடக்கத் துவங்கும்போது தாடி வைத்தவர் அவளை நோக்கித் திரும்புகிறார் பின் ஸமியைப் பார்க்கிறார். ஸமி அவளிடம் வந்து, "நீங்கள் இங்கேயே இருப்பது நல்லது." என்கிறார்.

ஓரா துளைப்பது போல அவரைப் பார்க்கிறாள். அவர் சற்றுத் தளர்கிறார், தாடிவைத்தவரிடம் திரும்பச் சென்று எதையோ முணுமுணுக்கிறார். ஒன்றும் பிரச்சனையில்லை எனச் சொல்லியிருக்கலாம் அல்லது "அவர் நம்மில் ஒருவர்" என்றுகூடச் சொல்லியிருக்கலாம் என ஓரா மனதுக்குள் நினைக்கிறாள்.

உள்ளே பள்ளிக்கூடம் கடும் அமைதியிலும் இருட்டிலும் இருந்தது, நிலவொளியும் தெருவிளக்கும் மட்டுமே அங்கு வெளிச்சம் தந்து கொண்டிருந்தன. ஸமியும் அந்தத் தாடிக்காரரும் ஓர் அறைக்குள் மறைந்து போகிறார்கள். ஓரா அங்கேயே நின்றபடி காத்திருக்கிறாள். அவள் கண்கள் இருட்டுக்குப் பழகிய பின்தான் ஓரளவு பெரிய அரங்கு ஒன்றுக்குள் தான் இருப்பதை உணர்கிறாள், அதிலிருந்து சில தாழ்வாரங்கள் நீண்டு வெளியே செல்கின்றன. காலி ஜன்னல் சட்டங்கள் இங்கும் அங்குமாக வைக்கப்பட்டுள்ளன, அமைதி, ஒழுங்கு, தூய்மை இவற்றை வலியுறுத்தும் சுவரொட்டிகள் சுவர்களில் கோணல்மாணலாகத் தொங்குகின்றன. குழந்தைகளின் வியர்வை வாசம், தொலைவே உடைமாற்றும் அறைகளின் வாசம், தன்மீது அடிக்கும் வாந்தியின் வாசம் இவைகளை அவள் உணர்கிறாள். ஸமியையும் யாஸ்தியையும் இங்கு எப்படிக் கண்டுபிடிப்பது என யோசிக்கிறாள். பெயர் சொல்லி அவர்களைக் கூப்பிடவும் அச்சம். சிறு அடிகள் வைத்து கைகளை முன்னே நீட்டி இருட்டில் கவனமாக நடக்கிறாள், நடந்து அரங்கின் மையத்தில் கூரையைத் தாங்கி நிற்கும் உருளை வடிவத் தூணை அடைகிறாள். அவள் பார்வை சுவர்களைச் சுற்றி வருகிறது. யாரென்று அடையாளம் காணமுடியாத முகங்களின் படங்கள், ஹெர்ஸ்ல் மற்றும் பென்–குரியனாக இருக்கலாம், அல்லது பிரதம மந்திரி மற்றும் முப்படைத் தளபதியாகவும் இருக்கலாம். மேலே கறுப்பு உலோக எழுத்துக்கள் பதிக்கப்பட்டிருக்க கீழே ஒரு பெரிய படம், அது ராபினைப் போலத் தோன்றுகிறது அதற்கும் கீழே கற்குவியலால் உருவாக்கப்பட்ட ஒரு சிறு நினைவிடம். இவை அவளுக்கு எதிரேயிருக்கும் மூலையில் அமைந்திருக்கின்றன. ஒரு கையால் அதைத் தொட்டபடி ஓரா மெதுவாக அந்தத் தூணைச்சுற்றி நடக்கிறாள். இந்தச் சுற்றுதல், சிறு வயதில் இப்படிச் சுற்றுகையில் ஏற்படும் இனிய கிறுகிறுப்பையும் விரல் முனைகளில் மெலிதாக எரியும் உணர்வையும் அவளுக்குள் எழச் செய்கிறது.

சுற்றுகையில் உருவங்கள் எழுந்து வருவதுபோல, ஆண்கள் பெண்கள் குழந்தைகள் எனக் கந்தை உடுத்தி, மௌனமாக, ஒடுங்கி, அகதிச் சாம்பல் படிந்துகிடப்பவர்களின் நிழலுருவங்கள் துலங்குவதை அவள் பார்க்கிறாள். சிறிது தொலைவில் அவளைப் பார்த்தபடி சுவர்களையொட்டி அவர்கள் நிற்கிறார்கள். ஓரா பீதியில் உறைகிறாள். அவர்கள் திரும்ப வருகிறார்கள். எப்போதும் தொலைவே ஒளிரும் பீதிக்கனவு அவளது இந்தச் சுற்றுதல் மூலம் வஞ்சகமிக்க ஒரு கண நேரத்துக்கு உண்மையாகிவிட்டது என நம்புகிறாள்.

ஒரு இளம்பெண் அவளருகே வந்து அரைகுறை ஹீப்ரூவில், தனது உடைகளை அவள் குளியலறையில் துவைத்துக்கொள்ளலாம் என ஸமி சொன்னதாக முணுமுணுக்கிறாள்.

ஓரா அவளைப் பின்தொடர்ந்து செல்கிறாள். கூடங்கள் நிழல்களாலும் விரைவான காலடி ஒலிகளாலும் சலசலத்தபடி இருக்கின்றன. தெளிவற்ற உருவங்கள் வேகமாகக் கடந்து செல்கின்றன. அவளுக்கு மனிதக் குரல்களே கேட்கவில்லை. அமைதியாக அந்தப் பெண் பெண்கள் கழிப்பறையைக் காட்டுகிறாள், ஓரா உள்ளே செல்கிறாள். அந்த இடம் முழுவதுமே இருட்டாக இருக்கவேண்டியிருப்பதால் தான் விளக்கைப்போடக் கூடாது என்பது அவருக்குப் புரிகிறது. கதவற்ற சிறு கழிப்பறை ஒன்றில் சிறுநீர் கழிக்கிறாள். முகத்தையும் முடியையும் கழுவுங்கோப்பையில் கழுவுகிறாள், தன்னால் முடிந்தவரை தனது உடைகளிலிருந்து வாந்தியைத் தேய்த்துத் துடைக்கிறாள், வலிக்கும் தன் இடது கைமீது குளிர்ந்த நீரை வழிய விடுகிறாள். முடித்ததும் எவர்சில்வர் கைப்பிடிகளில் கைகளை ஊன்றி நிற்கிறாள்; கண்களை மூட கடும் சோர்வு அவளை ஆட்கொள்கிறது. தனக்குரிய இடத்தை விட்டு அவள் வெளியேறிவிட்டது போன்று, பலவீனத்துடன் சேர்ந்து மீண்டும் அச்சத்தின் கடும் வலி அவளையடைகிறது.

நான் என்ன செய்துவிட்டேன்.

ஓஃபரை போருக்கு அழைத்துச் சென்றேன்.

நானே அவனைப் போருக்கு அழைத்துச் சென்றேன்.

அவனுக்கு ஏதாவது நேர்ந்தால்.

எப்போது கடைசியாக அவனை நான் தொட்டேன்.

கடைசியில் அவனை முத்தமிட்டபோது, மென்மையான அவனது கன்னத்தில் முடிகள் இல்லாத இடத்தில் தொட்டேன்.

நான் அவனை அங்கு அழைத்துச் சென்றேன்.

நான் அவனைத் தடுக்கவில்லை. தடுக்க முயற்சிகூட செய்யவில்லை.

ஒரு வாடகைக்கார் பிடித்து நாங்கள் சென்றோம்.

இரண்டரை மணி நேரப் பயணம், நான் முயற்சி செய்யவில்லை.

அவனை அங்கேயே விட்டுவிட்டு வந்தேன்.

அவர்களிடம் அவனை விட்டுவிட்டு வந்தேன்.

என் கைகளால், நான் அதைச் செய்தேன்.

அவளது மூச்சு நிற்கிறது. நகர அவளுக்கு அச்சமாயிருக்கிறது. செயலிழந்து நிற்கிறாள். அது ஒரு உணர்வு, கூர்மையான உண்மையான அறிவு.

உதடுகளை அசைக்காமல் அவள் நினைக்கிறாள், கவனமாக இரு, உனக்குப் பின்னால் பார்.

பிறகு அவளது உடல் அதன்போக்கில், மென்மையாக, கிட்டத்தட்ட நகருவதே தெரியாத வகையில் நகரத் தொடங்குகிறது. தோள்பட்டைகள், இடுப்பு, உடலின் நடுப்பகுதியில் ஒரு சிறு நகர்வு. அவளது கைகால்களை அவளால் கட்டுப்படுத்த இயலவில்லை. அங்கே ஏதாவது கண்ணியில் மாட்டிக்கொண்டால் வெளியே வருவதற்கு எப்படி உடலை அசைக்க வேண்டும் என ஓஃபருக்கு தன் உடல் சொல்லிக்கொண்டிருப்பதாக அவள் நினைக்கிறாள். விசித்திரமான தன்போக்கிலான அந்த இயக்கம் ஒரு நீண்ட நிமிடத்துக்கு நீடிக்கிறது, பிறகு அவளது உடல் அமைதியடைந்து அவளிடம் திரும்புகிறது. ஓரா மறுபடி மூச்சு விடுகிறாள், இப்போதைக்கு எல்லாம் சரியாகிவிட்டதாக நினைக்கிறாள். "அஹ்," கண்ணாடியில் தெரியும் தனது சிறிய அடிவயிற்றைப் பார்த்துப் பெருமூச்சு விடுகிறாள்.

சில நேரம், அவன் பிறந்ததிலிருந்து அவனோடு செலவிட்ட ஒவ்வொரு கணத்தையும் என்னால் நினைத்துப் பார்க்கமுடியும் எனத் தோன்றுவதுண்டு. ஆனாலும் வேறு சில நேரங்களில் முழுமையான காலப்பகுதிகளை நான் தொலைத்துவிட்டதாகத் தோன்றுவதுமுண்டு. "முப்பருவத்தின் இரண்டாவது பருவத்தில் என் தோழி ஏரியலாவுக்குக் குறைப்பிரசவம் நிகழ்ந்தது," பூப்போட்ட முக்காடு அணிந்து கழிப்பறைக்குள் வந்து அமைதியாக ஒதுங்கி நிற்கும் மிகவும் உடல்பருத்த வயதான அந்தப் பெண்ணைப் பார்த்து அவள் சொன்னாள். அப்பெண் ஓராவைக் கனிவான கண்களுடன் பார்க்கிறாள், அவளுள் வலியுண்டாக்கிக் கொண்டிருக்கும் அந்த ஒன்றிலிருந்து அவள் மீண்டு வரும்வரை அப்பெண் காத்திருப்பது போலத் தோன்றுகிறது.

"அவளுக்கு ஊசி போட்டார்கள்," ஓரா மென்மையாகச் சொல்கிறாள். "அது வயிற்றுக்குள்ளேயே சிசுவைக் கொல்லும் ஊசி. கருப்பையில் அவள் மகன் சாதாரணமாக இல்லை, அவனுக்கு டவ்ன் நோய்த்தாக்கம், இது போன்றவொரு பிள்ளையை வளர்க்க முடியாது என அவளும் அவள் கணவனும் முடிவுசெய்தார்கள். ஆனால் குழந்தை உயிருடன் பிறந்துவிட்டது, உங்களுக்குப் புரிகிறதா? நான் சொல்வது விளங்குகிறதா?" அந்தப் பெண் தலையாட்டுகிறாள். ஓரா தொடர்கிறாள். "ஊசியில் மருந்தின் அளவை சரியாக எடுப்பதில் அவர்கள் தவறு செய்திருக்க வேண்டும், அவன் உயிரோடிருக்கும்வரை அவனை என் கைகளிலேயே வைத்திருக்க விடுங்கள் என என் தோழி கேட்டாள். படுக்கையில் அவள் எழுந்து உட்கார்ந்தாள், அவள் கணவன் வெளியே போய்விட்டான், அவனால் அதைத் தாங்க முடியவில்லை" ஓரா அந்தப் பெண்ணை நோக்கிக் கண்களைச் சிமிட்டுகிறாள், அப்பெண்ணின் கண்களில் புரிதல் மற்றும் தோழமையின் ஒளித்தெறிப்பைக் காண்கிறாள். "பதினைந்து நிமிடங்கள் அவள் கையில் அவன் உயிரோடு இருந்தான், அவள் அவனோடு பேசிக்கொண்டிருந்தாள், அவனை அணைத்து அவன் மேலெங்கும் முத்தமிட்டாள், அவனது ஒவ்வொரு விரலையும் விரல் நகத்தையும் அவள் முத்தமிட்டாள். குட்டியாக, ஒளி ஊடுருவும் உடலுடன் இருந்தபோதும் அவன் முற்றிலும் ஆரோக்கியமான ஒரு குழந்தை போல்தான் இருந்தான் என அவள் எப்போதும் சொல்வாள். குறைந்த அசைவுகளுடன், முகத்தில் உணர்ச்சி வெளிப்பாடுகளுடன் ஒரு குழந்தை போலவே அவன் இருந்தான்.

தன் கைகளையும் வாயையும் அவன் அசைத்தான், ஆனால் சத்தம் எதையும் எழுப்பவில்லை." நெஞ்சின் குறுக்காகக் கைகளைக் கட்டிக்கொண்டு அந்தப் பெண் கேட்டுக்கொண்டிருக்கிறாள். "மிக மெதுவாக, எளிமையாக அவன் அகன்றான். ஒரு மெழுகுவர்த்தியைப் போல அணைந்தான், பூரண அமைதியில், எந்தத் தொல்லையும் தராமல், உடலைச் சற்றே நெளித்து மடக்கிக்கொண்டான், அவ்வளவுதான். அதற்கு முன்பும் பின்புமாக மூன்று குழந்தைகள் அவளுக்குப் பிறந்தபோதும் என் தோழி இந்தப் பிரசவத்தையே நன்றாக நினைவில் வைத்திருந்தாள். அவனைக் கொன்றது அல்லது கொல்வதற்கான முடிவில் பங்கெடுத்தது அவள்தான் என்றபோதும் அவனோடு அவள் இருந்த அந்தக் கொஞ்ச நேரத்தில் தன்னால் முடிந்த அளவு அவனுக்கு வாழ்வையளிக்க முயன்றாள், அதோடு தனது அன்பு அனைத்தையும். "ஓரா முணுமுணுத்தபடியே தன் கைகளை விறைப்பாக தலைமீதும் நெற்றிப்பொட்டின்மீதும் தடவுகிறாள், கன்னத்தை கைகளுக்கிடையே அழுத்துகிறாள், ஒரு மௌன ஓலத்தில் அவளது வாய் சற்றுத் திறக்கிறது.

அந்தப் பெண் வணங்குவதுபோல மெதுவாகத் தலையைக் குனிகிறாள், எதுவும் பேசவில்லை. அவள் மிகவும் வயதானவளாக இருப்பதை ஓரா இப்போது பார்க்கிறாள், அவள் முகம் சுருக்கங்களாலும், பச்சைக் குத்திக்கொண்ட அடையாளங்களாலும் நிறைந்துள்ளது.

"எதைப் பற்றி நான் புகார் சொல்ல?" உடைந்த குரலில் ஓரா தொடர்கிறாள். "என் குழந்தையை நான் இருபத்தோரு ஆண்டுகள்—*வகட் வா—அஷ்ரின் சனா* – வைத்திருந்தேன்," உயர்நிலைப்பள்ளியில் கற்ற அரபியை நினைவுபடுத்தித் தோராயமாக அவள் சொல்கிறாள். "ஆனால் அந்த ஆண்டுகள் விரைவாகக் கடந்துபோயின, கிட்டத்தட்ட அவனோடு செலவழிக்க எனக்கு நேரமே இல்லாமல் போனது. இப்போது அவனது ராணுவப் பணி முடிந்தது, உண்மையிலேயே எல்லாவற்றையும் நாங்கள் தொடங்கியிருக்கலாம்." அவள் குரல் உடைகிறது, ஆனாலும் அவள் தளராமல் தொடர்கிறாள். "அம்மா, வாருங்கள், நாம் இங்கிருந்து கிளம்புவோம், என்னை ஸமியிடம் அழைத்துச் செல்லுங்கள்."

ஸமியைக் கண்டுபிடிப்பது அத்தனைச் சுலபமாக இல்லை. அந்த முதியவளுக்கு ஸமியைத் தெரிந்திருக்கவில்லை, அதோடு ஓரா என்ன சொல்கிறாள் என்பதும் புரியவில்லை. இருந்தும் அவள் ஓராவை ஒவ்வொரு அறையாக அழைத்துச் செல்கிறாள். ஒவ்வொரு அறைக்குள்ளும் காட்டுகிறாள், இருண்ட அந்த வகுப்பறைகளுக்குள் ஓரா உற்றுப்பார்க்கிறாள். சில அறைகளில் மனிதர்கள் இருக்கிறார்கள், அதிகமில்லை, இங்கே மூவர், அங்கே ஐவர், குழந்தைகளும் பெரியவர்களுமாய். கொத்தாக மேசைகள் இருக்க அதைச் சுற்றிக் கூடியவர்களாய் முணுமுணுவென்று பேசிக் கொண்டு அல்லது தரையில் அமர்ந்து சிறிய எரிவாயு அடுப்புகளில் இரவு உணவைச் சூடுபடுத்திக்கொண்டு அல்லது மேசையையும் நாற்காலியை யும் சேர்த்துப்போட்டு ஆடைகளைக் களையாமல் அதில் படுத்து உறங்கியபடி. ஒரு அறையில் யாரோ நீண்ட பெஞ்சில் படுத்திருக்க அவரைச் சுற்றி பலரும் பரபரப்பாக ஆனால் மௌனமாக வந்து போய்க்கொண்டிருந்தனர். இன்னொரு அறையில் ஒருவர் நாற்காலியில்

உட்கார்ந்திருக்கும் இன்னொருவரது பாதத்தில் கட்டுப்போடுவதற்காக மண்டியிட்டு அமர்கிறார். வலியில் முகத்தைச் சுழிக்கும் மேலாடை அணியாத ஒருவரது காயத்தைப் பெண்ணொருத்தி சுத்தம் செய்கிறாள். பிற அறைகளில் அவள் வலியின் அடங்கிய முனகல்களையோ ஆறுதலின் முணுமுணுப்பையோ கேட்கிறாள். காற்றில் அயோடின் வாசம் வலுவாக வீசுகிறது.

"காலையில் என்ன நடக்கும்?" கூடத்துக்கு வருகையில் ஓரா கேட்கிறாள்.

"காலையில்" ஹீப்ரூவில் திரும்பச் சொல்லி வாய்விரியப் புன்னகைத்து, "குல்ஹம் மாஃபிஷ்"—எல்லோரும் போய்விடுவார்கள்!" நீர்க்குமிழி வெடிப்பதைப்போல அந்த முதியவள் செய்து காட்டுகிறாள்.

இறுதியாக ஸமியையும் யாஸ்தியையும் கண்டுபிடிக்கிறாள் ஓரா. அறையில் நிலவு வெளிச்சம் மட்டுமே. ஆழ்ந்த அமைதி. அவள் வாசலில் நின்று சிறிய நாற்காலிகள் மேசைகள்மீது தலைகீழாகக் கவிழ்க்கப் பட்டுள்ளதைப் பார்க்கிறாள். கெட்டி அட்டையிலிருந்து வெட்டியெடுக்கப் பட்ட இலச்சினை ஒன்று சுவரில் தொங்குகிறது, அதனடியில் Recon-Seal-iation என எழுதப்பட்டிருக்கிறது. அதன் பகுதிகள் ஒவ்வொன்றும் இணக்கத்துக்கு கொண்டுவர வேண்டிய ஒரு முரண்: ஆஷ்கினாஸிம் (கிழக்கு அய்ரோப்பிய, ஜெர்மானிய யூதரின் வழித்தோன்றல்) மற்றும் செஃபார்டிம் (ஸ்பானிய போர்ச்சுகீசிய, வட ஆப்பிரிக்க யூத வழித்தோன்றல்), இடதுசாரி மற்றும் வலதுசாரி, மதவாதம் மற்றும் மதச்சார்பின்மை. ஸமியும் தாடிவைத்த இளைஞரும் சில அடிகள் தள்ளி கரும்பலகைக்குப் பக்கத்தில், குட்டையான திடமான தலைநரைத்த ஒரு முதியவருடன் பேசியபடி நிற்கிறார்கள். ஓராவைப் பார்த்து ஸமி மெதுவாகத் தலையசைக்கிறார், ஆனால் அவர் முகபாவம் அவளை வரவேற்பதாக இல்லை. அவர் நிற்கும் விதமும் காற்றை வெட்டி கைகளை வீசிப் பேசும் விதமும் அவளுக்குப் புதிதாகவும் அந்நியமானதாகவும் இருக்கின்றன. இரண்டு அல்லது மூன்று வயதுடைய சிறு குழந்தைகள் ஓராவைக் கண்டு அவளைச் சுற்றி ஓடுகின்றனர். சங்கோஜமில்லாமல் உற்சாகத்துடன் கால்சராயைப் பிடித்து அவளை இழுக்கின்றனர். அவர்களும் கூட கிட்டத்தட்ட எந்த ஒலியையும் எழுப்பவில்லை: அவர்களும் நன்கு பயிற்சியளிக்கப் பட்ட கௌதாரிக் குஞ்சுகள்தாம். அவர்களைத் தொடர்ந்து அவள் ஜன்னலோரமிருக்கும் வகுப்பறையின் மூலையொன்றுக்குச் செல்கிறாள். அங்கே பெண்களின் சிறு வட்டம் நடுவிலிருக்கும் யாரையோ நெருக்குகிறது. பெண்களின் தலைகளுக்கிடையே உள்ளே பார்க்கும் ஓரா பருமனான பெண்ணொருவர் முதுகைச் சுவரில் சாய்த்து வெற்றுப் பாதங்களை முன்னால் நீட்டியிருப்பதைக் காண்கிறாள். அவள் யாஸ்திக்குப் பாலூட்டிக்கொண்டிருக்கிறாள். அவன் வாய் அவள் மார்புக்காம்பில் பொருந்தியிருக்க அவன் பாதம் அவள் மடியிலிருக்கிறது. இப்போது அவன் வேறு ஆடைகள் அணிந்திருக்கிறான்: பழுப்பு மற்றும் வெள்ளைக் கட்டங்கள் போட்ட சட்டையும் கறுப்பு கால்சராயும். அவனை அவள் முதல் தடவையாகப் பார்த்ததிலிருந்து இப்போதுதான் அவன் முகம் தெளிவுடன் காணப்படுகிறது. பாலூட்டும் அந்தப் பெண் அவனை மிக

உன்னிப்பாகப் பார்த்துக்கொண்டிருக்கிறாள். வலுவான, முரட்டு முகம் அவளுக்கு, எலும்புத் துருத்திய சற்றே ஆணுடையதைப்போன்ற கன்னங்கள். அங்கிருந்த பெண்கள் கவனம் மொத்தமும் ஒருங்கே குவிந்திருக்க ஏதோ மந்திரத்துக்குக் கட்டுப்பட்டவர்களைப்போல காணப்படுகிறார்கள். அந்த வட்டதுக்குள் இழுக்கப்பட்டவளாய் ஓரா தன் நுனிக்காலில் நிற்கிறாள், எல்லாவற்றுக்கும் மேலாக யாஸ்தியில் அவளுக்கும் பங்குண்டு, அல்லது அவள் கடைசியாக அவன் கையைத் தொட்டு போய் வருகிறேன் எனச் சொல்ல நினைக்கலாம். வட்டத்தினுள் செல்ல அவள் முயற்சிக்கையில் பெண்களனைவரும் ஒன்றாகச் சேர்ந்து நெருங்கி நின்றுகொள்கின்றனர், அவள் பின்வாங்கி அவர்களுக்குப் பின்னால் நிற்கிறாள்.

அவள் தோளை ஒரு கை தொடுகிறது. ஸமி. சோர்ந்து களைத்துப் போயிருக்கிறார். "நாம் போகலாம், இங்கு வந்த வேலை முடிந்துவிட்டது."

"அவன்?" தன் கண்களால் அவள் யாஸ்தியைக் காட்டுகிறாள்.

"எல்லாம் சரியாகவிடும். சீக்கிரமே அவனது சித்தப்பா வந்து அவனை அழைத்துச் சென்றுவிடுவார்."

"அது யார்?" அவனுக்குப் பாலூட்டும் அந்தப் பெண்ணைப் பார்க்கிறாள்.

"ஒரு பெண். மருத்துவர் அவளிடம் அவனுக்குப் பால்கொடுக்கச் சொன்னார். அவன் வெளியே துப்பாத பாலை."

"இங்கு மருத்துவர் இருக்கிறாரா?"

ஸமி புருவத்தை வளைத்து தலைநரைத்த அந்தக் குட்டை மனிதரைச் சுட்டுகிறார்.

"ஒரு மருத்துவருக்கு இங்கு என்ன வேலை? இது என்ன இடம்."

ஸமி தயங்குகிறார். அரைமனதாகச் சொல்கிறார், "இவர்கள், இவர்கள், நகரமெங்கிலிருமிருந்து இரவில் இங்கு வருகிறார்கள்."

"ஏன்?"

"இரவில் இது சட்டத்துக்குப் புறம்பான குடியேறிகளின் மருத்துவமனை."

"மருத்துவமனையா?"

"பணியின்போது காயமடைபவர்கள், அடி வாங்குபவர்களுக்காக."

அடிகளுக்கான நிரந்தர ஒதுக்கீடு இருப்பது போலல்லவா சொல்கிறார் என நினைக்கிறாள்.

"*யால்லா*(கிளம்புங்கள்), நாம் இங்கிருந்து போகவேண்டும்," என்கிறார் ஸமி.

"ஏன்?"

அவளது கேள்வியை எதிரொலிக்கவிட்டு ஸமி அறையிலிருந்து வெளியேறுகிறார். தாழ்வாரம் வழியாக அவரைப் பின்தொடர்கிறாள். அந்த இடத்தை அதன் ரகசிய, நலம்தரும் முணுமுணுப்புகளை விட்டுப்

பிரிந்து செல்வது அவளுக்குக் கடினமாயிருந்தது. யாஸ்தியும் ஒரு காரணம், ஏன் அதை மறுக்க வேண்டும், அவள்மீது அவன் சாய்ந்தபோது, அவன் வாந்தியை அவள் துடைத்தபோது, இருவரும் முகத்தை மூடித் திறந்து விளையாடியபோது, இருவரது கைகளிலும் ஸமி அடித்தபின் தன் கைகளில் ஏந்தி அவனைத் தேற்றியபோது என அவளுள் அவன் கிளர்த்தியவையும் காரணம். இந்தச் சிறு செயல்கள் விலைமதிப்புமிக்க ஆனால் வழக்கொழிந்துவிட்ட, ஏறத்தாழ அவளே மறந்துவிட்டிருந்த ஒரு குணத்தை அவளுள் விழிக்க வைத்திருந்தன. திரும்ப நழுவிச் சென்று அவனுக்கு முலையூட்டும் அந்தச் சிறந்த பெண்ணை இன்னொருமுறை பார்க்க விரும்பினாள். அவள் முகத்தில் தெரிந்த தீவிர கவனத்தை, நெற்றியின் சிறு நடுக்கத்தை மறுபடியும் பார்க்க விரும்பினாள். கடிக்க வேண்டாம் என்று எவ்வளவு நளினமாக அவனிடம் சமிக்ஞை செய்தாள். எப்படிப்பட்ட இயற்கையான தாய்மை, அவன் அவளது பிள்ளைகூட இல்லை.

பெண்களும் குழந்தைகளும் அரங்கத்தின் தரையைக் கழுவிக் கொண்டிருந்தார்கள், யூதர்களின் தர்க்கத்தை ஒருபோதும் தன்னால் புரிந்து கொள்ள முடியாது என பல வருடங்கள் முன்பு ஸமி சொன்னது அவள் நினைவுக்கு வருகிறது: "பகல் முழுவதும் எங்களைச் சோதனையிடுகிறீர்கள், பின்தொடர்கிறீர்கள், எங்கள் உள்ளாடைகளுக்குள் பார்க்கிறீர்கள், இரவில் திடீரென உங்கள் உணவு விடுதிகள், எரிவாயு நிலையங்கள், அடுமனைகள், பேரங்காடிகள் இவற்றின் சாவிகளை எங்களிடம் தந்துவிடுகிறீர்கள்."

"நில்லுங்கள்," அவரைத் துரத்திச் சென்றபடியே அழைக்கிறாள். "இங்கு அக்கம்பக்கத்திலிருப்பவர்கள் கண்டுபிடித்துவிட மாட்டார்களா?"

அவர் தோள்களைக் குலுக்குகிறார். "ஒன்று அல்லது இரண்டு வாரம் கழித்து அவர்கள் கண்டிப்பாகக் கண்டுபிடிப்பார்கள்."

"பிறகு?"

"பிறகு என்ன, இவர்கள் வேறு எங்காவது போய்விடுவார்கள். எப்போதும் இம்மாதிரிதான்."

அவர்கள் வந்து வெளியே நிற்கிறார்கள், ஓரா திரும்பிப் பார்க்கிறாள். அகதிகளுடன் வாழவென்று ஒருவர் அரசியல் தஞ்சம் கோர முடியுமா என யோசிக்கிறாள், அடுத்த மாதம் முழுவதும் இந்த இடத்தில் மறைந்து வாழ அவள் தயாராக இருக்கிறாள். சட்டத்துக்குப் புறம்பான குடியேறிகளின் சட்டத்துக்குப் புறம்பான குடியேறியாக. குறைந்தபட்சம் யாருக்கேனும் அவள் ஏதேனும் நன்மை செய்ய முடியும்.

ஓஃப்பர், ஓஃப்பர் அவள் மனதுக்குள் நினைத்துக்கொள்கிறாள், நீ எங்கே இருக்கிறாய்? இப்போது என்ன செய்துகொண்டிருக்கிறாய்?

இந்தப் பெண்ணின் சகோதரனுடனோ, அந்த ஆளின் மகனுடனோ மோதலில் இருக்கக்கூடும்.

அவர்கள் காரை அடையும்போது மூன்று உற்சாகமிக்க சிறுமிகள் கையில் கந்தைத்துணி, சிறு வாளி, தேய்ப்பான்களுடன் காரிலிருந்து

குதித்து வெளியே வருகிறார்கள். சிரிப்புடன் கள்ளத்தனமாக ஓராவைப் பார்த்தபடி ஒதுங்கி நிற்கிறார்கள். ஸமி பின் இருக்கையைப் பார்த்து பெருமூச்சு விடுகிறார். ஓரா அவருக்குப் பக்கத்தில் அமர்கிறாள்.

காரை முடுக்காமல் தனது பெரிய சாவிக்கொத்தைக் கையில் வைத்தபடி குலுக்கி ஓசையெழுப்பிக் கொண்டிருக்கிறார் ஸமி. ஓரா காத்திருக்கிறாள். தனது தொப்பையுடன் கஷ்டப்பட்டு அவள் பக்கம் திரும்புகிறார். “அப்படி அடித்ததற்காக நீங்கள் என்னை மன்னித்தாலும் நான் என்னை மன்னிக்கப் போவதில்லை. அப்படிச் செய்ததற்காக என் கையை நானே வெட்டிக்கொள்வேன்.”

“காரை ஓட்டுங்கள், எனக்காக ஒருவர் காத்துக்கொண்டிருக்கிறார்,” களைத்தவளாக ஓரா சொல்கிறாள்.

“கொஞ்சம் பொறுங்கள், உண்மையிலே உங்களிடமிருந்து எனக்கு இது தேவை.”

“என்ன வேண்டும் உங்களுக்கு?”

ஒரு வேலியின் இருபுறமும் பக்கத்துக்கு ஒன்றாகச் சேர்த்துக் கட்டப் பட்டிருக்கும் நாய்களைப் போல கண்கள் எதிரேயிருக்கும் கண்களை வேகமாகப் பார்க்கின்றன. நட்பான, நேசிக்கவும் செய்த முகம் திடீரென அந்நியமாகத் தோன்றுகிறது. உங்களவராக ஆக்கிக்கொள்ளலாம் என்ற எண்ணத்தின் முதற்படியாக அவரைப் புரிந்துகொள்ளுதல் என்ற முயற்சியில் கூட நீங்கள் ஈடுபட விரும்பத் தேவையில்லாத ஒரு அந்நியரைப்போல.

ஸமி தனது பார்வையைத் தாழ்த்துகிறார், எச்சிலைக் கூட்டி விழுங்குகிறார். “திரு. இலன் அவர்களுக்கு இதுபற்றி எதுவும் தெரிய வேண்டாம்.”

வாந்தியின் வாடை இன்னமும் காரில் மெலிதாக வீசுகிறது, எல்லாமே ஒன்றுகலந்து கொண்டிருக்கின்றன, அந்த இலன் பெயருடன் திடீரென அவர் சேர்த்த அந்த “திரு.” உள்ளிட்ட எல்லாமே, என ஓராவுக்குத் தோன்றியது. திரு. இலன், திருமதி. ஓரா. அவள் இந்த விண்ணப்பத்தை எதிர்பார்த்திருந்தாள், அதற்கு தான் வைக்கப்போகும் விலையையும் முடிவு செய்துவிட்டிருந்தாள். இலன் என்னைப் பற்றிப் பெருமைப்படுவான், அவளுள் இந்த எண்ணம் கசப்பாய் ஓடுகிறது. “வண்டியை எடுங்கள்,” என்கிறாள் ஸமியிடம்.

“ஆனால், நீங்கள் ... நீங்கள் என்ன சொல்ல ...”

“வண்டியை எடுங்கள்,” அவள் அதிகாரமாகச் சொல்கிறாள். அவர்மீது இதுவரை அவளுக்கு ஏற்பட்டிராத, மிக மெதுவாக அதிகரித்துவரும் ஒரு உணர்வு: அதிகாரத்தின் இனிமை. ஒரு மெல்லிய, நமைச்சலெடுக்கும் காயம் போன்ற தன்னிச்சையான அவளுடையதேயான அதிகாரம். “முதலில் வண்டியை எடுங்கள், மற்றதை அப்புறம் பார்க்கலாம்.”

வயலோரம் அவர்கள் படுத்திருக்க, பகலொளி மெல்ல உக்கிரம்பெறத் தொடங்குகிறது. கண்ணுக்கு எட்டியவரை பிரகாசமான பசுமையின் வண்ணங்கள் விரிகின்றன. கனவின் மெல்லிய போர்வை இன்னும் விலகாதிருக்க சிறு தூக்கத்தி லிருந்து அவர்கள் விழிக்கிறார்கள். இந்த உலகில் அவர்கள் இருவர் மட்டுமே, வேறு யாரும் இல்லை. பூமியிலிருந்து ஆதி மணம் ஒன்று கிளம்பி வருகிறது, சிறு உயிரினங்களின் ஒலிகளால் காற்று ரீங்கரிக்கிறது, விடிகாலையின் மேலாடை இன்னும் தலைக்குமேல் தொங்கிக்கொண்டிருக்கிறது, பனியில் நனைந்து ஒளிர்கிறது. இன்னும் அச்சமடையாததன், இன்னும் தாமாக மாறியிராததன் சிறு புன்னகைகளால் அவர்கள் கண்கள் ஒளிர்கின்றன.

பிறகு அவ்ரமின் கண்கள் தெளிவடைகின்றன. ஓரா தனது பயணப்பை மீது முதுகைச் சாய்த்தவளாய் அவனை நோக்கி அமர்ந்திருப்பதைப் பார்க்கிறான், அவளுக்கும் அப்பால் ஒரு வயல், ஒரு தோப்பு, ஒரு மலை. ஆச்சரியப்படவைக்கும் வேகத்துடன் அவன் துள்ளி எழுகிறான்: "இது எந்த இடம்?"

ஓரா தோள்களைக் குலுக்கியவளாகச் சொல்கிறாள். "கலிலேயாவில் ஓர் இடம். எந்த இடம் என்று மட்டும் கேட்காதீர்கள்."

"கலிலேயாவா?" முடிவற்ற திகைப்பினுள் அவன் முகம் சுருங்குகிறது. "நான் எங்கே இருக்கிறேன்?" அவன் முணுமுணுக்கிறான்.

"நேற்றிரவு அவர் எங்கே கொண்டுவந்து நம்மை விட்டாரோ அந்த இடத்தில்."

டேவிட் கிராஸ்மன்

அவ்ரம் தன் கையால் முகத்தைத் தடவிவிட்டுக்கொள்கிறான். தடவுகிறான், தேய்க்கிறான், நசுக்குகிறான், முன்னும் பின்னுமாகத் தலையை ஆட்டுகிறான். "யார் இங்கே நம்மைக் கொண்டுவந்து விட்டது, அந்த வாடகைக்கார் ஓட்டுநரா? அந்த அராபியரா?"

"ஆமாம், அந்த அராபியர்தான்." தன்னைத் தூக்கிவிட அவனை நோக்கிக் கையை நீட்டுகிறாள்.

"நீ கத்திக்கொண்டிருந்தாய்," அவன் நினைவுபடுத்திச் சொல்கிறான். "நான் தூங்கிக்கொண்டிருந்தேன், அவரிடம் நீ சத்தம் போட்டுக் கொண்டிருந்தாய் இல்லையா?"

"அதை மறந்துவிடுங்கள். அதுவொன்றும் இப்போது அத்தனை முக்கியமான விஷயமில்லை." ஒரு வலி முனகலோடு அவளாகவே எழுகிறாள். மூட்டுகள் ஒத்துழைக்க மறுக்கின்றன. உண்மையிலே அது அப்படித்தான், தனது பாவங்களின் பட்டியலைப் பார்க்கையில் அவள் நினைத்துக்கொள்கிறாள்: அவ்ரமின் எடை முழுவதையும் தன் முதுகில் சுமந்தபடி நான்கு மாடிகள் படியிறங்கி வந்தது, பிறகு பீதிக்கனவு போன்ற அந்தப் பயணம், இருவரும் இலக்கின்றி வயல்களினூடாக நடந்தது. வழியில் சில தடவை அவள் கீழே விழுந்தாள். கடைசியாக அவர்கள் இந்த வயலோரம் களைத்து விழுந்தார்கள், உறக்கமற்ற அந்த இரவை தரையில் படுத்தபடியே கழித்தார்கள். எனக்கு வயதாகிவிட்டது என அவள் நினைத்துக்கொண்டாள்.

"அந்த மாத்திரைகள் என்னை வீழ்த்தி விடுகின்றன," அவ்ரம் குழறலாகச் சொல்கிறான். "ப்ரோடோமால். அது எனக்குப் பழக்கமில்லை. என்னால் எதுவும் செய்ய முடிவதில்லை."

நீங்கள் நிறைய செய்தீர்கள், ஒரு பெருமூச்சுடன் தனக்குள்ளே நினைத்துக்கொள்கிறாள். "அவரோடு கழிந்த அந்த நாள்தான் எப்படிப் பட்டது – என்னை எதுவும் கேட்காதீர்கள்."

"எதற்காக அவர் நம்மை இங்கே கொண்டுவந்து விட்டார்?" தனக்கு நடந்தது என்னவென்று இப்போதுதான் உணர்ந்தவன்போல மறுபடி நினைவைத் திரட்டி அவ்ரம் கேட்கிறான். "இப்போது என்ன செய்வது? நாம் என்ன செய்வது, ஓரா?" நிமிடத்துக்கு நிமிடம் அவனுள் அச்சங்கள் கூடி வருகின்றன, இனி வருவனவற்றுக்கு அவனது உடலில் இடமில்லை.

ஓரா தனது பின்புறத்தைத் தட்டிவிடுகிறாள், உடலைக் குலுக்கி ஒட்டியிருக்கும் மண், இலைகளை உதிர்க்கிறாள். காபி இருந்தால் நன்றாக இருக்கும் என நினைத்தவள் தனக்குள்ளிருந்து வேகமாகப் பாய்ந்து வரும் கேள்விகளை அடக்க வாய்க்குள்ளேயே முணுமுணுக்கிறாள் "காபி, காபி." இப்போது இவனை என்ன செய்வது? இவனை அழைத்து வந்தபோது நான் என்ன நினைத்திருந்தேன்? "நாம் கிளம்புகிறோம்," அவனைப் பார்க்கும் துணிவற்றவளாய் ஓரா அறிவிக்கிறாள்.

"கிளம்புகிறோம் என்றால் என்ன அர்த்தம்? எங்கே போகிறோம், ஓரா! கிளம்புவது என்றால் என்ன அர்த்தம்?"

"நான் ஒன்று சொல்கிறேன்," தன் வாயிலிருந்து வரும் சொற்களை அவளே நம்பவில்லை என்றபோதும் அவள் சொல்கிறாள், "நமது பைகளை எடுத்துக்கொண்டு வழிதேடிப் போவோம். வெறுமனே நடப்போம். நாம் எங்கிருக்கிறோம் என்பதைக் கண்டறிவோம்."

அவ்ரம் அவளை முறைத்துப் பார்க்கிறான். "நான் வீட்டுக்குப் போக வேண்டும்," வாழ்வு பற்றிய எளிய உண்மையை மனவளர்ச்சி குன்றிய ஒருவருக்கு விளக்குவதுபோல மெதுவாக அவளிடம் சொல்கிறான்.

ஓரா பையைத் தோள்களில் மாட்டிக்கொள்கிறாள், அதன் எடை அவளை இழுக்க அவனுக்காகக் காத்தபடி நிற்கிறாள். அவ்ரம் அசைய வில்லை. அவனது சட்டையின் விளிம்புகள் நடுங்குகின்றன. அங்கேயிருக்கும் நீலநிறப் பையைக் காட்டி, "அது உங்களுடையது," என்கிறாள் ஓரா.

"அது எப்படி என்னுடையதாகும்?" அந்தப் பை ஏதோ அவன் மீது பாயக் காத்திருக்கும் தந்திரமிக்க விலங்கு என்பது போல தள்ளாட்டத்துடன் விலகிப் போகிறான். "இது என்னுடையது அல்ல. அது யாருடையதென்று எனக்குத் தெரியவில்லை," அவன் முணுமுணுக்கிறான்.

"அது உங்களுடையதுதான். நாம் நடக்கலாம், நடந்தபடியே பேசலாம்."

"முடியாது," அவ்ரம் அடமாகச் சொல்கிறான், பேணப்படாத அவனது தாடி லேசாகக் காற்றில் அலைகிறது. "நீ விளக்கம் சொல்லும்வரை நான் இந்த இடத்தை விட்டு ..."

"வழியில் பேசிக்கொள்ளலாம்," அவள் இடைமறித்துச் சொல்லிவிட்டு நடக்க ஆரம்பிக்கிறாள், அவளது தோள்கள் குறுகி வளைந்திருக்கின்றன, யாரோ தேர்ச்சியற்ற பொம்மலாட்டக்காரன் கையில் அவளது நூல்கள் கிடைத்துவிட்டதுபோல அவளது உடலசைவுகள் அமைந்திருக்கின்றன. "எல்லாவற்றையும் வழியில் சொல்கிறேன். இனியும் நாம் இங்கிருக்கக் கூடாது."

"ஏன் ?"

"கண்டிப்பாக நான் இங்கிருக்கக் கூடாது," அவள் சாதாரணமாகச் சொல்கிறாள், அந்த வார்த்தைகளை உச்சரிக்கையில் தான் சொல்வது சரிதான் என்று உணர்கிறாள், அவள் பணிய வேண்டிய சட்டம் இதுதான்: ஒரு இடத்திலும் நீண்ட நேரம் தங்கியிருக்கக்கூடாது, மனிதருக்கோ, எண்ணங்களுக்கோ – உட்கார்ந்திருக்கும் ஒரு இலக்காக மாறிவிடக் கூடாது.

ஒரு பாதையை நோக்கி அவள் நடப்பதை அச்சமுற்றவனாகப் பார்க்கிறான். விரைவில் அவள் திரும்பி வந்துவிடுவாள் என நினைக்கிறான், விரைவில் அவள் திரும்பிவிடுவாள். இப்படி என்னை விட்டுவிட்டு அவள் செல்லமாட்டாள், என்னை விட்டுச் செல்லத் துணியமாட்டாள். ஓரா திரும்பிப் பார்க்காமல் நடக்கிறாள். கோபத்திலும் அவமானத்திலும் அவன் உதடுகள் துடிக்கின்றன. அவன் காலைத் தரையில் உதைத்து மோசமானதொரு கீச்சொலியை வெளிப்படுத்துகிறான். அந்த ஒலி அவளது பெயர் அல்லது வேசை நாயே அல்லது உன்னை யாரென்று நினைத்துக்கொண்டிருக்கிறாய் அல்லது கிறுக்குப் பிடித்தவளே அல்லது

அம்மா கொஞ்சம் நில் வருகிறேன் இவற்றில் எதுவாகவும் அல்லது இவையெல்லாம் கலந்ததாகவும் இருக்கலாம். அவ்ரம் எழுகிறான், பையைக் கையிலெடுக்கிறான், அதை இடது தோளில் மாட்டுகிறான், கால்களை இழுத்தபடி அவள் பின்னால் செல்கிறான்.

வயல்கள் தோப்புகள் வழியாக அந்தப் பாதை செல்கிறது. பாப்லார் மரங்கள் பாதையை வெண்ணிறமாக்குகின்றன, இருபுறமும் உயர்ந்த காட்டுக் கடுகுச் செடிகள் மணமிக்க மஞ்சள் கொத்துக்களாய் நிற்கின்றன. இங்கு மிகவும் அற்புதமாயிருக்கிறது என ஒரா நினைக்கிறாள். அவள் தொடர்ந்து நடக்கிறாள். தான் எங்கு இருக்கிறோம், எங்கு போய்க்கொண்டிருக்கிறோம் என்பது பற்றி அவளுக்கு எந்தத் தெளிவும் இல்லை. பின்னால் காலைத் தேய்த்தபடி ஒருவர் நடத்துவரும் ஒலியை அவளால் கேட்க முடிகிறது. அவள் திரும்பிப் பார்க்கிறாள்: பாதை தவறியவனாக அச்சமுற்றவனாக அவன் திறந்தவெளியினூடாக வருகிறான். அவள் இருட்டில் நடப்பது போல அவன் வெளிச்சத்தில் நடக்கிறான். நேற்றிரவு அவன் எப்படித் தோன்றினான் என்பதை நினைத்துப் பார்க்கிறாள். இருண்ட அடுக்குமாடிக் குடியிருப்பில் கூன்விழுந்த மெதுவாக நகரும் நிழலாக அவன் இருந்தான்.

நீண்ட நேரம் கதவை அவள் கையால் தட்டி, காலால் உதைத்த பிறகே அவன் கதவைத் திறந்தான். அவனுக்கு எந்த விளக்கையும் போடும் பழக்கமில்லை என்பதை அவள் அறிந்துகொண்டாள். அழைப்புமணி அதனிடத்திலிருந்து பிடுங்கப்பட்டிருந்தது. படிவழியில் பெயருக்குக்கூட விளக்கு இல்லை. சிதிலமாகிக்கொண்டிருந்த சுவர்கள், கொழகொழவென இருந்த கல் கைப்பிடிகள் இவற்றைத் தடவியபடியும் காற்றில் உணர்ந்த பலவிதமான கெட்ட வாடைகளை முகர்ந்தபடியும் அவள் நான்கு மாடிகளுக்கான படிகளையும் ஏறி வந்தாள். கடைசியாக அவன் கதவைத் திறந்தபோது வேகமாக அவள் தன் கண்ணாடியைக் கழற்றிக்கொண்டாள், அவனுக்கு அது புதிது. அவள் தன் எதிரே கட்டை குட்டையான ஒரு உருவத்தைப் பார்த்தாள். இருட்டில் அவன் மிகவும் பருத்துத் தெரிந்ததால், முதலில் அது அவன்தான் என அவளுக்குத் தெரியவில்லை, சந்தேகத்துடன் அவன் பெயரைச் சொன்னாள். அவன் பதில் சொல்லவில்லை, “நான் வந்துவிட்டேன்” என்றவள் தனது வயிற்றில் உருவாகிக்கொண்டிருந்த ஆழ்ந்த பள்ளத்தை நிரப்ப இன்னும் வார்த்தைகளைத் தேடினாள். அக்குடியிருப்பில் அவனுக்குப் பின்னாலிருந்த இருட்டும், தனது குகையிலிருந்து வெளியே வரும் கரடியைப்போல அவன் வெளியே வந்த விதமும் அவளுக்கு அச்சமூட்டியது. தைரியமாய் கையை நீட்டி அவள் உள்ளே நுழைந்தாள், ஒரு சுவரைத் தடவி மின்விளக்குப் பொத்தானைக் கண்டுபிடித்தாள். மங்கலான மஞ்சள் வெளிச்சம் அவர்களை நிறைத்தது, உடன் அவர்களது கண்கள் கருணையற்ற தகவல்களைப் பரிமாறிக்கொண்டன.

அவள் ஏறத்தாழ அப்படியே இருந்தாள். குட்டையாக வெட்டப்பட்ட அவளது சுருட்டை முடி கிட்டத்தட்ட முழுவதும் நரைத்திருந்தது, அவளது முகபாவம் இன்னமும் அதே வெளிப்படைத்தன்மையுடன், அப்பாவித்தனத்துடன் நேரே அவனை அடைந்தது, அதை அவன் தனது மந்தநிலையிலும் உணர முடிந்தது. அவளது அகண்ட பழுப்புக் கண்கள் இப்போதும் என்றும் மாறாத தீர்க்கமான ஒரு கேள்வியை வைத்திருந்தன. இருந்தும் அவளுள் ஏதோ ஒன்று வறண்டு, மங்கலாகிவிட்டிருந்தது. அவளது

உதடுகளைச் சுற்றி மணலில் பறவையின் கால்தடங்கள் போன்ற மெல்லிய கோடுகளைப் பார்த்தான். அவள் நின்ற விதத்தில் அவளிடம் எப்போதும் காணப்படும் ஏதோ ஒன்று இல்லாமலிருந்தது: இளங்குதிரையினது போன்ற நிமிர்ந்து நிற்கும் தைரியம். தாராளமாகச் சிரிக்கும் அந்த வாய், ஓராவின் பெருமைக்குரிய வாய், இப்போது தளர்ந்து சந்தேகக்குறியுடன் காணப்பட்டது.

இந்த மூன்று வருடத்தில் அவன் நிறைய முடியை இழந்திருந்தான், முகம் பருத்திருந்தது, அதில் வெளிப்படைத்தன்மை குறைந்திருந்தது. கன்னத்திலும் தாடையிலும் சவரம் செய்யப்படாத ஒருவார கால முடி. அவளை வறண்டுபோகச் செய்யும் அவனது நீலக் கண்கள் இருண்டு, சுருங்கி, அமுந்திப் போய்விட்டன போல் தோன்றின. இன்னமும் அவன் நகரவில்லை, பெங்குயினது போன்ற தடித்த கைகள் பக்கவாட்டில் இறுக்கமாகத் தொங்க தனது உடலால் கிட்டத்தட்ட வாசலை அடைத்துக் கொண்டு நின்றான். மங்கிய ஒரு டி–ஷர்ட்டை – அவன் உடல் அதிலிருந்து பிதுங்கிக்கொண்டிருந்தது – அணிந்திருந்த அவள் தனக்குத்தானே உறுமிக் கொண்டான், எரிச்சலுண்டாக்கும் வகையில் உதடுகளை உறிஞ்சினான். “என்னை உள்ளேவிடப் போகிறீர்களா இல்லையா?” என அவள் கேட்டாள். தனது வெற்றுப் பாதங்களை இழுத்தபடி தனக்குள்ளே செருமியபடியும் உறுமியபடியும் அவன் உள்ளே நடந்தான். அவள் கதைவை மூடிவிட்டு தடித்த ஒரு போர்வையின் மடிப்புகளுக்குள் நுழைவது போல அந்த அறையில், தனித்துவமான அங்கம் என்பது போல அங்கு நிறைந்திருந்த ஒரு வாசனையினூடாக, அவன் பின்னே நடந்து சென்றாள். அது பெட்டிகளின் உட்புறம், மூடிய மேசை இழுப்பறைகள், படுக்கைகளின் கீழேயும் தூசுப் படலங்களின் அடியிலும் அடைத்து வைக்கப்பட்டத் துணி, காலுறைகள் இவற்றின் வாசனை.

அவை அங்கேயிருந்தன: அதன் பாலியூரோதின் பூச்சு உரிந்து வந்து கொண்டிருந்த பெரிய புத்தக அலமாரி, இழைகள் கொட்டி கிழிந்து கொண்டிருந்த தரைவிரிப்பு, முப்பத்தைந்து வருடங்களுக்கு முன்பே அதன் மெத்தைகள் கிழிந்து நைந்துபோயிருந்த மோசமான சிவப்புச் சாய்வுநாற்காலிகள். அது அவனது அம்மாவின் அறைக்கலன்கள், அவனது ஒரே சொத்து, மாறி மாறி ஒவ்வொரு குடியிருப்பாகப் போகும்தெல்லாம் தன்னுடன் அவன் இழுத்துத் திரியும் சொத்து.

“எங்கே போயிருந்தாய்?” புகார் கூறும் குரலில் அவன் முணுமுணுத்தான். “ஒருமணி நேரத்தில் வந்துவிடுவதாகச் சொன்னாய்.”

உடன் அந்தச் சலுகையைக் கொண்டு அவனைத் தாக்கினாள், உரத்த பதற்றமான குரலில், தன் வார்த்தைகள் எத்தனைப் பொருத்தமற்றவை என்பதை உணர்ந்த ஒருத்தியின் தைரியத்துடனும் தடுமாற்றத்துடனும். ஆனால் எப்படியாவது தனது கற்பனைகளை அவள் கட்டுப்படுத்த வேண்டும், என்ன நடக்கிறதென்று பார்க்கவேண்டும். அவள் பேசியதை அவன் கேட்டது போலத் தெரியவில்லை, அவளை அவன் பார்க்கவுமில்லை. மார்பில் தொங்கிய அவனது தலை இடவலமாக வேகமாக அசைந்தது. “கொஞ்சம் பொறுங்கள், முடியாது என்று மட்டும் சொல்லிவிடாதீர்கள், ஒரு நிமிடம் அதைப்பற்றி நினைத்துப்பாருங்கள்,” என்றாள்.

அவளை நிமிர்ந்து பார்த்தான். அவனது அசைவுகள் மிகவும் மெதுவாக இருந்தன. கடந்த சில வருடங்கள் அவனுக்கு என்ன செய்திருந்தன என்பதைக் குமிழ்விளக்கின் வெளிச்சத்தில் மீண்டும் பார்த்தாள். அவன் சிரமத்துடன் பேசினான்: "இப்போது அதைச் செய்ய முடியாததற்கு வருந்துகிறேன். இன்னொருமுறை பார்க்கலாம்."

அதுமட்டும் சோகமான தருணமாக இல்லாதிருந்தால் அவள் வெடித்துச் சிரித்திருப்பாள். குப்பையில் புரண்டு திளைத்தபடி தேநீர் அருந்துகையில் கையின் சுண்டுவிரலை மட்டும் குவளையில் படாமல் வெளி நீட்டியிருக்கும் பிச்சைக்காரனைப் போல *வருந்துகிறேன்* என்றான்.

"அவ்ரம் நான் ..."

"ஓரா, வேண்டாம்."

இந்த ஓரசைச் சொற்களாலான பேச்சுக்கூட அவனது சக்திக்கு மீறியது. அல்லது அவளது பெயர் அவனது வாயில் ஏற்படுத்தும் சுவை அவனைப் பேசவைக்கிறது. அவன் கண்கள் சட்டென்று சிவக்கின்றன, தனது உடலுக்குள் இன்னும் ஆழமாக அவன் புதைந்து போவது போலிருந்தது.

"நான் சொல்வதைக் கேளுங்கள்." ஸமியுடனான மோதலின்போது அவளுள் உண்டாகியிருந்த புதிதான அந்தச் சீற்றத்துடன் கடுமையாக அவனைத் தாக்கினாள். "எதைச் செய்யவும் உங்களை நான் கட்டாயப்படுத்த முடியாது, நான் சொல்வதைக் கேட்டுவிட்டு பிறகு முடிவெடுங்கள். நான் வீட்டிலிருந்து ஓடி வந்துவிட்டேன். புரிகிறதா? அங்கே உட்கார்ந்தபடி அவர்களுக்காக என்னால் காத்துக்கொண்டிருக்க முடியாது."

"யாருக்காக?"

"அவர்களுக்காக." அவன் கண்களுக்குள் ஆழ உற்றுப் பார்த்தாள், அவன் புரிந்துகொண்டதை உணர்ந்தாள்.

"ஆனால், இங்கே நீ உறங்க வழியில்லையே, என்னிடம் இன்னொரு படுக்கை இல்லை." கோபமாக அவன் குழறினான்.

"இங்கே நான் உறங்க விரும்பவில்லை. நான் தொடர்ந்து பயணத்தில் இருக்க விரும்புகிறேன். உங்களை அழைத்துப்போக வந்தேன்."

தன்னால் புரிந்துகொள்ள முடியாத பழக்க வழக்கங்களைக் கொண்ட ஒரு நாட்டுக்கு வந்திருக்கும் ஒரு சுற்றுலாப் பயணியைப் போல பணிவுடன், ஆமோதிப்பாக நீண்ட நேரம் அவன் தலையை அசைத்துக் கொண்டிருந்தான், மெதுவாகப் புன்னகைக்கக்கூடச் செய்தான். அவன் வார்த்தைகளைக் கொண்டு பேசவில்லை என்பதை அவள் கண்டாள். "இலன் எங்கிருக்கிறான்?" எனக் கேட்டான்.

"சில நாட்களுக்கு நான் வடக்கே போகிறேன், என்னுடன் வாருங்கள்."

"எனக்கு அவள் யாரென்று தெரியவில்லை, என்ன ஆயிற்று அவளுக்கு? ஏன் அவள் ..." தன் மனதிலிருப்பதை அவன் வாய்விட்டுப் பேசியது அவளுக்கு ஆச்சரியமாக இருந்தது. பல வருடங்களுக்கு முன்பு, ஒரு காலத்தில், இது அவனது உத்திகளுள் ஒன்றாக இருந்தது. "ஓரா என்னை

விரும்பவில்லை, நம்பிக்கையிழந்தவனாய் ஏன் இன்னும் உயிரோடு இருக்கிறோம் என அவ்ரம் நினைக்கிறான்" என்று அவளிடம் சொல்லி விட்டு இளித்தபடி தான் அப்படிச் சொல்லவில்லையே என்பான். தன் அந்தரங்க எண்ணங்களுக்குள் நுழைவதாக அவளைக் குற்றம் சாட்டவும் செய்வான். ஆனால் இது வேறுபட்டது, கட்டுப்படுத்த முடியாத வகையில் அவனிடமிருந்து விக்கலாக வெளிப்படும் தொல்லைப்படுத்தும் தனிப்பட்ட அந்தரங்க உரையாடல். சாய்வு நாற்காலியைத் தேடிப்பிடித்து அதில் சரிந்தான், தலையைப் பின்னால் சாய்த்து தடித்த சிவப்பான ரோமம் அடர்ந்த தன் தொண்டையை வெளிக்காட்டியபடி "இலன் எங்கிருக்கிறான்?" சற்றே கெஞ்சுவதுபோல மறுபடி அவன் கேட்டான்.

"கீழே வாடகைக்கார் காத்திருக்கிறது. என்னுடன் வாருங்கள்."

"எங்கே போகிறோம்?"

"தெரியாது, நாம் வடக்கே போவோம். நாம் இங்கிருக்கக்கூடாது அதுதான் முக்கியம்."

மனதில் ஒலிக்கும் ராகம் ஒன்றை இசை சேர்த்து நடத்துவது போல அவனது விரல்களில் ஒன்று பலவீனமாக அசைந்தது. "அங்கே போய் என்ன செய்யப் போகிறாய்?"

"தெரியாது, என்னைக் கேட்காதீர்கள். என்னிடம் ஒரு கூடாரம், பயணப்பை, சில நாட்களுக்கான உணவு ஆகியவை இருக்கின்றன. உங்களுக்கும் இருக்கிறது. எல்லாமே பொதிந்து தயாராய். தூங்குவதற்குக் காற்றுப்பைகூட இருக்கிறது. என்கூட வாருங்கள்."

"எனக்காகவா?" நிலவு போன்ற ஆனால் சிவந்த அவன் முகம் மறுபடி அங்கு வெளிப்பட்டது. "அவளுக்குப் பைத்தியம், சுத்தமாகப் புத்திக்கெட்டுப் போய்விட்டாள்." அவன் தனக்குள்ளே முனகினான்.

அவனது ஆழ்மன எண்ணங்கள் இவ்வாறு வெளிப்படுவதைக் கண்டு ஓரா திகைத்தாள். தன் மனதை அவள் திடப்படுத்திக்கொண்டாள். "இவையெல்லாம் முடியும்வரை நான் வீடு திரும்பப் போவதில்லை. என்னுடன் வாருங்கள்."

அவன் பெருமூச்சுவிட்டான். "என்னை என்ன நினைக்கிறாள், நான் அப்படியே பையை எடுத்துக்கொண்டு..." ஒரு சான்றையும் தனது குற்றத்தைக் குறைப்பதற்கான சூழலையும் அவள்முன் வைப்பது போல அவன் அறையின் குறுக்காகவும் பிறகு தன்னை நோக்கியும் பலவீனமாகக் கையைக் காட்டுகிறான்.

"எனக்கு உதவுங்கள்," மென்மையாகக் கேட்கிறாள் ஓரா.

அவன் அமைதியாக உட்கார்ந்திருந்தான். அவனைத் தேடி அவர்கள் வரமாட்டார்கள் என்பதுபோல அவன் எதுவும் பேசாமலிருக்கிறான். அவனைத் தேடிவர எந்தக் காரணமும் இல்லை. அவனுக்கும் அவர்களுக்கும் எந்த சம்பந்தமுமில்லை. அது உன் பிரச்சனை என அவன் சொல்லவில்லை. அவனது இந்த அமைதி, அதில் அவள் கண்ட நாசூக்கு இவை சற்றே

நம்பிக்கை தருவதாக இருந்தன. "அவர்கள் வராமலே போனாலும் போகலாம்." அவன் அரைமனதோடு சொன்னான்.

"அவ்ரம்," கிட்டத்தட்ட எச்சரிப்பதுபோல அவள் சொன்னாள்.

அவன் ஆழமாக மூச்சை இழுத்துக்கொண்டான். "அவனுக்கு எதுவுமே நடக்காமலும் இருக்கலாம்."

அவள் அவன் முகத்தை நோக்கிக் குனிந்தாள், அவன் கண்களுள் உற்றுப் பார்த்தாள். மிகுந்த அவநம்பிக்கையின் சிறு துண்டு இருட்டு, கசப்பான அவர்களது அறிவின் ஒப்பந்தம், சாத்தியமான அனைத்து வார்த்தைகளிலும் மிக மோசமான வார்த்தைகள் அவர்களது கண்களிடையே பாய்ந்தன. "எனக்கு இரண்டு நாட்கள் கொடுங்கள். எதற்குத் தெரியுமா? வேண்டாம் ஒருநாள் கொடுங்கள், அது போதும். இருபத்து நான்கு மணி நேரம், நாளை இரவு உங்களை இங்கே கொண்டு வந்து விட்டுவிடு கிறேன், இது உறுதி." தான் சொல்வதில் அவளுக்கு நம்பிக்கை இருந்தது. முதல் நாள் பகலையும் இரவையும் கடத்திவிட்டால் போதும், பிறகு? யாருக்குத் தெரியும் எல்லாம் நல்லபடியாக முடிந்து அவளும் அவ்ரமும் அவரவர் வாழ்வுக்குத் திரும்பிவிடலாம். ஒரு பகல், ஒரு இரவுக்குப் பின் அவளே இந்தக் கற்பனைகளிலிருந்து மீண்டு வந்துவிடலாம், மனதை திடப்படுத்திக்கொண்டு வீட்டுக்குப் போய், மற்றவர்களைப் போல உட்கார்ந்து அவர்களுக்காகக் காத்துக்கொண்டிருக்கலாம். "என்ன சொல்கிறீர்கள்?" அவன் பதில் சொல்லாதது கண்டு அவள் சீறினாள், "எனக்கு உதவுங்கள், முதல் சில மணி நேரத்தைக் கடக்கவாவது."

அவன் தலை அசைந்தது. புருவங்களை நெறித்தான், முகம் தீவிரமடைந்தது, கவனமெல்லாம் ஓரிடத்தில் குவிந்தது. அவள் அவனுக்கு என்ன செய்தாள் அவனுக்கு அவள் என்னவாக இருந்தாள் என்பதை நினைத்துப் பார்த்தான். "எவ்வளவு இழிவானவன் நான், அவளுக்காக ஒரு நாளைக்கூட ஒதுக்க முடியவில்லை." அவன் பேசுவதை அவள் கேட்டாள். "எனக்குக் கொஞ்சம் அவகாசம் தேவை. இன்னும் சில நிமிடங்கள், பிறகு நான்..." ஓரா அவன் முன் மண்டியிட்டு அவன் அமர்ந்திருந்த நாற்காலியின் இருபுறமுமிருந்த கைப்பிடிகளில் தன் கைகளை வைத்தாள். அது தாங்கமுடியாதவொன்றாக மாறிக்கொண்டிருந்தது. அவன் தன் தலையைத் திருப்பிக்கொண்டான். "அவள் அதீத உணர்ச்சியுடன் எதிர்வினையாற்றுபவள், அவள் பேச்சும் சற்று சரியில்லை" அவன் நினைவு கட்டைக் குரலில் வெளிப்பட்டது. ஓரா தலையசைத்தாள் அவள் கண்களில் நீர் கோர்த்தது. "அவள் இங்கிருந்து போனால் நன்றாக இருக்குமெனத் தோன்றுகிறது," அவ்ரம் சத்தமாக நினைத்தபடியே தனது இருக்கையில் நெளிந்தான். "போ, வெளியே போ, இங்கே என்ன செய்து கொண்டிருக்கிறாய்?"

அவள் மூளையின் விளிம்பில் எதுவோ குத்தியது. இன்னும் சில நிமிடங்களில் என்று சொன்னாயோ அது எதற்கு எனத் தெரியவேண்டும் என அவனை வினவினாள்.

வாய் கோண அவன் புன்னகைத்தான், செந்நிறப் பிறைகளைக் காட்டியபடி அவனது கனத்த இமைகள் ஏறத்தாழ மூடியே இருந்தன:

நிலத்தின் விளிம்புக்கு

“நான் மாத்திரை எடுத்துக்கொண்டேன். இன்னும் ஒரு நிமிடத்தில் உறங்கிவிடுவேன். நான் எழும்போது காலை...”

“ஆனால், நான் வருவது உங்களுக்குத் தெரியுமில்லையா?”

“நீ முன்கூட்டியே வந்திருந்தால்...” அவன் குரல் தடித்தது. “ஏன் நீ சீக்கிரம் வரவில்லை?”

அந்தச் சிறிய கழிப்பறைக்கு வேகமாக ஓடினாள். கண்ணாடிக்கு மேலாக இருந்த குமிழ்விளக்கு எரியவில்லை. புழங்கும் அறையிலிருந்து வெளிச்ச இழைகளை உள்ளே இழுப்பது போல கழுவுந்தொட்டியின் மேலாக விரல்களை ஓட்டினாள். குழாய்களிலும், அலமாரிகளை இளஞ் சிவப்புப் பீங்கான் சுவர் ஓடுகளோடு பிணைத்திருந்த திருகாணிகளிலும் துருவேறியிருந்தது. அவள் ஆச்சரியப்படும்படியாக அலமாரிகளில் எந்த மாத்திரைகளும் இல்லை. குழம்பியவளாய் அவன் எப்போதும் வைத்திருக்கும் மாத்திரை மூட்டையை நினைத்துப் பார்த்தாள். ஓஃபர் ராணுவத்தில் சேரும் முன்பாக அபூர்வமாக அவர்கள் சந்தித்த வேளைகளில் அவனே முன்வந்து அந்த மருந்துகளைப்பற்றி அவளிடம் விவரமாகச் சொல்வான்: “நம்பன், ஸோடோர்ம், பான்டோமின், ஹிப்னோடோர்ம்,” குழறலாக அவன் சொல்வான், “குழந்தைகள் விளையாடும் ஸைலஃபோனின் இசைக் குறிப்புகள் போன்று ஒலிக்கும் பெயர்களை வைத்திருக்கிறார்கள்.” ஒவ்வாமைக்குப் பயன்படுத்தும் ஆன்ட்டிஹிஸ்டமைன்களைத்தாம் பொட்டலங்களாக அவளால் கண்டுபிடிக்க முடிந்தது, தூசுகளால் அவனுக்கு உண்டாகும் சளிக்காய்ச்சலுக்காக இருக்கும். சில அஸிவல்களும் ஸ்டில்நாக்ஸ்களும் சிதறிக்கிடந்தன, ஆனால் அவை அடிப்படையில் தூக்க மாத்திரைகள். அது நல்லதுதான் என அவள் நினைத்தாள், அவன் இவற்றையும் எடுத்துக்கொண்டு விட்டிருப்பான், கடைசியாக ஒரு நல்ல விஷயம். துணிகளை அடுக்கும் அலமாரியிலிருந்த பிளாஸ்டிக் உறை ஒன்றை எடுத்து அம்மாத்திரைகளை அதில் போட்டுக்கொண்டு வெளியே வந்தாள். ஆனால் திரும்பவும் உள்ளே சென்றாள்: ஒரு பக்கமாகத் தனியே இருந்த அலமாரியில் குதிரை – உசுப்பி போன்ற பெரிய வெள்ளிக் காதுவளையம், வனிலா மணம் கொண்ட நாற்றமகற்றி ஒரு புட்டி, சிறு இளஞ்சிவப்பு முடிகள் ஒட்டியிருந்த தலைவாரும் உருளைச் சீப்பு ஆகியன இருந்தன.

சமையலறையில் இருந்த அட்டைப்பெட்டிகள் முழுக்க காலி பியர் போத்தல்கள் இருப்பதைப் பார்த்தவள் காலிப் போத்தல்களைத் திருப்பித் தந்து அதிலிருந்து கொஞ்சம் வருமானம் பார்த்தான் என்பதை அறிந்தாள். அவனது கைகளும் கால்களும் பரப்பிக் கிடக்க வாய் திறந்து கிடந்தது. இடுப்பில் கைகளை வைத்துக்கொண்டு நின்றாள். இப்போது என்ன செய்ய? அப்போதுதான் அவளைச் சுற்றிலும் சுவர்களில் கரித்துண்டால் வரையப்பட்ட பெரிய ஓவியங்களைப் பார்த்தாள்: கடவுள் போன்ற உருவங்கள் அல்லது இறைவாக்கினர்கள், பெண்ணொருத்தி கொக்கு ஒன்றுக்கு முலையூட்டிக் கொண்டிருக்கிறாள், கொக்கின் மனிதக் கண்களில் நீண்ட கண் மயிரிழைகள், மிதக்கும் ஆடுகளைப் போலத் தோன்றிய குழந்தைகள், அவர்களது அழகிய முடி அவர்களைச் சுற்றி ஒளிவட்டம் போல விரிந்திருந்தது. இறைவாக்கினர்களுள் ஒருவருக்கு அவ்ரமின் முகம். முலையூட்டும் தாய் இளமையானவளாக இருந்தாள், அவளது அங்கங்கள்

மிகவும் ரசனையுடன் அழகுற வரையப்பட்டிருந்தன, மோவ்ஹாக் பாணியில் அவளது தலையின் இருபுறமும் மழிக்கப்பட்டு நடுவில் மட்டும் ரோமம் இருந்தது. மரக் கதவொன்றும் தச்சுவேலையின்போது மரத்தைப் பிடித்திருக்க உதவும் சட்டங்களும் சேர்ந்து சுவரோரம் மேசையாகியிருந்தன. அதன்மீது எல்லா அளவுகளிலும் குப்பைகள் நிரம்பியிருந்தன. தொழிற்கருவிகள், பசைக் குழாய்கள், ஆணிகள், திருகாணிகள், துருப்பிடித்த டப்பாக்கள், பண்டைய தண்ணீர்த் திறப்படைப்புக் குழாய்கள், பல வகையிலும் பழுதாகிக் கிடந்த கடிகாரங்கள், பழைய சாவிகள், அடுக்கடுக்கான கிழிந்த புத்தகங்கள். ஓரங்களில் கிழிந்தும் மடங்கியும் இருந்த புகைப்படத் தொகுப்பு ஒன்றை அவள் திறந்தாள், அதிலிருந்தும் குப்பை வாடை கிளம்பி வந்தது. அதில் படங்கள் எதுவும் இல்லை, புகைப்படங்களை இருத்த உதவும் மூலை மடிப்புகள் மட்டும் தாளோடு ஒட்டியிருந்தன. அவளுக்குப் பழக்கமில்லாத கையெழுத்தில் அடிக்குறிப்புகள் மட்டும் காணப்பட்டன. *அப்பாவும் நானும், ஒடஸா, '36. கூதிர், பாட்டியும் அம்மாவும் அபிகெய்லும் (கருவில்), 1949. இந்த வருடம் ராணி எஸ்தர் யார் எனக் கண்டுபிடியுங்கள் பார்ப்போம்.'*

வலி முனகலுடன் கண்களைத் திறந்த அவ்ரம் அவள் அங்கு நிற்பதைப் பார்த்தான். "இங்குதான் இருக்கிறாயா?" எனக் குழறியவன் அவளது விரல்நகங்கள் தனது முன்கைகளைச் சுரண்டுவதை உணர்ந்தான். இவைகளெல்லாம் எப்படி ஒன்றோடு ஒன்று தொடர்பு கொண்டுள்ளன என அவனால் புரிந்துகொள்ள முடியவில்லை. "நாளை, நாளைக்கு வா, நன்றாக இருக்கும்."

திரும்பவும் தன் முகத்தை அவனது முகத்துக்கு அருகில் கொண்டு வந்தாள். அவனுக்கு வியர்க்க ஆரம்பித்தது. அவன் காதில் அவள் சத்தமாகக் கத்தினாள், "இப்போது என்னை விட்டு விலகிப் போகாதிருங்கள்!" அந்தக்குரல் வெற்று அசைகளையும் ஒலிகளையும் அவனுள் கட்டவிழச் செய்தது. அவன் நாக்கு வாயைச் சுற்றி அசைவதைக் கண்ட அவள் மீண்டும் அவனை நோக்கிக் குனிந்தாள். "உறங்கியபடியே வாருங்கள், நினைவிழந்த நிலையிலே வாருங்கள், ஆனால் வாருங்கள், இத்துடன் என்னைத் தனியே விட்டுச் செல்லாதீர்கள்." வாயைத் திறந்தபடியே களகளவென்று ஓசையெழுப்பினான். இலன் எங்கே, அவன் நினைத்தான், ஏன் அவளோடு அவன் வரவில்லை...

சற்று கழித்து, ஒரு நிமிடம் கழித்தா அல்லது ஒரு மணிநேரம் கழித்தா என்பது அவனுக்குத் தெரியவில்லை, சிரமத்துடன் மீண்டும் தன் கண்களைத் திறந்தான், அவள் போய்விட்டிருந்தாள். ஒரு நிமிடம் அவள் போய்விட்டாளென நினைத்தான், போகட்டும், தன்னைப் படுக்கையில் படுக்க வைக்க உதவச் சொல்லி அவளைக் கேட்டிருக்கலாம். நாளை அவன் முதுகு வலிக்கும். ஆனால் அப்போது தனது படுக்கையறைக்குள் அவள் நடப்பதை பீதியுடன் அறிந்தான். அவன் எழுந்திருக்க முயன்றான், அவளை அங்கிருந்து வெளியேற்ற வேண்டும், ஆனால் அவனது கைகளும் கால்களும் தண்ணீர் நிரப்பிய தோல்பைகளைப் போலிருந்தன. சுவரில் அவள் விளக்குப் பொத்தானைத் தேடுவதை உணர்ந்தான், ஆனால் அங்கு விளக்கு எதுவும் இல்லை. "பழுதான விளக்கை மாற்ற மறந்துவிட்டேன்," அவன்

குழறினான். "நாளை மாற்றிவிடுகிறேன்." மறுபடியும் காலடிச் சத்தங்கள் கேட்டன. அவள் வெளியே வருகிறாள், அவனுக்கு நிம்மதியாக இருந்தது. காலடிச் சத்தங்கள் நின்றன, நீண்ட அமைதி, அவன் சாய்வு நாற்காலியில் உறைந்துபோனான். அவள் எதைப் பார்த்துக்கொண்டிருக்கிறாள் என்பதை அவன் உணர்ந்தான். "அங்கிருந்து வெளியே வா," என மெதுவாக முனகினான். வறண்ட தனது தொண்டையை அவள் இரண்டு முறை செருமினாள். நடையில் இருந்த விளக்கைப் போடச் சென்றாள், இன்னும் நன்றாக அந்த அறையைப் பார்க்கவேண்டுமென்பதுபோல திரும்பப் படுக்கையறைக்குள் புகுந்தாள். அவனால் மட்டும் முடிந்திருக்குமானால், அவன் எழுந்து குடியிருப்பை விட்டு வெளியே சென்றுவிட்டிருப்பான்.

"அவ்ரம், அவ்ரம், அவ்ரம்," மறுபடி அவள் குரலையும், அவளது வெப்ப மூச்சையும் தனது முகத்தில் உணர்ந்தான். "நீங்கள் இங்கே தனியே இருக்க முடியாது," முணுமுணுப்பாக அவள் சொன்னாள். அவள் குரலில் புதிதாக ஏதோவொன்று இருந்தது, அவனால்கூட அதை உணர முடிந்தது. முன்பு ஏற்பட்ட பீதியல்ல, ஆனால் அவனை இன்னும் கவலைகொள்ள வைத்த ஒரு அறிவு. "நாமிருவரும் ஒன்றாக ஓடிப்போகப் போகிறோம், உங்களுக்குத் தேர்ந்துகொள்ள வேறொன்று இல்லை. நான் ஒரு முட்டாள், ஆனாலும் உங்களுக்கு வேறு தேர்வு இல்லை." அவள் சொல்வது சரியென்று அவன் உணர்ந்தான். ஆனால் வெப்ப இழைகள் அவனது கணுக்கால்களைச் சுற்றிப் பின்ன ஆரம்பித்திருந்தன, அவை மேலே ஏறுவதையும் தாய்க்குரிய அர்ப்பணிப்புணர்வுடன் தனது முட்டிகளையும் தொடைகளையும் பற்றிப் படர்வதையும் உணர்ந்தான். கூட்டுப்புழுவின் மென்மையான கூட்டைப் போலாகி அவனை அவை மூடின, அதனுள் இன்றிரவு அவனொரு புழுவாய் வாழ வேண்டும். சில வருடங்களாக அவன் புரோடாமால் எடுத்துக்கொள்வதில்லை. நேத்தா அதை எடுக்க வேண்டாமென்று தடுத்துவிட்டாள். அதன் விளைவுகள் அபாரமாக இருந்தன. அவன் கால்கள் கிட்டத்தட்ட இளகிக் கரைந்துவிட்டன. இன்னுமொரு சலிப்பூட்டும் விழித்திருக்கும் படலம் விரைவில் முடிந்துவிடும், ஐந்து அல்லது ஆறுமணி நேரம் அவன் தன்னை மறந்து கிடப்பான்.

"இப்போது காலுறைகளும் சப்பாத்துகளும் அணிந்திருக்கிறீர்கள்," அவனிடமிருந்து நிமிர்ந்தவளாய் ஓரா சொன்னாள். "கையைக் கொடுங்கள், எழுந்து நிற்க முயற்சி செய்யுங்கள்."

கண்கள் மூடி முகத்தில் வலிக்குறிகள் தோன்ற அவன் மெலிதாக ஆனால் வேகமாக மூச்சு விட்டான். அவனால் கவனம் குவிக்க முடிந்தால், அவள் மட்டும் கொஞ்சம் அமைதியாக இருந்தால். ஏறத்தாழ அது முடிந்து விட்டது, இன்னும் சில நொடிகள்தான், அவளுக்கும் அது தெரிந்திருக்க வேண்டும், அவள் முயற்சிப்பதை விடமாட்டாள். இவ்வளவு தூரம் அவனைத்தேடி வந்திருக்கிறாள்—அவளை எப்படி இங்கு அனுமதிப்பது? திரும்பத் திரும்ப அவன் பெயரை உச்சரித்தபடி, அவனை உலுக்கியபடி, அவன் தோள்களைக் குலுக்கியபடியிருந்தாள். அவளுக்கு அத்தனை வலு இருந்தது, எப்போதுமே அவள் வலுவானவள், ஒல்லியாக ஆனால் வலுவாக இருந்தாள், அவனோடான கை வலுவை நிரூபிக்கும் போட்டியில்

எப்போதும் அவள்தான் வெல்வாள். எப்படி அவளை அனுமதிப்பது? அவன் யோசிக்கக்கூடாது, எதையும் நினைத்துப் பார்க்கக்கூடாது, காரணம் அவளது கத்தல்களுக்குப் பிறகு குழப்பமானக் கிறுகிறுப்பு அவனுக்காகக் காத்திருக்கிறது. அவனது உடலின் வடிவில் ஒரு பள்ளம் இருக்கிறது, உள்ளங்கையைப் போல மிருதுவாக, ஒரு மேகம் அனைத்தையும் மூடிவிடும்.

சாய்வு நாற்காலியில் உறங்குபவனைப் பார்த்தவளாக ஓரா நின்றாள். மூன்று வருடங்களாக நான் இவனைப் பார்க்கவில்லை, அவனைக் கட்டியணைக்கக்கூட இல்லை. முகவாய் நெஞ்சில் பதிய, தாடியின் ரோமங்கள் முகத்தைச் சுற்றி நீட்டிக்கொண்டிருக்க, குடித்துவிட்டுக் கிடக்கும் குட்டிப்பிசாசைப் போல அவன் தோன்றினான். அவன் நல்ல கொடூரனா இல்லை கெட்டக் கொடூரனா என்பதைச் சொல்வது கடினமாக இருந்தது. “விசித்திரமான ஒன்றை இங்கே பாரேன்,” என்று ஒருமுறை அவள்முன் நிர்வாணமாக நின்றிருக்கிறான், அப்போது அவர்களுக்கு இருபத்தோரு வயது. “எனக்கு ஒரு கண் நன்றாகவும் மற்றது கெட்டுப் போயும் இருப்பதை இப்போதுதான் பார்த்தேன்,” என்றான்.

உறங்கிச் சரிந்த அவனது சதைக்குவியலிடம் இப்போது அவள் சொன்னாள், “நிறுத்துங்கள். நீங்கள் வரவேண்டும். இது எனக்காக மட்டுமல்ல அவ்ரம், உங்களுக்காகவும்தான், புரிகிறதா இல்லையா?”

அவன் மெதுவாகக் குறட்டைவிட்டான், அவன் முகத்தில் மெல்ல அமைதி கூடி வந்தது. அவனது படுக்கையறையில், சுவரெங்கிலும் படுக்கைக்கு மேலும் விசித்திரமான பென்சில் கிறுக்கல்களைப் பார்த்திருந் தாள். முதலில் அது குழந்தைத்தனமான ரயில்பாதைப் படம் என்றோ அல்லது சுவர் முழுக்க முன்னும் பின்னுமாக நெளிந்து வளைந்து சென்று மேலேறி பின் வரிசையாகக் கூரையிலிருந்து இறங்கி குறுக்கும் மறுக்குமாக வளர்ந்து படுக்கையை நோக்கி வந்த முடிவற்று நீளும் வேலி ஒன்றின் படம் என்றோ நினைத்தாள். வேலியின் தூண்கள் அவற்றின் நடுவில் வளைந்த கட்டைகளால் இணைக்கப்பட்டிருந்தன. ஒரு பக்கமாகத் தலையை உயர்த்தி அவற்றை ஆராய்ந்தாள்: அந்தக் கோடுகள் ஒரு சீப்பின் அல்லது ஒரு பைத்தியத்தின் அல்லது ஒரு பண்டைக்கால மிருகத்தின் பற்களைப் போலத் தோன்றின. அங்குமிங்குமாக சிதறிக்கிடந்த எண்களைப் பார்த்தவள் அவை தேதிகள் என்பதைக் கண்டுகொண்டாள். கடைசியாகத் தலையணைக்கு நேராக இருந்தது அன்றைய தேதி, அதன் பக்கத்தில் ஓர் ஆச்சரியக்குறி. அங்கே நின்று முன்னும் பின்னுமாக உற்றுப் பார்த்தவள் செங்குத்துக்கோடுகள் யாவும் ஒரு கிடைமட்டக்கோட்டினால் குறுக்கிடப் பட்டிருப்பதை அறிந்தாள்.

குளிர்ந்த நீர் வேகமாக முகத்திலடித்ததும் திகிலுற்ற தன் இரண்டு கண்களை அவன் திறந்தான். “எழுந்திருங்கள்” என்றாள். அவனது நெற்றிப்பொட்டுகள் தெறித்துவிடுவது போலத் துடித்தன. உதடுகளின் ஈரத்தை நக்கியவன் அவளது பார்வையிலிருந்து முகத்தை மறைத்துக்கொள்ள வேண்டி சிரமப்பட்டுக் கையை உயர்த்தினான். இம்மாதிரி அவள் பார்ப்பது அவனுக்கு அச்சமூட்டியது. அவளது நிலைகுத்திய பார்வை அவனை ஒரு ஜடப்பொருளாக்கிட அதன் உருவம் அளவு புவிஈர்ப்பு மையம் இவற்றை அவள் ஆராய்ந்தாள், அந்தச் சாய்வு நாற்காலியிலிருந்து அவனை அகற்றி

அவன் கற்பனை செய்யவும் பயந்த இடத்துக்குக் கொண்டு செல்லத் திட்டமிட்டாள். தனது சப்பாத்துகளின் முனையை அவனுடையவற்றின் முனையோடு வைத்தவள், அவனது தடித்த கைகளைத் தன் தோள்கள்மீது போட்டுக்கொண்டாள், முழங்கால்களை மடக்கி அவனைத் தன்னை நோக்கி இழுத்தாள். தனது முழு எடையுடன் அவன் தன்மீது விழுந்தபோது வலியும் ஆச்சரியமுமான ஒரு முனகலை வெளிப்படுத்தினாள். “என் இடுப்புப் போயிற்று,” எனத் தனக்குள்ளே சொல்லிக்கொண்டாள். எந்தக் கணமும் தான் விழுந்துவிடக்கூடும் என அஞ்சியவளாய் ஒரு காலை இழுத்தவாக்கில் பின்னே வைத்தாள், “நாம் போகலாம்,” என கீச்சிட்டாள். அவன் அவள் கழுத்தின்மீது குறட்டைவிட்டான். அவனது ஒரு கை வளைந்த அவளது முதுகின் மேல் தொங்கியது. “தூங்கிவிடாதீர்கள்,” நசுங்கிக் கரகரத்தக் குரலில் அவள் சொன்னாள். அவனோடு ஒரு குடிகாரனது நடனத்தைப் போல ஆடியபடி அறையின் குறுக்காக வழியைத் தடவிக்கொண்டு நடந்தாள்; ஒரு பெரிய தக்கையைப்போல அவனை வாசல் வழியாக இழுத்துச் சென்றவள் கதவை அறைந்து சாத்தினாள். இருண்ட படிவழியில் குதிகாலால் தடவி படியின் முனையைத் தெரிந்துகொண்டாள். தன்னை விட்டுவிடும்படியும் அவளுக்குப் புத்தி ஒன்றும் பிசகிவிடவில்லையே எனவும் அவன் மறுபடி குழறலாகக் கேட்டான். பிறகு மீண்டும் குறட்டைவிட ஆரம்பித்தான், அவனது எச்சிலின் ஒரு கோடு அவள் கையில் மெதுவாக இறங்கியது. அலமாரி ஒன்றின் மேல் அவள் கண்டெடுத்த, அவனது தூக்க மாத்திரைகளும் பல்துலக்கியும் அடங்கிய பிளாஸ்டிக் பையினை வாயில் கவ்வியிருந்தாள், அவனுக்காக உடைகள் எதையும் எடுக்கவில்லையே என வருத்தமுடன் நினைத்துக்கொண்டாள். பற்களை இறுகக் கடித்தபடி, கவ்விய பிளாஸ்டிக் பையினூடாக அவனிடம் பேசினாள், சீறினாள், அவனை எழுப்ப, அவனை விழுங்கிக்கொண்டிருக்கும் இருண்ட வாயிலிருந்து அவனை வெளியே இழுக்கப் போராடினாள். ஒரு நாயைப்போல மூச்சுவாங்கினாள், அவள் கால்கள் நடுங்கின, ஒரு சிக்கலான சிகிச்சையின்போது செய்பவற்றைத் தனக்குத்தானே சொல்லியபடி செய்வதுபோல அதைச் சரியாகச் செய்ய அவள் முயற்சித்தாள்: தொடைச் தசைகள் நீளுகின்றன, தொடைப் பின் தசை அவற்றோடு சேர்கிறது, கெண்டைக்கால் தசையும் குதிகால் தசையும் நீளுகின்றன. நீ அதைச் செய்துகொண்டிருக்கிறாய், நிலைமை உன் கட்டுப்பாட்டில்தான் இருக்கிறது. ஆனால் எதுவும் சரியாக நடக்கவில்லை, அவன் மிகவும் கனமாக இருக்கிறான், அவன் எடையால் அவள் நசுக்கப்படுகிறாள், அவள் உடலால் அதைத் தாங்க முடிய வில்லை. கடைசியாகத் தன் முயற்சியைக் கைவிடுபவள் இருவரும் சேர்ந்து உருளாதபடிக்குத் தன்னால் முடிந்த அளவு அவனைப் பிடித்துக்கொள்கிறாள். அவள் அப்படியே செய்தாள், ஆனால் அது அவள் கட்டுப்பாட்டில் இல்லை. பல வருடங்களாக தன் வாயிலிருந்து வெளிவராத பல துண்டு துண்டான விஷயங்களை அவள் சொல்ல ஆரம்பித்தாள். அவனைப்பற்றியும் அவளைப்பற்றியும் இலனைப்பற்றியும் நீண்ட நாட்களாக மறந்திருந்த விஷயங்களைச் சொன்னாள், உதிரி உதிரியான ஆனால் முழுமையான தனது வாழ்க்கைக் கதையை அந்த அறுபத்து நான்கு படிகளிலும் சொல்லியபடியே கட்டடத்தின் முகப்புக்கு வந்தாள். அங்கிருந்து உடைந்த தரைஓடுகள், குப்பைகள், சிதறிக்கிடந்த

போத்தல்களின் பாதையில் அவனை இழுத்தபடியே, ஸமி உணர்ச்சியற்ற கண்களால் கண்ணாடியினூடாகக் கவனித்தபடி அமர்ந்திருந்த அந்தக் காருக்கு வந்தாள். அவர் வெளியே வந்து அவளுக்கு உதவவில்லை.

அவன் வரட்டும் என்று அவள் நிற்கிறாள், அவன் வந்து ஒன்று அல்லது இரண்டு அடிகள் பின்னால் நிற்கிறான். ஒளிர் பச்சையில் மினுங்கி, பனித்துளிகளால் பிரகாசிக்கும் அகன்ற சமவெளியை நோக்கியும் தொலைவே தெரிந்த இளம் ஊதா கலந்த பச்சை வண்ண மலைகளை நோக்கியும் கையைக் காட்டுகிறாள். ரீங்கரிக்கும் ஓசை கேட்கிறது, அது பூச்சிகளிடமிருந்து வரும் ஓசை மட்டுமல்ல: காற்றும்கூட அதனால் கட்டுப்படுத்த முடியாத ஒரு ஆற்றலுடன் ஓசையெழுப்புகிறது என்று தோன்றுகிறது ஓராவுக்கு.

வடக்கே தூய வெண்ணிற ஒளிர்தலைக் காட்டி "ஹெர்மோன் மலை," என்றவள், "பாருங்கள் அங்கே, நீரோட்டம் தெரிகிறதா?" எனக் கேட்கிறாள்.

"எனக்கு ஒரு உதவி செய்" என்றபடி எச்சிலைத் துப்பியவனாக தலை தொங்கிட நடக்கிறான் அவ்ரம்.

இங்கொரு ஓடை இருக்கிறது என ஓரா தனக்குள்ளே நினைத்துக் கொள்கிறாள். நாம் ஒரு ஓடையோரமாகத்தான் நடந்துகொண்டிருக்கிறோம். அவன் அவளிடமிருந்து விலகி நடக்கையில் அவனுக்குப் பின்னாலிருந்து, "நீங்களும் நானும் ஒரு ஓடையோரமாக நடக்கிறோம், இதைக் கற்பனை செய்து பார்த்திருப்பீர்களா?" என்கிறாள்.

வருடங்களாக அவனை அவன் வீட்டிலிருந்து வெளியே கொண்டு வரவும், அவன் மனதை லேசாக்கி இயற்கையின் அழகில் மூழ்க வைக்கவும் அவள் முயன்றாள். அதிகபட்சம் ஆண்டுக்கு இரண்டுமுறை அவனே தேர்ந்தெடுத்த உணவகங்களில் சுவாரஸ்யமற்ற சந்திப்புகளுக்காக மட்டுமே அவனை வெளியே அழைத்துவர முடிந்தது. அந்த இடங்கள் இரைச்சலுடன் கூட்டம் நிரம்பியதாய் வதவதவென்று (இது அவனது வார்த்தை, பழைய அவ்ரமுடைய வார்த்தை) இருந்தபோதும் அவன் தேர்ந்தெடுத்த இடங்கள் பற்றி அவள் அவனோடு விவாதித்ததில்லை. அவ்விடங்கள் குறித்த அவளது ஒவ்வாமையைக் கண்டு அவன் ரசித்தது போலிருந்தது. இப்படிப்பட்ட இடங்களை வைத்தும், அவளுக்கும் தனக்குமிடையிலான இடைவெளியை வைத்தும், முன்பு அவன் யாராக இருந்தான் என்பதை வைத்தும் அவளையவன் நேர்கொண்டது போலவும் இருந்தது. ஆனால் முற்றிலும் எதிர்பாராதவிதமாக இப்போது ஓடைகள், மரங்கள், பகலொளி இவற்றுடன் அவர்கள் இருவர் மட்டும் தனியாக.

தந்தையின் முதுகில் ஒட்டிக்கொண்டிருக்கும் குழந்தையைப்போல அவனது முதுகில் அந்தப் பை அவளுடையதைவிடச் சிறிதாகத் தோன்றுகிறது. ஓஃபரது பையைத் தன் தோள்களில் மாட்டியிருக்கும் அவனையே ஒரு கணம் உற்றுப் பார்க்கிறாள். அவள் கண்கள் விரிகின்றன, ஒளிகூடித் தோன்றுகின்றன. சிராய்ப்புற்ற அவளது சிறகுகளை சூரியனின் முதல் கிரணங்கள் மெதுவாக நீவிவிடுவதை உணர்கிறாள்.

மெல்லச் சூடேற ஆரம்பிக்கும் மணமிக்க மண்ணிலிருந்தும் அவர்களுக்கு முன்னால் வரிசையாகச் சென்ற மாடுகளின் பெரிய கொழகொழப்பான சாண உருண்டைகளினின்றும் மூடுபனி எழுகிறது. சமீப மழையில் உருவாகியிருந்த நீளமான குட்டைகள் எளிய சமிக்ஞைகளில் விடிகாலை வானத்துக்குப் பதில் தருகின்றன, அவர்களது காலடிச் சத்தம் கேட்டு தவளைகள் ஓடைக்குள் குதிக்கின்றன. கண்ணுக்கெட்டிய தொலைவு வரை ஒரு மனிதருமில்லை.

சிறிது நேரத்துக்குப்பின் பாதையைத் தடுத்திருக்கும் முள்வேலியை வந்தடைகிறார்கள், அவள் வந்து சேர அவ்ரம் காத்திருக்கிறான். "இது அதுதான் இல்லையா?" இந்த நடைபயணம் விரைவாகவும் வலியின்றியும் முடிந்துவிட்டதில் ஏற்பட்ட நிம்மதி அவனது குரலில் தெரிகிறது. அவளது சக்தியனைத்தும் வடிகிறது. பாதையின் குறுக்கே இந்த வேலிக்கு என்ன வேலை? இதுபோன்ற இடத்தில் யார் இந்த வேலியை அமைத்தது. ஊழியின் பெண் தெய்வங்கள் அவளது விதியைத் தீர்மானிக்க ஒன்று சேர்கின்றனர், அவளைச் சுற்றிவந்து அவளது *ஏமாளித்தனம், வீட்டுச் சாதனத்தின் மட்டிலான தற்குறித்தனம், பயனாளர் கையேட்டின் மட்டிலான எழுத்தறிவின்மை* இவற்றுக்காகப் பரிகாசமும் கண்டனமுமாக நடனமாடுகின்றனர். ஆனால் அவள் இந்தப் பரிகாசத்தில் திளைக்கிறாள். தரையில் மெல்லிய உலோக உருளைகள் கிடப்பதைப் பார்க்கிறாள். அவ்ரம் வியப்புடன் பார்ப்பதைக் கண்டுகொள்ளாமல் கண்ணாடியை எடுத்து அணிந்துகொள்கிறாள், அந்த முள்வேலியின் ஒரு பகுதி குறுகிய ஒரு கதவாகவும் இருப்பதை அறிகிறாள். அதை மூடிப் பிணைத்திருக்கும் ஒரு முறுக்கிய துருப்பிடித்த கம்பியையும் கண்டறிகிறாள்.

அவளால் அதைத் திறக்க முடியாமல்போகும் என நினைத்தவாறோ அல்லது திரும்பவும் என்ன நடக்கிறது என்பதைப் புரிந்துகொள்ளும் வலுவற்றுப்போனதாலோ ஒரு விரலையும் அசைக்காமல் அவ்ரம் அப்படியே அவருகே நின்றுகொண்டிருக்கிறான். ஆனால் உதவுமாறு அவள் கேட்டதுமே அவன் செயலில் இறங்குகிறான். பெரிய கற்கள் இரண்டைக் கொண்டு இற்றுப்போகும்வரை அந்தக் கம்பியை அடிக்கச் சொல்கிறாள். அவன் அந்தக் கம்பியையே நீண்ட நேரம் பார்க்கிறான், பிறகு வேகமாக அதனை மேல்நோக்கி இழுக்க முள்வேலி அவர்கள் காலடியில் விழுகிறது, அவர்கள் அந்தப் பக்கம் செல்கின்றனர்.

"அதை மூடிவிடலாம்," என்கிறாள் அவள், அவ்ரம் தலையசைக்கிறான். "உங்களால் அது முடியுமா?" அவ்ரம் மறுபடி அந்தக் கதவைப் பூட்டுகிறான், தொடர்ச்சியாக அவனை இயக்கத்திலும் அவனது இயந்திரத்தை எப்போதும் முடுக்கியும் வைத்திருக்க வேண்டுமென்பதை அவள் குறித்துக்கொள்கிறாள்; அவன் தனது விருப்பங்களை வைத்துப் பூட்டி சாவியை அவளிடம் கொடுத்துவிட்டது போலிருந்தது. சரிதான், தாய்க்குரிய தொனியில் அவள் நினைக்கிறாள், ஒரு குருடன் இன்னொரு குருடனுக்கு வழிகாட்டுவது போல. சற்று தூரம் சென்றவுடன் அவளுக்குள் வேறொரு எண்ணம், அங்கே ஒரு வேலி ஏன் குறுக்கிட்டது தெரியுமா என்று கேட்கிறாள். அவன் தன் தலையைக் குலுக்கிக்கொள்கிறான். பசுக்களையும் அவற்றின் மேய்ச்சல் வெளிகளையும் பற்றி விவரித்தபடியே வருகிறாள். அதுபற்றி

அவளுக்கு சொற்பமான விஷயங்களே தெரியும் என்பதால் நிறையப் பேசுகிறாள், அவற்றில் எவ்வளவு அவன் கிரகித்துக்கொள்கிறான் என்பதை அவளால் உறுதிசெய்துகொள்ள முடியவில்லை, அதோடு ஏன் இத்தனைத் தீவிரமாக அவன் அதைக் கவனித்துக் கேட்கிறான் என்பதும் அவளுக்கு விளங்கவில்லை. அவள் சொல்வதை அவன் கேட்கிறானா அல்லது வெறுமனே அவளது குரலின் ஓசையை நாவால் உறிஞ்சிக் கொண்டிருக்கிறானா என்பதும் தெரியவில்லை.

பதற்றத்துடன் அடிக்கடி பின்னால் திரும்பிப் பார்த்தபடி வருவது, ஒவ்வொரு முறை காகம் கரையும்போதும் துள்ளிக்குதிப்பது என மறுபடி அவன் எரிச்சலூட்டும்படி நடந்துகொள்வதைப் பார்க்கிறாள். சற்றுநேரம் அவனிடமிருந்து கவனம் விலகிவிட மறுபடி பார்த்தால் அவன் நடப்பதை நிறுத்திவிட்டு வெகு பின்னால் நின்றபடி தரையையே உற்றுப் பார்த்துக்கொண்டிருக்கிறான். அவள் திரும்பி அவனிடம் செல்லும்போது அவன் காலருகே அழுகிக்கொண்டிருக்கும் சிறியதொரு பாடும் வகைப் பறவையின் உடலைக் காண்கிறாள். அதை அவளால் அடையாளம் காண முடியவில்லை; அதற்கு கறுப்புச் சிறகுகள், வெண்ணிற வயிறு, பழுப்பு நிறத்தில் கண்ணாடி மணி போன்ற கண்கள். எறும்புகள் வெள்ளைப் புழுக்கள், ஈக்கள் என அந்த உடலை மொய்த்தபடியிருக்கின்றன. இரண்டுமுறை அவனது பெயரைச் சொல்லி அழைத்த பின்பே அவன் சுதாரித்தவனாய் அவளின் பின்னால் நடக்க ஆரம்பிக்கிறான். *இன்னும் எவ்வளவு தூரம் இவனை இழுத்துக்கொண்டு செல்லப்போகிறேன்? அவன் உணர்வுகள் வெடித்துக் கிளம்பி சமநிலை தவறிவிட்டால்? நான் அவனுக்கு என்ன செய்துகொண்டிருக்கிறேன்? ஸமிக்கு நான் செய்தது என்ன? எனக்கு என்னவாயிற்று? நான் செய்வதெல்லாம் ஏன் தொல்லையாகவே முடிகின்றன?*

பாதை ஒடிந்து வளைந்து ஓடைக்குள் இறங்குகிறது. ஓரா தண்ணீருக்கருகில் நெருங்கிச் சென்று ஓடையின் மறுகரையிலிருந்து எழும் பாதை ஒன்றுமறியாதது போல கோணல்மாணலாக நெளிந்து செல்வதைப் பார்க்கிறாள். ஓஃபருடன் இந்தப் பயணம் கிளம்ப வேண்டுமென்று திட்டமிட்டபோதே, வசந்தகாலத்தில் "அடிக்கடி உங்கள் பாதங்களை தண்ணீரில் நனைக்க வேண்டியிருக்கும்" எனப் படித்திருந்தாள். ஆனால் இது கடும் நீர்ப்பெருக்கு, இதைவிட்டால் தெளிவான பாதை வேறு கிடையாது. அவள் திரும்பிப் போக முடியாது. இது இன்னொரு புதிய விதி, அவளது வாதையாளர்களுக்கு எதிராக அது ஒரு உபாயம்: *அவள் தனது பாதைகளை ஒருபோதும் மாற்றிக்கொள்ளக்கூடாது.* தன்னுள் குறிப்புகளை மறைத்தபடி ஆர்ப்பரிக்கும் பெரும் மர்மம் அது என்பதுபோல அவளுக்குப் பக்கத்தில் நின்றபடி ஒளிரும் அந்தப் பச்சைவண்ண நீரை வெறித்துப் பார்க்கிறான் அவ்ரம். தடித்த அவனது கைகள் பக்க வாட்டில் தொங்குகின்றன. அவளுக்கு உதவமுடியாத அவனது நிலை சட்டென்று அவளுக்குக் கோபமூட்டுகிறது, இந்த நடைபயணத்தைத் தொடங்கும் முன்பாக இப்படியான ஒரு சந்தர்ப்பத்தில் என்ன செய்வதென்று தீர்மானிக்காத தன்மீதே அவளுக்குக் கோபம் உண்டாகிறது. ஆனால் இப்பயணத்தைத் திட்டமிடுகையில் அதில் ஓஃபர் இருந்தான், திசை கண்டு வழிநடத்தியிருக்கவேண்டியது அவன்தான், அவளுக்காகத் தண்ணீருக்கு

மேலாக அவன் பாலங்களை அமைத்திருப்பான், இப்போதோ அவ்ரமுடன் தனியே இருக்கிறாள். தனியே.

வழுக்கிவிடாமல் கவனமாக ஓடையருகே செல்கிறாள். தண்ணீருக்குள்ளிருந்து இலைகளற்ற பெரிய மரம் ஒன்று வளர்ந்து நிற்பதைப் பார்க்கிறாள், எவ்வளவு முடியுமோ அவ்வளவுக்கு உடலை வளைத்து அதன் ஒரு கிளையை முறிக்கப் பார்க்கிறாள். அவ்ரம் அசையாமல் நிற்கிறான். மந்திரத்துக்குக் கட்டுப்பட்டவன்போல நீரோட்டத்தை வெறிக்கிறான், கிளை முறிகையில் கிட்டத்தட்ட ஓரா தண்ணீருக்குள் விழப்போகிறாள், அதைப் பார்த்து அவன் மனம் அதிர்கிறது. கோபமாகக் கிளையை ஓடைக்குள் விட்டு ஆழத்தை அளந்து பின் அதனைத் தனது உடலோடு வைத்துப் பார்க்கிறாள். தண்ணீர் வளையம் அவளது இடுப்புவரை இருக்கிறது. “உட்கார்ந்து உங்கள் சப்பாத்துகளையும் காலுறைகளையும் கழற்றுங்கள்” என்கிறாள். பாதையில் உட்கார்ந்து தனது சப்பாத்துகளைக் கழற்றிவிட்டு காலுறைகளை பயணப்பையின் பக்கவாட்டுப் பைக்குள் திணிக்கிறாள், சப்பாத்து கயிறுகளை பையின் மேற்புறமுள்ள வளையத்துள் நுழைத்துக் கட்டுகிறாள், முழுக்கால் சட்டையை முட்டிவரை மேலே சுருட்டி விட்டுக்கொள்கிறாள். அவள் தலையை உயர்த்திப் பார்க்கும்போது ஓடையை வெறித்துக்கொண்டிருந்த அதே பார்வையால் அவளது பாதங்களை அவன் பார்த்துக்கொண்டிருக்கிறான்.

சற்றே ஆச்சரியமடைந்தவளாக, மென்மையாக “ஏய்,” என்றபடி தனது இளஞ்சிவப்புப் பாதங்களை அசைத்துக்காட்டுகிறாள். “இங்கே பாருங்கள்.”

வேகமாகக் கீழே அமர்ந்து தனது சப்பாத்துகளையும் காலுறைகளையும் கழற்றுகிறான். தடித்த வெளுப்பான சற்றே வளைந்த ஆனால் ஆச்சரியமூட்டும் வகையில் சக்திகொண்ட கால்களை வெளிக்காட்டியபடி முட்டிவரை தனது கால்சராயை சுருட்டி விட்டுக்கொள்கிறான். அந்தக் கால்களை அவள் நன்றாக அறிவாள், அவை ஒரு குதிரைவீரனின் கால்கள், அதோடு அவனே ஒருமுறை சொன்னதுபோல, நீட்டி இழுக்கப்பட்ட ஒரு குள்ளனின் கால்கள். “ஏய்,” அவன் கரகரப்பான குரலில் சொல்கிறான், “இங்கே பார்.”

ஓரா பார்வையைத் திருப்பிக்கொண்டுச் சிரிக்கிறாள். அந்த அசமந்த நிலையிலும் பழைய அவ்ரமின் ஒரு சுடர் வெளிப்பட்டதைக் கண்டதால் அல்லது ஒருவேளை சட்டென்று வெளித்தெரிந்த அவனது உடலைப் பார்த்ததால் உண்டான சிரிப்பு அது.

அவர்கள் அமர்ந்து தண்ணீரைப் பார்த்தபடியிருக்கின்றனர். ஒரு மாயத்தோற்றம் போல கண்ணாடி உடல்கொண்ட இளஞ்சிவப்புத் தும்பி ஒன்று அவர்களருகே பறந்து செல்கிறது. அவன் உடலோடு நான் இயல்பாக இருந்த காலம் ஒன்றிருந்தது, ஓரா எண்ணிப் பார்க்கிறாள். என் பொறுப்பில் அதை நான் வைத்திருந்த காலங்களும் இருந்தன. குளிப்பாட்டிச் சுத்தம் செய்து துவட்டிவிட்டு முடிவெட்டி சவரம் செய்து காயத்துக்குக் கட்டுப்போட்டு உணவூட்டிவிட்டு மலஜலம் கழிக்கவைத்து என என்னவெல்லாம் உண்டோ அவையனைத்தையும் செய்தேன்.

அவனது பையில் ஒஃபரின் சப்பாத்துகளுக்குப் பக்கத்தில் அவனது சப்பாத்துகளை எப்படிக் கட்டுவது எனச் சொல்லித் தருகிறாள். தனது சட்டை கால்சராய்ப் பைகளை காலி செய்துவிட்டால் பணம் உள்ளிட்ட பொருட்கள் நனையாமல் இருக்கும் எனச் சொல்கிறாள்.

அவன் தோள்களைக் குலுக்குகிறான்.

“ஒரு அடையாள அட்டைகூட இல்லையா?”

“அதற்கு என்ன தேவை இருக்கிறது?” குழறலாகச் சொல்கிறான்.

கிளையைப் பிடித்தவாறு முதலில் அவள் தண்ணீரில் இறங்குகிறாள், குளிர்ந்த நீர்ப்பெருக்கை உடல் தொட்டதும் கீச்சென்று கத்துகிறாள். இந்த நீரோட்டத்தில் அவ்ரம் அடித்துக்கொண்டு போனால் என்ன செய்வது, அவனிருக்கும் நிலையில் இவ்வளவு வேகமான நீரோட்டத்தில் நடக்கக்கூட முடியாது. தன்போக்கில் அவள் தீர்மானிக்கிறாள், ஒருமனதான தீர்மானம், அவன் ஓடையில் இறங்கத்தான் வேண்டும், காரணம், அதைவிட்டால் வேறு வழியில்லை. நீர்மட்டம் தனது வயிற்றை எட்டும் வரை நீரோட்டத்துடன் போராடியபடி அடிமீது அடி வைத்து நகருகிறாள், நீரோட்டம் வலுக்கையில் அடுத்த அடியை எடுத்துவைக்க அஞ்சியவளாய் அப்படியே நிற்கிறாள். அச்சத்துடனே மறுபடி அவள் தீர்மானிக்கிறாள், அவ்ரமுக்கு ஒன்றும் ஆகாது. அவன் இந்தத் தண்ணீருக்குள் நடப்பான் அவனுக்கு ஒன்றும் ஆகாது. உறுதியாக நம்புகிறாயா? ஆமாம். ஏன்? ஏனென்றால். ஏனென்றால் கடந்த ஒருமணி நேரமாக, உண்மையில் கடந்த பகல் மற்றும் இரவில், அவள் தொடர்ந்து உறுதியெடுத்துக்கொண்டாள், கவலைமிக்கவளாக ஆனால் தீர்மானமாக, மிகச்சரியாக தான் விரும்பியவண்ணம் மனிதர்களும் நிகழ்வுகளும் நடக்கவேண்டும் என நிர்பந்திக்க அந்த உறுதிப்பாட்டை அவள் எண்ணற்ற முறை பயன்படுத்தியிருக்கிறாள், ஏனென்றால் அவர்கள் அவ்வாறு நடக்கவேண்டிய தேவை அவளுக்கு இருந்தது, ஏனென்றால் அவளிடம் பேரத்துக்கோ சமரசத்துக்கோ இடமில்லாமல் இருந்தது, ஏனென்றால் தனது மனம் எப்போதும் உருவாக்கிக்கொண்டிருக்கும் புதிய சட்டங்களுக்கு அவர்கள் கண்ணை மூடிக்கொண்டு பணிய வேண்டுமென அவள் எதிர்பார்த்தாள். இந்த அவசரநிலையின் சட்டதிட்டங்களை வகுக்க வேண்டிய பொறுப்பு அவளுடையதானது. அந்தச் சட்டதிட்டங்களுள் ஒன்று – அது மிக முக்கியமானதாகக்கூட இருக்கலாம் – அவள் தொடர்ந்து நகர்ந்தபடியே இருக்கவேண்டும், தொடர்ச்சியாக அவள் இயக்கத்தில் இருக்கவேண்டும். அன்றியும் அவள் நகர்ந்தபடியிருக்கத்தான் வேண்டும் காரணம் தண்ணீர் அவளது உடலின் கீழ்ப்பாதி முழுவதையும் உறையவைத்துக் கொண்டிருந்தது.

அவளது பாதங்கள் கூழாங்கற்களையும் சேற்றையும் பற்றிக்கொள்கின்றன, வழவழவென்ற புற்கள் அவளது கணுக்கால்களைச் சுற்றி அலைகின்றன. கால்விரல்கள் சிறு கல்லையோ பாறையையோ பற்றுகின்றன. பற்றியதைப் பரிசோதிக்கின்றன, கருதுகோளை உருவாக்குகின்றன, முடிவுக்கு வருகின்றன. ஆதி மீன் போன்றதொரு உணர்வு அவளது முதுகெலும்பில் ஊர்கிறது. நீண்ட ஒரு மரக்கிளை அருகே நீர்மேல் மிதக்கிறது, சட்டென்று சுழலில் மாட்டி நெளிந்து விலகிச் செல்கிறது. அவளது கண்ணாடியில் நீர்த்துளிகள்

தெறிக்கின்றன, அவற்றைத் துடைப்பதை அவள் கைவிடுகிறாள். வீங்கிய தனது இடது கையை அடிக்கடி நீரில் மூழ்கவைத்து அந்தச் சில்லிடல் தரும் நிவாரணத்தை அனுபவிக்கிறாள். அவளுக்குப் பின்னால் தண்ணீருக்குள் மெல்ல நடந்துவருகிறான் அவ்ரம், தண்ணீர் அவனுடலை குளுமையுடன் தழுவுகையில் அவனுக்கு ஏற்படும் வலிமிக்க ஆச்சரியத்தின் மூச்சுமுட்டலை அவள் கேட்கிறாள். அவள் போய்க்கொண்டேயிருக்கிறாள், பாதி ஓடையைக் கடந்துவிட்டாள். நீரோட்டம் அவளது உடலின் இருபுறமும் பிளந்து பாய்கிறது, அவளது தொடைகளையும் இடுப்பையும் சுற்றி வளைந்தோடுகிறது. சூரியன் அவள் முகத்தைக் கதகதப்பாக்குகிறது, நீலமும் பச்சையுமான ஒளிக்கீற்றுகளின் ஒளிர்வெளி கண்களிலும் கண்ணாடியின் துளிகளிலும் நடனமாடுகின்றது, இந்த ஒளியூடுறுவும் நீர்க்குமிழியெனும் கணத்துள் நிற்பது அற்புதமாயிருக்கிறது அவளுக்கு.

ஆழமான கொழகொழவென்ற சேற்றினூடாக அவள் எதிர்க்கரையில் ஏறுகிறாள், அவள் பாதங்களை மூடியிருக்கும் சேறு தனது துடிக்கும் உதடுகளால் அப்பாதங்களையே உறிஞ்சுகிறது, அவள் பாதம் அழுந்திய பள்ளங்களிலிருந்து கூட்டமாக ஈக்கள் எழுந்து பறக்கின்றன. இன்னும் சில அடிகளில் கட்டாந்தரை. முதுகில் பையுடன் பாறையொன்றின்மீது சாய்ந்து அமர்கிறாள். புதிதான ஒரு லேசுத்தன்மையை அவள் உணர்கிறாள்; தண்ணீரில், அவளினூடாகப் பாய்ந்த நீரோட்டத்தில் உணர்ந்த லேசுத் தன்மை. வறண்டுவிட்டது என்று நினைத்திருந்த கிணற்றின் வாயை மூடியிருந்த கல் உருண்டு விலகிவிட்டதுபோல உணர்ந்தாள். அப்போதுதான் அவள் நினைக்கிறாள்: அவ்ரம். கண்களைப் பாதி மூடியவனாக முகம் அச்சத்தில் கோணியிருக்க நடு ஓடையில் சிக்கிக்கொண்டிருந்தான்.

வேகமாக கறுத்த செழுமையான சேற்றில் தன் பாதங்கள் உண்டாக்கி யிருந்த பள்ளங்கள் மீதாக அடிகள் வைத்துத் திரும்ப அவனிடம் நடக்கிறாள், அவனை நோக்கி ஒரு கிளையை நீட்டுகிறாள், மார்பில் தலையைப் புதைத்தவனாக அவன் நகர மறுக்கிறான். பாயும் நீரின் ஓசைக்கு மேலாக நீங்கள் அப்படியே அங்கு நின்றுகொண்டிருக்க முடியாது எனக் கத்துகிறாள், தண்ணீருக்குள் என்னென்ன நீந்திக்கொண்டிருக்குமோ. கட்டளை போன்ற அவளது குரலுக்கு உடன் அவன் பணிகிறான், மிக மெதுவாக நகர்ந்து கிளையைப் பிடிக்கிறான். மெல்ல தண்ணீருக்குள் நடக்கிறான், அவள் பின்னோக்கி சிறு அடிகள் வைக்கிறாள், ஒரு பாறைமீது அமர்ந்து இன்னொரு பாறைமீது காலை ஊன்றிக்கொள்கிறாள், தனது சக்தி முழுவதையும் கொண்டு அவனை வெளியே இழுக்கிறாள். "வந்து அமர்ந்து ஈரத்தை உலர்த்திக்கொள்ளுங்கள்" எனச் சிரித்தபடி சொல்கிறாள். ஆனால் குழப்பமான வெறித்தல்களும் இறுக்கமுமாய் அவன் உடல் டெல் ஹஷோமர் மருத்துவமனை நாட்களை மறுபடி நிகழ்த்திப் பார்க்க, சேற்றிலேயே அசையாமல் நிற்கிறான். அவன் மறுபடி ஓடைக்குள் விழுந்துவிடக்கூடும் என்பதை உணர்ந்து பீதியுற்றவளாக அவனிடம் ஓடுகிறாள். தான் அவனுக்கு செய்துகொண்டிருக்கும் விஷயம் அவனை ஸ்திரமற்றவனாக்கிவிடும் என அஞ்சுகிறாள். அவனுக்கு எல்லாமே இப்போது சற்று லகுவானது போலத் தோன்றுகிறது: அரைமணி நேரம் தளர்ந்துபோகாமல் அவளைப் பின்தொடர்ந்து வந்திருக்கிறான் அல்லவா. கடந்த வருடங்களில் அவன் குறிப்பட்டவொரு சக்தியைப்

பெற்றிருக்கிறான், சிறு அளவு இருத்தலியல் சக்தி (இது அவனுடைய, பழைய அவ்ரமுடைய, மரபுத்தொடர்களில் ஒன்று), அவனை இயங்கச் செய்ய கணுக்கால்கள், கால் முட்டிகள், தொடைகள் என அவனது மூட்டு ஒவ்வொன்றையும் இனியும் அவள் முன்பு செய்ததுபோல, ஒரு உடலைச் செதுக்கும் சிற்பியைப்போல, நீட்டிவிடத் தேவையில்லை. அவள் உடற்பயிற்சி அறைகள் அல்லது நீச்சல் குளங்களில் நடக்கும் மூடநீக்கவியல் வகுப்புகளுக்குச் சென்றிருக்கிறாள், அங்கு நடப்பவற்றைக் கவனித்துப் பார்த்தபடி, மனனம் செய்தபடி, பார்த்தவற்றைக் குறிப்புகள் எடுத்தபடி இருப்பாள். இரண்டு தொழில்முறைப் பயிற்சி வகுப்புகளுக்கு இடைப்பட்ட நேரத்தில், உறக்கமற்ற இரவுகளில் என ரகசியமாகத் தன்னோடு அப்பயிற்சிகளைச் செய்ய அவனை வற்புறுத்துவாள். அவள் வடிவமைத்த நிலைகளில் அவன் உடல் நிற்க ஒன்பது மாதங்களாயின. ஒருமுறை மருத்துவமனையில் மருத்துவர் ஒருவரிடம் அவளைத் தன்னுடைய நடன ஆசிரியை என அறிமுகம் செய்துவைத்தான். அந்த வெறும் கூட்டுக்குள் இன்னமும் கொஞ்சம் அவ்ரம் இருக்கிறான் என்பதை அவளுக்கு உறுதி செய்த சம்பவம் அது.

நீண்ட மூச்சொன்றை வெளியிட்ட அவன் தனது கைகால்களின் இறுக்கத்தைத் தளர்த்துகிறான். கைகளை, முதுகை, தோள்களை, முழங்கைகளை, மணிக்கட்டுகளை நீட்டி மடக்குகிறான். ரகசியமாக அவனைக் கண்காணிக்கும் ஓரா எல்லாமே வேலை செய்கின்றன என நினைத்துக்கொள்கிறாள்: அகன்ற, குறுக்கான அசைவுகள், பெரிய தசைத் தொகுதிகள். உண்மையிலே தான் அதைக் கடந்தா வந்தோம் என்ற அவநம்பிக்கையுடன் அவன் ஓடையைப் பார்க்கிறான். ஓராவைப் பார்த்து சங்கடமாகச் சிரிக்கையில் அவனது பழைய கவர்ச்சியின் ஒரு துணுக்கு மின்னி மறைகிறது. அவனைப் பார்க்கையில் அவள் மனதுள் கடும் வேதனையை உணர்கிறாள்: ஓ, என் பழைய, தற்காலிகமாகக் கைவிடப் பட்ட காதலனே. அளவு மீறிவிடக்கூடாது என்ற கவனத்துடன் பதிலுக்கு அவள் அளவாகப் புன்னகைக்கிறாள். ஆண்கள் இனத்தாரிடையே கழிந்த தனது நீண்ட வாழ்வில் அவள் அடைந்த இன்னுமொரு ஞானம் அது: அவர்களிடத்தில் எதிலும் அளவுமீறக்கூடாது.

பாறையில் எங்கு அமரவேண்டும் எங்கு வைத்தால் பாதங்கள் விரைவாக உலரும் எனச் சொல்லித் தருகிறாள். தனது பையின் பக்கவாட்டுப் பைகள் ஒன்றிலிருந்து க்ராக்கர்ஸ், பதப்படுத்திய பாலடைக்கட்டி, இரண்டு ஆப்பிள்கள் இவற்றை எடுக்கிறாள். அவனிடம் நீட்டுகிறாள். அவன் குறிப்பிட்ட ஒரு ஒழுங்குக்குட்பட்ட வகையில், சந்தேகத்துடனும் ஆராயும் விதத்திலும் சுற்றிலும் பார்த்தபடி வேகமாக அவற்றை மெல்லுகிறான். குளிர்நீரால் இளஞ்சிவப்பு நிறமாகிவிட்ட நீண்ட குறுகிய அவளது பாதங்களை நோக்கி மறுபடி அவன் பார்வை செல்கிறது, உடன் வேகமாக அவன் தன் பார்வையை விலக்கிக்கொள்கிறான். பிறகு, கவனமான அசைவுகளில் முட்டையை உடைத்துக்கொண்டு வெளிவரும் டைனோசர் குட்டியைப் போல எச்சரிக்கையுடன் மெல்லத் தனது கழுத்தை நீட்டி ஆசுவாசப்படுத்திக்கொள்கிறான், உடம்பிலிருந்து கைகளை நீட்டுகிறான். யோசனையுடன் அவன் எதிர்க்கரையைப் பார்க்கையில், ஓடையைக் கடந்துவிட்டதன் மூலம் இதுவரை தான் என்னவாக இருந்தோமோ

அதை அங்கேயே விட்டுவிட்டு வந்துவிட்டதை அவன் புரிந்துகொள்ளத் தொடங்குவதை ஓரா உணருகிறாள். அவனுக்கு இங்கிருந்து ஒரு புதிய யதார்த்தம் தொடங்குகிறது.

கலவரமடையும் முன்பாக அவனது கவனத்தைத் திசைதிருப்ப அவள் பேசத்தொடங்குகிறாள். கால்களில் படிந்து இறுகிக்கொண்டிருக்கும் சேற்றை வழித்தெடுப்பது எப்படி எனக் காட்டுகிறாள், தனது கால்களை மெதுவாகத் தட்டி அவற்றில் ரத்தவோட்டத்தை ஏற்படுத்துகிறாள். திரும்பத் தனது காலுறைகளையும் சப்பாத்துளையும் அணிந்துகொள்கிறாள். ஓஃபர் தனக்குக் கற்றுத் தந்தவாறு சப்பாத்து நாடாக்களை முடிச்சிடுகிறாள். வெகுதொலைவே இருந்தாலும் அணைப்பில் தன்னையவன் இறுக்கிக் கட்டிக்கொள்வதை உணர விரும்புகிறாள். சப்பாத்து நாடாவில் இரட்டை முடிச்சிடுவதை அவளுக்குச் சொல்லித் தந்தபோது, எப்பேர்பெற்ற வருங்கால கண்டுபிடிப்பாயிருந்தாலும் சரி சப்பாத்து நாடாவை முடிச்சிடுவதில் மனிதனது அறிவை விஞ்ச எதனாலும் இயலாது என ஓஃபர் சொன்னதை அவ்ரமிடம் சொல்லலாமா என நினைக்கிறாள். “அவர்கள் எதைக் கண்டுபிடித்தாலும் சரி,” அவன் சொன்னான், “எப்போதுமே நம்மிடையே இது இருக்கும், ஒவ்வொரு நாள் காலையிலும் நாம் மனிதர் என்பதை இப்படித்தான் நினைவுபடுத்திக்கொள்வோம்.” அவள் மனம் பெருமையால் நிரம்பியது காரணம் “மனிதர்” என்ற வார்த்தையை வெகு இயல்பாக, அப்படிப்பட்டவொரு மனிதத்தன்மையுடன் அவன் சொன்னான். தனது *ஆரஞ்சுப்பழத் தோல்களின் பாதை* நூலில் தினசரி காலையில் சப்பாத்துகளை அணிந்தபோது உற்சாகத்துடன் தான் சீழ்க்கையடித்ததாக நாஹூம் குட்மன் எழுதியிருந்ததை அவள் மேற்கோள் காட்டினாள், “காரணம் ஒரு புதிய நாள் தொடங்குவது எனக்கு மகிழ்வளித்தது.” பின்னர் இருவரும் மோஷே தாத்தாவை – அவளின் அப்பாவை – பற்றிப் பேசினர். அவர் பதினேழு வருடங்கள் ஒரே செருப்பை அணிந்திருந்தார். தான் ‘லேசாக நடப்பதுதான்’ அதற்கு காரணம் என்று விளக்கம் வேறு கொடுப்பார். அவனுக்கு இந்தக் கதை முன்பே தெரிந்திருக்கலாம் என்றபோதும் அவள் அதைச் சொல்லத் துணிந்தாள். அதைச் சொல்லவேண்டுமென்ற ஆவலை அவளால் கட்டுப்படுத்த முடியவில்லை. பதினெட்டு மாதக் குழந்தையாக இருந்தபோது தவறுதலாக அவனது இடது காலில் வலதுகால் சப்பாத்தையும் வலது காலில் இடதுகால் சப்பாத்தையும் போட்டுவிட்டாள். “அரைநாள் நீ தப்பாக அணிந்துகொண்ட சப்பாத்துகளுடன் சுற்றி வந்தாய், காரணம் அதுதான் சரியென்று நான் நினைத்ததுதான். குழந்தைகளுக்காகப் பெற்றோர்கள் தீர்மானிப்பது பயங்கரமானது. கொஞ்சம் பொறு, இதை முன்பே உனக்கு நான் சொல்லியிருக்கிறேனா?” சிரித்தவாறே “இருக்கலாம்” என்ற ஓஃபர் தனது கைப்பேசியில் எதையோ கவனமாகப் பதிகிறான். சிரிக்கச் சிரிக்க ஒருவரையொருவர் கேலியும் கிண்டலும் செய்தபடி அவர்கள் முடிவில்லாமல் உரையாடியபடி இருந்தனர். ஆன்மாவை ஊடுறுவும் பார்வைகளுடனான சங்கடமிக்க ஒரு இதம் அவர்களிடையே பாய்ந்தபடியிருந்தது. சமீப வருடங்களில் இது குறைந்தபடி வந்தது. அவனும் ஆடமும் முதிர்ச்சியடைய ஆரம்பித்ததிலிருந்து அவர்கள் அதிகமும் இலனின் கட்டுக்குள் இருந்ததுபோலிருந்தது. தனக்கேயான சட்டங்களும் நுண்ணுர்வுகளும், முக்கியமாகத் தனக்கேயானதொரு ஊடுருவமுடியாத்

தன்மையும் கொண்ட வேறுபட்டவொரு காந்தப்புலத்துக்கு அவர்கள் மாற்றப்பட்டுவிட்டதாகச் சிலநேரம் அவள் நினைத்தாள். அங்கே ஒவ்வொரு அடி வைத்தபோதும் அவள் கம்பியிழைகளின் சிக்கல்களில் மாட்டி அபத்தமாகத் தடுமாறினாள். ஆனால் இன்னமும் அது அங்கேதான் இருந்தது, தனக்குள் திரும்பத் திரும்பச் சொல்லிக்கொண்டாள். அவர்களுக்குள் இருந்துவந்தவொன்று எங்கேனும் ஓரிடத்தில் இருந்தபடி தானே இருக்கும், இப்போது சற்றே அது அடியில் மறைந்திருக்கிறது, குறிப்பாக அவன் ராணுவத்தில் இருக்கும்போது. அவன் பணிமுடித்து வருகையில் அதுவும் மேலே வந்துவிடும், அப்போது முன்பைவிட அது சிறந்ததாகவும் முழுமையானதாகவும்கூட இருக்கலாம். சத்தமாகப் பெருமூச்சு விட்டவள் சமீப ஆண்டுகளில் மனிதர்களில் வாழ்வின் அடையாளங்களைப் பார்ப்பதில் தான் தேர்ந்தவளாக ஆனது எப்படி எனத் தன்னையே வியந்துகொள்கிறாள்.

சப்பாத்து நாடாக்களை முடிச்சிடுகையில் ஓராவின் கைகளையே மிகுந்த யோசனையுடன் பார்க்கிறான் அவ்ரம், அவளைப் போலச் செய்ய முயன்று சிக்கலாக்கிக்கொள்கிறான். அவனுக்குப் பக்கத்தில் உட்கார்ந்து எப்படி முடிச்சிடவேண்டுமென்று சொல்லித் தருகிறாள். அவனிடமிருந்த கடுமையான மூத்திர வாடையைத் தண்ணீர் இல்லாமலாக்கிவிட்டதை உணர்கிறாள், இப்போது குமட்டலின்றி அவன் பக்கத்தில் நிற்கலாம். அப்போது திடீரென அவ்ரமே கேட்கிறான், “நேற்று நான் என்மேலேயே மூத்திரம் போய்விட்டேனா?”

“கேட்காதீர்கள்.”

“அது எங்கே நடந்தது?”

“அதுபற்றிப் பேசவேண்டாமே.”

“எனக்கு எதுவுமே நினைவில் இல்லை.”

“ரொம்ப நல்லது.”

ஆராயும்வகையில் அவள் முகத்தைப் பார்ப்பவன் அந்தப் பேச்சை அப்படியே விடுகிறான், அவனுடனான அந்த இரவைப்பற்றி தான் ஸமியிடம் சொல்வோமா என ஓரா நினைக்கிறாள்.

அவ்ரமை முதுகில் சுமந்தபடி காருக்குத் திரும்பி வந்தபோதுதான் போனால் போகிறதென்று கோபமும் முணுமுணுப்புமாக காரிலிருந்து ஸமி வெளியே வந்தார், இருவரும் சேர்ந்து உறங்கிக்கொண்டிருந்த அவ்ரமை எப்படியோ காரின் பின்னிருக்கைக்குள் தள்ளினர். அந்த நிமிடம்வரை ஸமிக்கு தான் ஒரு ஆணை அழைத்துவரப்போவது தெரியாது என்பது அவளுக்கு அப்போதுதான் உரைக்கிறது. கடந்த சில மாதங்களாகவே தற்போது அவள் புதிதாக எந்த ஆணுடன் இருக்கிறாள் என்பதை அறிந்து கொள்ள தனது நுட்பமும் பவ்யமுமான வழிகளில் அவர் தொடர்ந்து முயன்று வந்தார். இது புதிய ஆள் கிடையாது. உண்மையில் மிகவும் பழைய ஆள். இந்த அவ்ரம் இரண்டாவது, சொல்லப்போனால் மூன்றாவது. சட்டை கசங்கி வியர்வையில் நனைந்திருக்க கால்கள் இன்னமும் நடுங்க ஆசுவாசமாக மூச்சுவிட்டவளாக காருக்கு அருகே நின்றாள்.

ஸமிக்குப் பக்கத்தில் அமர்ந்து “வண்டியை எடுங்கள்,” என்றாள்.

“எங்கே போகவேண்டும்?”

அவள் ஒரு கணம் யோசித்தாள். அவரைப் பார்க்காமலே சொன்னாள், “இந்த தேசம் முடியும் இடத்துக்கு.”

“என்னைப் பொறுத்தவரை அது எப்போதோ முடிந்துவிட்டது,” என அவர் சீறினார்.

வண்டியில் போகையில் வினாக்குறியுடனான விரோதமிக்க சற்றே அச்சமுற்ற ஒரு பார்வையை அடிக்கடி தன்மீது அவர் வீசுவதை அவள் உணர்ந்தாள். அவள் அவரைப் பார்க்கத் திரும்பவில்லை, அவர் எதைப் பார்த்தார் என்பதையும் அறியவில்லை, ஆனால் தன்னுள் ஏதோவொரு வித்தியாசம் ஏற்பட்டிருப்பதை உணர்ந்தாள். அவர்கள் ரமாத் ஹஷரோன், ஹெர்ஸ்லியா, நெதானியா, ஹதேரா இவற்றைக் கடந்து சென்று வாடி அராவை நோக்கித் திரும்பினர். கான் ஷ்மூயெல், எய்ன் ஷீமர் ஆகிய இஸ்ரேலியக் குடியேற்றப் பகுதிகளையும் ஃபர் கரா, அர் அரா ஆகிய அராபிய கிராமங்களையும், உம் அல் ஃபாம் நகரையும் தாண்டி மெஜிடோ மற்றும் ஹஸார்கல் சந்திப்புக்களையும் கடந்து தவறான திருப்பம் எடுத்து ஒரு பெரிய நகரத்துக்கான போக்குவரத்து அமைப்புகளைத் துணிச்சலுடன் நிறுவியிருந்த அஃபுலுவாவில் வழி தவறினர். ஒரு சாலைச் சந்திப்பிலிருந்து மற்றதற்கு எனப் போக்குவரத்தில் உழன்றுகொண்டிருந்தவர்கள் கடைசியாக அஃபுலுவாவிலிருந்தும் தப்பி ஃபர் தாவோர் மற்றும் ஷிப்லியைக் கடந்து வடக்கே சாலை 65 வழியாக கோலானி சந்திப்பை அடைந்து அங்கிருந்து இன்னும் வடக்காக பு எய்னி மற்றும் எய்லாபுனிலிருந்து அமுத் ஆற்றுச் சந்திப்பு என அழைக்கப்படும் காதரிம் சந்திப்பை அடைந்தனர். அமுத் ஆற்றங்கரையோரமாக நீண்ட நடையில் ஈடுபட்டுப் பல வருடங்களாகின்றன என ஓரா நினைத்துக்கொண்டாள். நான் மட்டும் இப்போது ஓஃபருடன் இருந்தால் அப்படியொரு நடைபயணத்துக்கு அவனைச் சம்மதிக்க வைத்திருப்பேன், ஆனால் அவ்ரமுடன் இங்கு நான் என்ன செய்துகொண்டிருக்கிறேன்? சாலை 85ஐப் பிடித்து அவர்கள் அமி அத் சந்திப்பை அடைந்தனர், ஸமியின் மீதான கோபம் தடயமின்றி மறைந்திருக்க – எப்போதும் அது அப்படித்தான் ஆனது, அவள் சட்டென்று கோபமடைவாள் உடன் குளிர்ந்துவிடுவாள், சில நேரம் தான் கோபப்பட்டதையே மறந்தும் விடுவாள் – அழகான சிறு உணவு விடுதி ஒன்று இருப்பதை அவள் சுட்டிக் காட்டினாள். “நல்லவொரு நாளில் நீங்கள் கின்னரெட்டைப் பார்க்கமுடியும், எந்த நாளிலும் இந்த இடத்தின் சொந்தக்காரர்களான அந்த அழகான பெண்களை நீங்கள் பார்க்க முடியும்.” சமாதானப்படுத்தும் விதமாக ஓரா புன்னகைத்தாள், ஸமி எதிர்வினையேதும் புரியவில்லை. அவள் தந்த ஆப்பிள்களையும் சாக்லேட்டுகளையும் வேண்டாமென மறுத்துவிட்டார். கைகால்களை நீட்டி உடம்பில் வலியெடுத்த பகுதிகளைத் தேய்த்துவிட்டுக்கொண்டாள், அவரிடம் சொல்ல ஆரம்பித்தக் கதையை தான் இன்னும் முடிக்கவில்லை என்பது அவளுக்கு நினைவு வந்தது. அந்தப் பிற்பகல்? அது அந்தப் பிற்பகல் மட்டும்தானா? தன் அப்பாவின்

கண் அழுத்த நோய், பார்வையுள்ள தனது ஒரு கண்ணைக் காப்பாற்றிக் கொள்ள கடைசியாக அறுவை சிகிச்சைக்கு அவர் ஒத்துக்கொண்டது பற்றிய கதை. அந்தக் கதை பாதியிலேயே நின்றுபோனது அவளுக்கு வருத்தமாக இருந்தது, இப்போது அவர்கள் இருக்கும் நிலையில் கதையை முடிக்கக்கூடிய தொனி கொண்ட ஒரு குரலை அவள் திரும்ப அடைவது கிட்டத்தட்ட இயலாது. பின்னால் சாய்ந்து வசதியாக அமர்ந்து கண்களை மூடிக்கொண்டபின் அவள் நினைத்துக்கொண்டாள், ஆனால் தனக்கு அது நினைவுக்கு வந்தது நல்லதுதான், ஏனென்றால் அதன் மூலம் அவள் ஓஃபருடன் இருக்க முடியும். அறுவை சிகிச்சை முடிந்த பிறகு வந்த இரவில் மருத்துவமனையில் நான் உடனிருக்கிறேன் எனச் சொல்லி அவன் அவள் அப்பாவுடன் இருந்தான், காரை மிகவும் கவனமாக ஓட்டி ஓராவுடன் சேர்ந்து அவரை வீட்டுக்குக் கூட்டி வந்தான், அது அவளை மகிழ்வால் நிரப்பியது. குடியிருப்பு வளாகத்தின் தோட்டத்துப் பாதை வழியாக அந்த முதியவரைக் காரிலிருந்து வீட்டுக்கு எவ்வளவு கவனமாக அவன் அழைத்து வந்தான், அவள் அப்பா ஆச்சரியமுடன் புல்தரையையும் செடிகளையும் சுட்டிக்காட்டியபடி வந்தார். பதினைந்து வருடங்களாக கிட்டத்தட்ட முழுக்குருடாக இருந்தபின் அவரது நினைவில் வண்ணங்கள் குழம்பியிருந்தன, நிழல்கள் நிஜம் போலத் தோன்றின. என்ன நடக்கிறது என்பதை உடனடியாகப் புரிந்துகொண்ட ஓஃபர் காட்சிகளை, வேறுபட்ட வண்ணங்களை, அவருக்கு மொழிபெயர்த்துச் சொன்னான், மென்மையாக அவருக்கு நினைவுபடுத்தினான்: நீலம், மஞ்சள், பச்சை, ஊதா. அவள் அப்பா பல்வேறு பொருட்களையும் சுட்டிக் காட்டி ஓஃபருடன் சேர்ந்து அவற்றின் வண்ணங்களைச் சொன்னார். அவர்களைப் பின்பற்றிச் சென்று ஓஃபரின் பேச்சைக் கேட்ட ஓரா தனக்குள்ளே எண்ணிக்கொண்டாள், இவன் எப்படிப்பட்டவொரு அற்புத மான தந்தையாக இருக்கப்போகிறான். வழியில் இருந்த தடைகளைக் களைந்துவிட்டு தாத்தாவின் தோளில் கையைப்போட்டு படிகளில் மேலே அழைத்துச் சென்றான், அங்கே அவள் அம்மா(பாட்டி) சரக்கு அறைக்குள் புகுந்திருந்தாள். புரிந்துகொண்டவனாக ஓஃபர் தாத்தாவை பார்வை வந்தபின் முதன்முதலாக அலமாரியின் பக்கவாட்டில் இருந்த தனது பேரக்குழந்தைகளின் படங்களை அவர் பார்க்குமாறு கையைப் பிடித்தபடி அங்கே கொண்டு சென்றான். பிறகு அறைகளினூடாக அவரை அழைத்துச் சென்று அவர் பார்வையற்றிருந்த காலத்தில் வாங்கிய அறைக்கலன்கள் பலவற்றையும் காட்டினான். அப்போதும் அவளது அம்மா வெளியே வரவில்லை, ஓஃபருக்கு ஒரு எண்ணம் தோன்றியது. அவரை அவன் சமையலறைக்குள் அழைத்துச் சென்றான், இருவரும் குளிர்பதனப் பெட்டிக்குள் பார்த்தபடி நின்றனர், அவருக்கு ஒரே ஆச்சரியம்: "பழங்களும் காய்கறிகளும் எத்தனை வண்ணமயமாக இருக்கின்றன ! என் காலத்தில் இவை இப்படியிருக்கவில்லை!" ஆதிதொட்டு இருப்பதான பார்வையின் பரிசை அவனுக்கு வழங்கவேண்டும் என்பதுபோல அவர் பார்த்த ஒவ்வொன்றைப் பற்றியும் அவனிடம் விளக்கினார். இவ்வளவு நேரமும் ஒருவிதப் பதற்றத்துடன் அவள் அம்மா மற்ற அறைகளில் வளைய வந்து கொண்டிருந்தாள், அவரும் அவளைப்பற்றிக் கேட்கவில்லை, கடைசியாக சரக்கு அறைக்கும் குளியலறைக்கும் நடுவிலான சிறு ஜன்னல் வழியாக அவள் தன் முகத்தை அவரது கண்களுக்குக் காட்டும்வரை அவளும்

ஓஃபரும் எதுவும் சொல்லவில்லை. மெதுவாகத் தனது தாத்தாவின் முதுகை வருடியவன் தன் பாட்டியைப் பார்த்து அவரை நோக்கிப் புன்னகைக்குமாறு சமிக்ஞை செய்தான்.

ஸமி ரேடியோவைத் திறந்தார். ராணுவ ரேடியோ நிலையமான காலேய் ஸாஹல் சிறப்பு செய்தி அறிக்கையை ஒலிபரப்பியது, பிரதம மந்திரி பேசிக்கொண்டிருந்தார். "இஸ்ரேலிய அரசாங்கம் மரணத்தை வழிபடும் தனது எதிரிகளின் கூட்டத்தைச் சிதறடிக்கும். இதுபோன்ற தருணங்களில் ஒழுக்க நெறிமுறைகளோ அதுபற்றிய அக்கறையோ இல்லாத எதிரிகளுடனான போராட்டத்தில் நம் குழந்தைகளைக் காப்பாற்றவேண்டி அவ்வாறே நடந்துகொள்ள நமக்கும் உரிமையுள்ளது–"

ஸமி வேகமாக அலைவரிசையை வேறொரு அராபிய நிலையத்துக்கு மாற்றினார். அதில் ராணுவ இசையின் பின்னணியில் செய்தி வாசிப்பவர் உணர்ச்சியற்ற அறிக்கை ஒன்றை வாசித்துக்கொண்டிருந்தார். ஓரா எச்சிலைக்கூட்டி விழுங்கினாள். அவள் எதுவும் சொல்லக்கூடாது. தான் விரும்பியதைக் கேட்கும் உரிமை அவருக்கு உள்ளது. குறைந்தபட்சம் தனது உரிமையை அனுபவிக்கவாவது அவரை அவள் அனுமதிக்கவேண்டும். பின்னிருக்கையில் வாயால் குறட்டைவிட்டபடி கைகால்களைப் அகலப் பரப்பிப் படுத்திருந்தான் அவ்ரம். கண்களை மூடி தனக்கு இயல்பான மனநிலையும் சகிப்புத்தன்மையும் அமைய மனதுக்குள் வேண்டினாள், தன் பார்வையை மெலிதான வண்ண வளையங்களால் நிரப்பினாள்; சிறிது நேரத்திலேயே அவை ஆழ்ந்த வண்ணமுடைய, கண்களில் பொறி பறக்க, அவளின் உடலெங்கும் அதிர்ந்த ரத்தவெறிகொண்ட பாடலை வாய்க்குள்ளாகப் பாடியபடி தன்னை நோக்கி நடந்துவரும் ராணுவவீரர்களின் அணிவரிசைகளாகியது. என் மனதுக்குள் நான் அனுபவிப்பது எப்படி அவருக்குத் தெரியாமல் போகும்? என அவள் நினைத்தாள். ஓஃபர் அங்கேயிருக்க என் மனதில் இப்போது நான் அனுபவிக்கும் வேதனையை எப்படி அவரால் உணரமுடியாமல் போனது? அவள் அசையாமல் உட்கார்ந்திருந்தாள். ஆத்திரமூட்டும் அந்த இசை அவளைக் கடும் கோபத்துக்குள்ளாக்கியது. அன்றைய தினத்தின் நிகழ்வுகளை விரைவாக மனதில் ஓட்டிப்பார்த்த அவளுக்கு எரிச்சலையும் கோபத்தையும் உண்டாக்கும் இந்த மனிதரோடு எப்படித் தன்னால் இருக்க முடிந்தது என்பதை விளங்கிக்கொள்ள முடியவில்லை. நம்ப முடியாத மூர்க்க குணம் கொண்ட, இன்று பிற்பகல் முழுவதும் தன் கழுத்தில் ஒரு பெரிய எடையைப்போலத் தொங்கிய அவர், யாஸ்தி அவனது சட்டப்பூர்வமற்ற குடியேற்றம் ஆகிய தனது சொந்தச் சிக்கல்களில் அவளையும் சேர்த்து மாட்டிவிட்டுவிட்டு, தனது எளிய திட்டங்களை அவள் நிறைவேற்றிக்கொள்ள முயன்ற வேளை மிகவும் கண்ணியமாகவும் குறையில்லாத வகையிலும் தனது பணியைச் செய்திருக்கவேண்டியவர் அவளைச் சங்கடத்துக்கும் குற்றவுணர்வுக்கும் ஆளாக்கிவிட்டார், கடைசியில் அவளது திட்டத்தைத் தன் கையில் எடுத்துக்கொண்டு அதைக் குழப்பிவிட்டுவிட்டார்.

"தயவு செய்து ரேடியோவை நிறுத்துங்கள்," தனது கோபத்தை யடக்கியவளாக மெதுவாகச் சொன்னாள்.

அவர் அதைக் கேட்டதுபோலத் தெரியவில்லை. இப்படியொன்று நடப்பதை அவளால் நம்ப முடியவில்லை. அவளது வெளிப்படையான வேண்டுகோளை அவர் புறக்கணிக்கிறார். தாள லயமுள்ள கூச்சல்கள் இரைச்சலான மூச்சுக்கள் என ரேடியோவில் அவர்கள் சப்தமெழுப்புகிறார்கள், அவள் கழுத்து நரம்பு வலியில் துடிக்கிறது.

“உங்களை அதை நிறுத்தச் சொன்னேன்.”

முகம் சலனமற்றிருக்க தடித்த கைகள் ஓட்டும் சக்கரத்தில் பரவி யிருக்க அவர் தொடர்ந்து வண்டியைச் செலுத்தியபடியிருந்தார். அவரது வாயின் மூலையில் சிறு தசை மட்டுமே துடித்தது. மிகுந்த சிரமத்துடன் தன்னை அவள் கட்டுப்படுத்திக்கொண்டாள். தன்னையே அமைதிப்படுத்திக் கொண்டு அடுத்து என்ன செய்வதென யோசிக்க முயன்றாள் ...

அவளுக்குத் தெரியும், தனது மூளையில் ஓரங்களில் எங்கோயிருந்து அது அவள் நினைவுக்கு வந்தது, புன்னகையுடன் ஒரு வார்த்தையில் அவர்களைப் பற்றி, கூச்சலும் மேளச் சத்தமுமாக ஆண்டுகளாக அவர்கள் வளர்த்துவரும் அவர்களது தனிப்பட்ட சிறு கலாச்சாரத்தைப் பற்றி அவரிடம் நைச்சியமாகப் பேசினால் ...

“அதை நிறுத்துங்கள்!” தன்னால் முடிந்த அளவுக்குச் சத்தமாகக் கத்தியவள் வேகமாகத் தன் தொடைகளை இரண்டு கைகளாலும் அடித்தாள்.

அவர் முகம் சுளித்தார், எச்சிலைக்கூட்டி விழுங்கினார் ஆனால் ரேடியோவை நிறுத்தவில்லை. அவர் விரல்கள் நடுங்குவதைப் பார்த்தாள், தன் முயற்சியைக் கிட்டத்தட்ட அவள் கைவிட்டாள். அவரது பலவீனம் அவளுக்கு அதிர்ச்சியளித்தது, அவளை நெகிழ வைத்தது, மெலிதான குற்றவுணர்வுக்கு ஆளாக்கியது. உள்ளார்ந்த அவரது கீழைத்தேய கண்ணியம் இந்த இறுக்கத்துக்குத் தாக்குப் பிடிக்காது, அவளுள் சீற்றத்தை ஏற்படுத்திய தீர்க்கம் மற்றும் அசட்டுத்துணிச்சல் – இரண்டும் மிகவும் மேலைத்தேயத்தவைகளாக இருந்தபோதும் – இவற்றின் முன் அது மெல்லக் கரைந்து போகும் என நினைத்தாள். அதோடு இலன் மீதான அவரது அச்சமும் சார்ந்திருப்பும் எப்போதும் இருந்தன. எரியும் தன் உதடுகளை அவள் நாவால் ஈரப்படுத்தினாள். அவளது தொண்டை அடைத்துக் கொண்டு வறண்டு எரிந்தது. இறுதியில் தான்தான் வெல்லப்போகிறோம், தனது விருப்பத்துக்கேற்ப அவரை வளைத்துவிடுவோம் என்ற எண்ணம் அவரைக் கட்டுக்குள் கொண்டுவர வேண்டும் என்ற விருப்பத்தைப் போலவே வலிமிக்கதாய் இருந்தது. இதோடு, இப்போதே இதை நிறுத்திக்கொள்ள வேண்டும், எல்லாவற்றையும் துடைத்து அழித்துவிடவேண்டும்–இன்று நிகழ்ந்த அனைத்தையும் என அவள் நினைத்தாள். புத்தி மாறாட்டமா உனக்கு எனத் தன்னையே கேட்டுக்கொண்டாள். இப்படி வதைக்கு மளவுக்கு அவர் அப்படியென்ன செய்துவிட்டார்? வெறுமனே இங்கு இருப்பதைத் தவிர அவர் உனக்கு என்ன அப்படிச் செய்துவிட்டார்?

இவையெல்லாமே உண்மை, ஓரா தனக்குத்தானே பதில் சொல்லிக் கொண்டாள், ஆனால் ஒரு அங்குலம்கூட விட்டுத்தராத அவரது பிடிவாதம்,

அடிப்படை மனிதப் பண்பின் நிமித்தம்கூட அவர் அதைச் செய்யாமலிருந்தது ஆகியன அவளைக் கடும் கோபம்கொள்ளவைத்தன. அவர்களது கலாச்சாரத்தில் அது இல்லை என அவள் நினைத்தாள். அவர்களும் அவர்களது கேவலமான கௌரவமும், முடிவேயில்லாத அவர்களது அவமானப்படுத்தல்கள், பழிவாங்கல்கள், உலகம் தோன்றியதிலிருந்து அவர்களைப் பற்றிச் சொல்லப்பட்ட ஒவ்வொரு சிறு சொல்லுக்கும் பழிதீர்த்தல், அவர்கள் பார்வையில் எப்போதுமே இந்த உலகம் அவர்களுக்கு ஏதோ கடன்பட்டிருக்கிறது, எல்லோருமே குற்றமிழைத்தவர்கள்!

அந்த இசை இன்னும் இன்னும் அதிகச் சத்தத்துடன் ஒலிக்க ஆரம்பித்தது. அலைகள் அவளுள் குமிழியிட்டு மேலே வந்து தொண்டையை அடைந்தன, தங்களது கடூரக் குரலால் அந்த ஆண்கள் அவளது ஆழத்துள் மோதினர், அவளுள் எதுவோ ஒன்று உடைந்தது, பலவகையான வருத்தங்கள் துயரங்களின் காய்ச்சி வடித்தக் கலவை, அவர்களைக் கைவிட்டிருந்த, அவர்களால் கைவிடப்பட்டிருந்த பரஸ்பர நட்பின்மீதான அவமரியாதையும்கூட. அவர்கள் முன் அது வெடித்தது. அவளது தோல் சிவந்தது, தகிக்கும் ஒரு சால்வை அவளது கழுத்தைச் சுற்றியிருந்தது, அவரைக் கொன்றுவிட வேண்டும் எனத் தோன்றியது. அவள் கை வேகமாக நீண்டு ரேடியோவின் பொத்தானை அழுத்தி அதனை நிறுத்தியது.

இருவரும் நடுங்கியபடி ஒருவரையொருவர் பக்கவாட்டில் பார்த்துக் கொண்டனர்.

“ஸமி, நாம் எப்படியாகிவிட்டோம் பாருங்கள்,” பெருமூச்சுடன் ஓரா சொன்னாள்.

தம்மாலே கலவரமுற்றவர்களாய் அவர்கள் அமைதியாக வந்து கொண்டிருந்தனர். இடது புறம் ரோஷ் பினா ஆழ்ந்த உறக்கத்தில் இருந்தது, பிறகு அவர்கள் ஹேட்ஸோர் ஹாக்லிலிட், அயேலெட் ஹாஷச்சார், ஹுலா ரிஸர்வ், யெஸுட் ஹமா அலா, ஆரஞ்சுநிற விளக்குளால் மினுக்கி ஒளிர்ந்த கிர்யாத் ஷ்மோனா ஆகியவற்றைக் கடந்து சாலை 99இல் திரும்பி ஹாகோஷ்ரிம், டாஃப்னா, ஷெ அர் மற்றும் யாஷுவ் வழியாகச் சென்றனர். ஒவ்வொருமுறை சாலைச் சந்திப்பு வருகையிலும் வேகத்தைக் குறைத்து ஒரு கன்னத்தை மட்டும் அவள் பக்கம் திருப்பி மௌனமான ஒரு கேள்வியைக் கேட்டார்: இன்னும் எவ்வளவு தூரம்? பதிலுக்கு அவள் தன் தாடையை நீட்டிச் சொன்னாள்: இன்னும் தூரமாக, இந்த தேசம் முடியும்வரை போய்க்கொண்டேயிருங்கள்.

டான் யூதக் குடியேற்றப் பகுதியைத் தாண்டியதும் பின்னிருக்கையிலிருந்து முனகும் சத்தம் கேட்டது. அவ்ரம் விழித்துவிட்டிருந்தான், அவனுக்கு மூச்சுத் திணறியது. ஓரா அவனிடம் திரும்பினாள். இருக்கையில் படுத்தபடி தனது மெல்லிய இமைகளை அவன் திறந்தான், அவளைப் பார்த்து கனிவான கனவுபோன்ற ஒரு புன்னகை பூத்தான். “நான் மூத்திரம் போக வேண்டும்,” கரகரப்பான ஆனால் மெதுவான குரலில் சொன்னான்.

“சீக்கிரமே வண்டியை நிறுத்துவோம்,” என்றாள் ஓரா.

"எனக்கு இப்போதே போகவேண்டும்."

"வண்டியை நிறுத்துங்கள், எவ்வளவு சீக்கிரம் முடியுமோ அவ்வளவு சீக்கிரம்," பீதியுற்ற குரலில் ஸமியிடம் சொன்னாள்.

அவர் வேகத்தைக் குறைத்துக் காரை சாலையிலிருந்து கீழே கொண்டு வந்தார். ஓரா காரில் அமர்ந்து முன்னே வெறித்துப் பார்த்தபடி இருந்தாள். ஸமி அவளைப் பார்த்தார். அவள் அசையவில்லை. கெஞ்சுவது போல "ஓரா?" என்றான் அவ்ரம். இன்னும் சற்று நேரத்தில் அவள்மீது சாய்ந்தபடி அவன் காருக்கு வெளியே நின்றுகொண்டிருப்பான், நிலைமையைப் பார்த்தால் அவள்தான் அவனது ஜிப்பைத் திறந்து அவனுக்காக அதைப் பிடித்தபடியிருக்கவேண்டும், இந்த எண்ணமே அவளைப் பீதிக்குள் ளாக்கியது. ஸமியை நோக்கி மன்றாடுவதுபோல, கெஞ்சுவதுபோல கிட்டத்தட்ட, அவரது நல்லெண்ணத்தைப் பெற்றுவிடவேண்டும் என்பதுபோன்ற ஒரு பார்வை பார்த்தாள். அவரது கண்களை அவள் எதிர்கொண்டபோது கசப்பான நீண்டவொரு கணத்துக்கு அவற்றுள் அவள் சிறைப்பட்டாள், அந்தக் கணம் ஜோசப் ட்ரம்பல்டோரிலிருந்து 1929 மற்றும் 1936 கலவரங்களினூடாக அவ்ரமின் குறி வரை எல்லையற்ற ஒரு புதிர்வழியாக விரிந்தது. அவள் வெளியே வந்து காரின் பின்கதவை நோக்கிச் சென்றாள், வெகு பிரயாசையுடன் அவன் எழுந்து அமர்ந்தான். "எல்லாம் அந்த மாத்திரைகளால் வந்தது," என்றவன், "உன் கையைக் கொடு," என்றான். அவள் தன் குதிகால்களைத் திடமாகத் தரையில் ஊன்றி அதன்மீது விழப்போகும் சுமைக்காகத் தன் முதுகைத் தயார்நிலையில் வைத்தாள். அவன் கையைக் காணாது அவளது கை காற்றில் அலைந்தது. கண்களை மூடி அவன் ஆமோதிப்பாகத் தலையசைத்தான். முகத்தைச் சற்றே சுருக்கி நிம்மதியாகப் புன்னகைத்தான், அடர்ந்த நீர்க்கறை அவனது கால்சராய்களில் பரவி இருக்கையின் புதிதான சிறுத்தைத்தோல் திண்டுவேலைப்பாட்டின்மீது இறங்கியது.

சற்று நேரத்தில் அவர்களது பயணப்பைகள் கீழே கிடக்க இருவரும் காருக்கு வெளியே இருந்தனர், ஸமி பைத்தியம் பிடித்தவர்போல அங்கிருந்து காரை வேகமாக ஓட்டிச் சென்றார். வெள்ளைக்கோட்டின்மீது வளைந்து நெளிந்து கார் சென்றபோது யூதர்களையும் அராபியர்களையும் முக்கியமாகத் தன்னையும் தன் விதியையும் சபித்தபடி இரவின் மூடுபனியைப் பார்த்துக் கத்தியபடி சென்றார். தலையிலும் மார்பிலும் அடித்துக்கொண்டவர் மெர்ஸிடஸின் ஓட்டும் சக்கரத்திலும் அடித்தார்.

நிலத்தின் விளிம்புக்கு 181

அவர்கள் உலர்ந்த ப்ளம்களைச் சாப்பிட்டார்கள், ஓரா விதைகளைச் சேற்றில் நட்டுவைத்தாள், ஒருநாள் ஒன்றுடன் ஒன்று பின்னியபடி அங்கு இரண்டு மரங்கள் முளைத்து வரும். அற்புதமான அந்த இடத்துக்கு அவர்கள் பிரியாவிடை அளித்தார்கள், தங்கள் பைகளை நிரப்பிக்கொண்டார்கள், அவனுடையது நீலநிறப் பை, அவளுடையது ஆரஞ்சு. அவ்ரம் செய்த ஒவ்வொரு செயலுக்கும் நீண்ட நேரம் பிடித்தது, அவனது ஒவ்வொரு அசைவும் உடலின் அனைத்து மூட்டுக்களையும் கடந்து வருவதுபோலிருந்தது. கடைசியாக அவன் எழுந்து நின்று ஆற்றைப் பார்த்தபோது, ஒளிரும் நாணயமொன்று தனது பொன்னிற மினுமினுப்பைத் தொலைவேயிருந்து அவன்மீது திருப்பியது போல மெல்லிய ருதுகாலத்துப் பிரகாசம் அவன் நெற்றியின்மீதாக ஓடியது: அவள் மனதில் வேகமாக ஒரு எண்ணம் கடந்தது: இப்போது ஓஃபர் இங்கிருந்தால் எப்படியிருக்கும்? அப்படியான ஒரு எண்ணத்துக்கு அடிப்படையே இல்லை. இத்தனை ஆண்டுகளாய் அவ்ரமிடம் ஓஃபரைப் பற்றிப் பேசவோ குறைந்தது அவன் பெயரைச் சொல்லவோகூட தடுக்கப்பட்டிருந்த அவளால் அவனைப் பற்றிய சிறு துணுக்கு விவரங்களை மட்டுமே மறைமுகமாகச் சொல்ல முடிந்தது. ஆனால் இப்போது ஒரு கணம் அவள் அவர்களிருவரையும் இங்கே பார்த்தாள், ஓஃபரையும் அவ்ரமையும், ஒருவருக்கொருவர் ஆற்றைத் தாண்டிச் செல்ல உதவியபடியிருந்த அவர்களைப் பார்த்தாள், அவன் மட்டில் அவள் கண்கள் ஒளிர்ந்தன.

“வாருங்கள் போகலாம்.”

நூறு தப்படிகள்கூட கடந்திருக்க மாட்டார்கள், சிறு குன்றைத் தாண்டி அந்தப் பாதை மறுபடி ஒரு ஓடைக்குள் இறங்கியது.

அவ்ரம் தோற்றுப்போனவனாக நின்றான். அவனைப் பொறுத்தவரை இது மிக அதிகம். தனக்கும்கூட என நினைத்தவளாய் கோபமாகக் கீழே அமர்ந்துவிட்டாள் ஓரா. தனது சப்பாத்துகளையும் காலுறைகளையும் கழற்றியவள் அவற்றை இறுகக் கட்டிக்கொண்டாள், தன் கால்சராயை மேல் நோக்கி சுருட்டிவிட்டுக்கொண்டாள். உறைய வைக்கும் பனிபடர்ந்த நீரில் உறுதியுடன் இறங்கினாள், தன்னுள்ளிருந்து வந்த சிறு கீச்சொலியை அவளால் கட்டுப்படுத்த முடியவில்லை. அவ்ரம், ஒரே நேரத்தில் தன்னை இழுக்கவும் தள்ளவும் செய்த சக்திகளால் குழம்பியவனாய் அவளுக்குப் பின்னால் கரையில் இன்னும் அசைவற்று நின்றுகொண்டிருந்தான். செய்வதறியாமல் அவன் நின்றிருந்தான், இப்போது ஓரா எதை நோக்கிப் போய்க்கொண்டிருக்கிறாளோ அந்தக் கரை அவர்களிருவரும் தங்கள் நீண்ட நடை பயணத்தைத் தொடங்கிய கரை என்பது அவனுக்குப் புரிந்தது. அங்கு ஒருவகை நிலைத்த தன்மை இருப்பது போலிருந்தது, காரணம் அது வீடு அமைந்திருக்கும் கரை. அவன் தரையில் அமர்ந்தான், பல வகையான அசைவுகள் வெளிப்பட கிட்டத்தட்ட ஓஃபரின் சப்பாத்துகளைப் பார்க்காமலே தனது சப்பாத்துகளைப் பையுடன் கட்டினான், உதடுகளை இறுக மூடிக்கொண்டு தண்ணீரில் இறங்கி நடந்தான், தண்ணீர் கடுமையாகச் சுழன்று பொங்குமாறு இம்முறை அடிகளைத் திடமாக வைத்தான், கரையேறி ஓராவின் அருகே வந்து அமர்ந்தான். கால்களைக் கையால் ஓங்கியடித்து உலர்த்திவிட்டு காலுறைகளையும் சப்பாத்துகளையும் அணிந்துகொண்டான். அவன் அமைதியடைந்திருப்பதாக ஓரா நினைத்தாள். அவன் இயல்புக்குத் திரும்பியிருந்தான், காரணம் தனக்குப் பழக்கமான இடத்தில் அவன் இருந்தது மட்டுமல்ல, கடந்துவந்த பின்னும் மறுபடி அந்த இடத்துக்குத் தன்னால் திரும்பமுடியும் என்பதை அவன் உணர்ந்திருந்தான். மேல் கலிலேயா பயணத்தின் அந்த முதல்நாள் காலையில் மூன்று நான்கு முறை – அவர்கள் எண்ணுவதை விட்டிருந்தார்கள் – அவர்கள் இதையே செய்தார்கள். (இன்னும் அதை அவள் நடைபயணம் என்றே குறிப்பிட்டாள், அவள் அதை என்னவென்று வேண்டுமானாலும் குறிப்பிடட்டும்). அந்நாள் முழுவதும் மிகச் சில வார்த்தைகளையே பேசினார்கள்: “வாருங்கள்,” “உங்கள் கையைக் கொடுங்கள்,” “பார்த்து,” “கேடுகெட்டப் பசுக்கள்.” அந்தப் பாதையும் ஓடையும் ஒன்றோடொன்று சேர்ந்தும் பிரிந்தும் சென்றபடியிருந்தன. மூன்றாவது முறை கடந்தபோது அவர்கள் சப்பாத்துகளைக் கழற்றவில்லை, சகதியிலும் தண்ணீரிலும் நடந்து சென்று கரையேறினர், சப்பாத்துகள் உலரும்வரை தண்ணீர் தெறிக்க நடந்தனர். கடைசியாக அந்தப் பாதை ஹாட்ஸ்பானி ஆற்றிலிருந்தும் பிரிந்துசெல்ல பயணம் லகுவாகிக்கொண்டே வந்தது. அங்கொன்றும் இங்கொன்றுமாக பெரிய சகதிக்குட்டைகள் காணப்பட்ட வெளிறிய சைக்ளமேன் செடிகள் இருபுறமும் அசைந்துகொண்டிருந்த சாதாரண பாதையில் வயல்களினூடாகப் பயணம். சில நிமிடங்களுக்கு ஒருமுறை பின்னால் பார்ப்பதை நிறுத்தியிருந்தான் அவ்ரம், திரும்பிவர எப்படி

வழி கண்டுபிடிப்பது என ஓராவை அவன் கேட்கவுமில்லை. திரும்பிப் போகும் எண்ணம் அவளுக்கு இல்லையென்பதையும் தான் அவளது பணயக்கைதி என்பதையும் அவன் உணர்ந்திருந்தான். அவன் தனக்குள் ஒடுங்கிக்கொண்டான், தனது ஆற்றலை ஒரு செடி அல்லது ஒரு ஒட்டுப்பாசி அல்லது ஒரு விதைத்தூவியினது ஆற்றலாக சுருக்கிக்கொள்வதற்குத் தன்னை ஒப்புக்கொடுத்துவிட்டிருந்தான். அந்த வகையில் அது அதிக துன்பமில்லாமல் இருக்கும் என ஓரா நினைத்தாள். அவனை ஏன் நான் வதைத்துக்கொண்டிருக்கிறேன்? அவன் நடப்பதை, சோர்ந்துபோவதை, ஒடுங்கிப்போவதை, தனக்கு விதிக்கப்பட்ட சற்றும் புரியாத ஒரு தண்டனையை அனுபவிப்பதை அவள் பார்த்தாள். இப்போது அவன் என்னிலோ அல்லது என் வாழ்விலோ ஒரு அங்கம் கிடையாது, பல வருடங்களாகவே அவன் அப்படி இல்லை. இந்த எண்ணம் அவளுக்கு வலியுண்டாக்கவில்லை, திகைப்பையே உண்டாக்கியது: என் சதை என் ரத்தம், என் ஆன்மாவின் வேர் என நினைத்த ஒருவன் இம்மாதிரியாக என்னிடமிருந்து துண்டிக்கப்படும்போது என் இதய நரம்புகள் ஏன் சுண்டப்படவில்லை? இப்போது அவனோடு நான் என்ன செய்துகொண் டிருக்கிறேன்? இந்தக் குழப்பம் ஏன் என்னைப் பற்றிக்கொள்கிறது? ஒரு குழந்தையைக் காப்பாற்ற என் எல்லா ஆற்றலும் தேவைப்படும் இந்த நேரத்தில் ஏன் இன்னொன்றையும் நான் சுமக்க வேண்டும்?

“ஓஃபர்,” அவள் முணுமுணுத்தாள், “அவனைப் பற்றி நினைக்க நான் மறந்துகொண்டிருக்கிறேன்.”

சட்டென்று திரும்பிய அவ்ரம் பாதையில் கோணல்மாணலாக அடிவைத்து நடந்து அவளை நோக்கி வந்தான். “சொல், என்ன வேண்டும் உனக்கு, இம்மாதிரியான விளையாட்டுகளுக்கு என்னிடம் சக்தியில்லை.”

“உங்களிடம் சொல்லியிருக்கிறேன்.”

“எனக்கு அது புரியவில்லை.”

“நான் தப்பி ஓடிக்கொண்டிருக்கிறேன்.”

“எதிலிருந்து?”

அவன் கண்களை உற்றுப் பார்த்தவள் எதுவும் பேசவில்லை.

அவன் எச்சிலைக்கூட்டி விழுங்கினான். “இலன் எங்கே?”

“இலனும் நானும் பிரிந்து ஒரு வருடம் ஆகிறது. சரியாகச் சொன்னால் ஒன்பது மாதங்கள்.”

அவளிடமிருந்து உதை வாங்கியதுபோல அவன் உடல் சற்று அசைந்தது.

“அவ்வளவுதான்.”

“பிரிந்துவிட்டாயென்றால்? யாரிடமிருந்து?”

“யாரிடமிருந்தா? எங்களிடமிருந்து. ஒருவர் மற்றவரிடமிருந்து. அவ்வளவுதான்.”

"ஏன்?"

"மனிதர்கள் பிரிவது இயற்கையாக நடப்பதுதானே. வாருங்கள் போகலாம்."

தன் கையை சிரமத்துடன் உயர்த்தியவன் அசட்டுச் சிறுவனைப்போல அங்கேயே நின்றுகொண்டிருந்தான். அவனது இளந்தாடியின் கீழ் வதையின் குறியை அவள் பார்த்தாள். தாம் பிரிய நேர்ந்தாலும் அவ்ரமின் பொருட்டு தாம் பிரியவில்லை என்பதுபோல நடிக்க வேண்டும் என அவளும் இலனும் நகைச்சுவையாகப் பேசிக்கொள்வதுண்டு.

"பிரிவுக்கு என்ன காரணம்?" அவன் சீற்றமாகக் கேட்டான். "திடீரென்று உங்களுக்கு என்ன ஆனது என எனக்குத் தெரியவேண்டும். இத்தனை வருடம் நன்றாக இருந்துவிட்டு திடீரென்று எப்படி அது பிடிக்காமல் போனது?"

அவன் தன்னைத் திட்டுகிறான் என்பதை உணர்ந்து ஆச்சரிய மடைந்தாள் ஓரா. அவன் புகார் தெரிவிக்கிறான்.

"யார் முதலில் பிரிய நினைத்தது?" திடீரென முழு வலுவுடனும் அவ்ரம் நிமிர்ந்தான். "அவன்தான், இல்லையா? அவன் வேறு பெண்ணுடன் உறவு வைத்திருக்கிறானா?"

ஓரா கிட்டத்தட்ட மூச்சற்றுப்போனாள். "கொஞ்சம் அமைதியாக இருங்கள். நாங்கள் இருவரும் சேர்ந்தே முடிவு செய்தோம். இதுதான் நல்லது எனத் தோன்றியது." இப்போது ஓரா கோபத்தில் சீறினாள். "சரி, ஏன் நீங்கள் எங்கள் வாழ்வில் மூக்கை நுழைக்கிறீர்கள்? எங்களைப் பற்றி உங்களுக்கு என்ன தெரியும்? மூன்று வருடங்களாக எங்கே போயிருந்தீர்கள்? முப்பது வருடங்களாக எங்கே போயிருந்தீர்கள்?"

அச்சமுற்றவனாக அவளை நெருங்கி "மன்னித்துக்கொள்." என்றான். "நான்... நான் எங்கேயிருந்தேன்?" உண்மையிலே தான் எங்கிருந்தோம் என்பது தெரியாதது போல புருவங்களை நெறித்தான்.

"நிலைமை இதுதான்." தனது கோபத்துக்குப் பரிகாரமாக மென்மை யாகப் பேசினாள் ஓரா.

"நீ?"

"என்னைப் பற்றி என்ன?"

"நீ தனியாகவா இருக்கிறாய்?"

"அவரின்றித் தனியாக, ஆமாம். ஆனால் நான் தனியாக இல்லை." அவன் கண்களை உற்றுப்பார்த்தாள். "நிஜமாகவே நான் தனிமையாக உணரவில்லை." புன்னகைப்பதற்கான அவள் முயற்சி கைகூடவில்லை.

அவ்ரம் பதற்றத்தில் தன் கைகளைப் பிசைந்தான். அந்தத் தகவலை ஏற்றுக்கொள்வதற்கான வலுவை அவன் உடல் உருவாக்கிக்கொள்வதை அவள் உணர்ந்தாள். ஓராவும் இலனும் பிரிந்துவிட்டார்கள். இலன் தனியே, ஓரா தனியே. இலன் இல்லாமல் ஓரா.

நிலத்தின் விளிம்புக்கு 185

"ஆனால், ஏன்? ஏன்?!" திரும்பவும் அவனுக்குக் கோபமேறியது, காலைத் தரையில் உதைத்தபடி அவள் முகத்தைப் பார்த்துக் கத்தினான்.

"நீங்கள் கத்துகிறீர்கள். என்னிடம் கத்தாதீர்கள்."

"ஆனால் எப்படி ... நீங்களிருவரும் எப்போதும் ..." தனது பையைக் கீழே நழுவவிட்டான், சோகம் பீடித்த நாய்க்குட்டியைப்போல அவளை நிமிர்ந்து பார்த்தான். "முடியாது, ஆரம்பத்திலிருந்து அதை எனக்கு விளக்கிச் சொல். என்ன நடந்தது?"

"என்ன நடந்ததா?" அவளும் தன் பையைக் கீழே வைத்தாள். "ஓஃபர் ராணுவத்தில் சேர்ந்ததிலிருந்து நிறைய விஷயங்கள் நடந்துவிட்டன. என்னிடமிருந்து காணாமல் போய்விடவேண்டுமென்று நீங்கள் முடிவெடுத்ததிலிருந்து."

அவன் கைகள் ஒன்றையொன்று அழுத்தமாகப் பிசைந்துகொண்டன. அவன் கண்கள் அங்குமிங்குமாக அலைபாய்ந்தன.

"எங்கள் வாழ்க்கை மாறிவிட்டது," மென்மையாகச் சொன்னாள் ஓரா, "நான் மாறிவிட்டேன், இலனும் மாறிவிட்டார், குடும்பமும்கூட. எதிலிருந்து ஆரம்பித்துச் சொல்வதென எனக்குத் தெரியவில்லை."

"இப்போது அவன் எங்கிருக்கிறான்?"

"தென்னமெரிக்காவில் பயணமாக இருக்கிறார். அலுவலகத்திலிருந்தும் பிற எல்லாவற்றிலிருந்தும் விடுப்பு எடுத்துக்கொண்டார். எவ்வளவு நாள் இப்படி இருப்பார் என்பது எனக்குத் தெரியாது. சமீபகாலமாக எங்களுக்குள் எந்தத் தொடர்புமில்லை." அவள் தயங்கினாள். ஆடமும் அவனோடு போய்விட்டதை அவள் சொல்லவில்லை. அதாவது தன் மூத்த மகனிடமிருந்தும் பிரிந்துவிட்டதை அவள் சொல்லவில்லை. அவனிடமிருந்தும்கூட—ஆடமிடமிருந்தும்கூட—அவள் முறையாகப் பிரிய வேண்டும். "எனக்குச் சற்று அவகாசம் கொடுங்கள், அவ்ரம். என் வாழ்க்கை இப்போது பெரும் குழப்பமாக இருக்கிறது, அதைப்பற்றிப் பேசுவது அவ்வளவு சுலபமாக இல்லை."

"சரி, சரி நாம் அது பற்றிப் பேசவேண்டாம்."

குரூரமான ஒரு பாதத்தினால் எற்றப்பட்ட எறும்பைப்போல அடிபட்டு நடுங்கியவனாக அவன் எழுந்து நின்றான். இதுபோன்ற திடீர் திருப்பங்கள், புதிய சேர்க்கைகள், உணர்ச்சிமயமான மாற்றங்கள் ஒரு காலத்தில் அவனுக்கு கிளர்ச்சியூட்டுவனவாக, அவனது மனதையும் உடலையும் தூண்டுவனவாக இருந்ததை ஓரா எண்ணிப் பார்த்தாள். அவன் வார்த்தையில் சொன்னால் அவை அவனை நொதிப்புறச் செய்தன. அவள் மௌனப் பெருமூச்சு விட்டாள், முடிவற்ற சாத்தியங்களைக் கொண்ட எல்லாமும் அவனைக் கிளர்த்தின. எண்ணிப்பார்த்தாயா? எண்ணிப்பார்த்தாயா? நீதான் அதைக் கண்டுபிடித்தாய், அதற்கான விதிகளையும் நீதான் உருவாக்கினாய். மன்ஹாட்டனில் கண்ணாமூச்சி விளையாடி ஹேர்லமில் கண்ணைத் திறப்பதுபோல. ஆட்டுக்குட்டி சிங்கத்துடன் படுத்திருக்க வேண்டும் என நீங்கள் சொன்னவிதம்—என்ன

நடக்கிறதென பார்ப்போம் என்றீர்கள். பிரபஞ்சத்தின் வரலாற்றில் முதல் முறையாக ஒரு ஆச்சரியம் நிகழலாம். குறிப்பிட்ட இந்தச் சிங்கமும் குறிப்பிட்ட இந்த ஆட்டுக்குட்டியும் சேர்ந்து அதை முயற்சித்துப் பார்க்கலாம், இந்த ஒருமுறை அவை, அவளுக்கு அந்த வார்த்தை நினைவுக்கு வரவில்லை, "மீட்சியா?", "மீட்பா?," அதனை அடையலாம். அவனது வார்த்தைகள் ஒரு சொற்களஞ்சியம், ஒரு அகராதி, ஒரு சொற்றொடர் கையேடு, ஒரு அருஞ்சொற்பொருள் பட்டியல். பதினாறு வயதில், பத்தொன்பது வயதில், இருபத்தியிரண்டு வயதில், ஆனால் அதன் பிறகு: மௌனம், வெளிச்சம் நீங்கிய இருட்டு. மெதுவாக, ஒருவருக்கொருவர் இணையாக, தங்கள் சுமைகளால் அழுந்தியவர்களாய் அவர்கள் மறுபடி நடக்க ஆரம்பித்தார்கள். திரவக் கரைசலொன்று வேறொரு பொருளின்மீது சொட்டுச் சொட்டாய் இறங்கி அதன் குணத்தை மாற்றுவதுபோல அந்தச் செய்தி அவனுள் இறங்குவதை அவளால் உணரமுடிந்தது. முப்பத்தைந்து வருடங்களுக்குப் பின் உண்மையாகவே அவளுடன், இலன் இல்லாமல், இலனது நிழல்கூட இல்லாமல், தான் தனித்திருப்பதை அவன் மெதுவாகப் புரிந்துகொள்ள ஆரம்பிக்கிறான். அது உண்மையா இல்லையா என்பதை முடிவு செய்ய அவளால் இயலவில்லை. சில மாதங்களாகவே அவளால் திடமான முடிவுகளை எடுக்க முடியவில்லை. ஒரு நிமிடம் இந்த வழி சரியென்றும், அடுத்த நிமிடம் இன்னொரு வழி சரியென்றும் படுகிறது.

"பிள்ளைகள்?" தன்னையுமறியாமல் கேட்டான் அவ்ரம்.

தனது நடையின் வேகத்தைக் குறைத்தாள் ஓரா. அவர்களது பெயர்களைச் சொல்லக்கூட அவன் விரும்பவில்லை. "பிள்ளைகள்," அவள் சொன்னாள், "வளர்ந்துவிட்டார்கள், சொந்தக் காலில் நிற்பவர்களாக இருக்கிறார்கள், யாருடன் எங்கே இருக்கவேண்டும் என்பதை அவர்களே முடிவு செய்துகொள்வார்கள்."

பக்கவாட்டில் திரும்பி அவளை வேகமாக ஒரு பார்வை பார்த்தான், ஒரு கணம் அவன் கண்களின் திரையொன்று விலகிட அவை கண்ணீரால் நிறைந்தன. அவன் அவளைப் பார்த்தான், அவளது துயரத்தின் ஆழங்கள் வரை அவளை உணர்ந்தான். மறுபடி அந்தத் திரை அவனை மூடியது. அந்தத் துயரத்திலும் வலியிலும் ஓரா ஒருவிதக் களிப்பை உணர்ந்தாள்: இன்னும் அவளுள் யாரோ இருக்கிறார்கள்.

சிறிது நடப்பது, நின்று சிறிது ஓய்வெடுப்பது, சாலைகளையும் மனிதர் களையும் தவிர்ப்பது, ஓராவின் பையிலிருந்து உணவு எடுத்து உண்பது, அரிதாகக் கிடைக்கும் பப்ளிமாஸ் அல்லது ஆரஞ்சை உண்பது, தரையில் வாதுமை மற்றும் அக்ரூட் கொட்டைகளைக் கண்டெடுப்பது என இப்படியே மாலைவரை அவர்கள் சென்றனர். சிற்றோடைகளிலும் ஊற்றுக்களிலும் தங்கள் போத்தல்களை மறுபடி மறுபடி நிரப்பிக் கொண்டனர். அவ்ரம் தொடர்ந்து தண்ணீர் குடித்தபடியே வந்தான், ஓரா தண்ணீர் குடிக்கவில்லை. ஒரு ஊசலைப்போல இந்தப் பாதையிலும் அந்தப் பாதையிலுமாக மாறி மாறி நடந்தனர். திரும்ப இந்த வழியைக் கண்டுபிடிக்கக்கூடாது என்பதற்காக வேண்டுமென்றே இதுபோல பாதை

மாறிச்செல்வதை அவன் உணர்ந்தானா என்பது அவளுக்குத் தெரிய வில்லை.

அவர்கள் அரிதாகவே பேசினர். அவர்களது பிரிவைப் பற்றி அவள் ஏதாவது சொல்லவந்தபோது இறைஞ்சுவதுபோல அவன் கையை உயர்த்தினான், கிட்டத்தட்டக் கெஞ்சினான். அதைக்கேட்பதற்கான வலு அவனிடம் இல்லை, ஒருவேளை பிறகு அவனால் அது இயலக்கூடும், இன்றிரவு அல்லது நாளை, அனேகமாக நாளை. அவன் இன்னும் பலவீனமாகிக்கொண்டே வந்தான் அவளும்கூட இதுபோன்றவொரு கடினப் பயணத்துக்கு பழகியிருக்கவில்லை. குதிகால்களில் தோல் தடித்து வந்தது, தொடையிடுக்குகளில் அரிப்பு உண்டானது. அவனுக்கு பேண்ட் – எய்டுகளும், முகப்பூச்சுத்தூளும் தந்தாள், அவன் வேண்டாமென மறுத்துவிட்டான். மதியப் பொழுதில் இலையடர்ந்த கரோப் மரத்தின் நிழலில் அவர்கள் சிறுதூக்கம் போட்டனர். எழுந்து கொஞ்ச தூரம் நடந்துவிட்டு மறுபடி உறங்கினர். அவளது சிந்தனைகள் மையமற்று இருந்தன. அதற்கு காரணம் அவன்தான் என நினைத்தாள்: ஒருமுறை அவளை அவன் தூண்டி முழுமுற்றாக மாற்றியது போல. இப்போதோ அவனது இருப்பு உற்சாகமற்று சோர்வூட்டுவதாய் இருந்தது. அஸ்தமன வேளையில் அமெரிக்க வாதுமை மரங்களான பெகான் மரங்களின் தோப்போரமாக, காய்ந்த இலைகளாலும் உடைத்த கொட்டைகளின் ஓடுகளாலும் ஆன படுக்கையில் அவர்கள் புரண்டபடியிருந்தபோது அவள் மேலே வானத்தைப் பார்த்தாள். பலமணி நேரமாக ஒரே இடத்தில் இரைச்சலுடன் பறந்தபடியிருந்த இரண்டு ஹெலிகாப்டர்களைத் தவிர்த்து வானம் எதுவுமற்று இருந்தது. அந்த ஹெலிகாப்டர்கள் எல்லையைக் கண்காணித்துக்கொண்டிருக்க வேண்டும். இன்னும் மீதமிருக்கும் இருபத்தெட்டு நாட்களிலும், முழுதாக ஒரு மாதமென்றாலும், இவ்வாறு சுற்றியலைவதைப் பற்றித் தான் கவலைகொள்ளப் போவதில்லை என நினைத்துக்கொண்டாள். எல்லாம் தன்னை முட்டாளாக்கிக் கொள்ளத்தான். ஆனால் அவ்ரம்?

அவனும்கூட கவலைப்படாமலிருக்கலாம். அவனுக்கும் இதுபோலச் சுற்றியலையவேண்டும் என்ற எண்ணம் வந்திருக்கலாம். இப்போது அவன் மனதில் என்ன நினைத்துக்கொண்டிருக்கிறான், அவன் வாழ்வு எப்படிப்பட்டது, இப்போது அவன் யாருடன் இருக்கிறான் என்பதைப் பற்றி எனக்கு என்ன தெரியும்? அவள் யோசித்தாள். என்னைப் பொறுத்தவரை இப்படி இருப்பது ஒன்றும் மோசமில்லை, இதில் அவ்வளவு வலியும் இல்லை. கடந்த சில மணி நேரங்களில் அவளுள் ஓஃபரை பற்றிய சிந்தனைகளும்கூட அமைதியடைந்திருப்பதை ஆச்சரியத்துடன் நினைத்துக்கொண்டாள். அவ்ரம் சொன்னதுகூட சரியாக இருக்கலாம், எல்லாவற்றைப் பற்றியும் பேச வேண்டிய அவசியமில்லை. எப்படிப் பார்த்தாலும் சொல்ல என்ன இருக்கிறது? அதிகபட்சம் சரியான நேரம் வாய்க்கும்போது அவனிடம் ஓஃபரைப் பற்றி சிறிது சொல்வாள், கவனமாக–இந்த இடத்தில் அவன் கட்டுப்பாடுடன் இருப்பான் எனச் சொல்ல முடியாது–சில சிறு விஷயங்களை மட்டும், விளையாட்டான விஷயங்களை மட்டும். பொதுவாக ஓஃபர் யாரென சுருக்கமாக, அத்தியாயத் தலைப்புகளில்

சொல்வாள். அவ்ரம் தன்னால் இந்த உலகுக்குக் கொண்டுவரப்பட்ட அவனைப்பற்றி கொஞ்சமேனும் தெரிந்துகொள்வான்.

மரங்கள் சூழ்ந்த சிறு பகுதியில் அவர்கள் தம் கூடாரங்களை தெரிபிந்த் மற்றும் ஓக் மரங்கள் நடுவே அமைத்தனர். வீட்டிலிருக்கையில் கூடாரம் அமைப்பது பற்றி ஓஃபர் அவளுக்குப் பயிற்சி அளித்திருந்தான். இப்போது அவளே ஆச்சரியப்படும்விதமாக சிரமமின்றி கூடாரத்தை அமைத்திருந்தாள். முதலில் அவள் தன்னுடைய கூடாரத்தை அமைத்தாள், பிறகு அவ்ரமுடையதை அமைக்க அவனுக்கு உதவி செய்தாள். ஓஃபர் முன்னெச்சரிக்கைசெய்ததுபோல அந்தக் கூடாரங்கள் ரகசியமாக அவளைத் தாக்கவில்லை, நைச்சியமாக அவளைச் சுற்றி பின்னிக்கொள்ளவில்லை, பூச்சியுண்ணும் தாவரமொன்றைப்போல அவளைத் தனக்குள்ளே இழுத்துக் கொள்ளவில்லை. அமைத்து முடித்தபோது அங்கே வட்ட வடிவ சிறு கூடாரங்கள் இரண்டு இருந்தன, அவளுடையது ஆரஞ்சு வண்ணம், அவனுடையது நீலம். மூன்று அல்லது நான்கு கெஜ இடைவெளியில் தண்ணீராலும், ஒன்று மற்றொன்றினாலும் பாதிப்புக்குள்ளாகத சிறு விண்கலங்கள் போலத் தோன்றிய இரண்டு குமிழிகள், நீண்ட மெல்லிய நைலான் துணிகளால் மூடப்பட்ட சிறு ஜன்னல்களுடன்.

அவ்ரம் இன்னமும் ஓஃபரின் பையைத் திறப்பதைத் தவிர்த்தான். அதன் வெளிப்புறச் சிறு பைகளைக் கூட அவன் திறக்கவில்லை. ஓடைகளில் பலமுறை அவன் அணிந்திருந்த நிலையிலே சுத்தம் செய்யப்பட்டு விட்ட ஆடைகளை மாற்ற வேண்டிய தேவை அவனுக்கு இல்லை. தரையில் அப்படியே அவன் படுத்துக்கொண்டான், மெத்தென்ற அட்டை தேவையில்லை, ஆனாலும் அவனால் நீண்ட நேரம் படுத்து ஓய்வெடுக்க முடியவில்லை காரணம் அவன் வழக்கமாகப் பயன்படுத்தும் தூக்க மாத்திரைகளை ஓரா எடுத்து வந்திருக்கவில்லை, அவை அவனது படுக்கையை ஒட்டிய இழுப்பறை ஒன்றில் வைக்கப்பட்டிருந்தன. இப்போது குளியலறையில் கண்டு அவள் எடுத்து வந்திருக்கும் ஹோமியோபதி மருந்துகள் அவனுடையவை அல்ல. தனது உதடுகளை அசைக்காமலே ஓரா கேட்டாள், “இவை யாருடையவை?” “ம் . . .” என்றவன் அந்தக் கேள்வியைப் புறந்தள்ளினான். “அவைகளால் எனக்குப் பிரயோசனம் எதுவுமில்லை.” வெனிலா மணமுள்ள நாற்றமகற்றியைப் பயன்படுத்தும், ஊதா நிறக் கேசமுள்ள, அவன் தொலைபேசியில் சொன்னதுபோல இப்போது ஒருமாத காலமாக அவனுடன் இல்லாத அந்தப் பெண்ணைப் பற்றி நினைத்தாள்.

ஏழு மணியானபோது அந்த மௌனத்தைத் தாங்க முடியாமல் இருவரும் தங்கள் கூடாரங்களுக்குச் சென்று இடையிடையே சற்றுத் தூங்கியபடி பலமணி நேரம் விழித்திருந்தனர். அன்றைய தினத்தின் கஷ்டங்களால் சோர்ந்துபோயிருந்த அவ்ரம் விசித்திரமான மாத்திரைகளின் உதவியால் ஓரளவு உறங்கினான், கடைசியில் அவற்றின் பாதிப்பிலிருந்தும் மீண்டு வந்தான்.

அவர்கள் உருண்டு புரண்டனர், பெருமூச்சு விட்டனர், இருமினர். அளவுக்கதிகமான யதார்த்தம் அவர்களுக்குள் சலசலத்துக்கொண்டிருந்

தது: அவர்கள் திறந்தவெளியில் இருந்தார்கள், கற்களும் பள்ளங்களும் நிறைந்து முண்டு முரடாக அசௌகரியமாக இருந்த இருந்த தரையில் படுத்திருப்பது, அச்சமூட்டும் விதத்தில் புதிதாயிருந்த கண்ணுக்குத் தெரியாத பெரிய மிருகமொன்றின் பதற்றமிக்க நடுக்கம், மினுக்கும் நட்சத்திரங்கள் அவர்களுள் ஏற்படுத்திய கலவர உணர்வு, முதலில் வெப்பமாகவும் பின்பு குளிராகவும் வீசிய காற்று, கண்ணுக்குத் தெரியாத வாய் ஒன்றிலிருந்து வரும் மென்மையான சுவாசம் போன்ற திசைகள்மாறி நகர்ந்தபடியிருந்த ஈரக்காற்று. இரவுப் பறவைகளின் ஒலி, சுற்றிலுமான சலசலப்பு, கொசுக்களின் ரீங்காரம். கன்னங்களிலும் கால்களிலும் ஏதோ ஊர்வது போன்ற உணர்வு, அருகே புதரிலிருந்து மெதுவான காலடிகளின் ஓசை நெருங்கி வந்தது, நரிகள் ஊளையிட்டன, வேட்டையாடப்படும் விலங்கு ஒன்றின் வலிமிக்க கனைப்பொலி கேட்டது. இவையெல்லாவற்றையும் மீறி ஓரா தூங்கிவிட்டிருக்க வேண்டும், காரணம் தன் வீட்டு முன்வாசல் படிவழியில் ராணுவச் சீருடையில் வந்து நின்ற மூன்று பேர் அவளை அதிகாலையிலே எழுப்பிவிட்டிருந்தனர். மூத்த அதிகாரி சென்று கதவைத் தட்டத் தோதாக மற்ற இருவரும் ஓரமாக சுவரோடு நன்றாக ஒட்டி நின்று வழிவிட்டனர், மருத்துவர் மயக்க மருந்து கொடுக்கத் தயாரானார். ஓரா மயங்கி விழும்பட்சத்தில் அவளைத் தாங்கிப் பிடிக்க இளம் அதிகாரி தன் கைகளைத் தயாராக வைத்துக் கொண்டார்.

மூவரும் விறைப்பாக நின்று தங்கள் தொண்டைகளைச் செருமித் தயார்படுத்திக் கொண்டதை ஓரா பார்த்தாள். மூத்த அதிகாரி தன் கையை உயர்த்தி ஒரு வினாடி தாமதித்தார், ஓரா அவரது முஷ்டியையே வைத்த கண் வாங்காமல் பார்த்தபடி இருந்தாள், இது வாழ்நாளெல்லாம் நீடிக்கப் போகிற ஒரு கணம் என்பது அவளுக்கு உறைத்தது. அப்போது அவர் கதவைத் தட்டினார், மூன்றுமுறை வலுவாகத் தட்டினார், தன் சாப்பாத்துக்களின் முனையைப் பார்த்தார், கதவு திறப்பதற்காகக் காத்திருந்த நேரத்தில் அந்த அறிவிப்பை அவர் ஒத்திகை பார்த்தார்: இன்ன நேரத்தில் இன்ன இடத்தில் ராணுவப் பணியில் இருந்த உங்கள் மகன் ஓஃபர்–

தெருவின் அந்தப்பக்கம் வரிசையாக ஜன்னல் கதவுகள் அறைந்து சாத்தப்பட்டன, ஜன்னல்திரைகள் இழுத்துவிடப்பட்டு, ரகசியமாகப் பார்க்கவேண்டி மூலைகளில் மட்டும் விலக்கிவிடப்பட்டன. ஆனால் அவள் வீட்டுக் கதவு மூடியே இருக்கும். கடைசியாக ஓராவால் தன் பாதங்களை அசைக்க முடிந்தது, உறங்கும் பைக்குள்ளாகவே அவள் உட்கார முற்பட்டாள். பீதியினால் உண்டான வியர்வையில் நனைந்திருந்தாள். கண்கள் மூடியிருந்தன, கைகள் இறுகிப் போய் அசைக்க முடியாமலிருந்தன. மூத்த அதிகாரி மீண்டும் மூன்று முறை கதவைத் தட்டினார், கதவைத் தட்டுவது அவருக்கு சங்கடமாயிருந்தது, அதனாலேயே அவர் வலுவாகத் தட்டினார், ஒரு கணம் கதவை உடைத்துக் கொண்டு சென்று செய்தியைத் தெரியப்படுத்திவிடவேண்டும் என அவர் நினைப்பது போலிருந்தது. ஆனால் கதவு மூடியே இருந்தது, அந்த அறிவிப்பைப் பெற்றுக்கொள்வதற்காக கதவைத் திறந்துகொண்டு யாரும் வரவில்லை. அவர் சங்கடத்துடன் தன்

கையிலிருந்த ஆவணத்தைப் பார்த்தார்; அதில் வெளிப்படையாகவே சொல்லப்பட்டிருந்தது; இன்ன நேரத்தில், இன்ன இடத்தில் ராணுவப் பணியிலிருந்த உங்கள் மகன் ஓஃபர்.

பெண் அதிகாரி திரும்ப முன்வாசல் படிவழிக்குச் சென்று வீட்டின் எண்ணைச் சரிபார்த்தார், அந்த வீடுதான். வீட்டினுள் வெளிச்சம் இருக்கிறதா என மருத்துவர் ஜன்னல் வழியாக உற்றுப் பார்த்தார், உள்ளே விளக்கு எதுவும் எரியவில்லை. இன்னும் இரண்டு முறை பலவீனமாகத் தட்டப்பட்டும் கதவு மூடியே இருந்தது. எப்படியாவது கதவை உடைத்துத் திறந்து தனது அறிவிப்பை உள்ளே எறிந்துவிடவேண்டும் என்று தீவிரமாக யோசித்தவராக தன் எடைமுழுவதையும் கதவில் சாய்த்து நின்றார் மூத்த அதிகாரி. உடன் வந்தவர்களைக் குழப்பத்துடன் பார்த்தார், ஏனென்றால் இந்தச் சடங்கின் விதிகளில் ஏதோ தவறு நேர்ந்துவிட்டது என்பது அவர்களுக்குப் புரியத் தொடங்கியிருந்தது. எதனாலும் குலைக்கமுடியாத, தொழில்முறையான, அடிப்படையில் தர்க்கப்பூர்வமான அவர்களது அவா, அந்த அறிவிப்பை வழங்கிவிடவும், அதனிடமிருந்து தங்களை விடுவித்துக்கொள்ளவும், அதை வாந்தியெடுத்துவிடவும், சட்டப்படியும் விதிப்படியும் அந்த அறிவிப்புக்கு சொந்தக்காரரிடம் அதை – இன்ன ஒரு நேரத்தில், இன்ன இடத்தில் ராணுவப் பணியில் இருந்த உங்கள் மகன் ஓஃபர் – சேர்ப்பித்துவிடவுமான அவர்களது அவா சற்றும் எதிர்பாராத ஆனால் சமபலம் வாய்ந்த ஒரு சக்தியை எதிர்கொள்கிறது, அந்த அறிவிப்பைப் பெற்றுக்கொள்வதிலோ எந்தவகையிலும் அதை அவர்கள் வழங்குவதற்கான வழியை ஏற்படுத்தித் தருவதிலோ அல்லது அந்த அறிவிப்பு தனக்கானது என்பதை ஒத்துக்கொள்வதிலோ ஓராவின் விருப்பமின்மைதான் அந்த சக்தி.

குழுவின் மற்ற இரு உறுப்பினர்களும் மூத்த அதிகாரியோடு சேர்ந்து ஒத்திசைவான முக்கல்களுடன், வார்த்தைகளின்றி அடுத்தவரை உற்சாகமூட்டியவர்களாய் தங்கள் உடல்களால் வலுவாக மோதி கதவைத் திறக்கத் திரும்பத் திரும்ப முயன்றனர். ஓரா இன்னமும் தன் கனவின் விளிம்போரத்தில் எங்கோ படுத்திருந்தாள். அவள் தலை பக்கவாட்டில் இப்படியும் அப்படியுமாக உதறியது, அவள் கத்த நினைத்தாள் ஆனால் வாயிலிருந்து சத்தம் வெளியே வரவில்லை. உள்ளே கதவின் பின்புறமிருந்து செலுத்தப்படும் எதிர்ப்பை அறியாதவரை ஒருபோதும் அவர்கள் விசேஷமாக எதையும் செய்யத் துணியமாட்டார்கள், அவர்களுக்குக் கோபமூட்டியது இதுதான், துரதிருஷ்டமிக்க அந்தக் கதவு, விருப்பத்துக்கும் விருப்ப மின்மைக்கும், அவர்களது முதிர்ச்சிமிக்க ராணுவ தர்க்கத்துக்கும் அவளது குழந்தைத்தனமான பிடிவாதத்துக்குமிடையே சிக்கிப் பெருமூச்சுவிட்டது, முனகியது. பதற்றமடைந்த ஓரா உறங்கும் பையின் மடிப்புகளுக்குள் சிக்கிக்கொண்டாள், சட்டென்று அசைவற்றவளாக கண்களைத் திறந்து தனது கூடாரத்தின் சிறு ஜன்னல் வழியாக வெளியே பார்த்தாள். ஜன்னல் விளிம்புகள் வழி பார்க்க வெளியே இறுக்கம் தளர்ந்து வருவதைப் பார்த்தாள், கையைத் தலைமுடிக்குள் விட்டு அளைந்தாள், வியர்வையில் அவள் தன்னைக் கழுவிக்கொண்டதுபோல தலை மிகவும் ஈரமாக இருந்தது. கீழே படுத்தவள், நெஞ்சின் படபடப்பு விரைவில் குறைந்துவிடும்

என தனக்குத்தானே சொல்லிக்கொண்டாள். ஆனால் அவள் வெளியே வந்தாக வேண்டும்.

எழுந்து உட்கார வேண்டுமென தீவிரமாக விரும்பினாள், ஆனால் முடியவில்லை. அந்த உறங்கும் பை ஒரு பெரிய, இறுக்கமான, ஈரமான கட்டுத் துணியைப் போல அவளை முறுக்கிச் சுற்றியிருந்தது, உயிர்கொண்டதுபோல அவளைச் சுற்றியிருந்த இந்தப் போர்வையை எதிர்க்க வலுவின்றி அவள் உடல் பலவீனமாக இருந்தது. அவள் இன்னும் சற்று நேரம் இப்படியே படுத்திருக்கலாம், தன்னையே அமைதிப்படுத்தியபடி இன்னும் சற்று வலுவைத் திரட்டியபடி கண்களை மூடிக்கொண்டு உற்சாகமான வேறு எதைப்பற்றியாவது யோசிக்க முயற்சித்தபடி இருக்கலாம். அறிவிப்பாளர்கள் குழுவிடமிருந்து அடக்கப்பட்ட ஒரு முனகல் வெளிப்படுவதை அவள் உணர்ந்தாள், காரணம் தங்களது செய்தியை அவர்கள் தெரிவித்தே ஆகவேண்டும், இப்போது இல்லையென்றாலும் இன்னும் ஒரு மணி அல்லது இரண்டு மணி நேரத்தில், ஒன்று அல்லது இரண்டு நாட்களில். அவர்கள் மறுபடியும் இவ்வளவு தூரம் பயணித்து வரவேண்டும், அந்தக் கடினமான தருணத்துக்காக மறுபடியும் தயாராக வேண்டும். இந்த அறிவிப்பாளர்களைப் பற்றி அவர்கள் சுமக்கும் உணர்ச்சிகள் பற்றி மக்கள் ஒருபோதும் நினைத்துப் பார்ப்பதில்லை; செய்தியைப் பெற்றுக் கொள்பவர்களுக்காக மட்டுமே அவர்கள் பரிதாபப்படுகிறார்கள். கோபம் மிக்கவர்கள் இந்த அறிவிப்பாளர்கள்தான், காரணம் யாரையும் போல வருத்தமும் அனுதாபமும் கொண்டிருந்தபோதும், எல்லாவற்றுக்கும் மேலாக ஒருவித நெருக்கடியை–கிளர்ச்சி எனச் சொல்லத் தேவையில்லை – ஒருவித விழா மனநிலையை பலமுறை அனுபவித்திருந்த போதும் – செய்தியை அறிவிக்கும் அந்தத் தருணத்தை எதிர்நோக்கியிருப்பது அவர்களுக்கு வழமையான, சலித்துப்போன ஒரு பணியாக இருப்பதில்லை. ஏனென்றால் வழக்கமான, சலிப்பூட்டும் கொலைத் தண்டனை நிறைவேற்றம் என்ற ஒன்று கிடையாதில்லையா?

அமுக்கப்பட்டதொரு கூச்சலுடன் பாழாய்ப்போன அந்த உறங்கும் பையிலிருந்து தன்னைக் கிழித்தெடுத்துக் கொண்டு, கூடாரத்திலிருந்தும் தப்பித்தவளாய் ஓடினாள். உணர்ச்சிமிக்கத் தன் கண்களில் பீதி தோன்ற அவள் வெளியே வந்து நின்றாள். சில கணங்கள் கழித்தே தனக்குச் சிறிது தொலைவில் மரம் ஒன்றில் சாய்ந்தவனாய் தன்னைப் பார்த்தபடி அவ்ரம் அமர்ந்திருப்பதைக் கண்டாள்.

அவர்கள் காபி தயாரித்து மௌனமாக அருந்தினர், அவன் தனது உறங்கும் பையைப் போர்த்தியவனாய் அவள் மெல்லிய கோட்டு அணிந்தவளாய். “நீ கத்திக்கொண்டிருந்தாய்,” அவன் சொன்னான்.

“ஒரு பீதிக்கனவு.”

அக்கனவு எதைப்பற்றியது என அவன் கேட்கவில்லை.

“என்னவென்று கத்தினேன்?”

அவன் எழுந்தான், நட்சத்திரங்களைப் பற்றிச் சொல்ல ஆரம்பித்தான். "இது வெள்ளி, அவை பெரிய மற்றும் சிறிய எழுமீன்கள், பெரிய எழுமீன் வடதுருவ நட்சத்திரத்தைச் சுட்டுவதைப் பார்த்தாயா?"

சற்று மனம் நொந்தவளாய், அவனது புது ஆர்வத்தின் மட்டிலும் சரளமான அவனது குரலின் மட்டிலும் சற்று வியப்புற்றவளாய் அவன் பேசுவதைக் கேட்டாள்.

"அங்கே பார்த்தாயா?" அவன் சுட்டிக் காட்டினான். "அதுதான் சனி. கோடையில் சில சமயம் என் படுக்கையிலிருந்தபடியே அதன் வளையங்களுடன் அதைப் பார்ப்பேன். அதோ அது சிரியஸ், இருப்பவற்றிலே மிகவும் பிரகாசமானது ..." அவன் பேசப் பேச எஸ். யிஸாரின் "நள்ளிரவு வாகன அணிவகுப்பு" நூலில் வரும், அவளுக்கும் அடாவுக்கும் மிகவும் பிடித்த *"உங்களது இன்னொரு கையை அவரது தோளில் போட்டுக்கொள்ளாமல் ஒருவருக்கு நீங்கள் நட்சத்திரமொன்றைச் சுட்டிக்காட்ட முடியாது"* என்ற வரியை நினைத்துக்கொண்டாள். ஆனால் உங்களால் அது முடிகிறது.

தங்களது சிறு கூடாரங்களை மடித்து எடுத்துக்கொண்டு அவர்கள் பயணத்தைத் தொடர்ந்தனர். அந்தப் பீதிக்கனவு தோன்றிய இடத்தை விட்டு விலகி வருவது அவளுக்கு மகிழ்வளித்தது. சூரிய உதயம் நிகழப்போவதை உணர்த்திய வானம், மெதுவாகத் தளரும் இறுக மூடிய ஒரு ஜோடிக் கரங்களுக்குள்ளிருந்து வருவது போல இறங்கிவந்த ஒளி, சற்றே அவளை மீட்டுயிர்த்தது. ஒரு முழுப் பகலும் இரவும் நாம் இந்தப் பாதையில் இருந்திருக்கிறோம், இன்னும் நாம் சேர்ந்தே இருக்கிறோம் என அவள் எண்ணம் ஓடியது. ஆனால் விரைவிலேயே அவளது கால்கள் நடக்க சிரமப்பட்டன, மெலிதான வலி உடலெங்கும் பரவியது.

அது களைப்பினால் உண்டானது என அவள் நினைத்தாள். இரண்டு நாட்களாக அவள் தூங்கவில்லை. அது வெப்பத் தாக்குதலாகவும் இருக்கலாம். முந்தின நாள் அவள் தொப்பி அணிந்திருக்கவில்லை, அருந்துவதற்கும் போதுமான தண்ணீர் இருந்திருக்கவில்லை. அது வரக்கூடாத நேரத்தில் வந்துவிட்ட வசந்தகாலக் காய்ச்சல் இல்லை என நம்பினாள். ஆனால் அது காய்ச்சல் போலவோ சூரியத் தாக்குதல் போலவோ தெரியவில்லை. அது வித்தியாசமான, இதற்குமுன் வந்திராத வலி. பிடிவாதமான, மாறாத, தாங்கமுடியாத வலி, அது தசையைத் தின்னும் பாக்டீரியாவோ எனக்கூட சிலநேரம் அவள் ஐயுற்றாள்.

ஓய்வெடுப்பதற்காக சிதிலமடைந்த கட்டடம் ஒன்றின் அருகே அவர்கள் அமர்ந்தனர். கட்டடத்தின் ஒரு பகுதி இன்னும் விழாமல் அப்படியே நின்றிருந்தது; மீதிப் பகுதி இடிந்து, செதுக்கப்பட்ட கற்களின் குவியலாய்க் கிடந்தது. ஓரா கண்களை மூடினாள், ஆழமாக மூச்சை இழுத்தும் நெற்றிப் பொட்டுகளை, நெஞ்சை, வயிற்றை அழுத்தி நீவிவிட்டும் அமைதியடைய முயன்றாள். வலியும் துயரமும் இன்னும் மோசமாகின, அவளது இதயத்துடிப்பு உடல் முழுக்க எதிரொலித்தது, அப்போதுதான் தனது வாதை ஓஃபர் என்பது அவளுக்கு உரைத்தது.

தன் வயிற்றில் இதயத்தினடியில் உணர்வுகளின் இருண்ட பதற்றமான இடமொன்றில் அவனை உணர்ந்தாள். அவளுக்குள் அவன் அசைந்தான் இடம் மாறினான் திரும்பினான், அவள் சந்தோஷத்தில் முனகினாள், அவனது மூர்க்கமும் ஏமாற்றமும் அவளுக்கு அச்சமூட்டின. ஏழு வயதாயிருந்தபோது அவனுக்கு மூடிய இடங்களுக்குள் இருப்பது பற்றிய பீதியுணர்வு இருந்தது. அப்போது ஒருமுறை இருவரும் இலனின் அலுவலகக் கட்டடத்தின் லிஃப்டில் சிக்கிக்கொண்டனர். தாங்கள் சிக்கிக் கொண்டிருக்கிறோம் என்பதை அறிந்த ஓஃபர் யாராவது தங்களைக் காப்பாற்றும்படி உரத்தக் குரலில் கத்தத் தொடங்கினான், வெளியே போக வேண்டும், அங்கேயே தான் சாக விரும்பவில்லை எனக் கத்தினான். அவனை அமைதிப்படுத்தவும் தன் கரங்களுக்குள் அணைத்துக்கொள்ளவும் அவள் முயன்றபோது அவன் நழுவிச்சென்று லிஃப்டின் சுவர்களையும் கதவுகளையும் வேகமாக அடித்தான், அவனது குரல் உடையும்வரை ஓங்கி அடித்தபடியும் கத்தியபடியும் இருந்தான், கடைசியாக அவளையும் அடித்தான் உதைத்தான். அப்போது அவன் முகம் எப்படி மாறியது என்பதை ஓராவால் எப்போதும் மறக்க முடியாது. உற்சாகமும் உயிர்ப்பும் மிக்க அவனது முகம் எப்படி நலிந்து, பலவீனமடைந்தது என்பதை உணரும்போது அவளுள் ஏமாற்றத்தின் வலி தோன்றியது, இப்படியான ஏமாற்றம் தோன்றுவது முதல் தடவையல்ல, அவளுடைய இரண்டு பிள்ளைகளில் இவன்தான் அதிகம் அறிவும் தெளிவும் கொண்ட பிள்ளை. இப்படித்தான் அவனைப் பற்றி எப்போதும் அவள் நினைத்திருந்தாள்: தனது இரண்டு பிள்ளைகளில் அதிகம் அறிவும் தெளிவும் கொண்ட பிள்ளை. பாதி நகைச்சுவையாக இலன் ஒருமுறை சொன்னான், ராணுவத்தில் சேர்த்துக்கொள்ளப்பட்டாலும்கூட ஓஃபர் ஆயுதப் படைப் பிரிவுக்குச் செல்ல மாட்டான், காரணம் அவனால் மூடிய பீரங்கி வண்டிக்குள் இருக்க முடியாது. ஆனால் இன்னும் பலவற்றைப் போலவே அந்தத் தீர்க்கதரிசனமும் பொய்யானது. ஓஃபர் ஆயுதப் படைப்பிரிவில் சேர்ந்தான், பீரங்கி வண்டிக்குள் வைத்து அவன் மூடப்பட்டான், அதில் எந்தப் பிரச்சனையும் இருக்கவில்லை, குறைந்தபட்சம் அவனுக்கு. நெபி முஸாவில் அவனது படைப்பிரிவினர் தங்களது பெற்றோருக்காக நடத்திய ராணுவக் கண்காட்சியின் முடிவில் ஓஃபர் கேட்டுக்கொண்டதற்காக ஒரு பீரங்கி வண்டிக்குள் சென்று மூடிக்கொண்டபோது மயக்கம் வருகிற அளவுக்கு அவளுக்கு மூச்சுத் திணறியது. இப்போது அவள் அவனை உணர்ந்தாள், ஓஃபரை உணர்ந்தாள், தன்னை எதுவோ மூடுகிறது, எதிலோ சிக்க வைக்கிறது, வெளியேற வழியில்லை சுவாசிக்கக் காற்று இல்லை என்பதை உணர்ந்து அவன் அச்சத்தினால் பீதியுற்றுக் கலங்குவதை உணர்கிறாள், அன்று லிஃப்டில் அவனது பீதியை உணர்ந்ததுபோல உணர்கிறாள். ஓரா துள்ளியெழுந்து அவ்ரமுக்கு அருகில் நின்றாள். "நாம் கிளம்பலாம்." அவ்ரமுக்கு ஒன்றும் புரியவில்லை. இப்போதுதான் அவர்கள் அமர்ந்தார்கள், ஆனால் அவன் எதுவும் கேட்கவில்லை, கேட்காதது நல்லது, கேட்டிருந்தால் மட்டும் அவள் என்ன சொல்லியிருக்கப் போகிறாள்?

முதுகில் தனது பயணப்பையின் எடையை உணராதவளாக அவள் வேகமாக நடந்தாள், அவ்ரமை அவள் அவ்வப்போது மறந்து விடுகிறாள், வேகத்தைக் குறைத்து தான் வரும்வரை நில் என்று அவன்

அவளிடம் கத்த வேண்டியிருந்தது. அவனது வேகத்தில் நடப்பது அவளுக்கு கடினமானதாக, தாங்க முடியாததாக இருந்தது. காலைப் பொழுது முழுவதும் அவள் ஒருமுறைகூட நிற்கவில்லை, எதிர்ப்புத் தெரிவிக்கும் முகமாக பாதை நடுவே அல்லது மரத்தடி ஒன்றில் அவன் படுத்துக்கொள்ளும்போது அவள் அவனைச் சுற்றிக்கொண்டு சென்றாள். தன்னை பலவீனமாக்கிக்கொள்ள தொடர்ந்து நடந்தாள், சூரியனில் களைத்தாள், வேண்டுமென்றே தாகத்தைத் தணிக்கமாலிருந்தாள். ஓஃபரும் தன் தீவிரத்தைக் குறைத்துக்கொள்ளவில்லை, தாள ஒழுங்கும் வலியும் மிக்க தசைப் பிடிப்புக்களால் அவளுள் அவன் மூர்க்கமாக நகர்ந்தான். நண்பகலை நெருங்குகையில் அவன் குரலை அவள் கேட்கத் தொடங்கினாள். அதை அவனது பேச்சு என்று சொல்ல முடியாது, பள்ளத்தாக்கின் ஒலிகளைச் சுமந்துவரும் அவனது குரலின் இசை: ரீங்கரிப்புகள், கீச்சொலிகள், சில்வண்டு ஒலிகள், அவளது சுவாசம், அவ்ரமின் முணுமுணுப்புகள், வயல்களில் பெரிய நீர்த்தெளிப்பான்களின் ஓசை, தொலைவே இயங்கும் இழுவை வாகன என்ஜின்களின் ஒலி, சிலநேரம் தலைக்கு மேலே வட்டமடித்த சிறு விமானங்கள் எழுப்பிய ஓசை. அவன் இங்கே அவளுக்குப் பின்னால் நடந்தபடி வார்த்தைகளின்றிப் பேசிக்கொண்டு வருவதுபோல, விசித்திரமாக, துல்லியமான ஒலியாக அவன் குரல் அவளை அடைந்தது. அவனிடம் வார்த்தைகள் இல்லை, குரல் மட்டுமே. தன் குரலால் அவளுக்காக அவன் இசைக்கிறான். அடிக்கடி, குறிப்பாக உணர்ச்சிவயப்பட்ட நிலையில், ஷ் ஒலிகளில் மெலிதாக அழகுற அவன் தடுமாறுவதை அவள் பார்த்திருக்கிறாள்: ஷ் . . . ஷ் . . . அவனுக்குப் பதில் சொல்வதா, அவனோடு சாதாரணமாகப் பேசத் தொடங்குவதா, அல்லது தன்னால் முடிந்தவரை அவனை உதாசீனம் செய்வதா என அவளுக்குத் தெரியவில்லை, காரணம் பெயித் ஸாயித்தில் தன் வீட்டைப் பூட்டிக்கொண்டு கிளம்பியது முதல் அவள் சரியாக இந்த அச்சத்தினாலேயே வதைக்கப்பட்டாள், அவனைப் பற்றி நினைக்கையில் தனக்குத் தோன்றுவது, தன் கற்பனை தனக்குக் காட்டுவது பற்றிய அச்சம் அது. சரியாக கவனமும் வலுவும் முழுமையாகத் தேவைப்படும் நேரத்தில் தனது புத்தியிலிருந்து நழுவி ஓஃபரின் கைகளையும் கண்களையும் கட்டிவிடக்கூடிய ஒன்றைப் பற்றிய அச்சம் அது.

தனது யுக்தியை அவன் மாற்ற ஆரம்பித்ததை உடனே அவள் கண்டுகொண்டாள், காரணம் அவன் வெறுமனே *அம்மா* என்று சொன்னான், மறுபடியும் மறுபடியும், ஒரு நூறு முறை, *அம்மா, அம்மா,* என வெவ்வேறு தொனிகளில், வேறுபட்ட வயதுகளில், அவளை நச்சரித்தபடி, அவளிடம் புன்னகைத்தபடி, ரகசியங்கள் பேசியபடி, அவள் உடையைப் பிடித்து இழுத்தபடி *அம்மா, அம்மா,* அவளிடம் கோபமாக, நைச்சியமாக, குழைவாக, அவளால் ஈர்க்கப்பட்டவனாக, அவளிடம் ஒட்டிக்கொண்டவனாக, முரட்டுத்தனத்துடன், சிரிப்புடன், குழந்தைப் பருவத்தின் முடிவற்றதொரு காலைப்பொழுதில் தனது கண்களை அவளுக்குத் திறந்து: *அம்மா?*

அல்லது அவள் கைகளில் தவழ்ந்தபடி, முன்பிருந்தபடி குழந்தையாக, விழிப்புடன் குட்டிக் குழந்தையாக, இடுப்பில் மெல்லிய உறிஞ்சாடையுடன்,

அப்போதே அவனுக்கு வசப்பட்டிருந்த அந்தப் பார்வையால் அவளைப் பார்த்தபடி, சங்கடப்படுத்தும் ஆழ்ந்த அமைதியுடன், முதிர்ச்சியுடன், நிலைத்த ஒரு துளி முரணுடன். அம்முரணுக்குக் காரணம் கிட்டத்தட்ட பிறந்ததிலிருந்தே அமைந்திருந்த அவனது கண்களின் வடிவமாக இருக்கலாம், அவை ஒன்றை நோக்கி ஒன்று கூர்மையான ஆனால் ஐயமிக்க ஒரு கோணத்தில் சாய்ந்திருந்தன, இல்லை, சாய்ந்திருக்கின்றன.

அவள் தடுமாறினாள், நீட்டிய கைகளுடன் சிரமத்துடன் முன்னால் நகர்ந்தாள், கண்ணுக்குத் தெரியாத குளவிக் கூட்டத்தினூடாக கைகளால் தடவியபடி நடப்பது போல நடநதாள். சட்டென அவளுள் தோன்றி தீவிரமாக அசைந்தாடக் காரணமாக இருந்த அவனது ஆற்றலில் அச்சுறுத்தும் விதமாக ஏதோ ஒன்று இருந்தது. ஏன் இதை அவன் செய்கிறான்? பலவீனமாக தன்னையே அவள் கேட்டுக்கொண்டாள். ஏன் அவன் என்னைத் தின்கிறான், உறிஞ்சுகிறான்? அவள் முழு உடலிலும் அவன் பெயர் துடித்து ஒலித்தது, ஒரு துருத்தியைப் போல அவன் பெயரை அவளுடல் மூச்சுவிட்டது, அவள் அவனுக்காக ஏங்குகிறாள் என்பதல்ல— இதுவொன்றும் நினைத்து ஏங்குவது இல்லை. உள்ளிருந்தபடி அவளை அவன் கிழிக்கிறான், அவளை அடிக்கிறான், தன் கை முஷ்டிகளால் அவள் உடலின் சுவர்களில் குத்துகிறான். நிபந்தனையற்ற வகையில் அவள் தனக்கானவள் என்கிறான், தனது இருப்பை விட்டு வெளியேறி அவள் நிரந்தரமாகத் தன்னை அவனுக்கு ஒப்புக்கொடுக்கக் கேட்கிறான், எப்போதும் அவள் அவனைப்பற்றியே நினைக்க வேண்டும், முடிவின்றி அவனைப்பற்றியே பேசிக்கொண்டிருக்க வேண்டும், தான் சந்திக்கும் யாரிடமும் அவனைப் பற்றிச் சொல்ல வேண்டும், மரங்கள், பாறைகள், நெருஞ்சி முட்களைச் சந்தித்தாலும்கூட. ஒரு கணம்கூட, ஒரு வினாடிகூட அவனை மறந்துவிடாமலிருக்க அவன் பெயரை அவள் உரத்தும் மௌனமாகவும் திரும்பத் திரும்பச் சொல்லவேண்டும், அவனை அவள் கைவிடக்கூடாது, காரணம் இப்போது அவன் பிழைத்திருக்க அவள் தேவை. இதுதான் அவளை அவன் துன்புறுத்தியதற்கான காரணம் எனச் சட்டென்று அவளுக்கு உரைத்தது. சாகாமல் இருக்க அவனுக்கு அவள் தேவை என்பதை முன்னரே எப்படி அவள் உணராமல் போனாள்? வலிக்கும் இடுப்பில் கையை வைத்தவளாய் அதிர்ச்சிமிகு மூச்சொன்றை வெளியிட்டாள். இதுதானா அது? இவ்வுலகில் பிறக்க தான் முன்பு அவனுக்கு தேவைப்பட்டதுபோல?

"என்னவாயிற்று உனக்கு?" அவளிடம் வந்து சேர்ந்தபோது மூச்சுவாங்க அவ்ரம் கேட்டான். "என்ன பிரச்சனை?"

தலையைத் தாழ்த்தியவளாக மென்மையாக அவள் சொன்னாள், "அவ்ரம் இப்படியே என்னால் தொடர முடியாது."

"எப்படி?"

"உங்களுக்குக் கேட்க விருப்பமில்லாத நிலையில் உங்கள் முன் அந்தப் பெயரைச் சொல்லக்கூட என்னால் முடியாது." அப்போது அவளுள் முடிச்சொன்று அவிழ்ந்தது. "சொல்வதைக் கேளுங்கள். இந்த அமைதி

என்னைக் கொல்கிறது, அவனையும் கொல்கிறது, எனவே நீங்கள் முடிவு செய்துகொள்ளுங்கள்."

"எதை?"

"இங்கே உண்மையிலேயே நீங்கள் என்னோடு இருக்கிறீர்களா என்பதை."

அவன் வேறு பக்கம் திரும்பிக்கொண்டான். ஓரா அமைதியாகக் காத்திருந்தாள். ஓஃபர் பிறந்ததிலிருந்து அவனைப்பற்றி அரிதாகவே அவள் அவ்ரமிடம் பேசியிருக்கிறாள். அவர்களிருவரும் சந்தித்தபோதெல்லாம் தாளமுடியாமல் ஓஃபரைப் பற்றி அவள் பேச முற்படும்போது, அல்லது வெறுமனே அவனது பெயரைக் குறிப்பிடும்போது எரிச்சலூட்டும் ஒரு ஈயை விரட்டுவதுபோல விரைவாக, வெறுப்புடன் கையால் சைகை செய்வான். எப்போதும் அவள் ஓஃபரிடமிருந்து அவனைப் பாதுகாக்க வேண்டும், பரிதாபமான அவர்களது சந்திப்புகளுக்களான நிபந்தனையாக, கட்டுப்பாடாக அது இருந்தது. இந்த உலகில் ஓஃபர் என்பவன் இல்லை, இதற்கு முன்பும் ஒருபோதும் இருந்ததில்லை என அவள் நடிக்க வேண்டியிருந்தது. பற்களைக் கடித்துக்கொண்டு முடிவாக ஓரா சொன்னாள். கிட்டத்தட்ட அவள் அந்த அவமானம், கோபம் இவற்றைக் கடந்துவிட்டாள், வருடங்களாக அவன் அவள்மீது செலுத்திய வரைமுறையற்ற கட்டுப்பாடுகளுக்கு சற்றே அவள் பழகியும் விட்டாள்– எல்லாவற்றுக்கும் மேலாக தெளிவான எல்லைகள் மற்றும் முற்றிலும் தனித்தனியாகப் பிரிந்திருந்த அதிகாரங்கள் இவற்றில் ஒருவித நிம்மதி இருந்தது: இந்தப் பக்கம் அவ்ரம், மறுபக்கம் அவள், மற்றவையெல்லாம் தொலைவில். இந்த ஏற்பாடு தொடரும் என்பதைத் தாண்டிய வேறெந்தத் தெரிவும் அவளை இன்னும் அதிகம் பதற்றத்துக்குள்ளாக்கியதை சமீப வருடங்களில் சற்றே அவமானத்துடன் அவள் கண்டறிந்தாள். இருந்தும் அவனது ஒவ்வொரு அவமதிப்புக்கும் தனது மனதின் ஆழம் வரை அவள் அவமானத்துக்குள்ளானாள், சந்தேகமின்றி தன் வாழ்வின் மிகப்பெரிய தவறு ஓஃபர் என்ற அவ்ரமுடைய எண்ணத்துடன் நோக்க, அவனது நொய்மையான மனச்சமநிலை முழுக்கவும் ஓஃபருக்கு எதிரான இறுக்கமான தற்காப்பை அடிப்படையாகக் கொண்டது என்பதை அவள் நினைவுபடுத்திக்கொண்டாள். இன்னொரு பக்கம் – கடந்த இரண்டு நாட்களாக அவளைக் குழம்பவைத்துப் பைத்தியமாக்கியது இதுதான்– அவனது படுக்கையறைச் சுவரில் ஓஃபரின் ராணுவப் பணிக்காலத்தை அது முடியும் தேதிவரை நாள்வாரியாகக் கோடுகளாக வரைந்து வைத்திருந்தது, மூன்று வருடங்கள், ஆயிரத்துக்கும் மேற்பட்ட கோடுகள், ஒவ்வொரு நாளுக்கும் ஒரு கோடு, ஒவ்வொரு நாளையும் அந்நாளின் மாலையில் குறுக்குக் கோட்டினால் அடித்திருக்க வேண்டும். இந்த இரண்டையும் எப்படி அவள் சமரசம் செய்வாள், வாழ்வின் மிகப்பெரிய தவறு மற்றும் அந்த இறங்குமுக நாள்கணிப்பு, இவற்றில் எதை அவள் நம்புவது?

"நான் சொல்வதைக் கேளுங்கள், நான் என்ன நினைத்தேன் என்றால்–"

"ஓரா, இப்போது வேண்டாம்."

“பிறகு எப்போது? எப்போது?”

சட்டென்று திரும்பியவன் வேகமாக முன்னே நடந்தான், அவனை அவள் வெறுத்தாள், அலட்சியம் செய்தாள், அவனுக்காக இரங்கவும் செய்தாள். தனது இக்கட்டில் தனக்கு அவன் உதவுவான், தன்னுடன் இருப்பான் என நினைத்தது தனது முட்டாள்தனம் என்பதை உணர்ந்தாள். அடிப்படையில் அது சரியாக அமையாத, குரூரமான ஒரு திட்டம். இதுபோன்ற நடைபயணத்தை அவன்மீது திணிப்பதும், இருபத்தொரு ஆண்டுகள் விலகி, பிரிந்து இருந்தபின் சட்டென்று அவன் ஓஃபரைப் பற்றிக் கேட்க விரும்புவான் என்று எதிர்பார்ப்பதும்கூட குரூரமானது. அடுத்த நாள் காலையில் முதல் பேருந்தில் ஏற்றி அவனை டெல் அவிவுக்கு அனுப்புவது என்று உறுதிபூண்டாள், அதோடு இனி ஓஃபரைப் பற்றி அவள் ஒரு வார்த்தையும் பேசமாட்டாள்.

மாலையானபோது அவனைப்பற்றிய வலி வலுவடைந்ததால் அவள் கூடாரத்துக்குள் அடங்கியவளாய் மௌனமாக, ரகசியமாக, சத்தம் வெளியே கேட்காதவாறு அந்த வலியை அடக்க முயன்றவளாகத் தேம்பி யழுதாள். அந்த உடல் இறுக்கங்கள், அவள் அப்படித்தான் உணர்ந்தாள், பிரவசத்தின்போதான உடல் இறுக்கங்கள் போலிருந்தன. அடிக்கடி, கடுமையாக உண்டாகி ஒரு நிரந்தரமான தாங்கவியலாத வலியாக மாறின, இது இப்படியே தொடர்ந்தால் அவள் அவசர மருத்துவ சிகிச்சைக்குச் செல்லவேண்டியிருக்கும் என நினைத்தாள், ஆனால் அங்கு போனதும் அவள் என்ன சொல்வாள்? அதோடு, ஒரு மருத்துவரும் நீங்கள் உடனே வீட்டுக்குப் போய் அவர்களுக்காகக் காத்திருங்கள் என்றுதான் சொல்வார்.

தனது கூடாரத்துக்குள் இருந்தபடி அவளது அழுகையைக் கேட்ட அவ்ரம் தூக்கமாத்திரை எடுத்துக்கொள்ள வேண்டாம் என முடிவு செய்தான், அவனது தோழி நேத்தாவின் மாத்திரைகள்கூட வேண்டாம், ஏனென்றால் இரவில் ஓராவுக்கு அவனது உதவி தேவைப்படலாம். ஆனால் எப்படி அவன் அவளுக்கு உதவ முடியும்? உள்ளங்கைகள் அக்குள்களில் இருக்க கைகளை நெஞ்சுக்குக் குறுக்காய் கட்டியவனாக அசைவின்றி உறங்காமல் படுத்திருந்தான். சற்றும் அசையாமலே பலமணி நேரம் அப்படியே கிடந்திருக்க வேண்டும். அவள் தனக்குள்ளாக அழுவதை அவன் கேட்டான், நீண்ட, ஒரே மாதிரியான அழுகை. எகிப்தின் அபாஸியா சிறையில் ஜெரூசலேத்திலிருந்து வந்த, கொச்சின் யூதர்கள் குடும்பத்தைச் சார்ந்த குட்டையான மெலிந்த படைவீரர் ஒருவர் இருந்தார். சித்திரவதைக்கு உள்ளாகாத நாளாக இருந்தாலும்கூட தவறாமல் நாள்தோறும் இரவில் அவர் பலமணி நேரம் மாறாத ஒரே தொனியில் அழுவார். அவரால் அங்கிருந்தவர்கள் கிட்டத்தட்டப் பைத்தியமாகிவிட்டார்கள், எகிப்திய சிறைக் காவலர்களாலேயே அதைப் பொறுத்துக்கொள்ள முடியவில்லை. அந்தக் கொச்சின் ஆள் அழுகையை நிறுத்துவதாகத் தெரியவில்லை. விசாரணைக்கு உள்ளே அழைத்துச் செல்லப்படுவதற்காக தாழ்வாரத்தில் நிறுத்தி வைக்கப்பட்டிருந்தபோது முகத்தில் மூடியிருந்த சாக்குப் பைகளினூடாக அவரும் அவ்ரமும் பேசிக்கொண்டனர். தன் பெண்தோழி மீதான பொறாமையினால் தான் அழுவதாக அந்தக் கொச்சின்காரர் சொன்னார், அவள் தனக்கு

உண்மையாக இல்லை என்பதை தான் உணர முடிகிறது என்றார். தனது மூத்த சகோதரனிடத்தில் அவளுக்குக் காதலுண்டு, இன்னேரம் அவள் என்ன செய்துகொண்டிருப்பாள் என்ற கற்பனை தன்னை உயிரோடு தின்கிறது என்றார். நரகம் போன்ற இந்தச் சிறை வாழ்வில் எகிப்தியர் களையும் அவர்களது சித்திரவதைகளையும் தாண்டி தனது தனிப்பட்ட வலியின் மட்டில் அவரது அர்ப்பணிப்பைக் கண்டு ஏனோ ஒல்லியான அந்த மனிதர்மீது அவ்ரமுக்கு மரியாதை தோன்றியது.

அவ்ரம் அரவமின்றி தனது கூடாரத்திலிருந்து வெளியே வந்து அவளது அழுகுரல் கேட்காத தொலைவுக்கு நடந்தான், ஒரு தெரிபிந்த் மரத்தடியில் அமர்ந்து மனதை ஒருமுகப்படுத்த முயன்றான். ஓரா அருகில் இருக்க பகல் முழுக்க அவனால் எதையும் சிந்திக்க முடியவில்லை. தனது பரிதாபகரமான கோழைத்தனமான நடத்தைக்கான குற்றப்பத்திரத்தை இப்போது அவன் எழுதினான். முகத்திலும் நெற்றியிலும், கன்னங்களிலும் தன் விரல்களை ஆழப்புதைத்து மெல்ல முனகினான்: “அவளுக்கு உதவு, கழிசடையே, துரோகியே.” அவனுக்குத் தெரியும், அவனால் முடியாது என. அருவருப்பில் அவன் வாய் கோணியது.

தன்னைப் பற்றி நேர்மையாக யோசித்தபோதெல்லாம், ஏன் தான் இன்னும் உயிரோடிருக்கிறோம் என்பதைப் புரிந்துகொள்வது அவனுக்குக் கடினமாக இருந்தது. ஏன் இன்னும் உடலில் உயிர் இருந்து தன்னைக் காப்பாற்றி வைத்திருக்கிறது? இத்தனைப் பிரயாசையுடன், விடாப்பிடியாக அல்லது வெறும் பழிவாங்கும் உணர்வுடன் வாழ்வதை நியாயப்படுத்தும் எது தன்னுள் இன்னமும் ஜீவித்திருக்கிறது?

அவன் கண்களை மூடிக்கொண்டு ஒரு சிறுவனின் உருவத்தைத் தன் மனக்கண்முன் கொண்டுவர முயன்றான். ஏதாவது ஒரு சிறுவனின் உருவம். சமீபத்தில் ஓஃபரின் ராணுவப் பணி முடியும் தேதி நெருங்கியபோது தான் பணிபுரிந்த உணவு விடுதியிலோ, தெருவிலோ அவன் வயதில் ஒருவனைத் தேர்ந்தெடுத்து கொஞ்சம் தூரத்துக்கு அவன் பின்னால்கூட போகச் செய்தான், அவன் இந்த உலகை எப்படிப் பார்க்கிறான் என்பதை அறிய முயன்றான். இந்த மாயத்தோற்றங்கள், ஓஃபர் யூகங்கள், நிழல்கள் தன்னில் இன்னும் அதிகமாகப் பெருக அவன் அனுமதித்தான்.

அடர்ந்த, இரவுக்கேயுரிய ஒரு மௌனம் அவனை மூடியது, வெளியனைத்தையும் உழுது கீறியபடி மெல்லிய காற்று அமைதியாக அவனைக் கடந்து சென்றது. அவ்வப்போது மிக அருகில் ஒரு பெரிய பறவை யொன்றின் ஒலி கேட்டது. தனது கூடாரத்தில் ஓராவும் அதைக் கேட்டாள். அதைக் கேட்கையில் தன் தோல்மீது படபடவென்று ஏதோ ஊர்வது போல அவளுக்குத் தோன்றியது. இரவு வானில் ஆயிரமாயிரம் கொக்குகள் வடக்கு நோக்கிப் பறந்தன; அவர்கள் இருவரும் அதைப் பார்க்கவோ அறிந்துகொள்ளவோ இல்லை. சிப்பி ஓடுகள் நிறைந்த கடற்கரையில் பெருமூச்சுவிடும் அலைகளுடையதைப் போன்ற கண்ணுக்குத் தெரியாத உரத்த சலசலப்பு நீண்ட நேரத்துக்குக் கேட்டது. அவ்ரம் கண்களை மூடிக்கொண்டு மரத்தில் சாய்ந்தான், ஓஃபரின் பின்புற நிழல் இலனின் இளவயது உருவத்துள் நழுவி மறைந்தது, சில காரணங்களுக்காகச்

சட்டென்று அவனில் மேலேழும்பி வந்தது இலன்தான். அவன்முன் ஓர் அரை தப்படி வைத்து, அவன் தன் தந்தையுடன் வசித்த, அவர்கள் மிகவும் வெறுத்த அந்த ராணுவத் தளத்தின் பாதைகளினூடாக, சிறு கல்வீடுகளின் சுவர்களில் சுண்ணாம்பு அடித்து எழுத்துக்கள் மறைக்கப்பட்டிருந்த இடங்களைப் பார்த்தபடி அவனை அழைத்துச் சென்றான். பிறகு அவ்ரம் இளம் ஓராவின் ஆண் வடிவத்தைக் கற்பனை செய்தான், ஆனால் அவனால் காண முடிந்ததெல்லாம் ஓராவைத்தான், உயரமும் நல்லநிறமும் கொண்டு, தோள்களில் குதித்த சிவப்புச் சுருள்கேசத்துடன் இருந்த ஓரா. அவளைப் போலவே ஓஃபரும் சிவப்புத்தலையனா என யோசித்துப் பார்த்தான், இப்போதோ அவளில் துளியும் சிவப்பு இல்லை. ஓஃபருக்குச் சிவப்புத் தலைமுடியிருப்பதன் தர்க்க சாத்தியத்தை இப்போதுதான் முதல் தடவையாக யோசித்துப் பார்க்கிறோம் என்பது அவனுக்கு ஆச்சரியமாக இருந்தது. இது போன்ற அதிகற்பனைகளில் தைரியமாக தான் ஈடுபடுவது அவனுக்கு இன்னுமதிகம் ஆச்சரியமாக இருந்தது. ஒரு மின்னல் வெட்டில் தன்னைப்போலவே இருக்கும் ஓஃபரை அவன் பார்த்தான், இருபத்தோரு வயது அவ்ரமைப் போல, பதினேழு வயது அவ்ரமைப் போல, பதினான்கு வயது அவ்ரமைப் போல. இதயத்தின் ஒரு துடிப்பில் தனது வேறுபட்ட வயதுகளினூடாக அவன் தாவிச் சென்றான், இது அவளுக்காக, நடுக்கத்துடன், மன்றாடுவது போன்ற பக்தியுடன் அவன் எண்ணிக்கொண்டான்; அவளுக்காக மட்டுமே. சிவப்புக் கன்னங்கள் கொண்ட வட்டமான, எச்சரிக்கையுணர்வும் ஆர்வமும் வெளிப்படும் முகம் ஒரு கணம் மின்னி மறைந்ததைக் கண்டான். வருடங்களாகத் தான் உணர்ந்திராத துள்ளலும் சுறுசுறுப்புமான ஒரு குள்ளத்தன்மை, சிக்கிக் கிடந்த ரோமங்களின் உச்சியிலிருந்து வந்த தொடர்ச்சியான நெருப்பின் வெம்மை, வெட்கமற்ற இச்சைமிகு கண் சிமிட்டலின் ஒளி இவற்றை அவன் உணர்ந்தான். ஆனால் உடன் அவன் இவற்றிலிருந்து விலக்கப்பட்டான், முரட்டுக் காவலாளியால் தூக்கி எறியப்பட்டது போல அக்காட்சியிலிருந்தும் தன்னிலிருந்தும் வெளியே எறியப்பட்டான். அவனுக்கு மூச்சிரைத்தது, வியர்வையில் குளித்திருந்தான், சற்றுநேரம் இதயம் வேகமாகத் துடித்தது, விலக்கப்பட்டக் கற்பனைகளில் திளைத்தவனாக ஒரு சிறுவனைப்போல கிளர்ச்சியுற்றிருந்தான்.

அவன் காதைத் தீட்டினான்: கடும் நிசப்தம். ஒருவேளை கடைசியில் அவள் உறங்கிவிட்டிருக்கலாம், அவளது வாதைகள் நீங்கிவிட்டிருக்கலாம். அவளுக்கும் இலனுக்குமிடையில் சரியாக என்ன நடந்தது என்பதைப் புரிந்துகொள்ள முயன்றான். அது இலனின் தவறால்தான் என அவள் வெளிப்படையாகச் சொல்லவில்லை. உண்மையில் அவள் அதை மறுத்தாள். ஒருவேளை இவள்தான் வேறொருவனுடன் காதல் வயப்பட்டாளோ? அவளுக்கு வேறொருவன் இருக்கிறானோ? அப்படியிருப்பின் ஏன் இங்கு அவள் தனியே இருக்கிறாள், ஏன் தன்னை அவளோடு அழைத்துவர வேண்டும்?

பையன்கள் இப்போது வளர்ந்துவிட்டார்கள், யாருடன் வாழவேண்டும் என்பதை அவர்களே முடிவு செய்துகொள்வார்கள் எனச் சொன்னபோது அவள் உதடுகள் நடுங்குவதை அவன் பார்த்தான், அவள் சொன்னது பொய்

என்பது அவனுக்குத் தெரியும், ஏன் அப்படிச் செய்தாள் என அவனால் புரிந்துகொள்ள முடியவில்லை. "குடும்பங்கள் எனக்குக் கால்குலஸ் போல." சிலநேரம் அவன் நேத்தாவிடம் சொல்வதுண்டு. எண்ணற்ற மாறிகள், கணக்கற்ற அடைப்புக்குறிகள், அடுக்குகளால் பெருக்கப்படும் விடைகள், அதன் மொத்தக் குழப்பமும். அந்த விஷயம் பற்றி அவள் பேச வந்தபோதெல்லாம் அவன் இதைத்தான் முணுமுணுத்தான், அதோடு ஒவ்வொரு கணமும், இரவும் பகலும், கனவிலும்கூட குடும்பத்தின் மற்ற உறுப்பினர்களோடு தொடர்ந்து தொடர்பில் இருக்க வேண்டிய தேவை. நேத்தா மனம் சுருங்கி ஒடுங்கிப் போகும்போது அவளை சமாதானப்படுத்தும் விதமாகச் சொல்வான்: "அது நிரந்தரமான மின் தாக்குதலில் இருப்பது, அல்லது முடிவற்ற இடி மழைக்குள்ளாக வாழ்வது போன்றது. நீ விரும்புவது இதைத்தானா?"

தன் இளமையை, தன் எதிர்காலத்தை, தன் அழகை அவன்மட்டில் அவள் வீணடித்துக்கொண்டிருக்கிறாள் என்பதை நேத்தாவிடம் பதிமூன்று வருடங்களாக சோர்ந்து போகாமல் அவன் சொல்லிக்கொண்டிருந்தான். அவளைத் தடுத்து வைத்திருப்பதும் அவளது பார்வையை மறைத்துக் கொண்டிருப்பதும் தான்தான் என்றான். அவள் அவனைவிடப் பதினேழு வருடங்கள் இளையவள். "என் இளம் பெண்ணே," என்று அவளை அழைத்தான், சிலநேரம் அன்புடன், சிலநேரம் வருத்தத்துடன். "உனக்குப் பத்து வயதாயிருக்கும்போது," விசித்திரமானதொரு சிரிப்புடன் அவளுக்கு நினைவூட்டுவான், "நான் இறந்து ஐந்து வருடங்களாகியிருந்தது." அவள் சொல்வாள், "இறந்தவர்களை மீண்டும் உயிர்ப்பிப்போம், காலத்துக்கு எதிராய்ப் புரட்சி செய்வோம்."

வயதைக் காட்டித் திரும்பத் திரும்ப அவளை அவன் தவிர்த்தான். "நீ என்னைவிட அதிகம் முதிர்ச்சி கொண்டவள்," என்பான். அவள் குழந்தைகள் பெற்றுக்கொள்ள வேண்டுமென்றாள். அதிர்ச்சியுற்றவனாக அவன் சிரிப்பான்: "ஒன்று போதாதா? உனக்கு நிறைய குழந்தைகள் வேண்டுமா?" இடுங்கிய குறும்புத்தனம் தோன்றும் அவள் கண்கள் ஒளிரும்: "அப்படியானால் சரி, ஒரு குழந்தை, இப்ஸனும் இயனஸ்கோவும் ழான் காக்துவும் கலந்து ஒன்றான ஒரு குழந்தை."

பிறகு அவன் சொன்னதை அவள் புரிந்துகொண்டார்ப்போல தோன்றியது, சில வாரங்கள் அவள் அவனோடு இல்லை, தொலைபேசியில் அழைப்பதுகூட இல்லை. எங்கே போய்விட்டாள்? அரை மௌனத்தில் அவன் யோசித்தான், எழுந்து நின்றான். விசித்திரமான வேலைகள் மூலமாக சம்பாதித்த பணம் கொஞ்சம் கையிலிருந்ததபோது சட்டென்று அவள் காணாமல் போனாள். இப்படி நடக்கப்போவதை அவளுக்கு முன்பே அவ்ரம் யூகித்திருந்தான்: அவள் கருவிழிகளை மர்மமானதொரு பசி சூழத் தொடங்கியது. குழப்பமான ஒரு பேச்சுவார்த்தை, அதில் வெளிப்படையாக அவள் தோற்றுப் போயிருந்தாள், எனவே அவள் பயணிக்க வேண்டியிருந்தது. அவள் தேர்ந்தெடுத்திருந்த நாடுகளின் பெயர்கள்கூட அவனைக் கலவரப்படுத்தின: ஜார்ஜியா, மங்கோலியா, தஜிகிஸ்தான். அவள் மராகேஷ் அல்லது மோன்ரோவியாவிலிருந்து அவனை அழைப்பாள், அவனுக்கு அது இரவு நேரமாக இருக்கும்,

அவளுக்கோ இன்னமும் அது பகல் – “ஆக இப்போது,” அவன் சுட்டிக் காட்டுவான், “எல்லாவற்றுக்கும் மேலாக இன்னுமொரு மூன்று மணி நேரம் என்னைவிட நீ இளையவள்”. விசித்திரமான, கனவுபோன்ற லேசுத்தன்மையுடன் தனது அனுபவங்கள் பற்றி அவள் சொல்வாள்; அவனது ரோமங்களைச் சிலிர்க்க வைக்கும் அனுபவங்கள்.

அவன் மரத்தைச் சுற்றி நடக்கத் தொடங்கினான். கடைசியாக அவள் பேசியது எப்போதென தன்னைத்தானே கேட்டுக்கொண்டு யோசித்துப் பார்க்க முயன்றான். குறைந்தது மூன்று வாரங்களாவது இருக்கும், அல்லது அதைவிட அதிக நாட்கள்? அவள் அவனிடமிருந்தும் மறைந்து உண்மையில் ஒரு மாதமாவது கடந்திருக்கும். அவள் தனக்கு ஏதாவது செய்துகொண்டால்? ஜாஃபாவில் தனது அடுக்ககக் குடியிருப்பில் கூரையோரம் தடுப்புச் சுவரின் மேலிருந்த ஒரு ஏணியுடன் அவள் நடனமாடியது நினைவுக்கு வந்ததும் அவன் உறைந்துபோனான். இந்த விஷயத்தில் அவளது திறமை பல வருடங்களாக அவனுக்குக் கவலை யளித்தது. அவள் மீது தான் வைத்திருந்த ஆழ்ந்த நம்பிக்கைக்கு நிகராக அவள் மீதான தனது அச்சமும் இருந்தது என்பதையும் அவனறிவான். ஓஃபர் ராணுவப் பணியிலிருந்து விடுவிக்கப்படுவதன் மீதான உணர்ச்சிமிக்க எதிர்பார்ப்பு அவளை மறக்கச் செய்யுமளவுக்கு தனது சிந்தனையின் இதர பகுதிகளை கலைத்துப்போட்டிருந்ததை உணர்ந்தான்.

மரத்தைச் சுற்றிய தனது நடையை அவன் வேகப்படுத்தினான், மறுபடி கணக்கிட்டுப் பார்த்தான். சீரமைப்புப் பணிகளுக்காக உணவு விடுதி மூடப்பட்டு ஒருமாத காலமாகிறது. ஏறத்தாழ அப்போதிருந்துதான் அவள் அவனிடமிருந்து பிரிந்திருந்தாள். அப்போதிருந்து அவளை நான் பார்க்கவில்லை, அவள் தொலைபேசி செய்து கேட்கவில்லை, அவளைத் தேடவுமில்லை. இவ்வளவு காலமும் நான் என்ன செய்துகொண்டிருந்தேன். கடற்கரையில் மேற்கொண்ட நீண்ட நடைகள் அவன் நினைவுக்கு வந்தன. தெருவோர பெஞ்சுகள், பிச்சைக்காரர்கள், மீனவர்கள். தலையைச் சுவரில் முட்டி வலுக்கட்டாயமாக அவன் அடக்கிய அவளுக்கான ஏக்கத்தின் அலைகள். அதுவரை அவன் எடுத்துக்கொண்டிராத அளவிலான மது. மோசமான பயணங்கள். எட்டு மணிக்கு எடுத்துக்கொண்ட இருமடங்கு தூக்க மாத்திரைகள். காலையில் மோசமான தலைவலிகள். மைல்ஸ் டேவிஸ், மேன்ட்டோவானி, ஜேங்கோ ரெய்ன்ஹார்ட் எனப் பகல் முழுவதும் ஒரே தொகுப்பின் பாடல்கள். வீசியெறியப்பட்ட பொருட்கள், தொழிற் கருவிகள், துருப்பிடித்த என்ஜின்கள், பழைய சாவிகள் இவற்றைத் தேடி ஜாஃபாவின் குப்பை மேடுகளை மணிக்கணக்காகத் துழாவுதல். சில நாட்களுக்கு அங்கே இங்கேயென சில வேலைகள், அதிலிருந்து கொஞ்சம் கௌரவமான வருமானம். ரிஷான் லெஸீயோனிலிருந்த கல்லூரியின் நூலகத்தில் வாரத்துக்கு இரண்டு முறை புத்தகங்களை அடுக்கும் வேலை. அவ்வப்போது மருந்து மற்றும் அழகுசாதன நிறுவனங்களின் புதிய தயாரிப்புகளை தன்னில் பரிசோதித்துப் பார்க்கவும் அனுமதித்தான். நட்பார்ந்த பணிவுமிக்க அறிவியலாளர்களும் ஆய்வக வல்லுனர்களும் அவனை அளந்து எடையிட்டார்கள், அவன் பற்றிய ஒவ்வொரு விவரத்தையும் பதிவு செய்தார்கள், பலவகையான படிவங்களில்

அவனிடம் கையொப்பம் பெற்றார்கள், இறுதியாக காபிக்கும் க்ரூஸன் என்ற மாவுப்பலகாரத்துக்குமான சீட்டுக்களைத் தந்தார்கள். கண்ணைப் பறிக்கும் வண்ணமயமான மாத்திரைகளை அவன் விழுங்கினான், எப்போதும் எவரும் பயன்படுத்தப்போகிற அல்லது பயன்பாட்டுக்கு வராமலே போகப்போகிற பூச்சுக்களை வழிய வழியப் பூசிக்கொண்டான். அவற்றை உருவாக்கியவர்கள் ஒருபோதும் கற்பனை செய்திராத உடல் மற்றும் உணர்வுரீதியான பக்கவிளைவுகளைக் கண்டுபிடித்துத் தன் அறிக்கைகளில் எழுதினான்.

கடந்த வாரம் ஓஃபரின் படைவிலகல் நாள் நெருங்கி வர வர அவன் வீட்டை விட்டு வெளியேறாமலே இருந்தான். யாருடனும் பேசுவதை நிறுத்தினான். தொலைபேசிக்குப் பதிலளிப்பது, சாப்பிடுவது இவற்றையும். இவ்வுலகில் தான் ஆக்கிரமித்திருக்கும் இடத்தை முடிந்த அளவுக்குக் குறுக்கிக்கொள்ள வேண்டும் என்பதை அவன் உணர்ந்தான். தன் சாய்வு நாற்காலியிலிருந்து அரிதாகவே அவன் எழுந்தான். காத்திருப்புடன் தன்னையே குறைத்துக்கொண்டவனாய் அவன் அமர்ந்திருந்தான். எழுந்து குடியிருப்பைச் சுற்றி நடக்கையில், இப்போது ஓஃபர் தொங்கிக்கொண்டிருந்த மெல்லிய அந்த இழையை அறுத்துவிடாமலிருக்க், அதைத் தொந்தரவு செய்யாமலிருக்க வேகமான அசைவுகளின்றி நடந்தான். கடைசி நாளன்று, ஓஃபரது ராணுவப் பணி முடிந்துவிட்டதென்று அவன் நினைத்த நாளன்று, ஓரா அவனை அழைத்து எல்லாம் முடிந்துவிட்டதென்று சொல்வாள் என தொலைபேசியருகே அசையாமல் அமர்ந்திருந்தான். அவள் அழைக்கவில்லை, அவன் மேலும் மேலும் உறைந்தான், மோசமான ஏதோவொன்று நடந்துவிட்டதை உணர்ந்தான். நேரம் கடந்தது, மாலை வந்தது, இப்போது அவள் அவனை அழைக்காவிடில் இனி ஒருபோதும் தன்னால் தன் உடலை அசைக்கமுடியாதென அவன் நினைத்தான். கடைசியாக மிச்சமிருந்த சக்தியைச் செலவிட்டு அவளது எண்ணுக்குப் பேசி நடந்ததைக் கேட்டறிந்தான், கேட்டதும் தான் கல்லாக மாறுவதை உணர்ந்தான்.

“ஒரு மாதம் முழுக்க நான் எங்கே இருந்தேன்?” அவன் வலியோடு முனகினான், அவன் குரல் அவனையே கலவரப்படுத்தியது.

அவன் ஓராவிடம் விரைந்தான், கிட்டத்தட்ட ஓடினான், அப்போது தான் அவள் அவனை சத்தம்போட்டு அழைத்தாள்.

தனது கோட்டுக்குள் சுருண்டவளாக அவள் அமர்ந்திருந்தாள். “எப்போது எழுந்தீர்கள்?”

“தெரியவில்லை, சற்று முன்புதான்.”

“எங்கே போனீர்கள்?”

“எங்கேயும் போகவில்லை, கொஞ்சம் நடந்தேன்.”

“என் அழுகையால் உங்களைச் சங்கடப்படுத்திவிட்டேனா?”

“இல்லை, பரவாயில்லை. நீ அழலாம்.”

விடியல் மெதுவாகத் தன் கண்களைத் திறந்தது. அவர்கள் மௌன மாக அமர்ந்தபடி இரவு தனது இருட்டைச் வெளிக்கசியவிடுவதைப் பார்த்தபடியிருந்தார்கள்.

“இங்கே பாருங்கள்,” அவள் சொன்னாள், “இதை நான் சொல்லி முடிக்க விடுங்கள். இப்படியே தொடர்ந்து என்னால் போகமுடியாது.”

“இப்படியே என்றால்?”

“நீங்கள் ஒன்றும் பேசாமல் வரும் நிலையிலேயே.”

“உண்மையில் நான் நிறையப் பேசுகிறேன்.” அவன் வலுக்கட்டாயமாகச் சிரித்தான்.

“இப்படிப் பேசாமலே இருந்தால் உங்கள் குரல் இன்னும் கொரகொரப் பாகி விடும்,” உணரச்சியற்றவளாக அவள் சொன்னாள். “அவனைப் பற்றிப் பேசக்கூட என்னை நீங்கள் அனுமதிக்காததைத்தான் என்னால் தாங்கிக்கொள்ள முடியவில்லை.”

மறுபடியும் அது வேண்டாமே என்பது போலப் பார்த்தான் அவ்ரம். மெதுவாக அவள் மூச்சை உள்ளிழுத்தாள், பிறகு சொன்னாள், “சொல்வதைக் கேளுங்கள், என்னோடு இருப்பது உங்களுக்குச் சிரமமானது என்பது எனக்குத் தெரியும், ஆனால் இந்த எண்ணமும் சேர்ந்துதான் என்னைப் பைத்தியமாக்குகிறது. நான் தனியாக இருப்பதைவிட இது மோசமானது. ஏனென்றால் தனியாக இருக்கையில் அவனைப் பற்றி எனக்கு நானே சத்தம் போட்டுப் பேசிக்கொள்ள முடியும், இப்போது அதைக்கூட என்னால் செய்ய முடியவில்லை. நான் யோசித்தேன், என்ன யோசித்தேனென்றால் . . .” பேசுவதை நிறுத்திவிட்டு அவள் தன் விரல்நுனிகளை ஆராய்ந்தாள்; அவளுக்கு வேறு வழியில்லை. “விரைவில், நாம் நெடுஞ்சாலையை அடைந்ததும், ஏதாவது வண்டியைப் பிடித்து கிர்யத் ஷ்மோனாவுக்குப் போவோம். அங்கேயிருந்து உங்களை டெல் அவிவ் போகும் பேருந்தில் ஏற்றி விடுகிறேன், நான் இங்கேயே இருந்து இன்னும் கொஞ்ச தூரம் போய்விட்டு வருகிறேன். என்ன சொல்கிறீர்கள்? தனியாக நீங்கள் வீடு திரும்பிவிட முடியுமல்லவா?”

“என்னால் எதுவும் முடியும். என்னை ஊனமுற்றவனாக்காதே.”

“நான் அப்படிச் சொல்லவில்லை.”

“நான் ஊனமுற்றவனில்லை.”

“எனக்குத் தெரியும்.”

“என்னால் செய்ய முடியாததென்று எதுவுமில்லை,” அவன் கோபமாகச் சொன்னான். “நான் செய்ய விரும்பாதவை என்று மட்டுமே உண்டு.”

ஓஃபர் வழியாக எனக்கு உதவுவது போல, அவள் மனதுக்குள் நினைத்துக்கொண்டாள்.

“நீ எப்படித் தனியாக இங்கு சமாளிப்பாய்?”

"கவலைப்படாதீர்கள், நான் சமாளித்துக்கொள்வேன். நான் நடப்பேன், அவ்வளவுதான். நான் அதிகம் நடக்கக்கூடத் தேவையில்லை. நேற்று போலவோ அல்லது அதற்கு முந்தின நாள் போலவோ, முன்னும் பின்னுமாக நடந்து ஒரு வயலைக் கடந்தாலே எனக்கு மகிழ்ச்சிதான். நான் எங்கே இருக்கிறேன் என்பதல்ல எங்கே இல்லை என்பதுதான் முக்கியம், உங்களுக்குப் புரிகிறதா?"

அவன் கோபமாகக் கேட்டான், "புரிகிறதா என்றால்?"

"நம் இருவருக்கும் அதுதான் சிறந்தது," தெளிவற்று, வருத்தமுடன் அவள் சொன்னாள், அவன் பதில் சொல்லாததைக் கண்டு மேலே தொடர்ந்தாள். "அதை நான் நிறுத்திவிடலாம் என நீங்கள் நினைக்கலாம், அதாவது அவனைப் பற்றிப் பேசாமல் இருக்கலாம், அதாவது, என்னால் அது முடியவில்லை. என்னையே என்னால் கட்டுப்படுத்த முடியவில்லை. இப்போது அவனுக்கு நான் சக்தியூட்ட வேண்டும், அவனுக்கு நான் தேவை, என்னால் அதை உணர முடிகிறது. உங்களை நான் குற்றம் சொல்லவில்லை."

அவ்ரம் தலைகுனிந்தான். அசையாதே, அவன் மனதுக்குள் நினைத்தான், அவளைப் பேசவிடு, இடையூறு செய்யாதே.

"அது உங்களது நினைவின் பொருட்டு மட்டுமல்ல."

அவன் குழப்பமாக அவளைப் பார்த்தான்.

"உங்களுக்குத் தெரியும், உங்களுக்கு எல்லாமே நினைவிலிருக்கும், இப்போதெல்லாம் என் நினைவு ஒரு வடிகட்டியைப் போலாகிவிட்டது. நீங்கள் என்னோடு வரவேண்டுமென்று விரும்பியதற்கு காரணம் அதுவல்ல."

அவன் தலை நெஞ்சில் பதிந்தது, அவனது முழு உடலும் முன்னோக்கி வளைந்திருந்தது.

"அவனைப் பற்றி உங்களுடன் பேசவேண்டுமென்பதற்காகவே நீங்கள் என்னோடு வருவதை நான் விரும்பினேன், அவனைப் பற்றி உங்களிடம் பேச வேண்டும், அப்போதுதான், அவனுக்கு ஏதாவது நடந்துவிட்டால்–"

அவ்ரம் கைகளைக் குறுக்காக மடித்து, உள்ளங்கைகளை உடலின் பக்கவாட்டில் அழுந்தப் பதித்துக்கொண்டான். அசையாதே. ஓடிப்போகாதே. அவளைப் பேசவிடு.

"நான் சொல்வதை நம்புங்கள், இது பற்றியெல்லாம் முன்பு நான் யோசிக்கவில்லை." அவள் மூக்கு புடைத்தது. "என்னைப் பற்றி உங்களுக்குத் தெரியும், நான் எதையும் திட்டமிடவில்லை. நீங்கள் தொலைபேசியில் அழைத்தபோது உங்களைப் பற்றி நான் நினைத்திருக்கக்கூட இல்லை, உண்மை என்னவென்றால், நடந்த நிகழ்வுகளைப் பார்க்க அன்று முற்றிலுமாக என் நினைவிலிருந்து நீங்கள் அகன்று விட்டிருந்தீர்கள். ஆனால் நீங்கள் தொலைபேசியில் அழைத்தபோது, உங்கள் குரலை நான் கேட்டபோது, ஏனென்று தெரியவில்லை, உடனே உங்களோடு இருக்கவேண்டும் எனத் தோன்றியது, புரிகிறதா? உங்களோடு, வேறு

யாருடனும் இல்லை." இறுதியாக ஒரு ரகசிய சங்கேதத்தை உடைத்து அறிந்துகொள்ளத் தொடங்கிவிட்டவள் போல, பேசப் பேச அவள் நிமிர்ந்து அமரத் தொடங்கினாள், அவள் கண்கள் கூர்மையடைந்தன. "நாம் இருவரும் ஒன்றாக இருக்கவேண்டும் என உணர்ந்தேன், அதை நான் எப்படிச் சொல்வேன் அவ்ரம்–" தன் குரலைத் திடமாகவும் தெளிவாகவும் வைத்துக்கொள்ளச் சிரமப்பட்டாள். தன் குரல் நடுங்குவதை அவள் விரும்பவில்லை. சிறு நடுக்கம்கூட இருக்கக்கூடாது. அவளது அவ்வப்போதான மடைதிறந்தார்ப்போன்ற பேச்சில் இலனுக்கும் பையன்களுக்கும் இருந்த ஒவ்வாமையை எப்போதும் நினைவில் வைத்திருந்தாள். "காரணம், உண்மையிலே நாம்தான் அவனது தாயும் தந்தையும்," அவள் மென்மையாகச் சொன்னாள். "நாம் ஒன்றாக இருந்தால், அதாவது பெற்றோர்கள் செய்வதை நாம் செய்யாமல் போனால் –"

அவள் நிறுத்தினாள். அவன் தன்னால் முடிந்த அளவு தன் கைகளை நீட்டி சோம்பல் முறித்தான், ஏதோ எறும்புகள் கடிப்பது போல அவன் உடல் அதிர்ந்து துள்ளியது. ஆராய்வது போல அவனைப் பார்த்தவள் சில தடவைகள் வலுவாகத் தன் தலையை உலுக்கிக்கொண்டாள்.

"சரி." அவள் பெருமூச்செறிந்தபடி எழுந்து நிற்க முயன்றாள். "இதற்கு மேல் நான் என்ன . . . நானொரு முட்டாள், நீங்கள் எனக்கு உதவியாக இருப்பீர்களென–"

"இல்லை," அவன் வேகமாக மறுத்தான், தன் கையை அவள் கைமீது வைத்தான், பிறகு எடுத்துக்கொண்டான். "உண்மையில் நான் நினைப்பது என்னவென்றால் . . . என்ன சொல்கிறாய் . . . இன்னுமொரு நாள் நாம் இங்கு தங்கலாம், ஒரு நாள், பெரிய விஷயமில்லை, அதற்கப்புறம் என்னவென்று பிறகு பார்த்துக்கொள்ளலாம்."

"என்ன பார்த்துக்கொள்ளலாம்?"

"எனக்குத் தெரியவில்லை. இங்கே பார், நீ நினைப்பது போல இல்லை நான், நான் வேதனைப்படவில்லை என நினைக்கிறாய் இல்லையா? நீ சொன்னது போல இல்லை," சிரமத்துடன் அவன் எச்சிலைக் கூட்டி விழுங்கினான், "அது அவனைக் குறிப்பிட்டு என்னை நீ கட்டாயப்படுத்தும் போது . . ."

"ஓஃபரைக் குறிப்பிட்டு என்றாவது சொல்லுங்களேன்."

அவன் எதுவும் பேசவில்லை.

"அதைக்கூடச் சொல்ல மாட்டீர்கள், இல்லையா?"

அவன் கைகளைப் பக்கவாட்டில் தளர்வாகத் தொங்கவிட்டான்.

ஓரா ஏதோ ஒரு யோசனையில் தன் கண்ணாடியைக் கழற்றி மடித்து பயணப்பையின் வெளிப்புறப் பை ஒன்றினுள் திணித்தாள்.

நெற்றியில் அழுத்தமாகக் கையை ஒட்டியவள், ஒரு கணம் கையை அப்படியே வைத்திருந்தாள், தூரத்து ஒலியொன்றைச் செவிமடுத்தபடி. பிறகு சட்டென்று வேகமாகக் கீழே குனிந்தவள் கைகளால் தரையைத் தோண்ட

ஆரம்பித்தாள், கட்டி கட்டியாக மண்ணையும், கற்களையும் தோண்டி எடுத்தாள், செடிகளை வேரோடு பிடுங்கினாள். ஆச்சரியப்படத்தக்க வேகத்துடன் எழுந்த அவ்ரம் பதற்றத்துடன் அவளைப் பார்த்தான். அவனை அவள் கவனித்தது போலத் தெரியவில்லை. அவள் எழுந்து குதிகாலால் தரையை உதைக்க ஆரம்பித்தாள். மண்கட்டிகள் பறந்தன, சில அவன்மீது பட்டன. அவன் அசையவில்லை. அவன் உதடுகள் இறுக மூடியிருந்தன, அவன் பார்வை அவள்மீது குவிந்திருக்க முகத்தில் கடுமை. அவள் மண்டியிட்டு அமர்ந்து கூரான கல் ஒன்றை எடுத்து தரையை தோண்டத் தொடங்கினாள். கீழுதட்டைக் கடித்தபடி வேகமாகத் தோண்டினாள். மெல்லிய சருமம் கொண்ட அவளது முகம் உடனே சிவந்துவிட்டது. அவ்ரம் குனிந்தான், அவளுக்கு முன்பாக ஒரு காலில் மண்டியிட்டான், அப்போதும் கண்களை அவள்மீதிருந்து அவன் விலக்க வில்லை. ஓட்டப் பந்தயத்துக்குத் தயாராயிருப்பவனைப்போல விரல்கள் விரிந்து அவனது கை தரையில் ஊன்றியிருந்தது.

ஓரா கல்லால் தோண்டிக்கொண்டிருந்த இடத்தில் பள்ளத்தின் ஆழமும் அகலமும் அதிகரித்துக்கொண்டே போனது. கல்லைப் பற்றியிருந்த வெள்ளைக் கரம் இடைவிடாமல் உயர்ந்து தாழ்ந்தபடியிருந்தது. குழப்பத்தில் தலையை ஒரு பக்கமாகச் சாய்த்த அவ்ரம் பார்க்க ஒரு நாயைப்போலத் தோன்றினான். ஓரா நிறுத்தினாள். கைகளை ஊன்றி, உடைந்து சிதறிக்கிடந்த மண்ணை – என்ன பார்க்கிறோம் என்பதைப் புரிந்துகொள்ளாதவள்போல – உற்றுப் பார்த்தாள். பிறகு மீண்டும் கல்லால் அந்தப் பள்ளத்தைத் தாக்கத் தொடங்கினாள். அதில் செலுத்திய முயற்சியி னாலும் சீற்றத்தினாலும் அவள் முனகினாள். அவளது பின்கழுத்து சிவந்து வியர்வையில் நனைந்திருந்தது, மெல்லிய சட்டை அவளது உடலோடு ஒட்டியிருந்தது.

“ஓரா,” எச்சரிக்கையுணர்வுடன் முணுமுணுத்தான் அவ்ரம், “என்ன செய்துகொண்டிருக்கிறாய்?”

அவள் தோண்டுவதை நிறுத்தினாள், இன்னும் பெரிய கல் கிடைக்குமா எனச் சுற்றிலும் பார்த்தாள். நெற்றியில் விழுந்திருந்த குட்டையான சிறு முடிக்கற்றையை விலக்கினாள், வியர்வையைத் துடைத்துக்கொண்டாள். அவள் தோண்டியிருந்த பள்ளம் முட்டை வடிவில் சிறியதாக இருந்தது. முழங்காலில் அமர்ந்து கல்லை இரண்டு கைகளாலும் பிடித்துக்கொண்டு வலுவாகத் தோண்ட ஆரம்பித்தாள். ஒவ்வொரு அடிக்கும் அவள் தலை முன்னோக்கி அதிர்ந்தது, அவளிடமிருந்து ஒரு முனகல் வெளிப் பட்டது. அவள் கைகளில் தோல் கிழிய ஆரம்பித்திருந்தது. கீறல் காயங்களுடனிருந்த அவளுடைய விரல்களின் மீதிருந்து கண்களை விலக்க முடியாதவனாய் பீதியுடன் பார்த்துக்கொண்டிருந்தான் அவ்ரம். அவள் தளர்ச்சியடைவது போலத் தெரியவில்லை. மாறாக அவள் தோண்டும் வேகத்தை அதிகப்படுத்தினாள், தரையை இடித்தாள், முனகினாள், சிறிது கழித்து கல்லைத் தூர எறிந்துவிட்டு கைகளால் தோண்டினாள். சிறிய, பெரிய கற்களை எடுத்து வெளியே வீசினாள், கையளவு ஈரமண் அவள் கால்களுக்கிடையேயும் தலைக்கு மேலும் பறந்தது. அவன் முகம் விறைத்து நீண்டது, கண்கள் விரிந்தன. அவள் அவனைப் பார்க்கவில்லை.

அவன் அங்கிருப்பதை அவள் மறந்துவிட்டதுபோலத் தோன்றியது. அவள் நெற்றியிலும் கன்னங்களிலும் மண் ஒட்டிக்கொண்டிருந்தது. அழகான அவளது புருவங்களில் மண் வளைவுகளாகப் படிந்திருந்தது, அவளது வாயைச் சுற்றி கொழகொழப்பான சிறு கால்வாய்கள் நகர்ந்தன. கையை விரித்து தன்முன் இருந்த பள்ளத்தை அவள் அளந்தாள். அவள் அதைச் சுத்தம் செய்தாள், அடுமனைச் சட்டியில் ரொட்டி மாவை தட்டி வைப்பது போல பள்ளத்தின் அடிப்பகுதியை மென்மையாகத் தட்டி மிருதுவாக்கினாள். “ஓரா, வேண்டாம்,” அவ்ரம் தன் உள்ளங்கைக்குள் முணுமுணுத்தான், அவள் என்ன செய்யப்போகிறாள் எனத் தெரிந்திருந்தும் அச்சத்தில் அவன் பின்னால் வந்தான். வேகமான மூன்றே அசைவுகளில் ஓரா கீழே படுத்து தன் முகத்தை பள்ளத்தில் புதைத்தாள்.

அவள் ஏதோ பேசினாள், என்னவென்று அவனுக்கு விளங்கவில்லை. அவள் தலையின் இருபுறமும் வெட்டுக்கிளியின் பாதங்களைப் போல உள்ளங்கைகள் தரையோடு படிந்திருந்தன. மண்ணும் தூசும் படிந்திருந்த அவளது குட்டைத் தலைமுடி அவள் பின் கழுத்தின்மீது நடுங்கியது. அவள் குரல் ஒடுங்கி, நசுக்கப்பட்டப் புலம்பலாக, நீதிபதியின் முன்பான இறைஞ்சலாக ஒலித்தது. அங்கிருந்ததோ கல்மனம் படைத்தவொரு நீதிபதி, அவ்ரம் நினைத்தான், என்னைப்போல ஒரு கோழை நீதிபதி. ஓரா அவ்வப்போது தலையை உயர்த்தி அவனைப் பார்க்காமலே, வேறு எதையும் பார்க்காமலே வாயை அகலத் திறந்து காற்றை உள்ளிழுத்தாள், பின் மறுபடியும் முகத்தைப் பள்ளத்தில் புதைத்துக்கொண்டாள். காலைப் பொழுதின் ஈக்கள் அவள் வியர்வையால் கவரப்பட்டு அருகே வந்தன. அழுக்கடைந்த நடைபயிற்சிக் கால்சராய்க்குள் இருந்த அவள் கால்கள் அசைந்து நெளிந்தன, அவள் முழு உடலும் விறைப்படைந்து கட்டுண்டு கிடந்தது. நிலத்தின் மேற்பரப்பில் அவ்ரம் முன்னும் பின்னுமாக வேகமாக நடக்கத் தொடங்கினான்.

சூரிய ஒளி வெள்ளத்தில் அவர்கள் பாதங்களடியில் ஹுலா பள்ளத்தாக்கு பொன்னிறமாக மாறியது. மீன் பண்ணைகள் ஒளியில் மினுங்கின, பீச் தோப்புகள் இளஞ்சிவப்பாய்ப் பூத்திருந்தன. முகம் மண்ணில் புதையப் படுத்து பூமியின் வயிற்றிடம் ஓரா ஒரு கதை சொன்னாள், மண்கட்டிகளைச் சுவைத்தாள், அவை இனிப்பாக மாறமாட்டா என்பதை அறிந்தாள், எப்போதுமே அவை சுவையற்று சப்பென்று மணல்மணலாக இருக்கும். மண் அவள் பற்களிடையே அரைந்தது, நாவில், அன்னத்தில் ஒட்டிக்கொண்டது, சேறாக மாறியது. அவள் மூக்கு ஒழுகியது, கண்களில் நீர் கசிந்தது, புழுதியினால் மூச்சடைத்துத் தொண்டை கரகரத்தது. தலையின் இருபுறமும் கைகளால் அவள் தரையைத் தட்டினாள், ஒரு எண்ணம் அவளுள் ஆணியாய் இறங்கியது, அவள் மனதில் இன்னும் இன்னும் ஆழமாய் – அவளுக்குத் தெரிய வேண்டும், அது எப்படியிருக்குமென்று அவளுக்குத் தெரிய வேண்டும். அவன் குழந்தையாக இருந்தபோதிருந்தே அவனுக்காக அவள் தயாரித்த உணவு வகைகளை சூடு அதிகமாகவோ, உப்புக் கூடுதலாகவோ இருக்கிறதா என்பதை அறிவதற்காக சுவைத்துப் பார்ப்பாள். அவளுக்கு மேலே அவ்ரம் வேகமாக மூச்சுவிட்டான், அவன் உடல் முறுக்கிக்கொண்டது,

தன்னையுமறியாமல் இறுக மூடிய தன் கைகளின் விரல் கணுக்களை கடித்தபடியிருந்தான். ஓராவைப் பிடித்து வெளியே இழுக்க விரும்பினான், ஆனால் அவளைத் தொட அவனுக்குத் துணிவில்லை. தன் கண்களில் புழுதியின் சுவையையும் மூக்கில் மூச்சுத் திணறலையும், மேலேயிருந்து எறியப்படும் மண்கட்டிகளையும் அவன் அறிவான் – அவர்களுள் ஒருவன், தாடி வைத்த கறுப்பு மனிதனிடம் மண்வாரி ஒன்று இருந்தது, இன்னொருவன் பள்ளத்திலிருந்து எடுக்கப்பட்ட மண் குவியில்களை தன் கைகளைக் கொண்டே சலித்தான். அவ்ரமே அந்தப் பள்ளத்தைத் தோண்டியிருந்தான், அவன் கைகள் முழுக்கக் கொப்புளங்கள். தன் காலுறைகளைக் கைகளில் அணிந்துகொள்ள அவர்களிடம் அனுமதி கேட்டிருந்தான். அவர்கள் சிரித்துவிட்டு முடியாது என்றார்கள். ஒருமணி நேரத்துக்கும் மேலாக அவன் பள்ளம் தோண்டிக்கொண்டிருந்தான், இருந்தும் அவர்கள் அதைச் செய்யப் போகிறார்கள் என்பதை அவனால் நம்ப முடியவில்லை. இதுவரை மூன்று முறை அவனே தனக்கான கல்லறையைத் தோண்டும்படி செய்திருக்கிறார்கள், கடைசி நிமிடத்தில் சிரித்தபடி அவனைத் திரும்ப அவனது சிறை அறைக்கு அனுப்பிவிட்டார்கள். இந்த முறை அவன் கைகளைப் பின்னால் கட்டி பாதங்களுக்கு விலங்கிட்டுக் குழிக்குள் தள்ளி அப்படியே அசையாமல் கிட என்றார்கள், அவன் அதை நம்ப மறுத்தான், ஏனென்றால் அவர்கள் இருவரும் கீழ்நிலைப் படைவீரர்கள், விவசாயக் கூலிகள், தாபெத் என்கிற அதிகாரியும் அப்போது அங்கில்லை, அந்த இருவரும் தாங்களே அதைச் செய்வார்கள் என அவன் நினைக்கவில்லை. கைநிறைய உதிரி மண்ணை எடுத்து குழிக்குள் வீசியபோதுகூட அவன் அதை நம்பவில்லை. வினோதமான ஒரு கவனத்துடன் முதலில் மிக மெதுவாக அவனது கால்களை மண்ணால் மூடினர், பிறகு தொடைகளையும் வயிற்றையும் நெஞ்சையும் மூடினார்கள், அவ்ரம் நெளிந்தான், தலையைப் பின்புறமாக நீட்டி தாபெத் வருகிறாரா எனப் பார்த்தான், வந்து அவர் இதை நிறுத்தச் சொல்லுவார், முகத்திலும், நெற்றியிலும், இமைகளிலும் முதல் கை மண் விழுந்தபோதுதான் – அதிர்ச்சியூட்டும் அறைதலாக நேரே முகத்தில் விழுந்த பிடி மண்ணை இன்னமும் அவனால் உணரமுடியும், கண்ணில் உண்டான வலி, காதுக்குப் பின்னால் வேகமாகச் சரிந்த மண்துகள்கள் – இம்முறை இது இன்னுமொரு நாடகம் இல்லை, சித்திரவதையின் இன்னொரு படிநிலை இல்லை என்பதை அவன் உணர்ந்தான். உண்மையிலே அவர்கள் அதைச் செய்துகொண்டிருந்தார்கள், அவனை உயிரோடு புதைத்துக் கொண்டிருந்தார்கள். உடலை அசைவற்றுப் போகச்செய்யும் கடும் பீதி வளையம் அவன் நெஞ்சை இறுக்கி நஞ்சை உட்செலுத்தியது: காலம் கடந்துகொண்டிருக்கிறது, நீ தீர்ந்துகொண்டிருக்கிறாய், இன்னும் ஒரு கணம்தான், நீ மறைந்து போவாய், அதன் பின் நீ இருக்கமாட்டாய். அவன் கண்களிலும் மூக்கிலும் ரத்தம் வெடித்து வந்தது, கனம், கனமான மண் அடுக்குகளின்கீழ் அவன் உடல் துடித்தது, நெஞ்சின்மேல் அவை மிகவும் கனமாக, சுமையாக இருந்தது யாருக்குத் தெரியும், மண் உள்ளே போகாமல் தடுக்க அவன் வாய் மூடிக்கொண்டது, பின் மண்ணினூடாகவே சுவாசிக்கவேண்டி அது கிழித்துத் திறந்தது, தொண்டை மண், நுரையீரலும் மண், கால் விரல்கள் சுவாசிக்க நீளுகின்றன, தம் குழிகளிலிருந்து கண்கள்

வெளிப்பிதுங்குகின்றன. இவற்றினிடையே திடீரென்று கண்ணாடியுடல் கொண்ட புழுவொன்று மெதுவாக ஊர்கிறது, துயரமிக்க எண்ணமெனும் சிறு புழு, அந்த அந்நியர்கள், அந்நிய மண்ணில் அவன் முகத்தின்மீது மண்ணைக் கொட்டுகிறார்கள், அவனை உயிரோடு புதைக்கிறார்கள், அவன் கண்கள்மீதும் வாயின் மீதும் மண்ணைக்கொட்டி அவனைக் கொல்கிறார்கள், இது சரியில்லை, அவன் கத்த நினைக்கிறான், இது தவறு, என்னை யாரென்றுகூட உங்களுக்குத் தெரியாது, கண்களால் இன்னுமொரு காட்சியை, ஒளியை, வானத்தை, கான்கிரீட் சுவரொன்றை, குரூரமாக நகைக்கும் முகங்களேயென்றாலும் மனித முகங்களைக் கண்டுவிட சீறலுடன் கண்களைத் திறக்கப் போராடுகிறான். பிறகு அவனது தலைக்கு மேலே பக்கவாட்டில் யாரோ புகைப்படம் எடுக்கிறார்கள், யாரோ புகைப்படக் கருவியுடன் நிற்கிறார்கள், அது அந்த தாபெத், ஒல்லியான எகிப்திய அதிகாரி, கையில் பெரிய கறுப்பு வண்ண புகைப்படக் கருவியுடன், அவர் அவ்ரமின் மரணம் குறித்த நுட்பமான புகைப்படங்களை எடுக்கிறார், ஞாபகார்த்தத்துக்காக இருக்கலாம், வீட்டில் மனைவியிடமும் குழந்தைகளிடமும் காட்டுவதற்காக இருக்கலாம், அப்போதுதான் அவ்ரம் தன் உயிரைப் போகவிடுகிறான், சரியாக அந்தக் கணம் தன் உயிரைப் போகவிடுகிறான். மூன்று பகல்களும் மூன்று இரவுகளும் எதிரியின் கோட்டைக்குள் தனியே விடப்பட்டிருந்தபோதும், அவனது மறைவிடத்திலிருந்து எகிப்தியப் படைவீரர்கள் அவனைக் கைது செய்தபோதும், படைவீரர்கள் ஒரு பாரவண்டியில் போட்டு முஷ்டியாலும், சப்பாத்துக் கால்களாலும், துப்பாக்கியின் அடிப்பகுதியாலும் அடித்து அவனைக் குற்றுயிராக்கி விட்டபோதும், வழியில் எகிப்திய விவசாயக் கூலிகள் வண்டியைத் தடுத்து அவனைத் தாக்க விரும்பியபோதும், விசாரணையும் சித்திரவதையும் நடந்த நாட்களனைத்திலும் அவனுக்கு உணவும் தண்ணீரும் தராது, உறங்கவிடாமல் செய்து, வெயிலில் பலமணி நேரம் நிற்கவைத்தபோதும், நிற்க மட்டுமே இடமிருக்கும் அறையில் இரவு பகலாக அடைத்து வைத்திருந்தபோதும், ஒவ்வொன்றாக கை மற்றும் கால் விரல் நகங்களைப் பிடுங்கியபோதும், கூரையிலிருந்து தலைகீழாகக் கட்டித் தொங்கவிட்டு பாதங்களில் ரப்பர் தடிகளைக் கொண்டு அடித்தபோதும், விதைகளிலும் மார்புக் காம்புகளிலும் நாக்கிலும் மின்சாரக் கம்பிகளைச் சொருகியபோதும், வன்புணர்வுக்கு ஆளாக்கியபோதும் அவன் தன் உயிரைப் போகவிட்டிருக்கவில்லை. இவை அனைத்தின்போதும் உயிரைப் பிடித்துவைத்துக்கொள்ளவென்று ஏதோ ஒன்று இருந்தது, ஒருமுறை கருணைமிக்க சிறைக் காவலர் ஒருவர் சூப்பில் மறைத்துத் தந்த பாதி உருளைக்கிழங்கு, ஒவ்வொரு விடிகாலையிலும் அவன் கேட்ட அல்லது கற்பனையில் உணர்ந்த பறவையின் கீச்சிடல் அல்லது இரண்டு சிறு பிள்ளைகளின் உற்சாகமான குரல்கள். அவர்கள் சிறை அதிகாரியின் குழந்தைகளாக இருக்கவேண்டும், ஒருமுறை சிறைக்கு வந்த அவர்கள் தங்கள் அப்பாவுடன் சலசலவென்று பேசிக்கொண்டிருந்தனர், அன்று காலை முழுவதும் சிறையின் முற்றத்தில் அவர்கள் விளையாடிக்கொண்டிருந்தனர். அனைத்துக்கும் மேலாக சினாயில் பணியிலிருந்தபோது, போர் தொடங்கும் வரை, சிக்கலான களன்களும் பல்வேறு பாத்திரங்களும் கொண்டு அவன் எழுதிய கதைக்கான சுருக்கக் குறிப்புகள் அவனிடம் இருந்ததன.

210 டேவிட் கிராஸ்மன்

பிணைக் கைதியாக பிடிக்கப்பட்ட பின் மனதுக்குள் இருந்து வந்த அதன் துணைக் களன் ஒன்று முன்பு இல்லாத வகையில் அவனை எழுதும்படி தூண்ட அவன் அது பற்றியே நினைத்தபடியிருந்தான், திரும்பத் திரும்ப அவனைக் காப்பாற்றியது இதுதான். அது கைவிடப்பட்ட இரண்டு குழந்தைகளின் கதை, அந்தக் குழந்தைகள் இன்னொரு கைவிடப்பட்ட சிறு குழந்தையைக் கண்டெடுக்கிறார்கள். ஒரு கைதியாக இருந்த காலத்திலும் உண்மையான மனிதர்களைப் போல இந்தக் கற்பனைப் பாத்திரங்கள் அவனிடமிருந்தும் மறைந்து போகவில்லை என்பது அவனுக்கு ஆச்சரியமாக இருந்தது, ஓராவும் இலனும்கூட அவனிடமிருந்து மறையவில்லை. ஆனால் உயிருள்ள மனிதர்கள் பற்றிய நினைவு தாங்க முடியாததாக இருந்தது, அது அவனுள் மீதமிருந்த வாழவேண்டுமென்ற விருப்பத்தை நசுக்கியது, கிட்டத்தட்ட எப்போதுமே இந்தக் கதையை நினைக்கையில் அது அவனது நரம்புகளில் இன்னும் கொஞ்சம் ரத்தத்தைச் செலுத்தியது. ஆனால் முள்கம்பி வேலியுடனான சிறையின் கான்கிரீட் சுவரையடுத்த அசிங்கமான முற்றத்தில் இப்போது ஒல்லியான அதிகாரி இன்னும் ஒரு அடி முன்னே வைத்து அவ்ரமை நோக்கிக் குனிந்து, முழுமையும் மூடப்பட்டு மண்ணுக்குள் அவன் விழுங்கப்படும் முன் அவனது கடைசித் தருணத்தை புகைப்படத்தில் கைப்பற்ற நிற்கிறார். இதுபோன்றவொரு நிகழ்வு சாத்தியமான உலகில், ஒருவன் உயிரோடு புதைக்கப்படுவதை இன்னொருவன் நின்று புகைப்படமெடுக்கும் உலகில் அவ்ரம் இனியும் வாழ விரும்பவில்லை, அவ்ரம் தன் உயிரைப் போகவிட்டான், அவன் இறந்தான்.

ஓராவின் உடலருகே சீறலுடனும், கத்தியபடி முகத்தையும் தாடியையும் இரண்டு கைகளாலும் இழுத்தபடியும் முன்னும் பின்னும் வேகமாக அவன் நடந்தான், இருந்தும் மெல்லிய ஒரு குரல் அவனுள் முணுமுணுத்தது: அவளைப் பார், பார், அப்படியே அவளால் பூமிக்குள் போய்விட முடியும், அவளுக்குப் பயமில்லை.

பூமியின் வயிற்றுக்குள் இருக்கையில் எப்படி சுவாசிப்பது என்பதைக் கற்றுக்கொண்டவள் போல, உண்மையிலே ஓரா சற்று அமைதி யடைந்திருந்தாள். தலையால் முட்டுவதையும் கைகளால் தரையில் அடிப்பதையும் நிறுத்தியிருந்தாள். அவள் அசைவற்றிருந்தாள், தன் மனதில் தோன்றியவற்றை, முட்டாள்தனமானவற்றை, அவற்றுள் சிறிதளவை, நீங்கள் உங்கள் தோழியிடம் அல்லது நல்ல அண்டை வீட்டுக்காரரிடம் சொல்லும் விஷயங்களை அமைதியாக பூமியிடம் சொன்னாள். “அவன் குழந்தையாக இருந்தபோதிருந்தே, ஒரு வயது அல்லது அதற்கும் குறைவாக இருந்தபோதிருந்தே, நான் அவனுக்கு சாப்பிட அளித்த ஒவ்வொன்றும், அவனுக்காக நான் செய்த உணவுவகை ஒவ்வொன்றும் பார்வைக்கு அழகாக இருக்கும்படி பார்த்துக்கொண்டேன், ஏனென்றால் அவனுக்கு எல்லாமே சிறப்பானதாக அமைய வேண்டுமென விரும்பினேன். சுவை மட்டுமல்ல பார்க்கையில் அவனுக்கு உற்சாகமூட்டுவதாக வண்ணங்களும், வண்ணச் சேர்க்கைகளும் அமையும்படி பார்த்துக்கொள்ள முயன்றேன்.” அவள் நிறுத்தினாள். நான் என்ன செய்துகொண்டிருக்கிறேன், அவள் எண்ணிப் பார்த்தாள். பூமியிடம் அவனைப்பற்றிச் சொல்லிக்கொண்டிருக்கிறேன்.

பேரச்சத்துடன் அவள் அதை உணர்ந்தாள்: பூமியை அவனுக்காக நான் தயார் செய்துகொண்டிருக்கிறேன், எப்படி அவனைப் பார்த்துக்கொள்ள வேண்டும் என அது தெரிந்துகொள்ளும். பெரும் பலவீனம் அவளை நிரப்பியது. அவள் மயங்கி விழ இருந்தாள், பூமியின் வயிற்றுக்குள் பெருமூச்சு விட்டாள், ஒரு கணம் அவள் மிகப்பெரிய கதகதப்பான ஒரு மடியில் ஒண்டிக்கொண்ட சின்னஞ்சிறு நாய்க்குட்டியாக இருந்தாள். பூமி மெல்ல மிருதுவடைவதை அவளால் உணர முடிந்தது, அதன் வாசனை இன்னும் இனிமைகூடியதாக மாறியிருந்தது, அதன் ஆழ்ந்த வெளிமூச்சு திரும்பி ஓராவிடம் வந்தது. அவள் பூமியை உள்ளிழுத்துக்கொண்டு அதனிடம் அவனுக்காக மசித்த உருளைக்கிழங்குகளிலும், பொரித்த இளம் மாட்டிறைச்சியிலும் சிறு மனிதர்கள் மற்றும் விலங்கு உருவங்களைச் செய்ததைச் சொன்னாள். ஆனால் அவன் அவற்றைச் சாப்பிட மறுப்பான், இனிமையாகக் கேட்பான்: எப்படி ஒரு நாய்க்குட்டியை, ஒரு ஆட்டை, ஒரு மனிதரை நான் சாப்பிட முடியும்?

சட்டென இரண்டு கரங்கள் அவளைப் பிடித்தன, அவள் இடுப்பைப் பற்றின, அவளை அசைத்தன, வெளியே இழுத்தன. அவள் அவ்ரமின் கைகளில் இருந்தாள். அவன் அவளோடு வந்தது நல்லதற்குத்தான் என்பதை அவள் உணர்ந்தாள். இன்னும் ஒரு நிமிடம் தாண்டியிருந்தால் முழுமையாக அவள் பூமியால் விழுங்கப்பட்டிருப்பாள். பெயர் தெரியாத ஏதோவொன்று அவளைக் கீழே இழுத்தது, அவளும் மண்ணின் புழுதியோடு சேர்ந்து பொடிந்துபோக விரும்பினாள். அவன் வந்தது நல்லது, அவன் மிகவும் வலுவாக இருக்கிறான், ஒரே இழுப்பில் அவளை பூமியிலிருந்து பிடுங்கி விட்டான், தன் தோளில் போட்டு அவளை அந்தப் பள்ளத்திலிருந்தும் வேகமாகத் தொலைவே கொண்டு வந்துவிட்டான்.

குழம்பியவனாக அவன் அங்கே நின்றான், தன் எதிரே நேருக்கு நேர் நிற்கும்படிக்கு அவளைத் தன் தோளிலிருந்து இறங்கவிட்டான், களைப்பில் அவள் மயங்கி விழுந்தாள். கால்களை மடித்து அவள் அமர்ந்திருந்தாள், முகத்தில் மண் ஒட்டியிருந்தது. தண்ணீர்ப் போத்தல் ஒன்றை எடுத்துக் கொண்டு வந்து அவள்முன் அமர்ந்தான். அவள் வாய் நிறையத் தண்ணீரை நிரப்பி கட்டியும் குழம்புமாய் மண்ணைத் துப்பினாள், இருமினாள், கண்களில் நீர் வழிந்தது. மீண்டும் வாயில் தண்ணீரை நிரப்பித் துப்பினாள். “எனக்கு என்ன நடந்ததென்று தெரியவில்லை,” அவள் குழறலாகச் சொன்னாள். “ஏதோவொன்று என்னை ஆட்டுவித்தது போலிருந்தது.” பின்னர் திரும்பி அவனைப் பார்த்தாள், “அவ்ரம், அவ்ரம், உங்களை நான் கலவரப்படுத்திவிட்டேனா?” கையில் நீரை ஊற்றி அவன் முகத்தைத் துடைத்தாள். அவன் விலகிச் செல்லவில்லை. அவள் கையால் தன் நெற்றியைத் தடவி அதன் வெட்டுக் காயங்களை உணர்ந்தாள். “பரவாயில்லை, பரவாயில்லை,” அவள் உளறினாள், “நமக்கு பிரச்சனை ஒன்றும் இல்லை, எல்லாம் சரியாகிவிடும்.”

அடிக்கடி அவள் அவன் விழிகளைப் பார்த்தாள், இருட்புதருக்குள் நிழலொன்று நழுவி மறைவதை உணர்ந்தாள், அவளுக்கு ஒன்றும் புரியவில்லை. அவளால் புரிந்துகொள்ள முடியவில்லை. அந்த இடத்தைப் பற்றி எதையும் அவன் அவளிடம் சொன்னதில்லை. அச்சம் நீக்கியபடியும்,

நெகிழ்வையும், நன்மைக்கான வாக்குறுதிகளையும் அளிக்கும் விதமாகவும் அவன் நெற்றியில் கைவைத்துப் பல நிமிடங்களுக்கு நீவிவிட்டபடி இருந்தாள், அதை ஏற்றுக்கொண்டு ஒன்றியபடி அசையாமல் அவன் அமர்ந்திருந்தான். அவனது கட்டைவிரல் மட்டும் மற்ற விரல்களின் முனைகள்மீது வேகமாக முன்னும் பின்னும் நகர்ந்தது.

"நிறுத்துங்கள், போதும், உங்களை நீங்களே வதைத்துக்கொள்ள வேண்டாம். விரைவில் நாம் ஒரு சாலையை அடைவோம், அங்கு உங்களைப் பேருந்தில் ஏற்றிவிடுகிறேன், நீங்கள் வீட்டுக்குப் போகலாம். உங்களை நான் இங்கு அழைத்து வந்திருக்கவே கூடாது."

ஆனால் அவள் குரலின் மென்மை – அவ்ரம் இதை உணர்கையில் அவன் இதயத்தில் ரத்தம் வற்றியது – அந்த மென்மையும் பரிவுணர்வும் ஆண்டுகளாக அவன் மிகவும் அஞ்சிய அந்த விஷயம் நிகழ்ந்துவிட்டது என்பதைக் காட்டின: அவன் மட்டில் ஓரா நம்பிக்கையிழந்துவிட்டாள். அவன் மட்டிலான முயற்சியை ஓரா கைவிட ஆரம்பித்துவிட்டாள். அவனொரு தோத்தாங்குளி என்பதை ஏற்றுக்கொண்டு விட்டாள். அவன் கசப்பும் நச்சுமிக்கதுமான ஒரு சிரிப்பை வெளிப்படுத்தினான்.

"என்ன இது அவ்ரம்?"

"ஓரா." அவளிடமிருந்தும் விலகித் திரும்பியவன் தன் வாயிலும் மண் நிறைந்திருப்பது போல, ஓசை குறைந்த கரகரப்பான குரலில். "நான் திரும்பி வந்தபோது என்ன சொன்னேன் என்று உனக்கு நினைவிருக்கிறதா?"

அவள் வலுவாகத் தலையை அசைத்தாள். "அதைச் சொல்லாதீர்கள், அது குறித்து நீங்கள் யோசிக்கக்கூட வேண்டாம்." அவள் அவன் கையை எடுத்து ரத்தம் கசியும் தன் உள்ளங்கைகளுக்கிடையே வைத்துக்கொண்டாள். கடந்த சில நிமிடங்களாக அடிக்கடி அவனைத் தொடுகிறோம் என்பது அவளுக்கு வியப்பாக இருந்தது, அதுவும் அவ்வளவு லகுவாக, அவனும் எதிர்ப்புக் காட்டவில்லை, அவள் இடுப்பைப் பிடித்து தரையிலிருந்து தூக்கி சுமந்துகொண்டு வயலைத் தாண்டி ஓடி வந்திருக்கிறான். அவர்களது உடல்கள் ரத்தமும் சதையுமாக செயல்படுவது அவளுக்கு ஆச்சரியமளித்தது. "எதுவும் சொல்ல வேண்டாம். எதையும் கேட்க இப்போது எனக்குத் தெம்பில்லை." சிறையிலிருந்து அவன் திரும்பி வந்தபோது, விமான நிலையத்திலிருந்து மருத்துவமனைக்கு அவனைக் கொண்டு வந்த ஆம்புலன்ஸில் எப்படியோ அவள் ஏறிக்கொண்டாள். ரத்தம் வடிந்தபடி தள்ளு படுக்கையில் அவன் கிடந்தான், கட்டுப்போடாத புண்களிலிருந்து சீழ் வடிந்துகொண்டிருந்தது. சட்டென்று அவன் கண்கள் திறந்தன, அவளைப் பார்த்ததும் அவன் பார்வையைக் குவித்தான். அவளை அடையாளம் கண்டுகொண்டான். தன்னை நோக்கிக் குனியுமாறு சைகை செய்தான். இறுதியாக எஞ்சியிருந்த சக்தியைக் கொண்டு முணுமுணுத்தான், "அவர்கள் என்னைக் கொன்றிருந்தால் நன்றாயிருந்திருக்கும்."

பாதை வளைவிலிருந்து பாட்டுச் சத்தம் கேட்டது. ஒருவன் உச்ச ஸ்தாயியில் பாடினான், பிற குரல்கள் அழகோ ஒத்திசைவோ இன்றி

அவன் குரலின் பின்னால் பிசகி ஒலித்தன. "அவர்கள் கடந்துபோகும் வரை நாம் இந்த மரங்களுக்கிடையே மறைந்துகொள்ளலாம்," கரகரத்த குரலில் சொன்னான் அவ்ரம். முற்றிலும் களைத்துப்போய் பாதையோரம் அகன்ற பகலொளியில் உறங்கிக் கிடந்த அவர்கள் சற்று முன்னர்தான் விழித்திருந்தனர். ஆனால் அவர்கள் இருப்பது தெரிந்துவிட்டது. அவ்ரம் எழுந்திருக்க முயன்றான், ஆனால் அவள் அவன் கால்முட்டியின்மீது கை வைத்தாள்: "ஓடிப்போகத் தேவையில்லை, அவர்கள் நடந்து நம்மைக் கடந்து போய்விடுவார்கள், நாம் அவர்களைப் பார்க்க வேண்டாம், அவர்களும் நம்மைப் பார்க்கமாட்டார்கள்." அவன் பாதைக்கு முதுகு காட்டி முகத்தை மறைத்தபடி அமர்ந்தான்.

ஒரு சிறு ஊர்வலத்தின் முன்னால் உயரமான, மெலிந்த, தாடிவைத்த இளைஞனொருவன் வந்தான். கறுப்பு முடிக்கற்றைகள் அவன் முகத்தில் வந்து விழுந்திருந்தன, பெரிய வண்ணமயமான, யூத மதத்தினர் அணியும் சிறு வட்டத் தொப்பி அவன் தலையில். பாடியபடியும் மற்றவரை உற்சாகமூட்டியபடியும் கைகால்களை உதைத்து உணர்வுபொங்க நடனமாடியபடியும் அவன் வர, அவனுக்குப் பின்னால் ஆண்களும் பெண்களுமாக ஒரு பத்துப்பேர் ஒருவரோடு ஒருவர் கை கோர்த்துக் கொண்டு வளைந்து நெளிந்து பகல்கனவிலிருப்பவர்கள் போல அவனது பாடலைக் குழறலாகப் பாடியபடிபடியோ அல்லது வேறு ஒரு பாடலை பலவீனமாக முணுமுணுத்தபடியோ ஒழுங்கற்ற வரிசையில் வந்தனர். களைத்த பாதத்தை அடிக்கடி உதறிக்கொண்டனர், மயங்கி விழுந்தனர், ஒருவர்மீது ஒருவர் மோதிக் கொண்டனர். பாதையோரம் அமர்ந்திருந்த ஜோடியை அவர்கள் ஆச்சரியத்துடன் பார்த்தனர். குழுத்தலைவன் அவர்களிருவரையும் சுற்றி ஊர்வலத்தை இழுத்து நிறுத்தி ஒரு வட்டமாக்கினான், பாட்டும் ஆட்டமும் விடாது தொடர்ந்தது. அவன் தன் கைகளை உயர்த்தியபோது, மற்றவர்களது கைகளும் ஒழுங்கற்றதொரு வியப்பில் தாமே உயர்ந்தன, வட்டம் சிதைந்து பிறகு மறுபடியும் இணைந்தது, தலைவன் சிரித்தான், பாடி ஆடியபடியே குனிந்து ஓராவிடத்தில் கறாரான குரலில் சத்தமின்றி எல்லாம் சரியாகத்தானே இருக்கிறது ஒன்றும் பிரச்சனை இல்லையே எனக் கேட்டான். ஓரா தலையைக் குலுக்கினாள், ஒன்றும் சரியாக இல்லை, காயங்களுடனிருந்த அவளது அழுக்கடைந்த முகத்தை அவன் ஆராய்ந்தான், திரும்பி அவன் அவ்ரமைப் பார்த்தான், அவனது கண்களுக்கிடையேயான சுருக்கம் ஆழமடைந்தது. எதையோ தேடுவதுபோல முன்னும் பின்னுமாகப் பார்த்தான், ஓரா நினைத்தது போல தான் தேடுவது என்னவென்று அவனுக்கு உறுதியாகத் தெரிந்திருந்தது, அந்தப் பள்ளத்தைக் கண்டுபிடித்தான். தன்னையுமறியாமல் ஓரா தன் கால்களைச் சேர்த்து இறுக்கிக்கொண்டாள்.

மறுபடி வேகமாக அவன் தனது உற்சாக நடனத்துக்குத் திரும்பினான். "பெரும் பிரச்சனை உங்களுக்கு நிகழ்ந்துள்ளது, நண்பர்களே," என்றான் அவன், "நீங்கள் சொல்வது சரிதான்," அடங்கிய குரலில் ஓரா சொன்னாள். அவன் கேட்டான், "பிரச்சனை மனிதரிடமிருந்தா, வானில் கடவுளிட மிருந்தா?" பிறகு மெதுவாக "அல்லது பூமியிடமிருந்தா?" என்பதையும் சேர்த்துக்கொண்டான். "எனக்குக் கடவுளில் நம்பிக்கைக் கிடையாது,"

என்றாள் ஓரா. புன்னகையுடன் அவன் கேட்டான், "மனிதரில் உண்டா?" சற்றே அந்தப் புன்னகையால் வெல்லப்பட்டவள் போல "நாளுக்கு நாள் குறைந்தபடி வருகிறது," என்றாள் ஓரா. நிமிர்ந்த அவன் தடுமாறும் அந்த வட்டத்தை அவர்களைச் சுற்றி நடத்தினான், ஓரா கண்களுக்கு மேலாக கையை வைத்து சூரியனை மறைத்து ஆடும் நிழலுருவங்களை மனிதர்களாக்கிப் பார்த்தாள். ஒருவருக்கு மிகவும் பெரிய கால்கள் இருப்பதைப் பார்த்தாள், இன்னொருவரது தலை விசித்திரமாக வான் நோக்கிச் சாய்ந்திருந்தது, பார்வையற்றவராயிருக்க வேண்டும் என நினைத்துக்கொண்டாள், ஒரு பெண்ணின் உடல் கிட்டத்தட்ட தரையோடு தரையாக வளைந்திருந்தது. இன்னொரு பெண்ணின் வாய் அகலத் திறந்து எச்சில் ஒழுகிக்கொண்டிருந்தது; அவள் நிறமற்று வெளிர்ந்திருந்த சருமம் கொண்டிருந்த மெலிந்த இளைஞனொருவனின் கையைப் பிடித்துக்கொண்டிந்தாள், அவன் உணர்ச்சியற்ற கண்களுடன் சிரித்துக்கொண்டிருந்தான். வட்டம் தனது மையத்திலிருப்போரைக் குறித்து மிகுந்த கிளர்ச்சியடைந்தது, தலைவன் மறுபடி அவர்களை நோக்கிக் குனிந்து கேட்டான் "நண்பர்களே ஏன் நீங்கள் ஒருமணி நேரம் எங்களோடு வரக்கூடாது?"

தலையைக் குனிந்தபடி எதையும் தான் பார்க்கவோ கேட்கவோ இல்லை என்பதுபோல அமர்ந்திருந்த அவ்ரமைப் பார்த்தாள் ஓரா, தலைவனிடம் சொன்னாள், "வேண்டாம், நன்றி."

"ஏன், ஒருமணி நேரம்தான், இதில் நீங்கள் இழப்பதற்கு ஒன்றும் இல்லையே?"

"அவ்ரம்?"

உன்னுடைய விருப்பம் எனச் சொல்வதுபோல அவன் தோள்களைக் குலுக்கினான். ஓரா வேகமாக அந்த இளைஞனைப் பார்த்துத் திரும்பினாள், "செய்திகள் எதையும் பற்றி என்னிடம் பேசவேண்டாம், புரிகிறதா? அது பற்றி ஒரு வார்த்தையும் நான் கேட்க விரும்பவில்லை!"

முதல் தடவையாக அந்த இளைஞன் சமநிலையிழப்பது போலத் தோன்றியது. ஏதோ நகைச்சுவையாகப் பதில் சொல்ல வந்தவன் அவள் கண்களை உற்றுப் பார்த்தான், எதுவும் பேசாமல் நின்றான்.

"மதம் மாற்றுகிற வேலையெல்லாம் வேண்டாம்," ஓரா சொன்னாள்.

அவன் சிரித்தான். "நான் முயற்சிக்கிறேன், சிரித்தபடி வெளியேற வேண்டுமானால் அழுதபடி வராதீர்கள்."

"சிரிப்பது பற்றி எனக்குப் புகார் எதுவும் இல்லை."

அவ்ரமை நோக்கி அவன் கையை நீட்டினான், அவன் கையைத் தொடாமலே எழுந்து நின்றான் அவ்ரம். அந்த இளைஞன் ஓராவைச் சுற்றி நடனமாடியபடியே அவளது பையை முதுகில் மாட்டிக்கொள்ள உதவினான், தன் பெயர் அகிவா என்றான். அவ்ரமை வரிசையின் நடுவிலும் ஓராவைக் கடைசியிலும் நிற்கவைத்துவிட்டு குழம்பிக் கிடந்த தன் மந்தையை சரிப்படுத்தச் சென்றான்.

அவ்ரம் கூன்விழுந்த கிழவியின் கையைப் பிடித்துக்கொண்டான், இன்னொரு கையால் நிறம் வெளுத்த இளைஞனின் கையைப் பற்றிக் கொண்டான், வழுக்கை விழுந்து, பெரிய நீல நரம்புகள் கால்களில் புடைத்துத் தெரிந்த பெண்ணின் கையைப் பிடித்துக்கொண்டாள் ஓரா. மதிய உணவுக்கு என்ன என அவள் ஓராவைக் கேட்டபடியே இருந்தாள், அவளது சோலன் உணவுப் பாத்திரத்தை திரும்ப அவளிடம் தந்துவிட வேண்டுமென்றாள். அவர்களனைவரும் ஒரு சிறு குன்றின் மீது ஏறினர், அவ்ரம் திரும்பி ஓராவைப் பார்த்தபடியே வந்தான். அவள் தோள்களைக் குலுக்குவது போன்றதொரு பார்வை பார்த்தாள்: ஒன்றும் புரியவில்லை, என்னவென்று தெரியவில்லை. அகிவா உற்சாகமாகத் தன் பின்னால் பார்த்தான், கடூரமான ராகத்தில் பாடலொன்றைப் பாடினான். தொடர்ந்து மேலே ஏறுவது கீழே இறங்குவது என இருந்தனர். மஞ்சள் வண்ணக் கள்ளிப் பூக்களின் படுகை, ஊதாநிற ஆர்க்கிட் மலர்கள், சிவப்பில் பூத்துக் குலுங்கிய தெரிபிந்த் மரங்கள் இவற்றை மறந்து ஓராவும் அவ்ரமும் தங்களையே ஆராய்ந்துகொண்டனர். பகல் வெப்பத்தில் ஸ்பைனி–ப்ரூம்கள் கசியவிடத் தொடங்கியிருந்த மயக்கமூட்டும் பூந்தேனின் வாசனையையும் அவர்கள் உணரவில்லை. ஆனால் இது போல கையைப் பிடித்தபடி நடத்திச் செல்லப்படுவது தனக்கு நன்மை பயப்பதாகவும் ஆறுதலளிப்பதாகவும் ஓரா உணர்ந்தாள், தனது பாதத்தை, அடுத்த அடியை எங்கு வைப்பது என்ற கவலை இல்லை. தன்னால் ஓரா துன்பத்துக்கு ஆளாவதைப் பார்ப்பதைக் காட்டிலும் நாள் முழுக்க இப்படி நடப்பது பற்றி தனக்கு வருத்தமில்லை என அவ்ரம் நினைத்தான். பிறகு, அவர்கள் தனியே இருக்கும்போது அவளிடம் சொல்வான், விரும்பினால் அவள் அவனிடம் ஓஃபரைப் பற்றிச் சிறிது சொல்லலாம். ஆனால் ஓஃபரைப் பற்றி நேரடியாக, வெறுமனே அவன் தொடர்பான விஷயங்களை மட்டுமே, பேசத் தொடங்கவேண்டாம் என அவன் சொல்வான், அவனைப் பற்றிக் கவனமாகவும் மெதுவாகவும் அவள் பேசவேண்டும், அப்போதுதான் அந்தச் சித்திரவதைக்கு அவன் பழகிக்கொள்ள முடியும்.

ஓரா அண்ணாந்து பார்த்தாள், விசித்திரமானதொரு மகிழ்ச்சி அவளுள் குமிழியிடத் தொடங்கியது, காரணம் பூமிக்குள் அவள் பேசியவிதம், இன்னமும் அதைத் தன் நாவில் அவள் உணர்ந்தாள். வீட்டிலிருக்கும் போதுகூட, உணர்ச்சிக் கொந்தளிப்புகள் அடங்கியபோது, எல்லாமே போதும் போதும் என்றானபோது அவளது ஆண்கள் உண்மையிலே எல்லை மீறியபோது என எப்போதும் சரீரம் சார்ந்த இனிமையொன்று அவளுள் பரவியது. குறிப்பிட்ட ஒரு வியப்புடனும், அவளை சமாதானப்படுத்தும் ஆர்வத்துடனும் இலனும் பிள்ளைகளும் அதிர்ச்சியடைந்தவர்களாய், அச்சமுடன் அவளைப் பார்த்துக்கொண்டிருப்பர். பல நீண்ட நிமிடங்களுக்கு அவள் சலிப்பூட்டும் அளவுக்கான திருப்தியிலும் ஆழ்ந்த இன்பத்திலும் மிதந்தபடி இருப்பாள். அல்லது அந்த ஊர்வலத்தில் வந்தவர்கள் தங்களது விசித்திரத் தன்மையையும், சோகத்தையும், காயமுற்ற உடல்களையும் தாண்டி அவளுள் கனவு போன்ற பேரமைதியை ஊட்டினர் என்பதால் அவள் மகிழ்ந்திருந்தாள். மண்ணிலிருந்து உருவாக்கப்பட்டவர்கள் நாம். சட்டென அவள் இதைத் தனது உடலின் வேர்கள் வரை உணர்ந்தாள்.

அதுபோலத்தான், வெறும் சகதியிலிருந்து. காலத்தின் ஆரம்பத்தில், சேறும் சகதியுமான பூமியிலிருந்து தான் கைநிறைய அள்ளியெடுக்கப்பட்டு வனையப்படுவதற்காக பட்–பட் எனத் தட்டப்படும் ஓசையை அவள் கேட்டாள், வனைதலில் தாராளமில்லை, அது அவளது மார்பகங்களைச் சரியாக அமைக்கவில்லை ஆனால் தொடைகளைத் திரட்சியாக அமைத்தது, இரண்டும் ஒன்றுடன் ஒன்று சற்றும் ஒத்துப்போகவில்லை. அவளது பிருஷ்டங்களைப் பற்றிச் சொல்ல ஒன்றுமில்லை, கட்டுப்பாடற்ற உணவு ஆசையில் இந்த வருடம் அவை உண்மையாகவே பூரித்திருந்தன. தனது உடலை அவள் இழிவாகப் பார்த்தபின், ஆனால் தற்செயலாக, அகிவாவின் கண்ணின் ஒளியைப் பார்க்க அவள் உடல் அவனை மிகக் கவர்வதாகத் தோன்றியது, ஆனால் அது அவளில் பிரதிபலிக்கவில்லை. இலன் எவ்வாறு வனையப்பட்டிருந்தான் என்பதைப் புன்னகையுடன் நினைத்துப் பார்த்தாள்: ஒல்லியாக, வலுவாக, விறைப்பாக, ஒரு தசைநாரைப்போல இறுக்கமாக. யோசனையின்றி, நினைவுகூரலின்றி, மனக்கசப்பின்றி, வெறுமனே அவனது தசை அவளுடையதில் துளைத்துச் செல்ல, அவன் இங்கே இப்போது இருக்க வேண்டுமென ஏங்கினாள். அந்த வலியினூடாக திடீரென ஒரு ஏக்கத்தை உணர்ந்தாள். வேகமாக சுயநினைவுக்கு வந்தவள் ஆடம் எப்படி வனையப்பட்டான் என்பதை நினைத்துப் பார்த்தாள், அவனது முகம், பெரிய அவனது விழிகள், அதன் அத்தனை வெளிப்பாடுகளுடனும் கூடிய அவனது வாய் இவற்றை உருவாக்க எப்படி அவர்கள் மென்மையாக, நுட்பமாகச் செயல்பட்டனர். நிமிர்த்தமுடியாத சிறு கூன் விழுந்திருந்த முதுகுடனான அவன் உடலை, உட்குழிந்த அவனது கன்னங்களின் தெளிவற்ற நிழல்களை, நன்றாக மேடிட்டுத் தெரிந்த, அவனுக்கு ஒரு அறிவாளித் தோற்றத்தைத் தந்த அவனது குரல்வளை மேட்டை அவள் ஏக்கத்துடன் தடவினாள். எப்போதும் போல அவளுக்கென இடம் ஒதுக்கி அடாவைப் பற்றியும் எண்ணிப் பார்த்தாள், உயிருடன் இருந்தால் இன்று அவள் எப்படி இருப்பாள்? சிலநேரம் அடாவைப் போலத் தோன்றும் பெண்களை அவள் தெருவில் கண்டாள். அவள் போன்ற தோற்றத்தில் ஒரு நோயாளி அவளிடம் வருவாள், அவளுக்கு முதுகெலும்புத் தேய்மானம் ஏற்பட்டு அதற்காக ஒரு வருடம் முழுக்க அவளிடம் சிகிச்சை எடுத்துக்கொண்டாள், அவள் மட்டில் ஓரா பல அற்புதங்களை நிகழ்த்தினாள். பிறகே ஓரா ஓம்பரைப் பற்றி எண்ணிப் பார்க்கத் துணிந்தாள்: அவன் சேற்றிலிருந்து வலுவாக, திடமாக உயரமாக எழுந்தான், உடனடியாக அல்ல, தனது ஆரம்ப வருடங்களில் இருந்து அல்ல, அப்போது அவன் சிறிய உருவுடன் அற்பமாக இருந்தான், ஒரு ஜோடி பெரிய கண்கள், துருத்திய விலா எலும்புகள், தீக்குச்சிக் கை கால்களோடு கொஞ்சம் பிற உறுப்புகளுமாய். ஆனால் பிறகு அவன் வளர்ந்தபோது, தனது தடித்த கழுத்துடனும், அகன்ற தோள்களுடனும், ஆச்சரியப்படும்படியாக ஒரு பெண்ணுடையது போன்ற கணுக்கால்களுடனும்–அளவுக்கு மீறி வளர்ந்திருந்த, வலுவான கால்களுக்கு அவை அழகான முத்தாய்ப்பாக இருந்தன – சேற்றிலிருந்து எவ்வளவு அழகாக அவன் எழுந்து வந்தான். தனக்குத்தானே சிரித்துக்கொண்டவள் சட்டென்று அவ்ரமைப் பார்த்தாள், தன் கண்களை அவன் உடல்மீது ஓடவிட்டாள், அதை ஆராய்ந்தாள், ஒற்றுமை வேற்றுமைகளை

ஒப்பிட்டாள், அடிவயிற்றில் பொங்கிய மகிழ்வு அவளை நிறைத்தது. இந்தக் கூட்டத்தில் அவ்ரம் பாந்தமாகப் பொருந்திவிட்டதை அவள் பார்த்தாள். எதிர்பாராத ஒரு நிவாரணத்தை அவன் கண்டுகொண்டிருப்பதாகப் பட்டது, காரணம், ஒரு புதுப் புன்னகை, அவனது முதல் புன்னகை, உதடுகளில் பரவிக்கொண்டிருந்தது, அது கிட்டத்தட்ட ஒரு களிப்பின் புன்னகையாக இருந்தது. நொண்டிக்கொண்டிருந்த ஊர்வலத்தினுள் அதிர்ச்சி அலை ஒன்று பரவியது, கைகள் பின்னுக்குக்கு இழுக்கப்பட்டு வட்டம் துண்டிக்கப்பட்டது, அவ்ரமின் வாய் பிளந்ததை ஓரா பீதியுடன் பார்த்துக்கொண்டிருந்தாள், கிழித்துத் திறக்கப்பட்டது போல அவன் புன்னகை இன்னும் விரிந்தது, அவன் கண்கள் மின்னின, கைகள் வேகமாக ஆடின, ஒரு குதிரையைப் போல கைகால்களை உதைத்தான் குதித்தான் கனைத்தான்.

சற்று நேரத்துக்குப் பின் அவன் இவற்றை நிறுத்தினான், மீண்டும் தன் தலையை நெஞ்சில் புதைத்துக்கொண்டான், கால்களை இழுத்து பக்கவாட்டில் அசைந்தபடி நடக்க ஆரம்பித்தான். என்ன என்பதுபோல ஓராவைப் பார்த்தான் அகிவா, தொடர்ந்து போகும்படி அவனிடம் அவள் சைகை செய்தாள். பிறகு, அவ்ரமினுள்ளிருந்த ரகசியத்தின் ஒரு துணுக்கைப் பார்த்து அதிர்ச்சியுற்றவளாய் வலுக்கட்டாயமாகத் தானும் நடக்க ஆரம்பித்தாள், ஒரு கணம் அவன் வேறுபட்ட சாத்தியமொன்றை, தன்னை மீட்டெடுக்கும் ஒன்றை முயன்றது போலிருந்தது. தன்னையே துண்டுகளாக்கி விளையாடும் சிறுவனைப்போல மிகவும் உருக்குலைந்தவனாக அவன் தோன்றினான்.

சற்று நேரத்துக்குப் பின் ஒரு குன்றுக்கும் சில தோப்புகளுக்கும் பின்னால் அமைந்திருந்த மோஷவ் எனப்படும் யூதக் குடியிருப்பொன்றை அடைந்தனர். இரண்டு வரிசையில் வீடுகள், பெரும்பாலானவற்றில் இணைக்கப்பட்ட மாடி முகப்புகளும் பலவீனமாகக் கட்டப்பட்ட சிறு தானிய அறைகளும் இருந்தன. தானிய அறைகளையொட்டி கோழிக் கூண்டுகளும், கோழியுணவுத் தொம்பைகளும் காணப்பட்டன. கூண்டுகள், இரும்புக் குழாய்கள், பழைய குளிர்பதனப் பெட்டிகள், அனைத்து வகையான தேவையற்ற பொருட்களும் வீடுகளுக்கு இடைப்பட்ட பகுதிகளில் நிறைந்து வீடுகளைப் பிரித்தன. தனக்கு முன்னிருந்த தெரிவுகளை ஆராய்ந்த அவ்ரமின் கண்களில் ஒளிகூடியது. சுண்ணக்கட்டியாலும் வண்ணப் பூச்சினாலும் கான்கீரீட் எழுத்துக்கள் காணப்பட்ட பதுங்குகுழிகள் விலங்கின் மூக்கைப் போல தரையிலிருந்து வெளியே நீட்டிக்கொண்டிருந்தன. இங்கொன்றும் அங்கொன்றுமாக துருவேறிய இழுவை வண்டிகளும், சிறு பாரவண்டிகளும் சக்கரங்களின்றி வீடுகள் மீது சாத்திவைக்கப்பட்டிருந்தன. பகுதி பழுதுபார்க்கப்பட்ட வீடுகளினிடையே ஆங்காங்கே பளிச்சிடும் புதிய கட்டடங்கள், கோபுரங்கள் மற்றும் சரிந்த கூரைகளுடன் அமைந்த கற்கோட்டைகள், அற்புதமான கலிலேய சூழலில் ஜகூஸி மற்றும் ஷியாஸ்ட்சூ மசாஜ் வசதியுடன் சொகுசான தங்கும் அறைகள் கிடைக்கும் எனச் சொன்ன விளம்பரங்கள்

ஆகியனவும் காணப்பட்டன. "அகிவா, அகிவா வந்தாச்சு!" என்று சத்தம் போட்டவர்களாய்ப் பெரியவர்களும் சிறுவர்களும் வீடுகளிலிருந்து வந்து தெருவில் கூட ஆரம்பித்தனர். அகிவாவின் முகம் பிரகாசமடைந்தது, பல வீடுகளின் முன்னால் ஊர்வலத்தை நிறுத்தி தனது கூட்டத்திலிருந்து ஒருவரை ஒரு பெண்ணிடமோ அல்லது குழந்தையிடமோ ஒப்புவித்தான். ஒவ்வொரு வீட்டிலும் அவனை உள்ளே வந்து ஏதாவது கொஞ்சம் குடிக்கவோ, கொறிக்கவோ கேட்டுக்கொண்டனர், மதிய உணவு விரைவில் தயாராகிவிடும் என்றனர். அவன் மறுத்தான்: "இந்த நாள் குறுகியது, இன்னும் செய்யவேண்டிய பணிகள் ஏராளம் இருக்கின்றன."

தனது கூட்டத்தினர் அனைவரையும் பிரித்துத் தரும்வரை இப்படியே அந்த முக்கியத் தெருவின், அதுதான் அங்கிருந்த ஒரே தெரு, கடைசி வரை சென்றான், கடைசியாக அவனோடு எஞ்சியிருந்தது அவ்ரமும் ஓராவும் மட்டுமே, யாருமே அவர்களை அழைத்துக்கொள்ளவில்லை. குழந்தைகளும் சிறுவர்களும் அவர்களுடன் வந்தனர், அவர்களை யார், எங்கிருந்து வருகிறீர்கள், சுற்றுலாப் பயணிகளா அல்லது யூதர்களா எனக் கேட்டனர். ஆஷ்கினாஸியாக இருந்தாலும் அவர்கள் யூதர்கள் எனத் தங்களுக்குள்ளேயே முடிவு செய்துகொண்டனர். அவர்களது முதுகுப் பைகள், உறங்கும் பைகள், கீறல்களும் அழுக்குமாய் இருந்த ஓராவின் முகம் இவை குறித்து அவர்களுக்கு வியப்பு. அவர்கள்மீது எரிச்சல்கொண்ட சொறிபிடித்த நாய்கள் அவர்கள் பின்னால் குரைத்தபடி வந்தன. தங்களது பாதைக்கும் தனிமைக்கும் திரும்பிச் செல்ல அவர்கள் ஏங்கினர், ஓஃபரைப் பற்றிப் பேசாமலிருக்க ஓராவால் முடியவில்லை, ஆனால் அகிவாவுக்கு அவர்களை அனுப்பும் எண்ணமில்லை. பேசிய படியும் பல்வேறு வேலைகளைச் செய்தபடியும் அவர்களுக்கு எப்படி உதவுவது என அவன் யோசித்துக்கொண்டிருப்பதாகத் தோன்றியது, ஒரு முதியவரைப் பார்த்துக் கையசைத்ததற்கும் குழந்தையொன்றை ஆசீர்வதித்ததற்குமிடையில் அவன் இது மிட்ஸ்வா–மதத்தின் பெயரில் ஒரு சேவை, அதே நேரம் பிழைப்புக்கான வழியும்கூட என்றான். உள்ளூர் ஆட்சி மன்றம் அவனுக்கு "சோர்ந்தவர்களை மகிழ்விப்பவன்" என்ற சிறப்புப் பணியை வழங்கியிருந்தது – அப்படித்தான் அவனது சம்பளக் காசோலையின் அடிக்கட்டில் எழுதியிருந்தது – அவன் இதை தினமும், வாரத்தில் ஆறு நாட்கள் செய்தான். இந்த ஆண்டு அவர்கள் அவனது சம்பளத்தைப் பாதியாகக் குறைத்துவிட்டபோதும் அவன் தனது பணியைக் குறைத்துக்கொள்ளவில்லை; மாறாக அவன் ஒரு நாளுக்கு இன்னும் இரண்டு மணிநேரம் கூடுதலாகப் பணிபுரிந்தான், *"ஏனென்றால் ஒருவர் தனது புனிதச் செயல்களை அதிகப்படுத்த வேண்டும், குறைத்துக்கொள்ளக் கூடாது."* அதோடு, ஹா யார்க்கோன் மதுவிடுதியில் அவ்ரமைத் தான் பார்த்திருப்பதாகவும் அவன் சொன்னான். அப்போது அவர்கள் இருவருக்குமே தாடி இருந்திருக்கவில்லை, அவன் பெயரும் அகிவா இல்லை, அவிவ். சில நேரங்களில் அவ்ரம் "ஓட்ச்சி கோர்னியா" மற்றும் பால் ரோப்ஸன் பாடல்களை மதுக்கூடத்துக்குப் பின்னாலிருந்து சத்தமாகப் பாடுவதுண்டு. அவன் ஞாபகம் சரியென்றால், அவ்ரம் அப்போது பழைய பொருட்கள் கொண்டிருக்கும் நினைவு

பற்றிய ஒரு கோட்பாட்டை உருவாக்கிக்கொண்டிருந்தான், அதன்படி எல்லாவகையான பழைய பொருட்களையும் ஒன்றாக ஒரு இடத்தில் வைத்தால் அவை தமது பழைய நினைவுகளைச் சொல்லும். "நான் சொன்னது சரிதானே?" "சரிதான்," என்றான் அவ்ரம் தனது கட்டைக் குரலில், தவிர்க்கும் ஒரு பார்வையால் ஓராவைப் பார்த்தான். ஓரா தன் காதுகளைத் தீட்டிக்கொண்டாள். வேகமாக நடந்த அகிவா ஐந்து வருடங்களுக்கு முன்புதான் மதத்தில் தனக்கு ஈடுபாடு வந்ததாகச் சொன்னான். அதற்கு முன்பு அவன் ஜெரூசலேத்தில் தத்துவத்தில் முனைவர் பட்ட ஆய்விலிருந்தான். ஷோபன்ஹவர் அவனுக்குப் பாதி கடவுள் போல, அவன் வாழ்வின் பெரிய காதல் அவர், அல்லது உண்மையில் அவன் வாழ்வின் பெரும் வெறுப்பு. சந்தேகமாய் ஒரு சிரிப்பு சிரித்தான். "உங்களுக்கு ஷோபன்ஹவரைத் தெரியுமா? புனித முகத்தை மூடும் அப்படிப்பட்டவொரு முகமூடி! அப்படிப்பட்டவொரு முழுமுற்றான இருட்டு! நீங்கள், உங்களுக்கு என்னவாயிற்று? ஏன் இந்த வருத்தமும் துயரமும்?"

"அதை விடுங்கள்," ஓரா சிரித்தாள். "ஒரு ஆசீர்வாதம் அல்லது நடனத்தால் எங்களை நீங்கள் உற்சாகப்படுத்த முடியாது. நாங்கள் மிகவும் சிக்கலானவர்கள்."

அகிவா அப்படியே தெரு நடுவே நின்றான், துறுதுறுப்பான தனது கண்களாலும் வலுவான பெரிய தாடை எலும்புகளாலும் அவளை எதிர்கொள்ளத் திரும்பினான். என்னவொரு விரயம் என ஓரா நினைத்தாள்.

"மனம் தளராதீர்கள்," என்றான் அகிவா. "இங்கேயும் எல்லாம் சிக்கலாகத்தான் இருக்கிறது, நீங்கள் என்ன நினைத்தீர்கள்? மிக வலுவான நம்பிக்கையையும் சிதைக்கும் விஷயங்கள் இவை. மனிதர்மீது மிகுந்த அவநம்பிக்கை கொண்ட ஒரு எழுத்தாளன் மட்டுமே, மோசமான ஒரு நாளில் ப்யூகோவ்ஸ்கி அல்லது போதை வஸ்துவுக்காக ஏங்கும் பரோஸைப் போல, எழுதக்கூடிய கதைகளை இங்கே நீங்கள் கேட்கலாம். நீங்களொரு விசுவாசியாக இருந்தால் அது உங்களை எங்கு கொண்டு விடும்?" முகத்தில் விளையாட்டுத்தனம் தெரியவில்லை. கோபத்தினாலோ அல்லது மனமுடைந்ததாலோ சிறிது நேரம் அவன் உதடுகள் நடுங்கின. பிறகு அமைதியாகச் சொன்னான், "ஒருகாலத்தில், நான் உங்களைப் போல இருந்தபோது உங்களை விடவும் அவநம்பிக்கை அதிகம் கொண்டவனாக இருந்திருப்பேன் என நினைக்கிறேன், ஒரு ஷோபன்ஹவர் வெறியன், தெரியுமா? ஒருகாலத்தில் நான் இப்படியெல்லாம் சொல்வதுண்டு: கடவுள் சிரிசிரியென்று சிரித்துக்கொண்டிருக்கிறார்."

ஓரா வாயை இறுக மூடிக்கொண்டாள், பதில் ஏதும் சொல்லவில்லை. வாயை மூடிக்கொண்டு கேள், தனக்குள்ளே அவள் சொல்லிக்கொண்டாள், அவனது உதவியுடனேகூட சிறிது சக்தியைப் பெறுவதில் என்ன பாதகம் வந்துவிடப்போகிறது? துளி வலுவூட்டலையும் வேண்டாமெனச் சொல்லு மளவுக்கு சக்தியை நீ சேமிப்பில் வைத்திருக்கிறாயா? ஒரு கணம் தனது ஷிவிட்டியை சட்டைக்கு வெளியே எடுத்துவிட்டுக்கொள்ளலாமா என்ற தீவிர யோசனையின்பாற்படாத ஒரு எண்ணம் அவளுள் ஓடியது,

அப்போது தனக்குள்ளும் ஒரு மகிழ்ச்சி நிறைந்த யூத ஆன்மா இருப்பதை அவன் உணர்ந்துகொள்வான். ஓ, பாவப்பட்டப் பெண்ணே, அவள் தன்னையே கடிந்துகொண்டாள். பிச்சைக்காரியே. அல்லது குஞ்சங்கள் வைத்த தனது பாரம்பரிய ஸிட்ஸிட் உடையையும் பல்வேறு வேலைகளை இழுத்துப் போட்டுக்கொண்டு செய்யும் குணத்தையும் மதம் சார்ந்த முட்டாள்தனத்தையும் தாண்டி இந்த அகிவா அவளுள் எதையோ தூண்டுகிறானா.

அகிவா இரண்டு கைகளாலும் தன் முகத்திலிருந்து கோபத்தைத் துடைத்துக்கொண்டான், அவளைப் பார்த்துப் புன்னகைத்தான், “நண்பர்களே, யா ய்ஷ் மற்றும் யாகுட்டின் வீடுகளுக்குச் சென்று அவர்களை உற்சாகப்படுத்துவோம், அப்படியே நம்மையும் நாம் உற்சாகப்படுத்திக் கொள்வோம்,” என்றான்.

அவர்கள் அங்கு வந்து சேரும் முன்பே, சிரிப்பு மாறாத கட்டை குட்டையான பெண் வெளியே வந்து தன் கைகளை மேல்மறைப்புத் துணியில் துடைத்தபடி அவர்களை அழைத்தாள், “கடவுளே, நாங்கள் நீண்ட நேரமாகக் காத்துக்கொண்டிருக்கிறோம், செத்தே போயிருப்போம். ஹலோ, அகிவா! ஹலோ திருவாளர், திருமதி அவர்களே, நீங்கள் வருவது எப்படிப்பட்டக் கௌரவம், நிஜமாகவே. என்னவாயிற்று அம்மா, கீழே எங்காவது விழுந்துவிட்டீர்களா, அப்படியிருக்கக் கூடாது.” அவள் அகிவாவின் கைகளை முத்தமிட்டாள். அவன் தன் உள்ளங்கையை அவள் தலைமீது வைத்து கண்களை மூடி அவளை ஆசீர்வதித்தான். நடுப்பகலாக இருந்தபோதும் வீடு இருட்டாக இருந்தது. பழுதாகியிருந்த குமிழ்விளக்கை மாற்றுவதற்காக மேலே நாற்காலியை வைத்து மேசையொன்றை சிறுவர்கள் இருவர் இழுத்து வந்தனர். அவர்கள் வீட்டுக்குள் வந்தபோது ஒரே களிப்பு. “அகிவா வெளிச்சத்தைக் கொண்டுவந்தார்! அகிவா வெளிச்சத்தைக் கொண்டுவந்தார்!” குடும்பத்தார் ஓராவையும் அவ்ரமையும் பார்த்ததும் அமைதியானார்கள், என்ன செய்வதென்று அகிவாவைப் பார்த்தனர். இரண்டு கைகளையும் ஆட்டியபடி அவன் பாடினான். “ஹினே மா டோவ்! இதோ, சமுதாயத்தவர் ஒற்றுமையாய் வாழ்வது எவ்வளவு நல்லது எவ்வளவு மகிழச்சியானது!” ஆரவாரத்தினிடையே அவ்ரம் ஒரு சாய்வு நாற்காலியில் அமர வைக்கப்பட்டான். எலும்பு துருத்திய பெண்ணொருத்தி ஓராவைக் குளியலறைக்கு அழைத்துச் சென்றாள், சேறு கரைந்து ஓட முகத்தையும் தலைமுடியையும் அவள் நீண்டநேரம் கழுவி சுத்தம் செய்தாள். அப்பெண் அவளையே கனிவுடன் பார்த்துக்கொண்டிருந்தாள், பிறகு துண்டும் கொஞ்சம் பஞ்சும் கொடுத்தாள், வெட்டுக்கள், சிராய்ப்புகளில் மெதுவாக மஞ்சள் அயோடினைத் தடவினாள். எரிச்சல் ஏற்படுவது நல்லது அது கிருமிகள் எரிந்து மறைவதன் அறிகுறி என்றாள். பிறகு அவள் சுத்தப்படுத்தப்பட்டு அமைதியடைந்த ஓராவை புழங்கும் அறைக்கு அழைத்து வந்தாள்.

இதனிடையே, பரபரப்பான சமையலறையிலிருந்து விளிம்பில் வெள்ளி மீன்களால் அலங்கரிக்கப்பட்ட வெள்ளித் தட்டொன்று சூரியகாந்தி விதைகள், பாதாம், வேர்க்கடலை, பிஸ்தா, பேரீச்சம்பழங்களுடன் வந்தது.

அழகான வெள்ளித் தாங்கிகளில் வைக்கப்பட்டத் தேநீர் தம்ளர்கள் செப்புத் தட்டில் வந்தன. அந்த வீட்டுத் தலைவி ஓராவையும் அவ்ரமையும் அவற்றை உண்ணச் சொன்னாள், மதிய உணவு விரைவில் பரிமாறப்படும் என்றாள். இரண்டு கால்களும் துண்டிக்கப்பட்ட கட்டுமஸ்தான இளைஞனொருவன் கைகளைக் கொண்டு படு வேகமாக அங்குமிங்கும் நகர்ந்துகொண்டிருப்பதை ஓரா சற்றே பீதியுடன் பார்த்தாள். அகிவா விளக்கினான். அந்தக் குடும்பத்தில் பிறந்த மூன்று ஆண் குழந்தைகளும் செவிட்டு ஊமைகள், அது கடவுள் கொடுத்தது: "பெண் பிள்ளைகள் நன்றாகவே பிறந்தனர், கடவுளைப் போற்றுவோம், பையன்கள் அப்படி யில்லை. ஏதோ மரபுவழிப் பிரச்சனை. அதோ நீங்கள் பார்ப்பது ரக்கமிம், மூவரில் இளையவன், சிறுவனாயிருக்கும்போதே இந்த ஊனம் தன்னை முடக்கிவிடக்கூடாது என முடிவு செய்துவிட்டவன். கிர்யத் ஷ்மோனாவிலிருந்த உயர்நிலைப் பள்ளிக்குச் சென்றவன் இறுதித் தேர்வில் எல்லாவற்றிலும் 'பி' தரத்தில் வந்தான், உலோகத் தொழிற்சாலை ஒன்றில் எழுத்தர் வேலை கிடைத்தது. அந்த வேலையில் சலிப்படைந்தவன் உலகைச் சுற்றிப் பார்க்க விரும்பினான்." அந்தச் சிறுவனைப் பார்த்து அகிவா சொன்னான் : "உண்மைதானே ரக்கமிம்? நீ உண்மையான ஒரு உலகப் பயணியாக இருந்தாய் இல்லையா, ஏய்? மொனாக்கோவா?" ரக்கமிம் புன்னகைத்தபடி கனிவு மாறாமல் ஆனால் அச்சமூட்டும் வகையில் இல்லாத தனது கால்களிடத்தில் வெட்டுவது போல கையை வீசிக் காட்டினான். அகிவா விளக்கினான், இரண்டு வருடங்களுக்கு முன்பு பியூனஸ் அய்ரஸில் குவாரி ஒன்றில் வேலைபார்த்துக்கொண்டிருந்தபோது இயந்திரம் ஒன்று மேலே சாய்ந்து அவனை நசுக்கிவிட்டது. அகிவா குனிந்து ரக்கமிமின் தோள்களில் கையைப் போட்டவாறே சொன்னான், "ஆனால் அதனாலும் அவனை முடக்க முடியவில்லை. கடந்த வாரத்திலிருந்து மோஷவ்வின் முட்டைக் கிடங்கில் இரவுக் காவலாளியாக மறுபடி வேலைக்குச் செல்ல ஆரம்பித்துவிட்டான், கடவுள் விரும்பினால்"—அவன் வழக்கமான தனது சிரிப்பைத் தவிர்த்து ஓராவைப் பார்த்தான்—"அடுத்த வருடம் நல்ல ஆசாரமான யூதப் பெண்ணாகப் பார்த்து அவனுக்குத் திருமணம் செய்து வைப்போம்."

இந்த வீட்டிலும் உணவு உண்ணுமாறு அவர்களை வற்புறுத்தினர், இந்த முறை அகிவா அழைப்பை உடனடியாக நிராகரித்துவிடவில்லை. சற்றுத் தயங்கியவன் கண்களை மூடிக்கொண்டு கைகளைப் பலவிதமாக அசைத்து தனக்குள்ளே ஆலோசித்தான், பிறகு முணுமுணுத்தான், "அடுத்திருப்பார் வீட்டுக்கு அடிக்கடி போகாதே; போனால் சலிப்பு ஏற்பட்டு அவர் உன்னை வெறுப்பார்." வீட்டினர் அவனைச் சூழ்ந்துகொண்டு, "அப்படியில்லை! அவர்கள் சலிப்படைய மாட்டார்கள், உங்களை வெறுக்க மாட்டார்கள்!" என்று கத்தினர். அகிவாவின் கண்கள் பிரகாசமடைந்தன, தன் வலதுகையை நளினமாக உயர்த்தி அந்த இல்லத்தரசியை அழைத்தான்: "மூன்று மரக்கால் நல்ல மாவைப் பிசைந்து அப்பங்கள் சுடுங்கள்," என்றான். பெண்கள் கூட்டமாக சமையலறைக்கு விரைந்தனர். இந்த வீடு மற்ற வீடுகளைவிடவும் சற்றே வறுமை குறைந்த வீடாகவும் இந்தச் சுமையை தாங்கிக்கொள்ளக்கூடியதாகவும் இருந்ததைக் கண்டே அவன் உணவு உண்ண ஒத்துக்கொண்டான் என்பதை ஓரா யூகித்தாள்.

அவர்கள் அதிகப்படியாக எதையும் செய்துவிடக்கூடாது என்பதை உறுதிசெய்ய அகிவா தானே சமையலறைக்குச் சென்றுவிட அதிகமும் சிறு பெண்கள் மற்றும் குழந்தைகள் உள்ளிட்ட அக்குடும்பத்தார் சிலரோடு ஓராவும் அவ்ரமும் அறையில் தனித்துவிடப்பட்டனர். சிறுவர்களில் ஒருவன் தைரியத்தை வரவழைத்துக்கொண்டு அவர்கள் எங்கிருந்து வருகிறார்கள் எனக் கேட்கும் வரை அங்கு ஆழ்ந்த அமைதி நிலவியது. தான் ஜெரூசலேத்திலிருந்தும் அவ்ரம் டெல் அவிவிலிருந்தும் வருவதாக ஓரா சொன்னாள், ஆனால் அவ்ரமுடைய பூர்வீகம் ஜெரூசலேம், சிறுவயதில் அங்கே கடைவீதியையொட்டிய பகுதியில்தான் அவன் வாழ்ந்தது என்றாள். ஜெரூசலேத்தைப் பற்றிய அவளது வசீகரமான கதைகள் அவர்களைக் கவரவில்லை, அழகாக உடையணிந்திருந்த மெலிந்த சோகையான சிறுமியொருத்தி "உங்களிருவருக்கும் திருமணம் ஆகவில்லையா?" எனச் சற்றே அதிர்ச்சியுடன் கேட்டாள், மற்றவர்கள் சிரித்தனர், அந்தத் துடுக்குப் பெண்ணை வாயை மூடச் சொன்னார்கள். ஆனால் ஓரா பதற்றமின்றி மெதுவாகச் சொன்னாள் "முப்பது வருடங்களுக்கு மேலாக நாங்கள் நண்பர்களாக இருக்கிறோம்." மெல்லிய முடிக்கற்றைகள் காதுக்குப் பின்னால் தள்ளிவிடப்பட்டிருக்க இளம் ஆட்டினுடையது போன்ற நீண்ட கரிய விழிகளைக் கொண்டிருந்த சிறுவன் எழுந்து தனது எதிர்ப்பைத் தெரிவிக்கும் விதமாகச் சொன்னான், "அப்படியானால் ஏன் நீங்கள் திருமணம் செய்துகொள்ளவில்லை?" அது எங்களுக்குச் சரிவரவில்லை என்ற ஓரா, நாங்கள் சேர்ந்து வாழ விதிக்கப்படவில்லை போலும் என வாய்வரை வந்ததை சொல்லாமல் கட்டுப்படுத்திக்கொண்டாள். நமுட்டுச் சிரிப்புச் சிரித்த இன்னொரு சிறுமி கையால் வாயை மூடிக் கொண்டு, "அப்படியானால் நீங்கள் வேறு ஒருவரைத் திருமணம் செய்துகொண்டீர்கள் இல்லையா?" என்றாள். ஓரா ஆமோதிப்பாகத் தலையசைத்தாள். பரபரப்பானதொரு ஒரு குசுகுசுப்பு அந்த அறையில் எழுந்தது. அகிவாவிடமிருந்து உதவி எதிர்பார்த்து அனைவரது கண்களும் சமையலறையைப் பார்த்தன, இம்மாதிரிச் சூழ்நிலையில் எப்படி நடந்துகொள்வதென அவனுக்குத்தான் தெரியும். "ஆனால் இப்போது அவருடன் நான் வாழவில்லை," என்றால் ஓரா, அப்பெண் கேட்டாள், "ஏன், அவர் உங்களை விவாகரத்து செய்துவிட்டாரா?" அடி வயிற்றில் முஷ்டியால் குத்தியதுபோல இருந்தாலும், வலிதரும் இந்த அடியை ஓரா கண்டுகொள்ளாது விட்டாள். "ஆமாம்," என்றவள் யாரும் கேட்காமலே சொன்னாள், "நான் தனியே வாழ்கிறேன், இவர், அவ்ரம், என் நண்பர். இருவரும் நடைபயணமாக நாட்டைச் சுற்றி வருகிறோம்." "ஜெரூசலேம்," "கடைவீதியையொட்டிய பகுதி" ஆகியவற்றை அவள் குறிப்பிடச்செய்த அதே நைச்சிய பாவனை "நமது அழகிய நாட்டை" என்று சேர்த்துச் சொல்லவும் இப்போது அவளைத் தூண்டியது. மெலிந்த சோகைபீடித்த அந்தச் சிறுமி கடுமை மாறாத பார்வையுடன் திரும்பவும் கேட்டாள், "இவருக்கு மனைவி இருக்கிறார்களா?"

ஓரா அவ்ரமைப் பார்த்தாள், அவன் பதில் சொல்லக் காத்திருந்தாள். அவன் குனிந்து தன் விரல்களையே உற்றுப் பார்த்துக்கொண்டிருந்தான். ஒரு குதிரையோட்டியின் உசுப்பியைப் போலிருந்த காது வளையத்தைப் பற்றியும், குளியலறையில் சீப்பில் இருந்த ஊதா நிற முடிகளையும்

ஓரா நினைத்துப் பார்த்தாள், அவன் தொடர்ந்து மௌனமாக இருக்க அவனுக்காக அவள் பதிலளித்தாள், "இல்லை இப்போது அவர் தனியாகத் தான் வாழ்கிறார்." மெலிதாகத் தலையை ஆட்டினான் அவ்ரம், கவலையின் நிழலொன்று அவன் முகத்தின் மீதாகக் கடந்து சென்றது.

பிற ஆண்களும் பெண்களும் வீட்டுக்குள் வந்தனர், மேசைமீது தட்டுக்களைப் பரப்பினர், நாற்காலிகளைக் கொண்டுவந்து போட்டனர். ஆட்டுக் கண்களைக் கொண்டிருந்த ஒல்லிச் சிறுவன் எழுந்து கேட்டான், "அவருக்கு என்னவாயிற்று? ஏன் அவர் இப்படி இருக்கிறார்? உடம்பு ஏதும் சரியில்லையா?" "இல்லை, அவர் வருத்தமாக இருக்கிறார்," என்றாள் ஓரா. எல்லோரும் அவ்ரமைப் பார்த்தனர், அவனைப் பற்றியப் புதிர் விலகித் தெளிவு ஏற்பட்டுவிட்டதுபோல தலையை அசைத்தனர். சற்றும் தயக்கமின்றி ஓரா சொன்னாள், "அவரது மகன் ராணுவத்தில் இருக்கிறான், இப்போது நடக்கும் போர் நடவடிக்கையில் ஈடுபட்டிருக்கிறான்." விளங்கிக்கொள்வதும், அனுதாபம் கொள்வதுமாக ஒரு ஓசை அந்த அறையெங்கும் பரவியது. பொதுவில் ராணுவத்துக்கும் குறிப்பாக அந்த ராணுவ வீரனுக்குமாக ஆசீர்வாதங்களை வாய்கள் உச்சரித்தன, பிரகடனங்கள் எழுந்தன, கடவுளே அராபியர்களைச் சபியும், நாம் இவ்வளவு கொடுத்திருக்க அவர்கள் இன்னும் அதிகம் கேட்கிறார்கள், அவர்கள் நினைப்பெல்லாம் நம்மைக் கொல்வது பற்றித்தான், ஏனென்றால் ஏசா யாக்கோபை வெறுத்தான். இன்று நாம் அரசியல் பேசவேண்டாமே என்றாள் ஓரா, அகன்ற புன்னகையுடன். எளிதில் சமாதானமடையாத அந்தச் சிறுமி ஆச்சரியத்துடன் புருவத்தை நெறித்தாள்: "இது அரசியலா? இது உண்மை! இது தோராவிலிருந்து வருவது!" "ஆமாம். ஆனால் இன்று நாங்கள் அதைப் பற்றிப் பேச விரும்பவில்லை!" என்றாள் ஓரா. உவப்பற்ற ஒரு மௌனம் அறைக்குள் இறுக்கமாகப் பரவியது, அதிர்ஷ்டவசமாக அந்த நேரம் அகிவா சமையலறையிலிருந்து வெளியே வந்து, விருந்து விரைவில் தயாராகிவிடும், இடைப்பட்ட நேரத்தில் அவர்கள் மகிழ்ந்து கொண்டாடலாம் என்றான். "ஹேஷமில் மகிழ்ச்சிக் கொண்டாட்டமின்றி உண்பவன், இறந்தோரது பலியை உண்பது போல."

கை கால்களை வீசியபடி பருத்த தனது கைகளைத் தலைக்கு மேலாகத் தட்டியபடி ஒருவர் மாற்றி ஒருவராக சிறுவர்களைத் தழுவியபடி அறையைச் சுற்றி அவன் பாடி ஆடத் தொடங்கினான். ஒரு பெண்ணின் மடியிலிருந்து எட்டு அல்லது ஒன்பதுமாதக் குழந்தையொன்றைப் பறித்துக் கொண்டு அதனைக் காற்றில் அப்படியும் இப்படியும் ஆட்டினான். தைரியமிக்க அக்குழந்தை மாநிறத்தில் கொழுகொழுவென்று இருந்தது: அது பயப்படவேயில்லை, சத்தமாகச் சிரித்தது, அதன் சிரிப்பு அனைவரையும் தொற்றிக்கொண்டது. அவ்ரம்கூடப் புன்னகைக்கச் செய்தான், இதைப் பார்த்த அகிவா நளினமாக அசைந்தாடியபடியே அவ்ரமிடம் சென்று குழந்தையை அவன் மடியில் வைத்தான்.

அந்த ஆனந்தக் கூச்சல் நடுவே சட்டென்று அவ்ரமைச் சுற்றி ஒரு மெல்லிய துயரக்கோடு நீள்வதை, அவனது உடல் இறுகி உறைவதை ஓரா உணர்ந்தாள். அவன் கைகள் குழந்தையின் உடலைத் தொடாமல் அதன் புறவிளிம்பை மட்டும் மூடின. அறையில் தானிருந்த மூலையிலிருந்து

அவ்ரமின் கை கால்கள், அக்குழந்தையின் தொடுகையிலிருந்து விலகி தமது தோலெனும் கூட்டுக்குள் சுருங்கிக்கொள்வதை அவள் பார்த்தாள்.

தன்னைச் சுற்றிலும் நிகழ்ந்துகொண்டிருந்த கொண்டாட்டத்திலும் அகிவாவின் கட்டடற்ற நடனத்திலும் மூழ்கியிருந்த குழந்தை தான் விடப்பட்ட மடியின் சொந்தக்காரனது துயரம் பற்றி சிறிதும் அறியவில்லை. பாடலுக்கும் கைத்தட்டல்களுக்கும் தனது வளைந்த மாநிறமான உடலை அசைத்து அது துள்ளியது, ஒரு ஆரவாரத்தை வழிநடத்துவதுபோல அதன் கைகள் அசைந்தன, கச்சிதமிக்கச் சிறு சிவப்பு இதயமான சதைப்பற்றான அதனது வாய், ஆனந்தப் புன்னகையில் விரிந்தது, அளவிடமுடியாத இனிமை அதனின்றும் கொட்டியது.

ஓரா அசையவில்லை. அவ்ரம் நேராக உற்றுப் பார்த்தபடியிருந்தான், எதையுமே அவன் கவனித்தது போலத் தெரியவில்லை. ஒளிவீசிய குழந்தையின் முகத்துக்குப் பின்னால் தாடை மயிர்களுடனான கறுத்த அவனது பெரிய தலை அவ்விடத்துக்குப் பொருந்தாத ஒன்றாகத் தோன்றியது. இந்தக் காட்சியில் தாங்கவியலாத ஏதோ ஒன்று இருந்தது. சிறையிலிருந்து வந்த பிறகு இப்போதுதான் அவ்ரம் முதல் தடவையாக ஒரு குழந்தையைக் கையிலேந்துகிறான் என ஓரா நினைக்கிறாள், ஆனால் அவன் வாழ்விலேயே ஒரு குழந்தையைக் கையிலேந்துவது இதுதான் முதல் தடவை என்பது அவளுக்கு உறைக்கிறது. குழந்தையாக இருக்கும்போது ஓஃபரை அவனிடம் நான் கொண்டு வந்திருந்தால் . . . அவள் எண்ணிப் பார்க்கிறாள். சொல்லாமல் கொள்ளாமல் அவனிருக்குமிடத்துக்கு வந்து ஓஃபரை அவன் கைகளில் தந்திருந்தால், இதுபோல, இயற்கையாக, மாறாத தைரியத்துடன், அகிவா செய்ததுபோல. ஆனால் இப்போது அந்த நிஜக் காட்சி கண்முன் இருக்க, அவ்ரம் தன் கைகளில் ஓஃபரை ஏந்திக்கொண்டுள்ளான் என அவளால் கற்பனை செய்யாமல் இருக்கமுடிய வில்லை. எப்படி அவன் தனக்குள்ளேயே அவனுக்கும் ஓஃபருக்குமிடையே கடினமான ஒரு சுவரை எழுப்பிக்கொள்ளும்படிச் செய்தான் என்பதை அவள் நினைத்துப் பார்த்தாள்.

அந்தக் குழந்தை கலகலப்பான குழந்தையாக இருக்க வேண்டும். அது தன் கையை நீட்டி அவ்ரமின் இடுப்புக்கு அருகே உணர்வற்றுக் கிடந்த அவனது கையைப் பற்றியது, தனது தலைக்கு அருகே அந்தக் கையைக் கொண்டுபோக முயன்றது. அது கனமாக இருக்கவே கோபமாக முகத்தைச் சுழித்துக்கொண்டு அவனது இன்னொரு கையைப் பற்றியது. மிகுந்த சிரமத்துடன் அதைத் தூக்கி ஒரு இசை நடத்துனரின் குச்சியைப் போல இப்படியும் அப்படியும் ஆட்டியது; தான் பிடித்திருப்பது ஒரு மனிதனின் கை, தான் உயிருள்ள ஒரு மனிதனிடம் அமர்ந்திருக்கிறோம் என்பதை அக்குழந்தை உணரவில்லையோ என ஓரா நினைத்தாள். கையின் விரல்களைப் பார்த்து அதன் வருத்தம் அதிகரித்தது, பிறகு அது அவ்விரல்களை ஆராய்ந்தது, அவற்றோடு விளையாட ஆரம்பித்தது, அப்போதும் அது அந்தக் கை யாருடையது என்றோ யாருடைய மடியில் தான் இவ்வளவு நெருக்கமாக அமர்ந்திருக்கிறோம் என்றோ பார்க்க வில்லை. தனக்குப் பழக்கமற்ற அந்த விரல்களை வெறுமனே அது வளைத்து மடித்து விளையாடிக்கொண்டிருந்தது, அது ஏதோ கை வடிவத்திலான

மென்பொம்மை அல்லது ஒரு கையுறை என்பது போல அதை ஆட்டியது, இடையிடையே நடனமாடிக்கொண்டிருந்த அகிவாவையும், சமையலறையின் உள்ளும் வெளியிலுமாக வந்து போய்க்கொண்டிருந்த பெண்களையும் சிறுமிகளையும் பார்த்து அது சிரித்தது. நளினமான அந்த விரல்களை ஆராய்ந்தபின் விரல் நகங்களையும் அந்தக் கையில் சமீபத்தில் ஏற்பட்டிருந்த கீறலொன்றையும் பார்த்தது, தனது தசைகளை உறுதியாக்க தன்னையே வருத்திக்கொண்டு கணக்கற்ற முறை கைகளை முறுக்கி அவன் பயிற்சி செய்வதை ஓரா நினைத்துக்கொண்டாள். குழந்தை அவ்ரமின் கையைத் திருப்பிப் போட்டு மென்மையான அவனது உள்ளங்கையை தனது விரல்களால் ஆராய்ந்தது.

உணவு மேசையை ஒழுங்குபடுத்துவதிலும் கோப்பைகளில் உணவு பரிமாறுவதிலும் அனைவரும் மும்முரமாக இருந்தனர், ஓரா மட்டுமே வேடிக்கை பார்த்தபடி சும்மாயிருந்தாள். குழந்தை அவ்ரமின் உள்ளங்கையில் வாயை வைத்து "பா-பா-பா" என்று இடுங்கிய ஒரு கனைப்பொலியை எழுப்பியது. அந்த ஓசையும் உதடுகளில் உண்டான குறுகுறுப்பும் குழந்தைக்கு மிகுந்த ஆனந்தத்தை ஏற்படுத்தியது. தனது தொண்டையிலும் வாயிலும் அந்தக் கனைப்பைக் கேலி செய்யும் அடங்கியதொரு ஓசையை ஓரா கேட்டாள். அவளுள்ளும் குரலற்ற ஒரு முணுமுணுப்பு கனைத்தது, "பா-பா-பா."

தனது இரண்டு கைகளாலும் அவனது கையைப் பற்றிக்கொண்டு சிவந்த தனது வாயினால் அதனுடன் விளையாடியது குழந்தை. தனது கன்னங்களையும் முகவாய்க்கட்டையையும் அதில் புதைத்துக்கொண்டது, அந்தக் கையின் ஆனந்தமான தொடுகைக்கு தன்னை ஒப்புக்கொடுத்தது, ஆச்சரியப்படத்தக்க வகையிலமைந்த அவ்ரமின் மெல்லிய சருமத்தை, அவன் உடல் முழுவதும் அற்புதமான வகையில் மென்மையாக அது இருந்ததை ஓரா நினைத்துப் பார்த்தாள், குழந்தையின் கரிய கண்கள் அந்த அறையின் எங்கோ ஓரிடத்தில் குவிந்தன, அவ்ரமின் கையைக் கொண்டு தானே உருவாக்கியிருந்த சங்கில் எதிரொலித்த தனது ஓசையின் மகிழ்வில் அது மூழ்கியது. தன்னைச் சுற்றிலுமான இரைச்சல் நடுவே முதன்முதலாக தனக்குத்தானே சொல்லிக்கொள்ளும் ஒரு கதையைக் கேட்பதுபோல தனக்கு வெளியிலிருந்தும் உள்ளிருந்தும் வரும் தன் குரலை மட்டுமே அது கேட்டது. அவ்ரமோடு இருந்து கதை சொல்வது நன்றாக இருக்கிறதென அக்குழந்தை உணர்வதாக ஓரா நினைத்தாள். குழந்தைக்குத் தொந்தரவு தரக்கூடாது என்பதற்காக அவ்ரம் அசையவில்லை, மூச்சுக்கூட விடவில்லை, ஆனால் சிறிது நேரம் கழித்து நாற்காலியில் தன் உடலை நகர்த்தி சிறிது நிமிர்ந்து அமர்ந்து தன் உடலைத் தளர்த்திக்கொண்டான், அவன் தோள்கள் இளகி விரிவதைப் பார்த்தாள். அவள் மட்டுமே கவனித்த அவன் கீழுதட்டின் மெதுவான நடுக்கத்தையும் கண்டாள், ஏனென்றால் அவள் அதை எதிர்பார்த்திருந்தாள், அவனது தோலடி மனக்குமுறல்களின் பிரதிபலிப்புக்களையும், ஒவ்வொரு உணர்ச்சியும் அவனுள் தனது தடயத்தை விட்டுச்சென்ற விதத்தையும், ஒரு பெண்ணைப் போல அவன் வெட்கி நாணுவதையும் ஒருகாலத்தில் அவள் மிக விரும்பியிருக்கிறாள். எழுந்துபோய் அந்தக் குழந்தையைத் தான் எடுத்துக்கொண்டு அவனை

விடுவித்துவிடலாமா என யோசித்தாள், ஆனால் அவளால் நகர முடியவில்லை. நடப்பதை அகிவாவும் கவனித்துக்கொண்டிருப்பதை ஓரக்கண்ணால் பார்த்தாள், நடனமாடியபடி சமையலறைக்குள் போய் வந்துகொண்டிருந்த அவன் அங்கு நடப்பதைக் கண்காணித்தபடியும் இருந்தான். அந்தக் குழந்தையைப் பற்றி அவன் கவலையோ அச்சமோ கொண்டதாகத் தெரியவில்லை. அவனது அமைதி நிலையை நம்பு என்று அவள் மனம் சொன்னது.

அவள் பின்னுக்குச் சாய்ந்து அவ்ரமையே பார்த்தபடியிருந்தாள், ஒருவழியாக அவன் அவளைப் பார்த்தான், முழுமையான, சற்றுநேரம் அவள்மேல் நிலைகொண்டிருந்த, உயிருள்ள ஒரு மனிதனுடைய பார்வை. அப்போது ஓரா அந்தக் குழந்தையின் மூச்சைத் தன் உள்ளங்கையில் உணர்ந்தாள், அவளைத் தொடாமலே எப்படி அந்தக் குழந்தை தனது பிரியமான, ஈரமிக்க புத்துணர்வின் முத்திரையை தன்மீது பதிக்கிறது. பற்றியெரியும் அந்த ரகசியத்தின் மீதாக அவளது உள்ளங்கை மூடியது, இன்னொரு மனித உயிரினது அக இருப்பின் முத்தம், இடுப்பில் உறிஞ்ஞாடையுடன் இருக்கும் சிறு மனித உயிர். அவளைப் பார்த்து புரிந்தது போல, சரியென்பது போல மெல்லத் தலையசைத்தான் அவ்ரம். பதிலுக்கு அவளும் அதே போலத் தலையசைத்தாள். சிலமணி நேரத்துக்கு முன்பு தன் முகத்தை அவள் மண்ணில் புதைத்தபோது அவளை பீடித்திருந்த அவநம்பிக்கைக்கு எதிர் நிலையில், வீட்டைவிட்டுக் கிளம்பியதிலிருந்து முதல் முறையாக, நடப்பது எல்லாம் நல்லதாக அமையும், தானும் அவ்ரமும் சேர்ந்து சரியான விஷயங்களைத்தான் செய்துகொண்டிருக்கிறோம் என்ற எண்ணம் அவளுக்கு ஏற்பட்டது. ஆனால் அப்போதுதான் அந்தக் குழந்தை அழ ஆரம்பித்தது. தனது கொழுகொழு கைகளை விரித்து தன் குரலின் உச்சத்தில் கத்தி அழுதது, அதன் முகம் பிரகாசமான ஊதா வண்ண அவமதிப்பில் ஒளிர்ந்தது, அதனைத் தூக்கிக்கொள்ள ஓரா வேகமாக ஓடினாள். அவள் குழந்தையைத் தூக்கிக்கொண்டபோது அவ்ரம் வேகமாக சில வார்த்தைகளை வெளியேற்றினான், குழந்தையின் அழுகை ஒலியில் அல்லது குழந்தையைத் தூக்குகையில் அவ்ரமின் உடலில் இருந்து அது துள்ளிய இடத்தில் அவள் கை பட்டபோது ஏற்பட்ட அதிர்ச்சியில் அவற்றை அவள் சரியாகக் கேட்கவில்லை – "ஆனால் தொலைவிலிருந்து தொடங்கு," என்று அவன் சொன்னதாகப் புரிந்துகொண்டாள்.

அந்த வார்த்தைகளால் குழம்பியவள் சங்கடத்துடன் புன்னகைத்தாள். எதைத் தொடங்க? ஏன் தொலைவிலிருந்து தொடங்க வேண்டும்? குழந்தையின் தாய் சமையலறையிலிருந்து வேகமாக வந்தாள், அடுப்படியில் இருந்ததால் அவள் முகம் சிவந்திருந்தது, குழந்தையை அவ்ரமிடம் விட்டுச் சென்றதற்காக மன்னிப்புக் கோரினாள். "உங்களைப் பொருட்களுக்குக் காவலிருப்பவர் போலாக்கிவிட்டோம்! இன்னும் கொஞ்சம் நேரம் போனால் உங்களை அவன் அப்பா என்று அழைப்பான்." எப்படி குழந்தை ஒருவர் மாற்றி ஒருவரிடம் தாவிக்கொண்டு எல்லோருக்கும் வேலை தந்தபடி இருக்கிறான் எனச் சொல்லிச் சிரித்தாள். "ஒரு நிமிடம்கூட இவன் அமைதியாக இருப்பதில்லை," அன்பாகப் புகார் சொன்னாள். "பசியா, அப்பா?" என அவ்ரமைக் கேட்டாள், கவனம் சிதைந்தவனாக அவ்ரம்

தலையாட்டுவதை ஒரா கவனித்தாள், ஆனால் உடன் சுதாரித்துக்கொண்டு குழந்தையின் தாயிடமிருந்து பார்வையைத் திருப்பிக்கொண்டான், அவள் அவனுக்குப் பக்கத்தில் அமர்ந்து லாவகமாகக் குழந்தையை தனது ரவிக்கைக்குள் அழுத்தினாள், குழந்தையின் தலை ரவிக்கைக்குள் மறைந்தது.

ஒரா ஓஃபரைப் பற்றி நினைக்க கடந்த இரவின் கடும் வலி குறைந்தது. பாடலொன்றை வாய்க்குள்ளாகப் பாடியபடி கையில் பெரிய கோப்பை யுடன் அறையினூடாக நடந்து வந்தான் அகிவா, ஏன் உங்களை இவ்வளவு தூரம் அழைத்து வந்தேனென்று எனக்குத் தெரியும் என்பதுபோல கடைக் கண்ணால் அவளைப் பார்த்தான். அவள் பார்வை குழந்தையிடம் திரும்பியது, தனது உள்ளங்கையை திறந்து திறந்து மூடியபடியே அது தாயிடம் ஆர்வமாகப் பாலருந்திக் கொண்டிருந்தது, எங்கிருந்தாலும் ஓஃபர் இப்போது ஆபத்தின்றி பாதுகாப்பாக இருப்பான் என நினைத்துக் கொண்டாள். அவ்ரம் சொன்னதை அவள் திரும்பத் திரும்ப நினைத்துப் பார்த்தாள், அது அவளுக்குப் புரிந்தது.

தொலைவிலிருந்து தொடங்கு?

ஆம் என்பது போல ஒருமுறை தலையை அசைத்துவிட்டு அவன் வேறு பக்கம் திரும்பிக்கொண்டான். அவள் தன் விரல்களைப் பிசைந்தாள், திடீரெனக் குழப்பமும் சற்று அச்சமும் ஏற்பட்டது. அவன் அவள் எதிரே அமர்ந்தான். அறையில் அவர்களைச் சுற்றி ஒரே சந்தடியாக இருந்தது, நீண்ட நேரம் அவர்கள் இருவரும் அங்கிருக்கும் ஏதோவொன்றை, காலமற்ற ஒரு காலத்தில் பார்த்தபடி இருந்தனர்.

மதிய உணவுக்கு நாம் இங்கு இருக்க வேண்டுமா? உதடுகள் மட்டும் அசைய ஓசையின்றி அவ்ரமைக் கேட்டாள் ஒரா.

உணவுவகைகளைப் பார்த்து நாவில் எச்சில் ஊற “உன் விருப்பம்,” என்றான் அவ்ரம்.

“எனக்கு என்ன செய்வதென்று தெரியவில்லை, எங்கிருந்தோ வந்து நாம் இவர்களிடம் சேர்ந்துகொண்டோம்–”

“தாராளமாக நீங்கள் மதிய உணவுக்கு இங்கு இருக்கலாம்!” என்ற அந்த வீட்டுத்தலைவி – துரதிருஷ்டவசமாக உதட்டசைவைப் படிக்கத் தெரிந்த ஒருவர் – சிரித்தாள். “என்ன நினைத்தீர்கள், உங்களை அப்படியே போக விட்டுவிடுவோமென்றா? நீங்கள் இங்கு உணவருந்துவது எங்களுக்குக் கௌரவம். அகிவாவின் நண்பர்கள் அனைவருமே எங்களது விருந்தாளிகள்.”

ஆனால் *தொலைவிலிருந்து தொடங்கு*, அவன் அவளை எச்சரித்தான், என்ன மாதிரியான தொலைவு அவனுக்குத் தேவை என அவளுக்குப் புரியவில்லை, அத்தொலைவு காலத்திலா வெளியிலா, அதோடு, இப்போது அவனுக்கு தொலைவாக இருப்பது எது, அவன் எங்கிருக்கிறான்? அவனுக்குப் பின்னால் அவள் நடக்கிறாள், நைந்துபோன அவனது கான்வர்ஸ் கித்தான் சப்பாத்துக்களைப் பார்க்கிறாள், அவனது

இயற்கையான நடைக்குச் சற்றும் பொருந்தாதவை, அவனது முதுகுப் பையிலிருந்து தொங்கிக்கொண்டிருக்கும் நடைபயணத்துக்கான ஓஃபரின் கனத்த சப்பாத்துக்களை எப்போது அணியப் போகிறீர்கள் எனக் கேட்க வேண்டுமென்ற எண்ணத்தைக் கட்டுப்படுத்திக்கொண்டாள். அவை அவனுக்கு மிகவும் பெரியனவாக இருக்கக்கூடும் என்பதுதான் அவன் கவலையாக இருக்கலாம். அவனுக்குச் சிறு கைகளும் சிறு பாதங்களும் இருந்தன, இப்போதும் இருக்கின்றன, அவன் அவற்றைக் குட்டிக் கைகள், குட்டிப் பாதங்கள் என அழைத்தான். அவை எப்போதுமே அவனுக்கு சங்கடம் தந்தன, அதனாலேயே தன்னை அவன் கலிகூலா, “குட்டிச் சப்பாத்து” என அழைத்துக்கொண்டான். குவிந்த அவனது கைகளுக்குள் அவளது முலைகள் மிகக் கச்சிதமாக அடங்கியது பற்றி அவன் ஆச்சரியமடைந்ததை நினைத்துப் பார்த்தாள், இரண்டு குழந்தைகளும் பல ஆண்களும் – உண்மையில் பலர் இல்லை – அவற்றில் அருந்தியிருக்க இப்போது அவை அப்படி அடங்க வாய்ப்பில்லை. பார்க்கலாம். பார்க்க என்ன இருக்கிறது? எத்தனை பேர் எனச் சரியாக உனக்குத் தெரியும், அவள் நடந்தபடியிருக்க அவளுள்ளிருந்த கேடுகெட்ட சிறு உயிரியொன்று விரல்விட்டு எண்ண ஆரம்பித்திருந்தது: இலன் ஒன்று, அவ்ரம் இரண்டு, பிறகு எரான், அந்தக் கதாபாத்திரம், அவனோடு மூன்று, இல்லை கொஞ்சம் பொறு, பல வருடங்கள் முன்பு ஸூர் ஹடஸாவில் இரவில் வீட்டுக்கு அழைத்துவந்த, குளிக்கையில் சத்தம் போட்டுப் பாடிய அந்த டேக்வாண்டோ வீரன், அவனோடு சேர்த்து நான்கு. ஆக மொத்தம் நான்கு ஆண்கள். சராசரியாகப் பார்த்தால் பத்தாண்டுக்கு ஒருவர் என்பதற்கும் குறைவுதான், பதினாறு வயதிலேயே பெரிய விஷயங்களைச் சாதித்துவிடும் பெண்களோடு ஒப்பிட்டால் இது ஒன்றும் பெரிய விஷயமில்லை– இப்போது இந்த யோசனை எதற்கு!

காற்றில் சலசலப்பும் ரீங்கரிப்பும். ஈக்கள், வண்டுகள், ரத்தம் உறிஞ்சும் ஈக்கள், வெட்டுக்கிளிகள், வண்ணத்துப் பூச்சிகள், குளவிகள் சருகுகளிலிருந்து எழுந்து பறக்கின்றன, ஊர்கின்றன, குதிக்கின்றன. உலகின் ஒவ்வொரு துகளிலும் எத்தனை உயிர்த்திரள், ஓரா எண்ணிப் பார்க்கிறாள், திடீரென இந்த உயிர்ப்பெருக்கம் அச்சுறுத்துவது போலிருக்கிறது, இத்தனைப் பரந்து விரிந்த, அளவுக்கதிகமாய் நிறைந்திருக்கிற இவ்வுலகு ஒரு ஈ, அல்லது ஒரு இலை, அல்லது ஒரு மனிதன் தன் உயிரை மாய்த்துக்கொண்டால் அதற்காகக் கவலைப்பட வேண்டிய அவசியம் என்ன இருக்கிறது? இதுகுறித்த துயரம் அவளைப் பேச வைக்கிறது.

மெல்லிய உணர்ச்சியற்ற குரலில் சற்றுக் காலம் முன்புவரை ஓஃபருக்கு பெண் சிநேகிதி ஒருத்தி இருந்ததைப் பற்றி அவனிடம் சொல்கிறாள். அவள்தான் அவனது முதல் பெண் சிநேகிதி, அவள் அவனைப் பிரிந்துவிட்டாள், அந்த பாதிப்பிலிருந்து இன்னும் அவன் மீளவில்லை. “எனக்கு அவளை மிகவும் பிடித்திருந்தது, அவளைக் கொஞ்சம் எனக்குள் ஏற்றுக்கொண்டுவிட்டேன், அவளும் என்னைத் தனக்குள் ஏற்றுக்கொண்டிருந்தாள் என்றுகூடச் சொல்லலாம். நாங்கள் மிகவும் நெருக்கமாகியிருந்தோம், அதுதான் நான் செய்த தவறு என நினைக்கிறேன், ஏனென்றால் மகன்களின் பெண் சிநேகிதிகளோடு

நெருக்கமாக இருப்பது நல்லதில்லை". ஆமாம், இது அவ்ரமுக்குப் பயனுள்ள ஒரு செய்தியாக இருக்கும் என நினைத்தாள். "எல்லோருமே என்னை எச்சரித்தார்கள், ஆனால் தாலியாவை, அதுதான் அவள் பெயர், பார்த்த மாத்திரத்திலேயே அவள்மீது காதல் கொண்டுவிட்டேன். அப்புறம், அவள் ஒன்றும் பெரிய அழகியல்ல, ஆனால் எனக்கு அவள் அழகியாகத் தெரிந்தாள், அவள் எப்படி இருந்தாளென்றால் – இருக்கிறாளென்றாள், அவளைப் பற்றி இறந்தகாலத்தில் நான் நினைக்கக்கூடாது, நான் சொல்வது என்னவென்றால், அவள் இன்னும் இருக்கிறாள், இன்னும் உயிரோடிருக்கிறாள், இல்லையா? அப்படியிருக்க நான் ஏன்..."

சில நொடிகளுக்கு அவர்களது காலடிச் சத்தம் மட்டுமே அங்கு கேட்டது, அவர்கள் பாதங்களடியில் நொறுங்கும் பாதை, அதோடு வண்டுகளின் ரீங்காரம். நான் அவனோடு பேசிக்கொண்டிருக்கிறேன், நினைக்கையில் ஓராவுக்கு ஆச்சரியமாக இருந்தது. இதையெல்லாம் அவனிடம் சொல்லிக்கொண்டிருக்கிறேன். இதுதான் தொலைவிலிருந்து தொடங்குவதா என்பதுகூட எனக்குத் தெரியவில்லை, ஆனால் இப்போது ஓஃபரிடமிருந்து என்னால் இயன்ற மிக அதிக தொலைவு இதுதான், அவ்ரமும் விலகி ஓடவில்லை.

"தாலியாவின் முகம்... எப்படி அதை உங்களிடம் விவரிப்பேன்"– விவரிப்பது எப்போதுமே உங்கள் வேலை, அவனைப் பற்றி அவள் எண்ணம் ஓடுகிறது – "திடமான முகம், நற்குணம், வலுவான மூக்கு, நிறைந்த ஆளுமை, பெரிய உதடுகள், அவற்றை எனக்குப் பிடிக்கும், பெரிய, பெண்மைமிக்க மார்புப் பகுதி. அவளுக்கு அற்புதமான விரல்கள்." ஓரா சிரித்தபடியே தன் விரல்களை கண்களுக்கு முன்னால் விரிக்கிறாள். சற்றுக் காலம் முன்பு வரைகூட இவையும் அற்புதமானவையாகத்தான் இருந்தன, அவற்றின் கணுக்கள் தடித்து வளைந்துபோனது வரை.

அவளது பணப்பையில் ஓஃபரும் ஆடமும் ஒருவர் மீது மற்றவர் கை போட்டபடி இருக்கும் படத்துக்குப் பின்னால் – ஆடம் ராணுவத்தில் சேர்ந்த அன்று எடுக்கப்பட்ட படம் அது; இருவருக்குமே நீண்ட முடி; ஆடமுடையது கறுப்பு, கோரை, ஓஃபருக்கு அப்போதும் பொன்னிறமாக முனைகளில் சுருண்டு இருந்தது – ரகசியமாக அவள் தாலியாவின் படத்தை வைத்திருக்கிறாள். அவளால் அதை அங்கிருந்து எடுக்க இயலவில்லை, ஓஃபர் அதைப் பார்த்துவிட்டால் அவள் மீது கோபப்படுவான் என்ற பயமும் இருந்தது. சிலநேரம் மறைவிடத்திலிருந்து அந்தப் படத்தை எடுத்து அவள் பார்ப்பாள். தாலியாவும் ஓஃபரும் சேர்ந்து எந்த மாதிரிக் குழந்தைகளைப் பெற்றெடுப்பார்கள் எனக் கற்பனை செய்வாள். ஆறு மாதங்களுக்கு முன்பு இலனின் படம் இருந்து இப்போது காலியாக இருக்குமிடத்தில் அந்தப் படத்தை வைப்பாள், பையன்களைப் பார்த்து விட்டு தாலியாவைப் பார்ப்பாள், அவளைத் தன் மகளாகக் கற்பனை செய்வாள், அப்போது அவளுக்கு உறைக்கும்: இந்த எண்ணம் எவ்வளவு சாத்தியமானதாக, இயற்கையானதாக இருக்கிறது.

"முழுக்க முழுக்க அவள் நிதானமான ஒரு பெண். அவளிடம் வயது கூடிய ஒருவரது சிடுசிடுப்பும்கூட சிறிது இருந்தது. உங்களுக்கு அவளைப்

பிடித்திருக்கும்” – அவனுக்குப் பின்னால் அவள் புன்னகைக்கிறாள். “ஆனால் அவளொன்றும் அப்படி... அதை எப்படி நான் சொல்வேன்? அவள் அவ்வளவு எளிதான ஆள் இல்லை. நீங்கள் என்ன நினைக்கிறீர்கள், ஓஃபர் ஒரு எளிதான பெண்ணைத் தேர்ந்தெடுப்பானா?”

தோள்களுக்கு நடுவே அவனது பின்கழுத்துப் புடைப்பதை அவள் கற்பனை செய்கிறாள்.

பாறைகள் நிறைந்து அச்சமூட்டும் சரிவாக இருந்த ஒரு ஆற்றுப்படுகை வழியாக நடக்கிறார்கள்–பையன்கள் இருந்திருந்தால் டபுள் எக்ஸ் பாதை என்றிருப்பார்கள்: எக்ஸ்ட்ரா எக்ஸ்ட்ரீம். சரிவில் அவர்கள் இறங்க ஆரம்பித்தபோது அவ்ரம் தடுமாறியதையும் நீட்டிக்கொண்டிருந்த பாறையொன்றைப் பற்றிக்கொண்டதையும் ஓரா பார்த்தாள். இது உண்மையான பாதையிலிருந்து சற்றே விலகிச் செல்வதாக நினைக்கிறேன் என்று அவள் முணுமுணுத்தபோது தன் வார்த்தைகள் அவன் மனதுக்குள் எதிரொலிப்பதைக் கண்டு பின்வாங்கினாள். யாராவது அவனுக்குள்ளிருந்து மூக்கடைத்த விதூஷகனின் குரலில், நாடோடிப் பாடகனின் கல்மிஷம் கொண்ட சிரிப்புடன் இப்படிச் சொல்வார்கள்: உண்மையில் சிறு விலகல்கள் அவ்ரமுக்கு மிகவும் பிடிக்கும். ஆனால் அவனுள் குரலையோ, சிரிப்பின் எதிரொலிப்பையோ அவள் காணவில்லை, அவன் கண்கள் ஒளிரவில்லை, உண்மையில் அங்கு எதுவுமே இல்லை, யாருமே இல்லை. அதைக் கடந்து வா, அவள் தனக்குள்ளே சொல்லிக்கொண்டாள், அதை ஏற்றுக்கொள்.

அவர்கள் இப்போது வழுக்குப் பாறைகளாலான கிடுகிடு சரிவில் இருந்தனர், அச்சரிவு கீழே பள்ளத்தாக்கை நோக்கி அவர்களை இழுத்தது, பள்ளத்தாக்கு என்ற வார்த்தையும் ஒரு காலத்தில் அவனைக் கிச்சுக்கிச்சு மூட்டி பள்ளத்தூ, பள்ளத்தா, பள்ளத்தாக்கி எனச் சொல்லவைத்திருக்கக் கூடிய வார்த்தைதான், அவன் நாக்கு மேலன்னத்தைத் தொட்டு களிப்பூட்டும் விதத்தில் வெளிப்படும் வார்த்தைகள் . . . நிறுத்து, இந்த எண்ணவோட்டத்திலிருந்து தன்னை விலக்கிக்கொள்கிறாள். அவன் அப்படியே இருக்கட்டும், அவனுள் அவன் இல்லை. ஆனால் கடந்த பல நிமிடங்களாக ஓஃபரைப் பற்றி அவள் பேச அவன் கேட்டுக்கொண்டிருக்கிறான் என்பது தெளிவு. வழக்கமாகச் செய்வது போல அவளை உதாசீனம் செய்யவில்லை, ஆக உண்மையிலே அவன் ஒரு திறப்பை, சிறு பிளவை அவளுக்காகத் தந்திருக்கிறான். சமீபமாக இதுபோன்ற பிளவுகள் அவளுக்கான உறைவிடமாகி வருகின்றன. இப்போது அவள் பிளவுகளில் வாழும் ஒரு உயிர். வலுமிக்க இரண்டு பதின்ம வயதுப் பிள்ளைகளுடன் வாழ்ந்ததாலும், சில காலமாக, அவளுக்கென்று அதிகபட்சமாக வாரத்துக்குத் தொண்ணூறு நிமிடங்கள் ஒதுக்கும் எரானை சந்திப்பதனாலும் இது அவளுக்குச் சுலபமாயிருக்கிறது.

“உடன் அவள் குடும்பத்தில் ஒருத்தியாகிவிட்டாள்,” அவர்கள் சரிவில் இறங்கும்போது அவள் பேச்சைத் தொடர்கிறாள், எழுந்த பெருமூச்சை அடக்கிக்கொள்கிறாள். தாலியா வந்ததும் வீட்டில் ஒரு மாற்றம் உண்டானது, அவர்களோடு சேர்ந்து அவள் உணவருந்தியபோது,

அங்கேயே தங்கியபோது, அவர்களோடு சேர்ந்து விடுமுறையில் வெளிநாடுகளுக்குப் பயணம் செய்தபோது (பயணங்களின்போது கழிப்பறை செல்ல நேர்கையில் சட்டென்று தனக்குத் துணைக்கு ஒருத்தி கிடைத்திருந்ததை நினைத்துக்கொள்கிறாள்) என எல்லாவற்றிலும். இதை எப்படி அவள் அவனிடம் சொல்வாள். அவனைப் போன்ற ஒருவனிடத்தில் இதை எப்படி அவள் விவரிப்பாள் – அவனது குடியிருப்பு, அந்த இருட்டு, அந்தத் தனிமை – வீட்டில் ஆண்களுக்கும் பெண்களுக்குமிடையிலான சமநிலையில் ஏற்பட்ட சிறு மாற்றம், முதல் தடவையாகக் குடும்பத்தில் பெண்மைக்கு உரிய இடம் தரப்பட்டிருக்கிறது என்ற அவளது நம்பிக்கை, இதையெல்லாம் எப்படி அவனிடம் சொல்வாள்? இதுபோன்ற ஒன்றைத் திரும்பவும் எப்படி அவள் விவரிப்பாள், அவனிருக்கும் நிலையில், எதை அவன் புரிந்துகொள்வான்? எப்படிப் பார்த்தாலும் இதில் அவனுக்கென்ன அக்கறை இருக்கமுடியும்? உண்மையைச் சொல்வதென்றால் அப்பெண் எப்படி அவளைக் கவர்ந்தாள், தன்னுடைய மூன்று ஆண்களிடம் தான் ஒருபோதும் கேட்கக்கூட நினைத்திராதவற்றை – தான் பெண் என்பதற்கான முழுமையான அங்கீகாரம், மூன்று ஆண்கள் இருக்கும் வீட்டில் பெண் என்பதற்கான தனது ரகசிய சுய–வரையறை, பெண்ணாக இருப்பது ஏதோ எரிச்சலூட்டும் தனது ஆசைகளுள் ஒன்றோ அல்லது பரிதாபகரமாக நிஜத்தை மறுப்பதோ அல்ல என்ற உண்மை, கடைசியாகச் சொன்னதுபோல்தான் அந்த மூவரும் ஓராவை எப்போதும் உணர வைத்தனர் – அந்த இளம்பெண் சுலபமாக அடைந்தது எப்படி; அவளுக்குப் பொறாமையாக இருந்தது என்பதை அவனிடம், ஏறத்தாழ அந்நியனான அவனிடம் சொல்ல அவள் தயாராக இல்லை. ஓரா வேகமாக அடிகளை வைக்கிறாள், உதடுகள் ஓசையின்றி அசைகின்றன. உயர்நிலைப் பள்ளிக் காலத்தில் ஒரு பக்கம் முழுக்கச் சமன்பாடுகளைப் பார்க்கையில் ஏற்பட்டதுபோல மெலிதான வலி தலைக்குள் குடைய ஆரம்பிக்கிறது. தாலியா என்ன மாற்றத்தை ஏற்படுத்தினாள், தனது இருப்பின் மிக மெலிதான அசைவுகளின் மூலம் அவள் எப்படி அதைச் செய்தாள் என்பது கடவுளுக்குத்தான் வெளிச்சம்! தனக்குள்ளே கேலியாகச் சிரித்துக்கொள்கிறாள், ஏனென்றால் தாலியா அங்கிருந்தபோது அவர்களது நாய் நிகோடின் கூட சங்கடம் தரும் சிறு மாற்றத்தை அனுபவித்தது.

"அவள் பிரிந்தபோது கடுமையான துயரை அனுபவித்தேன், உங்களுக்குத் தெரியுமா, இப்படி நடக்கப்போவது முன்னரே எனக்குத் தெரிந்திருந்தது, யாரும் அறியும் முன்பாகவே நான் அதை உணர்ந்தேன், ஏனென்றால் தனது ஓய்வு நேரங்களில் எங்கள் வீட்டுக்கு வருவதை அவள் நிறுத்தினாள். அவள் என்னைத் தவிர்த்தாள், திடீரென காலையில் என்னோடு சேர்ந்து காபி அருந்தவோ மாடிமுகப்பில் இருந்தபடி அரட்டையடிக்கவோ அவளுக்கு நேரமில்லாமல் போனது. தனக்கான ராணுவப் பணியில் சேராமல் ஒரு வருடம் லண்டனில் இருக்கப்போவதாகச் சொன்னாள், குளிர் கண்ணாடிகள் விற்றுப் பணம் சம்பாதித்த பிறகு கலைப்பாடம் பயிலப் போவதாகவும் பலவற்றையும் அனுபவித்து அறியப்போவதாகவும் சொன்னாள். 'அனுபவித்து அறியப்போவதாக' அவள் சொன்னபோது ஏதோ விஷயமிருக்கிறது என உடனே நான் இலனிடம் சொன்னேன். 'அப்படியெல்லாம் இல்லை, அவள் கொஞ்சம் கனவு காண்கிறாள், அவள்

அவனைக் காதலிக்கிறாள், அவள் ஒரு புத்திசாலிப்பெண். அவளுக்கு இம்மாதிரி ஒரு பையன் வேறு எங்கு கிடைப்பான்?' ஆனால் எனக்குப் பதற்றமாக இருந்தது. சட்டென்று அவளது திட்டங்களில் ஓஃபர் இல்லாமல் போனதை நான் உணர்ந்தேன், அல்லது அவன் மட்டில் அவளுக்குச் சற்றே சலிப்பு ஏற்பட்டிருக்க வேண்டும், அல்லது அது என்னவென்று எனக்குத் தெரியாத ஒன்று" – அதாவது அவனுடனான அவளது காலம் முடிந்துவிட்டது – "அது நிகழ்ந்தபோது ஓஃபரால் நம்ப முடியவில்லை, நிஜமாகவே அவனுக்கு அதிர்ச்சியாக இருந்தது, இப்போதாவது அந்த அதிர்ச்சியிலிருந்து மீண்டிருப்பானா என்பது தெரியவில்லை."

ஓரா தன் வாயை இறுக மூடிக்கொள்கிறாள். எல்லாவற்றையும் நீ பார்த்தாய், உனது கழுகுக் கண்களால் – அவள் தன்னைக் கத்தியால் குத்திக்கொள்கிறாள், குத்திய கத்தியைத் திருகுகிறாள் – அவள் பார்க்காதது இலனின் அறிகுறிகளைத்தான். உன் மட்டில் அவனது காலம் முடிந்து விட்டது.

எவ்வளவு சந்தோஷமாக இருந்தாள் அவள், ஓரக்கண்ணால் அவள் முகத்தைப் பார்க்கிறான் அவ்ரம். எப்படிப்பட்டச் சிரிப்புக்காரியாக இருந்தாள். பஹத் 12இல் பூர்வாங்கப் பயிற்சியில் இருந்தபோது அவளைத் தான் பார்க்க வந்ததை நினைத்துப் பார்க்கிறான். அணிவகுப்பு மைதானத்தின் ஓரமாக நடந்து வந்தான், சட்டென்று நூற்றுக்கணக்கான பெண்கள்முன் நிமிர்ந்து அவனால் நிற்க முடியவில்லை – அவனது கற்பனையில் புகழ்மிக்க பெண்களது நகரம் பெருமூச்சுக்கள், அடங்கிய முனகல்கள், ஏக்கப் பார்வைகள் நிறைந்ததாக இருந்தது, ஆனால் இங்கே குளவிக் கூண்டுக்குள்ளிருப்பது போல கேலியும் சிரிப்புமாக, கிளியோபாத்ராவின் ஓரக்கண் பார்வையுமாக இருந்தது – திடீரென்று தொலைவே சாக்குப்பை போன்ற சீருடையில், சோர்ந்து தளர்ந்த உயரமான ஒரு பெண் படைவீரர், நசுங்கிய தொப்பியின்கீழ் சிவப்பு சுருள்கேசம் குதித்துத் தொங்க, சிவந்த உதடுகளுடன் கைகளை விரித்தபடி அவனை நோக்கி ஓடி வந்தாள். அவள் கால்கள் லேசாக நொண்டின, சந்தோஷமாகச் சிரித்தபடியே முகாமின் இந்த முனையிலிருந்து மறுமுனை நோக்கி, "அதே, அதே, அதே அவ்ரம்!" என்றபடி கத்திக்கொண்டு வந்தாள்.

"ஏனென்றால், அவள் என்னை மிகவும் அவமானப்படுத்தி விட்டாள்," ஓரா பேச்சைத் தொடர ஆரம்பித்திருந்தாள், அந்த வாக்கியத்தின் துவக்கத்தை அவ்ரம் தவறவிட்டிருந்தான் – முகாமில் அவனிடம் மிக சந்தோஷமாக அவள் ஓடிவந்தாள், அத்தனைப் பெண்களுக்கு முன்னால் அவனைப் பற்றி அவள் அவமானம் கொள்ளவில்லை–"என்னைத் தொலைபேசியில் அழைத்துக்கூட அவள் விளக்கம் சொல்லவில்லை, போய்வருகிறேன் எனவும் சொல்லவில்லை, எதுவுமில்லை. ஒரு நாள் பார்த்தால் எங்களோடு இருக்கிறாள், மறுநாள் அவள் எங்களோடு இல்லை. உண்மையில் ஏன் அவர்கள் பிரிந்தார்கள், ஏன் அவள் அவனை விட்டு விலகினாள் என்ற எண்ணமே அந்த அவமானத்தை விடவும் வலி தருவதாக இருந்தது. ஏனென்றால் அவள் எங்களோடு இருந்த காலம் முழுவதும் அவளது முடிவுகளை, அவளது கருத்துகளை நான் பெரிதும் சார்ந்திருந்தேன். ஓஃபரைப் பற்றிய ஏதோவொன்றுதான் அவளது இந்த

முடிவுக்குக் காரணமாக இருக்குமோ என யோசிக்கிறேன், எனக்கும் தெரியாத ஏதோவொன்று.

"சிலநேரம் யாருடனும் ஒட்டாமல் தன்னைத் துண்டித்துக்கொண்டு அவன் விலகிச் சென்றுவிடுவது காரணமாக இருக்கலாம்," அவள் முணுமுணுக்கிறாள், ராணுவத்துடன் தொடர்பற்ற யார்மீதும், எதன்மீதும் வெறுப்பும் மரியாதையின்மையும் கொண்டவொரு கோபம் சமீபமாக ஓஃபருக்கு உண்டாகி வந்ததை அவள் நினைத்துப் பார்க்கிறாள். "ஆனால் ராணுவத்தில் சேரும் முன்பே அவன் தனக்குள் ஒடுங்கிக்கொள்பவனாகத் தான் இருந்தான், மிகவும் ஒடுங்கிக்கொள்பவனாக. தாலியாதான் அவனை அவிழ்த்தவள், எங்களை நோக்கியும்கூட அவனை அவிழ்த்தவள்; உண்மையிலே அவளோடு சேர்ந்து அவன் மலரத் தொடங்கினான்,"

நான் பேசுகிறேன், அவன் நிறுத்தச் சொல்லவில்லை, அவளுக்கு ஆச்சரியமாக இருந்தது.

ஓரா பேசுகையில் ஓயாமல் தன் ஆன்மாவைத் துளைக்கும் தெளிவற்ற, தீர்க்கமாக மனதில் பதியாத ஒரு சித்திரத்தின்மீது தன்னிரண்டு கைகளாலும் "ஓஃபர்" என்றெழுதிய ஒட்டுச்சீட்டை ஒட்ட சிரமப்படுகிறாள் என்பது போல அவ்ரம் தீவிரமாக சிந்திக்க ஆரம்பித்தான். இப்போது ஓஃபரின் கதையை அவள் சொல்லிக்கொண்டிருக்கிறாள். அவனைப் பற்றிய ஓராவின் கதையை நான் கேட்டுக்கொண்டிருக்கிறேன். நான் செய்யவேண்டியதெல்லாம் அதைக் கேட்பதுதான். அவள் அந்தக் கதையைச் சொல்வாள், அது முடிந்துவிடும். ஒரு கதை எப்போதைக்குமாக தொடரப்போவதில்லை. இடைப்பட்ட நேரத்தில் நான் எல்லாவிதமான விஷயங்களைப் பற்றியும் நினைத்துக்கொள்ளலாம். அவள் பேசுவாள். அது வெறும் கதைதான். ஒரு வார்த்தையைத் தொடரும் இன்னொரு வார்த்தை.

அவ்ரமிடம் சொல்ல எதைத் தேர்ந்தெடுக்கலாம் என ஓரா யோசிக்கிறாள். ஏன் தான் தாலியாவைப் பற்றிய கனமான விஷயத்தை அவனிடம் சொன்னோம், ஏன் அதில் தொடங்கினோம் என நினைக்கிறாள். ஏன் ஓஃபரை அவனது பலவீனமான தோற்றத்தில் விவரித்தோம்? உற்சாகமூட்டும் சில விஷயங்களை அவனுக்குச் சொல்ல வேண்டும். அவனது பிறப்பைப் பற்றிச் சொல்லலாம், பிறப்பைப் பற்றிக் கேட்க யாருக்கும் பிடிக்கும். ஆனால் அதேநேரம் – அவனை ஓரக் கண்ணால் பார்க்கிறாள் – இவனுக்குப் பிறப்புகளில் என்ன ஆர்வமிருக்கும்? ஒரு பிறப்பு அவனைக் கலவரப்படுத்திவிடும், அவனை இன்னும் தொலைவாகத் தள்ளிவிடும், உண்மையைச் சொல்வதென்றால் ஒளிவுமறைவின்றி முழுவதுமாக அனைத்தையும் அவன்முன் வைப்பதற்கான நேரம் இன்னும் வரவில்லை. ஓஃபரின் பிறப்புக்கு முன்பாக நடந்ததை அவள் அவனிடம் சொல்லமாட்டாள், அந்த விடியற்காலை, தனது வாழ்க்கைப் புத்தகத்திலிருந்து அவள் நீக்கிவிட்ட பகுதி அது, ஒவ்வொரு முறை அதைப்பற்றிய நினைவு வரும்போதும் தானும் இலனும் எப்படி ஒருவித பைத்தியக்காரத்தனத்தால் பீடிக்கப்பட்டிருந்தோம் என்பதை அவளால் நம்ப முடிவதில்லை, பல வருடங்கள் அந்நினைவு அச்சமும் கடும்

குற்றவுணர்வும் கலந்ததாக இருந்தது – அதைச் செய்ய வேண்டுமென்ற சபலத்துக்கு அவள் ஆளானது எப்படி? எப்படி அவள் தன் வயிற்றிலிருந்த ஓஃபரைப் பாதுகாக்க வேண்டுமென்ற எண்ணமற்றுப் போனாள்? சாதாரணமாக ஒவ்வொரு தாயிடமும் காணும், காணப்படவேண்டிய அந்த உணர்வு அவளிடம் எப்படி இல்லாமல் போனது? இவையெல்லாம் சேர்ந்து ஓஃபருக்குச் சில பாதிப்புகளை உண்டாக்கியிருக்க வேண்டும். அவனது குழந்தைப்பருவ ஆஸ்துமா அதில் முதலாவதா? அவனுக்கு லிஃப்டில் ஏற்பட்ட மூடிய அறைகளைப் பற்றிய அச்சமும் அதனால்தானா? அதிலிருந்து தன் நினைப்பை அவள் மாற்ற நினைத்தாலும், கடும் வேகத்தில் காட்சிகள் மேலெழுந்து வருகின்றன. இலனின் கண்களில் அவள் எப்போதும் கண்டிராத நெருப்பு, ஒருவர் மற்றவரை அத்தனை இறுக்கமாகப் பற்றிக்கொண்டது, அவர்களிடமிருந்து வெளிப்பட்ட கர்ஜனைகள், அவளது வயிறு, அதன்மேல் தோலுரிக்கப்பட்ட இரண்டு மிருகங்கள் முட்டிமோதிச் சண்டையிட்டுவிட்டுப் பின் புணர்ந்ததுபோல அதிர்ந்து நடுங்கிய கட்டாந்தரை வயிறு.

“கொஞ்ச நேரம் உட்காருவோம். எனக்குத் தலைச் சுற்றுவது போலிருக்கிறது.” பாறைமீது சாய்ந்து உட்கார்ந்து வேகமாக தண்ணீரைக் குடிக்கிறாள், போத்தலை அவனிடம் நீட்டுகிறாள். கேட்டதும் அவனைச் சிரிக்கவைக்கும் ஒன்றை, ஓஃபர்மீது அன்பும் பிரியமும் கொள்ளச் செய்யும் எளிய சுவாரசியம்மிக்க ஒரு விஷயத்தை உடனே அவள் கண்டுபிடிக்க வேண்டும். இதோ, அவள் அதைக் கண்டுபிடித்துவிட்டாள்: மூன்று வயதாயிருக்கும்போது கௌபாய் உடையில்தான் பகல்நேரப் பராமரிப்பு மையத்துக்குப் போவேன் என்று ஓஃபர் அடம் பிடிப்பான். அது உடைகள் ஆயுதங்கள் என இருபத்தோரு உருப்படிகளைக் கொண்டது (ஒருமுறை அவர்கள் அவற்றை எண்ணிப் பார்த்தார்கள்). அந்த வருடம் முழுக்க அவற்றில் ஒன்றுகூட தவறாமல் அவனுக்கு அணிவிக்கப்பட வேண்டும் என்பதில் அவன் தீவிரமாக இருந்தான். அவள் கண்களில் ஒளி கூடுகிறது, மனம் சற்று அமைதியடைகிறது. இதுபோன்ற விஷயங்களைத்தான் அவள் அவனிடம் சொல்வாள்: வாழ்வின் இனிய தருணங்கள், ஓஃபரைப் பற்றிய நகைப்புக்குரிய சம்பவங்கள், சிக்கலோ கனமோ அற்ற விஷயங்கள், அந்த வருடத்தின் காலைப் பொழுதுகளைப் பற்றி பதற்றமின்றி விவரிப்பாள், அந்நாட்களில் அவளும் இலனும் துப்பாக்கியையும் தோட்டாக்கள் சேர்த்த இடுப்புப் பட்டியையும் எடுத்துக்கொண்டு அவனிடம் ஓடுவார்கள், தொலைந்த ஒரு ஷெரீஃபின் நட்சத்திரத்தையோ சிவப்பு கழுத்துத் துணியையோ தேடி கட்டிலுக்கடியில் ஊர்வான் இலன். தீரமிக்க படைவீரனின் நுட்பமான தினசரிக் கட்டமைப்பு குட்டி ஓஃபர் என்னும் பலவீனமான சாரத்தின்மீது கட்டப்பட்டது.

ஆனால் இதில் அவனுக்கு ஆர்வமிருக்காது, உடன் அவள் நினைத்துக் கொள்கிறாள், அனைத்து நுட்ப விவரங்களும், வளர்த்தெடுக்கும் ஆயிரமாயிரம் கணங்களும் செயல்களும் ஒன்று சேர்ந்து ஒரு குழந்தையை ஒரு மனித உருவாக மாற்றுவதில் அவனுக்கு ஆர்வமிருக்காது. அதற்கான பொறுமை அவனுக்கு இருக்காது, அதோடு இந்த விவரங்கள் மிகவும் சலிப்பூட்டுபவை, ஆர்வம் தராதவை, குறிப்பாக ஆண்களுக்கு, ஆனால்

பேசப்படும் குழந்தையைப் பற்றி அறிந்திராதவர்களுக்கு அல்ல, சொல்லப் போனால் ஓஃப்பரை நோக்கி அவ்ரமை ஈர்க்கக்கூடிய விசித்திரமான சில கதைகளும் இருந்தன–

ஆனால், எதற்காக அவனை நான் ஈர்க்க வேண்டும்? அவள் கோபம் கொள்கிறாள், குறைந்திருந்த தலைவலி விரைவாக அவளிடம் திரும்பி அவளது இடது காதின் பின்புறம் பழக்கமான இடத்தில் தன் நகங்களை ஆழப் பதிக்கிறது. இப்போது ஓஃப்பரை அவனிடம் நான் சந்தைப்படுத்த வேண்டுமா? ஓஃப்பரைக்கொண்டு அவனை சபலப்படுத்த வேண்டுமா? அவள் பெருமூச்சுவிடுகிறாள், ஒருமுறை எழுந்து நிற்கிறாள், வேகமாக அடிகள் வைத்து நடக்கிறாள், கிட்டத்தட்ட ஓடுகிறாள். ஒரு முழு வாழ்க்கையையும் எப்படிச் சொல்ல முடியும்? ஒரு பத்தாண்டுக் காலமென்றாலும் போதாதே. எங்கே தொடங்குவது? அதுவும், ஒரு கதையை, எல்லாப் பக்கமும் சிதறவிடாமல் அதன் ஆதார விஷயத்தை கெடுக்காமல் ஆரம்பம் முதல் முடிவு வரை சொல்லத் தெரியாத அவள் எப்படி, அவன் கதையை எப்படி, உடனே சொல்லத் தொடங்குவாள்? ஒருவேளை சொல்வதற்கென தன்னிடம் அந்தளவுக்கு இல்லை என்பதை அறிந்தால் என்ன செய்வாள்?

அவனைப்பற்றிச் சொல்ல அவளிடம் எண்ணற்ற விஷயங்கள் இருந்தன, தொடர்ந்து இரண்டு அல்லது மூன்றுமணி நேரம், அல்லது ஐந்து மணிநேரம் அல்லது பத்து மணிநேரம் அவனைப்பற்றிப் பேசினால் கிட்டத்தட்ட அவனைப்பற்றி, அவனது வாழ்வைப் பற்றி தான் சொல்ல வேண்டிய அனைத்து முக்கிய விஷயங்களையும் சொல்லிவிடுவோம் என்ற எண்ணம் அவளைப் பீதிக்குள்ளாக்குகிறது. அவனைப்பற்றிச் சுருக்கமாக அவள் சொல்லிவிடுவாள், அவனைத் தீர்ந்துபோகச் செய்துவிடுவாள். இந்த அச்சமே அவள் மூளையை அழுத்திக்கொண்டிருக்கிறது, சில காலமாகவே அவளை அரித்துக்கொண்டிருக்கும் அசௌகரியம் அதுதான்: உண்மையில் அவனைப் பற்றி அவளுக்குத் தெரியாது, தன் மகனை, ஓஃப்பரை, அவளுக்குத் தெரியாது. அவளது கழுத்துத் துடிப்பு வலியுண்டாக்கும் அளவுக்குச் செல்கிறது. அவளது சிறு சந்தோஷம் எவ்வளவு விரைவாக மங்கிப்போய்விட்டது. உண்மையில் அவனைப் பற்றி அவள் என்ன சொல்வாள்? வெறும் வார்த்தைகளைக் கொண்டு ரத்தமும் சதையுமான ஒரு முழு மனிதனை எப்படி விவரிக்க முடியும், மறுநிர்மாணம் செய்ய முடியும், கடவுளே, வெறும் வார்த்தைகளைக் கொண்டு?

இன்னும் ஒரு நிமிடம் அமைதியாய் இருந்துவிட்டால்கூட சொல்வதற்கு தன்னிடம் ஒன்றுமில்லை என அவ்ரம் நினைத்துவிடுவான் என்பதுபோல அவள் தனக்குள் ஆராய்கிறாள். ஆனால் அவள் கண்டெடுக்கும் யாவும் சாதாரணமானதாக, அற்பமானதாக இருக்கின்றன. ஹர் அதாரில் வறண்டுபோன சிறு கிணற்றுக்கு ஓஃப்பர் மறுபடி உயிரூட்டியது போன்ற ஏற்றுக்கொள்ளத்தக்க சம்பவங்கள். அவன் கிணற்றின் ஊற்றைத் தூரெடுத்து அதன் வாய்க்காலைத் தூய்மையாக்கி அருகிலேயே ஒரு தோட்டத்தை அமைத்தான். அல்லது அவளுக்கும் இலனுக்குமாகத் தன் கையாலேயே அவன் செய்த அற்புதமான கட்டிலைப் பற்றி சொல்வாள். சரி, அவள் இதை அவனிடம் சொல்வாள், சொல்வதற்கென்ன? ஒரு கிணறு, ஒரு

கட்டில், அவனைப் போன்றே புத்திசாலித்தனமும், இனிமையும், அழகும் மிக்க ஆயிரம் பையன்களுக்கு பொருந்தக்கூடிய கதைகள். ஓம்பரைப் பற்றிய சிறப்பான, விசேஷமிக்கக் கதைகள் நிறைய இருப்பினும் அவனை மற்றவர்களிடமிருந்து விலக்கிக் காட்டும் அசாதாரணமான கதை ஒன்றுகூட இல்லை. தனது பலமனைத்தையும் கொண்டு அவளோடு ஒட்டிக்கொள்ளும், அவளுக்கு அந்நியமான இந்த அருவருப்பான எண்ணத்தைத் தடுக்கிறாள், இது போன்ற எண்ணம் அவளுக்கு எப்படி வரலாம்? சற்றுப் பொறு, பத்தாம் வகுப்பில் திரைப்படப் பாடத்துக்காக அவன் எடுத்த அந்தப் படம்? நிச்சயமாக அதில் ஏதோ இருக்கிறது, அது அவ்ரமுக்குப் பிடிக்கும். தளர்ந்த தோள்களுக்கிடையே ஆழப் புதைந்து கிடக்கும் அவனது தலையைப் பார்க்கிறாள்: அவனுக்குப் பிடிக்காமலும் போகலாம்.

அந்தப் படத்தைப் பற்றிய உறுத்தும் விஷயமொன்று உண்டு, ஐந்து வருடங்கள் கழித்தும் இன்றும் அவளை அது அலைக்கழிக்கிறது. வீட்டிலிருந்த வீடியோ படப்பதிவுக் கருவியில் எடுக்கப்பட்ட பதினோரு நிமிடப் படம். ஒரு சாதாரண இளம் பையனின் வழமையான ஒரு தினத்தை ஆவணப்படுத்தும் விதமாக எடுக்கப்பட்ட படம்: குடும்பம், பள்ளி, நண்பர்கள், தோழி, கூடைப்பந்து, விருந்துகள். ஆனால் அந்தப்படம் மனிதர் ஒருவரைக்கூட காட்டவில்லை, அதில் அவர்களின் நிழல்கள் மட்டுமே. தனியாக, ஜோடியாக அல்லது குழுவாக நடக்கும் நிழல்கள், வகுப்பறையில் அமர்ந்திருக்கும் நிழல்கள், மதிய உணவு சாப்பிடும் நிழல்கள், முத்தமிடும், தீவிரமாக தழுவிக்கொள்ளும், ட்ரம் வாசிக்கும், பியர் அருந்தும் நிழல்கள். அந்தப் படத்தின் பின்னிருக்கும் கருத்து என்ன, எதற்காக அப்படத்தை எடுத்தான் என்று (பள்ளியின் ஆண்டு இறுதிக் கண்காட்சியின்போது அவன் காட்சிக்கு வைத்த அவனது உருவிலமைந்த பாரீஸ் சாந்து வார்ப்புகளைப் பார்த்து அல்லது ஒவ்வொன்றிலும் மேலே கரித்துண்டால் வல்லூறின் அலகு வரையப்பட்ட அவனது முகத்தைக் கொண்ட திகிலூட்டும் தொடர் வரிசையிலமைந்த புகைப்படங்களைப் பார்த்து முன்பு கேட்டதுபோல) அவள் கேட்டபோது அவன் தோள்களைக் குலுக்கிவிட்டுச் சொன்னான், “எனக்குத் தெரியவில்லை, இப்படிச் செய்தால் நன்றாக இருக்குமென்று தோன்றியது, அவ்வளவுதான்.” அல்லது “யாரையாவது புகைப்படம் எடுக்க விரும்பினேன், ஆனால் அப்போது அறையில் நான் மட்டுமே இருந்தேன்.” அவள் வற்புறுத்தினால் – “மறுபடியும் அவனை ரொம்பப் படுத்திவிட்டாய்,” என பிற்பாடு இலன் சொன்னான் – பொறுமையற்றவனாக அவளது கேள்வியைப் புறந்தள்ளுவான்: “விளக்கம் என்ற ஒன்று தேவையா? எதுவும் அதன் போக்கில் அப்படியே நிகழக்கூடாதா? ஒவ்வொரு சிறிய விஷயத்தையும் ஆழமாக ஆய்ந்தேயாக வேண்டுமா?”

ஒரு ஓட்டுனராக, உணவு பரிமாறுபவளாக, தண்ணீர் கொடுப்பவளாக அந்தப் படப்பிடிப்பின்போது மூன்று வாரங்கள் ஓரா அவர்களோடு சென்றாள். ஒத்திகைக்கும் படப்பிடிப்புக்கும் ஒழுங்குமுறையற்று அடிக்கடி மட்டம்போடும் நடிகர்கள், ஓம்பரின் சகாக்கள் இவர்கள் பின்னால் மூர்க்கமான மந்தைக்காவல் நாயைப்போல அடிக்கடி சுற்றி வந்தாள்.

கடைசியாகப் படப்பிடிப்புக்கு வரும் அவர்கள் ஓஃபருடன் அகந்தையுடன் முரட்டுத்தனமாக செய்யும் வாதங்கள் அவளைப் பைத்தியமாக்கிவிடும். வாதம் தொடங்கியதுமே அவள் விலகி வந்துவிடுவாள். அவன் அவனது வகுப்புத் தோழர்களில் அனேகரை விடவும் உருவத்தில் சிறியவனாக, குள்ளமானவனாக, அவர்களிடமிருந்து விலக்கப்பட்டவனாக, எதற்கும் தயங்குபவனாக இருந்தான். அவன் தலைகவிழ்ந்து சோர்ந்த முகத்துடன் கீழுதடு நடுங்க நிற்பதை அவளால் தாங்கிக்கொள்ள முடியாது. இருந்தும் அவன் தான் யாரென்பதை நிறுவுவான்: தனது இருப்பை உணரச் செய்வான், அவனது தோள்கள் கிட்டத்தட்ட அவனது காதுகள் வரை விரிந்தன, முகத்தில் கட்டுப்பட்டுத்த முடியாத வலியும் அவமானமும் கலந்து தெரிந்தாலும், அவன் யாருக்காவும் தன்னைச் சிறிதும் விட்டுக் கொடுக்காமல் இருந்தான்.

அந்தப் படத்தில் அவளும் நடித்தாள். எரிச்சலூட்டும், தேவை யில்லாமல் அடுத்தவர் விஷயத்தில் மூக்கை நுழைக்கும் ஆசிரியை வேடம். இலனும் ஒரு காட்சியின் பின்னணியில் ஹலோ என்றபடி கையசைத்துக்கொண்டே மோட்டார் சைக்கிளில் கடந்து மறைவான். படத்தின் கடைசியில் “தங்கள் நிழல்களைத் தந்துதவிய அம்மாவுக்கும் அப்பாவுக்கும் நன்றி” என்ற அழகான எழுத்துகள் வந்தன. அந்தப் படம் தனித்துவமிக்கது, ஒரு தெறிப்பு, அல்லது ஒரு “ஒருமுறை மட்டுமே நிகழக்கூடிய ஒன்று” என அவ்ரம் நினைப்பானா என யோசிக்கிறாள், இவையெல்லாம் அவனது வார்த்தைகள், அந்த வார்த்தைகளின் பழைய ராகத்தை அவள் கேட்டாள். அவனோ, அவளோ, இலனோ தங்களைப் பாதித்த ஒரு சினிமா அல்லது நாடகம் முடிந்து வெளியே வருகையில் அனைத்திலும் அவனைத் தீவிர உணர்வுக்கு ஆளாக்கிய ஒரு வார்த்தையை அவன் அணைத்துக்கொள்வான், “அற்புதம்”: கம்பீரமாகக் கையை வீசி, பிரமிப்புடன், உணர்ச்சி மேலிட்ட கரகரப்பான குரலில் அவன் சொல்வான்: “*அற்புதம்ம்ம்!*” அவனுக்கு அப்போது இருபதையொட்டிய வயது, அல்லது இருபத்தொன்றா? ஓஃபருக்கு இப்போது ஆகும் வயது, நம்புவதற்குக் கடினமாக இருக்கிறது. அப்போது எவ்வளவு பிடிவாதமும் பாசாங்கும் கொண்டவனாக இருந்தான் என்பதை நம்புவது இன்னும் கடினமானது, அவன் வளர்த்த அந்த அசிங்கமான ஆட்டுத் தாடியுடன் எப்படி அவனையவள் சகித்துக்கொண்டாள் . . .

தன்னுடனேயான கேடான ஒரு உரையாடலில் சிக்குண்டவளாக அவள் மேலே நடக்கிறாள், காரணம் அவ்ரம் ஓஃபரை நேசிப்பது தனக்கு எவ்வளவு முக்கியம் என்பதைக் கடைசியாக அவள் உணர்ந்துவிட்டிருந்தாள், ஆமாம், ஓஃபரை அவன் நேசிக்க வேண்டும். அங்கேயே அப்போதே எவ்விதத் தடையுமின்றி, குறைபாடுமின்றி அவனோடு காதலில் விழ வேண்டும், அவனை மீறியும் அவன் ஓஃபரோடு காதலில் விழவேண்டும், ஒருகாலத்தில் துளி மகத்துவமும் இல்லாத அவளோடு அவன் காதலில் விழுந்ததுபோல. அவளோடு அவன் காதலில் விழுந்தபோது அவள் ஒரு உடைந்த பாத்திரமன்றி வேறில்லை, நோய்பீடித்து, நனைந்து அழுக்கேறி, போதை மருந்துகளை உட்கொண்டு இரவும் பகலும் உதிரம் போனபடி இருந்தாள். அவ்ரமும் அப்படியான ஒரு நிலையில்தான் இருந்தான்.

என்னோடு காதலில் விழ அதுதான் மிகச் சிறந்த நிலை, அவள் நினைத்துப் பார்க்கிறாள், பலவீனத்தால் நடை தளர்கிறது. சில வருடங்கள் கழித்து அவன் நகைச்சுவையாகக் குறிப்பிட்டதுபோல – அது உண்மையாகக் கூட இருக்கலாம் – ஒரு *யிட்டினிக்கின்*–யூதப் பெண்ணின்–ஆழ்மனம் ஒரு *யிட்டின்*–யூத ஆணின் – ஆழ்மனத்தைச் சந்திப்பதற்கான ஒரே வழி அதுதான். அவளது பலம் வற்றியது, வேதனையில் மூச்சுவாங்கியபடி, விரல்களைக் கண்களுக்கிடையே வைத்து அழுத்தியபடி நிற்கிறாள். இந்த எண்ணங்கள், எங்கிருந்து இவை வருகின்றன? யாருக்கு வேண்டும் இவை?

அவள் தள்ளாடுவதை அவ்ரம் பார்க்கிறான், விரைந்து வந்து அவள் விழப்போகும்முன் தாங்கிப் பிடிக்கிறான். எவ்வளவு வலுவாக இருக்கிறான், அவளது முட்டிகள் துவண்டுபோகையில் மறுபடி அவள் ஆச்சரியத்துடன் நினைத்துப் பார்க்கிறாள். அவன் மெல்ல அவளைத் தரையில் கிடத்துகிறான், வேகமாக அவளது பையை எடுத்து அவளது தலைக்கடியில் வைக்கிறான். அவளது முதுகுக்கு அடியில் இருக்கும் கூரான கல்லொன்றை அகற்றுகிறான், அவளது கண்ணாடியைக் கழற்றுகிறான், உள்ளங்கையில் சிறிது தண்ணீரை ஊற்றி அவளது முகத்தில் மெல்லத் தடவுகிறான். கண்களை மூடியபடி படுத்துக் கிடக்கிறாள், அவள் மார்பு வேகவேகமாகத் தாழ்ந்தெழுகிறது, அவள் சருமத்தில் அச்சத்தினால் வியர்வை துளிர்க்கிறது. “பாருங்கள், இந்தப் புத்தி எப்படியெல்லாம் போகிறது,” அவள் முணுமுணுக்கிறாள். “இப்போது எதுவும் பேசாதே,” என்கிறான், அவன் சொல்லுக்கிணங்க அவள் மௌனமாகிறாள். அவனது அக்கறையுணர்வு, அவளது முகத்தின் மீதிருக்கும் அவனது கை, கட்டளையிடும் அவனது குரல் இவையெல்லாம் அவளுக்கு மகிழ்வைத் தருகின்றன.

“நான் நினைத்துப் பார்த்தேன்,” பின்னர் அவள் சொன்னாள், அவளது கை அவனது மணிக்கட்டைத் தளர்வாகப் பற்றியிருந்தது, “ஒருமுறை ஒரு வானொலி நாடகம் அல்லது கதை ஒன்றைப் பற்றிச் சொன்னீர்கள். அது ஒரு பெண்ணைப் பற்றிய கதை, அவளது காதலன் அவளை விட்டுப் போய்விடுகிறான், அவள் தொலைபேசியில் அவனோடு பேசுவது நமக்குக் கேட்கும் ஆனால் அந்தக் காதலனின் குரல் கேட்காது.”

“காக்தூ*. *லா வோய்க்ஸ் ஹ்யூமெய்ன்*, மனிதக் குரல்”

“ஆமாம், காக்தூ,” அவள் முனகுகிறாள், “எப்படி ஞாபகம் வைத்திருக்கிறீர்கள் . . .” முகத்தில் தண்ணீர் மெதுவே வறண்டுபோவதை உணர்கிறாள். புதர்கள் மூடிய ஒரு மலைப்பகுதியை, ஆழ் நீல வண்ண ஆகாயத்தின் ஒரு துண்டை அவளால் பார்க்க முடிகிறது. சேஜ் பூக்களின் நெடி அவள் மூக்கைத் துளைக்கிறது. அவனது கை முன்பிருந்தவாறே மிருதுவாக இருக்கிறது, இந்த மென்மையும் மிருதுத்தன்மையும் எப்படி அப்படியே இருக்கிறது? அவள் கண்களை மூடிக்கொள்கிறாள், மிகக் குறைவான விஷயங்களைக் கொண்டு அவனை மறு உருவாக்கம் செய்ய முடியுமா என எண்ணிப் பார்க்கிறாள். “அப்போது நீங்கள் பிரெஞ்சு வகுப்பில் இருந்தீர்கள், அது வானொலி நாடகம் எழுதும் பிரிவேளை.

---

* *Loctean: La Viox Humaine*

நினைவிருக்கிறதா? மனிதக் குரல் பற்றி முழுமையான ஒரு கோட்பாட்டை நீங்கள் கொண்டிருந்தீர்கள். வானொலி தொலைக்காட்சியைப் பின்னுக்குத் தள்ளிவிடும் என்பதில் உறுதியாக இருந்தீர்கள். வீட்டில் சிறு ஒலிப்பதிவுக்கூடம் அமைத்தீர்கள்."

அவ்ரம் புன்னகைக்கிறான். "வீட்டில் இல்லை. வெளியே கொட்டகையில். அது நிஜமான ஒலிப்பதிவுக்கூடம். இரவு பகலாக அங்கு அமர்ந்து ஒலிப்பதிவு செய்தேன், வெட்டினேன், ஒட்டினேன், கலந்தேன்."

"நான் நினைத்தேன்," ஓரா மெதுவாகச் சொல்கிறாள், "ஆடம் பிறந்த பிறப்புக்குப்பின் முதல் முறையாக இலன் என்னை விட்டுப் பிரிந்தபின் சிலநேரம் அவரிடம் தொலைபேசியில் பேசுவேன். அப்போது நான் அந்தப் பெண்ணைப் போல, உங்களுடைய காக்தூவின் நாடகத்தில் வரும் பெண்ணைப்போல, பரிதாபகரமாக, மன்னிக்கும் குணத்துடன், அவரது கஷ்டங்களைப் புரிந்துகொண்டவளாக, என்னுடனான அவரது கஷ்டங்களைப் புரிந்துகொண்டவளாக பேசியிருப்பேன் என நினைக்கிறேன், வேசை மகன் . . ."

அவ்ரமின் கை அவளது நெற்றியிலிருந்து விலகுகிறது. அவள் கண்களைத் திறந்து பார்க்கிறாள், அவன் முகம் இறுகி உணர்ச்சியற்றிருக்கிறது.

"ஆடம் பிறந்ததுமே அவர் என்னை விட்டுச் சென்றுவிட்டார், உங்களுக்குத் தெரியாதா?"

"நீ சொல்லவில்லையே."

ஓரா பெருமூச்சு விடுகிறாள். "உண்மையிலேயே உங்களுக்கு எதுவும் தெரியாது. என் வாழ்க்கையை நீங்கள் ஒரு பொருட்டாக நினைப்பதில்லை."

அவ்ரம் எழுந்து நின்று தொலைவே பார்வையை செலுத்துகிறான். அவன் தலைக்கு மேலே உயரே வானத்தில் ஒரு ஃபால்கன் வட்டமடிக்கிறது.

"நீங்கள் எந்தளவுக்கு என்னிடமிருந்து அந்நியப்பட்டு விட்டீர்கள் என்பதை நினைக்கத் திகிலாக இருக்கிறது," அவள் முணுமுணுப்பாகச் சொல்கிறாள். "இங்கேகூட உங்களோடு நான் என்ன செய்துகொண்டிருக்கிறேன்?" கசந்த ஒரு சிரிப்பு அவளிடமிருந்து வெளிப்படுகிறது. "வீட்டைப் பற்றிய பயம் மட்டும் இல்லாதிருந்தால், இந்த நிமிடமே எழுந்து நான் கிளம்பி விடுவேன்."

அவளுக்கு மேலாக அவன் நின்றுகொண்டிருப்பதாலோ என்னவோ அவளுக்கு இது நினைவுக்கு வந்தது: ஓஃபருக்கு அப்போது ஒரு வயது. படுக்கையில் படுத்தபடி அவனைத் தன் உயர்த்திய பாதங்களிலும் உள்ளங்கைகளிலுமாக வைத்துப் பிடித்தபடி விமான விளையாட்டு விளையாடிக் கொண்டிருந்தாள். ஓஃபர் சிரித்தான், அவன் உடல் குலுங்கியது, பறக்கையில் அழகிய ஒளிவட்டம் போன்ற அவனது தலைமுடி மென்மையாக மேலும் கீழும் அலைந்தது. ஜன்னல் வழியாக வந்த வெளிச்சம் அவன் காதுகள் வழியாக ஒளிர்ந்தது, அவன் காதுகள் ஆரஞ்சு வண்ணத்தில் ஒளி ஊடுருவுவனவாக இருந்தன. இன்றிருப்பது போலவே அவை அவன்

தலையிலிருந்தும் வெளியே நீட்டிக்கொண்டிருந்தன. ஒளிக்குள் அவனை நகர்த்தும்போது, நரம்புகள் மெல்லிய சுருக்கங்கள் மேடுகள் இவற்றின் மிருதுவான பின்னலை அவனில் பார்த்தாள். யாரோ அவளிடம் விவரிக்க முடியாத ஒரு ரகசியத்தை சொல்லவிருப்பது போல அமைதியாக கவனமுடன் இருந்தாள். அவள் முகத்தோற்றம் மாறியிருக்க வேண்டும், ஏனென்றால் ஓஃபர் சிரிப்பதை நிறுத்திவிட்டு அவளைக் கடுமை தோன்றப் பார்த்தான், அவனது உதடுகள் நீண்டு வெளிப்பிதுங்கின, ஒரு வயதான மனிதனுக்குரிய உணர்ச்சியற்ற முரண்நகைகூட அவனில் வெளிப்பட்டது. அவனது கைகால்கள் ஒவ்வொன்றினது கச்சிதத்தன்மையையும் அவள் வியந்தாள். அவளை இனிமை நிறைத்தது. பாதங்களில் வைத்து மெதுவாக அவனைச் சுழற்றினாள், இப்படியும் அப்படியும் அசைத்தாள், சூரியனின் முழுக்கிரணத்தையும் அவனது ஒரு காதில் வாங்கினாள்.

அது கைமுஷ்டி இறங்குமளவு ஆழமான காயம், அதிலிருந்து முடிவில்லாமல் சீழ் வடிந்துகொண்டிருந்தது. முதுகெலும்புக்கு மிக அருகில் இருந்த அதனைப் பல மாதங்களாகியும் மருத்துவர்களால் குணப்படுத்த இயல வில்லை. எப்போதும் அவ்ரமிடமிருந்து வடிந்துகொண்டிருந்த மிகுதியை அவன் உடலே பரிகசிப்பது போல முடிவற்ற அந்தச் சீழ்வடிதல் கலவர மூட்டுவதாகவும் அதேநேரம் அவர்களை வசியம் செய்வதாகவும் இருந்தது. பல மாதங்களுக்கு, கிட்டத்தட்ட ஒரு வருடத்துக்கு, அந்தக் காயம்தான் ஓரா, இலன், தொடர்ந்து வந்த பல மருத்துவர்கள் ஆகியோரது கவலையின் குவிமையமாக இருந்தது. "காயம்" என்று அடிக்கடி உச்சரித்ததில் சிலநேரம் அந்தக் காயத்தைத் தனது பிரதான இருப்பாக வைத்துவிட்டு அவ்ரமே கூட மறைந்துகொண்டிருப்பதாகவும், அவன் உடலை ஆதாரமாகக் கொண்டு அந்தக் காயம் தான் உயிர்வாழ்வதற்கான திரவங்களைச் சுரந்துகொண்டிருப்பதாகவும் தோன்றியது.

அந்த தினத்தில் நூறாவது முறையாக மெல்லிய கட்டுத்துணியை சீழுக்குள் முக்கினான் இலன், கவனமாக அதைச் சதைக் குழியில் வைத்து மெல்லப் புரட்டினான், திரவங்களில் அது ஊறியதும் எடுத்துத் தூர எறிந்தான். இலனது கைகளின் பிசகற்ற நகர்வுகளைக் கவனித்தபடியும் எப்படி வலியேற்படுத்தாமல் காயத்துள் துணியை வைத்துத் துடைக்க முடிகிறது என வியந்தபடியும் அவ்ரமின் படுக்கையருகே நாற்காலி ஒன்றில் தளர்ந்து உட்கார்ந்திருந்தாள் ஓரா. பின்னால், அவ்ரம் உறங்கியதும் இருவரும் சுத்தமான காற்றில் ஒரு நடை நடந்து வரலாமே என்றாள். சிறு கட்டடங்களிடையேயான பாதைகளில் அவர்கள் சுற்றிச் சுற்றி வந்தார்கள். வழக்கம்போல அவ்ரமின் உடல்நிலை, அவனுக்கு நடக்கவிருக்கும் அறுவை சிகிச்சை, பாதுகாப்பு அமைச்சகத்துடனான அவனது சிக்கலான நிதிப் பரிமாற்றங்கள் இவை குறித்துப் பேசினார்கள். எக்ஸ்-ரே மையத்துக்கு அருகேயிருந்த பெஞ்ச்சில் சற்றே இடைவெளி விட்டு அமர்ந்தார்கள். அவ்ரமுடைய சமநிலைப் பிரச்சனையைப் பற்றி ஓரா பேசினாள், மருத்துவர் களுக்கும் அதற்கான காரணம் பிடிபடவில்லை. முணுமுணுப்பாக இலன் சொன்னான், "நகச் சதைக்குள்ளாக அழுந்தி வளர்ந்திருக்கும்

கால்விரல் நகம் அவனுக்குக் கிறுக்குப் பிடிக்க வைக்கிறது. நோவால்ஜின் வயிற்றுப் போக்கை ஏற்படுத்தியிருக்கிறது". அவள் மனதுக்குள் கத்தினாள், நிறுத்துங்கள், அதை நிறுத்துங்கள், அவனை நோக்கித் திரும்பினாள், இருவருக்கும் நடுவிலிருந்த இடைவெளியை வேகமாகத் தாண்டி வந்து அவன் வாயில் முத்தமிட்டாள். அவர்கள் ஒருவரையொருவர் தொட்டு நீண்ட காலம் ஆகியிருந்ததால் இலன் அப்படியே உறைந்து போனான், பிறகு தயக்கத்துடன் அவளைத் தன் கைகளில் எடுத்துக்கொண்டான். உடைந்த கண்ணாடிச் சில்லுகளால் மூடப்பட்டவர்களைப் போல சற்று நேரம் ஒருவரை நோக்கி மற்றவர் எச்சரிக்கையுடன் நகர்ந்தனர். யாரேனும் வந்து நம்மைத் தேற்றுவார்களா எனக் காத்திருந்ததுபோல அவர்களது உடல்கள் சட்டென தீப்பற்றிக் கொண்ட வேகத்தைக் கண்டு அவர்களே வியந்தனர். அன்றிரவு ஸஅர் ஹடஸ்ஸாவிலிருந்த அவ்ரமின் காலி வீட்டுக்குக் காரில் சென்றனர். போர்க் கைதிகளுக்கான சிறையிலிருந்து அவன் விடுவிக்கப்பட்ட பின்னர் அவர்கள் அங்குதான் வசித்தனர். அவனது சிகிச்சை சார்ந்த விஷயங்களுக்கான தனிப்பட்ட தலைமையிடமாக அவ்வீட்டை அவர்கள் மாற்றியிருந்தனர். அங்கே அவனுக்குப் பதினைந்து வயதிருக்கும்போதிருந்தே, வெளியே *கிறுக்கர்கள் மட்டுமே உள்ளே வரலாம்* என்ற அறிவிப்பு வைக்கப்பட்ட அவனது சிறார்ப் பருவ அறையில், தரையில் கிடந்த வைக்கோல் மெத்தையில்தான் அவள் ஆடமைக் கருத்தரித்தாள்.

அவன் மருத்துவமனையில் இருந்தது, அறுவை சிகிச்சை நடந்தது, உடல் தேறிவந்தது, மறுசிகிச்சை தரப்பட்டது, ஷபக், யுத்தக்கள பாதுகாப்புப்படை, ராணுவ உளவுப்பிரிவு இவற்றால் தொடர்ந்த கால இடைவெளிகளில் விசாரணைக்கு உட்படுத்தபட்டது – ஒரு போர்க் கைதியாக அவன் எதிரியிடம் தந்திருக்கக்கூடிய அல்லது தந்திருக்காத தகவல்கள் பற்றிய சந்தேகங்களால் ஓய்வின்றி விசாரித்து அவனை வதைத்தனர் – என அக்காலகட்டத்தில் எவ்வளவை அவன் தன் நினைவில் வைத்திருக்கிறான் என்பது அவளுக்குத் தெரியவில்லை. இவற்றின் மட்டில் அவன் எந்த உணர்வுமற்றிருந்தான், எந்தவிதமான விருப்பங்களும் அவனுக்கு இல்லை, இருந்தும் தனது மறதியின் ஆழங்களிலிருந்து அவளையும் இலனையும் ஒரு குழந்தைபோல அவன் உள்வாங்கிக்கொண்டான். அவனது சூழ்நிலை காரணமாக உண்டான மருத்துவ மற்றும் அரசாங்கச் சிக்கல்கள், இவற்றை அவர்கள் மட்டுமே கையாள முடியும் என்றிருந்த நிலை மட்டுமே அதற்கு காரணமல்ல. அவனது இயல்பான இருப்பு – ஒன்றுமற்ற, உள்ளீடற்ற இருப்பு–தொடர்ச்சியாக அவர்களை உள்வாங்கியபடி இருந்தது. அப்படித்தான் அப்போது அவள் உணர்ந்தாள், அது அவர்கள் உயிரை உறிஞ்சியது. கிட்டத்தட்ட அசையாமலே, தன்னைப்போலவே அவர்களையும் இறுகிய ஓடுகளைப் போல அவன் மாற்றினான்.

ஆடமின் பிறப்பு, அவள் சொல்கிறாள். அவர்கள் பள்ளத்தாக்கின் மேலாக, வண்டுகளைப் பித்தங்கொள்ளச் செய்யும் கருவேலம்பூக்களும், ஸ்பைனி ப்ரூம் பூக்களும் சுற்றிலுமிருக்க பாறைகள் நிறைந்த மறைவிடமொன்றில் அருகருகே அமர்ந்திருக்கிறார்கள். லைக்கன் பாசி மூடிய பாறைகள் சூரிய வெளிச்சத்தில் சிவப்பு மற்றும் ஊதா வண்ணங்களில்

ஒளிர்கின்றன. ஆடமைப் பற்றி எவ்விதப் பதற்றமுமின்றி அவனிடம் பேச முடியும் என்பதை அவள் அறிவாள், ஆடமின் பிறப்பைப் பற்றி அவனிடம் அவள் பேசுவது இயலும், மேம்போக்காக, அதை அவள் *சற்றுத் தொலைவில் இருந்து தொடங்குவாள்.*

"அது கடினமான பிரசவம். நீண்ட நேரம், சிரமம் மிக்கதாக இருந்தது. நான் ஹடஸ்ஸா மவுன்ட் ஸ்கோபஸில் மூன்று நாட்கள் இருந்தேன். பெண்கள் வந்தார்கள், குழந்தை பெற்றார்கள், சென்றார்கள்., ஒரு கல் போல நான் அங்கேயே கிடந்தேன். மலடாயிருந்த பெண்கள்கூட வந்து குழந்தை பெற்றுச் சென்றுவிட்டார்கள் என்று இலனும் நானும் நகைச்சுவையாகப் பேசிக்கொண்டோம். நான் மட்டும் அங்கேயே காத்திருந்தேன். ஒவ்வொரு மருத்துவரும் உள்மருத்துவரும் வந்து என்னைப் பரிசோதித்திருந்தனர், என்னைப் பார்த்து அளவிட்டிருந்தனர். தவறாமல் என்னைச் சுற்றி நின்று மருத்துவப் பணியாளர்கள் கூட்டம் போட்டனர். பிரசவ வலியை உண்டாக்குவதா வேண்டாமா, இதற்கு அல்லது அதற்கு எனது எதிர்வினை எப்படி இருக்கும் என என் தலைக்கு மேலாக விவாதித்தனர். நான் எழுந்து நடக்க வேண்டும் என்றார்கள். அந்த அசைவுகள் பிரசவ வலியை உண்டாக்கும் என்றனர். எனவே நானும் இலனும் சேர்ந்து ஒரு நாளைக்கு இரண்டு அல்லது மூன்று முறை நடந்தோம். ஹடஸ்ஸா உடையில் ஒரு திமிங்கிலத்தின் வயிறுடன் இலனுடன் கைகோர்த்தபடி நான் நடந்தேன். அது அற்புதமாக இருந்தது. எங்களிடையே சந்தோஷம் நிலவியது, அல்லது அப்படி நான் நினைத்தேன்.

தொலைவிலிருந்து தொடங்கு. அவள் தனக்குள்ளே சிரித்துக் கொள்கிறாள். பதின்பருவத்தவர்களாக அவளும் அவ்ரமும் சந்தித்த அந்த முதல் இரவை நினைத்துக்கொள்கிறாள். தனித்து அடைத்து வைக்கப்பட்டிருந்த அறைக்குள் இருட்டில் அவள் அமர்ந்திருக்க பெரிய வட்டங்களில் அவன் அறையைச் சுற்றி வந்தான், அவளுக்கு அண்மையில் வரவும் தொலைவே போகவும் பாதைகளை ரகசியமாக உருவாக்குவது போல நெருங்கி வந்து பிறகு விலகிச் சென்றான்.

"குழந்தை பிறந்தபின் இலன் எங்களை மினி மைனரில் வைத்து வீட்டுக்கு அழைத்துச் சென்றார், அந்த வண்டி உங்களுக்கு நினைவிருக்கிறதா, நான் பல்கலைக்கழகம் செல்ல ஆரம்பித்தபோது என் பெற்றோர் எனக்கு வாங்கித் தந்தது. நீங்கள் மறுவாழ்வு மையத்தில் இருந்தபோது உங்களை அதில் வைத்து டெல் அவிவைச் சுற்றி வந்திருக்கிறேன்."

அவனைப் பக்கவாட்டில் பார்க்கிறாள், சற்று நேரம் மௌனமாக இருக்கிறாள், நினைவிருப்பதான எந்த அறிகுறியும் அவனிடத்தில் தெரிய வில்லை, முடிவற்ற, கனவு போன்ற அந்தப் பயணங்கள் நிகழவேயில்லை என்பது போலிருந்தது. "நம்புவதற்கு" அவனுக்கு அவை தேவையாயிருந்தன, அவன் நேரடியாக, சுருக்கமாக விளக்கியிருந்தான். மணிக்கணக்கில் அவர்கள் தெருக்களை, சந்துகளை, சதுக்கங்களை, மக்கள் – மக்களைப் பார்க்கவென்று அந்த வாகனத்தில் சுற்றிச் சுற்றி வந்தனர். அந்த ஐயவுணர்வும், சந்தேகமும் எப்போதும் அவன் கண்களிலும் உயர்த்திய புருவங்களிலும் தெரிந்தன. தனது இருப்பையும் யதார்த்தத்தையும்

அவனுக்கு நிரூபிக்க அந்நகரம் தனது வழக்கத்தை மீறியும் முயற்சிப்பது போலிருந்தது.

"ஆடமைச் சுற்றிலும் பஞ்சட்டை கொண்டு பொதிந்து காரின் இருக்கையில் பத்திரமாக வைத்தோம், இலன் இறுக்கத்துடன் காரைச் செலுத்தி வந்தார், ஒரு வார்த்தையும் பேசவில்லை. நானோ பேசுவதை நிறுத்தவில்லை. நான் மிகவும் சந்தோஷமாக இருந்தேன். நான் எவ்வளவு சந்தோஷமாக, பெருமை பொங்க, நேர்மறை எண்ணங்களுடன் இருந்தே னென்றால் இனி எல்லாமே சரியாக நடந்தேறும் என அப்போது நினைத்தேன். அவர் மெதுவாகவே காரைச் செலுத்தி வந்தார். அவர் சாலையில் கவனம் செலுத்துகிறார் என முதலில் நினைத்தேன். ஆடம் பிறந்த கணம் இந்த உலகம் முற்றிலும் மாறிவிட்டதாக உணர்ந்தேன். எல்லாம் முன்பிருந்தது போலவே தோன்றியிருக்கலாம் ஆனால் எல்லாமே மாறியிருந்ததை நான் அறிந்தேன், இந்த உலகில் எல்லாவற்றுக்கும் எல்லோருக்கும் புதிய பரிமாணங்கள் கூடியிருந்தன, சிரிக்காதீர்கள்."

நான் சிரிக்கவில்லை என மனதில் நினைத்தவனாக அவ்ரம் தலையைப் பின்னுக்குச் சாய்க்கிறான். அந்தச் சிறிய காரில் எவ்வளவு முடியுமோ அவ்வளவு கடினமாக அவர்களைக் கற்பனை செய்ய முயற்சிக்கிறான். ஓராவும் இலனும் ஆடமைப் பெற்றபோது தான் எங்கேயிருந்தோம் என யோசிக்கிறான். சிரிக்காதே என்றாளே. தற்போது சிரிப்பை விடவும் அவனிடமிருந்து வெகு தொலைவே இருப்பது வேறொன்றுமில்லை.

"நான் தெருவைப் பார்த்தேன், அற்ப மனிதர்கள், குருடர்கள், இனி எல்லாமே எப்படி மாறப்போகிறது என்பதைக்கூட அறியாதவர்கள் என நினைத்தேன். ஆனால் அதை நான் இலனிடம் சொல்ல முடியவில்லை, காரணம் அவரது மௌனத்தை ஏற்கனவே நான் உணர ஆரம்பித்திருந்தேன், நானும் மௌனமானேன். என் தொண்டையை எதுவோ இறுக்கிப் பிடிப்பதுபோல எனக்கு மூச்சுத் திணறியது. அது நீங்கள்தான்."

நெற்றி மேலே நோக்க அவன் அவளைப் பார்க்கிறான்.

"நீங்கள் அந்தக் காரில் எங்களோடு இருந்தீர்கள். பின்னால், ஆடமுக்குப் பக்கத்து இருக்கையில் நீங்கள் இருந்தீர்கள்." அவள் முழங்கால்களை வயிற்றோடு சேர்த்து இறுக்கிக்கொள்கிறாள். "அது தாங்க முடியாததாக இருந்தது. காருக்குள் இருக்க முடியவில்லை, என் சந்தோஷமனைத்தும் ஒரு பலூனைப் போல வெடித்து என் மேல் சிதறியது. இலன் சத்தமாகப் பெருமூச்சுவிட்டார், நான் 'என்ன?' என்றேன். அவர் எதுவும் சொல்லவில்லை. என் முதல் குழந்தையுடன் வீட்டுக்கு வரும்போது டிரெம்பெட்டுகள் முழங்கும் என நான் கண்டிருந்த கனவு இப்படியான ஒரு பயணமாக மாறுமென நான் நினைத்திருக்கவில்லை."

சில கணங்கள் கழித்து ஆச்சரியத்துடன் சொல்கிறாள், "இதை வருடங்களாக நான் நினைத்துப் பார்க்கவில்லை."

அவ்ரம் பதிலேதும் சொல்லவில்லை.

"நான் மேலே பேசலாமா?"

இதனை, அவனது இந்தத் தலை உதறலை நான் ஆம் என்பதாக எடுத்துக்கொள்வேன் என மனதுக்குள் சொல்லிக்கொள்கிறாள்.

ஸூர் ஹடஸ்ஸாவை அடைந்து வீட்டை நெருங்குகையில் இலன் இன்னுமதிகம் இறுக்கமும் பதற்றமும் அடைந்தான். ஒரு குறிப்பிட்ட கோணத்தில் பார்க்க அவனது தாடை பலவீனமாகவும், எதிலும் பட்டுக் கொள்ளாததாகவும் தோன்றியது. அவன் கை ஓட்டும் சக்கரத்தில் பதித்த ஈரத் தடங்களைப் பார்த்தாள், சொல்லப்போனால் இலனுக்கு எப்போதுமே வியர்த்ததில்லை. துருப்பிடித்த வெளிவாசல் கதவுக்கு நேரே காரை நிறுத்தியவன், ஆடமை வெளியே எடுத்து அவள் கண்களைப் பார்க்காமலே அவளிடம் கொடுத்தான். முதல் தடவையாக ஆடமை வீட்டுக்குள் நீங்கள் தூக்கிச் செல்கிறீர்களா என அவனிடம் கேட்டாள், ஆனால் அவன், “நீ, நீ,” என்றபடி குழந்தையை அவள் கைகளில் திணித்தான்.

கல் பாவிய தோட்டத்துப் பாதையிலும் சிமெண்ட் திட்டுக்கள் விரவிய கூர்மையான வரியமைப்புகள் கொண்ட சுவர்களாலான வீட்டினூடானகவுமான அந்தச் சிறு நடையை அவள் நினைத்துப் பார்க்கிறாள். அது “யூத முகமை இல்லமாக” இருந்தது. அவ்ரமின் அம்மாவுடைய குழந்தையற்ற பெரியப்பா ஒருவரிடமிருந்து அவளுக்குப் பரம்பரைச் சொத்தாக வந்த வீடு, அவ்ரமுடைய பத்தாவது வயதிலிருந்து அவனோடு அவள் அங்குதான் வசித்து வந்தாள். ஓராவுக்கும் இலனுக்கும் அவ்ரமைப் பார்த்துக்கொள்ள மட்டுமே நேரமிருந்த அந்த ஆண்டுகளில் கைவிடப்பட்ட அத்தோட்டத்தில் களைச்செடிகளும் உயரமான முட்செடிகளும் நிறைந்துவிட்டன. தனது உடல் தேறியதும் ஆடமை தோட்டத்துக்கு எடுத்துச் சென்று தனது பிரியத்துக்குரிய அத்தி மற்றும் கிரில்யா மரங்களுக்கு அவனை அறிமுகப்படுத்தவேண்டும் என நினைத்தது அவள் நினைவுக்கு வருகிறது. உடம்பில் தையலுடன் வலிதோன்ற வாத்துநடை நடந்தபோது பாதங்கள் கோணிக் கொண்டதை நினைக்கிறாள். அவள் மென்மையாகப் பேசுகிறாள். அவ்ரம் கவனித்துக் கேட்கிறான். அவன் கவனஃமுடன் கேட்பது அவளுக்குப் புரிகிறது, ஆனாலும் ஏதோ காரணத்துக்காக, இப்போது தான் பேசுவது அதிகமும் தனக்காகத்தான் என்பதை உணர்கிறாள்.

ஏறுமாறாக அமைந்திருந்த அந்த மூன்று படிகளில் அவளுக்கு முன்பாக இலன் வேகமாக ஏறினான், கதவைத் திறந்துவிட்டு குழந்தையுடன் அவள் உள்ளே வருவதற்காக ஒதுங்கி நின்றான். அந்தப் பணிவில் மனதை உறையவைக்கும், வலியுண்டாக்கும் ஏதோவொன்று இருந்தது. குறிப்புணர்த்தும் விதமாக வலது காலை வைத்து வீட்டினுள் வந்து சத்தமாக, “வீட்டுக்கு வருக, ஆடம்” என்றாள் – ஒவ்வொருமுறை அவனது பெயரை உச்சரித்தபோதும், நினைத்தபோதும் அவளுள் அடாவின் ரகசிய வருடலை உணர்ந்தாள். தயாராக தொட்டிலிடப்பட்டிருந்த அவனது அறைக்குள் ஆடமை எடுத்துச் சென்றாள். அவன் உறக்கத்திலிருந்தபோதும் அவனை எல்லாத் திசைகளிலும் திருப்பி அங்கிருந்த அலமாரி, மேலே ஒரு உறிஞ்சு படுக்கை வைக்கப்பட்ட இழுப்பறை அடுக்கு மேசை,

விளையாட்டுப் பொம்மைகள் நிறைந்த பெட்டி, புத்தக அலமாரிகள் இவற்றை அவனது ஒளியூடுறுவும் கண்ணிமைகளுக்குக் காட்டினாள்.

அப்போது கதவோடு ஒட்டப்பட்டிருந்த துண்டுக் காகிதமொன்றைப் பார்த்தாள்: *ஹலோ பேபி – ஓ, வருக. தங்கும் விடுதி நிர்வாகத்திடமிருந்து சில அறிவுறுத்தல்கள்.*

அவனைத் தொட்டிலில் கிடத்தினாள். மிகச் சிறியவனாக, தனக்குள் ஆழ்ந்தவனாக அவன் தெரிந்தான். மெல்லிய போர்வையால் அவனை மூடிவிட்டு அப்படியே பார்த்துக்கொண்டிருந்தாள். ஏதுவோ அவள் முதுகில் குத்துவது போல அசௌகரியமாக உணர்ந்தாள். கதவில் ஒட்டப்பட்டிருந்த காகிதம். காகிதம் முழுக்கவும் வார்த்தைகள், நிறைய வார்த்தைகள். அவள் குனிந்து ஆடமின் கதகதப்பான தலையை வருடி விட்டாள், அவளிடமிருந்து பெருமூச்சொன்று எழுந்தது, காகிதத்தில் எழுதியிருந்ததைப் படிக்க மீண்டும் கதவருகே சென்றாள்.

இங்கு தங்கியிருக்கும் பிறரது அமைதியையும் தனிமையையும் நீங்கள் மதிக்க வேண்டுமென விடுதி நிர்வாகம் கேட்டுக்கொள்கிறது.

நினைவில் கொள்க: உரிமையாளர் அம்மணி விடுதியின் உரிமை யாளருக்கு மட்டுமே சொந்தமானவள், அவளது மேல் பகுதியைப் பயன்படுத்திக்கொள்ள மட்டுமே உங்களுக்கு அனுமதி.

இங்கு தங்கியிருப்பவர்கள் பதினெட்டு வயதையடைந்ததும் விடுதியை விட்டு வெளியேற வேண்டுமென நிர்வாகம் எதிர்பார்க்கிறது.

இது போல இன்னும் பல.

அவள் நெஞ்சுக்கு மேலாகக் கைகளைக் கட்டிக்கொண்டாள். இலனும் அவனது புத்திசாலித்தனமும் திடீரென அவளுக்குச் சோர்வூட்டின. கையை நீட்டி காகிதத்தைக் கிழித்தெடுத்தவள் நன்றாக அதைக் கசக்கி எறிந்தாள்.

"அது உனக்குப் பிடிக்கவில்லையா?" மறைவிலிருந்து வெளியே வந்த இலன் சோர்வான குரலில் கேட்டான். "சும்மா . . . நினைத்துப் பார்த்தேன், அதை விடு. நான் நினைத்தபடி அது நடக்கவில்லை. குடிக்க ஏதாவது வேண்டுமா?"

"நான் தூங்க வேண்டும்."

"இவன்?"

"ஆடம்? அவனுக்கென்ன?"

"அவனை இங்கேயே விட்டுச் செல்ல வேண்டுமா?"

"எனக்குத் தெரியவில்லை . . . நமது அறைக்கு அவனை எடுத்துச் செல்ல வேண்டுமா?"

"எனக்கும் தெரியவில்லை. நாம் உறங்கிக்கொண்டிருக்கும்போது அவன் இங்கே விழித்துக்கொண்டுவிட்டால், தனியாக . . ."

அவர்கள் ஒருவரையொருவர் தர்மசங்கடத்துடன் பார்த்துக் கொண்டனர்.

தனது உள்ளுணர்வு சொல்வதைக் கேட்க முயன்றாள், ஆனால் முடியவில்லை. அவளுக்கென்று ஆசையோ, அறிவோ, அபிப்பிராயமோ இல்லை. அவள் குழம்பினாள். குழந்தை பிறந்ததுமே தான் அறிய வேண்டிய அனைத்தையும் அறிந்துகொள்வோம் என ஆழ அவள் நம்பியிருந்தாள். மூலாதாரமான, இயற்கையான, தூய அறிவை அக்குழந்தை தனக்கு ஊட்டும் என எண்ணியிருந்தாள். கர்ப்பகாலம் முழுவதும் அதை எவ்வளவு தூரம் அவள் எதிர்பார்த்திருந்தாள், கிட்டத்தட்டக் குழந்தையை எதிர்பார்த்த அதே அளவு அதையும் எதிர்பார்த்திருந்தாள்—எது சரியானது என தீர்க்கமாக அறிந்து அதைச் செய்யும் திறன்; இந்தத் திறன் சமீப வருடங்களில், அவ்ரமுக்கு நிகழ்ந்த அந்தத் துயரத்திலிருந்து, அவளிடமிருந்து முழுவதுமாக மறைந்துவிட்டிருந்தது.

"அவன் இங்கேயே இருக்கட்டும், நாம் போகலாம்," என்றாள் இலனிடம்.

அவளுள் பிரிவின் வலி மறுபடி தோன்றியது, மருத்துவமனையில் ஆடமைப் பிரிந்திருக்க வேண்டிய ஒவ்வொரு முறையும் இப்படித்தான் ஆனது, "ஆமாம் அவன் நம்மோடு உறங்க வேண்டியதில்லை." "ஆனால் அவன் அழுதால்?" தயங்கியபடி கேட்டான் இலன்.

"அவன் அழுதால் நமக்குக் கேட்கும். கவலைப்படாதீர்கள், எனக்குக் கேட்கும்."

அவர்கள் தங்களது அறைக்குச் சென்று முழுதாக இரண்டு மணிநேரம் உறங்கினார்கள். ஆடம் எழுவதற்கு ஒன்று அல்லது இரண்டு நிமிடங்கள் முன்பாகவே ஓரா எழுந்தாள், தன் மார்பு சுரந்து நிறைந்திருப்பதை உணர்ந்தாள். இலனை எழுப்பிக் குழந்தையைத் தூக்கிவரச் சொன்னாள். தலையணைகளைப் பின்னால் வைத்து நன்றாகச் சாய்ந்துகொண்டாள். முகம் பிரகாசிக்க பக்கத்து அறையிலிருந்து ஆடமைத் தூக்கிக்கொண்டு வந்தான் இலன்.

அவனுக்குப் பாலூட்டினாள், தன் மார்போடு ஒப்பிட அவன் தலைதான் எத்தனைச் சிறியதாக இருக்கிறது என மறுபடியும் வியந்தாள். கிட்டத்தட்ட அவளைப் பார்க்காமலே தீவிரமாக, அழுத்தமாக அவன் உறிஞ்சினான். விசித்திரமானதொரு சந்தோஷத்தின் சுழல்தகடுகள் தன் உடலின், ஆன்மாவின் எடையைப் புரட்டிப் போடுவதாக உணர்ந்தாள். தனது முகத்தில் இவ்வுலகத்தவன் என்பதன் அடையாளங்களைத் தொலைத்தவனாக, தன்னை மறந்து அவர்களையே பார்த்துக்கொண்டிருந்தான் இலன். அவளுக்கு அது வசதியாக இருக்கிறதா, தாகமெடுக்கிறதா, பால் சுரந்து வருவதை அவளால் உணரமுடிகிறதா எனக் கேட்டபடியே இருந்தான். ஒரு மார்பிலிருந்து குழந்தையை அடுத்ததற்கு மாற்றியவள் அவன் அருந்திய மார்பின் காம்பைத் துணியால் துடைத்துக்கொண்டாள். இப்போது பெரிதாகிவிட்ட, முழுநிலவைப் போன்றிருந்த, நீல நரம்புகள் பின்னிக் காணப்பட்டதாக அவளுக்குத் தோன்றிய அந்த மார்பை அவன் உற்றுப்

நிலத்தின் விளிம்புக்கு 247

பார்த்துக்கொண்டிருந்தான், அவனது பார்வையில் புதியதொரு பிரமிப்பை அவள் கண்டாள். சட்டென்று அவன் சிறுவனாகி விட்டதைப்போல உணர்ந்தாள். "இவனை நீங்கள் புகைப்படமெடுக்க விரும்பவில்லையா?" எனக் கேட்டாள்.

கனவிலிருந்து விழிப்பவனைப்போல கண்களை வேகமாகத் திறந்து மூடினான். "இல்லை, இப்போது புகைப்படமெடுக்க விரும்பவில்லை. இங்கே வெளிச்சம் சரியாக இல்லை."

"என்ன யோசனையாக இருந்தீர்கள்?"

"இல்லை, ஒன்றுமில்லை."

கறுத்த சிலந்தி போன்ற ஒன்று அவன் முகத்தில் படிவதை அவளால் காண முடிந்தது. "ஆமாம், நீங்கள் புகைப்படங்களைப் பிறகு எடுத்துக் கொள்ளலாம்," என்றாள் பலவீனமாக.

"ஆமாம், பிறகு."

ஆனால் அதன்பிறகு அவன் புகைப்படங்கள் எதுவும் எடுத்ததாக நினைவில்லை. சிலசமயம் அவன் கேமராவைக் கொண்டுவருவான், லென்ஸின் மூடியைக் கழற்றிக் குவியம் பார்ப்பான், ஆனால் எதனாலோ அவனுக்கு வெளிச்சம் சரியாக அமையாது, அல்லது அந்தக் கோணம் சரிவராது என்பான்.

"பிறகு, ஆடம் இன்னும் கவனமாகப் பார்க்கும்போது," என்பான்.

அவ்ரம் தொண்டையைக் கனைத்து தனது இருப்பை நினைவூட்டு கிறான். ஆச்சரியத்துடன் அவனைப் பார்த்துப் புன்னகைக்கிறாள்: "ஏதேதோ நினைவுகளில் மூழ்கிவிட்டேன். சட்டென எனக்குப் பழைய ஞாபகங்கள் . . . நீங்கள் தொடர்ந்து நடக்க விரும்புகிறீர்களா?"

"பரவாயில்லை, இங்கேயே இருக்கலாம்." அந்த இடத்தை விட்டுப் போய்விட வேண்டும் என்ற ஆவல் அவனுள் பெருகி வந்தாலும், முழங்கைகளைத் தரையில் ஊன்றிப் உடலைப் பின்னால் சாய்க்கிறான்.

கீழே பச்சைப் பசேலென்ற பள்ளத்தாக்கைப் பார்த்தபடி அவர்கள் அமர்கிறார்கள். அவ்ரமுக்குப் பின்னால் அவனது நிழலில் அரவமற்ற ஒரு சலசலப்பு. உலர்ந்த பெருஞ்சீரகத் தண்டு ஒன்றின்மீது சந்தடியாக ஊர்ந்தபடி எறும்புகள் அந்தத் தண்டையும், கடந்த வருடத்து தேனீக்கள் விட்டுச் சென்றிருந்த பொருக்குத்தட்டிக் கிடந்த தேன்துளிகளையும் கடித்து விழுங்கிக்கொண்டிருந்தன. ஊதா வண்ணத்தில் மெல்லியதாக ஒரு பட்டாம்பூச்சியைப்போல, சிறிய பூச்செடித் தண்டு உயர்ந்து நிற்கிறது, குழல்போன்ற அதன் இரண்டு வேர்களும் பூமியைப் பற்றி நிற்கின்றன – ஒன்று மெதுவாகச் செடியை வற்றச் செய்கிறது, மற்றது செடியை நிரப்புகிறது. சற்றுத் தொலைவில், அவ்ரமின் வலது மேல் முதுகின் நிழலில் தும்பைச் செடியொன்று தனது சிக்கலான அலுவல்களில் ஈடுபட்டபடி தனக்கும் மற்ற செடிகளுக்குமிடையே பறந்தபடியிருக்கும் பூச்சிகளுக்கு வாசனை சமிக்ஞைகளை அனுப்புகிறது, பூச்சிகள் கைவிட்டுவிட்டால் தன்மகரந்தச் சேர்க்கைக்கென செழித்த புற இதழ்களை வளர்த்துக்கொண்டுள்ளது.

"ஆடம் பிறந்து ஒரு மாதமிருக்கும், ஒருநாள் இரவு பசியுடன் விழித்துக்கொண்டான். இலன் எழுந்து சென்று குழந்தையைக் கொண்டுவந்து பால் கொடுக்கவென்று என்னிடம் தந்தார். நான் அவனுக்குப் பாலூட்டிக்கொண்டிருந்தபோது இலன் ஏனோ அங்கு இருக்கவில்லை. அது விசித்திரமாக இருந்தது. நான் அவரை அழைத்தேன், அவர் வரவேற்பறையில் இருந்தார், இதோ வருகிறேன் என்றார். அங்கே இருட்டில் என்ன செய்கிறார் என்று எனக்கு விளங்கவில்லை. சத்தமோ, அசைவுகளின் அரவமோ என் காதுக்குக் கேட்கவில்லை. ஜன்னலருகே இருந்தபடி வெளியே வெறித்துக்கொண்டிருக்கிறார் என்பதை உணர்ந்தேன். எனக்குப் பதற்றம் உண்டானது."

பல வருடங்களாக அவள் திரும்ப நினைத்துப் பார்த்திராத காட்சிகள் கண் முன்னே எழுந்து வந்தன, அவை துல்லியமாக, உயிர்த்துடிப்புடன், முன்னெப்போதையும்விட தெளிவுடன் இருந்தன. அவற்றை அவள் சொல்வதற்கு கொண்டிருந்த பயத்தைவிடவும் அவற்றை அவ்ரம் கேட்பதற்கு காட்டப்போகும் பயம் அதிகமானது என்பதை அவள் உணர்கிறாள்.

"நான் பாலூட்டி முடித்ததும், ஆடமைத் திரும்பத் தொட்டிலில் போட்டேன். இலன் வரவேற்பறையின் நடுவில் நின்றிருப்பதைப் பார்த்தேன். எங்கு செல்கிறோம் என்பதை மறந்தவரைப்போல அங்கு அவர் நின்றுகொண்டிருந்தார். பின்னாலிருந்து அவரைப் பார்த்தேன், உடனே ஏதோ சரியில்லை என்பதைப் புரிந்துகொண்டேன். அவர் முகம் பார்க்கச் சகியாததாய் இருந்தது. என்னைக் கண்டு அச்சப்படுவதைப் போல பார்த்தார், அல்லது என்னைத் தாக்கவேண்டுமென்பது போல. அல்லது இரண்டும். இனியும் அதைத் தன்னால் செய்ய முடியாது என்றார், தன்னால் தாங்க முடியவில்லை என்றார். அதாவது நீ—" அவள் எச்சிலைக் கூட்டி விழுங்குகிறாள். "உண்மையாகவே இதைக் கேட்க நீங்கள் விரும்புகிறீர்களா?"

அவ்ரம் சீறலாக எதையோ சொல்கிறான், சிரமத்துடன் நிமிர்ந்து அமர்கிறான். தலையைக் கைகளில் தாங்கிக்கொள்கிறான். அவனது முதுகு விம்முகிறது. அவன் எழவோ விலகி நடக்கவோ செய்யவில்லை.

"உங்களைப் பற்றிய நினைவு தன்னைக் கொல்வதாக இலன் சொன்னார். தன்னை ஒரு கொலைகாரனைப் போல உணர்வதாகச் சொன்னார்— 'அவனைக் கொன்றேன் அவனுடையதை எனதாக்கிக்கொண்டேன்,' என்றார் – அதோடு எதிரிகளின் பிடியில் அல்லது சிறையில் அல்லது மருத்துவமனையில் இருக்கும் உங்களைப் பற்றிய நினைவு வராமல் ஆடமைத் தன்னால் பார்க்க முடியவில்லை என்றார்."

அவ்ரமின் பின்கழுத்து இறுகுகிறது.

அவள் இலனைக் கேட்டாள், "எங்களை என்னச் செய்யச் சொல்கிறீர்கள்?" இலன் பதிலேதும் சொல்லவில்லை.

வீடு வெப்பமூட்டப்பட்டிருந்தாலும் அவள் குளிராக உணர்ந்தாள். இரவு உடையில் வெற்றுப் பாதங்களுடன் நின்றாள், அவளுக்கு நடுங்கியது,

மார்பில் பால் கசிந்தது. திரும்பவும் அவள் அவன் என்ன செய்வதாக இருக்கிறான் எனக்கேட்டாள், தனக்குத் தெரியவில்லை, ஆனால் இப்படியே தன்னால் தொடர்ந்து இருக்க முடியாது என்றான். அவன் தனக்குத்தானே பீதியூட்டிக்கொண்டிருந்தான். "அதற்கு முன், அவனை உன்னிடம் அழைத்து வந்தபோது –" அவன் நிறுத்தினான்.

"அது எங்கள் தவறில்லை," அவள் முணுமுணுத்தாள் – அந்நாட்களில் அதுவே அவர்களது தாரக மந்திரமாக இருந்தது. "அது நடக்க வேண்டு மென்று நாங்கள் விரும்பியதில்லை, அதை நாம் வலிந்து அழைக்க வில்லை. அது தன்போக்கில் நிகழ்ந்தது, இலன், அது நமக்கு நிகழ்ந்த மோசமான விஷயம்."

"எனக்குத் தெரியும்."

"அப்போது எதிரிகளில் பிடியில் அவர் இல்லாதிருந்தால், நீங்கள் இருந்திருப்பீர்கள்."

அவன் பெருமூச்சுவிட்டான். "அது . . . அதுதான், இல்லையா?"

"நீங்கள் அல்லது அவர், வேறு வழி இல்லை." அவள் அருகே சென்று அவனை அணைக்க முற்பட்டாள்.

"நிறுத்து, ஓரா," அவன் கையை உயர்த்தி அவளைத் தடுத்தான். "நாம் அதைக் கேட்டிருக்கிறோம், சொல்லியிருக்கிறோம், அது பற்றிப் பேசியிருக்கிறோம். என்மீதோ, உன்மீதோ எந்தத் தவறும் இல்லை, கண்டிப்பாக அவ்ரம் மீது எந்தத் தவறும் இல்லை. அது நடக்க வேண்டும் என நாம் யாரும் விரும்பியதில்லை, ஆனால் அது நடந்துவிட்டது, நான் மட்டும் ஒரு இதுபோன்றவொரு உதவாக்கரையாக இல்லாமலிருந்திருந்தால், இந்த நிமிடமே என் உயிரை விட்டுவிடுவேன்."

அவள் மௌனமாக நின்றாள். அவன் சொன்ன அனைத்தையும் முன்பே அவள் பலமுறை அவனது குரலிலும் தனது குரலிலும் எண்ணிப் பார்த்திருக்கிறாள். இதுபோன்று முட்டாள்தனமாகப் பேச வேண்டாம் எனச் சொல்ல அவளுக்குத் தைரியம் வரவில்லை.

இவற்றை அவனிடம் சொல்லும்போது கடுமையான பகல் வெப்பத் திலும் அவளுக்குக் குளிருகிறது, பதற்றத்தில் சற்றே குரல் நடுங்குகிறது. அவன் முகத்தை அவளால் பார்க்க முடியவில்லை, அவன் கைகளுக்கிடையே அது மறைந்திருக்கிறது, அந்தக் கைகளோ முழங்கால்களைப் பற்றியிருக்கின்றன. தனது குகைக்குள்ளிருக்கும் விலங்கைப் போல அவனது தசையின் ஆழங்களிலிருந்து அவளது குரலை அவன் கேட்டுக்கொண்டிருக்கிறான் என்பதை அவள் உணர்கிறாள்.

"ஆனால் நாம் இங்கு வாழ்ந்துகொண்டிருக்கிறோம் இல்லையா?" என்றான் இலன்.

"அது அவர் திரும்பி வரும்வரை மட்டும்தான், இந்த வீட்டை நாம் பராமரித்துக்கொண்டிருக்கிறோம் அவ்வளவுதான்," என்றாள் முணுமுணுப்பாக.

“அவனோடு இருக்கும்போதெல்லாம் திரும்பத் திரும்ப இதை நான் அவனிடம் சொல்கிறேன், நாம் இங்கு வாழ்கிறோம் என்பது அவனுக்குத் தெரிந்திருக்கிறதா என விளங்கவில்லை.” மெதுவாகச் சொன்னான் இலன்.

“ஆனால் அவன் திரும்பியதும் இங்கிருந்து நான் கிளம்பிவிடுவேன்.”

இகழ்ச்சியாக அவளைப் பார்த்தான் இலன். “நம் குழந்தை இங்கேதான் வளரப் போகிறது.”

உடனே இலன் வந்து தாங்கிப் பிடிக்காவிடில் தான் கீழே விழுந்து உடைந்து சிதறிப்போவோம் என்றிருந்தது ஓராவுக்கு.

“இதிலிருந்து வெளியேற எனக்கு வழி ஏதும் தெரியவில்லை, நாம் என்ன செய்தாலும் அதனால் பயனிருக்கப் போவதில்லை” – அவன் குரல் இப்போது உரத்து ஒலிக்கிறது – “யோசித்துப் பார், நமது வாழ்வை நாம் இங்கேதான் வாழ்ந்து கழிப்போம், நமக்கு இன்னொரு குழந்தை பிறக்கும், பிறகு இன்னொன்றும்கூட, தத்துக் குழந்தை ஒன்றையும் சேர்த்து நமக்கு நான்கு குழந்தைகள் வேண்டும் என ஒரு தடவை நாம் பேசிக்கொண்டோம், நினைவிருக்கிறதா? மானுடத்துக்கு நம் அன்பினைத் திரும்பச் செலுத்தும் ஒரு வழி என்று அதை நாம் சொன்னோம், இல்லையா? ஒவ்வொரு முறை நம் கண்களுக்குள் நாம் பார்த்துக்கொள்ளும்போதும் அவனை நாம் பார்ப்போம். எல்லாக் காலமும், நம் வாழ்வு முழுவதும், அவனது வாழ்வு முழுவதும்; இருபது, முப்பது, ஐம்பது ஆண்டுகள் அவன் அங்கே தனது இருட்டில் அமர்ந்திருப்பான், புரிகிறதா?” இரு கைகளாலும் தன் தலையைப் பிடித்துக் கொண்டு வார்த்தைகளால் அவளைத் தாக்கினான் இலன், ஓராவுக்கு அவனைப் பார்த்து அச்சமேற்பட்டது. அவன் கத்தினான்: “இங்கே ஒரு குழந்தை இருக்கும், இங்கேயே அது வளரும், மொத்த உலகுமாக அது இருக்கும், அங்கே நடைப்பிணமாக வாழும் ஒருவன் இருப்பான், இந்தக் குழந்தை அவனுடையதாக இருக்கலாம், நீயும்கூட அவனுடையவளாக இருக்கலாம், அதோடு –”

“ஒரு நடைப்பிணமாக எங்கோ ஓரிடத்தில் நீங்கள் வாழ்ந்து கொண்டிருப்பீர்கள்.”

“உனக்கு ஒன்று தெரியுமா?”

அவளுக்குத் தெரிந்திருந்தது.

“இதைக் கேட்க உங்களுக்குக் கஷ்டமாக இருக்கிறதா?” ஒடுங்கிய குரலில் அவ்ரமைக் கேட்கிறாள் ஓரா.

“நான் கேட்டுக்கொண்டிருக்கிறேன்,” என்றான் அவனது தாடைகள் வார்த்தைகளை இறுக்கமான அசைகளாக உடைக்கின்றன.

“ஏனென்றால், உங்களுக்கு மிகவும் கஷ்டமாக இருந்தால்–”

அவன் முகத்தை உயர்த்திப் பார்க்கிறான், வலுவான கையொன்று அம்முகத்தை நசுக்குவது போன்றதொரு வேதனை அதில். “ஓரா, பல வருடங்களாக நான் எனக்குள்ளாகக் கேட்டுக்கொண்டிருந்ததை இப்போது கடைசியாக எனக்கு வெளியே கேட்கிறேன்.”

அவள் அவன் கைகளைத் தொட விரும்புகிறாள், அவனிடமிருந்து பெருகுவதில் சிறிதளவை தான் கிரகித்துக்கொள்ள விரும்புகிறாள், ஆனால் அதற்கான தைரியம் இல்லை. "பாருங்கள், என்ன விசித்திரம், நானும் அது போலத்தான் உணர்கிறேன்."

அவளுள் இனியும் வலு இல்லை. சோபாவில் தொப்பென்று விழுகிறாள். இலன் வந்து அவளுக்கு நேரே நின்று தான் போக வேண்டும் என்கிறான்.

"எங்கே?"

"தெரியவில்லை, என்னால் இங்கே இருக்க முடியாது."

"இப்பொழுதேவா?"

சட்டென்று அவன் உயரமாகிவிட்டிருந்தான். தன் உடலை அவன் மேலேயிருந்து நீட்டிக்கொண்டது போலிருந்தது. அவன் முழு உடலும் இறுகியிருந்தது, கண்கள் கசிந்திருந்தன.

"அப்படியென்றால் என்னைக் குழந்தையோடு விட்டுவிட்டு நீங்கள் வெளியேறப் போகிறீர்கள்?"

"நான் இங்கிருப்பது நல்லதல்ல, என்னால் இங்கிருக்கும் காற்று விஷமாகிறது, எனக்கே என்னைப் பிடிக்கவில்லை. உன்னையும் எனக்குப் பிடிக்கவில்லை. உன்னை இப்படி, முழுமையானவளாகப் பார்க்க, எனக்குத் தாங்கவில்லை." என்றவன் மேலும் சொன்னான், "என்னால் ஆடமை நேசிக்க முடியாது, அவனை நேசிக்க முயற்சிக்கவும் முடியாது. அவனுக்கும் எனக்குமிடையே ஒரு கண்ணாடிச் சுவர் இருக்கிறது. அவனை நான் உணரவில்லை, அவன் வாசனையை முகரவில்லை. என்னைப் போகவிடு."

அவள் ஒன்றும் பேசவில்லை.

"சில நாட்களுக்குக் கொஞ்சம் அமைதியாக யோசித்தால் ஒருவேளை நான் திரும்பி வருவேன். ஆனால் இப்போது நான் தனித்திருக்க வேண்டும், எனக்கு ஒருவார காலம் கொடு ஓரா!"

"அதுவரை இங்கே நான் எப்படி சமாளிப்பேன்?"

"நான் உனக்கு உதவுவேன், எதைப் பற்றியும் நீ கவலைப்பட வேண்டி யிருக்காது. தினமும் தொலைபேசியில் பேசிக்கொள்வோம். குழந்தையைப் பார்த்துக்கொள்ள ஒரு ஆள் பார்க்கிறேன், நீ சுதந்திரமாக இருக்கலாம், திரும்ப நீ பள்ளிக்குச் செல்லலாம், வேலை தேடிக்கொள்ளலாம், நீ விரும்பும் எதையும் செய்யலாம். இப்போது என்னைப் போகவிடு, ஒரு பத்து நிமிடம் இங்கிருப்பதுகூட எனக்கு நல்லதல்ல."

"இது பற்றியெல்லாம் எப்போது யோசித்தீர்கள்? எல்லா நேரமும் நாம் ஒன்றாகத்தானே இருந்தோம்." தளர்வான குரலில் முணுமுணுத்தாள் ஓரா.

இலன் வேகமாகப் பேசினான், ஒரு நொடியில் அவளது பிரகாசமான எதிர்காலத்தைத் திட்டமிட்டான். "கணப் பொழுதில் அவருக்குள் இந்த

நுட்பச் செயல்பாடு எப்படி முடுக்கிவிடப்பட்டது தெரியுமா? அவரது கண்களின் பற்சக்கரங்கள்?" அவள் அவ்ரமிடம் சொல்கிறாள்.

அவள் இலனைப் பார்த்தாள், எப்போதும் போல அவன் புத்திசாலியாகவே அவளுக்குத் தோன்றினான், அவன் எதையுமே புரிந்துகொள்ளவில்லை, அவன் மட்டில் அவள் பெரிய தவறிழைத்துவிட்டாள். தன் பெற்றோர் என்ன சொல்வார்கள், எந்தளவுக்கு மனமுடைந்து போவார்கள் என்பதை எண்ணிப் பார்த்தாள்.

"உங்களைக் குறித்து அவர்கள் எப்படி எச்சரிக்கை செய்தார்கள் என எண்ணிப் பார்த்தேன். ஆனால் அவரை எப்படிப் புகழ்ந்தார்கள், குறிப்பாக என்னுடைய அம்மா; அப்படிப்பட்ட அற்புதமான மனிதன் என்னில் அப்படி எதைக் கண்டுவிட்டார் என அவள் வியப்பாள்."

முகம் கைகளுக்குள் மறைந்திருக்க அவ்ரம் புன்னகைக்கிறான். *மோசடிக்காரன்*, அவள் அம்மா அவனை அப்படித்தான் அழைப்பாள், ஓரா அதை இப்படி விளக்குவாள்: கையில் பைசாகூட இல்லாத தன்னை ராத்ஸ்சைல்ட் என எண்ணிக்கொள்ளும் ஒருவர். (ராத்ஸ்சைல்ட்– அய்ரோப்பாவின் புகழ்மிக்க யூத வங்கியாளர் குடும்பத்தவர்)

"நான் சோபாவில் படுத்தபடியே ஆடமை வைத்துக்கொண்டு தனியே எப்படிச் சமாளிப்பது என யோசித்துக்கொண்டிருந்தேன். அதைப்பற்றி நினைக்கையில் என்னால் அசையக்கூட முடியவில்லை, வீட்டைவிட்டு வெளியே போக முடியவில்லை, என் கண்களைத் திறக்க முடியவில்லை. இது நடக்காது, இது ஒரு பீதிக்கனவுதான், இதிலிருந்து சீக்கிரம் விழித்துக்கொள்வேன் என நினைத்தேன். அதே நேரம் நான் அவரை முழுமையாகப் புரிந்துகொண்டிருப்பதையும் உணர்ந்தேன், அவர் செய்வதை நானேகூட செய்ய விரும்புவேன், என்னிலிருந்து நானே விலகி ஓட விரும்புவேன், ஆடமிடமிருந்தும் உங்களிடமிருந்தும் எல்லாவற்றிலிருந்தும், இந்த ஒட்டு மொத்தக் குழப்பத்திலிருந்தும் விலகி ஓட விரும்புவேன். ஆடமுக்காக வருத்தப்பட்டேன், தன் வாழ்க்கை குழப்பங்களால் சூழ்வதை அறியாது அமைதியாக அவன் உறங்கிக் கொண்டிருந்தான்.

"எப்போதும் இருப்பது போல, என் இரவு ஆடை விலகியிருக்க நான் படுத்துக் கிடந்தேன், எதைப் பற்றியும் நான் கவலைப்படவில்லை. படுக்கையறைக்குள் இலனின் வேகமான அசைவுகளைக் கேட்டேன். ஒன்றில் தீர்மானமாக இருக்கையில் அவர் இயங்கும் வேகம் உங்களுக்கே தெரியும்." அவர்கள் ஒருவரையொருவர் பார்த்துப் புன்னகைத்தனர், அவர்களிடையே சிறு கீற்றாய் ஒளி. "அலமாரிகள், கதவுகள், மேசை இழுப்பறைகள் திறக்கப்படும் ஓசையைக் கேட்டேன். அவர் துணிமணிகளை அடுக்கிக் கொண்டிருந்தார். ஒரே ஒரு நிமிடத்துக்காக, ஒரு முட்டாள்தனமான தற்செயலுக்காக, ஒரு ஒன்றுமில்லாததற்காக எங்கள் வாழ்வின் இனி வரும் காலங்களை பலி தந்துகொண்டிருக்கப் போகிறோம் என அங்கே படுத்துக்கிடந்தபடியே நான் எண்ணிக்கொண்டேன்."

அவளும் அவ்ரமும் சட்டென தங்கள் பார்வைகளை விலக்கிக் கொண்டனர்.

சினாய் ராணுவப் படைத்தளத்தில் இருந்து இலனும் அவ்ரமும் அவளிடம் தொலைபேசியில் உற்சாகமாகச் சொன்னார்கள், "ஒரு தொப்பியை எடுத்து ஒரே மாதிரியான இரண்டு துண்டுச் சீட்டுகளை அதில் போடு." பிறகு இருவருமே சிரித்தார்கள்: "இல்லை, இல்லை, எதற்காக இந்தக் குலுக்குச் சீட்டு என்பது உனக்குத் தெரியவேண்டாம்." அந்தச் சிரிப்பு இன்னமும் அவள் காதில் ஒலிக்கிறது, அதன் பிறகு எப்போதும் அவர்கள் அதுபோலச் சிரித்ததில்லை. இருவருக்கும் இருபத்தியிரண்டு வயது, தங்களது வழமையான ராணுவப் பணிக்காலத்தின் கடைசி மாதத்தில் இருந்தனர். அவள் ஜெரூசலேத்தில் சமூக சேவைப் படிப்பின் முதல் வருடத்தில் இருந்தாள், அந்தப் படிப்பு அவளுக்கு முற்றிலும் புதியதொரு உலகைத் திறந்துகொண்டிருந்தது. சிறு வயதிலேயே தனக்கான துறையைக் கண்டுகொண்டது எவ்வளவு அதிர்ஷ்டகரமானது என எண்ணிக் கொண்டாள். "இல்லை, இல்லை," இலன் மறுபடியும் சொன்னான். "இந்தக் குலுக்குச் சீட்டு எதற்கு என்று உனக்குத் தெரியாமல் இருப்பது நல்லது, அப்போதுதான் இதில் நீ நடுநிலையாக இருக்க முடியும்." அவள் வற்புறுத்திக் கேட்டபோது அவர்கள் சற்றுப் பிடி தளர்ந்தனர்: "சரி, ஊகம் செய்துகொள்ள உன்னை அனுமதிக்கிறோம், ஆனால் அதைச் சத்தமில்லாமல் செய். வேகமாக. ஓரா, அவர்கள் எங்களுக்காகக் காத்திருக்கிறார்கள், வெளியே ராணுவக் கார் நிற்கிறது." (அவளுக்குப் புரிந்தது: ராணுவக் கார்? அவர்களில் ஒருவரை வீட்டுக்கு அனுப்ப இருக்கிறார்கள். யாரை? அவள் ஓடிச் சென்று தொப்பி ஒன்றை எடுத்தாள், அது அவளது பழைய ராணுவத் தொப்பி, சிறு காகிதமொன்றை எடுத்து இரண்டு சம துண்டுகளாகக் கிழித்தாள், உள்ளுக்குள் மனம் கிளர்ந்தது: இருவரில் யார் வீட்டுக்குத் திரும்ப வேண்டுமென விரும்புகிறாள்?) "ஒரே மாதிரியான இரண்டு துண்டுச் சீட்டுகள்" பொறுமையற்றவனாக மறுபடியும் சொன்னான் இலன். "ஒன்றில் என் பெயர் மற்றதில் குண்டனுடையது." அப்போது அவ்ரம் சொன்னான்: "ஒன்றில் இலன் என்றும் மற்றதில் 'ஜெஹோவா' என்றும் எழுது, இல்லை 'அவரது படைகள்' என்று மட்டும் எழுது." இலன் குறுக்கிட்டான்: "சரி, சரி. பேசுவதை நிறுத்து. ஒரு சீட்டை எடு. எடுத்து விட்டாயா? யார்? நிச்சயமாகவா?"

தன் கையில் கூரான சிறு கல் ஒன்றை நிறுத்துப் பார்க்கிறாள் ஓரா, பிறகு மெதுவாக, முறைப்படி அதன் மேலுள்ள அழுக்கைத் துடைக்கிறாள். கைகள் ஒன்றையொன்று பிணைத்திருக்க, விரல் கணுக்கள் வெளியிறிருக்க கூன்வளைந்து அமர்ந்திருக்கிறான் அவ்ரம்.

"நான் தொடரலாமா?"

"என்ன? சரி."

"பிறகு அவர் வந்து என்னருகே நின்றார். என்னால் எழுந்திருக்கவும் முடியவில்லை. மிகவும் பலவீனமாயிருந்தேன். ஒரு பனிச்சரிவு ஏற்பட்டிருப்பதைப்போல போல உணர்ந்தேன். என் எண்ணத்தைச் சொல்லவும் எனக்குத் தெம்பில்லை. அவர் என்னைப் பார்க்கவில்லை. நான் அவருக்கு அருவருப்பாகத் தோன்றினேன் போலும். எனக்கே என்னைக் காண அருவருப்பாக இருந்தது." ஒரு சிறு விவரம் விடாமல் அனைத்தையும்

சொல்ல நிர்பந்திக்கப்பட்டவளைப்போல மெல்லிய இறுக்கமான குரலில் பேசுகிறாள். “அன்றிரவு கொஞ்ச நேரம் மட்டும் தான் அங்கிருக்கப் போவதாகச் சொன்னார், இரவு விடுதிக்குப் போய் பொழுதைக் கழித்தபடி – அப்போது குயின் ஹெலனா தெருவில் ஒரு இரவு விடுதி இருந்தது – மறுநாள் காலை அழைக்கிறேன் என்றுவிட்டுச் சென்றார். ஆடமிடம் போய் வருகிறேன் என்று சொல்லவில்லையா எனக் கேட்டேன், நான் சொல்லாமல் செல்வது நல்லது என்றார். எனக்காக இல்லாவிடினும் ஆடமுக்காகவாவது எழுந்து நான் அவரோடு சண்டையிட வேண்டும் என நினைத்தேன், ஏனென்றால் அப்போது மட்டும் நான் ஏதாவது செய்யாமலிருந்தால் பிறகு எதையுமே மாற்றியமைக்க முடியாமல் போய்விடக்கூடும். இலனைப் பொறுத்தவரை இது போன்ற முடிவுகள் மின்னல் வேகத்தில் வெளிப்படும், அவரைப் பற்றி உங்களுக்குத் தெரியுமே. சில வினாடிகளில் அங்கு புதியதொரு யதார்த்தம், சிவப்புக் கூரைகள், பாவு கற்களுடன் ஒரு கற்பனைக் குடியிருப்பு. உங்களால் அதை அங்கிருந்து பெயர்க்க முடியாது.”

“ஆனால் நான் நினைத்தெல்லாம் தவறாயிற்று,” திகைப்பில் அவள் குழறுகிறாள், ஒரு கணம் அவள் கண்களில் இலனும் ஆடமும் பச்சை நிற ஆற்றில் சிறு மரப்படகை செலுத்தி வருகின்றனர், கச்சிதமான ஒத்திசைவில் மரங்களடர்ந்த காட்டின் வழி துடுப்பு வலித்தபடி வருகின்றனர். “கடைசியில் எப்படி எல்லாமே நான் நினைத்ததற்கு தலைகீழாக நடந்தன பாருங்கள்.”

“தான் ஒரு விடுதியில் தங்கியிருப்பதாகவும், சிறு அடுக்கக் குடியிருப்பு ஒன்றை வாடகைக்கு எடுக்கப் போவதாகவும் காலையில் தொலைபேசியில் சொன்னார். ‘உங்கள் இருவரிடமிருந்தும் நான் ஒன்றும் தொலைவாக இல்லை’ என்றார். புரிகிறதா? ‘உங்கள் இருவரிடமிருந்தும்’! சில மணி நேரம்தான் கடந்திருந்தது, அதற்குள்ளாகவே அவர் எங்களில் ஒருவராக இல்லாமலாகியிருந்தார். என்னில் ஒருவராகக்கூட அவர் இல்லை.”

“தால்பியூட்டில் சிறு அடுக்கக் குடியிருப்பு ஒன்றை வாடகைக்கு எடுத்தார், எவ்வளவு தொலைவு செல்ல முடியுமோ அவ்வளவு தொலைவு சென்றார், அது நகரின் இன்னொரு பக்கம். காலை மாலை இரண்டு வேளையும் தொலைபேசியில் பேசினார், நாசூக்காக, பொறுப்புணர்வுடன், உங்களுக்குத் தெரியுமே. என்னை மெதுவாகக் கொன்றுகொண்டிருந்தார். வீட்டுக்கு வந்துவிடுங்கள் என்று தொலைபேசியில் அழுவேன். நான் பெரிய முட்டாளாயிருந்தேன், என்னையே நான் இழிவுபடுத்திக்கொண்டேன், அந்த அழுகையினால் என்னை அவர் அதிகம் வெறுக்கும்படி செய்து விட்டேன். ஆனால் அவர்முன் சாகசங்கள் செய்ய என்னிடம் துளியளவும் தெம்பில்லை. உடல் மனம் இரண்டும் நொறுங்கிக் கிடந்தேன். பாலூட்டத் தேவையான அளவுக்கு என் மார்பு எப்படிச் சுரந்தது, எப்படி நான் ஆடமைக் கவனித்துக்கொண்டேன் என்பதெல்லாம் தெரியவில்லை. நல்லெண்ணங்கள் நிரம்பியவராய் என்னோடு இருக்கவென அம்மா வந்தார்கள், இரண்டு நாட்கள் கடந்திருக்கும், என்ன நடக்கிறது, அம்மா எனக்கு என்ன செய்துகொண்டிருக்கிறார்கள் என்பது புரிந்தது. அம்மா

ஆடமை மற்றக் குழந்தைகளுடன் ஒப்பிட்டுப் பேச ஆரம்பித்தார்கள், ஒப்பீடுகளில் எப்போதும் அவன் தோற்றுப் போனான். வந்து அம்மாவைக் கூட்டிப் போகும்படி அப்பாவுக்குத் தொலைபேசி செய்தேன். காரணம் என்னவென்றுகூட நான் சொல்லவில்லை, அதில் மோசமான விஷயம் என்னவென்றால் உடன் அதை அவர் புரிந்துகொண்டதுதான்.

"என் தோழிகள், அவசரம் என்றதும் உடன் வருவார்கள். அவர்கள் எனக்கு உதவினார்கள், சமைத்தார்கள், சுத்தம் செய்தார்கள், ஆனால் எல்லாவற்றையும் மெதுவாக, புத்திசாலித்தனமாகச் செய்தார்கள். சட்டென்று, எனக்குப் பதினான்கு வயதில் இருந்ததுபோல என்னைச் சுற்றிலும் நிறைய பெண்கள். எனக்கு உகந்தது என்ன, எனக்குத் தேவை யானது என்ன என்பதைத் தெரிந்து வைத்திருந்தார்கள். எந்தளவு நான், அடாவைத் தவிர்த்து, எப்போதும், எப்போதுமே, பையன்களுடன் நன்றாகப் பழக்கம் வைத்திருந்தேன் என்பதை நினைவுபடுத்தினார்கள்.

இலனுக்கு எதிராக அவர்கள் கக்கிய நஞ்சைத்தான் என்னால் பொறுத்துக்கொள்ள முடியவில்லை. நான் சொல்ல வருவது, இவ்வளவுக்கும் பின் நான் அவரைப் புரிந்துகொண்டவளாக இருந்தேன் என்பதைத்தான், நடப்பது என்னவென்று புரிந்துகொள்ள என்னொருத்தியால் மட்டுமே முடியும், இந்த உலகில் அவரும் நானும் இதைப் புரிந்துகொண்டிருந்தால், அப்போது புரிந்துகொள்ளும் நிலையில் இருந்திருந்து நீங்களும்கூட புரிந்துகொண்டிருந்தால், எல்லாமே வேறு மாதிரி இருந்திருக்கும்."

அவ்ரம் தனக்குத் தானே தலையசைத்துக்கொள்கிறான்.

"அஹ்." இறுகிய கழுத்தை நீட்டி தடவிக்கொடுக்கிறாள். "இது எதுவுமே சுலபமாக இல்லை."

"ஆமாம்," அனிச்சையாகத் தன் கழுத்தைப் பிடித்துவிட்டுக் கொள்கிறான்.

இவ்வளவு நேரமாக ஓஃபரை மறந்திருத்தல் சரியா என நினைக்கிறாள். உள்ளிருந்து ஒளிக் கற்றையொன்று எழுகிறது, துழாவுகிறது, மெல்லத் தொட்டுப் பார்க்கிறது: கருப்பை, இதயம், மார்புக் காம்புகள், தொப்புளுக்கு மேலேயிருக்கும் உணர்ச்சிமிகு பகுதி, கழுத்துச் சரிவு, மேலுதடு, இடது கண், வலது கண். புள்ளிகளை இணைத்து உருவமாக்கும் விளையாட்டில்போல ஓஃபரைப் பற்றிய உணர்வை அவள் நெய்கிறாள். எல்லாம் சரியாக இருக்கின்றன, அவள் பேசிக்கொண்டிருக்க அவ்ரம் கேட்டுக்கொண்டிருக்கும் அந்நேரம் ஓஃபர் இன்னும் சற்று வலுகூடியவனாகிறான் என்பதை மங்கலாகக் காண்கிறாள்.

"ஆடம் என்னோடுதான் அதிக நேரம் இருந்தான்," அவர்கள் எழுந்து மலைச்சரிவையொட்டி கீழே செல்லும் குறுகிய பாதையில் நடையைத் தொடரும்போது அவள் சொன்னாள். "இலன் சென்ற நிமிடத்திலிருந்து அவன் தனித்திருக்க மறுத்தான். இரவும் பகலும் குட்டிக் குரங்கைப் போல என்னோடு ஒட்டிக்கொண்டான், அவனைத் தள்ள என்னிடம் வலுவில்லை. தூங்குவதற்காக அவனை எங்களது படுக்கையில்—

256 டேவிட் கிராஸ்மன்

அதாவது என்னுடைய படுக்கையில் போடுவேன். அதாவது எங்களுடைய படுக்கையில்– என்னுடைய மற்றும் ஆடமுடைய படுக்கை"

"கிட்டத்தட்ட இரண்டு வருடங்கள் அவனோடு படுத்திருந்தேன். அது அந்த அறிவுறுத்தல்களுக்கு மாறானது, அவன் கத்தும்போது அவனோடு சண்டையிட எனக்குத் தெம்பற்றுப் போனது, பாலூட்டிய பின் அவனைத் தொட்டிலில் இடவும் எனக்குத் தைரியமில்லை. சொல்லப்போனால் உண்மையில் அதை நான் விரும்பினேன், நாங்கள் இருவரும் சேர்ந்து கரைந்தோம், படுக்கையில் இன்னொரு கதகதப்பான உடல் உடனிருப்பதும் நன்றாகத்தான் இருந்தது."

அவள் புன்னகைக்கிறாள். "அந்தக் குறுகிய கால பிரிவுக்குப் பிறகு நாங்கள் எங்கள் ஆதி நிலைக்குத் திரும்பினோம், ஓருடல், ஓருயிர், அது தனது தேவைகளை கிட்டத்தட்ட தானே பார்த்துக்கொள்ளும், யாரிட மிருந்தும் சலுகைகளை எதிர்பார்க்காது."

அம்மாவும் நானும் கொஞ்சம் இதைப்போலத்தான் இருந்தோம், அவ்ரம் நினைத்துப் பார்க்கிறான். ஆரம்பத்தில், அவர் எங்களை விட்டுச் சென்றதைத் தொடர்ந்து வந்த சில வருடங்களில்.

நீங்களும் உங்கள் அம்மாவும் இப்படித்தான் இருந்திருப்பீர்கள், தன் கண்களால் அவள் சொல்கிறாள். உங்கள் இருவரைப் பற்றியும் அப்போது நிறைய யோசித்தேன்.

"கிரமம் பிசகாமல் தினம் இலன் தொலைபேசியில் அழைப்பார், அவரோடு நான் பேசுவேன், உண்மையில் அதிகமும் அவர் பேசுவதைக் கேட்டுக்கொண்டிருப்பேன், சிலநேரம் – உங்களிடம் சொல்லியிருக்கிறேன், காக்தூவின் நாடகத்தில் வரும் உங்களது பெண்ணைப் போல, அந்த முட்டாளைப் போல, ஹீப்ரு தவிர்த்து – சில விஷயங்களில் அவருக்கு அறிவுரையும் சொல்வேன், துணியில் மைக் கறையை எப்படி நீக்குவது, அவரது இந்தச் சட்டை அல்லது அந்தச் சட்டையைத் தேய்க்கலாமா வேண்டாமா என்பது போல. பற்களைச் சுத்தம் செய்வதற்கு அவருக்கு நினைவுபடுத்துவேன், நீயில்லாமல் அதைச் செய்வது எவ்வளவு கடினமாக இருக்கிறது தெரியுமா எனப் புகார் சொல்வார். எங்களது தொலைபேசி உரையாடலைக் கேட்கும் ஒருவர் இளம் மனைவியொருத்தி அலுவல் விஷயமாக சிறிது காலம் வெளியூர் சென்றிருக்கும் தன் கணவரோடு பேசிக்கொண்டிருக்கிறாள் என்றுதான் நினைப்பார்கள்.

"சிலநேரம், தான் செய்துகொண்டிருப்பது என்ன, தன் படிப்பு எப்படிப் போய்க்கொண்டிருக்கிறது, குற்றவியல் நீதிமுறை பேராசிரியர் அவர்மீது ஒரு கண் வைத்திருப்பது, தனது மதிப்பெண்களைக் கொண்டு உச்ச நீதிமன்றத்தில் ஒரு எழுத்தர் பணியை அவர் பெற்றுவிடலாம் என ஒப்பந்தச் சட்ட ஆசிரியர் சொன்னது என அவர் சொல்வதையெல்லாம் நான் என் காதுகளால் வெறித்துக்கொண்டிருப்பேன். அவர் சொல்வதைக் கேட்டபடியே ஆடமுக்கு மலம் எப்படிப் போகிறது, அவனது உறிஞ்சாடை யின் பிரச்சனைகள், என் மார்புக் காம்பு வெடிப்புகள் இவை பற்றித்

தீவிரமாக யோசித்துக்கொண்டிருப்பேன், அவரோ அங்கே வைரங்கள் சிதறிய வானத்தில் மிதந்துகொண்டிருப்பார் –"

"ஆனால் அவன் திரைப்படம் எடுக்கும் முயற்சியைக் கைவிட்டு விட்டான்," அவ்ரம் மெதுவாகச் சொல்கிறான்.

"போர் முடிந்த உடனேயே."

"அப்படியா?"

"உங்களுக்குத் தெரியும், நீங்கள் திரும்பி வந்த பிறகு."

"ஆனால் அவன் அதை மிகவும் விரும்பினான்."

"காரணம் அதுதான்."

"நான் எப்போதுமே நம்பிக்கைக்கொண்டிருந்தேன், அவனொரு –"

"இல்லை, அதை அவர் அப்படியே கைவிட்டு விட்டார், எப்படி அப்படியே ஒன்றைக் கைவிட்டுச் செல்வதென்று இலனுக்குத் தெரியும்." அவள் கையால் காற்றை வெட்டுகிறாள், கத்தியின் அந்தப் பக்கம் தான் சென்று விழுவதை உணர்கிறாள்.

"என்னாலா? எனக்கு நிகழ்ந்தவற்றாலா?"

"ம். அது மட்டுமில்லை. மற்ற விஷயங்களும் உண்டு." அவள் நடப்பதை நிறுத்தி அவனை விரக்தியாகப் பார்க்கிறாள். "சொல்லுங்கள் அவ்ரம், எல்லாவற்றுக்கும் எப்படி எங்களுக்கு நேரமிருக்கும்?"

காட்டின் தாவரப் படுகைக்கு மேலாக மலை உயர்ந்து நிற்கிறது, அவளது பழுப்புக் கண்கள் பச்சை தீட்டியிருப்பதை அவ்ரம் பார்க்கிறான், அந்தக் கண்கள் இப்போதும்கூட எப்படி ஒளிர்கின்றன, இப்போதும்கூட, இப்போதும்கூட.

"இதை நீங்கள் மறக்கக் கூடாது," சற்றுக் கழித்து அவள் சொல்கிறாள், "ஆடம் பிறந்த பிறகான மாதங்களில் அவர் தனியாளாக உங்களையும் பார்த்துக்கொண்டார். ஒவ்வொரு நாளும் மருத்துவமனைக்கும், அவர்கள் உங்களை அனுப்பிய எல்லா நோயாற்றும் இல்லங்களுக்கும் காரில் செல்வார், திரும்பி வந்து விரிவான அறிக்கையை என்னிடம் தருவார். உங்களுக்கான சிகிச்சைகள், மருந்துகள், அவற்றின் பக்க விளைவுகள் பற்றி ஒவ்வொரு மாலையும் தொலைபேசியில் நீண்ட கூட்டுரையாடல்கள் நடத்தினோம், அந்த விசாரணைகள், அதையும் நீங்கள் மறக்கக் கூடாது."

"அஹா," என்றுவிட்டு அவ்ரம் தொலைவே பார்க்கிறான்.

"ஆனால் நீங்கள், ஒருமுறைகூட என்னைப்பற்றி அவரிடம் விசாரித்த தில்லை. நான் எப்படி இருக்கிறேன், திடீரென எங்கே சென்று மறைந்தேன் என்று."

அவன் ஆழ மூச்சு விடுகிறான், உடலை நிமிர்த்துகிறான், நீண்ட அடிகளாக வைத்து நடக்கிறான். அவனுக்கு இணையாக நடக்க அவள் சிரமப்பட வேண்டியிருக்கிறது.

"எனக்கு ஆடம் பிறந்ததுகூட உங்களுக்குத் தெரியாது. அல்லது உங்களுக்குத் தெரியாது என நான் நினைத்தேன்."

"ஓரா?"

"என்ன?"

"அவன் ஆடமிடத்தில் ஈடுபாடு காட்டினானா?"

"ஆடமிடத்திலா?" அவள் மெலிதாகச் சிரிக்கிறாள்.

"சும்மா கேட்டேன்."

"ம்," ஒரு பழைய அவமானத்தை நீவிவிடும் பொருட்டு அவள் கைகால்களை நீட்டித் தயாராகிறாள். "ஆரம்பத்தில் நிச்சயமாக அவர் ஆடமைப் பற்றி விசாரிக்கத்தான் செய்தார். பிறகு அது சற்றுக் குறைந்தது, பிறகு அவன் பெயரைச் சொல்லக்கூட அவர் சிரமப்பட்டதை உணர்ந்தேன். திடீரென ஒருநாள் 'அந்தப் பையன்' என்று பேச ஆரம்பித்தார். அந்தப் பையன் இரவில் எப்படி உறங்குகிறான், அவனது செரிமானம் எப்படி இருக்கிறது, இது போல. அப்போதுதான் எனக்கு எல்லாம் முடிந்து போனது. என்னைப் போன்ற ஒரு ஏமாளிக்கும் ஒரு எல்லை இருக்கிறதுதானே.

"அவனை 'அந்தப் பையன்' என அவர் அழைக்க ஆரம்பித்தபோதுதான், என்னை மறுபடியும் நானாக உணர ஆரம்பித்தேன் என நினைக்கிறேன். என்னைத் தொலைபேசியில் அழைக்க வேண்டாம் என்று சொன்னேன். என் வாழ்க்கையிலிருந்து வெளியேறுங்கள் என்றேன். பல மாதங்களுக்கு முன்பே சொல்லியிருக்க வேண்டியவற்றை கடைசியாக அப்போது என்னால் சொல்ல முடிந்தது. நான் முட்டாள், உங்களுக்குத் தெரியும், வேறு என்ன நான் சொல்ல முடியும். ஒரு மூன்று மாதங்கள் கோணலான அவரது திட்டத்தைச் சகித்துக்கொண்டிருந்தேன். யோசித்துப் பாருங்கள். அதை இப்போது நினைத்தால்–"

ஹூலா பள்ளத்தாக்கு முழுவதையும் காட்டும் வசீகரமானதொரு நிலக்காட்சியில் சில மரங்கள் சேர்ந்து நின்று நிழல் தந்த இடத்தில் வந்து நிற்கிறார்கள். இப்போது உடம்பின் அத்தனைத் தசைகளும் வலிக்கின்றன, அது நடந்ததனால் மட்டுமே உண்டான வலி இல்லை. அவ்ரம் அப்படியே தரையில் சரிகிறான், தனது முதுகுப் பையை எடுக்கக்கூட அவனுக்கு வலுவில்லை. நடப்பதையோ, அசைவதையோ நிறுத்திவிடும் ஒவ்வொரு முறையும் அவன் கனத்த பாறை போல இறுகிவிடுவதை அவள் கவனிக்கிறாள். பதின்பருவப் பெண்ணின் கண்கள் கொண்டு ரகசியமாக அவனை கவனிக்கிறாள்: மலையடியில் விரிந்திருக்கும் அகண்ட பள்ளத்தாக்கினையும், அதன் சரிவில் இறங்குகையில் மலையையும், வான விரிவையும் முழுதாகப் பார்ப்பதை அவன் தவிர்க்கிறான். அவ்ரமைப் பற்றி ஒரு முறை இலன் சொன்னது அவள் நினைவுக்கு வருகிறது, "அவன் தன்னையே செயலிழக்கச் செய்துவிட்டு தனக்குள்ளே இருட்டில் அமர்ந்திருக்கிறான்." இங்கேயும், வரும் பாதையில், சூரிய ஒளியில், வெளிர் நிறமுடைய அவன் தோல் விரைவாகச் சிவந்து விடுகிறது, ஆனால் அவன் உடல் ஒளியை உள்ளே அனுமதிப்பதில்லை.

நிலத்தின் விளிம்புக்கு

அழகையும், ஓஃப்பரையும்கூட.

வேகமாகத் தன் கண்ணாடியைத் துடைத்துவிட்டு அதில் மூச்சை ஊதுகிறாள். மீண்டும் துடைக்கிறாள். தன்னையே அமைதிப்படுத்திக் கொள்கிறாள்.

"தொலைபேசியைத் துண்டித்த உடன் அவரே திரும்ப எனக்குத் தொலைபேசி செய்தார். அவரை என் வாழ்விலிருந்து வெளியே எறிந்த என்னை நிச்சயமாகத் தன்னால் புரிந்துகொள்ள முடிகிறது என்றார். உண்மையில் தான் அதற்கு தகுதியானவன்தான் என்றார். ஆனாலும் எங்கள் இரண்டாவது குழந்தைக்கான கூட்டுப் பொறுப்பிலிருந்து அவரை என்னால் விலக்க முடியவில்லை."

"என்ன? ஓ."

"ஆமாம், அதுதான்."

ஆக, இவர்கள் என்னைப் பற்றி இப்படித்தான் நினைத்திருந்தார்களா, அவ்ரம் சிந்தனையில் ஆழ்ந்தான். விரைவில், ஒன்று அல்லது இரண்டு நிமிடங்களில், அவளைப் பேசவிடாது அவன் தடுப்பான். இதற்கெல்லாம் இனியும் தன்னில் இடமில்லை.

"இன்னொரு உரையாடலின்போது – வழக்கத்தை மீறிய உரையாடல்களில் ஒன்று அது – உங்களை எவ்வாறு பார்த்துக்கொள்வது எனத் திட்டமிட்டோம். எங்களுக்கிடையே நடப்பவற்றை உங்களுக்குத் தெரியாமல் எப்படி மறைப்பது என்றும், காரணம் அந்த நிலையில் எங்களுக்கிடையேயான, அதாவது பெற்றோர்களுக்கிடையேயான, இது போன்ற நெருக்கடிகளை நீங்கள் தெரிந்துகொள்ளத் தேவையில்லை என்று நினைத்தோம், புரிகிறதா." அவள் பலவீனமாகச் சிரிக்கிறாள்.

தனக்குப் பதிமூன்று வயதிருந்தபோது, திடீரென ஒரு காலைப் பொழுது அவன் அப்பா எழுந்து வெளியேறி மறைந்துவிட்ட அந்த நிகழ்வுக்குப் பிறகு வருடங்கள் கழித்து, தனது உண்மையான அப்பா, ரகசிய அப்பா கவிஞர் அலெக்ஸாண்டர் பென்தான் என அவ்ரம் தனக்குள்ளே உறுதிப்படுத்திக்கொண்டான். அதன்பின் பல வாரங்கள் தினமும் இரவில் உறங்கும் முன் பென்னின் 'கைவிடப்பட்ட மைந்தன்' கவிதையை மெல்லிய குரலில் வாசித்துவிட்டுத்தான் படுப்பான்.

"இலனும் நானும் முற்றிலும் அந்நியமானவர்களைப் போலப் பேசிக் கொண்டோம், இல்லை முற்றிலும் அந்நியமானவர்களது வழக்கறிஞர்களைப் போல. என்னாலேயே நம்ப முடியாத அளவுக்கு அவரிடமோ அல்லது வேறு யாரிடமோ நான் காட்டியிராத ஒரு கறார்த்தன்மையுடன் பேசினேன். எங்கள் நாட்காட்டிகளை எடுத்து வைத்துக் கொண்டு எவ்வளவு நாட்களுக்கு இலன் மட்டுமே உங்களைப் பார்த்துக்கொள்வது, திரும்ப அப்பணியை நான் பகிர்ந்துகொள்வது எப்போது என்பது பற்றியும், உங்களோடு இருக்கையில் எங்களிடையே எந்தப் பிரச்சனையும் இல்லாதது போல நடிப்பது, குறைந்தபட்சம் நீங்கள் கொஞ்சமேனும் உடல் தேறும் வரையிலாவது அப்படிச் செய்வது எனவும் முடிவு செய்தோம். அது ஒன்றும் அவ்வளவுக் கடினமாக இராது என நினைத்தோம், காரணம்

நீங்கள் எதிலும் எவ்வித ஈடுபாடுமின்றி இருந்தீர்கள். உங்களைச் சுற்றி என்ன நடக்கிறது என்பதைக் கிட்டத்தட்ட நீங்கள் அறியாமலிருந்தீர்கள்— அல்லது மற்றவர்கள் உங்களைப் பற்றி இப்படி எண்ண வேண்டும், இப்படி எண்ணி உங்களைத் தனிமையில் விட்டுவிடவேண்டும் என நினைத்தீர்களா? ஏய்? அப்படியே உங்களை அவர்கள் கைவிட்டுவிட வேண்டும், இல்லையா?”

பாதி மூடிய இமைகளின் கீழ் அவன் விழிகள் பக்கவாட்டில் நகர்கின்றன.

“கடைசியில் நீங்கள் விரும்பியதை அடைந்தீர்கள்,” உணர்ச்சியற்ற குரலில் சொல்கிறாள்.

ஒரு மூச்செடுப்பின் நடுவில் அவள் உறைந்து போகிறாள், காரணம் அவளால் ஓஃபரின் முகத்தை நினைவில் கொண்டுவர முடியவில்லை. வேகமாகத் துள்ளியெழுந்தவள் மீண்டும் நடக்கத் தொடங்குகிறாள். அவளைப் பின்தொடர்ந்து செல்ல வேண்டி அவ்ரம் ஒரு முனகலோடு எழுகிறான். அவள் கண்கள் எதையும் நோக்காமல் நேரே பார்க்கின்றன. பகல் நேரத்தில் காணும் கறுப்புப் புகைபோக்கிகளைப் போல அவள் கண்கள் எரிகின்றன, ஆயினும் அவற்றால் ஓஃபரைப் பார்க்க முடியவில்லை. நடக்க நடக்க அவளது மூளைக்குள் அவன் முகம் உடைந்து துண்டு துண்டான முகபாவங்களும் முகத்தின் உறுப்புகளுமாக ஒரு சுழற்காற்றில் விழுந்து சுழல்கின்றன. யாரோ அவன் தோலுக்குள் பெரிய முஷ்டியை இறக்கி உள்ளுக்குள்ளாக அவனைக் கிழிப்பது போல சிலநேரம் அவை பெரிதாகி வெடிக்கின்றன. அவள் செய்த ஏதோவொன்றுக்காய் தண்டிக்கப்படுகிறாள், ஆனால் அது என்ன தவறென்று அவளுக்குத் தெரியவில்லை. வீட்டுக்குத் திரும்பி அந்தக் கெட்டச் செய்தியைப் பெற்றுக்கொள்ளாமல் பயணத்தைத் தொடர்ந்துகொண்டிருப்பதா? அல்லது எந்த சமரசத்துக்கும் உடன்படாததா (சிறு காயம்? கொஞ்சம் பெரிய காயம்? ஒரு கால்? முட்டிக்குக் கீழிருந்து? கணுக்காலிலிருந்து? ஒரு கை? ஒரு கண்? இரண்டு கண்களும்? ஆணுறுப்பு?). கிட்டத்தட்ட மணிக்கொரு தடவை தொலைவேயிருந்து வந்து இந்த உத்தேசங்கள் அவளுக்குள் ஒலித்தன: ஒரு சிறுநீரகம் ஏன் ஒரு நுரையீரல் இல்லாமல்கூட அழகான வாழ்க்கை வாழ்ந்துவிட முடியும். யோசித்துப் பார், உடனே முடியாது என்று சொல்லிவிடாதே. உனக்கு இதுபோன்ற சலுகைகள் தினசரி கிடைப்பதில்லை, இவற்றை நிராகரித்தால் அதற்காக ஒருநாள் வருத்தப்படுவாய். ஒப்பிட்டுப் பார்க்க மற்ற குடும்பத்தார் இவற்றை ஏற்றுக்கொண்டு சந்தோஷமாகவே இருக்கிறார்கள். மறுபடி யோசித்துப் பார், நன்றாக, தீவிரமாக யோசி: பாஸ்பரஸ் தீக்காயமென்றால் அவர்கள் தோலை எடுத்து ஒட்டுப் போடுவார்கள். இப்போதெல்லாம் மூளையைக்கூட அவர்களால் மறுசீரமைக்க முடிகிறது. உணர்வற்ற உடல் பிண்டமாக இருந்தாலும்கூட அவன் உயிரோடு இருப்பான், அவனைப் பராமரிக்க நீயே போதும். அவ்ரமுக்கு அடிபட்ட பிறகான உனது அனுபவங்கள் உனக்கு உதவும். ஆகவே உன் முடிவை மறுபரிசீலனை செய். அவனுக்கு

வாழ்வு கிடைக்கும், உணர்வுகள், உணர்ச்சிகள் இருக்கும். உன்னுடைய இந்த நிலையில் அது ஒன்றும் மோசமான பேரமாக இராது.

இரவும் பகலும் அந்நாட்களில் மனதைச் சூழ்ந்த இத்தகு எண்ணங்களை அவள் தள்ளி வைத்தாள். இப்போதும்கூடத் தன் தலையை உயர்த்தி, தான் அணிந்திருக்கும், தன்னைப் பார்ப்பவரைக் கல்லாய் மாற்றும் கோர்கன் முகத்திடமிருந்து அவ்ரமைப் பாதுகாக்கக் கவனமாக அவனிடமிருந்து பார்வையை விலக்கியவளாக அந்த எண்ணங்களுக்கு இடையே நடக்கிறாள். எந்த ஒப்பந்தத்திற்கும் அவள் சம்மதிக்கமாட்டாள். எந்த மோசமான செய்தியையும், அது எப்படிப்பட்டதாக இருந்தாலும் அவள் ஏற்றுக்கொள்ள மாட்டாள். செல், தொடர்ந்து செல். பேசு அவனிடம் அவன் மகனைப் பற்றிப் பேசு.

❍❍❍

“வேறுபட்டதொரு வாழ்வை நான் தொடங்கினேன். அத்தகு வாழ்வு வாழ எனக்கு வலுவில்லை, ஆனால் என் கையில் இருந்த குழந்தை என்னை வாழ வலியுறுத்தியது, ஒரு . . . ஆமாம், ஒரு குழந்தைக்குரிய தீர்மானத்துடன் அது என் வாழ்வில் நுழைந்திருந்தது, எல்லாமே, குறிப்பாக நான், அதனுடைய நலனுக்காகவே படைக்கப்பட்டிருப்பதாக அது திடமாக நம்பியது. நாங்கள் – நானும் அவனும், எல்லா நேரமும் கிட்டத்தட்ட இருபத்துநான்கு மணி நேரமும் ஒன்றாகவே இருந்தோம். முதல் வருடம் செவிலித் தாயோ பிறரோ உதவிக்கு இருக்கவில்லை. நான் மறுபடி டெல் அவிவ் வந்து உங்களைப் பார்க்க ஆரம்பித்த வேளை சில தோழியர் வாரமிருமுறை முறைவைத்து வந்து பார்த்துக்கொண்டனர். மீதிப் பொழுதெல்லாம், இரவும் பகலும் நானும் அவனும் மட்டுமே தனித்திருந்தோம்.”

அவள் பார்வை எங்கோ தொலைவாக நகர்கிறது. சில விஷயங்களை அவனுக்கு விளக்க முற்படுவது வீண்: உலகமே உறங்கிக்கொண்டிருக்கும் இரவில், அவர்கள் இருவர் மட்டுமே, கண்ணோடு கண் பார்த்தபடி ஒருவரையொருவர் அறிந்தபடியிருக்க, உறங்கப்போகும் முன்பான பாதி உறக்கத்தில் அவளிடம் அவன் பாலருந்துகையில் அவர்களிடையே நடந்த முணுமுணுப்பான உரையாடல்கள். அவர்கள் பகிர்ந்துகொண்ட வெடிச்சிரிப்புகள், அப்போது அவனுக்கு உண்டான விக்கல். மாலையானதும் அறைக்குள் நிழல்கள் நீள ஆரம்பிக்கையில் பார்வைகளால் அவர்கள் ஒருவரையொருவர் பற்றிக்கொண்ட விதம். அவள் கண்களில் கண்ணீரைக் கண்டபோது மௌனமாகி அவன் குழம்பி நிற்பது, எப்படிக் கேட்பது எனப் புரியாத கேள்விகள் மட்டில் சுழிந்து அவன் உதடுகள் நடுங்குவது.

தனக்குத்தானே தலையாட்டியபடி, ஒரு கேள்விக்குறியைப் போல உள்நோக்கி உடல் குறுகி அவ்ரம் அவளோடு நடக்கிறான்.

“அது அற்புதமான காலகட்டம். எங்களது அற்புதங்களின் காலம். என்னுடையதும் ஆடமுடையதுமான அற்புதங்கள்.”

தனக்குள்ளே அவள் நினைத்துக்கொள்கிறாள்: எங்களுக்கு அமைந்த மிக மகிழ்வான வருடங்கள்.

“அவனை மெதுவாகப் புரிந்துகொள்ள ஆரம்பித்தேன்.” ஒரு மார்பிலிருந்து அவனை விலக்கும்போது அவன் கொள்ளும் எரிச்சல் அடுத்தக் காம்பில் வாய் பதியும் வரை அடங்காது. அவள் புன்னகைக்கிறாள். அனல் தெரிக்கும் விழிகளோடு ஏதோ கொலையே நடந்துவிட்டதுபோலக் கத்துவான், அவமானத்தில் அவன் தலை முழுவதும் சிவந்துவிடும். “அவனது பார்வைகளிலும் விளையாட்டுக்களிலும் காணும் அழகிய நகைச்சுவை, என்னை வைத்து அவன் விளையாடிய விதம். குழந்தைகளுக்கும் நகைச்சுவை உணர்வு இருக்கும் என நான் நினைத்ததில்லை, யாரும் எனக்குச் சொன்னதுமில்லை.”

ஏதோ முக்கியமான பாடத்தை ஒப்புவிப்பதுபோல அவ்ரம் தனக்குத்தானே தலையாட்டிக்கொள்கிறான். ஓராவுக்கு உரைக்கிறது: அவ்ரமும் நானும் ஒன்றாகவே பயிற்சி எடுக்கிறோம். ஓஃபரிடம் செல்வதற்கு முன்பாக ஆடமைப் பற்றிய பயிற்சி. சொல்லகராதி, எல்லைகள், தாக்குப்பிடிக்கும் தன்மை இவற்றில் பயிற்சி.

“என்னைப் பொருத்தவரை, உள்ளுக்குள் எப்போதும் கொந்தளிப்பு. எனது உடல், மனம் – அனைத்தின் கட்டமைப்புகளும் பிறழ்ந்துவிட்டது போலிருந்தது. நான் நோயுற்றிருந்தேன், தொடர்ச்சியான நோய்த்தொற்றுகள், உதிரப்போக்கு, கடுமையாக பலவீனமுற்றும் இருந்தேன். ஆனால் விசித்திரமாக பலசாலியாகவும் உணர்ந்தேன், பெரும் பலம், ஏனென்று கேட்காதீர்கள். சட்சட்டென்று மனநிலை மாறும். தேம்பியழுவேன், சந்தோஷமாக உணர்வேன், விரக்தி ஏற்படும், பெரும் களிப்பு உண்டாகும், எல்லாமே ஒரு மூன்று நிமிடத்திற்குள். கடும் காய்ச்சலோடு அவன் என் காதில் கத்தும்போது அடுத்த ஒரு மணி நேரத்தை எப்படி இவனோடு கடக்கப் போகிறோம் எனத் திகிலாக இருக்கும். அது காலை இரண்டு மணியாக இருக்கும், மருத்துவர் தொலைபேசியை எடுக்க மாட்டார். ஆனால் அதே நேரம் – என்னால் எதுவும் முடியும்! என் பற்களால் கவ்விக் கொண்டு அவனை இப்பூமியின் தொலைவான மூலைக்குக் கொண்டு செல்வேன். பதாகைகளேந்திய ராணுவம் போல, கொடூரமாக.”

ஒரு கணம் ஒளி பெற்றவனாக அவ்ரம் தனக்குத்தானே சிரித்துக் கொள்கிறான். வார்த்தைகளை அவன் நாவால் சுவைப்பது போலிருக்கிறது: பதாகைகளேந்திய ராணுவம் போல, கொடூரமாக. அவள் தோள்கள் தளர்கின்றன, இப்போதுதான் துண்டுகளாக்கப்பட்ட சல்லா ரொட்டியைப் போல அவனிடத்தில் அவள் திறக்கிறாள் – சிலநேரம் அவன் அப்படித்தான் அவளை அழைத்தான், அவன் அவளை “முளைகட்டிய தானிய மதுவே,” அல்லது “கம்பளி மேலாடையே” என்றும் அழைப்பான். இந்த வார்த்தைகளோடு சேர்ந்த நெருக்கத்தால் அவளை அவன் அணைத்தது தவிர்த்து இந்தப் பெயர்களுக்கு அர்த்தம் ஏதுமிருக்கவில்லை, இனிய விசித்திர ஒலிகள், அது அவர்களது கண்களுக்கு மட்டுமே தெரியும் மெல்லிய ஒரு சால்வையைக் கொண்டு அவன் அவளுடைய தோள்களைப் போர்த்துவது போன்றிருந்தது. தன் பேச்சில் அவன் வார்த்தைகளைத் தூவுவான், சில சமயம் தொடர்புடையதாக சில சமயம் தொடர்பேயில்லாமல், டட்ஜன் மரமும் சூரியகாந்தக் கற்களும், முற்றமும் சிறு துண்டு ரொட்டிகளும், பூக்காம்புகளும் சூலகங்களும். அவர்களது பேச்சினிடையே அல்லது

வானொலியில் அல்லது புத்தகமொன்றில் அவ்ரமிடமிருந்து தோன்றிய ஒரு சொல் – அவனது முத்திரை பதிந்த ஒரு சொல் வெளிப்படும்போது அவளும் இலனும் சொல்வார்கள், "அது அவ்ரமுடையது."

"தனது முகவரியும் தொலைபேசி எண்ணும் மாறிவிட்டதைத் தெரிவிக்க ஒரு நாள் என்னைத் தொலைபேசியில் அழைத்தார், நான் ஏதோ அவரது அவசரகாலப் பணி அலுவலர் என்பது போல. தால்பியூட்டில் இருந்த அடுக்கக் குடியிருப்பு மிகவும் குளிராக இருப்பதால் பெயிட் ஹாகீரமில் உள்ள ஹெர்ஸ்ல் பொலிவார்டில் வேறு ஒரு குடியிருப்பை வாடகைக்கு எடுத்திருப்பதாகச் சொன்னார். 'உங்களுக்கு நல்லதுதான்' என்றவாறு குளிர்பதனப் பெட்டியில் ஒட்டிய சீட்டிலிருந்த அவரது பழைய எண்மீது கோடிட்டு மறைக்கிறேன்.

இரண்டு மாதங்கள் கழித்து உங்களைப் பற்றிய, உங்களது உடல்நிலை பற்றிய உரையாடல் ஒன்றின் நடுவில் இன்னொரு புது எண்ணைத் தருகிறார். என்னவாயிற்று? புது இணைப்பு வாங்கிவிட்டீர்களா? இல்லை இந்த வீட்டுக்கு வெளியே மூன்று மாதங்களாக சாலை அமைத்துக் கொண்டிருக்கிறார்கள், இரவு பகலாக தெருவைத் தோண்டி சரி செய்து கொண்டிருக்கிறார்கள், ஒரு மோசமான எறிகணை வீச்சு, உங்களுக்குத்தான் தெரியுமே இரைச்சல் அவரை எந்தளவுக்கு அவரைப் பாதிக்கும் என்று. 'இந்தப் புது எண் எந்த இடத்துக்குரியது?' 'இவான் ஸாப்பிர், ஹடஸ்ஸா மருத்துவமனை அருகில். ஒரு வீட்டின் பின்புறம் சிறிய அழகான ஒரு குடியிருப்பு கிடைத்தது.' 'அங்கே அமைதியாக இருக்கிறதா?' நான் கேட்கிறேன். 'ஒரு இடுகாட்டைப் போல,' அவர் என்னிடம் உறுதியாகச் சொல்கிறார், நான் குளிர்பதனப் பெட்டியில் எண்ணை மாற்றுகிறேன்.

"சில வாரங்கள் கழித்து மற்றுமொரு அழைப்பு. அங்கே வீட்டுச் சொந்தக்காரரின் மகன் ட்ரம் செட் வாங்கியிருக்கிறான். நானும் அந்த இசையைக் கேட்டு மகிழவென்று அவர் தொலைபேசியை ஜன்னலுக்கு வெளியே நீட்டுகிறார். உண்மையிலே பெரிய ட்ரம்கள். சுருங்கச் சொன்னால் டமாரம். ஒரு மனிதன் இம்மாதிரி இடத்தில் வாழ முடியாது. அவர் சொன்னதை ஒத்துக்கொண்டு பேனாவுடன் குளிர்பதனப் பெட்டியை நோக்கிப் போகிறேன். "பார் கியோராவில் உள்ள சிறு வீடொன்றுக்கு ஏற்கனவே சென்றுவிட்டேன்," மூக்கடைத்தவராகச் சொல்கிறார். பார் கியோராவா? அது மிகவும் பக்கதில் அல்லவா இருக்கிறது? மனதில் எண்ணிக்கொள்கிறேன், பள்ளத்தாக்குக்கு அந்தப் பக்கம். என் வயிறு இறுகுகிறது, இந்த திடீர் நெருக்கத்தால் என்னில் உண்டாவது மகிழ்ச்சியா கலவரமா எனச் சொல்ல முடியவில்லை. ஒரு வாரம் கடக்கிறது, இன்னொரு வாரம், எங்கள் உறவில் எந்த மாற்றமுமில்லை. அவர் அங்கே, நாங்கள் இங்கே. எங்கள் என்ற கருத்து மேலும் மேலும் வளரத் தொடங்குகிறது.

சில நாட்களில் இன்னொரு அழைப்பு. 'இங்கே பார், எனக்கும் வீட்டுச் சொந்தக்காரருக்கும் ஒரு சின்ன பிரச்சனை, அவரிடம் இரண்டு நாய்கள் இருக்கின்றன, கொலைகார ராட்வீல்டர்கள். நான் மறுபடியும் வீடு மாறுகிறேன், உன்னிடம் சொல்லவேண்டுமென்று நினைத்தேன்:

இப்போது இருக்குமிடம் உன்னிடமிருந்து மிக அருகில்தான்.' அவர் இளக்காரமாகச் சிரிக்கிறார்.

'இது கிட்டத்தட்ட ஸுர் ஹடஸ்ஸாவேதான், அதாவது, உனக்குப் பிரச்சனை இல்லையென்றால்.' 'இலன், என்னோடு நெருங்குவதும் விலகுவதுமாக விளையாடுகிறீர்களா?'

இலன் சிரித்தான். அவனைப் பற்றியும் அவனது சிரிக்கும் முறைகள் பற்றியும் ஓரா அறிந்திருந்தாள், இந்தச் சிரிப்பில் பலவீனமான, பரிதாபகரமான ஏதோவொன்று இருந்தது, தான் எவ்வளவு திடமானவள் என்பதை மீண்டும் அவள் உணர்ந்தாள். "நான் சொல்கிறேன்," அவள் அவ்ரமிடம் சொன்னாள், "அந்த நேரம் வரைக்கும்கூட நானொரு பெண் சிங்கம் என்பதை நான் உணர்ந்திருக்கவில்லை. ஆனால் நான் ஒரு பாத்திரம் துடைக்கும் கந்தையாகவும், கதவோரக் கால்மிதியாகவும் இருந்தேன். அவருக்காக ஏங்கினேன், எல்லாமே அவரை நினைவுபடுத்துவதாக இருந்தன – என்னிடம் ஆடம் பாலருந்துகையில் அவர் மீதான என் பாலுறவு வேட்கை அதிகமானது." இதை நினைத்துத் தனக்குத்தானே மெல்லச் சிரித்துக்கொள்கிறாள். "இரவில் ஆடமிடமிருந்து இலனின் வாசனையை நுகர்வேன், அது என்னை உறங்கவிடாமல் செய்துவிடும். என்னிடமிருந்து சில மீட்டர்கள் தொலைவிலேயே அவர் இருப்பதாக உணர்ந்தேன்."

இதைச் சொல்கையில், அவர்கள் சேர்ந்திருந்த ஆண்டுகளில் இலன் அவளிடம் போனில் பேசுகையில் அவன் குரலில் உணர்ந்த அந்த இசையை அவள் கேட்டாள், திடமிக்க, கூர்மையான, உயர்ந்து ஒலிக்கும் குரலில் "ஓரா!" என்பான். இப்படித் தன் பெயரை அவன் உச்சரித்தபோது, சிலநேரம் அவளுள் எதற்கென்று தெரியாத மெல்லிய குற்றவுணர்வு உண்டாகும் – அதிகாரி அழைக்கும்போது காவல் பணியில் உறங்கிக் கொண்டிருக்கும் ராணுவ வீரனுக்குப்போல – ஆனால் அவளை அவன் அழைத்த விதத்திலும் துணிச்சலான, கேலியான, கிளர்ச்சியூட்டும், ஈர்க்கும் ஏதோவொன்று எப்போதும் இருந்தது: ஓரா! அவள் ஐயுற்ற முக்கியமான, தீர்மானமான ஒரு உண்மையை உறுதி செய்வது போலிருந்தது.

"என்னை ஒரு தைரியசாலி என நினைத்துக்கொண்டு மெல்லக் கேட்கிறேன், 'என்னதான் நடக்கிறது, இலன்? இது என்ன உங்களுடைய ஏகபோக விளையாட்டா, நகரத்தைச் சுற்றி வீடுகளை வாடகைக்கு எடுப்பது பின் காலி செய்வது என? அல்லது கற்றுத் துறைபோன என் நண்பருக்கு வீட்டு நினைப்பு வந்துவிட்டதா?' சிறிதும் தயக்கமின்றி அவர் சொல்கிறார், ஆமாம், வீட்டை விட்டுப் போனதிலிருந்து தனக்கு வாழ்க்கை என்ற ஒன்று இல்லை, பைத்தியமாகிக் கொண்டிருக்கிறேன் என்கிறார். 'அப்படியானால் திரும்பி வந்துவிடுங்கள்' நானறியாமலே எனக்குள் ஒரு குரல் ஒலிக்கிறது, ஆனால் உடனே மனம் சொல்கிறது, வேண்டாம்! அவர் எனக்குத் தேவையில்லை, அவர் இங்கு வருவதில் எனக்கு விருப்பமில்லை. இங்கே எந்த ஆணையும் நான் மடியில் கட்டிக்கொண்டிருக்க முடியாது.

அவ்ரம் தனது கனத்த இமைகளை உயர்த்துகையில் ஒரு புராதன தீப்பொறி கள்ளத்தனமாக அவன் கண்களில் ஒளிர்கிறது. "அதுதான் அவ்ரம்," என்கிறாள் அவள்.

"சிலநேரம் இரவுகளில்," அப்போது இலன் அவளிடம் சொன்னான், "நான் வண்டியை வீட்டுக்குச் செலுத்துவேன். அது ஒருவகையான சக்தி, என்னை அது பீடிக்கும், அதிகாலை ஒன்று அல்லது இரண்டு மணிக்கு என்னை எழுப்பும், படுக்கையிலிருந்து விரட்டும், ஆட்கொள்ளப் பட்டவனைப் போல மோட்டார் சைக்கிளை எடுத்துக்கொண்டு உன்னிடம் வருவேன், இன்னும் ஒரு நிமிடத்தில் உன்னை அடைந்துவிடுவேன், உன் படுக்கையில் இருந்தபடி, என்னை மன்னித்துவிடு என மன்றாடுவேன், என் பைத்தியக்காரத்தனத்தை மறந்துவிடு என்பேன் என்பதாக மனதில் எண்ணங்கள் ஓடும், வீட்டிலிருந்து இருபது அடிகளே இருக்கும், அப்போது அந்த சக்திக்கு எதிர் சக்தி உருவாகும், எப்போதுமே அது குறிப்பாக அந்த இடத்திலேயே உருவானது, அங்குதான் காந்தத்தின் துருவங்கள் தமது இடங்களைப் பரஸ்பரம் மாற்றிக்கொண்டது போல. உடல்ரீதியாகவே என்னைப் பின்னோக்கித் தள்ளும் ஒன்றை நான் உணர்வேன், அது சொல்லும்: விலகிப் போ, இங்கிருந்து போய்விடு, இங்கே இருப்பதால் உனக்கு நன்மையொன்றும் இல்லை –"

"நிஜமாகவே இதுதான் நடந்ததா?"

"நான் பைத்தியமாகிக் கொண்டிருந்தேன் ஓரா, எனக்கு ஒரு மகன் இருக்கிறான் ஆனால் அவனை என்னால் பார்க்க முடியாது? நான் நல்ல புத்தியுள்ளவன்தானா? அப்புறம், நான் சேர்ந்து வாழ முடிந்த, சேர்ந்து வாழ விரும்பும் ஒரே நபர் மற்றும் என்னை சகித்துக்கொள்ளக்கூடிய ஒரே நபர் நீதான் என்பது ஆயிரம் சதவீதம் எனக்கு நிச்சயமாகத் தெரியும், அதனால் என்ன? நான் என்ன செய்துகொண்டிருக்கிறேன்? இந்த இடத்திலிருந்து தப்பிச் செல்ல நினைத்தேன், இஸ்ரேலிலிருந்து வெளியேற வேண்டும், முடிந்தால் இங்கிலாந்துக்குப் போக வேண்டும், அங்கே என் படிப்பை முடிக்க வேண்டும், சூழல் மாற வேண்டும், ஆனால் அதையும் என்னால் செய்ய முடியாது! அவ்ரம் இருப்பதால் இந்த இடத்தைவிட்டு நான் போக முடியாது! என்ன செய்வதென்று எனக்கு விளங்கவில்லை, நான் என்ன செய்வது, சொல்."

"பிறகு," அவ்ரமிடம் சொல்கிறாள் ஓரா, "இப்படி அவர் சொன்னபோது எங்களிடமிருந்து அவர் விலகி ஓடக் காரணம் நீங்கள்தான் என்பது முதல் தடவையாக எனக்கு உரைத்தது, அதேநேரம் உங்களை அவர் ஒரு சாக்காக வைத்தும் இதைச் செய்திருக்கலாம் எனத் தோன்றுகிறது."

"எதற்கான சாக்கு?"

"எதற்கா?" மெல்லிய கேலிமிக்க ஒரு நகைப்பை வெளிப்படுத்துகிறாள். "உதாரணமாக, எங்களுடன், என்னுடனும் ஆடமுடனும் வாழ்வது பற்றிய அவரது பயம். அல்லது வெளியேறுவதற்கான சாக்கு"

"எனக்குப் புரியவில்லை."

"ஊஃப்," சில தடவை வலுவாகத் தலையை உதறிவிட்டு அவள் முனகுகிறாள். "நீங்கள் இருக்கிறீர்களே. நீங்கள் இரண்டு பேரும்."

"சிறுவர் பூங்காவுக்குப் பக்கத்தில் இருந்த வீட்டை வாடகைக்கு எடுத்தார், உங்களுக்குத் தெரியுமென நினைக்கிறேன், அது ஸுர் ஹடஸ்ஸாவிலிருந்த பெற்றோர்கள் சேர்ந்து அமைத்த பூங்கா, நேர்க்கோட்டில் போனால் வீட்டிலிருந்து நூறு மீட்டர் தொலைவுதான். கிட்டத்தட்ட மூன்று வாரங்களுக்கு அவர் போன் செய்யவில்லை. திரும்பவும் நான் உணர்வுகள் தகிக்கும் மூட்டையானேன், ஆமாம் ஆடமும் அதைக் கண்டுகொண்டான். அவனைத் தள்ளுவண்டியில் வைத்து மணிக்கணக்காக எங்கள் குடியிருப்புப் பகுதியைச் சுற்றி வருவேன், அப்போதுதான் அவன் அமைதியாக இருப்பான், எந்தத் திசையில் ஆரம்பித்தாலும் கடைசியில் இலனின் வீட்டில் வந்து நிற்பேன்."

அவளையோ சுற்றுப்புறத்தையோ பார்க்காமல் தலை குனிந்தபடி அவளுக்குப் பக்கவாட்டில் நடக்கிறான் அவ்ரம். அமைதி குலைந்தவளாய் தனிமையில் தள்ளுவண்டியில் குழந்தையை வைத்துத் தள்ளியபடி வேகமாக நடக்கும் இளம் பெண்ணை அவன் பார்க்கிறான். தான் வளர்ந்த அந்த கிராமத்தின் சாலைகளில் அவளை வழிநடத்துகிறான், சுழற்சாலையிலும் பின் அவனுக்கு அறிமுகமான வீடுகளையும் தெரு முற்றங்களையும் பிரித்துச் செல்லும் குறுக்குத் தெருவிலும் நடக்கிறான்.

"ஒருமுறை நாங்கள் நேருக்கு நேர் சந்தித்துக்கொண்டோம். அப்போது தான் அவர் வீட்டிலிருந்து வெளியே வந்தார், எதிர்பாராமல் ஒருவரை யொருவர் பார்த்துவிட்டோம். எச்சரிக்கையுணர்வுடன் ஹலோ சொல்லிக் கொண்டோம், ஒன்றும் புரியாமல் நின்றோம். அங்கே நடைபாதை ஓரத்திலேயே என்னோடு படுக்க நினைத்தவர்போல என்னைப் பார்த்தார்– அவரது பசியை நான் நன்கறிவேன். ஆனால் ஆடமையும் அவர் பார்க்க வேண்டுமென நான் விரும்பினேன். ஆடம் அன்று மோசமான நிலையில் இருந்தான், சளி பிடித்திருந்தது, சதா அழுதுகொண்டிருந்தான், கண்களில் உறக்கமும் பீளையும். இலன் அவனை வெகு மேலோட்டமாகவே பார்த்தார், அவர் எதையுமே கவனித்திருக்க மாட்டார் என நினைத்தேன்.

"ஆனால் வழக்கம்போல நான் தவறாகக் கணித்து விட்டேன். அவர் சொன்னார், 'இது அவன்தான்,' என்றவர் மோட்டார் சைக்கிளில் ஏறி முடுக்கி வேகமாகச் சென்றுவிட்டார், அந்தச் சத்தத்தில் ஆடம் விழித்துக் கொண்டான். அவர் முற்றிலும் வித்தியாசமாக ஏதோவொன்றைச் சொல்லி யிருக்கிறார் என்பது அவர் போனபின்பே எனக்கு உறைத்தது. அவனை மூடியிருந்த போர்வைகளை விலக்கி அவன் முகத்தை நெருக்கத்தில் பார்த்தேன், முதல் தடவையாக அவன் உங்களைப் போல இருப்பதை உணர்ந்தேன்."

சக்தி பெற்றவனாகத் திரும்பி அவளை ஆச்சரியமாகப் பார்க்கிறான் அவ்ரம்.

“அவன் கண்களில் இருந்த ஏதோவொன்று, பொதுவாக அவனது தோற்றத்தில் இருந்த ஏதோவொன்று.” அவள் களுக்கென்று சிரிக்கிறாள். “நாங்கள் அவனை உருவாக்கியபோது உங்களைப் பற்றிக் கொஞ்சம் நான் நினைத்தேன், அதனால் இருக்கலாம், எனக்கு உறுதியாகத் தெரியவில்லை. அதோடு அவனில் உங்களைப் போன்ற ஒருவகைத் தோற்றம் இருப்பதை இன்றும் பார்க்கிறேன்.”

“எப்படி?” அவ்ரம் சங்கடமாகச் சிரிக்கிறான், அவன் பாதங்கள் கிட்டத்தட்ட ஒன்றோடொன்று மோதிக்கொள்கின்றன.

“இயற்கையில் அகத்தூண்டல் என்றொரு விஷயமிருக்கிறது, இல்லையா?”

“அது மின்னோட்டத்தில்,” அவன் வேகமாகப் பதிலிறுக்கிறான். “காந்தம் மின்னோட்டத்தை ஏற்படுத்துகையில் இது போன்ற நிகழ்வு உண்டாகும்.”

“ஏய், அவ்ரம்,” அவள் மென்மையாகச் சொல்கிறாள்.

“என்ன?”

“ஒன்றுமில்லை... உங்களுக்குப் பசிக்கவில்லை?”

“இல்லை, இன்னும் பசிக்கவில்லை.”

“கொஞ்சம் காபி சாப்பிடுகிறீர்களா?”

“கொஞ்ச நேரம் தொடர்ந்து நடப்போம். இது நல்ல பாதை.”

“ஆமாம், இது நல்ல பாதை.”

அவள் அவனுக்கு முன்பாக நடக்கிறாள், கைகளை விரிக்கிறாள், சுத்தமான காற்றை உள்ளிழுக்கிறாள்.

“ஒருவாரம் கழித்து, இரவு பதினொன்றரை மணிக்குத் தொலைபேசியில் அழைத்தார். நான் நல்ல உறக்கத்திலிருந்தேன். எந்தப் பீடிகையும் இல்லாமல் கேட்டார், தான் வந்து வீட்டு முற்றத்தில் இருக்கும் குடிசையில் வாழ்வதில் எனக்கொன்றும் பிரச்சனை இல்லையே என.”

“குடிசையிலா?” உளறலாகக் கேட்கிறான் அவ்ரம்.

“நீங்கள் உங்கள் ஓவியக்கூடத்தை அமைத்திருந்தீர்களே அந்தக் கொட்டகை, தேவையில்லாத எல்லாப் பொருட்களும் அங்குதான் குவிந்து கிடந்தன.”

“ஆமாம், ஆனால் எதற்கு –”

“அதைப்பற்றி யோசிக்காமலே அவரை வாருங்கள் என்று சொல்லிவிட்டேன். தொலைபேசியை வைத்துவிட்டுப் படுக்கையில் அமர்ந்தேன். இரண்டு வருடங்களாக நாங்கள் விளையாடிக்கொண்டிருந்த விளையாட்டைப் பற்றி யோசித்துப் பார்த்தேன். இழுப்பதும் தள்ளுவதுமான அந்த சக்தியும் ஆடமின் ஈர்ப்பு சக்தியும் அவர்மீது ஆதிக்கம் செலுத்தியது.”

“உன்னுடைய சக்தி?” அவளைப் பார்க்காமலே அவ்ரம் கேட்கிறான்.

“அப்படியொன்று இருந்ததாக நினைக்கிறீர்களா? எனக்கு ஒன்றும் தெரியவில்லை . . .”

இப்போது புழுதியின்மீதான அவர்களது காலடி ஓசைகள் மட்டுமே கேட்டன. ஓரா இந்த உபாயத்தைச் சுவைத்துப் பார்க்கிறாள்: எனது ஈர்ப்பு விசை. அவள் சிரிக்கிறாள். நினைத்துப் பார்ப்பது சுவையானது. அந்த நாட்களில்போல ஒருபோதும் இவ்வளவு வலுவாக அவள் அதை உணர்ந்ததில்லை, அந்த விசை ஒரு பைத்தியம்போல இலனை நகரம் முழுக்க விரட்டியடித்த நாட்களில்போல.

“ஓ, நல்லது.” அவள் பெருமூச்செறிகிறாள். (இப்போது அவன் பொலிவியாவுக்கும் சிலிக்கும் போயிருக்கிறான், பயணச்சுமைகளற்ற பயணியாய், மணபந்தத்திலிருந்து விடுபட்டவனாக.)

“அடுத்தநாள் காலை நான் கொட்டகைக்குப் போய் அதிலிருந்தவற்றைக் காலி செய்தேன். அடுக்கி வைக்கப்பட்டிருந்த இரண்டாயிரமாண்டுப் பழமையுடைய குப்பைக் கூளங்களை வெளியேற்றினேன், அதாவது இந்த நூற்றாண்டு தொடக்கத்திலிருந்து உங்கள் வீட்டில் வாழ்ந்திருந்த அனைவரது குப்பைமேடாகவும் அது இருந்திருக்கிறது. பெட்டி நிறைய நீங்கள் வரைந்த படங்கள், எழுதி வைத்திருந்த காகிதங்கள், பசைநாடா உருளைகள். அவற்றை வெளியே எறியாமல் அப்படியே வைத்தேன், உங்களுடைய எல்லாப் பொருட்களையும் பத்திரமாக வைத்திருக்கிறேன், உங்களுக்கு அது தேவைப்பட்டால் –”

“அவற்றை நீ வெளியே எறிந்துவிடலாம்.”

“இல்லையில்லை, நான் வெளியே எறியப் போவதில்லை. விரும்பினால் நீங்களே அவற்றை எறிந்து விடுங்கள்.”

“ஆனால் அவற்றில் அப்படியென்ன இருக்கிறது?”

“உங்கள் கையெழுத்தில் ஆயிரக்கணக்கான பக்கங்கள். ஒரு பத்துப் பெட்டிகள் நிறைய.” அவள் சிரிக்கிறாள். “நம்பவே முடியவில்லை, பிறந்தது முதல் உங்கள் வாழ்க்கை முழுவதும் நீங்கள் செய்ததெல்லாம் அமர்ந்து எழுதிக்கொண்டு இருந்தது மட்டும்தான் என்பது போலிருக்கிறது.”

ஒரு குன்று முழுமையையும் பள்ளத்தாக்கில் பாதியையும் மௌனமாகக் கடந்தபின் அவ்ரம் கேட்கிறான், “ஆக, நீ கொட்டகையை சுத்தம் செய்து விட்டாய் –”

“ஆடம் அம்மணமாக, சந்தோஷமாக பக்கத்தில் புல்வெளியில் தவழ்ந்தபடியிருக்க சிலமணி நேரம் கடுமையாக வேலை செய்தேன். ஏதோ நடக்கிறது என்பதை அவன் உணர்ந்திருக்க வேண்டும். அவனிடம் எதையும் நான் விளக்கிச் சொல்லவில்லை, ஏனென்றால் என்னாலே அதை விளங்கிக்கொள்ள முடியவில்லை. கொட்டகைக்குப் பக்கத்திலிருந்த பாதையில் பெரிய அம்பாரம் சேர்ந்துவிட்டது, குடும்பப் பெண்ணுக்குரிய ஒருவகையான திருப்தியுடன் அதைப் பார்த்தேன், சட்டென்று மனதில் அந்தக் கேள்வி எழுந்தது – காத்தூவின் கதையில் வரும் பெண்ணின் பெயர் என்ன?”

“நான் நினைக்கிறேன் அவளுக்குப் பெயர் எதுவும் இல்லை.”

“பெயரற்றிருப்பது அவளுக்குப் பொருத்தமானதுதான்.”

அவ்ரம் ஆழ்ந்து சிரிக்கிறான், அவன் சிரிப்பு அவளுக்குள் கிச்சுகிச்சு மூட்டுகிறது.

“பிறகு எல்லாவற்றையும் எடுத்து உள்ளே வைத்தேன். எனக்கு மூளை கெட்டுவிட்டதென்று ஆடம் நினைத்திருப்பான். திமிரத் திமிர எல்லாவற்றையும் உள்ளே வைத்து அடைத்தேன், தோளால் இடித்து சிரமத்துடன் கதவை மூடிப் பூட்டினேன், பெருமைமிகு ஒரு அவமானத்திலிருந்து என்னைத் தற்காத்துக் கொண்டதாக உணர்ந்தேன்.

“சில நாட்கள் கழித்து, சுக்கோத் விழாவையொட்டி ஹைஃபாவில் ஆடமுடன் அம்மா வீட்டில் நான் இருந்தபோது வீட்டுக்கு வந்து இலன் தானே கொட்டகையை சுத்தம் செய்திருந்தார். தனது பொருட்களை உள்ளே வைத்திருந்தார், யாரையோ அழைத்து வந்து குட்டிச் சமையலறையையும் கழிப்பறையையும் அமைத்தார், எனது மின்சாரம் மற்றும் தண்ணீரிலிருந்து தனக்கும் எடுத்துக்கொண்டார். நான் வீடு திரும்பியபோது இரவு நேரம், ஆடம் தோளில் உறங்கிக்கொண்டிருந்தான், தொலைவிலிருந்தே குப்பைத் தொட்டியருகே பெரிய குப்பைக் குவியலைப் பார்த்தேன். தோட்டத்துப் பாதை வழியாக நடக்கையில் கொட்டகைக்குள் விளக்கு எரிவது தெரிந்தது. நான் இப்படி அப்படித் திரும்பாமல் நேரே பார்த்து நடந்தேன். வேறென்ன சொல்ல, அவ்ரம்.”

“பிறகு வந்த நாட்கள், அதை எப்படி உங்களிடம் சொல்ல. அது சித்திரவதை போலிருந்தது. நான் இங்கே அவர் அங்கே. எங்களுக்கிடையே பத்து மீட்டர்கள்தான் இருக்கும். கொட்டகையில் விளக்கு எரிகிறது நான் ஓடிப்போய் சன்னலுக்கருகில் திரைச்சீலையின் பின்னால் எனது இடத்தில் நிற்கிறேன், ஒருதடவையாவது அவரைப் பார்த்துவிட வேண்டும் என. அவரது தொலைபேசி ஒலிக்கிறது, சத்தியமாகச் சொல்கிறேன், ‘உடம்பெல்லாம் காதாக’ என்பார்களே அதுபோலகி நின்றேன்.

“சிலநேரம் காலையில் சூரியன் உதித்த சற்று நேரத்துக்கெல்லாம் வெளியே போய்விடுவார், ஆகவே – கடவுள் புண்ணியத்தில் அது நடப்பதில்லை – ஆடமுடன் இருக்கும் என்னை அவர் பார்ப்பதில்லை. வழக்கமாக வெகு தாமதமாகவே வீடு திரும்புவார், கிட்டத்தட்ட ஓடிவருவார், அவ்வளவு அவசரம், மாணவனுக்குரிய தோள்பை ஒரு கையில் தொங்க, உயிரைக் காப்பற்றிக்கொள்ள ஓடுபவரைப் போல ஓடுவார். நாள் முழுவதும் என்ன செய்தார் என்பது எனக்குத் தெரியாது, அவருக்குப் பெண் தோழி உண்டா, இங்கு ஆடமும் நானும் விழித்துக்கொண்டிருக்க பள்ளி முடிந்ததும் அவர் தன் நேரத்தை எங்கு செலவழித்தார், எதுவும் தெரியாது. எனக்குத் தெரிந்ததெல்லாம் வாரத்துக்கு மூன்று அல்லது நான்குமுறை உங்களைப் பார்க்க வந்தார் என்பது மட்டுமே. அது மட்டுமே நிச்சயமாகத் தெரிந்த விஷயம்: நான் பார்த்துக்கொள்ளாத நாட்களில் அவர்தான் உங்களைப் பார்த்துக்கொண்டார்.

"உங்களுக்குத் தெரிந்திருக்காது, அவரைப் பற்றிய சிறு தகவலையாவது உங்களிடமிருந்து பெற்றுவிட அவர் குறித்து உங்களைப் பேச வைக்க எவ்வளவோ முயன்றேன், உங்களுக்கு நினைவிருக்கிறதா?"

அவ்ரம் தலையசைக்கிறான்.

"உண்மையாகவே உங்களுக்குத் தெரியுமா?"

"மேலே சொல், நான் பிறகு ..."

"கொட்டகையில் ஒருவர் குடியிருக்கிறார் என்று ஆடமுக்குச் சொன்னேன். அவர் நம் நண்பரா எனக் கேட்டான். அதை இப்போது சொல்ல முடியாது என்றேன். அவர் நல்லவரா என்றான், ஆமாம் என்றேன், ஆனால் ஆடம் தனக்கேயுரிய வழிகளில் அதை வெளிப்படுத்தினான். கொட்டகைக்குச் சென்று அவரைப் பார்க்க விரும்பினான், அவருக்கு வேலை மிகுதி, அவர் எப்போதும் வீட்டிலிருப்பதில்லை அதனால் அவரை நாம் பார்க்க முடியாது என விளக்கினேன். இந்த விஷயம் ஆடமுக்கு சுவாரஸ்யமாக இருந்தது, அங்கே ஒருவர் இருக்கிறார் ஆனால் அவர் எப்போதுமே வீட்டிலிருக்கமாட்டார். ஒவ்வொரு முறை வீட்டிலிருந்து கிளம்பும்போதும், திரும்ப வீட்டுக்கு வரும்போதும் கொட்டகையை நோக்கி என்னை அவன் இழுப்பான். படங்களை வரைந்து அந்த மனிதருக்கு அவற்றைப் பரிசாக வழங்க வேண்டும் என்பான். தனது பந்தை எப்போதும் கொட்டகையை நோக்கியே உதைப்பான். அங்கே நின்று இலனின் மோட்டார் சைக்கிளையும், வெளிவாசற் கதவுடன் அதைச் சேர்த்துக் கட்டிய சங்கிலியையும் இரண்டு கைகளாலும் வருடுவான்.

"சில நேரம் கொட்டகை அருகேயிருந்த தோட்டத்தில் அவனோடு சேர்ந்து விளையாடுவேன், அல்லது வெளியே பெரிய தொட்டியில் வைத்து அவனைக் குளிப்பாட்டுவேன். நிமிடத்துக்கொரு முறை அவன் கேட்பான், 'அந்த ஆள் நம்மைப் பார்ப்பாரா?' 'ஏன் அவரை நம் வீட்டுக்கு அழைக்கக் கூடாது?' 'அவருடைய பெயர் என்ன?'"

"தாக்குப்பிடிக்க முடியாமல் கடைசியாக அவர் பெயரை நான் சொன்னபோது, அவன் அவரை 'இலன், இலன்!' என்று அழைக்க ஆரம்பித்தான்." அவள் கையைக் குவித்து வாய்மீது வைத்து அவன் செய்ததுபோலச் செய்து காட்டுகிறாள்: 'இலன், இலன்!' அவ்ரம் அவளைப் பார்க்கிறான்.

"பாருங்கள், அதுவரையிலும் 'அப்பா' என்ற சொல்லைக் கற்றுக் கொள்ளும் உணர்வுகூட அவனுக்கு இருக்கவில்லை. ஆனால் இப்போது அவன் 'இலன்' என்பதை அத்தனை அர்ப்பணிப்புடன் சொல்ல ஆரம்பித்தான். காலையில் கண் விழித்ததும் இலன் இன்னும் அங்கே இருக்கிறாரா எனக் கேட்பான். பகல்நேர பராமரிப்பு மையத்திலிருந்து வந்ததும் அவர் வேலை முடிந்து வந்துவிட்டாரா என்பான். பிற்பகலில் தோட்டத்தைப் பார்த்திருக்கும் தாழ்வாரத்தின் மரக் கைப்பிடிச் சுவரைப் பற்றியபடி நின்றுகொண்டிருப்பான், எவ்வளவு முடியுமோ அவ்வளவு வலுவாக அதை ஆட்டியபடி 'இலன்' என்று ஒரு நூறுமுறை, ஆயிரம்முறை

விடாமல், அவனை நான் உள்ளே தூக்கிச் செல்லும்வரை, கத்துவான். சிலநேரம் உண்மையிலேயே அவனை வீட்டுக்குள் இழுத்துச் செல்ல வேண்டியிருக்கும்.

"உங்களுக்குத் தெரியுமா, இதை உங்களிடம் சொல்லும்போது அவனுக்கு நான் செய்தது என்னவென்று புரிகிறது.

"அப்போது வேறு எதைப் பற்றியும் நான் சிந்திக்கவில்லை, உங்களுக்குப் புரிகிறதா?

"இலனும் நானும் –

"நீங்கள் புரிந்துகொள்ள வேண்டும்.

"எங்கள் இருவரைச் சுற்றிலும் ஒரு கிறுக்குத்தனமான வளையம் இருந்தது.

"இயல்பான எனது உள்ளுணர்வுகள் யாவுமே –

"நான் எங்கிருந்தேன் என்பது எனக்குத் தெரியாது.

"அது, எனது இருப்பே இந்த உலகில் இல்லாதது போல இருந்தது."

நீண்ட நேரம் கழித்தே அவள் பேச்சைத் தொடர்கிறாள். இடைப்பட்ட மௌனத்தினிடையே கண்ணீரை, மூக்கைத் துடைத்துக்கொள்கிறாள், இதனால்தான் ஆடமும்கூட இப்போது தன்னை தண்டிக்கிறான் என்ற நஞ்சான எண்ணத்தைக் கூட்டி விழுங்குகிறாள். "வழக்கமான ஆண்கள் மட்டிலான அவனது ஈர்ப்பு இல்லை அது. வீட்டுக்கு வரும் எல்லா ஆண்கள் மீதும் உண்டாகும் ஈர்ப்பு அல்ல, கடிதம் கொண்டுவரும் தபால்காரர் ஒவ்வொருவரிடமும் சிநேகமாக இருப்பான், இங்கேயே இருங்கள் என்பான், அவர்களது காலைக் கட்டிக்கொள்வான். இலனிடம் ஏதோவொன்று இருந்தது – அங்கு இல்லாத அவரது இருப்பு, மற்றவ ரெல்லாம் அவனது அழகைப் புகழ்ந்தபோது அவர் மட்டும் ஆடமை முற்றாக ஒதுக்க முடியும் என்ற யதார்த்தம்–அவனைப் பைத்தியமாக்கிய ஏதோவொன்று. இன்றுவரையும் அப்படித்தான்." அவளிடமிருந்து பெருமூச்சு வெளிப்படுகிறது. மேடையொன்றில் ஆடம் ஆடுவதைப் பார்க்கிறாள். ஓர் அந்தரங்கக் கிளர்ச்சியில் அவன் கண்கள் சொருகுகின்றன, வதையும் இறைஞ்சுதலும் சேர்ந்த ஒரு கலவை அது.

"எதுபோல?"

"எப்போதுமே இலன் அவனைப் பார்க்க விருப்பம் கொண்டவராக இருக்க வேண்டும் என்பதுபோல.

"உங்களுக்குத் தெரிந்ததுதான். குறைந்தது ஒருநாளுக்கு இரண்டு முறையாவது அதுதான் என்று நான் முடிவு செய்வேன், இலன் போக வேண்டும், கொட்டகையை விட்டு வெளியேற வேண்டும், ஆடமை வதைப்பதை நிறுத்த வேண்டும். ஆனால் இன்னொருபக்கம் அவர் வீட்டுக்குத் திரும்பக்கூடிய ஆயிரத்தில் ஒரு பங்கு வாய்ப்பையும் என்னால் கைவிட

முடியவில்லை. தாழ்வாரத்தில் ஆடம் கத்தி அழுதுகொண்டிருக்கும்போது இலன் மனதில் என்ன எண்ணங்கள் ஓடும், அது எப்படி அவரைப் பாதிக்காமல் போகிறது என்பதைப் புரிந்துகொள்ள முயன்றேன். என்ன மாதிரி மனிதர் அவர், சொல்லுங்கள், இதுபோன்ற விஷயங்கள் அவரைப் பாதிக்காதா?

"ஆமாம்," அவ்ரம் சொல்கிறான், அவன் குரல் இறுகுகிறது.

"அவர் எதிர்பார்த்ததும் அதைத்தானோ என நானும் நினைத்தேன்."

"எதை?" அவ்ரம் முனகுகிறான்.

"மிகச்சரியாக அந்தச் சித்திரவதையை."

"என்ன அது? எனக்குப் புரியவில்லை?"

"நேரே-பாதைக்கு-அந்தப்-பக்கம்," அவள் தாளலயத்துடன் சொல்கிறாள். "எனை நீ தொலைவிலிருந்து காண்பாய், ஆனால் அருகில் வர மாட்டாய். இது போன்றது. நம்புங்கள், இம்மாதிரி சித்திரவதையை என்னால் –"

அவன் முகம் இறுகுகிறது, கண்கள் அலைபாய்கின்றன. அவனது மொத்த முகவெளிப்பாடுமே மாறுகிறது. அவள் நிற்கிறாள். அவன் கைமீது தன் கையை வைக்கிறாள்.

"மன்னிக்கவும் அவ்ரம், நான் சொல்ல வந்தது ... இப்போது அங்கு போகாதீர்கள், என்னோடு இருங்கள்."

"நான் உன்னோடு இருக்கிறேன்," ஒரு நிமிடம் கழித்து அவன் சொல்கிறான். அவன் குரல் தடித்து, இறுகி ஒலிக்கிறது. மேலுதட்டின் மீதிருக்கும் வியர்வையைத் துடைக்கிறான். "நான் இருக்கிறேன்."

"நீங்கள் எனக்கு வேண்டும்."

"நான் இருக்கிறேன், ஓரா!"

அவர்கள் மௌனமாக நடக்கிறார்கள். சிறிது தொலைவில் ஒரு சாலை தெரிகிறது, வாகனங்களின் ஒலி கேட்கிறது. தன் வீட்டில் தனக்கும் முன்பே விழித்துக்கொண்டுவிடும் ஒலிகளைப்பற்றி அறிந்துகொள்ளத் தொடங்கும் ஒரு கனவுக்காரனைப்போல அவ்வொலிகளை அறிகிறான் அவ்ரம்.

"நான் அவரை வெறுப்புடன் பார்த்தேன், சிலநேரம் ஒரு ஊனமுற்றவரைப் பார்ப்பதுபோலப் பரிதாபத்துடன் பார்த்தேன். அவரை வெறுத்தேன், அவருக்காக ஏங்கினேன், தன்மீதும் எங்கள்மீதும் அவர் ஏற்றி வைத்த சாபத்திலிருந்து அவரை வெளியே இழுத்துவர நான் ஏதாவது செய்தாக வேண்டும் என்பதை அறிந்திருந்தேன். ஆனால் எதைச் செய்யவும் எனக்கு வலுவில்லை. ஒரு அடி எடுத்து வைக்கவும்.

"எப்போதும், நீங்கள் அறிந்தார்ப்போல, குறைந்தது வாரம் இருமுறை நானும் இலனும் தொலைபேசியில் பேசுவோம், காரணம் நீங்கள். கிட்டத்தட்ட மாதம் ஒருமுறை உங்களுக்கு ஒரு சிறிய அறுவைச்

சிகிச்சை, இறுதிக்கட்ட சிகிச்சைகள், உறுப்புகளைத் திருத்துதல், பாதுகாப்பு அமைச்சகத்துடனான முடிவேயற்ற கூட்டுச் செயல்பாடுகள், டெல் அவிவில் குடியிருக்க வீடொன்றை அமர்த்துவது, இவையெல்லாம். வாரம் இருமுறை உங்களைப் பார்க்க, உங்களோடு இருக்க காரை எடுத்துக்கொண்டு வருவேன், மற்ற நாட்களில் அது இலனின் பணி. எங்களைப் பற்றிய எதுவும் உங்களுக்குத் தெரியாது, அல்லது அப்படி நாங்கள் நினைத்தோம். எங்களுக்கு மகன் பிறந்தது, நாங்கள் பிரிந்தது, ஜெருசலேத்தில் அங்குமிங்குமாக இலன் அலைந்தது. சொல்லுங்கள் –"

"என்ன சொல்ல?"

"உங்களுக்கு ஏதாவது நினைவிருக்கிறதா?"

"எனக்கு நினைவு? ஆமாம், இருக்கிறது."

"உண்மையாகவா?" அவள் ஆச்சரியமடைகிறாள். அப்படியே நின்றுவிடுகிறாள்.

"ஏறத்தாழ எல்லாமே."

"ஆனால் எது? சிகிச்சைகள், அறுவைச் சிகிச்சைகள், விசாரணைகள்?" அவன் பின்னால் ஓடுகிறாள்.

"ஓரா, அந்தக் காலகட்டத்தின் ஒவ்வொரு நாளையும் நான் அறிவேன்."

"நான் உங்களோடு அமர்ந்திருப்பேன்," அவள் உடனே தொடர்கிறாள்– இந்தப் புதிய தகவலைத் தாங்க முடியவில்லை, மிகுந்த அச்சமூட்டுவதாய் இருக்கிறது: அவளால் இப்போது அதை உள்வாங்க முடியாது; பிறகு, பிறகு– "அமர்ந்து, எதுவுமே மாறவில்லை என்பதுபோல என்னையும் இலனையும் பற்றிய கதைகளைச் சொல்வேன். நீங்கள் எங்களை விட்டுச்சென்ற அந்த நாளில் இருந்ததுபோல, இப்போதும் நாங்கள் இருபத்தியிரண்டு வயதுப் பிள்ளைகள்போல. சரியாக நாங்கள் அப்போதிருந்த இடத்திலேயே இருந்தபடி நீங்கள் திரும்பி வருவதற்காகக் காத்திருப்பதுபோல. தொட்டால் அசையாதே விளையாட்டில் உறைந்து நிற்பதைப்போல."

அவர்கள் வேகமாக நடக்கிறார்கள், ஏதோ காரணத்துக்காக கிட்டத்தட்ட ஓடுகிறார்கள்.

"நீங்கள் அதிக ஆர்வம் காட்டவில்லை. உங்கள் அறையில் அல்லது தோட்டத்தில் ஒன்றுமே பேசாமல் அமர்ந்திருப்பீர்கள். காயம்பட்ட இதர ராணுவ வீரர்களுடனோ செவிலியர்களுடனோகூட எந்தத் தொடர்பும் கொள்வதில்லை. நீங்கள் எதையும் கேட்டதில்லை. என்னுடைய பேச்சில் எவ்வளவை நீங்கள் கிரகித்துக்கொள்கிறீர்கள் எனத் தெரியாது. நீங்கள் திரும்பி வந்ததுமே நான் நிறுத்திவிட்ட என்னுடைய சமூக சேவைத் திட்டத்தைப் பற்றிச் சொன்னேன். பேர்பெற்ற கல்லூரி வாழ்க்கைபற்றி நிறைய உளறினேன், அடித்தட்டுக் குழந்தைகளுக்கான எனது திட்டத்தை விளக்கினேன், நீங்கள் வந்ததும் அதைக் கைவிட்டுவிட்டேன், இருந்தாலும் அதை எப்படி உருவாக்கினேன், அதில் எனக்கு உதவியவர்கள் யார், உதவ முன்வராதவர்கள் யார் என்பது பற்றியெல்லாம் மறுபடிமறுபடி சொல்லிக்கொண்டிருந்தேன். கிப்புட்ஸ்களில் என் திட்டம்பற்றிப் பேசினேன்,

அப்போது அவர்கள் சரியான வகையில் செயல்பட்டுக்கொண்டிருந்தார்கள். மா அகன் மைக்கேல் கிப்புட்ஸில் சிறுவர்களைத் தங்க அனுமதித்தார்கள், ஆனால் அவர்களது நீச்சல்குளத்தை மட்டும் பயன்படுத்தக்கூடாது. பெயிட் ஹஷிதாவில் ஓட்டை போட்ட சுவர்கள்கொண்ட கட்டடங்களில் அவர்களைத் தங்கவைத்தார்கள், நேற்று என்ன நடந்ததென்று கேட்காதீர்கள், தலையில் பேன் பிடித்துள்ளதால் உடனே சிறுவர்களை வெளியேற்றுமாறு எல்லா கிப்புட்ஸிலும் சொல்லிவிட்டார்கள், இப்படி எல்லாவற்றையும் உங்களிடம் சொல்வேன். உங்களோடு உட்கார்ந்து எங்கு நிறுத்தி வைக்கப்பட்டதோ அங்கிருந்து என் வாழ்வைத் தொடருவேன், எனக்கும் அது ஒருவகைச் சிகிச்சையாக இருந்தது, அதிலென்ன தவறு?"

இன்னொன்று அவள் நினைவுக்கு வருகிறது: ஒருநாள், அவனோடு பேசிக்கொண்டிருக்கையில், அவன் சட்டென்று திரும்பிக் கரகரத்த குரலில் கேட்டான்: "உன் மகன் எப்படி இருக்கிறான்?"

பதில் சொல்ல அவள் திணறியபோது அவன் வற்புறுத்தினான்: "அவனுக்கு என்ன வயதாகிறது? என்ன பெயர் வைத்திருக்கிறீர்கள்?"

ஒரு கணம் அவள் செயலிழந்து போனாள். பிறகு தனது பர்ஸிலிருந்து புகைப்படம் ஒன்றை எடுத்தாள்.

அவன் முகம் நடுங்கியது. கட்டுப்படுத்த முடியாத வகையில் அவன் உதடுகள் கோணிக்கொண்டன. அவள் புகைப்படத்தைத் திரும்ப பர்ஸுக்குள் வைக்கப் போகையில் கையைநீட்டி அவள் மணிக்கட்டைப் பற்றினான், வலுவுடன் அதை வளைத்தான், புகைப்படத்தைப் பார்க்கையில் அவன் உடல் நடுங்கியது.

"அவன் உங்கள் இருவரைப்போலவும் இருக்கிறான்," கடைசியில் அவன் சொன்னான்.

"அவ்ரம், என்னை மன்னித்துவிடுங்கள்," அவள் சொன்னாள், கஷ்டப்பட்டு அழுகையை அடக்கிக்கொண்டாள். "உங்களுக்குத் தெரியும் என்பது எனக்குத் தெரியாது."

"அவனைப் பார்க்கையில் நீங்களிருவரும் ஒரேமாதிரி இருப்பதை அறிவாய்."

"நானும் அவனுமா? உண்மையாகவா?" ஒரு கணம் ஓரா மகிழ்ச்சியாக உணர்ந்தாள். தனக்கும் ஆடமுக்குமிடையே அவள் கிட்டத்தட்ட எந்த ஒற்றுமையையும் கண்டதில்லை.

"நீயும் இலனும்."

"ஓ."

அவனது பிடியிலிருந்து கையை விடுவித்துக்கொண்டாள். "எவ்வளவு நாளாக உங்களுக்குத் தெரியும்?"

அவன் தோள்களைக் குலுக்கிக்கொண்டான், பதிலேதும் சொல்லவில்லை. ஓரா விரைவாகக் கணக்கிட்டாள்: வயிறு வளர ஆரம்பித்ததுமே அவள் அவனைப் பார்க்க வருவதை நிறுத்திக்கொண்டாள், இலன்

தனியாகவே அவனைக் கவனித்துக்கொண்டான். அவளுக்குக் கோபம் பொங்கியது. "இதற்கு மட்டும் பதில் சொல்லுங்கள் – அவர் எப்போது உங்களிடம் சொன்னார்?"

"இலனா? அவன் எதுவும் சொல்லவில்லை."

"அப்படியென்றால் எப்படி?"

உணர்ச்சியற்ற கண்களால் அவளைப் பார்த்தான் அவ்ரம். "எனக்குத் தெரியும். ஆரம்பத்திலிருந்தே எனக்குத் தெரியும்."

அவளுக்கு விசித்திரமாக இப்படித் தோன்றியது: எனக்குத் தெரிந்ததுமே அவனுக்குத் தெரிந்துவிட்டிருக்கிறது.

"உங்களுக்குத் தெரியுமென்பது இலனுக்குத் தெரியாதா?"

சதிகார ஒளியொன்று அவன் முகத்தில் தோன்றி மறைந்தது. கதையில் திடீர்த் திருப்பங்களை விரும்பும் தந்திரசாலியான பழைய அவ்ரமை அவள் அதில் பார்த்தாள்.

சாலையோரக் குறுகிய பாதையொன்றில் நீண்டநேரமாக நடக்கிறார்கள், ஆச்சரியமூட்டும் அளவிலான அதிகப் போக்குவரத்து இருவரையுமே அமைதியிழக்கச் செய்கிறது. அவர்கள் சாலையில் நடக்க ஆரம்பித்து இரண்டு நாட்களாகிறது, கார்கள் மிக அருகில் வந்துபோவதுபோலத் தோன்றியது.

ஓட்டுநர்களின் முகபாவங்களில் அவர்கள் தங்களையே பார்த்தார்கள்: வெயிலிலும் மழையிலும் அடிபட்ட இரண்டு அகதிகள். சிலமணி நேரத்துக்குத் தாங்கள் யார் என்பதை அவர்கள் மறந்துவிடுகிறார்கள்– தப்பியோடுபவர்கள், துன்புறுத்தலுக்கு ஆளானவர்கள். கால்களைத் தரையோடு தேய்த்து இழுத்தபடி தொடர்ந்து முனகிக்கொண்டே வருகிறான் அவ்ரம். தொலைவாக அமைந்திருக்கும் இந்தச் சாலை, முடிவற்ற வீதிகள் குறுக்குச்சந்துகள் வழியாக தூரத்தே பெயித் ஸாயித்திலுள்ள தனது சகோதரச் சாலைகளோடு இணைந்துகொள்ளுமோ. தார் பாவிய இந்த வலையமைப்பின் நரம்பு மண்டலம் வழியாகத் திரும்பவும் கெட்ட செய்தி ஏதேனும் கசிந்துவருமோ என்ற தெளிவற்ற, அற்பமான ஆனால் விடாப்பிடியான ஒரு சந்தேகம் அவளை அரிக்கிறது. ஆரஞ்சு–நீலம் மற்றும் வெள்ளைநிறக் குறியீடு ஒன்றைக் கண்டதும் இருவருமே அமைதியடைகிறார்கள், அதை அவர்கள் காணத் துவங்கியிருந்தார்கள் அதை நம்பவும் தொடங்கியிருந்தார்கள். ஒரு சிறு கான்கிரீட் பாலத்தை அடைந்ததும் அந்தக் குறியீடு அவர்களை இடப்புறம் திரும்பச் சொல்கிறது, சாலையிலிருந்து விலகி வரவேற்கும் விதமாக அமைந்த வயலை நோக்கிய பாதையில் அவர்கள் திரும்புகிறார்கள். அது அவளுக்கு நல்லதாகவே அமைகிறது, அவ்ரமுக்கும். திரும்பவும் அவர்கள் உயிருள்ள மண்ணைத் தங்கள் பாதங்களடியில் உணர்கிறார்கள். எளிதில் மிதித்துக் கடக்கக்கூடிய களைச்செடிகளும் புதர்ச்செடிகளும் அவர்களது காலடிகளுக்கு எதிர்வினை புரிகின்றன, அவர்களது நடைக்கு ஒரு துள்ளலைத் தருகின்றன, நடத்தல்

என்னும் கடும் உழைப்பிலிருந்து பறக்கும் நெருப்புப் பொறிகளைப்போல சிறு கூழாங்கற்கள் காலடியிலிருந்து பறக்கின்றன.

அவர்களது முதுகுகள் நிமிர்கின்றன, உணர்வுகள் விழித்துக்கொள்கின்றன. ஒரு காட்டு விலங்கைப்போல தனது உடல் கிளர்வதை அவளால் உணர முடிகிறது. ஆழ்ந்த சரிவும்கூட – பெரிய பாறைச்சரிவுபோலத் தோன்றும் குறுகிய ஆட்டுப்பாதை – அவர்களை இப்போது அச்சுறுத்துவதில்லை. மிகப்பெரிய ஓக் மரங்கள் குன்றுகளைப் பிளந்து வளர்ந்திருக்கின்றன, அவற்றின் கிளைகள் குன்றுகளின் சரிவில் சாய்ந்துகிடக்கின்றன, சிரமமான அந்தச் சரிவில் கவனம் வைத்தவர்களாய் ஓராவும் அவ்ரமும் மௌனமாக நடக்கிறார்கள். ஒருவருக்கொருவர் உதவிக்கொள்கிறார்கள், சுனைநீரால் வழுவழுப்பாகிவிட்ட பாறைகளில் வழுக்கிவிடாமல் கவனமாக நடக்கிறார்கள்.

பிறகு – அவர்கள் இருவரிடமும் கைக்கடிகாரம் இல்லை, பல நாட்களாக அவர்களுக்கு நிமிடங்களோ மணிகளோ கிடையாது, ஒவ்வொரு நாளினது முப்பட்டகக் கண்ணாடியிலும் நகரும் ஒளியின் திசையினை வைத்தே அவர்களது காலம் அளவிடப்பட்டது–அவ்ரம் தன் முதுகையும் முதுகுப்பையையும் மரம் ஒன்றில் முட்டுக்கொடுத்துக் கால்களை முன்புறமாக விரித்தபடி மெதுவாக அமர்கிறான். அவன் தலை சற்றே சாய்கிறது, பார்க்க அவன் உறக்கத்தில் இருப்பது போலிருக்கிறது. குளிர்ந்த பாறையொன்றில் தலையைச் சாய்க்கும் ஓரா எங்கோ அருகில் மென்மையாக ஓடும் ஓடையொன்றின் ஓசையைக் கேட்கிறாள். கண்களைத் திறக்காமலே அவ்ரம் சொல்கிறான், "கடந்த சில நாட்களில் நாம் நிறைய நடந்துவிட்டோம்."

"என்னால் பாதங்களை அசைக்கவே முடியவில்லை."

"நான் இதுபோல நடந்து முப்பது வருடங்கள் இருக்கும்."

அது அவனது குரல், அவள் நினைக்கிறாள். அவன் என்னோடு பேசுகிறான். அவள் கண்களைத் திறக்கும்போது, அவன் அவளையே பார்த்துக்கொண்டிருக்கிறான்.

"என்ன?" அவள் கேட்கிறாள்.

"ஒன்றுமில்லை."

"என்ன பார்க்கிறீர்கள்?"

"உன்னைத்தான்."

"என்ன தெரிகிறது?"

அவன் பதிலேதும் சொல்லவில்லை. அவன் கண்கள் அவளைத் தவிர்க்கின்றன. அவனுக்குத் தன் முகம் இப்போதும் அழகாகத் தோன்றாது என்பது அவளுக்கு நிச்சயமாகத் தெரியும். அவள் முகம் அவனுக்கு இன்னுமொரு காப்பாற்றப்படாத உறுதிமொழியாக இருக்கக்கூடும்.

"ஓரா."

நிலத்தின் விளிம்புக்கு

“என்ன?”

“இன்று நாம் நடந்துகொண்டிருக்கும்போது யோசித்துப் பார்த்தேன். நான் நினைத்தேன் – அவன் பார்க்க எப்படியிருப்பான்?”

“அவன் பார்க்க எப்படியிருப்பானென்றால்?”

“ஓஃபர் பார்க்க எப்படியிருப்பானோ?”

கவலை கொண்டவனாய் அவ்ரம் சுணங்குகிறான். “இது ஒரு நல்ல கேள்வி கிடையாதா?”

“இல்லை, இது, இது ஒரு அற்புதமான கேள்வி.”

தன் கண்களின் நீரை உலர்த்திக்கொள்ள வேண்டி முகத்தை இப்படியும் அப்படியும் திருப்புகிறாள்,

“அவன் ஆடமுடன் சேர்ந்திருக்கும் புகைப்படம் ஒன்றை பர்ஸில் வைத்திருக்கிறேன், நீங்கள் விரும்பினால் –”

“வேண்டாம், வேண்டாம்.” திகிலுற்றவனாகச் சொல்கிறான். “சொல்.”

“வெறும் வார்த்தைகளைக் கொண்டா?” அவள் புன்னகைக்கிறாள்.

“ஆமாம்.”

ஆனந்தமான ஒரு வலிய பறவையொலி அந்த பாறைப் பிளவை நிறைக்கிறது. கண்ணுக்குத் தெரியாத பறவையொன்று புதருக்குள்ளிருந்து பாடுகிறது, தன் ஆன்மா முழுக்க உயிர்ப்பையும் கதைகள் பலவற்றையும் வைத்திருக்கும் அந்தச் சின்னஞ்சிறு ஆனந்தத்தை ஓராவும் அவ்ரமும் தலை தாழ்த்திப் பார்க்கின்றனர். ஒரு முழுக்கதையும் சொல்லப்படுகிறது, இந்த நாளின் சம்பவங்கள், கடவுளுக்கான புகழ்ச்சி, ஒரு வேட்டைப் பறவையிடமிருந்து தப்பித்தது பற்றிய அற்புதமான, சிக்கலான கதை, இடையே கோரிக்கைகள் மற்றும் பதில்களாலான ஒரு கூட்டுப் பாடல், அற்பமான எதிரியோடு கசப்பானதொரு வஞ்சம் தீர்த்தல்.

“நீங்கள் நடப்பதைப் பார்க்கையில்,” பாடுதல் சற்றுத் தேய ஆரம்பித்து தனித்த பறவையொலிகளாக மாறிபோது அவள் சொன்னாள், “இன்றும், சில நிமிடங்களுக்கு முன்பு, இந்த வருடங்களில் ஓஃபரின் நடை எப்படி மாறிக்கொண்டே வந்தது என்பதை நினைத்துக்கொண்டேன்.”

கவனமாகக் கேட்டபடியே அவ்ரம் முன்னோக்கிக் குனிகிறான்.

“ஏனென்றால் சுமார் நான்கு வயதுவரை அவனது நடை உங்களுடையதைப் போலவே இருந்தது தெரியுமா, பக்கவாட்டில் அசைந்த படி, கைகளைப் பெங்குயின்போல வைத்துக்கொண்டு, நீங்கள் நடப்பது போலவே.”

“நான் அப்படியா நடக்கிறேன்?”

“உங்களுக்குத் தெரியாதா?”

“இன்னமும் அப்படியா?”

"இங்கே பாருங்கள், ஏன் அந்த ஷூக்களை நீங்கள் போடக்கூடாது? போட்டுப் பாருங்கள், அதிலென்ன உங்களுக்குப் பிரச்சனை?"

"வேண்டாம், வேண்டாம், இதுவே எனக்கு வசதியாக இருக்கிறது."

"ஆக, கடைசிவரை அவற்றை நீங்கள் வெறுமனே சுமந்துகொண்டுதான் போகப்போகிறீர்கள்?"

"அப்படியானால் அவன் என்னைப் போலவே நடக்கிறான் என்கிறாயா?"

"அது அவன் குழந்தையாக இருந்தபோது. நான்கு அல்லது ஐந்து வயது. அதன்பிறகு அவன் எல்லாவகையான காலகட்டங்களையும் கடந்தான். தாம் பார்ப்பதைக் குழந்தைகள் அப்படியே திருப்பிச் செய்யும் என்பது தெரிந்ததுதானே."

"அப்படியா?" இலனின் லகுவான, போருக்கு ஆயத்தமானது போன்ற நடையை அவன் நினைத்துப் பார்க்கிறான்.

"குமரப் பருவத்தில்–இதைக் கேட்க உண்மையாகவே விரும்புகிறீர்களா?"

"கேட்கிறேன்," அவ்ரம் முணுமுணுக்கிறான்.

"அதுவரை அவன் மிகவும் ஒல்லியாக, குட்டியாக இருந்தான். இப்போது அவனைப் பார்த்தால் இவனா அவன் என ஆச்சரியமடைவார்கள். பதினாறரை வயது இருக்கும்போது நீளத்திலும் அகலத்திலும் அவனில் பெரிய மாற்றம் ஏற்பட்டது, அதுவரை – " அவள் காற்றில் ஒரு உருவத்தை வரைகிறாள், மெல்லிய நாணல் அல்லது குச்சி, "அவனுக்குத் தீக்குச்சிக் கால்கள், பார்த்தால் மனம் உடைந்துவிடும். நடக்கையில் எப்போதும் அவன் – இப்போதுதான் நினைவுக்கு வருகிறது – நடைபயணத்துக்கான பெரிய கனமான பூட்சுகளைப் பயன்படுத்தினான், இப்போது உங்கள் முதுகுப்பையோடு சேர்த்துக் கட்டியிருக்கிறதே அவற்றைப்போல. காலை தொடங்கி இரவுவரை அதை அவன் கழற்றவே மாட்டான்."

"ஏன்?"

"ஏனா? நிஜமாகவே உங்களுக்குத் தெரியாதா?"

அவனுக்குத் தெரியும், அவள் மனதுள் நினைக்கிறாள். உனக்குப் புரியவில்லையா, அதை நீ சொல்லவேண்டுமென்று எதிர்பார்க்கிறான், வார்த்தைக்குப் பதில் வார்த்தை.

"ஏனென்றால் அவை அவனுக்குச் சற்று உயரத்தை அளித்தன, தான் வலுவானவன், இன்னும் திடமானவன், ஆண்மைமிக்கவன் என்ற உணர்வையும் அவை தந்தன."

"ஆமாம்," அவ்ரம் முணுமுணுக்கிறான்.

"உண்மையில் அவன் மிகவும் குள்ளமாக இருந்தான்,"

"எந்தளவுக்குக் குள்ளம்?" நம்ப முடியாதவனாக, சற்றுப் பரிகாசமாகக் கேட்கிறான் அவ்ரம். "எந்தளவுக்குக் குள்ளம்?"

நிலத்தின் விளிம்புக்கு

அவள் கண்களாலேயே அவனிடம் சொல்கிறாள்: மிகவும் குள்ளம். அவ்ரம் மெதுவாகத் தலையசைக்கிறான், முதல் தடவையாக அவளது பார்வையில் கண்ட ஓஃபரை தன் கண்களால் அவன் ஏற்றுக்கொள்கிறான். மிகவும் குட்டியான பையன். தம்பலீனாவைப்போல. தன் மனக்கண்ணில் அவன் இவ்வளவு வருடங்களும் யாரை அவன் கண்டுவந்திருக்கிறான் என்பதை எண்ணி அவள் வியக்கிறாள்.

"அவனைப்பற்றி –"

"நான் எதுவும் நினைக்கவில்லை." முகம் இறுக அவளை இடைமறிக்கிறான்.

"எப்போதுமே அவனை நீங்கள் கற்பனை –"

"இல்லை."

அவர்கள் மௌனமாக அமர்ந்திருக்கிறார்கள். பறவைகளும் பாடுவதை நிறுத்திவிட்டன. மிகவும் சிறிய குழந்தை, அவ்ரம் நினைத்துப் பார்க்கிறான், அவனுள்ளாக நசுக்கப்பட்ட ஏதோவொன்று அசைகிறது. ஒரு பலவீனமான பையன், கடந்துசெல்லும் நிழல். என்னால் இதைத் தாங்க முடியாது, அப்படிப்பட்ட குழந்தையின் துயரம், மற்ற பையன்கள் மீதான அவனது பொறாமை. எப்படிப் பள்ளிக்கூடத்தில், தெருவில் அவன் தாக்குப் பிடிப்பான். எப்படி அவனை வீட்டுக்கு வெளியே அனுப்ப முடியும். தனியே தெருவைக் கடக்க அனுமதிக்க முடியும். எப்போதும் என்னால் அதை ஏற்றுக்கொள்ள முடியாது.

அவனை நேசியுங்கள், அவனிடம் மௌனமாகக் கேட்கிறாள் ஓரா.

"நான் நினைக்கவேயில்லை," அவன் குழறுகிறான், "நான் எதையும் நினைக்கவில்லை."

உங்களால் எப்படி முடிந்தது? கண்களாலேயே கேட்கிறாள்.

என்னைக் கேட்காதே எனத் தன் மௌனம் மூலம் பதிலளிக்கிறான், அவன் பார்வை தாழ்கிறது. அவனது கட்டைவிரல்கள் மற்ற விரல்முனைகள் மீதாகச் சென்று வருகின்றன. இறுகும் அவனது தாடைத் தசை இதுபோன்ற கேள்விகளை என்னிடம் கேட்காதே என்கிறது.

"ஆனால், உங்களிடம் நான் சொன்னேன்," அவனுக்கு ஆறுதலளிக்கும் விதமாக அவள் தொடர்ந்து பேசுகிறாள். "அதன் பிறகு அவன் சட்டென்று வளர்ந்துவிட்டான், உயரத்திலும் அகலத்திலும். இன்று அவனொரு நிஜமான . . ."

ஆனால் அப்போது, விசித்திரமான அந்தப் புதிய வலியைவிட்டு நீங்க மனமின்றி, அவ்ரம் நினைக்கிறான், மனதைத் துளைக்கும் கொடூரமான கரம் கடைசியாக அதை வருடி விடுவதுபோல.

அவ்ரமே கூட எப்போதுமே குள்ளமாக இருந்ததில்லை. பக்கவாட்டில் விரிவுடன் திடமானவனாக இருந்தான். ஒருநாள் தன் வகுப்பு மாணவ மாணவியரிடம் பெரியதொரு உண்மையைச் சொல்வதுபோல "இன்று

நான் சித்திரக்குள்ளனைப்போல உணர்கிறேன்" என்றான். பிறகு கூசாமல் அந்தப் பொய்யைச் சொன்னான்: "என் குடும்பத்தில் எல்லா ஆண்களுமே இப்படித்தான். ஆனால் பத்தொன்பது வயதாகும்போது நாங்கள் வளர்வோம், வளர்வோம், அப்படி வளர்வோம், யாராலும் அதைத் தடுக்க முடியாது, பிறகு நாங்கள் சராசரி உயரத்துக்கு வந்துவிடுவோம்!" சொல்லிவிட்டு அவன் சிரித்தான். ஒருமுறை இடைவேளையின்போது உடைமாற்றும் அறையில் மெய்ர்கி புளூட்ரீச்சைத் தடுத்து நிறுத்தி, மெய்ர்கி இனியும் வகுப்பின் குண்டன் கிடையாது, தான்தான் அதாவது அவ்ரம்தான் அந்தப் பெயருக்கு அதிகாரப்பூர்வ சொந்தக்காரன், அதனை கத்துக்குட்டிக் குண்டன்களோடு, கைகளிலும் வயிற்றிலும் சதை திரண்டு தொங்காத வெற்றுவேட்டுகளோடு பகிர்ந்துகொள்ளும் எண்ணம் எதுவும் தனக்கு இல்லை என எல்லார் முன்னிலையிலும் அறிவித்தான்.

"நான் நினைத்தேன்," அவ்ரம் மெல்லிய குரலில் சொல்கிறான், "எனக்குத் தெரியவில்லை, அவனுக்கும்..?"

"என்ன? கேளுங்கள்."

"அவனும், வந்து... சிவப்புச் சிகைக்காரன்தானா?"

நிம்மதியடைந்தவளாக ஓரா சிரிக்கிறாள். "பிறந்தபோது அவன் முடி ஒன்றும் அவ்வளவு சிவப்பாக இல்லை, எனக்கு அதுகுறித்துச் சந்தோஷமே, இலனுக்கும் அப்படியே. ஆனால் வெயில் பட்டு விரைவிலேயே அது மஞ்ச ளாக மாறியது. இப்போது அது சற்று ஆழ்ந்த வண்ணமாகியிருக்கிறது, கிட்டத்தட்ட உங்களுடைய தாடியைப்போல."

"என்னுடையதைப் போலா?" தாடியின் சிக்கலான முனையை நீவிச் சரிசெய்தபடி மகிழ்வுடன் கேட்கிறான் அவ்ரம்.

"அவனுக்கு அற்புதமான முடி, நீண்டு, தலைநிறைய, அடர்ந்து வளர்ந்து முனைகளில் சுருண்டிருக்கும் முடி. இப்போது அவற்றையெல்லாம் அவன் மழித்துவிட்டதுதான் சோகம். ராணுவத்தில் இப்படி இருப்பதுதான் சௌகரியமானது என்கிறான், திரும்பிவந்ததும் அவன் மறுபடியும் முடி வளர்க்கக்கூடும் –"

அவள் நிற்கிறாள்.

கேமராவையும் ஃப்ளாஷையும் கொண்டு அவள் நடத்தும் தாக்குதல் ஆடமை ஆச்சரியப்பட வைக்கிறது, இருந்தாலும் சந்தேகம் கலந்த ஆர்வத்துடன் அவளுக்கு ஒத்துழைக்கிறான். விளையாடுகையில், வரைகையில், டிவி பார்க்கையில், போர்வை போர்த்திப் படுத்திருக்கையில் என அவனைப் படம் எடுக்கிறாள். அவன் டிவி பார்த்துக் கெட்டுப் போய்விடுவானோ எனக் கவலைப்படுகிறாள். ஒருநாள் படங்கள் எடுத்துக்கொண்டிருக்கையில் ஒன்றும் தெரியாதவன்போல முகத்தை வைத்துக்கொண்டு கேட்கிறான்: "இவை கொட்டகையில் வசிக்கும் அந்த நபருக்காகத்தான் இல்லையா?"

ஓரா வேகமாகச் சொல்கிறாள், "இல்லை, ஏன் அப்படி நினைக்கிறாய்? இவை நோயுற்று டெல் அவிவ் மருத்துவனையில் இருக்கும் என்னுடைய நண்பருக்காக."

"ஓ," ஏமாற்றமடைந்தவனாகச் சொல்கிறான் ஆடம், "நீங்கள் எப்போதும் பார்க்கச்செல்லும் அவரா?"

"ஆமாம், நான் பார்க்கச்செல்லும் அவர்தான். நீ எப்படி இருக்கிறாய் என்று பார்க்க அவருக்கு மிகவும் ஆர்வம்."

ஆனால் அந்த நண்பரைப் பற்றித் தெரிந்துகொள்ள ஆடம் ஒருபோதும் விரும்புவதில்லை.

இன்னுமொரு அறுவைச் சிகிச்சைக்குப் பின் அவ்ரம் தேறி வருகிறான். ஒரு சிறிய புகைப்படத் தொகுப்பை ஓரா கொண்டுவருகிறாள். பின்னணியில் அவனது குழந்தைப்பருவ வீடு, அவனது அறைகள், தோட்டம் போன்ற அவனுக்கு வேதனை உண்டாக்குகிற விஷயங்கள் அப்புகைப்படங்களில் இல்லையென்று சோதித்து உறுதி செய்யப்படுகிறது. எந்தப் புகைப்படத்தையும் ஊன்றிப் பார்க்காமல் படத்தொகுப்பைப் புரட்டுகிறான். அவன் முகத்தில் புன்னகை தோன்றவில்லை. முகத்தில் உணர்ச்சிகள் எதுவும் இல்லை. சில புகைப்படங்களைப் பார்த்ததும் படத் தொகுப்பை மூடிவைக்கிறான்.

"இதை இங்கேயே வைத்துவிட்டுப் போகவா?"

"வேண்டாம்."

"இதை இங்கேயே வைத்துவிட்டுப் போகிறேனே, வைக்கக் கூடாதா?"

"பையன் பார்க்க நன்றாயிருக்கிறான்," அவன் சொல்கிறான், அவன் வாயிலிருந்து வார்த்தைகள் எவ்வளவு சிரமத்துடன் வருகின்றன என்பதைப் பார்க்கிறாள்.

"அவன் அற்புதமானவன், நீங்கள் அவனைப் பார்க்க வேண்டும்."

"வேண்டாம், வேண்டாம்."

"இப்போது வேண்டாம். எதாவது ஒருநாள். நீங்கள் விரும்பும்போது."

"வேண்டாம்!" அவன் பைத்தியம்போலத் தலையை ஆட்டத் தொடங்குகிறான். "வேண்டாம், வேண்டாம், வேண்டாம்!" அவன் உடல் இப்படியும் அப்படியும் ஆடுகிறது, சக்கர நாற்காலி குலுங்குகிறது, இரண்டு கைகளாலும் ஓரா அவனைப் பிடித்துக்கொள்கிறாள், "பொறுமையாக இருங்கள், பொறுமையாக இருங்கள்." செவிலியொருவர் ஓடி வருகிறார், தொடர்ந்து இன்னொருவர், அவர்கள் அந்த அறையிலிருந்து அவனை வெளியே அழைத்து வருகிறார்கள். தனது பலமனைத்தையும் திரும்ப அடைந்தவன் போல அவன் போராடுகிறான், இறுதியாக உண்மையிலே தனக்கு என்ன நடந்ததென்பதை அவன் புரிந்துகொண்டது போலிருந்தது. அவர்கள் அவனுக்கு ஊசி ஏற்றுவதை, அவன் தளர்வதை, குழம்பிய உணர்வுகளால் மறுபடியும் மங்கத் தொடங்கும் அவன் முகத்தை அவள் பார்க்கிறாள்.

இலனை அழைத்து இதைச் சொல்கிறாள். அவை அவனுக்குள் எவ்விதமான உணர்வுகளை உண்டாக்கும் எனத் தெரியாமல் அந்தப் புகைப்படங்களை ஏன் கொண்டு வந்தாய் என அவன் கோபப்படுகிறான். "அது இறந்துபோன ஒருவனை சித்திரவதைக்குளாக்குவதைப்போல!" அவன் கத்துகிறான். "நீ ஒரு இடுகாட்டுக்குப்போய் கல்லறை ஒன்றின்மீது நின்றபடி பகட்டாக உனது வாழ்வைக் காண்பிக்கிறாய்."

ஆனால் மறுநாள் அவனைப் பார்க்க இலன் வரும்போது அந்தப் புகைப்படத் தொகுப்பைக் கொண்டுவருமாறு அவ்ரம் கேட்கிறான். அன்றிரவு ஓரா தொகுப்பைக் கொட்டகைக்கு வெளியே வைக்கிறாள், கதவைத் தட்டிவிட்டு வீட்டுக்குத் திரும்பி விடுகிறாள். சில நிமிடங்கள் கழித்து இலன் வெளியே வருவதை, சுற்றிலும் பார்ப்பதை, புகைப்படத் தொகுப்பை எடுப்பதை, திரும்ப உள்ளே செல்வதை ஜன்னலையொட்டிய தனது வழமையான இடத்திலிருந்து பார்க்கிறாள். இழுத்துவிடப்பட்ட அவனது திரைச்சீலையினூடாக அவன் முன்னும்பின்னுமாக, பின்னும் முன்னுமாக அடிவைத்து நடப்பதைப் பார்க்கிறாள்.

சிகிச்சைக் காலம் முடிந்ததும் ஸுர் ஹடஸ்ஸாவிலுள்ள தன் வீட்டுக்குத் திரும்ப மறுக்கிறான் அவ்ரம். டெல் அவிவில் நல்ல அடுக்கக் குடியிருப்பொன்றை வாடகைக்கு எடுக்கிறான் இலன், அவனும் அவளும் மாறிமாறி அந்தக் குடியிருப்பைச் சுத்தம்செய்து அவ்ரமுக்காகத் தயார்படுத்துகிறார்கள். குளிர்கால ஆரம்பத்தில் புயல் நாளொன்றில் இலன் அவ்ரமை அங்கு கொண்டுவருகிறான், அங்கிருந்து தனது புதிய வாழ்வைத் தொடங்குகிறான் அவ்ரம். துவக்கத்தில் சில வாரங்கள் பாதுகாப்புத் துறையினால் சம்பளம் வழங்கப்பட்ட உடன்வசிக்கும் பராமரிப்பாளர் ஒருவர் அவனைப் பார்த்துக்கொள்கிறார், ஆனால் அவ்ரமுக்கு அவரைப் பிடிப்பதில்லை. மறுவாழ்வுத் துறை பலவித வேலைகளிலும் அவனை ஆர்வம் கொள்ளவைக்க முயற்சிக்கிறது, அவை அவனை சோர்ந்துபோகச் செய்கின்றன, எதிலும் அவனால் தொடர்ந்து ஈடுபட முடியவில்லை. அவனுக்குப் பொறுப்பான அதிகாரிகளிடம் அவள் தொடர்ந்து பேசுகிறாள். அவனுக்காகப் பரிந்து பேசுகிறாள், விவாதிக்கிறாள், அவனது ஆளுமைக்கும் திறமைக்கும் பொருத்தமான வேலை கிடைக்க முயற்சிக்கிறாள். அவன் வேலை செய்ய விரும்பவில்லை, சுத்தமாக எதிலும் அவனுக்கு ஆர்வமில்லை என்கிறார்கள். அவர்களது பேச்சில் பொறுமையின்மை தொனிப்பதைக் காண்கிறாள். அவனைப்பற்றிய அவளது எதிர்பார்ப்புகள் யதார்த்தம் மீறியவை என்கிறார்கள்.

அவ்ரம் தன்னையே மறந்தவனாகிறான். சிலநேரம் தொடர்ந்து பலமணி நேரத்துக்கு அவனைத் தொலைபேசியில் அழைத்தாலும் எந்தப் பதிலுமிருப்பதில்லை, பீதியடைந்தவளாக அவள் இலனை அழைப்பாள், அவன் சொல்வான், "அவன் கொஞ்சம் மூச்சு விடட்டுமே."

"தனக்குத்தானே அவர் ஏதாவது செய்துகொண்டுவிட்டால்?"

"அதற்கு அவனைக் குற்றம் சொல்லவா முடியும்?"

அவ்ரம் கடற்கரையில் நடக்கிறான். சினிமாவுக்குப் போகிறான். பூங்காக்களில் அமர்கிறான், முன்பின் தெரியாதவர்களோடு சினேக

மாகிறான். இப்படி யாருடனும் உடனடியாக நட்பாகிவிடுவது போன்ற குறிப்பிட்ட சில புதிய குணாதிசயங்களைக் கைக்கொள்கிறான், அது வரவேற்கத் தகுந்ததாயிருந்தாலும் ஏனோ உள்ளீடற்றதாய்த் தோன்றுகிறது. அவன் குணம் பெற்றுவரும் வேகம் இலனுக்கு உவப்பளிக்கிறது. அவனது முன்னேற்றத்தில் ஏராளம் வெளிப்படையாகவே தெரிவதாக ஓரா நினைக்கிறாள். வாரம் இருமுறை அவனைப் பார்க்க வருகையில் நன்றாகச் சவரம் செய்து புத்துணர்வுடன் இருக்கிறான். “நன்றாகப் பராமரிக்கப் பட்டிருக்கிறார்,” இலனிடம் சொல்வாள். அடிக்கடி சிரிக்கிறான், காரணமே இல்லாவிட்டாலும் கொஞ்சம் பேசுகிறான். அவனது சொற்தொகுதி மீண்டும் வலுவடைகிறது. ‘அவ்ரம்போல’ ஏதாவது அவன் சொல்லும் போது அவள் மகிழ்ச்சியில் நாணுகிறாள். ஆனால் அவன் பேசும் விஷயங்கள் நன்றாக வரையறுக்கப்பட்டனவாக, தெளிவான எல்லைகளை உடையனவாக இருப்பதை விரைவிலேயே உணர்கிறாள்: நீண்டகாலத்துக்கு முன் நிகழ்ந்தவற்றுக்குள் அவை செல்வதில்லை, சமீபத்தில் நடந்தவை பற்றியும் அவற்றில் ஒன்றுமிருப்பதில்லை, நிச்சயமாக எதிர்காலம் பற்றிய சிறு பேச்சுமில்லை. இப்போது நிகழ்வன பற்றித்தான். இந்த நிகழ்கணத்தைப் பற்றித்தான்.

அதே காலகட்டத்தில், போர்க்குற்றவாளிகளுக்கான சிறையிலிருந்து வந்தபின் அவனுக்குச் சிகிச்சையளித்த பாதுகாப்புத் துறையைச் சேர்ந்த மனநல மருத்துவரை இலனும் ஓராவும் சந்தித்தனர். அவ்ரம் கடும் அதிர்ச்சி எதனாலும் பாதிக்கப்பட்டிருக்கவில்லை என்ற தகவல் அவர்களுக்கு வியப்பளிக்கிறது. அவனுக்கு ஏற்பட்டிருக்கும் பிரச்சனை, அதற்கான தீர்வு பற்றி மருத்துவர்களால் தெளிவாக வரையறுக்க முடியவில்லை, ஆனால் அவர்கள் எல்லோருமே அவனுக்குக் கடும் அதிர்ச்சி ஏற்பட்டிருப்பதற்கான தீர்க்கமான அறிகுறி எதுவும் இல்லை என்பதை ஒத்துக்கொண்டார்கள். “கடும் அதிர்ச்சி இல்லையென்றால் அவனுக்கு ஏற்பட்டிருப்பது என்ன?” வியப்புடன் கேட்கிறான் இலன், முட்டிக்கொள்வதுபோல அவனது தலை சரிகிறது.

மனநல மருத்துவர் பெருமூச்சு விடுகிறார். “சொல்வது கடினம். அவரது குணாதியசங்கள் புரிந்துகொள்ள இயலாதனவாக உள்ளன. சில வாரங்கள் அல்லது மாதங்களில் அவர் சீரான நிலைக்குத் திரும்புவார், அல்லது அதற்கு இன்னும்கூட அதிக காலம் பிடிக்கலாம். எங்களைப் பொறுத்தவரை – ஒரு ஊகம்தான், இன்னும் துல்லியமாகச் சொன்னால் – தான் குணமடையும் வேகத்தை அவர் கட்டுப்படுத்திக்கொண்டிருக்கிறார், ஆனால் வேண்டுமென்றே கிடையாது–”

“எனக்குப் புரியவில்லை! அவன் எங்களை முட்டாளாக்கிக் கொண்டிருக்கிறான் என்கிறீர்களா? அவன் நடிக்கிறான் என்கிறீர்களா?”

“அப்படி இல்லையென்றுதான் நம்புகிறேன்.” மனநல மருத்துவர் தன் கைகளை உயர்த்துகிறார். “நான் – நாங்கள், அதாவது இந்த அமைப்பு நம்புகிறது – சிறு அடிகள் வைத்து வாழ்க்கைக்குத் திரும்ப அவர் முடிவெடுத்திருக்கிறார் என்று நினைத்துக்கொள்ளுங்கள், மிகச்

சிறிய அடிகள். நம் எல்லாரையும்விட தனக்கு மிக உகந்தது எதுவென்று அவருக்குத் தெரியும் என்பதில் நாம் நம்பிக்கை வைக்க வேண்டும்."

"உங்களை ஒன்று கேட்கலாமா," தயக்கமாக இலனின் கைமீது தன் கையை வைத்தபடி ஓரா கேட்கிறாள். "எங்களுக்கு, இலனுக்கும் எனக்கும், குழந்தை இருக்கிறது என்ற உண்மை அவருடைய, எப்படிச் சொல்வது, இந்த நிலையுடன், சம்பந்தப்பட்டிருக்கிறதா?"

"அவனது வாழ விருப்பமின்மையுடன்," இலன் கோபமாகச் சொல்கிறான்.

"அந்தக் கேள்விக்கு அவர் மட்டுமே பதிலளிக்க முடியும்," அவர்களைப் பார்க்காமலே மனநல மருத்துவர் சொல்கிறார்.

இலன் தொடர்ந்து கொட்டகையிலே வசிக்கிறான், அவனது இல்லாமையைப் போலவே அவனது இருப்பும் மெல்ல மங்கித் தேய்கிறது. கொட்டகைக்கும் வீட்டுக்கும் இடையே இருக்கும் பெருங்கடலை அவனால் கடக்க முடியும் என்ற நம்பிக்கை அவள் மட்டில் அற்றுப் போகிறது. ஒருநாள் இரவு அவளைத் தொலைபேசியில் அழைக்கையில் அவளிடமிருந்தும் ஆடமிடமிருந்துமான இந்தத் தொலைவே அவனால் தாங்கிக்கொள்ள இயன்ற தொலைவு என்கிறான். அதற்கு என்ன அர்த்தம் என்றெல்லாம் இப்போது அவள் கேட்பதில்லை. அவளது ஆழத்தில் அவன்மீதான நம்பிக்கைகளை அவள் கைவிட்டிருந்தாள். அவ்வப்போது கேட்பதுபோல அன்றும், தான் அங்கிருந்து போய்விட அவள் விரும்புகிறாளா என்று கேட்டான். அந்த வார்த்தையைச் சொன்னால் போதும் மறுநாளே அவன் போய்விடுவான். அவள் சொல்கிறாள், "போவது, இருப்பது இரண்டுக்கும் என்ன வித்தியாசமிருக்கிறது?"

சிறிதுகாலம் மோட்டி என்ற தோழன் அவளுக்கு அமைந்தான், பொது கூட்டுப்பாடல் நிகழ்வுகளை முன்னின்று நடத்தும் விவாகரத்துப் பெற்ற ஒரு அக்கார்டியன் கலைஞன். அவள் தோழி ஏரியலாதான் அவனை அவளுக்கு அறிமுகம் செய்துவைத்தாள். ஆடம் இலன் இருவர் பொருட்டும் அவள் அவனை எப்போதும் வீட்டுக்கு வெளியிலேயே சந்தித்தாள். ஹைபாவின்போது ஆடம் அவளது அம்மா வீட்டுக்குப் போய்விடும் மூன்று நாட்களில் மட்டும் மோட்டியை அவள் இரவில் தங்க அழைத்தாள். கொட்டகையில் இருக்கும் இலன் இதைப் பார்ப்பான், குறைந்தபட்சம் காதால் கேட்பான் என்பதை அவள் அறிவாள். அவள் அதை மறைக்க விரும்புவதில்லை, மோட்டி நயமற்ற வகையில் அவளோடு உறவுகொண்டான், அவளுக்குள் இயங்குகையில் வற்புறுத்தலாக, தான் "அங்கே வந்தாயிற்றா" எனக் கேட்டுக்கொண்டே இருப்பான். ஓரா தான் அவனது அங்கு ஆக இருக்க விரும்பவில்லை. முழுக்கவும் அவள் இங்கு இருந்த காலத்தை நினைத்துக்கொள்கிறாள். பிறகு குளியலறை யில் அதிரும் உச்ச ஸ்தாயியில் மோட்டி பாடுகிறான், "எங்கே நீ, என் அன்பே?". கொட்டகையில் இலனின் நிழல் முன்னும்பின்னும் சென்று

வருவதைப் பார்க்கிறாள் ஓரா. அதன்பின் அவள் மோட்டியை வீட்டுக்கு அழைப்பதில்லை.

ஒருநாள் மாலை அவ்ரமின் டெல் அவிவ் அடுக்ககக் குடியிருப்பில் அவளும் அவ்ரமும் சாலட் தயாரிக்கிறார்கள், அவன் கத்தியை ஒழுங்காகப் பயன்படுத்துகிறானா, தோலோடு சேர்த்து பாதி வெள்ளரிக்காயை அப்படியே எறிந்துவிடுகிறானா என அவள் ஓரக் கண்ணால் பார்த்தபடியே இருக்கிறாள். டெல் ஹஷோமரில் ஒரு செவிலி இரண்டு முறை அவனை வெளியில் போகலாம் என அழைத்ததையும் அவன் வேண்டாமென்று சொல்லிவிட்டதையும் பற்றிச் சொல்கிறான்.

"ஏன் வேண்டாமென்று சொன்னீர்கள்?"

"ஏனென்றால்."

"என்ன ஏனென்றால்?"

"ஏனென்றால், உனக்குத் தெரியும்."

"இல்லை, எனக்குத் தெரியாது, என்ன எனக்குத் தெரியும்?" ஆனால் அவள் சட்டென்று மனம் குன்றுகிறாள்.

"ஏனென்றால் சினிமாவுக்குப் பிறகு அவள் என்னைத் தன்னுடைய வீட்டுக்கு அழைப்பாள்."

"அதிலென்ன தவறு?"

"உனக்குப் புரியவில்லையா?"

"இல்லை, எனக்குப் புரியவில்லை," கிட்டத்தட்ட அவள் கத்துகிறாள்.

அமைதியாக அவள் காய்களை நறுக்கத் தொடங்குகிறாள்.

"அவள் பார்க்க நன்றாக இருப்பாளா?" ஒரு தக்காளியை நசுக்கியபடியே சாதாரணமாகக் கேட்கிறாள் ஓரா.

"நன்றாக இருப்பாள்."

"கவர்ச்சியாக இருப்பாளா?" பட்டுக்கொள்ளாதது போன்ற ஆனால் நடுங்கும் குரலில் கேட்கிறாள்.

"அவள் மிகவும் அழகு, நல்ல உடல்வாகு, பத்தொன்பது வயதுகூட இருக்காது."

"அப்படியானால் அவள் வீட்டுக்குப் போவதில் என்ன தவறு?"

"என்னால் முடியாது," தீர்க்கமாகச் சொல்கிறான், ஓரா வேகமாக ஒரு வெங்காயத்தை எடுத்துக்கொள்கிறாள், வரப்போகும் கண்ணீருக்குச் சாக்காக.

"திரும்பி வந்ததிலிருந்து நான் இப்படித்தான் இருக்கிறேன். என்னால் அது முடியாது. அவன் சிரிப்பை அடக்கிக்கொள்கிறான்: "பாதி உடைந்த நாணல்."

அவள் உடல் குளிர்கிறது, வயிறு குழிகிறது. பல வருடத் தாமதத்திற்குப் பின் அவனது துயர நிகழ்வின் கடைசி அதிர்வலைகள் இப்போதுதான் அமைதிகொள்வது போலிருந்தது. "நீங்கள் முயற்சியாவது செய்தீர்களா?" அவள் மெல்லக் கேட்கிறாள். எப்படி இதை நான் அறியாமல் போனேன் எனத் தன்னையே கேட்டுக்கொள்கிறாள். இதை எப்படி நான் கண்டறியாமல் போனேன்? அவனது உடல் முழுவதையும் கவனித்துக்கொண்டேன், அதை மறந்துவிட்டேனா? அதைப்பற்றி அவனிடம், மறந்துதான் போனேனா?

"நான்குமுறை முயன்றேன். நான்குமுறை என்பது நம்பத் தகுந்த மாதிரி, அப்படித்தான் இல்லையா?"

"யாருடன்?" ஆச்சரியமடைந்தவளாகக் கேட்கிறாள். "யாருடன் முயன்றீர்கள்?"

அவன் சங்கடப்பட்டதுபோலத் தெரியவில்லை. "படுக்கையில் எனக்கு அடுத்து இருந்த ராணுவவீரனொருவனின் ஒன்றுவிட்ட சகோதரியுடன் ஒருமுறை, அங்கே பணியிலிருந்த டச்சு தன்னார்வப் பணியாளருடன் ஒருமுறை. சிகிச்சையின்போது உடனிருந்த பெண்வீரருடன் ஒருமுறை, அப்போதுதான் கடற்கரையில் பார்த்த ஒருவருடன் ஒருமுறை." அவளது முகவெளிப்பாடுகளைப் பார்க்கிறான். "எதற்காக அப்படி என்னைப் பார்க்கிறாய்? இதை நான் தொடங்கவில்லையே! அது அவர்கள் . . ." என்றவன் தளர்ந்துபோனவனாகச் சொல்கிறான், "சிறைக்கைதி என்ற கற்பனைக் கவர்ச்சி போர்க்குற்றவாளிகளிடமும் செல்லுபடியாகிறது, மற்றபடி அதை என்னால் விளக்க முடியாது."

"அவர்கள் உங்களை விரும்புகிறார்கள் என உங்களுக்குத் தோன்றியதா?" அவள் வெடிக்கிறாள், சீண்டிப் பார்க்கும் அந்த மெல்லிய பொறாமை அவளை வருத்துகிறது. "ஒருவேளை உங்களது கவர்ச்சி குறையவே யில்லையோ? எகிப்தியர்களாலும்கூட உங்களது . . ."

"என்னால் முடியவில்லை, ஓரா. அவர்கள் ஒவ்வொருவருடனும் படுக்கைக்குச் சென்ற நிமிடமே அது தெரிந்துவிடும். கரமைதுனம் செய்வதில் நான் குறைந்தவனல்ல, ஆனால் எவ்வளவு நேரம் எனக்கு நானே உதவிக்கொள்ள முடியும்? ஆனால் சமீபகாலமாக கரமைதுனம் செய்வதிலும் பிரச்சனை. லார்காக்டைல் எடுத்துக்கொள்கையில் விந்து வெளியேறுவதில்லை."

"உண்மையிலேயே அவர்களை நீங்கள் விரும்பினீர்களா?" அவள் கேட்கிறாள், அவள் குரல் பல திசைகளிலும் உடைந்து பரவுவது போலிருக் கிறது. "ஒருவேளை உண்மையிலேயே அதை நீங்கள் விரும்பாதிருக்கலாம்."

"நான் விரும்பினேன், விரும்பினேன்," அவன் கோபமாகச் சீறுகிறான். "நான் உடலுறவுகொள்ள விரும்பினேன். அதிலென்ன பிரச்சனை? அழிவற்ற காதலைப்பற்றி இங்கு நான் பேசவில்லை. ஒருமுறை உடலுறவு கொள்ள வேண்டும், ஓரா ஏன் நீ இப்படி—"

"ஒருவேளை அவர்கள் உங்களுக்கு ஏற்றவர்களாக இருக்கவில்லை," அவள் முணுமுணுக்கிறாள், அவ்ரமுடன் இருக்கப்போகும் ஒருத்தி,

அவனது சூக்குமங்களை அறிந்து அவனுக்கு ஏற்றவளாக இருக்க வேண்டும் என்பதை வலியுடன் மனதுக்குள் எண்ணிக்கொள்கிறாள்.

"அவர்கள் பொருத்தமானவர்களாகவே இருந்தார்கள், சாக்குப் போக்கு தேடாதே, அவர்கள் மிகவும் பொருத்தமாக இருந்தார்கள், எதிலென்றால்..."

"அப்படியானால் என்னுடன்?" கண்களில் உணர்ச்சியற்றவளாகக் கேட்கிறாள். "என்னோடு படுப்பீர்களா?"

நீண்ட மௌனம்.

"உன்னுடன்?"

அவள் கூட்டி விழுங்குகிறாள். "ஆமாம், என்னுடன்."

"எனக்குத் தெரியவில்லை," அவன் குழறுகிறான். "நீ உண்மையாகத்தான் சொல்கிறாயா?"

"இதுவொன்றும் விளையாட்டில்லை." அவள் குரல் நடுங்குகிறது.

"ஆனால் எப்படி–"

"நம்மிடையே அது நன்றாகவே இருந்தது."

"எனக்குத் தெரியவில்லை, நான் நினைக்கிறேன் எப்போதுமே அது முடியாது, உன்னோடு–"

"ஏன்?" சட்டென்று வலி அவளைப் பற்றுகிறது. "நாம் வீசிய தாயத்தினாலா? அதில் நான் உங்களைத் தேர்ந்தெடுத்ததாலா?"

"இல்லையில்லை."

"அப்படியென்றால் இலனாலா?"

"இல்லை."

அவள் இன்னொரு தக்காளியை எடுத்துப் பொடியாக நறுக்குகிறாள். "அப்படியென்றால் ஏன் வேண்டாமென்கிறீர்கள்?"

"இனியும் உன்னோடு அது முடியாது."

"மிகவும் உறுதியாக இருக்கிறீர்கள்."

ஒருவரையொருவர் தொடாமல் சுவரைப் பார்த்தபடி கழுவுந்தொட்டியருகே நிற்கிறார்கள். அவர்களது நெற்றிப்பொட்டுகள் துடிக்கின்றன.

"வந்து, ஆடம்?" அவ்ரம் கேட்கிறான்.

"அவனைப்பற்றி என்ன?"

அவ்ரம் தயங்குகிறான். தான் கேட்க வந்தது என்னவென்பதில் அவனுக்குத் தெளிவில்லை.

"ஆடம்? ஆடமைப் பற்றி இப்போது உங்களுக்குத் தெரிய வேண்டும்?"

“ஆமாம், அதிலும் ஏதேனும் தவறு நடந்துவிட்டதா?”

“அதில் எந்தத் தவறும் நடக்கவில்லை,” சிரித்தபடியே சொல்கிறாள். “எதைப்பற்றி வேண்டுமானாலும் கேளுங்கள். அதற்காகத்தான் நாம் இங்கு இருக்கிறோம்.”

“வந்து, அவனும்கூட . . . உனக்குப் புரிகிறதா? நீ சொல்ல விரும்புவதைச் சொல்.”

இனிதான் எல்லாம் ஆரம்பம் என நினைத்தவளாய் கைகால்களை நீட்டி ஆசுவாசப்படுத்திக்கொள்கிறாள்.

முட்கள் நிறைந்த பர்னட் மற்றும் ஸேஜ் செடிகளின் அடர்வினூடாக நடக்கிறார்கள். ஓக் மரங்கள் குற்றுச்செடிகள் அளவுக்குக் குள்ளமாக இருக்கின்றன. அவர்கள் பாதங்களடியில் ஓணான்கள் பீதியுடன் ஓடுகின்றன. தாவரப்பெருக்கம் விழுங்கிவிட்டிருந்த பாதையை அறிந்தபடி ஒருவருக்கொருவர் இணையாக நடக்கின்றனர். வளைந்துநெளிந்து செடிகள் மீதாக நகரும் அவர்களது நிழல்களை ஓரக்கண்ணால் பார்க்கிறாள் ஓரா. அவ்ரம் கைவீசி நடக்கையில் கணப்பொழுது அவள் தோள்மீது தன் கையை அவன் வைப்பதுபோலத் தோன்றுகிறது. வெளிச்சத்தில் தன்னுடலை இப்படியுமப்படியும் நகர்த்தி அவனது கரம் தன் நிழலுருவின் இடுப்பைப் பற்றுவதுபோலச் செய்கிறாள்.

“ஓஃபரைப் போலவே ஆடமும் ஒல்லியான பையனாகத்தான் இருந்தான், ஆனால் அவன் தொடர்ந்து ஒல்லியாகவே இருந்தான். ஒரு ஒல்லிக்குச்சியாக.”

“ஓ.” அவ்வப்போது அவ்ரம் நோக்கமற்றுச் சுற்றிலும் பார்க்கிறான், ஆனால் ஓராவோ அவனது கட்டிலிருக்கும் அத்தனை சீட்டுகளையும் தெரிந்துவைத்திருக்கிறாள்.

“குழந்தையாக இருக்கையில் அவன் ஓஃபரைவிட உயரமானவானாக இருந்தான் – அவன் மூன்று வயது மூத்தவன் என்பதை மறந்துவிட வேண்டாம். ஆனால் ஓஃபர் வயதுகூடி வளர ஆரம்பிக்கையில் வரிசை மாறியது, தலைகீழானது.”

“ஆக இப்போது–”

“ஆமாம்.”

“என்ன?”

“ஓஃபர்தான் உயரமானவன். அதிக உயரம்.”

அவ்ரமுக்கு ஆச்சரியம். “உண்மையாகவா? அவன் அதிக உயரமா?”

“நான் சொன்னேனில்லையா, சட்டென்ற வேகமான வளர்ச்சி. இவன் அவனை ஒரேயடியாகத் தாண்டிவிட்டான்.”

“அப்படியா சொல்கிறாய்…”

“ஆமாம்.”

“அப்படியானால் நிஜத்தில்,” நடையில் வேகத்தைக் கூட்டியபடி ஆழ்ந்த சிந்தனையில் தன் கன்னச்சதையை உள்ளிழுத்தவனாகக் கேட்கிறான், “அவன் இலனைவிடவும் உயரம்?”

“ஆமாம், இலனைவிடவும் உயரம்.”

மௌனம். இந்த மௌனம் அவளைச் சங்கடப்படுத்துகிறது.

“இலனது உயரம் எவ்வளவு? ஒரு மீட்டர் எண்பது சென்டிமீட்டர்?”

“அதைவிடவும் உயரம்.”

“அப்படிச் சொல்லாதே . . .” நன்றாக நிகழ்த்தப்பட்ட ஒரு தந்திரத்தின் ஒளி அவன் முகத்தில் பளிச்சிடுகிறது. வியப்புடன் குழறுகிறான், “ஒருநாள் அவன் இப்படி ஆவான் என நினைத்தே இல்லை”.

“வேறு எப்படி நினைத்தீர்கள்?”

“நான் எதையும் நினைக்கவில்லை,” அவன் திரும்பவும் சொல்கிறான், இம்முறை அவன் குரல் பலவீனமாக, உள்ளடங்கி ஒலிக்கிறது. “எப்போதுமே நான் எண்ணிப் பார்த்ததில்லை, ஓரா. ஒவ்வொரு முறை நான் முயன்றபோதும் . . .” ஒரு ஆசையை வெளிப்படுத்துவது அல்லது பிளவொன்றினூடாக பெருவெடிப்பு ஒன்று திறப்பதுபோல இரண்டு கைகளையும் விரிக்கிறான்.

எதைப்பற்றியும் நினைத்துப் பார்க்கவில்லையென்றால், எது குறித்து உங்களுக்கு அவ்வளவு அச்சம் எனக் கேட்க நினைத்தவள் தன்னையே கட்டுப்படுத்திக்கொள்கிறாள். தொலைவேயிருந்து யாரை நீங்கள் பாதுகாத்துக்கொண்டிருந்தீர்கள், அவனைப்பற்றி எதுவுமே தெரியாத அளவுக்கு இத்தனை நீண்டகாலமாக?

“ஆடமுக்கு இப்போது எத்தனை வயதாகிறது?”

“இருபத்தி நான்குக்கு கொஞ்சம் கூட.”

“ஓ, பெரிய பையன்.”

“கிட்டத்தட்ட என் வயது,” இலனது நகைச்சுவைகளில் ஒன்றை முயன்றபடி அவள் சொல்கிறாள். அவ்ரம் அவளைப் பார்க்கிறான், கடைசியாக அது அவனுக்குப் புரிகிறது, பணிவாகப் புன்னகைக்கிறான்.

“அவன் எப்படி இருக்கிறான்?”

“ஆடமா? நான் சொன்னேனே.”

“எனக்கு . . . நான் கவனித்திருக்க மாட்டேன்.”

“ஆடம் இப்போது இலனுடன் இருக்கிறான், உலகத்தைச் சுற்றி வருகிறார்கள். இப்போது தென்னமெரிக்கா. இலன் ஒரு வருடம் விடுப்பு எடுத்துக்கொண்டிருக்கிறார். அவர்கள் இருவரும் தங்கள் வாழ்வின் முக்கியமான காலகட்டத்தில் இருப்பது போலிருக்கிறது. அவர்கள் வீட்டுக்கு வர விரும்பவில்லை.”

"ஆனால் ஆடம்," அவ்ரம் மறுபடியும் கேட்கிறான், அவனது நாக்கு கேள்விகளின் இசையைக் கற்றுக்கொள்ளச் சிரமப்படுகிறது என ஓரா நினைக்கிறாள். "அவன் என்ன செய்கிறான்? அதாவது வேலைக்குப் போகிறானா? படிக்கிறானா?"

"அவன் இன்னமும் தேடிக்கொண்டிருக்கிறான், உங்களுக்குத் தெரியும். இந்தக் காலத்தில் எல்லோரும் தேடலில் அதிக நேரத்தைச் செலவிடுகின்றனர். அவன் ஒரு இசைக்குழு வைத்திருக்கிறான், உங்களிடம் சொன்னேனா?"

"எனக்கு நினைவில்லை. நீ சொல்லியிருக்கலாம்." அவன் தளர்வுற்றவனாகத் தோள்களைக் குலுக்கிக்கொள்கிறான். "நான் எங்கே விட்டேனென்று தெரியவில்லை, ஓரா. முதலிலிருந்து சொல்."

"அவனொரு கலைஞன். உண்மையிலேயே தன் உள்ளத்தின் ஆழத்தில் ஆடம் ஒரு கலைஞன்." பேசப்பேச ஓராவின் முகம் பிரகாசமடைகிறது.

ஒரு மௌனம் அடர்வுறுகிறது, சலசலக்கிறது, ஒரு கேள்வி கேட்கப் படாமலே போகிறது. ஓஃபரும் ஒரு கலைஞன், தன் உள்ளத்தில் ஆழத்தில் ஒரு கலைஞன் என அவளால் அவ்ரமிடம் சொல்ல முடிந்தால் எல்லாமே சற்று லகுவாகிவிடும்.

"இசைக்குழுவா? என்ன இசைக்குழு?"

"ஒரு வகையான ஹிப்-ஹாப் இசைக்குழு. என்னிடம் அதிகம் கேள்விகள் கேட்காதீர்கள்" அவள் கையை அசைக்கிறாள். "அவனும் அவன் குழுவினரும் நீண்டகாலம் ஒன்றாக இருந்தார்கள், தங்களது முதல் குறுந்தகடு தயாரிப்பில் ஈடுபட்டிருந்தனர். அவர்களது இசையை வெளியிட ஒரு நிறுவனம் ஆர்வமாகக்கூட இருந்தது. அது ஒருவகை ஹிப்-ஹாப் இசை நாடகம், எனக்கு விளங்காத ஒன்று, அது மிக நீண்டதாக இருந்தது, மூன்றரை மணி நேரம், நாடுகடத்தப்படுத்தலைப் பற்றியது, நாடுகடத்தப்படும் பயணம், நிறைய நாடுகடத்தல்கள்."

"ஓ."

"ஆமாம்."

நடக்கையில் ஓராவினதும் அவ்ரமினதும் காலணிகள் குற்றுச்செடி களைத் தேய்க்கின்றன. ஆடம் தன் நண்பனொருவனுடன் தொலைபேசியில் பேசிக்கொண்டிருந்தபோது தற்செயலாகக் காதில் விழுந்த ஒரு விஷயம் ஓராவுக்கு நினைவு வருகிறது. "அதில் ஒரு பெண் வருகிறாள், கையில் நூலுருண்டையுடன் அவள் நடக்கிறாள், அதைப் பிரித்துவிட்டபடியே நடக்கிறாள்."

"நூல்?"

"ஆமாம், சிவப்பு நூல். அதைப் பிரித்துத் தரையில் விட்டபடியே அவள் நடக்கிறாள்."

"ஏன்?"

“எனக்குத் தெரியவில்லை.”

“என்னவொரு கற்பனை,” அவன் முணுமுணுக்கிறான், அவனது கண்களைச் சுற்றியிருக்கும் தோல் சிவக்கிறது.

“ஆடமும் அவன் கற்பைனகளும்,” அவ்ரமின் திடீர் சந்தோஷத்தைக் கண்டு சற்றே அசூயையடைந்தவளாக ஏளனமாகச் சிரிக்கிறாள்.

“பூமியை அறுத்தெடுத்ததுபோல என்கிறாயா? பிரித்தெடுத்தது போல?”

“இருக்கலாம்.”

“இந்தப் பெண் பூமிக்கு ஒரு நூலைத் தருகிறாள்...” அந்தக் கற்பனையை அவ்ரம் அப்படியே பற்றிக்கொள்கிறான்.

“ஆமாம், அதுபோல ஒரு குறியீடு.”

“அது மிக வலுவானது. ஆனால் எங்கிருந்து நாடுகடத்தப்படுகிறார்கள்?”

“அவனது குழுவில் எல்லோருமே தீவிர நோக்குடையவர்கள். அவர்கள் ஆய்வுகளை மேற்கொண்டார்கள், இஸ்ரேலைச் சுற்றிய இடங்கள், ஆரம்பகால ஸீயோனிஸம் பற்றிப் படித்தார்கள், கிப்புட்ஸ் ஆவணக் காப்பகங்களைத் தோண்டினார்கள், இணையத்திலும் துழாவினார்கள், சட்டென்று நாட்டைவிட்டு ஓட நேர்ந்தால் நீங்கள் உங்களுடன் எதை எடுத்துச் செல்வீர்கள் என்று மக்களிடம் கேட்டார்கள்.” அதுபற்றி அவள் அறிந்தவை இவை மட்டுமே, ஆனாலும் அவ்ரம் அதைத் தெரிந்து கொள்வதில் அவளுக்குச் சங்கடமிருந்தது, குறைந்தபட்சம் இப்போது வரைக்குமாவது தெரியாமலிருக்கிறதே, எனவே அவள் பேச்சைத் தொடர்கிறாள். “அவனும் சில பையன்களும்தான் அந்தக் குழுவில், பாடல், இசை என எல்லாவற்றையும் அவர்கள் சேர்ந்தே எழுதினார்கள், எல்லா இடங்களிலிருந்தும் இசையமைப்பாளர்களை அமர்த்தினார்கள்.” அவள் வலுக்கட்டாயமாகப் புன்னகைக்கிறாள். “அப்புறம் ஓஃபரும் ஒருமுறை இசைக்கருவிகள் வாசித்தான். ட்ரம்ஸ் மற்றும் பாங்கோஸ். ஆனால் விரைவிலேயே, பத்தாம் வகுப்பின் இறுதியிலிருக்கும்போது அதை நிறுத்திவிட்டான், அவனது கடைசிச் செயல்திட்டத்தில் கவனம் செலுத்தவேண்டி – இது ரொம்ப சுவாரஸ்யமானது – அவனொரு சினிமா எடுத்தான்.”

“நாடுகடத்தப்பட்டவர்கள் என்றால் யார்?”

“ஓஃபரும் ஒரு சிறிய இசைக்குழுவில் இருந்தான், அவனுக்குப் பதினோரு வயதிருக்கும்போது.”

“எங்கிருந்து நாடுகடத்தப்பட்டார்கள், ஓரா?”

“இங்கிருந்து.” தங்களையும், ஓக், கரோப், ஆலிவ் மரங்களையும், அவர்கள் காலடியில் சுருளும் நெறிந்துவளர்ந்த செடிகளையும் சுற்றிவளைத்து எழுந்துநின்ற பழுப்புநிற மலைகளைச் சட்டென்று தளர்ந்துபோன தன் கையால் சுட்டுகிறாள். “இங்கிருந்துதான்,” மெல்லிய குரலில் திரும்பத்

திரும்பச் சொல்கிறாள். டிவி கேமராக்கள் முன் ஓஃபர் அவள் காதில் குசுகுசுத்தது இப்போது கேட்கிறது.

“இஸ்ரேலிலிருந்து நாடுகடத்தப்படுவதா?” அவ்ரம் தளர்ந்து போயிருக்கிறான்.

ஓரா நீண்ட மூச்சை உள்ளிழுக்கிறாள், நிமிர்ந்துகொள்கிறாள், வதங்கிய ஒரு புன்னகையை முகத்தில் இருத்திக்கொள்கிறாள். “அந்த வயதில் அவர்கள் எப்படி இருந்தார்கள் தெரியுமா. எப்படியாயினும் மக்களை ஆச்சரியப்பட வைக்க வேண்டும் அதிர்ச்சிக்குள்ளாக்க வேண்டும் என விரும்பினர்.”

“அதை நீ கேட்டாயா?”

“இசை நாடகத்தையா? எனக்கு வாய்ப்புக் கிடைக்கவில்லை.”

அவ்ரம் முகத்தில் கேள்வி தோன்ற அவளைப் பார்க்கிறான்.

“அதை அவன் எனக்கு இசைத்துக் காட்டவில்லை,” தனது இறுக்கத்தைக் கைவிட்டு, மன பாரத்தை இறக்கியவளாகச் சொல்கிறாள்.

“தி ஹார்னீஸ்,” ஓரா நினைத்துப்பார்க்கிறாள், உதடுகளை இறுகமூடி அவ்ரமுக்கும் அவனது எரிச்சலூட்டும் திடீர் ஆர்வத்துக்கும் முதுகைக் காட்டியவளாக நடக்கிறாள். ஏன் அவன் ஆடமையே பிடித்துத் தொங்குகிறான்? பள்ளியில் மாணவர்கள் மூவரோடு சேர்ந்து ஓஃபர் தனது இசைக்குழுவை ஆரம்பித்தான். அவர்களிடம் நான்கு ட்ரம் செட்கள் மட்டும், கிடாரோ பியானாவோ கிடையாது. அவர்கள் ரகளையான பாடல்களை எழுதினர், “முட்டாள் பேச்சு,” “போட்டுத் தாக்கு” என்றுதான் அனேக வரிகள் முடியும், கொஞ்சம் ரத்தத்தை அவற்றுக்குள் பாயச்செய்யும்பொருட்டு தன் கைகளை அவள் தேய்த்தபடியே நினைவுகூர்கிறாள். பையன்கள் தங்களுக்கான நிலவறையில் தம் குடும்பத்தாருக்கென நிகழ்ச்சியை நடத்துகிறார்கள். நிகழ்ச்சியில் அதிக நேரமும் ஓஃபரை அவர்கள் அவசரத் தேவை ஏற்பட்டால் மட்டும் பயன்படுத்திக்கொள்ளவென வைத்திருக்கிறார்கள் – அந்த வயதில் அந்நியரைக் கண்டால் அவன் அப்படியே கூனிக்குறுகுவான் – ஆனாலும் அடிக்கடி, குறிப்பாகக் குழுவினர் ஒரு நயமற்ற வார்த்தையைப் பாடுகையில் ஒரு இளம் பறவைக்குஞ்சுக்குரிய விடாப்பிடியான தைரியத்துடன் அவளைப் பார்ப்பான், அப்போது அவளது உள்அங்கங்கள் படபடக்கும்.

நிகழ்ச்சியின் இறுதியில் திடீரென கட்டுகள் அவிழ்ந்ததுபோல தீவிரக் களிப்புடன், தன்னை மீறியவனாக மிகுந்த ஓசையுடன் பாங்கோஸை வாசிக்கத் தொடங்கினான். முதலில் அவனது சகாக்கள் மூவரும் இந்தத் திடீர்ப் பாய்ச்சலைக் கண்டு ஆச்சரியப்பட்டனர், பின்னர் ஒருவருக்கொருவர் பார்வைகளைப் பரிமாறிக்கொண்டவர்களாய் அவனுக்கு ஈடாகத் தங்களது ட்ரம்களை வேகமாக இசைத்தனர், இசைநிகழ்ச்சி குழப்பம்மிகு பெரும் இரைச்சலாக மாறியது. அந்த இடம் ஓஃபருக்கு ஈடாக அம்மூவரும் ட்ரம் இசைத்துக் கூச்சலிட்டு முனகும் நாடோடிகளது மேடையானது.

இலன் தனது இருக்கையில் நெளிந்தான், எழுந்து அவன் இதற்கெல்லாம் ஒரு முடிவுகட்டப் போகையில் – அவள், எப்போதுமே சூழல்களைச் சரியாக உணர்ந்தறியாத, மனிதரிடையேயான அடிப்படை இடைவினைகள் பற்றிய புரிதலில் தெளிவற்றவளாக இருந்த, இதுதானே அவளைப்பற்றி அவன் சொன்னது? இவைதானே அவனது எனது உறவு முடிந்துவிட்டது என்ற பேச்சின் அடிப்படைச் சித்தாந்தங்கள்? – அவள் அதைச் செய்தாள் – ஓஃபரின் கைமீது தன் கையை வைத்து அவனை நிறுத்தினாள், காரணம் ஓஃபரின் தாளலயம் சற்றே மாறுவதை அவள் கவனித்தாள், ஏதோ ஒரு மாற்றம், அவனுக்கும் மற்ற மூவருக்குமிடையே வன்முறையும் போட்டியும் புதிதாகக் கிளைத்துப் பரவுவதைப் பார்த்தாள், அவர்கள் அறியாமலே அந்த மூவருக்குள்ளும் அவன் ஊடுருவியதை அவள் உணர்ந்தாள் (வழக்கம்போல அவளது ஊகம் தவறானதாக இருக்கவில்லை.) முதலில் அவர்களது குரங்குத்தனமான முரட்டுத்தனத்தை அவன் நையாண்டி செய்தான், பிறகு நாசூக்கான தனது ட்ரம் வாசிப்பில் அவர்களை எதிரொலித்தான், அவர்கள் நடுவே ஒரு மயிரிழை அளவே இடைவெளி, அவர்களை அவன் இன்னும் மென்மையான இன்னும் முரண்பட்ட வடிவில் அவர்களுக்குப் பார்க்கத் தந்தான். அவன் முகம் குழம்பியிருந்தது, கண்கள் அப்பாவித்தனமான சாய்வில் முகத்துக்குக் குறுக்காக மேல் நோக்கியிருந்தன, அது அப்படியே அவ்ரமுடைய சாயல், அவள் நினைத்தது சரிதான்: அவர்கள் இதுவரை அறியாத முணுமுணுப்புப் போன்ற ஒரு தாளலயத்துடன் மிக நுணுக்கமாக, தந்திரமாக அவர்களை அவன் வசியம் செய்துகொண்டிருந்தான், அவனிடம் இப்படியொரு குணம் இருந்ததை அவள் அறிந்திருக்கவில்லை. அந்த மாயக்கவர்ச்சியை அவர்களால் ஒதுக்கித்தள்ள முடியவில்லை, அவர்களும் முணுமுணுத்தனர், குசுகுசுத்தனர், சட்டென அவர்கள் பதினோரு வயதுப் பையன்களுக்கு மட்டுமே புரியும் குறிப்புகளும் ரகசியங்களும் கொண்ட ஒரு உரையாடலுக்குள் நுழைந்தனர்.

அந்தத் தரைகீழ்த்தளத்தில் மகிழ்வின் தென்றல் வீசத்தொடங்கியது. பெற்றோர்கள் ஒருவரையொருவர் பார்த்துக்கொண்டனர். பையன்கள் நால்வரது கண்களும் ஒளிர்ந்தன, வியர்வை முத்துக்கள் முகத்தில் ஒளிர்ந்தன, அதை அவர்கள் சட்டைக் கையால் அல்லது உதடுகளுக்கு மேல் நீண்டு துழாவிய நாவினால் துடைத்துக்கொண்டனர், அவளை நெருங்கியும்விலகியும் சுற்றிச்சுழன்ற அவள் அதுவரை கேட்டிராத தடிப்பான முணுமுணுப்பில் ட்ரம்களைக் கொண்டு அவர்கள் தொடர்ந்து பேசியபடியும் குழறியபடியுமிருந்தனர்.

ஒரு நிமிடம் கடந்தது, இன்னொரு நிமிடம், இனியும் முணுமுணுப்பாகப் பேச இயலாது என்றபோது சட்டென்று அவர்கள் இடிமின்னலாக வெடித்தனர், ஆரம்பப் பாடலை மறுபடியும் உரத்த குரலில் பாடினர், பார்வையாளர்களும் அவர்களோடு சேர்ந்து கட்டற்றவர்களாய்ப் பாடிக் களித்தனர். ஓஃபர் தனது இடத்துக்குத் திரும்பினான், தனது சக்தியை திரும்பவும் திரட்டிக்கொண்டான், கதவை அடைத்துச் சாத்திக்கொண்டான். விளையாட்டுத்தனம் அகன்று மனச்சோர்வுடன் காணப்பட்டான், ஆனால் எப்போதாவது தெரியும் அவனது நெற்றிச் சுருக்கம் இன்னும்

மறையாதிருந்தது, அதில் அவள் அவனது கொந்தளிப்பான எண்ணங்களை வாசித்தாள். அவன் கன்னங்களின் சிவப்பில் பெருமை பூத்திருந்தது, அவள் நினைத்தாள்: அவ்ரம் நீங்கள் அதிகம் எங்களோடு இருக்கிறீர்கள். எப்போதும் பொதுஇடத்தில் அவளைத் தொட்டிராத இலன் அவள் தொடைமீது தன் கையை வைத்தான்.

ooo

"நீங்கள் என்னுடன் உறவுகொள்ள முடியாது," மிகுந்த யோசனையோடு அவள் சொன்னாள்.

"உன்னோடு உறவுகொள்ள முடியாதா," ஒடுங்கிவிட்ட குரலில் கேட்டான்.

"உங்களால்தான் அது இயலாதே," என்றவள் கத்தியைக் கீழே வைத்துவிட்டு கழுவுந்தொட்டியருகே அசையாது நின்றாள்.

அவளது குரலின் வினோத தொனியை ஆராய்ந்தபடியே அவன் சொன்னான், "என்னால் முடியும்."

அவனைப் பார்க்காமலே பக்கவாட்டில் கையை நீட்டியவள் அவன் கையைக் கண்டு அதைத் தன்னை நோக்கி இழுத்தாள்.

"ஓரா." அவன் குரல் தயங்கி, எச்சரிக்கையுணர்வுடன் ஒலித்தது.

அவன் கையிலிருந்த கத்தியை எடுத்துத் தூர வைத்தாள், கண்ணுக்குத் தெரியாத யாரிடமோ அறிவுரை கேட்பதுபோல தலையைக் குனிந்தவளாக ஒரு கணம் அசையாது நின்றாள். பழைய அவ்ரமிடமிருந்துகூட இருக்கலாம். பிறகு அவனைப் படுக்கையறைக்கு அழைத்துச்சென்றாள். அவன், தனக்கென்று ஒரு விருப்பம் இல்லாதவனைப்போல, தனது சக்தியனைத்தும் தீர்ந்துவிட்டவனைப்போல அவளோடு சென்றான். அவனைப் படுக்கையில் கிடத்தித் தலைக்குத் தலையணை வைத்தாள். அவன் திரும்பி வந்ததிலிருந்து முதல்முறையாக மெதுவாக அவனது உதடுகளில் முத்தமிட்டாள். படுக்கையின் விளிம்பில் அமர்ந்தவள் அவன் புரிந்துகொள்ளக் காத்திருந்தாள்.

"நீங்கள் என்னுடன் உறவுகொள்ள முடியாது," சற்றுக் கழித்து சிறிது திடமான குரலில் சொன்னாள்.

"என்னால் உன்னுடன் உறவுகொள்ள முடியாது," அவளது நோக்கம் குறித்து அதிர்ச்சியடைந்தவனாக, மிகுந்த தயக்கத்துடன் அவன் திரும்பச் சொன்னான்.

"நிச்சயம் நீங்கள் என்னுடன் உறவுகொள்ள முடியாது," உறுதியாகச் சொன்னவள் தனது சட்டையைக் கழற்றத் தொடங்கினாள்.

"நிச்சயமாக என்னால் முடியாது," அவன் சந்தேகத்துடன் திரும்பச் சொன்னான்.

"என் சட்டையை நான் கழற்றிவிட்டாலும்கூட எதுவும் மாறிவிடாது."

"அப்போதும்கூட." அவளது சட்டை தரையில் விழுவதை எந்த உணர்ச்சியுமின்றிப் பார்த்தான்.

"அப்புறம், நான் இதைக் கழற்றிவிட்டாலும்கூட, இதை..." சந்தேக மற்ற ஒரு நிச்சயத்துடன் சொன்னவள் மார்க்கச்சை அவிழ்க்கும் தன் சங்கடத்தை அவ்ரம் தெரிந்துகொள்ளக் கூடாது என நினைத்தாள் – ஒருமுறை அவன் மார்க்கச்சை "பூபி ட்ராப்ஸ்" என்றான் – "இது உங்களுக்கு ஆர்வமூட்டாது." அவனைப் பார்க்காமலே அவனது கையைத் தேடி எடுத்து தனது மார்புகள் இரண்டில் சிறியதும் உணர்ச்சித் தூண்டல் அதிகமுடையதும், பழைய அவ்ரம் எப்போதும் முதலில் தேடுவதுமான வலது மார்பின்மீது வைத்தாள். அவன் கையைக்கொண்டு மெல்ல அதை வருடினாள்.

"ஆர்வமூட்டாதுதான்," முணுமுணுத்தவன் தன் கை பரிசுத்தமான, உவகைதரும் மார்பை வருடுவதை அவன் பார்த்தான், "பரிசுத்தமான, உவகைதரும் மார்பு," இந்த வார்த்தைகள் நெடுந்தொலைவிலிருந்து மேல்படிந்த சோர்வைக் கடந்து அவனைத் துளைத்தன.

"நான் இதைக் கழற்றினாலும்கூட..." அவள் எழுந்து தன் கால்சராயைக் கழற்றினாள், இடுப்பு மெல்ல அசைய தான் என்ன செய்கிறோம் என்று தன்னையே கேட்டுக்கொள்கிறாள், அதைச் செய்து முடிக்கையில்தான் அது புரியும் என்பதை உணர்கிறாள்.

"எதனாலும் இயலாது," கவனமாகச் சொன்னவன், அவளது நீண்ட, வெளுப்பான கால்களைப் பார்த்தான்.

"அப்புறம், இதைக் கழற்றினாலும்கூட," அவள் முணுமுணுத்தாள், தனது உள்ளாடையைக் கழற்றிவிட்டு அவன்முன் அம்மணமாக, உயரமாக. ஒல்லியாக, மென்மயிரால் மூடப்பட்டவளாக நின்றாள். "உங்கள் ஆடைகளைக் களையுங்கள்," அவள் முணுமுணுத்தாள். "வேண்டாம், உங்கள் ஆடைகளை நானே களைகிறேன், இந்தத் தருணத்துக்காக எவ்வளவு காலம் காத்திருந்தேன் என்பது உங்களுக்குத் தெரியாது." அவனது சட்டைகளையும் கால்சராய்களையும் களைந்தாள். தனது உள்ளாடையுடன் விரக்தி தோன்ற அவன் படுத்துக்கிடந்தான். "என்னோடு நீங்கள் உறவுகொள்ள முடியாது," தனக்குத்தானே சொல்லிக்கொள்வது போல சொன்னவள் மார்பிலிருந்து கால்விரல்கள் வரை அவன் உடலை வருடினாள், இடையில் வடுக்கள், அறுவைத் தையலால் உண்டான முண்டுகள், பொருக்குகள் கண்ட இடங்களில் சற்று நிறுத்தினாள். அவன் எதுவும் பேசவில்லை. "சொல்லுங்கள், உன்னோடு உறவுகொள்ள முடியாது, திருப்பிச் சொல்லுங்கள், என்னோடு சேர்ந்து சொல்லுங்கள்."

"உன்னோடு உறவுகொள்ள முடியாது." அவன் மார்பு உயர்ந்து சற்றே விரிந்தது.

"உங்களால் முடியவே முடியாது."

"என்னால் இயலாது."

"நிஜமாகவே நீங்கள் விரும்பினாலும் என்னுடன் உறவு வைத்துக் கொள்ள முடியாது."

"நான் விரும்பினாலும்..." அவன் கூட்டி விழுங்கினான்.

"என் கால்களை உங்களருகே உணர, அவை உங்களைத் தழுவிக் கொள்வதை இறுக்கிக்கொள்வதை உணர நீங்கள் ஏங்கினாலும்கூட." அவனருகில் மண்டியிட்டு அமர்ந்து அவனது உள்ளாடையைக் கீழ்நோக்கி உருவினாள், அவளது கை அவன் குறியின்மீதாக நகர்ந்தது, அவன் மெல்லியதொரு முனகலை வெளிப்படுத்தினான். "என் நாவால் அதை வருடினாலும்கூட," சற்றும் உணர்ச்சியற்றவளாக, பட்டுக்கொள்ளாதது போலச் சொன்னாள், கடைசியாக தனக்கான சரியான குரலைக் கண்டுகொண்டதை உணர்ந்தாள், தான் செய்வதை எவ்வாறு செய்யவேண்டுமென அவள் தெரிந்துகொண்டது பழைய அவ்ரமினால்தான். அவள் அவனுடையதை விரைவாக அங்கங்கே ஈரமாக்கினாள், உதடுகளால் கவ்வினாள். "உன் உதடுகளால்–" அவ்ரம் முணுமுணுத்தான், அவனுக்கு மூச்சுத் திணறியது. "உன் உதடுகளால்," பெருமூச்சு விட்டவன் முழங்கைகளில் ஊன்றி உடலை உயர்த்தித் தனக்குப் பக்கத்தில் நான்குகால்களில் தன் உடலைப்பரத்தி வைத்து அவள் குனிந்திருப்பதைப் பார்த்தான், அழகான அவளது நீண்ட வெள்ளை முதுகு வளைந்திருக்கும் விதத்தை, அவளது புட்டங்களின் வளைவை, கைக்குப் பின்னால் மறைந்திருந்த துடுக்குத்தனமான சிறு மார்பகத்தை வைத்தகண் வாங்காமல் பார்த்தான். தனது விருப்பத்துக்கு முற்றிலும் எதிராக சற்றே அது விறைத்திருந்தாலும்கூட, "ஆமாம்," என்றவள் ஈரமான தனது விரல்களை அவனது விதைகள் மீது வைத்துத் தடவினாள், மெல்லத் தன் பிடியை இறுக்கினாள், சற்றே உறிஞ்சினாள், மெதுவாகக் கடித்தாள். "தனது விருப்பத்துக்கு–" முணுமுணுத்த அவ்ரம் வறண்ட தனது உதடுகளை ஈரப்படுத்திக்கொண்டான், அவனது குரல்வளை முடிச்சு மேலும்கீழும் ஏறி இறங்கியது. "அதை நான் முத்தமிட்டாலும், நாவால் வருடினாலும், என் கைக்குள் அதன் கதகதப்பை, துடிப்பை உணர்ந்தாலும்கூட." "நீ அதன் கதகதப்பை, துடிப்பை உணர்ந்தாலும்கூட," அவ்ரம் முனகினான், சட்டென அவனுள் உணர்ச்சியின் இழையொன்று சிவப்பாய் ஒளிர்ந்தது. "உதாரணத்துக்கு, நான் அதை என் வாய்க்குள் முழுதுமாக எடுத்துக்கொண்டாலும்," அவளுக்கே ஆச்சரியமேற்படுத்திய நிதானத்துடன் சொன்னாள், ஆனால் அவள் அதை வாய்க்குள் எடுக்க வில்லை. அவ்ரம் முனகினான், இடுப்பை அவளை நோக்கி உயர்த்தினான், தன்னை அவளுள் இருத்திக்கொள்ள மிக விரும்பினான். "அது உறங்கிய படி என் வாய்க்குள்ளேயே கனவு கண்டாலும்கூட," என்றவள் தன் வாயினால் அவனுடையதை முழுதும் மூடினாள். "அது–" அவ்ரமின் தலை பின்னோக்கிச் சாய்ந்தது, கண்கள் சொருகின, தன் தொடைகளில் முணுமுணுத்த அதன் முழுமையை அவன் ஆழ உள்ளிழுத்தான்.

ஓரா அயர்ந்து உறங்குகிறாள். மல்லாந்து படுத்திருக்கிறாள், தலை ஒருக்களித்திருக்கிறது, முகத்தில் பேரமைதியும் அழகும். அவள் காதருகே ஒரு வெங்காயக் களைச்செடியை ஒட்டி மூன்று வண்ணத்துப் பூச்சிகள் சிவப்புக் கேடயங்களைப்போல வரிசையாக ஊர்கின்றன. அவள் பாத நிழலில், மஞ்சள் வண்ணப் பூச்செடியினடியில் மறைந்திருந்த

நிலத்தின் விளிம்புக்கு

ஸ்வாலோடெய்ல் கம்பளிப்பூச்சிகள் கறுப்பும்மஞ்சளுமாய்க் கூட்டமாக நெளிகின்றன, உண்மையானதும் கற்பனையானதுமான எதிரிகளுடன் தங்கள் உணர்கொம்புகளை நீட்டிச் சண்டையிடுகின்றன. அவ்ரம் அவளைப் பார்க்கிறான். அவனது கண்கள் அவள் முகத்தை ஆராய்கின்றன, வருடிக் கொடுக்கின்றன.

“நான் நினைத்தேன்,” அவன் குரல் சட்டென்று கிறீச்சிடுகிறது.

“என்ன?” உடன் ஓரா விழித்துக்கொள்கிறாள்.

“உன்னை எழுப்பிவிட்டேன்.”

“பரவாயில்லை. என்ன சொன்னீர்கள்?”

“அவனது ஷூக்களைப்பற்றி, அந்தப் பெரிய ஷூக்கள், நீ சொன்ன போது எல்லாம் உனக்கு நினைவுக்கு வந்ததா என யோசித்தேன்.”

“எதுபோன்ற விஷயங்கள்?”

அவன் சங்கடமாகச் சிரிக்கிறான். “அதாவது, எப்படி அவன் நடக்க ஆரம்பித்தான், அல்லது எப்படி அவன்—?”

“எப்படி அவன் நடக்க ஆரம்பித்தானா?”

“ஆமாம், தொடக்கம்...”

“ஓஃபர்? குழந்தையாக இருக்கையிலா?”

“அவன் எப்படி நடந்தான் எனப் பேசிக்கொண்டிருந்தோம், நான் நினைத்தேன்—”

அவளும் சிரிக்கிறாள், ஆனால் அவளது சிரிப்பில் ஏதோ வருத்தம், ரத்தமும் சதையுமாக, ஒரு காலத்தில், குறிப்பிட்ட ஒரு தருணத்தில், ஒரு ஜோடிச் சிறுகால்களில் நின்றவனாய் நடக்கத் தொடங்கிய ஒரு மனித உயிர் என ஓஃபரை ஒருபோதும் அவன் நினைத்ததில்லை என்பதை முழுமையாக அவள் நம்பிக்கொண்டிருந்ததை அச்சிரிப்பு வெளிப்படுத்தியது.

“அது நாம் ஸூர் ஹடஸ்ஸாவில் இருந்தபோது நடந்தது,” அவன் அந்தப் பேச்சை மாற்றும் முன் அவள் அவசரமாகச் சொல்கிறாள். “அவனுக்குப் பதிமூன்று மாதங்கள் ஆகியிருந்தன, எனக்கு நன்றாக நினைவிருக்கிறது.” அவள் எழுந்து அமர்கிறாள், கண்களைத் தேய்த்துவிட்டுக் கொள்கிறாள், கொட்டாவி விடுகிறாள். கோணிய தாடைகளுடன் “மன்னித்துக்கொள்ளுங்கள்,” என்பவள் வாயை அரைகுறையாக மூடிக் கொள்கிறாள். அவள் கைகால்களில் இதமானதொரு ஒரு உணர்வு. அதுவொரு நல்ல குட்டித் தூக்கம், ஆனாலும் அதனால் தன் இரவுத் தூக்கம் கெட்டுவிடாது என நம்புகிறாள். “நான் சொல்லலாமா?”

அவன் தலையசைக்கிறான்.

“இலன், ஆடம், நான் மூவரும் சமையலறையில் இருந்தோம், புனரமைப்புக்கு முன் அந்த இடம் அடைசலாக இருந்தது.” அவனை ஓரக்கண்ணால் பார்க்கிறாள். “அதை நான் சொல்லத்தான் வேண்டுமா?”

"ஆமாம், ஆமாம், எதற்கு நீ–"

அவள் கால்களை மடித்துவைத்துக்கொள்கிறாள். அவளது ஒவ்வொரு வாக்கியத்திலும் நினைவின் பட்டாசுகள், அவனைக் காயப்படுத்தும் புதுத் தகவல்கள். உதாரணமாக சற்றே கரிபடிந்த குறுகிய சமையலறை, நாசி முட்டும் அதன் வாசனைகள், கூரையின் ஈரக் கறைகள், இளமையில் ஒருமுறை அங்கேயே, அவள் சரக்கறையின் கதவில் சாய்ந்தபடி நின்றிருக்க அவர்களிருவரும் கலவி கொண்டது இவையெல்லாம். சமையலறையைப் புதுப்பித்தது பற்றி அவனிடம் சொல்வது அவளுக்குச் சங்கடமாக இருந்தது, அதன்மூலம் அவனது தடங்கள் அனைத்தையும் அங்கிருந்து துடைத்துவிட்டதுபோல இருந்தது.

"மூவரும் சமையலறையில் இருந்தோம், நாங்களும் ஆடமும், வரவேற்பறையில் ஓஃபர் தரைவிரிப்பில் விளையாடிக்கொண்டிருந்தான். அது மாலை நேரம், நாங்கள் பேசி அரட்டையடித்துக்கொண்டிருந்தோம். நான் சமைத்துக்கொண்டிருந்தேன், ஆம்லேட்டாக இருக்க வேண்டும், இலன் ஸ்பெகட்டி சமைத்துக்கொண்டிருந்தார், இப்போது என்னுடைய ஊகம். ஆடம் . . . அவன் அப்போதே நாற்காலியில் நன்றாக உட்காருவான். ஆமாம், அவனுக்கு ஏறத்தாழ நாலரை வயது, இல்லையா? ஆகவே ஓஃபரை குழந்தைகள் அமரும் உயர நாற்காலியில் அமர வைத்திருந்தோம்." அவள் நிதானமாகப் பேசுகிறாள், மனதில் காட்சியை இறுதிசெய்து, நடிகர்களையும் அரங்கப் பொருட்களையும் அவரவர்க்கான இடத்தில் வைத்து அவள் கைகள் அசைகின்றன. "சட்டெனக் கவனித்தேன், வரவேற்பறை அமைதியாக இருந்தது, உங்களுக்குத் தெரியுமில்லையா, ஒரு குழந்தை அங்கே இருக்கையில் அந்த அமைதி–" அவ்ரம் ஒருமுறை கண்ணடித்துத் தனக்குத் தெரியாது என்கிறான், யோசிக்காமலே ஓரா இருமுறை கண்ணடிக்கிறாள்: இப்போது உங்களுக்குத் தெரியும். "வீட்டில் குழந்தை இருக்கையில் அதன்மீது நாம் ஒரு காதை எப்போதும் வைத்திருப்போம், அதிலும் குறிப்பாக அது நாம் அருகில் இல்லாதபோது. எப்படியோ சில வினாடிகளுக்கு ஒருமுறை எனத் தொடர்ந்து அதனிடமிருந்து சமிக்ஞைகளைப் பெற்றுக்கொண்டிருப்போம். ஒரு இருமல், சிணுங்கல் அல்லது குழறல், பின் நாம்–நான்–சில வினாடிகளுக்கு என்னை ஆசுவாசப் படுத்திக்கொள்ளலாம்." அவன் முகத்தை அவள் ஆராய்கிறாள். "நான் தொடரலாமா?"

"ம்."

"உங்களுக்கு ஆர்வமிருக்கிறதுதானே?"

அவன் தோள்களைக் குலுக்கிக்கொள்கிறான். "தெரியவில்லை."

"உங்களுக்குத் தெரியவில்லையா?"

"தெரியவில்லை."

அவள் பெருமூச்செறிகிறாள். "எங்கே விட்டேன்?"

"வரவேற்பறை அமைதியாக இருந்தது."

“சரி.” அவள் ஆழ மூச்செடுத்துக்கொள்கிறாள், அவன் தந்த அவமானத்துக்குப் பதில்தர வேண்டாமென நினைக்கிறாள். குறைந்தபட்சம் அவன் நேர்மையாக இருக்கிறானே, மனதில் பட்டதைச் சொல்கிறானே என அவளுக்குத் திருப்தி.

“திடீரென சமிக்ஞைகள் நின்றுபோனதை உணர்ந்தேன். இலனும் அப்படியே உணர்ந்தார். இலனுக்கு சில உள்ளுணர்வுகள் இருந்தன, அவை என்னவென்று எனக்குச் சொல்லத் தெரியவில்லை. ஒரு மிருகத்தினுடையது போன்ற,” அவள் சொல்கிறாள், அவள் சொல்லாமல் சொன்னதையும் அவ்ரம் புரிந்துகொள்கிறான்: உன் பையனை இலன் நன்றாகக் கவனித்துக்கொண்டான். இலன் ஒரு நல்ல தேர்வு. எங்கள் இருவருக்குமே. இப்போது தன் நினைவுக்கு வருவதில் ஒன்றையும் சொல்லாமல் நிறுத்திவிட அவளால் இயலவில்லை. தொடர் காட்சிகள், ஓஃபரின் காலில் குத்திய கண்ணாடிச்சில்லை இலன் தன் பற்களால் கடித்து எடுக்கிறான்; ஓஃபரின் கண்ணில் விழுந்த தூசியை இலன் நாவால் நக்கி எடுக்கிறான்; பல் மருத்துவரிடத்தில் நாற்காலியில் இலன் படுத்து தன் மேல் ஓஃபரைப் படுக்கவைத்து மெல்ல அதிரும்படியாக ஓசையுடன் மூச்சை வெளியிட்டு ஓஃபரை அறிதுயிலுக்குக் கொண்டுசெல்கிறான்— “ஓஃபருக்கு ஊசி போட்டார்கள், எனக்கு வாய் மரத்துவிட்டது,” பிற்பாடு அவன் சொல்கிறான்.

“வரவேற்பறைக்கு ஓடுகிறேன், எனக்கு முதுகு காட்டியபடி அறை நடுவே ஓஃபர் நிற்கிறான், ஏற்கனவே சில அடிகள் அவன் எடுத்து வைத்துவிட்டிருந்தது தெரிந்தது.”

“அவனாகவேவா?”

“ஆமாம், அந்த வட்ட மேசையைச் சுற்றி, நாம் மூவரும் நடைபயணம் சென்றபோது ஒரு வயலில் கண்டெடுத்த, மின்சார வயர்களை வைக்கப் பயன்படும் வட்டமான மேசை, உங்களுக்கு நினைவிருக்கிறதா?”

“மின்பொருள் நிறுவனத்துடையது ...”

“நீங்களும் இலனும் வீடுவரை அதை உருட்டிக்கொண்டே வந்தீர்களே.”

“ஆமாம், நினைவிருக்கிறது.” அவன் புன்னகைக்கிறான். “அது இன்னமும் இருக்கிறதா?”

“இருக்கிறது, எய்ன் காரீமுக்குச் வீடு மாறிச் சென்றபோது அதை கூடவே எடுத்துச் சென்றோம்.” ஆச்சரியத்தில் இருவருமே சிரிக்கின்றனர்.

“அப்புறம் ஓஃபர்,” அவள் தொடர்கிறாள் புழுதித் தரையில் விரலால் மெல்லிய கோடொன்றை வரைகிறாள், “அவன் அந்த மேசையிலிருந்து அந்த பெரிய பழுப்புவண்ண சோஃபாவுக்குப் போயிருக்க வேண்டும்—”

எனக்கு நினைவிருக்கிறது என அவ்ரமின் முகம் சொல்கிறது.

“அங்கிருந்து அவன் பூவேலைப்பாடுள்ள சாய்வு நாற்காலிக்கு நடந்து போகிறான்—”

“அதன் சகோதரியை இன்றும் என்னோடு வைத்திருக்கிறேன்,” அவ்ரம் முணுமுணுக்கிறான்.

“ஆமாம், அதை நான் பார்த்தேன்,” முகத்தைச் சுளித்தவாறு சொன்னாள். “அங்கிருந்து, நான் நினைக்கிறேன், அவன் புத்தக அடுக்குப் பெட்டியை நோக்கிப் போனான், செங்கல் புத்தக அடுக்குப் பெட்டி—”

“சிவப்பு செங்கற்கள்—”

“நீங்களும் இலனும் கண்ட இடங்களிலும் தேடிச் சேகரித்தவை—”

“அஹ், என்னுடைய புத்தக அடுக்குப் பெட்டி.”

கையிலிருந்த மண்ணைத் துடைத்துக்கொள்கிறாள் ஓரா. “இதெல்லாம் ஊகம்தான், காரணம் அவன் நிஜத்தில் எப்படி நடக்க ஆரம்பித்தான், எந்த வழியாக நடந்துபோனான் என்பது எனக்குத் தெரியாது. நான் வரவேற்பறைக்குப் போனபோது அவன் புத்தக அடுக்குக்குச் சில அடிகள் அப்பால் நின்றிருந்தான். அதற்கப்பால் பிடித்துக்கொண்டு நடக்க அவனுக்கு எதுவும் இருக்கவில்லை, எனவே அவன் எதையும் பற்றிக்கொள்ளாமலே நடந்தான்.”

அந்தச் செயலின் பெருமையும் வியப்பும், அவளது குட்டி விண்வெளி வீரனின் தைரியமும் அவளுள் மறுபடி நிகழ்கின்றன.

“வியப்பில் எனக்கு நிஜமாகவே மூச்சடைத்துவிட்டது. இலனுக்கும் அப்படித்தான். அவனைக் கலவரப்படுத்திவிடக்கூடாதே எனப் பயந்தோம். அவன் எங்களுக்கு முதுகு காட்டி நின்றான்.” அவள் சிரிக்கிறாள், அவளது பார்வை அந்த அறைக்குள் தொலைந்துவிடுகிறது, ஒருநொடி ஆழமாக அவளைப் பார்க்கும் அவ்ரம் அவள் பார்க்கும் திசையிலே தானும் பார்க்கிறான். அவளுக்கு நினைவிருக்கிறது, இலன் வந்து பின்புறமாக அவளை அணைத்தான். அவளை நேராக நிற்கவைத்து அவளது வயிற்றுக்கு மேலாகத் தன் கைகளைக் கோர்த்துக்கொண்டான், இருவரும் அமைதியாக நின்றார்கள், ஒலியற்ற காதல் பேச்சினிடையேபோல அவர்கள் மெல்ல ஊசலாடினர்.

மெல்லதிர்வு ஒன்று அவள் முதுகில் ஊர்ந்தேறி கழுத்தருகே பரவுகிறது, தலையில் அவளது மயிர்க்கால்களைப் பற்றுகிறது. மௌனமாக அவள் அவ்ரம் அந்தக் காட்சியைப் பார்க்கவிடுகிறாள்: அவன் நன்கறிந்த அறை, கலைந்து கிடக்கும் அறைக்கலன்கள், அங்கு ஓஃபர் நின்றுகொண்டிருக்கிறான், ஆரஞ்சு வண்ண வின்னி—த—பூ டி—ஷர்ட்டில் ஒரு துணுக்கு உயிர்.

“என்னால் முடியவில்லை, சிரித்துவிட்டேன், சத்தம் கேட்டுக் கலவரமடைந்தவன் திரும்ப முயன்று கீழே விழுந்துவிட்டான்.”

மெல்லிய பஞ்சுவைத்த அவனது உறிஞ்சாடை தரைவிரிப்பில் மோதுகிறது. கனத்த அவன் தலை முன்னும்பின்னும் உருளுகிறது. இப்படி தன்னை ஆச்சரியமூட்டியது பற்றிய அவமானமும், அவளைப் பார்த்து, அவளைப் பார்த்து மட்டுமே, திரும்புகையில் அவன் முகத்தில் தோன்றிய மகிழ்ச்சியும் இப்போது தான் செய்தது என்ன என்று அவளைப் பார்த்து விளக்கம் கேட்பது போலிருந்தது.

“அப்போது ஆடம் எங்கிருந்தான்?” சற்றுத் தொலைவிலிருந்து கேட்கிறான் அவ்ரம்.

“ஆடம்? ஆடமா? அவன் அப்போதும் சமையலறையிலேதான் இருந்தான் என நினைக்கிறேன், சாப்பாட்டைத் தொடர்ந்துகொண்டிருந்தான்–” அவள் நிறுத்துகிறாள்: ஆடமை அப்படியே விட்டுவிட்டு வந்ததை எப்படிக் கண்டுபிடித்தான்? தனது தரப்பில் நிற்க ஏன் இத்தனை வேகம் காட்டுகிறான்? “ஆனால் என்னுடைய சிரிப்பையும் இலனின் உற்சாகக் குரலையும் கேட்டவன் குதித்து ஓடிவந்தான்.” நிஜம்போலத் தெளிவாக அதைத் தன் மனக்கண்ணில் காண்கிறாள்: ஆடம் இலனின் கால்சராயைப் பற்றிக்கொள்கிறான், தலையை ஒரு பக்கமாகச் சாய்த்து தனது தம்பியின் சாதனையைப் பார்க்கிறான். அவன் உதடுகள் சுழிக்கின்றன, ஆண்டுகளாக உடம்பெனும் தசைக்கூட்டத்துக்குள் ஆன்மாவைச் செதுக்கும் செயல் வழியாக, அது அவனது நிரந்தரக் குணாதிசயமாக மாறுகிறது.

எல்லாமே மூன்று அல்லது நான்கு வினாடிகளுக்குள் நடந்து முடிந்து விட்டது. அது நீண்ட சம்பவம் இல்லை. மூவரும் வேகமாக ஓடிச்சென்று ஓஃபரை அணைத்துக்கொண்டோம். திரும்ப அவன் எழுந்து நிற்க முயன்றான், எழுந்து நிற்கக் கற்றுக்கொண்ட நிமிடத்திலிருந்து அவனை ஓரிடத்தில் நிறுத்திவைக்க முடியவில்லை.”

இரவில் ஓஃபரைக் கீழே விடுவது எவ்வளவு கடினம் என்பதை அவனிடம் சொன்னாள். மரச்சட்டங்களைப் பிடித்து எழுந்து நின்று கொள்வான், அப்படியே நின்றுகொண்டிருப்பான், தளர்ந்து கீழே விழுவான், மறுபடி எழுவான். நடு இரவில் குழம்பியவனாய், அழுதபடி, உறக்கத்துக்கு ஏங்கியபடி, விழித்துக்கொள்பவன் அப்படியே அங்கேயே நின்றுகொண்டிருப்பான். அவனது உறிஞ்சாடையை மாற்றுகையில், உண்பதற்காக நாற்காலியில் அமர வைக்க முயற்சிக்கையில், காரின் இருக்கையோடு சேர்த்து பிணைப்புப் பட்டியால் கட்டுகையில் ஏதோ சுருள்வில்லால் தள்ளப்பட்டவன்போல, தன்மட்டில் ஈர்ப்புவிசை தலைகீழாகிவிட்டதுபோல திமிறுவான், எழுந்து நிற்க முயற்சிப்பான்.

அவள் பெருமூச்சு விடுகிறாள். “உண்மையிலே இதையெல்லாம் கேட்க விரும்புகிறீர்களா அல்லது என் மன திருப்திக்காகப் போனால் போகிறதென்று கேட்கிறீர்களா?”

அவளால் புரிந்துகொள்ள முடியாத வகையில் அவன் சற்றே குறுக்காகத் தன் தலையை ஆட்டுகிறான். இரண்டுமே என்கிறானா? ஏன் அப்படி இருக்கக்கூடாது? இதுவும் ஒரு குறிப்பிடத்தக்க விஷயம். இருப்பதை எடுத்துக்கொள்வது.

“எங்கே விட்டேன்?”

“அவன் விழுந்துவிட்டான்.”

“ஓ,” வலிமிக்க ஆச்சரியத்தில் அவள் வேதனையாக முனகுகிறாள், ஒற்றை வீச்சில் வேகமாக அவளிடமிருந்து மூச்சு வெளிப்படுகிறது. “அந்த வார்த்தைகளைச் சொல்லாதீர்கள்.”

“நான் யோசிக்காமல் சொல்லிவிட்டேன். மன்னித்துவிடு ஓரா.”

“இல்லை, பரவாயில்லை. அவனைப்பற்றி உங்களோடு பேசுகையில் அவன் நன்றாக, பத்திரமாக இருப்பான் என்பதை நீங்கள் தெரிந்துகொள்ள வேண்டும்.”

“எப்படி?”

“பைத்தியக்காரத்தனமாக இருக்கிறதா?”

“இல்லை.”

“இன்னும் விரிவாகச் சொல்லவா?”

“ம்.”

“அதை வார்த்தைகளில் சொல்லுங்கள்.”

“இன்னும் விரிவாகச் சொல். அவனைப்பற்றி.”

“ஓஃபரைப் பற்றி.”

“ஓஃபரைப்பற்றி. ஓஃபரைப்பற்றிச் சொல்.”

“அப்புறம், நாங்கள் அவனைத் தூக்கிவிட்டோம்.” ஒரு கணம் அவள் கண்கள் படபடவென அடிதுக்கொள்கின்றன, புரிந்துகொள்ள முடியாத ஒரு சித்திரத்தை அவன் பார்த்தான்: அவன் சொன்னான் “ஓஃபர்”; அவன் ஓஃபரைத் தொட்டுப் பார்த்தான் – “அவனைத் தூக்கி நிறுத்தி விட்டு கைகளை நீட்டி வா என்றோம், அவன் மறுபடி நடந்தான், மிக மெதுவாக உடலைச் சாய்த்துவளைத்து–”

“யாரிடம்?”

“என்ன?”

“உங்களில் யாரை நோக்கி அவன் வந்தான்?”

“ஓ.” அவள் மூளையைக் கசக்கிக்கொள்கிறாள். அவனது கூர்மையை, முகத்தில் தெரியும் உறுதிப்பாட்டின் மசங்கலான ஒளியைக் கண்டு வியக்கிறாள். வெகுகாலத்துக்கு முன்புபோல அவன் காணப்பட்டான். ஒரு புதிய விஷயத்தை, கருத்தை, சூழலை, நபரைப் புரிந்துகொண்டாக வேண்டும் என்ற முனைப்போடு இருக்கையில் கண்களில் ஒரு வேட்டை விலங்குக்குரிய ஒளியுடன் மெதுவாக, மென்மையாக அதைச்சுற்றி வட்ட மடித்தபடியே இருப்பான்.

ஒருவழியாக அது அவள் நினைவுக்கு வந்தது. “ஆடமிடம், ஆமாம். அவனிடம்தான் நடந்து சென்றான்.”

எப்படி அவளால் மறக்க முடியும்? தீவிர முகபாவத்துடன், கவனம் குலையாதவனாய், காரணமாகத்தான் என்பதுபோல நேரே பார்த்தபடி வாய் மூடாமல், விறைப்பாகக் கைகளை முன்னே வைத்து வந்தான் குட்டி ஓஃபர். அவன் உடல் முன்னும்பின்னும் ஊசலாடியது, தான் ஸ்திரமான, தன்னிச்சையான, சுயசார்புள்ள ஓர் அமைப்பு என அறிவித்து ஒரு

கையைக் கீழேயிறக்கி அடுத்த கையின் மணிக்கட்டைப் பற்றிக்கொண்டான். அவள் அதை உயிர்ப்புடனும் தெளிவுடனும் மனக்கண்ணில் கண்டாள்: அவளும் இலனும் ஆடமும் அவனுக்கு எதிர்ப்புறத்தில் நிற்கின்றனர், ஒருவரிடமிருந்து மற்றவர் சற்று இடம்விட்டுத் தள்ளி நிற்கிறார்கள், கைகளை நீட்டி "ஓஃபர், ஓஃபர்," என அழைக்கிறார்கள், சிரிக்கிறார்கள், ஒவ்வொருவரும் தம்மை நோக்கி அவனைக் கவர முயற்சிக்கிறார்கள், "என்னிடம் வா," என்கிறார்கள்.

இப்போது அதை விவரிக்கையில் அந்நிகழ்வின்போது தான் எதையோ தவறவிட்டுவிட்டதை உணர்கிறாள்: அவர்களில் ஒருவரை ஓஃபர் தேர்ந்தெடுத்த அந்தக் கணம். மூவரில் ஒருவரைத் தேர்ந்தெடுக்க நிர்பந்திக்கப்பட்டபோது அவனடைந்த துன்பம். கண்களை மூடி அப்போது அவன் என்ன யோசித்திருப்பான் என்பதை யூகிக்க முயல்கிறாள். அப்போது அவனுக்குப் பேச்சில்லை, உள்ளுக்குள் நடந்த இழுத்தலும் தள்ளலும்தான், அவளும் இலனும் ஆடமும் அவனைச்சுற்றி ஆரவாரித்து நடனமாடினர், ஒரு குழந்தைக்கேயுரிய வகையில் ஓஃபர் அலைகழிக்கப்பட்டான். அவனது துன்பம் பற்றிய நினைவிலிருந்து அவள் வேகமாக வெளியேறுகிறாள். ஓஃபர் ஆடமை நோக்கித் திரும்பியதும் அவனுக்கு ஏற்பட்ட ஆச்சரியம் கலந்த சிரிப்பினால் அவள் முகம் விகாசிக்கத் தொடங்கிவிட்டது. ஆடமுக்கு ஏற்பட்ட ஆச்சரியம், மகிழ்ச்சி, பெருமை இவை சேர்ந்து அவனது முகச்சுழிப்பைத் துடைத்து, தான் தேர்ந்துகொள்ளப்பட்டது மற்றும் விரும்பப்பட்டது குறித்த வியப்பின் ஆனந்தப் புன்னகையாக மாறியது. தொடர்ச்சியான காட்சிகள், ஒலிகள், வாசனைகள் அவளுள் சுழல்கின்றன, எல்லாமே திரும்பி வருகின்றன, மருத்துவமனையிலிருந்து அவளும் இலனும் ஓஃபரைக் கொண்டுவந்தபோது ஆடம் எவ்வாறு வரவேற்றானோ அதுபோல, அது அந்நிகழ்வுக்கு ஒரு வருடத்துக்கும் சற்றுக் கூடுதலான காலத்துக்கு முன்பு. அதுபற்றி அவ்ரமிடம் அவள் சொல்ல வேண்டும், ஆனால் இப்போது வேண்டாமே, இது சரியான நேரமில்லை, அவனை ஏராளம் சம்பவங்களால் திணறடிக்கக் கூடாது, ஆனாலும் அவள் சொல்கிறாள்: "ஆடம் மேலும்கீழும் குதித்து ஆட்டம் போடுகிறான், கண்களில் மின்னற் தெறிப்பு, இரண்டு கைகாலும் தன் கன்னங்களை அறைந்துகொள்கிறான், வேகமாக அறைந்துகொண்டு கத்துகிறான், "நான் சந்தோஷமாயிருக்கேன், நான் சந்தோஷமாயிருக்கேன்!"

ஓஃபர் பிறந்து சில மாதங்களுக்கு அவனது தொட்டில் அருகே போகும்போதெல்லாம் ஆடம் இப்படித்தான் தன்னுடலின் ஆழத்திலிருந்து ஒலி எழுப்பிக் கத்தினான், அவை கட்டுப்படுத்தவியலா சிறு ஒலிகள், ஒரு மிருகத்தினது போன்ற பாசமும் பொறாமையும் கலந்த உணர்வு, மறைக்கவியலா ஆனந்தமும் சேர்ந்தது. அவனைத் தேர்ந்தெடுத்து தளர்நடையில் ஓஃபர் அவனிடம் வந்த கணத்தில் ஆடம் அன்று அப்படித்தான் ஒலியெழுப்பினான். ஒருவேளை இரண்டும் வேறுபட்ட ஒலிகளாக இருக்கலாம். "எனக்கென்ன தெரியும்? அவர்களிருவருக்கும் மட்டுமே தெரிந்த ஒரு மொழியில் ஆடம் ஓஃபரை வழிநடத்தியபடியும் உற்சாகப்படுத்தியபடியும் இருந்திருக்கலாம்."

ஓஃபர் இன்னொரு அடி எடுத்து வைத்தான், பிறகு இன்னொரு அடி. விழாமல் அவன் நடந்தான், தன் சகோதரனின் ஒலிகள் அவனது மனத்திடத்தினைக் கட்டுப்படுத்தியிருக்க வேண்டும், அவன் ஓரளவுக்குச் சாயாமலே நடந்தான். கண்காணிப்புக் கோபுரத்தின் ஒளிக்கற்றை உதவியோடு தரையிறங்கும் புயலில் சிக்கிய சிறுவிமானம்போல தன் அண்ணனிடம் நடந்துவந்து அவன் கைகளில் விழுந்தான், இருவரும் தரைவிரிப்பில் உருண்டனர், கட்டியணைத்து உடம்பை நெளித்துச் சிரிப்பில் கிறீச்சிட்டனர். இன்னும் இருபது வருடங்களுக்கு மறந்துவிடாமலிருக்க இந்தச் சிறு நினைவை எழுதி வைத்துக்கொள்ள வேண்டும்போல் அவளுக்குத் தோன்றுகிறது. நடந்து வரும்போது ஓஃபரின் தீர்க்கத்தை, ஆடமின் சந்தோஷக் கிறீச்சிடலை, பிறகு அவனுக்கு ஏற்பட்ட ஆசுவாசத்தை, எல்லாவற்றுக்கும் மேலாக நாய்க்குட்டிகள்போல அவர்கள் ஒருவரையொருவர் கட்டிக்கொண்டதை அவள் விவரிக்க விரும்புகிறாள். அந்தக் கணத்தில்தான் இருவரும் உண்மையாகவே சகோதரர்கள் ஆனார்கள், அந்தக் கணத்தில்தான் ஓஃபர் ஆடமைத் தேர்ந்து கொண்டான், அதோடு வாழ்விலே முதன் முறையாக அந்தக் கணத்தில் தான் ஆடமும் உண்மையாகவே தான் தேர்ந்துகொள்ளப்பட்டதை நம்பினான். தரைவிரிப்பில் குவியலாகக் கிடக்கும் தன் பிள்ளைகளைப் பார்த்த பரவசத்தில் ஓரா புன்னகைக்கிறாள். ஓஃபரின் புத்திசாலித்தனத்தை அவள் நினைத்துப் பார்க்கிறாள், தன்னை எப்படி ஆடமிடம் தர வேண்டும் என அவனுக்குத் தெரிந்திருந்தது, தனது மற்றும் இலனது விரித்த கரங்களிடையே நிறைந்திருந்த ரகசிய மௌனப் புதர்களுக்குள் சிக்கிக்கொள்ளாமல் அவன் கவனமாக ஆடமிடம் சென்றான்.

“இப்படித்தான் அவன் முதல்முறை நடந்தான்,” சோர்வுடன் அவ்ரமை நோக்கி வலியோடு புன்னகைத்தவளாக விரைவாக அந்தப் பேச்சை முடித்து வைக்கிறாள்.

“இரண்டாவது தடவை.”

“என்ன சொல்கிறீர்கள்?”

“நீ அப்படிச் சொன்னாய்.”

“எப்படி?”

“முதல் தடவை அவன் நடந்ததை, அவனது முதல் அடிகளை நீ பார்க்கவில்லையென்று.”

அவள் தோள்களைத் தளர்த்துகிறாள். “ஆமாம், உண்மைதான். ஆனால் அதற்கு என்ன—”

“இல்லை, ஒன்றுமில்லை.”

ஒருவித விசித்திர வரலாற்றுத் துல்லியத்தை வலியுறுத்துவதா இது, அல்லது அவளோடும் இலனோடும் விவாதத்தில் குதிப்பதற்கான குறிப்பா, “எனக்குத் தெரியாது, உனக்கும் தெரியாது” என்பதுபோல.

“ஆமாம்,” அவள் சொல்கிறாள். “நீங்கள் சொல்வது முற்றிலும் சரி.”

ஒரு கணம் அவர்கள் ஒருவரையொருவர் பார்த்துக்கொள்கிறார்கள், அவளுக்குப் புரிகிறது: இது விவாதம்தான். அல்லது அதைவிட மேலானதாகவும் இருக்கலாம், கணக்குத் தீர்த்தல். கலகத்தின் முதல் அறிகுறியைப்போல, நெடுங்காலம் மௌனமாக ஒடுங்கிக்கிடந்த ஒருவனது எழுச்சியைப்போல அந்தக் கண்டறிதல் அச்சமூட்டுவதாய் இருந்தது. முதல்தடவையாக ஓஃபர் புரண்டு மல்லாந்தபோதும் அங்கே யாரும் இருக்கவில்லை என்பது அவள் நினைவுக்கு வருகிறது. அது உண்மையா? அவள் தன் நினைவைச் சரிபார்த்துக்கொள்கிறாள். உண்மைதான். சத்தியமாக: ஒருநாள் மதியம் இலன் தொட்டிலருகே போனபோது அமைதியாகத் தனது நீல யானைத் தோரணத்தைப் பார்த்தபடி ஓஃபர் மல்லாந்திருந்தான். படு துல்லியமாக அதன் விவரங்கள் அனைத்துடனும் அந்தத் தொட்டில் தோரணத்தை அவள் இன்னும் நினைவுவைத்திருந்தாள். யாரோ வந்து இத்தனை வருடங்களாக அவள் கண்களை மூடியிருந்த கண்புரையை நீக்கியது போலிருந்தது. முதல்முறையாக அவன் உட்கார்ந்த போதுகூட அவன் தனியாகத்தான் இருந்தான், அதிகரித்துவரும் குழப்பத் துடனே அவள் எண்ணிப்பார்க்கிறாள். முதல்முறையாக அவன் எழுந்து நின்றபோதும்கூட. அதிகமில்லை, ஒரு கணம்தான் அவள் தயங்குகிறாள், பிறகு உண்மைகளின் எளிய அறிக்கையை, இப்போது அவனுக்கும் உரிமை யாகிவிட்ட ஒன்றை அவ்ரமிடம் அளிக்கிறாள், காரணம் கடைசியாக அவற்றைக் கட்டாயப்படுத்திக் கேட்கும் நிலைக்கு அவன் வந்துவிட்டான். அவன் கண்கள் சுருங்குகின்றன: அவன் சிந்தனையுள் சக்கரங்கள் சிரமத்துடன் சுழல்வதைப் பார்க்கிறாள்.

"எப்படியோ. இவற்றையெல்லாம் செய்தபோது – புரண்டது, எழுந்தது, நடந்தது – உண்மையிலே அவன் தனியாகத்தான் இருந்தான்."

"ஆக," விரல் நுனிகளைப் பார்த்தபடி அவ்ரம் முணுமுணுக்கிறான், "அது விசித்திரமானது?"

"ஆமாம், இதுபற்றி நான் இதற்குமுன் யோசித்ததில்லை. அவன் செய்த முதல் விஷயங்களை நான் பட்டியலிட்டதில்லை. ஆனால், முதல் தடவை ஆடம் உட்கார்ந்தபோது, எழுந்தபோது அல்லது நடந்தபோது அவனோடு நான் இருந்தேன். நான் சொன்னேன் இல்லையா, அவன் பிறந்து முதல் மூன்று வருடங்கள் நாங்கள் பிரியவே இல்லை. ஒவ்வொரு முறையும் இதுபோல எதையாவது சாதிக்கும்பொழுது அவன் மகிழ்ச்சியில் திளைப்பான், ஓஃபர், ஆமாம், ஓஃபர்–"

"தனியனாக இருந்தான்," மெல்லிய குரலில் அவளது வாக்கியத்தை முடித்து வைக்கிறான் அவ்ரம், அவனது இயல்புகள் சட்டென்று மென்மையடைகின்றன. ஓரா எழுந்து தனது பயணப்பை அருகே சென்று அவசரமாக அதைத் துழாவுகிறாள், அடர் நீலவண்ண அட்டை கொண்ட தடித்த குறிப்பேட்டை வெளியே எடுக்கிறாள். பக்கவாட்டுப் பையிலிருந்து பேனாவை எடுக்கிறாள். தலையை மெல்லச் சாய்த்த நிலையில் நின்றபடியே அறிமுகக் குறிப்புகள் எதுவுமின்றி முதல் பக்கத்தில் எழுதுகிறாள்: வேடிக்கையான விதத்தில் ஓஃபர் நடந்தான். அதாவது ஆரம்பத்தில் அவனது நடை விசித்திரமாக இருந்தது. அடுத்தவர்

கண்ணுக்குத் தெரியாத பலவிதத் தடைகளையும் அவன் சுற்றிவந்தான், பார்க்க அது வேடிக்கையாக இருந்தது. இல்லாத ஒரு தடையிடமிருந்து விலகி வருவான், அறை நடுவே அவனை எதிர்பார்த்துப் பதுங்கியிருக்கும் அசுரனிடமிருந்து பின்வாங்குவான், அவனை அந்தத் தரை ஓட்டின்மீது கால் வைக்கச்செய்ய உங்களால் முடியவே முடியாது! அது கொஞ்சம் குடிகார நடை போலிருக்கும் (ஆனால் ஒரு வரைமுறைக்குட்பட்ட குடிகார நடை). மூளைக்குள் அவன் தனக்கென்று ஒரு வரைபடம் வைத்திருப்பதாகவும், அதையே எப்போதும் அவன் பின்பற்றுவதாகவும் இலனும் நானும் ஒத்துக்கொள்கிறோம்.

கவனமாக அவள் தன்னிடத்துக்குத் திரும்புகிறாள், திறந்த குறிப்பேட்டை தரையில் வைத்துவிட்டு அதற்குப் பக்கத்தில் நிமிர்ந்து நேராக அமர்கிறாள், பின் அவ்ரமைப் பார்கிறாள்.

“அவனைப்பற்றி எழுதினேன்.”

“யாரைப்பற்றி?”

“அவனைப்பற்றி.”

“எதற்கு?”

“தெரியவில்லை, வெறுமனே நான்—”

“ஆனால் இந்தக் குறிப்பேடு—”

“அதைப்பற்றி என்ன?”

“எதற்காக அதைக் கொண்டுவந்தாய்?”

தான் எழுதிய வரிகளை உற்றுப்பார்க்கிறாள். அவளை நோக்கி எச்சரிக்கும் விதமாகத் தமது விரல்களை அசைத்தபடி, தொடர்ந்து எழுது, நிறுத்திவிடாதே என்று கத்தியபடி தாளின்மீது வார்த்தைகள் விரைந்தோடுவதுபோலத் தோன்றுகிறது. “என்ன கேட்டீர்கள்?”

“எதற்காக ஒரு குறிப்பேட்டைக் கூடவே தூக்கிக்கொண்டு வந்தாய்?”

சட்டென்று குறிப்பேட்டின் பக்கங்களனைத்திலும் எழுதிவிட்டதுபோல சோர்ந்துபோனவளாக அவள் உடலை நீட்டி ஆசுவாசப்படுத்திக் கொள்கிறாள். “தெரியவில்லை, நானும் ஓஃபரும் வழியில் பார்க்கும் எல்லாவற்றையும் எழுதலாம் என்ற எண்ணத்தில் கொண்டுவந்தேன். ஒருவகைப் பயண நாட்குறிப்பேடு. விடுமுறையில் பையன்களோடு வெளிநாடுகளுக்குப் போனபோதெல்லாம் எங்கள் அனுபவங்களை எழுதி வந்திருக்கிறோம்.”

எழுதுவது அவள்தான். தினமும் மாலையில் தங்கும் விடுதியில், ஓய்வாக நிற்குமிடங்களில் அல்லது நீண்ட பயணங்களின்போது. அவர்கள் ஒத்துழைக்கமாட்டார்கள் – ஓரா தயங்குகிறாள், இதை அவ்ரமிடம் சொல்ல வேண்டாமென நினைக்கிறாள் – மூவரும் சேர்ந்து அவளது முயற்சியை அவசியமற்றது, குழந்தைத்தனமானது எனச்சொல்லி கேலி செய்வர். அவள் வற்புறுத்தினாள்: “நாம் எழுதி வைக்காவிடில், பலவற்றையும் மறந்து

விடுவோம்." அவர்கள் சொன்னார்கள்: "நினைவு வைத்துக்கொள்ள என்ன இருக்கிறது? படகில் அப்பாவின் காலில் வாந்தியெடுத்த அந்தக் கிழவனை? ஆடம் கேட்ட மாட்டிறைச்சி ரொட்டிக்குப் பதிலாக விலாங்குமீனைக் கொடுத்தார்களே அதனை?" அவள் பதில் சொல்ல மாட்டாள். எப்படிச் சந்தோஷமாக இருந்தோம், எப்படிச் சிரித்தோம்–எப்படி ஒரு குடும்பமாக இருந்தோம்–இப்போது எண்ணிக்கொள்கிறாள்–என்பதையெல்லாம் ஒருநாள் நினைவுகூர எவ்வளவு ஆசைப்படுவீர்கள் என நினைத்துக்கொள்வாள். அந்த நாட்குறிப்புகளில் எவ்வளவு முடியுமோ அவ்வளவு விளக்கமாக எழுதுவாள். எழுதத் தோன்றாதபோது, கைகள் சோம்பிவிடும்போது, அயர்ச்சியில் இமைகள் சொருகிக்கொள்ளும்போது எதிர்வரப்போகும் வருடங்களைக் கற்பனை செய்வாள். அப்போது அவளும் இலனும், குறிப்பாகக் குளிர்கால மாலை வேளைகளில், இனிப்பு காரம் பழத்துண்டுகள் சேர்த்த ஒயின் நிறைந்த கோப்பையுடன், கட்டம் போட்ட கம்பளிகளுக்குள் உடலைப் புதைத்துக்கொண்டு நாட்குறிப்பிலிருந்து ஒவ்வொரு பக்கமாகப் படிப்பார்கள், நாட்குறிப்பேட்டின் பக்கங்கள் பட அட்டைகள், உணவக விலைப்பட்டியல்கள், சுற்றுலாத் தலங்கள், நாடகங்கள் ரயில்கள் அருங்காட்சியகங்களுக்கான கட்டணச்சீட்டுகள் ஆகியவற்றால் அலங்கரிக்கப்பட்டிருக்கும். கட்டம் போட்ட கம்பளி உள்ளிட்ட அனைத்தையும் இலன் யூகித்திருந்தான். அவன் மட்டில் எப்போதுமே அவள் ஊடுருவிப் பார்க்குமளவு வெளிப்படையாய் இருந்தாள். "அது நடப்பதற்குள் என்னை நீ சுட்டுக் கொன்றுவிடுவாய் என்று உறுதியாகச் சொல்கிறேன்," என்றான். ஆனால் இதை அவன் பல விஷயங்களிலும் சொல்லியிருக்கிறான்.

எப்படி அது நடந்தது, இந்த வருடங்களில் நான் மென்மையடைந்திருக்க அவர்கள் மட்டும் கடினமுற்றிருப்பது எப்படி? இலன் சொல்வது சரியாகத் தானிருக்கும், என்னால்தான் அவர்கள் கடினமுற்றிருக்கிறார்கள். என் மட்டில் அவர்கள் கடினமுற்றிருக்கிறார்கள். நல்ல அழுகை இப்போது எனக்கு நன்மை பயக்கக் கூடும், அவள் தனக்குள் குறித்துக்கொள்கிறாள்.

அவள் கண்களைத் திறந்தபோது அவ்ரம் அவளுக்கு எதிரே சற்றுத் தொலைவாக முதுகுப்பையுடன் பாறையொன்றின்மீது சாய்ந்து அமர்ந்தவனாய் அவளையே உற்றுப் பார்க்கிறான்.

ஒரு காலத்தில், அவன் அப்படிப் பார்த்ததுமே தடையின்றி அவளது உள் ஆழங்களை பார்க்கும்படிக்கு அவன் மட்டில் உடனே அவள் திறந்து கொள்வாள். இதுபோல வேறு யாரையும் அவள் தனக்குள் அனுமதித்தது கிடையாது. இலனைக்கூட.

அவ்ரமைப் பொறுத்தமட்டில் அவள் லகுவாக இருந்தாள்–"லகு," எப்படிப்பட்டவொரு பயங்கரமான வார்த்தை; எப்போதும் அவ்ரமிடத்தில் அவள் லகுவாக இருந்தாள், அவளது முழுமையையும் பார்க்க அவனை அனுமதித்தாள், அது அவனை அவள் பார்த்த அந்த முதல் கணத்திலிருந்தே. அவளுக்குள் ஏதோ ஒன்று அல்லது யாரோ ஒருவர், தனது சாராம்சத்துக்கு இன்னும் விசுவாசமான ஒரு ஓரா, இன்னும் துல்லியமான இன்னும் தெளிவுமிக்க ஒருத்தி, இருப்பதை உணர்ந்தாள். அந்த ஓராவை அடைவதற்கு

308 டேவிட் கிராஸ்மன்

அவ்ரமிடம் ஒரு வழி இருப்பதுபோலத் தோன்றியது. அவன் மட்டுமே அவளை நன்கறிந்தவன், தன் பார்வையாலேயே, தனது இருப்பினாலேயே அவளைச் சூல்கொள்ளச் செய்பவன், அவனன்றி அவளுக்கு இருப்பு இல்லை, வாழ்வு இல்லை, ஆகவே அவள் அவனுடையவள், அவனுக்கு முழு உரிமையானவள்.

அவளது பதினாறு வயதில், பத்தொன்பதில், இருபத்தியிரண்டில் அப்படித்தான் இருந்தாள். இப்போது அவள் அவனிடமிருந்து கறாராகப் பார்வையை விலக்கிக்கொள்கிறாள். அவளை அவன் காயப்படுத்தி விடுவானோ, எதற்காகவேனும் தண்டித்துவிடுவானோ, அங்கேயே அவளைப் பழிவாங்கி விடுவானோ என்று அஞ்சுகிறாள். அல்லது அவளுக்குள் இப்போது ஒன்றுமில்லை, எது வறண்டுபோய் அவனுள்ளாகவே மரித்துப் போனதோ அதனோடு சேர்த்து அவளும் வறண்டு இறந்துவிட்டாள் என்பதைக் கண்டுபிடித்துவிடுவானோ என்று அஞ்சுகிறாள்.

நினைவுகளை அசைபோட்டபடி அமைதியாக உட்கார்ந்திருக்கிறார்கள். ஓரா முழங்கால்களைக் கட்டிக்கொள்கிறாள். இப்போது தானே தனக்கு அந்தளவுக்குத் திறந்தவளாக இல்லை, தன்னுள்ளிருக்கும் அந்த இடத்தின் அருகில் அவளாலேகூட செல்ல முடியாது. அவளுக்கு வயதாகிக்கொண்டிருப்பது காரணமாக இருக்கலாம்–இப்போதெல்லாம் தனக்கு வயதாகிக்கொண்டிருப்பதை அறிவிப்பதில் வினோத ஆர்வம் உண்டாகியிருப்பதை உணர்கிறாள், அவசரஅவசரமாக முற்றிலும் திவாலாகிவிட்டேனென்று சொல்வதில் கிடைக்கும் நிம்மதி அதில். மற்றவர்கள் சொல்லும் முன்பே தனக்குத்தானே போய்வருகிறேன் என்று சொல்லிக்கொள்வது, விழுந்தே தீரவிருக்கும் அடியின் பாதிப்பைக் குறைத்துக்கொள்வது.

பிறகு, நீண்ட நேரத்துக்குப் பிறகு அவ்ரம் எழுகிறான், கைகால்களை நீட்டிச் சோம்பல் முறிக்கிறான், விறகுகளைச் சேகரித்து அடுக்குகிறான், அதனைச் சுற்றிக் கற்களை வட்டமாக வைக்கிறான். அவனின் இந்தச் செயலில் ஏதோ நோக்கம் இருப்பதை ஓரா உணர்கிறாள், ஆனால் எச்சரிக்கையாக இருக்கிறாள்: அவள் சிலவற்றைப் பார்க்கிறாள் – அவ்ரமை அவ்ரமின் நிழலில் பார்க்கிறாள், இதனை அவள் ஏற்றுக்கொள்ள வேண்டும்.

பழைய துவாலையொன்றை எடுத்துத் தரையில் விரிக்கிறாள். பிளாஸ்டிக் தட்டுகளையும் மேசைக் கத்தி உள்ளிட்டவைகளையும் எடுத்து வைக்கிறாள், நன்றாகப் பழுத்த இரண்டு தக்காளிகளையும் வெள்ளரி ஒன்றையும் நறுக்கச்சொல்லி அவ்ரமிடம் கொடுக்கிறாள். அவளிடம் க்ராக்கர்ஸ் இருந்தது, டப்பாவிலடைத்த மக்காச்சோளம், டுனா மீன், ஓஃபர் மிக விரும்பும் திர் ரஃபாத் மடத்திலிருந்து வரும் சிறிய போத்தல் ஆலிவ் எண்ணெயும். அதை வைத்து ஓஃபருக்கு ஆச்சரிய மளிக்க வேண்டும் எனத் திட்டமிட்டிருந்தாள். இந்தப் பயணத்தில் அவனை மகிழ்ச்சிக்குள்ளாக்கும் வேறுசில சிறிய ஆச்சரியங்களையும் அவள் வைத்திருந்தாள். இப்போது ஓஃபர் எங்கிருக்கிறான்? அவனைப் பற்றி நினைப்பதா அல்லது தன்போக்கில் அவனை விட்டுவிடுவதா

என அவளுக்குத் தெரியவில்லை. திறந்து கிடக்கும் குறிப்பேட்டுக்கு அவள் கண்கள் செல்கின்றன. ஒருவேளை இதற்கான பதில் அங்கே இருக்கலாம். அதை மூட விரும்புகிறாள், முடியவில்லை. எல்லாமே அதில் வெளிப்படையாகக் கிடக்கிறது, ஆனாலும் அதை மூடுவதென்பது அதன் கழுத்தை நெரிப்பது போலாகிவிடும், வலுக்கட்டாயமாக அதை ஒழித்துவிடுவது போலாகிவிடும். ஒருகாலில் மண்டியிட்டுத் துவாலையின் மூலையைச் சரிசெய்கிறாள், மறுபடி மடங்கிவிடாமல் இருக்க அங்கு ஒரு கல்லை வைக்கிறாள். குறிப்பேட்டை எடுத்துத் தான் எழுதியதை வாசிக்கிறாள். சில வரிகளிலேயே இறந்தகாலத்திலிருந்து நிகழ்காலத்துக்கு வந்துவிட்டதையறிந்து ஆச்சரியப்படுகிறாள். வேடிக்கையான விதத்தில் ஓஃபர் நடந்தான் ... அது கொஞ்சம் குடிகார நடை ... இலனும் நானும் ஒத்துக்கொள்கிறோம் ...

இதுபற்றிச் சொல்ல இலனிடம் ஏதாவது இருக்கும்.

அவ்ரம் ஒரு துண்டு செய்தித்தாளைப் பற்றவைத்து அதைக்கொண்டு சுள்ளிகளுக்கு நெருப்பு மூட்டுகிறான். ஓரா அந்தச் செய்தித்தாளையே பார்க்கிறாள், எந்தத் தேதியில் வந்தது அது, அதன் தலைப்புச் செய்திகளிலிருந்து திரும்பிக்கொள்கிறாள். அங்கு நிலைமை எந்தளவுக்கு போயிருக்குமென்று யாருக்குத் தெரியும்? வேகமாகக் குறிப்பேட்டை மூடிவிட்டு செய்தித்தாள் எரிந்து முடியக் காத்திருக்கிறாள். அவ்ரம் அவளுக்கு எதிரில் அமர்கிறான், இருவரும் மௌனமாகச் சாப்பிட்டு முடிக்கிறார்கள். உண்மையில் அவ்ரம்தான் சாப்பிடுகிறான். நீரைக் கொதிக்கவைத்துத் தான் எம்.எஸ்.ஜி உணவுக்கு அடிமை என்றபடியே அடுத்தடுத்து இரண்டு கப்–எ–சூப்பை உள்ளே தள்ளுகிறான். அவனது உணவுப் பழக்கம்பற்றிக் கேட்கிறாள். அவன் சமைக்கிறானா? வேறு யாராவது சமைத்துத் தருகிறார்களா?

“சில சமயங்களில். நேரத்தைப் பொறுத்து,” அவன் சொல்கிறான்.

அவனது பசியை அவள் ஆச்சரியமாகப் பார்க்கிறாள். அவளால் ஒரு வாய்கூட உண்ண முடியவில்லை. வீட்டைவிட்டுக் கிளம்பியதிலிருந்தே அவள் வயிறு மூடிக்கொண்டுவிட்டதை உணர்கிறாள். அந்தச் சிரிப்புப் பெண்மணி – அந்தக் குழந்தையின் அம்மா – வீட்டில் நடந்த விருந்தில்கூட அவளால் சாப்பிட முடியவில்லை. இந்தப் பயணத்தால் ஒரு நன்மை ஏற்பட்டிருக்கிறது. தன்னைத்தானே ஜேப்படி செய்யும் ஒருவரைப்போல, எவ்வளவு வேகமாக முடியுமோ அவ்வளவு வேகமாகக் குறிப்பேட்டை எடுத்துத் திறக்கிறாள்.

அவனை மறக்க எனக்கு அச்சமாக இருக்கிறது. அதாவது அவனது குழந்தைப் பருவத்தை. அடிக்கடி இரண்டு பையன்களுக்கிடையே நான் குழப்பிக்கொள்கிறேன். அவர்கள் பிறக்கும் முன் ஒரு தாய் தன் ஒவ்வொரு குழந்தையையும் வேறுபடுத்தி அறிவாள் என நினைத்திருந்தேன். ஆனால் அது அப்படியில்லை. அல்லது குறிப்பாக என் மட்டில் அப்படியில்லை. முட்டாள்தனமாக அவர்களது வளர்ச்சி, பிறப்பிலிருந்து அவர்கள் செய்த புத்திசாலித்தனமான செயல்கள் பற்றி எழுத பையன்கள் இருவருக்கும் தனித்தனியாக நான் குறிப்பேடுகள் வைத்திருக்கவில்லை.

இலன் எங்களைப் பிரிந்திருக்க ஆடம் பிறந்தபோதிருந்த நிலைமையில் இதுபற்றி யோசிக்கவே என்னால் முடியவில்லை. ஓஃபர் பிறந்தபோதும் அப்படித்தான், (அப்போதும் சில சிக்கல்கள் – நான் குழந்தை பெற்றுக் கொண்டபோதெல்லாம் இதுபோல ஏதாவது நடந்தது.) எனவே இந்த நடைபயணத்தின்போது எனக்கு நினைவிருக்கும் சில விஷயங்களையாவது எழுதிவிட வேண்டும் என நினைத்தேன். ஆகவே ஒருவழியாக அவை எங்கேனும் எழுதப்பட்டுவிடும்.

ஓடை தூரத்தே ஓடுகிறது. மாலைநேர ஈக்கள் ரீங்காரமிடுகின்றன, சில்வண்டுகள் பைத்தியம் பிடித்ததுபோல இரைகின்றன. நெருப்பில் ஒரு கிளை ஓசையுடன் முறிகிறது, சிறு கரித்துகள்கள் குறிப்பேட்டின்மீது பறந்துவந்து விழுகின்றன. அவ்ரம் எழுந்து பைகளை நெருப்பிலிருந்தும் தள்ளி தூரவைக்கிறான். அவளுக்கு ஆச்சரியம்: அவனது இயக்கங்கள் தீர்க்கமாக, லகுவாக இருக்கின்றன.

“ஓஃப்ரா, காபி?”

“என்னை என்னவென்று கூப்பிட்டீர்கள்?”

அவன் மிகவும் சங்கடமாகச் சிரிக்கிறான்.

நெஞ்சு படபடக்க, அவளும் சிரிக்கிறாள்.

“காபி?”

“கொஞ்சம் பொறுக்கிறீர்களா? ஒரு நிமிடம்தான்.”

அவன் தோள்களைக் குலுக்கிக்கொள்கிறான், சாப்பிட்டு முடிக்கிறான், ஓஃபரது உறங்கும் பையை ஒரு தலையணை போலச் செய்துகொள்கிறான். நீட்டிப் படுத்துக்கொள்கிறான், கைகளைக் கழுத்துக்குப் பின்னால் கோர்த்து வைத்துக்கொள்கிறான், மேலே அவர்களை மூடியிருக்கும் மரத்தின் கிளைகளினூடாக இருட்டு வானின் துண்டுகளைப் பார்க்கிறான். கறுஞ் சிவப்பு நூலுடன் தேசமெங்கும் நடந்துவந்த பெண்ணை நினைத்துக் கொள்கிறான். தேசத்தைவிட்டு வெளியேறுபவர்களின் ஊர்வலத்தைப் பார்க்கிறான். நகரங்கள், கிப்புட்ஸ்களின் மக்கள் நெருக்கம் மிகுந்த பகுதிகளிலிருந்து மக்கள் தலை கவிழ்ந்தபடி நீண்ட வரிசைகளில் வெளியேறுகிறார்கள், தேசத்தின் முதுகெலும்பின் வழியாக மெதுவாக நகரும் மிக நீளமான அந்தப் பிரதான வரிசையில் சேர்ந்துகொள்ள வருகிறார்கள். இஸ்ரேல் என்ற நாடு இனியும் இல்லை என்ற எண்ணத்துடன் அபாஸியா சிறையில் தனிமைச்சிறையில் இருந்தபோது இந்தக் காட்சியை அவன் துல்லியமாகப் பார்த்திருந்தான் – தோள்களில் குழந்தைகள், பெரிய கைப்பெட்டிகள், வெறுமை நிரம்பிய ஒளியற்ற கண்கள். ஆனால் கறுஞ்சிவப்பு நூலுடன் நடக்கும் பெண் கொஞ்சம் ஆறுதலளிக்கிறாள்.

ஒரு வைக்கோலை வாயில் வைத்துச் சப்பியபடி அவன் யோசிக்கிறான், இப்படிக் கற்பனை செய்யலாம், உதாரணமாக, ஒவ்வொரு நகரத்திலும் கிராமத்திலும் கிப்புட்ஸிலும் அவளது நூலோடு தன்னுடைய நூலைப் பிணைத்துக்கொள்ளும் ஒருவர் இருக்கிறார். இவ்வாறு ரகசியமாகத் தேசத்தின் மீதாக ஒரு பூத்தையல் நடக்கிறது.

பேனாவின் முனையைக் கடிக்கிறாள், பற்களில் வைத்து அதன் பொத்தானை அழுத்துகிறாள். சற்றுமுன் அவன் வாய்தவறிச் சொன்ன வார்த்தை அவளைக் குழப்பிவிட்டது, தான் முன்பிருந்த நிலைக்குத் திரும்ப அவள் பிரயத்தனம் புரிய வேண்டியதாகிவிட்டது.

ஓஃபர் இயல்பான பிரசவத்தில் பிறந்தான், எந்தக் கஷ்டமும் இல்லை, அது மிக விரைவாகவும் முடிந்துவிட்டது. இலன் என்னை மருத்துவமனைக்கு அழைத்துப்போன இருபது நிமிடங்களுக்குள் எல்லாம் முடிந்துவிட்டது. அது ஹடஸ்ஸா மவுன்ட் ஸ்கோபஸ். ஆறு மணி வாக்கில் உறக்கத்தில் பனிக்குடம் உடைந்ததால் காலை ஏழு மணியளவில் அங்கு சென்றோம். சரியாகச் சொன்னால் பனிக்குடம் உறங்கும்போது உடையவில்லை, எழுதியபடியிருந்த அவள் ஓரக்கண்ணால் அவ்ரமைப் பார்க்கிறாள், அவன் இன்னமும் வானத்தை ஆராய்ந்துகொண்டிருக்கிறான், வாய்க்குள்ளிருக்கும் வைக்கோலை இப்படியும் அப்படியும் அதிரவைத்த ஆழ்ந்த சிந்தனையுள் அவன் மூழ்கியிருந்தான். *என்னவோ நடந்து படுக்கையிலே எனக்குப் பனிக்குடம் உடைந்துவிட்டது, நடந்தது என்னவென்று நான் அறிந்தபோது, அந்த நிலைமையில் வேறெதையும் பற்றி யோசிக்கத் தோன்றவில்லை. நாங்கள் விரைவாகத் தயாரானோம். இலன் ஏற்கனவே எனக்கும் அவருக்கும் பைகளைத் தயாராக வைத்திருந்தார், எல்லாமே தயாராக இருந்தன, எழுத்துப்பூர்வமான கட்டளைகள், தொலைபேசி எண்கள், தொலைபேசிக் கூப்பன்கள் போன்றவைகள். இலன் இலனாக இருந்தார். ஏரியலாவை தொலைபேசியில் அழைத்துவந்து ஆடமுடன் இருக்கும்படியும் பிறகு அவனைப் பகல்நேரப் பராமரிப்பு மையத்திற்கு அழைத்துச் செல்லுமாறும் சொன்னோம். அவன் இரவு முழுவதும் உறங்கிக்கொண்டிருந்தான், நடந்தது எதுவும் தெரியாது.*

காலை ஏழு இருபத்தைந்துக்கு ஓஃபர் பிறந்தான். அது சுலபமான விரைவான பிரசவம். அங்கு சென்றதும், குழந்தை பெற்றேன். என்னைத் தயார்ப்படுத்த அவர்களுக்கு நேரமே இருக்கவில்லை. எனிமா கொடுத்துக் கழிப்பறைக்கு அனுப்பினர். கழிப்பறையில் அமர்ந்ததுமே அடிவயிற்றில் கடும் அழுத்தத்தை உணர்ந்தேன், அவன் வெளியே வருவதை உணர்ந்தேன். சத்தம் போட்டு இலனை அழைத்தேன், இலன் வந்து அப்படியே என்னை அழைத்துச் சென்று தாழ்வாரத்தில் ஒரு படுக்கையில் கிடத்தினார், செவிலியைக் கூப்பிட்டார். இருவரும் சேர்ந்து ஓட்டமும் நடையுமாக பெரிய பிரசவ அறைக்கு என்னைத் தள்ளிச் சென்றனர், அங்குதான் நான் ஆடமை ஈன்றது (அதே அறை), இன்னும் மூன்றுமுறை உந்தினேன், அவன் வெளியே வந்துவிட்டான்!

அவள் முகம் ஒளிர்கிறது, அவ்ரமை நோக்கித் தடையின்றிப் புன்னகைக்கிறாள், பதிலுக்கு அவனிடமிருந்து ஒரு கேள்விப் புன்னகை. *ஓஃபர் மூன்றுகிலோ அறுநூறுகிராம் இருந்தான். என்னளவில் பெரிய குழந்தை. ஆடம் இரண்டு கிலோதான் (அதற்கே மூன்று கிராம் குறைவு). இருவருமே பிறகு நன்றாக வளர்ந்துவந்தார்கள்.*

அவ்வளவுதான். அவள் எழுத விரும்பியது இதைத்தான். ஆழ மூச்செடுத்துக்கொள்கிறாள். கஷ்டப்பட்டு இந்தக் குறிப்பேட்டைத் தூக்கிக்

கொண்டு வந்ததற்குப் பலன் இருந்தது. அவள் சாப்பிட ஆயத்தமானாள். திடீரெனக் கடும் பசி வயிற்றைக் கிள்ளுகிறது. ஆனால் வாய்க்குள் பேனாவை வைத்தபடி யோசிக்கிறாள், அந்தப் பிரசவம் பற்றி வேறு எதுவும் எழுத வேண்டுமா? வலிக்கும் மணிக்கட்டை உதறிக்கொள்கிறாள். உயர்நிலைப்பள்ளியில் போன்ற வலி: எப்போதெல்லாம் நான் கையால் எழுதுகிறேன்? அவள் யோசித்துப் பாரக்கிறாள்.

மருத்துவச்சியின் பெயர் ஃபாத்வா, அல்லது நாத்வாவா? ஃபார் ராமியைச் சேர்ந்தவள் என்பது மட்டும் நிச்சயம். அங்கு நான் கழித்த இரண்டு நாட்களில் இன்னும் சில தடவைகள் அவளைச் சந்தித்தேன், நாங்கள் கொஞ்சம் பேசிக்கொண்டோம். இந்த உலகுக்கு வந்ததும் ஓஃபரைத் தொட்ட முதல் நபரான அவளைப்பற்றி அறிந்துகொள்வதில் எனக்கு ஆர்வம். அவள் தனித்து வாழ்பவள். வலுவானவள், பெண்ணியச் சார்பும் புத்திகூர்மையும் கொண்டவள், எப்போதும் நான் சிரிக்கும் படியாகப் பேசுவாள்.

ஓஃபரின் பாதங்கள் சற்றே நீலம் பாரித்திருந்தன. பிறந்ததும் அவன் அழவேயில்லை, ஒரு சிறு ஒலி எழுப்பினான், அவ்வளவே. அவன் கண்கள் பெரிதாக இருந்தன, அவ்ரமுடையதைப்போல.

அவள் கைவிளக்கை எடுத்து எழுதியதைப் படிக்கிறாள். இன்னும் விவரமாக எழுதியிருக்க வேண்டுமோ? மறுபடியும் படிக்கிறாள், அந்த நடை அவளுக்குப் பிடித்திருக்கிறது. அதுபற்றி இலன் என்ன சொல்வான் என அவளுக்குத் தெரியும், அந்த ஆச்சரியக்குறிகளை அழிப்பான், ஆனால் நிஜத்தில் இலன் இதை ஒருபோதும் படிக்கமாட்டான்.

இன்னும் சற்று விரிவாக எழுத இடமிருக்கிறதுதானே? உண்மை களுக்கு, அலங்காரங்களுக்கு அல்ல. அங்கு வேறு என்ன நடந்தது? சில காரணங் களுக்காக அவள் ஆடமின் பிறப்புக்குச் செல்கிறாள், நீண்ட கடினமான பிரசவம், மருத்துவச்சிக்கும் செவிலிகளுக்கும் பிடித்தமானவளாகத் தான் இருக்க அவள் எப்படியெல்லாம் முயன்றாள், செவிலியர் தங்களது அறையில் அவளது தாக்குப்பிடிக்கும் திறனைப் பாராட்ட வேண்டும், கத்திக் கூப்பாடு போட்ட, அழுத, சாபமிட்ட மற்ற தாய்மார்களோடு தன்னை ஒப்பிட்டுப் பேச வேண்டும் என விரும்பினாள். தன் வாழ்வின் முக்கியமான ஒரு கட்டத்தில் அடுத்தவரது நல்லெண்ணத்தைப் பெற எவ்வளவு முயன்றிருக்கிறோம் என வருத்தத்துடன் நினைத்து பார்த்தாள். அவள் கால்கள் மரத்துப்போகத் தொடங்குகின்றன. எழுந்து வேறொரு பாறையில் அமர்கிறாள், பிறகு இன்னொன்றில், கடைசியாகத் தரையில் சென்று அமர்கிறாள். இது சுயசரிதை எழுத ஏற்ற தருணமல்ல.

சிறிது கழித்து ஓஃபரைக் கொண்டு வந்து என்மேல் கிடத்தினர். மருத்துவமனைப் போர்வையில் அவனைச் சுற்றியிருந்தது எனக்குப் பிடிக்கவில்லை. அவனோடு ஆடைகளின்றி இருக்க விரும்பினேன். அந்த அறையில் எங்கள் இருவர் தவிர்த்து மற்ற அனைவரும் அவசிய மில்லாதவர்களாக இருந்தனர். அதோடு அங்கு அவ்ரமும் இல்லை.

அவனை ஒருவித எச்சரிக்கையுணர்வுடன் பார்க்கிறாள். கடைசியாக எழுதியவற்றை அழித்துவிடலாமா என யோசிக்கிறாள். ஒருவேளை ஓஃபர் இதை ஒருநாள் வாசிக்கக்கூடும். அவளும் இலனும்கூட–

அவள் வயிற்றுக்குள் சலனம். யாருக்காக இதை அவள் எழுதுகிறாள்? எதற்காக எழுதுகிறாள்? கிட்டத்தட்ட இரண்டு பக்கங்கள் எழுதியாயிற்று. இந்த இரண்டு பக்கங்களை எப்படி அவள் எழுதினாள்? இப்போது சாம்பல்பூத்து ஒளிர்ந்துகொண்டிருந்த தீயினருகே அவ்ரம் மல்லாந்து படுத்திருந்தான். வானத்தைப் பார்த்தபடியிருந்தான். தாடி கலைந்து கிடந்தது. அவன் முகத்தை ஆராய்கிறாள்: இருபதிலேயே அவனுக்கு வழுக்கைகாண ஆரம்பித்திருந்தது, முன்தலையில் ஆரம்பித்து மேலே வந்தது; அவனது வயதொத்தவர்களில் அவனுக்குத்தான் முதலில் வழுக்கை உண்டானது. ஆனாலும் இருந்த முடியை நீளமாக வளர்த்து கவனத்தைக் கவரும் வண்ணம் வைத்திருந்தான், கிருதாக்கள் கன்னத்தில் பாதிவரை வந்தன, பார்க்க அவன் தன்னிலும் முதியவனாக இருந்தான், அவளுக்கு எழுதிய கடிதமொன்றில் குறிப்பிட்டிருந்ததுபோல – *ஈர உதடுகளுடன், பேராசை பளிச்சிடும், டிக்கன்ஸ் கதையில் வரும் வீட்டு உரிமையாளனுடையது போன்ற முகம்.* வழமை போலவே அவனது விவரணை சரியாகவே இருந்தது, அவனோடு விவாதம் புரிய தேவையிருக்கவில்லை. அவனிடம் எப்போதுமே அழகான சித்தரிப்புகள் இருக்கும், அவை குரூரமாகவும் வசீகரமாகவும் இருக்கும் – குறிப்பாகத் தன்னையும் தன் தோற்றத்தையும் பற்றி அவன் விவரிக்கையில். இந்தச் சித்தரிப்புகள் வழியாக அவன் மற்றவர்கள் தன்னைத் தனது பார்வைவழி காண வைத்தான் – இப்போதுதான் அவள் இதை உணர்கிறாள் – அதிகமும் தன்னிச்சையான பார்வைகளால் அவனுக்கு ஏற்பட்டிருக்கக்கூடிய வேதனையிலிருந்து இப்படி அவன் தன்னைப் பாதுகாத்துக்கொள்ளவும் செய்தான். யாரோ நம்பமுடியாத அளவுக்குச் சாமர்த்தியமாகத் தந்திரம் புரிந்து தன்னை ஏமாற்றிவிட்டதை உணர்ந்ததுபோல ஆச்சரியமும் பெருமையுமாய் ஓரா அவனைப் பார்த்து ரகசியமாகப் புன்னகைக்கிறாள்.

தன்மீதான தீவிரக் காதல் பார்வைகளிலிருந்தும் பாதுகாத்துக் கொண்டான் என யோசித்துப் பார்க்காமல் குறிப்பேட்டில் எழுதிவிடுகிறாள். எழுதிவிட்டு அவ்வார்த்தைகளைச் சற்றே ஆச்சரியத்துடன் பார்க்கிறாள். உடனே அவற்றின்மேல் அழுத்தமாகக் கோடிழுத்து அடிக்கிறாள்.

எல்லா மருத்துவர்களும் மருத்துவச்சிகளும் செவிலியர்களும் எனக்குத் தையல் போட்ட நபரும் போன பின்பு, ஓஃபரை மூடியிருந்த துணியை விலக்கி அவனை என் மார்பில் போட்டுக்கொண்டேன்.

கடைசியாய் எழுதிய வார்த்தைகள் அவளுள் இதமான ஒரு நடுக்கத்தை உண்டாக்குகின்றன. இந்த நடுக்கம் அவளுக்கு எதை நினைவூட்டுகிறது? எதனை அது திரும்பக் கொண்டுவருகிறது? என் மனதுக்கு, அவள் தனக்குள்ளாக முணுமுணுக்கிறாள், அவளது உடல் பதில் சொல்கிறது, இனிமையாக: அவ்ரம். அவள் கன்னத்திலும், நெற்றிப்பொட்டுக்குக் கீழேயும் உள்ள சிறு முடிகளை நக்குவான். "உனது நெற்றிப்பொட்டுப் பகுதி" அல்லது "பஞ்சு போன்ற இறகுகள்" எனக் கிசுகிசுப்பான். அவளை அணைத்தபடி

“உன் இடுப்பின் வளைவுகள்” அல்லது “உன் கால் முட்டிகளுக்குப் பின்னாலிருக்கும் பட்டு” எனக் கிறங்கி முணுமுணுக்கையில் அவள் தனக்குத்தானே புன்னகைத்தபடி நினைத்துக்கொள்வாள்: அவனைப் பார், இதயத்தை வார்த்தைகளில் வடிக்கிறான். வெட்கம் நீங்கியதும் அவளும் அதைக் கற்றுக்கொண்டு “பஞ்சு போன்ற இறகுகள்,” “என் மார்பில் நீ” போன்ற வார்த்தைகளையும் அவன் காதுகளில் சொல்லும்போது அவளுள் அவன் வலுவாக இறங்குவான்.

பிறந்த நிமிடத்திலிருந்து, அவனது ஆரம்ப கணங்களிலிருந்து, ஓம்பரின் தொடுகைதான் வேறு யாருடைய தொடுகையையும்விட நான் உணர்ந்த மிகவும் அரவணைப்பான, எளிய, மிருதுவான தொடுகை. ஓம்பரைப் பார்த்தால் தனது நிலையில் மிகவும் நிம்மதியாக இருக்கும் ஒருவனைப் போல் இருக்கிறான் என இலன் ஒருமுறை சொன்னார். தன் வாழ்வில் கச்சிதமாகப் தன்னைப் பொருத்திக்கொண்ட ஒருவன். அது முற்றிலும் உண்மைதான், குறைந்தபட்சம் அவனது குழந்தைப் பருவத்தில், பிறகு அவ்வளவாக இல்லை. அவனது எல்லாவிதமான காலகட்டங் களிலும் அவனோடு இருந்திருக்கிறோம். கடினமாக காலங்களிலும்கூட. சமீபமாக அவன் ராணுவத்திலிருக்கையில் அவனுடைய சிக்கலான ஒரு காலகட்டத்தைப் பகிர்ந்துகொண்டோம். குறிப்பாகச் சொன்னால் சிக்கல் எனக்கு மட்டும்தான். மற்ற மூவரும் அதை லகுவாகக் கடந்தனர்.

இதை நான் எழுதக்கூடாதோ? காரணம் ஆரம்பத்தில் ஓம்பர் கொண்டிருந்த அந்தப் பேரமைதி. அவனோடிருக்கையில் எதிர்காலத்தை ஓரளவு நிச்சயமாக உணர முடியுமென்ற மாயை அல்லது ஒருவகை நம்பிக்கை எனக்கு இருந்தது (இலனும்கூட இதை ஒத்துக்கொண் டிருக்கிறார், ஆகவே இது என்னுடைய பேர்பெற்ற அறியாமை மட்டு மன்று.) அதாவது, அவன் எம்மாதிரியான ஒரு நபராக வளர்ந்து வருவான், பலவகைச் சூழ்நிலைகளிலும் எப்படி நடந்துகொள்வான் என்பதை எங்களால் யூகிக்க முடிந்தது, இதில் ஆச்சரியப்படும் விதத்தில் எதுவும் நடக்காது என்றும் அறிந்திருந்தோம். (ஆச்சரியங்களைப் பற்றிச் சொல்கையில் இதை மறந்துவிட்டேனே, இப்போது நான் கலிலேயாவில் ஏதோ பள்ளத்தாக்கில் இருக்கிறேன், இங்கே பக்கத்தில்தான் தூங்கிக் கொண்டோ, நட்சத்திரங்களைப் பார்த்தபடியோ அவனது அப்பா அவ்ரம்(!) படுத்திருக்கிறார்.)

அவள் ஆழ மூச்செடுத்துக்கொள்கிறாள், தன் வாழ்விலிருந்து வெகுதூரம் தள்ளிவந்து தான் அங்கே இருப்பதை அப்போதுதான் உணர்கிறாள். சில்வண்டுகளின் ரீங்காரத்தினால் நிறைந்த அந்த இருட்டுக்காக, அந்த இரவுக்காக அவள் உள்ளம் நன்றியால் நிறைகிறது. பயணம் தொடங்கியதிலிருந்து முதல் தடவையாக இந்த இரவுதான் அவளை இதமான தாராள உள்ளத்துடன் ஏற்றுக்கொண்டிருக்கிறது, இந்த மலையிடுக்கிலிருக்கும் அவளை யாவற்றிலிருந்தும் மறைத்து வைக்கிறது, இரவுநேரப் பட்டாம்பூச்சிகளை நோக்கி இனிய நெடிமிக்க தமது வாசனையை அனுப்பும் மரங்களையும் புதர்களையும் அவளுக்குத் தந்திருக்கிறது.

நான் சற்றுப் பின்னோக்கிச் செல்கிறேன், குழந்தை பிறப்புக்குச் சற்றுக் கழித்து: இலன் எங்களுக்கு அருகிலே இருந்து பார்த்துக்கொண்டிருந்தான். அவன் முகம் விசித்திரமாய்த் தோற்றமளித்தது. அவன் கண்களில் கண்ணீர். ஆடம் பிறந்தபோது அவர் இயல்பாக எல்லாவற்றையும் கவனித்துக்கொள்ளும் ஒருவராக இருந்தார் (இந்தக் கண்ணீர் அவருள் குமிழியிடத்தொடங்கியிருந்த ஏதோவொன்றின் அறிகுறி என்பதை நான் கண்டறியத் தவறிவிட்டேன்.) ஓஃபர் பிறந்தபோது அவர் அழுதார். அது எனக்கு நல்லதாகப் பட்டது, காரணம் குழந்தை பிறந்ததும் மீண்டும் அவர் என்னைவிட்டுச் சென்றுவிடுவார் என கர்ப்பகாலம் முழுவதும் பயந்தபடியிருந்தேன், அந்தக் கண்ணீர் எனக்கு நம்பிக்கையளித்தது.

அவள் உதடுகள் மெல்லத் திறக்கின்றன, மூக்குத் துளைகள் விரிகின்றன. மாறாத உத்வேகத்துடன் எழுதுகிறாள்: இலன் சிரிக்கும்போதுதான் சோகமாகத் தோன்றுவார், சிலநேரம் சற்றுக் குரூரமாகவும்கூட (காரணம் அவர் கண்கள் அந்தச் சிரிப்பில் சேர்ந்திருக்காது), ஆனால் அழும்போது அவர் சிரிப்பது போலவே தோன்றும்.

இலனும் நானும் குழந்தையுடன் முற்றிலும் தனித்திருப்பதை அப்போது உணர்ந்தேன். சட்டென்று அங்கு ஆழ்ந்த அமைதி. இலன் ஏதேனும் நகைச்சுவையைச் சொல்லத் தொடங்கிவிடுவாரோ என்று பயந்தேன். காரணம் இறுக்கமான தருணங்களில் அவர் கட்டாயமாக நகைச்சுவைகளைச் சொல்வார், அப்போது எனக்கு அது சரியானதாகப் படவில்லை. நாங்கள் ஒன்றாக இருக்கும் அந்த ஆரம்ப கணங்களை எதுவொன்றும் பாழாக்க நான் விரும்பவில்லை.

இந்தமுறை இலன் புத்திசாலித்தனமாக நடந்துகொண்டார், எதுவும் பேசவில்லை.

எங்களுக்குப் பக்கத்தில் அமர்ந்த இலனுக்குத் தன் கைகளைக் கொண்டு என்ன செய்வதென்று தெரியவில்லை, ஓஃபரை அவர் தொடாமலிருப்பதைப் பார்த்தேன். "அவனுக்குத் தீர்க்கமான பார்வை," என்றார். அவனைப்பற்றி அவர் சொன்ன இந்த முதல் வார்த்தைகள் குறித்து நான் மகிழ்ந்தேன் – இந்த உலகில் யார் அவனைப் பற்றிச் சொல்லியிருந்தாலும் அவ்வாறே மகிழ்ந்திருப்பேன். அந்த வார்த்தைகளை நான் மறப்பதேயில்லை.

இலனின் கையை எடுத்து ஓஃபரின் கைமீது வைத்தேன். அவருக்கு அது சங்கடமாக இருந்ததை உணர்ந்தேன், ஓஃபர் உடன் எதிர்வினை புரிந்தான். அவனது முழு உடலும் பதற்றம் கொண்டது. இலனின் கையை என் கையோடு சேர்த்துக் கோத்துக்கொண்டேன். இருவரும் சேர்ந்து மேலும்கீழுமாக ஓஃபரை வருடிக்கொடுத்தோம். அவனை ஓஃபர் என்றுதான் அழைக்க வேண்டுமென ஏற்கனவே நான் முடிவு செய்திருந்தேன். கர்ப்பகாலத்தில் வேறுபல பெயர்களை யோசித்திருந்தேன், ஆனால் அவனைப் பார்த்த மாத்திரத்திலேயே அவைகள் அவனுக்குப் பொருந்தாது என்பதை உணர்ந்தேன். கில், அமீர், அவிவ் எதுவும் வேண்டாம். இவற்றில் நிறைய 'ஐ'கள் உள்ளன. அவன் சாந்தமாக சற்றே தீவிரபாவத்துடன் இருந்தான் (ஆனால் சற்றே

சிந்தனை வயப்பட்டதான விலகல் தோற்றம், எதையோ ஆழ்ந்து உட்கிரகித்துக்கொண்டிருப்பது போல, ஒரு E போல). இலனிடம் சொன்னேன்: "ஓம்பர்." அவரும் ஒத்துக்கொண்டார். மெல்கிசெதக் அல்லது கெடோலியோமர் எனப் பெயர் வைத்திருந்தாலும் இலன் ஏற்றுக்கொண்டிருப்பார். ஆனால் எனக்கு அந்தப் பெயர்கள் பிடிக்க வில்லை, இலனைப்பற்றி எனக்குத் தெரியும், பணிந்து போவது அவரது சீரிய குணங்களுள் இல்லை, அதோடு நான் சந்தேக புத்திக்காரி.

ஆகவே நான் சொன்னேன், "அவனைப் பெயர் சொல்லிக் கூப்பிடுங்கள்." தடுமாற்றமான மெல்லிய குரலில் "ஓம்பர்" என முணுமுணுத்தார். ஓம்பரிடம் சொன்னேன்: "இதுதான் உன் அப்பா." என் கைகளுக்குள்ளிருந்த இலனின் கைகள் உறைந்து போவதை உணர்ந்தேன். எல்லாமும் திரும்ப நடக்கப்போகிறது என நினைத்தேன். அவர் எழுந்து போய்விடுவார், அவரைப் பொறுத்தவரை நான் குழந்தை பெற்றதும் கிளம்பிப் போய்விடுவது ஒருவகை அனிச்சைச் செயலாக இருந்தது. இலனைப் பேசத் தூண்டுவதுபோல ஓம்பரின் இமைகள் சில தடவை படபடத்தன. அப்போது இலனுக்கு வேறு வழியிருக்கவில்லை, சங்கடமாகப் புன்னகைத்தவர், "இதோ பார் நண்பா, நான்தான் உன் அப்பா, அப்பா என்றால் அப்பாதான், வாதம் புரிய ஒன்றுமில்லை," என்றார்.

ஏறிட்டு அவ்ரமைப் பார்க்கிறாள், தொலைதூர மகிழ்வின் ஒளிக்கீற்று தெரிய என்றாலும் ஏதோவாகப் புன்னகைக்கிறாள், பெருமூச்செறிகிறாள்.

"என்ன?" என்கிறான் அவ்ரம்.

"நன்றாக இருக்கிறது."

லேசாக உடலைச் சாய்த்துக்கொண்டு "எது நன்றாக இருக்கிறது?" என்கிறான்.

"எழுதுவது."

"நானும் கேள்விப்பட்டிருக்கிறேன்," பேச்சை உதறும் பாவனையில் சொல்லிவிட்டுத் திரும்பிக்கொள்கிறான்.

கடைசி நிமிடம் வரை, எகிப்தியர்கள் வந்து அவனது பேனாவைப் பறித்துக் கொண்டதுவரை, தன் வாழ்நாளெல்லாம் அவன் எழுதிக்கொண் டிருந்தான். தினமும் காலை ஆறுமணி முதல் இரவு பத்துமணி வரை. அவன் இலனைச் சந்தித்து அவர்களிடையே ஒரு பந்தம் வலுப்பெற ஆரம்பித்தபின் முன்னெப்போதையும்விட அதிகமாக எழுதினான். அப்போதுதான் அவனது என்ஜின் நிஜமாகவே முடுக்கிவிடப்பட்டது, காரணம், கடைசியில் அவனை உண்மையாகப் புரிந்துகொண்ட அவனோடு போட்டியிட்ட அவனை ஊக்கப்படுத்திய ஒருவன் அவனுக்குக் கிடைத்தான். இலனை, இல்லை இலனையும் அவளையும், மருத்துவமனை யில் சந்தித்த பிறகான ஆறு வருடங்களில் அவனிடமிருந்து பீறிட்டுவந்த அனைத்தையும் நினைத்துப்பார்க்கிறாள். நாடகங்கள், கவிதைகள், கதைகள், சிறு நகைச்சுவைகள், ஸஂர் ஹடஸ்ஸாவில் கொட்டகையில்

அவனும் இலனும் எழுதி லொடலொட அகாய் ரீல்–டூ–ரீலில் பதிவு செய்த வானொலி நாடகங்கள். ஒரு தொடர் நாடகம் அவளுக்கு நினைவு வருகிறது, குறைந்தது அதில் இருபது பகுதிகள் இருந்தன; அவ்ரமுக்கு மிக நீளமான கதைகள் பிடிக்கும்–மனிதர்கள் யாவரும் காலையில் குழந்தைகளாகவும், மதியம் இளைஞர்களாகவும், மாலையில் வயதானவர்களாகவும் இருக்கும் ஒரு உலகத்தைப் பற்றிய கதை. மனிதர்கள் கனவுகள்வழி உறக்கத்தில் மட்டும் நேர்மையாகவும் வெளிப்படையாகவும் தொடர்புகொண்டுவிட்டு விழித்ததும் அதை மறந்துவிடும் உலகம் பற்றிய தொடர் நாடகம் ஒன்றும் இருந்தது. அவளைப் பொருத்தவரை அவர்களது மிக வெற்றிகரமான தொடர் கடல் அலைகளால் அடித்துச் செல்லப்பட்டுப் பழங்குடிகளின் தீவொன்றில் கரை ஒதுங்கிவிடும் ஜாஸ் இசை ரசிகன் ஒருவனைப் பற்றிய தொடர். அந்த இனத்தாருக்கு இசை என்றால் என்னவென்று தெரியாது, விசிலடிப்பது, வாய்க்குள்ளாக ராகம்போல எதையாவது முணுமுணுப்பதுகூட அவர்களிடம் கிடையாது. மெதுவாக அவன் அவர்களுக்கு இசையைக் கற்றுத் தருகிறான். தாங்கள் செய்த அனைத்திலும் ஏகதேசமாக ஒரு தனி உலகையே அவ்ரமும் இலனும் உருவாக்கினர். மூலக்கருத்துகளை அவ்ரம் தருவான், எவ்வளவு முடியுமோ அவ்வளவு அவனை யதார்த்தத்திலிருந்தும் விலகிப்போகாமல் இலன் பார்த்துக்கொள்வான். இலன் எழுதுவதில் பங்கெடுத்தான், தனது சாக்ஸஃபோன் அல்லது தான் வெளியிட்டிருந்த பல இசைத் தொகுப்புகளிலிருந்தும் 'இசை அலங்காரம்' கூட்டினான். அவ்ரமிடமிருந்து ஸம்பாட்யன் ஆறு அளவுக்கு கற்பனையும் புதுமையும் பீறிட்டன – "எனது பொற்காலம்," தான் வற்றிப்போன பின்பு ஒருமுறை அவன் சொன்னான்.

அவனது இருபதாவது பிறந்தநாளுக்கு அவனுக்குக் குறிப்புகள் எழுதிவைக்க குறிப்பேடு ஒன்று வாங்கித்தந்தாள். தான் குறிப்பெடுத்த காகிதங்களைத் தேடி வீட்டைத் தலைகீழாக்கி விடுவான், தனது, அவளது ஆடைகளின் பைகளைத் துழாவுவான். எப்போதும் அவன் சென்ற இடமெல்லாம் குறிப்புகளின் தொகுப்பு ஒன்று அவன் தலைக்குள் சுழன்றபடியிருந்தது. குறிப்பேட்டின் முதல் பக்கத்தில் அவள் வேடிக்கைக் கவிதையொன்றைக் கிறுக்கினாள்: "எழுதத் தெரிந்த ஒரு இளைஞன் / இரவும் பகலும் பீறிடும் ஒரு நீரூற்று. / நாளெல்லாம் சுற்றித் திரிவான்/ கற்பனை செய்வான் சிந்தனையில் ஆழ்வான் / இந்தக் குறிப்பேடு அவனுக்கொரு பொன்னேடு." இரண்டு மாதங்களில் அவன் குறிப்பேடு முழுவதையும் எழுதி நிரப்பிவிட்டு இன்னொன்று வேண்டுமென்று கேட்டான். "நீ எனக்கு ஊக்கமூட்டுகிறாய்," என்றான், வழக்கம்போல அவள் சிரித்தாள்: "*நானா? துளியூண்டு மூளைகொண்ட கரடியான நானா?*"

தானெப்படி ஒருவருக்கு ஊக்கமளிப்பவளாய் இருக்க முடியும் என அவளுக்கு விளங்கவில்லை, கனிவோடு அவளைப் பார்த்துச் சொன்னான்: தொண்ணூறு வயதிருக்கையில் அவள் ஈசாக்கைப் பெற்றெடுப்பாள் எனச் சொல்லப்பட்டபோது சாராவின் சிரிப்பு எப்படி இருந்திருக்குமென்பதை இப்போது தெரிந்துகொண்டேன். உனக்கு என்னைப்பற்றியும் தெரியாது, ஊக்கப்படுத்துவது பற்றியும் தெரியாது என்றான். அதன் பிறகு ஓராதான்

அவனுக்கான குறிப்பேடுகளை வாங்கித் தந்தாள். அவனது ஜீன்ஸின் பின்பாக்கெட்டுகள் கொள்ளுமளவுக்கு அவை சிறியனவாக இருக்க வேண்டும், போகுமிடமெல்லாம் அவன் அவற்றை எடுத்துச் சென்றான். அவற்றோடே அவன் உறங்கினான், இரவில் தோன்றும் எண்ணங்களைக் குறித்துக்கொள்ளவெனப் படுக்கையில் குறைந்தது ஒரு பேனாவாவது வைத்திருந்தான். வண்ணங்களும் வடிவங்களும் வேறுபட்டிருப்பது பிடித்திருந்தாலும், அவனுக்கு அக்குறிப்பேடுகள் எளிமையாக இருக்க வேண்டும், அதிகப்படியான அலங்காரங்கள் கூடாது. எல்லாவற்றிலும் அவனுக்கு முக்கியமானது அவை அவளால் கொடுக்கப்பட்டவை என்பதுதான். அவை அவளிடமிருந்தே வரவேண்டும் என்பதில் உறுதியாக இருந்தான், அதற்காக அவளை அவ்வளவு நன்றியோடு நோக்கினான், அப்பார்வை உள்ளுக்குள்ளாக அவளைப் புரட்டியது. புதிதாக ஒரு குறிப்பேடு வாங்கச் செல்லும்போதெல்லாம் ஏதோ தெய்வீகச் சடங்கில் ஈடுபட்டிருப்பதாக உணர்வாள். வெவ்வேறு எழுதுபொருள் கடைகளில் தேடுவாள், முதலில் ஹைஃபாவில், அவளது ராணுவப் பணிக்காலத்துக்குப் பின் அவளது புதிய நகரமான ஜெரூசலேத்தில். குறிப்பிட்ட அந்தக் காலத்துக்கு ஏற்ற, அப்போது அவன் எழுதிக்கொண்டிருக்கும் விஷயத்துக் கேற்ற, அவனது குணத்துக்கேற்ற ஒரு குறிப்பேட்டைத் தேடியலைவாள். கவனம் கலைந்தவளாக முனகுகிறாள், கால்களைச் சேர்த்து இறுக்கிக் கொள்கிறாள். வெளிப்படையாகத் தெரியும் மகிழ்வுடன் அந்தக் குறிப்பேடு களை வாங்கியதை எண்ணுகையில் மகிழ்ச்சியில் அவள் வயிறு குழைகிறது: கைகளில் வைத்து அந்தப் புதிய குறிப்பேட்டை அவன் எடை பார்ப்பது, அதை உணர்வது, முகர்வது, ஒரு சீட்டாட்டக்காரனைப்போல வேகமாகப் பேராசையுடன் அதன் பக்கங்களைப் புரட்டிப் பார்த்து அவற்றில் எத்தனைப் பக்கங்கள் உள்ளன – தனக்கு எவ்வளவு ஆனந்தம் அதில் உள்ளது – எனத் தெரிந்துகொள்வது இவற்றை அவள் ரசித்தாள். கலவியின்பம் போன்ற, வெளிப்படையான, கூச்சமற்ற இன்பம். ஒருமுறை அவன் சொன்னான் – அதை அவள் மறப்பதே இல்லை – ஒவ்வொரு முறை ஒரு புதிய கதாபாத்திரத்தை எழுதும்போதும் அதன் உடலை அவன் புரிந்துகொள்ள வேண்டும் என்பான். அங்குதான் அவன் ஆரம்பித்தான். அக்கதாபாத்திரத்தின் தசைக்கோளத்தினுள், எச்சிலில், விந்தில், பாலில் என அவன் புரள வேண்டியிருந்தது. அதன் தசைகளை தசைநார்களை உணர வேண்டியிருந்தது, அதன் கால்கள் நீளமா, குட்டையா, இந்த அறையை அல்லது பக்கத்து அறையைக் கடக்க அது எத்தனை தப்படிகள் வைக்கும், பேருந்தைப் பிடிக்க அது எப்படி ஓடும், கண்ணாடியைப் பார்த்து நிற்கையில் அதன் குதம் எவ்வளவு இறுக்கமாக இருக்கும், எப்படி அது நடக்கும், சாப்பிடும், அவமானத்துக்கு உள்ளாகும்போது அல்லது நடனமாடும்போது அதன் முகம் எப்படியிருக்கும், கூச்சலுடன் அல்லது எளிய, போலி நாணத்துடனான முனகலுடன் அது கலவியுச்சத்தை அடையுமா என்பனவற்றை அவன் தெரிந்துகொள்ள வேண்டியிருந்தது. அவன் எழுதிய யாவையும் பிரத்யட்சயமானவையாக, பருண்மைத்தன்மை கொண்டவையாக இருக்க வேண்டும் – "இதைப்போல," அவன் கத்தினான், உள்ளங்கை குவித்துக் கையை உயர்த்தினான், விரல்களை விரித்தான். வேறொருவராய் இருந்தால் அது முரட்டுத்தனமும் மலிவும் கூடியவொரு

நிலத்தின் விளிம்புக்கு

தோற்றமாக இருந்திருக்கும், ஆனால் அவனைப் பொறுத்தவரை, குறைந்தது அந்தக் கணத்தில், உற்சாகமும் பெருவிருப்பும் நிரம்பி வழிந்த ஒரு கோப்பையாகத் தோன்றியது, தனது பெரிய கனத்த மார்பை ஒருவர் உயர்த்திக் காட்டுவதுபோல.

அவனுக்கு ஏற்படுத்திவிட்ட வேதனையை நினைத்து வருந்தியவளாக, ஓஃபரின் பிறப்பைப்பற்றிச் சில வரிகள் எழுதிக்கொண்டிருப்பதாக வேகமாக அவனிடம் விளக்குகிறாள். சில நேரடித் தகவல்கள் மட்டும். "வருங்காலத்துக்காக," சீற்றமுடன் சொல்கிறாள். "ஓ, அது நல்லதுதான்," இன்னும் சாந்தமான குரலில் அவ்ரம் சொல்கிறான். "நீ அப்படியா நினைக்கிறாய்?"

முழங்கையை நீட்டிக் குச்சி ஒன்றினால் நெருப்பைக் கிளறுகிறான். "அதை எங்காவது எழுதிவைப்பது நல்லதுதான்."

மிகவும் கவனமாக ஓரா கேட்கிறாள், "அதன்பிறகு இந்த வருடங்களில் ஏதாவது எழுதினீர்களா?"

அவ்ரம் வேகமாகத் தலையை அசைக்கிறான். "என்னளவில் வார்த்தைகள் முடிந்துவிட்டன."

"ஓஃபரைப்பற்றிய குழந்தைப் புத்தகம் எதையும் நான் உருவாக்கி வைக்கவில்லை. உட்கார்ந்து எழுதும் அளவுக்கு எனக்குப் பொறுமையில்லை, அப்படி எதுவும் செய்யாதது குறித்த குற்றவுணர்வு எப்போதும் உண்டு"– அவன் சொன்னது விஷத்தைப்போல அவளுள் பரவுகிறது. அவன் மட்டில் வார்த்தைகள் முடிவுற்றபின் அவள் மட்டும் எப்படி எழுதத் துணிவாள்?– "ஏனென்றால், உடனே எழுதி வைக்காவிடில் அது எப்போதைக்குமாக மறந்துவிடும். நான் இப்படித்தான், குழந்தையின் ஆரம்ப மாதங்களில் நிறைய விஷயங்கள் நடக்கும். ஒவ்வொரு நிமிடமும் குழந்தை மாறிக்கொண்டிருக்கும்."

அவள் உளறுகிறாள், இருவருக்குமே அது தெரிந்திருந்தது. உண்மை செறிந்த அவனது வார்த்தைகளை அவள் நீர்த்துப்போகச் செய்ய விரும்புகிறாள். அவ்ரம் நீறுபூத்த நெருப்பையே பார்த்துக்கொண்டிருக்கிறான். அவளால் பார்க்க முடிவதெல்லாம் கன்னமொன்றையும், கனன்றுகொண்டிருக்கும் ஒரு கண்ணையும்தான். சரியாக இதே தொனியில்தான் இலனிடம் உன் மனைவியிடத்தில் எனக்கு எந்த அலுவலுமில்லை என்று சொன்னான்.

"உதாரணமாக," நீண்ட அமைதிக்குப் பின் அவள் சொல்கிறாள், "ஓஃபர் அவ்வளவு சீக்கிரம் பிடி தளரமாட்டான். அவனை ஒருவர் அணைத்துக்கொள்ள முடியாது, அவன் அனுமதித்தால் மட்டுமே அது முடியும். இன்னமும் அவன் அப்படித்தான் இருக்கிறான்." இப்போதெல்லாம் எப்படி மென்மையாக கவனமாக அவளது மார்புகளில் படாமல் நகைப்புக்கிடமாகும் வகையில் உடலை வளைத்து அவளை அணைக்கிறான் என்பதை நினைத்துக்கொள்கிறாள். அவள் சிறுமியாக இருந்தபோது நாசூக்கற்ற அவளது தந்தை அரிதான குடும்ப நிகழ்வுகளின்போது அவளை அணைக்கும்போது அவளும் அவர் உடல் தன்மீது படாதபடிக்குத்

தன்னுடலை வளைத்துக்கொள்வாள். இப்போது அப்பா தன்னை நீண்ட நேரம் முழுமையாக அணைத்துக்கொள்ள விரும்புகிறாள், ஆனால் அதற்கான காலம் கடந்துவிட்டது. இதுபற்றியும் அவள் எழுதக்கூடும், அதனால் அவளுக்கும் அவள் அப்பாவுக்குமிடையிலான உடலியக்கம் பற்றிய ஒரு நினைவு எஞ்சி நிற்கும். ஓ, நல்லது என நினைப்பவள் குறிப்பேட்டை அடித்து மூடுகிறாள். இது இப்படியே போய்க்கொண்டிருக்கும். அது கையில் ஒரு வாளி வெள்ளைச் சுண்ணாம்புடன் நடப்பது போன்றது.

“குழந்தையாக இருந்தபோது தன் உடம்பைச் சட்டென்று வலுவாக உதறிக்கொள்வான்” – அவள் எழுதுவதை நிறுத்திவிட்டுப் பேனா முனையை நாவால் வருடுகிறாள் – “வயிறு நிறைந்த நிலையில் அவனுக்குப் பாலூட்ட முற்படுகையில் உடம்பை வில்போல வளைத்துத் தலையை ஒரு பக்கமாகத் திருப்பிக்கொள்வான்.” அதை அவள் செய்துகாட்டுகிறாள், அதோடு அவனை அவள் அணைக்கும் விதத்தையும். தன் மார்பிலிருந்து கைகளை தூரமாகக் கோத்து வைத்துக்கொள்கிறாள், அவள் கைகளுக்குள்ளான வெற்றிடத்தை அவ்ரம் வெறிக்கிறான்.

“அவனது அசைவுகள் அத்தனைக் கூர்மையானவை. தனித்துவமும் மனதிடமும் கொண்டவை.” பிறகு அவள் சிரிக்கிறாள். “உங்களுக்குத் தெரியுமா, தான் அறிந்துகொள்ள வேண்டியது என்ன என்பதை அவன் தெரிந்து வைத்திருந்த விதத்தில், அவனொரு பரிபூரணமான குழந்தையாக இருந்த விதத்தில், எந்நேரமும் அவனை என் நாயகனாக வரித்துக் கொண்டேன். ஆனால் நானோ” – அவள் தயங்குகிறாள், உதடுகள் கோணிக்கொள்ளச் சொல்கிறாள், “மோசமான ஒரு தாயாக இருந்தேன்.”

“நீயா?”

“அதைவிடுங்கள். அதுபற்றி இப்போது நான் பேச விரும்பவில்லை. நாம் ஓஃபரைப்பற்றிப் பேசிக்கொண்டிருக்கிறோம். வேறு ஏதாவது பேசுகிறேன், கேளுங்கள்.” ஆனால் அந்தக் கேள்வி அவள் மனதில் தங்கி விடுகிறது: “நீயா?” உண்மையான ஒரு கூக்குரல் அது. அதிலிருந்து அவள் தெரிந்துகொள்ள வேண்டியது என்ன? “அவன் எதையும் பற்றி ஏறும் குழந்தையாக இருந்தான். இலன் அவனை ‘ஐவி’ என்று அழைப்பான்.” அங்கே காட்சிகள் அலையலையாக, உயிர்ப்புடன், ஓஃபரையும் உயிர்ப்பால் நிறைத்து எழுந்துவருவதை மகிழ்வுடன் அவள் நினைத்துப் பார்க்கிறாள். “அவனைத் தூக்கிய மறு கணமே கைகளுக்குள் ஒரு மீனைப்போல வளைந்து நெளிந்து என்மேல் ஏறத்துவங்குவான், இருக்க வேண்டுமென நான் நினைக்கும் இடத்தில் வினாடி நேரமும் இருக்கமாட்டான். எப்போதும் மேலேமேலே ஏறியபடி இருப்பான், அவனது அசைவுகள், பிடிவாதம், அது சிலநேரம் எனக்கு எரிச்சலாக இருக்கும், என்னைக்கொண்டு அவன் வேறு ஒன்றை அல்லது ஒருவரை – என்னிலும் சுவாரஸ்யமான ஒருவரை – அடைய விரும்புவதாகத் தோன்றும். அவள் சிரிக்கிறாள். “நினைத்தது கிடைக்க வேண்டுமென்ற தீவிரத்தில் நீங்கள் நடந்துகொள்வதுபோல. ஒரு புதுச் சிந்தனை தோன்றும்போது போல.”

அவன் ஒன்றும் பேசவில்லை.

"பார்த்த சுவாரஸ்யமான ஒரு நபர் அல்லது பேருந்தில் கேட்ட சுவாரஸ்யமான ஒரு உரையாடல் பற்றி நான் சொல்கையில் நீங்கள் துருவித் துருவிக் கேட்பீர்களே அதுபோல. உங்களுக்குள் சக்கரங்கள் சுழலத் துவங்கும், அது ஒரு கதை அல்லது நாடகத்துக்கு ஒத்துவருமா எனப் பார்ப்பீர்கள், கதாபாத்திரங்களில் யாருக்கு அந்த வசனத்தைத் தரலாம் என்பதுபற்றி யோசிப்பீர்கள், அல்லது என் சிரிப்பை, என் மார்பகங்களைப்பற்றி." இப்படிப் பேசி ஏன் அவனை வதைக்க வேண்டும்? அவள் யோசிக்கிறாள். ஆனாலும் அவளால் அதை நிறுத்த முடியாது. அவன் மீதான ஏக்கம் ஒரு விசித்திரமான, தொட்டதும் ஒட்டிக்கொள்ளும் பிடிவாதமாக மாறியிருந்தது. "அல்லது நீங்கள் எழுத வேண்டுமென்பதற்காக – வரைய அல்ல–உங்கள் முன் என்னை நிர்வாணமாக நிற்க வைக்கும்போதுபோல. அப்போது எப்படி நான் அமர்ந்தேன் என்பது நினைவிருக்கிறது – அதைச் செய்தது நான்தானா என நம்ப முடியவில்லை, சத்தியமாக – தாழ்வாரத்திலிருந்தபடி ஆற்றுப்படுகையை நோக்கி அமர்ந்திருப்பேன், ஏனென்றால் இதை வெளியேதான் வைத்துக்கொள்ள வேண்டும் என வற்புறுத்தினீர்கள். நினைவிருக்கிறதா? அங்கு வெளிச்சம் சரியாக இருக்கும் என்றீர்கள். நானும் சம்மதித்தேன், அப்போது நீங்கள் சொன்ன எதையும் நான் செய்தேன், வார்த்தைகளைக் கொண்டு என்னை நீங்கள் வரைய அனுமதித்தேன், அதுவும் தாழ்வாரத்தில், கடவுளே, இது இலனுக்குத் தெரியக்கூடாது. இப்படித்தான் நாம் அப்போது விளையாடினோம், அல்லது நீங்களும் உங்களுக்கு இணையான பரிமாணங்களோடு இலனும் என்னை வைத்து இப்படித்தான் விளையாடினீர்கள். நான் படுகையைப் பார்த்து அமர்ந்திருந்தேன், ஹுஸன் மற்றும் வாடி ஃப்யூக்கினைச் சேர்ந்த இடையர்களும் அங்கிருந்திருப்பர், அதுபற்றி நீங்கள் கவலைப்படவில்லை, நீங்கள் எழுத ஏதாவது தேவைப்படுகிறதென்றால், உங்கள் படைப்பூக்கம் உச்சம் கொள்கையில் எதைப்பற்றியும் நீங்கள் கவலைப்படமாட்டீர்கள்" – வாயை மூடு, அவள் தனக்குள்ளே சொல்லிக் கொள்கிறாள். ஏன் அவனைத் தாக்குகிறாய்? என்ன ஆனது உனக்கு? இதுபோன்றவற்றுக்கு ஒரு எல்லை உண்டு, இல்லையா? – "சத்தியமாக, என்னை உடைத்துடைத்து வார்த்தைகளாக நீங்கள் மாற்றியபோது என் உடம்பெல்லாம் குளிர்ந்துவிட்டது. எனக்கு அது தேவையாயிருந்தது – இதை நீங்களும் உணர்ந்திருப்பீர்கள் – ஆனால் அதே நேரம் என்னை நீங்கள் பயன்படுத்திக்கொள்வதுபோல, எனது அந்தரங்கமான விஷயங்களை, என் சருமத்தைத் தசையைத் திருடிக்கொள்வதுபோல, அப்போது அதை உங்களிடம் சொல்ல எனக்குத் துணிவில்லை, நீங்கள் அந்த நிலையில் இருக்கையில் உங்களிடம் எதையும் பேச முடியாது." திகைப்புடன் தலையை உதறிக்கொள்கிறாள். "உங்களிடம் எனக்கு சற்றுப் பயம்கூட இருந்தது. உங்களைப் பார்த்தால் நரமாமிசம் புசிப்பவரைப் போலிருக்கும், ஆனால் அது எனக்குப் பிடித்தமானதாகவே இருந்தது, உங்கள்மீதே உங்களுக்குக் கட்டுப்பாடு இல்லை எனும்போது வேறு வழியில்லை. உங்களின் இந்த குணத்தை நான் மிக விரும்பினேன்."

"ஒவ்வொரு வருடமும் அதுபோல எழுதவேண்டுமென நினைத்தேன்," கரகரத்த குரலில் சொல்கிறான் அவ்ரம். ஓரா பேசுவதை நிறுத்துகிறாள்,

அவளுக்கு மூச்சே நின்றுவிடும்போல் இருக்கிறது. "வருடங்களாக உன்னோடு சேர்ந்து செய்ய விரும்பியது இதைத்தான். ஒரு ஐம்பது வருடங்களுக்கு." அவன் குரல் சுரத்தின்றிச் சோர்ந்து வெகு தொலைவேயிருந்து ஒலிப்பது போலக் கேட்கிறது. "இப்படி நினைத்தேன் ... வருடம் ஒருமுறை உன் உடலை, முகத்தை, உனது ஒவ்வொரு அங்கத்தையும் விவரிக்க வேண்டும், உன்னில் ஏற்பட்டிருக்கும் மாற்றங்களையும், வார்த்தைவார்த்தையாக, நமது வாழ்க்கையின் மூலமாக, நாம் சேர்ந்து வாழாதபோதும், நீ அவனுடையவளாக இருக்கும்போதும். என் வார்த்தைகளுக்கு நீயே மாடலாக இருப்பாய்."

ஆச்சரியமூட்டும் இந்த நீண்ட தனிமொழியினால் கிளர்ச்சியுற்றவளாகக் கால்களை மடித்து அமர்ந்திருக்கிறாள்.

"இரண்டு முறை மட்டுமே அதைச் செய்ய எனக்கு நேரம் வாய்த்தது: இருபது வயதில் ஓரா, இருபத்தோரு வயதில் ஓரா."

அது அவனது திட்டம்தானா என்பது அவளுக்கு நினைவில்லை. அவளுக்கு அதுபற்றித் தெரியாமலே இருந்திருக்கலாம். தனது எண்ணங்களைப் பேச்சில் வெளிப்படுத்தும் திறன் எல்லா நேரங்களிலும் அவனுக்கு இருந்ததில்லை. சிலநேரம் அவற்றை வெளிப்படுத்த அவன் விரும்பியதில்லை. படைப்பூக்கத்தின் வெம்மையில் இருக்கையில் – அவன் அதை அப்படித்தான் சொல்வான் – அவனது எண்ணங்களின் துணுக்குகள், மூளைக்கு வெளியே அர்த்தம் தராத துண்டு வாக்கியங்களில் வெளிப்படும். அவளுக்கு அது புரியாதபோது, அது அவனது அறையோ தெருவோ படுக்கையோ திறந்தவெளியோ பேருந்தோ அவளைச் சுற்றிவந்து அவன் நடனமாடுவான். பொறுமையற்றவனாகக் கோபத்துடன் முகம் சுழிப்பான், மூச்சுத் திணறுவதைப்போல கடுமையாகச் சைகைகள் செய்வான். அவளுக்குப் பார்வை மங்குவது போலிருக்கும்: "மறுபடி அதைச் சொல்லுங்கள், ஆனால் மெதுவாக." விரக்திநிலை அவனது பார்வையை, தனது ஐயங்களாலும் எச்சரிக்கையுணர்வாலும் வெட்டுப்பட்ட தனது சிறகுகளாலும் அவனை அவள் தள்ளிவிட்டிருந்த அந்தத் தனிமையை – நாடுகடத்தப்பட்ட நிலையை – இருளச் செய்திருந்தது. தன்னைச் சட்டென்று புரிந்துகொள்ள முடியாத ஒரு பெண்ணைத் தான் இவ்வளவு ஆழமாகக் காதலிக்கும் வேதனையை எண்ணி அவளிடம் அவன் விரோதம் பாராட்டுவான். புரிந்துகொள்வதில் "ஒரு குறிப்புடனும் முகச்சுழிப்புடனும்" என பிரன்னரை அவன் மேற்கோள் காட்டுவான், அவள் பிரன்னரைப் படித்ததில்லை. "இந்த முறிவுகளும் கையறுநிலையும் என்னை மனச்சோர்வு கொள்ள வைக்கின்றன," என்பாள். ஆனாலும் அவளை அவன் காதலித்தான், பெர்னரை, மெல்விலை, காம்யூவை, ஃபாக்னரை, ஹாதோர்னைத் தாண்டியும். அவளை அவன் காதலித்தான், மோகித்தான், தன் வாழ்வே அந்த அணைப்பில்தான் இருக்கிறது என்பது போல அவளை அணைத்துக்கொள்ள ஏங்கினான். இந்தப் பயணத்தில் நாளையோ அதற்கு அடுத்த நாளோ அவனோடு அவள் பேச விரும்பிய இன்னொரு விஷயம் அதுதான். தன்னில் எதை அப்படிக் கண்டுவிட்டான் என்பதை விளக்கவும், அப்போது தன்னிடம் அப்படி என்ன இருந்தது

என்பதை அவன் அவளுக்கு நினைவுபடுத்தவும் வேண்டுமென விரும்பினாள், இப்போது தனக்கென அதிலிருந்து கொஞ்சம் அவள் எடுத்துக்கொள்வாள்.

அவளுக்கு எரிச்சல் உண்டாகிறது. அவளுள் எண்ணத் தெறிப்புகள். கைகால்களை நீட்டி தன்னை விடுவித்துக்கொண்டு எழுகிறாள்: “இங்கே பக்கத்தில் பெண்கள் கழிப்பறை ஏதும் இருக்கிறதா?”

தனது நெற்றியால் அவன் இருட்டைச் சுட்டுகிறான். ஒருசுற்றுக் காகிதத்தை எடுத்துக்கொண்டு அவள் நடக்கிறாள். அடர்ந்த புதருக்கு அருகில் அமர்ந்து சிறுநீர் கழிக்கிறாள். அவளது காலணிகளிலும் கால்சராயிலும் சொட்டுக்கள் தெறிக்கின்றன. நாளை, முதல் வேலையாகக் குளித்துத் துணிகளைத் துவைக்க வேண்டும். ஒரு கணம் நின்று தான் எதை இழந்துவிட்டோம் என்று ஆழ்ந்து யோசிக்கிறாள்: அவன் கண்களுக்குள் ஊடுருவி அவன் தன்னைப் பார்க்கும் விதத்தைப் பார்க்க வேண்டி இன்னுமொரு இருபத்தெட்டு முறை அம்மணமாக நேரே அவனைப் பார்த்து அமர்ந்திருப்பதை. வருடா வருடம் அவளை வருணிக்கும் வார்த்தைகள் எப்படி மாறி வருகின்றன என்பதை, அதே நிலக்காட்சி யின் மீது வேறுபட்ட நிழல்கள் எவ்வாறு விழுகின்றன என்பதை. அவனது வார்த்தைகளினூடாக வயது முதிர்வது வேதனைக் குறைவாக இருந்திருக்கும். இல்லை, சந்தேகமேயில்லை, அது அதிக வேதனை தருவதாக இருந்திருக்கும்.

பிறகு இருட்டில் அவள் மெல்லிய மரக்கிளையொன்றின்மீது சாய்ந்து தன்னையே இறுகக் கட்டிக்கொள்கிறாள், சட்டென்று தனிமையாக உணர்கிறாள். கடந்த வருடங்களிலான அவளது சித்திரங்கள் படபடத்துக் கடக்கின்றன. பதின்ம வயது ஓரா, ராணுவ வீராங்கனை ஓரா, கர்ப்பிணி ஓரா, ஓராவும் இலனும், இலன் ஆடம் ஓஃபருடன் ஓரா, ஓஃபருடன் ஓரா, தனித்து நிற்கும் ஓரா. இனி வரும் வருடங்களிலெல்லாம் தனித்திருக்கும் ஓரா. இன்று தன்னில் அவள் எதைப் பார்க்கிறாள்? கொடும் வார்த்தைகள் அவள்முன் தோன்றுகின்றன: வறட்சி, தளர்வு, நரம்புகள், மச்சங்கள், உடல் பருமன், உதடுகள், அவளது உதடுகள், மார்பகங்கள், இழுத்த நடை, கறைகள், தோல் சுருக்கங்கள், சதை, சதை. நீறுபூத்த நெருப்பின் செவ்வொளியில் அவன் கரைந்துபோவதை இருட்டிலிருந்தபடி பார்க்கிறாள். எழுந்தவன் பையிலிருந்து இரண்டு குவளைகளை எடுக்கிறான், தன் சட்டையால் அவற்றைத் துடைக்கிறான். கரி படிந்த ஃபின்ஜன் கலயத்தில் தண்ணீரை ஊற்றுகிறான். அவளுக்காகக் காபி தயாரிக்கிறான். ஈரமாகிவிடாமல் இருக்க குறிப்பேட்டைத் தூரத் தள்ளிவைக்கிறான். அவன் விரல்கள் அதன் புற அமைப்பைத் தொட்டு வருடியபடி குறிப்பேட்டின் நீல அட்டையின் மீதாக விளையாடுகின்றன. தன் கட்டைவிரலைக்கொண்டு அதன் தடிமனை அவன் ரகசியமாகக் கணிப்பதாக அவள் நினைக்கிறாள்.

பல நாட்கள், வாரங்களாக டெல் அவிவில் அவனது அடுக்கக் குடியிருப்பில் அவனோடு அவள் கூடியிருந்தபின் அவனது நிலை மறுபடியும் சீர்குலையத் தொடங்கியது. தன் உடலைப் புறக்கணித்தவனாக, குளிக்காமல்

சவரம் செய்துகொள்ளாமல் தொலைபேசியை எடுக்காமல் பலமணி நேரத்துக்கு ஜன்னலையோ சுவரையோ வெறித்தபடி அமர்ந்திருப்பான். ஓராவிடமிருந்தும் விலகினான். முதலில் சாக்குப்போக்கு சொல்ல ஆரம்பித்தவன் பிறகு வெளிப்படையாகவே அவளிடம் வரவேண்டாம் என்றான். எப்படியாவது அவள் அங்கு வந்தால் அவளை வெளியேற்ற முயன்றான். வீட்டில் அவளோடு தனித்திருப்பதை அவன் விரும்பவில்லை. அவள் அச்சமடைந்தாள். அவள் எண்ணங்கள் சதா அவன்மீதும் அன்றிரவு நடந்ததன் மீதுமே இருந்தன. பல வாரங்களுக்கு அவளால் எதிலும் கவனம் செலுத்த முடியவில்லை.

எந்தளவுக்கு அவளிடமிருந்து அவன் விலகிவிலகி ஓடினானோ அந்தளவுக்கு அவனை அவள் துரத்திச்செல்ல எத்தனம் கொண்டாள். நாம் பழைய வாழ்வுக்குத் திரும்ப வேண்டும் என்பதே தன் விருப்பம் என மறுபடிமறுபடி அவனிடம் உறுதிப்பட விளக்கமாகச் சொன்னாள். அவளை அவன் தள்ளிவிட்டான், உதறினான், அந்த மாலைப்பொழுதைப் பற்றிப் பேச உறுதியாக மறுத்தான். பிறகு தான் கருவுற்றிருப்பதை அவள் அறிந்தாள். ஒருமாதம் கழித்து ஒருவாறு அவனிடம் அதைச் சொன்னாள். முதலில் அவன் உறைந்துபோனான். அவன் முகம் இறுகியது, அவனுள் கொஞ்சமே எஞ்சியிருந்த வலுவும் சட்டென மாயமானது. கருக்கலைப்பு செய்யுமிடம் எதுவென அவளுக்குத் தெரியுமா எனக் கேட்டான். நான் பணம் தருகிறேன், பாதுகாப்பு அமைச்சகத்திடமிருந்து அவனுக்குக் கடன் கிடைக்கும், யாருக்கும் தெரிய வேண்டாம் என்றான். அவன் சொன்னதை அவள் காதால் கேட்கவே மறுத்தாள். “காலம் கடந்துவிட்டது” மனமுடைந்தவளாக வேதனையுடன் சொன்னாள். அப்படியானால் அதில் தான் செய்வதற்கு ஒன்றுமில்லை என்றான். அவனிடம் வாதிட்டாள், தாம் எப்படி அன்னியோன்யமாக இருந்தோம் என்பதை அவனுக்குப் புரியவைக்க முயன்றாள். அவன் முக இறுக்கம் மாறாமல் நின்றான், அவளது வயிற்றைப் பாராமல் இருக்க அவளது தலைக்கு மேலாக எங்கோ பார்த்தான். அவளுக்குத் தலை சுற்றியது, நிற்க முடியவில்லை. இனிமேலும் அவன் அப்படியே நின்றால் உள்ளிருக்கும் கருவை தனது உடல் வெளியே துப்பிவிடும் எனப் பயந்தாள். அவனது கையைப் பற்றி தன் வயிற்றின் மீது வைக்க முயன்றாள், அவன் கடூரமாக இரைந்தான். அவன் கண்களில் கடுஞ் சினமும் பெரும் வெறுப்பும் தெரிந்தன. அவன் கதவைத் திறந்து கிட்டத்தட்ட அவளை வெளியே தள்ளினான், அவளை வெளியிலே நிற்க வைத்தான் – பதிமூன்று ஆண்டுகளாக அப்படித்தான், அவள் நினைத்துக்கொள்கிறாள். பிறகு, பையன்களுக்கு பதிமூன்று வயதில் நடக்கும் சடங்கான பார் மிட்ஸ்வா ஓஃபருக்கு நடக்க சிலநாட்கள் முன்னால் – ஆனால் பார்க்க அது அந்த நாளுக்குத் தொடர்பில்லாதது போல இருந்தது – ஒருநாள் மாலை தொலைபேசியில் அழைத்தவன் எந்த விளக்கமோ மன்னிப்போ கோராமல் டெல் அவிவில் சந்திக்க வேண்டுமென்று தன் கரகர குரலில் சொன்னான்.

அவர்கள் சந்தித்தபோது வலுக்கட்டாயமாக ஓஃபரைப்பற்றி அவள் சொல்வதைக் கேட்க மறுத்தான், ஆடம் மற்றும் இலனைப் பற்றியும்கூட. பதிமூன்று வருடங்களைச் சேர்ந்த ஓஃபர் மற்றும் தனது பிற குடும்ப

உறுப்பினர்களது புகைப்படங்களைத் திரட்டி பல வாரங்கள் உழைத்து அவள் தயாரித்திருந்த புகைப்படத் தொகுப்பு அவள் பைக்குள்ளேயே இருந்தது. டெல் அவிவ் கடற்கரையில் தான் சந்தித்த மீனவர்கள் வீடற்ற நாடோடிகள்பற்றி விரிவாக அவளிடம் பேசினான், அவன் வேலைசெய்ய ஆரம்பித்திருந்த மதுவிடுதி, நான்கு முறை பார்த்திருந்த சண்டைப் படம், தான் விட முயற்சிக்கும் தூக்க மாத்திரைப் பழக்கம் இவை பற்றியும். பல்வேறு கணினி விளையாட்டுக்கள் ஏற்படுத்தும் சமூக விளைவுகள் அவற்றில் காணும் கத்தோலிக்கக் குறிப்புணர்த்தல்கள் பற்றி நீண்ட உரை நிகழ்த்தினான். அவள் அவன் வாயையே பார்த்துக்கொண்டிருந்தாள், வெகுகாலம் முன்பு தனது உள்ளடக்கத்தை இழந்துவிட்டிருந்த அந்த வாயிலிருந்து நிறுத்த முடியாத வகையில் வார்த்தைகள் பொங்கி வழிந்துகொண்டிருந்தன. அவனிடமிருந்து இனியும் அவள் எதையும் எதிர்பார்க்க வேண்டாம் என்பதைச் சொல்ல அவன் கடும் பிரயத்தனம் செய்வதாகத் தோன்றியது. இரைச்சல்மிக்க அழுக்கு விடுதியொன்றில் மேசையில் எதிரெதிராக ஏறத்தாழ இரண்டு மணிநேரம் அவர்கள் அமர்ந்திருந்தனர். அவ்வப்போது அவள் தனக்கும் வெளியே சென்று தங்களிருவரையும் பார்த்தாள். மூளைச்சலவை செய்து ஒருவரையொருவர் காட்டிக்கொடுக்க நிர்பந்திக்கப்பட்டபின் சந்தித்துக்கொள்ளும் ‘1984’ நாவலில் வரும் வின்ஸ்டன், ஜூலியாவைப் போல அவர்கள் இருந்தனர். சட்டெனக் காரணம் ஏதுமின்றி அவ்ரம் எழுந்தான், சடங்கார்த்தமாகப் போய்வருகிறேன் என்றுவிட்டு நடந்தான். இன்னுமொரு பதிமூன்று வருடங்களுக்கு அவனைப் பார்க்க முடியாதென அவள் நினைத்தாள். ஆனால் ஆறு மாதங்கள்கூட கடந்திருக்காது, ஓஃபர் ராணுவத்தில் சேரும் முன்பாக அவளை இன்னுமொரு உப்புச்சப்பற்ற, மனச்சோர்வளிக்கும் சந்திப்புக்கு அழைத்தான். அப்போதுதான் ஓஃபர் ராணுவப்பணி முடித்துத் திரும்பும்வரை தான் அவளோடு தொடர்பிலிருக்க இயலாது என்பதைச் சொன்னான்.

தான் கருவுற்றிருப்பதைச் சொன்னதற்கு மறுநாள், அவளை அவன் வீட்டுக்கு வெளியே நிறுத்தியதற்கு மறுநாள், ஓரா அழகான வெள்ளை லினன் ஆடை உடுத்தி ஸூசிர் ஹடஸ்ஸாவில் வீட்டுக்கு வெளியே தாழ்வாரத்துக்கு வந்தாள். இதுவரை யாரும் அறியாத – அவளது தாய்கூட அறியாத தனது முழு அழகையும் வெளிப்படுத்தியவளாக அங்கு நின்றாள். இலன் கொட்டகையில் இருக்கிறானா என அவளுக்குத் தெரியாது, ஆனால் அங்கிருந்து தான் கவனிக்கப்படுவதை உணர்ந்தாள்.

இரவு ஒன்பது மணிக்கு ஆடமை உறங்க வைத்தபின் அவள் சென்று கொட்டகையின் கதவைத் தட்டினாள், உடனே இலன் கதவைத் திறந்தான். அவளுக்குப் பிடித்த பச்சை வண்ண டி–ஷர்ட்டும் ஒருமுறை அவள் வாங்கித் தந்திருந்த வெளுத்த ஜீன்ஸும் அணிந்திருந்தான். திரண்டு வலுவேறியிருந்த அவனது வெற்றுப் பாதங்கள் அவளைக் கிளர்த்தின. அவனது முதுகுக்குப் பின்னால் எளிமையான ஒரு அறையைப் பார்த்தாள். ஒரு கட்டில், மேசை, நாற்காலி, விளக்கு. சுவரெங்கும் புத்தக அலமாரிகள். இலன் அவள் கண்களூடாகப் பார்த்தான், கீழே

இப்போதும் ஒன்றுமறியாதது போலத் தெரிந்த அவளது வயிற்றைப் பார்த்தான், அவன் மண்டைத்தோல் இறுகியது.

"இது அவ்ரம் எடுத்துக்கொடுத்தது," என்றாள், ஆடையைக் காட்டி. அவனுக்குத் தானொரு பரிசுப்பொருளை அளிப்பது போலவும் அதை அனுப்பியது யார் என அவனுக்குச் சொல்வது போலவும் எண்ணிக்கொண்டாள். பிறகு, அங்கு விஷயமே அதுதான் என்பதை உணர்ந்துகொண்டாள். ஆச்சரியமும் குழப்பமும் மிக்கவனாக அவன் அங்கேயே நின்றான், அவளோ இப்போது தான் கைக்கொண்டிருந்த புது வலுவின் உதவியால் அவனைத் தள்ளிவிட்டு உள்ளே நடந்தாள். "இது எப்போது நடந்தது?" என்றபடி அவன் படுக்கையில் விழுந்தான்.

"இப்படித்தான் வாழ்கிறீர்களா?" புத்தக அடுக்கின்மீதாக விரல்களை ஓடவிட்டபடி கேட்டாள். "டோர்ட் லா அன்ட் ஜெனரல் டோர்ட் தியரி, கொலேட்ரல் லா," மேசையில் கிடந்த சுருள் கட்டுறுதி செய்யப்பட்ட தடிமனான குறிப்பேடுகளை மேலெழுந்தவாரியாகப் பார்த்தபடி அழுத்தி உச்சரித்தாள்: சொத்துச் சட்டங்கள், குடும்பச் சட்டம். "மாணவர் இலன்," சற்றே வேதனையுடன் சொன்னாள், எப்போதும் இருவருமே – ஆமாம், மூவருமே – மாணவர்களாகவே இருந்துவிட வேண்டுமென்று அவள் கனவு காண்பாள். கிவத் ராம் வளாகத்தில் விரிவுரைக் கூடங்களில் நூலகங்களில் புல்வெளியில் உணவகத்தில் என மணிக்கணக்கில் நேரத்தை, நாட்களை அவர்களோடு செலவிட விரும்பினாள். அவ்ரம் வீடு திரும்பியதுமே அவள் படிப்பைக் கைவிட்டாள், திரும்பவும் படிக்க முடியுமா? இப்போது என்ன படிப்பாள்? சமூகசேவை படிப்பு வேண்டாம், மாதக் கணக்கில் வருடக் கணக்கில் அரசாங்க அதிகாரிகளோடு போராட அவளுக்குத் தெம்பில்லை. இறுமாப்பு, ஒருதலைப்பட்சம், குரூரம் இவற்றுடனான எந்தத் தொடர்பையும் அவளால் தாங்கிக்கொள்ள முடியாது – அதுவும் இப்போது, போருக்குப் பின், அவ்ரமுக்குப் பின் – இவையெல்லாம் கடமோனிம் குடியிருப்பின் நலவாழ்வு துணை ஆணையாளருடனான தனது சந்திப்பின்போது எப்படி வெளிப்படும் என்பதைத் தனது ஒரு வருட பணித் திட்டத்தின்போது அறிந்திருந்தாள். அதோடு வெறும் கல்வி சார்ந்த அரூபமான விஷயங்கள் அவளை ஈர்ப்பதில்லை. தன் கைகளைக்கொண்டு ஏதாவது செய்ய வேண்டும், அவள் விரும்பியது அதைத்தான். அல்லது தன் உடலைக்கொண்டு. எளிய, மனதைத் தொடுகிற, குழப்பமற்ற, ஏராளம் வார்த்தைகளற்ற—மிக முக்கியமாக, வார்த்தைகளற்ற ஒன்றினை. தனது குழந்தைப்பருவத் தடகள ஆர்வத்தை மீட்டுருவாக்கம் செய்யலாம், இம்முறை ஒரு ஆசிரியையாக. அல்லது அவள் மக்களுக்குச் சிகிச்சையளிப்பாள், அவர்களது துன்பத்தைக் குறைப்பாள் – ஆமாம், ஏன் கூடாது, அவன் மருத்துவமனையிலிருந்த வருடங்களில் அவ்ரமுக்குச் செய்ததுபோல. ஆனால் இப்போது அவற்றையெல்லாம் சிறிது காலத்துக்கு ஒத்திப்போடலாம். "உங்கள் கேள்விக்கு பதில்," விசித்திர மான உற்சாகத்துடன் ஒருவழியாக இலனிடம் சொன்னாள், "கிட்டத்தட்ட மூன்று மாதங்களாகிறது."

"இதைத் தந்தது அவன்தானென்று நிச்சயமாகத் தெரியுமா?"

“இலன் !”

தான் சொன்னதை உட்கிரகித்தவனாய் இலன் கைகளில் முகத்தைப் புதைத்துக்கொண்டான். சட்டென்று அவள் தன்னை முக்கியமானவளாக உணர்ந்தாள். தவிர்க்க முடியாதவளாக. அவளால் தன்னை நிதானப் படுத்திக்கொள்ளவும் முடிந்தது. ஆராயும்விதமாக அவனைப் பார்த்தாள், தன்னைவிட்டுப் பிரிந்ததன் மூலம் அவன் தனக்குச் செய்திருந்த நன்மைக்காக முதல் தடவையாக அவனுக்குக் கிட்டத்தட்ட நன்றி சொன்னாள். வியப்படைந்தவளாய், மென்மையான அவனது நெற்றிச் சருமத்திற்குக் கீழாக ஓடிக்கொண்டிருக்கும் சிந்தனைகளைக் கவனித்தாள். இலன் எப்போதும் வாதங்களையும் பிரதிவாதங்களையும் கொண்டிருந்தான் என்பது அவள் நினைவுக்கு வந்தது. அதிகமும் பிரதிவாதங்களைத்தாம்.

“அவன் என்ன சொன்னான் ?”

“அவர் என்னைப் பார்க்க விரும்பவில்லை.” அறையில் இருந்த ஒரே நாற்காலியை இழுத்துப்போட்டு அமர்ந்தாள், அவள் மனம் நிதானமடைந்தது, உடல் இயல்புநிலைக்கு வந்தது. அந்த நிலையிலிருக்கும் ஒரு பெண் எந்த அளவுக்கு அகட்டி வைக்க வேண்டுமென அவள் கால்களுக்குத் தெரிந்திருந்தது. “நான் கருவைக் கலைக்க வேண்டுமென்கிறார்.”

“வேண்டாம்!” கத்தியபடி இலன் படுக்கையிலிருந்து துள்ளியெழுந் தான். இரண்டு கைகைளிலும் அவளை ஏந்திக்கொண்டான்.

“இலன்,” அவன் கண்களுக்குள் பார்த்தபடி மென்மையாகச் சொன்னாள், அவற்றுள் கண்ட சூறாவளி அவளைக் கலவரமடையச் செய்தது: கருத்துகளோ, காரண காரியங்களோ அங்கு இல்லை, நிர்வாணமான சித்திரவதைக்குள்ளான ஓர் இருட்டு மட்டுமே.

“இந்தக் குழந்தையைப் பெற்றெடு,” அவசரமாக முணுமுணுத்தான். “ஓரா, தயவுசெய்து வேறெதுவும் செய்துவிடாதே, அவனைக் காயப் படுத்தாதே.”

“ஏப்ரலில் அவனைப் பெற்றெடுப்பேன்.” இந்த எளிய வாக்கியம் அவளுக்குக் கற்பனை செய்ய முடியாத அளவுக்கு வலு தந்தது, அவள் உடலுக்கும் அந்தக் குழந்தைக்கும் காலத்துக்குமிடையேயான ஒரு பிணைப்பை அது உறுதிசெய்தது. ஒருவேளை பெண் குழந்தையாகவும் இருக்கலாம், அவள் எண்ணிப் பார்க்கிறாள், முதல் தடவையாக இந்த சாத்தியத்தை நினைத்துப்பார்க்கிறாள். ஆமாம், அது பெண் குழந்தையாக இருக்கும், பூரிப்புடன் அவள் கற்பனை செய்கிறாள். அவளுள் சட்டென்று ஒரு தெளிவு, ஒரு சிறு பெண் அவளுள் நீந்துவது போன்ற ஆழ்ந்த உள்ளுணர்வு.

தன் பாதங்களைப் பார்த்தபடி இலன் கேட்கிறான், “ஓரா, உனக்கு அது எப்படி”

“என்ன ?”

“நான் என்ன நினைக்கிறேன் என்றால், என்மீது பாயாதே, சொல்வதைப் பொறுமையாகக் கேள்.”

"சொல்லுங்கள்."

இலன் எதுவும் பேசவில்லை.

"என்ன சொல்ல வந்தீர்கள்?"

"நான் வீட்டுக்கு வர விரும்புகிறேன்."

"வீட்டுக்கா? இப்போதா?" அவளுக்குப் பெரும் குழப்பம்.

"நாம் மறுபடி ஒன்று சேர வேண்டும்," இப்படி அவன் சொன்ன போதிலும் இறுகிய அவனது முகபாவம் அவன் சொன்னதற்கு எதிர்மாறான அர்த்தத்தைத் தந்தது.

"ஆனால், இப்போது ஏன்?"

"அதாவது, அது–"

"அவரது குழந்தையுடன்–"

"உனக்கு அதில் விருப்பம்தானே?"

இத்தனை வருடமும் அவள் தேக்கிக் கட்டுப்படுத்தி வைத்திருந்த அனைத்தும் வெடித்து வெளிவந்தன. அவள் அழுதாள், ஊளையிட்டாள், அவளை அணைத்துத் தனது வலுவான கரங்களால், மென்மையான, வெறிகொள்ள வைக்கும் உடலால் ஆற்றுப்படுத்தினான், அவள் அவனைத் தன்னைநோக்கி இழுத்தாள், தளர்ந்து தொங்கிய கட்டிலில், அவள் வயிற்றுக்குள் இருக்கும் குட்டிமீனுக்கு வலிக்காமல் அவர்கள் முயங்கினர். தனது இனிய மணத்தால், பரந்த கைகளால், திருத்தமான உடலால் அவள் இன்னுமின்னும் தனக்கு வேண்டுமென்றான், அப்பட்டமாகத் தெரிந்த அந்த ஆசையை எப்படி அவள் கவனிக்காமல் விட்டாள், அவளே அறியாத, ஒரு கர்ப்பிணியால் இயலக்கூடிய பிரவகிப்புடன் அவனுக்குப் பதிலிறுத்தாள்.

விடியற்காலை கைகோத்தவர்களாய் வீட்டை நோக்கிய பாதையில் நடந்தார்கள், அத்திமரமும் போகன்வில்லாவும் தலைதாழ்த்தி அவர்களை வரவேற்றதை ஓரா பார்த்தாள், திருகலான கான்கிரீட் படிகளில் இருவரும் ஒன்றாக ஏறினர், இலன் உள்ளே நுழைந்தான். அவள் கையை விடுத்து அவனுக்கேயுரிய விரைவான பூனை நடையில் அறைகள் வழியாகச் சென்றான், ஆடமின் அறைக்குள் உற்றுப்பார்த்துவிட்டு மிக விரைவாக வெளியே வந்தான், கடக்க வேண்டிய தொலைவு இன்னும் அதிகமிருப்பதை ஓரா உணர்ந்தாள். இருவரும் சேர்ந்து குறித்த நேரத்து முன்பாகவே காலை உணவைத் தயாரித்தனர், போர்வைகளுக்குள் உடம்பை மூடிக் கொண்டவர்களாகச் சூரிய உதயத்தைப் பார்க்க தாழ்வாரத்தில் வந்தமர்ந்தனர். தோட்டமும் ஆற்றுப் படுகையும் சூரியனால் ஒளி பெற்றன, நிழல்களும் ஏனையவையும்கூட, அவர்களுக்கு நிகழ்ந்தது என்ன என்பது இந்த உலகத்தில் யாருக்கும் தெரியாது, அவர்கள் இருவரால் மட்டுமே அதைப் புரிந்துகொள்ள முடியும், அவர்கள் செய்தது சரி என்பதற்கு அதுவே சான்றும்கூட.

காலையில் எழுந்ததும் இலனைப் பார்த்த ஆடம் ஓராவிடம் கேட்டான், “இது கொட்டகையில் இருந்த நபர்தானே?”

“ஆமாம், நீ ஆடம்,” என்றவன் ஆடமை நோக்கிக் கையை நீட்டினான்.

ஆடம் ஓராவோடு ஒட்டிக்கொண்டான், அவளது பாவாடையில் முகத்தை மறைத்துக்கொண்டான், அவள் கால்களுக்குப் பின்னாலிருந்து, “நீங்களென்றால் எனக்கு ரொம்பப் பிடிக்கும்” என்றான்.

“ஏன் பிடிக்கும்?”

“ஏனென்றால் நீங்கள் இங்கு வரவேயில்லை.”

“நான் மிகவும் அற்பத்தனமாக நடந்தேன், ஆனால் இப்போது இங்கேயே வந்துவிட்டேன்.”

“மறுபடியும் நீங்கள் போய்விடுவீர்களா?”

“இல்லை, இனி எப்போதும் இங்குதான் இருப்பேன்.”

நீண்டநேரம் யோசித்த ஆடம், உதவி கோருவதுபோல ஓராவைப் பார்த்தான். அவள் அவனை ஊக்குவிக்கும் விதமாகப் புன்னகைத்தாள்; அவன் கேட்டான், “நீங்கள் என் அப்பாவாக இருப்பீர்களா?”, “இருப்பேன்.”

ஆடம் இன்னும் சற்றுநேரம் யோசித்தான், புரிந்துகொள்வதற்கான எத்தனத்தில் அவன் முகம் சிவந்தது, கடைசியாக அவன் விட்ட பெருமூச்சு ஓராவின் இதயத்தை வெட்டியிழுத்தது, அது நம்பிக்கையிழந்துவிட்ட ஒரு முதியவனின் பெருமூச்சு, பிறகு அவன், “நல்லது, அப்புறம் எனக்கொரு கொக்கோ தயாரித்துத் தாருங்கள்,” என்றான்.

அன்று பிற்பகல் அவ்ரமைப் பார்க்க டெல் அவிவ் சென்ற இலன் ஒரு வருடம் கழித்துத்தான் திரும்பினான் – ஓராவுக்கு அப்படித்தான் தோன்றியது – சோர்ந்து, வயதுகூடியவனாக அவன் திரும்பிவந்தான். அவளை அணைத்துக்கொண்டவன் எல்லாமே சரியாகக்கூடும், அல்லது சரியாகாது எனக் குழறினான். என்ன நடந்தது எனக் கேட்டாள். “அதை விடு, எல்லாமே நடந்தது, எல்லாவிதமான சூழலுக்குள்ளும் நாங்கள் போய்வந்தோம். அதன் சுருக்கம் இதுதான் தன் வாழ்வில் நம்மை அவன் விரும்பவில்லை. உன்னையும் என்னையும். அவன் மட்டிலான நம் கதை முடிந்துவிட்டது.”

அவ்ரம் தன்னை, சில நிமிடங்களுக்கு மட்டும், சந்திக்க வாய்ப்பிருக் கிறதா எனக் கேட்டாள், முறையாகப் போய் வருகிறேன் என்று சொல்ல மட்டுமாவது.

“இல்லை, வாய்ப்பில்லை,” பொறுமையற்றவனாகச் சொன்னான் இலன், அந்தப் பொறுமையின்மை ஓராவுக்குப் பிடிக்கவில்லை. “இந்த வாழ்க்கையில் எதைச் செய்யவும் அவனுக்கு விருப்பமில்லை, அவன் சொன்னது இதுதான்.”

“என்ன?” ஓரா முணுமுணுப்பாகக் கேட்டாள்.

“தற்கொலைபற்றி எதுவும் பேசினாரா?”

"அதுபோல எதுவும் பேசவில்லையென்றே நினைக்கிறேன். இந்த வாழ்வில் எதைச் செய்யவும் அவனுக்கு விருப்பமில்லை."

"ஆனால் அது எப்படி?" அவள் கத்தினாள். "இப்படி முதுகைத் திருப்பிக்கொண்டு எல்லாவற்றையும் அழித்துவிட்டால் எப்படி?"

"நிஜமாகவே அவனை நீ புரிந்துகொண்டிருக்கிறாயா? நான் புரிந்து கொண்டிருக்கிறேன். இப்படியாகவே அவனை நான் புரிந்துகொண் டிருக்கிறேன்." எதற்கோ அவள்தான் காரணம் என்பதுபோல அல்லது மனிதர்களுடனான உறவைத் துண்டித்துக்கொள்ள இப்போது அவ்ரமுக்குக் கிடைத்திருக்கும் அசைக்க முடியாத காரணத்தைக் கண்டு பொறாமைப்பட்டவன்போல ஓராவைப் பார்த்து உறுமினான்.

"பிறகு ஏன் திரும்பி வந்தீர்கள்? திரும்பி வரவேண்டுமென்ற விருப்பம் கூட ஏன் உங்களுக்கு உண்டானது?"

அவன் தோள்களைக் குலுக்கிக்கொண்டு அவளது வயிற்றைப் பார்த்தான், உள்ளுக்குள்ளாக அவள் வெடித்துச் சிதறினாள், ஆனால் எதுவும் பேசவில்லை, காரணம், அவள் என்ன பேசிவிட முடியும்?

அன்றிரவு படுக்கையில் அவன் அவனுக்கான ஓரத்திலும், அவள் அவளுக்கான ஓரத்திலும் படுத்தனர். இந்த வழக்கமும், குளித்தல், சேர்ந்து பல்துலக்குதல், குளியறையில் அவன் போடும் சத்தங்கள், அவளுக்கு முதுகு காட்டிப் படுக்கையில் அவன் அமரும் விதம், அம்மணமாக அற்புதமாக, சட்டென்று கால்சராயை அணிந்துகொள்வது, பிறகு அவளுக்கு அதிர்ச்சி தரக்கூடிய ஒரு சந்தோஷத்துடன் படுத்துக்கொண்டு உடம்பை நீட்டிக்கொள்வது போன்ற வழமையான செயல்களுமின்றி வருடங்கள் கடந்துவிடவில்லை என்பது போல அது இருந்தது. அவன் இயல்புநிலைக்கு வரக் காத்திருந்த ஓரா தன்னால் இயன்ற அளவுக்கு அமைதியான குரலில் அவ்ரமுக்காக வேண்டித்தான் – தனது முகவாய்க்கட்டையை வயிற்றை நோக்கிச் சுட்டினாள் – இப்போது என்னிடம் திரும்பி வந்தீர்களா அல்லது நீங்களும் என்னை நேசித்ததாலா என்று கேட்டாள்.

"ஒருநாள்கூட உன்னை நான் நேசிக்காமல் இருந்ததில்லை. எப்படி உன்னை நேசிக்காமல் இருக்க முடியும்," என்றான்.

"ஆமாம், அது சாத்தியம்தான். அவ்ரம் இப்போது என்னை நேசிப்பதில்லை, நானே என்னை நேசிப்பதில்லை."

அவனைப்பற்றி – அவனைப்பற்றி என்ன நினைக்கிறாய்? என இலன் கேட்க விரும்பினான், ஆனால் கேட்கவில்லை, ஆனால் அதைப் புரிந்து கொண்டவளாக எனக்குத் தெரியவில்லை என்றாள். அவனைப் பற்றிய தனது உணர்வுகள் என்னவென்று அவளுக்குத் தெரியவில்லை. அவன் அவளது வார்த்தைகளைக் கொண்டு தன்னைக் காயப்படுத்திக்கொள்வதை விரும்புபவன்போல ஆமோதிப்பாகத் தலையசைத்துக் கொண்டான். அவனது வெண்கல நிற நெற்றிப்பொட்டும் அவளை நோக்கியிருந்த கன்னமும் நிறம் வெளுத்து வருவதைப் பார்த்தாள், எப்போதும் போலவே தனக்கு அவன் எவ்வளவு முக்கியமானவன் என்பதை மீண்டும் அவள்

கண்டுகொண்டாள், ஆனாலும் இந்த எண்ணம் அவளுக்குத் தரும் பாதுகாப்புணர்வை அவளிடமிருந்தும் அவன் விலக்கியே வைத்திருந்தான்.

"இந்த வாழ்க்கை மிக மோசமான ஒரு பணி," என்றான்.

இருள்சூழ்ந்த சுரங்கத்திலிருந்து பேசுவதுபோல அவள் சொன்னாள், "பல வருடங்களாக நானும் அப்படித்தான் உணர்ந்தேன். போருக்குப் பின், அவ்ரம் வந்ததிலிருந்து இருட்டுக்குள் ஊர்வதுபோல, அதனுள் துளைத்துச் செல்வதுபோல உணர்ந்தேன். சொல்லுங்கள் அங்கே நடந்தது என்ன, இருவரும் எதைப்பற்றிப் பேசினீர்கள்?"

"சொல்வதைக் கேள், தன்னைத் தனியே விட்டுவிடும்படி நம்மிடம் கெஞ்சாத குறையாகக் கேட்டுக்கொண்டான். இப்படியொருவன் இருந்ததையே மறந்துவிடுங்கள் என்றான்"

ஓரா சிரித்தாள். "அவ்ரமை மறப்பதா. நிச்சயம் மறந்துவிடலாம். இது பற்றிப் பேசினீர்களா?" அவள் தன் வயிற்றைப் பார்க்கிறாள்.

"இதுபற்றிப் பேச வந்தபோது அவன் என்னை அடிக்கவே வந்து விட்டான். உடலளவில் அவன் கட்டுமீறிப் போகிறான், இந்த உலகில் தனக்கொரு குழந்தை பிறக்கும் என்ற எண்ணம் அவனைப் பைத்திய மாக்குகிறது."

பிடிப்பேற்படுத்தும் ஒன்று அவருக்குக் கிடைக்கும் என ஓரா தனக்குள் எண்ணிக்கொள்கிறாள். "அவன் வெளியே போகையில் கதவு ஆணியில் சட்டை மாட்டிக்கொண்டதுபோல," இலன் முணுமுணுக்கிறான்.

தன் வயிற்றுக்குள் ஆணியொன்று இருப்பதாக ஒரு கணம் ஓரா உணர்கிறாள்.

கடந்த இரவின் கட்டற்ற இன்பம் மங்கி ஆவியாவதை உணர்ந்தவளாய் விளக்கை அணைத்துவிட்டு அமைதியாகப் படுத்துக் கிடக்கிறாள். திரும்ப அடைய முடியாததாய் இருந்த ஒன்று இனி எப்போதும் அப்படியே இருக்கப் போவது குறித்த கரிப்புச் சுவை அவர்களது வாய்களை நிறைத்தது.

"இதனால் அவர் லகுவடைவார் என எதிர்பார்த்தேன், இது அவரைக் காப்பாற்றும், வாழ்வுடன் மறுபடி பிணைக்கும் என நினைத்தேன்," என்றாள் ஓரா.

"இதுபற்றி எதையும் கேட்க அவன் விரும்பவில்லை." அவ்ரம் பேசியதை அவன் குரலில் இருந்த கடினத்தன்மையை அவன் மறுபடியும் எடுத்துச் சொன்னான். "இக் குழந்தையைப் பற்றிய எதையும் அவன் கேட்கவோ பார்க்கவோ தெரிந்துகொள்ளவோ விரும்பவில்லை. எதையும்."

"நீங்கள் எதை விரும்பினீர்கள்?"

"நானா?"

அவள் கேட்க நினைத்த ஆனால் கேட்கத் துணியாத கேள்விகள் இன்னும் நிறைய இருந்தன, தான் எதை நோக்கிப் போகிறோம் என்பதை அவன் அறிந்திருக்கிறானா என அவளுக்குத் தெரியவில்லை, மறுநாள்

அதுபற்றி வருத்தப்படுவானா என்றும் தெரியாது. ஆனால் அவனது இந்த உறுதிப்பாட்டில் வழமை மீறிய ஏதோவொன்று இருந்தது, உருக்கி வார்த்த கம்பி ஒன்று அவனுள் திடீரென ஒளிர்ந்தது, இந்த வழியிலேயே, இதன் சிக்கல்களுடனே இதை இலன் தாங்கிக்கொள்வான் என அவள் நினைத்தாள். ஒருவேளை இந்த வழியில்தான் அவனால் இதைத் தாங்கிக்கொள்ள இயலும்.

“நான் அவனிடம் உறுதியளித்தேன்,” குறிப்புணர்த்துவதுபோல இலன் சொன்னான். “அவன் என்னிடம் கெஞ்சினான்—”

“என்ன?” முழங்கையில் வைத்துத் தலையை உயர்த்தியவளாய் இருட்டில் அவன் முகத்தை ஆராய்ந்தாள்.

“ஒருபோதும் சொல்லமாட்டேன் என்று.”

“யாரிடம்?”

“யாரிடமும்.”

“அதாவது—”

“யாரொருவரிடமும்.”

ரகசியமா? ரகசியமாக ஒரு பிள்ளையைப் பெற்று வளர்ப்பது என்ற எண்ணம் அவளை அழுத்தியது. அவளுக்கும் அவள் வயிற்றிலிருக்கும் சின்னஞ்சிறு உயிரிக்குமிடையே யாரோ குளிர்ந்த கண்ணாடித் தடுப்பு ஒன்றை அமைக்க முயலுவதாக எண்ணியபடி பின்னால் சாய்ந்து கொள்கிறாள். அவள் அழ நினைக்கிறாள், ஆனால் கண்ணீர் வரவில்லை. நெருக்கமானவர்களின் பிம்பங்களை அவள் பார்த்தாள், இந்த ரகசியத்தை யாரிடமிருந்தெல்லாம் மறைக்க வேண்டுமோ அவர்களை, இனித் தன் வாழ்நாள் முடிய அவள் யாரிடம் பொய் சொல்ல வேண்டுமோ அவர்களை. ஒவ்வொருவரிடமும் அந்தப் பொய்யும் மறைப்பும் வெவ்வேறான சுவைகொண்டிருந்தது. மேலும்மேலும் நிலத்தடிப் பாதைகளாகவும் குகை களாகவும் அச்சுரங்கம் வளர்ந்தபடியிருந்தது, அவளுக்கு மூச்சு முட்டியது.

“இதுபோன்ற ஒரு ரகசியத்தை ஒருநாள்கூட என்னால் காப்பாற்ற முடியாது, என்னைப்பற்றி உங்களுக்குத் தெரியும்தானே?”

இலன் கண்களை இறுக மூடிக்கொண்டு அவ்ரமை, அவன் முகத்தில் இருந்த கெஞ்சலைப் பார்த்தான், “இதைச் செய்ய அவனுக்கு நாம் கடமைப் பட்டிருக்கிறோம்.” ஓராவின் காதில் இது ஒலித்தது: ஒரு தொப்பியை எடு, ஒன்றே போன்ற இரண்டு துண்டுக் காகிதங்களை அதில் போடு.

இலன் கையை அவள் தோள்மீது போட்டு அணைத்தான், ஆனால் அவர்கள் ஒருவரையொருவர் நெருங்கவில்லை. மல்லாந்து படுத்து கூரையைப் பார்த்தனர். அவன் கை அவளது கழுத்துக்குக் கீழ் உணர்ச்சியற்று இருந்தது, நேற்றிரவு கொட்டகையில் நடந்தது, குழந்தை பிறக்கும்வரை திரும்ப நடக்காது என்பதை இருவருமே அறிந்திருந்தனர். ஒருவேளை அதன் பிறகும்கூட. தனது அறையில் உறக்கத்தில் ஆடம் நிகழ்த்திய உணர்ச்சிமிகு தனிப்பேச்சொன்றை அவர்கள் கேட்டனர்.

தான் எந்தளவுக்கு உணர்வற்றுப் போய்விட்டோம் என்பதை ஓரா உணர்ந்தாள். இந்த ரகசியமும் மறைப்பும் அவளைக் குலைத்துப் போடத் தொடங்கியிருந்தன.

இலன் உறங்கிவிட்டிருந்தான், சத்தமின்றிச் சுவாசம் வந்தது, காற்றில் சிறு கீறலையும் உண்டாக்காத சுவாசம். அவள் சற்று நிம்மதியாக உணர்ந்தாள். எழுந்து அரவமின்றி ஆடமின் அறைக்குச் சென்று அவன் படுக்கைக்கு எதிரே இருந்த இழுப்பறை அடுக்கின்மீது மார்பைச் சாய்த்தவாறு தரையில் அமர்ந்தாள். ஓசைகளுடன் புரண்டுபுரண்டு அவன் உறங்கும் ஒலியைக் கேட்டவள், இந்த மூன்று ஆண்டுகள் தனியாளாய் நின்று அவனை வளர்த்ததையும் அந்த ஆண்டுகளில் பரஸ்பரம் ஒருவர் மற்றவருக்கு எத்தனை முக்கியமானவராக இருந்தார்கள் என்பதையும் நினைத்துப்பார்த்தாள். கைகளால் உடலை இறுக்கிக்கொண்டவள் தனது நாளங்களில் மறுபடி ரத்தம் பாய்வதை உணர்ந்தாள். நிகழும் யாவற்றையும் விளங்கிக்கொள்ள தனக்கு அவகாசம் கிடைக்கும். ஒரே இரவில் அவை அனைத்துக்கும் அவள் தீர்வுகாண வேண்டியதில்லை. எழுந்தவள் ஆடமின் போர்வையைச் சரிசெய்துவிட்டுச் சலனமற்று உறங்கும்வரை ஆழ்ந்து அவன் நெற்றியை வருடிக்கொடுத்தாள். பிறகு படுக்கைக்குத் திரும்பி தனது இடத்தில் படுத்தாள், தனக்குள் வளரும் குட்டி உயிரை நினைத்தாள், அவள் வந்து எப்படி எல்லோரது வாழ்வையும் மாற்றுவாள், தனது இருப்பினால் அவ்ரமுடைய வாழ்வையும்கூடச் சரிசெய்வாள். அவளுக்கு உறக்கம் வருவது போல் இருந்தது. அவளது கடைசி எண்ணம் இலனும் ஆடமும் அப்பன் பிள்ளையாக வாழக் கற்க வேண்டும் என்பதாக இருந்தது. உறக்கத்தில் விழும்முன் ஒரு கணம், அவள் புன்னகைத்தாள்: இலனின் கால் விரல்கள் போர்வையடியிலிருந்து வெளியே நீட்டிக்கொண்டிருந்தன.

காலடியில் கூழாங்கற்கள் பறக்க இருண்ட புதர் மறைவிலிருந்து அவள் வேகமாக வருகிறாள். அவ்ரம் அவளைப் பார்க்கிறான், தனக்கு ஒரு விஷயம் நினைவுக்கு வந்துவிட்டதென அவனிடம் சைகை செய்தபடி அவள் நேரே குறிப்பேட்டை நோக்கிப் போகிறாள்.

அவள் எழுதுகிறாள்.

என்னிலிருந்து அவன் வெளியே வந்து ஒரு நிமிடம் கழித்து, தொப்புள்கொடியை அறுக்கும் முன்பாகவே, கண்களை மூடி என் மனதில் உங்களிடம் சொன்னேன் உங்களுக்கு மகன் பிறந்திருக்கிறான் என. நான் சொன்னேன், "வாழ்த்துகள், அவ்ரம். உங்களுக்கு மகன் பிறந்திருக்கிறான்."

அந்தநேரம் நீங்கள் எங்கிருந்திருப்பீர்கள் என அடிக்கடி நினைத்துக் கொள்வேன். அப்போது என்ன செய்துகொண்டிருந்தீர்கள்? எதையாவது உணர்ந்தீர்களா? ஏழாம் அல்லது எட்டாவது அறிவைக் கொண்டு எதையாவது, உங்களுக்கு நடந்த இதனை எப்படி நீங்கள் உணராமல் போக முடியும்? அவள் பேனாவைக் கடிக்கிறாள். தயங்கியவள் மீண்டும் வேகமாக அந்தப் பக்கத்தில் எழுதுகிறாள்: *எதையுமே உணராமல்*

இருப்பது சாத்தியமா எனத் தெரிந்துகொள்ள விரும்புகிறேன், உங்கள் பிள்ளை எங்கோ ஓரிடத்தில் காயப்படும்போது உங்களுக்கு எதுவும் தெரியாதா?

அவள் அடிவயிற்றில் குளிர்ந்த அலையொன்று அடிக்கிறது.

நிறுத்து, நிறுத்து, இங்கே நான் என்ன செய்துகொண்டிருக்கிறேன்? இது என்ன எழுத்து? இதுபற்றி யோசிக்காமல் இருப்பது நல்லது.

அதைத் தன்போக்கிலான எழுத்து எனச் சொல்வார்கள் என நினைக்கிறேன். தன்பாட்டுக்கு எரியும் நெருப்பைப்போல. எல்லாத் திசைகளிலும். ட்–ட்–ட்–ட்–ட்–ட்.

குழந்தை பிறந்தபின் நடந்தவற்றில் போதுமான அளவு உங்களிடம் நான் சொல்லவில்லை.

பிரசவம் நடந்து இரண்டு மணிநேரம் கழித்து, மருத்துவர் செவிலியர்கள் குழு போனபின் நாங்கள் தனித்துவிடப்பட்டோம், இலன் ஆடமிடம் தகவல் சொல்லப் போய்விட்டார், நான் ஓஃபருடன் பேசினேன். எல்லாவற்றையும் சொன்னேன். அனைத்தையும் சொல்லிவிட்டேன். அவ்ரம் யார், எனக்கும் இலனுக்கும் அவர் என்னவாக இருந்தார் என அனைத்தையும்.

சாலடுக்குக் காய்களை நறுக்குகிறார்ப்போல பேனா குறிப்பேட்டின் மீது பறக்கிறது. அவள் பற்கள் கீழுதட்டைக் கடிக்கின்றன.

அவனுக்குச் சொன்னபோதுதான் அது எவ்வளவு எளிமையான கதை என ஆச்சரியப்பட்டுப் போனேன். அந்த வகையில் எங்களைப் பற்றி நான் சிந்திக்க முடிந்த முதல் சந்தர்ப்பம் (ஒருவகையில் கடைசியான சந்தர்ப்பமும்) அதுதான். ஒட்டுமொத்தக் குழப்பமாகிய நாங்கள்– அவ்ரம், இலன், நான்–சட்டென்று குழப்பம் நீங்கிய ஒரு சிறு குழந்தை போலானோம், கதையும் எளிமையாகிவிட்டது.

அவ்ரம் கோப்பைகளில் காபியை ஊற்றி ஒன்றை அவளிடம் தருகிறான். அவள் எழுதுவதை நிறுத்தி நன்றியாய்ப் புன்னகைக்கிறாள், அவன் தலையசைக்கிறான், பரவாயில்லை. சற்றுநேரம் அமைதியான, தம்பதியருக்கான தேநீர்க் கெண்டியின் ஓசையை வெளிப்படுத்துகிறார்கள். குழப்பத்தில் கவனம் சிதறியவளாக மேலே பார்த்தவள் திரும்பக் குறிப்பேட்டைப் பார்க்கிறாள்.

அவனோடு அறையின் தனித்திருந்தேன், அவன் காதோடு பேசினேன். ஒரு வார்த்தைகூடத் தப்பிக் காற்றில் கலந்துவிடுவதை நான் விரும்பவில்லை. அவனது வரலாற்றின் சாரத்தை அவனுக்கு ஊட்டினேன். மௌனமாகப் படுத்தபடி அவன் அதைக் கேட்டான். அப்போதே அவனுக்குப் பெரிய கண்கள். கண்கள் விரியக் கேட்டான், நான் அவன் காதோடு பேசினேன்.

அவனை உதடுகளால் தொட்ட அந்த முதல் தொடுகையின் பரவசத்தை இப்போது உணர்கிறாள். மெல்லுடல் கொண்ட நத்தையின் மீது அவள் உதடுகள்.

அங்கு நீங்கள் இருந்திருந்தால், நீங்கள் மட்டும் எங்களைப் பார்த்திருந்தால், எல்லாமே வேறுமாதிரி இருந்திருக்கும். நிச்சயம் உங்களுக்கும் அப்படியே இருந்திருக்கும். இப்படி நினைப்பது சிறுபிள்ளைத்தனம், எனக்குத் தெரியும், ஆனால் அந்த அறையில் ஏதோ இருந்தது.

அதை எப்படிச் சொல்வதென எனக்குத் தெரியவில்லை. அங்கே அப்படியொரு நலம் இருந்தது. நிலவிய குழப்பங்களுக்கு மத்தியிலும் நலம் இருந்தது, நீங்கள் வந்து ஒரு நிமிடம் எங்கள் நடுவே நின்றால், அல்லது கட்டிலோரம் அமர்ந்து ஓஃபரைத் தொட்டால், அவன் கால்விரல்களை மட்டுமாவது, உடனே குணமடைந்து எங்களிடம் திரும்பிவிடுவீர்கள் என நினைத்தேன்.

வார்த்தைகள் தொடர்ந்து அவளிடமிருந்து பீறிட்டு வந்தபடியிருந்தன. கூர்மையான, வலுவான, கவனம் பிசகாத ஓர் உணர்வு: அவள் எழுதும்போது, ஓஃபர் பாதுகாப்பாக இருக்கிறான்.

நீங்கள் வந்து மருத்துவமனையில் என் படுக்கையின் விளிம்பில் அமர்ந்திருந்தால் இலன் ஓஃபரிடம் சொன்னதை நீங்கள் சொல்லியிருக்க முடியும்: "நான் உன் தந்தை, அவ்வளவுதான். விவாதங்களுக்கு இடமில்லை." அதனால் அவன் குழப்பமடைந்திருக்கமாட்டான். இரண்டு வேறுபட்ட மொழிகளில் பிறக்கும் ஒரு குழந்தை எந்த மொழிக்குப் பழகுவது என்பதை அறியாமலிருப்பதுபோல அவன் இருந்தான்.

அவள் காபியை அருந்துகிறாள், அது சூடு குறைந்திருக்கிறது. சில்லிட்டுவிட்டது. அவ்ரமை நோக்கி உற்சாகமாக, நன்றி என்பது போலச் சிரிக்கிறாள். அவள் வாய் மெல்லச் சுழிப்பதை அவன் பார்த்துவிடுகிறான், அவளது குவளையை எடுத்துக் காபியைக் கீழே ஊற்றிவிட்டுக் கொதித்துக்கொண்டிருக்கும் ஃபின்ஜனிலிருந்து புதிதாக ஊற்றித் தருகிறான். அவள் குடிக்கிறாள். நன்றாக இருக்கிறது, இப்போது அது மிக நன்றாக இருக்கிறது. குவளையின் விளிம்புக்கு மேலிருந்தபடி அவள் கண்கள் எழுதிய வரிகள்மீதாக ஓடுகின்றன.

அவன் தெரிந்துகொள்ள வேண்டிய முக்கிய விஷயங்கள் அனைத்தையும் சொல்கிறேன், தன் வாழ்நாளில் ஒருமுறையாவது அவன் கேட்டுக்கொள்ள வேண்டிய விஷயங்கள் யாவற்றையும் – அவன் உறங்கும்போதும் – அவனோடு நான் பேசினேன். எப்படி இலனையும் அவ்ரமையும் சந்தித்தேன், சந்தித்ததிலிருந்தே இருவருக்குமே ஏறக்குறைய ஒரு பெண்தோழியாக நான் இருந்தது, இலனின் பெண்தோழி மற்றும் அவ்ரமின் தோழி (இந்த வகைப்பாடு அவ்வப்போது என்னைக் குழப்பியபோதும்), அவர்களிருவரும் வழமையான சேவைப்பணியில் இன்னும் ஒரு வருடம் ராணுவத்திலும், இன்னொரு வருடம் தயார்நிலை ராணுவத்திலும் இருக்க என் பணியை நான் முடித்துக்கொண்டது, அவர்கள் பணியிலிருக்க ஜெரூசலேத்தில் நஹ்லவோட்டில் திபெரியாஸ் தெருவில் நான் வசித்தது, கல்லூரியில் முதல் வருடம் சமூகசேவை படித்தது, என் படிப்பையும் வாழ்வையும் நிஜமாகவே நான் நேசித்தது. என்மீது கிடந்தபடி கண்கள் விரிய அவன் கேட்டுக்கொண்டிருந்தான்.

அவர்கள் குலுக்குச்சீட்டு போட்டு என்னை எடுக்கச் சொன்னதை, கட்டாயப்படுத்தி எடுக்கச் சொன்னதை, நான் சொன்னேன், அதன் பிறகு போரின்போது நடந்தது, அவ்ரம் எப்படித் திரும்பிவந்தார், சிகிச்சைகள், மருத்துவமனையில் இருந்த காலம், விசாரணைகள், காரணம் எகிப்தியர்களிடம் அவர் முக்கியமான அரசாங்க ரகசியங்களைத் தந்து விட்டிருக்கக்கூடும் என ஷபக் நம்பியது.

எல்லாரிலும், துன்புறுத்துவதற்கு அவர்கள் அவரையே தேர்ந்தெடுத் தார்கள், அவர்களுக்கு உண்மையில் ஏதோ தெரிந்திருக்க வேண்டும், இதை ஒருபோதும் அவ்ரமிடம் நீ சொல்லக்கூடாது, அதோடு அவரது இணைபரிமாண கதைக்களன்கள், திருப்பங்கள், எவராலும் எங்கும் அவர் நேசிக்கப்பட வேண்டியிருந்த விதம், அவர் விசேஷமானவர், மிகச் சிறந்தவர் என எல்லோரும் அறிந்துகொள்ள வேண்டியிருந்த விதம். ஆகவே அவர்களுக்கு ஏதோ தெரிந்திருக்க வேண்டும்.

அவ்ரமை நாங்கள் பார்த்துக்கொண்ட விதம், அவ்ரமைப் பார்த்துக் கொள்வதற்கென்று நாங்கள் மட்டுமே இருந்தோம், ஏனென்றால் அவர் பூர்வாங்கப் பயிற்சியில் இருந்தபோது அவரது அம்மா இறந்துவிட்டார், இந்த உலகில் எங்கள் இருவரைத் தவிர்த்து அவருக்கு வேறு யாரும் கிடையாது.

ஆடம் எப்படி உண்டானான் என்பதைச் சொன்னேன், அவ்ரம் மருத்துவமனையில் இருக்கையில், கிட்டத்தட்ட விபத்துப்போல, சுயநினைவின்றி அவனைக் கருத்தரித்தேன், சத்தியமாகச் சொல்கிறேன் என்னையும் இலனையும் எதுவோ பீடித்து அது நடந்துவிட்டது, நாங்களே அச்சமுற்ற இரண்டு குழந்தைகளாக இருந்தோம், குழந்தை பிறந்ததும் இலன் என்னைவிட்டுப் போய்விட்டார், காரணம் அவ்ரம் என்றார், ஆனால் உண்மையில் என்னோடும் ஆடமோடும் இருக்க அவருக்குப் பயம், நாங்கள் அவர்மீது எதையாவது சுமத்திவிடுவோம் என்ற அச்சம், அவ்ரமுக்கும் அதற்கும் தொடர்பில்லை.

அவனது சகோதரன் ஆடமைப் பற்றியும் கொஞ்சம் பேசினேன், அப்போதுதான் அவனைப்பற்றித் தெரிந்துகொள்வான், அவனிடம் எப்படி நடந்துகொள்ள வேண்டுமென்று நீ தெரிந்து வைத்திருக்க வேண்டும், ஆடமைப் பொறுத்தவரை உனக்கு ஒரு வழிகாட்டும் கையேடு தேவை. ஆடம் பிறந்து இரண்டரை வருடங்கள் கழித்து அவ்ரமுடன் சேர்ந்து அவனை உருவாக்கினேன், அதோடு அது “கலவியின் எதிர்மறை விஷயம்” என்றும் சொன்னேன், நாங்கள் அந்தச் செயலில் ஈடுபட்டிருக்கையில் அவ்ரம் சொன்னது போலவே. அப்போதுதான் ஆரம்பத்திலேயே அவனது தந்தைமொழியை அவன் தெரிந்துகொள்வான்.

அவள் இன்னும் கிளர்கிறாள். எழுதுவது இவ்வளவு நல்லது என யாருக்குத் தெரியும்! சோர்வூட்டுகிறது, நடப்பதை விடவும் களைப்படையச் செய்கிறது, ஆனால் எழுதும்போது அவள் நடக்கவோ அசையவோ தேவையில்லை. அவள் முழு உடலும் அதை அறிகிறது: அவள் எழுதும்போது, அவள் ஓஃபரைப் பற்றி எழுதும்போது, அவளும் அவ்ரமும் எதனிடமிருந்தும் அஞ்சி ஓடத் தேவையில்லை.

அவனிடம் அனைத்தையும் சொல்லி முடித்தபின், கேட்ட அனைத்தையும் மறந்துவிட்டு ஒன்றுமறியாதவனாக புதிதாக மறுபடி ஆரம்பிக்க வேண்டி என் விரல்முனையால் அவன் மூக்குக்கடியிலும் உதட்டு வளைவிலும் தட்டிக்கொடுத்தேன்.

பிறந்ததிலிருந்து முதல்முறையாக அப்போதுதான் அவன் வீறிட்டு அழத் தொடங்கினான்.

அவள் குறிப்பேட்டை நழுவவிடுகிறாள், அது அவள் கால்களுக் கிடையே விரிந்து தலைகீழாகச் சிறு கூடாரம் போல் கவிழ்கிறது. வரிகளிலிருந்து வார்த்தைகள் வெளியேறி ஓடி பூமியின் பிளவுகளுக்குள் நழுவிச் சென்றுவிடுவதுபோல உணர்கிறாள். குறிப்பேட்டைத் திருப்பி வைக்கிறாள். இவ்வளவு வார்த்தைகளும் தன்னிடமிருந்தா வந்தன என ஆச்சரியப்படுகிறாள். ஏறத்தாழ நான்கு பக்கங்கள்! ஒரு மளிகைப் பொருள் பட்டியலையே நாலைந்து முறை அடித்துத் திருத்தித்தான் அவ்ளால் எழுத முடியும் என இலன் சொல்கிறான்.

“அவ்ரம்?”

“ம்ம்ம்...”

“நாம் கொஞ்சநேரம் உறங்கலாம்.”

“இதற்குள்ளாகவா?”

“நான் மிகவும் களைத்துவிட்டேன்.”

“சரி. உன் விருப்பம்.”

மண்ணாலும் கற்களாலும் அவர்கள் நெருப்பை மூடுகின்றனர். அவ்ரம் பாத்திரங்களை ஓடையில் கழுவுகிறான். மீந்தவற்றைப் பொதிந்து பைக்குள் வைக்கிறாள் ஓரா. ஆழ்ந்த யோசனையுடன் மெதுவாக இயங்குகிறாள். மறந்துபோன ஒரு மென்மையை அவன் குரலில் காண்பதாக உணர்கிறாள், ஆனால் அவன் பேசிய கடைசி சில வரிகளைத் திரும்ப ஒலித்துப் பார்க்கையில், அவளது அனுமானம் தவறென உணர்கிறாள். இரவு கதகதப்பாக இருக்கிறது, கூடாரங்கள் அமைக்கத் தேவையில்லை. அணைந்த நெருப்புக்குப் பக்கமாகத் தங்களது உறங்கும்பைகளை விரிக்கிறார்கள். கடுமையாகக் களைத்திருந்த ஓரா உடனே உறங்கிப்போகிறாள். அவ்ரம் நீண்டநேரம் விழித்திருக்கிறான். ஓராவின் கைக்கு அடியிலிருக்கும் குறிப்பேட்டைப் பார்த்தபடி ஒருக்களித்துப் படுத்திருக்கிறான். அழகான கை, நீண்ட விரல்கள் கொண்ட கை, மனதுள் நினைத்துக்கொள்கிறான்.

நள்ளிரவு தாண்டியிருக்கும், அவள் எழுந்துகொள்கிறாள், ஓஃபர் குறித்த அச்சம் திறந்ததும் மேலெழும்பி வரும் கேடுதரும் சுருள்வில்பெட்டி பொம்மைபோலக் குதித்து வருகிறது. அது தனது கைகால்களைக் கிலியூட்டும் வகையில் கடகடவென்று ஆட்டும் ஓசைமிகு அச்சம், அது வெறிகொண்டு பார்க்கிறது, கெக்கெக்கே என்று சத்தமாகச் சிரிக்கிறது: ஓஃபர் செத்துப்போவான்! ஓஃபர் செத்தாயிற்று! தேள் கொட்டியதுபோல

எழுந்து அமர்கிறாள், சாம்பலுக்கு அப்பால் சத்தமாகக் குறட்டைவிட்டபடி உறங்கும் அவ்ரமை மூர்க்கம் பொங்கும் கண்களால் பார்க்கிறாள்.

இங்கு நடப்பதை எப்படி இவர் உணராமல் இருக்கிறார்? ஓஃபர் பிறந்தபோது எப்படி அதை உணரவில்லையோ அப்படித்தான்.

அவனை அவள் நம்ப முடியாது. இதோடு அவள் தனியாகத்தான் போராட வேண்டும்.

ஒரு தம்பதியாக அவர்களது துயரிருள் மறுபடி அவள்மீதே விழுகிறது, இங்கே, இந்த உலகின் விளிம்பில் தனித்த அவர்களது இருப்பும் அவள்மீதே விழுகிறது. இங்கே அவனை இழுத்துக்கொண்டு வந்தபோது அவள் என்ன நினைத்திருந்தாள்? என்ன மாதிரி முட்டாள்தனம் இது? இது போன்ற தடாலடியான, நாடகீயமான செயல்கள் அவளது குணம் இல்லையே. பழைய அவ்ரமுக்கு வேண்டுமானால் இவை பொருந்திவரலாம், அவளுக்குப் பொருந்தாது. அவளொரு வேடதாரி, அவ்வளவே. கொந்தளிப்பும் துணிச்சலும் கொண்டிருப்பவளாக நடிப்பவள். வீட்டுக்கு போய் உட்கார்ந்து பலகாரங்கள் செய், உன் மகனைப்பற்றிய செய்திக்காகக் காத்திரு, அவனில்லாத வாழ்க்கைக்குப் பழகிக்கொள்.

அவள் வேகமாக எழுந்து உறங்கும் பைக்குள்ளிருந்து வெளியே வருகிறாள், குறிப்பேட்டை எடுத்து இருட்டில் ஓஃபர், ஓஃபர், ஓஃபர் என எழுதுகிறாள். வரிவரியாகத் தொடர்ந்து பெரிய கிறுக்கலான கையெழுத்தில் எழுதுகிறாள். அவன் பெயரில் பாதியை மட்டும் சத்தமாகக் குழறலாக உச்சரிக்கிறாள், குறிபார்த்து அந்தப் பெயரை நேரே அவ்ரமுக்கு இருட்டில் கடத்த முயற்சிக்கிறாள். அவன் உறங்கிக்கொண்டிருந்தால்? இப்போது செய்ய வேண்டியது இதைத்தான், இந்த நிமிடம் ஓஃபரைத் தின்று கொண்டிருக்கும் விஷத்துக்கு இதுதான் அவளிடமிருக்கும் சரியான விஷமுறிவு. கண்களை மூடி அவனைக் கற்பனை செய்கிறாள், ஒவ்வொரு அங்கமாக, அவனை வெளிச்சத்தின் பாதுகாப்பான மடிப்புகளில் பொதிந்து வைக்கிறாள். அவளது அன்பின் கதகதப்பால் மூடி அவனை நடுகிறாள். திரும்பத்திரும்பத் தனக்குப் பக்கத்தில் உறங்கிக்கொண்டிருக்கும் பிரக்ஞையில் நடுகிறாள். பின்பு தாளைப் பார்க்காமலே இருட்டில் தோராயமாக எழுதுகிறாள்:

குழந்தையாகஇருந்தபோது தன் பாதங்களை அவன் அறிந்துகொண்ட விதம். அவற்றை மெல்லுவதை சுவைப்பதை அவன் மிகவும் விரும்பிய விதம். அவன் இப்படித்தான் உணர்ந்திருப்பான் – இந்த உலகில் தான் கண்ட, தன் கண்முன் தெரிந்த ஒன்றை, வாயால் சுவைக்கையில் தனக்குள் உணர்ச்சிகளை எழுப்பிய ஒன்றை அவன் சுவைத்திருப்பான். கால் விரல்களைச் சுவைக்கும்போது "நான்", "எனது" போன்ற விஷயங்களை அவன் புரிந்துகொள்ள ஆரம்பித்திருப்பான்.

அவனது வாய்க்கும் பாதங்களுக்குமிடையே அவன் வரைந்த வட்டத்துள் அந்த உணர்ச்சி பொங்கி வழியத்தொடங்கியது.

நான்–எனது–நான்–எனது–நான்–எனது–நான்

அது மிக முக்கியத் தருணம், இப்போதுவரை அதுபற்றி நான் சிந்தித்திருக்கவில்லை. எப்படி? எங்கிருந்தேன் நான்? அப்போது தன்னுடம்பின் எந்தப் பகுதியில் அவன் அதிகமும் "நான்" என்பதை உணர்ந்திருப்பான், அவனது மையத்தில்தான், அவனது சிறுநீர் வெளியான இடத்தில்தான் என்று நினைக்கிறேன்.

இப்போது எழுதும்போது என்னாலும் அதை உணர முடிகிறது. எனக்கு மட்டும் அது வேதனைமிக்க ஒன்று.

என்னில் பெரும்பகுதி நானாக இல்லை.

அந்தக் கணத்தைக் குறித்து இன்னும் அதிகம் எழுதுவது எப்படி என நான் தெரிந்துவைத்திருக்க வேண்டும். ஓஃபர் தனது பாதங்களைச் சுவைத்த அந்தக் கணத்தைப் பற்றிய முழுக் கதையும் வேண்டும்.

ஓஃபருக்கு ஒன்றரை வயதில் காய்ச்சல் கண்டது, தடுப்பூசி போட்ட பிறகு வந்தது என நினைக்கிறேன் (எதற்கான தடுப்பூசி? முத்தடுப்பு ஊசியா? யாருக்குத் நினைவிருக்கிறது? அவனது புட்டத்தில் தசைப் பிடிப்பான பகுதியைக் காண முடியாமல் செவிலி தேடிக்கொண்டிருந்தது மட்டும் நினைவிருக்கிறது, சிரித்தபடி இலன் சொன்னான், ஓஃபருக்கு எதிர்–முத்தடுப்பு ஊசி தேவை) நடு இரவில் விழித்துக்கொண்டான், உடல் அனலாக இருந்தது, தனக்குத்தானே பேசினான், உச்சஸ்தாயியில் பாடினான். இலனும் நானும் அருகிலேயே நின்றிருந்தோம், அதிகாலை இரண்டு மணியாகியது, கடும் களைப்பு எங்களுக்கு, நாங்கள் சிரிக்கத் தொடங்கிவிட்டோம். காரணம் சட்டென்று அவனை எங்களுக்கு அடையாளம் தெரியவில்லை. பார்க்க அவன் குடிகாரன் போலிருந்தான், எங்களுக்குச் சிரிப்பு வந்துவிட்டது, சற்று விலகிநின்று பார்க்க (எங்கள் இருவருக்குமே) அவன் சம்பந்தமில்லாத யாரோபோலத் தோன்றினான், எங்கிருந்தென்று தெரியாத ஒரு இடத்திலிருந்து வந்துவிட்ட குழந்தையைப் போலத் தோன்றினான்.

உண்மையிலே அவன் சற்று அந்நியத்தன்மை கொண்டவனாகவே இருந்தான். அவன் அவ்ரமுடையவன். வேறு எந்தக் குழந்தையை விடவும் அந்நியத்தன்மையெனும் ஆபத்து அதிகம் நிறைந்தவன்.

நிறுத்திவிட்டு எழுதியதைப் படிக்க முனைகிறாள். தான் எழுதியதை அவளால் பார்க்க முடியவில்லை.

இலன் அவனைத் தூக்கி, "உன்னைப் பார்த்துச் சிரிப்பது சரியில்லை, குட்டிப் பையா, பாவம் நீ, நீ கொஞ்சம் போதையில்தான் இருக்கிறாய்," என்றபோது எனக்கு மிகவும் நிம்மதியாக இருந்தது. "அவனைப் பார்த்து" என்று சொல்லாமல் "உன்னைப் பார்த்து" என அவர் சொன்னதற்காக அவர்மீது எனக்கு நன்றியுணர்வு ஏற்பட்டது. எங்கள் இருவர் மனதிலும் அந்த அந்நியவுணர்வு ஏற்பட்டிருந்த வேளை சட்டென்று அதைத் தாண்டி அவர் சென்றார். அதைச் செய்தது இலன் என்பதுதான் முக்கியமானது.

நீங்கள் அறிந்ததுபோலவே – உறங்கிக்கொண்டிருக்கும் அவ்ரமைப் பார்க்கிறாள் – உங்களுக்குச் சந்தேகம் வேண்டாம் பையன்கள்

இருவருக்குமே அவர் சிறந்த அப்பாவாக இருந்தார். அவரில் சிறப்பான விஷயம் அவரது தந்தைமைதான்.

குறிப்பேட்டில் புதுப்பக்கத்தைத் திறந்து அகலவாக்கில் இடைவெளி யின்றி அடைத்தவாறு, பேனா காகிதத்தைக் கிழிக்குமளவுக்கு அழுத்தி எழுதுகிறாள்: *தந்தைமை? தம்பதியமை இல்லையா?*

இந்த மூன்று வார்த்தைகளையும் உற்றுப் பார்க்கிறாள். ஏட்டைத் திருப்பி அடுத்த பக்கத்துக்குச் செல்கிறாள்.

ஆனால் ஓஃபர் அமைதியடையவில்லை. மாறாக, இன்னும் குரலெடுத்துப் பாடத் துவங்கினான். சுருதி தாழ்ந்துதாழ்ந்து உச்சமடைந்த படி இருந்தது. நாங்கள் மறுபடியும் சிரித்தோம். ஆனால் இந்தமுறை எங்களிடையே முற்றிலும் வேறான ஒரு உணர்வு, உண்மையாகவே மனம் விட்டுச் சிரித்தோம், கருவுற்றதிலிருந்து இப்படிச் சிரிப்பது இதுதான் முதல் தடவை. இனி இலன் அங்கேதான் தங்கியிருப்பான் என்பது உறுதியாகத் தெரிந்ததும் ஒரு காரணம். ஒருவழியாக எங்கள் வாழ்வை நாங்கள் தொடங்கியிருந்தோம், இனி நாங்கள் எல்லாரையும் போல ஒரு குடும்பம்.

மனதை அப்படியே நிறுத்தி அவள் ஆழ மூச்சிழுத்துக்கொள்கிறாள்.

நீங்கள் குறட்டைவிட்டபடி உறங்கிக்கொண்டிருக்கிறீர்கள்.

எழுந்துவந்து உங்கள் பக்கத்தில் படுத்தால் என்ன செய்வீர்கள்?

நான் வீட்டைவிட்டுக் கிளம்பி கிட்டத்தட்ட ஒரு மாதமாகிவிட்டது.

எப்படி இப்படியொரு காரியத்தைச் செய்தேன்? இதுபோன்றவொரு நேரத்தில் வீட்டைவிட்டு எப்படி ஓடி வந்தேன்? எனக்குப் பைத்தியம்.

ஆடம் சொன்னது சரிதான்.

இயற்கைக்கு முரணானவள்.

இல்லை, உங்களுக்குத் தெரியுமா? நான் அப்படி நினைக்கவில்லை.

சொல்வதைக் கேளுங்கள்: பிள்ளைகளைப் பற்றிய ஏராளம் உணர்வுகள், நுட்பமான விஷயங்கள் எனக்கு இப்போது தோன்றுகின்றன. அப்போது அவற்றை எந்தளவுக்குப் புரிந்துகொண்டேன் என்று தெரிய வில்லை. நின்று யோசிக்க நிமிட நேரமாவது இருந்ததா? இப்போது பார்க்க அந்த வருடங்களெல்லாமே சேர்ந்து பெரிய ஒரு சூறாவளி போலத் தோன்றுகிறது.

ஓஃபரின் காய்ச்சலும் பாட்டுமான அன்று மாலை காய்ச்சலை மட்டுப்படுத்தவென்று அவனைக் குளிர்ந்த நீரில் குளிப்பாட்டினோம். அதைச் செய்ய இலனுக்கு மனம் வரவில்லை. நான்தான் அவனைக் குளியல் தொட்டியில் நிற்கவைத்தேன். குரூரமான சிகிச்சைதான், ஆனால் பலனுள்ளது. முதலில் அவனது மூச்சு நின்றுவிடுமோ என்ற அச்சத்தை நீங்கள் கைவிட வேண்டும். என் கண்களுக்கு முன்பாகவே அவன் உடல் நீலம் பாரிப்பதைப் பார்த்தேன். அவன் உதடுகள்

நடுங்கின, அவன் கத்தினான், அது உன்னுடைய நன்மைக்குத்தான் என்று அவனிடம் சொன்னேன். அவன் விரல்கள் அவனது சிறிய நெஞ்சைப் பற்றிக்கொண்டன, அவன் இதயம் கிட்டத்தட்ட இடைவெளியே விடாமல் துடித்தது, அதிர்ச்சியினால், அவனுக்கு நான் இழைத்துவிட்ட துரோகத்தினாலும் இருக்கலாம், அவன் நடுங்கினான்.

மறுபடி அவனைத் தண்ணீரில் நிற்க வைத்தபோது என்னைப் பார்த்து நீங்கள் ஓஃபரைக் கொடுமைப்படுத்துகிறீர்கள் என்று ஆடம் கத்தினான். "நீங்களே அந்தத் தண்ணீரில் இறங்கிப் பாருங்களேன்" என்றான். "ஆமாம், நீ சொல்வது சரிதான்," என்றேன். ஓஃபரோடு நானும் தொட்டியில் இறங்கினேன் பிறகு அந்தச் சிகிச்சை வேடிக்கை விளையாட்டாகிவிட்டது. இருவரில் ஆடம் மிகுந்த அறிவுடையவனாக இருந்தான்.

தலையைக் கைகளில் தாங்கிக்கொள்கிறாள். பின்னோக்கி நகரவியலாத சக்கரம் குறித்த வேதனை. தன்னுடலை முன்னும்பின்னும் அசைக்கிறாள். அவளுக்குப் பின்னாலிருக்கும் புதர்களிலிருந்து மாறாத தொடர்ந்த சலசலப்பு. சில வினாடிகளில் இரண்டு முள்ளெலிகள், தம்பதியராக இருக்க வேண்டும், ஒன்றன்பின் ஒன்றாக அவளைத் தாண்டிச் செல்கின்றன. உருவத்தில் சிறிதாக இருக்கும் முள்ளெலி ஓராவின் வெற்றுப் பாதங்களை முகர்கிறது, ஓரா அசையாமல் இருக்கிறாள். பிறகு அவை மெதுவாக நடந்துசென்று வாய்க்காலில் இறங்கி மறைகின்றன, "நன்றி" என ஓரா முணுமுணுக்கிறாள்.

இங்கே பாருங்கள் அவ்ரம், ஓஃபரைப் பற்றிச் சொல்கிறேன். அவனுக்கு நான் நல்ல தாயாக இருந்தேனா தெரியாது. ஆனால் அவன் நல்லமுறையில் தான் வளர்ந்தானென நினைக்கிறேன். சந்தேகமின்றி என் பிள்ளைகளில் அவனே உறுதியும் திடமும் உடையவனாக இருந்தான். அவர்கள் சிறுவர்களாக இருந்தபோது எனக்கு அவ்வளவாகத் தன்னம்பிக்கை இருக்கவில்லை. எல்லா வகையிலும் தவறுகள் செய்தேன். எனக்கு என்ன தெரியும்?

கொஞ்சம் முன்பு, இந்த உலகிலேயே சிறந்த தாயாக நான் இருக்கவில்லை என்றபோது "நீயா?" எனச் சத்தமாகக் கேட்டீர்கள். எப்போது நான் உங்களது – உங்களுடைய எதனை நான் அழிக்க நினைத்தேன்? லட்சியக் குடும்பம் பற்றிய உங்களது மாயையா? அல்லது ஆகச்சிறந்த தாய் பற்றிய மாயையா? இப்படித்தான் எங்களை நீங்கள் எண்ணியிருந்தீர்களா?

மிக முக்கியமான விஷயங்களில் நீங்கள் ஒரு தற்குறி.

தலையுயர்த்திப் பார்க்கிறாள், அவ்ரம் ஆழ்ந்து உறங்கிக்கொண்டிருக்கிறான். உடலைச் சுருட்டிக்கொண்டு உறங்குகிறான். தன் உறக்கத்தில் அவன் சிரித்துக்கொண்டிருக்கலாம்.

முக்கியமாகப் பார்க்க வேண்டியது என்னவென்றால் நிஜமாகவே நாங்கள் நல்ல குடும்பமாக இருந்தோம். பெரும்பாலான வேளைகளில் நாங்கள் மிக மகிழ்வாகக்கூட இருந்தோம், இந்தக் "கூட" என்ற பிரயோகத்துக்காக என்னை மன்னிக்கவும். எங்களுக்குப் பிரச்சனைகள் இருந்தன, வழமையான பரிதாபகரமான தவிர்க்கமுடியாத பிரச்சனைகள். (ராணுவத்தில் இருந்தபோது எனக்கொரு கடிதம் எழுதினீர்களே, தெரியுமா?

"எல்லா மகிழ்வான குடும்பங்களும் பரிதாபகரமானவையே." எப்படி உங்களுக்குத் தெரிந்தது?) ஆனாலும் எந்தத் தயக்கமுமின்றிச் சொல்வேன் ஓஃபர் பிறந்தது முதல் ஒரு வருடம் முன்பு ஹெப்ரானில் நடந்த ராணுவச் சம்பவம் வரை நாங்கள் ஒரு குடும்பமாக மகிழ்ச்சியாகத்தானிருந்தோம். இலனும் நானும் எங்கள் இயல்புக்கு மாறான வகையில் அதை அறிந்து மிருந்தோம். பின்னோக்கிப் பார்க்கையில் மட்டுமே அவ்வாறு இருந்ததாகச் சொல்லவில்லை.

அவனைப் பார்க்கிறாள். அவ்விடத்துக்கு பொருத்தமற்ற தொலைந்து போன ஒரு ஆனந்தம் இலைச் சருகென அவள் கண்களின் மீதாக சுழன்றாடுகிறது

அற்புதமான இருபது வருடங்கள் எங்களுக்கு அமைந்தது. நம் நாட்டில் கிட்டத்தட்ட இது நம்பமுடியாத ஒன்று இல்லையா? "இதற்காகப் பண்டைய கிரேக்கர்கள் தண்டனைக்கு ஆளாகியிருக்கிறார்கள்." (ஒருமுறை இதை நீங்கள் சொன்னீர்கள், எந்த அர்த்தத்தில் என்று மட்டும் நினைவில்லை.)

இருபது வருடங்கள் எங்களுக்கு அமைந்தது. நீண்டகாலம். அதில் ஆறு வருடங்கள் பையன்களின் ராணுவச் சேவை என்பதையும் மறக்க முடியாது. (ஆடம் பணியிலிருந்து விடுவிக்கப்படுதற்கும் ஓஃபர் பணியில் சேருவதற்குமிடையே ஐந்து நாட்களே இடைவெளி.) அவர்கள் இருவருமே ஆபத்தானதும் மோசமானதுமான இடங்களில் பணியாற்றினர். ஒருமுறைகூட நனையாமல் மழைத்துளிகளுக்கு நடுவே ஒருவாறு நடந்து வந்துவிட்டோம். போர், தீவிரவாதத் தாக்குதல், ஏவுகணை, கையெறி குண்டு, தோட்டா, எறிகணை, வெடிகுண்டு, மறைந்திருந்து சுடுபவர், தற்கொலைப் படையினர், உலோகக் குண்டுகள், கவண் கற்கள், கத்தி, ஆணிகள் இவை எவற்றாலும் பாதிக்கப்படாமல். ஆக, நாங்கள் அமைதியான, அந்தரங்கமான வாழ்வையே வாழ்ந்தோம்.

உங்களுக்குப் புரிகிறதா? ஒரு சிறிய, வீரதீரமற்ற வாழ்வு, சூழ்நிலை யுடன் எவ்வளவு முடியுமோ அவ்வளவு குறைவாக இணைந்த வாழ்வு, ஏனென்றால் எங்களுக்கான விலையை ஏற்கனவே நாங்கள் செலுத்திவிட் டிருந்தோம்.

சிலநேரம், நான்கைந்து வாரங்களுக்கு ஒரு தடவை—

ஏறத்தாழ வாரம் ஒருதடவை நான் பீதியுடன் எழுந்து அமர்ந்து இலனின் காதில் மெல்லச் சொல்வேன்: "நம்மைப் பாருங்கள். 'சூழ்நிலை யின்' மையத்தில் நாமொரு சிறு நிலவறை போலத்தானே இருக்கிறோம்."

ஆமாம், அப்படித்தான் நாங்களிருந்தோம்.

இருபது வருடங்களாக.

அற்புதமான இருபது வருடங்கள்.

கடைசியில் பொறியில் சிக்கிக்கொள்ளும்வரை.

நிலத்தின் விளிம்புக்கு

செங்குத்துச் சரிவில் ஏறி வந்ததால் வியர்வை பொங்க மூச்சுவாங்க கெரன் நாஃப்தலி மலையுச்சியில் அபினி மற்றும் சைக்ளமேன் செடிகளின் படுகைமேல் கிடக்கிறார்கள். இதுவரையிலான பயணத்தில் இதுதான் சிரமமான மலையேற்றம் என்பதை ஒப்புக்கொள்கிறார்கள், வேகமாக வேஃபர்களையும் பிஸ்கட்டுகளையும் விழுங்குகின்றனர். "விரைவில் நாம் உணவு சேகரிக்க வேண்டும்" ஒருவருக்கொருவர் நினைவுபடுத்திக்கொள்கின்றனர். அவ்ரம் எழுந்துநின்று கடந்த சில தினங்களில் அவன் எவ்வளவு எடை குறைந்துவிட்டான் என்பதைக் காட்டுகிறான். ஒரு இரவு முழுக்கத் தூக்க மாத்திரைகள் உதவியின்றி நன்றாக உறங்கியதில் அவனுக்குப் பெருமை – "இதற்கு என்ன அர்த்தம் தெரியுமா?" "உணவுக் கட்டுப்பாடு, நடை, தூய காற்று என இந்தப் பயணம் உங்களுக்கு நன்மையாக அமைந்திருக்கிறது," என்கிறாள். அவ்ரம் ஒத்துக்கொள்கிறான், இருந்தாலும் அவனுக்கு ஆச்சரியம்: "இப்போது மிகவும் நன்றாக உணர்கிறேன்." பாதுகாப்பான இடத்திலிருந்துகொண்டு, தூங்கிவழியும் ஒரு கொன்றுண்ணி விலங்கைச் சீண்டுவதுபோல அவன் அதை மறுபடியும் சொல்கிறான்.

அவர்களுக்குப் பின்புறம் வெட்டியெடுத்த கற்கள் சிதைவுகளாய்ப் பரவிக் கிடக்கின்றன, அராபியக் கிராமமொன்றின் எச்சம், அல்லது புராதன ஆலயமாகவும் இருக்கலாம். சமீபத்தில் கட்டுரையொன்றை மேலாட்டமாகப் படித்திருந்த அவ்ரம் அது ரோமானிய காலத்தைச் சேர்ந்தது என்கிறான், அவனது கருத்தை வரவேற்கிறாள் ஓரா. "இப்போது என்னால்

சிதைவுற்ற அராபியக் கிராமம் பற்றியெல்லாம் யோசிக்க முடியாது." ஆனால் அவள் மனதுள் ஒரு வெளிச்சம், அந்தச் சிதைவுகளிலிருந்து உடனடியாக உருவாகிவந்த வெளிச்சம், அவ்வெளிச்சம் குறுகிய சந்தில் இரைந்தபடி ஊர்ந்துவரும் பீரங்கிவண்டியைக் காட்டுகிறது, ஒரு காரை அது நொறுக்கப் போகையில் அல்லது வீட்டுச் சுவரை மோதி உடைக்கப் போகையில் அவள் கைகளை முகத்துக்கு நேரே வைத்து மறைத்துக்கொண்டு முனகுகிறாள், "போதும் போதும் என் மனத்தின் சேமிப்பு அறை இது போன்றவற்றால் நிறைந்தேவிட்டது."

பரந்து வளர்ந்த அட்லாண்டிக் தெரிபிந்த் மரங்கள் தியானிப்பதுபோல தங்கள் கிளைகளை விரித்துக் காற்றில் அசைகின்றன. சற்றுத் தொலைவில் சுற்றி வேலியிடப்பட்ட ராணுவச் சாவடியிலிருந்து ஆன்டெனாக்கள் துருத்தித் தெரிகின்றன, கண்காணிப்புக் கோபுரத்தில் எத்தியோப்பியாவில் பிறந்த கட்டான உடல்கொண்ட ராணுவவீரன், கீழே ஹுலா பள்ளத்தாக்கைக் கண்காணித்துக் கொண்டிருக்கிறான், தனது காவல்பணிக்குச் சுவாரஸ்யம் சேர்க்கவென்று அவர்களை அவன் திருட்டுத்தனமாகப் பார்த்துக்கொண்டிருக்கலாம். காற்று சருமத்தைக் குளுமையாக்கட்டுமென்று ஓரா தன் உடம்பைத் தளர்த்தி நீட்டிக் கொள்கிறாள். அவ்ரம் ஒரு கையை ஊன்றி உடலைத் தரையில் பரத்திக் கொண்டு விரல்களால் மண்ணை அளைகிறான்.

"அவனுக்கு நான்கு வயதாகும் முன்பு இது நடந்தது," ஓரா சொல்கிறாள். "நான்கு வயது பூர்த்தியாக இரண்டு அல்லது மூன்று மாதங்களுக்கு முன்பு, ஒருநாள் நான் மதிய உணவு தயாரித்துக்கொண்டிருந்தேன். அப்போது நான் முடநீக்கவியல் படித்துக்கொண்டிருந்தேன், இலன் அப்போதுதான் தனது சட்ட ஆலோசனை நிறுவனத்தை ஆரம்பித்திருந்தார், அது வேலைப் பரபரப்பு மிகுந்திருந்த காலம். ஆனால் வாரத்தில் இரண்டு நாட்களாவது கல்லூரியிலிருந்து முன்கூட்டியே வந்து ஓஃபரைப் பகல்நேர பாதுகாப்பு மையத்திலிருந்து அழைத்துவந்து மதியஉணவு செய்துகொடுப்பேன். இதெல்லாம் உங்களுக்கு சுவாரஸ்யமாக இருக்கிறதா—இதெல்லாம்"

அவ்ரம் சத்தமாகச் சிரிக்கிறான், அவனது கண்ணிமைகள் சிவக்கின்றன. "நான் ... இது என்னை—"

"என்ன? சொல்லுங்கள்."

"நான் உங்கள் வாழ்க்கையை எட்டிப் பார்க்கிறேன்."

"அப்படியா? எட்டிப் பார்க்காதீர்கள்: பாருங்கள். எந்த ஒளிவுமறைவும் இல்லை. மதிய உணவுக்கு என்ன என ஓஃபர் கேட்டான். ஏதோ சொன்னேன், சோறும் இறைச்சி உருண்டைகளும் என்று வைத்துக்கொள்ளுங்களேன்."

கவனம் திரும்பி அவ்ரமின் வாய் தானாக அசைகிறது, ஏதோ அந்த வார்த்தைகளையே அவன் சுவைப்பதுபோல. அவன் சாப்பிடவும் சாப்பாடு பற்றிப் பேசவும் – மனிதனின் சிறந்த நண்பன் சாப்பாடு – எவ்வளவு பிரியம் கொண்டிருந்தான் என்பது ஓராவுக்கு நினைவுக்கு வருகிறது, இத்தனை வருடமும் அவனுக்குச் சமைத்துப்போட வேண்டும் என அவள் எவ்வளவு ஏங்கியிருப்பாள். பெரிய குடும்ப விருந்துகளில், பிற விருந்துகளில்,

விடுமுறை தினங்களில், வருடம் தோறுமான பாஸ்கா காலத்து முதல் இரவு விருந்தான செடர் விருந்தின்போது என முழுதும் நிறைந்த பெரிய உணவுத் தட்டொன்றை அவனுக்கென மனதில் ஒதுக்கி வைத்துவிடுவாள். இப்போது அவனுக்கு தக்காளி சாஸ் கலந்த கத்தரிக்காய்க் கறி, அல்லது இளம் ஆட்டிறைச்சி சேர்த்த கூஸ்கூஸ், அல்லது தான் செய்யும் சிறப்பான இதம்தரும் சூப்புகளில் ஏதாவதொன்றைத் தந்து அவனை ஆவலாய் உண்ணச் செய்ய வேண்டும் போல் இருக்கிறது – அவள் எவ்வளவு சிறப்பாகச் சமைப்பாள் என்பதுகூட அவனுக்குத் தெரியாது! அவளது நஹ்லவோட் மாணவர் குடியிருப்பில் பார்த்த அடிப்பிடித்த பாத்திரங்கள் மட்டுமே அவனுக்கு நினைவிலிருக்கலாம்.

"இறைச்சி உருண்டைகளை எப்படிச் செய்கிறீர்கள் எனக் கேட்டான், நான் ஏதோ சொன்னேன். அவை பந்து போன்ற உருண்டைகள், இறைச்சியைக் கொண்டு செய்யப்படுபவை, சற்று யோசித்த அவன் கேட்டான், 'இறைச்சி என்றால்?"

அவ்ரம் எழுந்து கால்களைக் கட்டிக்கொண்டு உட்காருகிறான்.

"உண்மையைச் சொல்வதென்றால், ஓஃபர் பேச ஆரம்பித்ததும் இந்தக் கேள்வியை அவன் கேட்கத்தான் காத்திருக்கிறேன் என்பார் இலன், அப்போது என்ன மாதிரியான பையன் அவன் என்பது தெரிந்துவிடும்."

"'என்ன மாதிரியான பையன்' என்றால்?"

"கொஞ்சம் பொறுங்கள், வருகிறேன்."

கொஞ்ச நேரமாகவே அவள் மனதை எதுவோ குடைந்துகொண்டே இருக்கிறது, என்னைப் பார், என்னைப் பார் என்று. வீட்டில் அவள் நிறுத்தாமல் வந்துவிட்ட குழாய்? மின்விளக்கு? கணினி? இப்போது ஓஃபருக்கு ஏதாவது ஆகிவிட்டதா? தனது முணுமுணுப்புகள், அனுமானங் களைக் களைந்து வழியைச் சுத்தம் செய்துகொண்டு தனக்குள் சென்று கவனமாகக் கேட்கிறாள், இல்லை, அது ஓஃபர் இல்லை.

"ஓரா?"

"எங்கே விட்டேன்?"

"அவன் என்ன மாதிரியான பையன் எனப் பார்த்தீர்கள்."

"ஓஃபரிடம் சொன்னேன், அது ஒன்றுமில்லை, வெறும் இறைச்சிதான். மிக யதார்த்தமான குரலில் அதைச் சொன்னேன்: அதில் விசேஷம் ஒன்றுமில்லை, வெறும் இறைச்சி. நாம் தினமும் சாப்பிடுவது. இறைச்சி."

அவள் மனக்கண்ணில் அதைப் பார்க்கிறாள்: ஒல்லியான குட்டி ஓஃபர், அவளது அழகுக் குழந்தை, அடிமேல் அடிவைத்துத் தள்ளாடி நடந்து வருகிறான், அவனுக்கு யாரும் தொல்லை தந்தாலோ, அவன் அச்சத்திலிருந்தாலோ அப்படித்தான் நடப்பான் – அவ்ரமுக்கு அதை நடித்துக்காட்ட அவள் எழுகிறாள். "இப்படி தனது இடது காது மடலைப் பிடித்து இழுத்துக்கொள்வான். இல்லையென்றால் பக்கவாட்டிலும் முன் பின்னாகவும் வேகமாக நடப்பான்."

அவ்ரம் அவளை வைத்தகண் வாங்காமல் பார்க்கிறான். அவள் திரும்பிவந்து ஒரு பெருமூச்சுடன் அமர்கிறாள். அந்த ஓஃபருக்காக அவள் மனம் ஏங்குகிறது.

"நான் தலையைக் குளிர்பதனப்பெட்டிக்குள் விட்டுக்கொண்டு அவனை, அந்தப் பார்வையை, தவிர்க்க முயன்றேன், ஆனால் அவன் விடவில்லை. எங்கிருந்து அந்த இறைச்சி வந்தது எனக் கேட்டான். அப்போது அவனுக்கு இறைச்சி மிகவும் பிடிக்கும், மாட்டிறைச்சியும் கோழி இறைச்சியும். அபூர்வமாகவே வேறு உணவு சாப்பிடுவான், ஆனால் இறைச்சி உருண்டைகள், ஷ்னிட்ஸல், ஹேம்பர்கர்கள் என்றால் மிகவும் பிடிக்கும். அவனொரு நிஜமான மாமிசப்பட்சிணி, அதில் இலனுக்கு மகிழ்ச்சி. சில காரணங்களுக்காக, எனக்கும்."

"என்ன ?"

"அவனுக்கு இறைச்சி பிடிக்கும் என்பது. என்னவென்று தெரியாது, ஒருவகை மூலாதார திருப்தி, புரிகிறதா, புரியவில்லையா ?"

"நான் இப்போது மரக்கறி மட்டுமே உண்கிறேன்."

"ஓ, அதுதான் !" அவள் சத்தமாகச் சொல்கிறாள். "அன்று மோஷவ்வில் நீங்கள் இறைச்சியைத் தொட—"

"மூன்று வருடங்களாகிவிட்டது."

"ஆனால், ஏன் ?"

"என்னையே சுத்தப்படுத்திக்கொள்ள வேண்டுமென்று தோன்றியது." தன் விரல்முனைகளைக் கூர்ந்து பார்க்கிறான். "சில வருடங்கள் நான் இறைச்சி உண்ணாமல் இருந்தேன், உனக்கு நினைவிருக்கும் என நினைக்கிறேன்."

அது போர்க்குற்றவாளிகள் சிறையிலிருந்து அவன் வந்ததிலிருந்து. அவளுக்கு நினைவிருக்கிறது: ஒவ்வொருமுறையும் ஒரு மாட்டிறைச்சிக் கடை அல்லது ஷவர்மா கடையைத் தாண்டிச் செல்லும்போது அவனுக்கு வாந்தி வருவது போலிருக்கும். ஈ பிடிக்கும் விளக்குப்பொறியைக் கண்டால்கூட குமட்டும். அவளுக்கு வயிற்றைப் புரட்டிய சம்பவம் ஒன்று நினைவுக்கு வருகிறது, ஒருமுறை வெள்ளை மேசை விரிப்பின்மீது முண்டு முடிச்சான சல்லா ரொட்டியும் கோழி சூப்பும் வைக்கப்பட்டிருந்த ஒரு ஷபாத் விருந்தின்போது ஆடமும் ஓஃபரும் நகைச்சுவையாக ஒன்றை விளக்கினார்கள், எம்.பி.டி என்றால் என்ன? ராணுவத்தில் ஆடம் ஒரு எம்.பி.டியை ஓட்டினான், அப்போது ஓஃபர் ஒரு ஆர்ட்டிலரி வீரனாக இருந்தான், பிறகு ஆடம் ஓட்டிய பீரங்கிவண்டிக்கு ஓஃபர் பொறுப்பதிகாரி ஆனான். இருவரும் சிரித்தபடி சொன்னார்கள்: "எம்.பி.டி என்றால் மெயின் பேட்டில் டாங்க் அல்ல, எங்கே கண்டுபிடித்தீர்கள் இந்த அர்த்தத்தை? அது மியூடிலேடட் பாடி ட்ரான்ஸ்போர்ட்டர்—சிதைந்த உடல்களை எடுத்துச் செல்லும் வண்டி."

அவ்ரம் தொடர்கிறான், "சில வருடங்களில், ஐந்து அல்லது ஆறு வருடங்கள், இறைச்சி மீதான ஆர்வம் திரும்ப உண்டானது, பிறகு

எல்லாவற்றையும் சாப்பிட ஆரம்பித்தேன், இறைச்சியென்றால் எனக்கு எவ்வளவு பிடிக்குமென்று உனக்குத் தெரியுமில்லையா?"

அவள் சிரிக்கிறாள். "எனக்குத் தெரியும்."

"ஆனால் மூன்று வருடங்களுக்கு முன்பு அப்பழக்கத்தை மறுபடியும் கைவிட்டுவிட்டேன்."

இப்போது அவளுக்குப் புரிகிறது. "சரியாக மூன்று வருடங்களுக்கு முன்பு?"

"ஆமாம், மூன்று வருடங்கள், கூட இன்னும் சில நாட்கள்."

"ஏதாவது பிரதிக்ஞையா?"

கடைக்கண்ணால் அவளை ரகசியமாகப் பார்க்கிறான். "ஒரு பேரம் என வைத்துக்கொள்ளேன்." ஒரு நிமிடம் கழித்துச் சொல்கிறான் – அவள் கழுத்து சிவந்து விடுகிறது – "உன்னால்தான் இதுபோலெல்லாம் செய்ய முடியுமா?"

"விதியுடன் மேற்கொள்ளும் பேரங்கள், அதையா சொல்கிறீர்கள்?"

மௌனம். குச்சியொன்றை எடுத்து மண்ணில் சிறுகோடுகளைக் கீறி அவற்றின்மேல் ஒரு முக்கோணம் வரைகிறாள் – ஒரு கூரை. மூன்று வருடங்களாக மாமிச உணவைத் தள்ளி வைத்திருக்கிறான், ஒவ்வொரு நாள் மாலையும் சுவரில் ஒரு கோடு வரைந்திருக்கிறான். இதற்கு என்ன அர்த்தம்? அதன்மூலம் என்னிடம் என்ன சொல்லவருகிறான்? அவள் தொடர்கிறாள். "இன்னும் சற்றுநேரம் ஓஃபர் யோசித்தான், மாட்டிலிருந்து இறைச்சியை எடுத்தபின் மறுபடி அது வளர்ந்துவிடுமா என்று கேட்டான்."

"வளர்ந்துவிடும்," என்கிறான் அவ்ரம் புன்னகைத்தபடி.

"முகத்தைச் சுழித்துக்கொண்டு சொன்னேன், 'இல்லை, அப்படியெல்லாம் வளராது.' சமையலறையைச் சுற்றி ஓஃபர் வேகமாக நடந்தான், இன்னும் வேகமாக, அவனுக்குள் எதுவோ உருவாவதை உணர முடிந்தது, பிறகு அவன் என்னைப்பார்த்து அப்படியானால் இறைச்சியை எடுக்கும் போது மாட்டுக்குக் காயம் உண்டாகிவிடும் இல்லையா என்றான், எனக்கு வேறு வழியில்லை. ஆமாம் என்றேன்."

அவ்ரம் இதைக் கேட்கிறான், இந்தச் சித்திரத்தினால் அவனது ஆன்மாவின் ஒவ்வொரு இழையும் வசீகரிக்கப்படுகிறது. சமையலறையில் ஓரா தன் குழந்தையுடன் பேசுகிறாள், அந்தக் குட்டிப்பையன் ஒல்லியாக தீவிர பாவத்தை முகத்தில் கொண்டபடி கவலையுடன் அந்தக் குறுகிய அறையைச் சுற்றிவருகிறான், தன் காதுமடலைப் பற்றி இழுத்தபடி பரிதாபமாக தன் அம்மாவைப் பார்த்தபடி. தாங்க முடியாத அளவுக்கு தன்மீது எறியப்படும் விஷயங்களைத் தடுக்கத் தன்னையுமறியாமலே அவ்ரம் கைகளை முகத்துக்கு நேரே வைத்துக்கொள்கிறான். சமையலறை, திறந்த குளிர்பதனப்பெட்டி, அடுப்பில் கொதித்துக்கொண்டிருக்கும் பாத்திரங்கள், அந்தத் தாய், சிறுபையன், அவனது சோகம். "இறந்துபோன மாட்டிடமிருந்து இறைச்சியை எடுத்தால் அதற்கு வலிக்காது இல்லையா எனக்

கேட்டான், இந்தக் குழப்பத்துக்கு கண்ணியமான ஒரு தீர்வு அவனுக்குத் தேவையாயிருந்தது, எனக்கும்தான், சொல்லப்போனால் ஒருவகையில் மானுட இனம் முழுமைக்குமே. நான் பச்சைப் பொய்யொன்றைச் சொல்ல வேண்டுமென்பது எனக்குத் தெரியும், பிறகு நாளாக நாளாக, பெரியவனாக திடமானவனாக வளர்ந்தபின், தேவையான அளவு விலங்கு புரோட்டீன் அவனுக்குக் கிடைத்தபின், ஒருமுறை நீங்கள் சொன்னீர்களே 'வாழ்வு மற்றும் மரணம் குறித்த உண்மைகள்' அதைச் சொல்ல வேண்டிய காலம் வரும். எதையாவது சொல்லிச் சமாளிக்க வேண்டியதுதானே என இலன் பின்னர் கோபப்பட்டார், அவர் சொன்னது சரிதான், முற்றிலும் சரி!" அவள் கண்கள் உணர்ச்சிப் பிழம்புகளாகின்றன. குழந்தைகளிடம் சில நேரங்களில் சற்று லகுவாக இருக்க வேண்டும், விஷயங்களை மறைக்க வேண்டும், உண்மைகளை அப்படியே சொல்லிவிடக்கூடாது, வேறு வழியில்லை, என்னால்... என்னால் அது முடிவதில்லை, என்னால் பொய்சொல்ல முடியவில்லை."

தான் சொன்னதை மறுபடி நினைத்துப்பார்க்கிறாள்.

"அது தவிர்த்து பார்க்க... உங்களுக்குத் தெரியும்."

அந்தக் கேள்வியை வார்த்தைகளைக் கொண்டு கேட்க அவ்ரமுக்குத் துணிவில்லை, அவன் கண்களே அதைக் கேட்கின்றன.

"உங்களுக்கு வாக்குக் கொடுத்திருந்தோம், அதனால்தான்" அவள் எளிமையாகச் சொல்லிவிடுகிறாள். "ஓஃபருக்கு எதுவும் தெரியாது."

அமைதி.

அவள் ஏதாவது சொல்ல நினைக்கிறாள், ஆனால் வருடங்களாகக் கடைப்பிடித்த மௌனம் மனச்சாட்சியின் பெரிய தசையை முறுக்குகிறது, அவ்ரமுடன் என்றாலும்கூட அதை இப்போது அவளால் பேச முடியாது.

"ஆனால், எப்படி உன்னால் முடிகிறது?" அவன் கேட்கிறான், அவன் குரலில் ஒலிக்கும் ஆச்சரியம் அவளைக் குழப்புகிறது.

"உங்களாலும் முடியும்," அவள் முணுமுணுக்கிறாள். "இலனும் நானும் சேர்ந்து ஒன்றாக. உங்களால் முடியும்."

அவர்கள் செய்துகொண்ட ஒப்பந்தத்தின் இதம் அவளைச் சூழ்கிறது, ரகசிய மௌனமெனும் பெரிய திறந்த பள்ளத்தினருகே அது இன்னும் தீவிரமடைந்தது, அதன் விளிம்பில் இருந்தவர்களிடமிருந்து வெளிப்பட்ட மென்மை வழி அது புகுந்துவந்தது, உள்ளே விழுந்துவிடாமலும் அதேநேரம் மிகவும் விலகிச் சென்றுவிடாமலும் இருக்கவேண்டி அவர்கள் ஒருவரையொருவர் எச்சரிக்கையுடன் அணைத்திருந்தனர், உள்ளே ஒரு பிரத்யேக இனிமை மறைந்திருந்த கசப்பான அறிதல் அது, அவர்களது வாழ்க்கைக் கதை எப்போதும் மேற்கோள் குறிகளுக்குள் எழுதப்படுவது, இவ்வுலகில் யாருமே – அவ்ரம்கூட – அதைப் படிக்க முடியாது. இப்போதும்கூட, பிரிந்திருக்கும் இந்நிலையில்கூட, நாம் அதை, தீர்க்கமான நமது கதையை, நம்மோடு வைத்திருக்கிறோம்.

தாடையை இறுக்கிக்கொண்டவள், ஒருகணம் வெளியே எட்டிப் பார்க்கத் துணிந்த அதனைத் தன்னுள் ஆழத் தள்ளுகிறாள், பிறகு கிட்டத்தட்ட தனது இருபத்தியிரண்டு வருடப் பயிற்சியின் திடத்தால் தன்னையே நேர்ப்பாதைக்குள் கொண்டுவைக்கிறாள். எளிய ஒன்று, அது அவளைத் தடம் மாற்றிவிட்டது, தனது எழுதுபலகையின் கடைசிச் சில நிமிடங்களை அவள் துடைக்கிறாள், பரந்த புரிந்துகொள்ள முடியாத ஒழுங்கின்மையான அவளது வாழ்வின் நினைவுகளே அந்த எழுதுபலகை.

“எங்கே விட்டேன்?”

“சமையலறையில். ஓஃபருடன்.”

“என்னுடைய மௌனம் ஓஃபரை இன்னும் அதிக மனஉளைச்சலுக்கு ஆளாக்கியது, தனக்குள்ளே பேசியபடி முன்னும் பின்னுமாகப் பம்பரம்போல அறையைச் சுற்றிவந்தான், தனது சந்தேகத்தை அவனால் வார்த்தைகளில் வெளிப்படுத்த இயலவில்லை, கடைசியில், இதை என்னால் மறக்கவே முடியாது, தன் உடலை வளைத்துநெளித்து மனக்கொந்தளிப்புடன் தலையைக் குனிந்துநின்றான்” – தனது முகத்தில், கண்களிலிருந்து வெளிப்படும் உருக்குலைந்த பார்வையில் என நுட்பமான அசைவுகள்வழி தனது உடலில் அவனைப் பிரதிசெய்கிறாள் ஓரா, அவ்ரமின் கண்களுக்கு அது தெரிகிறது, அவன் ஓஃபரைப் பார்க்கிறான்: பார், இப்போது நீ ஓஃபரைப் பார்க்கிறாய், இதை எப்போதும் நீ மறக்கமாட்டாய், அவனின்றி உன்னால் வாழ முடியாது – “இறைச்சிக்காக மாடுகளைக் கொல்பவர்கள் இருக்கிறார்களா எனக் கேட்டான். என்ன சொல்ல, ஆமாம் என்றேன்.”

“பைத்தியம் பிடித்ததுபோல் வீட்டுக்குள் ஓடினான், கத்தினான்” – ஒரு மெல்லிய, கிறீச்சென்ற புலம்பல், அது அவன் குரலில்லை, மனிதக் குரலில்லை, ஆனால் அவனிடமிருந்து வெளிப்பட்ட குரல் – “அவன் பொருட்களைத் தொட்டான், அறைக்கலன்களை, தரையில் கிடந்த சப்பாத்துகளை, ஓடினான் கத்தினான் தொட்டான், மேசையிலிருந்த சாவிகளை, கதவுப்பிடிகளை. அது திகிலூட்டுவதாக இருந்தது, உண்மையைச் சொல்வதென்றால், அது ஒருவகைச் சடங்கு போலிருந்தது, எல்லா வற்றிடமும் அவன் போய் வருகிறேன் என்று சொல்வதுபோல...”

தான் சொல்லிக்கொண்டிருக்கும் விஷயத்தாலும் இனி சொல்லப் போகும் விஷயத்தாலும் துக்கமடைந்தவளாக அவ்ரமைக் கனிவுடன் பார்க்கிறாள். பிள்ளைகளை வளர்ப்பதன் துயரங்களால் அவனை பீடிக்கச் செய்வதாக குற்றவுணர்வு கொள்கிறாள்.

“குளியலறைக் கதவையொட்டிய வழியே கூடத்தின் விளிம்பை நோக்கி ஓடினான், கோட் ஸ்டாண்ட் இருக்குமிடம் உங்களுக்குத் தெரியுமில்லையா? அங்கே நின்று அவன் கத்தினான்: “நீங்கள் மாட்டைக் கொல்கிறீர்களா? மாட்டைக் கொன்று அதன் இறைச்சியை எடுத்துக்கொள்கிறீர்களா? சொல்லுங்கள்! ஆமாம்தானே, ஆமாம்தானே? வேண்டுமென்றுதானே இதைச் செய்கிறீர்கள்?’ அப்போதுதான் எனக்குப் புரிந்தது. வாழ்வில் முதல் முறையாக உயிருள்ளவறைக் கொன்று தின்பது என்றால் என்ன என்பது புரிந்தது, உண்பதற்காக அவற்றைக் கொல்கிறோம், நமது தட்டில் கோழியின்

வெட்டப்பட்ட கால் ஒன்று இருப்பதை உணராமல் இருக்க நாம் பழகிக் கொள்கிறோம். ஓஃபரால் இப்படித் தன்னைத்தானே ஏமாற்றிக்கொள்ள முடியவில்லை." அவள் குரல் ஒடுங்கி முணுமுணுப்பாகிறது. "அவன் யாரென்று தெரிந்துவிட்டது. கேவலமான இந்த உலகில் அதுபோன்ற ஒரு குழந்தையாக இருப்பது எப்படிப்பட்டவொரு விஷயம்?"

அவ்ரம் பின்னோக்கிச் சாய்கிறான். முன்பொருமுறை அவனை இறுகப்பற்றிய அச்சத்தை மறுபடி தனது அடிவயிற்றில் உணர்கிறான், அது நான் கருவுற்றிருக்கிறேன் என ஓரா சொன்ன தருணம்.

அவள் போத்தலில் இருந்து தண்ணீர் குடித்து முகத்தைக் கழுவிக் கொண்டு போத்தலை அவனிடம் நீட்டுகிறாள், எதையும் யோசிக்காமல் அதைத் தூக்கிப் பிடித்துக் குடித்து முழுவதையும் காலி செய்கிறான்.

"அவன் முகம் இறுகி உறைந்துவிட்டது, இப்படி" – அவள் தன் முஷ்டியை இறுக்கிக்காட்டுகிறாள் – "பிறகு அவன் கூடத்திலிருந்து குளியலறை வழியாகச் சமையலறைக்கு ஓடிவந்து என்னை எட்டி உதைத்தான். இதற்குமுன் அவன் அப்படிச் செய்தது கிடையாது! எவ்வளவு வலுவாக முடியுமோ அவ்வளவு வலுவாக என் காலில் உதைத்துவிட்டுக் கத்தினான்: 'நீயொரு ஓநாய்! மனிதர் எல்லோரும் ஓநாய்கள்! நான் உங்களோடு இருக்க விரும்பவில்லை!"

"என்ன?"

"கத்திக்கொண்டே அவன் ஓடினான்–"

"ஓநாய்கள் என்றா சொன்னான்?"

இந்தக் குழந்தைதான் ஒரு வருடம் முன்புவரை பேசச் சிரமப்பட்டது, கோர்வையாக அதனால் மூன்று வார்த்தைகளைப் பேச முடியாமலிருந்தது என்பதை அவள் நினைத்துக்கொள்கிறாள்.

"எப்படி அவனுக்கு அப்படிப் பேச வந்தது? எங்கிருந்து அவனுக்கு–"

"அவன் கதவை நோக்கி ஓடினான், வெளியே ஓடிப்போக நினைத்தான், ஆனால் கதவு பூட்டியிருந்தது, கதவை அவன் மோதினான், உதைத்தான், குத்தினான், பைத்தியம் பிடித்தவன்போல நடந்துகொண்டான். அவன் வாழ்வில் முதல்முறையாக, திரும்பப் பெறமுடியாத வகையில் இழந்து விட்ட ஒன்றைப் பற்றிய வருத்தம் அவனுள் வளரத் தொடங்கியது, அது வாழ்நாளெல்லாம் அவனுள் இருந்தது, அதுதான் முதல் கீறல், அவனது முதல் துயரம்."

"இல்லை, எனக்குப் புரியவில்லை, விளக்கமாகச் சொல்," முணுமுணுப் பாகச் சொல்கிறான் அவ்ரம், சட்டென்று வியர்த்துவிட்ட கைகளை மடியில் புதைத்துக்கொள்கிறான்.

எப்படி அவள் விளக்குவாள்? அவனைப்பற்றியே அவனிடம் சொல்லலாம். அவனைப்பற்றியும் அவ்ரமுக்கு ஐந்து வயதிருக்கும்போது ஒருநாள் காலையில் எழுந்து வீட்டைவிட்டுப் போய்விட்ட, ஒருபோதும் திரும்பாத அவனது தந்தையைப் பற்றியும் சொல்வாள். ஒருமுறை

அவர் அவ்ரமின் முகத்தைக் கையிலேந்தி அவன் அம்மாவிடம் காட்டி இளக்காரச் சிரிப்புடன் இவன் எந்த வகையிலாவது என்னைப்போல இருக்கிறானா, எனக்கு இப்படியொரு பிள்ளை பிறப்பதற்கான சாத்தியங்கள் இருக்கின்றனவா, நீ அவனைப் பெற்றெடுத்தாயா இல்லை கழிவுபோல வெளியேற்றினாயா எனக் கேட்டார்.

அவள் நிதானமாகப் பேசுகிறாள். "நம்மைப் பற்றிய ஏதோவொன்றை அவன் அன்று சமையலறையில் கண்டுகொண்டான் என்ற எண்ணம் எப்போதும் எனக்கு உண்டு."

"யாரைப்பற்றி?"

"நம்மைப்பற்றி, மனிதர்களைப்பற்றி. நமக்குள் இருப்பதைப்பற்றி."

"ஆமாம்."

அவ்ரம் கீழே பூமியை, அதன் புழுதியைப் பார்க்கிறான். நீங்கள் ஓநாய்கள். அந்த வார்த்தைகளைத் தன் நினைவில் ஓட விடுகிறான். உங்களோடு இருக்க நான் விரும்பவில்லை. கிட்டத்தட்ட முப்பது வருடங்களாக அவன் தேடிக்கொண்டிருந்த வார்த்தைகள், அவனது மகனால் உரக்கச் சொல்லப்பட்ட இந்த எளிய வார்த்தைகள் அவனைக் கடுமையாக நிலைகுலையச் செய்தன.

உண்மையில் அன்று சமையலறையில் நடந்தது என்னவென்று தன்னையே கேட்டுக்கொள்கிறாள் ஓரா. ஓஃபருக்கு வாழ்வு, மரணம் குறித்த உண்மைகளைச் சொல்கையில் எந்தக் குரலில், என்ன தொனியில் அவள் பேசினாள்? இப்போது அவ்ரமுக்குச் சொன்னது போலவா அது நடந்தது? அது பொய்யில்லைதான், எவ்வளவு முடியுமோ அவ்வளவு, ஓஃபருக்காக, அவனைப் பெரும் அதிர்ச்சியிலிருந்து காப்பாற்றுவதற்காக, மாடுகளைக் கொல்வது உட்பட அதை லகுவாக்கிச் சொன்னாளா? அவளுக்கு ஆறு வயதிருக்கும்போது அவளது அம்மா ஒரு விஷயத்தை விளக்கிய விதம் நினைவுக்கு வருகிறது. போர்க்காலத்தில் தான் இருந்த வதைமுகாமில் சக முகாம்வாசிகள் ஈடுபட்ட அருவருப்பான செயல்கள் பற்றி விலாவாரியாக, ஒருவித மறுப்புணர்வுடன், சற்றே கறாருடன் விளக்கினாள்.

"அவனிடம் இதுபோன்ற விஷயங்களை எதற்காகச் சொல்கிறோம் . . . இது அவனது கல்வியின் ஒரு முக்கிய அங்கமா, அவனை வாழ்க்கைக்குத் தயார்ப்படுத்துகிறோமா, எப்போது எந்த இடத்தில் எப்படி அதைச் சொல்ல, சற்றே அதில் குரூரம் சேர்ந்தது என்பது பற்றியெல்லாம் எனக்குத் தெரியவில்லை."

"குரூரம் என்று ஏன் சொல்கிறாய்?"

"கொஞ்சம் பாராட்டியும் விட்டேன்."

"ஓரா, நீ என்ன சொல்ல வருகிறாய், எனக்குப் புரியவில்லை."

"இதுபோன்ற மோசமான கூட்டத்துடன் நீ சேர்ந்துவிட்டதற்கான தண்டனைதான் நான் உனக்குச் சொல்லிக்கொண்டிருக்கும் விஷயம்

என்பதை ஒருவாறு குறிப்பாக அவனுக்கு உணர்த்திவிட்டேனென்று நினைக்கிறேன், இல்லையா? அல்லது இந்தத் திருட்டுத்தனமான ஏற்பாடே அப்படித்தான், மனிதகுலம் என்ற திருட்டுத்தனமான ஏற்பாடு."

"ஓ, அப்படியா?"

"ஆமாம், அப்படித்தான்."

அவர்கள் மௌனமாக அமர்ந்திருந்தார்கள்.

அவ்ரம் ஆமோதிப்பாகத் தலையசைக்கிறான், அவன் கண்களில் உறக்கம்.

"அமைதிப்படுத்த வேண்டி அவனை அணைத்தபோது, என் கைகளுக்குள் நெளிந்தவன், என்னை அழுந்தக் கீறினான், ரத்தமே வந்து விட்டது. இரவில் உறங்கும்போதும் அழுதான், அவனை அது கடுமையாக இம்சித்தபடி இருந்தது. மறுநாள் எழுந்தபோது நல்ல காய்ச்சல், அவனுக்குப் பணிவிடை செய்ய எங்களை அவன் விடவில்லை, எங்கள் கைகளால் – எங்களது இறைச்சிக் கைகளால் – அவனைத் தொட அனுமதிக்கவில்லை, அன்றிலிருந்து பன்னிரண்டு வருடங்களுக்கு இறைச்சியையோ, இறைச்சிக்கு நெருக்கமான குணமுடைய உணவையோ அவன் தொடவில்லை. பதினாறு வயதாகும்வரை, உடல் முறுக்கேறி வளரத்தொடங்கும்வரை, மனமுதிர்ச்சி வரும்வரை அந்தப் பிள்ளை இறைச்சியைத் தொடவில்லை."

"எப்படி அவன் பதினாறு வயதில் மறுபடியும் இறைச்சி எடுத்துக் கொண்டான்?"

"பொறுங்கள், இன்னும் அதற்கு நான் வரவில்லை." இன்னும் நாம் நீண்ட தூரம் போக வேண்டும், அவள் எண்ணிக்கொள்கிறாள்: மெதுவே இருவரும் சேர்ந்தே அதைப் புரிந்துகொள்வோம். "சாப்பிடும்போது, கோழி இறைச்சியைத் தொட்ட முள்கரண்டியைக் கையில் வைத்தபடி அவனைச் சுட்டி எதையாவது நான் சொன்னால் என்னிடம் பேசமாட்டான். எவ்வளவு தூரம் அவன் அதை மனதில் வைத்திருந்தான் என்பது உங்களுக்குப் புரியும் என நினைக்கிறேன். அப்போது இலன் சொன்னது போலத்தான்: 'ஓஃபர் ஷியாக்களில் ஊன் உண்ணாதவர் பிரிவைச் சேர்ந்தவன்." அவள் சிரிக்கிறாள்.

இதுதான், இதை அவள் எழுத வேண்டும், இவை நடந்த அந்த நாட்கள் முழுவதையும். ஓஃபருடனான இலனின் போராட்டங்கள், ஓஃபரிடமிருந்து வெளிப்பட்ட நம்பவே முடியாத பிடிவாதம், உறுதி, இந்தளவுக்குத் திடமான கொள்கைகளை வைத்திருந்த ஒரு நான்கு வயதுச் சிறுவனிடம் வகையாகச் சிக்கிக்கொண்ட அவளதும் இலனதுமான பலவீனம் இவற்றை. அவனது வயதுக்கும் மீறி, பெற்றோரான அவர்களிருவருக்கும் அப்பால் ஏதோ ரகசியமான ஒன்றிடமிருந்து அவனுக்கான சக்தியைப் பெற்றான் என அவர்கள் நம்பினார்கள். "எங்கே என்னுடைய குறிப்பேடு?" அவள் எழுந்துகொள்கிறாள். சில கணங்கள் முன் அவளுள் உண்டான அத் துன்பம் அவளுக்குள்ளாக அடர்ந்து அடர்ந்து கடைசியில் வெடிக்கிறது: "அவ்ரம், எங்கே அந்தக் குறிப்பேடு? அதை எங்கே வைத்தேனென்று

பார்த்தீர்களா?" அவள் முதுகுப்பைக்குள் துழாவுகிறாள், அங்கே இல்லை. இல்லையா? அவ்ரமின் பைக்குள்ளும் பார்க்கிறாள், அவ்ரமுக்கு கோபம் தலைக்கேறுகிறது.

எச்சரிக்கையுடனே கேட்கிறாள்: "அது உங்கள் பொருட்களோடு கலந்துவிட்டிருக்குமோ?"

"அதை எடுத்து நான் அங்கே வைக்கவில்லையே, பையைத் திறந்து பார்க்கக்கூட இல்லை."

"நான் பார்க்கலாமா?"

எந்த உணர்ச்சியுமின்றித் தேள்களைக் குலுக்கிக்கொள்கிறான்: அது என்னுடையதல்ல அதில் எனக்கு எந்தச் சம்பந்தமுமில்லை, அவனது தோள்கள் சொல்கின்றன. எழுந்து பையைவிட்டு விலகி நடக்கிறான். கொக்கிகளை ஜிப்புகளை, முடிச்சுக்களை அவள் அவிழ்க்கிறாள். மேலேயிருந்து உள்ளே என்ன இருக்கிறது என ஆராய்கிறாள். வீட்டில் ஓஃபருடன் சேர்ந்து அதற்குள் அடுக்கிவைத்த நிலையிலேயே பெரும்பாலான பொருட்கள் இருக்கின்றன. தன் முதுகில் அந்தப் பையை சுமந்து வந்த இத்தனை நாட்களும் அவற்றில் எதுவும் கலையாமல் அவன் பார்த்துக் கொண்டிருக்கிறான்.

அவர்கள் இருவருக்கும் நடுவே அந்தப் பை விரியத் திறந்து கிடக்கிறது. துணிக்குவியலின் மேலாக ஓஃபர் மடித்து வைத்தவாறே அந்த சிவப்பு "மிலானோ" டி–ஷர்ட் இருக்கிறது. பார்த்தவுடனே குறிப்பேடு அங்கு இல்லையென்பது அவளுக்குத் தெரிந்துவிட்டது, ஆனால் மறுபடி அவளால் பையை மூட முடியவில்லை.

"இங்கே நிறைய நல்ல துணிகள் இருக்கின்றன," உணர்ச்சியற்ற குரலில் அவனுக்கு உபயோகமான அந்தத் தகவலைத் தெரிவிக்கிறாள். "காலுறைகள், சட்டைகள், குளிப்பறைப் பொருட்கள்."

"என்மேல் நல்ல வாசமடிக்கவில்லையோ?"

"நீங்கள் எங்கே இருக்கிறீர்கள் என்பதை எப்போதுமே நான் அறிந்து கொள்வேன்."

"ஓ." ஒரு கையை உயர்த்தி அக்குளை முகர்ந்து பார்க்கிறான். "கவலை வேண்டாம், ஏதேனும் நீருற்று அல்லது தண்ணீர்க் குழாய் எதிர்ப்படும், பிறகு எல்லாம் சரியாகிவிடும்." அவன் குரல் உறுதியற்று ஒலிக்கிறது. முகாம் பொறுப்பாளரிடம் தான் ஏன் மற்ற சிறுவர்களோடு சேர்ந்து குளிக்கவில்லையென்பதற்கான பொய்யான காரணத்தைச் சொல்லும் சிறுவனின் தந்திரம் அதில் தெரிகிறது.

"நல்லது, உங்கள் விருப்பப்படியே." அவள் ஆழ மூச்சை உள்ளிழுத்துக் கொள்கிறாள். அவள் விரல்கள் தம் போக்கில் ஓஃபரின் பைமீது ஊர்கின்றன.

"எப்படிப் பார்த்தாலும் அவனது உடைகள் எனக்குச் சரியாக இருக்காதே."

“சில உடைகள் சரியாக இருக்கும். கால்சராய்கள் நிச்சயம் பொருத்தமாக இருக்கும். அவன் நல்ல பருமனானவன். அதோடு இங்கே இருப்பவை அவனது உடைகள் மட்டுமல்ல.” புருவத்தை உயர்த்தியவாறு இப்போதும் பையைத் தொடாமல் கண்களாலேயே ஆராய்கிறாள். “ஆடம், இலனின் சட்டைகளும் இருக்கின்றன. ஓஃபரின் ஷர்வால்கள் ஒரு ஜோடி இருக்கின்றன, சினாய் போகும்போது அவன் அணிபவை. அவற்றை நிச்சயம் நீங்கள் அணிந்துகொள்ளலாம், தொளதொளவென்று இருக்கும்.” பிறகு மெல்லச் சொல்கிறாள்: “ஓஃபரது சுபாவம் ஒன்றும் உங்களுக்குத் தொற்றிக்கொள்ளாது.”

“ஆனால் ஆடம், இலனின் சட்டைகள் எதற்கு?”

“அவனது விருப்பம் அது. நடைபயணத்தின்போது அவர்கள் இருவருக்குள்ளும் தன்னை இருத்திக்கொள்ள அவன் விரும்பினான்.” அவர்கள் மூவரும், தனது ஆண்கள் மூவரும், உள்ளாடைகளைக்கூட தங்களுக்குள் மாற்றிமாற்றி அணிந்துகொள்வர் என்பதைச் சொல்ல வந்தவள் தன்னையே கட்டுப்படுத்திக்கொள்கிறாள்.

ஓஃபர் ஒழுங்குபடுத்தியிருந்ததை கலைக்க அஞ்சியவளாய்த் தயக்கத்துடன் கையை பைக்குள் விடுகிறாள். பிறகு ஆழத் துழாவுகிறாள். இப்போது இரண்டு கைகளும் உள்ளே ஊடுருவுகின்றன, துளைத்துச் செல்கின்றன, ஒரு வாரமாக வெயிலில் சூடேறிய துணிகளைக் கைக்கொள்ளுமளவு எடுக்கிறாள், ஜோடியாகப் பிணைக்கப்பட்ட காலுறைகள் கைகளில் தட்டுப்படுகின்றன, உடன் அவை ஒரு ஜேப்படித் திருடனுக்குரிய விரைவுடன் உள்ளே இடுக்கில் சென்று ஒளிகின்றன, இங்கே ஒரு துவாலை, அங்கே ஒரு கைவிளக்கு, செருப்புகள், உள்ளாடைகள், டி–ஷர்ட்டுகள். அவளது பார்வை வரம்புக்கும் அப்பால் பையின் ஆழத்தில் விரல்கள் துழாவுகின்றன, கிடைப்பவற்றையெல்லாம் எடுக்கின்றன. விசித்திர உணர்வொன்று அவளுள் பரவுகிறது: அவனது ஆடைகள், அவனது ஓடுகள், ஒருவிதத்தில் அவனது அகம், வெம்மையும் ஈரமுமாய். அவள் குனிந்து பையில் முகத்தைப் புதைத்துக்கொள்கிறாள். நெருக்கி அடுக்கப்பட்ட, காற்றுப் புகாத சுத்தமான துணிகளின் வாசம். பயணத்துக்கு முந்தின இரவுதான் இருவரும் பொருட்களைப் பைக்குள் அடுக்கினார்கள். ‘வின்ட் இன் த வில்லோஸ்’ நாவலில் பெரும் யுத்தத்துக்கு முந்தினநாள் அவர்கள் வெகு சிரத்தையுடன் ஆயத்தங்கள் மேற்கொள்வதை நினைவுகூர்ந்தாள். ஓஃபர் சிறுவனாயிருந்தபோது அந்த நாவலைத் தொடர்ந்து மூன்றுமுறை அவனுக்கு வாசித்துக்காட்டியிருக்கிறாள்: அகழெலிக்கு ஒரு சட்டை, தேரைக்கு ஒருஜோடிக் காலுறைகள். அந்த உற்சாகச் சடங்கின்போது ஓராவால் சிரிப்பை அடக்க முடியவில்லை, ஆனால் ஓஃபர் தனக்கான ஒரு திட்டத்துடன் தந்திரமாக இருந்தான், அவளோடு இந்தப் பயணத்தில் தான் சேரப்போவதில்லை என்பதில் நம்பிக்கையாக இருந்தான், எனவே அவன்மட்டில் அந்த ஆயத்தம் பெரியவொரு பாவனையாக இருந்தது. எப்படி அவளை அவன் ஏமாற்றுவான்? ஏன், உண்மையில் அவன் ஏமாற்றினானா? ஒரு வாரம் முழுக்க அவளோடு கழிக்க வேண்டுமென்பது அவனுக்கு சுவாரஸ்யக் குறைவாக இருந்திருக்க வேண்டும். அவர்களிடையே பேச எதுவும்

இருக்காது, அல்லது மறுபடி அவள் தாலியாவைப் பற்றி அவர்களது பிரிவைப்பற்றிக் கேட்பாள், அல்லது ஆடமைப்பற்றிப் புலம்புவாள், அல்லது இலனுக்கு எதிராக அவனை அவள் பக்கம் இழுத்துக்கொள்ள முயற்சிப்பாள் – இது அவளுக்குத் தோன்றியதே இல்லை! – அல்லது மறுபடி அவனிடம் ஹெப்ராானைப்பற்றிக் கேட்பாள். ஆமாம் இதுதான் முக்கியக் காரணமாக இருந்திருக்கும்.

இந்த விவரங்கள் அவளுள் கசப்பை ஏற்படுத்துகின்றன. அக்கசப்பு அவள் தொண்டையில் மேலேறி வருகிறது. முகம் பைக்குள் புதைந்திருக்க அவள் கைகள் இருபுறமும் அதைப் பற்றியிருக்கின்றன. கடும் தாகத்துடன் கிணற்றிலிருந்து நீரை அருந்துபவளைப்போல ஒரு தோற்றம், ஆனால் அவளது புறங்கழுத்தின் மெல்லிய அழகிய எலும்புகள் தோலுக்கடியில் முறுக்கிக்கொள்வதைப் பார்க்கிறான் அவ்ரம். கட்டுப்படுத்த முடியாமல் அவள் தேம்புகிறாள், சிதைந்து கிடக்கும் அவளது வாழ்வு, அவளது குடும்பம், அவளது காதல், இலன், ஆடம், இப்போது அங்கேயிருக்கும் ஓஃபர் இவைபற்றிய கழிவிரக்கம், கடவுளே அப்படி ஆகிவிடக்கூடாது. இப்போது என்ன இருக்கிறது அவளிடம், இவையெல்லாம் அவளிடமிருந்து மறைந்துபோனால், அல்லது இவைகளாவே அவளிடமிருந்து தம்மை அறுத்துக்கொண்டு போனால், அற்புதமான அவளது தாய்மைக்கு என்ன அர்த்தம்? கோழைத்தனம் – இதுதான் அவளது தாய்மை. திறமைமிகு தரைத்துடைப்பான். இந்த இருபத்தைந்து வருடங்களில் அவள் செய்ததெல்லாம் அவர்கள் மூவரிடமிருந்தும் வெளியே கொட்டியதையெல்லாம், குடும்பமெனும் வெளியில் கடந்த மூன்று வருடங்களில் ஒவ்வொருவரும் ஒவ்வொரு வகையில் தொடர்ந்து அவளுள் துப்பியதையெல்லாம், துடைத்ததுதான். காரணம் அவர்கள் மூவர் சேர்ந்து அமைத்த குடும்பம் எனும் வெளியைவிட அவளது குடும்பவெளி அதிகப் பரப்புடையது. அவர்களிடமிருந்து எல்லா நன்மை தீமைகளையும் அவள் துடைத்தாள் – குறிப்பாகத் தீமைகளை, தன் சுய–தண்டிப்பை நீடித்தவளாய் கசப்புடன் நினைத்துக்கொள்கிறாள். பல விஷயங்களையும் திரித்துக்கொள்கிறோம், அவர்களுக்கும் தனக்கும் தவறிழைக்கிறோம் எனத் தெரிந்தும் அவள் அதைக் கைவிட மறுக்கிறாள், எல்லாத் திசையிலும் பறக்கும் அந்தக் கசப்பை வெளித்துப்புகிறாள்: உடலினதும் ஆன்மாவினதும் கழிவுகளை, அவர்களது குழந்தைப்பருவத்து விடலைப்பருவத்து வாலிபப்பருவத்து கூடுதல் சுமைகளை என எவ்வளவு நச்சுக்களை அமிலங்களை அவள் துடைத்து உறிஞ்சியிருக்கிறாள். ஆனால் யாரோ ஒருவர் அவற்றை உறிஞ்சித் துடைக்க வேண்டியிருந்தது இல்லையா? சட்டைகள் காலுறைகளுக்குள் முகம் புதைத்து அழுகிறாள், சிறிய நாய்க்குட்டிகளைப்போல அவை ஆறுதலாய் அவள் முகத்தோடு ஒட்டிக்கொள்கின்றன – மிருது, எவ்வளவு மிருதுவாக இருக்கிறது இந்தத் தொடுகை, எவ்வளவு மிருதுவாக இருக்கிறது இந்தச் சலவைவாசம், அவற்றின் மெலிதான கேலியைத் தாண்டியும் எத்தனை மிருதுத்தன்மை: ஒன்றரையணா பெண்ணியவாதி, பெண் விடுதலைக்கு இழுக்கானவள், அவள் தோழி ஏரியலா அவளை வாங்கச்சொல்லி வலியுறுத்தும் புத்தகங்களிலிருந்து வெளிப்படும் நியான் ஒளிர்வின் மீதான கறை அவள். அப்புத்தகங்களை சில பக்கங்களுக்கு மேல் அவளால் வாசிக்க

முடிந்ததில்லை. தீர்க்கமான, அறிவார்ந்த, கொள்கைப்பிடிப்புள்ள, பெண்களால் “சொல்லாகவும் அதன் பொருளாகவும் பெண்குறியின் இருமை,” அல்லது “ஆண்களால் புதிராக்கப்பட்டுத் தீர்மானிக்கப்பட்ட வெளியாகப் பெண்குறி,” போன்ற வரிகளைக்கொண்டு எழுதப்பட்ட புத்தகங்கள். உடனே இவ்வரிகள் பலவீனமான சுயமற்ற அவள் சிந்தனையுள் இயந்திரங்களையும், கலக்கி, எந்திரத் துடைப்பான், கோப்பைக் கழுவி ஆகிய வீட்டு உபயோகச் சாதனங்களையும் ஓசையுடன் ஓடவிடும். அவர்களுக்கும் அவர்களது நியாயமான போராட்டத்துக்கும் அவளது பலவீனமான இருப்பே ஒரு பெருத்த அவமானம் என அப்பெண்கள் நினைத்தனர். நாசமாய்ப் போகட்டும் பெண்ணியம், அந்தக் கண்ணீரிலும் சற்றே சிரிக்கிறாள். அது மிகவும் வெளிப்படை, தன் முகத்தை நெருக்கும் ஒரு டி–ஷர்ட்டிடம் விவாதிக்கிறாள். வடிகால் மற்றும் பாசனம், தூய்மை யாக்கல் மற்றும் உப்பு நீக்குதல் என அவளே உருவாக்கித் தொடர்ந்து சுத்திகரிப்புச் செய்துகொண்டிருந்த அந்த வழிமுறைகள் இல்லாவிடில், அவளது முடிவில்லாத விட்டுக்கொடுத்தல்கள், தொடர்ந்து தன் சுயமரியாதையைக் காவு கொடுத்தது, சிலசமயம் அடிபணிந்து போனது – இவையெல்லாம் இல்லாவிடில், அவள் குடும்பம் நீண்ட நாட்களுக்கு முன்பே குலைந்து போயிருக்குமா? நிச்சயமாக? இல்லை அப்படி ஆகியிருக்காதா, யாருக்குத் தெரியும்? இருந்தும் இத்தனை வருடமும் இந்தக் கேள்வி எப்போதுமே அவளைச் சுற்றி வந்தது: அவள் மட்டும் அவர்களது கழிவுத்தொட்டியாக அல்லது இடிதாங்கியாக – இது சற்றே குறைந்த அவமானமும், சற்றே மேலானதும் அழகானதுமான வார்த்தை – இருக்க முன்வராது போயிருந்தால் என்னவாகியிருக்கும்? இந்தச் சோர்வூட்டும் நன்றி எதிர்பார்க்க முடியாத வேலையை ஏற்றுக்கொள்ள யார் முன்வந்திருப்பார்கள்? அதேநேரம் இந்த வேலையின் திருப்தி நம்பமுடியாத வகையில் ஆழமானது, குடலின் ஆழங்கள் வரையும், கருப்பையின் வாயில்வரையும்–நினைக்கும்போதே என் கருப்பை வளைந்து நிற்கிறது – சென்று மறைந்திருப்பது. அந்த மூவருக்கும் இதுபற்றித் தெரியாது, எப்படி அவர்களுக்குத் தெரியும்? கோபம், வெறுப்பு, வஞ்சகம், அவமானம் அல்லது ஒவ்வொரு காலகட்டத்திலும் அம்மூவரில் ஒருவரது கணநேரத் துன்பம் என்ற இடியை அடக்கித் தரையில் புதைத்ததும் அவள் மனதின் இடுக்குகள் வழி பரவும் இனிமையைப்பற்றி அவர்களுக்கு என்ன தெரியும்? துவைத்த துணிகளிடம் இன்னும் கொஞ்சம் அழுகிறாள், கண்ணீரில் அவளது துயரம் கொஞ்சம் தணிகிறது. டி–ஷர்ட்டில் முகத்தைத் துடைத்துக்கொள்கிறாள். அது ஜெரிக்கோவுக்கு அருகேயிருந்த ராணுவத் தளத்தில் பணி முடித்தபோது ஓஃபரின் படையணியினர் அனைவருக்கும் வழங்கப்பட்ட டி–ஷர்ட், நெபி மூஸா – ஏனென்றால் நரகம் உருவாகிக் கொண்டிருக்கிறது என அதில் எழுதியிருந்தது. இப்போது ஆறுதலாக உணர்கிறாள், சற்றே புத்துணர்வு அடைந்தாற்போலும். சிறிய தீவிரமான அழுகைக்குப்பின் அப்படி உணர்வாள். அது உடலுறவுக்குப்பின்போல, பத்து அல்லது இருபது வேக நுழைவுகள், பிறகு வெடிப்பு. எப்போதும் அப்படித்தான், தாமதமோ குழப்பங்களோ கிடையாது. இப்போது மேகம் விலகிவிட்டது. மறுபடி பைக்குள் நுழைந்து கைநிறைய அவன் உடைகளை எடுத்து அவ்ரமின் முன்பாக கலைத்துப் போட வேண்டும், புதர்கள்மீதும்

பாறைகள்மீதும் வீச வேண்டும், அவனது உடைகளிலிருந்து – அவனது உயரம் அகலம் உள்ளிட்ட அளவுகளிலிருந்து அவனை உருவாக்க வேண்டும். அவள் உடலில் பரவசம் படபடக்கிறது: உண்மையிலே அவள் தீவிரமாக முயன்றால் – உறுதிமொழிகளாலும் விருப்பங்களாலும் பின்னிய மெல்லிய வலையின் மீதமைந்த இப்பயணத்தில் எல்லாமே சாத்தியம் என ஒரு கணம் அவள் நம்புகிறாள் – அவனை அங்கிருந்து வெளியே இழுத்துவிட முடியும், இந்த முதுகுப்பையின் ஆழத்திலிருந்து கைகால்களை முறுக்கிக்கொண்டிருக்கும் குட்டியான அற்புதமான ஓஃபரை அவள் பிரசவித்துவிட முடியும். கடைசியாக ஒரு ராணுவத் தொப்பியை, தளர் கால்சராயொன்றை, அந்த ஷர்வால்களை எடுத்துக்கொள்கிறாள். கிராமத்து ரொட்டிக்கடைக்காரர் பாத்திரம் நிறைய மாவினுள் தோள்வரை கைகளை விட்டுப் பிசைவதுபோல தன் கைகளை இந்த ஆடைகளுக்குள் விட்டுத் தன் குழந்தையை அவற்றின் துணியிழைகளைப் பிசைந்து உருவாக்குகிறாள். ஆனால் அது அவனது உடமைகளைப் பறித்துக்கொள்வதும் போலத்தான் இல்லையா, இந்த எண்ணம் அவளது மகிழ்ச்சியைக் குலைக்கிறது, முகவாய்க்கட்டை முதுகுப்பையின் விளிம்பில் அழுந்தியிருக்க, அவளது முகம் சூடான காலுறைகளில் புதைந்திருக்க அப்போதுதான் அவள் நினைவுக்கு வருகிறது, அஞ்சிய கண்களுடன் அவ்ரமை உற்றுப்பார்க்கிறாள்: "பாருங்கள், எப்படிப்பட்ட முட்டாள் நான், குறிப்பேட்டை அங்கே வைத்துவிட்டேன்."

"எங்கே?"

"அங்கே, கீழே. நாம் உறங்கிக்கொண்டிருந்த இடத்தில்."

"எப்படி?"

"காலையில் நீங்கள் எழுந்திருக்கும் முன்பாக கொஞ்சம் எழுதிக் கொண்டிருந்தேன், எப்படியோ அதை மறந்துவிட்டேன்."

"அப்படியானால் நாம் திரும்பிப் போவோம்."

"திரும்பிப் போவோமென்றால்?"

"நாம் திரும்பிப் போகிறோம்," என்ற அவ்ரம் நிமிர்ந்து உட்காருகிறான்.

"இது நிஜமான ஒரு நடைபயணம்."

"இருக்கட்டுமே?"

அவள் மூக்கைச் சிந்துகிறாள். "நானொரு முட்டாள்."

"ஒன்றும் பிரச்சனையில்லை, ஓரா. ஒன்றும் பிரச்சனையில்லை." அவன் புன்னகைக்கிறான். "நாம் ஒரே இடத்தைத்தான் சுற்றிச்சுற்றி வந்து கொண்டிருக்கிறோம், பல நேரங்களில் ஒரு வாரத்துக்கு ஒரே இடத்தைச் சுற்றிவருகிறோம்."

அவன் சொல்வது சரிதான், மேலே செல்வதோ, திரும்பி நடப்பதோ, வழியைத் தவறவிடுவதோ அவனுக்கும் அவளுக்கும் ஒரு பெரிய விஷயமே இல்லை என்பதை உணர்கையில் அவளுள் வெதுவெதுப்பான நீர் அலையடித்துக் குமிழிடுகிறது. எப்படியிருந்தாலும் நகர்ந்தபடியிருக்க

வேண்டும், ஓஃபரைப் பற்றிப் பேசியபடி இருக்க வேண்டும். பைகளை மூடி இறுகக் கட்டுகிறார்கள். போத்தல்களில் நீர் நிரப்பிக்கொள்ள சிறிய ஒரு ராணுவத்தளத்தில் சற்றுநேரம் நிற்கிறார்கள். கண்காணிப்புக் கோபுரத்தில் இருக்கும் வீரர் சற்றே ஊசிப்போன துண்டமிட்ட ரொட்டியும் மூன்று அடைத்த டப்பாக்களில் டுனாவும் மக்காச்சோளமும் இரு கைநிறைய ஆப்பிள்களையும் தருகிறார். பைன் மரங்களைப் பற்றியபடி அவர்கள் ஆழ்ந்த சரிவில் நடக்கிறார்கள். அன்று காலை மலைப்பாதையில் தான் பார்த்த மனிதனை, அவனது நீண்ட கறுத்த அறிவு ஒளிவீசும் முகத்தைப்பற்றி நடுக்கத்துடன் நினைத்துப்பார்க்கிறாள் ஓரா. என்னையும் அவ்ரமையும் பற்றி அவன் என்ன நினைத்தானென்று யாருக்குத் தெரியும்? அவன் தனக்குள்ளாக எங்களைப்பற்றி என்ன கதையைச் சொல்லிக் கொண்டிருப்பான்? அச்சமுற்றவளாக அவள் சட்டென்று நிற்கிறாள், அவ்ரம் கிட்டத்தட்ட அவள்மீது மோதிவிட்டான்: "அவன் அந்தக் குறிப்பேட்டை எடுத்துப் படித்தானென்றால்?"

குறிப்பேட்டை இரண்டு பாறைகளுக்கிடையே வைத்தது அவள் நினைவுக்கு வருகிறது. காலையில் என் உறங்கும் பையைச் சுருட்டுகையில் அதை ஒரு நிமிடம் கீழே வைத்தேன், அப்படியே விட்டுவிட்டு வந்து விட்டேன். எப்படி அதை நான் மறந்தேன்?

"எத்தனை அதிர்ஷ்டசாலியாக இருந்தாலும் நாம் போவதற்குள் யாரும் அதைக் கண்டெடுக்க முடியாது," உரக்க, நன்றாகச் சத்தம் போட்டு அவள் சொல்கிறாள்.

அது அதிகாலையிலே நடந்தது. அவளும் அவ்ரமும் ஆற்றுப்படுகையில் நடந்துகொண்டிருந்தபோது மலைகள் பக்கமிருந்து அவர்களை நோக்கி நடந்துவந்த உருவத்தைப் பார்த்தனர். அதனாலேயே முதலில் இயல்பைவிட அவன் உயரமாகவும் தோன்றியிருக்கக்கூடும். தெரிபிந்த் கிளைகளூடாக வடிந்துகொண்டிருந்த விசித்திர வெளிச்சம் – புழுதிகலந்த மஞ்சள்வண்ண அதிகாலை ஒளி – அவனைக் கறுப்பாகவும் தெளிவின்றியும் காட்டியது. ஒருகணம் நின்று அந்த உருவத்தைப் பார்த்தாள் ஓரா. சூரிய வெளிச்சம் நேரே கண்ணில் விழும் காலைப்பொழுதில் எவ்வழியில் போகலாம் என யோசித்தபடியிருக்க நமக்கு எதிரில் ஒருவர் வரும்போது நீண்ட ஒல்லியான, ஜியாகோமெட்டி சிற்பம் போன்ற, ஒவ்வொரு அடி வைக்கும்போதும் கலைந்து மறுபடி ஒன்றுசேரும் உருவத்தின் புறவரி மட்டுமே நமக்குத் தெரிகிறது. அது ஆணா பெண்ணா, நம்மை நோக்கி வருகிறார்களா விலகிச் செல்கிறார்களா என்பதெல்லாம் தெரிவதில்லை. தனக்குப் பின்னால் கற்கள் சரியும் ஓசையைக் கேட்டாள், அவ்ரம் குதித்து முன்னே வந்து அவளுக்கும் அந்த அந்நியனுக்கும் முன்னே நின்றான், அந்த ஆள் அவர்களைக் குழப்பமாகப் பார்த்தான்.

அவ்ரமின் செய்கையும் அவளுக்குக் குழப்பமாக இருந்தது. அவள் எதிர்வினை ஏதும் காட்டாமல் நின்றாள். அவளுக்கும் முன்னால் வந்து நின்ற அவ்ரம் வேகமாக மூச்சுவாங்கினான், நெஞ்சு புடைத்துத் தளர்ந்தது, வேண்டுமென்றே அந்த மனிதனைப் பார்க்காமல் குனிந்து

கூழாங்கற்களைப் பார்த்தான். அப்போது அவன் ஒரு காவல்நாயைப் போலிருந்தான்: விசுவாசமாக, பிடிவாதமாக, தீவிரமாக, தனது எஜமானியைப் பாதுகாத்தபடி.

அவ்ரம் வழியை மறித்து நின்றதால் அவர்கள் இருவரும் ஒருவரை யொருவர் பார்த்தனர். அந்த அந்நியன் தொண்டையைச் செருமி எச்சரிக்கையுடன் காலை வணக்கம் சொன்னான். "காலை வணக்கம்." பலவீனமான குரலில் ஓரா பதில் வணக்கம் சொன்னாள். "நீங்கள் அங்கே, கீழேயிருந்து வருகிறீர்களா?" அந்த ஆள் சம்பிரதாயமாகக் கேட்டான், ஓரா ஆமென்று தலையாட்டினாள். அவளும்கூட அவனைப் பார்க்காமலே பேசினாள். ஒரு எளிய அற்பமான தொடர்பை ஏற்படுத்திக் கொள்ளக்கூட அவளிடம் வலுவில்லை. அவ்ரமுடன் சேர்ந்து நடக்கவும் ஓஃபரைப்பற்றி அவனுடன் பேசவும் மட்டுமே விரும்பினாள். மற்ற யாவுமே திசைதிருப்பல்கள், சக்தியை வீணாக்கும் செயல்கள். "வருகிறோம்," என்றவள் அவ்ரம் நடையைத் தொடரக் காத்திருந்தாள். ஆனால் அவ்ரம் நகரவில்லை. அந்த ஆள் தொண்டையைச் செருமி, "உச்சிக்குப் போனதும் அங்கே அற்புதமான சில மலர்களைப் பார்ப்பீர்கள். ஸ்பைனி ப்ரூம் பூத்துச் செறிந்திருக்கும், ரெட்பட்களும் கூட." சோர்வாக அவனைப் பார்த்தாள் ஓரா: என்ன பேசுகிறான் இவன்? முட்டாள்தனமாக, பூக்களைப் பற்றி. அவனுக்கு அவளது வயதிருக்கலாம் அல்லது சற்று அதிகமாக, ஐம்பதுகளில் இருக்கலாம், வெயிலில் கறுத்து, திடமாக, கவலையற்ற முகத்துடன் இருந்தான். அவனது கண்களில் தன்னையும் அவ்ரமையும் அவள் பார்த்தாள். துயருறுவோர் போன்ற அவர்களது தோற்றமும், அவர்களைச் சுற்றிக்கொண்டிருந்த ஆபத்தும் அதில் தெரிந்தது. அவன் தனது முதுகுப்பையின் பட்டிகளை, குறிப்பிடத்தக்க அளவில் நீண்டு வளைந்திருந்த தன் கட்டைவிரல்களால் பிடித்தான், பையை அவன் இறக்கிவைக்க முயல்வது போலிருந்தது.

"ஆக, மலைப்பாதை வழியாக நடைபயணம் போகிறீர்கள்?"

"என்ன?" அவள் முணுமுணுத்தாள். "என்ன பாதை?"

"இஸ்ரேல் மலைப்பாதை." ஆரஞ்சு–நீலம்–வெள்ளை வண்ணங்களில் பாறை ஒன்றில் இடப்பட்டிருந்த அடையாளத்தைக் காட்டினான்.

"என்ன அது," தன் குரலை ஒன்றிணைத்துச் சொல்லவந்ததைக் கேள்வியாக்கும் வலு அவளிடமில்லை.

"ஓ, நான் நினைத்தேன் உங்களுக்கு ..."

"இந்தப் பாதை எங்கே போகிறது?" அவசரமாகக் கேட்டாள் ஓரா. ஒரேநேரத்தில் பல விஷயங்களை அவள் விளங்கிக்கொள்ள வேண்டி யிருந்தது. நீண்ட அவனது முகத்தை இரண்டாகப் பிளந்த அந்தப் புன்னகையை. அவனது பொலிவான ஆலிவ்நிற சருமத்தை. ஓராவுக்கும் அந்த ஆளுக்குமிடையே கட்டைகுட்டையாக மனிதச்சுவர்போல அவ்ரம் நின்ற விதத்தை. அந்த ஆளின் முதுகுப்பையின் பக்கவாட்டில் சுருட்டிச் செருகியிருந்த யெடியோத் செய்தித்தாள், அவனுக்குச் சற்றும் பொருத்தமற்றுத் தோன்றிய பார்ப்பவருக்கு எரிச்சலூட்டுவதாக இருந்த,

கழுத்தில் அவன் நூலில் கட்டித் தொங்கவிட்டிருந்த பெண்கள் அணியும் பெரிய கண்ணாடி – அவளுடையதைப் போலவே, ஆனால் நீலநிறம், அவளுடையது சிவப்பு – இவற்றையும்கூட அவள் விளங்கிக்கொள்ள வேண்டியிருந்தது. எல்லாவற்றுக்கும் மேலாக ஒருவாரமாக அவளும் அவ்ரமும் நடந்துகொண்டிருக்கும் இந்த எளிய அந்தரங்கமான பாதைக்கு ஒரு பெயர் இருக்கிறது என்றுவேறு சொல்கிறான். யாரோ இதற்குப் பெயர் வைத்திருக்கிறார்கள். சட்டென்று அவளிடமிருந்து எதுவோ பறிபோனது போல உணர்கிறாள்.

"இந்தப் பாதை நேரே எலாட்டுக்குப் போகிறது, அப்படியே தாபாவுக்கும், நாடு முழுவதும் செல்கிறது."

"இது எங்கே தொடங்குகிறது?"

"வடக்கிலிருந்து. டெல்–டேனுக்கு அருகில். ஒரு வாரமாக இந்தப் பாதையில் நடந்துவருகிறேன். கொஞ்சம் முன்னால் வருகிறேன், கொஞ்சம் பின்னால் போகிறேன். சுற்றிச்சுற்றி வருகிறேன். இந்தப் பூக்களையும் இதர விஷயங்களையும் கொண்ட இந்தப் பகுதியைக் கடந்துபோக விருப்பமே இல்லை, ஆனால் தொடர்ந்து போய்த்தான் ஆக வேண்டும், இல்லையா?" மறுபடி அவன் அவளைப் பார்த்துச் சிரித்தான். மெல்ல அவன் முகம் தன்னையே அவளுக்கு வெளிப்படுத்துவதாகத் தோன்றியது. இப்போது சட்டென்று வேகம் குறைந்துவிட்ட அவளது புலனுணர்வுக்கு ஏற்ற வகையில் அவள்முன் அம்முகம் தன்னைத் தீட்டிக் காட்டியது.

"நீங்கள் கீழே உறங்கினீர்களா?"

அவன் விடுவதாக இல்லை. ஏன் அவன் அங்கேயே நிற்கிறான்? அவளை ஏன் தொடர்ந்து நடக்கவிடாமல் செய்கிறான்? அவள் சங்கடமாகப் புன்னகைக்கிறாள், அவனிடம் கோபப்படலாமா – ஒரு அந்தரங்கமான, எரிச்சலூட்டும் நகைச்சுவை போன்ற அந்தப் பழைய கண்ணாடி, எல்லோரும் பார்க்கும் வண்ணம் அதை ஆட்டியாட்டி அவன் பேசிய விதம் – அல்லது அவனில் அவள் உணர்ந்த ஒருவிதமான இயல்பான உறுத்தாத மிருதுத்தன்மைக்குப் பதிலளிக்கலாமா?

"ஆமாம் அங்கே கீழே, நாங்கள் சும்மா ... எதுவரை இந்தப் பாதை போகிறது எனச் சொன்னீர்கள்?"

"எலாட்." தடித்த புருவங்களும் உறுதியான வெண்ணிற முடிகளும் இப்போது அவன் முகத்தில் சேருகின்றன.

"ஜெரூசலேம்?"

"அது ஏறத்தாழ இந்தப் பாதையில்தான் இருக்கிறது, ஆனால் அதற்கு நீங்கள் இன்னும் நீண்ட தூரம் போக வேண்டும்." அவன் புன்னகைத்தான். ஒவ்வொரு வாக்கியத்தின் முடிவிலும் அவன் புன்னகைத்தான். பளிச்சென்ற வெள்ளைப் பற்கள், முழுமையான கறுத்த உதடுகளை அவள் பார்த்தாள், கீழுதட்டின் நடுவில் ஒரு வெட்டு இருந்தது. கட்டுப்படுத்தப்பட்ட ஒரு கோபத்தை அவ்ரமின் உடலில் அவள் உணர்ந்தாள். அந்த ஆள் அவ்ரமை எச்சரிக்கையுணர்வுடன் பார்த்தான். "உங்களுக்கு ஏதாவது தேவையா?"

அவன் கேட்டான், அவள்மீது அவன் அக்கறைகொண்டு கேட்பதை அவள் உணர்ந்தாள், அவள் ஏதோ பிரச்சனையில் இருக்கிறாள், அவளை அவ்ரம் கடத்திக் கொண்டுபோவதாகக்கூட எண்ணியிருக்கக்கூடும்.

"இல்லை." அவள் நிமிர்ந்து எவ்வளவு முடியுமோ அவ்வளவு கவர்ச்சியாகப் புன்னகைத்தாள். "எங்களுக்குப் பிரச்சனை எதுவுமில்லை. உண்மை என்னவென்றால் இந்தப் பாதையை நாங்கள் இன்னும் முழுமையாக அறியவில்லை."

கலைந்துகிடந்த தன் தலைமுடியை இரண்டு கைகளாலும் படிய வைத்தாள்–காலையில் புறப்படும் முன் தலையை அவள் வாரக்கூட இல்லை. கடந்த ஒரு வருடமாக முடிக்குச் சாயம் பூசக்கூடாது என்ற அவளது உறுதிப்பாட்டின் மீதாக அவளுக்குச் சற்று வருத்தமிருந்தது. வேகமாக விழியின் ஓரங்களைத் துடைத்துக்கொண்டாள், உதட்டோரங்களில் உணவின் எச்சம் எதுவும் இல்லையென்பதை உறுதிசெய்துகொண்டாள்.

"காபி தயாரிக்கப் போகிறேன். உங்களுக்கு வேண்டுமா?"

அவ்ரம் சீற்றத்துடன் வேண்டாம் என்றான். ஓரா பதிலேதும் சொல்லவில்லை. அவள் கொஞ்சம் காபி அருந்தியிருப்பாள். அந்த ஆள் நன்றாகவே காபி தயாரிப்பான் என்று அவள் நினைத்தாள்.

"உங்களை ஒன்று கேட்கலாமா?"

"என்ன?"

"இது என்ன இடம்?"

"இதுவா? இது கெதெஷ் ஆறு." அவன் மறுபடியும் புன்னகைத்தான். "நீங்கள் எங்கே இருக்கிறீர்கள் என உங்களுக்குத் தெரியவில்லையா?"

"கெதெஷ் ஆறு," அந்த வார்த்தைகளில் ஏதோ மந்திரம் இருப்பது போல வாய்க்குள்ளாக முணுமுணுத்துக்கொண்டாள்.

"இயற்கையுடன் இருப்பது நல்லது," உற்சாகப்படுத்தும் விதமாகச் சொன்னான்.

"ஆமாம்." தலைமுடியைச் சரிசெய்வதைக் கைவிட்டாள். அதனால் என்ன பெரிய வித்தியாசம் ஏற்பட்டுவிடப் போகிறது? மறுபடி அவனை அவள் பார்க்கப்போவதே இல்லை.

"செய்திகளிலிருந்து கொஞ்சம் விலகியிருப்பது நல்லது," என்றவன் மேலும் சொன்னான், "குறிப்பாக நேற்றிலிருந்து."

எச்சரிக்கைக் குரைப்புப்போல அவ்ரமிடமிருந்து ஒரு ஓசை வெளிப்பட்டது. அந்த ஆள் ஓரடி பின்னே வைத்தான், அவன் கண்கள் இருண்டன.

ஓரா அவ்ரமின் முதுகின்மீது கைவைத்தாள், தன் தொடுகையால் அவனை அமைதிப்படுத்தினாள்.

"செய்தி எதுவும் வேண்டாம்," அவ்ரம் அறிவித்தான்.

“சரி,” கவனமாகச் சொன்னவன், “நீங்கள் சொல்வதும் சரிதான், இங்கே செய்திகளுக்கு என்ன அவசியம்?” என்றான்.

“நாங்கள் தொடர்ந்து போக வேண்டும்,” அவனைப் பார்க்காமலே சொன்னாள் ஓரா.

“நிச்சயமாக உங்களுக்கு எதுவும் தேவையில்லையா?” அவன் கண்கள் அவளது முகத்தை ஆராய்ந்தன. அவன் விரல்களில் ஒன்று, இப்போதும் முதுகுப்பையின் பட்டியைப் பற்றியிருந்த அந்த விரல், அவள் உதடுகளை வருட எத்தனிப்பதை அவளால் உணர முடிந்தது.

“எங்களுக்கு நிஜமாகவே எதுவும் தேவையில்லை.” அவள் மறுபடியும் சொன்னாள். நேற்று வந்த செய்தி என்னவென்று கேட்பதைக் கட்டுப்படுத்திக் கொள்ள அவளால் முடிந்ததெல்லாம் இதைச் சொல்வதுதான். பெயர்களை அவர்கள் அறிவித்துவிட்டிருக்கும் பட்சத்தில்.

அவ்ரம் தன்னையே பெயர்த்து எழுந்து அம்மனிதனைத் தாண்டிப் போனான். தலை குனிய ஓராவும் அவனைக் கடந்துபோனாள்.

“நானொரு மருத்துவர்,” ஓராவுக்கு மட்டும் கேட்கும்படி மெல்ல அவன் சொன்னான். “உங்களுக்கு ஏதாவது தேவைப்பட்டால்.”

“மருத்துவரா?” அவள் தயங்கி நின்றாள். அவளிடம் ரகசியச் செய்தியொன்றை அவன் சொல்ல முயல்வதாக நினைத்தாள். ஒருவேளை ஓஃபருக்கு மருத்துவர் தேவை என்பதைக் குறிப்புணர்த்துகிறானா?

“குழந்தைநல மருத்துவர்,” என்றான். அவனுடையது மென்மையான இனிமைகூடிய பாடகனுக்குரிய குரல். அவளைப் பார்க்கையில் அவன் கண்கள் இருண்டு அவள்மீதே நிலைகுத்தி நின்றன. அவள்மீது அவனுக்கு அக்கறை என்பதை உணர்ந்தாள், அவளது சருமம் அவனுக்குப் பதிலிறுத்தது. இந்த நெகிழுணர்விலிருந்து உடனே தன்னையவள் அறுத்துக்கொண்டு வரவேண்டியிருந்தது.

“மன்னிக்கவும் இது உகந்த நேரமில்லை,” குசுகுசுப்பாக அவனிடம் சொன்னாள்.

மேல்நோக்கி ஆற்றுப்படுகையில் நடந்தனர், அவ்ரம் முன்னால், அவள் அவனுக்குப் பின்னால். அவளது முதுகில் அந்த மனிதனது துளைக்கும் பார்வையை உணர்ந்தாள். அந்தச் செய்தி என்னவாக இருக்கும், எந்தளவு அது மோசமான செய்தி என யூகிக்க முயன்றபடியிருந்தாள். இன்னும் அங்கே எதுவும் முடிவுக்கு வரவில்லை என்பது மட்டும் தெளிவு. இந்தமுறை அது நீண்ட ஒன்றாக இருக்கும். நிலைமை மோசமாகிக்கொண்டிருக்கிறது, சீர்கெட்டுக்கொண்டிருக்கிறது என அவள் நினைத்தது உறுதியானது. அதேநேரம் பின்பக்கத்திலிருந்து அவளை – அது அவளது ஈர்ப்பான பகுதியல்ல, பின்னாலிருந்து பார்க்க அவள் அழகானவள் என யாரும் அவளை நம்பச் செய்ய முடியாது – அந்த மனிதன் உற்றுப் பார்த்துக் கொண்டிருப்பது எவ்வளவு எரிச்சலாக இருக்கிறது. அங்கே நிலைமை தீவிரமடைந்துகொண்டிருக்கையில் தான் இதுபோன்ற முட்டாள்தனமான விஷயங்களால் எரிச்சலுக்கு உள்ளாவதை நினைத்து வெறுப்புற்றாள்.

அந்த மனிதனுடன் நடந்த சிறுசந்திப்பை மனதில் திரும்ப ஓடவிட்டபடி அவள் ஆற்றுப்படுகையில் கோபமாக நடந்தாள், அவ்ரமின் மந்தத்தன்மை அவளது அசைவுகளில் தோற்றத்தில் கொஞ்சம் ஒட்டிக்கொண்டதுபோல உணர்ந்தாள். இயல்பிலே அவளுக்கு அமைந்த, ஒரு மேனாமினுக்கிபோல நட்பார்ந்த அந்நியர்களிடம் சிறு உரையாடலில் ஈடுபடும் திறமைக்கு அது இடையூறாக இருந்தது. பாதை அடுத்த வளைவை நெருங்கும் முன்பாக, சற்றே சுயகண்டிப்பும் தனது ஆழத்தில் தன்மீது அவள் கொண்டிருந்த பெருமையும் இருந்தபோதும்கூட ஒருமுறை பின்னால் திரும்பிப் பார்க்க வேண்டும் என்ற ஆவலை அவளால் கட்டுப்படுத்த முடியவில்லை. அவர்கள் அவனைக் கடந்துவந்த இடத்திலேயே, தீவிர பாவத்துடன் கூர்ந்து கவனித்தபடி அவன் நின்றுகொண்டிருப்பதைக் கண்டாள். கவலை தோய்ந்த அவனது முகத்தைப் பார்த்தது. சிடுசிடுவென்றிருந்த அவள் முகம் தழைந்து அதில் ஒரு ஆச்சரியப் புன்னகை பூத்தது, தன்னைப் பார்த்து அவன் தலையசைக்கக்கூடச் செய்யலாம் என அவள் நினைத்தாள்.

சுத்தமாகத் துடைக்கப்பட்டது போலிருந்த ஆற்றுப்படுகையை நீங்கியபின், பளிச்சென்ற காலை வெளிச்சம் நிறைந்த பாதையை அடைந்து மௌனமாக நடக்கத் தொடங்கினர். மின்னல்போல அந்த அந்நியனுக்கு முன்னால் குதித்த அவ்ரமை நினைத்து அவள் வியந்தபடியே வந்தாள். எப்பாடு பட்டாகிலும் இந்தப் புறஉலகிடமிருந்தும் அதன் பிரதிநிதிகளிடமிருந்தும் அங்கே நடந்துகொண்டிருப்பவைபற்றி உள்கசியக்கூடிய துளியளவு செய்தியிடமிருந்தும் அவளைக் காப்பாற்ற உறுதிபூண்டவன்போல அவன் நடந்துகொண்டான். அவன் தன்னையும் பாதுகாத்துக்கொள்ள வேண்டும் என அவள் நினைத்தாள், ஆனால் அது அவனுக்குப் புரியாது. அவனது மரக்கறி உணவுமுறை, படுக்கைக்கு மேலே சுவரில் வரைந்திருந்த கோடுகள், ஓஃபர் பணியிலிருந்து விடுவிக்கப்படும் நாள் எது எனக் கேட்டு அவளுக்குத் தொலைபேசி செய்தபோது அவன் குரலில் தெரிந்த உற்சாகம்: "முடிந்ததா?" எனக் கேட்டான், "அவனது ராணுவப் பணி முடிந்ததா?" ஓஃபர் பணியிலிருந்து விடுவிக்கப்படுவதற்காக எப்படி அவன் காத்திருந்தான், அந்த மூன்று வருடங்களும் தினந்தோறும் சுவரில் ஒவ்வொரு கோட்டின் மீதும் குறுக்காக ஒரு கோடிழுத்தபடி எவ்வளவு ஆர்வத்துடன் அதை எதிர்பார்த்திருந்தான் என்பது அப்போது அவளுக்கு விளங்கவில்லை.

வேகமாக அடியெடுத்து வைக்கிறாள். பாதை குறுகுகிறது, அவள் உயரத்துக்கு வளர்ந்த ஸ்பைனி ப்ரூம் புதர்ச்செடிகள்—அந்தப் பெயர் சரியாக அவள் நினைவுக்கு வருகிறது; அந்த ஆள் சொன்னானே—இருபுறமும் மஞ்சளாய்ப் பூத்து நிறைந்திருக்க அவற்றிலிருந்து மெலிதான மணம் கிளர்ந்து வருகிறது. குழந்தைகள் வரைந்தது போன்ற மஞ்சளும் வெள்ளையுமான சிறு சாமந்திகள், சிஸ்டஸ் குற்றுச்செடிகள், நீர்ப்பூங்கோரைகள், நாரையலகுப் பூக்கள் இவற்றுடன் எல்லோரும் விரும்பும் யூதேயா வைப்பர் மலர்கள். இத்தனை நாளும் இவற்றையெல்லாம் அவள் கவனிக்கவே இல்லையே—ஒருவேளை கவனித்தாளா? "அங்கே பாருங்கள்," கண்களும் மனமும் விரிய

சுட்டிக்காட்டுகிறாள்: "அந்த அற்புதமான இளஞ்சிவப்பு வண்ணத்தைப் பாருங்கள்—பூத்து நிறைந்த ரெட்பட் மரம்."

மலை தன்னைச் சுற்றிக் கள்ளிகளையும் எகிப்திய ஆனஸ்டி மலர் களையும் ஆடையாகக் கட்டியிருந்தது. ஸ்பைனி ப்ரூம் கிளையொன்றை ஒடித்து மலர்களைக் கசக்கி, முகர்வதற்காக அவ்ரமிடம் நீட்டுகிறாள். அவனது பெரிய, தொலைந்துபோன முகம் – இதை வைத்துக்கொண்டு நான் எதுவும் செய்ய விரும்பவில்லை, வாழ்வதற்கான எந்த அவசியமும் எனக்கில்லை என அவன் இலனிடம் இரைந்தது அவள் நினைவுக்கு வருகிறது – கிட்டத்தட்ட அவளது உள்ளங்கைக்குள் இறங்குகிறது. ஓஃபர் ராணுவத்திலிருந்த இந்த வருடங்களில்தான், இப்போது அவன் அங்கே யிருக்கும் இந்த நேரத்தில்தான், அவர்களோடு தன்னை இணைத்திருக்கும் அந்த ஒரேயொரு இழையும் அறுந்துவிடக்கூடாது – கடவுளே அப்படி நடக்கக்கூடாது – என்பதை அவன் உணர்ந்திருக்க வேண்டும் என்பது அவளுக்கு உறைக்கிறது. பிறகு மிகவும் தடித்த ஒரு கயிற்றினால், மரணத்தால் மட்டுமே அழிபடக்கூடிய ஒரு பந்தத்தால் வாழ்வோடு தான் பிணைக்கப் பட்டிருப்பதை உணர்வான். அவளது எண்ணங்களை உறுதிசெய்வதுபோல சத்தமாக அவள்மீது தும்முகிறான் அவ்ரம்.

"மன்னித்துக்கொள்," குழறலாகச் சொன்னபடியே அவள் நெற்றியிலும் மூக்கின் நுனியிலும் படிந்திருக்கும் சளி மற்றும் மகரந்தத் துணுக்குளைத் துடைக்கிறான்.

அவன் கையைப் பிடித்தபடி அவன் முகத்தைப் பார்த்துக் கேட்கிறாள், "இது உங்களுக்குப் பழக்கம்தானே?"

"எது?" என்றபடி சந்தேகத்துடன் அவளைப் பார்க்கிறான்.

"துர்ச்செய்தியிடமிருந்து தப்பித்து ஓடுவது. என்னைவிட ஆயிரம் மடங்கு இதில் பழக்கமுடையவர் நீங்கள், இல்லையா? வாழ்நாள் முழுக்க நீங்கள் துர்ச்செய்தியிடமிருந்து தப்பி ஓடிக்கொண்டிருந்தீர்கள்." அவன் கண்களை உற்றுப்பார்த்துத் தான் சொன்னது சந்தேகமற உறுதியானதுதான் என்பதைக் கண்டுகொள்கிறாள். அவன் கையை இறுகப்பற்றித் தாள ஒழுங்குடன் ஒவ்வொரு விரலாக மடக்குகிறாள்: "வாழ்க்கையெனும் துர்ச்செய்தியிடமிருந்து தப்பியோடுதல், ஒன்று. ஓஃபர் என்னும் துர்ச்செய்தி யிடமிருந்து தப்பியோடுதல், இரண்டு. துர்ச்செய்தியாகிய என்னிடமிருந்து தப்பியோடுதல், மூன்று."

இசைகேடான வகையில் அவன் தன் உதட்டை உறிஞ்சுகிறான். "இதை ஏற்றுக்கொள்ள முடியாது, ஓரா. இதென்ன நடைபாதையோர உளவியல் விளக்கம்?"

ஆனால் அவளுள் புதிதாய் ஊறிய வலு இருந்தது. "ஆனால் சில நேரங்களில் துர்ச்செய்திதான் உண்மையில் நாம் புரிந்துகொள்ளாத நல்ல செய்தி. ஒரு துர்ச்செய்தி காலம் போகப்போக நல்ல செய்தியாகி விடுகிறது, சொல்லப்போனால் நமக்குத் தேவைப்படும் மிக நல்ல செய்தியாகி விடுகிறது." அவனது கையைத் தன்னிடமிருந்து விடுவித்துப் பிரகாசமான

மஞ்சள் மொட்டுகள் நிறைந்த கிளையொன்றின்மீது மடக்கிவைக்கிறாள். "அவ்ரம், நாம் கிளம்பலாம்."

பாதையின் வலதுபுறம் உயரமான ஆன்ட்டெனா, அருவருப்பானதொரு கோட்டையின்முன் நீண்ட கம்பி வேலி. சோர்வூட்டும் கான்கிரீட் கட்டடங்கள், கண்காணிப்புக் கோபுரங்கள், வெளியே பார்க்கக் குறுகிய திறப்புகள் என பிரிட்டிஷ் மேண்டேட் காலத்து போலீஸ் தலைமையகம் போலக் காணப்பட்டது. "யேஷா கோட்டை," சிறு அறிவிப்புப் பலகையிலிருந்து ஓரா படிக்கிறாள். "இங்கிருந்து சீக்கிரம் கிளம்புவோம், எனக்குக் கோட்டைகளைக் காணும் மனநிலை இல்லை."

அவ்ரம் தயங்குகிறான். "ஆனால் இந்தப் பாதை . . . இங்கே பார் இந்தப் பாதை இந்த வழியாகத்தான் போகிறது."

"வேறு பாதை இல்லையா?"

அவர்கள் இங்குமங்கும் பார்க்கிறார்கள், வேறு பாதை எதுவும் தென்படவில்லை. ஒரேயொரு பாதை இருக்கிறது ஆனால் அதில் சிவப்பு வண்ணத்தில் குறியிட்டிருக்கிறது. ஆரஞ்சு—நீலம்—வெள்ளை குறியிட்ட பாதையில் போனால் ஜெருசலேத்துக்கு, வீட்டுக்குப் போகலாமென்று ஆற்றில் அவர்கள் பார்த்த அந்த மனிதன் சொன்னானே. கணநேரக் குழப்பத்துக்குப் பின் அவளே அதை ஆராய்ந்தாள்: வீட்டைவிட்டு ஓடிப்போகத்தானே நினைத்தாய்? ஏன் இப்போது—

அவ்ரமை நோக்கித் திரும்பி அவன் நெஞ்சில் விரலை வைத்து அதிகாரமாகச் சொல்கிறாள், "நாம் போகலாம், ஆனால் வேகமாக, நிற்கவே கூடாது, வழியில் ஏதாவது சொல்லிக்கொண்டு வாருங்கள்."

"என்ன?"

"இதுதான் என்றில்லை, சொல்லுங்கள், சொல்லுங்கள், எதைப் பற்றியென்று எனக்குத் தெரியாது, உங்கள் உணவகத்தைப் பற்றிச் சொல்லுங்கள்."

இவ்வாறு அவர்கள் வேகமாக நடக்கையில், மதுவிடுதியிலிருந்து அவன் வெளியேற்றப்பட்ட பிறகான இந்த இரண்டு ஆண்டுகளில் தெற்கு டெல் அவிவில் ஒரு இந்திய உணவகத்தில் வேலைபார்த்து வந்தது பற்றிய விஷயங்களை அவள் தெரிந்துகொண்டாள். தட்டுகள் கழுவும் ஒரு ஆள் அவர்களுக்குத் தேவைப்பட்டான். அவன் தட்டுகளைக் கழுவ விரும்பவில்லை, காரணம் அந்த வேலையில் யோசிக்க நிறைய நேரமிருந்தது, தரைகளைச் சுத்தம் செய்யவும் பொதுவான பிற துப்புரவு வேலைகளைச் செய்யவும் விரும்பினான். அவனும் அழுக்கும் பல வருடங்களாக இப்படித்தான் இருந்தார்கள் – இரண்டு விரல்களை ஒன்று சேர்த்து அழுத்திக்காட்டி அவன் சிரிக்கிறான். இடைவெளிவிட்டு சைப்ரஸ் மரங்களிலிருந்த அந்தத் தோட்டத்திலிருந்து அவளது கவனத்தை விலக்க முயல்கிறான், முடியவில்லை. இருபத்தெட்டு மரங்கள், ஒவ்வொன்றிலும் ஒரு மர பெயர்ப்பலகை, 1948 ஏப்ரல், மே மாதங்களில் அராபிய வீரர்களிட

மிருந்து இந்தக் கோட்டையைக் கைப்பற்றப் போராடி உயிர் துறந்த வீரர்கள் ஒவ்வொருவருக்கும் ஒரு சைப்ரஸ் மரம்.

"வேக்குவம் துடைப்பானைப் பயன்படுத்துவதும் எனக்குத் தோதாகப் பட்டது," அவ்ரம் சளசளவென்று பேசியபடியே வருகிறான், "சிறிய சுமை தூக்கும் வேலைகளும்கூட, ஏன் செய்யக்கூடாது? அங்கே எல்லா வேலைகளையும் செய்தேன், அது நன்றாகவே இருந்தது."

"நன்றாகவா?" அவனை ஓரக்கண்ணால் பார்த்துக் கேட்கிறாள். இந்த வார்த்தையை அவனிடமிருந்து கேட்டு நீண்ட நாட்களாகிறது.

"அங்கே எல்லோரும் இளைஞர்கள். சாந்தி."

"மேலே, மேலே சொல்லுங்கள்," என்றவாறே அவள் மோஷே தே பன்கினின் கவிதையொன்று எழுதப்பட்டிருந்த பலகையைக் கடந்தாள். மீசைவைத்த ஒரு சுற்றுலா வழிகாட்டி சுற்றுலாப் பயணிகளுக்கு உரக்க அதைப் படித்துக் காட்டிக்கொண்டிருந்தான். இவர்களெல்லாம் செவிடோ என நினைத்தவாறே கோபமாக நடையில் வேகம் கூட்டுகிறாள்; வழிகாட்டி ஏறத்தாழக் கூவுகிறார். அதை மலைகள் அவளிடம் எதிரொலிக்கின்றன.

எங்கள் பையன் – காட்டில் நிற்கும் பைன்
பழங்கள் முகிழ்த்திருக்கும் அத்திமரம்
எங்கள் பையன் – ஆழ வேரோடிய மிர்ட்ல்
ஆகக் காட்டமான அபினிச் செடி –

"நீங்கள் தொடருங்கள்," புகார் சொல்லும் பாவனையில் அவனிடம் கேட்கிறாள், "ஏன் நிறுத்திவிட்டீர்கள்?"

தொடர்ந்து வேகமாகச் சொல்ல ஆரம்பிக்கிறான் அவ்ரம்: "முழு உணவகமுமே ஒரு பெரிய அறை, இடையில் சுவர்களற்ற வெறும் தூண்கள் மட்டுமமைந்த அகன்றதொரு கூடம்போல, அழகான, தடைகளற்ற கட்டடம்." விலாவாரியான அதேநேரம் துல்லியமானதொரு சாட்சியத்தை அளிப்பவனைப்போல புருவங்கள் உயர அக்கட்டடத்தைப்பற்றி விவரிக்கிறான். இங்கிருந்து – இந்த பளிங்குச் சதுக்கத்திலிருந்து அவள் வெளியேற உதவும் நுட்பமான அந்தத் தகவல்களுக்கு அவள் மானசீகமாக நன்றி சொல்கிறாள். கல்லில் இருபத்தெட்டுப் பேரின் பெயர்கள் செதுக்கப் பட்டிருந்தது அவள் நினைவுக்கு வருகிறது, ஒரேயிடத்தில் பலரைப் புதைத்திருந்த புதைமேடொன்றும் இருந்தது. பதிமூன்று வயதாயிருந்தபோது பள்ளிச் சுற்றுலா ஒன்றில் இங்கு வந்திருக்கிறாள். குட்டைக்கால்சராய் அணிந்து அவர்கள்முன் நின்ற ஆசிரியர் புத்தகத்தின் ஒரு பக்கத்தை எடுத்து கணீரென்ற குரலில் வாசித்தார்: "நெபி யுஷா சாலையோரம் நிற்கும் ஒரு கோட்டை, இப்போது அது எல்லாக் காலத்துக்குமான அடையாளம்!" பளிங்குச் சதுக்கத்திலிருந்தபடி ஓரா ரகசியமாக ஒரு க்ளமென்டைன் ஆரஞ்சை உரித்தாள், ஆசிரியர் அவளை நோக்கிக் கத்தினார்: "உயிர் நீத்த வீரர்களுக்கு கொஞ்சமாவது மரியாதை காட்டு." அதே முட்டாள்தனத்துடனும் அறியாமையுடனும் இன்று பளிங்குச் சதுக்கத்தில் நின்றபடி ஒரு க்ளமென்டைன் ஆரஞ்சைத் தின்ன

முடிந்திருந்தால். செய்திகளிடமிருந்து சற்று விலகியிருப்பது நல்லது, அந்த மனிதன் சொன்னானே. குறிப்பாக நேற்றிலிருந்து. அவளுள் ஒரு ஓடை உடைத்துப் பெருகுகிறது, வெளியேற வழி தேடுகிறது, தனது பணியில் கருத்தாக இருக்கும் அவ்ரம் அவளை வாகனப் பழுதுநீக்கும் கடைகள், சரக்குந்து நிறுவனங்கள், மசாஜ் நிலையங்கள் நிறைந்த தெற்கு டெல் அவிவ் பகுதி ஒன்றுக்கு அழைத்துப் போகிறான். வளைந்து நெளிந்து செல்லும் அழுக்கான படிக்கட்டுகள் வழியாக அவளை இட்டுச் செல்கிறான். இரண்டாவது தளத்திலிருந்து படிக்கட்டுகளில் ஜமுக்காளம் விரிக்கப்பட்டிருக்கிறது, சுவர்களில் படங்கள், ஊதுவர்த்தி வாசம். "உள்ளே வா," என்கிறான், அவளுக்குத் திடீரென நினைவுக்கு வருகிறது: டூடு இங்குதான் கொல்லப்பட்டார். *பால்மாஹில் யாரும் விஞ்ச முடியாது / எங்கள் நாயகன், நாங்களிழந்துவிட்ட எங்கள் வீரன், டூடு"* என்ற பாட்டிலிருக்கும் டூடு. ஓஃபர் என்னும் பெயருக்கு மோனையாக ஒரு வார்த்தையைத் தேடி மூளையைக் கசக்குகிறாள்.

"அப்புறம் உள்ளே—" அவ்ரமின் குரல் அவனது லிட்டில் இந்தியாவில் எங்கோ ஒலிக்கிறது. "அந்தப் பெரிய அறை முழுவதும் தரைவிரிப்பு விரிக்கப்பட்டிருக்கிறது, நிறைய தாழ்மேசைகள், நீங்கள் பெரிய சொகுசு இருக்கைகளில் அமர்கிறீர்கள். உள்ளே வந்ததுமே அளவில் பெரிய கரிபடிந்த பானைகள் வைக்கப்பட்ட பெரிய எரிவாயு அடுப்புகளைப் பார்க்கிறீர்கள். கனமான பானைகள்."

அவர்கள் கோட்டையை விட்டு வெளியே வருகின்றனர், ஓரா பெருமூச்சு விடுகிறாள். நன்றியுடன் அவ்ரமைப் பார்க்கிறாள், அவன் மெல்லத் தோள்களைக் குலுக்குகிறான்.

வார்த்தைகள் அவனிடம் திரும்பிக்கொண்டிருக்கின்றன, மெலிதாக அவள் மனதில் இந்த எண்ணம் தோன்றுகிறது.

"சொன்னால் சிரிப்பாய், அங்கிருந்தவர்களிலே நான்தான் வயதானவன்," என்கிறான்.

"விளையாடாதீர்கள்," என மெல்லச் சொன்னபடியே விரைவாகத் திரும்பி அந்தக் கோட்டையைப் பார்க்கிறாள். "வாருங்கள், இங்கே சாலையைக் கடப்போம்."

"சத்தியமாக," நீண்டகாலம் முன்பு, அவன் வாழ்விலிருந்து அவள் விலகியிருந்த ஆண்டுகளில் யாரோ அவனை ஏமாற்றிவிட்டதற்கு மன்னிப்புக் கோருவதுபோல அவன் சிரிக்கிறான். உணவக உரிமையாளருக்கு இருபத்தொன்பது வயதுதான், சமையற்காரருக்கு இருபத்தைந்து. மற்றவர்களும்கூட சின்னப்பிள்ளைகள்தாம்." ஓரா எதையோ இழந்துவிட்டதுபோல உணர்கிறாள் – யாரென்றே தெரியாத சின்னப்பிள்ளைகள் பற்றி ஏன் இவன் இத்தனை சந்தோஷம்கொள்ள வேண்டும்?

"எல்லோரும் இந்தியாவிலிருந்து வந்திருந்த பட்டதாரிகள். நான் மட்டும்தான் அங்கு பட்டம் பெறாதவன். ஆனால் முன்பே அங்கு

வேலைபார்த்தவன்போல உணவகம் தொடர்பான எல்லாவற்றையும் அறிந்திருந்தேன். அங்கே அவர்கள் யாரையும் வேலையைவிட்டு அனுப்புவதில்லை. வேலையைவிட்டு அனுப்புவது என்ற விஷயமே அங்கு இல்லை."

சதைப்பற்றான கள்ளிச்செடி வரிசைகளினூடாக நடக்கிறார்கள், கூரையில் குவிமாடங்களமைந்த, சுவர்களில் மரங்கள் வளர்ந்துகொண்டிருந்த பெரிய கல்லறையொன்றைக் கடக்கிறார்கள். ஹுலா பள்ளத்தாக்கை நோக்கியிருக்கும் பெரிய அறைகளைச் சுற்றிலும் போர்வைகளும் பாய்களும் சிதறிக்கிடக்கின்றன, சில காலித் தட்டுகளும் கிடக்கின்றன. நெபி யுஷா–யெஹோஷுவா பென் நன்னுக்குப் படைக்கவென்று பக்தர்கள் கொண்டு வந்தவற்றில் மீந்துபோனவை.

"அங்கே வேலை செய்யும் சிலரால் வேறு எங்கும் வேலை தேடிக் கொள்ள முடியாது."

அவனை மக்களுக்குப் பிடித்திருக்கிறது, அவள் மனதுள் எண்ணிக் கொள்கிறாள். அந்த இடத்தில் அவன் எப்படி இருந்திருப்பான் எனக் கற்பனை செய்கிறாள். இருப்பவர்களிலே வயதானவன், பெரும் ஆச்சரியத்துடன், அதுவொரு அதிசயம் என்பதுபோலச் சொன்னானே. அவர்களிருவரும் ஏதோ இன்னமும் இருபதுவயது இளைஞர்கள் போலவும் சுற்றியுள்ளவை மட்டும் மாறியிருப்பது போலவுமல்லவா இருக்கிறது. பருத்த உடல், மெதுவாக இயங்கும் தன்மை, பெரிய தலை, இருபுறமும் தொங்கும் நீண்ட மெல்லிய தலைமுடி இவற்றுடன் அவனை அந்த அழகான இளைஞர்கள் மத்தியில் பார்க்கிறாள். நாடுகடத்தப்பட்ட ஒருவன் அல்லது ஒரு வீழ்ச்சியடைந்த பேராசிரியர்போல ஒரே நேரத்தில் கதியற்றும் பரிதாபமுமாகவும் தோன்றினான். ஆனாலும் யாரையும் அவர்கள் வேலையைவிட்டு அனுப்புவதில்லை என்ற விஷயம் அவளுக்கு நம்பிக்கையளிக்கிறது.

"சாப்பிட்ட பிறகு அவர்கள் கட்டண ரசீது தரமாட்டார்கள்."

"பிறகு எவ்வளவு பணம் செலுத்த வேண்டுமென்று எப்படித் தெரியும்?"

"நேரேபோய் என்னென்ன சாப்பிட்டோம் என்று சொல்ல வேண்டும்."

"நாம் சொல்வதை நம்புவார்களா?"

"நம்புவார்கள்."

"ஏமாற்றினால்?"

"வேறு வழியில்லை."

"நிஜமாகத்தான் சொல்கிறீர்களா?" சிறியதொரு வெளிச்சம் அவளுள் பாய்கிறது. "உண்மையில் இப்படியொரு இடம் இருக்கிறதா என்ன?"

"நான்தான் சொல்கிறேனே."

"இப்போதே என்னை அங்கு அழைத்துச் செல்லுங்கள்."

அவன் சிரிக்கிறான். அவளும் சிரிக்கிறாள்.

“இந்தியா அல்லது நேபாளத்தில் எடுக்கப்பட்ட புகைப்படங்களால் சுவர்கள் நிறைந்திருக்கும். படங்களை அவர்கள் மாற்றிக்கொண்டே இருப்பார்கள். இன்னொரு பக்கம், கழிப்பறைக்கு அருகில் மூன்று சலவை இயந்திரங்கள் எப்போதும் ஓடிக்கொண்டிருக்கும். தேவைப்படுபவர்கள் அவற்றை இலவசமாகப் பயன்படுத்திக்கொள்ளலாம். வாடிக்கையாளர்கள் சாப்பிட்டுக்கொண்டிருக்கையில் அங்கே பணிபுரியும் சில பையன்களும் பெண்களும் அவர்களிடம் சென்று ரெய்கி, அக்யூபிரஷர், ஷியாட்சு, ரிஃப்ளக்ஸாலஜி முறைகளில் சிகிச்சைகள் வேண்டுமா எனக் கேட்பர். புனரமைப்பு வேலைகள் முடிந்ததும் திரும்பச்சென்று இனிப்புகள் பிரிவில் வேலை செய்வேன்.”

“இனிப்புகள் பிரிவில் வேலையா?” அவள் கேட்கிறாள்.

அந்தச் சித்திரம் சட்டென்று வேகமெடுக்கிறது. அவன் அப்படியும் இப்படியும் வேகமாகச் சென்று வருகிறான், மேசைகளைச் சுத்தம் செய்கிறான், குப்பைகளை வெளியே எடுத்துப் போகிறான், வேக்குவம் துடைப்பானைக் கொண்டு சுத்தம் செய்கிறான், மெழுகுவர்த்திகளையும் ஊதுவர்த்திகளையும் ஏற்றுகிறான். அவனது அசைவுகள், வேகம், லகு இவையெல்லாம் அவளைக் கவர்கின்றன. முன்னும்பின்னும் அசைந்து வணங்கி “அவ்ரம் எஃப். எஸ். எஃப்.,” என்றுதான் தன்னை அவன் இளம்பெண்களிடம் அறிமுகம் செய்துகொள்வான்: ஃபேட், ஸ்பீடி, ஃப்ளெக்ஸிபிள்.

“புகைக்க விரும்பும் யாரும் புகைக்கலாம். எதையும் புகைக்கலாம், பிரச்சனையில்லை.”

“நீங்களும் புகைப்பீர்களா?” அவள் சங்கடமாகச் சிரிக்கிறாள்— கோட்டை கண்ணிலிருந்தும் மறைந்துவிட்டது, ஏதோ அவர்கள் ஓடிக் கொண்டிருப்பது போல, அந்தப் பாதை அவர்களை ஜெருசலேத்தை நோக்கி, வீட்டை நோக்கி, ஒரு கொலையாளிக்குரிய நிதானத்துடனும் பொறுமையுடனும் அவளுக்காகக் காத்திருக்கும் அந்தச் செய்தியை நோக்கி வேகமாக இழுப்பதுபோல உணர்கிறாள். நான் திரும்பிச் செல்வேன் – அவளுள் சட்டென அது ஒளிர்கிறது – தெருவெல்லாம் மரண அறிவிப்புகளாய் இருக்கும். மின்கம்பங்கள் மீது. மளிகைக்கடைக்குப் பக்கத்தில். தூர இருந்து பார்த்தாலே எனக்குத் தெரிந்துவிடும்.

“மேலே சொல்லுங்கள்.” பீதியுடன் அவள் அவ்ரமை நோக்குகிறாள். “அதை நான் கேட்க வேண்டும்!”

“பெரிதாக ஒன்றுமில்லை, அதிகமும் சிகரெட்டில் நிறைக்கப்பட்ட மரியுவானாதான்.” பழக்கத்தின் காரணமாக அவன் கை இல்லாத பையை நெஞ்சில் தட்டுகிறது. “சிலநேரம் ஒரு ஹேஷ் ப்ளன்ட், கொஞ்சம் ‘இ,’ ஆஸிட், கொண்டாட்டமாக உணர்கையில் மட்டும், பெரிய அளவில் கிடையாது.” அவளைப் பார்த்து அவன் சிரிக்கிறான். “இன்னமும் நீ சாரணர் விதிகளைப் பின்பற்றுகிறாயா?”

"நான் இருந்தது மக்கனாட் ஓலிமில், சாரணர்படையில் இல்லை," உற்சாகமற்றவளாய் நினைவுபடுத்துகிறாள். "அவையெல்லாம் இப்போது எதற்கு, அவற்றை நினைக்க எனக்கு அச்சமாக இருக்கிறது."

"ஓரா, மறுபடியும் நீ தப்பியோடுகிறாய்."

"நானா? இல்லை, நீங்கள்தான்."

அவன் சிரிக்கிறான். "சட்டென்று இவற்றையெல்லாம் பார்த்தால்... கண்ணுக்குத் தெரியாத ஏதோவொன்று துரத்துவதுபோல நீ ஓடத் தொடங்கிவிடுகிறாய்."

அவர்களது இடதுபுறம் ஹுலா பள்ளத்தாக்கில் வெப்பம் அதிகரிக்கவே அனல்காற்று வீசுகிறது. கடின நடை, வெப்பம் காரணமாக அவர்களது முகங்கள் சிவந்துவிட்டன, வியர்வையில் உடல் நனைந்து சொட்டுகிறது, பேச்சுக்கூட களைப்பூட்டுகிறது. சாலையோரம் ஒரு ஆலிவ் மரத்தடியில் பெரிய அலங்காரமானவொரு சரவிளக்கு கிடக்கிறது. அவ்ரம் எண்ணு கிறான் இருபத்தோரு படிகச் சரங்கள், அப்படியே முழுதாக, மெல்லிய நளினமான கண்ணாடிக் குழாய்களில் இணைக்கப்பட்டிருந்தன. "யார் இதைக் கொண்டுவந்து இங்கே போட்டிருப்பார்கள்?" என வியக்கிறான். "இதுபோன்ற ஒன்றை எப்படி வெளியே வீசினார்கள்? நம்மாலும் இதை எடுத்துக்கொண்டு போக முடியாதது வருத்தம்தான்." உட்கார்ந்து சரவிளக்கை ஆராய்கிறான், "நல்ல விளக்கு." தலையைச் சாய்த்து மென்மையாகச் சிரிக்கிறான், புருவங்களை உயர்த்தி என்ன என்கிறாள் ஓரா. "இதைப் பார்த்தால், உனக்கு என்ன நினைவுக்கு வருகிறது?" எனக் கேட்கிறான். அவள் உற்றுப்பார்க்கிறாள், எதுவும் நினைவுக்கு வரவில்லை. "ஒரு பாலே நடனக்காரியைப் போலில்லை? அவமதிக்கப்பட்ட ஒரு ஆபரா பாடகியைப் போலில்லை?" ஓரா புன்னகைக்கிறாள், "ஆமாம்." அவ்ரம் எழுகிறான். "அவமானத்தால் அது குறுகி நிற்கிறது, இல்லையா? இங்கேயிருந்து பார் தனது குட்டைப் பாவாடைக்குள் சுழன்றபடியிருக்கிறது, தீர்க்கமாக." ஓரா சத்தமாகச் சிரிக்கிறாள். மறந்துபோயிருந்தவொரு ஆனந்தம் அவள் விழியோரங்களில் குமிழியிட்டு வருகிறது.

"அப்புறம் ஓஃபர்?" சற்றுக் கழித்து அவன் கேட்கிறான். "அவன் எதையாவது எடுத்துக்கொள்கிறானா?"

"எனக்குத் தெரியாது. இந்த வயதில் அவர்களைப்பற்றி எப்படி எனக்குத் தெரியும். ஆடமுக்குப் பழக்கமுண்டு என நினைக்கிறேன். அதுவும் எப்போதாவது."

அல்லது எப்போதுமே, எல்லாவற்றையுமே, அவள் மனதுள் நினைக்கிறாள். வேறு எப்படி அவன் இருப்பான்? அவன் கூட இருக்கும் பையன்கள் அப்படி. எப்போதும் அவன் கண்கள் சிவந்திருக்கும், கூடவே காட்டுக்கத்தலான இசை. கடவுளே நான் ஏன் இப்படிப் பேசுகிறேன்? எப்படி வயது முதிர்வு என்மேல் ஏறிக்கொண்டது?

“என்னைக் கடத்தியபோது என் இடத்திலிருந்து நீ கொஞ்சம் மரியுவானா கொண்டு வந்திருக்கலாம். அது எப்படிப்பட்டவொரு அற்புதமான விஷயம் என்பது உனக்குப் புரிந்திருக்கும்.”

“அப்படியானால் வீட்டில் அதை வைத்திருக்கிறீர்கள்?” வீடற்ற ஒருவரைப் பேட்டி காணும் சமூக சேவகருடையதைப்போல தனது குரலைப் பொருத்தமாகவும், அறிவு தொனிக்கும்படியாகவும் வைத்துக்கொள்ள அவள் சிரமப்படுகிறாள்.

“அது என் தனிப்பட்ட பயன்பாட்டுக்கு மட்டும், சரிதானே? பெட்யூனா பூக்களோடு சேர்த்து அதை ஒரு தொட்டியில் வளர்க்கிறேன்.”

“அது வேண்டுமென்று ஏங்குகிறீர்களா?”

“சொல்லப்போனால், அது என்னைச் சரிப்படுத்தியிருக்கும், குறிப்பாக இந்தப் பயணத்தின் ஆரம்ப நாட்களில்.”

“இப்போது?”

“நான் சரியாகிவிட்டேன்.” அவனுக்கே அது ஆச்சரியமாகத் தெரிகிறது. “இப்போது எதுவும் தேவையில்லை.”

“நிஜமாகவா?” அவள் முகத்தில் ஒளி கூடுகிறது, அவளது கண்ணாடி மகிழ்ச்சியில் ஒளிர்கிறது.

“ஆனால் அது கொஞ்சம் கிடைத்தால்,” வியப்பு மறைந்து தன்னுணர்வுக்கு வருகிறாள்; ஒருகணம், நேரே ஒரு குழந்தைகள் சித்திரக்கதைப் புத்தகத்திலிருந்து விரைவானதொரு இடையீட்டுத் திட்டத்தை வெற்றிகரமாக அவள் நிறைவேற்றி விட்டதுபோல தோன்றியது. – “அது கொஞ்சம் கிடைத்தால், வேண்டாமென்று சொல்லமாட்டேன்.”

இருவரும் எவ்வளவு விலகி வளர்ந்துவிட்டோம் என நினைத்துப் பார்க்கிறாள். ஒரு முழு வாழ்நாள் அவர்களைப் பிரித்திருந்தது. குட்டை மேசைகளிடையே சுற்றிவந்தபடி, மீந்த உணவுகளைச் சுத்தம் செய்தபடி, வாடிக்கையாளருடன் ஒரு நகைச்சுவையைப் பகிர்ந்தபடி, அவர்களது கேலியைப் பெரிதாக எடுத்துக்கொள்ளாமல் வளைய வந்தபடி என மறுபடி அவனை உணவகத்தில் கற்பனை செய்கிறாள். அவர்கள் அவனைப் பரிகசிக்க மாட்டார்கள், அந்த இளைஞர்களிடையே அவன் பரிதாபகரமாகத் தோன்றமாட்டான் என நம்புகிறாள். தன்னை அங்கு வைத்துப் பார்க்க முயல்கிறாள்.

அவளை வழிநடத்துவதுபோல, “உள்ளே போகும் முன் சப்பாத்துகளைக் கழற்றிவிடு,” என்கிறான்.

சொகுசு இருக்கை ஒன்றில் அமர்கிறாள். அசௌகரியமாக உணர்கிறாள். விறைப்பாக உட்காருகிறாள், கைகளை எங்கே வைப்பதென்று தெரியவில்லை. எல்லாத் திசையிலும் புன்னகைக்கிறாள். அவளது பாசாங்கு வெளிப்படையாகத் தெரிகிறது. அவனது வாழ்வில் ஒதுக்கப்பட்டுக் கிடந்த அந்த நாட்களில் அந்த அடுக்ககக் குடியிருப்பில் அவனோடு வாழ்ந்திருந்தால் எப்படியிருந்திருக்கும் என யோசித்துப் பார்க்கிறாள்.

ஏதோ காரணத்தால் அவள் நினைவுகள் ஆற்றுப்படுகையில் பார்த்த அந்த மனிதனின் கரகரப்பான மிஸ்ராஸி உச்சரிப்பைத் தேர்ந்துகொள்கின்றன. கட்டம்போட்ட அவனது சிவப்புச் சட்டைமீது நினைவு செல்கிறது. அன்று காலையில் யாரோ அவனுக்கு நல்ல உடை உடுத்து நடைபயணத்துக்கு அனுப்பியது போலிருந்தது. அவன் மார்பில் தொங்கிய பெண்கள் அணியும் வண்ணமயமான கண்ணாடி அவள் நினைவுக்கு வருகிறது. அது தனது தோற்றம் குறித்து அதீதப் பிரக்ஞையுடைய ஒருவரது செயலா அல்லது இப்படித்தான் இருப்பேன் என்ற இறுமாப்பா, அல்லது அது சிறிய ஒரு குறிப்புணர்த்தலா? ஒரு பெண்ணுக்கான குறிப்புணர்த்தல்? மென்மையாக ஒரு பெருமூச்சுவிட்டபடியே அங்கே அந்த மனிதனோடு பேசியதுபற்றி அவ்ரம் ஏதாவது நினைத்துக்கொண்டானோ என எண்ணிக்கொள்கிறாள்.

உரையாடிக்கொண்டிருக்கிறோம் என்ற உணர்வில்லாமலே இருவரும் உரையாடிச் செல்கின்றனர். ஒரே பாதையில் நடந்தபடியே பேசிச் செல்லும் இருவர்.

"சினாய் ராணுவத்தளத்தில் ஒரு ஓஃபர் இருந்தான்," அவ்ரம் சொல்கிறான். "ஓஃபர் ஹாவ்கின். ரொம்ப விசேஷமானவன். தன்போக்கில் பாலைவனத்தில் சுற்றித் திரிவான், பறவைகளுக்காக வயலின் இசைப்பான், குகைகளில் படுத்து உறங்குவான். எதைப்பற்றியும் அவனுக்குப் பயம் கிடையாது. ஒரு சுதந்திர ஆத்மா. இத்தனை வருடமும் அந்த ஓஃபரை மனதில் வைத்துதான் இலன் இந்தப் பெயரைத் தேர்ந்தெடுத்திருப்பான் என நினைத்தேன்."

அவன் வாயிலிருந்து வந்த – "சுதந்திர ஆத்மா" – என்ற வார்த்தைகள் அவளுக்கு மகிழ்வூட்டுகின்றன. அவள் சொல்கிறாள், "இல்லை, அந்தப் பெயரை நான்தான் தேர்ந்தெடுத்தேன், *'என்னுடைய அன்பு இளம் மானைப் போன்றது'* – *தோமெ தோடி லி'ஓஃபர் அயாலிம்*, என சாலமோனின் பாடல்களில் வரும் வசனத்திலிருந்து. அது ஒலிக்கும் விதமும் எனக்குப் பிடித்திருந்தது: ஓ–ஃபர். எவ்வளவு மென்மை."

ஓரா சொன்னவிதத்திலேயே அவ்ரமும் அந்தப் பெயரை மனதுக்குள் உச்சரித்துப் பார்க்கிறான், பிறகு மிகுந்த மரியாதையுடன் மெல்லச் சொல்கிறான், "என்னால் யாருக்கும் இப்படியொரு பெயரை வைக்க முடியாது."

"உங்களது பிள்ளையாக இருக்கும்போது நீங்கள் வைப்பீர்கள்," அவள் சொல்கிறாள் – அது அவளது வாய் தவறி வந்துவிட்டது, சட்டென்று இருவரும் மௌனமாகிறார்கள்.

நல்ல அகலமான பாதை. எவ்வளவு வண்ணங்கள், முதலில் நான் பார்த்ததெல்லாம் கறுப்பு, வெள்ளை, சாம்பல்தான், ஓரா மனதுக்குள் நினைத்துக்கொள்கிறாள்.

"சும்மா, ஒரு ஆர்வத்தில் கேட்கிறேன், ஓஃபருக்கு வேறு பெயர்களை யோசித்தீர்களா?"

“பெண் பெயர்களைக்கூட யோசித்தோம், காரணம் பிறக்கப்போவது ஆணா பெண்ணாவென்று எங்களுக்குத் தெரியாது. கர்ப்பகாலத்தின் மத்தியில் அது பெண்ணாகத்தான் இருக்கும் என உறுதிப்பட்டது.”

பறவைக்கூட்டமொன்று அவ்ரமுக்குள் இறங்கி சத்தமாகத் தங்கள் சிறகுகளை அடித்துக்கொள்கின்றன: இதை அவன் யோசித்துப் பார்த்ததே யில்லை – மகள்!

“பெண்குழந்தைக்கென என்ன பெயர்களை யோசித்தீர்கள்?”

“டாஃப்னா, யா அரா, ருட்டி.”

“இதை யோசித்துப் பாரேன் . . .” என்றபடி அவளை எதிர்கொள்ளத் திரும்புகிறான். கண்களின் கீழேயிருக்கும் சதைத்தொங்கல்கள் ஒளிர் கின்றன, இப்போது முழுமையாக இங்கிருக்கிறான், உயிர் அவனில் ஒளிர, முன்பிருந்தவாறே ஒரு நெருப்புத் தூணாக, அவனது சருமம்வழி அது தெரிகிறது. ஓஃபருக்கு இப்போது எந்த ஆபத்துமில்லையென அவள் உணர்கிறாள், இரண்டு உள்ளங்கைகள் கொண்டு அவன் பொதியப் பட்டுள்ளான்.

“பெண்குழந்தை,” மென்மையாகச் சொல்கிறான். “அப்படியிருந்திருந் தால் எந்தப் பிரச்சனையுமில்லை, இல்லையா?”

நெஞ்சு விரிய ஆழ மூச்செடுத்துக்கொள்கிறான். “மகள்” என்பதை விடவும் “பெண்குழந்தை” என்பது அவனை ஆட்டம்போட வைக்கிறது.

பாதங்களடியில் பாதை பொடிபட சிந்தனையில் தம்மை மறந்தவர் களாய் நடக்கிறார்கள். அவள் நினைக்கிறாள்: சட்டென்று பாதைக்குக்கூட குரல் வந்துவிடுகிறது. இவ்வளவு நாளும் இவற்றை எப்படிக் கேட்காமல் இருந்தேன்? எங்கிருந்தேன் நான்?

“மறுபடியும் நீங்கள் முயற்சிக்க விரும்பவில்லையா?” தைரியமாகக் கேட்கிறான்.

சுருக்கமாக, இலன் விரும்பவில்லை என்கிறாள், காரணம் இவ்வளவு பிரச்சனைகளுக்கு மத்தியில் இரண்டு குழந்தைகளே அதிகம் என அவர் நினைத்தார்.

பெற்றோர்கள் என்றால் அப்படித்தான், அவ்ரம் நினைத்துக்கொள்கிறான். “உனக்கு? உனக்கு விருப்பமா?”

வேதனையுடன் சத்தமாகச் சிரிக்கிறாள். “நானா? நிஜமாகத்தான் கேட்கிறீர்களா? ஒரு மகள் இல்லாத குறையை என் வாழ்வு முழுக்க அனுபவித்து வருகிறேன்.” ஒரு கணம் தயங்கியவள், “ஒரு பெண்குழந்தை எங்களை ஒரு குடும்பமாக ஒன்றிணைத்து வைத்திருந்திருக்கும்.”

“ஆனால் நீங்கள் ஒரு குடும்பமாகத்தானே ...”

“ஆமாம், குடும்பமாகத்தான் இருந்தோம், முழுமையான குடும்பமாக, ஆனாலும் என் மனதில் இப்படியொரு எண்ணம் ஓடிக்கொண்டிருந் தது. எனக்கொரு மகள் இருந்திருந்தால், ஆடமுக்கும் ஓஃபருக்கும்

ஒரு தங்கை இருந்திருந்தால், அது அவர்களுக்கு அது நிறைய வழங்கி யிருக்கும், அவர்களை அது மாற்றியிருக்கும்" – கையால் அவள் ஒரு வட்டம் வரைகிறாள் – "அதோடு, எனக்கொரு மகள் இருந்திருந்தால், அவர்கள்மட்டில் எனக்கு இன்னும் வலுகூடியிருக்கும், அவர்கள் மூவர் மட்டில், என்மட்டில் அவர்களைச் சற்று மென்மையாகவும் மாற்றியிருக்கும்."

அவ்ரமின் காதுகளில் வார்த்தைகள் விழுகின்றன ஆனால் அவற்றின் அர்த்தத்தை அவன் உணரவில்லை. இவள் என்ன சொல்ல வருகிறாள்?

"நான் தனியாளாக இருந்ததனால் அவர்களை மென்மையாக்க முடியவில்லை. காலப்போக்கில் அவர்கள் மிகவும் இறுகிப்போயினர், குறிப்பாக என்மட்டில், சமீபமாக இன்னுமதிகமாக. மூவருமே இறுக்கமாகவும் கடினமாகவும் ஆயினர். ஓஃபரும்கூட." என்று சற்றுச் சிரமத்துடன் அவன் பேரையும் சேர்க்கிறாள். "அதை விளக்குவது கடினம்."

"அதை எனக்கு விளக்குவது கடினமா, இல்லை பொதுவாகவேவா?"

"பொதுவாகவே, குறிப்பாக உங்களுக்கு."

"முயன்று பாரேன்."

அவன் குரலில் தொனிக்கும் அவமானம் சுவாரஸ்யமாயிருக்கிறது, அது உயிர்ப்புடன் இருப்பதன் அடையாளம், ஆனால் அவள் அதை விளக்கமாட்டாள், இப்போது வேண்டாம். மெதுவாக அதற்குள் அவனைக் கொண்டுவருவாள். ஓஃபர்கூட அவளிடம் மென்மையாக நடந்துகொள்ள வில்லையென்று அவனிடம் சொல்வது வலிமிகுந்ததாக இருக்கிறது. பதில் சொல்வதற்கு மாறாக அவள் சொல்கிறாள், "எனக்கொரு மகள் இருந்திருந்தால், என்னைப்போல இருப்பதென்றால் எப்படி என அறிந்திருப்பேன். எல்லாம் தொடங்குவதற்கு முன் நான் எப்படியிருந்தேன் என்பதை."

அவ்ரம் அவளைப் பார்த்துத் திரும்புகிறான். "நீ எப்படியிருந்தாய் என்பது எனக்குத் தெரியும்."

மகள் பற்றிய நினைவு அவனைத் தொடும்போதெல்லாம் ஒளியொன்று அவன் முகத்தை வருடிச்செல்கிறது. "இங்கே பார், அது பெண்குழந்தையாக இருந்திருந்தால்–"

"எனக்குத் தெரியும்?"

"என்ன தெரியும்?"

"எனக்குத் தெரியும்?"

"என்ன தெரியும்? சொல்."

"அது பெண்குழந்தையாக இருந்திருந்தால் அதைப் பார்க்க வந்திருப்பீர்கள், சரிதானே?"

"எனக்குத் தெரியவில்லை."

“ஆனால் எனக்குத் தெரியும்.” பெருமூச்செறிகிறாள். “அதுபற்றி நான் எண்ணியதில்லை என நினைக்கிறீர்களா? கர்ப்பகாலம் முழுவதும் பெண்குழந்தை வேண்டுமென்று நான் பிரார்த்திக்கவில்லை என நினைக்கிறீர்களா? புகாரிய மக்கள் வசிக்கும் பகுதியில் – இரவில் பெண்களிடம் வந்த சால் போன்ற – பெண் துறவியரிடம் நான் செல்ல வில்லையென நினைக்கிறீர்களா?–எனக்குப் பெண் குழந்தை பிறக்க அவர் ஆசீர்வதித்திருப்பார்.

“நீ போனாயா?”

“ஆமாம், போனேன்.”

“ஆனால் நீதான் கருவுற்றிருந்தாயே. அவள் உனக்கு என்ன செய்திருக்க முடியும்?”

“இருந்தாலென்ன? பண்டமாற்றுச் செய்ய இடமிருக்கிறதே. அப்புறம், இலனும்கூட பெண் குழந்தையைத்தான் விரும்பினார்.”

“இலனுமா?”

“ஆமாம், எனக்கு நிச்சயமாகத் தெரியும்.”

“ஆனால் அவன் உன்னிடம் சொல்லவில்லை?”

“இந்தக் கர்ப்பம் குறித்து எவ்வளவு மௌனம் காத்தோம் எனச் சொன்னால் நீங்கள் நம்பமாட்டீர்கள். அதுபற்றி ஆடம் ஏதாவது கேட்ட போது மட்டுமே பேசினோம். ஆடம் வழியாகவே என் வயிற்றிலிருப்பது என்ன, குழந்தை பிறந்தபின் என்ன ஆகும் போன்றவைபற்றிப் பேசினோம்.”

கரு வளர்வதை நினைத்துப் பீதியினால் உறைந்தவனாய் எந்நேரமும் தான் படுக்கையில் விழுந்து கிடந்ததை எண்ணிப்பார்க்கிறான் அவ்ரம், எச்சிலைக் கூட்டிவிழுங்குகிறான்.

அது தவறிவிட வேண்டுமென்று பிரார்த்தித்திருக்கிறான்.

குழந்தை பிறந்த செய்தி கேட்டதும் தன் வாழ்வை எப்படியெல்லாம் ஒன்றுமில்லாமல் ஆக்கிக்கொள்ளலாம் என விலாவாரியாகத் திட்டமிட்டிருக்கிறான்.

தான் கிளம்பி வந்ததிலிருந்தான நாட்களைக் கணக்கிட்டுக் கொண்டிருந்தான்.

இறுதியில் அவன் ஒன்றும் செய்யவில்லை.

போர்க்கைதியாக இருந்தபோதும் பின்னால் வீடுதிரும்பியபின் அதிகமாயும் கிரேக்க அறிஞர் தாலஸிடம் ஒன்றிப்போனான். இளம் வயதில் அவன் மிகவும் ஆராதித்த அவர்தான் வாழ்வுக்கும் மரணத்துக்குமிடையே வேறுபாடு ஏதுமில்லை என்று சொல்லியிருந்தார். அப்படியாயின் ஏன் அவர் மரணத்தைத் தேர்ந்தெடுக்கவில்லையெனக் கேட்டால் அதில் வித்தியாசம் என்ன இருக்கிறது என தாலஸ் பதிலளித்தார்.

ஓரா சிரிக்கிறாள். "அவனை நாங்கள் ஜூட் என அழைத்தோம். ஆடம்தான் அந்தப் பெயரை வைத்தான்."

"யாரை ஜூட் என அழைத்தீர்கள்?"

"ஓஃபரை."

"எனக்குப் புரியவில்லை."

"வயிற்றிலிருக்கும்போதே அவனுக்கு வைத்த பெயர்."

"தெரியாது," தளர்வடைந்தவனாக அவ்ரம் சொல்கிறான், "எனக்குத் தெரியாது, எதுவும் தெரியாது. எதுவுமே தெரியாது."

அவன் தோள்மீது கை வைக்கிறாள். "வேண்டாம்."

"என்ன வேண்டாம்?" அவன் கேட்கிறான்.

"அளவுக்குமீறி உங்களைச் சித்திரவதை செய்துகொள்ளாதீர்கள்."

சிறிதுநேரம் கழித்துச் சொல்கிறான், "எப்படிப் பார்த்தாலும் ஓஃபர் நல்ல பெயர்தான்."

"மிகவும் இஸ்ரேலியத்தன்மை கொண்ட பெயர், அதிலுள்ள 'ஓ'வும் 'ஈ'யும் எனக்குப் பிடித்தமானவை. கோரெஃப், வின்ட்டர், போக்கர், மார்னிங் இவற்றில்போல."

அற்புதமான அவளது நெற்றியில் ஒளி நிறைந்திருப்பதைப் பார்க்கிறான். ஓஷர், ஹேப்பினஸ் இவற்றில்போல எனச் சொல்ல நினைக்கிறான், ஆனால் சொல்லவில்லை.

"பட்டப் பெயருக்கும் அது பொருத்தமானது."

"அதுவும்கூடவா?"

"அதோடு இந்தப் பெயர் 'ஆஃபர்' என்ற ஆங்கில வார்த்தை போன்றது, மென்மையாகத் தொடங்குவது, வழங்குவது."

அவன் சிரிக்கிறான், "அற்புதம்."

அவனை நேசிக்கும் பெண் அந்தப் பெயரை படுக்கையில் உச்சரிக்கை யில் அவள் உதடுகளிலிருந்து எப்படி அது வெளிப்படும் எனக் கற்பனை செய்ததைச் சொல்லவந்து தன்னையே கட்டுப்படுத்திக்கொள்கிறாள். மூச்சுமுட்ட முணுமுணுப்பாக அதை உச்சரிக்க அவளே முயன்றிருக்கிறாள், ஓஃபர், ஓஃபர், இப்படி உச்சரிக்கையில் தனக்குள் உண்டாகும் குழப்பத்தை எண்ணி அவள் சிரிக்கிறாள்.

"பட்டப் பெயர்கள், ஆமாம்," அவன் தனக்குள் சொல்லிக்கொள்கிறான். "அதுபற்றி நான் யோசிக்கவேயில்லை. அப்புறம் அவமானங்கள் பற்றியும். உங்கள் பெயர் எப்போதும் ஒரு வசைச்சொல்லுக்கு மோனையாக ஒலிக்கக்கூடாது."

"'ஓரா கொமாரா' போல."

"நோ–ஃபேர் ஓஃபர்," அவன் சிரிக்கிறான்.

நம்மைப்போல அவனும் இப்போது சிரித்தபடியிருப்பானா, எங்கள் நாயகன், நாம் இழந்துவிட்ட நம் வீரன், டூடு. சோகத்துடன் பாடலை ஓரா தனக்குள்ளாக முணுமுணுக்கிறாள்.

அங்காங்கே கறுப்பு–வெள்ளைப் பசுக்கள் மேயும் அமைதியான பசிய புல்வெளி சட்டென்று செங்குத்தான மலைக்குள் வளைந்து மறைகிறது. எனக்கொரு மகள் இருந்திருந்தால், அவள் நினைத்துப்பார்க்கிறாள், எனக்கொரு மகள் இருந்திருந்தால் எனக்குள்ளாகச் சில விஷயங்களை சரிசெய்துகொண்டிருக்க முடியும். அவ்ரமுக்கு இதை விளக்க முற்படுகிறாள், அவனுக்கு அது புரியவில்லை, அவள் விரும்பும் வழியில் அவளையவன் புரிந்துகொள்ளவில்லை. முன்பெல்லாம் ஒரு குறிப்பு அல்லது ஒரு முகச்சுழிப்பில் அவளைப் புரிந்துகொள்வானே அதுபோல இல்லை. தன் பிள்ளைகள்வழி தன்னில் சிலவற்றை மாற்றிக்கொள்ள அவள் விரும்பியதுண்டு, அது நடக்கவில்லை. "எவற்றை மாற்றிக்கொள்ள விரும்பினாய்?" அவற்றை விளக்குவது அவளுக்குச் சிரமமாயிருந்தது. ஓஃபரின் தாலியாவைப் பற்றியும். வீட்டிலிருந்த எல்லா ஆண்களும் தாலியாவிடம் எதிர்வினையாற்றிய விதம். ஓராவுக்கு அவர்கள் அளிக்கத் தயங்கியதை தாலியாவுக்கு அளித்தனர். சமீபத்தில்தான், ஆடமும் ஓஃபரும் வளர்ந்தபின்தான், அவர்கள் வழியாக ஒரு மாற்றம், ஒரு புத்தாக்கம் தனக்கு நிகழாது என்பதைத் தான் உணர்ந்ததாக அவ்ரமிடம் சொல்கிறாள். அவர்கள் வழியாக அவள் எதற்கும் தீர்வுகாணப் போவதில்லை என்பது பிறகே அவளுக்குத் தெளிவாகப் புரிந்தது – "அவர்கள் பையன்கள் என்பதால் இருக்கலாம். அவர்கள் அவர்கள்தாம், எனக்குப் புரியவில்லை." எனக்குத் தேவைப்பட்ட வழியில் அவர்கள் என்மீது அக்கறை காட்டவில்லை, தாராள மனதுடன் நடந்துகொள்ளவில்லை என நினைத்தவளாகப் பேசுவதை நிறுத்திவிட்டு மூச்சுவாங்க மலையில் ஏறுகிறாள்.

"அதை நான் முறையாக எழுதவில்லை," குறிப்பேட்டைத் தேடி இப்போது மலைப்பாதையில் திரும்பிச் செல்கையில் அவள் சொல்கிறாள். "முக்கிய விஷயங்களைச் சரியாக வெளிப்படுத்தவில்லை. எழுதும்போதும் உங்களிடம் பேசும்போதும் அப்படித்தான். அவனைப்பற்றிய துல்லியமான விவரங்கள் அனைத்தையும், அவனது வாழ்வின் முழுமையையும், அவனது முழு வாழ்க்கைக் கதையையும் சொல்ல நினைக்கிறேன். ஆனால் என்னால் முடிவதில்லை, எனக்கு அது சாத்தியமேயில்லை, இருந்தாலும் அவனுக்காக இவற்றை நான் சொல்ல விரும்புகிறேன்." மெலிந்த கைகளும் அந்தக் கட்டைவிரல்களுமாக மனதில் அந்த மனிதனை நினைக்கநினைக்க அவள் பேச்சு குழறுகிறது. அவை ஒரு தொழிலாளியின் கைகள், ஒரு மருத்துவனுடையவை அல்ல, அந்தக் கைகள் குறிப்பேட்டினைத் திறந்து பக்கங்களைப் புரட்ட, தான் வாசிப்பவற்றை, அதிலுள்ள கதையைப் புரிந்துகொள்ள அவன் முயற்சிக்கிறான். அவள் இதயம் படபடக்கிறது: இந்த நிமிடம் அவன் பாறையில் அமர்ந்து, சொல்லப்போனால் முந்தின இரவு தான் அமர்ந்திருந்த அதே பாறையில் – அங்கிருப்பவற்றிலே அது ஒன்றுதான்

அமர வசதியான பாறை – அமர்ந்து மடியில் தனது குறிப்பேட்டை வைத்தபடி இதையெல்லாம் எழுதியது, ஆற்றுப்படுகையிலிருந்து மேலே வந்தபோது தான் பார்த்த தலைமுடி கலைந்து உதடுகள் இறுகிப்போயிருந்த அந்தப் பெண்தான் என்பதைச் சந்தேகத்துக்கிடமின்றி உறுதிசெய்திருப்பான்.

"முதலில் அது மிகவும் கடினமாக இருந்தது"– நீண்டநேரம் முன்பு மலையேறும்போது தடைபட்ட பேச்சை மறுபடி தொடர்கிறாள் – "அவனது மரக்கறியுணவு முறை, கொஞ்சமாவது மாமிசம் அல்லது மீன் சாப்பிடச் சொல்லி இலன் அவனிடம் போரடியது, உணவின்போது உண்டான சண்டை, கூச்சல், மாமிச உணவை நிறுத்திவிட்ட ஓஃபரின் முடிவைப்பற்றிய இலனின் தனிப்பட்ட அவமானப்படுத்தல், இவையெல்லாம்."

"எப்படி அது அவமதிப்பாக இருந்தது? ஏன் தனிப்பட்ட தாக்குதல்?"

"எனக்குத் தெரியவில்லை, இலன் அதை அப்படித்தான் எடுத்துக் கொண்டார்."

"அதை அவனுக்கு எதிரான ஒரு விஷயமாகப் பார்த்தான், அப்படித் தானே?"

"அப்படித்தான், அதை ஆண்மைக்கு ஒவ்வாத விஷயமாகப் பார்த்தார். இறைச்சியை வெறுப்பது பெண்தன்மை என நினைத்தார். உங்களுக்குப் புரியவில்லை?"

"ஆமாம்," என்கிறான் அவ்ரம், கண்டிப்பதுபோன்ற அவளது குரல் அவனுக்கு ஆச்சரியம் தருகிறது, "நானாயிருந்தால் இதைத் தனிப்பட்ட தாக்குதலாக எடுத்திருக்க மாட்டேன். சரியாகச் சொல்லத் தெரியவில்லை, நான் அப்படி எடுத்துக்கொண்டிருக்க மாட்டேன்தான். எனக்கு என்ன தெரியும் ஓரா?" சற்றே ஆர்ப்பாட்டமாக ஒப்புக்கொள்கிறேன் என்பதன் சமிக்ஞையாக இரண்டு கைகளையும் விரிக்கிறான், பழைய அவ்ரமின் தோற்றம் ஒரு வினாடி மின்னல்வெட்டாய் வந்து மறைகிறது. "குடும்ப விஷயங்கள் எனக்குப் புரிவதில்லை."

"அப்படித்தான், அப்படித்தான்?"

"என்ன அப்படித்தான்?"

"ஆமாம், நிஜமாக அதுதான்!" ஓரா கண்ணைச் சிமிட்டுகிறாள், அவள் மூக்கு நுனி சிவக்கிறது.

"நீங்கள் பிறக்கவே இல்லையா? உங்களுக்குப் பெற்றோர் கிடையாதா? அப்பா?"

அவ்ரம் ஒன்றும் பேசவில்லை.

"சற்றுநேரம் அமர்வோம், என் உடம்பெல்லாம் தசைப்பிடிப்பு." தொடைகளைத் தேய்த்துவிட்டுக்கொள்கிறாள், "பாருங்கள் இவை வெடவெடக்கின்றன. மலையேறுவதைவிட இறங்குவதுதான் கடினமானது!"

"நாங்கள் பசுக்களைக் கொல்கிறோம் என்பதை அறிந்ததற்கு மறுநாளிலிருந்து அவன் முகத்தோற்றத்தையும் பிறந்ததிலிருந்து இறைச்சி உண்ண

வைத்தமைக்காக என்னை அவன் பார்த்த பார்வையையும் மறக்கவே முடியாது. நான்கு வருடங்கள் நான் இறைச்சி உண்டேன் என்ற அதிர்ச்சியும் அவன் முகத்தில் இருந்தது. இலனும் ஒரு காரணம் – அப்படித்தான் அவன் நினைத்திருப்பான், இலனைப்பற்றி அவன் சிந்தனை எப்படிப் போயிருக்கும் என நினைத்துப்பார்க்க முயற்சிக்கிறேன் – இலனைப் பற்றிய அவனது எண்ணத்தைச் சொன்னால் நம்ப மாட்டீர்கள், என்னைப் பற்றிச் சொன்னால்? உணவுக்காகக் கொலை செய்யுமளவுக்குச் செல்பவளா நான்? தெரியவில்லை, ஒருவேளை சந்தர்ப்ப சூழ்நிலையில் அவனையே தின்னுமளவுக்குப் போய்விடுவேன் எனப் பயந்தானோ என்னவோ?"

அவ்ரமின் கட்டைவிரல்கள் ஏனைய விரல்கள் மீதாக முன்னும் பின்னுமாகப் போய்வருகின்றன. உதடுகள் ஓசையின்றி அசைகின்றன.

"எங்களைப்பற்றித் தான் நினைத்ததெல்லாம் தவறு, அல்லது எல்லாமே அவனுக்கு எதிராக நாங்கள் செய்த சதி என்று அவன் நினைத்திருக்கலாம்."

"அவனைக் குரூரமானவனாக்கும் சதி," அவ்ரம் முணுமுணுக்கிறான்.

பதற்றம்கூடி அவனை இறைஞ்சும் பாவனையில் பார்க்கிறாள். "ஒரு நான்குவயதுப் பையன் தானொரு மாமிசப்பட்சிணிக் கூட்டத்தைச் சார்ந்தவன் என அறிகையில் அவன் மனவோட்டம் எப்படியிருக்கும் என ஏன் நான் எண்ணாமல் போனேன் என விளக்குங்களேன்."

அவள் உருக்குலைந்து போயிருப்பதை உணர்கிறான் அவ்ரம், ஆனால் எப்படி அவளைத் தேற்றுவது என அவனுக்குத் தெரியவில்லை.

"அதுபற்றி இன்னும் சற்று நான் யோசிக்க வேண்டும்," முணுமுணுப்பாகச் சொல்கிறாள். "இங்கே வந்து நான் நின்றுவிடக்கூடாது. எப்போதும் இங்கே வந்ததும் நான் நின்று விடுகிறேன், காரணம் இதில் என்னவோ இருக்கிறது, இந்த மரக்கறி உணவுமுறையில். காரணமில்லாமல் நான் . . . பாருங்கள், உதாரணமாக, பலவாரங்களாக அவன் மனச்சோர்வுற்று, மிகவும் மனச்சோர்வுற்று இருந்தான். காலையில் அவன் எழுந்திருக்க விரும்பவில்லை, ஏனென்றால் அந்த நான்குவயதுப் பையன் பள்ளிக்கூடம் போனால் அங்கு யாராவது ஒரு பையன் அவனை 'இறைச்சிக் கைகளால்' தொட்டுவிடக்கூடும் என அஞ்சுகிறான், ஆசிரியரிடமும் பிற பிள்ளைகளிட மிருந்தும் பயந்து ஒதுங்குகிறான், எல்லோரையும் சந்தேகப்படுகிறான், உங்களுக்குப் புரிகிறதா?"

"எனக்குப் புரிகிறதா?" அவ்ரம் எரிச்சலாகக் கேட்கிறான்.

"சரி, உங்களுக்குப் புரிகிறது. நீங்களாக இருந்திருந்தால் முழுமையாக அவனைப் புரிந்துகொண்டிருக்க முடியும்," அவள் அமைதியாகச் சொல்கிறாள்.

"நிஜமாகவா?"

"பொதுவாகவே குழந்தைகளை உங்களால் புரிந்துகொள்ள முடியும். அவர்களது அகத்தை அறிந்துகொள்ள முடியும்."

"நானா? எப்படி நான்—"

"உங்களை விடவும் சிறப்பாக அதைச் செய்ய யாரால் முடியும்?"

அவன் சிரிப்பை அடக்கிக்கொள்கிறான், முகம் சிவக்கிறது. சட்டென்று அவனது முகம் ஒளிர்கிறது. அவனது உள்ளத்தின் தூர்ந்துபோன துளைகளெல்லாம் திறந்துகொள்வது அவளுக்குத் தெரிகிறது.

"ஒருவழியாக பள்ளிக்கூடம்போக அவன் ஒத்துக்கொண்டபோது மற்ற பிள்ளைகளையும் இறைச்சி உண்ணவேண்டாமென்று வற்புறுத்த ஆரம்பித்தான். ஒவ்வொரு சிற்றுண்டி இடைவேளையின்போதும் ஒரு இன்டிஃபாடா*வைத் தொடங்கினான், அவர்களது சாண்ட்விச்சைத் தோண்டிப் பார்த்தான், குழந்தைகளின் அம்மாக்கள் என்னைத் தொலைபேசியில் அழைத்துப் புகார் சொன்னார்கள். இசை வகுப்பெடுத்த பெண் அவனைப் போலவே மரக்கறியுணவு மட்டும் உண்பவள் எனத் தெரிந்தபோது கண்மண் தெரியாமல் அவள்மேல் காதல் வயப்பட்டான். அதை நீங்கள் பார்த்திருக்க வேண்டுமே, மனிதரிடையே வாழும் ஒரு அயல்கிரகவாசி இன்னொரு பெண் அயல்கிரகவாசியைப் பார்த்துவிட்டது போல இருந்தது. அவளுக்காக அவன் படங்கள் வரைந்தான், பரிசுப் பொருட்கள் வாங்கினான், நாள் முழுக்க நினா, நினா, நினா என்ற பேச்சுதான். சிலநேரம் தவறுதலாக என்னையே அவன் நினா என்று அழைத்தான். சொல்லப்போனால் அது வேண்டுமென்றே செய்ததாகக்கூட இருக்கும்."

அவர்கள் எழுகிறார்கள், சற்றுநேரம் அங்கேயே தயங்கி நிற்கிறார்கள். சினாயில் படையில் இருந்தது முதல் பிணைக்கைதியாகப் பிடிபட்டது வரையிலான காலத்தில் தான் எழுதிய கதையை நினைத்துக்கொள்கிறான் அவ்ரம். அதன் கிளைக்கதை கொண்டிருந்த வீரியம்பற்றித் தான் போர்க்கைதியாக்கப்பட்ட பின்னரே உணர்ந்தான். தன்னைச் சற்று புதுப்பித்துக்கொள்ள வேண்டி அக்கதைக்குள் மீண்டும்மீண்டும் அவன் ஆழ்ந்தபடியிருந்தான். அது குப்பைமேடொன்றில் கைவிடப்பட்ட ஒரு குழந்தையைக் கண்டெடுக்கும் ஏழு வயதுடைய இரண்டு அனாதைக் குழந்தைகளைப் பற்றிய கதை. அப்போது ஏராளமானோர் தங்கள் பிள்ளைகளையும் கைக்குழந்தைகளையும் இதுபோல கைவிட்டுச் சென்றனர். அந்த அனாதைக் குழந்தைகள் – ஒரு சிறுவன் ஒரு சிறுமி – பசியுடன் அழுதுகொண்டிருக்கும் அக்குழந்தையைப் பார்க்கின்றனர், அதுவொரு கடவுள்–குழந்தை என முடிவு செய்கின்றனர். அது வயதான கடவுள் பெற்ற குழந்தை. எப்படியாவது அதை விட்டொழிக்க நினைக்கும் கடவுள் அதை பூமிக்குள் எறிந்துவிடுகிறார். அக் குழந்தையைத் தாங்களே வளர்ப்பதென்று அச்சிறுவர்கள் இருவரும் உறுதியேற்கின்றனர். குரூரமும் வெறுப்பும்கொண்ட அவனது தந்தையிடமிருந்து மாறுபட்டவனாக அவனை வளர்க்க முடிவுசெய்கிறார்கள். அப்போதுதான் அவன், தான்

---

* 'அஹிம்சைவழியிலான வலுவான எதிர்ப்பு' எனப் பொருள்படும் அராபியச் சொல். பாலஸ்தீனப் பகுதிகளை இஸ்ரேல் ஆக்கிரமித்த காலகட்டங்களில் எழுந்த எதிர்ப்பைக் குறிக்க இது பயன்படுத்தப்பட்டது.

பிணைக்கைதியாகப் பிடிக்கப்படுவதற்கு வெகுமுன்னரே அவ்ரமினால் துர்விதி என்று அழைக்கப்பட்டதை மாற்றியமைப்பான். சித்திரவதைகள், விசாரணைகள் நடுவில் துளி புத்துணர்வு கிடைக்கும்போதெல்லாம் அந்தச் சிறுவர்கள் மற்றும் குழந்தையின் வாழ்வுக்குள் ஆழ்ந்துவிடுவான். சிலநேரம், அதிகமும் இரவுகளில், பலநிமிடங்களுக்கு அக் குழந்தையுடன் ஒன்றிப்போவான். சித்திரவதைக்குள்ளாகி உருக்குலைந்த அவனது உடல் உருகி ஒன்றுமறியாத ஓர் ஒற்றை உயிராகிவிடும், ஒருகாலத்தில் தான் சிறு குழந்தையாக, பின் சிறுவனாக இருந்ததை நினைத்துப்பார்ப்பான். அப்போது உலகம் ஒரு தெளிவான வட்டமாக இருந்தது; அது ஒருநாள் அவனது அப்பா உணவு மேசையிலிருந்து எழுந்து சூப் பாத்திரத்தை அடுப்பின்மீது கவிழ்த்துப் பெரும் சீற்றத்துடன் அம்மாவையும் அவனையும் அடிக்க ஆரம்பித்ததுவரைதான். கிட்டத்தட்ட அவர்களை நார்நாராய்க் கிழித்துவிட்டார். பிறகு வெளியே சென்று, அப்படியொருவர் இருந்தார் என்பதே தெரியாதவாறு மறைந்துபோனார்.

மென்மையாக அவளது கரத்தைப் பற்றுகிறான் அவ்ரம். "ஓரா, வா நாம் போகலாம். முன்னதாகவே நாம் போய் அதை..."

"எதை?"

"அந்தக் குறிப்பேட்டை."

"எதற்கும் முன்னதாக?"

"எனக்குத் தெரியாது, யாரேனும் அங்குபோய், யாரும் அதை பார்க்கக்கூடாதென நீ நினைப்பாய்..."

வறண்டுபோனவளாய் அவனைப் பின்தொடர்கிறாள். முழுவதுமாக அந்தக் காலகட்டம் அவளுள் மேலெழும்பி வருகிறது. பீதிக்கனவு போன்ற காலைவேளைகள். அவள் செய்த தூய்மையான தணிக்கைக்கு ஆட்பட்ட சாண்ட்விச்சுகள் – ஆமாம், ஆயுதமேந்திய கௌபாய் உடையைக் கவனமாக அவனுக்கு உடுத்திய பின்னர்தான் – ஒருபக்கம் மரக்கறி உணவுமுறை மறுபக்கம் கொலைகாரத்தனம், இப்போதுதான் அவள் அதை எண்ணிப் பார்க்கிறாள். சந்தேகத்துடன் சாண்ட்விச்சைப் பலமுறை அவன் சோதித்த விதம், ஒரு சுங்க அதிகாரியின் இறுகிய பாவம் அவனது சிறிய முகத்தில் தோன்றுவதும், மாமிச உணவு உண்போர் கூட்டத்திலிருந்து எப்போது வந்து என்னைத் திரும்ப அழைத்து வருவாய் எனக் கோபமாய் வினவுவதும், பள்ளிக்கூடத்தை நெருங்குகையில் குழந்தைகளின் சந்தோஷக்கூச்சல் கேட்டு பரிதாபமாக அவள் முதுகோடு ஒட்டிக்கொள்வதும் – அவள் இருசக்கர வாகனத்தில் அவனை அழைத்துச் சென்றாள் – வேண்டுமென்றே பிள்ளைகள் அவனைத் தொடுவது, ஹாட்–டாக் எச்சிலை அவன்மீது துப்புவது போன்ற தீவிர மருட்சியும் – அப்போது அவள் இப்படித்தான் அவற்றை நினைத்தாள் – அவனுக்கு உண்டானது.

நாளாக ஆக அவனை அவள் கைவிடத் தொடங்கினாள், இரும்பு வைரங்களை அவன் கன்னங்களில் பதியவைத்த சங்கிலி வளையங்களாலான வேலியோடு ஒட்டிக்கிடக்கும்படி அவனை விட்டாள், சத்தமாகத்

தேம்பித்தேம்பி அழுகையில் அவன் முகத்தில் கண்ணீரும் சளியும் நிறைந்தது. அவனிடமிருந்து முகம் திருப்பிக்கொள்வாள், மெல்ல நழுவி வந்துவிட்டாலும் நீண்டநேரத்துக்கு அவனது அழுகை அவள் காதில் ஒலித்துக்கொண்டிருக்கும். அவள் பள்ளியை விட்டுவிலகி வரவர அவனது அழுகையின் ஒலியும் அதிகரித்துக்கொண்டே வரும். அந்த நான்கு வயதில் அவனுக்கு எப்படி உதவுவதென அவளுக்குத் தெரியவில்லை– அவனுக்குள் கொந்தளித்துக்கொண்டிருக்கும் ஒன்றின் முன் அவள் செயலற்று நின்றாள் – இந்த அற்பமான, பரிதாபமான பயணத்தில் என்ன நன்மையை அவனுக்கு அவள் செய்துவிட முடியும்? அவ்ரமுடனான அவளது உரையாடல்கள், விதியுடனான அவளது எந்த முகாந்திரமுமற்ற பேரம் இவையெல்லாம் எந்தளவுக்கு நன்மையானவை? அவள் தொடர்ந்து நடக்கிறாள், பாதங்கள் கனத்து அவளுக்குக் கீழ்ப்படிய மறுக்கின்றன. செய்திகளிடமிருந்து விலகியிருப்பது நல்லது என்றானே அந்த ஆள், அதுவும் குறிப்பாக நேற்றிலிருந்து. என்ன நடந்தது நேற்று. எத்தனை பேர். யார் யார். குடும்பத்தாருக்கு இன்னும் தெரிவிக்கவில்லையா. ஓடு வீடே, ஓடு, அவர்கள் வந்துகொண்டிருக்கிறார்கள்.

கிட்டத்தட்டக் கண்களை மூடிக்கொண்டு நடக்கிறாள். விரிந்த முடிவற்ற ஒரு வெளியினுள் விழுகிறாள். ஒரு துணுக்கு மனிதம் அவள். ஓஃப்பர்கூட ஒரு துணுக்குதான். அவனது வீழ்தலை ஒரு வினாடிகூட அவளால் தாமதிக்க முடியாது. அவனை அவள் பெற்றெடுத்திருந்தாலும், அவளே அவனது தாயாக இருந்தாலும், அவன் அவளது உடலிலிருந்து ஜனித்திருந்தாலும், இப்போது, இந்தத் தருணம், அவர்களிருவரும் முடிவற்ற பெரும் வெற்று வெளிக்குள் மிதந்து வீழ்ந்தபடியிருக்கும் இரண்டு துணுக்குள்தாம். இவை சென்று முடிவது யாவற்றிலுமான ஒரு சீரின்மையில்தான் என்பதை ஓரா உணர்கிறாள்.

ஏதோவொன்று அவளை வளைந்துநெளிந்து நடக்கச் செய்கிறது, பாதங்களில் லேசாய் குறக்களி, பிறகு தொடைகள் இடுப்போடு சேருமிடத்தில் கடும் தசைப்பிடிப்பு.

“நில்லுங்கள், ஓடாதீர்கள்.”

காற்று முகத்தில் அறைந்து குளிரச் செய்ய, வேகமாக மலைச்சரிவில் இறங்குவதை அவ்ரம் மிகவும் ரசிப்பதுபோலத் தோன்றியது. அவள் ஒரு பைன் மரத்தருகே நின்று அதன்மீது சாய்ந்து பற்றிக்கொள்கிறாள்.

“என்னவாயிற்று ஓராலே?”

அவளை ஓரா லே என்று அழைத்தான். அது வாய்தவறி வந்துவிட்டது. சட்டென்று இருவரும் ஒருவரையொருவர் பார்த்துக்கொள்கின்றனர்.

“தெரியவில்லை, ஆனால் சற்று மெதுவாகப் போகலாம் என நினைக்கிறேன்.”

இடுப்புத் தசைக்குத் தொந்தரவு தராமல், அவள் கவனமுடன் சிறு அடிகளாக எடுத்துவைக்கிறாள். அவ்ரம் அவளுக்கு இணையாக நடக்கிறான்,

அவர்களிருவருக்குமிடையே சந்தோஷமிக்க ஒரு ஆட்டுக்குட்டியைப்போல ஓரா லே துள்ளிக் குதித்தபடி வருகிறாள்.

“அவனோடு நானிருக்கும் நேரங்களில் மாறுவேடமணிந்தபடியோ, விளையாட்டு மைதானமருகே வாடகைக்காரில் அமர்ந்தபடியோ நீங்கள் எங்களைக் கவனிப்பதாக நான் கற்பனை செய்துகொள்வேன். அதுபோல எப்போதாவது செய்திருக்கிறீர்களா?”

“இல்லை.”

“ஒருமுறைகூட?”

“இல்லை.”

“பார்க்க அவன் எப்படியிருப்பான், என்னவாக இருப்பான் என்ற ஆர்வம் ஏற்பட்டதில்லையா?”

“இல்லை.”

“அவனை உங்கள் வாழ்விலிருந்து அப்படியே வெட்டிவிட்டீர்களா?”

“ஓரா, போதும் நிறுத்து. நாம் பேச வேண்டியதெல்லாம் பேசியாகி விட்டது.”

“இதுபற்றிப் பேச வேண்டியதெல்லாம் பேசியாகிவிட்டது” என்ற வார்த்தைகளை நினைத்து இரண்டு மடங்கு கசப்பை விழுங்குகிறாள். இந்த வார்த்தைகள் எப்படியோ இலனிடமிருந்து அவனிடம் வந்துவிட்டிருந்தன. “நிமிண்டலுக்கும் குத்தலுக்கும் இடைப்பட்ட ஒரு உணர்வு, சில நேரங்களில் இங்கே உண்டாகிறது” – அவள் சுட்டிக்காட்டுகிறாள் – “ஆனாலும் நான் திரும்பிப்போக மாட்டேன், நானே வலிந்து திரும்பிச் செல்லமாட்டேன். பைத்தியக்காரத்தனமான ஒரு அமைதியுடன் மெல்ல எனக்கு நானே சொல்லிக்கொள்வேன், எங்களுக்கு அருகில், எங்களைப் பார்த்தபடி, கவனித்தபடி அங்கே நீங்கள் இருந்தீர்கள். பொறுங்கள், சற்றுநேரம் நிற்போம்.”

“மறுபடியுமா?”

“எனக்கொன்றும் புரியவில்லை. பாருங்கள், இது சரிவராது. அங்கே திரும்பிச்செல்வது எனக்குச் சரிவராது.”

“மலையிறங்குவது உனக்குக் கடினமாக இருக்கிறதா?”

“திரும்பிச் செல்வது எனக்குக் கடினமாக இருக்கிறது – நமது காலடிச்சுவடுகளை திரும்பத் தேடிச்செல்வது. எல்லாமே கோணல் மாணலாகிவிட்டது, எனக்கொன்றுமே புரியவில்லை.”

அவனது கைகள் பக்கவாட்டில் தொங்குகின்றன. அவளது கட்டளைக் காகக் காத்திருக்கிறான். இதுபோன்ற தருணங்களில் தனது விருப்பங்களை அவன் புறந்தள்ளிவிடுகிறான். நொடிப்பொழுதில் தனது இருப்பிலிருந்து வெளியேறி எதுவும் ஊடுருவ முடியா ஒரு கூட்டுக்குள்ளாகத் தன்னை மறைத்துக்கொள்கிறான்: வாழ்க்கையோடு எனக்கு எந்த சம்பந்தமுமில்லை.

“நான் நினைக்கிறேன் – என்னால் திரும்பிச் செல்ல முடியாது.”

“எனக்குப் புரியவில்லை.”

“எனக்கும்தான்.”

“அந்தக் குறிப்பேடு–”

“அவ்ரம், திரும்பிச்செல்வது எனக்கு நல்லதல்ல.”

இதைச் சொன்னதுமே, அவளது அறிவு வலுப்பெறுகிறது, ஒரு கட்டாயம்போல் தெளிவடைகிறது. அவள் தன் திசையை மாற்றிக் கொள்கிறாள், மேல்நோக்கி நடக்கத் தொடங்குகிறாள், இதுதான் சரி, சந்தேகமேயில்லை. ஒருகணம் அவ்ரம் அங்கேயே நிற்கிறான், பின் தன்னையே பெயர்த்துக்கொண்டு அவளைப் பின்தொடர்கிறான். தனக்குள்ளே அவன் முணுமுணுக்கிறான், “இதில் என்ன பெரிய வித்தியாசமிருக்கிறது?”

அவள் நடக்கிறாள். சட்டெனப் பாதையின் சரிவையும் இப்போது பள்ளத்தாக்கின் ஆழத்தில் அவளது குறிப்பேட்டை வாசித்தபடி அவளது பாறையில் அமர்ந்திருக்கும் அம்மனிதனின் எடையையும் மனதில் நினைத்து லேசாக அடிவைத்து நடக்கிறாள். ஒருபோதும் இனி அவளால் சந்திக்க முடியாத மனிதன், அவளுக்கு உதவ அனுமதிக்கும்படி கண்களால் கெஞ்சியவன் – நன்கு பழுத்த, கீறப்பட்டது போன்ற, அவன் உதடுகள் – இப்போது அவனிடமிருந்து சற்று சோகத்துடனே அவள் விடைபெறுகிறாள். அவனுடன் காபி அருந்த அவள் மிகவும் விரும்பினாள், வீட்டு நினைவு வந்துபோனது, ஆனாலும் அவள் திரும்பிச்செல்ல முடியாது.

“ஓஃபர் பிறக்கும் முன்பே, போர் முடிந்ததிலிருந்து, நீங்கள் திரும்பி வந்ததிலிருந்து எப்போதும் நீங்கள் என்னைக் கவனித்துக்கொண்டிருப்ப தான ஒரு உணர்விலேயே வாழ்ந்தேன்.”

அங்கேதான். இத்தனை வருடங்களாக ஒரேநேரத்தில் தன் வாழ்வுக்குக் கசப்பூட்டியதும் இன்பம் சேர்த்ததுமான விஷயத்தை அவள் சொன்னாள்.

“எப்படி நான் கவனித்தேன்?”

“உங்கள் நினைவுகளில், கண்களில், எனக்குச் சொல்லத் தெரியவில்லை. ஆனால் கவனித்தபடியிருந்தீர்கள்.”

சிலநாட்களில் – ஆமாம், அவனிடம் இதைச் சொல்லமாட்டாள், இப்போது சொல்ல வேண்டாம் – காலையில் கண்விழித்தது முதல் தனது அசைவுகள் அனைத்தின் வழியாகவும் ஒவ்வொரு கணமும் அவள் அதை உணர்ந்தாள், சிரிக்கும் ஒவ்வொரு முறையும், நடக்கையிலும், இலனுடன் படுக்கையில் கிடக்கையிலும் அவனது நாடகத்தில் அவன் எழுதும் பைத்தியக் கதையில் ஓர் அங்கமாக இருக்கையிலும் அதை உணர்ந்தாள். தனக்காகவன்றி அதிகமும் அவனுக்காகவே அவற்றில் அவள் நடித்தாள்.

“இதில் புரிந்துகொள்ள என்ன இருக்கிறது?” அவள் நிற்கிறாள், சட்டென்று திரும்பி விருப்பமின்றி வேகமாக அவன்முன் வருகிறாள்:

"இத்தனை வருடமும், எல்லா நேரமும் நானும் இலனும் இப்படித்தான் உணர்ந்தோம் – உங்களது மேடையில் நாங்கள் நடித்துக்கொண்டிருப்பதாக."

"எனது நாடகமாக இருக்க உங்களை நான் கேட்டுக்கொள்ளவில்லையே," கோபமாகச் சொல்கிறான் அவ்ரம்.

"ஆனால் எங்களுக்கு வேறு வழியிருக்கவில்லையே?"

இருவரும் காலத்தில் பின்னோக்கி இழுக்கப்படுகிறார்கள், குறிப்பிட்ட அந்தக் கணத்துள் அமிழ்கிறார்கள், இரண்டு பையன்கள் ஒரு பெண், கிட்டத்தட்டச் சிறுபிள்ளைகள்: ஒரு தொப்பியை எடுக்கிறார்கள், துண்டுக் காகிதங்கள் இரண்டை அதில் போடுகிறார்கள். எதற்காக இந்தச் சீட்டை எடுக்கச் சொல்கிறீர்கள்? பிறகு தெரியும்.

"என்னைத் தவறாகப் புரிந்துகொள்ளாதீர்கள். பிள்ளைகள், பணி, நடைபயணம், இரவுநேர வெளித்தங்கல்கள், வெளிநாட்டுப் பயணங்கள், நண்பர்கள் என எங்கள் வாழ்வு முழுக்கமுழுக்க யதார்த்தமாகவும், நிறைவானதாகவும் இருந்தது" – வாழ்வின் முழுமை, மறுபடியும் இலனின் குரலில் அதை யோசிக்கிறாள் – "உங்களது அந்தப் பார்வை எங்கள் பின்னாலிருக்க நெடிய காலங்கள், ஆண்டுகள் கடந்தன, அதை நாங்கள் உணரவேயில்லை. ஆண்டுகளாக இல்லாமலிருக்கலாம். வாரங்கள், அல்லது இங்கொருநாள் அங்கொருநாள் என. விடுமுறையைக் கழிக்கச் சென்ற அயல்தேசப் பயணங்களில் உங்களிடமிருந்து விலகியிருப்பது சுலபமாக இருந்தது. சொல்லப்போனால் இதுவும்கூடத் துல்லியமானதல்ல. மிக அழகான இடங்களில், மிக அமைதியான பிரதேசங்களில் திடீரென யாரோ முதுகில் கத்தியால் குத்தியதுபோல, இல்லை வயிற்றில் குத்தியதுபோல உணர்வேன், இலனும் அப்படியே உணர்வார், எப்போதும் நான் உணரும் அதே நொடியில். உணர்வதற்கு அதொன்றும் கடினமான விஷயமில்லை, உங்களை நினைவுபடுத்தும் ஒன்று, உங்களது நகைச்சுவைகளில் ஒன்று அல்லது உங்களது குரலில் சொல்லப்பட வேண்டிய வாக்கியமொன்று வெளிப்படும் நிமிடம் அது நிகழும். அல்லது, அச்சு அசலாக உங்களைப் போலவே ஓஃபர் தன் சட்டைக் காலரை மடித்துவிடுகையில், எப்படிச் செய்வதென எனக்கு நீங்கள் சொல்லிக்கொடுத்த ஸ்பெகட்டி சாஸை ஓஃபர் செய்கையில், இதுபோல இன்னும் ஆயிரம் விஷயங்களிலும் அதற்கு மேலும். பிறகு நாங்களிருவரும் ஒருவரையொருவர் கண்களுக்குள் பார்த்து நீங்கள் இப்போது எங்கிருக்கிறீர்களோ, எப்படியிருக்கிறீர்களோ எனக் கவலையோடு கேட்டுக்கொள்வோம்."

"ஓரா, ஓடாதே," என்கிறான் அவ்ரம் தனது கரகரத்த குரலில், அவள் கேட்கவில்லை.

அதுவும் வாழ்வின் அங்கமாக இருந்தது, சற்றே வியப்புடன் நினைத்துப் பார்க்கிறாள். எங்கள் வாழ்வின் முழுமையின் ஓர் அங்கமாக: எங்களை நிரப்பிய நீங்களற்ற வெறுமை.

சிலநேரம் ஒருவழியாக மட்டுமே பார்க்க முடியும் கண்ணாடியினூடாகப் பார்ப்பதுபோல ஓஃபருக்குள் ஆழப் பார்க்கையில், அவனே பார்த்திராத

டேவிட் கிராஸ்மன்

அவனது பிரதேசங்களை அவள் பார்க்கையில் ஒருகணம் அவளது ஒட்டுமொத்த இருப்புமே அந்தப் பார்வையாக இருக்கும்.

அதனால்தான் அவன் உன் கண்களைப் பார்ப்பதில்லையா? அதனால்தான் அவன் உன்னோடு கலிலேயாவுக்கு வரவில்லையா?

தன்னுள் பொங்கிப் பிரவகிப்பதை இனியும் அவளால் அடக்கிவைக்க முடியாது. அவள் உச்சத்தை அடைந்துவிட்டாள். ஏதோவொன்று அவளுள், உள்ளார்ந்த வியப்புடனும் இதமான இனிமையுடனும் கலந்து உடைந்து உருகித் தளர்ந்து இளகுகிறது. உயரமாக, வலிமையுடன், அமேஸானியப் பெண்ணைப்போல இடுப்பில் கைகளை வைத்து அவ்ரமுக்கு மேலாக ஒரு பாறைமீது நிற்கிறாள். தனது ஊடுருவும் பார்வையால் அவனை ஆராய்கிறாள். பிறகு அவள் சிரிக்கிறாள்.

"இது மதிகெட்டத்தனம் இல்லையா? பைத்தியக்காரத்தனம் இல்லையா?"

"என்ன?" வேகமாக மூச்சுவாங்கியபடி கேட்கிறான். "இதெல்லாம் என்ன?"

"முதலில் நான் உலகின் விளிம்பை நோக்கி ஓடினேன், இப்போது திடீரென வீட்டிலிருந்து என்னால் அரை தப்படிக்கூட எடுத்துவைக்க முடியவில்லை."

"அவ்வளவுதானா? நீ வீட்டை நோக்கி ஓடுகிறாயா?"

"இன்னும் சற்று முன்னகரத் தொடங்குகையில் என்னுள் வலி, என் உடலெல்லாம் வலி."

"ஓ." சற்றுமுன் வேகமாக ஓடிவந்ததால் வலிக்கும் தன் இடுப்பைப் பிடித்துவிட்டுக்கொள்கிறான்.

"நீங்கள் நினைக்கலாம், இந்தப் பைத்தியக்காரி நம்மைக் கடத்தி வந்துவிட்டாளேயென."

தனது பெரிய வியர்வை வழியும் முகத்தை உயர்த்தி அவளைப் பார்த்துப் புன்னகைக்கிறான். "பிணையாக என்ன கேட்கப்போகிறா யென்று காத்துக்கொண்டிருக்கிறேன்."

"அது லகுவானதுதான்." கால்முட்டிகளில் கைகளை வைத்து அவனை நோக்கிக் குனிகிறாள். அவளது மார்பகங்கள் சட்டைத் திறப்பில் வந்து வட்டமாக முட்டி நிற்கின்றன. "ஓஃபர்தான் பிணை."

அவர்கள் பயணத்தைத் தொடர்கிறார்கள் – வார்த்தைகள் தனக்குள் துடிப்பதை அவள் ரசிக்கிறாள்: கிளம்புகிறார்கள், இரண்டு நண்பர்கள் கிளம்புகிறார்கள், நாங்கள் கிளம்புகிறோம் – பாதை கடினமில்லை, அவர்களும்தாம். அவர்கள் நடக்கத் தொடங்கியதிலிருந்து முதல் தடவையாக இப்போதுதான் அவர்களது தலைகள் முற்றாகக் கவிழாமல்

சற்று நிமிர்ந்திருக்கின்றன, கண்கள் பாதையையும் சப்பாத்து முனைகளயும் மட்டுமே பார்த்தபடி அவர்கள் நடக்கவில்லை. சரளை நிறைந்த பாதை அகன்று மலையில் மேலும்கீழுமாகச் சென்றுவருகிறது. பாதுகாப்பு வேலியொன்றை ஏறிக் கடக்கிறார்கள், அடர்ந்த புதர்களில் பாதையின் அடையாளக் குறிகள் மறைந்து போகின்றன. பசேலென உயர்ந்து வளர்ந்த நெருஞ்சிகள் யாவற்றையும் மறைத்திருக்கின்றன, எனவே இப்போதுதான் தங்களுக்குள் முகிழ்த்துவரும் பயணிகளுக்கேயான உள்ளுணர்வின்மீது நம்பிக்கை வைக்க முடிவெடுக்கிறார்கள். எந்த வழியாகப் போவது என்ற குறிப்பு எதுவுமின்றி, எவ்விதத் தெளிவுமின்றி – ஒரு குழந்தை தன் முதல் அடிகளை எடுத்துவைப்பதுபோல – நெருஞ்சிகளினூடே இன்னும் சிலநூறு மீட்டர்கள் நடக்கிறார்கள். ஓஃபர் குறித்த கவலை அவளுள் மேலெழுந்து வருகிறது, இப்போது அவனுக்குத் தான் உதவியாக இல்லை என்று உணர்கிறாள், அவன்மீது அவள் சுற்றிய நூல் சட்டென்று தளரத் தொடங்குகிறது. பாதைக்கான அறிகுறி தென்படவில்லை. அவர்களது நடை தளர்கிறது. அவ்வப்போது நின்று தங்களைச் சுற்றிலும் பார்க்கிறார்கள், அப்போதெல்லாம் பல ஜோடிக் கண்கள் அவர்களைக் காண்கின்றன: ஓணானொன்று நின்று அவர்களைச் சந்தேகமாகப் பார்க்கிறது, இன்னொன்று வாயில் கவ்விய வெட்டுக்கிளியுடன் தாவிச் செல்கிறது, ஸ்வாலோடெய்ல் ஒன்று சற்றே தயங்கிப் பின் பெருஞ்சீரகத் தண்டின்மீது வெளிர் மஞ்சள் நிற முட்டையை இட்டுச் செல்கிறது. அவ்விடத்தின் பொதுவான சீர்மையில் ஏதோ பிறழ்வு ஏற்பட்டிருப்பதை இந்த உயிரிகள் உணர்ந்துவிட்டதுபோலத் தோன்றுகிறது, யாரோ தங்கள் வழியைத் தவறவிட்டிருக்கிறார்கள். அப்போது அவர்கள் பாறையொன்றில் ஒளிரும் ஆரஞ்சு–நீல–வெள்ளை அடையாளத்தைப் பார்க்கிறார்கள், தங்களது சின்னஞ்சிறு சாதனையில் திளைத்தவர்களாய் இருவருமே அதைச் சுட்டுகிறார்கள். ஒரு ஆண் மிருகம் தனது பிரதேசத்தை அடையாள மிடுவதுபோல அவ்ரம் ஓடிச்சென்று தனது சப்பாத்தின் அடிப்பகுதியால் பாறையில் தேய்க்கிறான். இருவரும் தங்களது கவலைகளை இப்போது ஒத்துக்கொள்கிறார்கள், அதை மற்றவரிடம் சொல்லி நெஞ்சில் பாரமேற்றாமல் இருந்ததற்காகத் தங்களையே பாராட்டிக்கொள்கிறார்கள். அவர்களைச் சோதித்ததற்குப் பிராயசித்தம் போல அந்த அடையாளம் இப்போது அடிக்கடி தென்படுகிறது.

“ஒரு விஷயம் என் நினைவுக்கு வருகிறது,” ஒரா சொல்கிறாள்.

“ஓஃபர் பிறந்தபோது, மருத்துவமனையிலிருந்து அவனை வீட்டுக்குக் கொண்டுவந்தபின் தொட்டிலுக்கருகே நின்று அவனைப் பார்த்தேன். அவன் உறங்கிக்கொண்டிருந்தான், குட்டியான உருவம், ஆனால் பெரிய தலை, கன்னங்களின் ரத்தத் தந்துகிகள் வெளித்தெரிந்த, கசங்கிச் சுருங்கியதுபோன்ற சிவந்த முகம். மிகவும் சிரமப்பட்டு நான் பிறந்திருக்கிறேன் எனும் அந்தச் சுருக்கம். முகத்தருகே இறுகிய கைமுஷ்டி. குட்டிக் குத்துச்சண்டை வீரனைப்போல இருந்தான். தன்னோடு எப்படியோ இந்த உலகத்துக்குள் இழுத்துவந்துவிட்ட கோபம் ஒன்றின்மீது கவனம் குவித்தவனாய், சின்னஞ் சிறியவனாய், சீற்றத்துடன் காணப்பட்டான். ஆனால் முக்கியமாக, அவன் தனிமையில் இருப்பது போலிருந்தான். ஏதோவொரு கிரகத்திலிருந்து

இங்கே விழுந்துவிட்டவன்போலவும், தனக்குத் தெரிந்ததெல்லாம் எப்படித் தன்னைத் தற்காத்துக்கொள்வதென்பது மட்டும்தான் என்பதுபோலவும் அவன் காணப்பட்டான்."

"அப்போது இலன் என்னருகே வந்து தோள்களை அணைத்தவாறு என்னோடு சேர்ந்து அவனைப் பார்த்தார், ஆடமை வீட்டுக்குக் கொண்டுவந்தபோதிருந்ததைவிட அது வேறுபட்டப் பார்வையாய் இருந்தது."

அம்மூவரையும் அவ்ரம் காண்கிறான், சட்டென்று பார்வையைத் திருப்பிக்கொண்டு ஆடமின் அறைக்கதவில் இலன் ஒட்டியிருந்த அறிவிப்பைச் சொல்கிறான்: "விருந்தினர்கள் பதினெட்டு வயதையடையும் போது விடுதியைவிட்டு வெளியேற வேண்டுமென்று நிர்வாகம் எதிர் பார்க்கிறது." "இலன் சொல்வார், ராணுவத்திலிருந்தபோது அவரை அவருக்குத் தெரிந்தவர்கள் யாருமில்லாத, யாரையும் தெரிந்துகொள்ளவும் அவர் விரும்பாத புதிய ராணுவத்தளங்களுக்கு அனுப்புவர், அப்போது அவர் செய்யும் முதல் காரியம், அங்கே தொலைவான மூலையில் ஒரு படுக்கையைப் பார்த்து முதல் சிலமணி நேரங்களை அதில் தூங்கிக் கழிப்பதுதான். அது தன் நினைவின்றியே உறக்கத்தில் அந்த இடத்துக்கு ஏற்ப தன்னைத் தகவமைத்துக்கொள்வது."

கவனத்தைக் குலைப்பதுபோல அவ்ரம் அவளைப் பார்த்துப் புன்னகைக்கிறான். "அது சரிதான். டாஸா ராணுவத்தளத்தில் அவனை அவர்கள் ஓர் அரைநாள் முழுவதும் தேடினர். வழியில் அவன் மயங்கி விழுந்துவிட்டதாய் நினைத்தனர்."

ஓஃபர் முஷ்டியை மடக்கி உறங்கிக்கொண்டிருக்க அவனது தொட்டிலருகே தான் இலனை இடித்துக்கொண்டு நின்றதை நினைத்துப் பார்க்கிறாள் ஓரா. அப்போது அவள் சொன்னாள், "இங்கே பார் என் செல்லமே, இஸ்ரேலிய பாதுக்காப்புப் படைக்கு இன்னுமொரு வீரனை நான் தயார் செய்துவிட்டேன்." இலன் அதற்குத்தகுந்த பதிலாக ஓஃபர் பெரியவனாகும்போது அங்கு அமைதி வந்துவிடும் என்றான்.

எங்கள் இருவரில் யார் சொன்னது சரி என அவள் நினைத்துப் பார்க்கிறாள்?

அவர்கள் இணையாக நடக்கிறார்கள், இருவரும் தனித்தனியே தமக்குள்ளிருக்கிறார்கள், ஆனாலும் ஒன்றாகப் பின்னப்பட்டிருக்கிறார்கள். ஓரா பேசப்பேச அவ்ரமுக்குள் தொடர்ந்து ரத்த நுண்குழாய்கள் வெடித்தபடியிருக்கின்றன. ஓஃபரின் தொட்டிலருகே அவர்கள் நின்றிருந்தபோது நான் எங்கிருந்தேன்? அந்த நேரத்தில் என்ன செய்துகொண்டிருந்தேன்? சிலநேரம் புதிய மருந்துகளை எடுத்துக்கொள்கையில் புதுவிதமான வலியுடன் விழித்து அப்படியே படுக்கையில் கிடப்பான், முகம் திகில் வியர்வையில் நனைந்திருக்க, அசுத்தமடைந்த தன் குருதி, தான் இதுவரை அறிந்திராத தன் உள்ளூறுப்பு ஒன்றுக்குள் பாய்ந்துகொண்டிருக்கும் ஓசையைக் கேட்பான். இப்போது அப்படித்தான் உணர்கிறான், ஆனால் இப்போதான அச்சம் மட்டும் முற்றிலும் வேறுபட்டது. இரண்டுமே

மறைவான, திகிலூட்டும் அச்சங்கள், ஒரு புதிய வரைபடத்தை வரைந்த வாறு ரத்தக்குழாய்கள் மேலெழுந்து வருவதுபோல உணர்கிறான்.

ஓராவின் முதுகுப்பை கிட்டத்தட்ட எடையற்றதாகிவிட்டதைப் போலிருக்கிறது, சத்தமின்றி யாரோ பின்னால் வந்து அதைத் தாங்கிப் பிடித்தார்ப்போல. அவளுக்குப் பாட வேண்டும் போலிருக்கிறது, சந்தோஷத்தில் கத்த வேண்டும் போலிருக்கிறது, வயல்களில் நடனமாட வேண்டும் போலிருக்கிறது. அவனிடம் அவள் சொல்லும் விஷயங்கள்! அவர்கள் ஒருவருக்கொருவர் சொல்லிக்கொள்ளும் விஷயங்கள்!

"ஓரா, நீ ஓடுகிறாய்."

தனது நடையின் வேகத்தை மட்டுமே அவன் சொல்கிறானா என அவளுக்கு நிச்சயமாகத் தெரியவில்லை. கக்கக்கென்று சிரிக்க ஆரம்பிக்கிறாள். "வளர்ந்ததும் தான் என்னவாகப் போகிறான் என்று ஓஃபர் சொல்லிக்கொண்டிருப்பான் தெரியுமா?"

அவ்ரம் தன் முகத்தை ஒரு கேள்விக்குறியாக்கிக் கொள்கிறான், எதிர்காலத்துள் ஊடுருவிச் செல்லும் அவளது அசட்டுத்தனத்தை வியந்தவனாய், மூச்சையடக்கிக்கொள்கிறான்.

"அவனது விருப்பம் என்னவென்றால்" – சிரிப்பில் அவள் உடல் வளைகிறது, பேசமுடியாமல் குரல் சீறலாய் வெளிப்படுகிறது – "உறங்கும் போது தன்மீது மற்றவர்கள் பரிசோதனைகள் செய்வதுபோன்ற ஒரு வேலையை அவன் விரும்பினான்."

அப்படித்தான் மறுபடியும் சிரியுங்கள், அவள் அவ்ரமைப் பற்றி நினைக்கிறாள். கவனம், இல்லையென்றால் அது அப்படியே ஒட்டிக் கொள்ளும். ஏனோ உங்கள் சிரிப்பு எனக்குப் பிடித்திருக்கிறது, அதை அடக்காதீர்கள். வீட்டில் அந்த மூன்று மகாபுத்திசாலிகளிடம் இதை நான் அதிகம் கண்டதில்லை. அவர்களுக்குத் தெரிந்தது நகைச்சுவைகளை உருவாக்குவதுதான். அவர்கள் அவ்வளவு சிறப்பாகச் சிரிப்பதில்லை, குறிப்பாக என் நகைச்சுவைகளுக்கு. அவர்களிடையே ஒருமாதிரி வலிந்து ஏற்படுத்திக்கொண்ட குழுவுணர்வு உண்டு, அது என் நகைச்சுவைகளுக்கு அவர்களைச் சிரிக்கவிடாமல் செய்தது. "ஆரம்பத்திலிருந்தே எல்லாச் சிரிப்பையும் உன் கட்டுப்பாட்டில் வைத்திருக்கையில் எப்படி மற்றவர்கள் உன் நகைச்சுவைகளுக்குச் சிரிப்பார்களென நீ எதிர்பார்க்கலாம்?" ஒருமுறை இலன் குறிப்பிட்டிருக்கிறான்.

அவள் அவனிடம் சொல்ல நினைக்கிறாள்: ஓஃபரது சிரிப்பு உங்களுடையதைப் போலவே இருக்கும். கூக்கபுரா பறவை மறுபடி மறுபடி ஒலியெழுப்புவதுபோல. அவள் தயங்குகிறாள். உங்கள் சிரிப்பு? உங்களிடமிருந்த சிரிப்பு? அதை எப்படி வார்த்தைகளால் விவரிப்பதென அவளுக்குத் தெரியவில்லை. அவனிடமே கேட்கும் நிலைக்கு வந்து விடுகிறாள்: சிலநேரம் கண்களில் நீர் வரும்வரை சிரிப்பீர்களே, மல்லாந்து படுத்துக்கொண்டு கைகால்கள் இழுத்துக்கொள்வதுபோலச் சிரிப்பீர்களே, அப்படி இப்போதும் சிரிக்கிறீர்களா? முதலில் நீங்கள் சிரிக்கிறீர்களா? உங்களைச் சிரிக்கவைக்கும் விஷயமென்று ஒன்று உள்ளதா?

அவன் அடிக்கடி குறிப்பிடும் பெண், இளவயதுக்காரி. அவள் இப்போது அவனுக்குச் சிரிப்பு மூட்டுகிறாளா?

அவர்கள் சிறிய ஏரியொன்றைக் காண்கிறார்கள், சிறிது தயக்கத்துக்குப் பிறகு அதில் குளிக்கிறார்கள். மனங்கோணிய, முரண்பட்ட பல ஆசைகளுக்கும் அச்சத்துக்குமிடையேயான சமரசத்துக்குப்பின் ஓரா தனது உள்ளாடைகளுடனும் அவ்ரம் தனது முழு உடைகளுடனும் குளிக்கின்றனர். சில நிமிடங்களில் அவன் கால்சராய் மட்டும் அணிந்தபடி குளிக்கிறான். அவனது உடல் ஆங்காங்கே தழும்புகளும் காயங்களுமாய் வெளுப்பாய் ஒளிர்கிறது, ஆனால் அவள் நினைத்ததைவிடவும் வலுவானதாய் இருக்கிறது, நிர்வாணமாயிருக்கையில்தான் ஆச்சரியப்படவைக்கும் அவனது வலுகூடிய உடல்திறம் வெளிப்படும். அவனும் அவள் கண்முன் கடந்துசெல்லும் "கனத்த உருவத்தையே" பார்க்கத் தேர்ந்தெடுக்கிறான், மன்னிப்புக்கோரும் விதத்தில் தசையைக் கொஞ்சம் கிள்ளியெடுத்து அவள் பார்க்கத் தருகிறான், அவள் தோள்களைக் குலுக்கி இதுதானா – எனக்குக் – கிடைத்தது என்றொரு சோகப்பார்வை பார்க்கிறாள். ஆடையற்ற தன் உடலைப் பார்க்கையில் எப்படி அவன் கிசுகிசுப்பாகப் பேசுவான் என்பதுதான் அவள் நினைவுக்கு வருகிறது, "கடவுளே, ஓரா லே, என்னவொரு ஜ்வலிப்பு." கவிதையில் மட்டுமே காணும் அவ்வார்த்தையை அடா தவிர்த்து அவளுக்குத் தெரிந்த வேறு யாரும் உபயோகித்ததில்லை. அவள்மீதாகத் தன் தலையை இப்படியும் அப்படியும் ஆட்டி ஒரு குதிரையைப்போல கனைப்பான், அல்லது சிங்கத்தைப்போல கர்ஜிப்பான், அல்லது அன்டர் மில்க் வுட்டில் வரும் கிழட்டு கேப்டன் பூனையைப்போல கத்துவான்: *"உன் தொடைகளுக்குள் என் கலம் மோதி உடையட்டும்!"*

ஆழமற்ற நீருக்குள் மூழ்குகிறாள், அருகில் தவளை போன்ற அவனது உடல் தண்ணீரில் தள்ளாடிக்கொண்டிருப்பதை மங்கலாகக் காண்கிறாள், அவள் மறந்திருந்த வேதனையொன்று மேலெழுந்து வருகிறது, கட்டையான, கரடுமுரடான, எதுபற்றியும் அலட்டிக்கொள்ளாத அந்த உடல் மெல்லத் தீப்பிடித்து, பிறகு பற்றியெரியுமொரு கயிறாக நீள்வது குறித்த நினைவு அது. அவனது முகத்தை இரண்டு கைகளாலும் பற்றிக்கொண்டு கட்டாயப்படுத்தி தனது கண்களைப் பார்க்கச் சொல்வாள், எவ்வளவு முடியுமோ அவ்வளவு வெளிப்படையாக இருக்கச் சொல்வாள். அவன் கண்களை ஆராய்வாள், தொலைவே நிலைத்திருக்கும் முற்றிலும் திறந்த, முடிவற்ற ஒரு பார்வையை அதில் காண்பாள். தனது யாவற்றையும் நன்றியோடும் மகிழ்வோடும் ஏற்றுக்கொள்ளும், தான் முழுமையாக, நிபந்தனையற்று நேசிக்கப்படும் இடம் ஒன்று இருப்பதை அவள் அறிந்துகொள்வாள்.

ஓராதான் அவனது மையம், குவிமையம். இதுவும் அவளுக்குப் புதிதுதான். அவ்ரம் இல்லை, ஓரா – அவ்ரமும் இல்லை, ஓராதான் அவர்களது கூடல் நிகழும் இடம். அவனுடையதைவிடவும் அவளுடைய உடலே அவர்களது உணர்வுகள் கலக்குமிடமாய் இருந்தது, தன்னுடையதை விடவும் அவளுடைய இன்பமே அவனுக்குப் பிரதானமாயிருந்தது. அவளுக்கு இது திகைப்பூட்டியது, சிலநேரம் கவலையும் தந்தது – "உங்களுக்கு

நான் செய்கிறேனே," அவள் வற்புறுத்துவாள், "நீங்களும் அதை அனுபவிக்க வேண்டுமில்லையா." அவன் சிரிப்பான்: "நீ அதை அனுபவிக்கையில்தான் அதிகமும் நான் அதை அனுபவிக்கிறேன், அதை நீ உணரவில்லையா? அது உனக்குத் தெரியவில்லையா?" அவள் உணர்ந்தாள், அவளுக்குத் தெரிந்தது, ஆனால் அதைப் புரிந்துகொள்ளத்தான் முடியவில்லை. "இந்தப் பிறர்நலத்துக்கு என்ன அர்த்தம்?" கோபமாகக் கேட்பாள். "என்ன பிறர்நலம்?" என்றபடி நைச்சியமாகச் சிரிப்பான், "இது சுத்த சுயமுனைப்புவாதம்." அது ஏதோ புரியாத நகைச்சுவை என்பதுபோலச் சிரிப்பாள், ஆனால் மறுபடியும் அவனது தழுவல்களுக்கும் நாவருடல்களுக்கும் இணங்குவாள். அவனைப்பற்றிய சிக்கலான, திரிபடைந்த ஏதோவொன்று சற்றே புரிய ஆரம்பத்திருப்பதாக உணர்வாள், உண்மையிலே அவள் அவ்ரமைப்பற்றித் தெரிந்துகொள்ள விரும்பினால் மிகவும் முயன்று அவனைப் புரிந்துகொள்ள வேண்டும் என நினைப்பாள். ஆனால் அந்த முத்தங்கள் அவ்வளவு இனித்தன, அந்த நாவருடல்கள் பூமியையே உலுக்கின, ஒவ்வொரு முறையும் அவளது பிடிவாதம் தளர்ந்துபோகும், எப்போதும் அது பேச உகந்த நேரமாக இருந்ததில்லை, இறுதிவரை அது பேசப்படாமலே போனது.

அதுவே தலைகீழாக இருந்திருந்தால், அவளுக்குத் தெரியும் – நீர் விலகிவிழும் ஒலியைக் கேட்கிறாள், அவ்ரம் ஏரியிலிருந்து வெளியேறுகிறான், அடடா, சற்றே அவனோடு விளையாட விரும்பினாள் (ஆனால் அவனுக்கு அதில் விருப்பமிருப்பதுபோலத் தெரியவில்லை.) இப்போது அவன்முன் அவள் நிர்வாணமாக நடந்துவர வேண்டுமே – அதுவே தலைகீழாக இருந்திருந்தால் அவன் தளர்ந்துகொடுத்திருக்க மாட்டான். அவளது ஒவ்வொரு பதிலையும் துருவித்துருவி ஆராய்ந்திருப்பான், வியந்திருப்பான், மறுபடிமறுபடி நினைத்துப்பார்த்திருப்பான், நினைவில்வைத்துப் போற்றியிருப்பான், திரும்பத்திரும்ப மனதுள் அதை அசைபோட்டபடி இருந்திருப்பான். தண்ணீரிலிருந்து வேகமாக வெளியே வருகிறாள், முன்பை விடவும் இப்போது சுருங்கிவிட்டதுபோலத் தோன்றிய குளிர்ந்த தன் மார்பகங்களை மறைத்தபடி நீரில் தாவித்தாவி அடிவைத்து வருகிறாள்– துவாலை எங்கே, அடச்சே, ஏன் அதை முன்பே எடுத்து நான் வெளியே வைக்கவில்லை?

அவளைப் பார்க்காமலே அவ்ரம் ஒரு துவாலையை அவளை நோக்கி வீசுகிறான், பற்கள் தடதடக்க நன்றி என்கிறாள். அவனுக்கு முதுகுகாட்டி நின்று உடம்பைத் துடைத்துக்கொள்கிறாள், அவளுக்குப் பத்தொன்பது வயதிருக்கையில் அவன் சொன்னது நினைவுக்கு வருகிறது: இவை மிகவும் கச்சிதமானவை, சரியாக உள்ளங்கைகளுக்குள் அடங்கிவிடுபவை. விசித்திரமாக அந்த ஹீப்ரு வார்த்தை ஆண்பாற்தன்மை கொண்டிருந்த போதும் அவளது மார்பகங்களை எப்போதும் அவன் பெண்பாற் பெயரிலேயே அழைத்தான். "வேறு எப்படி அதைச் சொல்ல முடியும்?" என்றான், சந்தோஷமாக அவனது வாதத்தை அவள் ஏற்றுக்கொண்டாள். அவற்றை எப்படி அவன் கொண்டாடினான், அவற்றின்மட்டில் அவன் சலிப்புற்றதேயில்லை. "உனது ஜ்வலிப்புகள்," அவன் இப்படித்தான் அழைத்தான், "உனது நிறைந்த ஜ்வலிப்புகள்" எனவும் குறிப்பிடுவான். இதைக்கேட்க தன்னை அவன் ஒழுங்காகப் பார்க்கவில்லையோ என்ற

அவளது ஐயம் உறுதிப்படும், அவளது குறைகள்மட்டில் அவன் கண்களை மூடிக்கொண்டான், வெளிப்படையாகச் சொன்னால் அவளை அவன் நேசித்தான். யாரும் அவற்றைக் கவனிக்கும் முன்பே தனது மார்பகங் களுக்கு இந்த உலகில் ஓர் இடத்தை வழங்குவது குறித்து தானே ஐயம் கொண்டிருக்கையில் தன்னையொரு பெண்ணாகத் தீவிரமாக நம்பியதற்காக அவனை அவள் மிகவும் நேசித்தாள். அடுத்துவந்த வருடங் களில் பையன்களுக்கு அவள் முலையூட்டியபோது, அவ்ரமும் தன்னில் அருந்த வேண்டுமென அடிக்கடி விரும்புவாள், தனது ஸ்தனங்கள் பருத்து பால்நிரம்பி பருத்து இருப்பதை அவன் அறிய வேண்டுமென விரும்புவாள். இருவரும் சேர்ந்திருக்கையில் "உன் கிண்ணம் நிரம்பி வழிகிறது," எனச் சொல்லி அவளை அவன் மகிழ்விப்பான்.

எப்போதும்போல அவள் தன்னை அழுந்தத் துடைத்துக்கொள்கிறாள், தோல் இளஞ்சிவப்பு நிறமடைந்து வெம்மை கொள்ளும்வரை அழுந்தத் துடைப்பாள். எண்ணங்களில் மூழ்கியவளாக, அவ்ரமை நோக்கி விசித்திரமான, ஆவலான ஒரு பார்வை பார்க்கிறாள். அவளை ஓரக் கண்ணால் பார்த்து "என்ன?" என்கிறான், அவள் தன் எண்ணங்களிலிருந்து மீண்டு நிமிர்ந்து நிற்கிறாள், தன் விழிகளிலிருந்து வெளியேறிவிட்ட கட்டு மீறிய, ஈரமான அந்தப் பார்வையைத் துடைத்து சுத்தமாக்கிக்கொள்வது போல இமைகளைப் படபடவென அடித்துக்கொள்கிறாள்.

அவ்ரம் எழுந்து சட்டையை அணிந்துகொள்ளும்போது, இதுவரை தாங்கிக்கொண்டது போதும் என்கிறாள். "இந்தச் சட்டையை இங்கேயே துவைத்தாக வேண்டும், நடக்கும்போது முதுகுப்பைமீது போட்டு அதைக் காயவைப்போம். பையைத் திறந்து சுத்தமான சட்டை எதையாவது எடுத்து அணிந்துகொள்ளுங்கள்."

தொடர்ச்சியாக அமைந்த இயற்கை நீரூற்றுகளைத் தாண்டி நடக்கிறார்கள்: எய்ன் கார்கர், எய்ன் பு ஆ, எய்ன் காலவ். வெளிர் ஆரஞ்சு வண்ண பாசிக் காளான்கள் அலங்காரவேலை செய்ததுபோல வாதுமை மரக்கிளை களில் வளர்ந்திருக்கின்றன. நீரூற்றுகளில் அவ்ரமின் நிழல் விழும்போது தலைப்பிரட்டைகள் துள்ளிக் குதிக்கின்றன. ஓரா பேச்சைத் தொடர்கிறாள். சிலநேரம் அவ்ரமைப் பார்க்கையில் அவனது உதடுகள் அசைவதைக் கவனிக்கிறாள், வார்த்தைகளைத் தனக்குள்ளாக அவன் செதுக்கிவைக்க முயல்வது போலிருக்கிறது.

காய்ச்சலில் ஓஃபருக்கு உடல் கொதித்துக்கொண்டிருக்கும், வியர்வை பொங்கும், அவ்வப்போது உடல் தூக்கிப்போடும், முனகுவான். அப்போ தெல்லாம் அவனோடு ஆடும்நாற்காலியில் அமர்ந்து கழித்த நீண்ட இரவுகளைப்பற்றிப் பேசுகிறாள். உறங்கியுறங்கி விழிப்பாள், மெல்ல அவனோடு பேசுவாள், வேதனைமிக்க அவனது முகத்திலிருந்து வியர்வையைத் துடைப்பாள். "மற்றொருவரது துன்பத்தை இந்தளவுக்கு என்னால் உணர முடியும் என நான் நினைத்ததே இல்லை," என்பவள் அவ்ரமைப் பார்க்கிறாள், அடுத்தவரது துன்பத்தைக் கண்டு வாடும் குணம் அவனையன்றி வேறு யாருக்கு அப்போது இருந்தது.

பாலூட்டுவதைப் பற்றிச் சொல்கிறாள். பலமாதங்களுக்கு ஓஃபர் எப்படித் தாய்ப்பால் மட்டுமே அருந்தினான், முலையருந்துகையில் உறிஞ்சும் ஓசையாலும் பார்வையாலும் எப்படி அவளோடு உரையாடினான் என்று சொல்கிறாள். "அது முழுமையான ஓர் மொழி, வார்த்தைகளால் விவரிக்க முடியாத அளவுக்குச் செம்மையான மொழி."

ஓஃபர் மட்டுமன்றி அவ்ரமும் அங்கு அவளைக் காண வேண்டுமென விரும்புகிறாள். அவளது கறைபடிந்த பாலூட்டும் மார்க்கச்சு, விரித்துப் போட்ட தலைமுடி இவற்றுடன். பலமாதங்களுக்குத் தட்டையாக மறுத்த அவளது பானை வயிறு, ஓஃபர் அழுது அரற்றுகையில் தன்னால் புரிந்து கொள்ள முடியாத அவனது வேதனைகளை எதிர்கொண்ட கையறுநிலை, இவற்றுடனும்; அவளது அம்மாவுடைய கறாரான அறிவுரை, இன்னும் அனுபவம் மிக்க அண்டைவீட்டுக்காரர்களுடைய தாய்ப்பால் சிகிச்சை, மருத்துவனை செவிலிகளுடைய அறிவுரைகளுடனும். தனது உடலைக் கொண்டே இன்னொரு உயிரைக் காப்பாற்றி வளர்க்க முடியும் என்பதை உணர்ந்ததனால் உண்டான சந்தோஷத்துடனும்.

ஓஃபரின் பசி அழுகைக்கும் அவளது முலைக்காம்பு அவனது வாய்க்குள் மறைந்த கணத்துக்கும் இடைப்பட்ட பெரும் பள்ளங்கள். அழுகையில் அவனது உடல் அப்படியே துவண்டுவிடும், தான் மரணிக்கப்போவதை உணர்ந்துவிட்ட ஒரு உடலைப்போல. மரணம் குறித்த அச்சம் அவனுள் வேகமாகப் புகுந்துவிடும், உணவின்றி வெறுமையாயிருக்கும் வெளிகளை அவள் நிரப்புவாள். குறிப்பிட்ட தாளகதியில் அவளது உயிர்ப்பொருள் மெதுவாக உட்சென்று அவனை நிறைக்கும்வரை அவன் கத்தி அழுவான், பின் நிம்மதியின் விகாசம் அவனது சிறிய முகத்துக்கு ஒளியூட்டும்: அவன் காப்பாற்றப்பட்டுவிட்டான், அவள் அவனைக் காப்பாற்றிவிட்டாள், அவளுக்கு அந்த வல்லமை இருக்கிறது.

நான்காவது கியரிலிருந்து மூன்றாவதற்கு மாறும் ஒவ்வொருமுறையும் பின்செலுத்தும் கியரைத்தான் பிரயோகித்துவிட்டோமோ என்ற இனம் புரியாத பயத்துக்கு ஆட்படும் அவள் ஒரு மனிதனுக்கு உயிர் கொடுத்துக் கொண்டிருக்கிறாள்!

சிலநேரம் அவன் அவளது கைகளில் இருக்கையில் வேகமாக அவனது முகத்தையும் உடலையும் தடவுவாள். அப்படிச் செய்கையில் வெளிப்படையான அந்த இழைகளை, ஓஃபரை அவ்ரமுடன் – அவன் எங்கிருந்தாலும் – பிணைத்த அந்த வலையை மனதில் நினைத்துக் கொள்வாள். அதில் எந்த அர்த்தமும் இல்லையென்று அவளுக்குத் தெரியும், ஆனாலும் அவ்விதம் செய்வதிலிருந்து தன் கைகளை அவளால் கட்டுப்படுத்த முடியாது.

இரவுவேளை. இந்த உலகில் அவர்கள் இருவர் மட்டுமே, சுற்றிலும் இருட்டு, அவளது அகத்திலிருந்து வெம்மையான பால் ரகசியமாகச் சுரந்து அவனது அகம் நோக்கி நகருகிறது. அந்தச் சிறிய கை அவள் மார்புமீது கிடக்கிறது, சுண்டுவிரல் ஆன்ட்டெனாபோல நீண்டிருக்க ஏனைய விரல்கள் அவனது உறிஞ்சுதலின் தாளகதிக்கேற்ப அசைகின்றன,

அவனது இன்னொரு கை போர்வையின் இழைகளை, அவனது தலையின் கொத்துமுடியை அல்லது காதினைக் கசக்கியபடியிருக்கின்றன.

கண்களைத் திறந்து அவளைப் பார்க்கிறான், அந்தக் கண்களுள் அவள் குதிக்கிறாள், அவனது பார்வையில் அவள் பதியப்படுகிறாள். அவள் இப்படி உணர்கிறாள்: இளசான, பஞ்சுபோன்ற அவனது மூளைக்குள் அவளது முகம் பதியப்படுகிறது. கிளர்ச்சியேற்படுத்தும் முடிவற்ற ஒரு கணத்தை அவள் அனுபவிக்கிறாள். அவன் கண்களில் தன் பிம்பத்தையே காண்கிறாள், முன்னெப்போதையும்விட அதில் அவள் மிக அழகாகக் தோன்றுகிறாள். அவனை நல்லவொரு மனிதனாக வளர்க்க அவள் உறுதி யேற்கிறாள், குறைந்தபட்சம் தன்னைவிட நல்லவனாக. அவளது தாய் அவளுள் சீரழித்தவற்றை அவள் சரிசெய்வாள். அவளது பேரார்வம் ஒரு பாலூற்றாய் வெடித்துப் பொங்கி ஓஃபரின் வாயையும் மூக்கையும் நனைக்கிறது: இதை எதிர்பாராத அவனுக்கு மூச்சுத் திணறுகிறது, கண்களில் நீர் நிறைகிறது.

இப்போது அவள் நடந்துசெல்கையில், தன்னுடலைத் தானே இறுக்கி யணைத்துக்கொள்ள, புயலொன்று அலைகளாக அவளைக் கழுவிச் செல்கிறது. மறந்துபோன உணர்ச்சிகள்: முழுமையுணர்வு, இறுக்கம், நடுத்தெருவில், பணியிலிருக்கையில், உணவகத்திலிருக்கையில், வெறுமனே ஓஃபரைப்பற்றி நினைக்கையில் என சட்டைவழியே கசிந்துவிடும் துளிகள் – “அவனை நினைத்தாலே மார்பில் பால் சொட்டும்,” சொல்லி விட்டுச் சிரிக்கிறாள், தன் முகம் அவளது ஒளியில் பிரகாசிக்க அவ்ரம் நினைக்கிறான், தனது பாலையருந்த அவள் இலனை அனுமதித்திருப்பாளா?

○○○

நடுப்பகலில் அவர்கள்மீது ஓர் நிழல் கவிகிறது. ஸிவான் ஓடையின் படுகை வழியாக அவர்கள் நடக்கிறார்கள், ஆழமான, விசித்திரமான அந்த ஓடை அவர்களை மௌனமாக்குகிறது. உடைந்த பெரிய பாறைகள் நடுவே பாதை சுற்றி வளைத்துச் செல்கிறது, அவர்கள் மேலேற வேண்டியிருக்கிறது, கவனமாக அடிவைத்து நடக்க வேண்டியிருக்கிறது. அவர்களைச் சுற்றி யிருக்கும் ஓக் மரங்கள் உயரமாக வளர நிர்பந்திக்கப்பட்டவை, சூரிய ஒளியைத் தொடவேண்டி அவை மேலேமேலே நீண்டுகொண்டிருக்கின்றன. வெளிறிய ஐவிகளும் பெரணிகளும் மர உச்சிகளிலிருந்து அடுக்கடுக்காகத் தொங்குகின்றன. நிறம் மங்கிய சைக்ளமேன்கள், நிறமற்ற பூஞ்சைகள் நடுவேயமைந்திருக்கும் பொடியும் சருகிலைப் படுக்கை மீதாக நடக்கின்றனர். கிட்டத்தட்ட இருட்டிவிட்டது. தொட்டுப் பாருங்கள் என பாறைமீது படிந்திருக்கும் பசும்பாசியின்மீது அவன் கையை எடுத்துவைக்கிறாள். மென்மையாக, ரோமக்கற்றை போலிருக்கிறது. அவர்களைச் சுற்றிலும் அமைதி. ஒரு பறவையும் ஒலியெழுப்பவில்லை. “தேவதைக் கதைகளில் வரும் காடு போலிருக்கிறது,” சத்தமின்றிச் சொல்கிறாள் ஓரா. அவ்ரம் தன்னைச் சுற்றிலும் பார்க்கிறான். அவனது தோள்கள் சற்றே வளைந்திருக்கின்றன. விரல்கள் பாய்ந்துபாய்ந்து ஒன்று மற்றதைக் கணக்கிட்டபடியிருக்கின்றன. “கவலைப்படாதீர்கள், நான் வெளியேறும் வழியைக் கண்டுபிடிக்கிறேன்,”

என்கிறாள். அவ்ரம் அவளிடம் சுட்டிக்காட்டுகிறான்: "அங்கே பார்." அடர்ந்த இலைமறைப்பை ஊடுருவி உள்ளே வந்த ஒற்றைக் கிரணம் ஒரு பாறைமீது பட்டு ஒளிர்கிறது.

நாம் வீடு திரும்பியதும் கலிலேயா பற்றிய புத்தகமொன்றை படிப்பேன், அல்லது வரைபடத்திலாவது அதைப் பார்ப்பேன் என அவ்ரம் நினைத்துக் கொள்கிறான். நான் எங்கெங்கெல்லாம் போனேன் எனத் தெரிய வேண்டும். எனக்குப் பதிலாக அவளோடு ஓஃபர் வந்திருந்தால் எப்படியிருந்திருக்கும்? அவனோடு இப்போது அவள் என்ன பேசிக்கொண்டிருப்பாள்? தன் பிள்ளையுடன் இப்படிப்பட்டவொரு இடத்தில் முழுக்கமுழுக்கத் தனித்திருப்பது எப்படியிருக்கும்? அது மிகவும் சங்கடமானதாக இருக்கும். அவனை மௌனமாக இருக்க ஓரா விட்டிருக்கமாட்டாள். அவன் தனக்குள் சிரித்துக்கொள்கிறான். இருவரும் வழியில் சந்திப்பவர்களைப்பற்றிப் பேசிச் சிரிக்காமல் வரமாட்டார்கள். வழியில் என்னைப் பார்த்தால்கூட சிரிப்பார்கள்.

பூமிமீது தடித்த மரவேர்கள் ஊர்ந்தபடியிருக்குமிடத்தின் வழியாகப் போகும் குறுகிய பாதையில் மேலேறுகிறார்கள். முதுகுப்பைகள் அவர்களைக் கீழே இழுக்கின்றன. அவ்ரமும் ஓஃபரும் தனியே இந்தக் காட்டில் நடந்தால் எப்படியிருக்கும் என நினைத்துப்பார்க்கிறாள் ஓரா. ஆண்களின் பயணம்?

அவர்களது முகங்களை மறைத்திருந்த கை விலகியதுபோல சட்டென்று அவர்கள் நிழலிலிருந்து வெளிச்சத்துக்கு வருகிறார்கள். சற்று நேரத்தில் ஒரு புல்வெளி தென்படுகிறது, ஒரு மலைப்பகுதியும் வெண்ணிற மலர்கள் பூத்திருக்கும் பழத்தோட்டங்களும்கூட. "என்ன அழகு," அந்த இடத்தின் அமைதி கெடாதவாறு மெதுவான குரலில் சொல்கிறாள்.

பாதை மெதுவாக நகர்கிறது. பாதையின் சரிவிலும் மையத்திலும் வரிசையாகக் களைச்செடிகள் வளர்ந்த, மனிதர்கள் நன்றாக நடந்து தேய்ந்திருந்த அகன்ற பாதை. குதிரையின் பிடரி போலிருக்கிறது, அவ்ரம் மனதுள் நினைத்துக்கொள்கிறான்.

வீட்டினுள் ஓஃபரின் கண்டுபிடிப்புப் பயணங்கள் குறித்து ஓரா சொல்லத் தொடங்குகிறாள், புத்தக அடுக்கின் அடிப்புறத்திலுள்ள நூல் ஒவ்வொன்றையும், செடிகளில் இலைகளையும், சமையலறை இழுப்பறையின் அடித்தட்டிலுள்ள பாத்திரங்களையும் மூடிகளையும் பிடிவாதமாக ஆராய்வான். தன் மனதில் மிதந்து மேலேவரும் ஒவ்வொரு துணுக்கு நினைவையும் அவனிடம் தருகிறாள். நாற்காலியிலிருந்து கீழே விழுந்து மேகன் டேவிட் மருத்துவமனையில் முகவாய்க்கட்டையில் ஏழு தையல்கள் போட்டபோது; விளையாட்டு மைதானத்தில் பூனையொன்று அவன் முகத்தைக் கீறியபோது – "தழும்பு எதுவும் இல்லை," என உறுதிபடச் சொல்கிறாள். அவ்ரம் வேகமாகக் கைகள், தோள்பட்டை, முதுகு எனத் தனது தழும்புகள் சிலவற்றை நடுக்கத்துடன் தொட்டுப் பார்த்துக்கொள்கிறான். அவனுள் மகிழ்ச்சி அலையொன்று அடிக்கிறது, ஓஃபர் முழுமையானவன், அவன் உடல் முழுமையானது.

அவ்ரம் இன்னுமதிகத் தெளிவுகொள்வதுபோலத் தோன்றுகிறது: ஓஃபர் எப்போது பேசத் தொடங்கினான், அவனது முதல் வார்த்தை என்ன என்பதை தெரிந்துகொள்ள விரும்புகிறான். "அப்பா–*Abba*" என்கிறாள் ஓரா. தந்தை. அவ்ரமுக்கு அது சரியாகக் கேட்கவில்லை, சந்தேகமாகக் கேட்கிறான்: "அவ்ரமா?" தனது தவறைப் பின்னரே உணர்கிறான், இருவரும் சிரிக்கிறார்கள். ஆடமின் முதல் வார்த்தை என்ன என்று கேட்கிறான். ("ஓர்" என்கிறாள். ஒளி. ஐமா இல்லையா? வெளிப்படையான இந்தக் கேள்வியை அவன் மென்று விழுங்குவதை உணர்கிறாள். அதற்குப் பதிலாக அவ்ரம் 'ஓர்' கிட்டத்தட்ட 'ஓரா' இல்லையா," என்கிறான், இதை அவள் நினைத்துப்பார்த்ததே இல்லை; தனது முதல் வார்த்தைகள் என ஓஃபர் எப்போதும் சொல்வது: "என்னை உங்கள் தலைவரிடம் அழைத்துச் செல்லுங்கள்." அவள் அவ்ரமுக்கு அவனது அம்மாவின் கனத்த அடுக்கறை மேசையை நினைவுபடுத்துகிறாள், ஓராவின் பிள்ளைகளுக்கு அது உடைமாற்றும் மேசையானது. பிள்ளைகளின் குழந்தைப்பருவத்தில் அவர்களது புத்தகங்கள் அனைத்தையும் அடக்கியிருந்த கறுப்புநிறப் புத்தக அலமாரியைப் பற்றியும் குறிப்பிடுகிறாள். புத்தகங்களிலிருந்து அவர்களுக்குப் படித்துக்காட்டியவற்றிலிருந்து ஏராளமானவற்றை அப்படியே மனதில் வைத்திருந்தாள், அப்படியே மனப்பாடமாகச் சொல்கிறாள்: "புளூட்டோ, மெகிடோ கிப்புட்ஸைச் சேர்ந்த ஒரு நாய்..." ஒவ்வொரு குழந்தையினதும் பிரியத்துக்குரிய மிட்ஸ் பெடல் முயல் மற்றும் அதன் பிற விலங்கு நண்பர்கள் பற்றியும் இதுபற்றி எதுவும் தெரியாத அவ்ரமிடம் விளக்குகிறாள். தனக்குள்ளே அவள் சிரித்துக்கொள்கிறாள்: நாமிருவரும் கொஞ்சம் அந்தக் கதையில் வரும் ஒட்டகச்சிவிங்கியும் சிங்கமும் போலத்தான்.

குளித்துச் சுத்தமாகிப் படுக்கைக்குச் செல்ல தயார்படுத்தப்பட்ட குழந்தை ஓஃபர், அவ்ரம் கதைசொல்லக் கேட்டபடி தலையை அவனது தோளில் சாய்த்திருக்கிறான், இப்படியொரு காட்சியைக் கற்பனை செய்ய முயல்கிறாள். பிறை நிலாக்கள் வரைந்த பச்சைவண்ண இரவு ஆடை அணிந்திருக்கிறான் ஓஃபர், அவ்ரம் என்ன அணிந்திருக்கிறானென்று அவளுக்குத் தெரியவில்லை. அவளால் அவ்ரமையேகூட காண முடிய வில்லை, ஆனால் அங்கு ஒரு பெரிய மனித உருவம் இருப்பதை அதன்மீது ஓஃபர் சாய்திருப்பதை அவளால் அறிய முடிகிறது. அவ்ரம் ஒவ்வொரு இரவும் ஓஃபருக்கென புதிய கதைகளை உருவாக்கியிருப்பான், அவனுக்காக நாடகங்களை, பிற காட்சிகளை நிகழ்த்தியிருப்பான். ஓஃபரே சொன்னதுபோல தினமும் இரவில் அதே கதையை வாசிக்கக் கேட்டு அவனுக்கு சலிப்பு உண்டாகியிருக்கும். பிள்ளைகளுக்கு உறங்கும் முன்பான கதைவாசிப்பின்போது இலன் பிரத்யேகமான, மர்மம் நிறைந்த, மெல்லிய, வயிற்றைப் புரளவைக்கும் ஒரு குரலைப் பயன்படுத்துவான், அக்குரலை இப்போது அவளால் கேட்க முடிகிறது. அவ்ரமிடம் அவள் சொல்லவில்லை இருப்பினும் தனக்காகவும் ஓஃபருக்காகவும் இலன் அந்த நேரத்தை எந்தளவுக்கு விரும்பினான் என நினைத்துக்கொள்கிறாள். அலுவலகத்தில் பணி நெருக்கடி கடுமையாக இருந்தாலும்கூட பையன்களை உறங்கவைக்க வீட்டுக்கு வந்துவிடுவான். பிள்ளைகளை அணைத்தபடியே அவன் வாசிப்பதைக் கேட்பது அவளுக்கு அவ்வளவு பிடிக்கும்.

பாதை லகுவாக, தடைகளற்று இருக்கிறது. அவ்ரம் தனது கைகளை விரிக்கிறான், இந்த ஷர்வால்கள் உடம்புக்கு எவ்வளவு சௌகரியமாக இருக்கின்றன என நினைக்கிறான் – அவனே நகைச்சுவையாகக் குறிப்பிட்ட அவனது "மல்லாக்கொட்டை உருவ"த்துக்குப் பொருந்தும் வகையில் கைப்பகுதியை மூன்று மடிப்புகள் மடித்துவிட்டிருந்தாள் ஓரா. பகல்நேரப் பராமரிப்பு மையத்தில் ஓஃபருக்குக் கிடைத்த முதல் நண்பனான யோயலைப் பற்றிச் சொல்கிறாள். பின்னர் யோயல் தன் பெற்றோருடன் அமெரிக்கா சென்றுவிட ஓஃபர் மனமுடைந்து போனான். "எல்லாமே சிறுசிறு சம்பவங்கள்தாம்," அவனிடம் மன்னிப்புக்கோரும் குரலில் சொல்கிறாள். ஆனால் ஒரு சம்பவத்திலிருந்து அடுத்ததற்கு, ஒரு வார்த்தையிலிருந்து மற்றதற்குச் செல்லச்செல்ல குழந்தை ஓஃபர் மெதுவாக ஒரு சிறுவனாக செதுக்கப்பட்டு அவளது மனதில் தீர்க்கமாக எழுந்துவருகிறான்: அந்தக் குட்டிக் குழந்தை தத்தித்தத்தி நடக்கிறது, அவனது உடைகள், விளையாட்டுப் பொருட்கள், சிகையலங்காரம், கண்கள் எல்லாமே மாறிவருகின்றன. தனியே விளையாட்டில் ஆழ்ந்திருக்கும் ஓஃபரை அவனுக்குக் காண்பிக்கிறாள். ஏராளம் துணைப் பாகங்கள் கொண்ட குட்டிக்குட்டி விளையாட்டுப் பொருட்களை அவன் விரும்பியதைச் சொல்கிறாள். முடிவற்ற பொறுமையுடன் அவற்றை அவன் சேகரிப்பதை, பொருத்துவதை, ஒன்று சேர்ப்பதை, மறுபடியும் பிரித்துப்போடுவதைக் கண்டு அவள் வியப்பாள்.

"அது என்னிடமிருந்து அவனுக்கு வந்திருக்காது." அவ்ரம் சிரிக்கிறான், ஓரா நெகிழ்ந்து போகிறாள்: மறுப்பதன் வழியாக அவன் ஒத்துக் கொள்கிறான்.

அவனுக்கு ஒன்றரை வயதிருக்கும்போது, அவர்கள் தோர் கடற்கரைக்குச் சுற்றுலா சென்றார்கள். ஓரா, இலன், ஆடம் மூவரும் உறங்கிக்கொண்டிருக்க அதிகாலையிலேயே அவன் எழுகிறான், படுக்கையிலிருந்து இறங்கி தனியே அறையைவிட்டு வெளியே வருகிறான். வெற்றுப்பாதங்களுடன் ஒரு டி–ஷர்ட்டும் உறிஞ்சாடையும் அணிந்து தளர்நடை நடந்தபடி கடற்கரையை ஒட்டிய பெரிய புல்வெளிக்கு வந்து அங்கே தன் வாழ்வில் முதல்முறையாகப் பெரிய நீர்த்தெளிப்பான் நீரை விசிறித் தெளிப்பதைப் பார்க்கிறான். ஆச்சரியமாக அதைப் பார்த்தபடி தனக்குள்ளே சிரித்தபடி முணுமுணுத்தபடி நிற்கிறான், பிறகு அந்தத் தெளிப்பானோடு விளையாடத் தொடங்குகிறான். விசிறியடிக்கப்படும் நீர்த்தாரைகளிடம் மெதுவாக நடக்கிறான், அவை தன் பாதங்களைத் தொடும்முன் ஓடி வந்துவிடுகிறான். அப்போது விழித்தெழுந்துவிட்ட ஓரா அறைச் சுவருக்குப் பின்னிருந்தபடி சந்தோஷத்தையே தன் கண்முன் பார்க்கிறாள்: பிரகாசமாக, பொன்னிறத்தில், தெறித்துவிழும் நீர்த்தாரைகளுக்கு விலகிவிலகி ஓடும் சந்தோஷத்தை தன் கண்முன் அவளால் பார்க்க முடிகிறது.

அப்போது தெளிப்பான் ஓஃபரைப் பிடித்துவிடுகிறது, அவனது உடலையும் தலையையும் நனைத்துவிடுகிறது. அதிர்ச்சியடைந்தவனாய்

உடல் நடுங்க நீர்ப்பொழிவுக்குள் செயலற்று நிற்கிறான், முகம் சுருங்கி வானத்தைப் பார்த்திருக்க இறுக்கிய கை முஷ்டிகளை அசைத்தபடி யிருக்கிறான். கண்கள் மூடியிருக்க நடுக்கம் கலந்த சுழிப்பில் உதடுகள் ஒட்டிக்கொண்டுள்ளன. நின்றபடியே இதை அவள் அவ்ரமுக்குக் காட்டுகிறாள். தன்னைச் சுற்றிலும் வீசியடிக்கும் நீர்த்தாரைகளுக்கு நடுவில் ஒரு குட்டி மனிதன், தன்னந்தனியாக, தனக்குப் புரியாத ஒரு தண்டனைத் தீர்ப்பை ஏற்றுக்கொண்டபடி நிற்கிறான். அவனை அங்கிருந்து தூக்கிவர அவள் விரைகிறாள், ஆனால் ஏதோ அவளைத் தடுத்து அந்த மறைவிடத்திற்கு திரும்பிச்செல்ல வைக்கிறது. அவ்ரமிடம் அவள் சொல்கிறாள், தன்னந்தனியாக ஓஃபரை அதுபோல் இன்னுமொருமுறை பார்க்க வேண்டுமென்ற ஆசை. இந்த உலகில் ஒரு ஆளாக அவனைப் பார்க்க.

ஒருவழியாக ஓஃபர் தன் பாதங்களைப் பெயர்த்துக்கொண்டு தெளிப்பானிலிருந்து பாதுகாப்பான தொலைவுக்கு வருகிறான், சத்தம் வராமல் முனகியபடி கைகாலெல்லாம் உதறியபடி, இப்போது காயம் பட்ட அகந்தையுடன் அதைப் பார்க்கிறான். ஆனால் அற்புதமான ஒரு புதிய உயிரியைப் பார்த்ததுமே இந்த அவமானத்தை மறந்துவிட்டான்: வயதான நொண்டிக் குதிரை, அதன் தலையில் ஒரு வைக்கோல் தொப்பி, தொப்பியில் போட்ட துளைகள் வழியே அதன் காதுகள் வெளியே நீட்டிக்கொண்டுள்ளன. குதிரை ஒரு வண்டியை இழுத்து வருகிறது, அதில் ஒருவர் அமர்ந்திருக்கிறார், அவரும் வயதானவர்தான், அவர் தலையிலும் ஒரு வைக்கோல் தொப்பி. அந்தக் கிழவர் கடற்கரையில் குப்பைகளை அள்ளிச் செல்ல தினமும் விடிகாலையில் வண்டியோடு வருபவர், இப்போது குப்பைகளை ஏற்றிக்கொண்டு குப்பைகளைக் கொட்டுமிடத்துக்குப் போகிறார். மகிழ்ச்சியில் திளைத்தவனாய் உடம்பில் நீர் சொட்டச்சொட்ட நிற்கிறான் ஓஃபர், வியப்பின் வட்ட உணர்வு அவன் கண்களுக்கு ஒளியூட்டுகிறது.

வண்டி ஓஃபரைக் கடந்து சென்றபோது வண்டிக்காரக் கிழவன் அவனைப் பார்த்துப் பொக்கைவாயால் சிரித்தான், நசிந்த அந்த வைக்கோல் தொப்பியை நளினமாகக் கழற்றி மேலும்கீழும் அசைத்தான், அந்த அசைப்பு அவனது முதிர்ந்த வயதிலிருந்து ஓஃபரின் குழந்தைப் பருவம் வரை நீண்டுவந்தது.

அந்தக் கிழவனைப் பார்த்து ஓஃபர் பயந்துவிடுவானோ என ஓரா நினைத்தாள், ஆனால் அவன் தன் சிறிய வயிற்றில் தட்டிக்கொண்டு, தொடர்ச்சியாகச் சிரித்தான், சிலதடவைகள் தலையில் கைகளால் அடித்துக்கொண்டான் – அது தொப்பியைக் கழற்றும் அந்தக் கிழவனை அவன் நையாண்டி செய்வதாக இருந்திருக்கலாம்.

பிறகு அவன் அந்த வண்டியைத் தொடர்ந்தான்.

பின்னால் பார்க்காமலே அவன் நடந்தான், ஓரா அவனைப் பின்தொடர்ந்தாள். “அவன் அவ்வளவு ஆற்றலோடு இருந்தான், பயம் துளியும் கிடையாது. இத்தனைக்கும் ஒன்றரைவயதுக் குழந்தைதான்.”

அவ்ரமின் ஆன்மாவுக்குள் சின்னஞ்சிறு இலையொன்று புரண்டு அவனுக்கு முன்பாக மிதந்து செல்கிறது. உடலை முன்னோக்கிச் சாய்த்து, உறிஞ்சாடையும் டி–ஷர்ட்டும் மட்டும் அணிந்து, தனது முழுமையும், முன்னோக்கி, எதிரே பார்த்து நகர ஒரு குட்டிப்பையன் யாருமற்ற கடற்கரையில் நடக்கிறான்.

வண்டியில் குப்பைக் குவியல்கள், அட்டைப் பெட்டிகள், கிழிந்த மீன்பிடி வலைகள், பெரியபெரிய குப்பைப் பைகள். அவற்றின்மீதாக ஈக்கள் மொய்த்தன, வண்டி கடந்தபின்னும் சற்றுநேரத்துக்குக் கடும் நாற்றம் அங்கே சுழன்றது. அடிக்கடி அந்தக் கிழவன் குதிரையைப் பார்த்து ஈனஸ்வரத்தில் கத்தினான், சாட்டையை வீசினான். கடலோரமாக வண்டியின் பின் சென்றான் ஓஃபர், அந்தப் பெரிய எலும்பும்தோலுமான மிருகத்தை அவனது கண்களால் கண்டபடி பின்னாலேயே ஓரா செல்கிறாள் – அல்லது, இதனை அவ்ரமிடம் சொல்லுகையில் இப்போது அவள் நினைத்துக்கொள்கிறாள் – தனக்கு முன்னால் செல்பவை அனைத்தையும் ஒட்டுமொத்தமாகச் சேர்த்து ஒரு உயிரியாக அவன் நினைத்திருக்கலாம், இரண்டு தலைகள், நான்கு கால்கள், பெரிய சக்கரங்கள், தோலாலான சேணம், வைக்கோல் தொப்பிகள், மேலே ‘ஙொய்ங்’ என்ற ஓசையுடன் சிறு மேகக் கூட்டம். உயிர்ப்புமிக்க நினைவு உந்தியிழுக்கத் தன்னையறியாமலே நடையில் அவள் வேகம் கூடுகிறது, கடற்கரையில் ஓஃபர், எதிர்காலத்தோடு சேர்ந்து நகரும் தைரியமிக்க ஒரு நாய்க்குட்டி, பின்னால் அவள், சிலநேரம் மறைந்தபடி, ஆனால் அதற்குத் தேவையே இருக்கவில்லை, ஒருதடவைகூட அவன் பின்னால் திரும்பிப் பார்க்கவில்லை. எவ்வளவு தூரம் அவன் போகப்போகிறான் என அவள் வியந்தாள், தனது காலடிகளால் அவன் பதில் சொன்னான்: முடிவில்லாமல். அவளுக்கு அது கண்ணில் தெரிந்தது– இதை அவள் சொல்லவேண்டிய தேவையிருக்கவில்லை, அவ்ரம்கூட அதைப் புரிந்துகொள்கிறான் – அவன் அவளைப் பிரிந்து செல்லும் நாள் வரும், எப்போதும் அவர்கள் செய்வதுபோல, அவன் எழுந்து அப்படியே சென்றுவிடுவான். அப்போது எப்படி உணர்வாளென சற்றே அவளால் யூகிக்க முடிகிறது, இப்போது உணர்வதில் சிறிதுதான் அது, அந்த எண்ணம் எந்த முன்னெச்சரிக்கையுமின்றித் தனது வேட்டைப் பற்களை அவளுள் ஆழப் பதிக்கிறது.

அந்தக் குதிரையையும் கிழவனையும் தொடர்ந்துசெல்ல முடியாதபோது ஓஃபர் நிற்கிறான், கைவிரல்களைத் திறந்தும்மூடியும், சற்றே நீண்ட நேரத்துக்கு அவர்களுக்குக் கையசைக்கிறான், பிறகு இனிய, சில்மிஷமிக்க ஒரு சிரிப்புடன் பின்னால் திரும்புகிறான், இவ்வளவு நேரமும் எனக்குப் பின்னால் நீ வந்தது தெரியும் என்பதுபோல, அது தவிர்த்து வேறெதும் சாத்தியமில்லை என்பதுபோல, சந்தோஷமாகக் கைகளை விரித்தபடி அவளை நோக்கி வருகிறான். “ம்மா, ம்மா, முயல்” எனக் கத்தியபடி அவள் கரங்களுக்குள் தஞ்சமடைகிறான்.

“அவனது புத்தகங்களிலும் படங்களிலும் நீண்ட தலையும் நீண்ட காதுகளும் கொண்டிருப்பவையெல்லாம் முயல்கள்தாம்.”

தன் மார்போடு அவனை இறுக அணைத்தபடி அவள் சொல்கிறாள், "அது குதிரை. எங்கே சொல்லு, 'குதிரை.'"

"அது இலனின் சங்கதிகளில் ஒன்று," அடுத்த காபி இடைவேளையின்போது சொல்கிறாள். ஊதாவண்ண மணப்புல் வயல், இடையிடையே தேனீக்களின் ரீங்காரத்துடன் காணப்படும் மஞ்சள்நிற முரட்டு அஸ்ஃபோடல் கொடி. "ஓஃபர் அல்லது ஆடமுக்குப் புதிய வார்த்தையொன்றைச் சொல்லித்தரும் ஒவ்வொரு முறையும் அதனை சத்தமாகத் திரும்பச் சொல்லச் செய்வார். உண்மையைச்சொல்ல வேண்டுமென்றால் சிலநேரம் அது எனக்கு மனப்பதற்றத்தைத் ஏற்படுத்தியது, ஏனென்றால் ஏன் அவர் இதை இந்த வழியில் செய்ய வேண்டும் என நினைப்பேன், அவரொன்றும் அவர்களது பயிற்சியாளர் இல்லையே. ஆனால் அவர் செய்தது சரியென்று இப்போது நினைக்கிறேன், பின்னோக்கிப் பார்க்க அவர்மேல் பொறாமையாகக்கூட இருக்கிறது, காரணம் அந்தவகையில் அவர்கள் உச்சரித்த ஒவ்வொரு புது வார்த்தையையும் முதலில் கேட்டவர் அவர்."

அசௌகரியமிக்க ஒரு தயக்கத்துடன் அவ்ரம் சொல்கிறான், "அது என்னிடமிருந்து வந்தது. உனக்குத் தெரியுமில்லையா? அது என் இயல்பு."

"எது?"

வெட்கத்தில் அவனுக்கு வாய் திக்குகிறது. "ராணுவத்திலிருக்கையில் இலனிடம் நான்தான் சொன்னேன், எனக்குக் குழந்தை பிறந்தால், ஒவ்வொரு புதிய வார்த்தையையும் அவனிடம் அளிப்பேன், அவனுக்கு அதைப் பரிசாக அளிப்பேன், எங்களிடையேயான ஒரு உடன்படிக்கையாக அந்த வார்த்தை இருக்கும்."

"ஆக, அது உங்களிடமிருந்து வந்த விஷயம்?"

"அவன்... அவன் உன்னிடம் சொல்லவில்லையா?"

"எனக்கு நினைவில்லை."

"அவன் மறந்திருக்கலாம்."

"ஆமாம், மறந்திருக்கலாம். அல்லது என்னிடம் சொல்ல விருப்பமற்றிருந் திருக்கலாம், உங்களைப்பற்றிய என் புண்ணைக் கிளற வேண்டாமென நினைத்திருக்கலாம். எனக்குத் தெரியவில்லை. உங்கள் தொடர்பான எல்லாவிதச் சடங்குகளையும் நாங்கள் பாவித்தோம், உங்களோடு நாங்கள் இருக்க விரும்பிய கணங்களையும், ஆனால் பிரதானமாக இருந்தவை வார்த்தைகளும், அதைப் பிள்ளைகள் பேசிய விதமும்தான். அவளிடமிருந்து பெருமூச்சொன்று வெளிப்படுகிறது, தளர்ந்து தொங்கும் அவளது மேலுதடு இன்னும் சற்றுத் தளர்வதுபோலத் தோன்றுகிறது. "ஆமாம், உங்களுக்குத் தெரியுமில்லையா, அதாவது அது முழுமையும் அவர் உங்களோடு–?"

"என்னோடா?" திகைப்புடன் கேட்கிறான் அவ்ரம்.

“சொல்லுங்கள், அது எல்லோருக்கும் தெரிந்ததுதான். நீங்களிருவரும் அதிகம் பேசுபவர்கள், சரியான வாயாடிகள், சத்தியமாகச் சொல்கிறேன், இலனுடன் . . . என்ன அது சத்தம்?”

எதனாலோ அருகேயிருக்கும் நெருஞ்சிகள் அசைகின்றன. பல திசைகளிலிருந்தும் வரும் விரைவான நெரிபடும் ஓசை, பிறகு ஏதோ ஒன்று உண்டாக்கும் சலசலப்பு, ஓடிவந்து மூச்சுவாங்கியபடி அது நிற்கிறது. அவ்ரம் துள்ளியெழுந்து சுற்றுமுற்றும் உற்றுப்பார்க்கிறான், பிறகே அந்தக் குரைக்கும் ஓசை கேட்கிறது, பலகுரல்களில் குரைப்பு, அவ்ரம் அவளை எழுந்திருக்கச் சொல்லிக் கத்துகிறான், எழுந்திருக்க முயல்கிறாள் கையிலிருந்த காபி கொட்டிவிடுகிறது, எதன்மீதோ கால் இடறித் தடுமாறி விழுகிறாள், வெளிப்படையான ஒரு கத்தலில் கண்களும் வாயும் திறந்திருக்க அசையாது சிலைபோல அவ்ரம் அவளுக்கு மேலாக அரணாக நிற்கிறான். நாய்கள் – அவர்களைச்சுற்றி எல்லாத் திசையிலும் நாய்கள்.

ஒருவழியாக ஓரா எழுந்திருக்கையில் நாய்களை எண்ணுகிறாள், மூன்று, நான்கு, ஐந்து. அவன் வேகமாகத் தன் தலையை இடப்பக்கம் திருப்புகிறான் அங்கே குறைந்தது நான்கு நாய்கள் இருக்கின்றன, எல்லாமே வெவ்வேறு இன நாய்கள், பெரியதும்சிறியதுமாக அழுக்கும் மூர்க்கமுமாய், அவர்களைப் பார்த்து ஆக்ரோஷமாகக் குரைத்தபடி நிற்கின்றன. தன்னை நோக்கி ஓராவை இழுக்கிறான் அவ்ரம், அவளது மணிக்கட்டைப் பிடித்துக்கொள்கிறான், அவளுக்கு எதுவும் விளங்கவில்லை. எப்போதும், எந்தவொரு புதிய சூழ்நிலையிலும் நிலைமையைத் தனது மூளை பிரயாசையுடன் எவ்வளவு மெதுவாகப் புரிந்துகொள்கிறது. எல்லாவற்றுக்கும் மேலாக தன்னைப் பாதுகாத்துக்கொள்வதற்குப் பதிலாக, முட்டாள்தனமாக – இலன் ஒருமுறை சொன்னதுபோல, தப்பிப் பிழைக்கும் எண்ணத்துக்கு எதிராக – அற்ப விஷயங்களைப்பற்றி யோசிப்பாள். (அவ்ரமின் அக்குள்களின் கீழ் வேகமாகப் பரவும் வியர்வைத் துளிகள்; நாயொன்றின் கால் உடைந்து அதன் உடலுக்கடியில் மடங்கி யிருப்பது; ஒன்பது மாதங்களுக்கு முன்பு தன்னைவிட்டு பிரிந்துபோவதாகச் சொன்னபோது இலனின் கண்ணிமைகள் வேகமாகத் அடித்துக்கொண்டது; கெதெஷ் ஆற்றில் அவர்கள் பார்த்த அந்த நபர் – எல்லாவற்றுக்கும் மேலாக தனது – இரண்டு விரல்களிலும் ஒரேமாதிரியான திருமண மோதிரங்களை அணிந்திருந்தது.)

நாய்கள் ஒருவிதமான முக்கோணவடிவில் கூடி நின்றன; முக்கோணத்தின் உச்சியில் ஒரு பெரிய கறுத்த கொழுத்த வேட்டைநாயும் அதற்குச் சற்று பின்னால் ஒரு கட்டுமஸ்தான கோல்டன் மட் நாயும். கறுப்புநாய் ஆக்ரோஷமாகக் குரைக்கிறது, கோல்டன் மட் நீண்ட கடூரமான எச்சரிக்கும் விதமான கர்ஜனையை வெளிப்படுத்துகிறது.

அவ்ரம் நின்ற இடத்திலே சுற்றியபடி திணறலாக மூச்சுவிடுகிறான். “நீ இங்கே, நான் அங்கே!” வேகமாகச் சொல்கிறான். “கால்களால் உதை, கத்து!”

அவள் கத்த முயற்சிக்கிறாள், ஆனால் முடியவில்லை. அவ்ரமுக்கு முன்னால் அவளுக்கு அது அவமானமாகப்படுகிறது, முட்டாள்தனமான தர்மசங்கடம், அதுவும் நாய்களுக்கு முன்னால். அவளா, கத்துவதா? உண்மையில் எப்போது அவள் கத்தியிருக்கிறாள்? எப்போது அவள் தொண்டை கிழியக் கத்தியிருக்கிறாள்? இனி எப்போது அதுபோல அவள் கத்துவாள்?

நாய்கள் வெறிபிடித்ததுபோல குரைக்கின்றன. உடல்கள் அதிர, பிடிவாதமும் கடும் ஆக்ரோஷமுமாக உறுமவும் ஊளையிடவும் செய்கின்றன. அவைகளை அவள் உற்றுப்பார்க்கிறாள். அவற்றின் திறந்த வாய்கள், பற்களிடையே ஒழுகும் எச்சில் என அவை அவளைக் கவர்வனவாக இருக்கின்றன. நாய்கள் அவர்களை மெதுவாக நெருங்கு கின்றன. ஒரு குச்சியை அல்லது வேறு எதையாவது எடு என அவ்ரம் அவளிடம் கிசுகிசுக்கிறான். ஆடமிடமிருந்து அல்லது அவனது நண்பர் களுடன் யதேச்சையாக அமைந்த உரையாடல்களில் இங்கொன்றும் அங்கொன்றுமாக தான் சேகரித்தவை அவள் நினைவுக்கு வருகின்றன. ஈடன் என்ற இனிமையான பையன், இசையில் பெரிய விற்பன்னன், பிறகு அவன் 'கே–9' சிறப்புப் படைப்பிரிவில் சேர்ந்தான். ஒருமுறை சீஸரியாவில் நடந்த இசைக்கச்சேரிக்கு அவனையும் ஆடமையும் காரில் அழைத்துச் சென்றாள், அப்போது ராணுவத்தில் சந்தேகத்துக்கிடமான நபரின் "பிரதான பகுதி"யைத் தாக்கவென்று நாய்களுக்கு எப்படிப் பயிற்சி யளிக்கப்படுகிறது என்பதை ஈடன் விவரித்தான். அந்தப் "பிரதான பகுதி" அந்த நபர் நாயிடமிருந்து தன்னைப் பாதுகாக்கப் பயன்படுத்தப்போகும் கை அல்லது காலாக இருக்கும். சாதாரணமாக ஒரு நாய் யாரையாவது கடித்தால் சதையைக் கவ்வி இழுத்துவிடும். ஆனால் அவர்களது படைப்பிரிவில் இருக்கும் நாய் – அவனிடமே ஒரு பெல்ஜியன் ஷெப்பர்ட் இருந்தது, அதன் உள்ளுணர்வுகள் மிகவும் கூர்மையானவை, விரும்பிய வகையில் அவற்றைப் பழக்கிக்கொள்ளலாம் – கையையோ காலையையோ முகத்தையோ அப்படியே கவ்விப் பிடித்துக்கொள்ளும். இந்த உருப்படியான விஷயம் இப்போது அவள் நினைவுக்கு வந்தது அதிசயம்தான். மனிதர்மீது நாய்களை ஏவிவிட்டது ஈடன்தான், இப்போதோ தானே தாக்குதலுக்கு ஆளானவளாக இருக்கிறாள்.

"அந்தக் கறுப்புநாய், அதன்மீது கண் வை," அவ்ரம் கட்டளை யிடுவது போலச் சொல்கிறான். அந்தப் பெரிய கறுப்பு ஆண் நாய், சந்தேகத்துக்கிடமின்றி அதுதான் தலைவன், சிவந்த கண்களால் அவளைப் பார்த்தபடி அருகே நிற்கிறது, அதன் கோரைப்பற்களைப் பெரிய அடர்த்தியான தசைக்கோளம் மறைத்து அதனையொரு ஆதி விலங்குபோலத் தோன்றவைக்கிறது. அதன் பின்னால் இன்னொரு நாய், சிறிய தைரியமான நாய், அவ்ரமை நோக்கிப் புதர்களிடையே புகுந்து வருகிறது, ஓரா துள்ளியெழுந்து அவ்ரமைப் பிடித்துக்கொள்கிறாள், ஏறத்தாழ தன்னோடு சேர்த்து அவனைக் கீழே இழுத்துவிடுகிறாள். அவளைக் கோபமாகப் பார்க்கிறான், ஒரு கணம் அவன் முகமே ஒரு விலங்கினது முகம்போலத் தோன்றுகிறது–அமைதியை விரும்பும் மரக்கறியுண்ணும் பொதுவாக அச்சப்படும் ஒரு விலங்கு, திடீரென ஒரு

படுகொலைக்கு மத்தியில் தம்மைக் காணும் ஒரு க்னு மான், லாமா அல்லது ஒட்டகத்தைப்போல. அப்போது அவன் தன்னைநோக்கி வந்த நாய்க்குச் சரியாக ஒரு உதை கொடுத்தான், பயங்கர அமைதியில் அது காற்றில் பறந்து விசித்திரமாகத் தலை பின்னோக்கி வளைந்திருக்க கந்தைத் துணிபோல உடலைப் பரத்திக்கொண்டு தரையில் விழுகிறது, அதன் கூடவே அவ்ரமின் சப்பாத்து ஒன்றும் சென்று விழுகிறது.

"அதை நான் கொன்றுவிட்டேன்," திகைப்புடன் முணுமுணுக்கிறான் அவ்ரம். அங்கே கனத்த மௌனம். நாய்கள் பதற்றமாக மூச்சுவிடுகின்றன. அவளும் அவ்ரமும் நாய்களைத் தாக்காமலிருந்தால் அவை அமைதியாகிவிடும் என ஓரா நினைக்கிறாள். தன்னுடைய நாய் நிகோடினை நினைக்கிறாள், அதன் மென்மையை இங்கு கொண்டுவர, அதன் பழக்கப்பட்ட மிருகத்து வாசனையை நைச்சியமாகத் தன்னிலிருந்து அவற்றை நோக்கி வீசவைக்க முயற்சிக்கிறாள். சுற்றிலும் பார்க்கிறாள். அந்த வயல் முழுவதுமே ஆங்காங்கே நாய்கள். கிட்டத்தட்ட அவை எல்லாமே செல்லப்பிராணியாக வளர்க்கப்பட்டு பின் காட்டுக்குத் துரத்தப்பட்டவையாகத் தெரிகின்றன. அடர்ந்த அழுக்கு ரோமங்களுக்கிடையில் இங்கொன்றும் அங்கொன்றுமாக வண்ணமயமான கழுத்துப் பட்டைகள் தெரிகின்றன. சில அழகான வால்கள் செல்லம் கொஞ்சுவதையும் விசுவாசத்தையும் நினைவூட்டிய படி இன்னும் அசைகின்றன. அனைத்துக் கண்களும் நோய்தொற்றி மஞ்சள் வண்ணத்தில் பீழை படிந்து காணப்படுகின்றன, அவற்றின்மீது ஈக்கள் மொய்க்கின்றன. இலன் புகைப்பதை நிறுத்தியபோது நிகோடினை அவனுக்குப் பரிசாக வழங்கினாள், அவளுக்கு அதுவொரு சகோதரி ஆத்மாவாக இருந்தது, ஆனால் இங்கே நடப்பது இயற்கையின் வரம்புக்கு வெளியிலான நிகழ்வு. கலகம். துரோகம். பெரிய கறுப்புநாய் சூழலை அவதானித்தபடி அமைதியாக நிற்கிறது, மற்றவர்கள் – ஓரா, அவ்ரம் உட்பட – அனைவரும் அதன் வெளிப்பாடுகளுக்காகக் காத்திருக்கிறார்கள். அதற்குச் சற்றுப் பின்னால் கோல்டன் மட் நிற்கிறது. ஓரா அதை உற்றுப் பார்க்க, சங்கடத்தில் அது வேறு பக்கம் திரும்பிக்கொண்டு நாக்கால் மேலுதட்டை நக்குகிறது, அதுவொரு பெண்நாய் என்பது அவளுக்கு ஊர்ஜிதமாகிறது. "கற்கள், கற்களை எடு," கடைவாயை மட்டும் மெதுவாகத் திறந்து அவ்ரம் முணுமுணுக்கிறான். "அவற்றின்மீது எறிவோம்."

"வேண்டாம், பொறுங்கள்," அவன் கையைப் பற்றுகிறாள்.

"நாம் பயந்துவிட்டதாக அவற்றுக்குத் தெரியக்கூடாது–"

"சற்றுப் பொறுங்கள். ஒன்றும் செய்யாதீர்கள், அவை தாமாகவே போய்விடும்."

இந்த உரையாடாலைக் கேட்பனபோல நாய்கள் தலைகளை ஒரு பக்கமாகச் சாய்க்கின்றன.

"அவற்றின் கண்களில் பார்க்காதீர்கள், கண்களில்."

அவ்ரம் தரையைப் பார்க்கிறான்.

அவனும் ஓராவும் ஒருவரையொருவர் அமைதியாகப் பார்த்துக் கொள்கின்றனர். கூடலில் நடனமிட்டபடியே சிரிப்பில் கொக்கரித்தபடி ஒரு ஜோடி ஃபால்கன்கள் அவர்களுக்கு மேலாகப் பறக்கின்றன.

பெரிய கறுப்புநாயின் நெஞ்சு பயத்தில் உதறிக்கொள்கிறது. சில அடிகள் வைத்து, வைத்த அடிகளைச் சுற்றிவருகிறது. ரோமங்கள் குத்திட்டு நிற்க மற்ற நாய்கள் பதற்றமாகக் காத்திருக்கின்றன.

“அடச்சே,” அவ்ரம் முணுமுணுக்கிறான், “நமது வாய்ப்பை இழந்து விட்டோம்.”

அவர்கள் மீதிருந்து கண்களை விலக்காமல், அவர்களைச் சுற்றி கண்ணுக்குத் தெரியாத ஒரு கோட்டை வரைந்தபடி கறுப்புநாய் மெதுவாக அடிவைத்து வருகிறது. மற்ற நாய்கள் பின்னே வர வட்டம் பூர்த்தியாகிறது. ஓரா அந்தப் பெண் கோல்டன் மட்டைத் தேடுகிறாள், அந்தக் கறுப்புநாய்க்குப் பின்னால் நிற்கையில் அது மூர்க்கத்துடனும் தைரியத்துடனும் இருப்பதாகத் தோன்றுகிறது. அழகான ஜோடி, விசித்திரமானதொரு சிறு பொறாமையுடன் மனதுள் நினைத்துக்கொள்கிறாள், அது பொறாமையன்று, அழகானவொரு ஜோடியாய் இருக்கவேண்டுமென்ற அவளது ஏக்கம், அவள் மறந்திருந்த ஏக்கம்.

வட்டமாக நடப்பது அவற்றின் ஆதி உணர்வுகளைத் தூண்டி விட்டதுபோல, சட்டென்று மீண்டும் அவை ஆக்ரோஷமடைகின்றன. உடன் அவற்றின் முகங்களும் உடல்களும் கூர்மையடைகின்றன. ஓநாய் களும் கழுதைப்புலிகளும் குள்ளநரிகளும் ஓராவையும் அவ்ரமையும் இப்போது சுற்றி வளைத்திருக்கின்றன. அவ்ரமின் முதுகு ஓராவின் முதுகைத் தொடுகிறது. அவன் நனைந்திருக்கிறான். இருவரும் சேர்ந்தார்ப்போல நகருகிறார்கள், முன்னோக்கி, பின்னோக்கி, பக்கவாட்டில். இப்போது இருவரும் ஒருடல். ஆனால் அது அவளுடைய உடல் போலத்தான்.

அவர்களைச் சுற்றி நாய்கள் மெல்ல வேகமெடுக்கின்றன. ஓரா பரபரப்பாக அந்த கோல்டனைத் தேடுகிறாள். அவளைக் கண்டுபிடித்தாக வேண்டும். கழுத்தணியில் மணிகளைப் பார்ப்பதுபோல ஒவ்வொரு நாயாகத் தேடிப்பார்க்கிறாள். அதோ அவள், அவர்களோடு ஓடியபடி. அவளது உற்சாகம் வடிகிறது: அந்தப் பெண் நாயின் முகம் கூரடைந்து வாய் பிளந்திருக்கிறது, முகச்சுழிப்பில் கன்னங்கள் உள்ளிழுத்து கோரைப்பற்கள் வெளித்தெரிகின்றன.

சாம்பல்நிறத்தில் மின்னல் வெட்டுகிறது, பின்னாலிருந்து எதுவோ ஓராவின் கால்சராயை, கெண்டைக்காலின் பின் சதையைப் பற்றுகிறது, பீதியில் துள்ளிக் குதிப்பவள் அது என்னவென்று பார்க்காமலே எட்டி உதைக்கிறாள். கால் எதிலோ உதைக்கிறது, வலியில் பாதம் கழன்று விட்டதுபோல உணர்வு, சகதியில் புரண்டெழுந்தது போன்ற அழுக்கான மட் ஒன்று கிறீச்சிட்டபடி விலகியோடுகிறது, சற்றுத் தொலைவே போய் தன் காயத்தை நக்கியபடி அமர்கிறது. உரத்த குரலில் அர்த்தமற்ற சத்தங்களை எழுப்புகிறான் அவ்ரம், வார்த்தைகள் இல்லை நசுக்கப்பட்ட அசைகள்.

அவனது ஆன்மாவின் தாங்குக் கட்டை ஆட்டம் காண்பதை இப்போது அவளால் உணர முடிகிறது, அவன் மிகவும் சிரமப்பட்டு எழுப்பிய அது இந்த முட்டாள்தனத்தினால் சரிந்துகொண்டிருக்கிறது. அந்தக் கணத்தில் அவன் குச்சியொன்றை வீசுகிறான், அவளது தொடைக்குப் பக்கமாக வருகிறது, வட்டத்தில் பெரியதொரு வெற்றிடம் ஏற்படுகிறது. இதோ இன்னொரு வேகமான தாக்குதல், அதைத் தொடர்ந்து குமட்டவைக்கும் ஒரு ஓசை: உடல் முறிபட்ட ஒன்று வேதனையில் முனகியபடி தன்னுடலின் பின்பாதியை முன் கால்களால் இழுத்தபடி தப்பியோடுகிறது, மறுபடி அவளது கண்களில் நிகோடின் தோன்றுகிறது, வயது முதிர்ந்து, நோய் பீடித்து, போதையினால் குழம்பியது போன்ற பார்வையுடன் உடலை இழுத்தபடி தனது கூடைக்கு அது செல்கிறது.

அவள் சீழ்க்கையடிக்கத் தொடங்குகிறாள். அது பாடல் ஏதுமில்லை. பழுதடைந்த வீட்டுச்சாதனம் ஒன்றின் ஒரேமாதிரியான, இயந்திரத்தனமான ரீங்காரம்போல ஒலிக்கும் சீழ்க்கை. அவள் உதடுகளை இறுக மூடிக்கொண்டு சீழ்க்கையடிக்கிறாள். அவ்ரம் அவளைச் சந்தேகமாகப் பார்க்கிறான். அவன் முகத்தில் மூர்க்கம்; ஆனால் ஆச்சரியமூட்டும் விதத்தில் அம்முகம் தெளிவாக இருக்கிறது.

அவள் சீழ்க்கையடிப்பதைத் தொடர்கிறாள். வேறொரு உலகிலிருந்து ஒலிபரப்பப்பட்ட சமிக்ஞைகளைப் புரிந்துகொண்ட நுண்ணுணர்வுள்ள காதுகள் அதிர்கின்றன. கண்கள் நாலா திசையிலும் பார்க்கின்றன. தனது நுரையீரல்களால் இயன்ற அளவு முழுமையும் இனிமையுமான ஒலிகுறைந்த மெல்லிய சீழ்க்கையை உருவாக்க முயற்சிக்கிறாள், பிறகு தளர்வான சீழ்க்கை, அதையவள் ஏதோ புராதன நெருப்புப்போல அணையாது காக்கிறாள். எலும்பும்தோலுமான ஒரு பழுப்புநிற மட் நகருவதை நிறுத்துகிறது, பின்னங்கால்களில் அமர்கிறது, காதுகளுக்குப் பின்னால் சொரிந்துகொள்கிறது. இப்படிச் செய்கையில் அது வட்டத்தை உடைக்கிறது. இன்னொரு நாய் வட்டத்திலிருந்து சற்றே வெளியே போகிறது. வேகமாக மூச்சிரைத்தைபடி அந்த கோல்டன் பெண்நாய் தயங்கி ஒரு ஓரமாகச் செல்கிறது. தொடையில் அசிங்கமான திறந்த காயத்தைக் கொண்டபெரிய கேனன் ஒன்று நொண்டியபடி விலகிச் செல்கிறது, வயலின் நடுவில் நின்று நான் நினைத்ததைச் செய்ய மறந்து விட்டேன் என்பதுபோல வானத்தைப் பார்க்கிறது. அது கொட்டாவி விடுவதைத்தான் நாம் பார்க்கிறோமென ஓரா நினைக்கிறாள்.

கறுப்புநாய் சிலதடவை தலையை உலுக்கிக்கொண்டு சுவாரஸ்ய மின்றி மற்ற நாய்களை ஆராய்கிறது. இப்போது ஓரா தனது நிகோடின் சீழ்க்கையை வெளியிடுகிறாள், “என் பிரியத்துக்குரியவள் தனது தூய வெள்ளைக் கழுத்துடன்,” பாடலின் ஆரம்ப இசைத் துணுக்குகள், இது அவளும் இலனும் பரஸ்பரம் சீழ்க்கையடித்துக்கொள்ளும் பாடலும்கூட. கறுப்புநாய் வெறுமனே வானத்தைப் பார்த்துக் குரைத்துவிட்டு அவ்விடத்தைவிட்டு நகர்கிறது. மற்ற நாய்கள் வரிசை கலைந்து அதன் பின்னால் செல்கின்றன. அது தன் வாலை உயர்த்திக்கொண்டு ஓட ஆரம்பிக்கிறது, மற்றவையும் அவ்வாறே செய்கின்றன. கோல்டன்

பெண் நாய் எல்லோருக்கும் கடைசியாய்ச் செல்கிறது, ஓராவுக்கு அந்த நாய்க்கூட்டம் முன்பைவிட இப்போது சிறிதாகத் தெரிகிறது. அவ்ரமை ஓரக்கண்ணால் பார்க்கிறாள். அவன் தனது குச்சியை – இப்போதுதான் பார்க்கிறாள் அது யூகலிப்டஸ் அல்லது பைன் மரக்கிளை – இன்னும் உயர்த்திப் பிடித்திருக்கிறான். ஒரு துருத்தியைப்போல அவனது நெஞ்சு உயர்ந்து தாழ்கிறது.

அவள் சீழ்க்கையடிக்கிறாள். இலன் தன்னையுமறியாமலே அவர்களது பாடலைக் குளியலறையில் சீழ்க்கையடிப்பான், அவள் படுக்கையில் புத்தகத்தைக் கீழே வைத்துவிட்டு அதைக் கேட்பாள். ஒருமுறை ஜெரூசலேம் திரையரங்கொன்றின் சந்தடிமிக்க நுழைவாயிலின் ஒரு ஓரத்தில் நின்றபடி சத்தமில்லாமல் இந்தப் பாடலைச் சீழ்க்கையடித்தான். இன்னொரு ஓரத்தி லிருந்து அதைக் கேட்டவள், இருவரும் சந்தித்துத் தழுவிக்கொள்ளும்வரை மென்மையாகச் சீழ்க்கையடித்தபடியே அவனை நோக்கி நடந்துவந்தாள்.

அவ்ரம் அவளை வினவுவதுபோலப் பார்க்கிறான். பின்வாங்கித் தொலைவாகச் செல்லும் நாய்க்கூட்டத்தைப் பார்த்துச் சீழ்க்கையடிக் கிறாள். உதடுகளைக் குவித்துக் கோல்டன் பெண்நாயைப் பார்த்துச் சீழ்க்கையொலி எழுப்புகிறாள். அது விருப்பமின்றித் தலையைத் திருப்பிப் பார்க்கிறது, நடையில் வேகத்தைக் குறைத்துக்கொள்கிறது. ஓரா தன் கைகளைக் கால் முட்டிகளில் வைத்து முன்னோக்கிக் குனிந்து அதைப் பார்த்து சத்தமின்றி “வா,” என்கிறாள்.

ஏனைய நாய்கள் குரைத்தபடி, ஒன்றையொன்று துரத்தியபடி, சிறு சண்டைகளில் ஈடுபட்டபடி தளர்ந்த அல்லது விறைத்த காதுகளுடன், மீண்டும் தங்களை ஒரு குழுவாக இணைத்தபடி வயலைத் தாண்டி விரைந்து ஓடுகின்றன. கோல்டன் பிற நாய்களைப் பார்க்கிறது, திரும்ப ஓராவைப் பார்க்கிறது. பிறகு தயக்கமாக, பாதங்கள் நடுங்க ஓராவை நோக்கி நடக்கத் தொடங்குகிறது. அசையாது நின்றபடி, சன்னமாக, கிட்டத்தட்ட வெளியே கேட்காதவாறு, அந்த நாயை வழிநடத்தும் சீழ்க்கையொலியை எழுப்புகிறாள். அவ்ரம் கிளையைக் கீழே போடுகிறான். தன் அகன்ற நெஞ்சில் கொத்தாக ஒட்டும் குற்றுச்செடிகளைக் கடந்து அது நடந்துவருகிறது.

ஓரா மெதுவாக ஒரு காலை மடித்து அமர்கிறாள். ஒரு கால் அந்தரத்தில் நிற்க, கறுப்பு மூக்குத் துளைகள் விரிந்திருக்க எதிர்பாராத விதத்தில் அது சட்டென்று நிற்கிறது. தங்களது துணிகளுக்கிடையில் ஒரு துண்டு ரொட்டியைக் கண்டெடுக்கிறாள் ஓரா, கவனமாக அதை நாயின்முன் தூக்கிப் போடுகிறாள். நாய் பின்னால் சென்று உறுமுகிறது.

“சாப்பிடு, நல்ல ரொட்டிதான்.”

நாய் தலையை ஒரு பக்கமாகச் சாய்க்கிறது, அதன் கண்கள் மிகப் பெரியனவாக, அழுக்கடைந்து காணப்படுகின்றன. ஓரா அதனுடன் பேசுகிறாள்: “ஒருகாலத்தில் நீ வீடொன்றில் வசித்தாய், உனக்கென்று ஒரு வீடு இருந்தது, உன்னைக் கவனித்துக்கொள்ள உன்னை நேசிக்கவென மனிதர்கள் இருந்தனர். உனக்கு உணவுக்கு ஒரு கிண்ணமும் தண்ணீருக்கு ஒரு கிண்ணமும் இருந்தது.”

எச்சரிக்கையாக, கால்களை வளைத்து அடிவைத்து ரொட்டித் துண்டை நோக்கி நடந்துவருகிறது. புருவங்களை நெறித்து, உறுமியபடி, அவ்ரம் மற்றும் ஓராவின்மீது வைத்த கண்களை விலக்காமலே வருகிறது.

"அதைப் பார்க்காதீர்கள்," தாழ்ந்த குரலில் அவ்ரமிடம் சொல்கிறாள் ஓரா.

"நான் உன்னைப் பார்த்துக்கொண்டிருந்தேன்," தர்மசங்கடத்துடன் சொல்லும் அவ்ரம் வேறு பக்கம் திரும்பிக்கொள்கிறான்.

நாய் ரொட்டியை வேகமாக விழுங்குகிறது. தனக்கென வைத்திருந்த ஒரு பாலடைக்கட்டித் துண்டை அதனிடம் வீசுகிறாள். அதை முகர்ந்து பார்த்துவிட்டு உண்கிறது. பிறகு சில துண்டங்கள் உலர்ந்த இறைச்சி. சில பிஸ்கட்டுகள். "இப்படி வா, நீ ஒரு நல்ல நாய், நல்ல, நல்ல நாய்." நாய் அமர்ந்து அந்த இறைச்சித் துண்டங்களை நக்குகிறது. போத்தலிலிருந்து தண்ணீரை ஒரு பிளாஸ்டிக் தட்டில் ஊற்றி தனக்கும் நாய்க்குமிடையே வைக்கிறாள். பிறகு தனது இடத்துக்குத் திரும்பிச்செல்கிறாள். நாய் தூரத்தி லிருந்தே அதை முகர்ந்து பார்க்கிறது. நெருங்கிவர அச்சப்படுகிறது, நெருங்குதலும் விலகுதலுமான ஊசலாட்டம். மெல்லிய முனகல் அதனிட மிருந்தும் வெளிப்படுகிறது. "குடி, நீ தாகமாக இருக்கிறாய்." அவ்ரம் ஓரா இருவர் மீதிருந்தும் கண்களை விலக்காமல் அது தட்டை நெருங்கி வருகிறது. அதன் கால் தசைகள் ஆடுகின்றன, தள்ளாடி விழுந்துவிடும்போலத் தோன்றுகிறது. விரைவாகத் தண்ணீரை நக்கிக் குடித்துவிட்டு தனது இடத்துக்குத் திரும்புகிறது. ஓரா அதற்குப் பக்கத்தில் வருகிறாள், அது தன் பற்களைக் காட்டுகிறது, ரோமங்கள் குத்திட்டு நிற்கின்றன. அதனோடு பேசியபடியே இன்னும் சிறிது நீரை ஊற்றுகிறாள். போத்தல் காலியாகும் வரை இன்னும் இரண்டு தடவை அவள் இப்படிச் செய்கிறாள். நாய் தட்டுக்குப் பக்கத்தில் அமர்கிறது. உடலை நன்றாகப் பரத்திக்கொண்டு தன் பாதத்தில் சிக்கியிருக்கும் ரோம உருண்டையையும் நெருஞ்சிகளையும் கடித்து இழுக்கத் தொடங்குகிறது.

இனியும் அவர்கள் ஒருவரையொருவர் பார்ப்பதைத் தவிர்க்க முடியாது. அச்சத்தில் கடுமையாக வியர்க்க அவமானத்துடன் ஓராவும் அவ்ரமும் சக்தி தீர்ந்தவர்களாக நிற்கின்றனர். கணநேரம் அவர்கள் முகத்தில் சங்கடம் தோன்றி மறைகிறது. தங்களது பழைய சுயத்தை அணிந்துகொள்ள இன்னும் அவர்களுக்கு அவகாசம் வாய்க்கவில்லை. வியப்புடனும் நன்றியுடனும் அவ்ரம் அவளைப் பார்த்து மெதுவாகத் தலையசைக்கிறான், அவனது நீலக்கண்கள் கிளர்ந்து நிறைகின்றன, சட்டென அவள் உடல் அவனது அணைப்பை நினைத்துக்கொள்கிறது, விசிலடித்து அவனை அருகே வரவழைக்க முடியுமா என முட்டாள்தனமாக எண்ணிப்பார்க்கிறாள். ஆனாலும் எப்படியோ அவன் வருகிறான், வெறும் மூன்று அடிகள் முன்னே வைத்து, அவளை இறுக அணைத்துக் கொள்கிறான், வழக்கம்போல முணுமுணுக்கிறான், "ஓரா, ஓராலே." நாய் அவர்களை அண்ணாந்து பார்க்கிறது.

ஒரு கணம்தான், அணைப்பிலிருந்து விடுவித்துக்கொண்டு அவனை உற்றுப்பார்க்கிறாள், ஏதோ ஆண்டுகளாக அவனைப் பார்க்காததுபோல.

மறுபடி அவன்மீது விழுகிறாள், எதுவும் பேசாமல் வெறுமனே மூச்சிரைக்க இரண்டு கைகளாலும் அவன் முகத்தில் குத்துகிறாள், பிறாண்டுகிறாள். இதைச் சற்றும் எதிர்பார்க்காதவன் தன் முகத்தை மறைத்துக்கொள்கிறான், அவளைப் பிடித்து நிறுத்த தன் கைகளுக்குள் அவளை அடக்க முயற்சிக்கிறான், அப்போதுதான் அவள் அவனுக்கும் தனக்கும் பாதிப்பு உண்டாக்கிக்கொள்ளாமல் இருக்கமுடியும், காரணம் அவள் தன்னையும் கீறிக்கொண்டாள், கைகளால் முகத்தில் அடித்துக்கொண்டாள். “ஓரா, நிறுத்து, நிறுத்து,” அவன் கத்துகிறான், கெஞ்சுகிறான், ஒருவழியாக அவளைத் தன் கைகளுக்குள் இறுக்கிக்கொள்கிறான், அவளது கொந்தளிப்பை அடக்க தன் உடலோடு சேர்த்து அணைத்துக்கொள்கிறான். அவள் திமிறுகிறாள், சீறுகிறாள், கால்களால் அவனை உதைக்கிறாள், தனக்கும் அவனுக்குமிடையே ஒன்றுமற்ற ஓர் சிறு இடைவெளி கிடைத்தாலும் அதனை ஒரு குத்து அல்லது உதை அல்லது கோபமான மூச்சினால் நிரப்புகிறாள். அடங்காமல் அவள் திமிறத்திமிற இருவரும் ஒருடலாகப் பிணைந்துகொள்ளும்வரை அவளை இன்னும் வலுவாக இறுக்கிக் கொள்கிறான். பற்களை நரநரத்தபடி, “அற்பமான ஆள் நீங்கள், இத்தனை வருடங்களும் எங்களைத் தண்டனைக்கு ஆளாக்கினீர்கள் . . . யாரை நான் குற்றம் சொல்வேன் . . .” அவள் குரல் தளர்ந்துகொண்டே போகிறது, கடைசியில் தன்னிலிருந்து வெளிவந்தவற்றை அறிந்து வியந்தவளாய் அவனது தோள்பட்டைப் பள்ளத்துள் தலை பதிய, அவன் நெஞ்சில் பொத்தென்று சாய்கிறாள் – ஏன் இப்போது, ஏன், அவனிடம் அவள் சொல்ல விரும்பியது இதுவல்லவே. அவன் அசையவில்லை, அவளை அணைத்துக்கொண்டு வியர்வையில் நனைந்த சட்டையின் மேலாக அவளது முதுகை வருடிக்கொண்டு மட்டுமிருக்கிறான். அவள் ஆழ மூச்சுவிடுகிறாள், அவன் உடலிடம் முணுமுணுக்கிறாள், சில நாட்கள் முன்பு பூமிக்கடியில் முகத்தைப் புதைத்துக்கொண்டு பேசியதுபோல. அவள் பிரார்த்திக்கிறாள் என்பதை எப்படியோ அவ்ரம் உணர்கிறான், பிரார்த்திப்பது அவனிடமில்ல, அவனுள்ளிருக்கும் யாரோ ஒருவனிடம், அவனைத் திறந்து தன்னை உள்ளே அனுமதிக்கும்படி வேண்டுகிறாள். அவனது கைகள் அவள் உடலைத் தொடர்ந்து பிசைந்தபடி இருக்கின்றன. கைகால்கள் மீதாக விரல்கள் இறுக, அறியும் ஆர்வத்திலும் நினைவை மீட்டபடியும் அவள் அவனது உடலைப் பிசைகிறாள். ஒரு கணம்தான் – அதிகம் இல்லை – சட்டென்ற கைவிடுதல், ஒரு நொடியில் வந்துபோன ஒழுங்கற்ற நடத்தை, ஓராவின் கால்கள் துவளுகின்றன, ஆனாலும் எஞ்சி யிருக்கும் சக்தியைக் கொண்டு அவள் நிற்கிறாள், என்ன இது? அவளுக்கே ஆச்சரியம். என்ன நடக்கிறது இங்கே? அவன் கண்களுக்குள் பார்த்து வினவ வேண்டித் தலையைப் பின்னுக்குச் சாய்க்கிறாள், ஆனால் அவன் புதிய – பழைய வெறியார்வத்துடன் அவளை இழுத்து மீண்டும் அவளில் தன்னைப் பதிக்கிறான். சரியாக இப்படித்தான் இருந்தான் அவன், அவர்கள் கலவிகொண்டது அவள் நினைவுக்கு வருகிறது – அதை அவன் நட்டில் போல்ட்டை ஏற்றுதல் என்பான்–அவளுள் அவன் பிரமைகளை விதைப்பது போலிருக்கும், மாறிமாறி இறுகியபடியும் குழைந்தபடியும் இருப்பான், மெல்லிய தூக்கநடையில் நகர்வது போலிருக்கும், அவனது உடலின், மனதின் கட்டுகள் அறுந்துவிட ஒருவகையான முடிவற்ற தூக்கநடை.

அவளுக்கு வெளியிலிருக்கையில் காணும் வழமையான அவனது தாள ஒழுங்கிலிருந்து, வேட்டைக்காரன் போன்ற உஷார்நிலையிலிருந்து இது மிகவும் வேறுபட்டது. அவளுள் நுழைகையில் தன்னுள் ஒரு வட்டம் முழுமையடைந்து உடனே கனவொன்றினுள் தான் அமிழ்ந்துபோவதாக ஒரு முறை அவன் சொல்லியிருக்கிறான். அதை விவரிக்கச் சொல்லி அவள் கேட்டபோது அவன் சொன்னான், "அதுவொரு நீரடிப் புதிர்வழி போல". "இல்லையில்லை, அப்படி இல்லை. யாரிடமும் சொல்லமுடியாத, விழித்த பிறகு மறுஉருவாக்கம் செய்ய முடியாத ஒரு கனவுபோல. அதிலிருக்கும் சுவாரஸ்யமே இதுதான்: என்னால் சரியான வார்த்தைகளைக் கண்டுபிடிக்க முடிவதில்லை. என்னால் சரியான வார்த்தைகளைக் கண்டுபிடிக்க முடிவதில்லை."

மூடிய இமைகளினடியிலான நிழற்பரப்பில் அந்தத் தொலை வருடங்களின் வளர்ந்த பெண்களையும் இளம் பெண்களையும் அவன் பார்த்ததை அவள் உணர்ந்தாள். அவனது உணர்ச்சிகள் கற்பனைகளின் சீரான காமம் சார்ந்த மாறுதல்களை அவள் அறிந்திருக்கிறாள். மெல்லப் பொறாமை தலைதூக்குகையில் அவள் தனக்குள்ளே சொல்லிக்கொள்வாள், அவ்ரமை அவனது கற்பனைகளை அவனது இணை பரிமாணங்களை அவனது பிரமையிலிருக்கும் ஆயிரமாயிரம் பெண்களை விடுத்துக் காதலிக்க முடியாது. ஆனால் உடன் அவனது வாயைத் தேடித் தனது முத்தத்தை – ஆழமான தாங்கிக்கொள்ள வலு தேவைப்படும் தீவிரமான முத்தத்தை – அதில் பதிப்பாள். சிலநேரம், அவனுள்ளிருப்பவையனைத்தையும் உசுப்பிவிட்ட அந்த மூலாதாரத்துக்கு அவனைத் திரும்பக் கொண்டுவர தன் உதட்டுநுனியால் அவனுடைய உதட்டைத் தொடுவாள், உடனே அவள் செய்வதைப் புரிந்துகொண்டு உப்பிய கண்ணிமைகளால் சிரிப்பான், தன் உடலைக்கொண்டு இதோ திரும்ப வந்துவிட்டேன் என்பதுபோல ஒரு அசை அசைப்பான்.

அப்போதெல்லாம் அந்த வருடங்களில் அவர்களது பேச்சுகள், வம்பளப்புகள், சதியாலோசனைகள் எல்லாம் அவனது பாதத்துக்கும் அவளது கணுக்காலுக்குமிடையே, அவனது கண்மயிரிழைகளுக்கும் அவளது கொப்பூழுக்குமிடையேதான் நிகழ்ந்தன. அவள் மிகவும் இளையவளாக இருந்தாள், உடலுறவினிடையே அதுபோலச் சிரிக்க அனுமதியில்லையென்பதுகூட அவளுக்குத் தெரியாது. தனது உடல் கவலையற்றது, சில்மிஷ மிக்கது, உற்சாகமானது என்பதையும் அவள் உணர்ந்திருக்கவில்லை. இவையெல்லாம் எப்படியோ அவள் நினைவுக்கு வருகின்றன, அவளால் நிற்க முடியவில்லை, அவன்மீது விழுந்தேவிடுகிறாள். தாங்கள் எப்படி பின்னிப் பிணைந்திருந்தோம், அவனது கைகால்கள் அவளுடையவற்றின்மீது எப்படி ஊர்ந்து ஏறின – "அதனால்தான் இதை உச்சமடைதல் என்கிறார்களா?" ஒருமுறை அவன் நகைச்சுவையாகக் குறிப்பிட்டிருக்கிறான். "ஒரு தொடுதலின் ஆயிரத்திலொரு பங்கைக்கூட நாம் வீணாக்கக்கூடாது," என முணுமுணுப்பான், "ஒரு விரலை அல்லது ஒரு இடுப்பை அல்லது ஒரு கண்ணிமையை, நிச்சயமாக இரண்டு தொடைகளை அல்லது ஒரு காதுமடல் கதுப்பை நாம் வீணாக்கக் கூடாது." அவனோடிருக்கையில் அவள் சோர்ந்துபோவதேயில்லை, பிறகு

ஒரு சதிகாரனுக்குரிய புன்னகையோடு அவன் விளக்குவதுபோல தனது பகுதிகள் யாவற்றிலிருமிருந்து அதைத் திரட்டி ஒரு திபெத்திய ஞானியைப் போல அவன் தன்னைக் கட்டுப்பாட்டுக்குள் வைத்திருக்க, அவளோ உச்சமடைந்தபடியே சிரித்துக்கொண்டு, சிரித்தபடியே உச்சமடைந்து கொண்டிருப்பாள், சுருங்கச் சொன்னால் அவளுடையவை விரைவான பீறிடல்கள். தொலைவான பகுதிகளிலிருந்து, அவனது கால்விரல் முனைகளிலிருந்து முழங்கைகளிலிருந்து கண்மயிரிழைகளிலிருந்து கழுத்திலிருந்து அவனது சமிக்ஞைகளை அவள் உணரும்வரை தொலைவிலிருந்து தொடங்குதல். மனதுக்குள் அவள் சிரித்துக்கொள்வாள். இதோ வந்து விட்டது, இதோ, அவனது தசைகளனைத்தும் கூர்மை பெறுதல், அந்த நிறைதல், உயர்ந்துவரும் அலை, சட்டென்ற தீவிரத்துடனும் உறுதியுடனும் ஊழ்வயப்பட்டது போன்ற நிச்சயத்துடனும் அவன் உடலிலிருந்து சடுதியில் வெளியேறிவிடும் விளையாட்டுத்தனம். அவனது தசைகள் அவளைப் பின்னிக்கொள்ள, ராட்சசக் கிடுக்கியைப்போல அந்தப் பற்றுதல். பிறகு அவனது சாரம், அவனது துடிப்பின் தடம் அவளுள் ஆழப் பதியும். எல்லாம் அவள் நினைவுக்கு வருகின்றன.

அவனது தலை அவள் மார்பில் கனக்க, தனது உணர்வுகளுக்கு அவன் திரும்புவதை உணர்வாள். மெதுவாக மிதந்தபடி பூவிதழ் விரிவது போன்ற அசைவுகளுடன் அவன் முனகுவான், “ஓராலே, உன்னைக் கஷ்டப்படுத்தி விட்டேனா?”

இங்கேயும்கூட இந்தத் திறந்த வயலில் அவளை அணைக்கிறான், பிறகு அவளைத் தள்ளி நிறுத்துகிறான். பரிதாபம். அவன் விரும்பினால் போதும், அவள் தயாராகவே இருந்தாள். அவர்களிடையேயான தள்ளுமுள்ளு ஒருநிமிட நேரம்தான் நடந்திருக்கும், ஆனால் அதற்குள் அவள் எவ்வளவு நெடிய காலத்தைக் கடந்து வந்திருந்தாள். எங்கேயிருக்கிறாள்? அவளுக்கு என்ன வேண்டும்? அவளுக்கு என்ன தெரியும்? அவன் அவளைப் பற்றியிருக்கிறான், தன் கைகளில் அவளை அணைத்திருக்கிறான், மெதுவாக அவள் கேசத்தை வருடிக்கொண்டிருக்கிறான், அவளைப் பார்த்துக் கேட்கிறான், “உன்னைக் கஷ்டப்படுத்தி விட்டேனா?”

பிறகு அவன் தன் பிடியைத் தளர்த்துகிறான், நடந்தது என்னவென்பதை உணர்ந்துவிட்டவன்போல அவளிடமிருந்து விலகிச் செல்கிறான், அவனுள் அந்தப் பேய் கிட்டத்தட்ட விழித்துக்கொள்ளும் நிலைக்கு வந்துவிட்டது. மயக்கத்தில் தள்ளாடும் ஓரா மறுபடி அவன் கையைப் பற்றிக்கொள்கிறாள். “சற்றுப் பொறுங்கள், ஓடாதீர்கள், ஏன் என்னிடமிருந்தும் தப்பியோடுகிறீர்கள்?” அவனைப் பலவீனமாகப் பார்க்கிறாள், அவன் மூக்கில் ரத்தத்துடன் தெரியும் கீறலொன்றைத் தொடுகிறாள். அது அவள் ஏற்படுத்தியது, நிதானமாக அவனைக் கேட்கிறாள், “அவ்ரம், நம்மை உங்களுக்கு நினைவிருக்கிறதா?”

“இலன் வீட்டுக்கு வந்தார். என்னிடமிருந்தும் ஆடமிடமிருந்தும் ஓடிப்போய், ஜெரூசலேத்தின் எல்லா இடங்களிலும் பல வீடுகளில் இருந்து பார்த்துவிட்டுத் திரும்ப எங்களிடமே வந்தார். ஸுர் ஹடஸ்ஸாவிலிருந்த வீட்டுக்கு வந்தார். வந்ததும் ஆடமைப் பார்த்து அதிர்ந்தார், அதாவது என்னைப் பார்த்து. ஆடமின் படிப்பு, அவனது பேச்சு, ஒழுங்கு, ஒழுக்கம் இவற்றில் நான் அக்கறையின்றி இருந்ததைப் பார்த்து, அவனை அவர் நெறிப்படுத்தத் தொடங்கினார்.” ஓரா சிரிக்கிறாள். “புரிகிறதா? ஏறக்குறைய மூன்று வருடங்கள் நானும் ஆடமும் கிட்டத்தட்ட எங்கள் சொந்தக் காலில் நின்றிருந்தோம், காட்டினுள் இரண்டு விலங்குகளைப்போல, சட்டங்கள் ஏதுமில்லை, கட்டுப்பாடுகள் கிடையாது, பிறகு அந்த மறைபரப்பாளர் வந்தார். நாங்கள் செய்துவந்தது எதுவுமே முறையில்லை என்பதை உடனே நாங்கள் அறிந்து கொண்டோம், எங்களுக்கென்று ஒரு அட்டவணை, ஒரு வழமை எதுவும் கிடையாது, பசியெடுத்தபோது சாப்பிட்டோம், களைப்படைந்தபோது உறங்கினோம், வீடு பார்ப்பதற்கு ஒரு குப்பைமேடுபோல இருந்தது.

“இல்லை,” ஒரு விரலை உயர்த்தி அவள் சொல்கிறாள், “இன்னும்கூட இருந்தது. ஆடம் அம்மணமாக அக்கம்பக்கத்து வீடுகளைச் சுற்றிவருவான், ஏராளம் சாக்லேட்டுகளை விழுங்கு வான், கட்டுப்பாடின்றித் தொலைக்காட்சி பார்ப்பான், பகல்நேரப் பராமரிப்பு மையத்துக்கு காலை பதினோரு மணிக்குப் போவான். அந்த வயதிலும் குழந்தைகளுக்கான மலங்கழித் தொட்டியைப் பயன்படுத்த அவனுக்குத் தெரிந்திருக்கவில்லை. அவன் என்னை ஓரா என்று அழைத்தான், அம்மா என்று அல்ல!”

"இலனாகவே இருந்த இலன் அங்கேயே அப்போதே எல்லாவற்றையும் தன் கையிலெடுத்துக்கொண்டார். சொல்லப்போனால் அனைத்தையும் அழகாகச் செய்தார், புன்னகை மாறாமல். என்னுடன் பயிற்சிக் காலத்தில் இருக்கிறோம் என்பது அவருக்குத் தெரியும். சட்டென்று எல்லாமே மாறின, உதாரணமாக வீட்டில் திடீரெனக் கடிகாரங்கள் முளைத்தன. சமையலறையில் ஒன்று, புழங்குமறையில் ஒன்று, ஆடமின் அறையில் ஒரு மிக்கி மவுஸ் கடிகாரம். சுத்தம் செய்யும் நாட்கள் அனுசரிக்கப்பட்டன, அப்போது வீட்டைச் சுத்தம் செய்து குப்பைகளை வெளியேற்ற வேண்டும். விளையாட்டுக் காலம் முடிவுக்கு வந்தது! "இந்த சனிக்கிழமை ஆடமின் விளையாட்டுச் சாமான்களைப் பிரித்து அடுக்க வேண்டும், அடுத்த சனிக்கிழமை உன்னுடைய எழுத்து வேலை, அப்புறம் குளியலறை அலமாரியில் வழிந்துகொண்டிருக்கும் மருந்துக்கடையை என்ன செய்ய உத்தேசம்?" சந்தோஷமற்ற ஒரு சிரிப்பு சிரிக்கிறாள்.

"தவறாக நினைக்காதீர்கள், எனக்கு அதெல்லாம் பிடித்திருந்தது, வீட்டில் ஒரு ஆண் இருப்பது, யாரோ ஒருவர் வீட்டின் குழப்பங்களைச் சரிசெய்துகொண்டிருப்பது அழகான விஷயம். அது ஒருவகை தூய்மை யாக்கம். மீட்புக் குழுவினர் வந்தாயிற்று. அப்போது ஓஃபர் வேறு என் வயிற்றிலிருந்தான், எனவே எதையும் மறுக்கும் தெம்பு எனக்கு இருக்கவில்லை, அவரது ஆர்வத்தைப் பார்க்க தனது வசிப்பிடம் பற்றி அவர் தீவிரமாக இருந்தது தெரிந்தது, இந்த முறை அவர் வெளியேற மாட்டார் எனவும் தோன்றியது."

ஓஃபரின் சப்பாத்துக்களில் தன் கால்களை குறுக்கியபடி அவ்ரம் அவளுக்குப் பக்கவாட்டில் நடக்கிறான். முதலில் அந்தச் சப்பாத்துக்களில் கால் நுழைத்தபோது அவற்றுள் தான் நீந்துவதாகச் சொன்னான், ஆனால் அது அப்படி இருக்கவில்லை. "அது மாறும், மாறும்," என்றபடி ஓரா தடித்த நடைக்காலுறைகளை அவனது பையிலிருந்து எடுத்தாள். "இவற்றை அணிந்துகொள்ளுங்கள்." அவன் அணிந்துகொண்டான், இருந்தும் அந்தச் சப்பாத்துகள் அவனுக்குச் சற்றுப் பெரிதாகவே இருந்தன, ஆயினும் அடிப்பாகம் தேய்ந்து அவற்றின்வழி தன் பாதங்களால் தரையை உணர முடிந்த அவனது பழைய சப்பாத்துக்களை விடவும் அவை பொருத்தமாகவே இருந்தன. "உங்கள் கால்கள் மிதந்து செல்லட்டும், அது எப்பேர்பெற்ற அற்புதமான உணர்வாக இருக்கும் தெரியுமா," ஓரா அறிவுறுத்தினாள்.

கால்விரல்களின் அளவைக் கணக்கிட்டபடி ஓஃபருக்கான இடத்தில் தன்னைப் பொருத்துகிறான். பாதங்களின் அடிப்புறங்கள் அவனது மகனின் பாதச்சுவடுகளை ஆராய்கின்றன. சிறுபள்ளங்கள் மேடுகள். ரகசியச் செய்திகள். ஓஃபரைப் பற்றி ஓராவுக்கே தெரியாத விஷயங்கள்.

"எல்லாவற்றையும்விட அவர் ஆடமைச் சரிப்படுத்தினார். நான் சொன்னது போலவே தூய்மை, ஒழுங்கு, ஒழுக்கம், பிறகு மறுகல்வி. எப்படி அதை நான் விளக்குவேன்? ஆடம் ஓரளவு அமைதியான பையன். அப்போதெல்லாம் நானொன்றும் அவ்வளவு வாயாடி இல்லை. பேசுவதற்கு எனக்கு அவ்வளவு ஆட்களும் இல்லை. பெரும்பாலான

நேரம் நானும் ஆடமும் வீட்டில் தனித்தேயிருப்போம், எங்களுக்கே யான சிறிய வாழ்வு இருந்தது, அது மிகவும் நன்றாகவே இருந்தது, யோசித்தபடியிருப்போம், அந்த வாழ்வில் பேச்சு என்பது முக்கிய அங்கமாக இருக்கவில்லை. நிறைய வார்த்தைகள் பேசாமலே எங்களுக்குள் நன்றாகவே போய்க்கொண்டிருந்தது. ஒருவரையொருவர் மிகச்சரியாகப் புரிந்துகொண்டோம். நான் நினைக்கிறேன் – இல்லை அப்படியிருக்காது –"

"என்ன அது?"

"முன்பான வருடங்களில் உங்களிருவரிடமும், உங்களிடமும் இலனிடமும் நிறைய வார்த்தைகள் பேசிவிட்டிருந்தேன் என நினைக்கிறேன். அதனால் சற்று அமைதியாக இருக்க விரும்பினேன் போலும்."

அவன் பெருமூச்செறிகிறான்.

"உங்களது பேச்சு, ஒருவினாடியும் நிற்காத புத்திசாலித்தனமான, பரிகாசமான இத்யாதிஇத்யாதி வகைப் பேச்சு, அதற்காக நீங்களிருவரும் இடையறாது மெனக்கெட்டது."

இலனும் நானும், அவ்ரம் எண்ணிப் பார்க்கிறான். இரண்டு அகம்பாவமிக்க ஆண்மயில்கள்.

"எப்போதுமே நான் கொஞ்சம் தனித்துவிடப்பட்டதுபோல உணர்ந்தேன்."

"நீயா? உண்மையாகவா?" சஞ்சலமடைந்தவனாகக் கேட்டான். ஆனால் எல்லாவற்றிலும் அவள்தான் மையம், தங்களது குவிமையம் எனத் தாங்கள் நினைத்திருந்ததை எப்படிச் சொல்வதென அவனுக்குத் தெரியவில்லை. தனக்கேயுரிய வகையில் அவள்தான் அவர்களை உருவாக்கினாள் என்பதையும்.

"எப்போதுமே அதுபோன்ற உங்களது விஷயங்களில் நான் பங்கெடுத்த தில்லை."

"ஆனால் அவையெல்லாமே உன் காரணமாக, உனக்காகச் செய்யப் பட்டவை."

"இது ரொம்ப அதிகம், ரொம்ப அதிகம்."

அவர்கள் மௌனமாக நடக்கின்றனர். காதுகள் அவர்களது திசையில் நீட்டியிருக்கக் குறிப்பிட்ட தொலைவில் நாய் அவர்களைப் பின்தொடர்கிறது.

"அப்புறம் இலன்" – தனது மன அவசங்களிலிருந்து மீண்டவளாக மறுபடி தொடர்கிறாள் – "ஆடமைப் பார்த்து அவர் அதிர்ச்சியடைந்தார், அவர் சொன்னதுபோல அவனது குறைபாடான பேச்சு அவருக்குக் கவலையளித்தது, அவனுக்கு எப்படிப் பேசுவதென்று கற்றுக்கொடுக்க ஆரம்பித்தார். உங்களுக்குப் புரிகிறதா? இரண்டே முக்கால் வயதில்

அவனைப் பேச்சுக்கான ராணுவப் பயிற்சி முகாமில் சேர்த்தது போலாயிற்று."

"எப்படி ?"

"எந்நேரமும் அவனோடு பேசியபடியே இருந்தார். காலையில் பகல்நேரப் பராமரிப்பு மையத்திற்கு அவனை அழைத்துச் செல்கையில் வழியில் பார்ப்பவை பற்றியெல்லாம் அவனிடம் பேசியபடியே செல்வார். திரும்ப அழைத்து வருகையில் அன்று மையத்தில் என்ன நடந்தது எனக் கேட்டபடியே வருவார். கேள்விகள் கேட்டார், பதில்கள் சொல்ல வைத்தார். அவனைத் தன் பிடியிலேயே வைத்திருந்தார். அது ஒருநபர் எதிர்ப்புப் போராட்டம்: மௌனத்திற்கு எதிராகத் தந்தையர்கள்."

அவ்ரம் மெல்லச் சிரிக்கிறான், ஓரா முகம் சிவக்கிறாள்: அவளது நகைச்சுவை வேலை செய்துவிட்டது.

"அவனுக்கு உடையணிவித்தபோது, படுக்கையில் கிடத்தியபோது, உணவூட்டியபோது என எப்போதும் ஆடமிடம் பேசினார். அவர் பேசுவதை எப்போதும் நான் கேட்டபடியே இருந்தேன். எப்போது பார்த்தாலும் வீட்டில் பல குரல்களின் குழப்பமான கலவை கேட்டபடியிருக்கும், ஆடமும் நானும் அம்மாதிரியான இரைச்சலுக்குப் பழகியிருக்கவில்லை, எனக்கு அது எளிதாக இருக்கவில்லை. ஆடமுக்கும் அப்படித்தான் இருந்தது என உறுதியாகத் தெரியும்."

"கையால் சுட்டிக்காட்டி 'அது' என்று சொல்வது இல்லாமல் போனது. இப்போது 'வாசற்கால்,' 'பூட்டு,' 'அலமாரி,' 'உப்புக்குலுக்கி,' போன்ற வார்த்தைகள். கீறல் விழுந்த இசைத்தட்டுப்போல எப்போதும் பின்னணியில் இவை ஒலிக்கக் கேட்டபடியே இருந்தேன். "எங்கே சொல்லு 'அலமாரி.' 'அலமாரி.' 'வெட்டுக்கிளி', சொல்லு." 'வெட்டுக்கிளி.' அவர் சொன்னது சரிதான், சரியில்லையென்று நான் சொல்லமாட்டேன். அவர் சரியானதொரு வேலையைத்தான் செய்கிறார் என உணர்ந்தேன். ஆடமின் உலகம் செழுமையுடனும் முழுமையுடனும் வளர்வதைப் பார்த்தேன், காரணம் அவன் பலவற்றுக்கும் பெயர்கள் வைத்திருந்தான். எனக்கும் எப்படி அதை . . . எனக்கு எப்படி . . . அதைச் சொல்வதெனத் தெரியவில்லை. சிரித்தபடியே அவள் தனது விழிகளுக்கு நடுவே உள்ள பகுதியைச் சுட்டுகிறாள்: "இது."

ஆடமிடமிருந்து வெளிப்பட்ட பெரும் ஆர்வத்தைக் கண்டு அவள் மனம் துடித்தது, இதற்குமுன் அவனிடம் இதை அவள் காணத் தவறியிருந்தாள். ஆரம்ப அதிர்ச்சிக்குப் பின், இலன் வழங்கியவற்றை அவன் கிரகிக்க ஆரம்பித்திருந்தான், திடீரென அவளிடம் மழலை பேசும் ஒரு குழந்தை இருந்தான்.

அவ்ரமிடம் அவள் விளக்குகிறாள், சொற் பயன்பாட்டிலும், தொனியிலும் பார்க்க பெரியவர்களிடம் பேசுவதுபோல இலன் ஆடமிடம் பேசினான். குழந்தைத்தனமும் சற்றே விளையாட்டுத்தனமும் கலந்து அவள் பேசுவது போலன்றிக் கறாரான, சமூகச் சமநோக்குத்

தொனியில் பையனிடம் இலன் பேசியவிதம் அவளைச் சுருக்கென்று தைத்தது. ஆடமுடனான உரையாடலில் எந்த வார்த்தையும் இலனுக்கு அத்தனைச் சிக்கலானது கிடையாது. "எங்கே சொல்லு 'அசோஸியேஷன்.'" "அசோஸியேஷன்." "எங்கே சொல்லு 'ஃபிலாஸஃபி,' 'கிளிமாஞ்சாரோ,' 'க்ரம் ப்ரூலே.'"

இரட்டைப் படங்கள் வரைந்து ஆடமுக்கு அவர் ஒரு சொல்லுக்கான இணைபொருள்களைக் கற்பித்தார். நிலவு பிறைநிலவாகவும் இருக்கு மென்பதை ஆடம் மூன்று வயதில் கற்றுக்கொண்டான். இரவு இருட்டாக, குறையொளியுடன் அல்லது மங்கலான ஒளியுடன் இருக்கும். ஒருவரால் குதிக்க முடியும், தாவிக் குதிக்கவும் எகிறிக் குதிக்கவும்கூட முடியும். (இதைக் கேட்டுக்கொண்டிருக்கும் அவ்ரமினுள் சற்றே பெருமிதத்துடனும் சற்றே சங்கடத்துடனும் விசித்திரச் சிரிப்பொன்று சுருண்டு வருகிறது.) மழலையர் பள்ளிப் பாடல்களைக்கொண்டு இலன் அவனுக்கு இலக்கணம் கற்பித்தார். "என் குழந்தை," "அவனது முயல்," "அவளது விரல்கள்," என மணிக்கணக்கில் சொல்லித் தருவார்.

அவ்வப்போது இதற்கு மறுப்புத் தெரிவிக்க அவளுக்கு தைரியம் வரும். "அவனை நீங்கள் வித்தை செய்யப் பழக்குகிறீர்கள், அவனை உங்கள் விளையாட்டுப் பொம்மையாக மாற்றுகிறீர்கள்."

"அவனைப் பொருத்தவரை இது வார்த்தைகளை வைத்து விளையாடும் லெகோ விளையாட்டு," அவன் இடைமறிப்பான்.

அவள் எதிர்ப்புக்காட்ட விரும்பினாள் – அவனை உங்களது பிராந்திய மாக வரையறுக்கிறீர்கள் – ஆனால் அவள் சொன்னதெல்லாம் இதுதான், "அவன் இதற்கெல்லாம் மிகவும் சிறியவன், இந்த வயதில் ஒரு பையன் உடைமைப் பெயர்ச்சொற்கள் பற்றி அறிந்துகொள்ள வேண்டிய அவசிய மில்லை."

"ஆனால் பார், இதை அவன் எப்படி அனுபவித்துக் கற்றுக்கொள்கிறான் என்று."

"ஆமாம். நீங்கள் அதை அனுபவித்துச் செய்கிறீர்கள் என அவன் சொல்வான், நீங்கள் அவனை விரும்ப வேண்டும் என்று அவன் ஆசைப் படுகிறான். நீங்கள் அவனை விரும்ப வேண்டுமென்பதற்காக அவன் எதை வேண்டுமானாலும் செய்வான்."

"இதைக் கேளுங்களேன்" – தன்னையே இடைமறித்தவளாக அவள் அவ்ரமிடம் சொல்கிறாள் – "இலன் வீடு திரும்பி ஆறுமாதங்களுக்குப் பிறகு ஆடம் கேட்டான், அங்கே கொட்டகையில் இருந்தவர் எங்கே போய்விட்டாரென்று."

"நீ என்ன சொன்னாய்?"

"என்னால் எதுவும் பேசமுடியவில்லை. 'அவர் போய்விட்டார், ஒருபோதும் திரும்பி வரமாட்டார்' என்று மட்டும் இலன் அவனிடம் சொன்னார். இப்போது அது என் நினைவுக்கு வந்தது. என்ன பேசிக் கொண்டிருந்தோம்?"

அவள் மிகவும் பலவீனமாக இருந்தாள். லகுவாகவும் உடல்நலம் குறித்த நேர்மறையான உணர்வுடனும் தொடங்கிய அவளது இரண்டாவது கருத்தரிப்பு இறுதிக்கட்டத்தில் சுமையாகவும் நோய்கூடியதாகவும் மாறியது. அனேக நேரம் உடல்சுமை கூடியவளாய், நீர்வற்றிப் போனவளாய், அசிங்கமானவளாய்த் தன்னை உணர்ந்தாள். கடைசி மூன்றுமாதமும் நான் எழுந்து நிற்கும்போதெல்லாம் ஓஃபர் ஒரு நரம்பை அழுத்த, கடும் வலியில் துடித்தேன். கடைசி இரண்டு மாதங்கள் படுக்கை அல்லது புழங்குமறையிலிருந்த பெரிய சாய்வு நாற்காலியில் பெரும்பாலான நேரம் ஒரே நிலையில் படுத்திருக்க வேண்டியிருந்தது. சிரமத்துடன், கவனமாக மூச்சுவிட வேண்டியிருந்தது, சிலநேரம் மூச்சுவிடுவதே வேதனையாக இருந்தது. அவளைச் சுற்றி இலனும் ஆடமும் தீவிர அறிவுத் தேட்டத்தில் ஈடுபட்டிருக்க, அவளோ உடல் நலிந்தபடியிருந்தாள், பல வருடங்களுக்கு முன் தான் தோண்டி வைத்திருந்த தனக்கான சிறு வளைக்குள் தீவிரமற்ற தொரு சுயமறுதலிப்புடன் தன்னை ஒடுக்கிக்கொண்டாள்.

எப்போதும் இணைபொருள் சொற்கள், மழலையர் பாடல்கள், வார்த்தைகளைத் தொடர்புபடுத்திய விளையாட்டுகள் இவற்றில் ஈடுபட்டுச் சந்தோஷமாகப் பொழுதைக் கழித்தபடி இருந்த இலனையும் ஆடமையும் அவற்றிலிருந்து தடுக்க வழியற்றிருந்தாள். ஆனாலும், பகல்நேரப் பராமரிப்பு மைய ஆசிரியை ஆடமின் பெரும் முன்னேற்றத்தைப் பற்றிச் சொன்னபோது, குறைந்தது இரண்டு ஆண்டுகளில் கற்கவேண்டியவற்றைக் எப்படி அவன் இந்தக் குறுகிய காலத்துக்குள் கற்றுக்கொண்டான் எனக் கேட்டபோது அவளுக்குப் பெருமையாகத்தான் இருந்தது. கால்சராயில் சிறுநீர் கழித்துவிடும் பழக்கம் மோசமடைந்த போதிலும் பொதுவாகப் பகல்நேரப் பராமரிப்பு மையத்தில் அவனது நிலை உயர்வடைந்தது. அந்தச் சிறுவிபத்துகள் பற்றி வீட்டுக்கு வந்ததும் சொல்வான், எனவே அவன்மீது அவ்வளவு சீக்கிரம் கோபம் வராது. “எனக்கு ஒண்ணுக்கு தானா வந்தது,” ஒரு கோணல் சிரிப்புடன் அவன் சொல்வது போலவே சொல்கிறாள். “எதை நினைத்து நீங்கள் சிரிக்கிறீர்கள்?” எரிச்சலுடன் அவனைப் பார்த்துக் கேட்கிறாள்.

“நான் நினைக்கிறேன், அந்த இடத்தில் நானாக இருந்திருந்தால்கூட நிச்சயம் அதையேதான் செய்திருப்பேன்,” அவளை ஏறெடுத்துப் பார்க்காமலே சொல்கிறான் அவ்ரம்.

“உங்கள் குழந்தைக்கா? இலன் செய்ததையா?”

“ஆமாம்.”

“இந்த எண்ணம் என் மனதில் தோன்றவேயில்லை என்று சொல்ல மாட்டேன்,” என்பவள் மனதில் குறித்துக்கொள்கிறாள், இனி இதுபற்றி விரிவாகப் பேசமாட்டேன் என உறுதியெடுத்துக்கொள்கிறாள்.

“என்ன?”

“ஒன்றுமில்லை.”

“பரவாயில்லை, சொல்.”

“அதாவது அவருக்குத் தேவைப்பட்டதெல்லாம் அதுதான். உங்களைப் போன்ற ஒரு கூட்டாளி. அப்போதுதான் அவருக்கு தனது சாதுரியத்தையும் புத்திசாலித்தனத்தையும் வெளிப்படுத்த சந்தர்ப்பம் கிடைக்கும்.”

அவ்ரம் மௌனமாகத் தனது தாடியின் சிறு முடிக்கற்றையொன்றை முறுக்குகிறான்.

“அதோடு நான் பொருத்தமான ஒரு பதிலியாக இல்லை,” உணர்ச்சியற்ற குரலில் தொடர்கிறாள் ஓரா. “குறைந்தபட்சம் அந்தத் தளத்தில். எனக்கு அது இயலாத ஒன்று, நான் முயற்சிக்கவுமில்லை.”

“ஆனால் ஏன் நீ அப்படியிருக்க மெனக்கெட வேண்டும்?”

“இலனுக்கு அது தேவையாயிருந்தது. நீங்கள் அவருக்கு எந்த அளவுக்கு தேவைப்பட்டீர்கள் தெரியுமா, இருவரும் சேர்ந்து எப்படியிருந்தீர்கள் தெரியுமா. நீங்களின்றி எப்படி அவர் வாடிக்கிடந்தார் தெரியுமா.”

அவ்ரமின் முகம் எரிகிறது, ஓராவுக்குள் சட்டென இந்த எண்ணம் அரிக்கத் தொடங்குகிறது. இலன் அப்போது எப்படிப்பட்ட உணர்ச்சிச் சுழல்களுள் சிக்கியிருந்தான் என அவள் அறியாள், ஒருவேளை அவ்ரமுக்கு ஒரு மாற்றை அவன் எதிர்பார்த்திராமல் இருந்திருக்கலாம், ஆனால் அவன் தானே அவ்ரமாக மாற முயற்சித்திருப்பான். உற்சாகம் கூடியவளாய் நடையைத் துரிதப்படுத்துகிறாள்: அவ்ரம் எப்படிப்பட்ட ஒரு தந்தையாக இருந்திருப்பான் என அவன் கற்பனை செய்தானோ அந்த அளவுக்கு ஒரு தந்தையாக இருக்க இலன் முயற்சி செய்திருக்கலாம்.

தத்தமது நினைவுகளில் மூழ்கியவர்களாய் அவர்கள் நடந்துகொண்டிருக்க திடுமென எதிர்ப்பட்ட பாதை அவர்களைத் திடுக்கிட வைக்கிறது. என்ன சொல்ல, பாதைக் குறியீடுகளையும் காணவில்லை. ஓரா சற்றுப் பின்னே செல்கிறாள், ஏமாற்றத்துடன் திரும்பி வருகிறாள். நமது பாதை குறித்து மகிழ்ச்சியடைந்தோம், இப்போது என்ன செய்வது? எப்படி நாம் ஜெரூசலேத்தை அடைவது? மனதுள் அவள் கேட்டுக்கொள்கிறாள்.

சாலை ஒன்றும் அத்தனை அகலமில்லை, ஆனால் அடிக்கடி வாகனங்கள் விரைந்து கடக்கின்றன, அவற்றோடு ஒப்பிட அவர்கள் மெதுவானவர்களாக, தளர்ந்துபோனவர்களாகத் தெரிகிறார்கள். அமைதியான, ஒளிநிறைந்த புல்வெளிக்கு அல்லது நிழல்மிகு காட்டுக்கு மகிழ்ச்சியுடன் அவர்கள் திரும்பிப் போய்விடலாம்தான். ஆனால் அவர்களால் அது முடியாது. ஓராவால் முடியாது, அவளது முன்செல்லும் மற்றும் முன்னோக்கிய நோக்கம் அவ்ரமையும்கூடத் தொற்றிக்கொண்டது. குழம்பியவர்களாக, இடமும் வலமும் பார்த்தபடி, கடந்துபோகும் ஒவ்வொரு காரையும் நோக்கி தலையைத் திருப்பியபடி அங்கேயே நிற்கிறார்கள்.

“போர் முடிந்து முப்பது வருடங்கள் கழித்துக் காடுகளிலிருந்து வெளிப்பட்ட ஜப்பானியப் படைவீரர்களைப் போலிருக்கிறோம்,” என்கிறாள் ஓரா.

“உண்மையிலே நான் அப்படித்தான் இருக்கிறேன்,” அவளுக்கு நினைவுபடுத்துகிறான் அவ்ரம். அந்தச் சாலையும் அது வெளிப்படுத்தும் வன்மையான பரபரப்பும் அவனைக் கலவரப்படுத்துவதைப் பார்க்கிறாள். அவனது முகமும் உடலும் மூடிக்கொண்டுவிட்டன. அவள் அந்த நாயைத் தேடுகிறாள். சற்று முன்புகூட சிறிது இடைவெளிவிட்டு அவர்களுக்குப் பின்னால்தான் அது வந்துகொண்டிருந்தது, இப்போது அதைக் காண வில்லை. என்ன செய்வது? திரும்பிப்போய் அதைத் தேடுவதா? எப்படி அதை அவள் சாலையைத் தாண்டி அழைத்துச் செல்வாள்? எப்படி அவள் அந்த நாயையும் அவ்ரமையும் சாலையைக் கடக்க வைப்பாள்?

செயலில் குதித்தவளாய் அவள் “வாருங்கள்,” என்கிறாள். இப்போது மட்டும் அவள் எதையாவது செய்யாவிடில் அவனது மனத்தளர்ச்சி அவளையும் பீடித்து இருவரையுமே செயல்படாமலாக்கிவிடும். “வாருங்கள், சாலையைக் கடக்கலாம்.”

அவனது கையைப் பற்றுகிறாள், இந்தச் சாலை அவனை எவ்வளவு ஒடுக்கிவிட்டது, இறுக்கமாக்கிவிட்டது என்பதை உணர்கிறாள்.

“நான் சொன்னதும் ஓடி வரவேண்டும்.”

அவன் பலவீனமாகத் தலையசைக்கிறான். அவன் கண்கள் அவனது சப்பாத்துக்களின் முனையில் பதிந்திருக்கின்றன.

“உங்களால் ஓடிவர முடியும்தானே?”

சட்டென்று அவனது முகம் மாறுகிறது. “உன்னை ஒன்று கேட்க வேண்டும், ஒரு நிமிடம் பொறு—”

“அதெல்லாம் அப்புறம், அப்புறம்.”

“இல்லை, நில். இதற்குமுன் என்ன சொன்னாய்—”

“சொல்வதைக் கேளுங்கள், அந்த லாரி கடந்தபின் பேசிக்கொள்ளலாம். வாருங்கள்!”

சாலையில் சில அடிகள் வைக்கிறாள், ஆனால் பின்னோக்கி இழுக்கப் படுகிறாள் – அவனது கனம், எடை. வேகமாக இருபக்கமும் பார்க்கிறாள். ஒரு ஒளிர் ஊதாவண்ண ஜீப் தனது முகப்பு விளக்குகளை அவர்கள்மீது அடித்தபடி சாலை வளைவில் அவர்களை நோக்கி உறுமுகிறது. கிட்டத்தட்ட சாலையின் நடுவில் அவர்கள் மாட்டிக்கொண்டார்கள் – முன்னோக்கிச் செல்ல முடியாது, பின்னோக்கியும் போகமுடியாது – அவ்ரம் அப்படியே உறைந்து நிற்கிறான். உரக்க அழைத்தபடியே அவனது கைகளைப் பற்றிப் பலமாக இழுக்கிறாள். அவனது உதடுகள் அசைகின்றன, அவளிடம் அவன் ஏதோ சொல்வதாக நினைக்கிறாள். ஒலிப்பானைக் கோபமாக ஒலித்தபடி ஜீப் அவர்களைக் கடந்துசெல்கிறது, எதிர்ப்பக்கமிருந்து யாரும் வந்துவிடக்கூடாது என்று ஓரா மனதுக்குள் வேண்டிக்கொள்கிறாள். “சொல்லு,” அவன் மறுபடியும்மறுபடியும் குழறலாகச் சொல்கிறான், “சொல்லு.”

“என்ன?” எரிச்சலாக அவன் காதில் சொல்கிறாள். “இந்த நேரத்தில் அப்படி என்ன தலைபோகிற விஷயம்?”

“நான் . . . நான் . . . என்ன கேட்க வந்தேனென்றால் . . . என்ன கேட்க வந்தேனென்றால் . . .” மூடுபனிக்குள் மறைந்த கப்பல்களுக்கு ஒலிப்பதுபோன்ற கடும் ஓசையுள்ள ஒலிப்பானை ஒலித்தபடி லாரி ஒன்று அவர்களை நோக்கி வருகிறது. அவர்கள் அதன் வழியை மறித்து நிற்கிறார்கள். லாரியின் வழியிலிருந்து அவ்ரமை தன்னை நோக்கி இழுக்கிறாள் ஓரா. சாலை நடுவேயிருக்கும் வெள்ளைக் கோட்டின்மீது அவர்கள் உறைந்து நிற்கிறார்கள். அவர்கள் அங்கேயே சாகப் போகிறார்கள். இரண்டு குள்ளநரிகள் வாகனத்தடியில் நசுங்கிச் சாவதுபோல.

“வேறுயாரும் இல்லையா?”

“வேறுயாரும் இல்லையா என்றால்? எதைப்பற்றிப் பேசுகிறீர்கள், அவ்ரம்?”

“நீ சொன்னாயே, இலன் . . . அதாவது இலனுக்கு அமையாத அந்த மாற்று.”

கடந்துபோகும் வாகனமொன்றில் ஒலிப்பானின் இரைச்சலினினூடே அவனது குரலின் மெல்லிய கிசுகிசுப்பு – திரைச்சீலையின் பின்னால் ஒளிந்துகொண்டு கண்ணாமூச்சி ஆடும் குழந்தையின் ஆடையின் கைப்பகுதியைப்போல – நழுவிச் செல்வதைக் கேட்கிறாள். அவனை உற்றுப் பார்க்கிறாள்: பெரிய, வட்டமான, சூரியனால் எரிக்கப்பட்ட தலை, இருபுறமும் நீண்டிருக்கும் முரட்டு முடிக்கற்றைகள், அவனது நீலவிழிகளின், கண்ணாடித் தம்ளருக்குள் கிடக்கும் தேநீர்க்கரண்டியின் ஒளி விலகலடைந்ததுபோன்ற, பார்வை. ஒருவழியாக அவன் என்ன கேட்கிறான் என்பது அவளுக்குப் புரிகிறது.

மெதுவாகக் கைகளால் அவன் முகத்தை, கலைந்துகிடக்கும் அவனது தாடியை, உடைந்த கண்களைத் தடவிக்கொடுக்கிறாள் – அவற்றைச் சுற்றியிருக்கும் சாலையை ஒரே வீச்சில் அழிக்கிறாள். சாலை காத்திருக்கும். மிக மெதுவாகச் சொல்கிறாள், “உண்மையிலே உங்களுக்குத் தெரியாதா? யூகிக்க முடியவில்லையா? உங்களைப்போல இன்னொரு நண்பர் இலனுக்கு வாய்க்கவேயில்லை.”

“எனக்கும்தான்,” என்பவன் தலையைக் குனிந்துகொள்கிறான்.

“எனக்கும்தான். சரி கையைக் கொடுங்கள், இப்போது நாம் சாலையைக் கடக்கிறோம்.”

“நான் நரகத்திலிருக்கிறேன்!” பதினேழு வயதில் ராணுவ முன்பயிற்சி முகாமிலிருக்கையில் எழுதிய ஒரு கடிதத்தில் அவன் அறிவித்திருந்தான். “நான் பியெர் ஓரா ராணுவத்தளத்தில் இருக்கிறேன், சந்தேகமேயில் லாமல் இந்தத் தளத்துக்கு உன் பெயர்தான் சூட்டப்பட்டிருக்கிறது. இந்த இடத்தை உனக்குப் பிடிக்கும், காரணம் இங்கே மணலையும் துப்பாக்கிக்கான கிரீஸையும் நாங்கள் சாப்பிட வேண்டியிருக்கிறது, பிடிக்கத் துரத்தப்படும் கோழியைப்போல பன்னிரண்டு அடி உயர மேடையிலிருந்து கீழே கித்தான் விரிப்புகளில் குதிக்க வேண்டியிருக்கிறது. விருப்பமான

பொழுதுபோக்குகள். எனக்கா? உன்னைப்பற்றி, உனக்குப் பதிலாக வரும் பெண்களின் கன்னித்தன்மையை முடித்துவைப்பது பற்றிக் கனவுகள் காண்பேன். உதாரணமாக, நேற்றிரவு அட்டாரா என்ற இளம்பெண்ணை என் அறைக்கு அழைத்தேன். அவள்மீது காதலெல்லாம் கிடையாது, ஆனால் (அ) அவள் தயாராக இருக்கிறாள் என எனக்குத் தோன்றியது, (ஆ) உயிரியல் அழைப்பு . . . இருவரும் சேர்ந்து வானொலியில் பால் டெம்ப்பிள் நிகழ்ச்சியைக் (அது வான்டைக் அஃபையர் பகுதி) கேட்போம் என்ற சாக்கு (ஒரு மட்டமான யுக்தி!), பையன்களுக்கான அறைகளில் பெண்களை அனுமதிக்க முடியாது என்றார்கள், ஆகவே என் அறைக்குள் என் தனிமையில் நான் சுருண்டுகொண்டேன். இதனிடையே இலன் சிலபேருடன் சேர்ந்து மாயமானான் – அவனோடு சென்றவர்களில் பெண்களும் (எஃப்.ஒய்.ஐ) உண்டு, சந்தேகமின்றி அங்கே முறைமீறிய பாலுறவு விஷயங்கள் நடந்துகொண்டிருந்தன."

மறுநாள் அவன் எழுதினான், "அன்பே இன்று காலை ஐந்தரை மணிக்கு எழுந்து மலையொன்றில் பணிக்குக் கிளம்பினோம், கற்களை அகற்றிக் களைகளைப் பிடுங்கிக் கல்பாவிய பாதைகள் அமைத்தோம் (அங்கே என்னைக் கற்பனை செய்ய முடிகிறதா? உள் சட்டையின்றி?) நானொரு திட்டம் போட்டேன், அதன்படி உனது பாலினத்தவர்கள் ஏழுபேருடன் நான் மட்டும் ஆணாகப் பணியில் ஈடுபட்டேன். எந்த இடத்தில் வளர்ந்தாலும் சரி எளிதில் கிடைக்கும் அவ்ரம் மீது ஈர்ப்பற்ற முசுடுகளாக அவர்கள் இருந்தனர். எனக்கு அடுத்து இருந்தவள் ருக்கமா லெவிதோவ் (அவளைப்பற்றி உனக்கு எழுதியிருக்கிறேன், ஒருமுறை நானும் அவளும் அவசரஅவசரமாக, உவப்பற்ற ஒரு உறவு கொண்டோம்), ஆகவே எங்களிடையேயான உறவை இன்னும் ஆழமாகப் பரீட்சித்துப் பார்க்க ஒரு சந்தர்ப்பமிருந்தது. ஆனால் கடைசியில் வழக்கம்போல ஒரு சிறு உரையாடலில் மட்டுமே ஈடுபட முடிந்தது (அதற்கு நானொரு புது வார்த்தையைக் கண்டுபிடித்திருக்கிறேன்: 'பேச்சு–காற்று.' இதை ஏற்றுக்கொள்கிறாயா?) அவள் நாமிருவரும் எப்போதும் சண்டை போடுவது, பிரிவது, பிறகு இரட்டை வரைபடம்போல முதலிலிருந்து தொடங்குவது என இருப்பதை என்னவொரு தைரியத்தோடு சொல்லி என்னைக் கேலிசெய்தாள் தெரியுமா? நான் ஒன்றும் பேசாமல் அவளைக் கச்சிதமானதொரு ழான் – பால் பெல்மாண்டோ பார்வை பார்த்தேன். பிறகுதான் எனக்குத் தோன்றியது எப்போதுமே பெண்கள் மட்டில் எனக்கு விதிக்கப்பட்டது இதுதான், எப்போதுமே ஒன்றும் வேலைக்கு ஆவதில்லை, அவ்வப்போது சில கூடிவந்தாலும், ஒரு கட்டத்தில் திடீரென என்னைப் பார்த்துப் பயந்து எழுந்து ஓடிவிடுவார்கள், அல்லது நான் அவர்களுக்கு மிகவும் அதிகம் என்பார்கள் (டோவா ஜி. பற்றி உன்னிடம் சொல்லியிருக்கிறேனா? ஒருவழியாக நாங்கள் கிடையாகக் கிடந்தபோது நான் 'மிகவும் அன்னியோன்யமாக' [??!!!] இருப்பதாகச் சொல்லிப் படுக்கையிலிருந்து எழுந்து அவள் ஓடியே போனதைப் பற்றி?!) உண்மையைச் சொல்வதென்றால் பெண்களுடன் எனக்கு என்ன பிரச்சனை என்று தெரியவில்லை, ஒருநாள் இது பற்றி உன்னிடம் ஆலோசிக்க விரும்புகிறேன், ஒளிவுமறைவின்றி, தணிக்கைகளின்றி.

"இப்படிக்கு உன்னுடைய, கொப்புளப் பாதங்கள் கொண்ட கலிகூலா, இரவு உணவுக்கு விரைந்தபடி."

நிரம்பி வழியும் சப்பாத்துப் பெட்டிக்குள் துழாவி அதே காலகட்டத்தைச் சேர்ந்த இன்னொரு கடிதத்தை எடுத்தாள் ஓரா. கட்டுத் துணிகள், பாரீஸ் சாந்து இவற்றால் மூடப்பட்டுப் படுத்திருக்கும் அவ்ரமைப் பார்த்துவிட்டு சத்தம்போட்டு வாசித்தாள்.

"என் ஷாய்னா—ஷாய்ன்டெலே. மறுபடியும் வேதியியல் வகுப்பு, வெப்பம்கொள், வெப்ப – உமிழ் வினைகள் குறித்த நம்பிக்கைமிகு பேச்சு. ஆசிரியையோடு எனக்கு நீண்ட விவாதம். அது அற்புதமாக இருந்தது! அவர் நழுவப் பார்த்தார், அவரைக் கடுமையாகத் தாக்கி வீழ்த்தினேன். வெற்றி ஆரவாரம் ஒலித்த வகுப்பறையிலிருந்து வாலைச் சுருட்டிக்கொண்டு ஊர்ந்து வெளியே போனார். வகுப்பறையைச் சுற்றி நான் வெற்றி ஊர்வலம் வந்தேன்!"

அவனைப் பார்த்தாள். எந்த எதிர்வினையுமில்லை. இரண்டு நாட்களுக்கு முன் வலிந்து இருத்தப்பட்ட கோமா நிலையிலிருந்து அவனை மெதுவாக வெளியே கொண்டுவர ஆரம்பித்திருந்தனர், ஆனால் பாதி விழிப்புநிலையிலிருந்து அவன் கண்களைத் திறக்கவோ பேசவோ செய்யவில்லை. இப்போது அவன் குறட்டை விடுகிறான். அவனது வாய் திறந்திருந்தது, முகமும் வெளித்தெரிந்த தோள்களும் திறந்த சீழ்வடியும் புண்களால் நிறைந்திருந்தன. இடதுகை பாரீஸ் சாந்துக் கட்டில் இருந்தது, இரண்டு கால்களும் அப்படியே. வலதுகால் தாமஸ் ஸ்பிளின்ட்டில் தொங்கவிடப்பட்டிருந்தது, அவனுடலின் எல்லா பாகங்களிலிருந்தும் குழாய்கள் கிளம்பி வந்திருந்தன. இளமையில் அவளுக்கு அவனெழுதிய கடிதங்களைப் பல இரவுகள் அவள் வாசித்துக்காட்டினாள். இலனுக்கு இந்தச் சிகிச்சைப்பூர்வ வழியில் நம்பிக்கை இல்லை; ஆனால் ஓரா, அவ்ரமின் சொந்த வார்த்தைகள் அவனுக்குள் ஊடுருவி அவை பேசத் தூண்டும் என்ற நம்பிக்கைக்கொண்டிருந்தாள்.

ஆனால் எதிலும் அர்த்தமிருப்பதாகத் தெரியவில்லை. கடிதங்களையும் குறிப்புகளையும் அவள் புரட்டினாள். இடையிடையே அவற்றுள் ஒன்றை எடுத்து வாசித்தாள். சில வரிகள் வாசித்ததுமே அவள் குரல் குன்றிப்போகும், பிறகு அவள் தனக்கென வாசிப்பாள், மறுபடியும் சிரிப்பாள், தனது பதினாறரை வயதில் மற்றப் பெண்களுடனான தனது வெளித்தங்கல்கள் பற்றி அவன் சொல்கையில் – "கவலைப்படாதே, அவர்களெல்லாம் உனது மங்கலான பிரதிபலிப்புகள்தாம், இவையெல்லாம் என்மீது நீ விதித்துள்ள உணர்ச்சித்தடையை நீக்கவும், உன்னை முழுமையாக – உனது புனித பிரதேசங்கள் உட்பட – எனக்கு அளிக்க முடிவு செய்யும்வரைதான்" என்பான். திருமணத்தை முன்வைத்த பெண்களுடனான அவனது உறவுகள், அசம்பாவிதங்கள் பற்றியும் சொல்வான். எல்லாவற்றுக்கும் மேலாக அபத்தமான, அவமானகரமான அசம்பாவிதங்களையும்கூட அவன் விவரிப்பான். தனது தோல்விகளை, குறைகளை இவ்வளவு சந்தோஷமாகச் சொல்லும் ஒருவரை ஓரா ஒருபோதும் சந்தித்ததில்லை. ஒருநாள் மாலை சாயுதா ஹெச். உடன்

டேவிட் கிராஸ்மன்

சினிமா பார்த்த பிறகு அவளை அவள் வசித்துவந்த பீட்டர்ஸன் தெருவுக்கு நடத்தியே அழைத்து வந்தான். யாருமற்ற முற்றமொன்றுக்குள் அவளை இழுத்துச் சென்றான், இருவரும் உறவுகொள்ளத் தயாராயினர். அவளது கால்சராய்களில் அவன் கைவைத்தபோது சாயுதா அவனைத் தடுத்துவிட்டுச் சொன்னாள், "வேண்டாம், அந்தச் சாபக்கேடு எனக்கு வந்துவிட்டது." அவள் என்ன சொல்கிறாள் எனப் புரிந்துகொள்ளாத அவ்ரம் உணர்ச்சிப் பெருக்கில் சிக்கியிருந்தான். அவளுக்கு ஆறுதல் சொன்னான், உற்சாகப்படுத்தினான், அந்த வியப்பூட்டும், கிளர்ச்சிமிகு சுயவெறுப்பிலிருந்து அவளைக் காப்பாற்ற முயன்றான். இந்த வெறுப்பு மெல்லிதயம் படைத்த சாயுதாவுக்குள் இருக்குமென்று ஒருபோதும் அவன் கற்பனை செய்ததில்லை. அவன் சளசளவென்று பேசிக்கொண்டிருக்க சாயுதா அமைதியாகக் கேட்டுக்கொண்டிருந்தாள், அவளது வெறுப்பு நிறைந்த, சமூகப் பிரபல்யம் மிக்க ஆன்மாவின் பரிசுத்த இடத்தை இறுதியாக தான் அடைந்துவிட்டதாக உணர்ந்தான். ஆர்வமுடன் அவன் தனது ஆறுதல் பேச்சுக்களை, கிரிகர் சாம்ஸாவும், கரமாஸவ் சகோதரர்களுமே கூட பொறாமை கொள்ளுமளவுக்கு நீட்டித்துக்கொண்டே போக, சட்டென்று அவனை இடைவெட்டித் தான் சொன்னதன் அர்த்தத்தை அசட்டுச் சிரிப்புடன் விளக்கினாள் சாயுதா.

இந்தக் கதையை கருணையற்ற துல்லியத்துடன் ஓராவிடம் விளக்கினான், அவள் தனது மனதின் ஆழத்திலிருந்து சிரித்தாள், மாதவிடாய்க்கு வழங்கிவரும் அந்த அசிங்கமான இடக்கரடக்கலைத் தான் எந்தளவுக்கு வெறுக்கிறேன் என்பதைப் பதிலில் எழுதினாள். எப்போதுமில்லாத துணிவுடன் அவள் மேலும் எழுதினாள்: தனது மாதவிடாய் நாட்களில்– அடாவின் மரணத்துக்குப் பின் எனக்குச் சில வருடங்கள் ஒரு மருத்துவப் பிரச்சனை இருந்தது, இப்போது சரியாகிவிட்டது – அவள் தன்னை தீவிரப் பெண்மைமிக்கவளாக உணர்வதாக. அவன் உடன் பதிலெழுதினான். இதுபோன்ற ஒன்றைத் தன்னிடம் சொல்லத் தேர்ந்தெடுத்ததிலிருந்து தனது தோழியாக இருக்க அவள் முடிவு செய்துவிட்டதாகத்தான் அர்த்தம்கொள்ள முடியும், தான் அவளுக்கு ஒருவகை ஆண் தோழியாக இருப்பானென்றும், தொடக்கத்திலிருந்தே அவனைக் குறித்து அவள் முடிவுசெய்து வைத்திருந்தது இதைத்தான் என்பதே தனது கருத்தென்றும் எழுதினான். மருத்துவமனையில் அவர்கள் சந்தித்தபோது, அவனை அது கொன்றுபோட்டது, ஆனால் மிச்சம்மீதி அன்பைக்கொண்டு, அல்லது ஏதேனுமொரு அன்பைக்கொண்டு திருப்திகொள்ள வேண்டியதுதான் தனது நிரந்தர விதியென்று தோன்றியது.

நெருக்கமான கிறுக்கலான, சிலநேரம் வார்த்தைகளிலும்கூட வெளிப்படுத்தவியலாத ஒரு பரபரப்பில் கை உதறிக்கொண்டதுபோலத் தோன்றும் அவனது கையெழுத்தில் எழுதப்பட்ட நூற்றுக்கணக்கான குறிப்புகளும் கடிதங்களும் அந்தச் சப்பாத்துப் பெட்டிக்குள் திணித்து வைக்கப்பட்டிருந்தன. கைபோன போக்கில் வரையப்பட்ட படங்கள், அழகிய சித்திரங்கள், அம்புகள், நட்சத்திரக்குறிகள், அடிக்குறிப்புகள் என அந்தப் பக்கங்கள் நிறைந்திருந்தன. புதிய கண்டுபிடிப்புகள், சிலேடைகள், தந்திரங்கள், சிறு பொறிகள் எனத் தனது அனைத்துத் தகவல்களும்,

நுண்ணிய விவரங்களும் அவளது கவனத்தைச் சோதிக்கவென அவனில் நிறைந்து வழிந்தன. அந்தக் கடித உறைகளின் பின்பக்கங்களில் 'ஹிலிக் மற்றும் பிலிக் நிறுவனம்., கனவுகள் மற்றும் பீதிக்கனவுகளுக்கான உதிரிப் பாகங்கள் மற்றும் துணைக்கருவிகள்.' அல்லது, 'எஸ். புபாரி, கள்ள உறவுப் பிரச்சனைகளுக்கான மருந்தியல் ஆலோசகர்,' என இருக்கும். ஒவ்வொரு கடித உறையிலும் அதிகாரப்பூர்வ தபால்தலைகளுக்குப் பக்கத்தில் தனது சொந்தத் தபால்தலைகளையும் ஒட்டியனுப்புவான், அவற்றில் தன்னையும் அவளையும் வரைந்திருப்பான், அதோடு, ஆமாம், அவளையும் இலனையும் வரைந்திருப்பான், உடன் அவர்களது மூன்று, ஐந்து, ஏழு எதிர்காலக் குழந்தைகளையும் வரைந்திருப்பான். சிரிப்புக்கிடமான அல்லது கண்ணியக்குறைவான செய்திகளை செய்தித்தாளிலிருந்து வெட்டி அனுப்புவான், ஜெரூசலேத்தில் காணும் கல்லறை வாசகங்களை எழுதியனுப்புவான் ("இதில் ஒன்றில் – 'வாதைகளால் மனம்குன்றிப்போனவன்' என எழுதியிருப்பது – என்னைப் பற்றி எழுதியதுபோல இருக்கிறது!"). தடிமனான கம்பளி நூலில் சிவப்புக் குஞ்சங்கள் வைத்து எல்ஃப் குல்லாய் பின்னுவதற்கான விவரமான வகைமாதிரிகளை அனுப்பியிருக்கிறான். ஹமன்ட்டாஷென், க்விச்சி கேக்குகள் செய்வதற்கான சமையற்குறிப்புகளை அனுப்பியிருக்கிறான், அவற்றை சமைத்துப்பார்க்க ஒருபோதும் அவள் துணிந்ததில்லை, காரணம் படித்துப் பார்க்க அந்தச் சமையற்குறிப்புகளில் பல எதிரெதிர்ச் சுவைகள் ஒன்றோடொன்று சண்டையிட்டபடி இருந்தன.

உறக்கத்தில் அவ்ரம் வேதனையாக முனகினான், உதடுகள் அசைந்தன. ஓராவுக்கு ஆச்சரியம். ஏதோ குழறினான், வலியில் உடலை அசைத்தான், பெருமூச்சுவிட்டான். ஈரத்துணியால் அவனது உதடுளை ஈரமாக்கிவிட்டு முகத்தின் வியர்வையைத் துடைத்தாள். அவன் சற்றுத் தளர்ந்தான்.

மருத்துவமனையில் தனித்துவைக்கப்பட்டோர் பிரிவில் ஒன்றாகக் கழித்த அந்தக் கடைசி இரவுக்குப் பின்பான காலையிலிருந்து அவளுக்கு அவன் கடிதங்கள் எழுதத் தொடங்கினான். "நம்மை யாரோ அறுவைச்சிகிச்சை மூலம் பிரித்துவிட்டதுபோல உணர்கிறேன்," என எழுதினான், "என்னிலிருந்து உன்னைப் பிரித்தெடுத்துவிட்டபின் காயங்களும் கீறல்களும் கடுந்துயரும் நிறைந்தவனாயிருக்கிறேன்." அடுத்து இன்னொரு காயமடைந்த படைவீரர்கள் கூட்டம் வந்தது, ஓரா, இலன், அவ்ரம் மூவரும் வெவ்வேறு மருத்துவமனைகளுக்குக் கொண்டு செல்லப்பட்டனர். அவளது முகவரி கிடைக்கும் முன்பாகவே மூன்று வாரங்கள் தொடர்ந்து அவளுக்கு தினசரி கடிதம் எழுதினான், பிறகு இருபத்தோரு கடிதங்களையும் ஒன்றாக, அலங்கரிக்கப்பட்ட சப்பாத்துப் பெட்டியில் வைத்து அனுப்பினான். அதன் பிறகு ஆறு வருடங்களுக்கு வேடிக்கைப் பாடல்கள், கவிதைகள், மேற்கோள்கள், வானொலி நாடகங்களின் பகுதிகள் இவற்றால் நிறைந்த ஐந்து, பத்து அல்லது இருபது பக்கக் கடிதங்கள் எழுதுவதை அவன் நிறுத்தியதே இல்லை. அவன் தந்திகள்கூட அனுப்பினான் – அவற்றை அவன் யெலிகிராம்கள் *(yellegrams)* என்பான் – பின்பொருநாள் அவன் எழுதப்போகும் கதைகளுக்கான குறிப்புகள் இருக்கும், வளைந்து சுழன்று செல்லும்

அடிக்குறிப்புகள், தாம் மறைத்ததைவிடவும் அதிகம் வெளிப்படுத்தும் அடிக்கப்பட்டப் பகுதிகள் இருக்கும். அவன் தனது முழு இதயத்தையும் அவளுக்கு அளித்தான். அடுத்தவரது புணர்ச்சியை மறைந்திருந்து பார்ப்பவரின் இச்சையுடன், சிறிதே ஆவல்மிகு எதிர்பார்ப்புடன், தீவிர உணர்ச்சிகளுடன், கிட்டத்தட்ட அடாவின் உடல்ரீதியான நெருக்கத்துக்கு ஏங்கியபடியும், அவளுக்குத் துரோகமிழைக்கிறோம் என்ற மெல்லிய குற்றவுணர்வுடனும் அவனது கடிதங்களை அவள் வாசித்தாள். கடிதப் போக்குவரத்தின் ஆரம்ப மாதங்களில் அவனது கடிதத்தை அவள் பிரிக்கும்போதெல்லாம் இதழ்க்கடையில் ஒரு சிரிப்புத் தயாராக இருக்கும், கடிதத்தைப் படிக்கையில் சிலநேரம் அது அழுகைக்கு முன்பாக முகம் கோணிக்கொள்வது போலவும் ஆக்கிவிடும்.

ஒவ்வொரு கடிதத்திலும் இலனைப் பற்றிய ஏதாவதொன்றை அவன் நுழைத்துவிடுவான். அவளது ஆர்வத்தைத் தூண்டவா அல்லது தன்னையே சித்திரவதை செய்துகொள்ளவா என அவளுக்கு உறுதியாகத் தெரியாது.

“ஓரா, இன்று,” ரகசியம் பேசும் குரலில் கடிதத்தை வாசித்தபடி எலும்பு வரை வெட்டுப்பட்டிருக்கும் அவனது முகத்தருகே குனிகிறாள், “இன்று தனிமைத் துயரில் உழல்கிறேன், ரூட்யார்ட் கிப்ளிங்கின் பூனைபோல தானே நடக்கிறேன் (அவரை உனக்குத் தெரியுமா?) நான் நெருங்கிப் பழகும் ஒரே பாத்திரம் இலன்தான், தன் அந்தரங்கப் பாகங்களில் ஊனமுற்ற இலன். உனக்குத் தெரியும், பெண்ணினம் பற்றி நாங்கள் உரையாடுவது வழக்கம், அல்லது, நான் பேசுவேன், குறிப்பாக உன்னைப் பற்றி, ஆமாம், இலன் பதிலே பேசமாட்டான். அவன் இன்னும் ‘காதல் பாய்ச்சலை’ – இது என் நண்பர் சோரேன்கீர்கேகார்டுடனான ஆலோசனைக்குப் பின் நான் உருவாக்கிய பதம் – நிகழ்த்தாவிடினும், உன்னை அவன் முழுக்க உதாசீனம் செய்யவில்லை என்பதை அவனது மௌனமே எனக்கு உணர்த்துகிறது. இன்னொரு பக்கம் அவனை ஆக்கிரமித்து அவனிடமிருந்து சலுகைகளை(!?) எதிர்பார்க்கும் அழகான பெண்கள் கூட்டத்தைப் பொறுத்தமட்டில் – அதில் சிலர் அழகில்லை என்றபோதும் – இந்த ஒட்டுமொத்த உதாசீனத்தை அவன் தீவிரமாகக் கடைபிடிப்பதில்லை. அவனது அனுபவமின்மையை, பெண்களுடனான உறவில் அவனது சாமர்த்தியமின்மையைக் கருத்தில்கொண்டு, உரையாடலின் பெரும்பான்மையான பகுதி அவனுக்கு அறிவுரை சொல்வதே நான்தான். இதை நான் எப்பக்கமும் சாராது, சுய ஆதாயம் பற்றிய, அதாவது உன்னைப்பற்றிய, பிரக்ஞையின்றி முற்றிலும் விலகியிருந்து பார்க்கும் ஒருவனைப்போலவே செய்கிறேன். நீ நம்பமாட்டாய், அவன் மணமுடிக்க விரும்பும் பெண் நீதான் என்று அவனை ஏற்றுக்கொள்ளச் செய்ய எவ்வளவு உற்சாகத்துடன் முயல்வேன் தெரியுமா? இதை ஏன் நான் செய்கிறேன் என உன்னையே நீ கேட்டுக்கொள்ள வேண்டும். எனது நேர்மையுணர்வு என்னை அப்படிச் செய்யச் சொல்கிறது, அதோடு எனக்கு உன்னை மணமுடிக்கும் விருப்பமிருப்பினும், துரதிருஷ்டவசமாக உனக்கோ என்னை மணமுடிக்கும் எண்ணமில்லை. அந்தக் கசப்பான உண்மை இதுதான் ஓரா, இதுதான் உன்மீதான என் காதல் பற்றிய விதி: உனக்கு என்னால்

தரக்கூடுவதெல்லாம் மனவலியும் சிக்கல்களும்தான், ஆகவே, மிகச்சரியாகச் சொன்னால் உன்மீது எனக்குப் பெரும் அக்கறையுண்டு, மிகச்சரியாகச் சொன்னால் என்னுடையது முழுமையான, தன்முனைப்பற்ற காதல், இலனின் ஜுவாலைகளை உன்திசை நோக்கி நான் விசிறிவிட வேண்டும், மண்பூசி மூடியிருக்கும் அவன் கண்களைத் திறக்க வேண்டும், அவனது இதயத்தை மூடியிருக்கும் தோலை நீக்க வேண்டும் – இதெல்லாம் எனக்கு பைத்தியக்காரத்தனம்தான், இல்லையா?

“இப்போதே பதிலெழுதி அனுப்பு, இல்லையேல் என் நெஞ்சு ஏக்கத்தில் சுளுக்கிக்கொள்ளும்.”

ஆனால் இதே கடிதத்தின் பின்குறிப்பில் பிற பெண்களுடனான தனது சிக்கலான, துரதிருஷ்டமிக்க உறவுகள்பற்றி உற்சாகமாக எழுதியிருந்தான். வழக்கம்போலவே அப்பெண்கள் மலிவான, எளிதில் கிடைக்கக் கூடிய மாற்றுகள், அவளது மனதின் அடியாழத்தில் அவள் துயரார்ந்து கிடந்த இலனைக் காதலிக்கத் தீர்மானம் கொண்டதால்தான் – அவ்ரமுக்கு இது உறுதியாகத்தெரியும் – இந்த மாற்றுகளை அவன் நாடினான், காஃப்காத்தனமான வாழ்தல் இனிது என்ற எண்ணம் கொண்டிருந்த இலன் அவளது இருப்பையே முற்றாக மறுத்தான். அவ்ரமை அவள் திருமணம் செய்துகொள்ளவும் (பணிப்பெண் சேவை அமைந்த) உறங்கும் அறையொன்றுக்குள் அவனோடு செல்லவும் மறுத்ததனால்தான் இந்தப் மாற்றுகளை அவன் நாடினான்.

முதல் சில வாரங்கள் அவள் சிறிய, எச்சரிக்கையுணர்வுடன்கூடிய பதில் கடிதங்களை எழுதினாள், அவற்றில் தெரிந்த மருட்சி அவளுக்கே சங்கடமாக இருந்தது. அவன் அதைப்பற்றிக் குறை ஏதும் சொல்லவில்லை. அவள் எத்தனைப் பக்கம் எழுதுகிறாள், எழுதும் விஷயங்கள் எவ்வளவு குறைவானவை என்பது பற்றியெல்லாம் ஒருபோதும் அவன் கணக்கு வைத்துக்கொண்டதில்லை. மாறாக அவள் அனுப்பிய ஒவ்வொரு கையெழுத்துக்கும் உற்சாகமடைந்தவனாய் நன்றியுடையவனாய் இருந்தான். பிறகு அவள் தைரியமடைந்தாள். அவனிடம் பலவற்றையும் பகிர்ந்தாள், உதாரணமாக, தனது பெற்றோரை இம்சித்து வந்த கலகக்கார மார்க்சிஸ்ட்டான தனது மூத்த சகோதரனைப்பற்றி, தான் விரும்பியவாறே எதையும் செய்யும் அவனது குணத்தைப்பற்றி எழுதினாள். அவனது இந்தக் குணம் அவளுக்கு ஆத்திரமூட்டியது, ஆனாலும் அவன் மட்டில் பொறாமைப்படவும் வைத்தது. தனது தோழியரிடையே அவள் உணர்ந்த தனிமை, போட்டிகளுக்கு முன்பான அவளது பதற்றம் – பிற உடல்திறன் போட்டிகளைத் தவிர்த்துவிட்டு நீச்சலில் மட்டும் கவனம் செலுத்தினாள்; வறட்சியிலிருந்து ஈரத்துக்குச் செல்வது உடனே அவளுக்கு நன்மை பயத்தது; எரியும் தீவட்டித் தண்ணீரைத் தொடுவதுபோல உணர்ந்தாள் – இவை பற்றியும் எழுதினாள். அடாவைப் பற்றியும் அவனுக்கு எழுதினாள், சேர்ந்து எழுத அவளில்லாத ஏக்கத்தை அவன் மட்டுமே புரிந்துகொள்ள முடியுமென எழுதினாள். அடிக்கடி, உண்மையில் ஒவ்வொரு கடிதத்திலும், பின்குறிப்பில் இலனை விசாரித்ததாகச் சொல்லவும் என அவளால் எழுதாமலிருக்க முடியாது. அவனுக்கு அது வலி தருவதாக இருக்கும்

எனத் தெரிந்திருந்தும் அவளால் அதைச் செய்யாமலிருக்க முடியவில்லை, அடுத்தக் கடிதத்தில் இலனை நான் விசாரித்ததை அவரிடம் சொன்னீர்களா எனக் கேட்பதையும் அவளால் கட்டுப்படுத்த முடியவில்லை.

இந்தக் கடிதப் போக்குவரத்து, தனது புதிய நட்பு, இலனைப்பற்றி நினைக்கையில் உண்டான மனவேதனை இவைபற்றி தன் தோழியர் ஒருவரிடமும் அவள் சொன்னதில்லை. ஜெருசலேம் மருத்துவமனையிலிருந்து வந்த பிறகு, இரவுகளில் அங்கு தனக்கு நடந்தவை மிக விலைமதிப்பற்றவை, முன்பின் தெரியாதவரிடம் கையளிக்க இயலாத வகையில் அபூர்வமானவை என்பதை ஓரா அறிந்திருந்தாள். அதோடு, இப்போது அவர்கள் இருவருக்கும், தனக்குமிடையில் நிகழ்வது நிஜமானதுதான்; இந்த இருமை ஒரு புதிரை அவளுக்கு வழங்கியிருந்தது, அது அவள் அவிழ்த்தெறியக்கூட முயற்சிக்காத புதிர். மின்னல் அல்லது விபத்துப்போல அது அவள்மீது மெல்ல முன்னேறி ரகசியமாகத் தாக்கியது. அவளால் இயன்றதெல்லாம் அந்தத் தாக்குதலின் விளைவுகளுக்கேற்ப தன்னை மாற்றியமைத்துக்கொள்வதுதான். ஆனால், நாளாகநாளாக அது வெளிப்படையாகத் தோன்ற ஆரம்பித்தது, குற்றவுணர்வுக்கு அப்பாற்பட்ட நிச்சயத்துடன் அது அவளுக்கு உறைத்தது: அவர்கள் இருவருமே அவளுக்கு அத்தியாவசியமானவர்கள். இறுதியில் ஒரே வேலையை நிறைவேற்றும் இரண்டு தேவதூதுவர்கள்போல, அவர்களே அவளது ஆதாரம்: இறுதிக் கணம் வரை தவிர்க்க இயலாத பிரசன்னம் கொண்ட அவ்ரம், கடைசிவரை வரவே வராத இலன்.

அவ்ரமுக்கு எழுதுவது அவள் கவனமின்றியே ஒருவகை நாட்குறிப்பாக மாறியது. இரவும் பகலும் இலனை எவ்வளவு அவள் இழந்து நிற்கிறாள் என்பதைப் பற்றியும் தன்னை எரிக்கும் அந்த உடல்சார் ஏக்கம் பற்றியும் எழுதவியலாததால் அவள் மற்ற விஷயங்களை எழுதினாள். அதிகமும் அவள் தன் பெற்றோரைப் பற்றி எழுதினாள், குறிப்பாக தன் அம்மாவைப் பற்றி. பக்கம்பக்கமாக அவளைப்பற்றி எழுதினாள், தன் அம்மாவைப் பற்றிச் சொல்வதற்கு இவ்வளவு இருக்கும் என ஒருபோதும் அவள் கற்பனை செய்ததில்லை. முதலில் தானெழுதியவற்றை வாசிக்கையில் அந்த நம்பிக்கைத் துரோகம் அவளுக்கு அதிர்ச்சியாக இருக்கும், இருந்தும் இவற்றையெல்லாம் அவளால் சொல்லாமல் இருக்க முடியவில்லை, எப்படியாயினும் அவ்ரம் தன்னைப்பற்றிய யாவற்றையும், தான் மறைக்க விரும்புபவற்றைக்கூட, அறிந்திருப்பான் என்றவொரு விசித்திர உணர்வு அவளுக்கிருந்தது. அம்மாவின் கோபத்துக்கும் அந்த வீட்டின் பரப்பில் ஒரு நெருக்கமான தப்பிச் செல்ல முடியாத வலையைப்போல மறைமுகமாக பொதிந்திருந்த குற்றச்சாட்டுகளுக்கும் காரணங்களை யூகிக்க தான் எடுத்துவரும் இடையறாத முயற்சிகள் பற்றி எழுதினாள். அம்மாவைக் குறித்த பாதுகாக்கப்பட்ட குடும்ப ரகசியங்களை அவனிடம் சொன்னாள்: சில நாட்களுக்கொருமுறை அவள் அறைக்குள் அடைத்துக்கொண்டு குரூரமாகத் தன்னையே அடித்துக்கொள்வாள். அவளுக்குப் பத்து வயதிருக்கும்போது ஒருநாள் பெற்றோரின் அறையிலிருந்த, துணிகள் வைக்கும் பெட்டியில் – அவள் அவ்வப்போது செய்வதுபோல – ஒளிந்துகொண்டிருந்தபோதுதான் அவளுக்கு அது யதேச்சையாகத் தெரியவந்தது. அம்மா வேகமாக அறைக்குள் வந்து கதவை மூடியதைப்

பார்த்தாள். பிறகு ஓசையின்றித் தன்னையே அவள் அடித்துக்கொண்டாள், முகத்தையும் மார்பையும் கீறிக்கொண்டாள், பிறகு கிசுகிசுப்பான குரலில் வீறிடலாகச் சொன்னாள்: "குப்பை, குப்பை, ஹிட்லருக்கே உன்மேல் விருப்பமில்லை." அந்தக் கணமே ஓரா தனக்கு அற்புதமான குடும்பம் ஒன்றை அமைத்துக்கொள்ள வேண்டுமென முடிவெடுத்தாள். அது தீர்க்கமான, தெளிவான முடிவு, வழக்கமாகச் சிறு பெண்கள் கற்பனை செய்வது போன்றதன்று. ஓராவைப் பொருத்தவரை அது வாழ்நாளுக்கான முடிவு. தனக்கென ஒரு குடும்பத்தை அவள் அமைத்துக்கொள்வாள், கணவன், குழந்தைகள் இரண்டு – இல்லை இன்னும் அதிகமாக – அவளது வீடு, அதன் தொலை மூலைகளிலும்கூட எப்போதும் ஒளி நிறைந்திருக்கும். தன் மனதின் கண்களில் அதனையவள் தெளிவாகக் கண்டாள்: வெள்ளமென ஒளிநிரம்பிய, நிழல்களேயற்ற ஒரு வீடு, அதில் அவளும், அவள் கணவனும் இரண்டு குழந்தைகளும் சந்தோஷமாக மிதந்து செல்கிறார்கள், இதுபோல ஆச்சரியங்கள் இனியொருபோதும் நிகழாதபடிக்குப் படிகம் போன்றவர்களாய், வெளிப்படையானவர்களாய். பிறகு பதினைந்து வயதிலும் இருபது வயதிலும் அதை அவள் மனதில் கண்டாள். உலகிலுள்ள மக்கள் அனைவரிலும், அனைத்து மர்மமான, எதிர்பார்க்கப்படாத அந்நியர்களிலும் அவள் ஒன்று, அல்லது இரண்டு, அல்லது மூன்றுபேரைத் தனக்கெனத் தேர்ந்துகொள்வாள், அவர்கள் யாரென அவள் அறிவாள்.

கடிதங்களை எழுதஎழுதத் தெளிவற்ற வருத்தும் விஷயங்கள் அனைத்தையும் காகிதத்தில் வைக்கையில் அவை தெளிவடைவதைக் கண்டுபிடித்தாள். இவ்வளவு தெளிவுடனும் துல்லியத்துடனும் தன்னால் எழுத முடியும் என்பது அவளுக்கே ஆச்சரியமாக இருந்தது – சிறந்த எழுத்தாளர்களின் மிகச்சிறந்த வாசகி எனத்தான் தன்னையவள் எண்ணியிருந்தாள் – எழுதுவதன் மீதான தனது விருப்பத்தை, தேவையை அப்போதுதான் அவள் உணர ஆரம்பித்தாள், அதோடு இதற்குச் சற்றும் குறையாது தான் எழுதுவதை அவ்ரம் வாசிக்க வேண்டும், இன்னுமின்னும் தன்னில் அவன் எதனைக் காண்கிறானென்று சொல்ல வேண்டும் என்ற விருப்பத்திலும் எழுதுவதைத் தொடர்ந்தாள்.

அதோடு இலனுக்கான விசாரிப்புக்கள்.

ஒருமுறை அவ்ரம் எழுதினான்: "நீதான் என் முதல் காதலி."

இரண்டு வாரங்களுக்கு அவள் ஆச்சரியத்தில் வாயடைத்துப் போயிருந்தாள். காதலைப் பற்றிப் பேச தான் இன்னும் தயாராகவில்லையென்று பிறகு அவள் எழுதினாள். அவர்கள் இருவரும் மிகவும் இளையவர்கள் முதிர்ச்சியில்லாதவர்கள் என்பதால் காதல் குறித்துப் பேச இன்னும் சில ஆண்டுகள் காத்திருக்க நினைத்தாள், வெளிப்படையாக அதனை எழுதிவிட்ட பிறகு, இலனிடமும் அதைச் சொன்னபிறகு, அவள்மீதான தன் காதல் குறித்து தான் நிச்சயமாக இருப்பதாகவும், அவன் விதி அவள் கைகளில் இருப்பதாகவும் இப்போது அவன் சொன்னான். அவள் பதிலெழுத தபால்தலை ஒட்டிய உறையொன்றையும் இணைத்திருந்தான். இனி காதலைப்பற்றிப் பேச வேண்டாமெனக் கடுமையாக அவனுக்கு

எழுதினாள், ஏனென்றால் அவர்களது அழகான தூய்மையான உறவில் அது கவலையையும் நலக்குறைவான உணர்வுகளையும் கலந்துவிடுகிறதென்றாள். அவன் பதிலெழுதினான்: “அ: என்னைப் பொருத்தவரை காதல்தான் இருப்பவற்றிலேயே மிக நலமான, அழகான, தூய்மையான எண்ணம். ஆ: உன்மீதான என் காதலைப் பற்றி என்னால் பேசாமலிருக்கமுடியாது, உன்மீதான என் காதலை, உன்மீதான என் காதலை . . .” இப்படியே எழுதி அந்தப் பக்கத்தை நிறைத்திருந்தான்.

“அது பார்த்தவுடனே உண்டான காதல் அல்ல,” அக்கடிதத்தை அனுப்பி சிலமணி நேரங்கள் கழித்து அனுப்பிய தந்தி ஒன்றில் அவன் எழுதியிருந்தான், ஆனால் கடிதத்துக்கு ஒருவாரம் முன்பாகவே அது வந்து விட்டது, “ஏனென்றால் அதற்கும் முன்பிருந்தே உன்னைக் காதலிக்கிறேன் – உன்னைச் சந்திக்கும் முன்பிருந்தே – காலத்தில் பின்னோக்கியும் உன்னைக் காதலிக்கிறேன் – நான் தோன்றும் முன்பிருந்தே – உன்னைப் பார்த்தபின்பே நான் நானானேன்.” நிறையத் தேர்வுகளும் விளையாட்டுப் போட்டிகளும் வரவிருப்பதால் தனக்கு ஓய்வேயிருக்காது, எனவே இப்போது அவனோடு கடிதத் தொடர்பைப் பேணுவது சிரமம் என சிறு கடிதம் ஒன்றை அவனுக்கு அவள் அனுப்பினாள். விங்கேட் இன்ஸ்டியூட்டில் அவள் பங்கேற்ற உயரம் தாண்டுதல் போட்டிகள் பற்றி மாரிவ் யூத்தில் வந்திருந்த கட்டுரையை சான்றாக உடன் இணைத்து அனுப்பியிருந்தாள். அந்தக் கட்டுரையை எரித்த சாம்பலை இணைத்து அந்தக் கடிதத்தை அப்படியே திருப்பி அனுப்பினான், மூன்று வாரங்களுக்கு அவன் எதுவும் எழுதவில்லை. கடிதத்தை எதிர்பார்த்து அவள் பைத்தியாமகியிருந்தாள், பிறகு எதுவுமே நடக்காதது போல அவன் கடிதம் எழுதுவதைத் தொடர்ந்தான்.

“நேற்றிரவு இலனுடன் – அவன் ஆத்மா சாந்தியடையட்டும் – ஜாஸ் நிகழ்ச்சியொன்றில் இருந்தேன் (ஆச்சரியமாக உன் விசாரிப்புகளுக்கு பதில் விசாரிப்புகளைச் சொன்னான், உன்மீது அவனுக்கு ஈர்ப்பு ஒன்றும் இல்லையென்று அவன் சொன்னபோதும் இப்போது நான் என்ன எழுதுகிறேன் எனப் பின்னாலிருந்து எட்டிப் பார்க்கிறான்!) அப்புறம் நேற்றிரவு நாங்கள் ஃபூஸ் ஃபூஸ் சென்றோம். அது ரொம்ப அற்புதமாக இருந்தது. என்னிடம் பார்வையைப் பரிமாறிக்கொண்ட அனைத்துவகையான அழகான பெண்களுடனும் அது தீவிரமான அனுபவமாக இருந்தது, துரதிருஷ்டவசமாக தொலைபேசி எண்களை நாங்கள் பரிமாறிக்கொள்ளவில்லை. பின்னணியில் இசை ஒலிக்க, பெண்கள் குறித்து நான் சேகரித்துவரும் கருத்துக்களை ஒன்றிணைத்துப் பார்க்க முடிந்தது, அவர்களைப்பற்றி அசைக்க முடியாத, சுவாரஸ்யமான கோட்பாடு ஒன்றினை உருவாக்கினேன், அது அதிகமும் உன்னைப் பற்றியது. இறுதியில் நீ உனது விதியை என்னுடையதோடு இணைத்துக்கொள்ள மாட்டாய் என எனக்குத் தெரியும், வேறு யாராவது பகட்டுக்காரனோடுதான் அதைச் செய்வாய், இலன் அல்லது அவனைப்போல ஒருவனுடன், நான் சொல்ல வருவது என்னவென்றால் என்னைப்போல இன்னொருவன் உன் கொப்பூழில் சிரிப்பினால் கிச்சுகிச்சு மூட்டமாட்டான், என்னைப்போல உன்னிப்பாக உற்றுநோக்கி உன்னைப் பைத்தியமாக்க மாட்டான், என்னைப்போல உன் ஒவ்வொரு அங்கத்தையும் சந்தோஷத்தில் குலுங்கும்

படி செய்யமாட்டான். ஆனால் என்ன, அவன் கட்டுமஸ்தாக இருப்பான், நல்ல கட்டுமஸ்தாக, அமைதியானவனாக, சீர்வடிவுடையவனாக, முக்கியமாக என்னைவிடவும் உன்னால் அதிகம் புரிந்துகொள்ளப்படக் கூடியவனாக இருப்பான் (பார்த்தவுடனே உன் அம்மாவுக்கு அவன்மீது பிரியம் வந்துவிடும், எனக்குத் தெரியும்!). ஆமாம், ஆமாம், நம்பிக்கைத் துரோகி ஓரா, மெல் கெல்லரின் ஹார்மோனிய் சுரவரிசைப்பட்டியில் மேலும் கீழும் இறங்கி ஏறிக்கொண்டிருந்த தேவதூதுவர்கள் சுற்றிலுமிருக்க கஞ்சாச்சாறு மணந்த ஈரம் படிந்த அந்தச் சிறு குகைக்குள் அமர்ந்திருந்தபோது இவ்வாறு என் மனதில் எண்ணங்கள் ஓடின, என் எண்ணவோட்டம் அறுபட்டது . . .

“ஆமாம்: கடைசியில் நீ அழகான, தீவிர முகபாவம் கொண்ட, வெண்ணிறத் தலைமுடி கொண்ட, தனித்துவமான ஒரு ஆணுடன் தான் காலமெல்லாம் கூடி முயங்கியிருப்பாய், அழகான சூரிய அஸ்தமனத்தைப் பார்க்கையில் அல்லது டேவிட் அவிடனின் உதடுகளற்ற கவிதையை வாசிக்கையில் உன் உள்ளூறுப்புகள் மொக்கு விடுகின்றனவா எனக் கேட்கத் தெரியாதவனாக அவன் இருப்பான், ஆனால் அவனிடத்தில் உனது எதிர்காலம் பாதுகாப்பாக நிச்சயமானதாக எப்போதைக்கும் இருக்கும். என் வேடதாரி ஓராவே, ஒளிநிறைந்த அழகான உன் உள்ளத்தினுள் (சொல்ல வேண்டிய அவசியமே இல்லை, அதை நான் மிக நேசிக்கிறேன்) ஒரு சிறிய மாடக்குழி இருக்கிறது (சில மூலைக்கடைகளில் பழைய பதனங்களை வைத்திருக்கும் இடம்போல) என்னை மன்னித்து விடு, அது காதல் விஷயங்களில் சற்றே குறுகிய எண்ணம் கொண்டதோ என நான் ஐயுறுகிறேன். நான் சொல்வது உண்மைக் காதல் குறித்து. எனவே, நீ தேர்ந்தெடுக்கப் போவதையே தேர்ந்தெடுத்து எஞ்சிய என் வாழ்நாளெல்லாம் என்னைக் கடுந்துயருக்குத் தீர்ப்பளிப்பாய், இதனை (இந்தத் துயரை) சந்தேகமின்றி, தத்துவார்த்த வழியில் என் நிரந்தர நிலையாகக் கொள்கிறேன், இனி என் வாழ்நாளெல்லாம் நான் அவதிப்படவிருக்கும் தீராத ஒரு நோய்போல, எனவே அதுபற்றி நான் பேசும்போதெல்லாம் கடும் மனக்கொந்தளிப்புடன் எதிர்வினையாற்றுவதை இனி நீ நிறுத்திக்கொள்ளலாம்.

“ஜாஸ் மன்றத்திலிருந்து வரும் வழியில் நீண்ட – கால் இலனிடம் (அவனிடம் நீளமாயிருப்பது அது மட்டுமன்று . . .) நான் பேசியபடியே வந்தேன். அவனைப் பற்றியும் உன்னைப் பற்றியுமான கோட்பாட்டை விளக்கினேன், ஆமாம், என் காதல் பரிசுகளை வெறுத்து ஒதுக்கும் ஒரு பெண்ணோடு என்னைப் பிணைத்து வைத்திருக்கும் என்னுடைய மோசமான விதியைப் பற்றியும், இனி என் வாழ்நாளுக்கும் மலிவான மாற்றுகளைக் கொண்டு திருப்தியடைய வேண்டியிருப்பதைப் பற்றியும் புலம்பினேன். வழக்கம்போல இலன், நீ மனம் மாறுவாய், மனம் முதிர்வாய் என்று சொல்லி கூடவே இன்னபிற முட்டாள்தனமான ஆறுதல்களையும் வழங்கினான். ஏன் என்னை விடவும் உனக்கு அவன் மிகவும் பொருத்தமானவன் என நான் நினைக்கிறேனென்று அவனிடம் விளக்கினேன், அவன் ஒரு தனித்துவமான ஆண் என்பது முதலான விஷயங்களையும். அவனுக்காகத்தான் பரிதாபகரமாக, மிகவும் போராடி

உனது இதயத்தில் நான் பிடித்துவைத்திருக்கும் இடத்தைக் காலி செய்யத் துணிகிறேன் என்றேன், தான் நினைக்கும் பெண்போல நீ இல்லை என்பதை அவன் வலியுறுத்தினான், அதோடு உன்னைப்பற்றி தனக்கு எதுவும் தெரியாது என்றான், அன்று இரவு மருத்துவமனையில் மூவரும் பேசிக்கொண்டிருக்கையில் தான் மிகவும் தெளிவற்று இருந்ததாக மறுபடியும் சொன்னான். ஆனால் அது எனக்குத் திருப்தியாக இல்லை, ஏனென்றால் அன்று இரவு உங்கள் இருவருக்கிடையே மிகவும் வலுவாக ஏதோவொன்று நிகழ்ந்துவிட்டிருந்தது, அதுவும் மிகச்சரியாக இந்தத் தெளிவற்ற தன்மையினால்தான், உனக்கும் அங்கே ஏதோ நிகழ்ந்தது, அதை என்னிடம் நீ உறுதிப்படுத்தவோ மறுக்கவோ செய்யாதது என் உயிரை அறுக்கிறது, அது நான் நுழையமுடியாத (எப்போதுமே நுழையமுடியாத) ஓரிடத்தில் நீயும் அவனும் இணைந்திருப்பது போலிருந்தது, உன் அந்தக் காதல் வெளிப்பாடு (காதலே வெளிப்பாடுதானே!!!) என்னோடு நிகழவில்லையே என்று பொறாமையில் வெந்துபோனேன், ஏனென்றால் உங்களுக்கு மிக நெருக்கத்தில் நான் இருந்தேன் (நாசமாய்ப்போக, தனது கோபத்தைக் கொட்டுகையில் சீறினான் தோல்விகண்ட அவ்ரம்), என் வாழ்வில் நான் அதிகம் அனுபவிப்பது இவற்றைத்தான், கிட்டத்தட்ட நிறைவேறிவிட்டவைகள், இதுவே என் வாழ்வின் வழிகாட்டு நெறிமுறையாக, எல்லா வழிகாட்டு நெறிமுறைகளிலும் முதன்மையான நெறிமுறையாக இருந்துவிடக்கூடாது என்பதே என் விருப்பம்.

“இப்படிக்கு, வாதைகளால் மனங்குன்றியவன்.”

பிறகு ஒருவழியாக தன்னை ஆக்ரமித்திருந்த கோழைத்தனத்தையும் செயல்படவிடாமல் செய்த குழப்பத்தையும் அவள் வென்றாள், அவனிடம் எளிய வார்த்தைகளில் சொல்ல ஆரம்பித்தாள். ஆனால் அது மேலும் மேலும் சிக்கலடைந்தது, தான் காதல் வயப்பட்டிருக்கிறோம் என்பதை உணர ஆரம்பித்தாள், ஆனால் துரதிருஷ்டவசமாக அது அவனோடு இல்லை, அவன் தன்னை மன்னிப்பான் என அவள் நம்பினாள். ஒரு சகோதரனைப்போல அவனை விரும்பினாள், நேசித்தாள். எப்போதும் அவனை விரும்புவாள், நேசிப்பாள், அவளைப் பொருத்தவரை நிஜமாகவே தான் அவனுக்குத் தேவையில்லை என நினைத்தாள் – இந்த இடத்தில் அவளே ஆச்சரியப்படும்படி அவளது கை வலுவாக உதறிக்கொண்டது; சவாரி செய்பவனைத் தூக்கியெறிய நினைக்கும் குதிரைபோல பேனா கடிதத்தின் மீது அங்குமிங்கும் துள்ளியது – ஏனென்றால் எல்லாவற்றுக்கும் மேலாக அவன் அப்படியொரு நிறைவான மனிதன், என்னைவிட ஆயிரம் மடங்கு புத்தியுள்ளவன், ஆழ்ந்த ஞானமுள்ளவன், இந்த ஏமாற்றத்துக்குப் பழகிவிட்டால் பிறகு அவனுக்கு நிறைய காதலிகள் கிடைப்பர் என அவள் நம்பினாள். அதுபற்றி அவள் நிச்சயமாக இருந்தாள், தன்னைவிடவும் அவர்கள் அவனுக்குப் பொருத்தமானவர்களாக இருப்பார்கள், அதேநேரம் தான் காதலிக்கும் அந்தப் பையனுக்குத் தான் தேவை என நினைத்தாள், “சுவாசிப்பதற்கு காற்றுப்போல, மன்னித்துக்கொள்ளுங்கள், இந்த விஷயத்தில் இது ஒரு தேய்வழக்கு இல்லை. அதை நான் அப்படித்தான் உணர்கிறேன்.” அது தன்னை இம்சித்துப் பல மாதங்களாக பைத்தியமாக அலையவிட்டிருந்த காதல், உண்மையில் கிட்டத்தட்ட ஒருவருடம், அது

முட்டாள்தனமான, நம்பிக்கைக்கு இடமில்லாத ஒரு விஷயமென்பது மிகத்தெளிவாக அவளுக்குத் தெரிந்திருந்தது. இதுவும் தொடர்பான பிறவும் ஏன் நிகழ்ந்தன என மட்டும் தனக்குப் புரிந்துவிட்டால். அவ்ரம் அவசரமாக ஒரு தந்தி அனுப்பினான்: "அவன் எனக்கு தெரிந்தவனா? இலனா? அவன் பெயரை நீ சொன்னால் போதும் அவனை நான் கொல்வேன்!"

வாரங்களாக அவளிடம் கேள்விகள் கேட்டு விசாரணை செய்து, மன்றாடிய பின்னும் தான் இலனைத்தான் காதலிக்கிறேன் என அவள் உறுதிப்படுத்தியபோது அவன் பைத்தியமாகவே ஆனான். ஒருவாரம் அவனால் எதையும் சாப்பிட முடியவில்லை. தன் உடைகளை மாற்ற வில்லை, இரவுகளில் அழுதபடியே இடைவிடாமல் தெருக்களைச் சுற்றிவந்தான். தான் பார்த்தவரிடத்திலெல்லாம் ஓராவைப் பற்றிச் சொன்னான். நடந்தது தவிர்க்க முடியாத நிகழ்வு, சொல்லப்போனால் பரிணாமம், அழகியல் மற்றும் இன்னபிற விஷயங்களை வைத்துப் பார்க்க அது அவசியமான, விரும்பத்ததக்க நிகழ்வும்கூட என நிதானமாக, கவனமாக விளக்கினான். இந்த ரகசியத்தை உடனே அவன் இலனிடம் சொன்னான், தனக்கு அவளில் ஆர்வமில்லையென்று அவன் திரும்பவும் சொன்னான், "சுவாசிக்கக் காற்றுபோல," தனக்கு அவள் தேவையென்று சொன்னதைப் பரிகாசம் செய்தான். "அப்படியா சொன்னாள்?" சற்றே கலவரமுற்ற ஆச்சரியத்துடன் அவ்ரமைக் கேட்டான். "என்னைப்பற்றி அவள் அப்படியா எழுதினாள்?" அவளோடு இனியெப்போதும் தான் எந்தத் தொடர்பும் வைத்துக்கொள்ளப் போவதில்லை என அவ்ரமிடம் உறுதிபடச் சொன்னான்.

"குறைந்தபட்சம், இது என்னால் நடந்ததாக இருக்க வேண்டாம்," பிறகு கடப்பாடு கொண்டவன் போன்ற குரலில் அவன் குழறலாகச் சொன்னான்.

மறுநாள் காலை இடைவேளையின்போது, அவ்ரம் பள்ளி வளாகத்தி லிருந்த ராட்சச பைன் மரத்தில் ஏறினான், வாய்க்கு மேல் கைகளைக் குவித்து வைத்துக்கொண்டு கீழேயிருந்து பார்த்துக்கொண்டிருந்த டசன் கணக்கான மாணவர்கள் ஆசிரியர்களிடம் தன் உடலிலிருந்து தான் வெளியேறப்போவதாக அறிவித்தான், இப்பொழுது முதல் தன் உடலுக்கும் ஆன்மாவுக்குமிடையே முற்றான ஒரு பிரிவை ஏற்படுத்தப் போகிறேன் என்றான். இப்போது தன் உறவைத் துண்டித்துக்கொண்டிருந்த விதியின்மீது தனக்கு எந்த அக்கறையுமில்லை என நிரூபிக்க அவன் மரத்திலிருந்து நேரே தார்ச்சாலையில் குதித்தான்.

"முன்பை விடவும் அதிகம் உன்னைக் காதலிக்கிறேன்," மறுநாள் மருத்துவமனைப் படுக்கையிலிருந்தபடி இடது கையால் அவளுக்கு எழுதினான். "குதித்த அந்தக் கணம் உன்மீதான என் காதல் என்னைப் பொருத்தவரை ஒரு இயற்கைவிதி எனப் புரிந்துகொண்டேன். அதுவொரு அடிகோள், மெய்ம்மை, நமது அராபியப் பங்காளிகள் சொல்வதுபோல மின் அல்பாதியாத். நமது புறவயநிலை குறித்துக் கவலையில்லை. நீ என்னை வெறுக்கிறாய் அல்லது நிலவில் வசிக்கிறாய் அல்லது – இப்படி நடந்து

விடக்கூடாது – நீ பால்மாற்று அறுவைச் சிகிச்சை செய்துகொள்கிறாய் என்றாலும் அதுவொரு விஷயமே இல்லை. எப்படியிருந்தாலும் உன்னை நான் காதலிப்பேன். அது எப்போதுமே மாற்ற முடியாதது, அதை நிறுத்த என்னால் எதுவும் செய்ய இயலாது, ஒருவேளை நான் கொல்லப்பட்டு/தூக்கிலிடப்பட்டு/எரியூட்டப்பட்டு/நீரில் மூழ்கடிக்கப்பட்டு அல்லது வேறு எதனாலோ 'அவ்ரமின் வாழ்வு' என்ற ஆர்வமூட்டும் அத்தியாயம் முடிவுக்கு வந்தால் அது நடக்கலாம்."

திருப்பி செலுத்தப்படாத காதலன்பினால் நாமிருவமே துன்பப்படுவது கொடுமை என அவனுக்கு எழுதினாள், அவன் விரும்புவதுபோல அவனையவள் காதலிக்காவிடினும், தான் எப்போதும் அவனது ஆத்துமத் துணையாக இருக்க முடியமென நம்புவதாகவும், அவனில்லாத ஒரு வாழ்வைத் தன்னால் கற்பனை செய்ய இயலாது என்றும் எழுதினாள். அவளது சமீபக் கடிதங்களைபோல அதிலும் அவளால் இலனைப்பற்றிக் கேட்காமல் இருக்க முடியவில்லை: மரத்திலிருந்து குதித்ததற்கு இலன் எப்படி எதிர்வினையாற்றினார்? மருத்துவமனையில் வந்து உங்களைப் பார்த்தாரா? தனது விருப்பத்துக்கு எதிராக, தனது குணத்துக்கும் அடிப்படை நாகரிகத்தும் மாறாக, தன்னைப்பற்றி அவள் எண்ணியிருந்த அனைத்துக்கும் மாறாக, இலனின் ரகசிய ஆசைகள், மனத்தடைகள், தயக்கங்கள் பற்றிய உத்தேசங்களை நீண்ட பக்கங்களில் எழுத ஆரம்பித்தாள். இது நடந்துவிட்டதென ஏன் அவன் நினைக்கிறான், ஏன் அவள் இலனிடம் காதல் வயப்பட்டாள் எனத் திரும்பத் திரும்ப அவ்ரமைக் கேட்டாள். ஏனென்றால் இலனைப்பற்றி அவளுக்குத் தெரியாது (ஒரு மாதம் இருபத்தோரு நாட்கள் தவிர்த்து) கடந்த ஓராண்டில் அவனோடான தனது அனுபவங்கள் அனைத்தும் யாரோ அந்நியர் அவளது மனதை தனது கட்டுப்பாட்டில் எடுத்துக்கொண்டு என்னென்ன உணர்வுகளை வெளிப்படுத்த வேண்டுமென்று கட்டளையிட்டது போலிருந்தது. "உண்மையில் அது மிகவும் எளிமையானது," விஷத்தில் தோய்ந்த பதிலைச் சொன்னான் அவ்ரம். "அது மூன்று காரணிகளைக் கொண்ட ஒரு சமன்பாடு: நெருப்பு, தப்பிப் பிழைத்தவன், தீயணைப்புவீரன். தப்பித்தவன் எதைத் தேர்ந்தெடுப்பான் என நினைக்கிறாய்?"

அதைக் கேட்டபடியே இலன் தன் தோள்களைக் குலுக்கிக்கொண்டிருக்க அவளது ஒவ்வொரு கடிதம் குறித்தும் அவனிடம் விரிவாக எடுத்துரைத்தான் அவ்ரம். "அவளுக்கு ஏதாவது எழுது," எனக் கெஞ்சினான். "இதைக்கொண்டு என்னையவள் வதைப்பதை தாங்க முடிய வில்லை." தனக்கு ஓராவில் ஆர்வமில்லையென ஆயிரமாவது முறையாகச் சொன்னான் இலன், எந்தப் பெண்ணும் இப்படித் தன் பின்னால் வருவது தனக்குக் குமட்டலை ஏற்படுத்துகிற விஷயம் என்றான். இலனுக்கு எந்தப் பெண்ணிலும் ஆர்வமில்லை என்பதுதான் பிரச்சனை. பெண்கள் அவனைச் சூழ்ந்துகொண்டு இரைந்தனர், ஆனால் யார்மீதும் அவனுக்குக் கிளர்ச்சியுண்டாகவில்லை. பெண்களோடு பழகப்பழக, அனுபவங்கள் சேரச்சேர அவன் இன்னுமின்னும் சோகமானவனாக, உள்ளொடுங்கியவனாக ஆனான். ஒருநாள் மாலை அவர்களிருவரும் எய்ன் கரீமிலுள்ள ஜான் டீ ஹவுஸில் மிருதுவான திண்டு இருக்கையில் தளர்வாக

அமர்ந்திருக்கையில் அவ்ரமிடம் அவன் சொன்னான், "நான் ஒரு ஓரினப் புணர்ச்சியாளனாகத்தான் காலத்தைக் கழிக்க வேண்டும்போல." நீண்ட நாட்களாக எப்படியோ அவர்கள் நடுவே சுற்றிக்கொண்டிருந்த இந்த வெளிப்படையான வார்த்தைகள் அவர்களிருவரையுமே உறைய வைத்தன. "கவலைப்படாதே," இரங்கத்தக்க தொனியில் சொன்னான் இலன், "நீ என்னைப் போலில்லை." அவ்ரமின் சட்டைப்பையில் ஓரா தற்போது எழுதியிருந்த கடிதமிருந்தது, இலனிடம் அதுபற்றிச் அவன் சொல்லத் துணியவில்லை: "ஒருவருடம் முன்பு, மருத்துவமனையில் உங்களைச் (அவரையும்) சந்திக்கும் முன்பு, நான் இருந்த நிலையில்தான் இப்போது அவர் இருக்கிறாரென நினைக்கிறேன். கண்களைத் திறக்க அச்சப்பட்டவளாய் உறக்கத்திலே நடந்துகொண்டிருந்தேன். இப்போது அவரது புறக்கணிப்பின் தீவிர வேதனைகளால் நான் மறுபடி வாழ்வுக்குத் திரும்பியிருப்பதுபோல உணர்கிறேன், அதில் பெரும்பங்கு உங்களுக்குத்தான் (நிஜமாகத்தான், அது முக்கியமாக உங்களால்தான் நடந்தது). இதை உங்களிடம் சொல்ல வேண்டும், அது எனக்குக் கடும் வேதனையளித்தாலும்கூட, சிலநேரம் அவர் (வேறு) எந்தப் பெண்மீதாவது காதல் கொண்டுவிட வேண்டும் என விரும்புகிறேன். அல்லது வேறு யாராவது ஆளுடன் (சிரிக்காதீர்கள், அவ்வாறுதான் அவர் இருக்க விரும்புகிறாரோ எனச் சிலநேரம் எண்ணத் தோன்றுகிறது, அதை அவர் விளங்கிக்கொள்ளக்கூடத் துணிவதில்லை, சிலநேரம் அவர் உங்களோடுதான் சற்றுக் காதல் வயப்பட்டிருக்கிறாரோ, (ஆமாம், ஆமாம்) என்றும் தோன்றும் . . . அதில் அவருக்கு சந்தோஷம் கிடைக்கும்வரை, எனக்கு மரணபீதியூட்டும் தனது உறக்கத்திலிருந்து அவர் எழ முடிகிறவரை இதை நான் ஏற்றுக்கொள்ளக்கூடச் செய்வேன். ஓ, அவ்ரம் நீங்களின்றி நான் என்ன செய்வேன்?"

"இப்படிக்கு, தெருமூலைக் கடைக்காரி."

அவள் விருட்டென்று எழுந்தாள். வெப்பமூட்டியின் ஒளிரும் சிவப்புக் கம்பிச் சுருள்கள் தவிர்த்து அறை இருண்டு கிடந்தது (செவிலி வந்து அவள் உறங்குவதைப் பார்த்துவிட்டு விளக்கை அணைத்திருக்க வேண்டும்.) அவனுக்குப் படித்துக் காட்டிய கடைசிக் கடிதம் இன்னும் அவள் மடியிலிருந்தது. இலன் சொன்னது சரிதான். கடிதங்களைப் படித்துக் காட்டியபோது அவ்ரமின் முகத்தில் சிறு சலனமும் உண்டாகவில்லை. அவள் செய்வதெல்லாம் தன் இதயத்தைத் தானே உடைத்துக் கொண்டதுதான். கடிதத்தை மறுபடி சப்பாத்துப் பெட்டியினுள் வைத்தாள், கைகால்களை நீட்டி முறித்தாள், அசைவற்று நின்றாள்: அவன் கண்கள் திறந்திருந்தன. அவன் விழித்துக்கொண்டிருந்திருக்கிறான். அவன் தன்னைப் பார்ப்பதாக நினைத்தாள்.

"அவ்ரம்?"

அவன் கண்களைச் சிமிட்டினான்.

"விளக்கைப் போடவா?"

"வேண்டாம்."

அவள் இதயம் வேகமாகத் துடித்தது. "உங்கள் போர்வைகளைச் சரிசெய்யவா?" அவள் எழுந்தாள். "நரம்புவழி இறங்கும் மருந்தை மாற்றச் செவிலியை அழைக்கவா, வெப்பமூட்டியின் வெப்பம் சரியாக இருக்கிறதா?"

"ஓரா—"

"என்ன? என்ன?"

அவனுக்கு வேகமாக மூச்சுவாங்கியது. "எனக்கு என்னவாயிற்று?"

அவள் கண்களைச் சிமிட்டினாள், "உங்களுக்கு ஒன்றுமில்லை."

"என்ன நடந்தது?"

"ஒரு நிமிடம்," குழறலாகச் சொன்னவள், வினோதமாக உடல் ஒரு பக்கமாகச் சாய கதவு நோக்கிப் போனாள். "நான் போய்—"

"ஓரா," அவன் எந்தளவுக்கு ஆழ்துயர் தொனித்த குரலில் அழைத்தா னென்றால், அவள் தன்னாலே நின்று திரும்பிநடந்தாள், பட்டென்று கண்களைத் துடைத்துக்கொண்டாள்.

அந்தப் பெயரை தன் வாய் உச்சரிப்பதில் உவகையடைந்தவளாக "அவ்ரம், அவ்ரம்," என்றாள்.

"ஏன் நான் இப்படி இருக்கிறேன்?"

அவனருகில் அமர்ந்து, கட்டுப்போட்டிருந்த அவனது கைக்கு மேலாக காற்றில் தன் கையை நகர்த்தினாள். "போர் ஒன்று நடந்ததே, உங்களுக்கு நினைவிருக்கிறதா?"

அவன் நெஞ்சு தாழ்ந்தது, உதடுகள்வழி ஈரமான ஆழ்ந்த பெருமூச்சு வெளிப்பட்டது. "எனக்கு அடிபட்டுவிட்டதா?"

"ஆமாம், அப்படியும் சொல்லலாம். நீங்கள் ஓய்வெடுக்க வேண்டும். பேசாமல் அமைதியாக இருங்கள்."

"கண்ணிவெடியா?"

"இல்லை, அது இல்லை—"

"நான் அவர்களிடம் இருந்தேன்," மெதுவாகச் சொன்னான். பிறகு தலை சரிய உறக்கத்துள் விழுந்தான்.

அவ்ரமுக்குப் பேச்சு வந்துவிட்டது என்று ஓடிச்சென்று மருத்துவரிடம் சொல்ல நினைத்தாள், அல்லது இலனை அழைத்துச் சொல்லலாம், ஆனால் அவனை ஒருநிமிடம்கூடத் தனியே விட்டுச்செல்ல அவள் பயந்தாள். அவன் முகத்தில் அவள் கண்ட ஏதோவொன்று இங்கிருந்து அசையாதே, அவனுக்கு விழிப்பு வந்ததும் அவன் புரிந்துகொள்ளக் கூடிய விஷயங்களிலிருந்து அவனைப் பாதுகாக்க அவன் பக்கத்திலேயே அமர்ந்து காத்திரு என்றது.

அவன் குரல் கொரகொரவென்று ஒலித்தது. "இங்கே வேறு யாராவது இருக்கிறீர்களா?"

"இங்கே நீங்களும் நானும் மட்டும்தான்." மிகச் சிரமத்துடன் புன்னகைக்கிறாள். "உங்களுடையது தனி அறை."

அத்தகவலை அவன் கிரகித்துக்கொண்டான்.

"மருத்துவரைக் கூப்பிடவா? செவிலியை? அங்கே மேலே ஒரு மணி இருக் . . ."

"ஓரா."

"சொல்லுங்கள்."

"எவ்வளவு நாட்களாக நான் இப்படி . . ?"

"இங்கா? கிட்டத்தட்ட இரண்டு வாரங்கள். கொஞ்சம் அதிகம்தான்."

அவன் கண்களை மூடிக்கொண்டான், வலது கையை அசைக்க நினைத்தான், முடியவில்லை. கழுத்தை வளைத்து நீட்டி தனது உடலிலிருந்து நீண்டிருந்த குழாய்கள், வயர்களின் திருகல் மறுகலான பின்னலைப் பார்த்தான்.

"உங்களுக்குச் சிகிச்சைகள் அளித்திருக்கிறார்கள்," முணுமுணுப்பாகச் சொன்னாள், "சில சிறு அறுவைச் சிகிச்சைகள். எல்லாம் சரியாகிவிடும். இன்னும் சில வாரங்கள் போனால் நீங்கள் எழுந்து ஓடுவீர்கள்—"

"ஓரா." இருவரையும் பாவனைகளிலிருந்து விலக்கியவனாய் தனது கனமான குரலால் இடைமறித்தான்.

"குடிக்க ஏதாவது கொண்டுவரவா?"

"எனக்கு . . . எனக்குச் சில விஷயங்கள் நினைவிலில்லை." வளைந்து இடுங்கிய குழாயின் வழியே ஒலிப்பதுபோல அவன் குரல் கட்டையாக, நயமற்று ஒலித்தது.

"படிப்படியாக நினைவுக்கு வரும். உங்களுக்கு எல்லாமே நினைவுக்கு வந்துவிடுமென மருத்துவர்கள் சொல்கிறார்கள்." அவள் விரைவாக, உச்ச ஸ்தாயியில் உற்சாகம் தொனிக்கும்படி பேசினாள். கையால் மெதுவாகத் தன் முகத்தைத் தடவிப் பார்த்தான், உடைந்த பற்களை ஆச்சரியத்துடன் விரலால் தொட்டுப் பார்த்தான். "அதைச் சரிசெய்து விடுவார்கள், கவலைப்படாதீர்கள்." தயக்கமிகு வாடிக்கையாளரை ஒரு கிட்டங்கியைத் தொடர்ந்து வாடகைக்கு வைத்துக்கொள்ள வலியுறுத்தும் தரகர்போலத் தான் பேசுவதாய் அவளுக்குத் தோன்றியது. "உங்கள் முழங்கையைக்கூடச் சரிசெய்துவிடுவார்கள், இங்கே உங்கள் விரல்களில் கணுக்கால்களில் ஏற்பட்டுள்ள முறிவுகளையும்."

பைன் மரத்திலிருந்தான அவனது பதின்பருவக் குதிப்பை நினைத்துப் பார்த்தாள், அங்கே அவர்கள் சித்திரவதைக்கு ஆளாக்கியபோது உடலிலிருந்து வெளியேறும் யுக்தி அவனுக்கு உதவியிருக்குமா என யோசித்தாள். அவ்ரமைப் பொருத்தவரை கடைசியில் எல்லாமே ஆழப் பிணைந்திருப்பதாகிவிடுவது பற்றி மீண்டும் அவள் எண்ணிப்பார்த்தாள். நம்ப முடியாத நிகழ்வுகளையும் வியப்பூட்டும் தற்செயல்களையும் ஈர்க்கும் காந்தமாக அவன் இருப்பதாகத் தான் சொல்லி வந்ததும் அவள் நினைவுக்கு வந்தது. இப்போது அந்தச் சக்தியையும் அவன் இழந்துவிட்டிருக்கக்கூடும்.

வேறு எவற்றையெல்லாம் அவன் இழந்திருக்கிறான் என யாருக்குத் தெரியும்? அவனுக்கும் அவளுக்கும் மெதுவாகவே புலப்படவிருக்கும் பெயரயற்ற விஷயங்கள்.

“எல்லாம் சரியாகிவிடும்,” என்றாள் . . . “பெரிய, அவசரமாகச் செய்ய வேண்டிய விஷயங்களை முதலில் செய்து முடித்துவிட அவர்கள் விரும்புகிறார்கள்” – கோணலான, மன்னிப்புக்கோரும் ஒரு புன்னகை அவளிடமிருந்து வெளிப்பட்டது – “பிறகு அவர்கள் அழகூட்டும் விஷயங் களைச் செய்வார்கள், உங்களது வாயை அவர்கள் சரிசெய்வார்கள். அதுவொன்றும் பிரமாதமான வேலையில்லை, ரொம்பச் சுலபம்.”

இவையெல்லாம் அவன் காதில் விழவில்லையென்று நினைத்தாள். தனக்கு அவர்கள் என்ன செய்கிறார்கள் என்பதுபற்றி அவனுக்கு அக்கறையிருக்கவில்லை. அவள் நிறுத்த முடியாமல் சளசளவென்று பேசிக்கொண்டிருந்தாள். ஏனென்றால், அவன் எவற்றை இழந்திருக்கக்கூடும், எவையெல்லாம் அவனை இழந்திருக்கக்கூடும் – கடந்த வாரங்களில் அவனருகே அமர்ந்திருந்தபோது அதை அவள் யோசித்துப் பார்க்கத் துணியவில்லை – என்பது பற்றிய சிந்தனை இப்போது அவளுள் பெருகிய படி இருந்தது. அவ்ரமேகூட இன்னும் அதைப் புரிந்திருக்கமாட்டான், அவன் இதைப் புரிந்துகொள்ளும் காலம் தொலைவாக இருந்தது.

“இது என்ன மாதம்?”

“ஜனவரி.”

“ஜனவரி . . .”

“எழுபத்து நான்கு.”

“பனிக்காலம்.”

“ஆமாம், பனிக்காலம்.”

அவன் தனக்குள்ளே ஆழ்ந்தான். யோசனையா உறக்கமா அவளால் தெளிவாகச் சொல்ல முடியவில்லை. மருத்துவமனையின் அறைகள் ஒன்றிலிருந்து – தீக்காயங்கள் பிரிவிலிருந்து இருக்கலாம் – வலி முனகல்கள் கேட்டன.

“ஓரா, நான் எப்படித் திரும்பி வந்தேன்?”

“விமானத்தில். உங்களுக்கு நினைவில்லையா?””

“அப்படியா?”

“அங்கிருந்து விமானத்தில் திரும்பி வந்தீர்கள்.” இதை என்னால் தாங்க முடியாது, அவள் மனதுக்குள் எண்ணிக்கொண்டாள், இந்த உரையாடல் என்னைத் துண்டுதுண்டாய்க் கிழிக்கிறது.

“ஓரா–”

“சொல்லுங்கள், என்ன?” தனது அகண்ட விழிகளை அவன் திறப்பதைக் கவனித்தாள். உயிர்ப்பற்ற வினோதமான ஒரு ஒளிர்வை அவற்றில் கண்டாள்.

“இஸ்ரேல்... இஸ்ரேல் என்ற ஒன்று இருக்கிறதா?”

“என்ன இருக்கிறதா?”

“அதை விடு.”

அவளுக்குப் புரியவில்லை. பிறகு தன் வாய் உலர்ந்துபோவதை அவள் உணர்ந்தாள். “ஆமாம். இருக்கிறது. எல்லாமும். எல்லாமும் முன்பிருந்ததைப் போலவே இருக்கின்றன, அவ்ரம், நீங்கள் என்ன நினைத்தீர்கள்—”

போர்வைகளுக்கடியில் அவனது மார்பு வேகமாக விம்மித் தாழ்ந்தது. நின்றிருந்த வெப்பமூட்டி மறுபடி இயங்கத் தொடங்கியது. அவனது விரல்நுனிகளை உற்றுப்பார்த்தாள், நகமற்ற விரல்கள், அவன் இவ்வளவு காலம் இருந்து வந்திருக்குமிடத்தைப் பார்த்தால் இனி ஒருபோதும் அவர்களிருவரும் உண்மையாகச் சந்தித்துக்கொள்ளும் வாய்ப்பு இருக்காது என்று தோன்றியது. அவள் மட்டில் என்றென்றைக்குமாக அவன் தொலைந்துபோயிருந்தான்.

அவன் உறக்கத்தில் ஆழ்ந்தான், உடலை இப்படியுமப்படியும் அசைத்து வலியில் கத்தினான். அது தாங்கிக்கொள்ள முடியாததாக இருந்தது. கண்ணுக்குத் தெரியாத யாருடனோ அவன் சண்டையிட்டுக் கொண்டிருந்தான், பிறகு மெல்ல அழத்தொடங்கினான், கெஞ்சினான். அவள் துள்ளியெழுந்து பெட்டியிலிருந்து ஒரு காகிதத்தை எடுத்துச் சத்தமாக வாசித்தாள், பிடிவாதமாக, ஒரு பிரார்த்தனையைப்போல: “நேற்று அவளுக்கு ஒரு ஆடை வாங்கவென்று அம்மாவுடன் சென்றேன். எப்போதும் இதுபோன்ற விஷயங்களில் அவளுக்கு நான் அறிவுரை சொல்வேன். ஷ்வார்ட்ஸ் டிபார்ட்மன்ட் ஸ்டோரில் உனக்கு ஒரு அழகான ஆடையைப் பார்த்தேன். அது பச்சைவண்ண, கைகளற்ற, நிஜமாகவே ஒல்லியான, உனது மெலிந்த தேகத்தை அணைத்துக்கொள்ளக்கூடிய ஆடை. அதைவிட முக்கியமாக மேலிருந்து... கீழ்வரை அதில் பொன்னிற ஜிப் இருந்தது!” படுத்தபடி அவ்ரம் வலியில் முனகினான், நெளிந்தான், ஓரா விரைவாக, கிட்டத்தட்ட மூச்சுவிடாமல், அழிந்துகொண்டிருக்கும் ஒரு கோளின் ஒளியைப்போல வெகுதொலைவிலிருந்து வந்த, அந்த அற்பமான, அற்புதமான வரிகளைப் படித்தாள். “அதன் உச்சியில் ஜிப்பைத் திறக்க உதவும் பெரிய வளையம், அதில் இன்னும் சுவாரஸ்யமான விஷயம் என்னவென்றால் அது முன்பக்கத்தில் அமைந்திருந்தது (!!!) எல்கி ஸோமருடன் நான் பார்த்த திரைப்படத்தில் அவள் கொப்பூழ் வரை மெதுவாகத் திறப்பாளே அதுபோல, அது அற்புதமான முழு – முன்பாகம் (பார்வையாளர்கள் முனகினர், கூச்சலெழுப்பினர்!) எப்படியோ, 49.75 லிராக்கள், ஆடை உன்னுடையதாகியது.”

நேரம் மணிகளாகக் கடந்தது.

“போர்,” அந்த மணி நேரங்கள் ஒன்றில் அவ்ரம் முணுமுணுத்தான்.

“ஆமாம், அதொன்றும் பிரச்சனையில்லை,” பிடிபடாத ஒரு கனவிலிருந்து விழித்தவளாய் ஓரா சொன்னாள். சிறிது தண்ணீரைக் குடித்துவிட்டுக் கைகளால் முகத்தைத் தடவிக்கொண்டாள்.

“என்ன ?” அவ்ரமின் மூச்சு ஆழமற்றிருந்தது.

“போர் முடிந்துவிட்டது.” இந்த வார்த்தைகளைச் சொல்கையில் தான் எப்படியோ பண்டைய பெண் வம்சமொன்றைச் சேர்ந்தவளாகிவிட்டது போல உணர்கிறாள். ஒரு படி மேலேறியதைப் போலவும். உடனே அவள் முட்டாள்தனமாக உணர்ந்தாள்: போர் எப்படி முடிவுக்கு வந்தது, யார் வென்றார்கள் எனவும் அவன் கேட்டிருக்கக்கூடும். ஆனால் அவனைப் பார்க்கையில் நாம்தான் வென்றோம் என்று சொல்ல அவளுக்குத் திராணியில்லை.”

“எவ்வளவு காலம் நான்—”

“அங்கிருந்ததா ? ஆறு வாரங்கள். சற்று நீண்ட காலம்தான்.”

குழப்பத்தில் அவன் பொருமினான்.

“அது குறைந்த காலமென்று நினைத்தீர்களா ?”

“அதிகம்.”

“திரும்பியபின் நீங்கள் அனேக நேரம் உறங்கியபடியே இருந்தீர்கள். கொஞ்ச நாட்கள் நீங்கள் மயக்கமூட்டி வைக்கப்பட்டிருந்தீர்கள்.”

“மயக்கமூட்டியா ...”

“இப்போது உங்களுக்கு அனைத்துவித மருந்துகளும் அளிக்கப் பட்டு வருகின்றன. பிறகு அவற்றைப் படிப்படியாகக் குறைப்பார்கள்.”

“மருந்துகள் ?”

உரையாடுவதற்கு மேற்கொண்ட பிரயாசை அவனது சக்தியை உறிஞ்சிவிட்டிருந்தது, நடுநடுவே இருமியபடியும் நிலைகொள்ளாத அசைவுகளுடனும் மறுபடியும் அவன் உறங்கிப்போனான். தொடர்ந்து தனது கழுத்தை நெறிக்க முயலும் ஒருவனுடன் அவன் சண்டையிடுவது போலத் தோன்றியது.

பிணையக் கைதிகள் விமானத்தின் சாய்தளத் திறப்புவழி இறங்கி வந்தனர். சிலர் தாமாகவே நடந்தனர், மற்றவர்களுக்கு உதவி தேவைப் பட்டது. விமான நிலையத்தில் கடும் குழப்பம் நிலவியது. படைவீரர்கள், உலகெங்கிலுமிருந்து வந்திருந்த பத்திரிகையாளர்கள், புகைப்படக்காரர்கள், திரும்பிவந்த பிணையக் கைதிகளை உற்சாகப்படுத்தக் கூடியிருந்த விமான நிலையப் பணியாளர்கள், கேமிராக்களுக்கு முன்னால் கைகுலுக்க விரும்பிய அமைச்சர்கள் மற்றும் க்நெஸெட் உறுப்பினர்கள். குடும்ப உறுப்பினர்களிடம் மட்டும் தங்கள் அன்புக்குரியவர்களை வரவேற்க விமான நிலையம் வரவேண்டாம், வீட்டிலேயே இருங்கள் என்று நேரடியாகச் சொல்லப்பட்டிருந்தது. ஓராவும் இலனும் அவ்ரமின் உறவினர்கள் இல்லையென்பதால், என்பது அவர்களுக்கு அது தெரிந்திருக்க

வில்லை. அவ்ரம் போரில் காயம்பட்டிருந்ததும் அவர்களுக்குத் தெரியாது. அவர்கள் காத்திருந்தார்கள், அவ்ரம் விமானத்திலிருந்து வெளிவர வில்லை. மொட்டையடித்த தலைகளுடனும், காலுறையற்ற ரப்பர் சப்பாத்துக்களுடனும், மெல்லிய வியப்புடன் அவர்களைப் பார்த்தபடி பிணையக் கைதிகள் கடந்து சென்றனர். பணியிலிருந்த ஒரு பாதுகாப்பு அதிகாரி கண்ணில் கட்டுப்போட்டிருந்த ஒரு பிணையக்கைதியை நடத்தி அழைத்துவந்தார். ஒரு துண்டுக் காகிதத்தில் எழுதப்பட்டிருந்ததைச் சத்தமாக அவரிடம் வாசித்துக் காட்டினார்: "எதிரிகளுக்குத் தகவல்கள் தெரிவிக்கும் யாரும் தண்டனைக்கு ஆளாவார்கள்..." தாங்குக் கட்டை யுடன் நொண்டி நடந்துவந்த உயரமான பிணையக் கைதி பத்திரிக்கை யாளர்களில் ஒருவரைப் பார்த்துச் சத்தமாக சிரியாவுடனும் ஒரு போர் நடந்துகொண்டிருக்கிறது என்பது உண்மையா எனக் கேட்டார். விமானத் தின் பின்பகுதியிலிருந்து தள்ளுப்படுக்கைகள் வீரர்களால் வெளியே கொண்டுவரப்படுவதை இலன் கவனித்தான். அவன் ஓராவின் கையைப் பற்றினான், இருவரும் அந்த இடத்துக்கு ஓடினர். யாரும் அவர்களைத் தடுக்கவில்லை. காயம்பட்ட வீரர்களிடையே தேடினர், அவ்ரமை அங்கு காணவில்லை, பீதியடைந்தவர்களாய் ஒருவரையொருவர் பார்த்தபடி நின்றனர். விமானத்திலிருந்து கடைசியாக ஒரு தள்ளுப்படுக்கை வந்தது. ஆடும் ஒரு கழியில் நரம்புவழி மருந்துப்போத்தலும் மற்ற குழாய்களும் பின்னியிருக்க ஒரு குழுவாக மருத்துவர்களும் மருத்துவப் பணியாளர் களும் உடன்வந்தனர். அதைப் பார்த்ததுமே ஓராவுக்கு புத்தி பேதலித்தது போலானது. ஒரு பெரிய வட்டமான தலையைப் பார்த்தாள், சந்தேகமின்றி அது அவ்ரமுடையதுதான், ஆக்ஸிஜன் முகமூடியால் மூடப்பட்டு அது இப்படியும் அப்படியும் ஆடியது. தலை வழுக்கையாயிருந்தது, உச்சியில் சிரைக்கப்பட்டு ஒருபகுதி கட்டுப் போடப்பட்டிருந்தது, ஆனால் அந்தக் கட்டு தளர்ந்து பிளந்த வாய்களைப் போன்ற பளபளக்கும் காயங்களைக் காட்டியது. தள்ளுப்படுக்கையைத் தள்ளிவந்தவர்கள் தங்கள் தலைகளைப் புறத்தே திருப்பிக்கொண்டு வாயால் மூச்சுவிட்டபடி வருவதைக் கவனித்தாள். அதில் படுத்திருப்பவனை அவ்வப்போது பார்த்தபடியே இலன் அதற்கு இணையாக ஓடிவந்தான். அவனது முகக்குறிகளைப் பார்த்த ஓரா நிலைமை மோசம் என்பதை உணர்ந்தாள். படுக்கையை ஆம்புலன்ஸில் ஏற்ற உதவினான் இலன், அதனுள் அவனும் ஏற முற்பட்டபோது தூரத் தள்ளப்பட்டான். அவன் கத்தினான், எதிர்ப்பைத் தெரிவித்தான், கைகளை வேகமாக ஆட்டினான், ஆனால் படைவீரர்கள் அவனை அப்புறப்படுத்தினர். ஓரா அமைதியாக ஆனால் திடமாக நடந்துவந்தாள், மூத்த மருத்துவப் பணியாளரிடம் சொன்னாள்: "நான் அவருடைய சிநேகிதி." ஆம்புலன்ஸில் ஏறி மருத்துவர் செவிலியருடன் படுக்கையருகே அமர்ந்தாள். ஓட்டுநருக்குப் பக்கத்தில் அமரலாமே என மருத்துவர் சொன்னார், அவள் மறுத்துவிட்டாள். ஓட்டுநர் அபாய ஒலியை இயக்கினார். ஓரா சாலையை, கார்களை, அவற்றினுள் தனித்தோ அல்லது ஜோடியாகவோ அல்லது சிலநேரம் முழுக் குடும்பமாக அமர்ந்திருப்பவர்களைப் பார்த்தாள், தனது முந்தைய வாழ்வு முடிவுக்கு வருவதை உணர்ந்தாள். இன்னும் அவ்ரமை அவள் நேராகப் பார்க்கவில்லை.

நாற்றத்திலிருந்து காத்துக்கொள்ள துணி முகமூடியொன்றை அவளிடம் தந்தாள் செவிலி. மருத்துவரும் செவிலியும் அவ்ரமின் ஆடைகளைக் களையத் தொடங்கினர். அவனது மார்பு, வயிறு இவற்றில் திறந்த சீழ்பிடித்தக் காயங்கள், ஆழமான வெட்டுகள், கன்றிப்போன காயங்கள், விசித்திரமான மெல்லிய திறப்புக்கொண்ட வெட்டுகள். வலது மார்புக் காம்பு இடம் மாறியிருந்தது. கையுறை அணிந்த விரலால் காயங்கள் ஒவ்வொன்றையும் தொட்டுக்காட்டி உணர்ச்சியற்ற குரலில் செவிலியிடம் மருத்துவர் கட்டளைகள் இட்டார்: "திறந்த முறிவு, வறட்டடி, வெட்டு, நீர்க்கட்டு, கசையடி, மின்தாக்கு, இறுக்கம், தீக்காயம், கயிறு, தொற்று. மலேரியா இருக்கிறதாவென்று பாருங்கள், ஷிஸ்டோஸோமாயிஸிஸ் உள்ளதா என்றும். இங்கே பாருங்கள் பிளாஸ்டிக் ஸர்ஜன்களுக்கு கடுமையான வேலையிருக்கிறது."

அவரும் செவிலியும் அவ்ரமைப் புரட்டிப்போட்டு அவன் முதுகை வெளிக்காட்டினர். பச்சை மாமிசத் திரட்சி சிவப்பு, மஞ்சள், ஊதா வண்ணங்களில் கொப்புளித்திருந்ததைப் பார்த்தாள் ஓரா. அவளுக்கு வயிற்றைப் புரட்டியது. அவன் உடலிலிருந்து எழுந்த நாற்றத்தைத் தாங்க முடியவில்லை. மருத்துவர் மூச்சை அடக்கிக்கொண்டார், அவரது மூக்குக் கண்ணாடியில் ஆவி படிந்தது. அவ்ரமின் புட்டங்கள் மீதிருந்த துணியை விலக்கினார், ஆழ மூச்செடுத்துக்கொண்டார்: "மிருகங்கள்," என முணுமுணுத்தார். ஓரா ஜன்னல் வழியே வெளியே பார்த்து ஓசைப்படாமல் கண்ணீர்விடாமல் அழுதாள். அவ்ரமின் பின்புறத்தை மூடிவிட்டு அவனது கால்சராயை வெட்டித் திறந்தார். அவனது கால்கள் மூன்று இடங்களில் முறிந்திருந்தன. கணுக்கால்களைச் சுற்றி காப்புப்போல புடைத்துப் பிதுங்கியிருந்த பச்சை மாமிசத்தைப் பார்க்க உயிரிகள் பொங்கிவருவது போலிருந்தது. மருத்துவர் செவிலியிடம் சுருக்குப்போலக் கையால் செய்து காட்டினார், தலை ஊசலாட தலைகீழாய்க் கட்டித் தொங்கவிடப்பட்ட அவ்ரமை இருட்டுச் சிறையறையில் கண்டாள் ஓரா, அவன் போர்க்கைதியாக இருந்த காலம் முழுவதும் சட்டென்று அவள் நினைவுக்கு வந்தது, அவனுக்கு அவர்கள் என்ன கொடுமைகள் புரிந்தார்கள் என்பதை அவள் கற்பனை செய்யவும் துணிந்ததில்லை. அவன் உளவுப்படையில் இருந்தவன், நிறைய விஷயங்கள் தெரிந்தவன். ஒவ்வொரு காட்சியையும் சிந்தனையையும் அவள் தூரத் தள்ளிவைத்தாள் – அவள் கண்ணயரும் கணத்துக்கு முந்தைய கணம் அவை அவளை நெருங்கிவரும், உறக்க மாத்திரைகள் பீதிக்கனவுகளிலிருந்து தப்பிக்க உதவின – இலனும் தானும் எப்படி இந்தச் சித்திரவதைகள் பற்றியும், ஒரு தடவைகூட சித்திரவதைக்கு ஆளாபவருக்கு என்ன நேரும் என்பது பற்றியும் பேசாமல் போனோம் என்று வியந்தாள்.

அப்போதெல்லாம் வேறு எதைப்பற்றியும் பேசும் ஆர்வமில்லை யென்றபோதும் அவ்ரமைப்பற்றி அவர்கள் வெகு சொற்பமாகவே பேசியது அவள் நினைவுக்கு வந்தது. ஒரு துண்டுத் தகவல் அல்லது வதந்தியாவது கிடைக்குமாவென போர்க்கைதிகள் மற்றும் போரில் தொலைந்தவர்கள் குடும்பத்தாருக்கான தொடர்பு மையத்துக்கு தினமும் அவர்கள் காரில் சென்றனர். இஸ்ரேலிலும் வெளிநாடுகளிலும் வெளியிடப்பட்ட பிணையக்

கைதிகளின் மங்கலான புகைப்படங்களை அவர்கள் மறுபடிமறுபடி ஆராய்ந்தனர், கேட்கத் தயாராக இருந்த படைத்தளபதிகளிடமும் எழுத்தர்களிடமும் பேசினர். அங்கு போகமுடியாத நேரங்களில் தொலைபேசி செய்து ஏதாவது சேதியுண்டா எனக் கேட்டனர். அங்கே தாங்கள் தவிர்க்கப்படுவதை, சுற்ற விடப்படுவதை உணரத் தொடங்கினர், இருந்தும் அவர்கள் தங்கள் முயற்சியைக் கைவிடவில்லை – எப்படி அவர்கள் கைவிடுவார்கள்? இருவருமே மனமுடைந்து போயிருந்தார்கள். எதையாவது சாப்பிடும்போது இப்போது அவ்ரம் இதைச் சாப்பிடவில்லையே, அவனுக்குப் பிடித்த பாடல் வானொலியில் ஒலிக்கையில் அவன் இதைக் கேட்கவில்லையே, அழகான எதையாவது பார்த்தால் இதை அவன் பார்க்கவில்லையே என நினைத்தனர். இப்படியிருந்ததால்தான் அவனுக்கு அங்கே என்ன நடக்கிறது என்பதை அவர்கள் நினைத்துப் பார்க்க முடியாமல் போனதென ஓரா இப்போது உணர்கிறாள்; அவ்ரமை அவர்கள் அவனல்லாத எல்லாமுமாக மாற்றியிருந்தார்கள்.

மருத்துவர் சொன்னார், "கவலை வேண்டாம், விரைவிலேயே புத்தம் புதியவர்போல அவர் மாறி வருவார்." ஓரா அவனை உற்றுப் பார்த்தாள். ஆம்புலன்ஸ் ஒரு வினாடி நின்றால்கூட கதவைத் திறந்து வெளியே ஓடிப்போவாள் எனத் தோன்றியது. அது கிட்டத்தட்ட அவளது கட்டுப்பாட்டை மீறியிருந்தது. தடித்தக் குறிப்பேட்டில் மருத்துவர் எழுதத் தொடங்கினார். எழுதுவதை நிறுத்திக் கேட்டார்: "உங்கள் சிநேகிதரா?"

அவள் தலையாட்டினாள்.

அவளை ஆராய்வதுபோலப் பார்த்தார். "எல்லாம் சரியாகிவிடும்," என்றார் கடைசியில். "அவரைக் கடுமையாக வதைத்திருக்கிறார்கள் அந்த இழிபிறவிகள், ஆனால் நாம் அவர்களைவிட மேலானவர்கள். நான் சொல்கிறேன் இன்றிலிருந்து ஒரு வருடம் கழித்துப் பாருங்கள், அவரை உங்களுக்கு அடையாளம் தெரியாது."

"அவருடைய..." அவள் திக்கினாள், அவளது கை தளர்ந்து வீழ்ந்தது. அந்தக் கேள்வியே ஒருவகை துரோகம்தான்.

"அவரது மனமா? அது என்னுடைய துறை இல்லை," முணுமுணுப்பாகச் சொன்னார் மருத்துவர். அவ்ரமின் முகத்தை மூடிவிட்டு தனது குறிப்பேட்டுக்குத் திரும்பினார். கெஞ்சுவதுபோல செவிலியைப் பார்த்தாள் ஓரா, அவளும்கூட அவளைத் தவிர்த்தாள். ஓரா வலுக்கட்டாயமாக அவ்ரமைப் பார்த்தாள். ஒரு பிரதிக்ஞைபோல எண்ணிக்கொண்டாள், இப்போதிருந்து ஒரு பிரியமான பார்வையின்றி ஒரு கணமும் அவன் தனித்திருக்கக்கூடாது, எப்போதும் அவனையவள் அன்பொழுகப் பார்ப்பாள், அவனை அன்பொழுகப் பார்க்கவென்றே எப்போதும் அவனோடு இருப்பாள், ஏனென்றால் ஒரு வாழ்நாளளவு அன்பு மட்டுமே அவர்கள் அங்கு நிகழ்த்திய கொடுமைகளினின்றும் அவனை மீட்டுச் சரிப்படுத்தும். ஆனாலும் அவளால் தாங்க முடியாத அந்தக் குமட்டல், கிட்டத்தட்டப் புருவங்கள் அழிந்திருந்த அவனது முகத்தின் மீதான அவளது அருவருப்பு இவற்றைக் கடந்து வரமுடியவில்லை, அவனை

அன்பொழுகப் பார்க்கவும் முடியவில்லை. அடாவின் இறப்புக்குப் பின்னர் அவளுள் இரைந்த அந்த கடூரக் குரல் மறுபடியும் இரைந்தது: வாழ்க்கை தொடர்கிறது, இல்லையா?

சாலையில் குழப்பத்தை ஏற்படுத்தியபடி ஆம்புலன்ஸ் வளைந்து நெளிந்து ஓடியது. சட்டென்று அவ்ரமின் முகம் இறுகியது; கன்னத்தில் விழும் அறையைத் தவிர்ப்பதுபோல அவன் தலை பக்கவாட்டில் இப்படியும் அப்படியும் மோதியது, சிறு பையனின் குரலில் அவன் தேம்பியழுதான். அப்படியே உறைந்துபோனவளாய் அவனைப் பார்த்தாள், இதுபோன்ற வெளிப்பாடுகளை அவனிடம் எப்போதும் அவள் கண்டதில்லை. அவளுடைய அவ்ரம் எதற்கும் யாருக்கும் பயந்தவனில்லை என்றே நினைத்திருந்தாள். பயமென்றால் அவனுக்கு என்னவென்று தெரியாது. எப்போதும் அவன் தீமைகளிலிருந்து பாதுகாக்கப்பட்டவன் என்றே நினைத்திருந்தாள், கரங்கள் விரிந்திருக்க, பாதங்கள் வெளிப்புறமாக வளைந்திருக்க, ஆர்வத்தாலும் கேள்விகளாலும் நிரம்பிய தலை சற்றே ஒரு பக்கமாகச் சாய்ந்திருக்க, கழுதைக் கனைப்புச் சிரிப்பும் கூரிய பார்வையுமாய் உலகைச் சுற்றிவந்த இம்மனிதனுக்கு யாரேனும் தீங்கிழைப்பார்கள் என்பதை அவளால் நினைத்துக்கூடப் பார்க்க முடியவில்லை. அவ்ரம்.

அவர்கள் அவனுக்குச் இதைச் செய்ததன் காரணம் இதுவாகத்தான் இருக்கும். இப்படி அவனை நசுக்கிவிட்டது, உருக்குலைத்துவிட்டது அவன் உளவுப்படையைச் சேர்ந்தவன் என்பதால் அல்ல.

அவ்ரம் வாயைத் திறந்தான். களகளவென்று ஓசையெழுப்பினான், மூச்சுத் திணறியது. அவனது நினைவில் தற்போது என்ன நடக்கிறது என அவளால் யூகிக்க முடியவில்லை. கைகளை உயர்த்தித் தன் முகத்தைப் பாதுகாக்க அவன் முயல்வதாக எண்ணினாள், ஆனால் சில விரல்கள் மட்டுமே அசைந்தன. ஒருபோதும் தானொரு குழந்தைக்குத் தாயாக மாட்டேன் என்ற எண்ணம் அவளுள் ஓடியது. இதுபோன்ற விஷயங்கள் நடந்துகொண்டிருக்கும் இந்த உலகுக்கு நான் ஒரு குழந்தையைக் கொண்டு வர மாட்டேன். அப்போதுதான் அவ்ரமின் கண்கள் திறந்தன, அவை சிவந்து அழுக்காக இருந்தன. அவள் அவனை நோக்கிக் குனிந்தாள், அவனது பச்சை மாமிசத்திலிருந்து வெளிப்பட்ட வீச்சம் அவளைத் தாக்கியது. அவன் அவளைப் பார்த்தான், அவன் பார்வை அவள்மீது நிலைகுத்தியிருந்தது. அவனது கண்களின் நீலநிறம்கூட ரத்தச் சிவப்பாய் மாறியிருந்தது.

"அவ்ரம், நான்தான், ஓரா." அவள் விரல்கள் அவனது தோள்மீது ஊர்ந்தன; அவனுக்கு வலியுண்டாகுமென்று பயந்தாள், அவனைத் தொடுவதற்குப் பயந்தாள்.

"வருந்தத் தக்கது," அவன் முனகினான்.

"எது வருந்தத் தக்கது? எது? எது வருந்தத் தக்கது?"

அவன் கொப்பளித்தான், அவனது நுரையீரல்களை நிரப்பிய திரவங்களில் வார்த்தைகள் உறிஞ்சப்பட்டன. "அவர்கள் என்னைக் கொல்லாதது வருந்தத் தக்கது."

நிலத்தின் விளிம்புக்கு

அப்போது ஆம்புலன்ஸின் கதவுகள் விரியத் திறந்தன, அங்கே கடல்போல ஏராளமான முகங்கள், பற்றியிழுக்கும் கைகள், காதைத் துளைக்கும் சப்தங்கள். இலன் அங்கிருந்தான், எப்படியோ ஆம்புலன்ஸ் வருவதற்குமுன் அவன் வந்துவிட்டிருந்தான். விரைவான இலன், ஒருவித கசப்புடன் அவள் எண்ணிக்கொண்டாள், அந்த வேகத்தின் காரணமாக அவன் அவ்ரமிடம் நியாயமற்ற நெருக்கம் பெற்றுவிட்டான் என. அவசரச் சிகிச்சை மையமாக மாற்றப்பட்டிருந்த ஒரு சிறு குடிலுக்குள் தள்ளுப்படுக்கையைத் தொடர்ந்து இருவரும் ஓடினர். காயம்பட்ட வீரர்களைச் சுற்றி டசன் கணக்கில் மருத்துவர்கள், செவிலியர், ரத்தம் எடுத்தனர், சிறுநீரைச் சேகரித்தனர், சளி மாதிரிகளை எடுத்தனர், காயங்களி லிருந்து நுண்மத் தொகுதிகளை வளர்த்தனர். ஓராவையும் இலனையும் பார்த்த ராணுவ மருத்துவப் படைப்பிரிவு மேஜர் வெளியே போகும்படி கத்தினார். தள்ளாடியபடி வெளியே வந்து பெஞ்ச் ஒன்றிலமர்ந்து ஒருவரையொருவர் அணைத்துக்கொண்டனர். வறண்ட கடூரமான குரைப்புகளைப்போல, அவளால் புரிந்துகொள்ளமுடியாத ஒலிகளை யெழுப்பினான் இலன். ஓரா அவனது தலைமுடியை இறுக்கமாகப் பற்றினாள்; வலிதாங்காமல் அவன் கத்தினான். "இலன், இலன், என்ன நடக்கப் போகிறது?" என அவள் உரத்த முணுமுணுப்பாய்க் கேட்டாள்.

"அவன் திரும்பி வரும்வரை அவனோடு நான் இருக்கப்போகிறேன்," என்றான். "அவன் முன்பிருந்ததுபோல மாறும்வரை, எவ்வளவு நாட்களானாலும் எனக்குக் கவலையில்லை, வருடங்களேயானாலும் கூட. நான் இங்கிருந்து நகரமாட்டேன்."

அவனது தலைமுடியை விட்டுவிட்டு அவனைப் பார்த்தாள். தனது துக்கத்திலும் பீதியிலும் அவன் இன்னும் வயதானவனாக, கனமானவ னாகத் தோன்றினான். "நீங்கள் அவரோடு இருக்கப் போகிறீர்கள்," திகைப்புடன் அவன் சொன்னதைத் திரும்பச் சொன்னாள்.

"நீ என்ன நினைத்தாய், இந்த நிலையில் அவனைத் தனியே விட்டு விட்டுப் போய்விடுவேனென்றா?"

ஆமாம், அவள் தனக்குள்ளே சொல்லிக்கொண்டாள். நான் நினைத்ததுதான் உண்மை. இந்த நிலையில் நான் மட்டும் அவனோடு இருப்பேன் என நினைத்தேன்.

பிறகு அவள் சுயநினைவுக்குத் திரும்பினாள். "இல்லை, இல்லை, நீங்கள்கூட இருங்கள், நான் என்ன நினைக்கிறேன் என்று எனக்கே . . . இதைக் கேளுங்கள், தனியாக என்னால் இது முடியாது."

அவன் கோபமுற்றான், மனம் புண்பட்டது. "ஆனால், ஏன் நீ மட்டும் தனியாக?"

ஏனென்றால் நீங்கள் அங்கிருந்தாலும் உங்களில் ஏதோ ஒன்று அங்கிருக்காது என மனதில் எண்ணிக்கொண்டாள். "வாருங்கள் அவரிடம் போவோம். அவர்கள் உள்ளே விடும்வரை கதவருகிலேயே நிற்போம்."

சந்தடிமிக்க குடில்களினூடாக இருவரும் இணையாக நடந்தனர். போர் தொடங்கியதிலிருந்து சில காலத்துக்கு அவர்களிருவரும் ஒருவரை யொருவர் தொட்டுக்கொள்ள முடியாமலிருந்தது. ஆனால் இப்போது அவளுக்கே ஆச்சரியமுண்டாக்கும் வகையில் அவன்மீதான தாபம் அவளுள் நிறைந்திருந்தது; அவனது தசையை, அவனது ஆரோக்கியமான முழு உடம்பைக் கடித்துத் தின்ன வேண்டுமென்ற அடிப்படையான ஒளிவுமறைவற்ற பசிதான் அவளது ஏக்கம். அவள் நின்றாள், அவனது கையைப் பற்றித் தனது கையோடு அழுந்தச் சேர்த்துக்கொண்டாள், உடன் அவனும் பதில்வினையாற்றினான், அவளைத் தன்னை நோக்கித் திருப்பிச் சேர்த்து இறுக அணைத்துக்கொண்டான், சட்டென்று கீழே குனிந்து இச்சையுடன் அவளை முத்தமிட்டான். அவன் வாய் அவள் வாயை நிறைத்தது, அவனது முழு உடலும் தன்னைத் துளைப்பதை, அவளை உள்– வெளியாக மாற்றுவதை என அவனது அனைத்தையும் அவள் உணர்ந்தாள். வழக்கமாக மிகவும் கூச்சப்படுபவன் எப்படி எல்லோர் முன்னிலையிலும் தன்னை முத்தமிடுகிறான் என ஆச்சரியப்படுவதற்குக்கூட மறந்தவளானாள். இப்போது முன்னிலும் வலுகூடியவளாக, திடமுள்ளவளாக, நிலையுறுதி கொண்டவளாகத் தன்னையவள் உணர்ந்தாள். அவனது பிடியில், அவனது முத்தத்தில் ஏதோவொன்று இருந்தது – உண்மையாகவே அவளைத் தரையிலிருந்துத் தூக்கி தன் வாயோடு வைத்திருந்தான், பிறகு எல்லாமே அவளுக்குத் தெளிவற்றுப் போனது, தனது வாயின் வலுவை மட்டுமே கொண்டு தன்னை அவன் அந்தரத்தில் பிடித்திருப்பதாக உணர்ந்தாள், அவர்களைப் பார்த்தவர்களெல்லாம் இலன் போர்க்கைதிகளுக்கான சிறையிலிருந்து இப்போதுதான் அவளிடம் திரும்ப வந்திருப்பவன் என்று நினைக்கக்கூடும் என அவளுக்கு லேசாக மனதில் தோன்றியது. அவனிட மிருந்து தன்னை விடுவித்துக்கொண்டாள், கிட்டத்தட்ட பின்னோக்கி தன்னைப் பிடுங்கியெடுத்துக்கொண்டாள், இருவரும் மூச்சுவாங்க ஒருவரையொருவர் பார்த்தபடி நின்றனர்.

"சொல்லு," சட்டென்று அவன் குரலைக் கேட்டு அவள் அரண்டுபோனாள்: அவனது குரல், சிதறுண்ட அவனது சுவாசம். "ஓரா ..." அவன் மேலே கூரையைப் பார்த்தான். "எனக்குத் தெரிந்தாக வேண்டும்."

"என்ன, கேளுங்கள்."

"ஒரு விஷயம் ... எனக்கு நினைவில்லை."

"கேளுங்கள்."

அவன் மௌனமாக இருந்தான். தனது காலை நகர்த்திக் கட்டுக்குக் கீழே அரித்த இடத்தைச் சொறிந்துகொள்ள முயன்றான்.

"என் மூளைக்குள் விஷயங்கள் சரியாக இல்லை."

"என்ன விஷயங்கள்?"

"என்னையும் உன்னையும் பற்றி."

"சரி?"

"ஒரு ஓட்டை என்னுடைய ... மத்தியில்-"

"கேளுங்கள்."

"யார் ... நாம் யாராக இருக்கிறோம்?"

அவள் அதை எதிர்பார்க்கவில்லை. "நீங்கள் சொல்வது..?" அவனை நோக்கி அவள் மிகவும் நேராகக் குனிந்திருக்க வேண்டும். அவன் தலை பின்னோக்கி இழுத்துக்கொண்டது, பீதியில் முகம் சுருங்கியது. இருட்டில் அவனுக்கு ஒரு கையோ ஆயுதமோ தன்னைத் தாக்க வருவதாக தோன்றியிருக்கலாம். அவள் முணுமுணுப்பாகச் சொன்னாள், "இப்போது நாம் யாரா?"

"கோபப்படாதே, எனக்கு அது நிச்சயமாகத் ..."

"நாம் நல்ல நண்பர்கள், எப்போதும் நாம் நல்ல நண்பர்களாக இருப்போம்." அதனுடன் திருப்திதரும் வகையான உற்சாகத்தை சேர்க்க வேண்டும்போல ஒரு கட்டாயத்தை அவள் உணர்ந்தாள்: "பாருங்கள், உங்களுக்காக ஒரு புதிய வாழ்வை நாங்கள் உருவாக்குவோம்."

பிறகு பல மாதங்களுக்கு அந்த முட்டாள்தனமான சொற்களை யெண்ணி தன்னையே அவள் வதைத்துக்கொண்டாள். பிறகு அதுவொரு முன்ஜாக்கிரதையான செயல் எனவும் நினைத்துக்கொள்வாள். புதிய வாழ்வை நாங்கள் உருவாக்குவோம். ஆனால் அந்தக் கணத்தில் அவனது கசப்பான கேலி கிட்டத்தட்ட அவள் காதில் ஒலிக்கவே செய்தது. அவளது முகத்தை அவன் உற்றுப்பார்க்க முயல்கையில் அவனது கனத்த தலை தலையணைமீது மெதுவாக அசைந்தது. அறை இருட்டாக இருந்ததை எண்ணி அவள் நிம்மதியடைந்தாள்.

"ஓரா."

"என்ன?"

"அறையில் வேறு யாரும் இல்லையே?"

"நாம் மட்டும்தான்."

"இந்தக் கட்டு என்னைப் பைத்தியமாக்குகிறது," என்றான் ஈனக் குரலில். அவனது செயல்கள் மிகவும் மெதுவாக இருந்தன. பழைய அவ்ரம் – வேறெல்லாவற்றையும்விட அவனது துடிதுடிப்பான இயல்பு, எல்லா இடங்களிலும் ஆர்வத்துடன் வளையவந்த விதம் – எப்படியிருந்தான் என எண்ணிப்பார்த்தாள். "எனக்குக் குளிருகிறது."

மூன்றாவதாக ஒரு போர்வையைக் கொண்டு அவனைப் போர்த்தினாள். அவனுக்கு வியர்த்து வழிந்தது, அதேநேரம் குளிரிலும் நடுங்கினான்.

"எனக்காக அதைக் கொஞ்சம் சொறிந்துவிடு."

அவன் காலில் மாவுக்கட்டு தோலைத் தொட்டிருந்த இடத்தில் அவள் சொறிந்துவிட்டாள். தன் விரல் திறந்த காயமொன்றினுள் அமிழ்வது

போல உணர்ந்தாள். அவன் முனகினான், வலியும் இன்பமும் கலந்து முனகினான்.

“நிறுத்து. வலிக்கிறது.”

அவள் தனது இடத்தில் அமர்ந்தாள். “உங்களுக்கு என்ன, என்ன தெரிய வேண்டும்.”

“நாம் யாராக இருந்தோம்?”

“யாராக இருந்தோமா? எல்லாவிதமாகவும்தான் இருந்தோம். நாம் ஒருவருக்கொருவர் பலவிதமாகவும் இருந்தோம், இனியும் அப்படியே இருப்போம், நீங்கள் பார்ப்பீர்கள், இனியும் அப்படியே இருப்போம்.”

அவள் குரலிலிருந்த வஞ்சகத்திலிருந்து தன்னைக் காத்துக்கொள்வது போல ஒரு கையால் முடிவற்றதொரு இயக்கத்தில் போர்வையை அவன் நெஞ்சுக்கு மேல் இழுத்துவிட்டுக்கொண்டான். சில நிமிடங்கள் அப்படியே அமைதியாக இருந்தான். பிறகு வறண்ட அவனது உதடுகள் திறப்பதை அவள் பார்த்தாள். என்ன கேட்கப் போகிறான் என்பது அவளுக்குத் தெரிந்திருந்தது.

“இலன்?”

“இலன் . . . எனக்கு எதிலிருந்து தொடங்குவதென்று தெரியவில்லை, உங்களுக்கு எது நினைவிலிருக்கிறது, எது நினைவிலில்லை என்பதுவேறு எனக்குத் தெரியாது. கேளுங்கள்.”

“எனக்கு நினைவில்லை. விஷயங்கள் எல்லாம் துண்டுதுண்டாக இருக்கின்றன. அவற்றிற்கிடையேயான தொடர்பு அழிபட்டுவிட்டது.”

“இலனோடு நீங்கள் சினாய் ராணுவத் தளத்தில் இருந்தது நினைவிருக்கிறதா?”

“ஆமாம், பேவலில்.”

“உங்களது ராணுவப் பணிக்காலத்தின் இறுதிக்கட்டத்தில் இருந்தீர்கள். அப்போது நான் ஜெரூசலேத்தில் இருந்தேன், படித்துக்கொண்டிருந்தேன்.” பேசுகையில் அவள் தனக்குள்ளே சொன்னாள்: உண்மைகளை மட்டும் சொல். அவன் கேட்பவற்றுக்கு மட்டும் பதில் சொல். தான் கேட்க விரும்புவது என்னவென்று அவனே முடிவு செய்துகொள்ளட்டும்.

மீண்டும் மௌனம். வெப்பமூட்டியிலிருந்து தீப்பொறிகள் பறந்தன.

அவன் பேசுவதற்காகக் காத்திரு, தன்னை எச்சரித்துக்கொண்டாள். அவனது வேகத்திலேயே போ. அதுபற்றி அவன் பேச விரும்பாமல் கூட இருக்கலாம். இவ்வளவு சீக்கிரமாக ஏன் அதைப்பற்றிப் பேச வேண்டுமென நினைக்கலாம்.

அவ்ரம் அமைதியாகக் கிடந்தான். அவன் கண்கள் திறந்திருந்தன. அவனுக்கு ஒரேயொரு புருவம் மட்டும் இருந்தது, அதிலும் பாதியைக் காணவில்லை.

“நீங்கள் சினாயிலிருந்து சுழற்சிமுறையில் ஒருவாரம் விட்டு ஒருவாரம் வீட்டுக்கு வருவதை வழக்கமாகக் கொண்டிருந்தீர்கள். நீங்களும் இலனும்.”

அவளை அவன் கேள்வியாகப் பார்த்தான்.

“ஒரு வாரம் நீங்கள் வருவீர்கள், மறு வாரம் அவர். உங்களில் ஒருவர் ராணுவத் தளத்திலே இருக்க வேண்டியிருந்தது.”

அவன் அதை யோசித்தான். “அந்த மற்றவர்?”

“மற்றவர் விடுப்பில் ஜெரூசலேம் செல்வார்.”

“நீ ஜெரூசலேத்தில் இருந்தாய்?”

“ஆமாம்” – உண்மைகளை மட்டும் சொல் – “நான் எங்கு தங்கி யிருந்தேன் என நினைவிருக்கிறதா?”

“அங்கு ஒரு ஜெரேனியம் இருந்ததே,” சற்று யோசனைக்குப்பின் சொன்னான் அவ்ரம்.

“சரியாகச் சொல்கிறீர்கள்! பாருங்கள் உங்களால் நினைவுகூர முடிகிறது! நஹ்லவோட்டில் எனக்குச் சிறிய அறையொன்று இருந்தது.”

“அப்படியா?”

“உங்களுக்கு நினைவில்லையா?”

“அது வருகிறது போகிறது.”

“வெளியே தனியாக ஒரு கழிப்பறையுடன்? முற்றத்தில் ஒரு சிறு சமையலறை? பின்னிரவுகளில் நாம் அங்கு சமைப்பது வழக்கம். ஒருமுறை குக்கரில் எனக்கு கோழி சூப் தயாரித்துத் தந்தீர்கள்.”

“என் அம்மா எங்கிருந்தார்கள்?”

“உங்கள் அம்மாவா?”

“ஆமாம்.”

“உங்களுக்கு . . . உங்களுக்கு நினைவில்லையா?”

“அவர்கள் வந்து –”

“நீங்கள் பூர்வாங்கப் பயிற்சியில் இருக்கையில், அவர் –”

“ஆமாம், இறுதி ஊர்வலத்தில் நீ என்னோடு நடந்துவந்தாய், ஆமாம். இலனும் அங்கிருந்தான். எனக்கு அருகில் நடந்துவந்தான், இன்னொரு பக்கத்தில். ஆமாம்.”

இனியும் அதைத் தாங்கமுடியாதவளாய் அவள் எழுந்தாள். “உங்களுக்குப் பசிக்கிறதா? ஏதாவது கொண்டுவரவா?”

“ஒரா.”

கண்டிப்பான ஆசிரியரின் கட்டளைக்குக் கீழ்ப்படிவதுபோல அவள் அமர்ந்தாள்.

"எனக்குப் புரியவில்லை."

"கேளுங்கள்."

"என் வாய்."

துண்டுத் துணியைத் தண்ணீரில் நனைத்து அவன் உதடுகளை ஒற்றி யெடுத்தாள்.

"ஆனால் போரில் –"

"போரில்?"

"ஏன் நான் –"

அவன் பாதியில் நிறுத்தினான், ஓரா நினைத்தாள்: இப்போது அவன் அந்தக் குலுக்குச் சீட்டுப் பற்றிக் கேட்கப்போகிறான்.

"கால்வாய்வழி நான் போனேன், இலன் போகவில்லை."

அவனுக்கு நினைவிருக்கிறது, அவளுக்குத் தெரிந்துவிட்டது. நினைக்கிறான் ஆனால் கேட்கத் தைரியமில்லை. விடியலுக்கான சிறு அடையாளமொன்றைத் தேடியவளாய், ஒரு துண்டு வெளிச்சத்தைத் விரும்பியவளாய் துக்கத்துடன் அவள் ஜன்னலைப் பார்த்தாள்.

"நீயும், நானும், நமக்கிடையே என்ன?"

இறுதியில் எளிமையாக இப்படிச் சொன்னாள், "நான் சொன்னேனே, நாம் நண்பர்கள். நாம் – கேளுங்கள், நாம் காதலர்களாக இருந்தோம்." இந்த வார்த்தைகள் அவள் இதயத்தைக் கிழித்தன.

"நான் விமானத்திலா திரும்பிவந்தேன்?"

"என்ன?" அவள் குழம்பினாள். "ஆமாம், விமானத்தில்தான். மற்றவர்களோடு நீங்களும் வந்தீர்கள்."

"மற்றவர்களும் இருந்தார்களா?"

"நிறையப் பேர்."

"நீண்டகாலமா?"

"நீங்கள் அங்கு கிட்டத்தட்ட –"

"இல்லை. நானும் நீயும்."

"ஒரு வருடம்."

அவளது வார்த்தைகளைத் தனக்குத்தானே அவன் திரும்பச் சொல்வதைக் கேட்டாள். அது இன்னும் நீண்டகாலம் என நினைத்தீர்களா எனக் கேட்க நினைத்துக் கேட்காமல் கட்டுப்படுத்தினாள், இல்லை குறைந்தகாலமென்று நினைத்தேனென அவன் சொல்வதைக் கேட்க அவள் விரும்பவில்லை. அவன் மறுபடி உறக்கத்தில் வீழ்ந்து குறட்டைவிட்டான். ஒரு நேரத்தில் தனது கடந்த வாழ்வின் ஒரு துணுக்கை மட்டுமே அவனால் ஜீரணிக்க முடிந்தது.

அவன் உறங்கிக்கொண்டிருந்தாலும் அவள் சொன்னாள், "ஆனால் நிஜமாகவே நாம் காதலித்தோம். நீங்களும் நானும், நிஜமாகவே நாம்..." இப்போதே இப்படி அதை இறந்தகாலத்தில் பேசுவது பயங்கரமானது என அவள் நினைத்தாள்.

போர்வைகளுள் சிக்கி அவன் அசைந்தான், தன் காலை இறுக்கிப் பிடித்திருந்த கட்டை வசைகூறினான். கையில் பிணைக்கப்பட்டிருந்த பட்டைத் திருகாணி கட்டிலின் கைப்பிடியோடு உரசி ஓசையெழுப்பியது.

"ஒரா –"

"என்ன?"

"நான் செய்யவில்லை."

"என்ன செய்யவில்லை?"

"உனக்கது தெரிய வேண்டும்."

"என்ன தெரிய வேண்டும்."

"என்னால் இயலாது..." வார்த்தைகளைத் தேடியவனாய் அவன் முனகினான். "நான் எதையும் காதலிக்கவில்லை. எதையும்."

அவள் மௌனமாக அமர்ந்திருந்தாள்.

"ஒரா?"

"சொல்லுங்கள்."

"அதுதான்."

"சரி."

"எவரையும்."

"சரி."

"என்னிடம் அது இல்லை... காதல்."

"சரி."

"எதற்குமே." அவன் உறுமலாக முனகினான். பிறர் துயரைத் தனதாக எண்ணுகிற, பெண்டிர்பால் அன்பாதரவு கொண்ட அவனது பழைய ஆளுமையின் எச்சம் அவளைப் பாதுகாக்க விரும்பியது, அதை அவளால் உணர முடிந்தது, ஆனால் அதற்கு அவனுக்கு வலுவில்லை. "முன்பே உன்னிடம் சொல்ல நினைத்தேன்."

"சரி."

"என்னுள் எல்லாமே மரித்துவிட்டன."

அவள் தலைகுனிந்தாள். காதலற்ற ஒரு அவ்ரம் எப்படி இருக்க முடியும்? காதலற்ற அவ்ரம் என்பவன் யார்? அவன் காதலின்றி நான்தான் யார்?

ஆனால் போர் முடிந்ததிலிருந்து, அவன் பிணையக்கைதியாகக் கொண்டு செல்லப்பட்டதிலிருந்து, அவளும்கூட யாரிடமும் காதலற்றே இருந்தாள். அடாவின் இறப்புக்குப் பின் இருந்ததைப்போல, மீண்டும் அவளுள் குருதி வற்றிப்போனது. அது சௌகரியமாக இருந்தது. துல்லிய மாய்த் தனது வழிவகைகளுக்குள் அவள் வாழ்ந்தாள். ஆனால் அவ்ரமுக்கு ஏன் அது இத்தனை பயங்கரமாயிருக்கிறது?

"சொல்லு."

"சரி."

"எவ்வளவு காலம் நாம்?"

"கிட்டத்தட்ட ஒரு வருடம்."

"பிறகு நீயும் இலனும்?"

"ஐந்து வருடங்கள். பதினேழு வயதிலிருந்து என நினைக்கிறேன்." வறட்சியாகச் சிரித்தாள். "எங்களை நீங்கள் சேர்த்துவைத்தீர்கள், நினைவில்லையா?" அப்போதும் நாம் ஒரு மருத்துவமனையில் இருந்தோம், அவள் நினைத்துக்கொள்கிறாள். அப்போதும் ஒரு போர் நடந்துகொண்டிருந்தது.

"அது நினைவிருக்கிறது," அவன் முணுமுணுத்தான். "நீங்கள் ஒரு ஜோடியாக இருந்தீர்கள். நம்மிருவரைப் பற்றிய எதுவும் நினைவிலில்லை."

அந்த அவமானத்தை அவன் சிரமப்பட்டு விழுங்கினான்.

பிறகு ஆச்சரியத்தில் குழறினான், "ஆமாம், நாமிருந்தோம், எப்படி என்னால் அதை மறக்கமுடியும்."

"எல்லாமே உங்கள் நினைவுக்கு வரும், ஒன்றும் அவசரமில்லை."

"அவர்கள் எனக்கு நிறையக் கொடுமைகள் செய்தார்கள் என நினைக்கிறேன்."

"எல்லாமே நினைவுக்கு வரும்," என்றாள், அவள் வயிறு உலர்ந்தது. "அதற்குச் சற்றுக் காலம் பிடிக்கும், ஆனால் நீங்கள் –"

திடமான உடலுடன் உயரமான ஒரு செவிலி கதவைத் திறந்து, விளக்கைப் போட்டாள், உள்ளே உற்றுப்பார்த்து: "ஒன்றும் பிரச்சனை யில்லையே?" என்றாள்.

"பிரச்சனை எதுவுமில்லை," என்ற ஓரா திகிலுற்றவள்போலத் துள்ளியெழுந்தாள், அந்தத் திகில் ஒருவித பரபரப்பாய் பழகியவொரு சந்தோஷமாய் மாறியது: "நீங்கள் வந்ததில் மகிழ்ச்சி, நானே உங்களை அழைக்கலாமென்றிருந்தேன்."

அவள் ஆச்சரியப்படும் வகையில் அவ்ரம் சத்தமாகக் குறட்டை விட்டபடியிருந்தான், இம்முறை அவன் ஆழ்ந்த உறக்கத்திலிருக்கிறான் என நம்புவது அவளுக்குச் சிரமமாயிருந்தது. அவனுக்கு நினைவு திரும்பி விட்டதை வேண்டுமென்றே செவிலியிடம் அவள் சொல்லவில்லை.

நிலத்தின் விளிம்புக்கு

நரம்புவழி இறங்கும் மருந்தையும் சிறுநீர்ப்பைகளையும் மாற்றினாள் செவிலி; விரல்முனைகளிலும் கண்களுக்கு மேல் புருவ மயிர்கள் பிடுங்கப்பட்டிருந்த இடத்திலும் களிம்பு தடவினாள். அவனைப் புரட்டிப்போட்டு முதுகுக் காயத்திலிருந்து வடிந்துகொண்டிருந்த சீழைத் துடைத்தாள், மீண்டும் கட்டுகள் போட்டுவிட்டு, வீரியமான ஆன்டிபயாடிக் ஊசிகள் போட்டாள்.

"ஸ்வீட்டி, உனக்குக் கொஞ்சம் உறக்கம் தேவை," வேலைகளைச் செய்த படியே ஓராவிடம் சொன்னாள். மிகவும் சிரமப்பட்டுப் புன்னகைத்தாள் ஓரா. "நான் காலையில் வீட்டுக்குப் போகிறேன்."

"சொல்லுங்கள், நீங்கள் அவருக்கு என்னவாக வேண்டும்? நீங்களும் அந்த உயரமான ஆளும் குடும்பத்தாரா?"

"ஒருவகையில் அப்படித்தான். ஆமாம், நாங்கள் அவரது குடும்பத்தார்."

அவ்ரம் திரும்பி வந்ததிலிருந்து நாளுக்குநாள் இலன் மாறிக் கொண்டே வருவதை அவள் உணர்ந்தாள். புதிய ஆற்றல் அவனை நிரப்பியது போலிருந்தது. எப்படியோ அவனது பருமன், அவன் அடைத்துக் கொண்டிருக்கும் இடம் அதிகரித்திருந்தது. அவனது நடை முன்னிலும் துள்ளலுடன், வலுவுடன் இருந்தது. அதில் குழப்பமுண்டாக்கும், கவலைதரும் ஏதோவொன்று இருந்தது. சிலநேரம் அவனை அவள் ஆச்சரியமாகப் பார்த்தாள்: பென்சில் தீற்றலாய் இருந்த தனது உருவை அவன் கறுப்பு மசிகொண்டு தீர்க்கமாக்கியது போலிருந்தது.

செவிலி சிரித்தாள். "உங்கள் இருவரை மட்டும்தான் இங்கு பார்க்கிறேன். அவருக்கு வேறு யாரும் இல்லையா?"

"இல்லை. நாங்கள் இருவர் மட்டும்தான்."

"நீங்கள் அவருக்கு எந்த வழியில் உறவு? அவருடைய ஜாடை எதுவும் உங்களிடம் இல்லையே." தனது வேலைகளை முடித்துவிட்டு வாசல்படியில் நின்றாள்; அவர்களை அவள் விடுவதாக இல்லை. "நீங்களிருவரும்தான் ஒன்றுபோல இருக்கிறீர்கள், நீங்களும் அந்த இன்னொரு ஆளும். சகோதரன் சகோதரி போல. அப்படியானால், இவர் உங்களுக்கு என்ன உறவு?"

"அது பெரிய கதை," ஓரா முணுமுணுத்தாள்.

"கதவு," செவிலி வெளியேறியதும் குசுகுசுப்பாய்ச் சொன்னான் அவ்ரம். ஓரா எழுந்துபோய் கதவைச் சாத்திவிட்டு வந்தாள்.

"நீ இலனின் . . ." காலை ஊன்றக் கெட்டியான தரையைத் தேடியபடி சொன்னான் அவ்ரம்.

"ஆமாம், சொல்லலாம். அதுவும்தான். ஆனால் இதுமாதிரியான முயற்சியை இப்போது நீங்கள் எடுக்கக்கூடாது."

"அப்புறம் இலன் ... நீ அவனைக் காதலித்தாய் இல்லையா?"

ஓரா தலையாட்டினாள். அதே வார்த்தையால் வேறுபட்ட உணர்வுகளை விவரிக்க முடிவது எப்படியென்ற யோசனையில் ஆழ்ந்தாள்.

“ஆக, எப்படி ... நான் சொல்வது, நீயும்கூட எப்படி ...”

இப்போது தன்னையவன் சோதித்துப் பார்க்கிறான் என்னும் விசித்திர எண்ணம் அவள் சிந்தனையில் பளிச்சிட்டது, அல்லது தனது விளையாட்டுக்களுள் ஒன்றை அவளுடன் விளையாடிப் பார்க்கிறான். “என்ன எப்படி?”

“நாமிருவரும்கூட எப்படி.”

இறுதியாக ஜன்னலில் மங்கலான சிறு ஒளிக்கீற்றைத் தான் பார்க்க முடியுமென நினைத்தாள். ஏன் உன் உளறல்களால் அவனைச் சித்திரவதை செய்கிறாய்? எதை நினைத்து நீ அஞ்சுகிறாய்? அவனிடம் சொல். அவனது கடந்த காலத்தை அவனிடம் கொடு. அவை மட்டுமே அவன் விட்டுச் சென்றவையாக இருக்கலாம். “அவ்ரம், ஒரு வருட காலம் உங்களோடும் இலனோடும் நான் இருந்தது, அது ரொம்ப நாட்களுக்கு முன்புகூட இல்லை, போர் தொடங்குவதற்கு முன்பான காலம்தான்.”

நயமற்ற, கனமான ஆச்சரியப் பெருமூச்சு அவனிடமிருந்தும் வெளிப் பட்டது. “நினைவுக்கு வர வேண்டும், என் நினைவுக்கு வர வேண்டும்,” தெளிவற்ற குரலில் தனக்குத்தானே அவன் சொல்லிக்கொண்டான். “ஏன் காலமனைத்தும் அழிக்கப்பட்டது? ஏன் அவள் என்னுடனும் அவனுடனும்? சேர்ந்து? அவன் எப்படி என்னை அனுமதித்தான் . . .”

அவன் மீண்டும் தனக்குள் அமிழ்ந்தான், பல நிமிடங்களுக்கு உருகிக் கிடந்தான். ஓரா நினைத்தாள்: ஒருகாலத்தில் தனது வாழ்வின் ஊக்கசக்தியாக இருந்தது எது என்பது இப்போது அவனுக்குப் புரியாது.

“இதற்குமேல் எனக்கு எதுவும் புரியவில்லை ஓரா, எனக்கு உதவு.”

உள்ளே கடுமையாகச் சண்டை நடப்பதுபோல அவன் உடல் முறுக்கிக்கொண்டு வெட்டியிழுத்தது. அவளுக்கும் உடலைப் புரட்டியது, தனக்குள்ளே அடைபட்டவளாய் மூச்சுத் திணறினாள். இது என்ன வினோத விசாரணை. அவனுக்கு நினைவு திரும்பவேண்டும். அதுபோன்ற ஒரு வருடத்தை, அப்போது நாம் கடந்து வந்தவற்றை எப்படி மறக்க முடியும்?

“ஆனால் எங்கள் இருவரோடும்!”

“ஆமாம்.”

“சேர்ந்து? ஒரே நேரத்தில்?”

தலையை உயர்த்திச் சொன்னாள், “ஆமாம்.”

“எங்களுக்கு அது தெரியுமா?”

இனியும் ஓராவால் அதைத் தொடர முடியாது என்றானது. இந்தக் கேள்விகள், அவனது குறுகிப்போன தன்மை. தனது மனதிலும் ஏதோவொன்று சரிசெய்ய முடியாத வகையில் பாழாகி வருவதைப்போல உணர்ந்தாள்.

“அவன் – இலன் – அப்புறம் நான், எங்களுக்குத் தெரிந்திருந்ததா?”

“என்ன?” குசுகுசுப்பான குரலிலேயே அவள் இரைந்தாள். “என்ன தெரிந்திருந்ததா?”

“அதாவது நாங்கள் இருவருமே . . . நாங்கள் இருவரும் உன்னோடு இணைந்திருந்தது?”

“என்னிடமிருந்து என்ன எதிர்பார்க்கிறீர்கள்? எதை நான் சொல்ல வேண்டுமென்று எதிர்பார்கிறீர்கள்?”

அவன் குரல் பரப்பரப்புகூடிய குசுகுசுப்பாய் ஒலித்தது: “எங்களுக்குத் தெரியாதா?”

அவளுக்கு வேறு வழியிருக்கவில்லை. “ஆனால் உங்களுக்குத் தெரியும்.”

“அப்படியானால் அவனுக்குத் தெரியாது?”

“தெரியாதென்றே நினைக்கிறேன். எனக்குத் தெரியவில்லை.”

“அவனிடம் நீ சொல்லவில்லையா?”

இல்லையென்று தலையாட்டினாள்.

“அவன் கேட்கவில்லையா?”

“இல்லை.”

“என்னிடமும் அவன் கேட்டதில்லையா?”

“அவர் கேட்டதாக எப்போதும் நீங்கள் என்னிடம் சொன்னதில்லை.”

“அப்படியானால் அவனுக்குத் தெரியுமா?”

“இலன் புத்திசாலி,” கோபமாகச் சொன்னாள் ஒரா. சொல்ல அவளிடம் இதைவிடவும் ஏராளமிருந்தது.

“புத்திசாலி” என்ற வார்த்தையிலிருந்து எதையும் விளங்கிக்கொள்ள வழியில்லை. மௌனமாக்கப்பட்ட அம்மூவருக்கும் அந்த வருடத்தில் வழங்கப்பட்டவற்றில் ஏதோவொன்று இன்னும் பரந்ததாக, ஆழமுடையதாக, அற்புதமானதாக இருந்தது. அவ்ரமின் சுளித்த முகத்தை, தான் சொல்வது சரியாக இருக்க வேண்டும் என்ற அவனது பதற்றத்தைப் பார்த்தாள். பெரும் பனிப்பாறையின் நுனியைப் புரிந்துகொள்ளக்கூட இப்போது அவனால் இயலாது என்பதை உணர்ந்தாள்.

“ஆனால் நாங்கள் நண்பர்களாக இருந்தோம்,” சற்றே வியப்புத் தோன்ற அவன் முணுமுணுத்தான். “இலனும் நானும். நாங்கள் நண்பர்கள், அவன்தான் என்னுடைய சிறந்த . . . ஆக எப்படி நான் . . .”

அவளால் முடிந்திருந்தால் மறுபடியும் அவனை உறங்கச் செய்திருப்பாள். அப்போதுதான் அவன் அதிகப்படியாகப் புரிந்துகொள்ள மாட்டான், தற்காப்பின்றி அவனையவள் எதிர்கொள்ளவும் நேராது.

ஆனால் காலம் கடந்துவிட்டது. முடிவின்மையில் பார்வை பதிந்திருக்க, அவன் கண்கள் பளபளத்தன. புரிதலின் மெல்லிய வெடிப்புக்கு அவனுள் திரி பற்றத் தொடங்கியிருப்பதை ஓரா உணர்ந்தாள்.

சற்றுமுன் அவர்கள் கடந்த சாலை விளிம்புக்கு அப்பால் வளமான ஒரு புல்வெளிப் பகுதி காணப்பட்டது. முள்வேலியின் ஒரு பகுதி இழுத்துக் கீழே போடப்பட்டிருந்தது, மணப்புற்கள் பூத்து நிறைந்திருந்தன. "ஏய்!" புன்னகையுடன் அவ்ரம் வட்டப்பாறையொன்றைச் சுட்டுகிறான், அங்கே ஆரஞ்சு–நீல–வெள்ளை பாதைக் குறியீடு சூரியவொளியில் அவர்களைப் பார்த்துக் கண் சிமிட்டுகிறது. "நாம் கண்டுபிடித்துவிட்டோம்!" ஒரு காலை பாறைமீது ஊன்றுகிறான், கையைப் பாதையின் திசைபார்த்து வீசிக்காட்டுகிறான். "அதுவொரு பெரிய மலை," தன் கையைத் தொடர்ந்து பார்வையை பாதைவரை நீட்டித்தவன் உற்சாகமாகச் சொல்கிறான், மெதுவாகத் தன் காலை பாறையிலிருந்து எடுக்கிறான்.

"மலைகளும்கூட உங்களுக்குப் பிரச்சனையா?"

"சாலைகளேகூட எனக்குப் பிரச்சனையில்லை, அப்போது எனக்கு என்ன ஆனதென்றே தெரியவில்லை," என்கிறான்.

"நான் பயந்தே போனேன். அங்கேயே நாம் ஏதாவது வாகனத்தடியில் நசுங்கியிருப்போம்."

"ஆக, என் உயிர் உனக்குக் கடன்பட்டிருக்கிறது."

"சில தடவைகள் இப்படியே சொல்வோம், பிறகு இருவரும் சமமாகிவிடுவோமில்லையா?" ஆர்வமூட்டும் ஒன்றைத் திருடுகையில் பிடிபட்ட சூழ்ச்சிமிக்க விலங்கினுடையதைப்போல கசப்பானதொரு புன்னகையின் நிழல் அவன் உதடுகள்மீது கடந்து செல்வதைப் பார்க்கிறாள். மனவேதனையாக இருக்கலாம்.

"உன்னுடைய நாய், எங்கே அது?"

"என்னுடைய நாயா? இப்போது அது என்னுடையதாகி விட்டதா?"

"நம்முடையது, சரி, நம்முடையது."

திரும்ப அவர்கள் சாலையோரம் சென்று நாயைக் கூப்பிடச் சீழ்க்கையடிக்கின்றனர். அடர்ந்த போக்குவரத்துக்கிடையே அவர்கள் கத்துகிறார்கள், "ஏய்! ஹோய்! நாயம்மா! நாய்! இங்கே வா!" தங்கள் குரல்கள் இணைந்து உண்டாகும் ஒலிகளை அவர்கள் கேட்கின்றனர். அவளுக்கு மட்டும் துணிவிருந்தால், ஓரா இரைந்து கத்துவாள், ஒரேயொரு முறை மட்டும், "ஓஃபர், ஓ–ஃபர், வீட்டுக்கு வா!"

நாய் போய்விட்டிருந்தது, அதுவும் நல்லதற்குத்தான், ஓரா எண்ணிக் கொண்டாள். அதனுடன் என்னைப் பிணைத்துக்கொள்ள விரும்பவில்லை. இருந்தும் அதில் வருத்தம்தான், நாங்கள் நல்ல நண்பர்களாக இருந்திருக்க முடியும். மலை செங்குத்தாக இருந்தது, ஆலிவ் மரங்கள், தெரிபிந்த்கள்,

ஸ்பைனி ஹாதோர்ன்களில் சிக்குண்டு பாதை வளைந்துநெளிந்து சென்றது. அவர்களின் கணுக்கால் தசைகளை வலியுடன் இறுக்கி நுரையீரல்களைச் சோர்ந்துபோக வைத்தது. "நாம் எங்கேயிருக்கிறோமென்றே தெரியவில்லை."

ஓரா சற்று நின்று காற்றை விழுங்கிக்கொள்கிறாள். "திடீரென்று உனக்கு நாம் எங்கேயிருக்கிறோமென்ற அக்கறை உண்டாகிவிட்டதா?"

"ஆமாம், எங்கேயிருக்கிறோமென்று தெரியாமல் நடந்துகொண்டிருப்பது பைத்தியக்காரத்தனமானது."

"வரைபடம் உன் முதுகுப்பையில் இருக்கிறது."

"அதை நாம் பார்க்கத்தான் வேண்டுமா?"

அவர்கள் அமர்ந்து கடினமான எலுமிச்சை மிட்டாயைச் சப்புகிறார்கள். அவ்ரம் சற்றே தயங்குகிறான், பிறகு தனது பையின் வலப்புற ஒட்டுப்பையைத் திறக்கிறான். புறப்பட்டதிலிருந்து முதல்தடவையாக அவன் அதன் உள்ளே கைவிடுகிறான். ஒரு லெதர்மேன் பேனாக்கத்தி, தீப்பெட்டி, மெழுகுவர்த்திகள் இவற்றை வெளியே எடுக்கிறான். ஒரு இரட்டைமடி நூலுருண்டை. கொசுவிரட்டி. மின் கைவிளக்கு. இன்னொரு விளக்கு. தையல் பொருட்களடங்கிய பை. உடல் நாற்றமகற்றி. சவரத்துக்குப் பிறகான வாசனையூட்டி. சிறு பைனாகுலர்கள். தான் எடுத்தவற்றைத் தரையில் பரப்பி வைத்துவிட்டுப் பார்க்கிறான். இந்தப் பொருட்களிலிருந்து ஓஃபர் குறித்த ஒரு மனச்சித்திரத்தை அவன் உருவாக்க முனைவதாக ஒரு கணம் அவள் நினைக்கிறாள்.

"ஓஃபர் எப்போதுமே தயாராக இருப்பான், ஆனால் இந்தக் குணம் என்னிடமிருந்தோ உங்களிடமிருந்தோ அவனுக்கு வரவில்லை," சிரித்தபடி சொல்கிறாள் ஓரா.

பொடீரியம் முட்செடிப் படுகையின்மீதாக, பெரிய பிளாஸ்டிக் உறையிட்ட 1:50,000 அளவீடு கொண்ட வரைபடத்தை விரித்துத் தங்களது தலைகள் கிட்டத்தட்ட ஒன்றையொன்று தொட்டுக்கொள்வதுபோல குனிந்து அதைக் கூர்ந்துபார்கிறார்கள்.

"நாம் எங்கிருக்கிறோம்?"

"இந்த இடமாக இருக்கலாம்."

"அது சரியான திசையில்லை."

கண்களை இடுக்கிப் பார்க்கிறார்கள். இரண்டு விரல்கள் வரைபடத்தில் அங்குமிங்கும் ஊர்கின்றன, ஒன்றுடனொன்று மோதிக்கொள்கின்றன, ஒன்றையொன்று கடந்துசெல்கின்றன.

"இதோ நம்முடைய பாதை."

"ஆமாம் அதில் குறியிட்டிருக்கிறது."

"அந்த ஆள் சொன்னானே, இஸ்ரேலியப் பாதை."

"எந்த ஆள்?" அவள் கேட்கிறாள்.

"நாம் வழியில் சந்தித்தோமே அவன்."

"ஓ, அவனா."

"ஆமாம், அவன்தான்."

அவள் விரல் பாதையில் பின்னோக்கி நகர்கிறது, எல்லைவரை செல்கிறது. "அடச்சே." அவள் நிறுத்தி தன் விரலை மடிக்கிறாள். "லெபனான்."

"என்னைக் கேட்டால், ஏறத்தாழ நாம் பயணத்தைத் தொடங்கிய இடம் அதுதான்."

"ஒருவேளை இந்த இடமாக இருக்குமோ? ஏனென்றால் இங்கு தான் நாம் ஓடைத் தண்ணீரில் இறங்கி நடந்தோம், நினைவிருக்கிறதா?"

"என்னால் மறக்க முடியுமா?"

"பிறகு இங்கே ஓடையைப் பின்தொடர்ந்து வளைந்துநெளிந்து சென்றோம், இப்படி," வளைந்துநெளிந்து செல்லும் பாதையில் விரலை முன்னெடுத்துச் செல்கிறாள். அவ்ரமின் விரல் அவளுடையதற்குப் பக்கத்தில், அப்படியே நேர்ப்பின்னால் நிற்கிறது. "இங்கேதான் மேலே ஏறினோம், இங்கே ஒரு மரப்பாலம் இருந்தது, இங்கே அந்த அரைவை ஆலையைப் பார்த்தோம், முதல் நாளிரவு நாம் உறங்கியது இங்குதானே? இல்லையா? க்ஃபர் யுவாலை அடுத்த இந்த இடமாக இருக்கலாமோ? எப்படி நினைவிருக்கும்? ஆரம்ப நாட்களில் நாம் எதனைப் பார்த்தோம்? நாம் பார்த்தவைதான் என்ன?"

அவன் சிரிக்கிறான். "நான் முழுக்க ஒரு உயிர்வந்த பிணம் போலல்லவா வந்தேன்."

"இங்குதான் க்ஃபர் கிலாடி சுரங்கம் இருக்கிறது, இங்கே டெல் சாய் காடு, சிற்பப் பாதை, இங்கேதான் எய்ன் ரோஇம்மில் நாம் சாப்பிட்டோம்."

"அப்போது நான் எதையுமே பார்க்கவில்லை."

"இல்லை, எதையும் நீங்கள் பார்க்கவில்லை. உங்களை என்னோடு இழுத்துவந்ததற்காக வெறுமனே நடந்தபடி என்னை வசைபாடிக் கொண்டு வந்தீர்கள்."

"கிட்டத்தட்ட இந்த இடத்தில்தான் நாம் அகிவாவைச் சந்தித்தோம் என நினைக்கிறேன், பிறகு நாம் ஆற்றுப்படுகைக்குப் போனோம்."

"இந்தத் தொலைவு முழுக்க ஒரு நிஜமான நடைபயணம்தான்."

"இது அந்த அராபியக் கிராமமாக இருக்கலாம்."

"அதன் எஞ்சியிருந்தவை மட்டும்."

"அதை நான் பார்க்க விரும்பினேன், நீதான் விடவில்லை."

"என் வாழ்க்கையில் ஏற்கனவே போதுமான அளவு இடிபாடுகள்."

"இதுதான் கெதெஷ் ஆறு."

"ஆக, இங்குதான் நாம் உறங்கினோம்."

"கரையோரமாக நடந்தோம், அங்கே உன்னுடைய ஆளைச் சந்தித்தோம்."

"எப்போதிருந்து அவன் என்னுடைய ஆள்?" அவள் விரல்கள் வரைபடத்தின்மீது அழுந்துகின்றன, தோன்றி உடன்மறைந்த சிறு பள்ளங்களை பிளாஸ்டிக் பரப்பில் உண்டாக்கிச் செல்கின்றன. "இதோ யேஷா கோட்டை, அது ஷேக்கின் கல்லறை, நெபி யுஷா."

"இங்கே, இங்கே பார், இந்த வழியாகத்தான் நாம் கெரன் நாஃப்தலிக்கு நடந்து சென்றோம், கெதெஷ் ஆற்றில் நீ குறிப்பேட்டைத் தவறவிட்டதால் பிறகு சென்றவழியே திரும்பிவந்தோம்."

"இங்கே இன்னொரு ஓடை, டிஷான்."

"வரைபடத்தில் பார்க்க அது ஒன்றுமறியாததுபோல இருக்கிறது. இங்கே பார், நம்மால் அப்போது இன்னதென்று அறிந்துகொள்ள முடியாதிருந்த டர்பைன்கள்தாம் இவை. அது எய்ன் அவிவ் பிராந்திய நீரேற்று நிலையம். ஆக, நாம் சில விஷயங்களைக் கற்றிருக்கிறோம்."

"இதுதான் நாம் குளித்த குளம் என்று நினைக்கிறேன்."

"இங்கே அந்தப் பெரிய குழாயின்மீதாக நடந்து தண்ணீரைத் தாண்டி வந்தோம்."

"நான் தடுமாறிக்கொண்டிருந்தேன்."

"நிஜமாகவா? எனக்குத் தெரியாது. நீ எதுவும் சொல்லவில்லை."

"நான் அப்படித்தான்."

"இங்கே, இங்கே பார், இது உன்னுடைய தேவதைக்கதைக் காடு, ட்ஸிவன் ஓடை."

"அதற்கு முன்பாக நாம் நடந்துவந்த புல்வெளி இங்கேயிருக்கிறது. நிச்சயமாக இதுதான்."

"இதோ நாம் கடந்துவந்த சாலை."

"ஆமாம், 'நெடுஞ்சாலை 89' எனக் குறித்திருக்கிறது."

"ஆக நாம் கடந்தது இந்தச் சாலைதான் என்றால்," இனிமையானதொரு குரலில் அவ்ரம் சொல்கிறான், "நாம் இருப்பது நிச்சயமாக –"

"மெரானில்," தீர்க்கமாகச் சொல்கிறாள்.

"மெரான் மலையிலா?"

"நீங்களே பாருங்கள்."

அவர்களது விரல்கள் மரியாதையுடன் அந்த இடத்தைச் சுட்டுகின்றன.

"அவ்ரம்," குசுகுசுப்பாகச் சொல்கிறாள், "பாருங்கள், எவ்வளவு தூரம் நாம் நடந்து வந்திருக்கிறோம்."

அவன் எழுகிறான், மார்பைக் கட்டிக்கொண்டு மெல்ல மரங்கள் நடுவே அடிகள் வைத்து நடக்கிறான்.

அவர்கள் வரைபடத்தை மடித்து வைக்கிறார்கள், பைகளை முதுகில் ஏற்றிக்கொள்கிறார்கள், செங்குத்தான பாதையில் நெருஞ்சிகளுக்கு நடுவே பயணத்தைத் தொடர்கிறார்கள். இப்போது அவ்ரம் முன்னே செல்கிறான், ஓராவால் அவனுக்கு ஈடுகொடுத்து நடக்க முடியவில்லை. இந்தச் சப்பாத்துகள் எனக்கு நன்றாக இருக்கின்றன என அவன் நினைக்கிறான். காலுறைகளும்கூட அற்புதம். நீண்ட வளைந்துகொடுக்கும் ஆர்ப்யூடஸ் மரக்கிளை ஒன்றைக் கண்டெடுக்கிறான், காலால் உதைத்து முறித்து அதை சரியான அளவுக்குக் கொண்டு வருகிறான், பாதையில் ஏறுவதற்கு அதைப் பயன்படுத்துகிறான். ஓராவையும் அதுபோல ஒன்றைப் பயன்படுத்தச் சொல்கிறான். இந்தப் பகுதியில் தென்படும் தெளிவான பாதைக் குறியீடுகளைப் பற்றிச் சொல்கிறான். "அடுத்தடுத்து, தொடர்ச்சியாக எப்படி அவை அமைந்திருக்க வேண்டுமோ அப்படி இருக்கின்றன." அவன் ஒரு பாடலைக்கூட முணுமுணுக்கக் கூடுமென அவளுக்குத் தோன்றுகிறது.

பின்னாலிருந்து அவனைக் கவனித்தபடி அவள், பாதை நீண்டதாக இருப்பது நல்லதுதான் என எண்ணிக்கொள்கிறாள். மாற்றங்கள் அனைத்தோடும் சவால்களுக்குப் பழகிக்கொள்ள நேரம் கிடைக்கும்.

"கறும்பிடரிக் குதிரை. ஆடமுக்கு மூன்றரை வயதிருக்கும்போது இலன் அவனுக்கு வைத்த பட்டப்பெயர்களுள் ஒன்று. ராட்சச துதிக்கைகொண்ட யானை என்றும் ஒரு பெயருண்டு, புரிகிறதா?"

இலனின் குரலில் வார்த்தைகளைக் கேட்டபடி குழறலாக அவற்றைச் சொல்லிப்பார்க்கிறான் அவ்ரம்.

"அல்லது அழகாய்க் கனைக்கும் கழுதை. அல்லது கோபப் புருவம் கொண்ட பூனை. இதுபோல."

"கோபப் புருவம்கொண்ட பூனை?"

"அவர் மனிதர்களை வைத்துப் பரிசோதனைகள் செய்வதுபோல இருந்தது."

தன் கண்முன்னே ஆடம் மாறிக்கொண்டு வருவதைப் பார்த்தாள், வளைந்து நெளிந்து திரும்பி இலனின் விருப்பங்களுக்கேற்பத் தன்னை அவன் மாற்றிக்கொண்டிருந்தான். ஆரஞ்சு வண்ணப் பூனையொன்றை வரைந்திருந்தான்: "அதை ஆரஞ்சு வண்ணமாக்கிவிட்டேன்," அவளிடம் சொன்னான், "இப்போது என் தூரிகையில் கொஞ்சம் மஞ்சள் வண்ணத்தைத் தெளிக்கப்போகிறேன்." அவள் ஒரு கள்ளப் புன்னகை புரிந்தாள். உண்மையில் அவன்மட்டில் அவளுக்குப் பெருமைதான், ஆனால் ஒவ்வொரு சாதனையின் போதும் அவளைவிட்டு அவன் இன்னும் விலகிப் போய்க்கொண்டிருப்பதாகத் தோன்றியது. இலனிடம் அவன் வாலைக் குழைத்து நிற்பதைப் பார்த்தாள், அவனைப் பற்றிய அவளது

எண்ணம் திகிலூட்டுவதாயிருந்தது. இப்போது தன்னில் பொங்கி வழியும், தனது சருமத்துளை ஒவ்வொன்றிலும் பீறிட்டுவரும் ஆர்வத்தை எப்படி அவளிடமிருந்து அவன் மறைத்து வைத்திருந்தான் என்பதை அவளால் புரிந்துகொள்ள முடியவில்லை. தங்களது குட்டிச் சொர்க்கத்தில் அவர்கள் இருவரும் கழித்த அந்த வருடங்களை சட்டென்று வெளிப்பட்ட, மிகவும் ஆண்மைமிக்க தனது தீவிர ஆர்வங்களால் அவன் உதாசீனம் செய்தான். பாம்பியும் அவன் அம்மாவும், அவர்கள் ஆன்மா சாந்தியடையட்டும்.

இலன் அவனைத் தூக்கித் தட்டாமாலை சுற்றும்போதும் "என் வயிறு பட்டாம்பூச்சியானது!" என்று சந்தோஷமாகக் கத்துவான். "ஆமாம்," என்பாள் வலியப் புன்னகைத்தவாறு, "நீ அதிர்ஷ்டக்காரன்."

பேச்சை அவன் கைக்கொண்ட உடனே பேச்சு அவனைக் கைக்கொண்டுவிட்டதாக அவளுக்குத் தோன்றியது. தனது எண்ணங்களை அவன் உரத்து வெளிப்படுத்தினான். இதை அவள் உடனடியாகக் கவனிக்க வில்லை, ஆனால் ஒரு கட்டத்தில் ஏற்கனவே சந்தடிமிக்கதாயிருந்த தங்களது குடும்ப வாழ்வின் ஒலித்தொகுதியில் இன்னும் ஒரு அலைவரிசை சேர்ந்திருப்பதை உணரத்தொடங்கினாள். தனது எல்லா எண்ணங் களையும் ஆசைகளையும் அச்சங்களையும் அவன் வார்த்தைகளாய் வெளிப்படுத்தினான். தன்னை இப்போதும் படர்க்கையில் வைத்து அவன் பேசியதால் சிலநேரம் அது சுவாரஸ்யமாகவும் இருந்தது: "ஆடமுக்குப் பசி, பசி, பசி! அம்மா குளியலறையிலிருந்து வருவதற்காகக் காத்திருந்து அவன் வெறுத்துவிட்டான். ஆடம் இப்போது சமையலறைக்குப் போகிறான், அவனே தனக்கான நொறுக்குத்தீனியைத் தயாரித்துக்கொள்வான். அவனது சாண்ட்விச்சில் எதை வைக்க? எதை அவன் தனது சாண்ட்–வாட்டில் வைக்க?"

உறங்கும் முன்பான வழக்கங்களை முடித்தபின் படுக்கையில் கிடந்தபடி தனது மனதிலிருப்பவற்றை உளறுவான். ஓராவும் இலனும் கதவுக்குப் பின்னிருந்து அரைமனதுடன் அதனை ஒட்டுக்கேட்பர். "ஆடம் தூங்க வேண்டும். அவனுக்கொரு கனவு வருமா? டெடி, இப்போது நாம் செய்யவேண்டியது இதுதான். நீ தூங்க வேண்டும், தூக்கத்தில் உனக்குக் கனவு வந்தால் 'ஆடம்' என்று கத்த வேண்டும். கனவெல்லாம் உண்மையில்லை டெடி, அவை மூளையில் வரையப்பட்ட சித்திரங்கள், அவ்வளவே."

"அது விசித்திரமாயிருந்தது," ஓரா இப்போது சொல்கிறாள், "அவனது நனவிலி மனம் முழுவதும் எங்களுக்கு வெளிப்பட்டுவிட்டதுபோல சற்றுச் சங்கடமாகவும் இருக்கும்." அவ்ரமை அவள் கடத்திவந்த இரவு லாகிரியின் உபயத்தில் அவன் உளறிக்கொட்டியது பற்றி அவனுக்கு நினைவுபடுத்த வேண்டாமென்று அவனிடமிருந்து பார்வையை விலக்கிக் கொள்கிறாள். அன்றிரவு அவளைப்பற்றி அவன் சொன்னதை இப்போது அவனிடம் சொல்லலாமா என நினைக்கிறாள்: "அவள் சுத்தப் பைத்தியம், புத்திகெட்டவள்போல நடந்துகொள்கிறாள்."

"நான்கு வயதிலேயே ஆடமுக்கு எல்லா எழுத்துக்களும் உயிரெழுத்துக் குறியீடுகளும் தெரிந்திருந்தன. நம்பமுடியாத சுலபத்துடன் அவற்றை

அவன் கற்றான், அவனுக்குத் தடைபோட வழியே இல்லை. அவன் படித்தான், எழுதினான். சோப்புக்கட்டியின் விரிசல்களில், ரொட்டியின் புறவோட்டில், சுவரிலடிக்கப்பட்டிருந்த வெள்ளையில் என அவன் எழுத்துக்களைப் பார்த்தான். தனது படுக்கை விரிப்பின் மடிப்புகளில், உள்ளங்கையின் ரேகைகளில் வார்த்தைகளைப் படித்தான்.

“நீ என்ன வகையான *pie* என்று எனக்குச் சொல்லு,” ஆடமைக் குளிப்பாட்டுகையில் கிச்சுக்கிச்சு மூட்டியபடியே இலன் கேட்டான். “நானொரு *pirate*,” என்றான் ஆடம் சிரித்தபடியே.

“வேறு என்ன?”

“ஒரு *pied piper*.”

“அப்புறம்?”

“ஒரு துக்கம் அனுஷ்டிக்கும் *magpie*.”

“திருடும்,” புன்னகையுடன் இலன் அவனைத் திருத்தினான். “வேறு என்ன?”

“ஒரு குவியல் *cowpie!*”

குளியலறையிலிருந்து சிரிப்பலையின் குமிழ்கள் நுரைத்து மிதந்துவந்து படுக்கையில் கிடக்கும் அவள் முன்பு வெடித்தன.

ஆனால் இப்போது, மெரான் மலையில் நடக்கையில் ஏன் அப்போதெல்லாம் தான் அவ்வளவு கோபமாக இருந்தோமென்று நினைத்துப்பார்க்க முயற்சிக்கிறாள். முதுகுவலியும் உடல் சோர்வுமாய், ஓஃபர் வயிற்றிலிருக்க, அவர்களிருவரின் சிரிப்பைக் கேட்டபடி கர்ப்பவதியாய் மீண்டும் படுக்கையில் படுத்திருக்கவேண்டி எதைக் கேட்டாலும் தரலாம். “ஒரு நிமிடம் உட்காருவோம். இது மலையில்லை; ஏணி.”

அவள் அப்படியே தரையில் சரிகிறாள். இந்தச் செங்குத்துச் சரிவை, ஏக்கங்களை வயதேறிய அவள் இதயம் தாங்காது. ஆடம் இப்போது அவளுடன் இருக்கிறான், கிட்டத்தட்ட நான்கு வயது, வயல்களில் ஓடியாடியபடி. அவனது குழந்தை அசைவுகள், துறுதுறுப்பான, நைந்த, சற்றே சந்தேகமுடையதுபோன்ற பார்வை. தன்னையே அவன் மகிழ்வாக வைத்துக்கொள்ள அனுமதிக்கையில், எதிலாவது பிரமாதப்படுத்துகையில், அவனை இலன் பாராட்டுகையில் அவனில் ஒளிரும் வெளிச்சம். “நான் ஆடமைப் பற்றிப் பேசுகிறேன், ஆனால் ஒருபோதும் ஓஃபர் என்பது ஓஃபர் மட்டுமில்லை. உங்களுக்குப் புரிகிறதா, புரியவில்லை? ஓஃபர் எப்போதும் ஆடமும், இலனும், நானும்கூட. அது அப்படித்தான். அதுதான் குடும்பம்.” அவள் களுக்கென்று சிரிக்கிறாள். “வேறு வழியே இல்லை, நீங்கள் எங்கள் எல்லாரையும் பற்றித் தெரிந்துகொண்டுதானாக வேண்டும்.”

புகைப்படங்கள் மேலும் புகைப்படங்கள்: புழங்கும் அறையின் தரைவிரிப்பின்மீது – ஒரு பழங்குடி இந்தியர் முகாம் – ஒரு உறங்கும் பைக்குள் ஆடமும் குழந்தை ஓஃபரும் அம்மணமாக, ஒருவரையொருவர் தழுவியபடி உறங்குகின்றனர், வியர்வையில் நனைந்த தலைமுடி அவர்கள்

நெற்றியுடன் ஒட்டியுள்ளது, கொப்பூழ் துருத்தித் தெரியும் ஓஃபரின் வயிற்றை ஆடமின் வலது கை அணைத்திருக்கிறது. ஆடமுக்கு ஐந்தரை, ஓஃபருக்கு இரண்டு வயது, காலி அட்டைப் பெட்டியில் வீடு செய்து அதில் அவள் வெட்டிய சிறு ஜன்னல் வட்டங்கள் வழி அவர்கள் இருவரது முகங்களும் வெளியே பார்க்கின்றன. ஓஃபரும் ஆடமும், ஒரு வயது மற்றும் நான்கரை வயது, அதிகாலையில் ஆடமின் படுக்கையில் அம்மணமாக உறங்குகிறார்கள்; உறக்கத்தில் ஓஃபர் மலங்கழித்து ஆடமின் மேலெங்கும், அக்கறையுடன், சந்தேகமற்ற தாராள அன்புடன் பூசிவிடுகிறான். பிறந்தநாள் கேக்கின் மீதிருக்கும் மூன்று மெழுகுவர்த்திகளை ஊதியணைக்கக் கன்னங்களை உப்பி நிற்கும் ஓஃபர், ஒரே மூச்சில் அவற்றை அணைத்துவிட பின்னாலிருந்து ஓடிவரும் ஆடம். தனது பிரியத்துக்குரிய பஞ்சடைத்த யானை பொம்மையை ஆடம் பறித்துக் கொள்ள தனது குச்சிக் கால்களால் அடிவைத்து நகர்ந்தபடி கத்தும் ஓஃபர்: "ஓஃபர் யாய்யானை! ஓஃபர் யாய்யானை!" அவன் உறுதியுடன் நிற்க பீதியுற்ற ஆடம் பொம்மையைத் திரும்ப அவனிடம் தருகிறான், ஓரா சமையலறையிலிருந்து பார்த்துக்கொண்டிருக்க, அவன் ஓஃபரை புதிதாய் ஏற்பட்டிருக்கும் சிறிதளவு மரியாதையுடன் பார்க்கிறான்.

பெரிய அளவிலான குடும்ப உல்லாசப் பயணம். இப்போது இங்கே இந்த மலையில் அது நடப்பதுபோல அவ்வளவு துல்லியமாக அந்தக் காட்சி அவள் நினைவிலிருக்கிறது. ஓஃபர் நடுவில் நிற்க அவனைச் சுற்றிப் பெரியவர்களும் சிறுவர்களும். வெளுப்பான, மெல்லிய குட்டிக் குழந்தை, பெரிய இளநீலச் சிரிக்கும் கண்கள், அடர்ந்த பொன்னிறத் தலைமுடி. உலகிலேயே மிகவும் சிரிப்புக்குரிய நகைச்சுவையை அவன் சொல்லவிருக்கிறான். பார்வையாளர்களிடம் உறுதிபடச் சொல்கிறான், அது அவன் அம்மா ஏற்கனவே பலமுறை கேட்டு ஒவ்வொரு முறையும் விழுந்துவிழுந்து சிரித்த நகைச்சுவை. பிறகு அவன் புரியாத பேச்சில் உனக்கென்னஅக்கறை, உனக்கென்னஆயிற்று என்ற இரண்டு நண்பர்களைப் பற்றிய கதையைச்சொல்கிறான். எல்லாவற்றையும் தப்புத் தப்பாக, இடையில் சம்பவங்களை மறந்து, மறுபடி நினைவுபடுத்தி, கண்களைச் சுற்றிலும் சிரிப்புத் தெறிக்கச் சொல்கிறான். பார்வையாளரிடையே சந்தோஷச் சலசலப்பு. முடிக்காமல் மறுபடிமறுபடி கதையைத் தொடர்வதன் மூலம் தன் பார்வையாளர்களுக்குச் சொல்கிறான்: "கதையின் முடிவு சீக்கிரமே வந்துவிடும், அது நீங்கள் சிரிக்கும்போது!"

இது நடந்துகொண்டிருக்கும் நேரம் முழுக்க ஆடம் – எட்டு வயது? அல்லது ஏழு? – ஒல்லியாக, ரகசியமும் சந்தேகமும் நிறைந்தவன்போல, தனக்கு மட்டுமே தெரிந்த மறைவான சங்கேதக் குறியீட்டைப் பின்தொடர்பவன்போல ஒவ்வொருவர் பின்னாலும் மறைந்து மறைந்து செல்கிறான். ஒரு இடத்திலும் அவன் நிற்பதில்லை, யாரையும் அணைக்கவோ, தழுவவோ அனுமதிப்பதில்லை, அனைவரும் ஓஃபரில் கவனம் கொண்டிருப்பதைப் பார்த்தவனாய் நகர்கிறான். அவர்களை அவன் சூறையாடுகிறான், சிறு கொன்றுண்ணியவன், வேட்டையாடுகிறான்.

ஓரா சொல்வதைக் கேட்டுக்கொண்டிருக்கிறான் அவ்ரம், புதர்க் காட்டில் ஒரு டிட்மவுஸ் பறவை ஒலியெழுப்புகிறது. மலைக்குப்

பக்கத்தில், சமீபத்தில்தான் தீவைக்கப்பட்டிருந்ததுபோன்ற ஒரு பகுதியில் கடுகுச்செடிகள் கட்டற்று, மகிழ்வான ஒரு தாவரக் கூட்டமாக பூக்கத் தொடங்கியிருந்தன. ஓரா சிரிக்கிறாள். இந்தப் பூக்கள் நடந்ததை மறந்து தம் வேலையைத் தொடர்கின்றன, கருகிய நிலம் இப்போது கடுகுச் செடிகளாலும் வண்டுகளாலும் நிறைந்திருக்கிறது.

“கிட்டத்தட்ட மூன்று வயதாகும்வரை ஓஃபர் பேச்சின்றியே இருந்தான். சுத்தமாகப் பேச்சின்றி அல்ல, பேசுவதற்கு அவன் அதிகம் முயற்சிக்கவில்லை.”

தயங்கியபடி கேட்கிறான் அவ்ரம், “அது . . . அது அவனுக்கு மூன்று வயதிலா?”

“அது ரொம்பத் தாமதம்.”

இந்தப் புதுத் தகவலை அசைபோட்டபடி புருவங்களை நெறிக்கிறான் அவ்ரம்.

“அதாவது அவனிடம் அடிப்படையான சில வார்த்தைகள் இருந்தன, சில மிகச்சிறிய சொற்றொடர்களும், நிறைய ஒலித் துணுக்குகளும்கூட. இங்கொரு அசை, அங்கொரு அசை. இவை தவிர்த்து அவன் பேசக் கற்றுக் கொள்ள மறுத்தான். ஆனால் அவனது புன்னகைகள், முகக்கவர்ச்சி, நீங்கள் கொடுத்த அந்தக் கண்கள் – கட்டுப்படுத்த முடியாமல் சொல்லிவிடுகிறாள் – இவற்றால் நன்றாகப் பேசுவான்.

ஓராவே ஆச்சரியப்படும்படி, ஒருவன் ஒரு வார்த்தைகூட ஒழுங்காகப் பேசாமல் முழு வாழ்வையுமே வாழ்ந்து கழித்துவிடலாம் என இலனுக்குப் புரியவைத்தான் ஓஃபர். “இது இலன்தான், உங்களுக்குப் புரிகிறதா?” புருவமுயர்த்திச் சொல்கிறாள் ஓரா. “வாய் திறந்து பேசாதவரை எந்தக் குழந்தையையும் – என் குழந்தையே என்றாலும் – என்னால் நேசிக்க முடியாது என்று ஆடம் பிறக்கும் முன்பே என்னிடம் சொன்ன அதே இலன். பிறகு ஓஃபர் வருகிறான், இப்படியே ஒரு துறவியைப்போல அவன் மூன்று வருடங்கள் இருந்தான், இறுதியில் அது என்னவாயிற்று பாருங்கள்.”

இலனும் ஓஃபரும் தோட்டத்தில் பாத்திகளமைத்துக் காய்கறிகளும் பூக்களும் பயிரிட்டனர். விந்தையானதொரு எறும்புப் பண்ணையை அமைத்து மிகக் கவனமாகப் பராமரித்தனர், பல பிரிவுகளையடக்கிய லெகோ கோட்டைகளை அமைத்தனர், செயற்கைக் களிமண்ணும் ப்ளே–டோவும் கொண்டு பொருட்களை உருவாக்கினர், ஓஃபர் சேகரித்து வைத்திருந்த ஏராளம் அழிப்பான்களை வைத்து விளையாடினர், சேர்ந்து கேக்குகள் தயாரித்தனர். “இலன்,” அவள் சிரிக்கிறாள். “கொஞ்சம் நினைத்துப் பாருங்கள்! பிறகு ஓஃபர், உங்களுக்குத் தெரிந்ததுதான், பொருட்களைப் பிரித்துப் போடுவதில் அவ்வளவு ஆர்வமுடையவன். எந்தவொரு பொருளையும் எடுத்ததுமே பிரித்துப்போட்டு மறுபடி ஒன்று சேர்ப்பான். பிறகு மறுபடியும்மறுபடியும், ஓராயிரம் தடவைகள். தோட்டத்திலிருந்த தானியங்கி நீர்த்தெளிப்பான், பழைய நாடா ஒலிப்பதிவுப் பெட்டி, வானொலிப்பெட்டி, மின்விசிறி, அப்புறம் கைக்கடிகாரங்கள். இலன்

ஓஃபருக்கு அடிப்படை தொழில்நுட்பத் திறன்களைக் கற்றுக்கொடுத்தார், பிறகு மரத்தச்சுவேலை, மின்பொறியியல் இவற்றையும். இவையெல்லாம் கிட்டத்தட்ட வார்த்தைகளின்றியே நடந்தன. அவர்களிருவரிடமிருந்தும் வரும் கனைப்புகள், கீச்சொலிகளை நீங்கள் கேட்டிருக்க வேண்டுமே. இலனை நீங்கள் பார்த்திருக்க வேண்டும். தன்னிலிருந்தே அவர் விடுப்பு எடுத்துகொண்டது போலிருந்தது."

அவ்ரம் புன்னகைக்கிறான். இதுவரை அந்த முகத்துக்குப் பழக்கப் பட்டிராத சந்தோஷம் ஒரு கணம் அதனைக் கோணலாக்குகிறது. இதை யெல்லாம் கேட்க அவன் ஆர்வமாக இருப்பதை ஓரா கண்டுணருகிறாள், அவ்ரமைப் பற்றிய அவளது அறிதல் என்னவென அவள் மனம் சொல்கிறது: ஒருபோதும் அவன் ஓஃபருடன் தன்னை இணைத்துக்கொள்ளத் துணியமாட்டான், ஆனால் நிச்சயம் தன்னை ஓஃபர் என்னும் கதையுடன் இணைத்துக்கொள்வான்.

கவலைகளற்ற, உற்சாகமும் சிரிப்புமான ஒரு இலன் ஓஃபரின் வாழ்வில் வந்தான். அது அவள் மிக நேசித்த இலன். அவனோடு தரையில் உருண்டு மல்யுத்தம் செய்தான், புழங்கும் அறையிலும் முற்றத்திலும் கால்பந்து ஆடினான், ஓடிப்பிடித்து விளையாடினான், ஓஃபரைத் தோளில் வைத்துக்கொண்டு கத்திக் கூச்சலிட்டபடி வீட்டைச்சுற்றி ஓடினான், தன் பாதங்கள் மேல் ஓஃபரை நிற்கவைத்து நடைவழியில் நடந்தான், அவனோடு சேர்ந்து சிறுபிள்ளைத்தனமான பாடல்களைப் பாடினான்.

கண்ணாடி முன் நின்று இருவரும் கோமாளித்தனமாக பயங்கரமாக எனப் பலவித முகசேஷ்டைகள் செய்தனர். மூக்கும் மூக்கும் தொட ஓஃபரின் முகத்தோடு முகத்தை வைப்பான் இலன், யார் முதலில் சிரிக்கிறாரோ அவர் தோற்றவர். சட்டென்று சமையலறைக்குள் சென்று மறைவான், முகத்தில் மாவும் கெட்ச்சப்புமாக வெளியே வருவான். தண்ணீரைக்கொண்டு சண்டை, தண்ணீரை விசிறியடித்துக்கொள்ளுதல் என குளியல்தொட்டியில் முரட்டு விளையாட்டு விளையாடுவார்கள். "அவர்கள் விளையாடி முடித்து வெளியே வந்ததும் குளியலறையைப் பார்க்கவேண்டுமே. நீர் பயங்கரவாதியால் தாக்குதலுக்குள்ளான இடம்போல இருக்கும்."

"ஆடம்?"

"ஆடமா? ஆமாம்" – மறுபடியும்மறுபடியும் அவன் ஆடமில் வந்து நிற்பதைப் புரிந்துகொள்கிறாள் – "ஆமாம், ஆடமையும் இந்த விளையாட்டுக்களில் சேர்த்துக்கொள்வார்கள், அவன் இவற்றில் சேருவதில்லை என்றெல்லாம் இல்லை." நெஞ்சின்மீது கைகளை இறுகக் கட்டிக்கொள்கிறாள். "அது மிகவும் சிக்கல்கள் நிறைந்தது . . ."

ஏனென்றால் ஆடம் அவர்களோடு இருக்கும்போது ஓஃபரும் இலனும் சற்று அடக்கி வாசிக்கிறார்கள் என்றும், ஆடமின் பெருவெள்ளம் போன்ற விடாத பேச்சைத் தாங்கிக்கொள்வதற்காகத் தங்களின் கலாட்டாவையும் குதூகலத்தையும் குறைத்துக்கொள்கிறார்கள் என்றும் அவளுக்குத் தோன்றும்.

ஆடமின் பேச்சு அடிக்கடி – ஒன்றுமில்லாத விஷயங்களுக்காக அல்லது அவனே கற்பனை செய்துகொள்ளும் அவமானத்தின் நிமித்தம் – பயங்கர மான ரௌடித்தனத்தில் போய் முடிந்துவிடும்; இருவரையுமே குறிவைத்து சூறாவளியாகக் குத்துகளும்மிதிகளும் வந்துவிழும். சிலநேரம் கீழே விழுந்து கை கால்களால், ஏன் தலையால்கூட தரையைத் தாக்கி – அந்த முட்டல்களை பீதியுடன் நினைத்துக்கொள்கிறாள் ஓரா – இடக்கு செய்வான், இலனும் ஓம்பரும் அவனை அமைதிப்படுத்தவும், பாராட்டிப் பேசிக் குஷிப்படுத்தவும் தங்களால் இயன்ற அளவு கடினமாக முயல்வர். "இரண்டே வயதான ஓம்பர் ஆடமை அணைத்தபடி அவனருகே உட்கார்ந்து அவனை நோக்கிக் குனிந்து வார்த்தைகளற்ற முணுமுணுப்புகளால் அவனைத் தேற்றுவது மனதைக் கரைப்பதாக இருக்கும்.

"அது மிகக் கடினமான காலகட்டம், நடப்பது என்னவென்று ஆடமுக்குத் தெரியாது, எவ்வளவுக்கு அவர்களை அவன் நெருங்க முயன்றானோ அவ்வளவுக்கு அவர்கள் தங்களைப் பின்னோக்கி இழுத்துக்கொள்வது போலிருந்தது. அப்போது அவன் இன்னும் பதற்ற மடைந்தான், குரலை உயர்த்தினான், அவனால் வேறென்ன முடியும்? தான் வெளிப்படுத்த விரும்பிய யாவற்றையும் வெளிப்படுத்த அவனிடம் ஒரேயொரு கருவிதான் இருந்தது, அது இலன் அவனுக்குச் சொல்லித் தந்திருந்தது." கோபத்தில் தலையை குலுக்கிக்கொள்கிறாள். ஏன் அவள் அதிகம் அதில் தலையிடவில்லை? அப்போது அவள் மிகவும் பலவீனமாக, முதிர்ச்சி குறைந்தவளாக இருந்தாள். "பார்க்கப்போனால் இலனிடம் அவன் கெஞ்சிக்கொண்டிருந்தான், தன்னிடம் அவர் திரும்பிவர, அவர்களிடையே யான பிணைப்பை உறுதிசெய்ய. இலனை நினைத்துப் பார்க்கிறேன், ஓம்பரை அவர் அவன் போக்கில் விட்டதை, அவனில் அனைத்தையும் நேசித்ததை. அவனிருந்த நிலையில் எந்த மனத்தடையுமின்றி அப்படியே முழுமுற்றாக நேசிக்க வேண்டி மற்றவரை எடைபோட்டு தரப்படுத்திவிடும் தனது குணக்கேட்டைக்கூட விட்டொழித்தார்."

ஒருபக்கம் இப்படியிருந்த அவர் – உரத்துச் சொல்ல முடியாதென்ற போதும் அது அவளுக்குத் தெரியும் – ஆடமிருந்து முகம் திருப்பிக் கொண்டார். இதை வேறு வழியில் விளக்க முடியாது. என்ன நடந்தது என்பதை அவ்ரமும் புரிந்துகொள்கிறான் என அவள் அறிவாள். அவனால் குறையொலிகளையும் மௌனங்களையும் செவியுற முடியும்.

இலன் அதை வேண்டுமென்றே செய்யவில்லை. அவளுக்குத் தெரியும். ஒருபோதும் இது நிகழவேண்டுமென்று அவன் நினைத்ததில்லை. ஆடமை அவன் மிகவும் நேசித்தான். ஆனால் நடந்தது அதுதான். அவன் செய்தது அதைத்தான். ஓரா அதை உணர்ந்தாள், ஆடம் உணர்ந்தான், குட்டி ஓம்பரும்கூடக் கொஞ்சம் உணர்ந்திருப்பான். இலனின் இந்தச் செயலுக்கு, வஞ்சகமான நுட்பமான பயங்கரமான இந்த எதிர்நிலை மாற்றத்துக்குப் பெயரில்லை. ஆனால் அந்தக் காலகட்டத்தில், இதனால் அவர்கள் வீட்டில் மிக ஆழ்ந்த, மிகத் திருகலானவொரு நம்பிக்கைத் துரோகத்தினால் காற்று அடர்ந்திருந்தது. இப்போதும்கூட, இருபது ஆண்டுகள் கழித்து இதனை

அவ்ரமிடம் அவள் சொல்லும்போதும்கூட, அதை வெளிப்படையான ஒரு பெயரிட்டு அவளால் அழைக்க முடியவில்லை.

OOO

ஆடமுக்கு ஐந்து வயதிருக்கும், ஒருநாள் காலை அவனுக்கு முட்டையும் வாட்டிய ரொட்டியும் ஊட்டிக்கொண்டிருந்தான் இலன், ஒரு கடிக்கும் இன்னொரு கடிக்கும் இடையே ஆடம் சப்புக்கொட்டிக்கொண்டு, *"toast is what I like most"* என்றான்.

ஓஃபர் பிறக்கும்வரை சிறிதுகாலம் இது அவர்களது விருப்பத்துக்குரிய விளையாட்டாக இருந்தது. ஆடம் சொன்னதற்கு, *"better than pot roast"* என்று பதில் போட்டான் இலன்.

ஆடம் பல்லிளித்துச் சிரித்தான், ஒரு நிமிடம் யோசித்துவிட்டு, *"scarier than a ghost!"* என்றான்.

இருவரும் சிரித்தனர். இலன் சொன்னான், "இந்த விளையாட்டை நன்றாக விளையாடுகிறாய், ஆனால் இப்போது உடைமாற்றிக்கொள்ள வேண்டும், நாம் தாமதமாகப் போகக்கூடாது."

"விரைந்து போனால் வாடாது."

இலன் அவனுக்குச் சட்டையை அணிவிக்கும்போது ஆடம் சொன்னான், "சட்டையின் கைக்குள், சத்தமின்றி பைக்குள்."

இலன் புன்னகைத்தான். "இதில் நீ ஆகச்சிறந்தவன், ஆடமான்."

இலன் அவனது சப்பாத்துக்களைக் கட்டியபோது ஆடம் சொன்னான், "பாதங்களில் சப்பாத்துக்களை நுழை, சரிதானே அதிலென்ன பிழை."

"எதுகைமோனை உன்னில் நிறைந்திருக்கிறது."

"இலையடியில் வாழை மறைந்திருக்கிறது."

மழலையர் பள்ளிக்குப் போகும் வழியில் ஸுர் ஹடஸ்ஸா விளையாட்டு மைதானத்தைக் கடந்து சென்றனர். அங்கு சறுக்கு மரத்தில் ஒரு மணப்பெண்ணையும், ஊஞ்சலில் ஒரு அரசரையும் ஆடம் பார்த்தான். வேறு சிந்தனைகளில் மூழ்கியிருந்த இலன் ஆடம் ஒரு கவிஞனாகி வருவதுபற்றி ஏதோ சொன்னான், அதற்கு ஆடம் சொன்னான், "உங்களுக்கு அது தெரிந்திருக்கிறது."

அன்று அவனை வீட்டுக்கு அழைத்துப்போக ஒரா வந்தபோது அன்றைய நாள் ஆடமுக்கு சிறப்பானதொரு நாளாக இருந்தது எனச் சிரித்தபடியே ஆசிரியை சொன்னார்: அவளிடமும் வகுப்பில் மற்றவர்களிடமும் அவன் எதுகைமோனையுடன் பேசிக்கொண்டிருந்ததாகவும், இது இன்னும் சில பிள்ளைகளுக்கும் தொற்றிக்கொண்டதாகவும் சொன்னாள், ஆனால் ஆடமைப்போல யாராலும் எதுகைமோனையுடன் பேச முடியவில்லை என்றாள். "இன்று பள்ளி முழுக்க எதுகைமோனை பேச்சுத்தான்! இன்று பள்ளிக்கூடம் முழுக்கக் குட்டிக் கவிஞர்களாய் நிறைந்திருந்தனர், இல்லையா பிள்ளைகளே?"

ஆடம் தனது மெல்லிய புருவங்களை நெறித்து சற்றே கோபமான குரலில் சொன்னான், "சிறுவர் சிறுமியர் மொத்தம், கொஞ்சம் போடுங்களேன் சத்தம், விளையாட்டல்லவா நம் சித்தம்."

ஓராவுடன் மோட்டார்சைக்கிளில் வந்தபோது இதுவரையில்லாத இறுக்கத்துடன் அவள் இடையைப் பற்றிக்கொண்டவன் அவளது எல்லாக் கேள்விகளுக்கும் எதுகைமோனையுடன் பதில் தந்தான். உண்மையைச் சொல்வதென்றால் ஆடம் மற்றும் இலனின் இதுபோன்ற விளையாட்டுகளைப் பொறுத்தமட்டில் அவளது பொறுமைக்கு ஒரு எல்லையிருந்தது. எனவே அவனிடம் இதைக் கொஞ்சம் நிறுத்து என்றாள். அவன் சொன்னான்: "ஏனிப்படி பேசுகிறீர்கள் மறுத்து." அவளது பேச்சைத் தூண்டவே இப்படியவன் செய்கிறான் என்பதை உணர்ந்தவள் பேசாமலே வந்தாள்.

அவன் வீட்டுக்கு வந்தும் அதை விடவில்லை. சொன்ன பேச்சுக் கேட்காதவரை அவனோடு தான் பேசப்போவதில்லையென அச்சுறுத்தினாள், அவன் கத்தினான், "என்னப் பேச்சு, வண்ணப் பேச்சு, சின்னப் பேச்சு!" அவன் அமர்ந்து தொலைக்காட்சியில் ப்ரெட்டி பட்டர்ஃப்ளை பார்க்க ஆரம்பித்தான். ஓரா அவனைக் கவனித்தபோது குனிந்து கைமுஷ்டிகளை மடியில் வைத்திருந்தான், நிகழ்ச்சியில் கதாபாத்திரங்கள் பேசும் ஒவ்வொரு வாக்கியத்துக்குப் பிறகும் அவனது உதடுகள் அசைந்தன. அவற்றுக்கு அவன் எதுகைமோனையில் பதிலளிக்கிறான் என்பது தெரிந்தது.

அவனைக் காரில் வெளியே அழைத்துச்சென்றாள், வெளியே இருந்தால் புத்துணர்வு கிடைக்கும் இந்த விசித்திர எதுகைமோனை நிர்ப்பந்தத்திலிருந்து அவன் விடுபடுவான் என நினைத்தாள். அருகிலிருந்த மெவோ பெய்ட்டருக்குச் சென்றனர், வழியில் பணியாளர்கள் வீடொன்றின் கூரையைச் சரிசெய்வதை அவனுக்குக் காட்டினாள், அவன் சொன்னான், "வீடு, காடு, கூரை, தேரை." வயதான நாயொன்று சாலையைக் கடப்பதற்காகக் காரைச் சற்று நிறுத்தினாள், பின்னிருக்கையில் கனத்த மௌனம் நிலவுவதை உணர்ந்தாள். கண்ணாடிவழி பார்க்கையில் அவன் உதடுகள் வேகமாக அசைவதையும், "நாய்" என்பதற்கு மோனைச் சொல் கண்டுபிடிக்க முடியாததில் அவன் கண்கள் குளமாகி நிற்பதையும் பார்த்தாள். மெல்ல அவள் "காய்," என்றுவிட்டு நிம்மதிப் பெருமூச்சு விட்டாள். "அப்புறம் பாய்," உடன் அவன் சொன்னான்.

"இப்போது சொல், இன்று பள்ளிக்கூடத்தில் எப்படிப் போனது?" மாஅயனாட் ஆற்றுக்குப் போகும் வழியில் இருவருக்கும் விருப்பமான ஒரு மறைவிடத்தில் அமர்ந்தபோது அவள் கேட்டாள். "ஆனது, ஏனது," கட்டுப்படுத்த முடியாமல் அவன் சொன்னான். அவனது உதடுகள்மீது தன் விரலை வைத்துச் சொன்னாள், "எதுவும் பேசாதே, நான் சொல்வதை நீ கேட்டால் மட்டும் போதும்." அச்சத்துடன் அவளைப் பார்த்தவன் முணுமுணுத்தான், "காதும், கோதும்." அவன் கண்களில் தோன்றிய சோகத்தை, ஏமாற்றத்தைக் கண்டு அவள் கவலையடைந்தாள். சின்னதொரு ஓசையும் ஏற்படுத்தாது அமைதியாக இருக்கும்படி அவளைப் பார்த்து, உலகினர் அனைவரையும் பார்த்து அவன் கெஞ்சுவது போலிருந்தது.

அவனைக் கைகளில் அள்ளித் தன்னோடு அணைத்துக்கொண்டாள், தன் தலையை அவன் அவளது கழுத்தில் புதைத்துக்கொண்டான், அவன் உடல் இறுகி விறைப்பாக இருந்தது. அவனை அமைதிப்படுத்த முயன்றாள், ஆனால் அவள் தன்னை மறந்து ஒரேயொரு வார்த்தை சொல்லும் ஒவ்வொருமுறையும், அவன் எதுகைமோனைச் சொல்லொன்றில் பதிலளிக்கத் தள்ளப்பட்டான். அவனைத் திரும்ப வீட்டுக்கு அழைத்து வந்தாள், உணவூட்டினாள், குளிப்பாட்டினாள். முற்றாக அவள் அமைதியைக் கடைபிடித்தபோதும் குளியல்தொட்டி நீரின் ஒலிகளுக்கு, தூரத்தே அறைந்து சாத்தப்படும் கதவின் ஓசைக்கு, பக்கத்து வீட்டு ரேடியோவில் மணிக்கொரு தரம் செய்திகளுக்கு முன் கேட்கும் பீப் ஒலிக்கு என அவன் எதுகைமோனைச் சொற்களைக் கண்டுபிடித்தான்.

மறுநாள் காலை அவள் அவனை எழுப்பியபோது—உண்மையில் இலனிடம்தான் அவனை எழுப்பச் சொன்னாள், ஆனால் நீ போ என்று அவன் சொன்னான் – பொய்யான உற்சாகத்துடன் உள்ளே சென்றவள், “காலை வணக்கம், செல்லங்களே,” என்றாள் ஆரவாரமாக, தலையணைக்குள் முகம் புதைந்த நிலையிலே, “வெல்லங்களே, பள்ளங்களே,” என முணுமுணுத்தான் ஆடம். உறக்கச்சடவிலிருந்து சட்டென்று அவன் கண்கள் கூர்மையடைந்தன, பீதியில் முகம் இருண்டது.

“என்னவாயிற்று எனக்கு?” எழுந்து அமர்ந்து விலகலானதொரு குரலில் அவளைப் பார்த்துக் கேட்டான், அவள் பதில் சொல்லும் முன்பே, “கன்னமாயிற்று எனக்கு, பின்னமாயிற்று எனக்கு,” என்றான். தன்னையவள் அணைத்துக்கொள்வதற்காக அவளை நோக்கிக் கைகளை நீட்டினான். “எனக்குப் பேசவே பிடிக்கவில்லை,” அவன் கத்தினான். “அடிக்கவில்லை, முடிக்கவில்லை.”

முகத்தில் சவரச் சோப்பு நுரையுடன் இலன் வாயிற்படியில் நின்றான், அவனை நோக்கிப் பலவீனமாகத் தனது கைகளைக்காட்டி ஆடம் சொன்னான், “சவரம், விவரம்.”

“*ஜெ னெ செய்ஸ் க்வோய் ஃபெய்ர்* (எனக்கு என்ன செய்வதென்றே தெரியவில்லை),” ஃபிரெஞ்சில் அவள் இலனிடம் குசுகுசுத்தாள்.

“பென்ச், ரென்ச்,” என முணுமுணுத்தான் ஆடம், ஒரு கணம் ஓரா ஆசுவாசமானாள், ஆனால் அவன் “ஃபிரெஞ்ச்”சுக்கு எதுகையாகச் சொல்கிறான் என்பதை அறிந்தபோது உடனே மனம் தளர்ந்தாள்.

“என்ன பிரச்சனை, செல்லம்?” தீவிரம் தோன்றக் கேட்டான் இலன்.

“வெல்லம், கள்ளம்,” என்றுவிட்டு பெருமூச்சுவிட்ட ஆடம் ஓராவின் கழுத்தில் முகம் புதைத்துக்கொண்டான்.

“இதுவொரு மூன்று மாதங்களுக்கு நீடித்தது,” ஓரா அவ்ரமிடம் சொல்கிறாள். அவனிடம் யார் எதைப் பேசினாலும் சொல்லப்பட்ட ஒவ்வொரு வாக்கியத்துக்கும் வார்த்தைக்கும் அவன் கேட்ட ஒவ்வொரு ஓசைக்கும். ஒரு மோனையொலி இயந்திரம். இயந்திர மனிதன்.”

“நீங்கள் என்ன செய்தீர்கள்?”

“என்ன செய்ய முடியும்? அதுபற்றிப் பேசாமல் இருக்க முயற்சித்தோம். அவனுக்குப் பதற்றம் உண்டாக்காமல் இருக்க முயற்சித்தோம். அதைக் கண்டுகொள்ளாமல் விட்டோம்.”

“அந்தப் படம் நினைவிருக்கிறதா,” அவ்ரம் கேட்கிறான், “ஒருமுறை ஜெரூசலேம் சினிமாவில் அதைப் பார்த்தோம், நாம் மூவரும்.”

“ஆமாம், *டேவிட் அன்ட் லிசா*. ‘என்னைப் பார்க்கையில் எதைப் பார்க்கிறாய்?’”

“முத்துப் போலிருக்கும் ஒரு பெண்ணைப் பார்க்கிறேன்,” அவ்ரம் சொல்கிறான்.

ஆச்சரியத்துடன் அவள் மறுபடியும் அதைச் சொல்கிறாள், “மூன்று மாதங்களுக்கு வீட்டின் ஒவ்வொரு சத்தத்துக்கும் ஒரு மோனைச் சொல் இருந்தது.”

தனக்குள் விழித்துக்கொள்ளும் ஒன்றின்மீதான ஒரு துயர முனகலை தனது அனைத்து வலுவுடனும் கீழ்நோக்கி அழுத்துகிறாள்—அது இலனிடம் திரும்பிச்சென்று ஆடம் அப்போது என்ன நிலையிலிருந்தான் என்பதை அறிந்துகொள்ள வேண்டுமென்ற ஆவல், தூண்டுதல், பெருவிருப்பு. மீண்டும் தங்களிடையேயான இன்னொரு சமையலறை உரையாடலின்போது, அல்லது இருட்டில் புழங்கும் அறையின் சோஃபாவில் கையோடு கை கோர்த்தபடி ஒலியடக்கப்பட்டத் தொலைக்காட்சிப் பெட்டிமுன் அமர்ந்த படி, அல்லது கிராமத்துப் பாதைகளில் அவர்களது மாலைநடைகளில் ஒன்றின்போது அதுபற்றிப் பொறுமையாக அலச வேண்டும்.

இலன் என்ற ஒருவன் இல்லை, கண்டிப்புடன் அவள் தனக்கு நினைவூட்டிக்கொள்கிறாள்.

ஆனால் தினமும் காலை கண்விழித்ததும் தனக்குப் பக்கத்தில் கையால் துழாவிப் பார்க்கையில் நிகழ்வதுபோல ஒரு கணம் அது தனது மொத்தத் துவக்க ஆற்றலுடன் அவளைத் தாக்குகிறது: அவளுக்குத் துணை யாருமில்லை. அவளுக்கொரு எதுகைமோனையில்லை.

“ஒவ்வொரு நாளும் காலைமுதல் இரவுவரை, ஏன் இரவிலும்கூட அது இப்படியே போய்க்கொண்டிருந்தது. பிறகு அது எப்படியோ, எப்போது நின்றது என்று தெரியாமலே நின்றுபோனது. இப்படித்தான் எல்லாம் நடக்கிறது.” சிரிக்க அவள் சிரமப்படுகிறாள். “ஒரு பைத்தியக்காரத்தனமான எண்ணம் அவர்களைப் பிடித்து ஆட்டுவிக்கிறது என்பது உங்களுக்கு உறுதிப்படுகிறது.” ஆடம் எப்போதுமே எதுகைமோனையில்தான் பேசுவான், அராபியர்கள் வந்தார்களென்றால் தாக்குவதற்காக எப்போதும் ஒரு திருகுக் குறடுடன்தான் ஓஃபர் உறங்குவான் அல்லது தனக்கு எழுபது வயதாகும்வரை அந்தக் கௌபாய் உடையைத்தான் அவன் அணிவான், பல மாதங்களாகக் குடும்பத்தையே வருத்திக்கொண்டிருந்த ஒரு விஷயம் சில நாட்களாகக் காணவில்லையே என்று உங்களுக்குப் படுகிறது, ப்பூவென அது மாயாகிவிட்டிருக்கிறது.

“அராபியர்களைத் தாக்குவதற்கா?”

“அது இன்னொரு கதை,” சிரித்தபடி சொல்கிறாள். “உங்கள் பிள்ளைக்கு அதிகப்படியான கற்பனை.”

“ஓஃபருக்கா?”

“ஆமாம்.”

“ஆனால் ஏன்... ஏன் அராபியர்கள்? அவனுக்கு அதுபோல ஏதாவது சம்பவம்–”

“இல்லையில்லை.” மறுப்பாக அவள் கையை அசைக்கிறாள். “அது இலனின் புத்தியிலிருந்த விஷயம்.”

மவுன்ட் மெரான் கோடைப் பள்ளியைக் கடக்கிறார்கள், அவ்ரம் குழாயில் தண்ணீர்ப் போத்தல்களை நிறைக்க ஓடுகிறான். போத்தலில் நீர் நிரம்பிப் பொங்கி வழிகிறது, சற்றுமுன் அவர்கள் கடந்துவந்திருந்த தோப்பை நோக்கி அவன் மெல்லப் புன்னகைப்பதைப் பார்க்கிறாள். அவன் புன்னகையின் இழையைப் பின்பற்றிச் செல்கையில் அந்த கோல்டன் பெட்டைநாய் மூச்சிரைக்க மரங்களருகே நின்றுகொண்டிருப்பதைப் பார்க்கிறாள். தட்டில் நீர் நிரப்பி நாய்க்குச் சிறிது தொலைவில் வைக்கிறாள் ஓரா. “இது உன்னுடைய தட்டுதான்,” என்று அதற்கு நினைவுபடுத்தியபடி அதன் தாகம் தீரும்வரை தட்டில் நீரை நிரப்பிக்கொண்டேயிருக்கிறாள். அருகேயிருந்த தின்பண்டக்கடையில் – அதன் உரிமையாளர் ரேடியோவை நிறுத்த சம்மதித்த பின்னரே – நாய்க்கு இரண்டு ஹாட் டாக்குகளும் தங்களுக்கு உணவும் மிட்டாய்களும் வாங்கிக்கொண்டனர். பிறகு மீண்டும் மலையேறத் தொடங்கினர். அருகேயிருந்த ராணுவ முகாமில் தொழில்நுட்பப் பணியாளர்கள், ஓட்டுநர்கள், ஆன்ட்டெனா இயக்குநர்களுக்கான அழைப்பு ஒலிபெருக்கியில் தொடர்ந்து கேட்டபடியே இருந்தது. அடர்ந்த இந்த மனித இருப்பு அவர்களைப் பதற்றமடையச் செய்தது. தங்களது பாதையில் உடன் மலையேறும் ஜோடிகளை எதிர்கொள்வதையோ பேசுவதையோ அவர்கள் தவிர்க்கின்றனர் – பார்க்க அவர்கள் கிட்டத்தட்ட நம்மைப்போலவே இருக்கிறார்கள், கணநேரப் பொறாமையுடன் ஓரா நினைக்கிறாள்: ஏறத்தாழ நம்முடைய வயது, இயற்கைச் சூழலில் கழிக்க வென்று ஒருநாள் விடுப்பெடுத்து வந்திருக்கும் நட்பார்ந்த நடுத்தர வர்க்கத்தினர், பணியிலிருந்தும் குழந்தைகளிடமிருந்தும் சிறு தப்பித்தல்; என்னையும் அவ்ரமையும் பற்றி இதுபோன்றே அவர்களும் எண்ணுவர். அராபியர் குறித்த ஓஃபரின் அச்சத்தை அவள் சொன்னபோது அவன் கலவரமடைந்துவிட்டான். எந்தப் பொத்தானை நான் அழுத்திவிட்டேன்?

மெரான் மலையின் உச்சியில் காண்முனையில் நின்றிருக்கிறார்கள்: “ஓஃபிராவில் 5737 (1977) கீஸ்லெவ் 2இல் பிறந்து, 5758 (1998) கீஸ்லெவ் 7இல் லெபனானில் வீழ்ந்த லெஃப்டினென்ட் ஊரியல் பெரட்ஸின் ஆசீர்வதிக்கப்பட்ட நினைவின் நிமித்தம் குடும்பத்தார் மற்றும் நண்பர்களால் மீட்டுருவாக்கப்பட்டது. சாரணன், படைவீரன், தோராவுக்கும் தனது தேசத்துக்கும் தன்னை அர்ப்பணித்தவன்,” அவ்ரம் வாசிக்கிறான்–அவர்கள்

வடக்கே பார்க்கிறார்கள், ஊதா வண்ண மூடுபனி கவிந்த ஹர்மோனைப் பார்க்கிறார்கள், அதனைத் தொடர்ந்த ஹூலா பள்ளத்தாக்கையும் பசுமை மூடிய நாஃப்தலி மலைத்தொடரையும்.

எத்தனைக் கிலோமீட்டர்கள் வழிதவறிப் போயிருப்போம் என்பதைக் கணக்கிட முயன்றவர்களாய் பெருமைமிக்க தன்னடக்கத்துடன் மீண்டுமொருமுறை தங்களையே அவர்கள் பாராட்டிக்கொள்கிறார்கள். புதிய, இதுவரை காணாத ஒரு சக்தி அவர்களது உடம்பில் பரவுகிறது. அவர்களது கெண்டைக்கால்களில் கொத்தாய் வலுவேறிச் சேர்ந்துள்ளது, தங்கள் முதுகுப்பைகளைக் கழற்றுகையில் காற்றில் மிதப்பதுபோல உணர்கிறார்கள்.

"இங்கே நாம் உறங்கலாமா?"

"இங்கே குளிராக இருக்கும், இன்னும் சற்றுக் கீழே போகலாம். கீழே போகும் பாதையில் செல்லலாமா?"

"முதலில் நான் இந்த மலையுச்சியை ஒரு சுற்றுச் சுற்றிவர வேண்டும்" – அவ்ரம் உடலை நீட்டிமுறித்துக் கைகளை உதறிக்கொள்கிறான் – "அது பாதையில் வராவிட்டாலும்கூட."

"அப்படியானால் இருவருமே அதைச் செய்வோம்," சந்தோஷமாகச் சொல்கிறாள் ஓரா. "நாம் பாதையைப் பின்பற்றிப் போகவேண்டியதில்லை." மலையுச்சியை அவர்கள் ஒரே இடத்தில் சுற்றிச்சுற்றி வருகிறார்கள், முதல்முறையாக நாய் அவர்களுக்கு முன்னால் செல்கிறது. அவ்வப்போது நின்று அவர்களைப் பார்க்கிறது, காத்து நிற்கிறது, விரைவாக வாருங்கள் எனத் தனது பார்வையால் சொல்கிறது, மறுபடியும் ஓடுகிறது. காற்றில் பூக்களின், நெகிழ் மண்ணின் வாசம். படர்கொடிகள் மரங்களைப் பின்னிப் படர்ந்திருக்கின்றன, ஓக் மற்றும் ஹாதார்ன் மரங்களுக்கிடையே சட்டென்று தீப்பற்றியது போன்று தோன்றும் வண்ணமிகு ரெட்பட் தழல்கள். திறந்திருக்கும் பெரும் உள்ளங்கையின் விரல்கள்போல பெரிய ஆர்ப்யூடஸ் மரத்தின் வேர்களிலிருந்து மெல்லிய கிளைகள் நீண்டிருக்கின்றன, மேலே பட்டைகளின்றி அதன் உடல் தன் நிறத்திலும் வரியமைப்புகளிலும் மனித உடலின் நிர்வாணம் போல, ஒரு பெண்ணுடலின் நிர்வாணம் போல சங்கடப்படுத்துவதாக இருக்கிறது.

ஓரா சட்டென நிற்கிறாள். "உங்களிடம் ஒன்று சொல்ல வேண்டும். இவ்வளவு நேரமும் என்னையது அரித்துக்கொண்டே இருக்கிறது, ஆனால் என்னால் அதைச் சொல்ல முடியவில்லை. அதைக் கேட்க விரும்புகிறீர்களா?"

"ஓரா," அவளைத் திட்டுவதுபோலச் சொல்கிறான்.

"இங்கே பாருங்கள், அவனிடம், ஓஃபரிடம், போய்வருகிறேன் என்றபோது, அந்த ராணுவ ஒன்றுகூடுமிடத்தில் அங்கேயொரு தொலைக்காட்சிக் குழு இருந்தது. அவர்கள் எங்களைப் படம் பிடித்தார்கள்."

"சரி?"

"கிளம்பும் முன் அம்மாவிடம் அவன் என்ன சொல்ல விரும்புகிறான் என செய்தியாளர் கேட்டதற்கு, ஒருமாதிரிப் புன்னகைத்த ஓஃபர் என்னிடம் பலவித உணவுகளையும் தயாரித்து வையுங்கள் என்றான், அவை என்னவென்று சரியாக எனக்கு நினைவில்லை, கேமராக்கள் உள்ளிட்ட எல்லாவற்றின் முன்பும் பிறகு அவன் என் காதிலும் குசுகுசுத்தான்."

நடப்பதை நிறுத்தி அவ்ரம் காத்திருக்கிறான்.

"அவன் என்ன சொன்னானென்றால்" – அவள் ஆழ மூச்செடுத்துக் கொள்கிறாள், உதடுகளை இறுக்கிக்கொள்கிறாள், – "ஒருவேளை அவன், அவன் . . ."

"சரி?" அவ்ரம் முணுமுணுக்கிறான். அவளுக்குப் பலம் சேர்க்க நினைக்கிறான், ஆனால் ஏதோ அடிவிழவிருப்பதுபோல தன்னையறியாமலே அவனுடல் எதிர்வினை புரிகிறது.

"அவனுக்கு ஏதாவது நடந்துவிட்டால் – நான் சொல்வது கேட்கிறதா? – அவனுக்கு ஏதாவது நடந்துவிட்டால், நாம் இந்த நாட்டைவிட்டு வெளியேறிவிட வேண்டுமென்றான்."

"என்ன?"

"இந்த நாட்டைவிட்டு வெளியேறிவிடுவோம் என்று எனக்கு வாக்குறுதி தாருங்கள்."

"அப்படியா சொன்னான்."

"வார்த்தைக்கு வார்த்தை அப்படியே."

"நீ இப்போது சொன்னது அத்தனையும்?"

"அப்படித்தான் நினைக்கிறேன். அப்போது அதைக் கவனத்திலிருத்த எனக்கு அவகாசம்–"

"நீ அவனுக்கு வாக்குறுதி அளித்தாயா?"

"இல்லையென்றுதான் நினைக்கிறேன், எனக்கு நினைவில்லை, நான் அதிர்ந்து போயிருந்தேன்."

கூன்விழுந்தவர்களாய் உடல் குறுகி அவர்கள் தொடர்ந்து நடந்தனர். "நான் கொல்லப்பட்டால்," ஓஃபர் குசுகுசுத்தான், "நாட்டைவிட்டு வெளியேறிவிடுங்கள், உங்களுக்கென்று இங்கு எதுவுமில்லை."

"அதில் என்னை மனங்குலைய வைத்தது என்னவென்றால் இதை அவன் அந்தச் சூழலில் உண்டான உணர்ச்சி வேகத்தில் சொல்லவில்லை யென்பதுதான். இதை அவன் முன்னரே யோசித்திருந்தான். அதைத் திட்டமிட்டிருந்தான்."

தரையை அழுந்தத் தேய்த்தபடி நடக்கிறான் அவ்ரம்.

"கொஞ்சம் பொறு, மெதுவாகப் போ."

முகத்தையும் தலையையும் முரட்டுத்தனமாகத் துடைத்துக் கொள்கிறான். அவனில் திகிலுணர்வினால் உண்டான வியர்வை பொங்குகிறது. அந்த மூன்று வார்த்தைகள் அவள் வாயிலிருந்து வெளிப் பட்டன: *ஒருவேளை நான் கொல்லப்பட்டால்.* எப்படி அவளால் அதைச் சொல்ல முடிந்தது. எப்படி அது அவள் தொண்டைவழி வெளிவந்தது.

"ஆடம் ராணுவத்திலிருக்கையில் ஒருமுறை சொன்னான், எனக்கு ஏதாவது நிகழ்ந்தால் என் நினைவாக சப்மரைனுக்கு எதிரே ஒரு பெஞ்ச் அமையுங்கள்."

"சப்மரைன் என்றால்?"

"தி யெல்லோ சப்மரைன். அது தால்பியூட்டிலுள்ள ஒரு இசை மன்றம், சிலநேரம் அங்கு தனது குழுவினரோடு அவன் இசை நிகழ்த்துவான்."

அவ்வப்போது எதிர்ப்படும் ஏனைய மலையேறிகளைத் தவிர்த்தவர் களாய் மௌனமாக நடக்கிறார்கள். பாறையில் வெட்டி உருவாக்கப்பட்ட புராதன ஒயின் பிழிந்தெடுக்கும் செக்கு அருகே அமர்கிறார்கள். பிழியகப் பள்ளத்தில் தேங்கியிருக்கும் மழைநீரில் ஆதி சாலமாண்டர்கள் நீந்துகின்றன. காட்டுப்பன்றிகள் மென்று துப்பிய பச்சை நாணல்கள் குவியல்களாகக் கிடக்கின்றன. வலுவைத் திரட்டியவர்களாய் இருவரும் மௌனமாக அமர்ந்திருக்கிறார்கள்.

"ஆனால் இந்த நாட்களில் எப்படியோ . . . என்ன நான் சொல்ல . . . என்னால் அடக்க முடியாத கணங்களில், நான் நடந்துகொண்டிருக்கும் நேரத்தில், நானும் இந்த தேசத்திடம் போய்வருகிறேன் என்றுதான் சொல்லிக்கொண்டிருக்கிறேன்."

"நீ அப்படிப் போகமாட்டாய்," உறுதிபடச் சொல்கிறான், ஆனால் அவன் குரலில் பீதி தென்படுகிறது. "உன்னால் முடியாது."

"என்னால் முடியாதா?"

"வா, போகலாம்."

சிந்தனையையும் வார்த்தைகளையும் நசுக்கி அவன் தாடை மிகவும் இறுகியிருக்கிறது. இங்கு மட்டும்தான், இந்த நிலவிரிவில்தான், இந்தப் பாறைகளில்தான், இந்த சைக்ளமேன்களில்தான், இந்த ஹீப்ருவில்தான், இந்தச் சூரியனில்தான் அவளை அர்த்தப்படுத்தும் ஏதோவொன்று இருக்கிறது என அவளிடம் சொல்ல நினைக்கிறான். அது மிகையயானதாக, ஆதாரமற்ற ஒன்றாகத் தோன்றுகிறது, எனவே அவன் எதுவும் சொல்லவில்லை.

ஓரா நிமிர்கிறாள். அவ்ரமைப் பற்றி முன்பே ஓஃபர் யூகித்து விட்டிருந்ததை உணர்கிறாள். அவன் ஏறத்தாழ இதைத்தான் சொன்னான்: *எனக்கும் அது நிகழ்ந்தால், அடுத்த தலைமுறைவரை அது தொடர்ந்தால், நம்மை இங்கே இருத்தி வைக்கவென்று எதுவுமில்லை.* "ஆனால் எப்படிப் பார்த்தாலும்," தாழ்ந்த குரலில் சொல்கிறாள், "அப்படி நான் செய்ய நேர்ந்தால் நான் விட்டுப்போவது இந்த நாடாக மட்டும் இருக்காது."

“ஓரா –”

“அதைவிடுங்கள். அதை மறந்துவிடுங்கள், ஏன் இந்தக் காட்சியைக் குலைக்கிறீர்கள்?” அவள் வாய் நடுங்குகிறது. அழுந்த உதட்டைக் கடித்துக் கொள்கிறாள்.

அவளுக்குப் பக்கத்தில் காலடிகளை இழுத்து இழுத்து வைத்தபடி வருகிறான் அவ்ரம், ஒவ்வொரு அடிக்கும் கரும்பாறை போன்ற கனம் அவனை நிறைக்கிறது. ஒருவேளை இதற்காகத்தான் அவனைப்பற்றி என்னிடம் சொல்கிறாளோ, அவன் நினைக்கிறான், அவனை நினைவுகூர ஒருவர் இருக்க வேண்டுமென்பதற்காக.

“அவ்ரம்,” எஞ்சியிருக்கும் வலுவைக்கொண்டு தான் புதைபட்டிருக்கும் மௌனச் சேற்றிலிருந்து தன்னை வெளியே கொண்டுவருகிறாள்.

“என்ன ஓராலே?”

“இப்போது என்ன நினைக்கிறேன் தெரியுமா?”

“என்ன நினைக்கிறாய்?” தன் துயரத்திலும் அவன் அசட்டுப் புன்னகை பூக்கிறான். தன் உணர்வுகள் அவளை நோக்கிப் பாய, நான் கேட்க வேண்டியதுதான் பாக்கி என நினைக்கிறான்.

“நாளை அல்லது அதற்கு அடுத்த நாள் உங்களுக்கு முடிவெட்டிவிட வேண்டுமென்று நினைக்கிறேன்.”

“இந்த முடிக்கு என்ன?”

“ஒன்றுமில்லை. உயரமான இந்த மலையில் அப்படியொரு எண்ணம் விசையாகத் தோன்றுகிறது.”

“எனக்கு விளங்கவில்லை. பார்க்கலாம். நான் யோசிக்க வேண்டும்.”

காற்று தடையற்றுச் சிலுசிலுவென்று வீசுகிறது. இளஞ்சிவப்பு மற்றும் வெள்ளை நிறங்களில் பாதையின் இருமருங்கிலும் சிஸ்டஸ் குற்றுச்செடிகள் ஏராளம் வளர்ந்திருக்கின்றன. அவன் நினைக்கிறான்: எப்போதுமே அவள் ஒரு விஷயத்திலிருந்து இன்னொன்றுக்குத் தாவியபடி இருக்கிறாள். எப்போதும் அவள் எல்லாமுமாக இருக்கிறாள்.

“வழக்கமாக உங்களுக்கு யார் முடிவெட்டுவார்கள்?” கவனமானதொரு இயல்புத்தன்மையுடன் அந்தக் கேள்வியை அவள் கேட்கிறாள்.

“ஒருமுறை, நீண்ட நாட்களுக்கு முன்னால், பென் யெஹூதாவில் எனக்கொரு சிகைத் திருத்தும் நண்பன் இருந்தான், அவன் எனக்கு உபகாரம் செய்வான்.”

“ஓ.”

“ஆனால் கடந்த சில வருடங்களாக நேத்தாதான் வெட்டிவிடுகிறாள், சுமார் ஆறு மாதங்களுக்கு ஒருமுறை.” காற்றில் கலைந்தபடியிருந்த கொஞ்சமிருக்கும் தனது நீண்ட தலைமுடியை விரல்களால் கோதுகிறான். “நீங்கள் கொஞ்சம் அதை சுருள்நீக்கி நீட்டலாம்.”

“அது ஒன்றும் பெரிதாகத் தோன்றவில்லை, பிரச்சனையென்று ஒன்றுமில்லை.”

பருப்பு நீக்கிய ஓக் கொட்டைகள் அவர்கள் காலடியில் பொடிபடுகின்றன. மெல்லியக் குளிர்காற்று அவர்களைச் சுற்றிச்சுற்றி வருகிறது. தோப்பில் ஆங்காங்கே சிவப்பு, நீல, ஊதா வண்ண அனிமோன் மலர்கள் பளிச்சென்று தெரிகின்றன. புதியதொரு நெருக்கம் அவர்கள் நடுவே மெல்ல ஊசலாடுகிறது.

“உங்களுக்குத் தெரியுமா,” ஓரா கேட்கிறாள், “நேற்று முன்தினத்திலிருந்து, நமது அதிர்ச்சியிலிருந்து நாம் சற்றே மீண்டு வந்ததிலிருந்து, நீங்களும்கூட நன்றாக இருக்கிறீர்கள் என நான் உணர்ந்தேனே அப்போதிருந்து – அது நேற்று முன்தினம்தானே?”

“ஆமாம்?”

“ஆமாம், அன்றிரவு நான் குறிப்பேட்டில் எழுதிய பிறகு. அதுவரைக்கும் நான் பார்த்துவந்த யாவையும், காட்சிகள், பூக்கள், பாறைகள், மண்ணின் நிறம், வேறுபட்ட நேரங்களிலான ஒளி, சட்டென்று எல்லாவற்றையுமே” – வீசியடிப்பதுபோல, வட்டமிடுவதுபோல கையை அசைக்கிறாள் – “எல்லாவற்றையும், பாருங்கள், உங்களைக்கூட, நான் உங்களிடம் சொல்லிக்கொண்டிருந்த சம்பவங்களை, உங்களையும் என்னையும், இங்கேயிருக்கும் இந்த ஆகாயத்தாமரையையும்” – தலையை அசைத்து அதற்கு முகமன் கூறுகிறாள் – “இவை யாவற்றையும் என் நினைவில் பொறித்துக்கொள்ள முயல்கிறேன், ஏனென்று உங்களுக்குத் தெரியவே தெரியாது” – கோமாளிபோல முகத்தை மாற்றிக்காட்டுகிறாள், அவ்ரமுக்குச் சிரிப்பு வரவில்லை – “இதுதான் இவற்றுடனான எனது கடைசிப் பரிச்சயமாக இருக்கும்.”

“அவனுக்கு ஒன்றும் ஆகாது ஓரா, நீயே பார்க்கப்போகிறாய், அவன் நன்றாக இருப்பான்.”

“நிச்சயமாகவா?”

அவன் தன் புருவங்களை உயர்த்துகிறான்.

“எனக்கு சத்தியம் செய்து தாருங்கள்.” தன் தோளை அவன் தோள்மீது இடிக்கிறாள். “என்ன உங்கள் அக்கறை, வயதான ஒரு பெண்ணைக் குஷிப்படுத்துவதுதானே.”

அவர்கள் இன்னொரு காண்முனையைக் கடந்து வருகிறார்கள், அன்று 1997 ஜூலை 25ஆம் தேதி, பணியிலிருக்கும்போது வீழ்ந்த யோசஃப் புகிஷினின் ஆசீர்வதிக்கப்பட்ட நினைவுக்கு அந்த நாள் அர்ப்பணிக்கப்பட்டிருந்தது.

> உலகில் அனேக விஷயங்கள் அழகாயிருக்கின்றன,
> பூக்கள் மற்றும் விலங்குகள், இயற்கைச்சூழல் மற்றும் நகரங்கள்,
> கண்களைத் திறந்து தேடினால்,
> தினம் நூறு அற்புதங்களை நீங்கள் காணலாம் – ஏன் இன்னும் அதிகமாகக்கூட!
>
> **லீ கோல்ட்பெர்க்**

மனதில் இருத்திக்கொள், தனது எண்ணங்களைச் சுற்றி ஓடி, அதன் சுவர்களில் முட்டிக்கொள்கையில் அவ்ரம் நினைத்துக்கொள்கிறான். நீ காலி செய்துவிட்ட, நீ தேய்த்து அழித்துவிட்ட, நீ மாசுபடுத்திவிட்ட, நீ குப்பையாலும் அசிங்கத்தாலும் நிரப்பிய இந்தத் தலை, இப்போது அவள் சொல்லும் ஒவ்வொரு வார்த்தையையும், ஓஃபரைப் பற்றி அவள் சொல்லும் யாவற்றையும் சேமித்து வைத்துக்கொள்ளும். அவளுக்கென்று அதையாவது கொடு, அவளுக்குக் கொடுக்க உன்னிடம் வேறு என்னதான் இருக்கிறது? அவளுக்கு நீ கொடுக்க இயன்றதெல்லாம் பாழாய்ப்போன, நோயுற்ற உன் நினைவுத்திறம்தான்.

“உன்னிடம் அவன் என்ன சொன்னான்,” சற்றுக் கழித்து எச்சரிக்கையுணர்வுடன் கேட்கிறான் அவ்ரம், “நான் நினைத்தேன், ஆடமின் இசை நாடகத்தால் அவன் பாதிப்புற்றிருப்பானோ?”

“நாட்டைவிட்டுச் செல்லுதல் பற்றிய நாடகமா? எல்லோரும் தொடராக வண்டிகளில் போவார்களே அதுவா?”

“அதுதான் என நினைக்கிறேன்.”

மார்பிலிருந்து கழுத்துவரை அவள் உடல் சிவக்கிறாள். இதுபற்றி அவள் யோசித்திருக்கிறாள். இப்போது அவனும் அதையே யோசிக்கிறான். சற்றே ஊசலாட்டத்துடன் அவர்கள் நிற்கிறார்கள். அவர்களது பாதங்களுக்கடியில் பரந்த பச்சைவெளிகள், காடுகள், பாதுகாக்கப்பட்ட இயற்கை மெரானின் பாறை நிறைந்த மலைகள். கருஞ்சிவப்பு நூலைச் சிடுக்கெடுத்து தனக்குப் பின்னால் விட்டபடி வரும் அந்தப் பெண் மீண்டும் அவன் நினைவுக்கு வருகிறாள். அது அவளிலிருந்து வெளியேறி முடிவற்று நீளும் கொப்பூழ்க்கொடியாகவும் இருக்கலாம். நகரங்கள், கிராமங்கள், கிப்புட்ஸ்கள், மோஷவ்களிலிருந்து தங்களது நூலை அவளுடையதுடன் இணைத்துக்கொள்ள இன்னுமின்னும் ஆண்கள் பெண்கள் குழந்தைகளெனத் திரண்டு வருகிறார்கள். தனக்குக் கீழிருக்கும் நிலவிரிவுகளில் ஒரு சிவப்புப் பூத்தையல் பரவுவதைப் பார்க்கிறான், ஒரு மீன்வலைபோல அவர்களை அது பற்றிக்கொண்டுள்ளது. மெல்லிய, ரத்தம் கசியும், சூரியனில் ஒளிரும் ஒரு வலை.

“இதுபோன்ற நடையில் ஒரு விசேஷமிருக்கிறது, இல்லையா?” பின்னர் அவன் கேட்கிறான்.

ஏதோ நினைவுகளில் மூழ்கியிருக்கும் ஓரா சிரிக்கிறாள். “நிறைய இருக்கிறது, நிச்சயமாக அப்படிச் சொல்லலாம்.”

“இல்லை, நான் சொல்வது இந்த நடை என்ற விஷயத்திலேயே இருப்பது, ஒரு இடத்திலிருந்து இன்னொரு இடத்துக்குப் போகிறோம், இடையில் ஒன்றைத் தவிர்த்துவிட்டுப் போக முடியாது. அது இந்தப் பாதை அதனுடைய வேகத்தில் நடக்க நமக்குக் கற்றுத் தருவதுபோல.”

“அது எனது இயல்பு வாழ்க்கையிலிருந்தும் வேறுபட்டது, கார்கள், நுண்ணலை அடுப்பு, கணினிகள். ஒரு பொத்தானை அழுத்தி உறைந்த

முழுக்கோழியையும் சூடாக்கிவிடலாம், அல்லது இங்கிருந்து நியூயார்க்குக்கு ஒரு செய்தியனுப்பிவிடலாம். ஓ, அவ்ரம்" – அவள் தன் உடலைத் தளர்த்திக்கொண்டு வலுவாக வீசும் மலைக்காற்றை ஆழ உள்ளிழுக்கிறாள்– "இந்த ஹீல்–டு–டோ சப்பாத்து எனக்கு மிகப்பொருத்தமாக இருக்கிறது. இலக்கை அடையத் தேவையின்றி வெறுமனே நடந்து நடந்தே நம்மால் வாழ்வைக் கழித்துவிட முடியும் என நினைக்கிறேன்."

அவர்கள் பாதையை நீங்கி அற்புதமான புல்திட்டு ஒன்றை அடைகிறார்கள், அங்கேயே அண்ணாந்து சூரியனைப் பார்த்தபடி வெதுவெதுப்பான பூமிமீது முதுகுபடிய படுக்கிறார்கள். அது மதியப்பொழுது, ஓராவின் தலையருகே மகரந்தச் சேர்க்கையை முடித்துவிட்டிருந்த ஒரு ஹெரான்ஸ் பில் மலர் இறக்கும் முன்பாக தனது நீல இதழ்களை உதிர்க்கிறது. தனக்குக் கீழேயிருக்கும் மலையிலிருந்து மண்ணாலும் பாறைகளாலுமான ஒரு ஆதி வலு அவளுள் புகுகிறது. நாய் சற்றுத் தொலைவில் படுத்தபடி நக்கித் தன் உடலைச் சுத்தப்படுத்திக்கொண்டிருக்கிறது. ஓஃபரின் முதுகுப் பையிலிருந்து அவனது தொப்பியை எடுத்து–*ஷெலாச் பெட்டாலியன், கம்பெனி சி, தி கய்ஸ்* – அவ்ரம் தனது முகத்தை மூடிக்கொள்கிறான். அவளும் தன் முகத்தை தொப்பியொன்றினால் மூடிக்கொள்கிறாள். சூரியனின் வெம்மையில் அவளுக்கு உறக்கம் வருகிறது. அவர்களைச் சுற்றிலும் ஆழ்ந்த அமைதி. அவள் விரலருகே குட்டி வண்டொன்று உதிர்ந்த கசகசா இலைகளைக் குடைந்து வருகிறது. அவளது கால் முட்டிக்கு அருகே ஒரு ஐரிஸ் தனது நீலப் பூக்களைக் காட்டி இறந்துபோன ஹெரான்ஸ் பில்லின் வாடிக்கையாளர்களைக் கவர முயற்சிக்கிறது.

தொப்பிக்கு அடியிலிருந்து மென்மையான குரலில் ஓரா சொல்கிறாள், "நாம் அந்தக் காண்முனையில் நிற்கும் முன்பாகக் கீழே ஹுலா பள்ளத்தாக்கைப் பார்த்தபோது, வண்ணமயமான அந்தத் தாவரப் பரப்பு மிக அழகாக இருந்தது, இந்த தேசமும் எப்போதும் எனக்கும் அப்படித்தான் என்பதை உணர்ந்தேன்."

"எப்படி?"

"அதனுடனான எனது போராட்டம் ஒவ்வொன்றும் ஒரு பிரிவு உபச்சாரம்போலத்தான்."

தனது தொப்பிக்கடியில் மறைந்தவனாய் அபாஸியா சிறையின் கழிப்பறை வாளியில் கண்டெடுத்த ஒரு சிறு துண்டு அராபிய செய்தித் தாளை ஒரு கணம் தன் கண்முன் காண்கிறான். முந்தின இரவு டெல் அவிவின் மையச் சதுக்கத்தில் ஹைஃபா மற்றும் அதன் புறநகர்களைச் சேர்ந்த துணை மந்திரிகள் மற்றும் பதினைந்து மேயர்களது மரண தண்டனை நிறைவேற்றம் பற்றிய சுருக்கமான செய்தியை மலம் பட்டு மறைந்திருந்த எழுத்துக்களிலிருந்தும் அவன் படித்தறிந்தான். இஸ்ரேல் என்ற நாடு இனியும் இருக்காது என்றே சிலநாட்களுக்கு அவன் நம்பிக் கொண்டிருந்தான். பிறகே அந்த மோசடிச் செய்தி பற்றி அவன் அறிந்தான், ஆனாலும் அவனுள் ஏதோவொன்று உருக்குலைந்திருந்தது.

இப்போது அவன் கண்கள் விரியத் திறந்திருக்கின்றன. மருத்துவமனையிலிருந்து வந்தபின் ஓரா மற்றும் இலனுடன் டெல் அவிவின் தெருக்களில் அவன் மேற்கொண்ட முடிவற்ற கார்ப் பயணங்களை நினைக்கிறான். எல்லாமே உண்மையாகவும் உயிருள்ளவையாகவும் இருந்தன, அதேநேரம் அதுவொரு பெரிய நாடகம் போலவும் தோன்றியது. அப்பயணங்கள் ஒன்றின்போது அவன் ஓராவிடம் சொன்னான்: "சரி, இதைச் சொல்வது சரியாக இருக்கும், ஹெர்ஸ்ல் சொன்னதுபோல *நீ விரும்பினால் அது கனவல்ல*, ஆனால் விரும்பாத பட்சத்தில் அது என்ன? அந்த விருப்பம் எனக்குத் தேவையில்லை என்றால்?"

"எதற்கான விருப்பம்?"

"ஒரு கனவாக இருப்பதைத் தவிர்க்கும் விருப்பம்."

அருகே புதரிலிருந்து கௌதாரிக் கூட்டமொன்று சிறகடித்து எழுந்து மீண்டும் புதரிலேயே அமர்கிறது. ஏமாற்றத்துடன் நாய் அங்கு வந்து நிற்கிறது.

"அந்தக் கணங்களில்," தொப்பி வழியே ஓரா சொல்கிறாள், "நான் எப்போதும் நினைப்பேன்: இது என் தேசம், வேறெங்கும் நான் போகத் தேவையில்லை. நான் எங்கே போவேன்? சொல்லுங்கள், வேறு எங்கே நான் யாவற்றைப் பற்றியும் கவலைகொள்வேன், அப்படியே போனாலும் யார் என்னை ஏற்றுக்கொள்வார்கள்? ஆனால் அதேநேரம் இந்த தேசத்தில் தொடர்ந்து நான் இருக்கவும் வாய்ப்பில்லை. வாய்ப்பேயில்லை. உங்களுக்குப் புரிகிறதா?" முகத்திலிருந்து வேகமாகத் தொப்பியை எடுத்து விட்டு எழுந்து அமர்கிறாள், அவன் அங்கேயமர்ந்து தன்னையே பார்த்துக் கொண்டிருப்பதைக் கண்டு வியப்படைகிறாள். "அதைத் தர்க்கப்பூர்வமாகப் பார்த்தால், எண்ணிக்கை, விவரங்கள், வரலாறு இவற்றைக்கொண்டு யோசித்தால், அதற்கு வாய்ப்பேயில்லை."

நயமற்றதொரு நாடகத்தில்போல சில டசன் படைவீரர்கள் புல்வெளியில் சட்டென்று தோன்றுகிறார்கள், இரண்டு வரிசைகளில் ஓடிவந்து ஓராவும் அவ்ரமும் நடுவிலிருக்க இருபுறமும் பிரிந்து செல்கிறார்கள். வியர்வையில் நனைந்த அவர்களது சட்டைகளில் *ஆர்டினன்ஸ் கார்ப்ஸ் ஆஃபீஸர்ஸ் கோர்ஸ்* என எழுதியிருக்கிறது. முன்னே பொன்னிறத் தலைமுடியுடன் அழகான வீரன் ஓடிவர அவன் பின்னே முப்பது அல்லது நாற்பது இளைஞர்கள், பலசாலிகள் ஆனால் வாடித் தளர்ந்தவர்கள். அவன் எரிச்சலூட்டும் ஒரு பாடலைப் பாடுகிறான்:

"டம்-ம்-ம்-ம்-ம்!"

கடூரமான குரலில் அவர்கள் பதிலுக்குப் பாடுகிறார்கள்: *"ஆல் ஃபார் லவ்லி ரோடம்!"*

"டம்-ம்-ம்-ம்-ம்!"

"ஆல் டு வார் ஃபார் ரோடம்!"

○○○

ஒருநாள் காலை அவனைப் பள்ளிக்கு அழைத்துச் செல்லும்போது மோட்டார்சைக்கிளில் பின்னால் அமர்ந்து உங்களை இறுகப்பற்றிக்கொண்டு ஜாக்கிரதை தொனிக்கும் குரலில், "அம்மா, நமக்கு எதிரானவர்கள் யார்?" எனக் கேட்கும் ஆறுவயதுப் பையனுக்கு, ஒரு பிஞ்சுக் குழந்தை யான ஓஃபருக்கு உங்களால் என்ன பதில் சொல்ல முடியும்? அவன் என்ன கேட்க வருகிறான் என்று புரிந்துகொள்ள நாம் முயன்றுகொண் டிருக்கும்போதே அவன் அவசரமாக மேலும் கேட்கிறான் "இந்த உலகில் நம்மை வெறுப்பவர்கள் யார்யார்? எந்தெந்த நாடுகள் நமக்கு எதிராக இருக்கின்றன?" அவனது உலகைக் களங்கமற்றதாக, வெறுப்பற்றதாக வைத்திருக்கவே விரும்புகிறீர்கள், நமக்கு எதிரானவர்கள் எப்போதுமே நம்மை வெறுப்பதில்லை என்கிறீர்கள், நம்மைச் சுற்றியிருக்கும் நாடுகளோடு பலவிதமான விஷயங்கள் குறித்தும் நாம் நீண்டதொரு விவாதத்தில் ஈடுபட்டிருக்கிறோம், உண்மைதான். அது பள்ளிக்கூடத்தில் பிள்ளைகள் விவாதங்களில் ஈடுபடுவதும் சிலநேரம் சண்டைபோட்டுக் கொள்வதும்போல. ஆனால் அவனது சிறு கரங்கள் உங்கள் வயிற்றைச் சுற்றி இறுகுகின்றன, நமக்கு எதிரான நாடுகளின் பெயர்கள் என்னவென அவன் கேட்கிறான், அவன் குரலில் பரபரப்பு, கூர்மையான அவனது தாடை உங்கள் முதுகை இடிக்கிறது. ஆகவே நீங்கள் சொல்லத் தொடங்குகிறீர்கள்: "சிரியா, ஜோர்டான், ஈராக், லெபனான். ஆனால் எகிப்து இல்லை – அதனோடு நாம் நட்புறவோடிருக்கிறோம்!" உற்சாகத் துடன் நீங்கள் சொல்கிறீர்கள். "அதனுடன் நாம் நிறையப் போரிட்டோம், இப்போது அதையெல்லாம் ஈடு செய்தாயிற்று." நீங்கள் மனதுக்குள் எண்ணிக்கொள்கிறீர்கள்: எகிப்துதான் இந்த உலகில் நீ தோன்றக் காரணம் என்பது மட்டும் உனக்குத் தெரிந்தால் . . . ஆனால் அவன் விளக்கமாகக் கேட்கிறான், அவன் நடைமுறை அறிவுகொண்ட, விவரங்களை விரும்பும் குழந்தை: "நிஜமாகவே எகிப்து நமது நண்பனா?" "அப்படிச் சொல்ல முடியாது," நீங்கள் ஒப்புக்கொள்கிறீர்கள், "அவர்கள் இன்னும் முழுமையாக நமது நண்பராக விரும்பவில்லை." "ஆக, அவர்கள் நமக்கு எதிரானவர்கள்," அவன் தெளிந்த குரலில் அறிவிக்கிறான், உடன் கேட்கிறான் வேறு ஏதேனும் "அரபு நாடுகள்," உள்ளனவா எனக் கேட்கிறான், எல்லாவற்றையும் சொல்லும்வரை அவன் உங்களை விடுவதில்லை: "சவூதி அரேபியா, லிபியா, சூடான், குவைத், ஏமன்." உங்கள் முதுகுக்குப் பின் அவனது வாய் பெயர்களைக் கற்பதை உங்களால் உணர முடிகிறது, நீங்கள் ஈரானையும் சேர்க்கிறீர்கள் – முற்றாக அராபியர்கள் இல்லை, முற்றாக நமது நண்பர்களும் இல்லை. சிறிதுநேர மௌனத்துக்குப் பின் நீங்கள் குழறலாகச் சொல்கிறீர்கள், "மொராக்கோ, துனிசியா, அல்ஜீரியா," பிறகு இந்தோனேசியா, மலேசியா, பாகிஸ்தான் மற்றும் ஆஃப்கானிஸ்தான் உங்கள் நினைவுக்கு வருகிறது – உஸ்பெகிஸ்தானும் கஸகஸ்தானும்கூட – ஆனால் இந்த ஸ்தான்களில் எதுவும் உங்களுக்கு முக்கியமானதாகப்பட வில்லை – செல்லம் இதோ பள்ளிக்கூடத்துக்கு வந்துவிட்டோம்! அவனை வண்டியிலிருந்து இறக்கிவிடுகையில் வழக்கத்துக்கு மாறாக அவன் கனப்பதை உணர்கிறீர்கள்.

அதையடுத்து வந்த நாட்களில் ஓஃபர் செய்திகளை உன்னிப்பாகக் கவனித்தான். ஒரு விளையாட்டின் நடுவில் இருந்தாலும்கூட. மணிக்கொரு

முறை செய்தி வரும் நேரத்தில் உஷாராகிவிடுவான், மீண்டும் அரைமணிக் கொருமுறை செய்தி அறிக்கைக்கும் அதுபோலவே நடக்கும். ரகசியமாக, ஒரு உளவாளியினது போன்ற அசைவுகளுடன் சமையலறையை நோக்கிச் செல்வான், ஏதோ சந்தர்ப்பவசமாக அங்கு வந்துவிட்டதுபோல கதவருகே நிற்பான், அங்கே எப்போதும் ஒலித்தபடியிருக்கும் ரேடியோவுக்கு செவிகொடுப்பான். சண்டையில் இஸ்ரேலியர் ஒருவர் கொல்லப்பட்ட செய்தியைக் கேட்கும்போதெல்லாம் அவன் முகம் கோபமும் பயமும் கலந்து கோணிக்கொள்ளும். "வருத்தமா?" ஜெரூசலேம் அங்காடித் தெருவில் இன்னுமொரு குண்டு வெடித்த செய்திக்குப்பின் அவன் தேம்பியழுதபடி தரையைக் காலால் உதைத்தபோது அவள் கேட்டாள்: "வருத்தமில்லை, கோபம்! நம் மக்கள் அனைவரையும் அவர்கள் கொல்கிறார்கள்! சீக்கிரமே நம் மக்களில் யாருமே மீதமிருக்கமாட்டார்கள்!" அவனை அவள் சமாதானப்படுத்த முயன்றாள்: "நம்மிடம் வலுவான ராணுவம் உள்ளது, நம்மைப் பாதுகாக்கப் பெரிய வலுவான நாடுகள் உள்ளன." இந்தத் தகவலை ஓஃபர் சந்தேகத்துடன் பார்த்தான். சரியாக இந்த நட்பு நாடுகள் என்றால் என்னவென்று கேட்டான். ஓரா ஒரு நிலப்படப் புத்தகத்தைத் திறந்தாள்: "உதாரணமாக, இதோ அமெரிக்க ஐக்கிய நாடுகள், இங்கே பார் இங்கிலாந்து, இந்தப் பகுதியில் நம்முடைய நல்ல நண்பர்கள் இன்னும் சிலர் இருக்கிறார்கள்." மிகவும் பொதுப்படையாகக் கையை வீசி அவளுக்கே நம்பிக்கையில்லாத சில ஐரோப்பிய நாடுகளை விரைவாகச் சுட்டிக்காட்டினாள். அவளை அவன் வியப்புடன் பார்த்தான். "ஆனால் அவர்கள் எல்லாம் இங்கேயல்லவா இருக்கிறார்கள்!" நம்பிக்கை யற்றவனாயும், அவளது முட்டாள்தனத்தை எண்ணியும் அவன் கத்தினான். "நம் இடத்துக்கும் அவற்றுக்கும் நடுவே எத்தனை பக்கங்கள் பாருங்கள்."

சிலநாட்கள் கழித்து "நமக்கு எதிராக" இருக்கும் நாடுகளைக் காட்டுங்கள் என்றான். மறுபடி அவள் நிலப்படப் புத்தகத்தைத் திறந்து ஒவ்வொரு நாடாகக் காட்டினாள். "ஆனால் நாம் எங்கே இருக்கிறோம்?" அவன் கண்களில் நம்பிக்கையின் ஒளிக்கீற்று: இந்த நாடுகள் இருக்கும் பக்கத்தில் அது இருக்காது. தனது இளஞ்சிவப்பு விரலால் இஸ்ரேலை அவள் காட்டினாள். விசித்திரமானதொரு வேதனை முனகல் அவனிட மிருந்து வெளிப்பட்டது, சட்டென்று எவ்வளவு முடியுமோ அவ்வளவு இறுக்கமாக அவளைக் கட்டிக்கொண்டான். மறுபடி அந்த உடல் அவனை விழுங்கிக்கொள்ள வேண்டுமென்பதுபோல அவளுடலுடன் முட்டினான், துளைப்பதுபோல அழுத்தினான். அவனை அணைத்து வருடிக்கொடுத்தாள், ஆறுதல் வார்த்தைகளை முணுமுணுத்தாள். திரட்சியான வியர்வைத் துளிகள், பெரிய மனிதர்களுக்கு உண்டாவது போன்றவை, அவன் தோலெங்கும் துளிர்த்தன. அவன் முகத்தைக் கையிலேந்தி அவன் கண்களைப் பார்த்தவேளை அவளது குடல் ஒரே இழுப்பில் முடிச்சிட்டுக்கொண்டது.

அடுத்துவந்த நாட்களில் இயல்புக்கு மாறாக அவன் அமைதியாக இருந்தான். ஆடமினாலும்கூட அவனை உற்சாகப்படுத்த முடியவில்லை. இலனும் ஓராவும் முயற்சித்தனர். கோடை விடுமுறையில் ஹாலந்துப்

பயணம், ஏன் கென்யாவில் வனப்பயணம் என்றெல்லாம் சொல்லி அவனை ஊக்கப்படுத்தினர், ஆனால் எதுவும் பலன் தரவில்லை. மனச்சோர்வு மிக்கவனாய், உணர்ச்சிகளற்றுக் காணப்பட்டான். எப்போதும் சிந்தனையில் ஆழ்ந்திருந்தான். தனது சந்தோஷம் எந்த அளவுக்கு அந்தக் குழந்தையின் முகத்தில் பிரகாசத்தைச் சார்ந்து இருந்தது என்பதை அவள் அப்போது தான் உணர்ந்தாள்.

"அவன் பார்வை," இலன் சொன்னான். "அந்தப் பார்வை எனக்குப் பிடிக்கவில்லை. அதுவொரு குழந்தையின் பார்வையில்லை."

"நம்மைப் பார்க்கும் பார்வையா?"

"எல்லாவற்றையும் பார்க்கும் பார்வைதான். நீ கவனிக்கவில்லையா?"

அவள் கவனித்திருக்கலாம், உண்மையில் அவள் அதைக் கவனித்திருந் தாள், ஆனால் வழக்கம்போல–

"என்னைப்பற்றி உங்களுக்குத் தெரியும்," அவளும் அவ்ரமும் மெரான் மலையிலிருந்து இறங்குகிறார்கள், ஓரா பெருமூச்செறிகிறாள். "இதுபோன்ற விஷயங்களில் நான் எப்படி என்பது உங்களுக்குத் தெரியும்". தான் பார்த்ததைப் பெரிதாக எடுத்துக்கொள்ள வேண்டாமென்று அவள் நினைத்தாள், இவற்றைக் கண்டும்காணாமல் இருக்க வேண்டும், இவற்றைப் பற்றி வெளியில் பேசாமலிருக்க வேண்டும் எனவும் நினைத்தாள், இவையெல்லாம் மெல்ல மறைந்துவிடுமென அவள் நம்பினாள். ஆனால் இப்போது இலன் அதைச் சொல்வான், அதை வரையறை செய்வான், டாம்பீகமான பட்டவர்த்தனமான வார்த்தைகள் கொண்டு அதைக் குறிப்பிடுவான், பிறகு அது நிஜமானதாகிவிடும், வளர்ந்து பெருகத் தொடங்கும்.

"நாம் தெரிந்துகொள்ள தைரியப்படாத ஒன்றை அவன் தெரிந்து வைத்திருக்கிறான் என்பதுபோல–"

"கவலைப்படாதீர்கள், இதுவொரு காலகட்டம். இவை இந்த வயதில் ஏற்படும் இயல்பான அச்சங்கள்தாம்."

"ஓரா நான் சொல்கிறேன், இவை அப்படியல்ல."

வறட்சியாகச் சிரித்தாள் ஓரா. "ஆடமுக்கு மூன்று வயதாயிருந்தபோது இரவுகளில் இங்கே அராபியர்கள் இருக்கிறார்களா என அடிக்கடி கேட்பானே, மறந்துவிட்டீர்களா?"

"ஆனால் இது வேறு, ஓரா. நான் என்ன நினைக்கிறேனென்றால்–"

"இதைக் கேளுங்கள், அவனை நாம் குதிரைப் பண்ணைக்கு அழைத்துப் போவோம், ஏற்கனவே ஒருமுறை அங்கு அவன்–"

"சிலநேரம் அவன் நம்மைப் பார்ப்பது–"

"கிளி!" படபடத்த குரலில் வலியுறுத்துவதுபோலச் சொன்னாள் ஓரா. "ஒரு கிளி வேண்டுமென்று கேட்டானே–"

“நமக்கெல்லாம் மரண தண்டனை விதிக்கப்பட்டுவிட்டது என்பது போலிருக்கிறது அவன் பார்வை.”

பிறகு ஓஃபர் எண்ணிக்கைகளைக் கோரினான். இஸ்ரேலில் நாற்பதரை லட்சம்பேர் இருக்கிறார்கள் என்பது அவனுக்குத் தெம்பூட்டியுது, அதனால் அவன் நம்பிக்கையும் கொண்டான். அது மிகப்பெரிய எண்ணிக்கை என நினைத்தான். ஆனால் இரண்டு நாட்கள் கழித்து அவனுக்குள் ஒரு புதிய சிந்தனை – “எப்போதும் அவன் மிகவும் தர்க்கப்பூர்வமாக சிந்திக்கும் குழந்தையாக இருந்தான்,” அவள் அவ்ரமிடம் சொல்கிறாள். “அது உங்களிடமிருந்தோ என்னிடமிருந்தோ பெற்ற குணமில்லை, இந்த பகுத்தாயும், காரணகாரியச் சிந்தனையும்கூட”. “நமக்கு எதிராக எத்தனை பேர்” என்பதைத் தெரிந்துகொள்ள விரும்பினான். உலகிலுள்ள இஸ்லாமிய நாடுகள் ஒவ்வொன்றின் மக்கள்தொகையையும் இலன் கண்டறியும்வரை அவன் விடவில்லை. ஓஃபர் ஆடமைத் தன்னுடன் சேர்த்துக்கொண்டான், கணக்கீடுகளில் அவன் உதவினான், இருவரும் தங்களை அறைக்குள் அடைத்துக்கொண்டனர். “சடுதியில் வாழ்வு, மரணம் குறித்த உண்மைகளை அறிந்துகொள்ளும் இதுபோன்ற ஒரு குழந்தையின் மட்டில் உங்களால் என்ன செய்ய முடியும்?” ட்ரூஸ் படைவீரர் ஒருவருக்கு அமைக்கப்பட்டிருக்கும் கற்களாலான நினைவிடத்தைத் தாண்டிச் செல்கையில் அவ்ரமிடம் கேட்கிறாள் ஓரா. *சார்ஜன்ட் சலா காசிம் டஃபேஷ், கடவுள் இவரது ரத்தத்துக்குப் பழிதீர்ப்பாராக,* அவ்ரம் ஓரக்கண்ணால் படிக்கிறான் – ஓரா வேகமாக முன்னால் போய்க்கொண்டிருக்கிறாள்– *நிஸான் 16, 5752இல், தனது 21ஆம் வயதில் தெற்கு லெபனானில் தீவிரவாதிகளுடனான மோதலில் வீழ்ந்தார். உங்கள் நினைவு எங்கள் நெஞ்சங்களில் பொறிக்கப்பட்டுள்ளது.*

“இப்படியொரு குழந்தையை வைத்துக்கொண்டு என்ன செய்ய?” உதடுகளைக் கடித்துக்கொண்டு திரும்பவும் சொல்கிறாள். தனது சேமிப்புப் பணத்தை எடுத்துக்கொண்டுபோய் சிறிய, ஆரஞ்சுவண்ண சுருள்கட்டிட்ட குறிப்பேடு வாங்கிவந்து, அதில் கடைசியாக நடந்த தீவிரவாதத் தாக்குதலுக்குப் பின் இன்னும் எத்தனை இஸ்ரேலியர் மீதமிருக்கிறார்களெனத் தினமும் பென்சிலால் எழுதி வைக்கும் குழந்தையை என்ன செய்ய, அல்லது இலனது குடும்பத்தாருடன் நடக்கும் பாஸ்கா விருந்தின்போது திடீரென்று அழுதபடி, இனியும் தான் யூதனாக இருக்க விரும்பவில்லை, காரணம் அவர்கள் எப்போதும் நம்மைக் கொல்கிறார்கள், வெறுக்கிறார்கள், எல்லா விடுமுறை தினங்களும் அதற்காகவே விடப்படுகின்றன என்பது தனக்குத் தெரியும் என்பவனை என்ன செய்ய? பெரியவர்கள் ஒருவரையொருவர் பார்த்துக்கொள்கின்றனர், இதுபற்றி விவாதிப்பது கடினம் எனத் தாழ்ந்த குரலில் சொல்கிறார் ஒரு மைத்துனர்; அவரது மனைவி “இப்படிப் பித்தாய் இருக்காதீர்கள்,” என்கிறாள், உடன் அவர் அந்தப் பிரசித்திபெற்ற வாக்கியத்தைச் சொல்கிறார், *“ஒவ்வொரு தலைமுறையிலும் நமக்கு எதிராக எழுந்து அவர்கள் நம்மை அழிக்கிறார்கள்,”* அதற்கு அவள் இது அறிவியல்பூர்வமானதல்ல, நமக்கு

எதிராக எழும் விஷயத்தில் நமது பங்கு என்ன என்பதையும் நாம் ஆராய்ந்து பார்க்க வேண்டும் என்கிறாள். பிறகு வழமையாக எழும் விவாதம் அங்கு எழுகிறது, வழக்கம்போல ஓராவும் சமையலறைக்கு ஓடிச்சென்று சமையலில் உதவுகிறாள், ஆனால் சட்டென்று அவள் நிற்கிறாள்: அங்கே விவாதம் புரிபவர்களைக் கவனித்துக்கொண்டிருக்கும் ஓஃபரைப் பார்க்கிறாள், அவர்களது ஐயங்களையும், அறியாமையையும் கண்டு அவனது கண்கள் உணர்வுப்பூர்வமான, ஒரு தீர்க்கதரிசியினுடையதைப் போன்ற கண்ணீரால் நிறைகின்றன.

“அவர்களைப் பாரேன்,” திரும்பி வந்தபின் டெல் அவிவ் தெருக்களி லான கார்ப் பயணங்கள் ஒன்றின்போது அவ்ரம் அவளிடம் சொன்னான். “அவர்களைப் பார். அவர்கள் தெருவில் நடக்கிறார்கள், பேசுகிறார்கள், சத்தம் போடுகிறார்கள், செய்தித்தாள்களைப் படிக்கிறார்கள், மளிகைக் கடைகளுக்குப் போகிறார்கள், உணவு விடுதிகளில் அமர்கிறார்கள்” – இதுபோல பல நிமிடங்களுக்கு ஜன்னல் வழியே தான் பார்ப்பவற்றை விவரித்தபடி வந்தான் – “ஆனால் இதெல்லாமே ஒரு பெரிய நாடகம் என்று ஏன் நான் நினைக்க வேண்டும்? இந்த இடம் நிஜமானது என்று அவர்கள் தங்களுக்குத் தாங்களே உறுதிப்படுத்திக் கொள்கிறார்களோ?”

“நீங்கள் மிகையாக யோசிக்கிறீர்கள்,” என்றாள் ஓரா.

“எனக்குத் தெரியவில்லை, நான் சொல்வது தவறாகவும் இருக்கலாம், ஆனால் அமெரிக்கர்கள் அமெரிக்கா என்று ஒன்று இருக்க வேண்டுமென்பதற் காக அது இருக்கிறது என எந்நேரமும் தீவிரமாக நம்ப வேண்டியதில்லை. ஃபிரான்சுக்கும், இங்கிலாந்துக்கும்கூட அப்படித்தான்.”

“நீங்கள் என்ன சொல்கிறீர்கள் என விளங்கவில்லை.”

“இந்த நாடுகளெல்லாம், தாம் இந்த நாடுகளாக இருக்கவேண்டு மென்று தொடர்ந்து யாரும் விரும்பத் தேவையில்லாமலே இருந்து கொண்டிருக்கின்றன. ஆனால் இங்கே –”

“நான் சுற்றிலும் பார்க்கிறேன்,” கரகரக்கும் குரலைச் சற்றே உயர்த்திச் சொன்னாள், “என்னைப் பொறுத்தவரை எல்லாமே இயற்கையாக, இயல்பாகவே இருக்கின்றன. பார்க்கச் சற்றுக் கிறுக்குத்தனமாகத் தோன்று கிறது, மற்றபடி எனக்குச் சாதாரணமாகவே தெரிகிறது.”

ஏனென்றால் இதை நான் வேறுபட்டதொரு இடத்திலிருந்து பார்த்திருக்கிறேன், அவ்ரம் எண்ணிக்கொண்டான், பிறகு அப்படியே தனக்குள் ஆழ்ந்தான்.

மறுநாள் – ஓரா சொல்கிறாள் – ஒரு முடிவுடனும் தீர்வுடனும் ஓஃபர் கண்விழித்தான்: இனி அவன் ஆங்கிலேயனாக இருப்பான், எல்லோரும் அவனை ஜான் என்று அழைக்க வேண்டும், ஓஃபர் என யார் அழைத்தாலும் அவன் பதில் பேசமாட்டான். “ஏனென்றால் அவர்களை யாரும் கொல்வதில்லை,” எளிமையாக விளக்கினான், “அவர்களுக்கு எதிரிகளும் இல்லை. வகுப்பில் நான் கேட்டேன், ஆடமும் சொன்னான், எல்லோருமே ஆங்கிலேயருடன் நட்பாக இருக்கிறார்கள்.”

அவன் ஆங்கிலத்தில் பேச ஆரம்பித்தான், அல்லது, ஆங்கிலம் என அவன் நினைத்த ஒன்றில் பேச ஆரம்பித்தான், அது ஆங்கில ஒலியெடுப்புடனான ஹீப்ரூ உளறல். பாதுகாப்பாக இருக்கட்டுமே என தன் படுக்கையைச் சுற்றிப் புத்தகங்கள் பொம்மைகளை அரணாக அடுக்கி வைத்தான், விலங்குத்தோலாலான பஞ்சடைத்த பொம்மைகளைக் கொண்டு அகழி அமைத்துக்கொண்டான். ஒவ்வொரு இரவும் படுக்கையில் திருகுக்குறடை உடன் வைத்துக்கொண்டு படுப்பதைக் கட்டாயமாக்கிக் கொண்டான்.

"ஒருநாள் அவனது குறிப்பேட்டைத் தற்செயலாகப் பார்த்தேன். அதில் அவன் 'அராப்கள்," என எழுதி வந்திருந்தான். அதை 'அராபியர்' என எழுதவேண்டுமென நான் சொன்னபோது அவனுக்கு ஆச்சரியம்: 'அது அ–ராப்கள் எனத்தான் நினைத்திருந்தேன், ஏனென்றால் அவர்கள் நம்மைக் கொள்ளையடிக்கிறார்கள் (ராப்) அல்லவா?'

"பிறகு ஒருநாள் சில இஸ்ரேலியர் அராபியராக இருந்ததை அறிந்தான். அப்போது எனக்கு அழுவதா சிரிப்பதா எனத் தெரியவில்லை. தனது கணக்கீடுகள் எல்லாம் தவறு என்று கண்டறிந்தான், இஸ்ரேலியர்கள் தொகையிலிருந்து இஸ்ரேலிய அராபியரை அவன் கழிக்க வேண்டியிருந்தது."

இதைக் கண்டறிந்தபோது அவன் எவ்வளவு சீற்றமடைந்தான் என்பதை நினைத்துப்பார்க்கிறாள். கால்களால் தரையை உதைத்தான், உடல் சிவந்தான், தரையில் விழுந்து புரண்டு கத்தினான்: "அவர்களைத் தொலைவாகப் போகச்சொல்லுங்கள்! தங்களது சொந்த வீடுகளுக்கு அவர்கள் போகட்டும்! ஏன் அவர்கள் இங்கே வந்தார்கள்? அவர்களுக்கென்று சொந்த இடமில்லையா?"

"பிறகு அவனுக்கு உடல்நலமில்லாமல் போனது, நான்கு வயதில் மரக்கறியுணவுக்கு ஆதரவாக அவன் நிலைப்பாடெடுத்தபோது வந்தது போல. கடும் காய்ச்சல், கிட்டத்தட்ட ஒருவாரத்துக்கு. நான் பரிதவித்துப் போனேன். ஒருநாள் இரவு தன்னுடன் ஒரு அராபியர் இருப்பதாய் அவன் நம்பினான்."

"அவனுடைய உடலிலா?" பீதியுற்றவனாக அவ்ரம் கேட்கிறான்., அவன் கண்கள் பக்கவாட்டில் அலைகின்றன. அவன் தன்னிடம் ஏதோ பொய் சொல்லியிருக்கிறான் என்பதை ஓரா உணர்கிறாள்.

"அவனுடைய அறையில்," மென்மையாக அவனைத் திருத்துகிறாள். "அது அவன் ஜுரவேகத்தில் பிதற்றியது, மனப்பிரமை."

அவள் ரோமங்கள் குத்திட்டு நிற்கின்றன, அவள் எச்சரிக்கையாக இருக்க வேண்டும், ஆனால் எதன்மட்டில் என்று தெரியவில்லை. தன் கண் முன்னே அவ்ரம் வெற்று எலும்புக்கூடாகி நிற்பதுபோல உணர்கிறாள். அடிமையின் பார்வைகொண்டு அவன் கண்கள் கடுமைகொள்கின்றன.

"உங்களுக்கு ஒன்றுமில்லையே?"

அவன் கண்களில் அவமானம், திகில், குற்றவுணர்வு. ஒரு கணம் தான் காண்பது இன்னதுதான் என உறுதியாக உணர்கிறாள், அடுத்த கணமே தன்னை வலுக்கட்டாயமாக அதனின்றும் விலக்கிக்கொள்கிறாள்.

அவனுடலில் ஒரு அராபியர். அவனுக்கு அவர்கள் அங்கு என்ன செய்தார்கள்? அதுபற்றி அவன் ஏன் பேசுவதேயில்லை?

“அந்த இரவை என்னால் மறக்கவே முடியாது,” அவ்ரமின் முகத்தில் காணும் பீதியைக் குறைக்கும் வண்ணம் அவள் சொல்கிறாள். “இலன் அப்போது லெபனானின் கிழக்குப் பிரிவில் தயார்நிலைப் படைக்குழுவில் பணியிலிருந்தார். அவர் போய் நான்கு வாரங்களாகியிருந்தது. ஓஃபரால் தொந்தரவுக்கு ஆளாகாதவாறு ஆடமை எங்கள் படுக்கையில் உறங்க வைத்தேன். இந்த விவகாரம் நடந்த காலம் முழுக்க ஓஃபரின் மட்டில் ஆடமுக்குப் அதிகப் பொறுமையிருக்கவில்லை. ஓஃபர் எதைக் கண்டு பயப்படுகிறான் என்பது அவனுக்குப் புரியவில்லை. இப்படிப் பாருங்கள்: ஓஃபருக்கு, எனக்குத் தெரியவில்லை, ஆறு வயது? ஆடமுக்கு ஒன்பதரை, ஓஃபர் இதுபோல உடைந்துபோவதை அவனால் பொறுத்துக்கொள்ள முடியவில்லை.”

“இரவு முழுக்க ஓஃபருடன் அமர்ந்திருந்தேன், அவனுக்குக் கடும் காய்ச்சல், மனக்குழப்பத்திலிருந்தான், ஆடமின் படுக்கையில் அமர்ந்தபடி, அலமாரியிலிருந்தபடி, கட்டிலுக்கடியிலிருந்தபடி, ஜன்னலிலிருந்து தன்னையே உற்றுப்பார்த்தபடி என தனது அறையில் ஒரு அராபியர் இருப்பதாகச் சொல்லிக்கொண்டிருந்தான். பைத்தியக்காரத்தனம்.”

“அவனை அமைதிப்படுத்த முயன்றேன், விளக்கைப் போட்டேன், கைவிளக்கை எடுத்துவந்து வெளிச்சமடித்து அங்கு யாரும் இல்லையென்று காட்டினேன். சில உண்மைகளையும் அவனுக்கு விளக்க முயன்றேன், சரியான பார்வையை அவனில் ஏற்படுத்த. நான் அதில் பெரிய நிபுணர் இல்லையா? அந்த நடு இரவில் யூதர்–அராபியர் மோதலின் வரலாறு குறித்து அவனுக்கு வகுப்பெடுத்தேன்.”

“பிறகு என்னவாயிற்று?” முகம் தொங்கிப்போயிருக்க அமைதியான குரலில் கேட்கிறான் அவ்ரம்.

“ஒன்றும் ஆகவில்லை. அவனிடம் பேசவே முடியாது. அவன் மிகவும் பரிதாபத்துக்குரியவனாக இருந்தான், நீங்கள் சிரிப்பீர்கள், ஸமியைக் கூப்பிடலாமா என்றுகூட நினைத்தேன், உங்களுக்குத் தெரியும், ஸமி நமது ஓட்டுநர், அவர்தான்–”

“ஆமாம், தெரியும்.”

“அவனுக்கு விளக்குவதற்கு அல்லது விளக்கம்போல ஒன்றைக் காட்டுவதற்கு. அவரும் ஒரு அராபியர் என்று காட்ட, அதோடு அவர் ஓஃபரின் எதிரியில்லை, அவனையவர் வெறுப்பதுமில்லை, அவனது அறைக்கு வர விரும்புவதுமில்லை என்பதை விளக்கவும்.” அவள் மௌனமாகிறாள், கசப்பொன்றை மென்று விழுங்குகிறாள்: ஸமியுடன் கடைசியாக அவள் மேற்கொண்ட சவாரி பற்றிய நினைவு.

“மறுநாள் காலை ஒன்பது மணிக்கு ஓஃபரை குடும்ப மருத்துவரிடம் காட்ட நேரம் கேட்டு வாங்கியாயிற்று. ஆடமைப் பள்ளிக்கு அனுப்பியபின் எட்டு மணிக்கு, ஓஃபரை மேலங்கி ஒன்றில் பொதிந்து காரில் அமரவைத்து லாட்ருனுக்குச் சென்றேன்.”

“லாட்ருன்?”

“நான் நடைமுறை அறிவுள்ள பெண்.”

கறாரான, தீர்க்கமான பார்வையுடன் அவள் படிகளில் ஏறினாள், சரளை பாவிய பாதையில் இறங்கி நடந்தாள், கவசப்படை தளத்தின் பெரிய முற்றத்தின் நடுவே ஓஃபரை உட்காரவைத்துப் பார் என்றாள்.

பனிக்காலச் சூரியன் கண்களைக் கூசவைக்க, மசங்கலாக அவன் கண்களைச் சிமிட்டினான். அவனைச்சுற்றி டசன் கணக்கில் பழையதும் புதியதுமான பீரங்கிவண்டிகள். பீரங்கிக் குழாய்களும், இயந்திரத் துப்பாக்கிகளும் அவனைக் குறிபார்த்தன. அவன் கையைப் பிடித்து ஒரு பெரிய பீரங்கி வண்டியிடம் அழைத்துச் சென்றாள், ஒரு சோவியத் ட்டி–55. ஓஃபர் அந்த பீரங்கி வண்டியின் முன் கிளர்ச்சியுற்றவனாய் நின்றான். அதன்மீது ஏற உனக்குப் பலமிருக்கிறதா எனக் கேட்டாள். அவன் ஆச்சரியமாகக் கேட்டான்: “நான் ஏறலாமா?” அவன் வண்டியின் சுழல்மேடைமீது ஏற உதவினாள், சிரமத்துடன் அவளும் மேலே ஏறினாள். தள்ளாட்டத்துடன் மேலே நின்றவன், அச்சத்துடன் சுற்றிலும் பார்த்தான், “இது நம்முடையதா?” எனக் கேட்டான்.

“ஆமாம்.”

“இவையெல்லாமுமா?”

“ஆமாம், இங்கே இன்னும் அதிகமிருக்கின்றன, இவைபோல ஏராளம் இருக்கின்றன.”

தன் முன் அரைவட்டமாக நின்றிருந்த பீரங்கி வண்டிகள் மீதாக ஓஃபர் கையை வீசினான். அவற்றுள் சில இரண்டாம் உலகப்போர் காலத்திலேயே படையிலிருந்து விலக்கப்பட்டவை, உலோகத் தேரைகள் மற்றும் இரும்பு ஆமைகள், குறைந்தது மூன்று போர்களில் கைப்பற்றப்பட்ட மிகப் பழமையான பீரங்கிவண்டிகள். இன்னுமொரு பீரங்கிவண்டியில் ஏறவேண்டுமென்றான், இன்னுமொன்றில், இன்னுமொன்றில். அவற்றின் உலோகச் சுருள்பட்டைகள், சுடும் மேடைகள், உபகரண அறைகள்மீது பெருவியப்புடன் தடவிப் பார்த்தான். குதிரைவீரன்போல பீரங்கிக் குழல்களில் அமர்ந்து ஓட்டினான். பத்தரை மணிக்கு லாட்ருன் எரிவாயு நிரப்பகத்திலுள்ள உணவுவிடுதியில் இருந்தனர், ஓஃபர் பெரும்பசியோடு ஒரு கிரீக் சாலடும் மூன்று ஆம்லெட்டுகளும் சாப்பிட்டான்.

“அந்த என் உடனடிச் சிகிச்சை சற்றே காட்டுமிராண்டித்தனமானதுதான், ஆனால் அது பலன் தந்தது.” மேலும் உணர்ச்சியற்றவளாய்ச் சொல்கிறாள், “அதோடு, ஒரு தேசம் முழுமைக்கும் நன்மை பயக்கக்கூடியவொன்று என் குழந்தைக்கும் நன்மை பயத்தது.”

புல்வெளியொன்றின் மையத்தில் நிற்கும் பிரம்மாண்ட ஓக் மரத்தினடியில் ஒரு ஆள் படுத்திருக்கிறான். தலையைப் பெரிய கல்லொன்றின்மீது வைத்திருக்கிறான், பக்கத்தில் அவனது முதுகுப் பை, அதில் ஓராவின் நீலக் குறிப்பேடு துருத்திக்கொண்டுள்ளது.

அவனை எழுப்ப அஞ்சியவர்களாய், சங்கடத்துடன், ஆனால் குறிப்பேட்டினால் ஈர்க்கப்பட்டவர்களாய் அவனுக்குப் பக்கத்தில் வந்து நிற்கிறார்கள். அவள் வேகமாகத் தனது கண்ணாடியைக் கழற்றி இடுப்புப்பைக்குள் மறைக்கிறாள். கலைந்து கிடக்கும் தலைமுடியை விரைவாக ஒதுக்கிக்கொள்கிறாள். புருவத்தை உயர்த்தி ஒருவரையொருவர் பார்த்துக்கொண்டு, தங்களுக்கு முன்னால் எப்படி இவன் இங்கு வந்தான் என்று யோசிக்கிறார்கள். திறந்த, யாரும் எளிதில் ஊடுருவிவிடக்கூடிய இந்த வெளியில் தன்னையே தொலைத்துவிட்டிருக்கும் அவனது பேரமைதியையும், நம்பிக்கையையும் சற்றே பொறாமையுடன் அவள் வியக்கிறாள். கறுத்த ஆண்மைமிகு அவனது முகம் மூடப்படாமல் இருக்கிறது. அவனது கண்ணாடி, கழுத்தில் கயிறுடன் கட்டப்பட்டு ஒரு பெரிய பட்டாம்பூச்சியைப்போல அவன் மார்பில் கிடக்கிறது.

உனக்கு ஆட்சேபனை இல்லையென்றால் குறிப்பேட்டை எடுக்கவா என அவளிடம் சமிக்ஞை செய்கிறான் அவ்ரம். அவள் தயங்குகிறாள். அவனது முதுகுப்பையின் அறையொன்றில் அது வசதியாக அமர்ந்திருக்கிறது.

ஆனால் அவ்ரம் அதை நெருங்கிவிட்டான், ஒரு ஜேப்படிக்காரனின் சாதுர்யத்துடன் பையிலிருந்து அதை வெளியே எடுத்துக்கொண்டு விட்டு ஓராவைப் பார்த்து, தேவையற்ற விளக்கங்கள் தராதபடிக்கு – அதுவும் முதல் சந்திப்பில் அந்தச் செய்தி பற்றிக் குறிப்பிட்ட அந்த நபருடன் நாம் மறுபடி எந்தப் பேச்சும் வைத்துக்கொள்ள வேண்டியதில்லை – இங்கிருந்து விரைவாகப் போய்விட வேண்டும் என்று சமிக்ஞை செய்கிறான்.

குறிப்பேட்டை அது தரும் இதமான உணர்வில் மூழ்கியவளாய் நெஞ்சோடு அணைத்துக்கொள்கிறாள். அந்த ஆள் தூங்கியபடியே இருக்கிறான். வாய் பாதி திறந்திருக்க, சன்னமும் மிருதுவானதுமானதொரு குறட்டையொலியுடன் தூங்குகிறான். அவன் கைகளும் கால்களும் தம்போக்கில் பரப்பிக் கிடக்கின்றன. அவன் சட்டையின் கழுத்துப் பட்டையிலிருந்து நரைமுடிக் கொத்து வெளியே தெரிகின்றது, அது ஓரா விடம் தானும் அங்கேயே தலைசாய்த்து, ஆழ்ந்ததும் தொற்றிக் கொள்வதுமான – அவனுடையது போன்ற உறக்கத்துக்குத் தன்னைக் கொடுத்துவிட வேண்டுமென்று ஒருவிதமான ஏக்கத்தை உருவாக்குகிறது. சட்டென்ற உணர்ச்சிவேகத்தில் குறிப்பேட்டின் கடைசிப் பக்கத்தைக் கிழித்து, "என் குறிப்பேட்டை நான் எடுத்துக்கொண்டேன், வருகிறேன், ஓரா," என எழுதுகிறாள். சற்றுத் தயங்குகிறாள், ஒருவேளை அவனுக்கு இன்னுமதிக விளக்கம் தேவைப்பட்டால், தனது தொலைபேசி எண்ணை எழுதுகிறாள். தாளை அவனது பையில் வைக்கக் குனியும்போது மீண்டும் அவற்றைப் பார்க்கிறாள்: ஒன்றே போன்ற இரண்டு திருமண மோதிரங்கள்: ஒன்று மோதிர விரலில், மற்றது சுண்டுவிரலில்.

தங்களது திட்டம் வெற்றியடைந்த களிப்பில், கண்களில் குழந்தைத் தனமான சில்மிஷம் மின்ன விரைவாக அங்கிருந்து நகருகின்றனர். நடக்கையில் குறிப்பேட்டைப் புரட்டுகிறாள், ஆற்றோரம் அமர்ந்து அன்றிரவு தான் எவ்வளவு எழுதியிருக்கிறோம் என வியக்கிறாள். அவனது கண்கள் கொண்டு தனது வரிகளை வாசிக்கிறாள்.

உற்சாகமாக வளைந்து நெளிந்தபடி பாதை மறுபடியும் தென்படுகிறது, நாய் அவர்களைச் சுற்றிச்சுற்றி வருகிறது, சிலநேரம் அவர்களுக்கு இணையாக ஓடிவருகிறது, சிலநேரம் அவர்களுக்கு முன்னால் வேகமாக ஓடுகிறது, பிறகு காரணமே இல்லாமல் அப்படியே நிற்கிறது. புட்டத்தைத் தரையில் இருத்தி அமர்ந்து கண்களுக்கு மேலிருக்கும் கறுப்பு வளைவுகள் சற்றே மேலுயர ஓராவை நோக்கித் தலையைத் திருப்புகிறது, பதிலுக்கு ஓராவும் அப்படியே செய்கிறாள்.

“சந்தோஷமான நாய், இல்லையா? நம்மைப் பார்த்துச் சிரிக்கிறது.”

விழுந்து சிதறிக்கிடக்கும் பாறைக்குவியல்கள் நடுவே மலையிலிருந்து இறங்கி வருகையில் இம்சிக்கும் எண்ணமொன்று அவள் மனதை அரித்துப் பிடுங்குகிறது. ஒரே இரவில் அவளால் அத்தனைப் பக்கங்கள் எழுதியிருக்க முடியாது. சில அடிகள் நடந்தபின், விசித்திரமாக நீள்செவ்வக வடிவிலிருக்கும் பெரிய பாறை அருகில் அவள் நின்றுவிடுகிறாள். தனது முதுகுப் பையிலிருந்து அந்தக் குறிப்பேட்டை எடுக்கிறாள், மீண்டும் கண்ணாடியை அணிந்துகொள்கிறாள், பக்கங்களை விரைவாகப் புரட்டுகிறாள். அவளிடமிருந்து மெல்லிய கிறீச்சிடல், “இங்கே பாருங்கள்!” அவ்ரமிடம் காட்டுகிறாள். “இது அவனுடைய கையெழுத்து!”

அவ்ரம் அந்தப் பக்கங்களைப் படிக்கிறான், அவன் முகத்தில் சுருக்கங்கள். “நிச்சயமாகத்தான் சொல்கிறாயா? ஏனென்றால் பார்க்க இது—”

குறிப்பேட்டை அவள் முகத்துக்கு அருகில் வைத்துக்கொண்டு பார்க்கிறாள். அது அவள் கையெழுத்துப் போல்தான் தோன்றுகிறது, அல்லது அவளது கையெழுத்தின் ஆண் வடிவம்: நேரான, அழகான எழுத்துகள், எல்லாம் ஒரே சாய்வில். “இது என்னுடைய கையெழுத்துப் போல்தான் இருக்கிறது,” சங்கடத்துடன் சொல்கிறாள், சட்டென்று நிர்வாணமாகிவிட்டதுபோல உணர்கிறாள். “எனக்கே குழப்பமாகிவிட்டது.”

பக்கங்களைப் பின்னோக்கித் திருப்புகிறாள், எந்த இடத்தில் எழுத்து மாறியது என்பதைக் காண. தனது கடைசி வரிகளைக் கண்டுகொள்ளும் முன் இரண்டு முறை, பிறகு மூன்று முறை என அந்த இடத்தைத் தாண்டியும் பக்கங்களைத் திருப்புகிறாள்: *“நம்மைப் பாருங்கள். ‘சூழ்நிலையின்’ மையத்தில் நாமொரு சிறு நிலவறை போலத்தானே இருக்கிறோம்.” ஆமாம், அப்படித்தான் நாங்களிருந்தோம். இருபது வருடங்களாக.* அற்புதமான இருபது வருடங்களுக்கு அப்படித்தானிருந்தோம். கடைசியில் பொறியில் சிக்கிக்கொள்ளும்வரை. இந்த வார்த்தைகளை அடுத்து – பக்கத்தைத் திருப்பாமலே: என்னவொரு அடாவடித்தனம்! இடையில் ஒரு வரி இடைவெளிகூட விடவில்லை! – அவள் வாசிக்கிறாள் – *டிஷான் ஆற்றையடுத்து கிலியட் என்பவரைப் பார்த்தேன், 34 வயது, மின்பணியாளர் மற்றும் ஜெம்பே ட்ரம் இசைப்பவர், வடக்குப்பகுதி மோஷவ் ஒன்றைச் சேர்ந்தவர், இப்போது ஹைஃபாவிலிருக்கிறார். அவர் எவற்றை நினைத்து ஏங்குகிறார்: “அப்பா ஒரு விவசாயி (அமெரிக்க வாதுமைகள்), மந்தமான வருடங்களில் எல்லாவகையான வேலைகளும் செய்தார். கட்டுமானத்தில் பயன்படும் மரப்பலகைகளைக் குப்பைகளி*

லிருந்து எடுத்து அருகிலிருந்த கிராமத்தைச் சேர்ந்த அராபியர் ஒருவரிடம் விற்ற காலமும் இருந்தது."

"என்ன இது?" குறிப்பேட்டை அவ்ரமின் நெஞ்சில் திணிக்கிறாள். "இது என்ன?" என்பவள் மறுபடி குறிப்பேட்டைப் பிடுங்கிக் கரகரத்த குரலில் வாசிக்கிறாள்: *"மரம், தெரியுமா – அதை எப்படி அணுகுவது எனத் தெரிந்திருக்க வேண்டும். அதை அப்படியே நிலவறையில் எறிந்துவிடக் கூடாது. கவனமாக பெரியனவற்றை பெரியனவற்றின் மேல் அடுக்க வேண்டும், சிறியனவற்றை சிறியனவற்றின்மீது. மேலே செங்கற்களை வைக்க வேண்டும் இல்லாவிடில் அவை வளைந்துவிடும். ஆனால் எல்லாவற்றுக்கும் முன்பு ஆணிகளைப் பிடுங்கிவிட வேண்டும். மரங்களை அவர் மறைத்து வைத்திருந்த இடத்தில் இரவில் அப்பாவோடு காவல் நிற்பேன்.*

"என்ன இது? இதெல்லாம் என்ன?" அவ்ரமை நோக்கிப் புருவத்தை உயர்த்துகிறாள். ஆனால் அவன் கண்களை மூடியிருக்கிறான், மேலே படி எனச் சமிக்ஞை செய்கிறான்.

"அப்பாவிடம் பொத்தல்கள் நிறைந்த நீலநிற உள்சட்டையொன்று இருந்தது, எங்களிமிருந்த கடப்பாறையை ஒரு நீட்டப் பிடியுடன் சேர்ப்போம், ஒரு இரும்பு உளியை வைத்து ஆணியால் பிணைக்கப் பட்டிருக்கும் பலகைகளைப் பிரிப்போம். இந்தப் பக்கம் அப்பா, அந்த முனையில் நான், இறுகப்பிடித்து இழுப்போம், பலகைகளைப் பிரித்தபின் சுத்தியலின் மறுமுனையால் பலகைகளிருக்கும் ஆணிகளைப் பிடுங்குவோம். தலைக்கு மேல் சிறு கயிற்றில் குமிழ்விளக்கு தொங்கப் பலமணி நேரம் இந்த வேலை நடக்கும், இன்றும் அதை நினைத்து நான் ஏங்குகிறேன், அவரோடு சேர்ந்து நான் அப்படி வேலை செய்தேன்.

"இன்னுமிருக்கிறது. பாருங்கள், இதோடு முடிந்துவிடவில்லை. இன்னுமிருக்கிறது."

"இப்போது அந்த வருத்தம்பற்றி. ஆமாம், அது மிகக் கடினமானது. நான் அனேக விஷயங்கள் குறித்து வருந்துவதுண்டு(சிரிப்பு). அதாவது, யாரும் அப்படியே நேரில் வந்து அதைச் சொல்கிறார்களா என்ன? பாருங்கள், ஒருகாலத்தில் ஆஸ்திரேலியா சென்று பருத்திப் பண்ணையில் வேலைசெய்ய கையில் இசைவுச்சீட்டு இருந்தது. விசா உள்ளிட்ட எல்லாமிருந்தன, அப்போது இங்கே ஒரு பெண்ணைப் பார்த்தேன், பயணத்தை ரத்து செய்துவிட்டேன். ஆனால் அவள் அதற்குத் தகுதி யானவள்தான், ஆகவே அது முழுமையான வருத்தமில்லை."

பித்துப் பிடித்தவள்போல பக்கங்களைத் திருப்புகிறாள் ஓரா, கண்கள் வரிகள் மீது ஓடுகின்றன. ஓசையின்றிப் படிக்கிறாள்: *தமர், என் அன்பே, யாரோ தமது வாழ்க்கைக் கதையை எழுதிய குறிப்பேட்டைத் தவறவிட்டுச் சென்றுவிட்டனர். ஆற்றை நோக்கி நடந்துவந்தபோது, நிச்சயம் அந்தப் பெண்ணை இதற்குமுன் பார்த்திருக்கிறேன் என நினைக்கிறேன். அவள் மோசமான நிலையில் இருப்பதாகத் தோன்றியது. ஆபத்திலும்கூட(அவள் தனியே இல்லை). அவளைப் பார்த்ததிலிருந்து, நான் என்ன செய்வதென்று*

உன்னைக் கேட்டுக்கொண்டிருக்கிறேன், நீ பதிலே சொல்லவில்லை. நீ எப்போதுதான் எனக்குப் பதில் சொல்லியிருக்கிறாய், தம்மி. எல்லாமே சற்றுக் குழப்பம்தான். இறுதியில் நீ கேட்ட கேள்வியையே நானும் கேட்கிறேன்: அதிகமும் எதை நினைத்து நாம் ஏங்குகிறோம்? எது குறித்து நாம் வருந்திக்கொண்டிருக்கிறோம்?

பட்டென்று குறிப்பேட்டை மூடுகிறாள் ஓரா. "யாரிவன்? என்ன மாதிரியான ஆளிவன்?"

அவ்ரமின் முகம் இருளுகிறது, அவனது பார்வையில் இவை எதிலும் பட்டுக்கொள்ளாத தன்மை.

"வருகிற வழியில் மக்களைப் பேட்டிகாணும் ஒரு பத்திரிகைக்காரனாக இருப்பானோ? ஆனால் பார்க்க அப்படித் தெரியவில்லையே." ஒரு மருத்துவன், அவள் நினைவுக்கு வருகிறது. ஒரு குழந்தை மருத்துவன் என்று சொன்னானே.

மறுபடியும் பக்கங்களைப் புரட்டிப் படிக்கிறாள்: அல்மா மோஷவ் அருகே நான் எட்னாவை, வயது 39, சந்தித்தேன். விவாகரத்தானவள், மழலையர் பள்ளி ஆசிரியை, ஹைஃபாவைச் சேர்ந்தவள்: "நான் மிகவும் நினைத்து ஏங்குவது ஸிக்ரோன் யாகோவில் கழித்த எனது குழந்தைப் பருவத்தைத்தான். உண்மையில் நான் ஸமாரினைச் சேர்ந்தவள், திருமணத்துக்கு முன்பு என் குடும்பப் பெயரும் அதுதான், கள்ளங்கபடமற்ற, எளிமையான நாட்கள். அப்போது கடும் சிக்கல்கள் என்று எதுவுமில்லை. குறிப்பாக 'உளச்சிக்கல்கள்'. என் உருவத்தைப் பார்த்தால் நம்ப மாட்டீர்கள், எனக்கு வளர்ந்த பையன்கள் மூவர் இருக்கின்றனர் (சிரிக்கிறாள்). பார்த்தால் அப்படித் தெரிகிறதா? நான் சீக்கிரம் திருமணம் செய்துகொண்டேன், அதனினும் சீக்கிரத்தில் விவாகரத்து பெற்றுவிட்டேன்..."

ஓரா உள்ளே இழுக்கப்படுகிறாள். பக்கங்களை வேகமாகத் திருப்புகிறாள், ஒவ்வொரு பக்கத்திலும் ஏக்கங்கள், வேதனைகள். ஏமாற்றப்பட்டவள் போல உணர்கிறாள், "எனக்குப் புரியவில்லை," என முணுமுணுக்கிறாள். "பார்க்க அந்த ஆள் ஒரு" – சரியான வார்த்தையைத் தேடுகிறாள் – "பலசாலி? பித்துக்குளி? சாதாரண படைவீரன்? ஊர்ச் சுற்றியபடி பலரிடமும் இதுபோலக் கேள்விகள் கேட்பவன்போலத் தெரியவில்லை."

அவ்ரம் ஒன்றும் பேசவில்லை. சப்பாத்து முனையால் சரளையை நோண்டுகிறான்.

"ஏன் என்னுடைய குறிப்பேட்டில் எழுத வேண்டும்?" சத்தமாகக் கேட்கிறாள் ஓரா. "அவனிடம் வேறு குறிப்பேடுகள் இல்லையா?"

அவள் சுழன்று திரும்புகிறாள், தலையை உயர்த்தி, குறிப்பேட்டை உடலோடு சேர்த்து வைத்தபடி அவனிடமிருந்தும் விலகிநடக்கிறாள். அவ்ரம் தோள்களைக் குலுக்கிக்கொள்கிறான், ஒருநொடி பின்னால்

திரும்பிப்பார்க்கிறான் – அங்கே யாரும் இல்லை, அந்த ஆள் இன்னமும் உறங்கிக்கொண்டிருக்கலாம் – அவளுக்குப் பின்னால் நடக்கிறான். அவள் உதட்டிலிருக்கும் மெல்லிய ஆச்சரியப் புன்னகையை அவனால் இப்போது காணமுடியவில்லை.

"ஓரா–"

"என்ன?"

"ராணுவப்பணி முடிந்ததும் எங்காவது பெரிய பயணம் போக வேண்டுமென்று ஓஃபர் விரும்பவில்லையா?"

"முதலில் அவன் ராணுவப்பணியை முடிக்கட்டும்," வெடுக்கென்று சொல்கிறாள்.

"உண்மையில் அதுபற்றி அவன் பேசியிருந்தான்," சற்றுக் கழித்து அவளே அந்தப் பேச்சை எடுக்கிறாள். "இந்தியாவுக்குப் போகலாமென்று ஒரு திட்டமிருந்தது."

"இந்தியாவுக்கா?" வந்தச் சிரிப்பை உதட்டைக் கடித்து அடக்கிக் கொள்கிறான், தோன்றிய துடுக்கான எண்ணத்தையும் அப்படியே செய்கிறான்: அவன் வந்து நான் வேலை செய்யும் உணவுவிடுதியில் என்னைப் பார்க்க வேண்டும். இந்தியாவைப் பற்றிய அனைத்தையும் நான் சொல்வேன்.

"இன்னும் அவன் முடிவு செய்யவில்லை. இருவரும் ஒன்றாகப் போகவேண்டுமென்று நினைத்திருந்தனர், அவனும் ஆடமும்."

"அவர்கள் இருவருமா? அந்தளவுக்கு அவர்களிருவரும்–"

"நெருக்கமானவர்கள். இருவரும் ஒருவருக்கொருவர் நண்பர்கள்." அவளுள் பெருமையின் செடி முளைவிடுகிறது: குறைந்தது அந்த விஷயத்தி லாவது அவள் வெற்றிகண்டிருந்தாள். அவளது மகன்களிருவரும் ஆத்ம தோழர்கள்.

"அது–அது இயல்பானதுதானா?"

"என்ன?"

"இரண்டு சகோதரர்கள், இந்த வயதில் . . ."

"அவர்கள் எப்போதுமே அப்படித்தான் இருந்தார்கள். கிட்டத்தட்ட ஆரம்பத்திலிருந்தே அப்படித்தான்."

"ஆனால் நீதானே சொன்னாய் . . . இலனும் ஓஃபரும் ஒருபக்கம் என்பதுபோல நீ சொன்னாயல்லவா?"

"அதுவும் மாறிவிட்டது. அந்தக் காலகட்டத்தில் எல்லாமே மாறிக் கொண்டிருந்தன. எல்லாவற்றையும் சொல்ல எனக்கு நேரமிருக்குமா எனத் தெரியவில்லை."

அது ஒரு ஆறு எப்படிப் பாய்கிறது என்பதைச் சொல்வதுபோல, அவள் நினைத்துக்கொள்கிறாள். நீர்ச்சுழலொன்றை அல்லது நெருப்புத் தழலை வரைவதுபோல. அதுவொரு நிகழ்வு, அவனது பழைய வார்த்தையொன்றை மகிழ்வுடன் நினைவுபடுத்திக்கொள்கிறாள்: குடும்பம் என்பதொரு நிரந்தர நிகழ்வு.

அதை அவனுக்குக் காட்டுகிறாள் ஓரா: ஆடமுக்கு அப்போதுதான் ஆறு வயது நிறைந்திருந்தது. ஓஃபர் மூன்றைத் தொடவிருந்தான். ஸூர் ஹடஸ்ஸா வீட்டுப் புல்வெளியில் ஆடம் படுத்திருக்கிறான். கைகால்களை விரித்துக் கண்களை மூடியபடி படுத்திருக்கிறான். அவன் இறந்துவிட்டான். வாயிற்சீலை மறைப்பை விலக்கி உள்ளேயும் வெளியேயும் போய்வருகிறான் ஓஃபர், அபூர்வமாய் மதியத் தூக்கத்தில் இருக்கும் ஓராவை அவன் வாயிற்சீலையை அடித்துச் செல்லும் ஓசை எழுப்புகிறது. ஜன்னலுக்கு வெளியே பார்க்கிறாள், ஆடமை உயிர்ப்பிக்கவென்று பலிபொருட்களை எடுத்து வருகிறான் ஓஃபர். தனது பஞ்சடைத்த விலங்கு பொம்மைகள், பொம்மைக் கார்கள், ஒரு கலைடாஸ்கோப், பலகை விளையாட்டுகள், கோலிக்குண்டுகள். தனக்குப் பிரியமான புத்தகங்கள், விருப்பமான சில வீடியோ கேசட்டுகள் இவற்றை ஆடமைச்சுற்றி அடுக்குகிறான். தீவிரமும் கவலையுமாக இருக்கிறான், கலவரமுற்றிருக்கிறான். தளர்நடை நடந்து வீட்டுக்குள் போகும் அந்த நான்கு கான்கிரீட் படிகளில் மீண்டும்மீண்டும் ஏறி மதிப்புவாய்ந்த பொருட்களைக் கொண்டுவந்து ஆடமைச் சுற்றி அடுக்குகிறான். ஆடம் அசையவில்லை. ஓஃபர் உள்ளே போயிருக்கும்போது மட்டும் தலையைச் சற்றே உயர்த்தி ஒரு கண்ணைத் திறந்து கடைசியாக வந்திருக்கும் பலிபொருள் என்னவென்று பார்க்கிறான். கடுமையாக மூச்சிரைக்கும் ஓசை கேட்கிறது. தனக்குப் பிடித்தமான போர்வையை இழுத்துவந்து மெல்ல ஆடமின் கால்களில் போர்த்துகிறான் ஓஃபர். பிறகு அவன் ஆடமை நோக்கி இறைஞ்சுவதுபோலப் பார்க்கிறான், ஏதோ சொல்கிறான், என்னவென்று ஓராவுக்குக் கேட்கவில்லை. ஆடம் அசையாமல் படுத்துக் கிடக்கிறான். ஏதோ நினைத்தவன் முஷ்டிகளை உயர்த்திக் குதூகலித்துவிட்டு மறுபடி வீட்டுக்குள் போகிறான். போர்வைக்கடியில் கால்விரல்களை அசைக்கிறான் ஆடம். எவ்வளவு குரூரமானவன் இவன் என நினைக்கிறாள் ஓரா. இந்தக் குரூர எண்ணம் அவளையும் பீடிக்கிறது, ஓஃபரின் வேதனைக்கு அவளும் முடிவுகட்டத் துணியவில்லை. தனது அறையின் மூடிய கதவுக்கு வெளியே அவளுக்கு முக்கலும் முனகலும் கேட்கிறது. கனமான ஏதோவொன்று இழுக்கப்படுகிறது. நாற்காலிகள் ஓரமாகத் தள்ளப்படுகின்றன, ஓஃபரின் மூச்சொலி சற்றே இரைப்புடன் வேகவேகமாகக் கேட்கிறது. அடுத்த கணம் அவனது தரைவிரிப்பு படிகளின் உச்சியில் அவன் தலைக்கு மேல் தெரிகிறது. கால்களால் தடவி முதல் அடியைப் படியில் வைக்கிறான். ஓரா அப்படியே உறைந்துபோகிறாள், சிரித்துக் கலவரப்படுத்தி அவனைத் தடுமாறி விழவைத்துவிடக்கூடாது என்று தன்னைக் கட்டுப்படுத்திக்கொள்கிறாள். ஆடம் சிறு பிளவாய் ஒரு கண்ணைத் திறக்கிறான், தனது எடையளவான ஒரு பொருளைத் தலையில் வைத்தபடிவரும் தன் சகோதரனைப் பார்க்கையில் வியப்பும் அச்சமும் கலவையாக அவன் முகத்தில் தோன்றுகிறது. பளுவான தரைவிரிப்பினடியில் முன்னும்பின்னும் தள்ளாடியபடி படிகளில் இறங்குகிறான் ஓஃபர்.

வேதனையில் முனகுகிறான், மூச்சிரைக்கிறது, நடுங்கும் கால்களுடன் தன்னுடலை இழுத்து முன்னேறுகிறான். ஆடமை நெருங்கியதும் அப்படியே அவன் பக்கத்தில் தரைவிரிப்புக்கு மேல் பொத்தென விழுகிறான். தன் முழங்கைகளால் அவனைத் தாங்கிக்கொள்ளும் ஆடம், கண்களைத் திறந்து அவனை ஆழ்ந்த, நன்றியுணர்வு பொங்கும் பார்வை பார்க்கிறான்.

ஆடம் குரூர மனதுடன் அதைச் செய்யவில்லை, ஓஃபரை அவன் சோதித்துப் பார்க்கிறான், அவனால் பெரியதொரு பணியைத் தாக்குப் பிடித்துச் செய்து முடிக்க இயல்கிறதா என. ஜன்னல் வழியாகப் பார்க்கையில் ஓராவுக்கு இப்படித்தான் தோன்றியது. ஆனால் ஓராவுக்கு அப்போது தெரியவில்லை; அது ஆடமுக்குத் தம்பியாயிருப்பதென்ற வழமையான, மிகவும் சிக்கலானதொரு பணி என்று அப்போதும் அவள் எண்ணிக் கொண்டிருந்தாள்.

"என்ன சொல்கிறாய்?" தயக்கத்துடன் கேட்கிறான் அவ்ரம்.

"கொஞ்சம் பொறுங்கள், வருகிறேன்."

"அப்படியானால் நீ சாகவில்லையா?" ஓஃபர் கேட்டான். "நான் உயிரோடுதான் இருக்கிறேன்," என்ற ஆடம் எழுந்து தான் உயிரோடு இருப்பதை அறிவித்தபடியே கைகளை விரித்துக்கொண்டு முற்றத்தைச் சுற்றி ஓட ஆரம்பித்தான். பீடு நடையும் சிரிப்புமாக அவன் பின்னால் சென்றான் களைத்துச்சோர்ந்திருந்த ஓஃபர்.

"இலன் வேண்டுமானால் ஆடமுக்குத் துரோகம் இழைத்திருக்கலாம், ஓஃபர் ஒருபோதும் அப்படிச் செய்ததில்லை," அவள் விளக்குகிறாள்.

மெலிந்த சிறிய உருவமாக, திக்கிப் பேசியபடி, தன் பார்வையால், விரிந்த நீலக் கண்களால், பொன்னிறக் கேசத்தால், அற்புதமான புன்னகையால் எல்லாரையும் மயக்கியபடியிருந்தான் ஓஃபர். எந்தப் பிரயத்தனமுமின்றி தனது இனிமையினாலும் முகத்தின் ஒளியாலும் இதயங்களைக் கவர முடியுமென்பதை நிச்சயமாக அவன் அறிந்திருந்தான். ஆடமுடன் அவன் சென்ற இடங்களிலெல்லாம் எல்லோரின் கவனமும் அமைதியற்ற, பிடிகொடாத தொல்லைதரும் அவனது மூத்த சகோதரனிடமிருந்து சட்டென இவனிடம் குவிந்தன. "இதை எண்ணிப்பாருங்கள், அண்ணனிடமிருந்து எல்லோருடைய நல்லெண்ணத்தையும் தன்னிடம் திருப்பிக்கொள்ளும் ஒரு தம்பி, ஒரு ஆண் குழந்தை. ஆனால் ஆடமை ஓஃபர் ஒருபோதும் ஒதுக்கியதில்லை. ஒருபோதும் இல்லை. எப்போதும், எந்தச் சூழ்நிலையிலும் அவன் ஆடமையே தேர்ந்தெடுத்தான்."

"தான் முதல் அடி எடுத்து வைத்ததிலிருந்து," அவ்ரம் தாராளச் சிந்தையுடன் அவளுக்கு நினைவூட்டுகிறான்.

"ஆமாம், நீங்கள் நினைவு வைத்திருக்கிறீர்கள்," மகிழ்ச்சி தோன்றச் சொல்கிறாள்.

"எனக்கு எல்லாமே நினைவிருக்கிறது." அவளது தோள்களைத் தழுவிக்கொள்ளக் கைகளை நீட்டுகிறான். அவர்கள் – அவனது பெற்றோர் – அப்படித் தழுவிய நிலையிலே நடக்கிறார்கள்.

அவர்களுக்கு ஒன்பது மற்றும் ஆறு வயது, ஒருவன் உயரமாக ஒல்லியாக. மற்றவன் குட்டியாக, தீவிரமாக நடந்தபடியும் பேசியபடியும், சைகைகள் செய்தபடியும். இருவரும் ஒருவர் மற்றவரின் எண்ணங்களைக் கட்டுப் படுத்தியவர்களாக இருந்தனர். ஆர்க்குகள், கூளிகள், காட்டேரிகள், ஸாம்பீகள் பற்றிய விசித்திரமான புரிந்துகொள்ள முடியாத உரையாடல்கள். "ஆனால் ஆடம்," கீச்சுக் குரலில் கேட்கிறான் ஓஃபர், "எனக்குப் புரிய வில்லை. ஓநாய் மனிதன் என்பது ஓநாய்க் குடும்பத்தில் பிறந்த சிறுவனா?"

"இருக்கலாம்," தீவிர பாவனையில் சொல்கிறான் ஆடம், "அவனுக்கு லைகான்தெரஃபி – ஓநாயாக மாறும் சக்தி – இருந்திருக்கக் கூடும்."

ஓஃபர் வாயடைத்து நிற்கிறான், அந்த வார்த்தையைச் சொல்லிப் பார்க்க முயன்று தடுமாறுகிறான். மனிதர்களையும், மனிதர் போன்று தோன்றுபவர்களையும் மனித – மிருகங்களாக மாற்றும் அந்த நோய்பற்றி விரிவாக விளக்குகிறான். "எங்கே சொல்லு, லைகான்தெரஃபி," இறுகிய குரலில் சொல்கிறான், ஓஃபரும் அதைத் திருப்பிச்சொல்கிறான்.

உறங்கும்முன், இருட்டில் படுக்கையிலிருந்தபடி அவர்கள் பேசுவார்கள்: "குளோரின் வாயுவைக் கக்கும், பேசுவதற்கு முப்பது சதவீதமே வாய்ப்புடைய பச்சை டிராகன், சதுப்புநிலத்திலும் உப்புப் படுகையிலும் வாழ்ந்து சுத்த அமிலத்தைக் கக்கும் கறுப்பு டிராகனைவிடவும் ஆபத்தானதா?"

அவர்களது அறைக்கதவு கீறலளவே திறந்திருக்க, கைநிறையத் துணிகளுடன் வெளியே நின்று அவர்களது பேச்சைக் கேட்கிறாள் ஓரா.

"கிரேஸி டெத் ஒரு புத்திகெட்ட உயிரினம்."

"நிஜமாகவா?" ஒருவித மரியாதையுடன் கேட்கிறான் ஓஃபர்.

"வேறு என்னவெல்லாம் நான் உருவாக்கியிருக்கிறேன் தெரியுமா. அது கிரேஸி உயிர்கொண்டதாகவும் மாறிவிடும், அதனால் கொல்லப்படுபவர்கள் ஒருவாரத்தில் ஸாம்பீயாகி கிரேஸி டெத்துடன் சேர்ந்து எல்லா இடங்களிலும் சுற்ற ஆரம்பித்துவிடுவார்கள்."

ஓஃபரின் குரல் கரகரக்கிறது: "இவைகளெல்லாம் நிஜமாகவே இருக்கின்றனவா?"

"முழுவதும் சொல்லிவிடுகிறேன்! ஒருநாள், கிரேஸி டெத்தின் ஸாம்பீகள் ஒன்று சேர்ந்து பெரியதொரு டெத்–கிரேஸி பந்தாக மாறிவிடுகிறார்கள்."

"ஆனால் இது நிஜமில்லைதானே?"

இனிமையான குரலில் ஆடம் சொல்கிறான், "இது நான் உருவாக்கியது, எனவே அது எனக்கு மட்டுமே அடிபணியும்."

"எனக்கும் ஒன்று உருவாக்கித் தாயேன்," அவசரமாகக் கேட்கிறான் ஓஃபர். "அதற்கு எதிராக ஒன்றை எனக்கு உருவாக்கித் தா."

"நாளைக்குப் பார்க்கலாம்," முணுமுணுப்பாகச் சொல்கிறான் ஆடம்.

"இப்பவே, இப்பவே! எனக்கு ஒன்று உருவாக்கித் தரவில்லையென்றால் இரவு முழுக்க நான் தூங்கமாட்டேன்!"

“நாளை, நாளைக்கு.”

அவர்கள் குரல்களினூடாக மெல்லிய கம்பியிழைகள் வளைந்து நெளிந்து நுழைந்து இருவரையும் ஒன்றாகப் பிணைக்கின்றன: அச்சத்தின் கம்பியிழைகள், வெளிக்காட்டி நிற்கும் குரூரம் மற்றும் அடங்கி இறைஞ் சுதல் ஆகியவற்றின் கம்பியிழைகள். காப்பாற்றவும் கைவிடவுமான அதிகாரம், அது காப்பாற்றப்பட்டுவிடுவதன் அச்சமும்கூட. இதெல்லாமும் அவளிடமிருந்தே வருகின்றன. ஆடமின் குரூரமும்கூட அவளிடமிருந்துதான். அவளை அது கோபப்படுத்துகிறது, இப்படிக் கோபப்படுவது அவளது இயல்பு அல்ல, இருந்தும் அந்தக் கணத்தில் விசித்திரமாக அவளுக்குக் கிளர்ச்சியூட்டுகிறது, அவளைத் தீவிர உற்சாகத்துக்குள்ளாக்குகிறது. தன்னைப்பற்றி இதுவரை அவள் அறியத் துணியாத ஒன்றை அவளுக்குக் காட்டுகிறது. அவர்களிருவரும், ஆடமும் ஓஃபரும், அவளது இதயத்தின் ஆழத்தை இரட்டைக்காட்சிகளில் வெளிப்படுத்துகிறார்கள்.

“நல்லிரவு,” என்றுவிட்டு ஆடம் சத்தமாகக் குறட்டைவிட ஆரம்பிக் கிறான்.

ஓஃபர் சிணுங்குகிறான், “ஆடம், தூங்காதே, தூங்காதே, எனக்கு கிரேஸி டெத்தை நினைத்துப் பயமாக இருக்கிறது! நான் உன்னுடைய படுக்கைக்கு வந்துவிடவா?”

இறுதியில் ஆடம் குறட்டையை நிறுத்தி ஓஃபருக்காக ஒரு ஸ்கோர்ட், அல்லது ஸ்டார்க் அல்லது ராஜாளி – மனிதனை உருவாக்குகிறான், அதனது குணாதியசங்களை சாகசத்திறன்களை விரிவாக விளக்குகிறான். அவன் பேசப்பேச குரலில் புதுவிதமான இனிமை சேர்கிறது. ஓஃபரைத் தாங்குவது, தனது கற்பனையின் பாதுகாப்பான தலையணைகளில் அவனை, தனது சக்தியின் ஒரே ஆதாரத்தை, பொதிந்துகொள்வது எந்தளவுக்கு ஆடமுக்கு மகிழ்வானது என்பதை உணர்கையில் அவள் உடல் சிலிர்க்கிறது. ஆடமிடமிருந்து வெளிப்படும் இந்தப் பெரியமனுஷத்தனம், அன்பு, பரிவு, அரவணைப்பு இவற்றிலெல்லாம் கொஞ்சம் அவளுடையதும்தான். சட்டென்று ஆடமின் பேச்சினிடையே ஓஃபர் உறக்கம் தழுவ உம் கொட்டுவது கேட்கிறது.

இருவரும் எப்போதும் ஏதாவது சூழ்ச்சித் திட்டங்களில் ஈடுபட் டிருப்பர். தோட்டத்தின் மூலைகளிலெல்லாம் இயந்திர மனிதர்களைப் பிடிக்கப் பொறிகள் வைத்திருப்பர், அடிக்கடி அவற்றில் சிக்கிக்கொள்வாள் ஓரா. வண்ணம்பூசிய கெட்டி அட்டை உருளைகளையும், மெல்லிய மரக்குச்சிகளையும், ஆணிகளையும் கொண்டு விசித்திர உருவங்கள் செய்தனர். அட்டைப் பெட்டிகளைக் கொண்டு எதிர்காலத்துக்குரிய வாகனங்களைச் செய்தனர். ஆடமின் மனநிலையைப் பொறுத்து கெட்டவர்களை மட்டுமோ அல்லது உலகத்து மனிதர்களனைவரையுமோ அழித்தொழிக்க அசுரத்தனமான ஆயுதங்களைச் செய்தனர். விசேஷ ஆய்வகத்தில் மூடிவைத்த கண்ணாடி ஜாடிகளுக்குள் சுற்றிலும் வெளுத்த பூவிதழ்கள் மிதக்க பிளாஸ்டிக் படைவீரர்களை வளர்த்தனர். இந்த வருத்தமிகு, புனையப்பட்ட படையில் ஒவ்வொரு வீரருக்கும் பெயரும் பதவிநிலையும், அவர்கள் மனப்பாடமாக ஒப்புவிக்கும் விரிவான

வாழ்க்கைக் குறிப்பும், கட்டளையிட்டவுடன் நிறைவேற்ற வேண்டிய உயிராபத்துமிக்க ஒரு பணியும் இருந்தன. பலநாட்களாகத் தொடர்ந்து அவர்கள் டிராகன்களுக்கும் நிஞ்சா ஆமைகளுக்கும் அட்டைக் கோட்டைகளும், டைனசோர்களுக்கு சண்டைக் களத்தையும் கட்டிக் கொண்டிருந்தார்கள். கடும் கறுப்பு, மஞ்சள், சிவப்பு வண்ணங்களில் வீரர்களுக்கான முத்திரைகளை வரைந்துகொண்டிருந்தனர். இங்கும் ஆடமே கண்டுபிடிப்பாளன், கற்பனையாளன், சிறையதிகாரி. ஓஃபர் ஒரு குட்டித் தெய்வம், மாயம் மிக்க, பணிவுகொண்ட ஒரு குறும்புக்கார தேவதை, ஆடமின் திட்டங்களைச் செயல்படுத்துபவன் அவன். தன்னுடைய மெதுவான திட்டவட்டமான வழியில் சாத்தியப்பாடுகளின் எல்லை குறித்து விளக்குகிறான், தனது சகோதரனின் கனவுக் கோட்டைகள் எழும்ப ஆதாரமான வலுவான அடித்தளத்தை அறிவுடன் அவன் உருவாக்குகிறான்.

“ஆனால் அது அவ்வளவுதான்,” என்கிறாள் ஓரா. தன்னால் முடிந்த போதெல்லாம் அவர்கள் பேச்சை ஒட்டுக் கேட்டாள், அவர்களைக் கண்காணித்தாள். “ஆடமிடமிருந்து ஓஃபர் கற்றுக்கொண்டான், ஆனால் அவனைப் பற்றியும் அவன் கற்றுக்கொண்டான்.”

“நீ என்ன சொல்கிறாய்?” அவ்ரம் கேட்கிறான்.

“அதை எப்படிச் சொல்வதென்று தெரியவில்லை, ஆனால் அது நிகழ்வதை நான் பார்த்தேன்.” சங்கடமாகச் சிரிக்கிறாள். “ஆடமின் மூளை எப்படி வேலை செய்கிறது, ஒரே சிந்தனையில் எப்படி அவன் ‘அ’விலிருந்து ‘ஓ’வுக்குத் தாவுவான், அபத்தங்கள் மற்றும் புதிர்டுகளில் விளையாடி நடுவழியில் எப்படி அவன் திட்டங்களைத் தலைகீழாக்குவான் என்பதையெல்லாம் அவனால் தெரிந்துகொள்ள முடிந்தது. முதலில் ஆடம் செய்வதை அப்படியே செய்தான் ஓஃபர், கிளிப்பிள்ளைபோல அவனது புத்திசாலித்தனமான திட்டங்களை அப்படியே திருப்பிச்செய்தான். பிறகு அவன் விஷயங்களைக் கற்றுக்கொண்டான், படிக்கட்டில் படியொன்று கீழே நடந்துவருவது பற்றி ஆடம் பேசினால், வீடொன்றைத் தள்ளிச் செல்லும் குடியிருப்புப் பற்றியும், காகிதப் பணத்தை வாங்கும் நாணயங்கள் பற்றியும், தானே பயணம் செல்லும் பாதையைப் பற்றியும் ஓஃபர் பேசுவான். அல்லது அவனே ஒரு புதிரீட்டை உருவாக்குவான்: தன் கட்டளைக்கு அடிபணிய வேண்டாமென்று மக்களுக்குக் கட்டளையிடும் ஒரு அரசன். ஓஃபரை ஆடம் வடிவமைப்பதைப் பார்ப்பது அற்புதமானது, தன்னைப் போலவே, விசேஷமானவனான கூருணர்வும் எளிதில் ஊறுபட்டுவிடும் தன்மையும்கொண்ட ஒருவனாக நடந்துகொள்ள ஓஃபருக்கு அவன் கற்றுக்கொடுத்தான். தன்னைத் திறக்கும் சாவியை அவன் ஓஃபரிடம் தந்தான், இன்றுவரையிலும் அந்தச் சாவி ஓஃபரிடத்தில் மட்டுமே இருக்கிறது.” அவள் முகம் இறுக்கம் தளர்ந்து ஒளிர்கிறது: இதையெல்லாம் ஒண்டிக்கட்டையான அவ்ரமிடம் சொல்வதில் ஏதேனும் அர்த்தமிருக்கிறதா அல்லது தன்னை அத்தனை தூரம், அவளது இதய வளைவின் தொலைவுவரை, அவனால் புரிந்துகொள்ள முடியுமா என யோசிக்கிறாள். எல்லாவற்றுக்கும் மேலாக அவ்ரம் ஒரு குழந்தை, சிறு

வயதிலிருந்தே தந்தையின்றி வளர்ந்தவன். ஆனால் அவனுக்கு இலன் இருக்கிறான் என்பது அவளுக்கு உரைக்கிறது. இலன் அவனுக்குச் சகோதரன்போல. "அவர்களிருவரும் பேசுவதை நீங்கள் கேட்டிருக்க வேண்டுமே. முடிவற்ற, கனவு போன்ற உரையாடல்கள். நான் மட்டும் அருகேயிருந்தால், நான்—"

அதே மாறாத வெறுப்புடன், ஒரு ஜோடி பிஞ்சு முகங்கள் தீவிரமாக மேல் நோக்கி அவளைப் பார்க்கின்றன: "அம்மா, வராதீர்கள்! தூரப் போங்கள், எங்களைத் தொந்தரவு செய்யாதீர்கள்!"

அவமானம் மற்றும் உவகையின் கூர் கத்திகள் ஒரே நேரத்தில் அவளுள் இறங்குகின்றன: அவள் அவர்கள் வழியில் குறுக்கே நிற்கிறாள், அவர்களோ ஏற்கனவே "நாம்" என்று ஆகிவிட்டார்கள். கத்திகளின் முதல் இரண்டு வெட்டுக்களையும் மேலும் மேலுமான வெட்டுக்களையும் அவள் உணர்கிறாள்.

"மற்ற விஷயங்களும் ஏராளமிருந்தன, ஆனால் உங்களுக்கு ஒன்றைச் சொல்லியாக வேண்டும். ஆடம் மற்றும் ஓஃபருடன் எங்களுக்கு நிகழ்ந்தது. உங்களுக்கு களைப்பாக இருந்தால் சொல்லுங்கள்."

"களைப்பா?" அவன் சிரிக்கிறான். "நான் போதுமான அளவு உறங்கி விட்டேன்."

"இது ஆடமின் பார் மிட்ஸ்வாவுக்கு முன் நடந்தது, இப்போதும்கூட அதை என்னால் விளக்கிச் சொல்லமுடியாது."

நாய் திரும்பி நின்று உறுமுகிறது, அதன் ரோமங்கள் குத்திட்டு நிற்கின்றன. ஓராவும் அவ்ரமும் வேகமாகத் திரும்பிப் பார்க்கின்றனர், ஓராவுக்கு யோசிக்க அவகாசமிருக்கிறது: அது அந்த ஆள், அந்தக் குறிப்பேடு மனிதன், அவன் என்னைத் துரத்தி வருகிறான். சில கஜங்கள் அப்பால் ஒரு ராஸ்பெரி புதரருகே இரண்டு பருத்துக் கொழுத்த காட்டுப் பன்றிகள், தமது மணிக் கண்களால் அவர்களைப் பார்த்தபடி நிற்கின்றன. நாய் ஊளையிடுகிறது, உடலைத் தரையோடு சேர்த்து அமர்கிறது, கிட்டத்தட்ட ஓராவின் காலைத் தொட்டுவிடுவதுபோல ஓரடி பின்னே வைக்கிறது. பன்றிகள் மோப்பம் பிடிக்கின்றன, மூக்குத் துளைகளை விரிக்கின்றன. சற்றுநேரத்துக்கு அவை அசையாமல் நிற்கின்றன. பக்கத்து மரத்தில் பாடும் பறவையொன்று ஒலியெழுப்புகிறது. அந்தப் பன்றிகளின் உடலில் தெரியும் காட்டுத்தனத்துக்கு தனது உடல் எதிர்வினையாற்றுவதை ஓரா உணர்கிறாள். அவளது தசை நடுங்குகிறது, அவளுள் பாய்வனவெல்லாம் கூர்மையடைகின்றன, நாய்கள் அவர்களைத் தாக்கியபோது இருந்ததைவிட இன்னுமதிக மிருகத்தனம் கொள்கின்றன. சட்டென்று பன்றிகள் ஓட ஆயத்தமாகின்றன, ஆக்ரோஷமாக உறுமுகின்றன, அவைகளது கனத்த உடல்கள் மெல்ல நடனமாட வெற்றிச்சிரிப்புடன் ஓட்டமெடுக்கின்றன.

"அவன் கோணிக்கொள்வதைப் பார்த்தாயா?" ஓர்நாள் இரவு படுக்கையில் கேட்டான் இலன்.

“ஆடமா? அவன் வாயையா?” முணுமுணுத்தபடி அவனது தோளில் தலையைப் பதித்துக்கொண்டாள். (அவள் உறங்கியபின், மெல்ல அவளைத் திருப்பிவிட்டு அவள் முதுகோடு ஒட்டிக்கொள்வான்; ஒவ்வொரு இரவும் தன் அப்பாவின் கரங்களில் புழங்கும் அறை சோபாவிலிருந்து தனது படுக்கைக்குச் செல்லும் அந்த இனிய பயணத்துக்கு அவள் திரும்பிச் செல்வாள்.)

“தனது விரல்நுனியால் கண்களுக்கு நடுவேயுள்ள இடத்தை அவன் தொடும் விதத்தைப் பார்த்தாயா?”

அவள் கண்களைத் திறந்தாள். “இப்போதுதான் இதைச் சொல்கிறீர்கள்.”

“அதுபற்றி அவனை நாம் கேட்கலாமா? ஏதாவது சொல்லலாமா?”

“வேண்டாம், வேண்டாம். அப்படி ஏதும் செய்ய வேண்டாம். அப்படிச் செய்வதால் என்ன நன்மை?”

“ஆமாம், இந்தப் பழக்கம் மறைந்துவிடும். நிச்சயம் மறைந்துவிடும்.”

இரண்டு நாட்கள் கழித்து அடிக்கடி ஆடம் தனது மூச்சுக்காற்றை முகர்வதுபோலக் கைகளைக் குவித்து அதில் ஊதுவதைப் பார்க்கிறாள். அவன் திரும்பி நின்று, கண்ணுக்குத் தெரியாத மிருகமொன்றை விரட்டுவது போல விரைவாக சிறுசிறு மூச்சுக்களை விடுகிறான். இப்போது அதை இலனிடம் சொல்ல வேண்டாமென நினைக்கிறாள். எதற்கு அவரைத் தேவையின்றிக் கவலைக்குள்ளாக்க வேண்டும்? எப்படிப் பார்த்தாலும் இது சில நாட்களில் மாறிவிடும். ஆனால் அடுத்த நாள் அது அதிகரித்தது: எதையாவது தொடும் ஒவ்வொருமுறையும் தன் விரல்நுனிகள், கைகள், முழங்கைகள் மீது அவன் ஊதினான். எதையாவது பேசும் முன்பு மீனைப்போல உதட்டைக் குவித்துக்கொண்டான். அவனது மட்டுமீறிய படைப்பூக்கம் சற்றே அவளுக்குக் கவலையை ஏற்படுத்தியது, அவள் அம்மா எப்போதும் சொல்வது அவள் நினைவுக்கு வந்தது: பிரச்சனையின் எண்ணங்களுக்கு முடிவே கிடையாது. மதிய உணவின்போது ஏதோ காரணம் சொல்லி மூன்றுமுறை இடையில் எழுந்தவன் கடைசியில் கழிப்பறைக்குள் புகுந்தான், ஈரக் கைகளோடு திரும்பிவந்தான். அவள் இலனின் அலுவலகத்துக்குத் தொலைபேசி செய்து இப்போது கண்ட அறிகுறிகளைச் சொன்னாள். இலன் அமைதியாகக் கேட்டான். “இதைப் பெரிதுபடுத்தினால் பிரச்சனை இன்னும் சிக்கலாகிவிடும்,” இறுதியில் சொன்னான், “அதைக் கண்டும்காணாமல் விடுவோம். அவன் அமைதியாகி விடுவான்.” இப்படி அவன் சொல்வான் என்பது அவளுக்குத் தெரியும். அதற்காகவே அவள் அவனுக்குத் தொலைபேசி செய்தாள்.

அடுத்தநாள் ஆடம் தனது உடலின் எந்தப் பகுதியைத் தொட்டாலும், உடன் அதன்மீது ஊதினான். நிபந்தனையின்றி அவன் கட்டுப்பட்ட இந்தப் புதிய சட்டம் அவனை உடல் சைகைகள் மற்றும் எதிர் – உடல் சைகைகள் கொண்ட இறுகிய முடிச்சாக மாற்றிவிட்டிருந்தது. அதையவன் மறைக்கக் கடும் பிரயத்தனம் மேற்கொண்டான், ஆனால் ஓரா அதைக் கண்டுபிடித்துவிட்டாள். இலனும் பார்த்தான்.

விசித்திரம் என நினைத்துக்கொள்கிறான் அவ்ரம், ஏன் அவனை அவர்கள் யாரிடமும் அழைத்துப் போகவில்லை?

"நாம் அவனை யாரிடமாவது அழைத்துப் போக வேண்டும்," அன்றிரவு படுக்கையில் இலனிடம் சொன்னாள்.

"யாரிடம்?" கடுமை தொனிக்கக் கேட்டான் இலன்.

"எனக்குத் தெரியவில்லை. யாரிடமாவது. யாராவது விவரமறிந்தவரிடம்."

"மனோதத்துவ நிபுணரிடமா?"

"இருக்கலாம். சும்மா, ஒரு பார்வை."

"வேண்டாம், வேண்டாம், அது இன்னும் மோசமாகிவிடும். அது நாமே அவனை ஒரு–"

"என்னது?"

"அது சரியில்லை."

ஆனால் அவன் சரியாக இல்லையே என நினைத்தாள்.

"கொஞ்சம் பொறுப்போம். அவனுக்கு அவகாசம் கொடுப்போம்."

அவன் தோளில் தன் தலையைப் பதித்துக்கொள்ள முயன்றாள், தோதான இடம் கிடைக்கவில்லை. அவள் வெப்பமாக வியர்வை பொங்கக் காணப்பட்டாள். அவள் உடலில் சாந்தம் இல்லை, அல்லது அவனுடைய உடலில். ஏதோ காரணத்துக்காக ஒருமுறை அவ்ரம் சொன்னது அவள் நினைவுக்கு வருகிறது: நீண்டகாலத்துக்குத் தொடர்ந்து ஒருவரையே நீ பார்த்துக்கொண்டிருந்தால், அது யாராக வேண்டுமானாலும் இருக்கட்டும், அவர் தம் வாழ்நாளில் அடையக்கூடிய மிக மோசமான இடத்தை அடைவதை நீ பார்ப்பாய். அன்றிரவு அவள் உறங்கவில்லை.

அடுத்த வார இறுதியில் அவர்கள் பெய்ட் யான்னை கடற்கரைக்குச் சென்றனர். வந்ததிலிருந்தே ஆடம் தொடர்ந்து தன்னைச் சுத்தப்படுத்தும் வேலையில் ஈடுபட்டிருந்தான். மறுபடி மறுபடி கைகளைக் கழுவினான், காற்றடித்து உப்பவைக்கும் தனது கடற்கரை மெத்தையை ஈரத்துணிகள் கொண்டு துடைத்தான். அவ்வப்போது அதனைத் திருப்பிப்போட்டு "கடல்நீர் பட்ட இடத்தை" துடைத்தான்.

அஸ்தமன வேளையில் ஓராவும் இலனும் சாய்வு நாற்காலிகளில் அமர்ந்திருந்தனர், ஓஃபர் விளையாடினான், மண்ணைத் தோண்டினான், ஆடம் இடுப்பளவு நீரில் நின்று, வட்ட வடிவில் சுற்றிச்சுற்றித் திரும்பியபடியும், எல்லாத் திசைகளிலும் ஊதியபடியும், தன் கைகளிலும் பாதங்களிலுமுள்ள ஒவ்வொரு மூட்டையும் கணுவையும் தொட்டபடியுமிருந்தான். வயதான, வெயிலில் தேகம் கன்றிய உயரமான ஒரு ஜோடி கைகோர்த்தபடி வந்து ஆடமைப் பார்த்து நின்றது. தொலைவேயிருந்து பார்க்க அஸ்தமனச்

நிலத்தின் விளிம்புக்கு

சிவப்பு அவன் முதுகிலிருக்க கவித்துவமானதொரு தேவதை நடனத்தில் சிக்குண்டவன்போலக் காணப்பட்டான். ஒரு அசைவையடுத்து அடுத்தது, ஒவ்வொன்றும் அதற்கு முந்தைய அசைவிலிருந்து உண்டானவை. "அதை அவர்கள் டாய் சி என நினைக்கிறார்கள், இது என்னைப் பைத்திய மாக்குகிறது" என ஓரா முணுமுணுத்தாள். அவள் கைமீது தன் கையை வைத்தான். "கொஞ்சம் பொறு. அவனுக்கே அது பிடிக்காமல் போகும். எவ்வளவு நாளைக்கு அவன் இப்படியே இருப்பான்?"

"பாருங்கள், சுற்றி நின்று அவனைப் பார்ப்பவர்களைக்கூட அவன் கண்டுகொள்ளவில்லை."

"ஆமாம், அதுதான் எனக்கும் சற்றுக் கவலையாக இருக்கிறது."

"சற்றா? ஆடம் எப்படி இப்படி எல்லோருக்கும் முன்னால்?"

அவளுக்கு இலனின் அப்பாவைப் பற்றிய நினைவு வந்தது. அவர் தனது கடைசி தினங்களில் மருத்துவமனையிலிருந்தபோது கூச்சவுணர் வற்று எல்லோருக்கும் முன்பாக உடைகளைக் கழற்றித் தன் உடலில் இன்னுமொரு இடத்தில் இது பரவி வளர்ந்திருக்கிறது பாருங்கள் என்று காண்பிப்பார்.

"ஓஃபர் அவனையே வைத்த கண் வாங்காமல் பார்ப்பதைப் பார்," இலன் சொன்னான்.

"ஆடமை இப்படிப் பார்ப்பது அவனில் என்ன பாதிப்பை ஏற்படுத்துமோ."

"இதுபற்றி அவன் உன்னிடம் பேசவில்லையா?"

"ஓஃபரா? எதுவும் பேசவில்லை.. இன்று காலை கடற்கரையில் நாங்களிருவரும் தனித்திருக்கையில் அவனிடம் கேட்க முயன்றேன். அவன் ஒன்றும் சொல்லவில்லை." அவள் வலியப் புன்னகைத்தாள். "ஆடமுக்கு எதிராக அவன் எதுவும் செய்யமாட்டான்."

ஆடம் தன் விரல்நுனிகளை முத்தமிட்டான், பிறகு தண்ணீரினுள் இருக்கும் தன் இடுப்பை, தொடைகளை, கால் முட்டிகளை, முழங்கால்களை தொடர்ந்து மென்மையாக அந்த விரல்களால் தொட்டான். அவன் நிமிர்ந்தான், சுற்றி ஒரு வட்டமடித்தான், நான்கு திசைகளிலும் ஊதினான்.

"செப்டம்பரில் பள்ளி திறக்கும்போது என்னவாகும், எனக்குத் தெரிந்தாக வேண்டும்."

"பொறு. இன்னும் ஏறத்தாழ இரண்டு மாதங்கள் இருக்கின்றன. அதற்குள் இது மாறிவிடும்."

"மாறவில்லையென்றால்?"

"மாறும், மாறும்."

"மாறவில்லையென்றால்?"

"எப்படி அது மாறாமல்போகும்."

கால் முட்டிகளை நெஞ்சோடு சேர்த்துக்கொள்கிறாள், மூச்சையடக்கிக் கொள்கிறாள், அப்படியே நீண்ட நேரத்துக்கு அவ்ரமைப் பார்க்கிறாள். அதிக நேரம் தன்னால் அசையாமல் அமர்ந்திருக்க முடியாது என அவ்ரம் நினைக்கிறான். அவன் உடல் முழுவதும் எறும்புகள் ஊர்கின்றன.

நாளுக்கு நாள் ஆடம் அவர்களிடமிருந்து அதிகம் விலகிப்போவது போலிருந்தது. கெட்ட எண்ணங்கள் ஒன்றுசேர்ந்தன, சில காலமாகவே இதற்காக அவை காத்திருந்தது போலிருந்தது. பகல் பொழுதில் நிழல்கள் போல அவளது தலைக்குள் அவை சுழன்றன. இரவில், உறக்கநிலையிலேயே உடல் களைத்துப் போகும்வரை அவற்றை அவள் விரட்டினாள், பிறகு அவை மறுபடி கீழிறங்கி வந்தன. இலன் அவளை எழுப்பி முகத்தை வருடிக்கொடுத்தான், தன்னோடு இறுக அணைத்துக்கொண்டான், பதற்றம் தணியும்வரை மெதுவாக மூச்சுவிடச் சொன்னான்.

“எனக்கொரு கெட்ட கனவு வந்தது,” என்றாள். அவள் முகம் அவன் நெஞ்சில் புதைந்திருந்தது. விளக்கைப் போட அவள் அனுமதிக்கவில்லை. அவள் கண்டதை தன் கண்களிலிருந்து அவன் கண்டுபிடித்துவிடுவான் என அஞ்சினாள்: வெள்ளையுடை அணிந்து, மிகவும் நலிவுற்றவனாய் தெருவில் அவ்ரம் அவளைக் கடந்துபோனான். அவளருகே வந்தபோது இன்றைய செய்தித்தாளை அவள் வாங்க வேண்டும் எனத் தாழ்ந்த குரலில் சொன்னான். அவனைத் தடுத்து நிறுத்த முயன்றாள், அவன் எப்படி இருக்கிறான், ஏன் தன்னிடமிருந்து பிரிந்து போவதிலேயே குறியாக இருக்கிறான் எனக் கேட்க நினைத்தாள். வெறுப்புடன் அவளது பிடியிலிருந்து தன் கையை விடுவித்துக்கொண்டு அங்கிருந்து அகன்றான். செய்தித்தாளின் தலைப்புச் செய்தியில் அவள் தனது பிள்ளைகளில் ஒருவனைத் தன்னிடம் தரும்வரையில் அவ்ரம் அவள் வீட்டுக்கெதிரே உண்ணாவிரதம் இருக்கப்போவதாகப் போட்டிருந்தது.

அந்த ஆண்டு பள்ளிக்குப் போகையில் ஆடமுக்கு புதிய உடற்பயிற்சிச் சப்பாத்துகள் தேவைப்பட்டன, அவள் கடைக்குப் போவதைத் தள்ளிப் போட்டுக்கொண்டே வந்தாள். ஓஃபருக்குப் பரிசு ஒன்று வாங்க வேண்டும், என்னைப் பேரங்காடிக்கு அழைத்துச் செல்லுங்கள் என அவளை ஆடம் கேட்டபடியே இருந்தான். இதுவே இரண்டு வாரங்களுக்கு முன்பாக இருந்தால் இதைக் கேட்டதுமே அவள் மனம் பூரித்திருப்பாள் – “வாங்கி முடித்ததும் உன்னை அப்படியே உணவகத்துக்கு அழைத்துப் போகவா?” – இப்போது அவள் பலவீனமான சாக்குப்போக்குகள் சொல்லி வர மறுக்கிறாள், அதைப் புரிந்துகொண்டவன் அவளை வற்புறுத்துவதை நிறுத்திக்கொண்டான்.

நாள் ஒவ்வொன்றும் புதிய அறிகுறிகளைக் கொண்டுவந்தது. பேசுவதற்கு முன்பு தோள்பட்டைகளிலிருந்து கைகளை இறக்கிப் பக்கவாட்டில் வேகமாக அடித்தான், “நான்” என்று சொல்லும்முன் குறிப்பிட்ட தாளகதியில் கைமுஷ்டிகளைத் திறந்து மூடினான். கைகளைத் தேய்ப்பதும் கழுவுவதும் அடிக்கடி நடந்தது. ஒரு உணவைச் சாப்பிட்டு முடிப்பதற்குள்ளாக நடுவில் எழுந்து கைகளையும் வாயையும் ஐந்து

முதல் பத்து தடவைகள் வரை கழுவும் அளவுக்குப் போனான். வீட்டில் நடந்த ஒரு ஷபாத் விருந்துக்குப் பின் இலன் ஓராவிடம் சொன்னான், "யாரையாவது நாம் வீட்டுக்கு அழைத்து இதைப் பார்க்கவேண்டும்," என்றான். அந்த விருந்தின்போது நாள் முழுக்கவும் உணவு உண்ணும்போது மூன்று தடவையும் இலன் அவனைக் கவனித்திருந்தான்.

சொன்னதுபோலவே, இதுபற்றிப் பேசினால் அதைக் காதுகொடுத்துக் கேட்கக்கூட ஆடம் தயாராயில்லை. தரையில் விழுந்து புரண்டு நான் ஒன்றும் பைத்தியமில்லை, என்னைத் தனியே விடுங்கள் என்று கத்தினான். அவனுக்கு அதைப் புரியவைக்க அவர்கள் முயற்சித்தபோது, அறைக்குள் வைத்துத் தன்னைப் பூட்டிக்கொண்டு நீண்ட நேரம் கதவை அடித்து ஓசையெழுப்பியபடியிருந்தான்.

"நாம் சற்றுப் பொறுப்போம்," உறக்கமின்றி இருவரும் படுக்கையில் புரண்டுகொண்டிருந்தபோது இலன் சொன்னான். "அவன் இதற்குப் பழகட்டும்."

"எவ்வளவு நாட்கள்? இப்படி அவனை வைத்துக்கொண்டு எவ்வளவு நாட்கள் காத்திருப்பது?"

"ஒரு வாரம்."

"வேண்டாம், அது மிக அதிகம். ஒரு நாள். தேவைப்பட்டால் இன்னுமொரு நாள். அதற்குமேல் வேண்டாம்."

அடுத்துவந்த நாட்களில் ஆடமைப் பார்த்து அப்படியே செயலிழந்து நின்றாள். அவளது குழந்தை ஒரு செயல்முறையாக மாறிக்கொண்டிருந்தான். அந்த நேரங்களில் வீட்டில் அவனோடே இருந்தாள் – நல்ல காற்று வாங்க, மற்ற மனிதர்களது இயல்பான அழகான நடத்தையை அமிர்தம்போல உள்வாங்கிக்கொள்ள, ஆடமின் பள்ளித் தோழர்கள் கோடை விடுமுறையை கொண்டாடிக் களிப்பதைப் பார்த்துக் கடுமையாகப் பொறாமைப்படவென வெளியே போவதற்கு சாக்குகள் ஏதும் கிடைக்காதபோது அவள் வீட்டிலேயே இருந்தாள் – அந்த நேரங்களில் அவனது மொத்த இருப்பும் பகுதி பகுதியாக வெட்டித் துண்டாக்கப்பட்டிருப்பதை அவள் பார்த்தாள், அந்தப் பகுதிகளை ஒன்றிணைக்கும் முயற்சி மேலும் மேலும் கடினமானதாகிக் கொண்டிருந்தது. அந்த உடல்சைகைகளே – அவளும் இலனும் அதை "நிகழ்வு" என அழைத்தனர் – அவனது தசைநார்களாகவும் நரம்புகளாகவும் இருந்து அவனது உறுப்புகளுக்கிடையேயான தொடர்பைப் பேணி வந்தது போலிருந்தது.

"அவையெல்லாம் வெகு நெருக்கத்தில் நடந்தன," அவ்ரமிடமா அல்லது தனக்குள்ளாகவா எனத் தெரியாமல் சொல்கிறாள். "எங்கள் வீட்டுக்குள்ளேயே நடந்தன. கையை நீட்டித் தொட முடிகிற தொலைவில், ஆனால் பற்றிக்கொள்ளத்தான் எதுவுமில்லை. வெறுமையில் கை மூடி யிருக்கிறது."

"ஹ," பலவீனமாகச் சொல்கிறான் அவ்ரம்.

"இதையெல்லாம் கேட்க விருப்பமில்லையென்றால் சொல்லி விடுங்கள்."

முட்டாள்தனமாகப் பேசாதே என்பதுபோல அவளைப் பார்க்கிறான்.

எனக்கெப்படித் தெரியும் என்பதுபோல தோள்களைக் குலுக்கிக் கொள்கிறாள். பல வருடங்கள் உங்களுடன் மௌனமாகவே இருந்து பழக்கப்பட்டுவிட்டேன்.

அமுத் நதி வெள்ளக்காலிலுள்ள எய்ன் யாக்கிம் ஊற்றுக்கருகில், மாண்டேட் காலகட்டத்தைச் சேர்ந்த ஒரு நீரேற்று நிலையத்தையொட்டி, அவர்கள் தங்குவதற்கான ஏற்பாடுகளைச் செய்துகொள்கின்றனர். ஓரா தரையில் துணியை விரித்து உணவையும் தட்டு மற்றும் கரண்டிகளையும் வைக்கிறாள். அவ்ரம் விறகு சேகரித்து, கற்களை வட்டமாக வைத்து நெருப்பு மூட்டுகிறான். நாய் மெலிதாக ஓடும் ஆற்றை இப்படியும் அப்படியும் பலமுறை கடந்து வருகிறது, உடலைக் குலுக்கி நீரை ஆயிரமாயிரம் திவலைகளாகத் தெளித்துவிட்டு குறும்புடன் அவர்களைப் பார்க்கிறது. சாப்பிட அமரும்முன் அவர்கள் காலுறைகளையும், உள்ளாடைகளையும், சட்டைகளையும் ஊற்றுநீரில் துவைத்து, சூரியன் உதித்ததும் காயட்டுமென்று புதர்கள்மீது போடுகிறார்கள். அவ்ரம் தனது முதுகுப்பையில் துழாவி இந்தியச் சட்டையொன்றையும், புதிதான ஷர்வால் கால்சராயொன்றையும் எடுக்கிறான். புதர் மறைவில் நின்று உடைமாற்றிக்கொள்கிறான்.

அடுத்தநாள், வீட்டில் ஆடமுடன் தனித்திருக்கையில், தனக்கு மிகப் பிடித்தமான கணினி விளையாட்டுப்பற்றி ஏதோ அவளிடம் சொன்னான், அவளுக்கு ஒரே சந்தோஷம், மனக்களிப்பு. அவன் என்ன சொல்கிறான் என்பதைக் கவனித்து அவனது மகிழ்ச்சியில் பங்கெடுக்க முயன்றாள், ஆனால் அவளால் முடியவில்லை: இப்போதும் அவன் வாக்கியங்களை ஒரு வெளிமூச்சுடனே முடித்தான். குறிப்பிட்ட சில எழுத்துக்களையடுத்து– அவை சீற்றொலி மெய்யெழுத்துகள் என நினைத்தாள், ஆனால் இதற்கு விதிவிலக்கான எழுத்துகள் தமக்கேயான தண்டனைகளைக் கொண்டிருந்தன – அவன் கன்னங்களை உள்நோக்கி உறிஞ்சிக்கொண்டான். கேள்விக்குறியுடன் முடிந்த வாக்கியங்களுக்கு ஒரு புதுவித முகச்சுழிப்பு: மேலுதட்டையும் மூக்கையும் நோக்கிப் பின்புறமாக மடித்தான்.

சமையலறையில் அவனோடு இருக்கையில் தானும் உதட்டைத் துருத்தி அவனுக்குப் பழிப்புக் காட்டவேண்டுமென்று எழுந்த விஷமத்தனமான எண்ணத்தைச் சிரமப்பட்டுக் கட்டுப்படுத்திக்கொண்டாள்; அப்படிச் செய்தால்தான் தான் எப்படியிருக்கிறோம், தன்னைப் பார்க்கையில் அடுத்தவர்களுக்குத் தெரிவது என்ன, அதை சகித்துக்கொள்வது எவ்வளவு கடினம் என்பதெல்லாம் அவனுக்குத் தெரியும். அடா இறந்தபின் தன் அம்மா தனக்குச் செய்தது இதைத்தான் என்பதை உணர்ந்தவள் அதைச் செய்யாதுவிட்டாள். இந்தளவுக்குத் தீவிரமாக இல்லாவிடினும் அப்போது அவளும் இதுபோன்ற உடல் சேட்டைகளில் ஈடுபட்டிருந்தாள்.

ஆனால் ஆடமின் துளைக்கும், எல்லாம் எனக்குத் தெரியும் என்பது போன்ற பார்வையைச் சந்தித்ததும் அவனை அணைத்துக்கொள்ள வேண்டுமென்று அவள் கைகள் பரபரத்தன. அவனை அவள் அணைத்து ஒரு வாரமாகியிருந்தது. அவன் யாரும் தன்னைத் தொட அனுமதிக்க வில்லை, அவனது இசைவகன்ற உடலைத் தொட விருப்பமற்றவளாய் அவளும் தன் முயற்சியைக் கைவிட்டிருந்தாள். தன் தொடுகையில் வெம்மையான சருமத்துக்குப் பதில் ஓர் இறுகிய ஓட்டைத்தான் உணரமுடியும் என அவள் நினைத்திருக்கலாம். இப்போது அவன் கன்னத்திலும் நெற்றியிலும் முத்தமிட்டாள். எளிய, வலுவான அணைப்பை அவன் வேண்டியிருந்த நேரத்தில் முட்டாளைப்போல அதைத் தவிர்த்து விட்டிருந்தாள், தன்னுடல்மீதான அவனது வெறுப்புக்கு அவளும் ஒத்திசைந்து நடந்துவிட்டாள். ஒரே பெரிய அலையடிப்பில் தனது அடிமைத்தனத்திலிருந்து அவன் எழுந்துவந்தான், தன்னுடலை முழுதுமாக அவள்மீது சாய்த்துக்கொண்டான், தனது சிறிய தலையை அவள் மார்பில் வைத்துக்கொண்டான். அவள் உணர்வுபொங்க எதிர்வினையாற்றினாள், தன் சக்தியை, உயிர்த்துடிப்பை மீண்டும் உணர்ந்தாள். இதையெல்லாம் விட்டுவிட எப்படி அவள் மனம் ஒப்பினாள்? தானே எளிய இயற்கையான வழிமுறைகளில் முயற்சிக்காமல் அந்நியர் ஒருவரைக்கொண்டு அவனுக்குச் சிகிச்சையளிக்க எப்படி அவள் நினைத்தாள்? இந்த நிமிடம் முதல் தன்னிடமுள்ள யாவற்றையும் அவனுக்கு அளிப்பது என உறுதியேற்றாள், தனது குணமளிக்கும் சக்தியனைத்தையும், உடல்களைக் கையாள்வதிலும் உடம்பைப் பிடித்துவிடுவதிலும் தனக்கிருக்கும் பரந்த அனுபவம் முழுவதையும் அவனுக்காகச் செலவழிப்பாள். எப்படி இவற்றையெல்லாம் அவனுக்கு அவள் செய்யாமலிருந்தாள்?

கண்களை மூடிக்கொண்டாள், தனக்குள் திரளும் கண்ணீரின் திரியை மிதித்துப் பற்றவைத்துவிடாமலிருக்க அவனது தலைக்கு மேலாகப் பல்லைக் கடித்துகொண்டாள். ஒருமுறை இலன் சொன்னது அவள் நினைவுக்கு வருகிறது: எப்போதும் தான் விரும்புவதைவிடச் சற்றுத் தளர்வாகவே பையன்களை அவன் அணைப்பான், ஏனென்றால், அதுவே அவர்களுக்குத் தேவைப்படுவதிலும் சற்று அதிகமானது. ஓ, இலனும் அவனது கணக்கீடுகளும். மீண்டும் ஆடமின் நெற்றியில் முத்தமிட்டாள், தலையை உயர்த்தி அவன் விசேஷ – முகமொன்றை – நான் – அணிந்து கொள்ளவா என்பதுபோல இனிமை பொங்க அவளைப் பார்த்தான், அவளுக்கு அது பெரும் மகிழ்வைத் தந்தது. இந்த “விசேஷ முகம்” அவளுக்கும் பையன்களுக்குமிடையிலான ஒரு குழந்தைப்பருவப் பாரம்பரியம். இருவரும் அதைச் செய்து வருடங்களாகின்றன. ஆடம் இப்போது உதடுகளைக் குவிக்கிறான், சங்கடம் கலந்த சந்தோஷத்துடன் அவள் சிரிக்கிறாள் – அவனுக்குப் பதிமூன்று வயதாகிவிட்டது, உதட்டின் மீது அடர் நிழலாய் மீசை. அவனுக்கு அது தேவை, எதுவும் அவனைச் சங்கடப்படுத்தாது, அவளைப் பாசமாக முத்தமிட்டான், முதலில் வலது கன்னத்தில், பிறகு இடதில், மூக்கு நுனியில், நெற்றியில், ஓராவுக்குப் பெரும் சந்தோஷம்: அவளும் முத்தங்கள்வழி அவனுக்கு வீடு திரும்பும் வழியைக் காண்பித்தாள். அவன் சிரித்தான், இன்னும் ஒரு சுற்று வேண்டும்

என்பதுபோலப் பார்வையைத் தாழ்த்திக்கொண்டான், மீண்டும் அவளது வலதுகன்னதில் முத்தமிட்டான், பிறகு இடதில், மூக்கு நுனியில், நெற்றியில். ஓரா சொன்னாள், "இப்போது எனது முறை," ஆடம் சிணுங்கினான், "இன்னும் ஒரேயொரு தடவை மட்டும்." கைகளால் அவளது முகத்தை இறுகப் பற்றிக்கொண்டான், அவளது பின்கழுத்து இறுகியது. அவளது வலது கன்னத்தில், இடது கன்னத்தில், மூக்கு நுனியில், நெற்றியில் என அழுத்தமாக முத்தங்கள் பதித்தான். தனது திடமான விரல்களால் அவன் அதை அழுந்தப் பற்றியிருந்தான். முகத்தை விடுவிக்கச் சிரமப்பட்டவள் கத்தினாள்: "நிறுத்து, என்னவாயிற்று உனக்கு?" முதலில் எதுவும் புரியாமல் பிறகு ஆழ்ந்த அவமானத்தினால் அவன் முகம் கோணியது, சமையலறை யில் கழுவுதொட்டிக்கும் மேசைக்குமிடையே நின்றவர்களாய் ஒரு கணம் இருவரும் ஒருவரையொருவர் பார்த்துக்கொண்டனர். உடன் வேகமாக ஆடம் தனது வாயோரங்களையும் புருவ மத்தியையும் தொட்டான், பிறகு கைகளின்மீது ஊதினான், முதலில் வலதுகை பின் இடது, அவன் கண்களில் கலங்கலான அடர்ந்த நீர் நிறைந்தது, எங்கே அவள் விழுந்து பிறாண்டிவிடுவாளோ என்பதுபோல சந்தேகத்துடன் அவளைக் கண்காணித்தபடியே அவளிடமிருந்து விலகிப் பின்புறமாகவே நடந்தான். அவளுக்கு ஒரு விஷயம் நினைவுக்கு வந்தது: இறைச்சி உண்கிறாள் என்பது தெரிந்தபோது ஓஃபரும் இதுபோலத்தான் அவளைப் பார்த்தான், அதே அங்கீகரிப்பின் மின்னல் தெறிப்பு அப்போது அவர்கள் நடுவே கடந்துசென்றது, எல்லாவற்றையும் அபகரித்துக்கொள்ள வேண்டுமென்ற பேராவலுக்கான சாத்தியமும் அதில் இருந்தது. அது ஒரு புராதன ஓவியம்போல அவனது பெருமூளைப் புறணியெங்கும் ஒளிர்ந்தது. எப்படி இதை அவள் அவ்ரமிடம் விவரிப்பாள்? ஒரு தாய்க்கும் குழந்தைக்குமிடையாலான இந்தக் கணத்தை. இருந்தும் அவள் ஒரு தகவலும் விடுபடாமல் விவரிக்கிறாள், அப்போதுதான் அவனுக்கு அது தெரியும், அப்போதுதான் அவன் மனம் புண்படும், அப்போது தான் அது அவன் நினைவிலிருக்கும். ஆடமின் கண்கள் விரிந்து ஏறத்தாழ அவனது முகத்தையே மறைக்கின்றன, அவன் பின்னோக்கிப் போய்க்கொண்டே யிருந்தான், இப்போதும் அவளைப் பார்த்தபடியே, சமையலறையை நீங்கும்முன், அவளை ஆழமான, பரிதாபமான ஒரு பார்வை பார்த்தான், என்னைக் காப்பாற்ற உங்களுக்கு ஒரு சந்தர்ப்பம் இருந்தது, இப்போது நான் போகிறேன் என அவன் சொல்வதுபோலிருந்தது.

இறுதியில், வற்புறுத்தல்கள் மிரட்டல்களுக்குப் பின் – அவன் கணினி பயன்படுத்துவதை நிறுத்திவிடுவோம் என்பது அதில் பிரதானமானது – அவனது பிடிவாதத்தைத் தளர்த்தி மனோதத்துவ நிபுணரிடம் அவனை அழைத்துச் சென்றனர்.

மூன்றுமுறை அவரைப் பார்த்தபின் அவர் ஓராவையும் இலனையும் மட்டும் வரச்சொன்னார். "பார்க்க அவன் நிறையத் திறமைகள் கொண்ட புத்திசாலிப் பையனாகத் தெரிகிறான். வலுவான நற்பண்புகள் கொண்டவனாக இருக்கிறான். நல்ல வலுவான நற்பண்புகள்." அவர் குரல்

பலவீனமாக ஒலித்தது. "உண்மை என்னவென்றால் இந்த நாற்காலியில் அவன் மூன்று மணிநேரம் அமர்ந்திருந்தான் ஆனால் ஒரு வார்த்தையும் பேசவில்லை."

ஓராவுக்கு ஆச்சரியம். "அவன் பேசவில்லையா? உடல்சைகைகள்?"

"அப்படி எதுவும் இல்லையே. இங்கே அப்படியே சிலைபோல அமர்ந்திருந்தான், அவ்வளவுதான். என்னைப் பார்த்து வெறுமனே கண்சிமிட்டினான்." சிறுவனாக இருந்தபோது இலன் தன் வகுப்பு மாணவர்கள் அனைவரையும் ஒதுக்கி வைத்திருந்தது அவள் நினைவுக்கு வந்தது.

"அதுவொன்றும் சாதாரண அனுபவமில்லை," அவர் சொன்னார். "மூன்று முழு அமர்வுகள். நான் இது அது என்று பலவற்றை முயன்றேன், ஆனால் அவனுள் ஒருவிதமான தடுப்பாற்றல் இருக்கிறது." அவர் முஷ்டியை இறுக்கிக்கொண்டார். "இறுக்கமானவன், கல்லுளிமங்கன்."

"என்னதான் சொல்ல வருகிறீர்கள்?" கடும் வெறுப்புடன் கேட்டான் இலன்.

"இன்னும் சில அமர்வுகள் முயற்சிக்கலாம்," அவர்களது கண்களைப் பார்க்காமலே சொன்னார். "எனக்கு விருப்பம்தான், நான் என்ன சொல்ல வருகிறேனென்றால் உங்கள் பரிமாற்றங்களில்தான் ஏதோ–"

"நாங்கள் என்ன செய்ய வேண்டும்," இலன் குறுக்கிட்டான். அவனது நெற்றிப்பொட்டு நரம்பு நீலநிறமாகிக் கொண்டிருந்தது. "எளிய வார்த்தை களில் சொல்லுங்கள் நாங்கள் – இப்போது – என்ன – செய்ய – வேண்டும்!"

இலனின் முகத்தின்மீது படியும் இரும்புப் படிவை விரக்தியுடன் பார்த்தாள் ஓரா.

அவர் பேசும்போது கண்களைச் சிமிட்டினார். "இதற்கு உடனடித் தீர்வு இருப்பதாக எனக்குத் தோன்றவில்லை. உங்களோடு வெளிப்படையாகவே பேச விரும்புகிறேன். ஒருவேளை வேறு சிகிச்சையாளரிடம் போனால் தீர்வு ஏதேனும் கிடைக்கலாம். அதுவும் ஒரு பெண் சிகிச்சையாளரிடம் போனால்."

"ஏன் ஒரு பெண்ணிடம்?" குற்றம் சாட்டப்பட்டவள்போல ஓரா நாற்காலியில் பின்னால் தள்ளி அமர்ந்தாள். "ஏன் அது ஒரு பெண்ணாக இருக்க வேண்டும்?"

ஒருநாள் மாலை தனது வருமானவரிக் கணக்கு சமர்ப்பித்தலுக்காக ரசீதுகளை உன்னிப்பாக ஆராய்ந்தபடி அமர்ந்திருந்தாள் ஓரா. முடநீக்கவியல் மருத்துவமனையில் இருந்தபோது இரண்டு மாதங்களுக்கு ஒருமுறை தனது வருமானம் பற்றி அவள் தெரிவிக்க வேண்டியிருந்தது. ("வீடுகளில் சென்று நான் பார்க்கும் நோயாளிகள் பற்றி அதில் தெரிவிப்பதில்லை என்பதைக் கொள்கையாக வைத்திருந்தேன்," இரண்டு கலகக்காரர்களிடையேயான சதித்திட்டம் குறித்த பெருமையுடன் அவ்ரமிடம் சொல்கிறாள் ஓரா,

அவள் தனது அடையாள அட்டையைக்கூட எடுத்துச் செல்வதில்லை!) அப்போது ஆடம் வந்து தனது அறையை ஒழுங்கு செய்வதில் அவனுக்கு உதவுமாறு கேட்டான். இதுபோல அவன் கேட்பது வழக்கமில்லை, அதுவும் குறிப்பாக அந்த நாட்களில் அவனது அறையில் சகிக்க முடியாத அளவுக்குக் குப்பைகள் நிறைந்திருக்கும், இருந்தாலும் அவள் தனது வருமானவரிக் கணக்கை முடிக்க வேண்டும். "இப்போதே செய்ய வேண்டுமா?" எரிச்சலுடன் கேட்டாள். "ஒருமணி நேரம் முன்பு ஓய்வாக இருந்தபோது ஏன் நீ இதைக் கேட்கவில்லை? இந்த வீட்டில் என்னுடைய நேரத்தை மட்டும் எல்லோரும் பங்கிட்டுக்கொள்வதேன்?"

ஆடம் நடனமிட்டபடி உணர்வுகள் கொந்தளிக்க புதுவிதமான உடல்சேட்டையுடன் அவ்விடத்தைவிட்டு அகன்றான். ரசீதுகளை வகைபிரிக்க முயன்றாள், அவளால் அதில் கவனம் செலுத்த முடியவில்லை. வாதம்புரியாமல், ஒரு வார்த்தையும் பேசாமல் அவன் அங்கிருந்து போனது அவளுக்கு உறுத்தலாக இருந்தது. இப்போது தனது சக்தியில் துளியையும் தான் வீணாக்கக்கூடாது என்று நினைத்தவன்போல அவன் போய்விட்டான்.

தான் பயணித்த தொலைவு, தனது பயணப்படி இவற்றை அவள் கணக்கிட்டுக் கொண்டிருந்தபோது, ஆடம் தனது அறையில் விரக்தியிலும் தனிமையிலும் உடைந்து நொறுங்கிக்கொண்டிருப்பதை அவளால் உணரமுடிந்தது. அவன் உருக்குலைந்துகொண்டிருக்கும் விஷயம் கவலையாகி அவளையும் உள்ளே உறிஞ்சியிழுத்தது. விரைவில் அது ஒரு தம்பதியராக அவளையும் இலனையும், முழுக் குடும்பத்தையும் உறிஞ்சிக் கரைத்துவிடக்கூடும். நாம் மிகவும் பலவீனர்கள், அழகாக சிறு அடுக்குகளாக வைக்கப்பட்ட காகிதங்களைப் பார்த்தபடி அவள் நினைத்தாள். அவனுக்காகப் போராடுவதை விடுத்து எப்படி நாம் இருவரும் செயலற்றுப் போனோம்? அது எப்படியிருக்கிறதென்றால் – இந்த எண்ணம் அவளைத் துளைக்கிறது – அதை நாம் இப்படி உணரலாம் . . . என்ன? நமக்கான தண்டனை? எதற்கான தண்டனை?

"உங்களுக்காக நாங்கள் மிகக் கடுமையாகப் போராடினோம்," அவ்ரமிடம் சொல்கிறாள்.

சூடான காபி கோப்பையை அவன் கைகள் இறுகப் பற்றுகின்றன. உடல் விறைக்கிறது, ஓடையில் தெரியும் ஒளியின் கடைசி மினுமினுப்புகளில் அவன் கண்கள் நிலைத்திருக்கின்றன.

ஓரா எழுந்து தீவினையை முன்குறிக்கும் மனதுடன் ஆடமின் அறைக்கு ஏறத்தாழ ஓடுகிறாள். ஆனால், ஓஃபருடன் அவன் பகிர்ந்துகொண்ட அந்த அறை நடுவில் அவன் வெறுமனே நின்றிருந்தான், அவனைச் சுற்றிலும் நம்பமுடியாத அளவுக்குத் துணிக்குவியல்கள், விளையாட்டுச் சாமான்களின் பகுதிகள், குறிப்பேடுகள், துவாலைகள், பந்துகள். சற்றே முன்னோக்கிக் குனிந்து சிலைபோல நின்றிருந்தான்.

"என்ன நடக்கிறது, ஆடம்?"

"தெரியவில்லை. எனக்குப் பிடித்துக்கொண்டுவிட்டது."

“முதுகா?”

“எல்லாமே.”

துண்டுதுண்டான அசைவுகளில் ஒன்றுக்கும் மற்றொன்றுக்கும் நடுவே தடையை எழுப்ப முயல்கையில், ஒரு உடலசைவின் நடுவே அவன் சிக்கிக்கொண்டு அசைய முடியாமல் போயிருக்கலாம். ஓடிச்சென்று அவனை அணைத்துக்கொண்டாள், கழுத்தையும் முதுகையும் தேய்த்து விட்டாள். அவன் உடல் இறுகியிருந்தது. மறுவாழ்வு மையத்தில் அவ்ரமுக்குச் செய்ததுபோல, அற்புதம்போல தனது நோயாளிகளுக்கு உடலின் நினைவை மீளச் செய்ததுபோல, அதன் அசைவுகளுக்கான இசையை மீண்டும் ஒலிக்கச் செய்ததுபோல ஆடமின் உடலை மெல்ல இறுக்கத்திலிருந்து இளகச் செய்தாள். இறுதியில் சற்றே அவன் தளர்ந்தான், நாற்காலியில் அவனை அமர வைத்துவிட்டு தரைவிரிப்பில் அவனது பாதங்களருகே அமர்கிறாள்.

“இன்னமும் வலிக்கிறதா?”

“இல்லை, சரியாகிவிட்டது.”

“வா, நாம் இருவரும் சேர்ந்து செய்வோம்.”

தரையிலிருந்து பொருட்களையும் துணிகளையும் எடுத்து, அடுக்கி வைக்கும்படி அவனிடம் கொடுத்தாள். அவள் பேச்சுக்குப் பணிந்தவனாய், இயந்திர மனிதனுக்குரிய அசைவுகளுடன் நடந்து மறைப்பறைகளிலும் அலமாரிகளிலும் அவற்றை வைத்துவிட்டு அவளிடம் திரும்பிவந்தான். இந்த அசைவுகள் சைகைகள் பற்றி அவள் ஒரு வார்த்தையும் சொல்லவில்லை. அவற்றை அவளால் பார்க்காமலும் இருக்க முடியவில்லை.

ஹைஃபாவில் பாட்டி வீட்டில் ஒரு வாரம் விடுமுறையைக் கழித்து விட்டு அப்போதுதான் வீட்டுக்கு வந்த ஓஃபர் ஆர்வமுடன் இந்த வேலையில் பங்கெடுத்துக்கொண்டான். அறைக்குள் தீர்க்கமான வெளிச்சம் நுழைந்தது போலிருந்தது, கெட்ட எண்ணங்கள் பின்னகர்ந்தன. ஆடமின் முகமும்கூட பிராகசமடைந்தது. அலங்கோலத்தையும் அழுக்கையும் எந்தளவுக்கு ஓஃபர் வெறுத்தான் என்பதை அறிந்திருந்த ஓரா, எப்படி இந்த அறையை ஆடம் ஒரு குப்பைமேடாக வைத்திருக்க அனுமதிக்கிறான் என வியந்தாள். அந்த மாதத்தில் ஒருமுறைகூட இதுபற்றி அவன் புகார் சொன்னதில்லை. அவர்களுக்குத் தனித்தனி அறைகள் ஒதுக்க வேண்டிய நேரம் வந்துவிட்டதென நினைத்தாள். ஒரு வருடம் முன்பே இதுபற்றி அவர்கள் பேசியிருந்தார்கள். அது ஆடமுக்கு எப்படியிருக்குமென அவளுக்குத் தெரியும், இப்போது ஓஃபரும் அதற்கு ஒத்துக்கொள்ள மாட்டான் என்பதில் சந்தேகமில்லை.

ஓஃபரின் உதவியால் சுத்தப்படுத்தும் வேலையை ஒரு விளையாட்டாக மாற்றினாள் ஓரா. குவியலில் இருந்து பொருளொன்றை எடுக்கும் போதெல்லாம் அவள் ஒரு கேள்வி கேட்பாள், ஆடமும் ஓஃபரும் பதிலளிப்பார்கள். மூவரும் சேர்ந்து சிரிப்பார்கள். மூடிய உதடுகளால் ஆடம் மெதுவாகச் சிரித்தான், ஒவ்வொரு சிரிப்புக்கும் அவன் தொடராகச்

சில உடலசைவுகளை மேற்கொள்ள வேண்டியிருந்தது, அது சிரிப்பின் மகிழ்ச்சியைக் கெடுப்பதாக இருந்தது. இரண்டு மணிநேரம் தரையில் அமர்ந்து அவர்களது குழந்தைப்பருவத்தின் பொருள் கலாச்சாரத்தை ஒழுங்குபடுத்தினாள். இனியும் அவர்கள் விளையாடாத விளையாட்டுகள், வரைதாள்கள், வேலைத்தாள்கள், கசங்கிய குறிப்பேடுகள், வீரியமிழந்த பேட்டரிகள், வாக்குச்சாவடியிலிருந்து அவர்களுக்குக் காட்டவென்று ஓரா திருடிவந்த தேர்தல் வாக்குச்சீட்டுகள், கால்பந்து வீரர்கள், தொலைக்காட்சி நட்சத்திரங்கள் பற்றிய புத்தகங்கள், நைந்த உடற்பயிற்சி சப்பாத்துகள், லெகோக்கள், பலவித தாயத்துகள், ஒரு காலத்தில் அவர்கள் உலகில் நிறைந்திருந்த பாக்லின் மற்றும் அகோரமான அசுர பொம்மைகள், ஆயுதங்கள், புதைபடிவங்கள், கிழிந்த சுவரொட்டிகள், துவாலைகள், ஓட்டைவிழுந்த காலுறைகள். சில விளையாட்டுப் பொருட்களையும், விளையாட்டுக்களையும் அவர்கள் விட மறுத்தனர், அவற்றை வசதி குறைந்த சின்னப் பிள்ளைகளுக்குக் கொடுத்துவிடலாம் என்று அவள் சொன்னபோது அவற்றைப் பிரிவது அவர்களுக்கு வேதனையளிப்பதாக இருந்தது. தன் மகன்களுக்கும் ரோமங்கள் உதிர்ந்த பஞ்சடைத்த கம்பளிக் கரடி பொம்மைக்குமான சிக்கலான உணர்வுப்பூர்வமான உறவை முதல்முறையாக அப்போதுதான் அறிந்தாள். குறிப்பாக, அவர்கள் உறங்குகிறார்கள் என நினைத்திருந்த நேரங்களில் மூடிய கதவுகளுக்குள் நிகழ்ந்திருந்த அவளால் நம்பமுடியாத அவர்களது இரவுநேர சாகசங்களின் நினைவாக அவர்கள் பாதுகாத்த அருவருப்பூட்டும் ஒரு ரப்பர் பாம்பும், உடைந்த கைவிளக்கொன்றும்கூட இருந்தன.

ஒரு பழைய பொம்மை அல்லது செல்லரித்த ஏதோவொரு ஸ்பானிய கால்பந்தாட்டக் குழுவின் சட்டையை வெளியேற்றுவது பற்றிய அவர்களது எதிர்ப்புகள், விவாதங்களையும் மீறி மெல்லமெல்ல அறை காலி செய்யப்பட்டது. பெரிய குப்பைப் பைகளை நிரப்பிக் கதவருகே அடுக்கிவைத்தனர். யாரிடமாவது கொடுத்துவிடலாம் அல்லது வெளியே எறிந்துவிடலாம். ஆடம் சற்றே ஆசுவாசமடைந்திருப்பதாக உணர்ந்தாள்: அவனது அசைவுகள் முழுமையாக, கிட்டத்தட்டப் பதற்றமற்று இருந்தன. அறைக்குள் இப்படியும் அப்படியுமாக நடந்தான், உடல்சைகைகள் செய்யும் பொருட்டு இடையில் நிறுத்தாமலே நடந்தான், பேசினான். முழங்கை அல்லது கால் முட்டியைக் கொண்டு நிறுத்தற்குறியோ, முற்றுப்புள்ளியோ வைக்கவில்லை. அறையை ஒழுங்குபடுத்தியபின் ஓரா பீட்ஸா ஆர்டர் செய்ய எழுந்தாள், ஆடம் அருகே வந்து மெல்ல அவளை அணைத்துக்கொண்டான். ஒரு எளிய அணைப்பு.

ஆனால் இந்த ஆசுவாசம் சிறிது நேரமே நீடித்தது. "உங்களுக்குத் தெரியுமே, இலன் எப்போதும் சொல்வாரே: 'சந்தோஷங்களுக்கு எப்போதுமே அற்ப ஆயுள்தான்.'"

"அது இலன் அல்ல, நான் சொன்னது!"

"நீங்கள் சொன்னதா?"

“ஆமாம்! உனக்கு நினைவில்லையா, எப்போதுமே நான் . . .”

நாய் தன் பாதங்கள்மீது வைத்திருந்த தலையை உயர்த்தி அவ்ரமை ஆச்சரியமாகப் பார்க்கிறது. அவனுள் கொந்தளிப்பு ஒன்று உருவாவதை ஒராவால் உணர முடிகிறது, அவள் நினைக்கிறாள்: எவ்வளவோ அவர் உங்களிடமிருந்து எடுத்துக்கொண்டிருக்க, இதற்காகவா கோபப்படுகிறீர்கள்?

அவள் தொடர்கிறாள்: சிறிது நேரம் இயல்பாக இருந்தபின் ஆடம் வலுக்கட்டாயமாக வாயையும் விரல்களையும் கழுவ ஆரம்பித்தான். தன்னைக் கட்டுப்படுத்த அவன் முயல்வதை எங்களால் உணர முடிந்தது. இம்முறை ஒராவின் விரக்தி தாங்க முடியாததாயிருந்தது, தனக்குள் மெல்லச் சேர்ந்துகொண்டிருந்தவற்றினால் எப்போது வேண்டுமானலும் வெடித்து அவனிடம் கத்திவிடுவாள் போலிருந்தது. தனது பீட்ஸாத் துண்டைக் கீழே வைத்துவிட்டு, இயல்பாக உரையாடிக்கொண்டிருந்த பையன்களை விட்டு வெளியே வருகிறாள். இலனின் படிப்பறைக்குள் நுழைகிறாள், மேசையருகே அமர்கிறாள், தன்னை ரசீதுகள் மற்றும் விலைப்பட்டியல்களுக்குள் மூழ்கடித்துக்கொள்கிறாள்.

தீவிர நிழலொன்று அவள் எண்ணத்துள் படிந்தது. இலனைத் தொலைபேசியில் அழைத்து வீட்டுக்கு வரச்சொல்லலாமா என நினைத்தாள். வீட்டுக்கு வந்து தன்னைத் தாங்கிப் பிடித்துக்கொள்ளும்படி சொல்ல வேண்டும், ஏனென்றால் அவள் விழுந்துகொண்டிருக்கிறாள். இங்கே எல்லாமே சிதிலமாகிக்கொண்டிருக்கையில் அங்கே அவர் என்ன செய்துகொண்டிருக்கிறார்? இப்போதெல்லாம் அவர் அதிகம் வீட்டிலிருப்பதில்லை. காலையில் சீக்கிரமே கிளம்பிவிடுகிறார், பையன்கள் எழுவதற்கு முன்னரே, இரவு தாமதமாகத் திரும்புகிறார், அவர்கள் உறங்கிய பின்னர். எங்கே இருக்கிறீர்கள்? எப்படி நாம் இந்த அளவுக்குச் செயலிழந்தவர்களானோம்? எப்படி இவ்வளவு சீக்கிரம் நாம் சிதைவுற்றோம்? ஏன் இதெல்லாமே நமக்காகப் பல வருடங்களாகக் காத்திருந்த சாபம்போல இருக்கிறது, பிறந்தநாள் கொண்டாட்டத்துக்கு அழைக்கப்படாத கொடுமைக்கார சூனியக்காரியின் பழிவாங்குதல்போல, எல்லாமே நன்றாக இருக்கையில் நம்மைத் துன்பத்துக்குள்ளாக்குகிறது? ஆனால் அவளுக்குத் தொலைபேசியைக் கையிலெடுக்க வலுவில்லை.

“இதற்கு நாம் சிகிச்சையளிக்கப் போவதில்லை,” அன்றிரவு சோர்ந்து போய் புழங்கும் அறையின் தரைவிரிப்பில் அவள் படுத்துக் கிடந்தபோது அவன் சொன்னான். அவனது நீண்ட கால்கள் கைத்திண்டின் மீதிருந்து தொங்கிக்கொண்டிருக்க இலன் சோபாவில் படுத்துக்கிடந்தான். அவன் களைத்து, பலவீனமாகக் காணப்பட்டான்.

“என்ன நடக்கிறது நமக்கு? சொல்லுங்கள், விளக்கிச் சொல்லுங்கள், ஏன் நம்மால் எதுவும் செய்ய முடியவில்லை?”

“என்ன செய்ய முடியவில்லை?”

“கட்டாயப்படுத்தி அவனுக்குச் சிகிச்சையளிப்பது, தரதரவென்று அவனை மருத்துவரிடம், ஒரு உளநல மருத்துவரிடம் அழைத்துச் செல்வது.

எனக்குப் புரியவில்லை. இந்த அச்சம் என்னை உறையச் செய்கிறது, நீங்களும் உதவுகிறார்ப்போலத் தெரியவில்லை. நீங்கள் எங்கேயிருக்கிறீர்கள்?"

"வேறொரு மருத்துவரிடம் காட்ட முன்பதிவு செய்." அவன் கலவரமடைந்ததுபோலத் தோன்றினான். அவனது முகத்தில், முகவாய்க்கட்டையில் இருந்த ஏதோவொன்று ஆடம் பிறந்த பிறகான நாட்களை, அவன் அவளை விட்டுச்செல்வதற்கு முன்பான நாட்களை நினைவுபடுத்தியது.

நாளை காலை முதல்வேலையே அதுதான், அவள் உறுதியெடுத்துக் கொண்டாள். கையை நீட்டி இலனின் புஜத்தை அழுத்தினாள். "அவன் மனதில் என்ன இருக்கிறதென்பது நமக்குத் தெரியாதே. அவனோடு பேச முயலும்போதெல்லாம் அவன் ஓடிவிடுகிறான். அவனுக்கு இது எவ்வளவு அச்சம் தருவதாக இருக்கிறது பாருங்கள்."

"ஓஃம்பருக்கும்கூட. ஆடமின்மீது நாம் அதிகக் கவனம் செலுத்துவதால் ஓஃம்பர் புறக்கணிப்படுகிறான்."

"தீ விபத்து, ஏன் தீவிரவாதத் தாக்குதலாக இருந்தால்கூட, சாதாரண ஆபத்து, வழக்கமானது, தர்க்கப்பூர்வமானது என எடுத்துக்கொண்டு, அதில் குதித்து அவனை நான் காப்பாற்ற மாட்டேனா? அவனுக்காக என் உயிரையும் தரமாட்டேனா? ஆனால் இது ..."

ஏதாவது அருந்தலாமென்று தன் அறையிலிருந்து சமையலறைக்கு வந்தான் ஆடம். இருட்டாக இருந்த புழுங்கும் அறையிலிருந்தபடி அவன் குளிர்பதனப் பெட்டியை நோக்கிப் போவதை அவர்கள் உற்றுக்கவனித்தனர். ஒருவழியாக அவன் தண்ணீர்ப் போத்தலை வாய்க்குக் கொண்டுவந்தபோது இலன் தொண்டையைச் செருமினான், ஆச்சரியத்துடன் ஆடம் திரும்பிப் பார்த்தான்.

"இங்கே–என்ன–செய்து–கொண்டி–ருக்கிறீர்கள்?" அவன் குரல் உணர்ச்சியற்று, விறைப்புடன், செயற்கையாக ஒலித்தது.

"ஒன்றுமில்லை," இலன் சொன்னான். "சும்மா, ஓய்வாக அமர்ந்திருக்கிறோம். நீ எப்படியிருக்கிறாய் செல்லம்?"

"நன்–றாக–இருக்–கிறேன்," பட்டுக்கொள்ளாமல் சொன்னான். திரும்பி அலைபாய்ந்தபடி நடந்து அறைக்குப் போனான். நடக்கையில், இயந்திரமொன்று மனித இயக்கத்தைப் போலிசெய்வதுபோல கால் முட்டிகளை உயர்த்தி, தனது நிஜ ஆகிருதியின் தள்ளாடும் உருவமாகத் தேய்ந்து நடந்தான்.

அடுத்து என்னவென்று அவளுக்குத் தெரிந்திருந்தது. அவளுள் சவ்வொன்று கிழிந்தது, முற்றிலும் புதிதாய் ஒன்று ஆடமுக்குத் தெரியப் படுத்தப்பட்டது, ஒரு புதிய அறிவு அல்லது சக்தி. சட்டென்று அது மிகவும் தெளிவடைந்தது போலிருந்தது. அதை அறிய அவனைப் பார்த்தாலே போதும்: எதிர்மையின், துவண்டு விழுதலின், இன்மையின் விசை உள்ளிழுத்து உள்ளிருந்தே அவனை விழுங்கத் தொடங்கியது. "அதுதான் ஆடம் தேடிக்கொண்டிருந்தது, அதுவொரு பெரும் ஆற்றலாக இருந்திருக்க

வேண்டும், அப்படித்தானே?" கரகரத்த குரலில் அவ்ரமைக் கேட்கிறாள். "இல்லை என்பதன் விசை, இருப்பற்றுப் போதலின் விசை, இல்லையா?"

அவ்ரம் அசையவில்லை. அவன் கைகள் ஏறத்தாழ அந்தக் காலி காபிக் கோப்பையை நசுக்குகின்றன. மருத்துவமனையிலும் மறுவாழ்வு மையத்திலும் இருந்த காலத்துக்குப் பின் அவ்ரம் வீடு திரும்பிய பிறகான ஆரம்ப மாதங்களில், பெரிய தேனீக் கூட்டத்தின் நடுவில் தன்னையொரு தனித்த தேனீயாகக் கற்பனை செய்தபடி டெல் அவிவ் தெருக்களில் அவன் நடந்து செல்வதுண்டு. அந்தத் தேனீக்கூட்டத்தின் செயல்களைப் புரிந்துகொள்ள முடியாதது அவனுக்கு நல்லதாகவே பட்டது. அவனது ஒரேயொரு குறிக்கோள்: தனது இருப்பைத் தக்கவைத்துக்கொள்வது. அசைவதும் உண்பதும் மலங்கழிப்பதும் உறங்குவதும் மட்டும் அவனுக்குப் போதுமானதாயிருந்தது. அந்தத் தேனீக் கூட்டத்தின் இதர பகுதிகள் உணர்ச்சிகள் கொண்டனவாய் இருக்கலாம், அல்லது அறிவையோ முழுமையானதொரு மனச்சான்றையோ அவை வளர்த்தபடியிருக்கலாம், அல்லது இவையெதையுமே செய்யாமலிருக்கலாம். ஒருவேளை இதுபோல எங்குமே நடக்காமலுமிருக்கலாம். அது அவனுடைய வேலையில்லை. அவனொரு சாதாரண செல், அதனிடத்தில் சுலபமாக வேறொன்றை வைத்துவிடலாம், சிறிதும் துணுக்குறாமல் அழித்துவிடலாம்.

வெகு அரிதாகச் சில நேரங்களில் அவன் வித்தியாசமானவற்றைச் செய்தான்: நடக்கும்போது வேண்டுமென்றே, ஏதோ இந்த உலகத்தில் தான் மட்டுமே இருப்பதுபோலத் தனக்குத்தானே சத்தமாகப் பேசிக்கொள்வான். அல்லது மொத்த உலகமும் தன் மூளைக்குள்தான், தனது கற்பனையின் ஒரு துளியிலிருந்துதான் உருவாகிறது, அதுதான் தன்னைப் பார்த்துச் சிரிக்கும் அந்தச் சிறுவர்களையும், கை நீட்டித் தன்னைக் காட்டும் அந்தக் கிழவர்களையும், தனக்குச் சில அங்குலங்கள் முன்னால் கிறீச்சிட்டு நிற்கும் அந்தக் காரையும் உருவாக்குகிறது.

ஆடம் உள்ளே நுழைந்து கதவைச் சாத்திக்கொண்ட பின், ஓரா எழுந்து சமையலறைக்குச் சென்றாள். ஆடமைப் போலவே அவளும் குளிர்பதனப்பெட்டியைத் திறந்தாள், அவன் செய்ததுபோலவே – முழங்கை – மணிக்கட்டு – விரல்கள் தொட்டுத் தண்ணீர்ப் போத்தலை வாயில் வைத்தாள், அனைவருக்கும் பொதுவான அந்தப் போத்தலின் திறப்பை உதடுகளால் கவ்விக்கொண்டு தண்ணீரை அருந்தினாள். தனது ஆன்மாவை ஆடமிடம் செலுத்தினாள். கண நேரம் – அது வாழ்நாளுக்கும் போதுமானது – அவள் அதை உணர்ந்தாள். கோட்டைக் காண முடியாது அதனை உருவாக்கும் புள்ளிகளை மட்டும் காண்பது போலிருந்தது. அது கண்ணோரம் இருந்த இருட்டு, ஒரு கணத்துக்கும் அடுத்த கணத்துக்கும் நடுவிலிருந்த ஆழ்ந்த பள்ளம்.

"ஆமாம்," மெதுவாகச் சொல்கிறான் அவ்ரம், இவ்வளவு நேரமும் அவன் மூச்சுவிடாமலிருந்தானோ என நினைக்கிறாள்.

தன் மகனின் துண்டுதுண்டான இயக்கங்களை மறுபடி நடத்திக் காட்டியபடி போத்தலை மறுபடி குளிர்பதனப்பெட்டியில் வைக்கிறாள்,

அவளைக் கவனித்தபடி இருட்டில் இலன் படுத்திருப்பதை மறந்துவிடுகிறாள். இங்குதான் இரண்டு தப்படிகளுக்குள்ளாக அவன் விழுந்தது. இங்குதான் பாகம்பாகமாகப் பிரிக்கப்பட்டதன் முணுமுணுப்பு. இங்குதான் அவளது ஆடம் யாருமே பார்க்க அனுமதிக்கப்படாததை பார்த்ததுபோலக் கண்கள் விரிய நின்றான்: எப்படித் தானே ஒன்றுமின்மைக்குள், தான் உருவாகி வந்த புழுதிக்குள் நொறுங்கி மறைவதென்று பார்த்தான். இவையெல்லாம் எப்படி நொய்மையாகச் சேர்த்துக் கட்டப்பட்டிருக்கின்றன என்பதை அவன் பார்த்தான்.

இருட்டில் இலனுக்குப் பக்கத்தில் அமர்ந்தாள், உடன் அவன் அவளைத் தன் கரங்களால் அணைத்துக்கொண்டான், இதுவரையில்லாதவொரு உணர்ச்சிப் பெருக்குடன் அவளோடு தன்னை இறுக்கிக்கொண்டான், சற்றே வியப்புடன் அவள் இதைப் பார்க்கிறாள்.

“என்ன?” முணுமுணுப்பாகக் கேட்கிறான். “என்ன உணர்ந்தாய்?”

அவள் பதில் பேசவில்லை. கண்விழிக்க அவள் அஞ்சினாள், அது மறைந்துவிடுமென்று அஞ்சினாள், ஆடமை அவள் புரிந்துவைத்திருந்த அந்த இடம் ஒரு கனவைப்போல கரைந்து போய்விடுமென்று அஞ்சினாள்.

ooo

ஓரா கொட்டாவி விடுகிறாள், தன்னையுமறியாமலே பதில் கொட்டாவி விடும் அவ்ரமைப் பார்த்து அவளுக்குச் சந்தோஷம். “நாளை பயணத்தைத் தொடரலாம்,” என்கிறாள். இன்னும் அவள் சொல்வதைக் கேட்க விரும்பினாலும் அவன் எழுந்து அவர்கள் சாப்பிட்ட இடத்தைச் சுத்தம் செய்கிறான், குப்பைகளை எடுத்துப் போடுகிறான், தட்டுகளைக் கழுவுகிறான். தனது உறங்கும் பையை அவளுடையதற்கு அருகில் விரிக்கிறான். இதெல்லாவற்றையும் மௌனமாகவே செய்கிறான், அவன் மண்டைக்குள் சுழலும் எண்ணங்களையும் கேள்விகளையும் அவள் அறிவாள், தனக்குள் அவள் சொல்லிக்கொள்கிறாள்: நாளைக்கு, நாளைக்கு. புதர் மறைவுக்குச் சென்று தன் அலுவலை முடிக்கையில் ஷரஸாத் பற்றி நினைக்கிறாள், பிறகு அவர்களிருவரும் ஒருவருக்கொருவர் முதுகு காட்டியபடி உடைகளைக் களைகிறார்கள், தங்களது உறங்கும் பைகளுக்குள் நுழைந்து ஜிப்பைப் பூட்டிக்கொள்கிறார்கள். ஒளிரும் நீறுபூத்த நெருப்புக்கு அருகே கண்களைத் திறந்தபடி படுத்திருக்கிறார்கள். அவ்ரமுக்கு இருப்புக்கொள்ளவில்லை. எழுந்து இரண்டு போத்தல்களில் ஆற்றுநீரைப் பிடிக்கிறான், நீரை ஊற்றி நெருப்பை அணைக்கிறான், மறுபடியும் படுத்துக்கொள்கிறான்.

நெருப்பு அணைந்ததும் ஆற்றைச் சுற்றியிருக்கும் உயிரினங்கள் விழிக்கின்றன, தேரைகள், இரவுப் பறவைகள், குள்ளநரிகள், நரிகள், சில்வண்டுகளின் கூட்டிசைக் காதைச் செவிடாக்கும் குழப்பவொலியாக வெடிக்கிறது. அவை புலம்புகின்றன, கூக்குரலிடுகின்றன, சீற்றொலியெழுப்புகின்றன, கரைகின்றன, வேதனைக் குரலெழுப்புகின்றன, கீச்சிடுகின்றன. முழு ஆற்றுப்படுகையும் தம்மைச் சுற்றிச் சலசலப்பதை

அவர்கள் உணர்கிறார்கள். ஓடியோ பறந்தோ சிறிதும் பெரிதுமான விலங்குகள் அவர்களருகே கடந்து சென்றபடியிருக்கின்றன, தாழ்ந்த குரலில் ஓரா கேட்கிறாள், "என்ன நடக்கிறது இங்கே?" அதே குரலில் அவ்ரம் சொல்கிறான், "இவற்றுக்கெல்லாம் பைத்தியம் பிடித்துவிட்டது." இருப்புக்கொள்ளாமல் எழுந்து நிற்கிறது நாய், இருட்டில் அதன் கண்கள் ஒளிர்கின்றன. அவ்ரம் வந்து தன்னருகே படுத்தால் நல்லது என்றிருக்கிறது ஓராவுக்கு; நீண்ட, ஓசையற்ற மூச்சுக்களுடன் அவள் கையைப் பிடித்து வருடிக்கொடுத்து, இலன் செய்வது – செய்ததுபோல, அவளை அமைதிப் படுத்தினால்கூடப் போதும், ஆனால் அவள் எதுவும் பேசாமல் படுத்திருக் கிறாள். அவனை அவள் வற்புறுத்தமாட்டாள், அவனாகவே அதைச் செய்யவும் மாட்டான். நாய் எச்சரிக்கையுடன் அடிமேல் அடி வைத்து மெதுவாக அவளருகே வருகிறது, வந்து அவள் பக்கத்தில் நிற்கிறது. இருட்டில் கைநீட்டி அதனைத் தடவிக்கொடுக்கிறாள், சுற்றிலுமான ஒலிகளைக் கேட்டதனாலோ அல்லது நீண்டகாலத்துக்குப் பிறகான இந்த மனிதத் தொடுகையினாலோ ஏற்பட்ட பதற்றத்தில் அதன் உடல் நடுங்குகிறது. ஓரா அதனைத் தடவிக்கொடுத்துக்கொண்டேயிருக்கிறாள், அந்தப் புதிய உடலின் வெம்மையை அனுபவித்தபடி. ஆனால் நாய் அதைத் தாங்க முடியாமல் சட்டென்று விலகிக்கொள்கிறது, சற்றுத் தொலைவாகச் சென்று படுத்து கண்காணிக்கிறது.

மூவரும் சற்றே அச்சத்துடன் அமைதியாகப் படுத்திருக்கிறார்கள், சத்தம் படிப்படியாகக் குறைந்து கொசுக்களின் ரீங்காரம் கேட்கத் தொடங்குகிறது. கொழுத்த ஆணவமிக்கக் கொசுக்கள், வெளித்தெரியும் உடலில் அங்குலம் விடாமல் மொய்த்து உறிஞ்சுகின்றன. திட்டிக்கொண்டே அவ்ரம் தன்மேல் அமரும் கொசுக்களை அடிப்பதைக் கேட்கிறாள் ஓரா, தன் உறங்கும் பையினுள் சுருண்டுகொண்டு காற்றுக்கு மட்டும் சிறிது திறப்பைவிட்டு தலையைச் சுற்றி ஜிப்பை இழுத்துவிட்டுக்கொள்கிறாள். தனக்குள் அவள் சுருள்கிறாள், உறக்கத்தில் தனக்குப் பிடித்தமான இடத்தில் வைக்கும்பொருட்டு, இலனின் தோளிலிருக்கும் வட்டப்பகுதி, பிறகு மெதுவாகப் பொங்கிவரும் சிறு நீரூற்றில் எனத் தன் தலையை இங்குமங்கும் நகர்த்துகிறாள். எய்ன் கரீமிலிருக்கும் தன் வீட்டை எண்ணி ஏங்குகிறாள். தங்களது வீட்டை எண்ணி ஏங்குகிறாள், அதில் பொதிந்திருக்கும் வாசனைகளுக்காக, ஜன்னலின் வலைப்பின்னல்கள் வழியாக ஒரு நாளின் வேறுபட்ட வேளைகளில் உருவாகும் இழையமைப்புத் தோற்றங்களுக்காக, கூடத்து வழியில் புரண்டுவரும் இலன் மற்றும் பையன்களது குரல்களுக்காக ஏங்குகிறாள். வீட்டுக்குள் நடக்கிறாள், ஒவ்வொரு அறையாக.

மெல்ல ஓஃபர் அவளுள் மேலெழுந்து வருகையில், நாசூக்காக அவனை விலக்கி வைக்கிறாள், அதுவொன்றும் பிரச்சனையில்லை, கவலைப்படாதே, என்ன செய்யவேண்டுமோ அதை நான் செய்துகொண்டிருக்கிறேன் என்கிறாள். இப்போது அவன் அவளைப்பற்றி நினைக்கக்கூடாது. அங்கே தன்னையவன் பத்திரமாகப் பார்த்துக்கொள்ள வேண்டும், இங்கே அவனையவள் பத்திரமாகப் பார்த்துக்கொள்வாள்.

அவளும் இலனும் பிரிந்து சில மாதங்கள் கடந்தபின், கடைசியாக ஒருதடவை காலியாகக் கிடந்த வீட்டைப் பார்க்கச் சென்றாள். அறைகளின் ஒளித்தடுப்புகளையும் ஜன்னல்களையும் திறந்தாள், குழாய்களனைத்தையும் திறந்துவிட்டாள், கைவிடப்பட்டுக்கிடந்த தோட்டத்துக்குத் தண்ணீர் பாய்ச்சினாள், தரைவிரிப்புகளைச் சுருட்டி தூசுதட்டினாள், தரையைப் பெருக்கினாள், நன்றாகத் துடைத்தாள். கிட்டத்தட்டக் காலைவேளை முழுவதையும் சற்றும் ஓய்வாக அமராமல், ஒரு தம்ளர் தண்ணீர்கூட குடிக்காமல் சுத்தப்படுத்துவதில் கழித்தாள். வீட்டைச் சுத்தப்படுத்தி முடித்த பிறகு ஒளித்தடுப்புகளை இழுத்துவிட்டு ஜன்னல்களை மூடினாள், மின்னிணைப்பைத் துண்டித்துவிட்டுத் திரும்பினாள்.

இப்போது குறைந்தபட்சம் அது சுத்தமாகவாவது இருக்கும், அவள் தன் மனதில் எண்ணிக்கொண்டாள். நாங்கள் பிரிந்துபோனது வீட்டின் குற்றமல்லவே.

அவ்ரமின் குரல் அவளைக் கலைக்கிறது, “ஓரா, அவர்களிருவரும் ஒரேமாதிரி இருக்கிறார்களா?”

அவள் உறங்கியேவிட்டிருந்தாள், கேள்வி அவளை அதிரவைத்து எழுப்புகிறது. “யார்?”

“பையன்கள். இப்போது இருவரும் ஒரேமாதிரி இருக்கிறார்களா?”

“யாரிடம்?”

“இல்லை, நான் சொல்லவந்தது . . . பரஸ்பரம். அவர்களது குணாதிசயங்கள்.”

எழுந்து உட்கார்ந்து கண்களைத் தேய்த்துக்கொள்கிறாள். அவன் உறங்கும் பையுனுள் பொதியப்பட்டவனாய் உட்கார்ந்திருக்கிறான்.

“மன்னித்துக்கொள், உன்னை எழுப்பிவிட்டேன்,” குழறுகிறான்.

“பரவாயில்லை, ஒன்றும் ஆழ்ந்த உறக்கமில்லை. ஆனால் என்ன திடீரென்று . . .” அவன் சொன்ன “பையன்கள்” என்பதிலிருந்து சுழன்றுவரும் இனிமையை அவள் நாக்கு திருடிக்கொள்கிறது. ஒருவழியாகக் கடைசியில் அவர்கள் பற்றிய தனது பார்வையை அவன் ஏற்றுக்கொண்டுவிட்டான், அவர்களைப் பற்றிப் பேசுகையில் என் குரல் ஒலிப்பதுபோலவே அவன் குரலும் ஒலிக்கிறது. அவனை அன்பொழுகப் பார்க்கிறாள். ஒரு கணம் இது சாத்தியம் என்று தோன்றுகிறது: அவ்ரம் சித்தப்பா. “தேநீர் தயாரிக்கலாமென்று நினைக்கிறேன்?”

“உனக்கு வேண்டுமா?” அவன் உற்சாகமாய் எழுந்து இருட்டில் சுள்ளிகள் பொறுக்குகிறான். அவன் புதர் ஒன்றுக்குள் நடந்துபோவதை, வசைகூறுவதை, ஈரக் கற்களில் வழுக்கி விழுவதை, அருகிலும் தொலைவிலுமாக அவனது அசைவுகளின் சலசலப்பை அவள் கேட்கிறாள். சிரிப்பை அடக்கிக்கொள்கிறாள்.

“வேண்டுமென்றும் இருக்கிறது வேண்டாமென்றும் இருக்கிறது,” கோப்பைத் தேநீர் கைகளையும் முகத்தையும் வெதுவெதுப்பாக்கியபடியிருக்க

பிறகு அவள் சொல்கிறாள். "பார்ப்பதற்கு அவர்கள் முற்றிலும் வித்தியாசமாக இருப்பார்கள், முன்பே சொல்லியிருக்கிறேன். இன்னொருபுறம் அவர்கள் சகோதரர்கள்தாமா என்ற கேள்வியே எழாதபடிக்கு இருப்பார்கள். ஆடம்தான் அதிகமாக . . ."

"அதிகமாக என்ன ?"

பேச்சை நிறுத்துகிறாள். இப்போது தானிருக்கும் நிலையில், ஆடமுடனான தனது உறவுநிலையில், ஆடமையும் ஓஃபரையும் மனம்போன போக்கில் எல்லாவிதமான தேவையற்ற நியாயமற்ற ஒப்பீடுகளுக்கும் ஆளாக்கிவிடுவாள். அவள் எப்படி –

ஆழப் பெருமூச்சுவிடுகிறாள், நாய் அவளை அண்ணாந்து பார்த்துவிட்டு அருகே வந்து அமர்கிறது.

"என்ன ?" மென்மையாகக் கேட்கிறான் அவ்ரம். "என்ன உன் நினைவிலிருக்கிறது ?"

"கொஞ்சம் பொறுங்கள்."

தனது அம்மாவால் எப்போதும் அடுத்தவர்களோடு, முன்பின் அறியாதவர் முன்னிலையிலும்கூட, ஒப்பிடப்பட்டபடியிருந்த அவள் எப்படி ? எப்போதும் அவளை அது குலைத்துப்போட்டது. தனக்குப் பிள்ளைகள் பிறக்கும்போது ஒருபோதும், ஒருபோதும் அதைச் செய்ய மாட்டேன் என்று உறுதியெடுத்துக்கொண்ட அவள் . . ."

"ஓரா ?" அவ்ரம் கவனமுடன் கேட்கிறான். "இங்கே பார் நாம் அதை . . ."

"இல்லை, பரவாயில்லை. எனக்குச் சற்று அவகாசம் கொடுங்கள்."

அவளும் இலனும் அடிக்கடி பையன்களை ஒருவனை மற்றவனோடு என ஒப்பிடவே செய்துள்ளனர். எப்படி அவர்களால் அதைச் செய்யாமலிருக்க முடியும் ?

"முதலில், ஆரம்பத்தில் சில வருடங்களில் இலன் மட்டில் சிரமமாக இருந்தது, என்னால் தாங்க முடியாததாக இருந்தது அவர் பையன்களைப் பார்த்த விதம்தான். அவரைப்பற்றி, துல்லியமான புறவயமான அவரது வரையறைகள் பற்றி உங்களுக்குத் தெரிந்திருக்கும்."

"ஆமாம், தெரியும். இலன் பற்றியும் அவனது பகுத்தறிவுவாதத் தாக்குதல்கள் பற்றியும் நன்றாகத் தெரியும்."

"ஆமாம், அதுதான்." சிரித்தபடி நாயின் தலையை வருடிக்கொடுக்கிறாள்.

ஆடம் மற்றும் ஓஃபரின் ஆளுமைகள், அவர்களது சிறப்பியல்புகள், குறைகள் குறித்துச் சுருங்கச் சொன்ன இலனது தீர்மானமான வரையறைகள், எந்த மேல்முறையீட்டுக்கும் வாய்ப்பின்றி, வயதேற்றத்தால் உண்டாகும் மாற்றத்துக்கோ முன்னேற்றத்துக்கோகூட வழியின்றி எக்காலத்துக்குமாக அவர்களது விதியை நிர்ணயித்துவிடுவனபோல இருந்தன. இப்போது இதுகுறித்து அவ்ரமிடம் பேச முடிவதை உணர்கிறாள்; தான் பேசுவது

அவனுக்குப் புரிகிறது என்பதையும் அறிகிறாள். வருடங்கள் கழித்தே அவற்றினும் குறையாத அறிவுடனும் தெளிவுடனும் தீர்க்கமானதொரு மாற்றுப் பார்வையுடனும் இலனது வரையறைகளைத் தான் மறுத்துப் பேசியிருக்க இயலுமென்பது அவளுக்குப் புரியத் தொடங்கியது. அவளது பார்வையில் பையன்கள் இன்னும் அதிக தாராள ஒளியில் பிரகாசித்தனர். இப்படி அவள் செய்தபோது இலன்தான் எத்தனை நிம்மதியுணர்வோடும் ஏன், சந்தோஷத்தோடுமே அவளது பார்வையை ஏற்றுக்கொண்டான். சிலநேரம், அவனுள்ளிருக்கும் ஏதோவொன்றிடமிருந்து அவனையவள் மீட்டெடுத்தது போலிருந்தது.

"ஏன் அவர் அப்படி இருந்தார், கொஞ்சம் விளக்க முடியுமா?" அவ்ரமைக் கேட்கிறாள். "உங்களுக்கு அவரை நன்றாகத் தெரியும்". என்னைவிட உங்களுக்கு அவரை நன்றாகத் தெரியும் என வாய்வரை வந்துவிட்ட வார்த்தைகளைக் கட்டுப்படுத்திக்கொள்கிறாள். "சொல்லுங்கள், ஏன் அவர் எப்போதும் தன்னுடன் சண்டையிட்டபடி இருக்கிறார்? அவரது மென்மை, கண்ணியம் ஒருபுறமிருக்க ஏன் அவர் எப்போதுமே முஷ்டியை உயர்த்தியபடி சண்டைக்கு ஆயத்தமாக இருந்தார்?"

அவ்ரம் தோள்களைக் குலுக்கிக்கொள்கிறான். "என்னிடம் அவன் அப்படி இருந்ததில்லை."

"எனக்குத் தெரியும். உங்களிடம் அவர் நிஜமாகவே அப்படியிருந்த தில்லை."

சுற்றிலும் சிக்காடா வண்டுகள் வெறிகொண்டதுபோல ரீங்கரிக்க அவர்கள் மௌனமாக அமர்ந்திருக்கின்றனர். தனது எஞ்சியிருக்கும் வாழ்நாளுக்கும் இலனையும் அவனது பிரமைகளையும் விளங்கிக்கொள்ளத் தான் தனக்கு விதிக்கப்பட்டிருக்கிறதா அல்லது தன்னுள் அவனது பிரதிபலிப்புகள் ஏதுமற்று தான் தானாக மட்டும் இருக்கும் ஒரு நாள் வருமா என எண்ணிப் பார்க்கிறாள். இந்த எண்ணம் அவளுக்கு நிம்மதியையோ மகிழ்வையோ தரவில்லை, ஏனோ அவளது ஏக்கங்கள் முழுவீச்சுடன் அவள்மீது இறங்கிவருகின்றன. பையன்களைப்பற்றி அவளும் இலனும் பேசும் சம்பவங்களை நோக்கி அவள் மனம் செல்கிறது. அந்தப் பேச்சுகள் குடும்பப் பணியின் மகிழ்ந்து அனுபவிக்கத்தக்க பகுதியாக இருந்தன, அந்தப் பணியை அவர்கள் அதிகம் செய்தார்கள். அவ்ரமினால்தான் தங்களால் இப்படி பேசிக்கொள்ள முடிகிறது என்பதை அவள் அடிக்கடி நினைத்துக்கொள்வாள். அவர்கள் அவனை சந்தித்திராவிடில், அந்தப் பதின்பருவத்தில் அவன் அவர்களுக்கு பலவித விஷயங்களையும் கற்பித்திரா விடில், அவர்களிருவரும் மிக அமைதியானவர்களாக, கூச்சமிக்கவர்களாக இருந்திருப்பர். நன்றி அவ்ரம், அவள் மௌனமாகச் சொல்லிக்கொள்கிறாள். இதற்கும் சேர்த்து உங்களுக்கு நன்றி.

வேறெதையும்விட மாலை நடையின்போதும், உறங்கப் போவதற்கு முன்பான சடங்குக்குப் பின்பும் பையன்களைப்பற்றிப் பேச அவர்கள் விரும்பினர். அவ்ரமிடம் கேட்காமலே அவனை நேரே அவள் அங்கு, தாறுமாறாகக் கலைந்துகிடந்த பையன்களின் படுக்கையறைக்கு, அழைத்துச் செல்கிறாள். அறையின் நிழல்கள், அதன் அந்நியத்தன்மை, தனது தனித்த

சிறு படுக்கையில் ஒவ்வொரு குழந்தைமீதும் இரவானது திணிக்கும் வெளியேற்றப்பட்ட உணர்வு இவற்றோடு அதற்குள் பயணிப்பதற்கான சந்தடிமிக்க ஆயத்தங்களால் திமிலோகப்படும் அந்த அறைக்கு அவனை அழைத்துச்செல்கிறாள். அவர்களைக் கடைசியாக ஒரு அணைப்பு அணைத்த பிறகு, இன்னுமொரு கோப்பைத் தண்ணீருக்குப் பிறகு, மீண்டுமொருமுறை சிறுநீர் கழித்தபிறகு, மறுபடியொருமுறை இரவு விளக்கைப் போட்ட பிறகு, கரடி அல்லது குரங்கு பொம்மைக்கு இன்னுமொரு முத்தம் தந்த பிறகு, ஆடமும் ஓஃபரும் தங்கள் உரையாடலை முடித்து ஒருவழியாக உறங்கிய பிறகு...

ஸூர் ஹடஸ்ஸாவில் வசித்தபோது முதலில் அவர்கள் எய்ன் யோயலுக்குப் போகும் பாதையில் நடப்பர். மெவோ பெய்த்தரின் ப்ளம் மற்றும் பீச் பழத்தோட்டங்களையும், ஒரு காலத்தில் அங்கிருந்த அராபியக் கிராமங்களின் சீமை மாதுளை, வாதுமை, எலுமிச்சை, பாதாம், ஆலிவ் தோட்டங்களின் எச்சங்களையும் கடந்து செல்வர் – இல்லாமல்போன அந்தக் கிராமங்களின் பெயர்களையாவது தெரிந்துகொள்ள வேண்டுமென அடிக்கடி தனக்குள் நினைத்துக்கொள்வாள் – சிலநேரம் அவர்கள் மாஅயனாட் ஆற்றுக்கு நடந்துசென்றனர், வெள்ளம் பெருக்கெடுத்து ஓடும் வெள்ளக் கால்வழியாகச் சென்று, ஹூசன் மற்றும் பாட்டிர் கிராம மக்கள் கத்தரி, மிளகு, பீன்ஸ், சீமைச் சுரைக்காய் இவற்றைப் பயிரிட்ட சிறு தோட்டங்களால் நிறைந்த ஆற்றுப்படுகையில் இறங்கி நடப்பர். முதல் இன்டிஃபாடா தொடங்கியபோது அந்த இடங்களில் நடக்க அவர்கள் அச்சப்பட்டனர். சாலையில் பாதைகள் பிரியும் இடத்தை யொட்டிய மரம் நிறைந்த பகுதியைத் தேர்ந்தெடுத்தனர் – "இலையுதிர் காலத்தில் அங்கே குரோகஸ் மற்றும் சைக்ளமேன் நிறைந்த புல்வெளிகள் குறுக்குமறுக்குமாய்ச் செல்லும்; முடிந்தால் ஒருநாள் உங்களை அங்கு அழைத்துப் போகிறேன்; நினைவுபடுத்துங்கள்" – அவர்கள் எய்ன் கரீமுக்குக் குடிபெயர்ந்தபோது, பக்கத்தில் மளிகைக் கடை எங்கேயென்று தெரிந்துகொள்ளும் முன்பே அவர்கள், ஒரு தம்பதியர் நடந்தபடி, மெல்லப் பேசியபடி, சிலநேரம் கைகளைக் கோர்த்தபடியோ, நின்று முத்தமிட்டபடியோ செல்வதற்கு ஏற்ற அதிகப் பரபரப்பற்ற அதேநேரம் மிகவும் அசுவாரஸ்யமானதாகவும் இல்லாத, மிகவும் தொலைவாக இல்லாத அதேநேரம் மிகவும் பிரபலமாயுமில்லாத, ஒரு பாதை இருக்குமா என்றுதான் தேடினர். காலம் செல்லச்செல்ல ஆற்றுப்படுகைகளில், ஆலிவ் தோட்டங்களிடையே, அராபியக் கிராமத் தலைவர்களான ஷேக்குகளின் கல்லறைகளருகே, பண்டைக்கால காவற்பணியாளர்களின் குடிசைகளருகே என அதிகம்பேர் புழங்காத வேறு பாதைகளை அவர்கள் கண்டுபிடித்தனர். நேரம் கிடைத்தபோதெல்லாம் இந்தப் பாதைகளில் நடந்தனர், சிலநேரம் அது அதிகாலைப்பொழுதாக இருக்கும், அதுவும் பிள்ளைகள் வளர்ந்து பெற்றவர்களது உதவியின்றி இருக்கக் கற்ற பிறகுதான். அப்போது தனக்கும் ஆடமுக்கும் பள்ளிக்கு எடுத்துச்செல்ல விசித்திரமான ஆம்லெட்டுகளும் சாண்ட்விச்சுகளும் செய்வான் ஓஃபர். இலன் பரபரப்பாக இயங்கிய காலங்களிலும்கூட இந்த தினசரி நடையை அவர்கள் கைவிட்டதில்லை: "எங்கள் நடை."

இதைக் கேட்கும் அவ்ரம் மனக்கண்ணில் ஓராவையும் இலனையும் ஒரு தம்பதியாகப் பார்க்கிறான். இலனின் கிருதாக்கள் இப்போது நரைத்திருக்கும், ஓரா கண்ணாடி அணிந்துவிட்டாள், கிட்டத்தட்டத் தலைமுடி முழுக்கவுமே வெள்ளிக் கம்பிகளாகிவிட்டது. இலனும் கண்ணாடி அணிந்திருக்கக்கூடும். ஒரே சீரான வேகத்தில், மிகவும் நெருக்கமாக தங்களது மறைவான பாதையில் இருவரும் நடக்கிறார்கள். அடிக்கடி அவளது தலை அவனை நோக்கித் திரும்புகிறது. அவர்களது கைகள் தம் போக்கில் தொட்டுக்கொள்கின்றன, கோத்துக்கொள்கின்றன. மெல்லிய குரலில் பேசுகிறார்கள். ஓரா சிரிக்கிறாள். இலன் தனது 'மூன்று சுருக்கங்கள்' சிரிப்பைச் சிரிக்கிறான். சட்டென்று இலன் பற்றிய ஏக்கம் அவ்ரமை நிறைக்கிறது. அவனைப் பார்த்து இருபத்தோரு வருடங்களாகின்றன என்ற நினைவு அவனைக் கலவரப்படுத்துகிறது.

"எங்கள் பேச்சு இப்படியிருக்கும், அவர் என்ன சொல்லப்போகிறார் என்பதை எப்போதும் நான் அறிந்திருந்தேன். ஒரு வாக்கியத்தைத் தொடங்கும்முன் அவர் மூச்செடுக்கும் விதத்திலிருந்து, எந்தத் திசையில் பேச்சுப் போகும் என்னவிதமான வார்த்தைகளை அவர் பயன்படுத்துவார் என்பதை அறிந்துகொள்வேன். அது அப்படியே அமைவதில், மற்றவரது சிந்தனையை யூகித்தறிய முடிவதில் எங்களுக்கு மகிழ்ச்சி."

ஆனால் இலனுக்கு அது எரிச்சலூட்டுவதாக இருந்தது, அவ்ரமிடம் சொல்கிறாள் ஓரா. "நான் பேசுவதற்கு, சிரிப்பதற்கு அல்லது ஒரு நகைச்சுவையைச் சொல்வதற்கு முன் எனது மூச்சை வைத்து அதை யூகிக்க முடிந்துவிடுவது அவருக்குச் சலிப்பூட்டியது. அல்லது என்னிடமிருந்து அவருக்குச் சிறிதுகாலம் விலகியிருக்க வேண்டிய தேவையிருந்தது. அப்படித்தான் அவர் அதைச் சொன்னார். நானொரு கடினமான ஆள் என நினைக்கிறேன்." அவள் தோள்களைக் குலுக்கிக்கொண்டாள். "நான் வேறு ஏதோ சொல்லவந்தேன் இல்லையா – என்ன அது? மனம் குழம்பி விட்டது. அது தவறு, அது உண்மையுமில்லை, முழு உண்மையில்லை, அதைச்சொல்ல அவர் தகுதியானவரில்லை."

பாதையில் இலனும் அவளும், மாலை நேரத்தில், அன்றைய நாளைத் துண்டுகளாக உடைத்து வாயில் வைத்து ருசிக்கின்றனர், கருத்துக்களை ஒப்பிடுகின்றனர், தங்கள் வாழ்வெனும் சித்திரத்தில் இன்னுமின்னும் விவரங்களைச் சேர்க்கின்றனர், இதையும் அதையும் நினைத்துச் சிரிக்கின்றனர், ஒருவரையொருவர் அணைத்தபடி, விலகியபடி, விவாதம் புரிந்தபடி, தமது பணிபற்றி ஒருவர் மற்றவரிடம் ஆலோசனை கேட்டபடி நடக்கின்றனர். அவளுடைய பணிபற்றி இலனுக்கு அதிகம் தெரியாது என்கிறாள் அவ்ரமிடம், அதுபற்றி அவன் தெரிந்துகொள்ள வேண்டுமென்று அவள் எதிர்பார்த்ததுமில்லை. அதோடு சுளுக்கிய முழங்காலை நீவிவிடுவதும் நழுவிய தோள்மூட்டைப் பொருத்துவதும் பற்றி விவரிக்கக் கேட்பதில் என்ன சுவாரஸ்யமிருந்துவிடப் போகிறது? ஆனால், மோசமான ஒரு முதுகுப் பிடிப்பை எடுத்துவிடுகையில் அல்லது கோணிக்கொண்ட ஒரு முகத்தைச் சரிசெய்கையில் நடக்கும் சிறு நாடகங்களின்போது அவளடைந்த சந்தோஷத்தை, அவற்றை

அவள் விவரிக்கையில் அவன் அடைவது இல்லை என்பது குறித்து அவளுக்கு ஏமாற்றம் உண்டு. இன்னொரு புறம் அந்த வருடங்களில் அவள் அவனது நம்பிக்கைக்குரிய ஆலோசகராக, ரகசிய நீதிபதியாக, இறுதித் தீர்ப்பாளராக இருந்தாள். அவனது அலுவலகத்தில் அது யாவரும் அறிந்த நகைச்சுவை: "ஓரா இன்னும் அதை உறுதி செய்யவில்லை", "இலன் உச்சநீதிமன்றத் தீர்ப்புக்காகக் காத்திருக்கிறார்." அவள் நாணுகிறாள் – இருட்டாயிருப்பது நல்லதாகப் போயிற்று–உண்மையிலே அவன் அவளில் முழு நம்பிக்கை வைத்திருந்தான், அவளது உணர்வுகளில், உள்ளுணர்வுகளில், ஞானம் நிறைந்த அவளது இதயத்தில் ("இலன்தான் அப்படிச் சொன்னார்" மன்னிப்புக் கேட்கும் தொனியில் சொல்கிறாள்) அவன் வியக்கத்தக்க நம்பிக்கை வைத்திருந்தான். நிஜத்தில் அறிவுசார் சொத்து, ரகசிய ஒப்பந்தங்கள், போட்டிசாரா உடன்படிக்கைகள், ஒரு பாசன அமைப்பு அல்லது காப்புரிமையற்ற மருந்து இவற்றுக்கான வர்த்தகச் சின்னங்கள் போன்றவற்றின் சிக்கலான பரிமாணங்களில் அவளுக்கு ஆர்வமிருந்ததில்லை, கண்கள் மின்னக் கண்டுபிடித்தலின் *தீப்பொறி* என இலன் குறிப்படும் புரிபடாத, மர்மமான அந்த விஷயத்தில் அப்படியென்னதான் இருக்கிறது என்றும் அவளுக்குப் புரிந்ததில்லை. உண்மையைச் சொல்வதென்றால் இஸ்ரேல், அமெரிக்கா அல்லது ஐரோப்பா இவற்றின் சிக்கலான காப்புரிமைப் பதிவுச் செயல்முறைகள் அவளைக் கவர்ந்ததில்லை. இலனது நம்பிக்கையூட்டும் பேச்சினால் கவரப்பட்டு கார்மியலைச் சேர்ந்த இளம் மருத்துவர் கண்டுபிடித்த பயன்பாட்டுக்குப் பின் உடைந்து ரத்த ஓட்டத்தில் கலந்துவிடும் மருத்துவக் கேமராவின்மீதும், கிர்யத் காட்டில் எண்ணெயிலிருந்து சுலபமான முறையில் டீசல் தயாரிக்கும் வழியைக் கண்டுபிடித்துள்ள ஒரு உயிர்வேதியியலாளரிடத்தும் முதலீடு செய்ய பணக்காரர்கள் ஏன் முன்வருகிறார்கள் என்பதும் அவளுக்கு ஆர்வமூட்டக்கூடியதாக இருந்த தில்லை. "இலன் இலன்தான் . . ." அவள் சிரிக்கிறாள். "அந்த ஆள், நான் சொல்கிறேன், பெரிய செஸ் வீரராகவோ அரசியல்வாதியாகவோ அல்லது கொள்ளைக்கூட்ட ஆலோசகராகவோ இருந்திருக்க வேண்டியவர். அவருக்குள் என்ன இருந்ததென்று உங்களுக்குத் தெரியாது, நீங்கள் சென்ற பிறகே அவருள் அது உருவாகத் தொடங்கியது."

மாலை நடையின்போது ஓராவும் இலனும் மறுநாளுக்கான வேலைகளை தங்களுக்குள் லகுவாக, தாராள குணத்துடன் பகிர்ந்துகொள்வர். "யார் எந்த வேலையைச் செய்வது என்பதுபற்றி எங்களுக்குள் சண்டையே வந்ததில்லை தெரியுமா? நாங்கள் அப்படியொரு இணக்கமான ஜோடியாக இருந்தோம்." வீட்டு வேலைகள், செலுத்த வேண்டிய கட்டணங்கள், குழந்தைகளைப் பள்ளிக்கு அழைத்துச் செல்வது திரும்ப அழைத்துவருவது, பணம் சம்பந்தப்பட்ட விஷயங்கள், சில அவசர வீட்டு, வெளி வேலைகள் என விரைவாகத் தங்களுக்குள் பகிர்ந்துகொண்டனர். அம்மாவுக்கு ஒரு முதியோர் இல்லத்தைக் கண்டுபிடிப்பது, அல்லது சரியாகத் தன் பணிகளைச் செய்யாத, சோம்பேறியான ஆனால் தந்திரசாலியான வீட்டுப் பணிப்பெண் – பல வருடங்களாக அவர்களால் அவளை வேலையை விட்டு நிறுத்த முடியவில்லை, இலனுக்கே அவளைக் கண்டால் பயம் –

அவளை என்ன செய்வது போன்ற ஆலோசனைகள். அவர்கள் இருவரும் பிரிந்த பின்தான் அந்த வேலைக்காரியின் ஆட்சிக்கு ஒரு முடிவுகட்ட முடிந்தது.

வேறெவற்றையும்விட, அவர்களது பேச்சு கண்முன் நாளுக்குநாள் வளர்ந்து வந்துகொண்டிருந்த மகிழ்வுமிக்க பிள்ளைகள்மீதும் பிள்ளைகளைச் சுற்றியுமே இருந்தது. அது மாறாத வியப்பு நிறைந்த பேச்சு. ஒருவர் மற்றவரிடம் ஆடம் சொன்னதை அப்படியே சொல்லுவர், ஓஃபர் செய்தவற்றைச் செய்து காட்டுவர், கடந்த வருடத்தில், ஏன் சில வாரங்களுக்கு முன்பு அவர்கள் எப்படியிருந்தனர் எனக்கூட ஒப்பிட்டுப் பேசுவர், இந்தக் குறுகிய காலத்தில் எவ்வளவு மாறிவிட்டார்கள் என ஆச்சரியப்படுவர் – "கடவுளே, என்ன வேகமாய் வளர்கிறார்கள்!" அவனுக்கும் அவளுக்கும் நடுவே அவர்கள் வளர்ந்து வருவது தொடர்பான துண்டுதுண்டான நினைவுகள், முக்கியத்துவமற்ற நிகழ்வுகள் இவற்றையும்கூட பெரியனவாக முக்கியத்துவம் மிக்கவையாக எண்ணி அவர்கள் மகிழ்ந்தனர், காரணம் அவர்களிருவருக்கு மட்டுமே அக்குழந்தைகள் விலைமதிப்பில்லாதவர்கள், அவர்கள் அவர்களது வாழ்வின் செல்வங்கள்.

"ஓஃபருமா?" மென்மையான குரலில் கேட்கிறான் அவ்ரம். "ஓஃபரும் கூடவா . . . அதாவது இலனுக்கு – ஓஃபரும் அப்படித்தானா?"

கண்களில் ஒளி நிறைய அவனைப் பார்த்துப் புன்னகைக்கிறாள். இருட்டிலும் அவ்ரமால் அதைப் பார்க்க முடிகிறது, சூடான தேநீரில் ஒரு மிடறு அருந்த அது நாக்கையும் மேலன்னத்தையும் சுடுகிறது, அந்த வலியை விசித்திரமானதொரு சந்தோஷத்துடன் அனுபவிக்கிறான்.

அவளும் இலனும் பேசிக்கொண்டே நடந்தபோது, பொங்கிப் பிரவகிக்கும் வாழ்வெனும் ஆற்றலை, தங்களது சிறுபிள்ளைகள் இருவரையும் மேலுயர்த்தி அவர்களது எதிர்காலத்துக்கு அழைத்துச்செல்லும் வாழ்வின் மகத்துவத்தை உணர முடிந்தது. பையன்களுக்கிடையேயான வலுவான பந்தம் பற்றி அவர்கள் அடிக்கடி வியந்துபோவர் – "அவர்களுக்கிடையே ஏதோ ரகசியம் இருக்கிறது; இன்றைய நாள்வரை அவர்களிடையே ஏதோ ரகசியம் இருந்துவருகிறது" – "யாரும் சொல்லாமலே, ஆடம் மற்றும் ஓஃபரிடையேயான இந்தப் பிணைப்பே வீட்டின் மைய அச்சாக, மறைவான மற்றும் வெளிப்படையான எல்லா உணர்வோட்டங்களிலும் வலுவான, உயிர்ப்புள்ள, அவர்கள் நால்வரையும் பிணைத்து நின்ற உணர்வோட்டமாக இருந்தது."

அவள் சொல்வதைக் கேட்டபடியே தனக்குள் திரும்பத்திரும்பச் சொல்லிக்கொள்கிறான் அவ்ரம்: மனதில் பதிந்துகொள், மனதில் பதிந்துகொள். நடக்கையில் இலனும் ஓராவும் தலையை ஒருவர் மற்றவரை நோக்கிச் சாய்க்கின்றனர். ஒருவர்மீது ஒருவர் சாய்கின்றனர், – எச்சரிக்கையுடன், எதிர்காலம் பையன்களுக்கு எதை வைத்திருக்கிறது அவர்கள் வாழ்வு எப்படி அமையும் – எச்சரிக்கையுடன், எல்லாமே எவ்வளவு நொய்மையானவை என்பதை உணர்ந்தவர்களாய்–துணிந்து கற்பனை செய்கின்றனர். புதிர்மிக்க தங்களது இப்போதைய பந்தத்தை

ஆடமும் ஓஃபரும் தொடர்ந்து தக்கவைத்துக்கொள்ள முடியுமா எனவும் யோசிக்கின்றனர்.

ஒருநாள் மாலை எதுவும் செய்யத் தோன்றாமல் புத்தக அடுக்கிலிருக்கும் சட்டப் புத்தகங்களைப் பார்த்தபடி இலனின் படிப்பறையில் தனியே அமர்ந்திருக்கிறாள். அன்பாக, அமைதியானவராகத் தோன்றிய ஒரு பெண் சிகிச்சையாளரிடம் சென்று கடந்த வாரத்தில் இரண்டு அமர்வுகள் சிகிச்சை முடித்திருந்தான் ஆடம். அவரிடமும் அவன் எதுவும் சொல்லவில்லை, அந்த 'நிகழ்வை' அவரிடமும் நிகழ்த்திக்காட்டினான். இந்தச் சிகிச்சையாளர் அதுபற்றிக் கவலைகொள்ளவில்லை. இந்த வயதில், உடல் முதிர்வுக்கு முன்பாக இதுபோன்று ஏற்படுவது சாதாரணம்தான் என்றார். ஆடமின் கண்களைப் பார்த்தால் அடிப்படையில் அவன் திடமான இளைஞன் என்பது தெரிகிறது என்றார். அவர்களது திருப்திக்காக நரம்பியல் பரிசோதனைகள் செய்யவேண்டி புகழ்பெற்ற ஒரு மருத்துவரைப் பார்க்கப் பரிந்துரைத்தார். ஆனால் இன்னும் மூன்று வாரங்களுக்கு அவரைப் பார்க்க முடியாத நிலை. மருத்துவரிடம் எப்படியாவது விரைந்து அனுமதிபெற முயன்றான் இலன், ஓராவுக்கோ பைத்தியம் பிடிப்பது போலிருந்தது.

ஆடமும் ஓஃபரும் காண்டாமிருகங்கள் பற்றித் தீவிரமானதொரு உரையாடலில் ஈடுபட்டவர்களாய் சமையலறையில் இருக்கிறார்கள். கிட்டத்தட்டத் தன் நினைவின்றியே அவ்வப்போது தாய்க்குரிய வழமையான உணர் எதிரொலிகளை அவர்களிடம் அனுப்பித் திரும்பி வரும் பதிலொலிகளை ஆராய்ந்தபடியிருக்கிறாள். சற்றுக் கழித்தே வெகுநாட்களாக இதுபோன்றதொரு உரையாடலை அவர்களிடமிருந்து தான் கேட்டதில்லை என்பது அவளுக்கு உரைக்கிறது. இப்போது ஆடமின் குரல் இறுக்கமற்று ஒலிக்கிறது. அவன் ஓஃபரது கோடை "படைப்பூக்க தின முகாம்" செயல்பாட்டுக்கு உதவியபடி இருக்கிறான். இடையில் பெரிய மீன் துடுப்புகள் வைத்த நீர் காண்டாமிருகம், சுருண்ட காண்டாமிருகம், முத்துப்போன்ற காண்டாமிருகம் இவற்றை உருவாக்குகிறான் – "அது அருகிப் போகாத உயிரினம்," ஓஃபரிடம் சொல்கிறான், "தண்ணீரில் தன் உருவத்தைப் பார்த்தபடி மணிக்கணக்காய் அமர்ந்திருக்கும். ஒரு பெண் காண்டாமிருகமும் உண்டு." இருவரும் விழுந்துவிழுந்து சிரிக்கிறார்கள். "ஆனால் அந்தப் பெண் காண்டாமிருகம் கண்களுக்குத் தெரியாது," எச்சரிப்பதுபோலச் சொல்கிறான் ஆடம். "அப்படியானால் அதன் கால் தடங்களை மட்டும் நான் வரைவேன்!" என்கிறான் ஓஃபர். ஆடம் அவனை உற்சாகப்படுத்துகிறான். "இப்படிக் கொடு, அதை நானே வரைகிறேன்." அவர்களது பேச்சு தொடர்கிறது, ஆடம் சங்கடமின்றித் தனது உடல் சடங்குகளில் ஈடுபடுகிறான். அவனது தாள ஒழுங்குக்குட்பட்ட மூச்சுகள், உதட்டு உறிஞ்சல், விரைவான கைகழுவுதல்களுக்காகக் குழாய் திறக்கப் படும் ஒலி இவற்றை ஓரா செவியுறுகிறாள். அவள் தளர்ந்துபோகிறாள், ஆனால் ஓஃபர் மெல்லிய குரலில் நிதானமாக அந்தக் கேள்வியைக் கேட்கும்போது நிமிர்ந்து அமர்கிறாள், "ஏன் இப்படியெல்லாம் செய்கிறாய்?"

ஓஃபர் எதைப்பற்றிக் கேட்கிறான் என அவளுக்குத் தெரியவில்லை, ஆனால் நிலத்தடி அலையொன்று சமையலறை வழியாகப் புரண்டு அவளது நாற்காலிக்கு வந்து அவளைத் தன்னுள் சுழற்றி இறுக்குகிறது.

"என்ன?" சந்தேகமாகக் கேட்கிறான் ஆடம்.

"உன் கைகளைக் கழுவுவதும் பிறவும்."

"காரணமெல்லாம் ஒன்றுமில்லை, எனக்கு அப்படிச் செய்ய வேண்டும் போலிருக்கிறது, அவ்வளவுதான்."

"நீ அசுத்தமாக இருக்கிறாயா?"

"ஆமாம். இல்லை. நிறுத்து. நீ எனக்கு எரிச்சலூட்டுகிறாய்."

"ஆனால், எதனால் அசுத்தமடைந்திருக்கிறாய்?" ஓஃபர் அதே மாறாத நிதானமான தெளிவான உணர்ச்சியற்ற, தன்னால், குறிப்பாக இதுபோன்ற தருணங்களில், அப்படிப் பேச இயலாதா என அவள் ஏங்குகிற ஒரு குரலில் கேட்டான்.

"என்ன எதனால்?"

"எதனால் நீ அசுத்தமடைந்திருக்கிறாய்?"

"எனக்குத் தெரியவில்லை, சரியா?"

"இன்னும் ஒரேயொரு விஷயம் மட்டும்."

"என்ன?"

"நீ... நீ இப்படிக் கழுவும்போது சுத்தமாகி விடுகிறாயா?"

"கிட்டத்தட்ட. எனக்குத் தெரியவில்லை. நீ கொஞ்சம் வாயை மூடுகிறாயா!"

மௌனம். தன் இடத்தைவிட்டு நகர ஓரா துணியவில்லை. இவ்வளவு நாளும் இதை மனதில் வைத்துக்கொண்டு எப்படி ஓஃபர் கேட்காமலிருந்தான் என நினைக்கிறாள். அவன் குரலில், அந்த வற்புறுத்தலில் இருக்கும் ஏதோவொன்று இதைக் கேட்க அவன் முன்பே திட்டமிட்டிருந்ததை, சரியான சந்தர்ப்பத்தை எதிர்பார்த்துக் காத்திருந்ததை, இந்தத் தருணத்துக்காக ஆடமின் மனநிலையைத் தயார் செய்திருந்ததை உணர்த்துகிறது.

"ஆடம்—"

"இப்போது என்ன?"

"என்னையும் அனுமதிப்பாயா?"

"எதற்கு?"

"நான் ஒன்றைச் செய்வதற்கு?"

"எதைச் செய்வதற்கு?"

ஓஃபரின் அதிகரிக்கும் தைரியமும் துடுக்குத்தனமும் தன்னை எரிச்சலையடையச் செய்வதை ஓரா உணர்கிறாள். கண்களை இமைக்காமல் காத்திருக்கிறாள். என்னவொரு அபாயமான தைரியமான விளையாட்டை விளையாடுகிறான் இவன்.

“இவற்றுள் ஒன்றை.”

“ஏய்!” சிரிக்க முயற்சிக்கிறான் ஆடம், ஆனால் அவனது சங்கடத்தை ஓராவால் உணர முடிகிறது. “உனக்கென்ன பைத்தியமா?”

“ஒன்றேயொன்றை மட்டும்?”

“ஆனால் ஏன்?”

“செய்வதற்கு உனக்கு ஒன்று குறையுமல்லவா?”

“என்ன?”

“நிறுத்து, நான் வரையும் படத்தில் நீ தண்ணீரைச் சிந்துகிறாய்.”

“என்ன சொன்னாய்?”

“நீ செய்பவற்றுள் ஒன்றை நான் செய்துவிட்டால் நீ ஒன்று குறைவாகச் செய்யலாமல்லவா?”

“உனக்குப் பைத்தியம்தான், புரிகிறதா? சுத்தப் பைத்தியக்காரத்தனம். போகட்டும், இதில் உனக்கு எந்தச் சம்பந்தமுமில்லை.”

“என்னவாகிவிடப்போகிறது? ஒருமுறை. ஒரேயொருமுறை.”

“சரி, எதை?”

“உன் விருப்பம். இது, அது அல்லது–”

நாற்காலியொன்று வேகமாக ஓரம் இழுத்துப் போடப்படுவதை, விரைவான காலடிச்சத்தங்களை ஓரா கேட்கிறாள். கண்கள் பீதியில் மிரள ஆடம் கால்கள் பின்ன சிறு அடிகள் வைத்துக் குழாயை நோக்கிப் போவதைக் கற்பனைசெய்கிறாள்.

“ஆடம்–”

“அடித்துத் தொலைத்துவிடுவேன். வாயை மூடு.”

நீண்ட மௌனம்.

“ஆடம், ஒன்று மட்டும்.”

காலடிகளின் ஓசையும் முட்டிக்கொள்ளும் ஓசையும் கேட்கிறது. மூச்சிரைத்தபடி உடல்கள் தரையில் விழும் ஒலி. நாற்காலியொன்று தலைகீழாகப் புரட்டப்படுகிறது. அடங்கிய சீறல்கள். அவள் ஓடிவந்து இருவரையும் விலக்கிவிட்டுத் தன் திட்டத்தைப் பாழாக்கிவிடக்கூடாதேயென்று ஓஃபர் தனது கூச்சல்களை அடக்கிக்கொண்டிருப்பதை உணர்கிறாள். அவள் எழுகிறாள்.

“இதோடு விட்டுவிடுகிறாயா?”

“ஒரேயொருமுறை மட்டும் அதைச் செய்யவிடு.”

"சரியான தொல்லை பிடித்தவன் நீ!" ஆடம் இறைகிறான். "உனக்கு நண்பர்கள் யாரும் இல்லையா, குள்ளப்பையா? என்ன அடம்!"

"ஒரேயொருமுறை மட்டும், அவ்வளவுதான், சத்தியமாக."

அறைவிழும் ஓசை கேட்கிறது, ஒன்று, இரண்டு, பிறகு ஓஃபரின் அடங்கிய, ஊளை போன்ற அழுகைச் சத்தம். இதை உணராதவள் இறுக்கிய முஷ்டியைக் கடித்தபடி இருக்கிறாள்.

"இப்போது புரிந்ததா?"

"என்னவாகிவிடப்போகிறது? ஒவ்வொரு தடவையும் ஒருமுறை மட்டும்."

ஆடமிடமிருந்து வியப்புக் கலந்த சிரிப்பு உரக்க வெளிப்படுகிறது.

"உனக்கேகூடத் தெரியாமல் அதை நான் செய்வேன்," ஓஃபர் வலியில் முனகியபடியே சொல்கிறான்.

உதட்டை உறிஞ்சுகிறான் ஆடம், புறங்கையில் ஊதுகிறான், நின்ற இடத்திலேயே ஒரு சுற்றுச் சுற்றுகிறான். இறுதியாகச் சொல்கிறான், "முடியாது. இவற்றையெல்லாம் நான்தான் செய்ய வேண்டும். இவை யெல்லாவற்றையும்."

"அப்படியானால் உனக்குப் பக்கத்தில் நின்றபடி நானும் செய்கிறேன்."

குழாய் திறக்கப்படுகிறது. விரைவான கை அலம்பல். ஊதுதல். மௌனம். மறுபடியும் குழாய் திறக்கப்படுகிறது, முன்பைவிடச் சற்று அதிகநேரம் திறந்திருக்கிறது. மெதுவான வலுவான, வேறு வகையான ஊதுதல்.

"செய்தாயிற்று இல்லையா? இப்போது எங்காவது போய்த் தொலை."

"ஒவ்வொரு முறையும் ஒன்றைச் செய்யவிடு," ஓராவே வியக்கும் ஒரு தீர்க்கத்துடன் சொல்கிறான் ஓஃபர். தீவிரமும் ஆழ்ந்த சிந்தனையுமாய் அவன் வெளியே வருவதைப் பார்க்கிறாள்.

அடுத்த சிலநாட்கள் ஆடமும் ஓஃபரும் தங்களது ஓய்வு நேரமனைத்தையும் ஒன்றாகவே கழிக்கிறார்கள். அரிதாகவே அறையை விட்டு வெளியே வருகிறார்கள், என்ன நடக்கிறது என்பதைத் தெரிந்துகொள்வது கடினமாயிருக்கிறது. கதவின் பின்னிருந்து கேட்கும்போது, அவர்களுக்கு ஏழு, நான்கு வயதிருந்தபோது எப்படி விளையாட்டும் பேச்சுமாய் இருந்தனரோ அப்படியே இருந்தனர். இருவரும் குழந்தைகளாக இருந்த ஒரு காலத்தின் குறிப்பாக எதுவென்று தெரியாத ஒரு தருணத்தால் ஈர்க்கப்பட்டவர்களாய் கடந்தகாலப் பகுதியொன்றுக்கு அவர்கள் திரும்பிக்கொண்டிருப்பது போலிருந்தது.

ஒருநாள் காலை அவர்களை எழுப்பி, சற்றுநேரம் படுக்கையிலே பேசிக்கொண்டிருக்கவிட்டு அருகே நடந்து வருகையில் ஆடம் கேட்பது அவள் காதில் விழுகிறது: "இன்றைக்கு எத்தனை?"

“எனக்கு மூன்று, உனக்கு மூன்று.”

“ஆனால், எந்த மூன்று?” அவளால் அடையாளம் காணமுடியாத அளவுக்கு ஆடமின் குரல் பணிவில் ஒடுங்கி மென்மையாய் ஒலிக்கிறது.

“நீ அந்தத் தண்ணீர், பாதம், சுழலுதல் இவற்றைச் செய், மீதியனைத்தையும் நான் செய்கிறேன்.”

“வாய் விஷயத்தையும் நானே செய்யலாமா?” ஆடம் முணுமுணுப்பாகக் கேட்கிறான்.

“வேண்டாம், அதை நான் செய்கிறேன்.”

“ஆனால், நான் ...”

“வாய் விஷயத்தில் எனக்குத்தான் உரிமை. அவ்வளவுதான்.”

கைகளிரண்டையும் நெற்றிப் பொட்டுகளில் வைத்துக்கொள்கிறாள். ஆடமினுள் ஓஃபர் ஒரு நங்கூரத்தை இறக்கியிருக்க வேண்டும். அதை விவரிக்க அவளுக்கு வேறு வார்த்தைகள் இல்லை. ராட்சச லெகோ கோட்டைகளைக் கட்டுவது அல்லது பழைய தொலைக்காட்சிப் பெட்டிகளைப் பிரித்துப்போடும்போதிருக்கும் அதே நிதானத்துடனும் உறுதிப்பாட்டுடனும் அவன் ஆடமின் ஆழங்களுள் இறங்கி வேலை செய்ய ஆரம்பித்துவிட்டிருந்தான்.

“இன்று எனக்கு எதற்கும் அனுமதி இல்லையா?” திறந்தவெளியில் காலையுணவு அருந்துகையில் அவள் முன்னிலையில் கேட்கிறான் ஆடம்.

சற்று யோசனைக்குப்பின் அதிகாரமாகச் சொல்கிறான் ஓஃபர், “ஒன்றும் கிடையாது. இன்று அனைத்தையும் நானே செய்வேன்.” பிறகு தன் எண்ணத்தை அவன் மாற்றிக்கொள்கிறான். “ஒன்று தெரியுமா? உதடுகளைக் கொண்டு செய்வதை மட்டும் நீ செய்யலாம். அவற்றை நீ மடிக்கும்போது.”

“மற்றதெல்லாம் உனக்கா?” ஆடம் கேட்கிறான். அவன் குரல் குழந்தைத்தனத்துடன், கீழ்ப்படிதல் மிக்கதாக ஒலிக்கிறது, அது அவளைப் பீதிக்குள்ளாக்குகிறது.

“ஆமாம்.”

“அவற்றை எப்படிச் செய்வதென்று நினைவிருக்கிறதா?”

“எப்போதும் அதை நான் மறப்பதில்லை.”

“நிச்சயமாகத் தெரியுமா, ஓஃபர்?”

“இதுவரை அவற்றில் ஒன்றையும் நான் தவறவிட்டதில்லை. வா, அறைக்குப் போவோம்.”

மூடிய கதவுக்கு இந்தப் பக்கம் தனது ஒட்டுக் கேட்கும் இடத்துக்கு ஏறத்தாழ ஓடுகிறாள். அவ்ரமிடம் சொல்கிறாள், அவளது உடல் குழந்தைப்

பருவத்திலிருந்தே அந்த இடத்தை நன்றாக நினைவில் வைத்திருக்கிறது, தனது அறையின் மூடிய கதவுகளுக்குப் பின்னிருந்து அவளது பெற்றோர்களை ஒட்டுக்கேட்டாள், குறிப்புகள், குரல்கள், சிரிப்புகளைப் புரிந்து கொள்ள முயன்றாள். மாறாத மனித குணங்கள். நாற்பது வருடங்கள் கடந்துவிட்டன – அவளது மூளைக்குள்ளிருக்கும் கமுக்கமான நீதிபதி அறிவிக்கிறார் – இந்த நான்கு பத்தாண்டுகளில் அம்மையார் என்ன செய்திருக்கிறார்? நான் கதவின் அந்தப் பக்கத்திலிருந்து இந்தப் பக்கத்துக்கு மாறிவிட்டேன், கனம் நீதிபதி அவர்களே.

“போலீஸின் பெயர் ஸ்பீட்,” என்கிறான் ஓஃபர்.

“திருடனுக்கு?”

“அவனை டைஃபூன் என அழைப்போம்.”

“சரி.”

“ஸ்பீட் மோட்டார் சைக்கிளில் போவார், அவரிடம் ஒரு ஹோவர் கிராஃப்ட் இருக்கிறது.”

“திருடனிடம்?” பலவீனமாகக் கேட்கிறான் ஆடம்.

“திருடனுக்கு நீளமான முடி, அவன் சட்டையில் கறுப்பு நட்சத்திரங்கள், அவனிடம் ஒரு பஸூக்காவும் லேசர் துளைப்பானும் இருக்கிறது.”

“சரி,” என்கிறான் ஆடம்.

ஓரா கழுத்தில் கைவைத்துக்கொள்கிறாள். இது ஒரு பழைய விளையாட்டு. இது அவர்கள் வழமையாக விளையாடியதுதான்–எப்போது விளையாடினார்கள்? இரண்டு வருடங்களுக்கு முன்பு? மூன்று வருடங்கள்? தரைவிரிப்பில் படுத்து கள்ளன் போலீஸ் ஜோடிகளை அல்லது ஆர்க், ஹாஃப்லிங் ஜோடிகளை உருவாக்குவர். ஆடம் அப்போது உருவாக்குபவனாகவும் ஓஃபர் அவன் சொல்வனவற்றுக்குத் தலையாட்டும் சிஷ்யனாகவும் இருந்தான் என்பதுதான் ஒரே வித்தியாசம்.

“அது வேண்டாம்,” சாதாரணமாகச் சொல்கிறான் ஓஃபர். “இன்று நான் விரல்களைக்கொண்டு செய்வனவற்றைச் செய்கிறேன்.”

“அதை நான் செய்தேனா?”

“உனக்குக் கவனமில்லை.”

“அப்படியானால் அதைச் செய்துகொள்.”

“இங்கே பார். நீ அபராதம் செலுத்த வேண்டும், என்னுடையதை நீ செய்துவிட்டாய்.”

“என்ன அபராதம்?”

“அபராதம்,” சற்று யோசித்துவிட்டு ஓஃபர் சொல்கிறான், “உன்னிடமிருந்தும் அந்தக் கண் தொடர்பானதை எடுத்துக்கொள்கிறேன், படபடவென்று இமைகளை அடித்துக் கண்களைத் திறப்பாயே அதை.”

“ஆனால், அது நான் செய்ய வேண்டியது,” முணுமுணுப்பாகச் சொல்கிறான் ஆடம்.

“இருக்கலாம், அதை நான் எடுத்துக்கொண்டுவிட்டேன்.”

“எனக்கு எதுவுமே இல்லையே.”

“உனக்குக் கைகளும் பாதங்களும், வாயால் நீ ஊதுவாயே அதுவும் இருக்கின்றன.”

நீண்ட அமைதி. எதுவுமே நடவாததுபோல ஓஃபர் மீண்டும் பேச்சைத் தொடர்கிறான். “இரும்பு முஷ்டிகொண்ட ஒரு போலீஸை நான் இறக்குகிறேன். அவர் பெயர் மேக் பூம் பூம், தன் சட்டையை அவர் திறந்து—”

“எவ்வளவு நாளைக்கு என்னுடையவற்றை நீ வைத்திருப்பாய்?”

“மூன்று நாட்கள், இன்றைய தினத்தைச் சேர்க்காமல்.”

“அப்படியானால் இன்று அவற்றை நான் செய்யலாமா?”

“இல்லை, இன்று நாமிருவருமே அவற்றைச் செய்ய முடியாது.”

“நாமிருவருமே? அப்படியானால் யார் அதைச் செய்யப்போகிறார்கள்?”

“யாருமில்லை. இன்று அவைகளை யாரும் செய்யப்போவதில்லை.”

“இதற்கு அனுமதி இருக்கிறதா?” வருத்தமாக முணுமுணுக்கிறான் ஆடம்.

“நாம் முடிவு செய்வதுதான்,” ஒரு டஞ்சன் மாஸ்டர் குரலில் சொல்கிறான் ஓஃபர்.

மூடிய அறைக்குள் அப்போது ஆடமுக்கும் ஓஃபருக்கும் நடுவே என்ன நடந்தது என்பது தனக்குத் தெரியாது என்கிறாள் ஓரா அவ்ரமிடம். ஏனென்றால், உண்மையில் நடந்தது என்ன? இரண்டு சிறுவர்கள், ஒருவனுக்கு ஏறத்தாழ பதிமூன்று வயது, மற்றவனுக்கு இப்போதுதான் ஒன்பது முடிந்திருந்தது, கோடை விடுமுறையின் அந்த மூன்று அல்லது நான்கு வாரங்களில் எப்போதும் ஒன்றாகவே பொழுதைக் கழித்தனர், எப்போதும் அவர்கள் இருவர் மட்டும்தான். கணினி விளையாட்டுக்களும், மேசைக் கால்பந்தும் விளையாடினர். அடிக்கடி இருவரும் சேர்ந்து ஷக்ஷுகா அல்லது பாஸ்டா தயாரித்தனர். “இவற்றையெல்லாம் செய்கையில்— எப்படி அவை நடந்தன எனக் கேட்காதீர்கள் – அவர்களில் ஒருவன் மற்றவனைக் காப்பாற்றினான்.”

“இருவரும் தோற்றத்தில் ஒன்றுபோலவே இருப்பார்களா எனக் கேட்டீர்கள்தானே?” நேற்றிரவு அவன் கேட்ட கேள்வி சட்டென்று அவள் மனதில் தோன்றியது.

“ஆமாம், அதுதான் நான் கேட்டது.”

“ஓஃபர், நான் நினைக்கிறேன், சற்றே அதிக . . . உண்மையில், சற்றே குறைவான, ம்ம் . . .”

“என்ன ?”

“ஓ, அது சிக்கலானது. இப்படிச் சொல்லலாம்: ஆடம் வந்து ஒருமாதிரி . . . என்ன மாதிரி? நான் என்ன சொல்லவருகிறேன் ?” உதட்டைப் பிதுக்குகிறாள். “அவர்களை விவரிப்பது கஷ்டமான காரியமெனச் சொன்னால் அது விளையாட்டுப்போலத் தோன்றும். கிட்டத்தட்ட அவர்களைப்பற்றி நான் விவரிப்பதெல்லாமே துல்லியமற்றதாய் மேம்போக்கானதாக இருக்கும்.” தன்னையே உலுக்கிக்கொண்டு தன் நினைவுக்குத் திரும்புகிறாள். “இப்போது நான் வெளித்தோற்றங்களைப் பற்றி மட்டுமே சொல்கிறேன், சரியா? ஆடம் முதல் பார்வையில் அந்தளவுக்குக் கவனத்தை ஈர்ப்பவனாக இருக்க மாட்டான். புரிகிறதா? ஆனால் இன்னொரு பக்கம் அவனைப் பற்றித் தெரிய ஆரம்பிக்கையில் அவன் உங்களைக் கவரக்கூடிய இளைஞனாக இருப்பான். மிகவும் கவரக்கூடிய. அவனைப் பார்த்தால்—”

“பார்க்க அவன் எப்படி இருப்பான் ?”

“அவன் தோற்றத்தை விவரிக்கச் சொல்கிறீர்களா ?”

“என்னைப்பற்றி உனக்குத் தெரியுமில்லையா—எனக்கு எதையும் விவரமாகத் தெரிந்துகொள்வது பிடிக்கும்.”

விவரத்தின்னி: எறும்புத்தின்னியின் தூரத்துச் சொந்தம், நஞ்சுக்கொடி விலங்கினப் பிரிவின் அருகிவரும் ஒரு துணை இனம், விவரங்களைத் தின்று மட்டுமே உயிர்வாழும். உயர்நிலைப்பள்ளி இறுதியாண்டில் தான் தயாரித்த “69ஆம் வருட இறுதியாண்டு மாணவர்களின் மனித விலங்குகள் குறித்த கலைக்களஞ்சியம்” என்ற கையேட்டில் ஓரா தன்னைப் பற்றிக் குறிப்பிட்டிருந்தான். விலங்கியல்படி வகைப்படுத்தப்பட்டிருந்த மாணவர்கள், ஆசிரியர்களைப் பற்றிய துல்லியமான விவரிப்புகள் அதில் இருந்தன.

“ஒப்பீட்டளவில் அவன் சற்றுக் குள்ளம். உங்களிடம் சொல்லியிருக்கிறேன். அவனுக்கு நல்ல கருமையான கேசம், இலனுக்குப் போல. நடுவில் வகிடெடுத்து வாருகையில் இடது காதின்மீது ஒருமாதிரி அலையாக வந்து படியும்.” ஓரா தொடர்ந்து விவரிக்கிறாள். அவ்ரமைப் பார்க்கிறாள், அவள் முகம் ஒளிர்கிறது.

“என்ன ?”

“ஒன்றுமில்லை,” என்பவள் எரிச்சலூட்டும் வண்ணம் ஒரு தோளை மட்டும் குலுக்குகிறாள். அவ்ரம் எந்தளவுக்கு மீண்டும் உயிர்ப்புக் கொள்கிறானோ – அமைதியான, கனமான, அவனைப் போலவே முழுமையற்றதொரு உயிர்ப்பு – அந்தளவுக்கு தனது உடலில் பல வருடங்களாக அவள் உணர்ந்தறியாத இதமான அதிர்வலைகளை ஏற்படுத்தும் ஒரு உள்ளமைந்த துல்லியத்துக்குள், தனிப்பட்டவொரு நுட்பத்துக்குள் அவளை ஈர்த்துச் செல்கிறான்.

இரண்டு இளம் ஜோடிகள் கடந்துசெல்கின்றன. பெண்கள் முகமன் கூறிவிட்டு அவர்களை விசித்திரமாகப் பார்க்கின்றனர். ஆண்கள் சத்தமான உரையாடலில் மூழ்கியிருக்கின்றனர். "நாங்கள் அதிகமும் பயோமெட்ரிக் அடையாள அட்டைகள் தயாரிப்பில்தான் ஈடுபட்டிருக்கிறோம்," உயரமானவர் சொல்கிறார். "நாங்கள் பிடிஏ என்னும் அட்டையை உருவாக்க முயன்றுகொண்டிருக்கிறோம், உள்ளே வர விரும்பும் பாலஸ்தீனியர் தனது கையையும் முகத்தையும் பயோமெட்ரிக் படிப்பியின் கீழ் நீட்டினாலே போதும். புரிகிறதா? படைவீரர்களுடன் எந்தத் தொடர்பும் இல்லை, பேச்சு இல்லை, ஒன்றுமில்லை. பிரச்சனையற்ற வேலை. சி.டபுள்யூ.சி– கம்யூனிகேஷன் வித்தவுட் காண்டாக்ட்."

"அப்படியானால் பிடிஏ என்பது?" இரண்டாவது நபர் கேட்கிறார்.

முதலாமவர் நமுட்டுச் சிரிப்புச் சிரிக்கிறார். "அது பயோமெட்ரிக் அக்ஸஸ் டிவைஸ் என்பதன் சுருக்கப் பெயர், பிஏடி (*BAD*) என வந்தது, எனவே அதை மாற்றிவிட்டோம்."

அவர்கள் போனபின் ஓரா சொல்கிறாள், "அவனது இடது காது எப்போதும் வெளியே தெரியும். அது ரொம்ப அழகாயிருக்கும், சின்ன முத்துப்போல."

அவள் கண்களை மூடிக்கொள்கிறாள்: ஆடம். அவனது கன்னங்கள் இப்போதும் குழந்தைப்பருவத்து ஞாபகார்த்தமான நிழல்போன்ற ரோமக் கருமையினடியில் சிவந்து காணப்படுகின்றன. அவனுக்கு நீளமான கிருதாக்கள். பெரிய, தீவிர உணர்ச்சிகொண்ட கண்கள்.

"கண்களே அவனில் பிரதானமானவை. ஓஃபருடையது போன்ற பெரிய கண்கள், ஆனால் முற்றிலும் வேறானவை, அதிகம் உள்ளழுந்திய கறுப்பான கண்கள். நாங்கள் ஒரு கண்கள் குடும்பம். அவனது உதடுகள்–" சட்டெனப் பேச்சை நிறுத்துகிறாள்.

"அவற்றுக்கு என்ன?"

"ஒன்றுமில்லை, அவை அழகானவைதாம்." அவள் தன் கைகளை உற்றுப்பார்க்கிறாள். "ஆமாம்."

"ஆனால்?"

"ஆனால் . . . இங்கே, மேலுதட்டில், ஒரு டிக் குறிபோல, ஒரு நிரந்தர அடையாளம். டிக் குறியல்ல, ஒரு முகக்குறி–"

"என்ன மாதிரி முகக்குறி?"

"அது . . ." கைகளால் முகத்தை மூடிக்கொண்டு ஆழ மூச்செடுக்கிறாள். சொல்வதற்கான நேரம் வந்துவிட்டது.

"இங்கே எனக்கு எப்படியிருக்கிறதென்று பார்த்தீர்களா?"

பார்க்காமலேயே ஆமென்று தலையைசைக்கிறான்.

"ஆக, இதுதான் அது. அவனுடையது மேல்நோக்கி வளைந்திருக்கும், அது மட்டும்தான் வித்தியாசம்."

"ஆமாம்."

அவ்வப்போது ஒருவரை மற்றவர் தாங்கிப் பிடித்தபடி ஆழமற்ற சிற்றோடையில் கற்கள் மீதாகத் தாவித்தாவிச் செல்கிறார்கள்.

"இன்றைக்கு எக்கச்சக்கமாய் ஈக்கள் தென்படுகின்றன," அவ்ரம் சொல்கிறான்.

"வெப்பம் காரணமாக இருக்கும்."

"ஆமாம். மாலையில் இன்னும் கடுமையாக இருக்கும்–"

"உங்களையொன்று கேட்கலாமா?"

"என்ன?"

"உண்மையில் அது பார்க்கப் பளிச்சென்று தெரிகிறதா?"

"இல்லையில்லை."

"அதுபற்றி நீங்கள் எதுவும் சொல்லவில்லையே."

"என் கண்ணுக்கு அது தெரியவில்லை."

"இலன் பிரிந்துசென்ற ஒரு மாதத்துக்குப் பின் என் முக நரம்புகளில் இது காணப்பட்டது, பெரிதாக ஒன்றுமில்லை. அது நடு இரவில் நடந்தது. வீட்டில் நான் தனியே இருந்தேன். மிகவும் அச்சமுற்றிருந்தேன். அது பார்க்க அருவருப்பாக இருக்கிறதா?"

"நான் சொல்கிறேன், அது கண்ணுக்குத் தெரியக்கூட இல்லை."

"ஆனால் என்னால் அதை உணர முடியும்." தன் மேலுதட்டின் வலது மூலையைத் தொட்டு மெல்ல மேலே தள்ளுகிறாள். "என் முகம் ஒரு பக்கமாக விழுந்துகொண்டிருப்பதாக எப்போதும் ஒரு நினைப்பு."

"ஆனால் அங்கே ஒன்றும் தெரியவில்லை, ஓராலே."

"உதட்டில் சில மில்லிமீட்டர் அளவுக்கு உணர்ச்சியற்றிருக்கிறது. மற்ற பகுதிகளில் இயல்பான உணர்ச்சி."

"சரி."

"ஒருநேரம் அது சரியாகிவிடும். எப்போதுமே இப்படி இருக்காது."

"ஆமாம்."

ஸ்ட்ராபெரி மற்றும் வாதுமைத் தோட்டங்களினூடாக குறுகிய பாதையில் நடக்கின்றனர்.

"அவ்ரம், ஏதாவது பேசுங்கள்."

"என்ன பேச?"

"ஒரு நிமிடம் நில்லுங்கள்."

அவளுக்காகக் காத்து நிற்கிறான். அவன் தோள்கள் குறுகி வளைகின்றன.

"சின்னதாக எனக்கொரு முத்தம் தருவீர்களா?"

அவளை அவன் நெருங்கிவருகிறான், கரடி போன்ற லகுவற்ற நடையில். அவளைப் பார்க்காமலே அணைக்கிறான், அவள் உதடுகளில் அழுத்தமான ஒரு முத்தத்தை வைக்கிறான்.

அங்கேயே தயங்கி நிற்கிறான், தயங்கி நிற்கிறான்.

"அஹ்." மென்மையாக மூச்சுவிடுகிறாள்.

"அ-அஹ்." அவன் ஆச்சரிய மூச்சுவிடுகிறான்.

"அவ்ரம்?"

"என்ன?"

"எதையாவது உணர்ந்தீர்களா?"

"இல்லையே, எல்லாம் இயல்பாகத்தானே இருக்கிறது."

அவள் சிரிக்கிறாள். 'இயல்பாக!'

"அதாவது உனக்குப் பழக்கப்பட்ட வகையில்."

"இன்னும் உங்களுக்கு நினைவிருக்கிறதா?"

"எல்லாமே நினைவிருக்கிறது."

"முத்தமிடுகையில் எப்படி நான் புத்திமயங்கிப் போவேன் என்பது நினைவிருக்கிறதா?"

"நினைவிருக்கிறது."

"முத்தமிடுகையில் சிலநேரம் நான் கிட்டத்தட்ட மயங்கிவிடுவேனே?"

"ஆமாம்."

"என்னை முத்தமிடும்போது கவனமாக இருங்கள்."

"சரி."

"என்னை எப்படி நேசித்தீர்கள், அவ்ரம்."

மீண்டும் அவளை முத்தமிடுகிறான். அவளது நினைவிலிருந்தது போலவே அவன் உதடுகள் மென்மையாக இருக்கின்றன. அவர்கள் முத்தமிட்டுக்கொள்கையில் அவள் புன்னகைக்கிறாள், அவள் உதட்டோடு சேர்ந்து அவன் உதடுகளும் அசைகின்றன.

"இன்னொரு விஷயம்–"

"ம்ம்ம் ..."

"இனி நாம் படுக்கையைப் பகிர்ந்துகொள்ள வாய்ப்பிருப்பதாக நினைக்கிறீர்களா?"

அவளைத் தன்னோடு சேர்த்து அணைத்துக்கொள்கிறான், அவனது வலுவை அவள் உணர்கிறாள். மறுபடியும் நினைத்துக்கொள்கிறாள்,

இந்தப் பயணம் அவனுக்கு எவ்வளவு நன்மையானதாக இருக்கிறது, அவளுக்கும்தான்.

அவர்கள் தொடர்ந்து நடக்கிறார்கள், முதலில் கைகளைக் கோர்த்தபடி, பிறகு கைகளை விடுத்து. புதிதான ஒரு சங்கட உணர்வின் இழைகள் அவர்களிடையே பரவுகின்றன. இயற்கையே அவர்கள் பின்னிருந்து கண்ணடிக்கிறது. ஆஸ்டர் மற்றும் கிரவுன்ட்செல் மலர்களை ஆங்காங்கே மஞ்சள் கொத்துக்களாய் மலரவிட்டும், ஊதா மணப்புல் மற்றும் இளஞ் சிவப்பு ஃப்ளாக்ஸ் மலர்களை தரையெங்கும் பரவிப் படரவிட்டும், பெரிய ஆனால் நெடிமிக்க ஆரம் மலர்களை நிமிர்ந்த தண்டுகளில் பூக்கவிட்டும், இங்கொன்றும் அங்கொன்றுமாக சிவப்புக் காட்டுப்பருத்தி மலர்களைத் தூவியும், சுற்றியிருக்கும் மரங்களில் ஆரஞ்சுப் பிஞ்சுகள், எலுமிச்சைகளைத் தொங்கவிட்டும் அவர்களுடன் குறும்பாக விளையாடுகிறது.

“மிகவும் கிளர்ச்சியூட்டுவதாயிருக்கிறது,” ஓரா சொல்கிறாள்.

“இந்த நடை, இந்தக் காற்று. அப்படித்தானே? நீங்கள் அதை உணர வில்லையா?”

அவன் சங்கடமாகச் சிரிக்கிறான், ஓரா—திடீரென அவளது புருவங்களும்கூட இதமாக இருக்கின்றன ...

நேத்தாவை அவனுக்குப் பதிமூன்று வருடங்களாகத் தெரியும். யார்க்கோன் வீதியில் அவன் வேலைசெய்த மதுவிடுதியில் பலநாட்கள் மாலையில் தான் வந்து அமர்ந்திருந்ததாகவும் அவன் அவளையே வைத்த கண் வாங்காமல் பார்த்துக்கொண்டிருந்ததாகவும் அவள் சொல்வாள். மதுவிடுதியில் அவள் வாந்தியெடுத்து மயக்கமடைந்து கிடந்த அந்த இரவுக்கு முன்புவரை அவளைத் தனக்குத் தெரியாது என்றான் அவன். அவளுக்குப் பத்தொன்பது வயது, எண்பத்தியிரண்டு பவுண்டுகள் எடையிருந்தாள். அந்தக் கடும் மழையிரவில் அவளது விருப்பத்தையும் மீறி அவளைத் தன் கைகளில் ஏந்தி ஜாஃபாவிலிருக்கும் தனது மருத்துவ நண்பனிடம் சென்றான். வாடகைக் கார் ஓட்டுநர்கள் யாரும் அவர்களை ஏற்றிச் செல்ல முன்வரவில்லை. வழியெங்கும் அவள் திமிறியபடியே வந்தாள், மெல்லிய தனது கைகால்களை உதறினாள், கடுமையாக அவனைத் தாக்கினாள், அவனை நோக்கி மோசமான வசைச்சொற்களை வீசினாள். வசைச்சொற்கள் தீர்ந்தபின் ஷலோம் அலைக்குமின் மீது அவனது வளர்ப்புத்தாய் பொழிந்த இகழ்ச்சிச் சொற்களை அகரவரிசைப்படி சொல்ல ஆரம்பித்தாள், அந்த வரிசையிலேயே அவற்றை அவன் மனதில் பதிந்துகொண்டான்., “பிளவைக்கட்டி”, “பாவங்கள் அனைத்தினதும் தந்தை,” “தொழுநோயாளி”, “அடுத்தவர் சொத்தை அபகரிப்பவன்.” அவள் சொன்னவற்றில் விடுபட்டவற்றைக் குழறலாகச் சொல்லி அந்த வசைகளை முழுமையாக்கினான் அவ்ரம். இவையும் தீர்ந்தபோது, வலிக்கும்படி அவனைக் கிள்ளத் தொடங்கினாள், கிள்ளியபடியே அவனது சதையை, கொழுப்பை, எலும்புகளை வைத்து என்னவெல்லாம் செய்ய முடியுமெனச் சொன்னாள். அவனைக்கொண்டு மெழுகுப்

பட்டைகளைத் தயாரிப்பேன் என அவள் சொன்னபோது ஒற்றைப் புருவத்தை உயர்த்தினான், தான் படித்தவற்றை எப்போதும் மறவாத, அவ்ரம், அவள் காதில் சொன்னான், "இதே மெழுகுதான் கிரீன்லாந்து திமிங்கிலம் கர்ப்பம் கொள்வதற்கான திரவமா என்றும் யோசனை." மேற்கோள்களின் வற்றாத நிலமாக மொபி–டிக் இருந்த அவர்களது இளமைக்காலத்தில் இலனும் அவனும் மேற்கோள் காட்ட மிகவும் விரும்பிய வாக்கியம் இது. உடன் அவன் கைகளில் பின்னிக்கிடந்த விரியன் பாம்புகள் அமைதியாயின. மழையினுள் தனது அனல் மூச்சை விட்டுக்கொண்டிருந்த பெரும் ராட்சசனை ஓரக்கண்ணால் பார்த்துச் சொன்னாள், "உனக்கும் அந்தப் புத்தகத்துக்குமிடையே சில ஒற்றுமைகள் இருக்கின்றன."

"அவளுக்குப் பத்தொன்பது வயதா?" ஓரா கேட்கிறாள். முதன் முதலாக நாம் சந்தித்தபோது எனக்குப் பதினெட்டு வயது, மனதுக்குள் சொல்லிக்கொள்கிறாள்.

அவ்ரம் தோள்களைக் குலுக்கிக்கொள்கிறான். "பதினெட்டு வயதில் வீட்டைவிட்டு வெளியேறி இஸ்ரேலையும் உலகம் முழுவதையும் சுற்றித் திரிந்தாள். பக்கத்துவீட்டு நாடோடி. இரண்டு மாதங்களுக்கு முன்புதான் முதன்முறையாக ஒரு அடுக்கக் குடியிருப்பை ஜாஃபாவில் வாடகைக்கு எடுத்தாள். தெரியுமில்லையா, ஜாஃபா இப்போது நன்றாகச் சம்பாதிக்கும் நடுத்தர நவநாகரிகர்களுக்குப் பிடித்த நகராக மாறிவிட்டது."

இப்போது நேத்தாவைப் பற்றிப் பேசுவதில் ஓராவுக்கு விருப்பமில்லை.

விருப்பமின்றியே அவளைப்பற்றி அவன் பேசக் கேட்கிறாள். எப்போதும் பஞ்சத்தில் அடிபட்டவளைப் போலத்தான் இருப்பாள். "உணவுப் பஞ்சமில்லை, பொதுவான, இருத்தல் குறித்த பஞ்சம்," சிரித்தபடி விளக்கு கிறான் அவ்ரம். அவள் விரல்கள் எப்போதுமே நடுங்கியபடி இருக்கும், ஒரு புன்சிரிப்புடன் அவ்ரம் சொல்கிறான், "உயரழுத்த மின்சாரமாக வாழ்வு அவளைத் தாக்கியபடியிருக்கும்." தோழியொருத்தி அவளுக்குத் தந்துசென்றிருந்த பழைய சிம்கா காரிலேயே பலவருடங்களாகக் கோடைக்காலங்களைக் கழித்தாள். அவளிடம் சிறியதொரு கூடாரமும் இருந்தது, தன்னை யாரும் துரத்திவிடாத இடமொன்று கிடைக்கையில் அங்கே அதை அமைத்துக்கொள்வாள். அவன் பேசுகையில் ஒலிக்கும் "நேத்தா" எனும் பெயர், சூரியன் நன்றாகக் காய்ந்துகொண்டிருக்கும் பொழுதிலும் அவளது அடிவயிற்றினுள் வட்டமாய் உறைபனியைப் பதிக்கிறது. எப்படி அவனிடமிருந்து வெள்ளம் போன்ற இந்தப் பேச்சு? அவனுக்கும் எனக்கும் நடுவே இப்போது நேத்தாவை நட்டு வைப்பதன் மூலம் என்ன சொல்லவருகிறான்?

"சம்பாத்தியத்துக்கு அவள் என்ன செய்கிறாள்?" (கொஞ்சம் தாராளம் காட்டு, தனக்கே அவள் கட்டளையிட்டுக் கொள்கிறாள்.)

"இது அது என்று பலதும், தெளிவாக எதுவும் தெரியாது. அவளுக்குத் தேவைகள் மிகவும் குறைவு. அவளது தேவைகள் எந்தளவுக்குக்

குறைவானவை எனத் தெரிந்தால் நீ நம்பமாட்டாய். அவள் ஓவியமும் தீட்டுவாள்."

ஓராவின் மனம் இன்னும் சற்று ஒடுங்குகிறது. ஆமாம், அவள் ஓவியம் தீட்டுவாள்.

"என் அடுக்ககக் குடியிருப்பில், சுவர்களில் நீ பார்த்திருக்கலாம், அவை அவளுடையவைதான்."

அந்தப் பெரிய, உணர்வைத் தூண்டும் கரித்துண்டு ஓவியங்கள்–இது பற்றி முன்பே கேட்க எப்படி மறந்துபோனாள்? பதிலை அவள் யூகித்து விட்டிருக்கலாம் – ஆடுகளுக்கும் ஆட்டுக்குட்டிகளுக்கும் முலைப்பாலூட்டும் இறைவாக்கினர்கள், கொக்காக மாறிக்கொண்டிருக்கும் பெண்ணை நோக்கிக் குனிந்திருக்கும் முதியவர், கடவுள் போன்ற தோற்றத்திலிருக்கும் மானின் நெஞ்சிலுள்ள காயத்திலிருந்து பிறக்கும் இளம்பெண். மோவ்ஹாக் பாணி தலைக்கேசத்துடனிருக்கும் பெண்ணின் ஓவியத்தை நினைத்துப் பார்க்கிறாள், நேத்தா அப்படித்தான் இருப்பாளா எனக் கேட்கிறாள்.

அவ்ரம் வாய்மூடிச் சிரிக்கிறான். "ஒருகாலத்தில், ரொம்ப காலத்துக்கு முன்பு. எனக்கு அது பிடிக்கவில்லை. இப்போது அவளுக்கு நீண்ட கேசம், இது வரைக்கும்."

"ஆமாம். புகைப்படங்களற்ற காலி புகைப்படத் தொகுப்புகள் பார்த்தேனே – அதுவும் அவளுடையதுதானா?"

"இல்லை, அவை என்னுடையவை."

"அவற்றை நீங்கள் சேகரிக்கிறீர்களா?"

"நான் தேடி எடுக்கிறேன், நான் ஆராய்ச்சி செய்கிறேன், நான் சேகரித்து வைக்கிறேன். மற்றவர்கள் தூர எறிந்துவிடுவனவற்றை."

"சேகரித்து வைக்கிறீர்களா?"

"எல்லா வகையான பழைய சமாச்சாரங்களையும் நான் சேகரித்து வைப்பது பற்றி உனக்குத் தெரியுமில்லையா."

மலையின் செங்குத்துச் சரிவையொட்டி நடக்கிறார்கள். கீழே வெகு தொலைவிலிருக்கும் ஆறு கண்களுக்குத் தெரியவில்லை. நாய் அவர்களை வழிநடத்துகிறது, ஓரா அதன் பின்னே செல்கிறாள், பின்னால் வந்தபடியே தனது சிறு செயல்திட்டங்களைப் பற்றிச் சொல்கிறான் அவ்ரம். "எல்லாம் நேரத்தைப் போக்குவதற்குத் தானேயன்றி வேறெதற்காகவும் இல்லை. மக்கள் எறிந்துவிடும் புகைப்படத் தொகுப்புகள் அல்லது இறந்து போனவர்களது புகைப்படத் தொகுப்புகள்." இருக்கும் புகைப்படங்களை எடுத்துவிட்டு அவற்றினிடத்தில் வேறொரு குடும்பத்தின் புகைப்படங்களை வைப்பான். சில புகைப்படங்களைப் பார்த்து அப்படியே தகர டப்பாக்களின் துருவில் அல்லது துருவேறிய மிகப்பழமையான என்ஜின்களின் பக்கங்களில் பிரதியெடுப்பான். "சமீபமாக எனக்குத் துருமீது ஆர்வம் உண்டாகியிருக்கிறது. இரும்பு துருவாக மாறும் அந்த இடம், அந்தத் தருணத்தின்மீது."

இப்போது என்னை நீங்கள் கண்டுபிடித்ததும் நல்லதற்குத்தான், ஓரா எண்ணிக்கொள்கிறாள்.

பாதை மீண்டும் கால்வாயில் இறங்குகிறது. சட்டென அவ்ரம் சுதாரிக்கிறான், கூர்மையடைகிறான். 1943இல் இங்கிலாந்தில் பதிப்பிக்கப் பட்ட நிலப்படப் புத்தகம் ஒன்றைக் குப்பையிலிருந்து கண்டெடுத்ததுபற்றி உணர்ச்சிபொங்க விவரிக்கிறான். "அதைப் பார்க்கையில் அந்தக் காலத்தில் உலகில் என்ன நடந்ததென்று புரிந்துகொள்ள முடியாது, காரணம் நாடுகளனைத்தும் தங்களது பழைய எல்லைகளுடனே இருந்தன, யூத அழிப்பு இல்லை, ஐரோப்பாவில் ஆக்கிரமிப்புகள் இல்லை, போர் இல்லை. பலமணி நேரம் அந்த நிலப்படங்களைப் பார்த்தபடியே அமர்ந்திருப்பேன். குப்பையில் கிடந்த ரஷ்ய செய்தித்தாளான தி ஸ்டாலினிஸ்ட்டின் துண்டுகளை நிலப்படங்களின் மூலைகளில் ஒட்டுவேன், இசையாவின் நாற்பத்து மூன்றாம் அதிகாரத்திலிருந்தும் அப்படிச் செய்வேன், செய்தித்தாளில் போர் குறித்த வரைபடங்களும், அதிக எண்ணிக்கையிலான உயிரிழப்புகளும் விவரிக்கப்பட்டிருக்கும். இந்த இரண்டையும் ஒன்றாக வைக்கையில், உண்மையிலே என்னால் – ஓரா . . . உடலில் மின்சாரம் பாய்வதை உணர முடியும்."

அவனும் நேத்தாவும் சேர்ந்துகூட இதுபோன்ற செயல்திட்டங்களில் ஈடுபடுவது அவளுக்குத் தெரியவருகிறது. "இதுதான் நாங்கள் சேர்ந்து செய்த விஷயம்," வெட்கத்துடன் சொல்கிறான். பழைய பொருட்கள், குப்பைகளைத் தெருவில் தேடி எடுப்பர், அவற்றைக் கொண்டு என்ன செய்யலாம் எனக் கற்பனை செய்வர். "எப்போதுமே நான் யதார்த்தமாக சிந்திப்பேன்," மன்னிப்புக் கேட்பது போன்ற செருமலுடன் சொல்கிறான், "அவள் வித்தியாசமாக யோசிப்பாள்." தன்னையுமறியாமலே இந்தக் கதையிலிருந்தும் தன்னை விலக்கிவிட்டு அவர்கள் சேர்ந்து வாழ்ந்த அந்த குறுகிய காலத்தில் நேத்தா செய்தவற்றுள் சிலவற்றை விவரிக்கிறான். அவளது கஷ்டநஷ்டங்கள், கற்றுக்கொண்ட திறமைகள், மருத்துவமனையில் இருந்தது, அவளது சாகசங்கள், அவள் வாழ்வில் நுழைந்து வெளியேறிய ஆண்கள். ஒரு எழுபது வயதுப் பெண்ணின் வாழ்வை அவன் விவரிப்பது போலுள்ளது. "அவள் நல்ல தைரியசாலி," பெருமையாகச் சொல்கிறான், "என்னை விடவும் தைரியசாலி. நான் சந்தித்தவர்களிலேயே மிகவும் தைரியமான நபர் அவள்." தான் அச்சங்களால் உருவாக்கப்பட்டவள் என நேத்தா சொல்வது நினைவுக்குவர அவன் மெல்லச் சிரித்துக் கொள்கிறான். அச்சங்களோடு உடல் கொழுப்பும் சேர்த்து.

அவன் படுக்கைக்கு மேலே சுவரில் குறுக்குக் கோடுகளிடப்பட்ட தொடர் கோடுகளையும் அவற்றிலிருந்து நீண்டு புழங்குமறையின் கரித்துண்டு ஓவியங்களை இணைக்கும் பட்டைக் கோட்டையும் ஓரா மனதில் காண்கிறாள். அவளுள் ஒரு ஒளித் தெறிப்பு: "அவளுக்கும் தெரியுமா?"

"ஓஃபரைப் பற்றியா?"

வேகமாக ஆமாம் எனத் தலையையசைக்கிறாள். அவள் இதயம் வேகமாகத் துடிக்கத் தொடங்குகிறது.

“ஆமாம், அவளிடம் நான் சொல்லியிருந்தேன்.”

மனம் குழம்பியவளாய் கைகளை விரித்தபடி மேலே நடக்கிறாள். வழுக்கும் கற்களில் நிதானமாகக் கால்வைத்து ஓடையில் இறங்குகிறாள். இதுதான் அமுத் ஆறாக இருக்க வேண்டும். உயர்நிலைப்பள்ளிக் காலத்தில் கடலிலிருந்து கடல்வரை பயணத்தின்போது இங்கு வந்து நடந்திருக்கிறேன். அது நேற்றுப்போல இருக்கிறது. அது நேற்றுதான் என்றால் நான் இன்னும் சின்னப்பெண். கண்களைத் தேய்த்துவிட்டுக் கொள்கிறாள். பாதையின் குறுக்கே அமைந்த மலையடிவாரம் தாவரப் பெருக்கத்தால் மூடப்பட்டுள்ளது, ஒரு ஹைராக்ஸ் எலிக் குடும்பம் பாறையொன்றின்மீது ஆங்காங்கே அமர்ந்துள்ளது. காட்சி குழம்புகிறது, அருகிருப்பவற்றை மட்டும் பார்ப்பது நல்லது என நினைக்கிறாள்: கவனி, மீண்டும் நீ மேலே போகிறாய், பாறையின் விளிம்பில் நடக்கிறாய், கீழிருக்கும் ஆறு அருவியொன்றில் பாய்ந்திறங்குகிறது, விழுந்துவிடாதே, இந்தப் பிடிமானங்களைப் பற்றிக்கொள், அப்புறம் அது நேத்தாவுக்குத் தெரியும்.

அருகே வந்து உற்சாகப்படுத்துவதுபோல நாய் அவளது கால்களை உரசுகிறது. குனிந்து ஏதோ நினைவாக அதன் தலையைத் தடவிக் கொடுக்கிறாள் ஓரா. நேத்தாவுக்குத் தெரியும். ரகசியத்தின் நீர்க்குமிழி வெடித்துவிட்டது. இறுக்கி மூடப்பட்ட, மூச்சடைக்க வைக்கும் அதனுள்ளிருக்கையில் எப்படி சுவாசிப்பதென தனக்குத்தானே அவள் கற்பித்துக்கொண்ட அந்தக் குமிழி. அவ்ரமே அதில் ஓட்டை போட்டு விட்டான். வேகமாக அலையென வெளிக்காற்று உள்ளே வருகிறது. எப்படிப்பட்ட நிம்மதி: ஒரு புதிய ஆழமான மூச்சிழுப்பு.

“அவள் என்ன சொன்னாள்?” அவள் கால்கள் தளர்ந்து, விழுந்து விடுவாள் போலிருக்கிறது.

“என்ன சொன்னாளா? நான் போய் அவனைப் பார்க்க வேண்டு மென்றாள்.”

“ஓ.” தன்னையுமறியாமல் குயிலினது போன்ற மெல்லிய கூவலொலி அவளிடமிருந்து வெளிப்படுகிறது. “அதுதான் அவள் சொன்னதா?”

“அன்று மாலை, நீ வருவதற்கு முன்பாக உனக்குத் தொலைபேசி செய்தபோது இதை உனக்குச் சொல்ல வேண்டுமென்று நினைத்தேன்.”

“என்ன?”

“இதைத்தான்.”

“என்ன?” அவளுக்கு மூச்சு நின்றுவிடும்போல் இருக்கிறது. நடுங்கும் பத்து விரல்களையும் அதன் ரோமங்களில் புதைத்தபடி முழுதுமாக அவள் நாயின்மீது சாய்கிறாள்.

ஒவ்வொரு வார்த்தையாக வெட்டியெடுத்து அவன் சொல்கிறான், “அவன் ராணுவச் சேவையை முடித்தபிறகு வந்து பார்க்கலாம் என நினைத்திருந்தேன், அதுவும் நீயும் இலனும் எந்த எதிர்ப்பும் சொல்லாத பட்சத்தில் . . .”

"என்ன? சொல்லுங்கள்."

"ஒருநாள் அவனை நான் பார்ப்பேன்."

"ஓஃபர்."

"ஒருமுறை மட்டும்."

"நீங்கள் அவனைப் பார்க்க விரும்புகிறீர்கள்?"

"ஆமாம், தொலைவிலிருந்தாவது."

"அப்படியா?"

"அவனில்லாமல்... இங்கே பார், நான் உன்னுடைய விஷயத்தில் தலையிட ..."

"இதை இப்போதுதான் சொல்கிறீர்கள்?"

தோள்களைக் குலுக்கிக்கொண்டு காலை உறுதியாகப் பாறைமீது வைக்கிறான்.

"நீங்கள் தொலைபேசியில் அழைத்தபோது" – ஒருவழியாக அவளுக்கு அது புரிகிறது – "உங்களிட்ம் சொன்னேன், அவன்..."

"திரும்பவும் ராணுவத்துக்குப் போகிறான் என்றுதானே, ஆமாம். அதன் பிறகு சீக்கிரமே..."

"ஓ." அவள் வேதனையில் முனகுகிறாள், தலையை இரண்டு கைகளாலும் பற்றிக்கொண்டு அழுத்துகிறாள், மனதில் ஆழத்திலிருந்து இந்தப் போரை – மீண்டும் அவளது ஆன்மாவுக்குள் புகுந்து நிற்கும் முடிவற்ற இந்தப் போரை – வசைகூறுகிறாள். வாயை அகலத் திறக்கிறாள், உதடுகள் பிதுங்கி ஈறுகளைக் காட்டுகின்றன, கிறீச்சென்ற கத்தல் அவள் தொண்டையிலிருந்து வெளியேறி பறவைகளைத் திகிலுறச்செய்து பின் அமைதியில் ஆழ்த்துகிறது. நாய் நிமிர்ந்து பார்க்கிறது, ஞானம் நிறைந்த தனது கண்களைக் கூடியமட்டும் விரிக்கிறது, அதுவும் மனதைக் கரைக்கும்விதமாக ஒரு ஊளையை வெளிப்படுத்துகிறது.

○○○

கடைசியாக அவளை அவன் பார்த்தது ஜாஃபாவில் அவளது புதிய அடுக்கக் குடியிருப்புக்கு வண்ணமடிப்பதில் உதவச் சென்றபோதுதான். லிஃப்ட் வசதியற்ற, நான்காவது தளத்தில் அமைந்த, ஒரு படுக்கையறை, சிறு சமையலறை, மேலே கூரை. ஒரு கையில் கஞ்சாச் சுருட்டும் மறு கையில் பிரஷ்ஷுமாக உயரமான வண்ணமடிக்க உதவும் ஏணியில் நின்றிருந்தாள். அவன் படிகள் வைத்த அலுமினிய ஏணியில் இருந்தான். அவளது மூன்று பூனைகளும் இரண்டு ஏணிகளுக்கிடையே திருட்டுத்தனமாகச் சுற்றி வந்தன. ஒரு பூனைக்கு சிறுநீரக பாதிப்பு, ஒன்றுக்கு மூளைத்திறன் குறைபாடு, ஒன்று அவளது அம்மாவின் மறுபிறப்பு – இந்த உருவில் அது நேத்தாவின் வாழ்வில் தொடர்ந்து இடுக்கண் அகலாமல் பார்த்துக் கொண்டது. அவள் இங்கே குடியேறும் முன்பு சீனாவிலிருந்து வந்திருந்த

தொழிலாளர்கள் அங்கு தங்கியிருந்தனர், ஒரு சுவர் முழுக்க ஆணிகள், அடிக்கப்பட்டிருந்த பாணியை வைத்து அவை என்ன சொல்ல வருகின்றன என அவளும் அவ்ரமும் கண்டுபிடிக்க முயன்றனர். அடுக்ககத்தின் பின்புறம் குப்பை மேடொன்றில் கண்டெடுத்த முழுவதும் பொத்தல்கள் விழுந்த ஆண்கள் அணியும் உள்பனியனையே பிடிவாதமாக எப்போதும் அணிந்தாள். "இதுதான் நூறு கோடியினரின் நினைவுக்கு நான் மரியாதை செய்யும் விதம்," என்றாள், அவளை பனியனில் பார்ப்பதில் அவனுக்கும் சந்தோஷம்.

"அடிக்கடி வந்து என் குளிர்பதனப் பெட்டியை நிறைத்து வைப்பாள்," ஓராவிடம் சொல்கிறான், "என் குடியிருப்பைச் சுத்தம் செய்துவிடுவாள், எனக்கு அலங்காரம் பண்ணுவாள். இதைக் கேட்க உனக்குச் சலிப்பாக இருக்கிறதா?"

"இல்லை. நான் கேட்கிறேன்."

தன்னிடம் இல்லாத பணத்தைக்கொண்டு நல்ல தரமான ஸ்டீரியோ அமைப்பை வாங்கி வந்தாள், இருவரும் சேர்ந்து இசை கேட்டனர். சிலநேரம் ஒரு முழுப் புத்தகத்தையுமே அவனுக்கு வாசித்துக் காட்டுவாள். "எந்தப் போதை மருந்தையும் அவள் வேண்டாமென்று சொல்லமாட்டாள். கோக்கும் ஹெராயினும்கூட உபயோகிப்பாள், ஆனால் எப்படியோ எதற்கும் அடிமையாகாமல் இருந்தாள்."

ஒருமுறை அவன் இந்த அவ்ரம் அடிமைத்தனத்தை கைவிட்டு மறுவாழ்வு மையமொன்றுக்கு போ என அவளிடம் சொன்னபோது, "இதற்கு மட்டும் அடிமைப்பட்டிருக்காமல் இயலாது," எனச் சிரித்தாள்.

"என்னால் உனக்கு எந்த நன்மையும் விளையப் போவதில்லை," என்றான்.

"மாயைகள் என்பது என்ன, கூறுபோடப்பட்ட ஈரலா?"

"நீ இளம்பெண், குழந்தைகள் பெற்றுக்கொள்ளலாம், குடும்பத்தை உருவாக்கிக்கொள்ளலாம்."

"சேர்ந்து நான் குடும்பம் அமைத்துக்கொள்ள விரும்பும் நபர் நீங்கள் ஒருவர் மட்டும்தான்."

ஒருவேளை அவள் வேறு யாருடனாவது காதல் வயப்பட்டால்? அவன் கற்பனை செய்ததைவிட அந்த எண்ணம் அதிகம் அவனை வாட்டியது. ஒருவேளை கடைசியில் அவள் தன் எண்ணத்தை மாற்றிக்கொண்டால்?

"என்ன?" ஓரா கேட்கிறாள். "என்ன அது?"

"எனக்குத் தெரியவில்லை." வேகமாக அடிகளை வைத்து நடக்கிறான் அவ்ரம். திடீரென நேத்தா தன் வாழ்விலிருந்து மறைந்துவிட்டால், அல்லது அவள் வாழ்வில் அவன் இல்லாது போனால், இந்தப் பயணம் முடிந்து வீடு திரும்ப அவனுக்கு எந்தக் காரணமும் இருக்காது. "அவளைப்பற்றி எனக்குச் சற்றுக் கவலையாக இருக்கிறது. சமீபத்தில் அவள் என்னிடமிருந்து மறைந்துவிட்டாள்."

“இதற்குமுன் இப்படி நடந்ததில்லையா?”

“இதற்கு முன்பும் நடந்திருக்கிறது. அவள் அப்படித்தான், வருவாள் போவாள்.”

“வழியில் தொலைபேசி நிலையம் வந்தால் அவளைத் தொலைபேசியில் அழைக்க முயற்சியுங்கள்.”

“ஆமாம், செய்ய வேண்டும்.”

“ஒருவேளை வீட்டில் உங்களுக்காக அவள் செய்தி எதையாவது விட்டுச் சென்றிருக்கலாம்.”

வேகமாக நடக்கிறான். அவளது கைப்பேசி எண்ணை நினைவுகூர முயற்சிக்கிறான், முடியவில்லை. எல்லாவற்றையும், தேவையற்ற பலவற்றையும், முப்பது வருடங்கள் முன்பு தன்னிடம் சொல்லப்பட்ட முட்டாள்தனமான வாக்கியங்கள் ஒவ்வொன்றையும், தன் கண்ணில்பட்ட விசேஷமற்ற எண் சேர்க்கைகள் ஒவ்வொன்றையும் நினைவில் வைத்திருக்கும் அவனால், அவளது எண்ணை நினைவுகூர முடியவில்லை. ராணுவத்தில் ரேடியோ அலைவரிசைகளை மறித்துக் கேட்கும் பதுங்குகுழியிலிருக்கும் அனைத்துப் படைவீரர்கள் மற்றும் அதிகாரிகளது வரிசை எண்களையும் சொல்லுவான்; எகிப்திய ராணுவத்தின் படைத் தொகுதிகள், பிரிவுகள், படையணிகள், விமானப்படை தளபதிகள் பெயர்களையும்கூட. அவர்களது தனிப்பட்ட முகவரி, வீட்டுத் தொலைபேசி எண்கள், சிலநேரம் அவர்களது மனைவியர், குழந்தைகள், வைப்பாட்டிகளது பெயர்களையும் சொல்வான். தென் மண்டலத்தைச் சேர்ந்த அனைத்து ரகசியப் படைப்பிரிவுகளின் மாதாந்திர சங்கேதப் பெயர்களையும் சொல்வான். ஆனால் இப்போது, நேத்தாவின் எண்ணை உடனே அவனால் நினைவுக்குக் கொண்டுவர முடியவில்லை.

“அவள் மிகவும் இளையவள்,” முணுமுணுக்கிறான். “நான் வயதானவன், அவள் இளையவள்.” சோர்வாகச் சிரிக்கிறான். “நமக்கும் முன்பே இறந்து விடும் என்று தெரிந்தும் ஒரு நாயைச் செல்லமாக வளர்ப்பது போன்றது இது. ஆனால், இந்த விஷயத்தில் அந்த நாய் நான்தான்.”

தன்னையுமறியாமலே நாயின் காதுகளைப் பொத்துகிறாள் ஓரா.

நேத்தா வழியாக நிறையப் பேரை அவன் சந்தித்திருக்கிறான். எல்லாம் அவளைப் போன்றவர்கள். அன்பானவர்கள், கடின உழைப்பாளிகள். அவர்களையவள் “உடைந்த குவளைகள்,” என்பாள். குழுக்களாக அவர்கள் சுற்றித்திரிவர். சினாய், நித்ஸனிம், யூதேயா பாலைவனம், இந்தியாவில் காணும் ஆசிரமங்கள், சுதந்திரக் கலவியும் லாகிரி வஸ்துக்களுமாக ஃப்ரான்ஸ், ஸ்பெயின், நெஜவ் ஆகிய இடங்களில் நிகழும் இசைவிழாக்கள் இங்கெல்லாம் அவர்களைக் காணலாம்.

“தேவதை நடை என்றால் என்னவென்று தெரியுமா?”

“ஏதாவது விளையாட்டோடு தொடர்புள்ளதா?”

நெதர்லாந்து அல்லது பெல்ஜியத்தில் நடக்கும் “வானவில் ஒன்றுகூடலு”க்கு அவளை அழைத்துச்செல்கிறான். “எல்லோரும் எல்லாவற்றையும் பகிர்ந்துகொள்கிறார்கள்,” தானே அங்கு சென்றதைப்போல ஆர்வமுடன் விவரிக்கிறான். “அங்கே பணம் கொடுத்து வாங்க வேண்டிய விஷயம் போதை வஸ்துக்கள் மட்டும்தாம்.”

“அப்படியா.”

“ஒருநாள் மாலை அவள் தேவதை நடையில் பங்கெடுத்தாள்.” அவ்ரம் முகத்தில் புன்னகை ஆனால் அது ஓராவுக்கானதல்ல, அதுபோன்ற புன்னகையை அவனது மாணவப் பருவத்தில்தான் பார்த்திருக்கிறாள். அது பழைய தூசுபடிந்த லாந்தர் விளக்கினுள் வைத்த மெழுகுத்திரியின் அசைந்தாடும் ஜுவாலை போலிருந்தது. எளிதில் கடந்து சென்றுவிட முடியாத புன்னகையது. “எதிரெதிரே இரண்டு வரிசைகளில், நெருக்கமாக நிற்கிறார்கள்,” – அவன் கைகளைக் கொண்டு செய்துகாட்டுகிறான்– “ஒருவரை இன்னொருவருக்குத் தெரியாது. முற்றிலும் அந்நியர்கள். இரண்டு வரிசைகளுக்கு நடுவே ஒருவர் கண்ணை மூடிக்கொண்டு நடந்து செல்ல வேண்டும்.”

இரண்டு வரிசைகளில் நின்று தாக்குவோர், ஓராவுக்கு திடீரென நினைவுக்கு வருகிறது. இந்த உலகமே அந்த இரண்டு வரிசைகள்தாம் எனத் தோன்றும்வரை ஆயிரக்கணக்கான பொருத்தமான பின்னணிகள், பொருத்தமற்ற சூழல்களில் இதுபற்றி அவன் பேசியிருக்கிறான். பிறந்தவுடன் ஒரு மனிதன் இந்த வரிசைகளுக்கிடையே வீசப்படுகிறான், அவர்களுக்கிடையே அடித்து, உதைத்து பந்தாடப்படுகிறான். இறுதியாக உடைத்து நொறுக்கி நசுக்கி வெளியே துப்பப்படுகிறான்.

“அவர்கள் ஒருவனை மெதுவாக மென்மையாக வரிசைகளுக்கிடையே முன்னடத்துகிறார்கள், அவனை அவர்கள் வருடுகிறார்கள், தொடுகிறார்கள் அணைக்கிறார்கள், அவன் காதில் குசுகுசுக்கிறார்கள்: ‘நீ மிக அழகானவன், நிறைவானவன், நீ ஒரு தேவதூதுவன்.’ வரிசையின் இறுதிவரை இப்படியே அது தொடர்கிறது, அங்கே அவனுக்காக ஒருவர் காத்திருக்கிறார், அவனைத் தழுவிக் கொஞ்சுகிறார், பிறகு திரும்பிவந்து அவன் கொடுப்பவர்களது வரிசையில் நின்றுகொள்கிறான்.”

“அவளையும் அப்படி அணைத்தார்களா?”

“சொல்கிறேன். முதலில் அவள் வரிசையில் நின்றாள், சில மணி நேரம் தன் முன்னே வந்தவர்களை வருடி, தழுவி காதில் குசுகுசுத்துக் கொண்டிருந்தாள், இது அவளுள் சிரிப்பை ஏற்படுத்தியது. இம்மாதிரியான வார்த்தைகள் அவளை எதுவும் செய்வதில்லை.” சட்டென அவன் உற்சாகமடைகிறான். “இங்கே பார், நீ அவளைச் சந்திக்க வேண்டும்.”

“சரி, சந்தர்ப்பம் வாய்க்கும்போது சந்திக்கிறேன். பிறகு என்ன நடந்தது?”

“பெற்றுக்கொள்வதற்கான அவளது முறை வந்தபோது, வரிசைகளுக்கு இடையே அவள் நடந்துபோகவில்லை.”

ஓரா தலையைசைக்கிறாள், அவன் சொல்லும் முன்பே அவளுக்கு அது தெரிந்துவிட்டிருந்தது.

"காட்டுக்குள் ஓடிப்போய் விடியும்வரை அங்கேயே இருந்தாள். அவளால் அதை ஏற்றுக்கொள்ள முடியவில்லை. அதைத் தான் பெற்றுக் கொள்ளும் நேரமின்னும் வரவில்லையென்று நினைத்தாள்."

அவ்ரமுக்கும் அவளுக்கும் பொதுவாக இருப்பது என்னவென்று ஓராவுக்குப் புரிகிறது: வருடிக்கொடுப்பவர்களால் தாக்கவும் முடியும். கைகளால் தன்னையே இறுக அணைத்தபடி நடக்கிறாள். அவளுள் பலவிதமான உணர்வுகளையும் எழுப்புகிறாள் நேத்தா, சற்று முன்பிருந்து திடீரென்று அவள்மீது ஒரு பாசவுணர்வு, ஒரு தாய்க்குரிய பிரியம் தோன்றியிருந்தது. அதோடு நேத்தாவுக்கு ஓஃபரைப்பற்றித் தெரியும். அவனைப்பற்றி அவ்ரம் அவளிடம் சொல்லியிருக்கிறான். "என்னைப்பற்றி அவளுக்கு ஏதாவது தெரியுமா?"

"இப்படியொரு நபர் இருப்பது தெரியும்."

ஓரா சிரமத்துடன் எச்சிலைக் கூட்டி விழுங்குகிறாள், ஒருவழியாக தொண்டையில் சிக்கியிருந்த கரும்பசையை வெளித்துப்புகிறாள். "அவளை நீங்கள் நேசிக்கிறீர்களா?"

"நேசிப்பதா? எனக்கென்ன தெரியும். அவளோடு இருப்பது எனக்குப் பிடித்திருக்கிறது. என்னுடன் எப்படி இருக்க வேண்டுமென்பது அவளுக்குத் தெரியும். எனக்கான இடத்தை அவள் தருகிறாள்."

அவள் என்னைப்போல கிடையாது. தன் மகன்களும் அவர்களது புகார்களும் அவள் நினைவுக்கு வருகின்றன.

மிகவும் அதிக இடம்தருகிறாள், அச்சத்துடன் எண்ணிக்கொள்கிறான் அவ்ரம். எங்கேயிருக்கிறாய் நேத்து?

அந்தச் சிறிய குடியிருப்புக்கு வண்ணமடித்தபின், ஏணிகளை அவர்கள் கூரைமீது எடுத்துச்சென்றனர், அவனுக்கு அவள் ஏணி – நடை நடப்பது எப்படியெனக் கற்றுத்தந்தாள். "சுற்றித்திரியும் காலங்களில், பயணங்களின் இடையில் ஒரு தெருக்கலைஞராக அவள் கொஞ்சம் சம்பாதிப்பாள். எரியும் வாளை விழுங்குவாள், ஒரேநேரத்தில் பல பொருட்களை மாறி மாறித் தூக்கியெறிந்து பிடிப்பாள், கழைக்கூத்தில் கலந்துகொள்வாள்." போதையுற்ற இரண்டு வெட்டுக்கிளிகளைப்போல அந்திவானத்தின் கீழ் நீர்த்தேக்கத் தொட்டிக்கும் ஆன்டெனாவுக்கும் நடுவே ஏணியிலிருந்தபடி ஒருவர் மற்றவரை நோக்கி நடந்தனர். ஏணியிலிருந்து கூரை விளிம்பில் அவள் குதித்தாள் அவனுக்கு ரத்தமெல்லாம் உறைந்துபோனது.

"என்ன சொல்கிறீர்கள்?" இனிமையான தனது சோகப் புன்னகையுடன் அவள் கேட்டாள். "இதைவிடவும் அற்புதமாக இது இருக்க முடியாது. ஆட்டத்தை முடித்துக்கொள்வோமா?"

அவன் குனிந்து தனது ஏணியைப் பிடித்துக்கொண்டான். நேத்தா கூரையோரமாக நண்டு – நடை நடந்தாள். அவளுக்குப் பின்னால்

கூரைகள், ரத்தச் சிவப்புச் சூரியன், ஒரு மசூதியின் கவிகை மாடம். "நீங்கள் ஒரு இறுக்கமான ஆள் அவ்ரம்," தனக்கே சொல்லிக்கொள்வது போலச் சொன்னாள் நேத்தா. "உதாரணத்துக்கு, ஒருமுறைகூட என்னைக் காதலிப்பதாக நீங்கள் சொன்னதேயில்லை. என் நினைவுக்கு எட்டியவரை ஒருபோதும் நான் உங்களை அதுபற்றிக் கேட்டதில்லைதான், இருப்பினும் ஒரு பெண் தன் வாழ்நாளில் தனது ஆண் அதைச் சொல்லக் கேட்க விரும்புகிறாள், அதையோ அல்லது அதுபோன்ற ஒன்றையோ, குறைந்தது அதன் பொழிப்புரையையாவது கேட்க விரும்புகிறாள். நீங்கள் மட்டமான ஆள். அதிகபட்சம் நீங்கள் 'உன் உடலை நேசிக்கிறேன்', 'உன்னுடன் இருப்பதை விரும்புகிறேன்', 'உன் பின்புறம் பிடித்திருக்கிறது' என்றுதான் சொல்லியிருக்கிறீர்கள். அது ஒருவிதப் புத்திசாலித்தனமான நழுவல். எனக்கான வார்த்தைகளை நான் கேட்டுக்கொண்டாயிற்று என்றே நினைக்கிறேன், சரியா?"

கூரையின் கல் விளிம்புகளில் ஏணியின் கால்கள் சத்தமிட்டன. அவளுக்கு ஏதாவது ஒன்று நடந்தால், எந்த யோசனையுமின்றி அவளைத் தொடர்ந்து தானும் கீழே குதித்துவிட வேண்டும் என்று சட்டென்று ஒரு எண்ணம் அவனுள் எழுந்து வருகிறது.

"என்னுடைய அறைக்குச் சென்று, சாம்பற் கிண்ணத்துக்கு அருகில், பழுப்பு நிறத்தில் ஒரு புத்தகம் இருக்கும். அதை எடுத்து வாருங்கள்." மெல்லிய குரலில் சொல்கிறாள்.

முடியாது என்று தலையசைக்கிறான் அவ்ரம்.

"போய் எடுத்து வாருங்கள், நீங்கள் வரும்வரை எதுவும் நடக்காது. சத்தியம்."

ஏணியிலிருந்து இறங்கி அறைக்குள் சென்றான். அறைக்குள் வந்து ஒன்று இரண்டு நொடிகள்தான் ஆகியிருக்கும், அதற்குள் அவள் குதித்துவிடப் போகிறாள் என அவனுடலின் அனைத்து நரம்புகளும் கத்திக் கதறின. வேகமாகப் புத்தகத்தை எடுத்துக்கொண்டு கூரைக்கு வந்தான்.

"நான் அடையாளமிட்டிருக்குமிடத்திலிருந்து படியுங்கள்."

அவன் விரல்கள் நடுங்கின. புத்தகத்தைத் திறந்து படித்தான்: "'...ஏனென்றால் என் வாழ்வின் ஆதாரம் வியன்னாவில் இருந்தது. என் தாத்தா இறந்ததிலிருந்து வேறு யாரையும்விட என் வாழ்வில் முக்கியமானவளாக இருந்தவளைக் குறிக்க இந்த வார்த்தைகளைப் பயன்படுத்துகிறேன். என்னோடு வாழ்வைப் பகிர்ந்துகொண்ட இப்பெண்ணுக்கு நான் மிகவும் கடன்பட்டிருக்கிறேன், முப்பது வருடங்களுக்கு முன்பு முதல்முறையாக அவள் என்னிடம் வந்த தருணத்திலிருந்து, கிட்டத்தட்ட என் வாழ்வின் அனைத்துமே அவளுக்குக் கடன்பட்டவை." அவன் புத்தகத்தைத் திருப்பிப் பார்த்தான், அது தாமஸ் பெர்ன்ஹார்ட்டின் '*Wittgenstein's Nephew*'.

"மேலே படியுங்கள், ஆனால் இன்னும் கொஞ்சம் உணர்ச்சியோடு."

"'அவளின்றி நான் ஜீவித்திருக்கவே முடியாது, அல்லது எப்படிப் பார்த்தாலும் இன்று நீங்கள் பார்க்கும் இந்த நபராக நான் இருந்திருக்க முடியாது, பைத்தியம் பிடித்தது போலிருந்தாலும், துக்கம் பீடித்துக் கிடந்தாலும் மகிழ்ச்சியானவனாய் இருக்கிறேன்.'"

"ஆமாம்," தனக்குத்தானே அவள் சொல்லிக்கொண்டாள், கண்கள் மூடிக்கொள்ள ஏதோ சிந்தனையில் ஆழ்ந்தாள்.

"'எனது எல்லா ஆற்றலுக்கும் காரணமான – உண்மையில் எனக்கென்று வேறு ஆற்றல் மூலங்கள் இல்லை – அந்த நபரைப் பற்றி விவரிக்கப் பயன்படுத்தும் இந்த வார்த்தைகளில் நான் என்ன சொல்ல வருகிறேன் என்பதையும், நான் ஜீவித்திருப்பதற்காக யாருக்குக் கடமைப்பட்டிருக்கிறேன் என்பதையும் தேர்ந்துகொள்ளப்பட்ட ஒருவர் புரிந்துகொள்வார்.'"

"நன்றி," ஏதோ கனவில் மிதப்பதுபோல ஏணியில் ஊசலாடியபடியே சொன்னாள் நேத்தா.

அவ்ரம் அமைதியாக இருந்தான். தன்னைப் பார்க்க அவனுக்கே அருவருப்பாயும் வெறுப்பாயும் இருந்தது.

"பிரச்சனை என்னவென்று புரிகிறதா?"

அவன் தலையை அசைத்தான், அது ஆம் என்பது போலவும் இருந்தது, இல்லையென்பது போலவும் இருந்தது.

"அது மிகவும் எளிய விஷயம். என் வாழ்வின் ஆதாரம் நீங்கள், ஆனால் நான் உங்கள் வாழ்வின் ஆதாரம் நானல்ல."

"நேத்தா, நீதான் –"

"உங்கள் வாழ்வின் ஆதாரம் அந்தப் பெண், உங்கள்மூலம் ஒரு பிள்ளை பெற்றாலே அந்தப் பெண் – அவள் பெயரைக்கூட நீங்கள் என்னிடம் சொன்னதில்லையே – அந்தப் பெண்."

அவன் தலையைத் தொங்கப்போட்டுக்கொண்டு பதிலேதும் சொல்லாமல் நின்றான்.

"ஆனால் ஒன்று." சிரித்தபடி கண்ணில் விழுந்த முடியை ஒதுக்கிக் கொண்டாள். நமக்கிடையிலானது ஒன்றும் அசலான துயரமல்ல. பெரிய பிரச்சனையுமல்ல. இந்த உலகம் ஒரு தெளிவற்ற படம். என்னால் அதில் வாழ்ந்துவிட முடியும், ஆனால் உங்களால்?"

அவன் பதில் சொல்லவில்லை. அவள் கேட்டது மிகச் சொற்பமான ஒன்றை, ஆனால் அதைக்கூட அவனால் அவளுக்குத் தர இயலவில்லை. "நேத்தா, வா," அவன் கைகளை நீட்டினான்.

"நான் சொன்னதைப் பற்றி யோசிப்பீர்களா?" நிறைந்த நம்பிக்கையுடன் அவளது மிருதுவான கண்கள் அவன்மீது பதிந்து நின்றன.

"சரி. இப்போது இறங்கி வா."

மேலே ஒரு ஸ்டார்லிங் கூட்டம் சிறகடித்தபடி சென்றது.

தத்தமது நினைவில் மூழ்கியவர்களாய் அவ்ரமும் நேத்தாவும் அங்கேயே நின்றார்கள்.

"இன்னும் வரவில்லையா?" தனக்குக் கேட்காத ஒரு குரலுக்குப் பதிலிறுப்பதுபோல முணுமுணுப்பாகத் தனக்குள்ளே சொல்லிக் கொண்டாள். "இன்னும் நேரம் வரவில்லையா?"

இரண்டு வேகமான நகர்வுகளில் ஏணியை விளிம்பிலிருந்து கூரைக்கு இறக்கினாள். "எப்படி இருக்கிறீர்கள் பாருங்கள்," வியப்புடன் சொன்னாள். "உங்கள் உடம்பு இப்படி நடுங்குகிறது. உள்ளே குளிருகிறதா? இதயமற்ற இந்த உடம்புக்குள் குளிருகிறதா?"

அன்றைய தினம் ஆடம் நடந்துகொண்டதுபற்றி மேலும் சொல்கிறாள் ஓரா. அந்தப் பழைய ஆடமைப்பற்றி, குழந்தை ஆடமைப்பற்றி. அவன் அவளுடையவனாக மட்டுமே இருந்த அந்த மூன்று ஆண்டுகளைப்பற்றி மறுபடியும் பேசுவதென்றால் அவளுக்குப் பிடிக்கும். ஆனால் அவன் இன்றைய ஆடமைப்பற்றிக் கேட்கிறான், எதையும் மிச்சம் வைக்காமல் அவள் தனது மூத்த மகனைப்பற்றி விவரிக்கிறாள். அவன் கண்கள் எப்போதும் சிவந்து செவ்வரிகளோடிக் காணப்படும். மெல்லிய, சற்றே கூன்விழுந்த, இம்சிக்கும் அரைத்துயில் நிலையில் முன்னோக்கி வளைந்த உடல், கைகளும் விரல்களும் நிலம் நோக்கித் தளர்வாய்த் தொங்க, நுண்ணிய சூன்யவாத இகழ்ச்சியின் வெறுப்பை லேசாய் வெளிக்காட்டும் மேலிழுத்துக்கொண்டது போன்ற உதடுகள்.

அவனைப்பற்றித் தான் சொல்வன குறித்தும், அந்த வகையில் அவனைத் தன்னால் பார்க்க முடிவது பற்றியும் அவளுக்கு வியப்பு. பையன்கள் குறித்த இலனின் புறவயமான பார்வைதான் இப்போது அவளுக்கும். அந்நிய மொழியொன்றைப் பேசக் கற்றுக்கொண்டிருக்கிறாள்.

ஒரேநேரத்தில் பலசாலியாகவும் பலவீனமானவனாகவும் தோன்றும், தனது வயதுக்கு மீறிய, உள்ளடங்கியதொரு பலத்தை வெளிப்படுத்தும் இருபத்துநான்கு வயது இளைஞனைத் தொடர்ந்து தனது குறிப்புகள் வழி விவரிக்கிறாள்.

"அவனது பலம், அதை என்னால் புரிந்துகொள்ள முடிவதில்லை," தயக்கத்துடன் சொல்கிறாள். "அது புரிதலுக்கு அப்பாற்பட்டது, அதோடு கொஞ்சம்", அவள் எச்சிலைக்கூட்டி விழுங்குகிறாள், "தீவினை மிக்கது." அப்பாடா, அதைச் சொல்லிவிட்டேன்.

"அவன் முகத்தில் விசேஷமென்று ஒன்றுமில்லை, அதுவும் முதல் பார்வையில் எதுவும் தெரியாது, சோபையற்று, அப்போதுதான் முளைக்க ஆரம்பித்திருந்த தாடியினால் கறுப்பு ரேகையோடிய கன்னங்களும் குழிந்த கறுத்த விழிகளுமாய் பெரிய குரல்வளை முடிச்சுமாய் இருப்பான், இருந்தும் எனக்கு அவன் அபூர்வமானவன். குறிப்பிட்ட கோணங்களில் பார்க்க அவன் மிகவும் அழகாக இருப்பான். அவனது வேறுபட்ட வயதுகளின்

உடல் அம்சங்கள் ஒரே இடத்தில் சேர்ந்திருப்பதுபோல இருக்கும். வெறுமனே அவனைப் பார்ப்பதே சிலநேரங்களில் சுவாரஸ்மாயிருக்கும்.

"பலம் என்றாயே, என்ன அது, அதன் அர்த்தம் என்ன?"

"எப்படி இதை விவரிப்பேன்?" இப்போது தெளிவாக அதைச் சொல்லியாக வேண்டுமென நினைக்கிறாள். "அது, எதைக்கொண்டும் அவனை ஆச்சரியப்படுத்திவிட முடியாது. ஆமாம், அதுதான். சந்தோஷமான ஒன்றைக்கொண்டோ அல்லது வருத்தமான ஒன்றைக் கொண்டோ, வேதனைமிக்க ஒன்றைக் கொண்டோ அல்லது மிகவும் பயங்கரமான ஒன்றைக் கொண்டோகூட அவனை ஆச்சரியப்படுத்த முடியாது. எப்போதுமே அவனை ஆச்சரியத்துக்குள்ளாக்க முடியாது." இதைச் சொன்னதும்தான் அவனைப்பற்றிய தனது பார்வை எத்தனை துல்லியமானது என்பது அவளுக்குத் தெரிகிறது. தன்னிலிருந்து எப்படி அவன் வேறுபட்டிருக்கிறான் என்பதும் புரிகிறது, அவளுக்கு நேர்எதிர் அவன். "அவன் அத்தனை வலுவானவன்," தளர்வான குரலில் சொல்கிறாள். "அது வெறுப்பின் வலு."

அவனது இசை நிகழ்ச்சிகள் இரண்டினை அவள் பார்த்திருக்கிறாள். ஒரு நிகழ்ச்சி அவனே அழைத்தது. அவளை விட்டுவிட்டு அவன் சென்றபின் திருட்டுத்தனமாகச் சென்று அவள் பார்த்தது இன்னொன்று. டசன் கணக்கில் இளம்பெண்களும் பையன்களும் இருந்தனர், நாலாபுறமுமிருந்து பாய்ச்சப்பட்ட கண்கூசவைக்கும் ஒளியில், அவர்களது முகங்கள் அவன் பக்கமாகச் சாய்ந்தன, எதிலும் பட்டுக்கொள்ளாத சற்றே நோய்மை கொண்டது போன்ற அவனது நொய்மையை நோக்கிக் கண்மூடியவர்களாய் அவர்கள் ஈர்க்கப்பட்டனர், அப்படியே தம்மிடமிருந்தே அவர்கள் உறிஞ்சி இழுக்கப்பட்டனர். "நீங்கள் அவர்களைப் பார்த்திருக்க வேண்டுமே. பார்க்க அவர்கள் . . . அதை எப்படிச் சொல்வதென்று தெரியவில்லை. விவரிக்க என்னிடம் வார்த்தைகள் இல்லை."

ஒரு வயல் முழுக்க நிறமிழந்த சூரியகாந்திகளைக் காண்கிறான் அவ்ரம். சூரியகிரகணத்தில் காணும் நிறமிழந்த சூரியகாந்திகள்.

தாகம் தணிக்கும் கின்னரெட் பள்ளத்தாக்குக்கு மேலே ஆர்பல் மலையுச்சியில் அவர்கள் ஓய்வெடுக்கிறார்கள். அந்தப் பகுதி முழுக்க நடைபயணிகளால் நிறைந்திருக்கிறது. கூச்சலும் கத்தலுமாய் பையன்கள் பெண்களுடன் ஒரு பள்ளி மாணவர் கூட்டம் வந்துசேருகிறது. அவர்கள் ஒருவர் மற்றவரைப் படம்பிடிக்கிறார்கள், அங்குமிங்கும் ஓடுகிறார்கள். கூட்டங்கூட்டமாய்ச் சுற்றுலாப் பயணிகளை உதிர்த்துவிட்டுப் போகின்றன பேருந்துகள். ஏதோ கூச்சல் போட்டி நடப்பதுபோல வழிகாட்டிகளின் குரல்கள் ஒன்றையொன்று விஞ்ச முயல்கின்றன. ஆனால் ஓராவும் அவ்ரமும் தங்கள் விவகாரங்களில் மூழ்கியிருக்கின்றனர், களைத்துப்போக வைத்த அந்த மலையேற்றத்துக்குப் பின் மெல்லிய தென்றல் அவர்களுக்குப் புத்துணர்வூட்டுகிறது. மேலேறி வருகையில் அவர்கள் அபூர்வமாகவே பேசினர், அது நல்ல செங்குத்துச் சரிவு வேறு. பாதையில் செதுக்கப்பட்ட படிக்கட்டுகளும் இரும்புக் கைப்பிடிகளும் உதவியாக இருந்தன. ஆனாலும் சில அடிகளுக்கு ஒருமுறை நின்று அவர்கள் மூச்சுவாங்கிக்கொண்டனர்.

அடிவாரத்தில் அராபிய நாடோடிகளின் கிராமத்திலிருந்து சேவல்களின் கூச்சல், பள்ளிக்கூட மணியோசை, குழந்தைகளது சந்தடி ஆகியவை கேட்டன. அவர்களுக்கு மேலே செங்குத்து முகட்டில் வரிசையாகப் பிளந்து நிற்கும் வாய்கள்: ஏரோதிடமிருந்து கலிலேயக் கிளர்ச்சியாளர்கள் பதுங்கியிருந்த குகைகள். ("இவைபற்றி எங்கோ படித்திருக்கிறேன்," என முணுமுணுக்கிறான் அவ்ரம்.) ஏரோதின் படைவீரர்கள் புத்திசாலித்தனமாகக் கூண்டுகளில் வைத்துத் தங்களை மேலே இழுக்கச்செய்து அங்கு வந்தனர். கொக்கிகள் வைத்த இரும்புத்தடிகளைக் குகையினுள் செலுத்திக் கிளர்ச்சியாளர்களை வெளியே இழுத்துவந்து பள்ளத்தாக்கில் வீசியெறிந்தனர்.

மலைக்கு மேலே, மனிதச் சந்தடிகளுக்கு மேலாக, பள்ளத்தாக்கிலிருந்து எழுந்துநிற்கும், கதகதப்பான, ஒளியூடுறுவும் காற்றுத் தூண்மீது மிதந்தபடி நீலவானப் பின்னணியில் கழுகு ஒன்று வட்டமிடுகிறது. விரிந்த வட்டங்களில் மிகவும் அனாயாசமாக அதன் கதகதப்பு ஆவியாகும்வரை அந்தத் தூண்மீது வட்டமிடுகிறது. பிறகு புதியதொரு தென்றலைத் தேடி அங்கிருந்தும் விலகிப் பறக்கிறது. அதன் பறத்தலில் அவ்ரமுக்கும் ஓராவுக்கும் மகிழ்ச்சி. வெம்மையான ஆவிகளால் ஊதா வண்ணத்தில் ஒளிரும் கலிலேயா மற்றும் கோலன் மலைகள் நீலவிழி போன்ற கின்னரெட் ஏரி இவையும் அவர்கள் மனதில் மகிழ்வுண்டாக்குகின்றன. ஆனால் இதெல்லாம் சார்ஜன்ட் ரோய் த்ரோரின் நினைவாக வைக்கப்பட்ட ஒரு நினைவுப்பலகையை ஓரா பார்க்கும்வரைதான். இந்தச் செங்குத்து முகட்டின் கீழே ஜூன் 18, 2002 அன்று தவ்தீவன் சிறப்புப் படைப்பிரிவின் பயிற்சிப் போர் நடவடிக்கையின்போது உயிர்நீத்தவரின் ஆசீர்வதிக்கப்பட்ட நினைவுக்கு. *"ஒரு மரம் வீழ்வதைப்போல அவ்வளவு மென்மையாக வீழ்ந்தார். கீழே மணல் இருந்ததால் சிறு சத்தமும் இல்லை." ('குட்டி இளவரசன்')*. எதுவும் பேசாமல் எழுந்து வேகமாக மலையுச்சியின் எதிர்முனைக்குப் போகிறார்கள். ஆனால் அவர்கள் தஞ்சமடைந்த அந்த இடத்திலும் ஒரு நினைவிடம். '96ஆம் வருடம் தெற்கு லெபனானில் கொல்லப்பட்ட ஸ்டாஃப் சார்ஜன்ட் ஜோஹர் மின்ட்ஸின் நினைவாக. கண்களில் நீருடன் அங்கு எழுதப்பட்டிருப்பதை ஓரா படிக்கிறாள்: *இந்த தேசத்தை நேசித்தான், அதற்காகவே உயிர் ஈந்தான், எங்களையவன் நேசித்தான், நாங்களும் அவனை நேசித்தோம்.* அவள் கையைப்பற்றி இழுக்கிறான் அவ்ரம், அவள் நகரவில்லை. வலுக்கட்டாயமாக அவளை அங்கிருந்து இழுத்துக்கொண்டு நடக்கிறான். "ஆடமைப்பற்றிச் சொல்ல ஆரம்பித்தாய்," அவளுக்கு நினைவூட்டுகிறான்.

"ஓ, அவ்ரம், இது எங்குபோய் முடியும்? சொல்லுங்கள் எங்கேபோய் இது முடியும்? இனி இறப்பவர்களுக்கு நினைவிடம் அமைக்க இங்கு இடமில்லை."

"ஆடமைப்பற்றிச் சொல்லு."

"ஆடமைப்பற்றி உங்களிடம் ஒன்று சொல்ல வேண்டும், திடீரென நினைவுக்கு வந்தது." மீண்டும் அதையவள் உணர்ந்தாள். அவ்ரம் அதிகமும் ஆடமினால் கவரப்பட்டிருக்கிறான் என உணர்கையில் மேடையில் ஓஃபரைச் சற்றே முன்னால் தள்ளுவது.

"என்ன அது?" அவன் கேட்கிறான், ஆனால் அவனது மனம் ஆடமெனும் புதிருக்குள் சிக்குண்டிருப்பதை அவள் உணர்கிறாள்.

மலையிலிருந்து இறங்கித் தெற்கே கார்னெய் ஹிட்டினை நோக்கிய பாதையில் நடக்கிறார்கள்.

பாதையின் இருபுறமும் வயல்களில் சூரியவொளியில் கோதுமை மணிக்கதிர்கள் பொன்னிறமாக மாறிக்கொண்டிருக்கின்றன. சுற்றிலும் ஊதாநிற லூபைன் தீவனப்புற்கள் பரந்திருக்க நடுவே சிறிய இளைப்பாறு மிடம் போன்ற அமைப்பு. அவ்ரம் கைகால்களை நீட்டிப் படுக்கிறான், அவனுக்கு எதிரில் ஓரா படுக்கிறாள், நாய் வந்து ஓராவின் தலைக்கடியில் முண்டுகிறது. மூச்சுவிடும் கதகதப்பான உடல், அதற்கு அவள் தேவை. இனி நாய் வளர்ப்பதில்லை என்று நிகோடின் இறந்தபின் மேற்கொண்ட சபதத்தை மீறவேண்டி வரும் என நினைக்கிறாள்.

"தாலியா ஓஃபரைவிட்டுச் சென்றபின் – என் பையன்கள் எப்போதும் கைவிடப்படுகிறார்கள் என நினைக்கிறேன்; ஆக என்னிடமிருந்து மரபுவழியாக அவர்களுக்குக் கொஞ்சமேனும் விஷயம் வந்திருக்கிறது. ஆனால் ஆடம் தனக்கென்று தீவிரமாக ஒரு பெண்தோழியைக் கொண்டிருந்ததில்லை என்பதையும் நான் சொல்ல வேண்டும், அதாவது உண்மைக் காதல், அதுவும் ஓஃபருக்கு தாலியா கிடைக்கும் முன்புவரை. கொஞ்சம் யோசித்துப்பாருங்கள். அவர்களைப் போன்ற இரண்டு இளைஞர்கள், அவ்வளவு ஒன்றும் மோசமானவர்கள் இல்லை, மோசமானவர்களா? நிச்சயமாக நல்ல பையன்கள், ஆனால் பல ஆண்டுகள் வரை அவர்கள் இருவருக்கும் காதலிகள் அமையவில்லை. அவர்களது வயதில் நாம் எப்படியிருந்தோமென்று நினைத்துப்பாருங்கள். நீங்கள் எப்படி இருந்தீர்கள்?"

அதுபற்றி அவன் நினைத்துப்பார்த்திருந்தான். அவன் முகத்தைப் பார்த்து அவன் பதினேழு, பத்தொன்பது, இருபத்தியிரண்டு வயதுகளுக்குச் செல்வதை உணர்கிறாள். அப்போது பைத்தியம்போல அவளைச் சுற்றி வருகிறான், அதேநேரம் தான் கண்வைத்த பெண்கள் பின்னால் செல்லவும் தவறுவதில்லை. பெண்கள் பற்றிய அவனது ரசனையை ஒருபோதும் அவளால் புரிந்துகொள்ள முடிந்ததில்லை. எல்லாப் பெண்களுமே தனது மாறாக் காதலுக்குத் தகுதியானவர்கள் என நினைத்தான். அவன் கண்களில் ஒவ்வொரு பெண்ணும் இன்னும் அற்புதமானவளாக அழகானவளாக மாறினாள், அசட்டுப் பெண்களும் அழகற்ற பெண்களும் குறிப்பாக அவனை வெறுத்து ஒதுக்கிச் சித்திரவதை செய்த பெண்களும்கூட. "இப்போது ஞாபகம் வருகிறதா . . ?" அவள் ஆரம்பிக்க, அவன் சங்கடத்துடன் தோள்களைக் குலுக்கிக்கொள்கிறான். ஆமாம், அவனுக்கு ஞாபகமிருக்கிறது. பெண்களை மயக்க, தன் வலையில் வீழ்த்த அவன் மேற்கொண்ட பிரயத்தனங்கள் அவள் நினைவுக்கு வருகின்றன. அவர்களுக்காகத் தன் முழு இதயத்தையும் தருவான், தன்னையே இகழ்ச்சிக்கு ஆளாக்கிக்கொள்வான், திக்குவான், நாணுவான், தன்னையே கேலி செய்துகொள்வான்: "நான் யார்? சுரப்பிகளால் நொதிப்புறும் ஒரு பாக்டீரியமன்றி வேறென்ன?" முப்பதாண்டுகள் கழித்து இப்போதும் அவளோடு மாறாத அதே வாதம்:

“அதற்கெல்லாம் காரணம் நீ என்னை விரும்பாதுதான். ஐந்து வருடங்கள் என்னைச் சித்திரவதைக்கு ஆளாக்கிய பிறகு சரி என்று சொல்லாமல் நீ மட்டும் அப்போதே என்னை ஏற்றுக்கொண்டிருந்தால், இதுபோன்ற நாடகங்களையெல்லாம் நான் நடத்த வேண்டியிருந்திருக்காது.”

அவள் புருவங்களை உயர்த்துகிறாள். “உங்களை நான் விரும்ப வில்லையா?”

“அது நான் உன்னை விரும்பியது போலில்லை. நீ இலனைத்தான் அதிகம் விரும்பினாய்; உனக்கு நானொரு உணர்ச்சியார்வம் மட்டுமே.”

“இது உண்மையில்லை. இது மேம்போக்கான புரிதல். உண்மையில் அது நீங்கள் சொல்வதைவிடவும் சிக்கலானது.”

“நீ என்னை விரும்பவில்லை, பயந்தாய்.”

“எதைக்கண்டு நான் பயந்தேன்?”

“நீ பயப்பட்டாய் ஓரா, அதனாலேயே கடைசியில் என்னை நீ கைவிட்டாய். என்னைக் கைவிட்டாய். ஒத்துக்கொள்.”

இருவரும் மௌனமாக அமர்ந்திருக்கிறார்கள். அவள் முகம் சிவந்திருக்கிறது. அவனிடம் என்ன சொல்வாள்? அப்போது அவளாலேயே அதை விளங்கிக்கொள்ள முடியாமலிருந்தது. அவனோடு இருந்த அந்த ஒரு வருட காலத்தில், அவளுள் ஒரு ராணுவம்போல ஊடுருவி அவளைக் காலிசெய்து வெளியேறினான். அவனிடம் என்ன சொல்வாள்? அதோடு அவன் மிகுதியான அன்புடன் காதலித்ததெல்லாம் அவளைத்தானா என்பதும் அந்தக் காதல் சூறாவளியை அவனுள் உண்டாக்கியது அவள்தானா என்பதும் அவளுக்கு நிச்சயமாகத் தெரியாது. ஒருவேளை அது ஒருகாலத்தில் அவன் தன் கற்பனையில் உருவாக்கிவைத்திருந்த பெண்ணாக இருக்கலாம். தனது அத்தனை படைப்பூக்கச் சக்திகளையும் கொண்டு அவளோடு அவன் பகற்கனவு மட்டுமே கண்டுகொண்டிருந்திருக்க வேண்டும். அந்த மருத்துவமனை தனிமைப் பிரிவில் விரைவாக நிகழ்ந்துவிட்ட பைத்தியக்காரத்தனமான அந்தக் கணத்தில் அவள்மீது காதல் வயப்பட்டது முதல் தனக்கு அவள் பொருத்தமானவள் இல்லையென்பதை அவன் ஒத்துக்கொண்டதேயில்லை, தனக்குத்தானேகூட அவன் அதை ஒத்துக்கொண்டதில்லை. விசித்திரமான, க்விக்ஸாட்டினது போன்ற போலி தீரத்துடன், தனது முடிவிலிருந்து அவன் பின்வாங்காமலிருந்தான். (அப்போது எப்படி இதை அவளால் சொல்லியிருக்க முடியும்? இப்போதுபோல அதைத் தனக்குத்தானே சொல்லிக்கொள்ளக்கூட அப்போது திராணியிருக்கவில்லை.) தொடர்ந்து வண்ணமயமான ஆடைகள் அணிவிக்கப்பட்டுக் கொண்டிருக்கும் துணிக்கடைப் பொம்மையாக சிலநேரம் தன்னை உணர்ந்தாள். அது அவளது வறட்சியை, மதிப்பிழப்பை, குறுகிப்போதலைத்தான் காட்டியது. ஆனால் தன் மனதில் பட்டதை, தீவிர வருத்தத்துடன் மனமுடைந்தவளாக அவனிடம் சொன்னபோதெல்லாம் அவன் ஆழ்ந்த அவமானத்துக்குள்ளானான். தன்னைப் பற்றியும் அவளைப் பற்றியும் எவ்வளவு சொற்பமாகப் புரிந்து வைத்திருக்கிறாள், வாழ்வில் அவனுக்குக்

கிடைத்திருக்கும் மிக அழகான விஷயத்தை எப்படி அவளால் குலைக்க முடிகிறது என்பான்.

அவனைப் பற்றிய எல்லாமும் ஏன் அதிகம் பெரிதுபடுத்தப்பட்டனவாய் இருக்கின்றன? ஏன் இவ்வளவு தீவிரம் கொண்டுள்ளன? அவள் வியப்புடன் யோசிப்பாள். பிறகு அவள் வெட்கம் கொள்வாள், அவன் மிகவும் அந்நியோன்யமாக இருப்பதாகச் சொல்லி அவனது படுக்கையிலிருந்து எழுந்து ஓடிய பெண்ணை நினைத்துக்கொள்வாள். எவ்வளவு காதலும் வெறியும் கொண்டு அவளுள் பிரவேசித்தான், அவளுக்கு எப்படி வலிக்கும், எப்படி அவள் சுக்குநூறாகிப் போவாள் என்பதையெல்லாம் உணராமல் பெரியதொரு நாய்க்குட்டிபோல, அவள் உடலுக்குள்ளும் மனதுக்குள்ளும் புகுந்து எப்படிப் பேயாட்டம் போட்டான் என்பதையும் அவ்வப்போது நினைத்துக்கொள்வாள். சிலநேரம் வேண்டுமென்றே அவள் கண்களுள் உற்றுப்பார்ப்பான். அப்போது அவன் கண்களில் கண்டதை விவரிக்க வார்த்தைகள் இல்லை. அது காதலுணர்வு மிகுந்த தருணங்களில் மட்டுமே நடக்கும் ஒன்றாக இல்லை. சொல்லப்போனால் அது காதல் வேட்கை அடங்கிய பிறகே நடந்தது. ஒளிவுமறைவற்ற, ஊடுருவும், கிட்டத்தட்ட வெறித்தனமான காதலுடன் அவளைப் பார்ப்பான்; சீண்டுவதுபோல அவன் மூக்கைத் தொடுவாள், அல்லது சிரிப்பாள், அல்லது முகத்தைப் பழித்துக்காட்டுவாள், ஆனால் அவளது சங்கடத்தை அவன் உணராமல் இல்லை. அவன் முகத்தில் விசித்திர பாவம் தோன்றும், அவளறியாத ஏதோவொன்றை அவளிடம் மன்றாடுவது போலிருக்கும், அவளது பார்வையிலிருந்து தன்னுடையதை விலக்காமல் ஒரு நீண்ட கணம் அவளது கண்களுக்குள் மூழ்கிப்போவான். கறுத்த திரவத்துள் மூழ்கும் கனத்த நிழலுருவைப்போல அவளைப் பார்த்தபடியே மெல்ல மூழ்கி மறைவான், அவனை உள்ளேவைத்து அவள் இமைகளை மூடுவாள், தன்னிடமிருந்தும்கூட அவனைப் பாதுகாப்பாள். தொடர்ந்து அவளால் பார்க்கமுடியாது, இருந்தும் அவள் பார்ப்பாள், மிக மெலிதான மிகப் பயரங்கமான வேறு ஒன்றை முடிவற்ற விதத்தில் வெளிப்படுத்துவதற்காக அவன் பார்வை சூன்யமாவதைப் பார்க்கிறாள். அவளுள் ஆழ மூழ்குவான், அவளைத் தன்னோடு இறுக அணைப்பான், மூச்சுத் திணறும்வரை அவளை இறுக்குவான், தன்னால் தாங்கவியலாத ஏதோவொன்றை அவளிடமிருந்து உறிஞ்சிக்கொண்டதுபோல அடிக்கடி அவனது உடல் வலுவாக உதறிக்கொள்ளும். அங்கிருப்பது என்ன, அவள் அவனுக்குத் தந்தது என்ன, அவனிடமிருந்து தான் பெற்றுக்கொண்டது என்ன என்பதெல்லாம் அவளுக்குத் தெரியாது.

“உங்களோடு என்னால் இருக்க இயலவில்லை,” என்று மட்டும் சொல்கிறாள்.

சூரியன் மெல்ல அஸ்தமிக்கிறது. தனது அகத்திலிருந்து புத்துணர்வு மிக்க, ஆவிபறக்கும் வாசனைகளைப் பூமி வெளிக்கொணர்கிறது. ஓராவும் அவ்ரமும் அசைவின்றி அந்த இளைப்பாறுமிடத்தில் படுத்துக் கிடக்கிறார்கள். அவர்களுக்கு மேலே வானம் பலவிதமான மாலைநேர நீல வண்ணங்கள் கலந்து பூசிக் கிடக்கிறது. ஒரு தொப்பியை எடுத்து அதில் இரண்டு துண்டுச் சீட்டுகளைப் போடு. இல்லை, இல்லை,

எதற்காக இந்தக் குலுக்கல் சீட்டு என்பது உனக்குத் தெரியவேண்டாம். நீ யூகிக்கலாம், ஆனால் வெளியே சொல்லாமல். விரைவாக. ஓரா, எங்களுக்காகக் காத்திருக்கிறார்கள், வெளியே ராணுவ வண்டி நிற்கிறது. ஏதாவது ஒன்றை எடு. எடுத்துவிட்டாயா? எதை எடுத்தாய்? நிச்சயமாக இதுதானா?

நிழலில் அவள் முகம் நீளுகிறது. கண்களை மூடிக்கொள்கிறாள். *எந்தச் சீட்டை எடுத்தாய்? எந்தச் சீட்டை எடுக்க நீ விரும்பினாய்? எதை நீ எடுத்தாய்? நிச்சயமாக இதுதானா? நிச்சயமாக நீ விரும்பியது இதைத்தானா?*

"இங்கே பாருங்கள், என்னால் அப்போது மூச்சுவிட முடியவில்லை. நீங்கள் எனக்கு அளவுக்கு மிஞ்சியவராக இருந்தீர்கள்.

"எப்படி அது அளவுக்கு மிஞ்சியதாக இருந்தது?" அமைதியாகக் கேட்கிறான் அவ்ரம். "ஒருவரைக் காதலிக்கையில் அளவுக்கு மிஞ்சியதென்பது என்ன?"

"ஆடமும் ஓஃபரும் கடும் சோம்பேறிகள். அவர்களுக்குக் காதலியர் அமைய அத்தனைக் காலம் பிடித்தது," மறுநாள் ஸ்விட்சர்லாந்து காடு வழியே நடக்கையில் அவ்ரமிடம் சொல்கிறாள். "கிட்டத்தட்ட அவர்கள் எப்போதும் ஒன்றாகவே இருந்தனர், ஒரே அறையில் வசித்தனர். ஆடமுக்குப் பதினாறு வயதானபோது ஒருவழியாக இருவருக்கும் தனித்தனி அறைகள் ஒதுக்கினோம், அதுவரை அவர்கள் பிரிந்திருக்க மறுத்தே வந்தனர். அவர்கள் பிரிந்திருக்க அதுதான் சரியான நேரம் என நினைத்தோம்."

"அறைகளை எங்கே அமைத்தீர்கள்?"

அவன் குரலில் தெரியும் சீற்றத்தை உணர்ந்து பதற்றமடைகிறாள். "அது . . . தரைத்தளத்தில், பொருள்கள் வைக்கும் அறை இருந்த இடத்தில். அந்த இடம்தான், உங்கள் அம்மாவின் சிங்கர் தையல் இயந்திரம் இருந்ததே அங்கே."

"ஆக, தரைத்தளத்தைப் பாகம் பிரித்துவிட்டீர்கள்?"

"ஆமாம், நடுவில் ஒரு மரத்தடுப்பு வைத்து. வேறெதையும் பெரிதாக மாற்றவில்லை."

"ரொம்பவும் அடைசலாக இருந்ததா?"

"இல்லை, அது நன்றாகவே இருந்தது. இரண்டு அறைகள், தனித்த இரண்டு குட்டியறைகள். பதின்ம வயதினருக்கு அது அற்புதமானது."

"கழிப்பறை?"

"சிறு கழுவுந்தொட்டியுடன், சிறிய கழிப்பறை."

"காற்று வசதி?"

"சிறுதுளை போன்ற இரண்டு ஜன்னல்கள். பேருக்கு இருக்கட்டுமென்று."

“ஆமாம்,” ஏதோ யோசனையாகச் சொல்கிறான். “நிச்சயமாக.”

எல்லா சிகிச்சைகளும் அறுவைச்சிகிச்சைகளும், மருத்துவனைக் காலமும் முடிந்தபின், ஸூர் ஹடஸ்ஸாவிலிருந்த தன் அம்மாவின் வீட்டுக்குச் செல்ல அவன் விரும்பவில்லை. சும்மா அதைச் சென்று பார்க்க வேண்டுமென்ற விருப்பம்கூட இல்லை. ஓராவின் பெற்றோர்களது உதவியுடனும் கடன்கள் வாங்கியும் சொத்துக்களை அடமானம் வைத்தும் ஓராவும் இலனும் அவ்ரமிடமிருந்து அந்த வீட்டை வாங்கினார்கள். அதன் நிஜ மதிப்பைவிட மிக உயர்ந்த விலைகொடுத்து அதை வாங்குவதென்று முடிவு செய்தனர், மிக அதிக விலை என இதுபற்றிப் பேசும்போதெல்லாம் இலன் இதை வலியுறுத்திச் சொல்வான். எல்லாவற்றையும் சட்டப்படி செய்தனர், அவ்ரமுடைய பழைய நண்பரான வழக்கறிஞர் ஒருவர் மூலம் பணப்பரிமாற்றம் நடந்தது. ஆனால் ஓரா இந்த இரக்கமற்ற செயலுக்காக தன்னை மன்னித்தே இல்லை. இல்லையென்று மறுத்தாலும் இலனும் அப்படியே உணர்ந்தான். ஏனென்றால் அவனால் அவர்கள் அனுபவித்த அந்தத் தொடர் சித்திரவதை (இதோ, ஒருவழியாக அவள் அதைத் தனக்குத்தானே சொல்லிக்கொண்டுவிட்டாள்.) அவளும் இலனும் எய்ன் கரீமுக்குக் குடிபெயர்ந்த பின்னரே முடிவுக்கு வந்தது. ஒருகாலத்தில் தனதாக இருந்த வீட்டில் மேற்கொள்ளப்பட்ட புதுப்பித்தல்கள், மாற்றங்களைப் புரிந்துகொள்ளும் முயற்சியில் கண்கள் குருடாகிவிட்டதுபோல அவன் முகத்தில் தோன்றும் வலியைப் பார்த்து, தன் நாக்கு நுனிவரை வந்துவிட்ட சமாதானங்களைச் சொல்லிவிடாமலிருக்கப் பிரயத்தனம் செய்கிறாள். பயன்பாட்டுக்குத் தயாராக, எல்லாமே நல்ல எண்ணத்துடன், அவனது தேவைகளைக் கருத்தில்கொண்டு செய்யப்பட்டன; வீட்டை வாங்க விரும்புவோர் மற்றும் முகவர்களிடமிருந்து அவனை அவர்கள் காப்பாற்ற விரும்பினர்; வீடு யாரிடமும் கைமாறாமல் குடும்பத்தாரிடமே இருப்பது தெரிந்தால் அவன் நிம்மதியடைவான். ஆனால் அந்த வீட்டை அவர்கள் அவனிடமிருந்து வாங்கினார்கள் (முழுவிலை கொடுத்து, ஆமாம், நல்ல விலை கொடுத்து) அவளும் இலனும் ஆடமும் ஓஃபரும் தங்களது வாழ்வை அதில் வாழ்ந்தனர்.

சிலநேரம் யாரும் பார்க்காதபோது, அறைகளிலோ கூடத்துக்குப் போகும் வழியிலோ நடக்கையில் ஒரு சுவரைத் தொடுவாள், மெல்ல விரல்களை அதன்மீது நழுவிச் செல்லவிடுவாள். அவனைப் போலவே, கூடத்துக்குப்போகும் படிகளுக்கு மேலே அல்லது வறண்ட ஆற்றைப் பார்த்திருக்கும் ஜன்னலின் அடிக்கட்டையில் அமர்ந்தபடி படிப்பாள். அங்கேதான் ஜன்னல் கைப்பிடிகள் இருந்தன, அவற்றைப் பிடித்து ஜன்னலைத் திறக்கும் ஒவ்வொரு முறையும் ரகசியமாய் ஒரு கைகுலுக்கலை நிகழ்த்துவதுபோல சற்றுநேரம் அப்படியே நிற்பாள். அங்கேதான் அவற்றின் கடும் வாசனையுடன் குளியலறை, கழிப்பறை, விரிசல் விழுந்த கூரைகள், அலமாரிகள் இருந்தன. அங்கேதான் உள்ளமிழ்ந்த மற்றும் வெளித்துருத்திய தரையோடுகள் இருந்தன. அங்கேதான் காலையில் கிழக்கேயிருந்து சூரியனின் கிரணங்கள் உள்நுழைந்தன. அங்கே நின்று நீண்டநேரம் அந்த ஒளியில் நனைவாள், சிலநேரம் குட்டி ஓஃபர் அவள் கைகளிலிருந்தபடி

அமைதியாக அவளைப் பார்த்தபடியிருப்பான். அங்கேதான் மாலைத் தென்றல் வீசியது, அது வறண்ட ஆற்றிலிருந்து வந்தது, அந்தத் தென்றலுள் அவள் அலையாடுவாள், தன் சருமத்தை அது தழுவிச் செல்லவிடுவாள், தன் மூச்சிலதனை ஆழ உள்ளிழுத்துக்கொள்வாள்.

"ஆச்சரியமென்னவென்றால் ஆடமுக்கு முன்பே ஓஃபருக்குக் காதலி கிடைத்துவிட்டாள்." இந்தத் தகவல் அவ்ரமுக்குச் சந்தோஷம் தரும் என நினைக்கிறாள். ஆனால் சற்றே அவன் முகம் இருண்டு "ஆச்சரியம்" என அவள் எதை சொல்கிறாள் எனக் கேட்கிறான். அவள் விளக்குகிறாள்: "எல்லாவற்றையும்விட அவன் வயதில் இளையவன். இந்தப் புதிய பிரதேசத்தில் கால்வைக்கவும் ஆடமுக்கு ஓஃபரின் உதவி தேவைப்பட்டது என நினைக்கிறேன். அவர்கள் பெரியவர்களாக வளர்ந்துவிட்டபோதும், ஆடம் ராணுவச் சேவைக்குச் செல்லும்வரை, ராணுவம் அவர்களைப் பிரிக்கும் வரை, இருவரும் வீட்டில் எப்போதும் எங்களுடனே இருந்தனர். பிறகு எல்லாமே மாறியது. சட்டென்று ஆடமுக்கு நண்பர்கள் உண்டாயினர், நிறைய நண்பர்கள், ஓஃபருக்கும் அப்படியே. பிறகு ஓஃபருக்குத் தாலியா கிடைத்தாள். இருவரும் ஒரே நேரத்தில் வெளித்திறந்து கொண்டனர், உலகுக்குள் காலடி எடுத்து வைத்தனர் – ஆக ராணுவம் அவர்களுக்கு ஏதோ கொஞ்சம் நன்மையும் செய்திருக்கிறது. ஆடமுக்குப் பதினெட்டு வயதாகும்வரை, அவன் படையில் சேரும்வரை, அனேக நேரம் அவனும் ஓஃபரும் மட்டுமே. அதாவது அவன், ஓஃபர் மற்றும் நாங்கள், நாங்கள் நால்வரும் சேர்ந்து" – ஒரு சூட்கேஸ் அல்லது முதுகுப்பையில் எதையோ அழுந்தத் திணிப்பதுபோல நடித்துக் காட்டுகிறாள் – "பள்ளிக்கூடம், ஆடமின் இசைக்குழு என நிறைய விஷயங்கள் நடந்துகொண்டிருந்தாலும், அவர்கள் இருவரின் கவனமும் உள்நோக்கியதாக, அதாவது வீட்டின்மீதாக, அதைவிடவும் அதிகம் தங்களது உறவின்மீதாக இருந்ததை நானும் இலனும் உணர்ந்தோம். உங்களிடம் சொல்லியிருக்கிறேன், அவர்களிடையே ரகசியமொன்று இருந்தது." அவள் கைகள் முதுகுப்பையின் பட்டிகளை இறுகப் பற்றுகின்றன, தலை லேசாக ஒருபக்கம் சாய்கிறது. முன்னே இருப்பது என்னவென்று அவளுக்குத் தெளிவாகத் தெரியவில்லை: செங்குத்து மலைமுகடுகள், ராஸ்பெரி வேலிகள், கண்ணைக் கூசவைக்கும் சூரிய ஒளி. சட்டென்று அவளுக்குத் தோன்றுகிறது, பனியில் இக்ளூபோல, நீண்ட சங்கடமான ரகசியத்துக்குள், தங்களது சிறிய ரகசியத்தை அவர்கள் உருவாக்கிக்கொண்டனர்.

"அந்தப் பிணைப்பு சுவாரஸ்யமிக்கதாய் இருந்தது. எப்போதும் அவர்கள் எங்களுடனே இருந்தனர், எங்களுடனே எல்லா இடங்களுக்கும் வந்தனர் – 'பாதுகாவலர்கள் போல,' இலன் நகைச்சுவையாகச் சொல்வான், அல்லது புகாராக. சேர்ந்தே பயணங்கள் மேற்கொண்டோம், சிலநேரம் திரைப்படங்களுக்குச் சென்றோம், சிலநேரம் எங்கள் நண்பர்கள் வீடுகளுக்கும் எங்களோடு சேர்ந்து அவர்கள் வந்தனர், உண்மையிலே அது நம்புவதற்குக் கடினமானது." மிகவும் அளவாக ஒரு சிரிப்புச் சிரிக்கிறாள். "எங்களோடு வருவர், ஓரமாக அமர்ந்து ஏதோ ஒரு வருடமாக இருவரும் பார்த்துக்கொள்ளவில்லை என்பதுபோல ஒருவரோடொருவர் பேசுவர்.

அது அற்புதமாக இருந்தது, அது அப்படியொரு அபூர்வமான விஷயம். ஆனால் எனக்கும் இலனுக்கும் எப்போதும் அது ஒருவிதமான ... எப்படி அதைச்சொல்வது . . ."

ஒரு கணம், அவளது பார்வையின் அலைவுறும் ஒளிக்கற்றையில் அவர்கள் நால்வரும் பழக்கமான அந்த வீட்டின் அறைகளுக்குள் புழங்குவதைப் பார்க்கிறான் அவ்ரம். நான்கு பிரகாசமான நீண்ட மனிதப் புள்ளிகள், அவர்களது புறவிளிம்பைச் சுற்றி மந்தமான ஒளி, இரவுக் கண்ணாடிவழி பார்ப்பதுபோன்ற பச்சைநிறமான மென்மயிர் ஒளிவட்டத்தால் சூழப்பெற்ற தெளிவற்ற நிழல்கள், ஒன்றோடொன்று ஒட்டியபடி சேர்ந்து தள்ளாட்டமாக நகர்கின்றன. சற்றுநேரத்துக்குப் பின் பிரிந்து தனித்தனியாக வரும்போது ஒருவர் மற்றவரிடம் ஒளிரும் இழைக் கொத்தை விட்டுச்செல்கின்றனர். அவர்கள் மாறாத பிரயத்தனத்துடன் இயங்குவது கண்டு அவன் ஆச்சரியப்படுகிறான். அவர்களிடையே பதற்றமும் எச்சரிக்கையுணர்வும் காணப்படுகிறது. அவர்கள் நால்வரது மத்தியில் அமைதியின்மையும் சந்தோஷமின்மையும் நிலவுவது கண்டு அவன் அதிர்ச்சியடைகிறான். அவர்களைப்பற்றி நினைத்தபோது, அவர்களைப் பற்றிய நினைவுகளுக்குத் தன்னை ஒப்புக்கொடுத்துவிட்டிருந்தபோது, தன் நரம்புகளில் துளித்துளியாக அவர்களைப் பற்றிய நினைவின் விஷத்தை ஏற்றிக்கொண்டபோது அவன் கற்பனை செய்திருந்த சேர்ந்து வாழ்தலின் மகிழ்வு அவர்களிடமிருந்து வெளிப்படவில்லை.

"ஓஃபருக்குக் காதலி கிடைத்ததும்," அவன் தயக்கமாகக் கேட்கிறான், "ஆடம் பொறாமைப்படவில்லையா?"

"ஆரம்பத்தில் அது சுலபமாக இல்லை." ஓஃபருக்கு வேறு புதிய ஆத்மத் துணை கிடைத்ததையும், அவனுக்கும் அவனது காதலிக்குமான நெருக்கமான உறவில் தனக்கு எந்தப் பங்குமில்லையென்ற யதார்த்தத்தையும் ஆடமினால் ஏற்றுக்கொள்ள முடியவில்லை. நினைத்துப் பாருங்கள், ஓஃபர் பிறந்ததிலிருந்து முதல் தடவைவாக இதுபோன்ற ஒரு சூழ்நிலை ஏற்பட்டிருக்கிறது. ஆனால் ஓஃபரும் தாலியாவும் நல்ல ஜோடி. அவர்களிடையே இதமானதொரு பிரியம் நிலவியது." அவளால் தொடர்ந்து பேச முடியவில்லை. "பிறகு, பிறகு பார்க்கலாம்."

சற்றுக் கழித்துப் பேச்சைத் தொடர்கிறாள். "தாலியா அவனை விட்டுப் பிரிந்தபோது படுக்கையில் சென்று விழுந்தவன் கிட்டத்தட்ட ஒருவாரத்துக்கு எழுந்திருக்கவேயில்லை. அவன் சாப்பிடவில்லை, பசியுணர்வு முழுதுமாக அற்றுப்போய்விட்டிருந்தது. அவன் குடிக்க மட்டும் செய்தான், அதிகமும் பியர். நண்பர்கள் வந்துபார்த்தனர். அப்போது தான் அவனுக்கு அத்தனை நண்பர்கள் இருப்பது எங்களுக்குத் தெரிய வந்தது. வீட்டில் அவர்கள் திட்டமிடாததொரு ஏழுநாள் துக்கத்தை அனுஷ்டிக்கத் தொடங்கினர்."

"ஏழுநாள் துக்கம்?!"

"ஏனென்றால், அவன் படுக்கையைச் சுற்றி அமர்ந்து அவர்கள் அவனைத் தேற்றினர், அவர்கள் போனதும் வேறுசிலர் வந்தனர்,

காலை, மதியம், இரவு என அந்த வாரம் முழுக்க அவனது அறைக்கதவு திறந்தே இருந்தது. தாலியாவைப்பற்றி அவன் நண்பர்களைச் சொல்லச் சொன்னான். அவளைப்பற்றி அவர்களது நினைவிலிருக்கும் அனைத்தையும் ஒன்றுவிடாமல் விவரமாகச் சொல்லச் சொன்னான். இப்படியாக அவளைப் பற்றி அவர்கள் மோசமாக எதையும் சொல்லாமல் பார்த்துக்கொண்டான், நல்லவற்றை மட்டுமே சொல்லச் செய்தான். அவன் அப்படிப்பட்டவொரு நல்லவன்." அவள் மெல்லச் சிரிக்கிறாள். "அவனைப்பற்றி உங்களிடம் நான் எதையுமே சொல்லவில்லை, அவனை நீங்கள் இன்னும் புரிந்துகொள்ளத் தொடங்கவில்லை . . ." சட்டென அவள் மனதில் கடந்த காலம் குறித்த ஏக்கங்கள் வலுவாக எழுந்து வருகின்றன. எளிய, பேராசைமிக்க, தீவிர யோசனையின்பாற்படாத ஏக்கங்கள். அவனைப் பார்த்து, பேசி நீண்ட நாட்களாகிவிட்டது. அவன் பிறந்ததிலிருந்து அவனோடு பேசாமல் கழித்த காலங்களில் இதுதான் நீண்டது. "தாலியாவுக்குப் பிடித்த பாடல்களை அவன் நண்பர்கள் பாடினர், அவளுக்குப் பிடித்த ஆந்ரேயுடனான என் விருந்து படத்தைத் திரும்பத்திரும்பப் பார்த்தனர். பொட்டலம் பொட்டலமாக பாம்பா மற்றும் டவ் டாமை வாங்கித் தின்றனர், இவை யென்றால் அவளுக்குக் கொள்ளைப் பிரியம். இப்படியே ஒருவாரம் போனது. ஆமாம், வந்தக் கூட்டத்துக்கு நான்தான் சமைத்துப்போட வேண்டியிருந்தது. ஒரு சாயங்கால வேளையில் அவர்கள் குடித்துத் தீர்க்கும் பியரின் அளவைக் கேட்டால் நீங்கள் நம்பமாட்டீர்கள். மதுவிடுதி அனுபவம் இருப்பதால் ஒருவேளை உங்களுக்கு அது தெரிந்திருக்கலாம்."

ஓஃபர் அல்லது ஆடம், அல்லது இருவருமே சேர்ந்துகூட, ராணுவத்தி லிருந்து விடுப்பில் வந்த காலத்தில் டெல் அவிவில் ஒவ்வொரு விடுதியாக மாறிமாறிக் குடித்துக்கொண்டு வரும்போது அவ்ரமின் மதுவிடுதிக்கும் வந்திருக்கலாம் என்றொரு எண்ணம் அவளுள் ஓடுகிறது. எப்படியேனும் அவர்களை அவன் அடையாளம் கண்டிருப்பானா? அறியாமலே அறிந்து கொண்டிருப்பானா?

"ஓரா?"

"சொல்லுங்கள்?" தனக்குள்ளே அவள் சிரித்துக்கொள்கிறாள். "அது ஊர்முழுக்கப் பரவிவிட்டது என நினைக்கிறேன்", ஓஃபரின் கைபட்ட எல்லாவற்றையும்போல என அவள் நினைத்துக்கொள்கிறாள். "ஓஃபரைத் தெரியாதவர்கள்கூட ஏதோ காதல் பிரிவுக்குத் துக்க அனுஷ்டிப்பு நடக்கிறது எனக் கேள்விப்பட்டு வீட்டுக்கு வந்தனர். தங்களது ஈடேறாத காதல்கள், முறிந்துபோன காதல்கள், அனுபவித்த பலவிதமான காதல் துயரங்கள் என வந்தவர்கள் சொல்ல ஆரம்பித்துவிட்டனர்."

பிற்பகல் சூரியக் கிரணமொன்று அவள் நெற்றியை மினுங்கச் செய்கிறது. தன்னையறியாமலே தனது கன்னத்தை ஒளியை நோக்கித் திருப்பி அதன் வெம்மையில் திளைக்கிறாள். இடையில் மோசமாக எதுவுமே அவளுக்கு நடந்துவிடவில்லை என்பதுபோல இப்போது அவள் முகம் இளமையுடன் அழகுகூடிக் காணப்படுகிறது. இப்போது அப்படியே எழுந்து முழுமையாக, களங்கமற்று, பரிசுத்தமாக அவள் தன் வாழ்க்கைக்குத் திரும்பலாம்.

"இப்படித்தான் ஆடம் பிற்பாடு அவனது காதலியாக மாறிய லிபியைச் சந்தித்தான். அவள் அளவுக்கதிகமாக வளர்ந்துவிட்ட நாய்க்குட்டி, ஒரு தெருநாய்க்குட்டி அல்லது கரடிக்குட்டி போலிருந்தாள், இருந்தாலும் அவனைவிடவும் விஷயமுள்ளவளாக இருந்தாள். ஏழுநாள் துக்கத்தின் ஆரம்ப நாட்களில் ஒரு மூலையில் அமர்ந்துவிடாமல் அழுதுகொண்டிருந்தாள். பிறகு மனதைத் தேற்றிக்கொண்டவளாய் எழுந்து உணவு, குடிவகைகள், தின்பண்டங்களைப் பரிமாறுவதிலும் சாம்பற்கிண்ணங்களைச் சுத்தம் செய்வதிலும் காலி மதுப்போத்தல்களை அகற்றுவதிலும் எனக்கு உதவினாள். எதனாலோ அவள் கடும் களைப்புக்கு ஆளாகியிருந்தாள், வீட்டில் எங்காவது ஒரு படுக்கை கிடைத்தால் உடலைச் சாய்த்துக்கொள்வாள். படுத்து அப்படியே உறங்கிப்போவாள். எப்படியோ எங்களுக்குத் தெரியாமல், நாங்கள் உறங்குகையில், எங்கள் வாழ்க்கையில் புகுந்தாள், இப்போது ஆடமும் அவளும் சேர்ந்திருக்கிறார்கள். அவர்கள் சந்தோஷமாக இருப்பதாகவே நினைக்கிறேன், தானொரு நாய்க்குட்டியாக இருந்தாலும் லிபி அவனைக் குழந்தையைப்போலப் பார்த்துக்கொண்டாள். ஓராவின் குரலில் மெல்லிய சோகம் இழையோடுகிறது. "அவளுடன் அவன் சந்தோஷமாகவே இருக்கிறான் என நினைக்கிறேன். சந்தோஷமாக இருப்பான் என்றொரு நம்பிக்கை." ஆழ்ந்த, உள் அமுக்கப்பட்ட ஒரு பெருமூச்சை வெளியிடுகிறாள், அது முற்றிலுமாகத் திவாலாகிப்போன ஒருத்தியின் பெருமூச்சு. "சில நாட்கள் முன்பு, அவனது இப்போதைய வாழ்க்கைபற்றி எதுவும் தெரியாது என நான் சொன்னதொன்றும் மிகைப் பேச்சுக் கிடையாது."

அவளது பெருமூச்சைக் கேட்டுநின்ற நாய் அவளிடம் வருகிறது. தன் தொடைகள் நடுவே முட்டும் ஈரமான அதன் நீளமூக்கை நோக்கிக் குனிகிறாள் ஓரா. நாயின் தலைக்கு அந்தப் பக்கமிருக்கும் அவ்ரமிடம் பேசுகிறாள். "சில சமயம் குறிப்பிட்ட ஒரு வார்த்தையை நான் சொல்கையில், அல்லது சற்றே வேறுபட்ட தொனியில் ஒன்றைச் சொல்கையில் –"

"அல்லது திடீரென நீ சிரிக்கையில் –"

"அல்லது அழுகையில் –"

"இந்த நாய் உடன் எதிர்வினையாற்றுகிறது."

"நேற்று நீங்கள் சத்தம் போட்டபடி டவலைக்கொண்டு ஈக்களை விரட்டினீர்களே அப்போது எப்படி அது நிலைகுலைந்துபோனது தெரியுமா? அப்போது உனக்கு என்ன ஞாபகம் வந்தது செல்லம்?" ஓரா அதன் தலையை இதமாக வருடிக்கொடுக்கிறாள், அது அவள்மீது உடலைச் சாய்த்துக்கொள்கிறது. "எங்கிருந்து நீ எங்களிடம் வந்தாய்?" ஒற்றைக்காலில் மண்டியிட்டு நாயின் முகத்தைக் கைகளில் ஏந்தி தன் மூக்கால் அதன் மூக்கை உரசுகிறாள். "உனக்கு என்னவாயிற்று? அவர்கள் உனக்கு என்ன செய்தார்கள்?"

அவர்களிருவரையும் பார்த்தபடியிருக்கிறான் அவ்ரம். ஒளியில் ஓராவின் தலைமுடி இன்னும் நரைகூடித் தெரிகிறது, நாயின் ரோமங்கள் மினுமினுக்கின்றன.

"ஆக, ஆடமுடன் உனக்கு எந்தத் தொடர்புமில்லை?" மறுபடி அவர்கள் நடையைத் தொடரும்போது அவன் கேட்கிறான்.

"அவன் முற்றாக என்னைத் தன்னிடமிருந்து துண்டித்துக்கொண்டு விட்டான்."

அவ்ரம் பதிலேதும் சொல்லவில்லை.

"அப்புறம் இது நடந்தது," வாய்க்குள்ளாக முணுமுணுக்கிறாள். "ஆடமுடன் அல்ல, ஓஃபருடன், அவன் ராணுவத்திலிருக்கையில் நடந்தது. ஹெப்ரானில் அவனது படைப்பிரிவில் ஒரு குளறுபடி, அவன் சம்பந்தப்பட்டது. யாரும் சாகவில்லை, ஓஃபரைக் குற்றம் சொல்லவும் முடியாது-நிச்சயமாக அதற்கு அவன் ஒருவன் மட்டும் காரணமில்லை. அங்கே இருபது படைவீரர்கள் இருந்தனர், ஏன் அவனை மட்டும் குற்றம் சொல்ல வேண்டும்? விட்டுத் தள்ளுங்கள், இதைப் பேச வேண்டாம், இப்போது பேச வேண்டாம். நான் ஒரு தவறு செய்தேன், அது தவறென்று எனக்குத் தெரியும், ஓஃபருக்கு ஆதரவாக நான் நடந்துகொள்ளாதது குறித்து ஆடமுக்கு என்மீது கடும் கோபம்". ஆழ மூச்செடுத்துக்கொண்டு அப்போதிருந்து தன்னை வதைத்துக்கொண்டிருக்கும் வார்த்தைகளை, துண்டுதுண்டாக, ஒவ்வொரு வார்த்தையாக வெளிப்படுத்துகிறாள். "அது முழுமனதுடன் ஓஃபருக்கு ஆதரவாக நான் நடந்துகொள்ளாததற்காக. புரிகிறதா? இந்த அபத்தம் உங்களுக்குப் புரிகிறதா? எப்போதோ ஓஃபருடன் அதை நான் சரிசெய்துவிட்டிருந்தேன். எங்கள் நடுவே எந்த மனவருத்தமும் இருக்கவில்லை" – ஆனால் அவள் கண்கள் சற்றே இப்படியும் அப்படியும் அலைகின்றன – "ஆனால் ஆடம், அவனது அற்பக் கொள்கைகளுக்காக இன்றுவரை என்னை மன்னிக்கத் தயாரில்லை."

அவ்ரம் ஒன்றும் பேசவில்லை. அவள் இதயம் வெளியே வந்துவிடுவது போலத் துடிக்கிறது. அவனிடம் இதைச் சொன்னது சரிதானா? இதை எப்போதோ அவனிடம் சொல்லியிருக்க வேண்டும். அவளைப்பற்றி அவன் என்ன நினைப்பான் எனக் கலவரப்படுகிறாள். ஆடமைப்போல தன்னையொரு இயற்கைக்கு மாறான தாய் என நினைப்பானோ?

"அவர்கள் ஒருவரையொருவர் அணைத்துக்கொள்வார்களா?" அவ்ரம் கேட்கிறான்.

"என்ன கேட்டீர்கள்?" கணநேரப் பகற்கனவிலிருந்து பதறி மீண்டவளாய்க் கேட்கிறாள் ஓரா.

"இல்லை, ஒன்றுமில்லை." அவன் குரலில் மிரட்சி தெரிகிறது.

"இல்லை, நீங்கள் கேட்டீர்கள், அவர்கள் –"

"அணைத்துக்கொள்வார்களா என்று."

"ஆமாம், சிலநேரம் அணைத்துக்கொள்வதுண்டு. ஓஃபரும் ஆடமும்." அவனை நன்றியுடன் பார்க்கிறாள். "ஏன் அதைக் கேட்டீர்கள்?"

“தெரியவில்லை, அவர்கள் ஒன்றாக இருக்கையில் எப்படியிருப்பார்கள் எனக் கற்பனைசெய்ய முயன்றேன், அவ்வளவுதான்.”

அவ்வளவுதானா? மனதுக்குள் குதூகலிக்கிறாள்: அவ்வளவுதானா?

அவர்கள் நீண்டதூரம் நடந்து வந்துவிட்டார்கள். கின்னரெட் கிராமத்தில் தேவையான உணவுகளை வாங்கிப் பத்திரப்படுத்திக் கொண்டார்கள். அருகேயிருந்த கல்லறைத் தோட்டதுக்குச் சென்றனர். ராஹேலின் கல்லறைக்குப் பக்கத்தில் சங்கிலியால் தரையோடு பிணைத்து வைக்கப்பட்டிருந்த ராஹேலின் கவிதை நூலைப் புரட்டினர். திபெரியாஸ்–ஸெமாக் நெடுஞ்சாலையைக் கடந்தனர். பேரீச்சைத் தோட்டங்கள் வழியாக நடந்தனர். யோர்தான் ஆற்றங்கரையில் புதைக்கப்பட்டிருந்த, விசுவாசத்துடன் 1920 மற்றும் 1930களில் கின்னரெட் மண்ணை உழுது பண்படுத்திய பூபா என்ற கோவேறு கழுதையை வணங்கினர். பெருவிய, ஜப்பானிய யாத்ரீகர்கள் ஆற்றில் மூழ்கி ஆடிப்பாடியதைப் பார்த்தனர். யோர்தானிலிருந்து விலகி யாவ்னி எல் நோக்கி பாதை திரும்பும்வரை, தெள்ளிய ஆற்றுக்கும் நாற்றமடிக்கும் சாக்கடைக் கால்வாய்க்கும் இடைப்பட்ட வழியில் நடந்தனர். எய்ன் பெதலில் யூகலிப்டஸ் மற்றும் அரளி நிழலில் ராஜ விருந்து போன்ற உணவை உண்டனர். தாபோர் மலை கண்ணுக்குத் தென்பட்டது, அதை அடைவது குறித்த சந்தேகமெதுவும் அவர்களுக்கு இல்லை.

அன்றைய தினம் கடும் வெப்பமாக இருக்கிறது, வெயிலில் வறுபட்டவர்கள் ஆங்காங்கே காணும் நீருற்றுகளில் மூழ்கி எழுகிறார்கள், வயல்களின் ராட்சச நீர்த்தெளிப்பான்களிடையே புகுந்துவருகிறார்கள். இளம் ராஸ்பெரிப் புதர்கள் அவர்களைக் கீறுகின்றன. அவ்வப்போது நிழலான இடங்களில் படுத்து உறங்குகிறார்கள், எழுந்து உறங்கிய நேரத்தைவிட கூடுதலான நேரத்துக்கு நடக்கிறார்கள். வெப்பத் தடுப்புக் களிம்புகளைப் பூசிக்கொள்கிறார்கள்; அவள் தன் பின்கழுத்தில் பூசிக் கொள்கிறாள், அவன் மூக்கின்மீது தடவிக்கொள்கிறான், இந்தச் சீதோஷ்ண நிலைக்கு நமது சருமங்கள்தாம் எவ்வளவு பொருத்தமற்றவை என சலித்துக்கொள்கிறார்கள். நடக்கையில் ஓஃபரின் பேனாக்கத்தியைக் கொண்டு ஓராவுக்காக “அன்றைய தினத்தின் கழியை” வெட்டிச் சீர்செய்து தருகிறான். இன்றைய தினம் அது ஒரு மெல்லிய ஓக் கிளை, கொஞ்சம் வளைந்திருந்தது கொஞ்சம் கடித்துத் தின்னப்பட்டிருந்தது, ஆடு தின்றிருக்க வேண்டும். “அப்படியொன்றும் வசதியாக இல்லை,” முயன்று பார்த்து விட்டுச் சொல்கிறாள், “ஆனால் இது ஆளுமை மிக்கதாக இருக்கிறது, கையில் இருக்கட்டும்.”

“சிறுவர்களாக இருந்தபோது ஏறத்தாழ இருவரும் ஒருவரையொருவர் அணைத்துக்கொண்டதேயில்லை,” யாவ்னி எல் மலையுச்சியில் ஒரு அட்லாண்டிக் தெரிபிந்தின் கீழ் கற்குவியல்மீது அமர்கையில் அவள் சொல்கிறாள். அங்கிருந்து கின்னரெட், கோலன், கிலியட், மெரான் மலை, கில்போவா மலை, தாபோர் மலை, ஷோம்ரன், கார்மல் எல்லாமே அற்புதமாகத் தெரிகின்றன. பையன்கள் ஒருவர் மற்றவரது உடல்குறித்து கூச்சவுணர்வு கொண்டிருந்ததையும் அவள் அறிந்தாள்.

இந்தச் சங்கடவுணர்வு அவளுக்கு விசித்திரமாகத் தோன்றியது: அவர்கள் ஒரே அறையைப் பகிர்ந்துகொண்டனர், சிறுவயதில் ஒன்றாகவே குளித்திருக்கின்றனர், இருந்தும் இருவரும் உடலோடு உடல் படும்படி தொட்டுக்கொண்டதில்லை . . . யோசித்துப் பார்த்தால் அவர்களில் ஒருவன் மற்றவனை அடித்ததுகூட இல்லை. சிறுவர்களாக இருந்தபோது சண்டைபோட்டுக்கொள்வார்கள், அதுவும் அதிக அளவில் கிடையாது. வளர்ந்தபின்பு அவர்களுக்குள் சண்டை வந்ததேயில்லை.

பருவமெய்துதல் பற்றியோ, தமது உடலில் உண்டாகும் மாற்றங்கள் பற்றியோ, அல்லது பெண்கள், சுய இன்பம், உடலுறவுகொள்வது இவைபற்றியோ தமக்குள் பேசிக்கொண்டார்களா என்பது அவளுக்குத் தெரியாது. பேசிக்கொண்டிருக்க வாய்ப்பில்லை என்றே நினைக்கிறாள். பருவமடைதல் அவர்களை ஒருவித மனச்சங்கடத்துக்கு ஆளாக்கியது. ஒரு அந்நிய சக்தியைப்போல அவர்களது பிணைப்பிடையே புகுந்து அதுவரை அவர்கள் அமைதிகாக்க விரும்பிய விஷயங்களை அவர்களிடமிருந்தும் அது பறித்துக்கொண்டது போலிருந்தது. பையன்களை வளர்ப்பதில் எங்கே நாம் தவறு செய்தோம் என யோசிப்பாள், இப்படி அடிக்கடி இலனிடம் கேட்கவும் செய்வாள். அவர்கள் முன் நாமிருவரும் போதுமான அளவுக்கு அணைத்துக்கொள்ளவில்லையோ? ஒரு ஆணும் பெண்ணும் நேசிப்பதென்றால் எப்படியென அவர்களுக்கு விளங்கும்படி நாம் நடந்துகொள்ளவில்லையோ?

“எனக்கு அது பெரிய ஆச்சரியமாக இருக்கிறது,” வியப்பு தொனிக்கும் குரலில் சொல்கிறாள், “இதுபோன்ற விஷயத்தில் என் பிள்ளைகளுக்குத்தான் எவ்வளவு தன்னடக்கம், கூச்சம்.” அவர்கள் கொஞ்சம் மூர்க்கத்தனத்தைப் பழக வேண்டும், அவ்வப்போது வசைச்சொற்களைப் பயன்படுத்த வேண்டும் என நினைப்பேன், அது ஒன்றும் தவறில்லையே. சிறுபையனாக இருந்தபோது ஓஃபர் சந்தோஷத்துடன் இவற்றில் ஈடுபடுவான். வசைச் சொற்களைச் சொல்லிவிட்டுச் சிரிப்பான், ரொம்ப வெட்கப்படுவான். ஆனால் அவர்கள் வளர்ந்தபின், அதுவும் எங்களோடு இருக்கையில், எப்போதும் அதுபோன்ற சொற்களைப் பேசியதில்லை.”

இலனும் அவரது கேடுகெட்ட ஒழுக்கவாதமும்தான் அதற்குக் காரணம் என அவள் நினைத்துக்கொள்கிறாள். கண்கொத்திப் பாம்பாயிருப்பான், சிறு பிறழ்வையும் அனுமதிக்கமாட்டான், கடவுளே, அப்படி நடக்கக்கூடாது. “சிலநேரம் எனக்குத் தோன்றும் – நீங்கள் சிரிப்பீர்கள் – எது வால் எது தலை என்றுணராத எங்கள் அறியாமையைப் பிள்ளைகள் நிரந்தரப்படுத்த வேண்டும் என நினைத்திருக்கலாம்,. வாருங்கள் நடக்கலாம், இது என்னை என்னவோ செய்கிறது.”

இப்போது பாதை உடைந்த மண்கட்டிகளின் படுகையாக இருக்கிறது. கூரான கற்கள், குறுகிய விரிசல்கள், தரையோடு அழுத்தப்பட்டு மீண்டும் எழுந்துவரும் நீண்ட மெல்லிய களைச்செடிகள். ஆங்காங்கே காணும் எளிய வெள்ளை, மஞ்சள் சாமந்திகள் சில அவர்களின் பாதங்களது கருணையால் நிலத்தோடு சேர்த்து நசுக்கப்படாமல் தப்பிக்கின்றன. நொறுங்கி, துளைகள் விழுந்து, ஒளிபுகுவனவாய்மாறி, நடுநரம்பு மட்டும்

எஞ்சி எனக் கடந்த இளவேனிலின் இலைச்சருகுகள். கற்கள் நிறைந்த பாதை, மஞ்சளேறிக்கொண்டிருக்கும் பழுப்புக் கற்கள், மேலே முண்டுகளும் தூசுமாய், வடிவுமில்லை அழகுமில்லை, ஒன்று போலவே ஆயிரம் கற்கள் வதங்கிய சுள்ளிகள் மற்றும் ஆரஞ்சு – பழுப்பு வண்ண பைன் முட்களுடன் கலந்து சிதறிக்கிடக்கின்றன. வரிசையாகக் கட்டெறும்புகள் துணுக்குகளாக உடைந்த மற்றும் விதையுறை நீங்காத சூரியகாந்தி விதைகளை எடுத்துச் செல்கின்றன. இங்கேயொரு ஆழமான பறக்கும் எறும்பின் மணற்குழி, அங்கே நொறுங்கிய பாறைமீது சாம்பற் பச்சை வண்ணத்தில் பாசிகளின் வரியமைப்பு, ஒரு சூம்பிய பைன் குறும்பை, இடையிடையே கறுப்பாய் மினுமினுக்கும் மான் சாணக் குவியல் அல்லது இணையை அடைவதற்கான சண்டையிலிருந்து திரும்பியிருக்கும் ராணி எறும்பின் உலர்ந்த பழுப்புச் சாணம்.

“உங்களுக்குக் கேட்கிறதா?” என்பவள் அவன் கையைப் பற்றிக் கொள்கிறாள்.

“என்ன?”

“பாதையின் சத்தம். இஸ்ரேலில் காணப்படும் பாதைகளுக்கு ஓசை யுண்டு, வேறெங்கும் இப்படி நான் கேட்டதில்லை.”

நடந்தவாறே கேட்கிறார்கள்: அவர்களின் சப்பாத்துகள் தரையோடு இழுபடும்போது *ர்ர்ர்ர்ஷ்–ர்ர்ர்ர்ஷ்;* அவர்களது சப்பாத்து முனைகள் பாதையைத் தொடுகையில் *ர்ர்ர்ர்ஹ்–ர்ர்ர்ர்ஹ்;* அவர்கள் மெல்ல நடக்கையில் *ஹ்ஹ்ஹ்ஹ்ஸ்– ஹ்ஹ்ஹ்ஹ்ஸ்;* விரைவாக அடிவைத்து நடக்கையில் *ஹ்வாஷ்– ஹ்வாஷ்;* சிறுகற்கள் எழும்பி ஒன்றோடொன்று மோதுகையில் *ர்ரிஷ்– ர்ரிஷ்;* பொடீரியம் செடிகளை மிதித்து நடக்கையில் *ஹ்ரப்ப் – ஹ்ரப்ப்.* ஓரா சிரிக்கிறாள். “ஹீப்ரூவில் ஒலிகள் கச்சிதமாக இருப்பது நல்ல விஷயம்தான். இந்த ஒலிகளை ஆங்கிலம் அல்லது இத்தாலி மொழியில் எப்படிச் சொல்ல முடியும்? இதை ஹீப்ரூவில்தான் துல்லியமாக உச்சரிக்க முடியுமென நினைக்கிறேன்.”

“இந்தப் பாதைகள் ஹீப்ரு பேசுகின்றன என்கிறாயா? மண்ணிலிருந்தும் எழுந்து வருகிறது மொழி எனச் சொல்லவருகிறாயா?” வார்த்தைகள் இந்த மண்ணிலிருந்தே முளைத்துவந்தன, வறண்டு வரிவரியாய் உழப்பட்டிருக்கும் நிலங்களின் வெடிப்புகளிலிருந்து ஊர்ந்துவந்தன, வெட்டுக்கிளிகளையும் தத்துக்கிளிகளையும்போல பலவிதமான முட்கள் குதித்துவரும் ஹேம்ஸின் காற்றுகளின் கடுஞ்சினத்திலிருந்து வெடித்துவந்தன என அவனுள் எண்ணம் ஓடுகிறது.

அவனது ஆற்றொழுக்கான பேச்சைக் கேட்கிறாள் ஓரா. அவளுள், புதைபடிமமாகிவிட்ட குட்டி மீனொன்று வாலை அசைக்கிறது, சிற்றலை யொன்று வந்து அவள் இடுப்பில் கிச்சுக்கிச்சு மூட்டுகிறது.

“இது அரபியில் எப்படியிருக்கும்,” அவள் சொல்கிறாள், “அனைத்துக் கும் மேலாக இது அவர்களது நிலமும்தான் இல்லையா? வறட்சி யில் தொண்டை கட்டிக்கொண்டதுபோல கரகரப்பாக ஒலிக்கும்

மெய்யெழுத்துக்கள் அவர்கள் மொழியிலும் உண்டு." அவள் விளக்குகிறாள், நாய் காதை விடைத்துக்கொண்டு அவளை அண்ணாந்து பார்க்கிறது.

"நெருஞ்சிகளுக்கும் சுணைச்செடிகளுக்கும் அரபியில் தெரிந்து கொண்ட வார்த்தைகளை இன்னும் நினைவு வைத்திருக்கிறீர்களா, உளவுத் துறையில்தானே அதைச் சொல்லித்தந்தார்கள்?"

அவ்ரம் சிரிக்கிறான். "பீரங்கிவண்டிகள், விமானங்கள், ஆயுதங்கள் பற்றித்தான் அதிகமும் சொல்லித்தந்தார்கள்; சில காரணங்களுக்காக அவர்கள் சுணைச்செடிகள் பக்கம் போவதில்லை."

"பெரும் தவறு," ஓரா அறிவிக்கிறாள்.

அவர்கள் ஒருவரையொருவர் தழுவிக்கொள்வார்களா எனக் கேட்டானே. சிறிதுகாலத்துக்கு முன்பு அவர்கள் ஆடமின் பிறந்தநாளுக்காக உணவகம் சென்றது அவள் நினைவுக்கு வருகிறது. "என் ரசனைக்கு அது சற்று ஆடம்பரமான உணவகம்," சுற்றிலும் வயல்களும் காலி கோழிக்கூண்டுகளும் நிறைந்திருக்க ஜெரூசலேம் மலைமீதிருக்கும் மோஷவ்கள் ஒன்றிலிருந்தபடி சொல்கிறாள். அவ்ரம் மதுவிடுதி ஒன்றிலும் உணவகம் ஒன்றிலும் வேலைசெய்திருக்கிறான் என்பது அவள் நினைவுக்கு வருகிறது – அவன் வேறு எங்கெல்லாம் வேலைசெய்தானென்று கடவுளுக்குத்தான் வெளிச்சம் – ஆனாலும் மக்களோடு கலந்து பழகுவதில் தற்குறியான அவனுக்குக் குடும்பமாக வெளியே சென்று உணவருந்துவது எப்படிப்பட்டதெனத் தெரிந்திருக்க வாய்ப்பில்லை. எனவே முதலில் சாப்பிடப்போகும் உணவகத்தை எப்படித் தேர்ந்தெடுக்கிறோம் என்பதை விளக்குகிறாள். ஆடமின் உணவு ரசனை நயமானது, விவரமானது. எனவே முதலில் அவன் சாப்பிட விரும்புபவை எவையென ஒன்றுவிடாமல் வரிசையாகக் கேட்பார்கள். ஒரு உணவகத்தைத் தேர்ந்தெடுத்து அங்கே போய் அமர்வார்கள் – "போய் அமர்வதற்கு எதற்கு இத்தனை பெரிய போர் நடவடிக்கை என நினைக்காதீர்கள்! ஒரு முழுமையான குடியேற்றத் திட்டம் அது. எங்களது இந்த எளிய குடும்பம்தான் எத்தனைச் சிக்கலானது."

அவள் பேசிக்கொண்டே போகிறாள், அவ்ரமுக்குக் காட்சிகள் மனக்கண்ணில் விரிகின்றன.

"முதலில் இலன் பொருத்தமான மேசையைத் தேர்வுசெய்ய வேண்டும்: கழிப்பறையிலிருந்தும் சமையலறையிலிருந்தும் தொலைவாக, சரியான வெளிச்சத்துடன் – மிகவும் பிரகாசமாகவோ, மிகவும் இருட்டாகவோ இருக்கக்கூடாது – அதோடு எவ்வளவு முடியுமோ அவ்வளவு அமைதியான இடமாக இருக்க வேண்டும், அமர்ந்திருக்கும் இடத்திலிருந்து உணவகத்தின் கதவு அவனுக்குத் தெரிய வேண்டும், தனது சிறிய குடும்பத்தை நெருங்கக்கூடிய ஆபத்து இருப்பின் அவனுக்கு அது தெரிய வேண்டும் – அது பயங்கரவாதத் தாக்குதல்கள் உச்சத்தில் இருந்த நேரம்."

"எப்போதுதான் இல்லை?" முணுமுணுப்பாகக் கேட்கிறான் அவ்ரம்.

"ஆடம் எவ்வளவு முடியுமோ அவ்வளவு நெருக்கமாகச் சுவரையொட்டி, கிட்டத்தட்டத் தன்னை மறைத்தவனாய், முதுகு மட்டும்

எல்லோருக்கும் தெரிய அமர்வான். அவனது கிழிந்த கால்சராய்கள், அழுக்குச் சட்டைகள், அவன் தன்னுள் சரித்துக்கொண்ட அளவுக்கதிமான மது இவற்றினாலும் தனது பெற்றோரைச் சங்கடத்துக்கு ஆளாக்கினான். ஓம்பர் என்னைப்போல: எதைப்பற்றியும் அவன் கவலைகொள்வதில்லை, நல்ல உணவு நிறையக் கிடைக்கும் பட்சத்தில் எங்கு வேண்டுமானாலும் அமர்ந்துகொள்வான்." ஓராவும் தனிமையை விரும்புபவள்தான், ஆனால் தனது குடும்பத்தை வெளியே காட்டிக்கொள்வதில் அவளுக்குக் கொஞ்சம் ஆசையிருந்தது.

"அமர்ந்தபின் ஆடமின் உதவியுடன் உணவுகளை ஆர்டர் செய்வோம். பார்த்தவுடனே இவன் பிரச்சனையான ஆள், தடையற்ற தனது செயல்பாட்டில் ஒரு முட்டுக்கட்டை என்பது பரிசாரகிக்குத் தெரிந்துவிடும். அவனது கண்டிப்பான கட்டளைகள் – அதில் கிரீம் கலந்த எதுவும் இருக்கக் கூடாது; அதை வெண்ணெயில் பொரிக்க முடியாதா? எதிலாவது அதை முக்கிக்கொடுங்கள், கடவுளே, வேண்டாம், எந்த வடிவிலாவது கத்தரிக்காய் அல்லது அவோகேடோவில் வைத்துக்கொடுங்கள். பிறகு பரிசாரகியுடனான இலனின் வழமையான புத்திசாலிப் பேச்சு. அந்தப் பாவப்பட்ட பெண் – எந்த வயதிலுள்ள, எந்தப் பாவப்பட்ட பெண்ணாயிருந்தாலும் – அவனது ஒளிரும் கண்களின் ஆர்க்டிக் பச்சையை வெள்ளம்போல் அவள்மீது பாய்ச்சுகையில் வெலவெலத்துப் போவாள். பிறகு பட்டியலில் விலையை மேயும் தனது கண்களுடன் ஓரா ஒரு சாகச யுத்தம் நடத்துவாள். யாராவதொருவர் எதையாவது ஆர்டர் செய்யும் ஒவ்வொருமுறையும் உண்ணும் விருப்பத்துக்கும் கஞ்சத்தனத்துக்குமிடையில் ஒரு ரகசிய பேரம் நடத்துவாள், சரி, சங்கடம் தரும் அனைத்து உண்மைகளையும் வெளியே கொண்டுவருவோம். இது அற்பத்தனம்தான், மிக வெளிப்படையான அற்பத்தனம். இதோ, அவளே அதை ஒத்துக்கொண்டுவிட்டாள். இத்தனை வருடங்களில் இலனிடம் மறைத்து வைத்தவற்றையெல்லாம் அவ்ரமிடம் சொல்வது ஏதோவொரு வகையில் எளிதாக இருக்கிறது. அவள் பெருமூச்சு விடுகிறாள். "எங்கே விட்டேன்?"

"அற்பத்தனத்தில்," சற்றே கல்மிஷம் கலந்த சிரிப்புடன் சொல்கிறான் அவ்ரம்.

"சரிதான், எனக்கெதிராக இதைப் பயன்படுத்திக்கொள்ளுங்கள், பயன்படுத்திக்கொள்ளுங்கள்." அவளது கண்களுக்கு நடுவிலிருந்து நெருப்புப்பொறி பறக்கிறது, அவனது கண்களுக்கிடையேயும் அப்படியே. தயக்கத்துடன் அவள்தான் எப்போதும் சொல்வாள்: "ஏன் நாம் மூன்று பேருக்கு உரியதை மட்டும் ஆர்டர் செய்யக்கூடாது? எப்போதுமே அவற்றை நாம் முழுமையாக உண்பதில்லையே." அவளுடன் அவர்கள் வாதிடுவர், அவர்களது பசியார்வத்தை, சொல்லப்போனால் அவர்களது ஆண்மையையே மறைமுகமாக அவள் அவமதிப்பதாகச் சொல்வர். கடைசியில் அவர்கள் நால்வருக்கான உணவை ஆர்டர் செய்வார்கள், மூன்றைக்கூட முழுதாக உண்டு முடிக்கமாட்டார்கள். ஆடம் உண்பதற்கு முன்பாக மதுவை அதிக அளவு ஆர்டர் செய்வான் – எதற்கு இவன்

இந்தளவுக்கு குடிக்கிறான்? அவளும் இலனும் ஒருவரை யொருவர் பார்த்துக் கொள்வர் – அவனை அவன் போக்கில் விடு, இந்த மாலைப்பொழுதை அவன் அனுபவிக்கட்டும், என் பெயரில்! பரிசாரகி சமையலறையை நோக்கிப் போகும்போது அவர்கள் அனைவர் மீதும் உறையவைக்கும், சூழலை அசாத்தியமானதாக்கும் ஒரு மௌனம் கவிகிறது. ஆண்கள் மூவரும் தங்கள் விரல்நுனிகளை உற்றுப்பார்க்கிறார்கள், முள்கரண்டியொன்றை எடுத்து ஆராய்கிறார்கள், ஒரு தத்துவப் பிரச்சனையை மனதில் போட்டு உழப்புகிறார்கள் – "ஒரு புறவயமான, பிரபஞ்ச அளவிலான ஒரு பிரச்சனையையேகூட மனதுக்குள் அலசுவர்," கோபமாகச் சொல்கிறாள் ஓரா.

எல்லாமே சீக்கிரம் சரியாகிவிடும், ஏன் நன்றாகக்கூட மாறிவிடும் என்பது அவளுக்குத் தெரிகிறது. உணவகங்களில் அவர்கள் சந்தோஷமாக இருந்தார்கள், அவளோடும் இலனோடும் அங்கு செல்வதைப் பையன்கள் விரும்பினர். அந்த நால்வரும் சேர்ந்து ஒரு அற்புதமான குழு. சீக்கிரமே நகைச்சுவைத் துணுக்குகள் வெளிப்படும், சிரிப்பு, பிரியம் அலையலையாய்ப் பரவும். விரைவில் அவளும்கூட முழுச் சந்தோஷமும் குடும்பமும் ஒன்று கலக்கும் அந்த ரம்மியமான இனிமைமிகு இடைப்பொழுதில் நீந்தி விளையாடுவாள், "அதுபோன்ற அரிய தருணங்கள்; நீங்கள் நினைப்பதைக் காட்டிலும் அரிதான தருணங்கள்." ஆனால் எப்பொழுதுமே அதற்குமுன் தவிர்க்கவியலாத கேவலமான ஒரு கணம் நிகழும், அந்த இனிமைக்கு அவள் வந்துசேர்வதற்கான போக்குவரத்துக் கட்டணம்போல அந்த மூவரும் அதை நிகழ்த்துவர். அவளை மட்டும் குறிவைத்த வஞ்சகமும் சூழ்ச்சியுமிக்க வழக்கமானதொரு வதைப்படலம்தான் அது. அவளிடம் மட்டும்தான் அவர்களுக்கு அதைச்செய்யும் எண்ணம் தோன்றும், அந்த இனிமையான கணத்தை அவள் எவ்வளவு விரும்புகிறாள், எப்படி அதற்காக அவள் ஏங்குகிறாள் என அறிந்திருப்பதால் அவர்கள் தங்களிடையேயான இடைவெளியை நெருக்கி அவளிடமிருந்தும் அதைத் தடுத்து அதை நோக்கிய அவளது பயணத்தைச் சற்றுக் கடினமாக்குகிறார்கள். "ஏன் என்று என்னைக் கேட்காதீர்கள், அவர்களைக் கேளுங்கள்." அவளுக்கு முன்னால் அவர்கள் மூவரும் அவர்களது விரல்நுனிகளும் அமர்ந்திருக்கின்றனர், அவளை வம்புக்கு இழுக்கவேண்டுமென்ற ஆர்வத்துடன் மூவர், அவர்களது ஆவலைக் கட்டுப்படுத்த முடியாமல் அமர்ந்திருக்கிறார்கள், இலனும்கூட. "அவர் வழக்கமாக அப்படி இருப்பவர் அல்லர்," தான் ஒருபோதும் வெளிப்படுத்த விரும்பாத ஒன்றை வெளிப்படுத்தியவளாக இதைச் சொல்கிறாள். அவளும் இலனும் எப்படியிருப்பார்களென்றால்... அதாவது, ஒரே சிந்தனையாய் இருப்பர், "ஒரே உடலுமாய்" என வாய்வரை வந்ததைச் சொல்லாமல் விடுகிறாள். தேவைப்படும்போது இருவரும் சேர்ந்து பையன்களை எதிர்கொள்வர். இலன் ஒரு முழுமையான பங்குதாரர். ஆனால் கடந்த சில வருடங்களில், "அது எனக்குப் புரியவேயில்லை," காலம்கடந்த கோபத்தில் குமுறியபடி சொல்கிறாள், பையன்கள் வளர ஆரம்பித்துவிட்டதால் ஏதோ தவறு நிகழ்ந்துவிட்டது, ஏதோ அவரும் தானொரு இளைஞனாகிவிடுவதற்கு இதுதான் நேரம் என்பதுபோல நடந்துகொள்வார்.

இப்போது, சமீபமாக – குறிப்பாக அவளும் இலனும் பிரிந்த பிறகான இந்த ஒரு வருடத்தில் – அதை யோசிக்கையில், சுமார் ஒரு வருடம் முன்பு, தன் பேச்சுக்குக் கட்டுப்படாது கோபமும் திமிர்த்தனமுமாய் நடந்து கொள்ளும் மூன்று விடலைகளை அவள் எதிர்கொள்ள வேண்டியிருந்ததை உணர்கிறாள் (அடாவடியாய்க் கழிப்பறை அமருமிட மூடிகள் எப்போதும் திறந்தே இருக்கும்). தன்னிடமிருக்கும் எது இதுபோன்ற முட்டாள்தனமான சிறுபிள்ளைத்தனமான செயல்களை அவர்களில் ஊக்குவிக்கிறது? அவளைப் பற்றிய ரகசியமொன்று பந்தாய் அவர்கள் காலடியில் உருளுகையில் மூவரையும் வெறிகொண்ட பூனைக்குட்டிகளாக்குவது எது? உணவகத்தில் ஆழ் மௌனத்திலிருந்து அவர்களை வெளியே கொண்டுவருவது ஏன் அவளது கடமையாக இருக்கிறது? விரல்நுனிகளில் தீவிரமாய் ஆழ்ந்துவிடும் செயலில் அவளும் ஒருநாள் பங்கெடுத்துக்கொண்டால் என்ன? அவர்களில் ஒருவர் செயலிழந்துபோகும்வரை ஒரு பாடலை முழுநீளத்துக்கும் வாய்க்குள்ளாக அவள் இசைத்தால் என்ன? அது ஓஃபராகத்தான் இருக்கும்; அவனது நியாயவுணர்வு செயல்படத் துவங்கும், இயற்கையான அவனது இரக்கவுணர்வு, அந்த இருவரோடு இணைந்திருப்பதன் மகிழ்வை அவளைப் பாதுகாக்க வேண்டுமெனும் அவனது உணர்வு வென்றுவிடும். ஓஃபருக்கான கனிவால் அவள் மனம் நிறைகிறது, அவனது ஆட்களோடான விளையாட்டிலிருந்து ஏன் அவனை விலக்க வேண்டும்? அவனை விடவும் அவள் செயலிழந்துபோவது உத்தமம்.

மீண்டும் மாறாத அதே பழைய சிந்தனை: அவளுக்கு மட்டும் ஒரு பெண்பிள்ளை இருந்திருந்தால். தனது உற்சாகத்தால், எளிமையால், அமைதியால் அனைவரையும் ஒன்றுசேர்த்து வைத்திருந்திருப்பாள். ஓராவிடம் இருந்து இப்போது இல்லாதிருப்பவை இந்தக் குணங்கள். ஏனென்றால் அவள் சின்னப் பெண்ணாய் இருந்தது ஒருகாலம், இதைத் தெளிவாகப் புரிந்துகொள்ள வேண்டும். ஆனால் தான் விரும்பிய அளவு மகிழ்வுடனும் கவலையற்றும் அவள் இருக்கவில்லை. ஆனால் அதுபோன்ற ஒரு பெண்ணாக இருக்கவே அவள் விரும்பினாள், சந்தோஷமாய், எதுபற்றிய கவலையுமற்ற ஒரு மகளாக இருக்க விரும்பினாள். ஆனால் ஒருபோதும் அப்படியிருக்க வாய்க்கவில்லை. அவளுக்கு நினைவிருப்பதெல்லாம் அவளது பெற்றோருக்கிடையே தீடீர் திடீரென நிலவிய பகையுணர்வுமிக்க மௌனங்கள்தாம். என்னதென்று ஓராவால் உணர்ந்தறிய முடியாத பாவங்களுக்காக அவளது அப்பாவைத் தண்டிக்க அவள் அம்மா பயன்படுத்திய மௌனங்கள். அவள் அப்பாவுக்கும் அம்மாவுக்கும் நடுவே உண்டான விரிசலில் விழுந்து அவர்கள் மூவருமே பாதாளத்துக்குப் போயினர். மந்திர ஊசியொன்றைத் தன் பெற்றோருக்கிடையே விரைவாகச் செலுத்தி ஓரா அந்த விரிசலைத் தைத்தாள்.

உணவகத்து மௌனம் ஒரு நிமிடத்துக்குமேல் நீடிப்பதில்லை, ஆனால் அதுவொரு சபிக்கப்பட்ட நிரந்தரம்போலத் தோன்றுகிறது. அவளது திக்கிய பேச்சு, தாழ்ந்த பார்வையிலிருந்து அவ்ரம் இதை உணர்கிறான். யாராவது பேச்சை ஆரம்பித்து இந்த மௌனத்தைக் கரைந்தோடச் செய்ய வேண்டுமென எல்லோருமே நினைக்கிறார்கள், ஆனால் யார் ஆரம்பிப்பது?

செயலில் இறங்குவது யார்? இருப்பவர்களிலே கோழையான, பலவீனமான, பூஞ்சையான நபரென்று யார் தன்னை அறிவித்துக்கொள்வார்? யார் முதலில் செயலிழந்து எதையாவது, எதையேனும் அபத்தமாகவாவது சொல்வார்? அபத்தம், தான் பிரமாதமாகச் செய்வது அதைத்தான் என்பது ஓராவுக்குத் தெரியும். பாவனையான ஒரு பேச்சாக இருந்தாலும் போதும். அந்த வாரத் தொடக்கத்தில் கடும் காற்றுமழையில் அவளது குடையைப் பகிர்ந்துகொண்ட குண்டு ரஷ்யப் பெண்ணைப் பற்றிப் பேசலாம். அந்தப் பெண் அனுமதி எதுவும் கேட்கவில்லை மன்னிப்பும் கோரவில்லை, புன்னகையுடன் ஓராவை நோக்கி, "நாம் இருவரும் சற்றுத் தூரம் ஒன்றாக நடப்போம்," என்றாள். அல்லது தனது சிகிச்சை மையத்துக்கு கணுக்கால் சுளுக்குடன் வந்த வயதான முதிர்கன்னி ரொட்டி மாவு நன்றாக உப்பிவர என்ன செய்யவேண்டுமென்று சிரிப்புடன் சொன்னதைச் சொல்லலாம்: மாவை அவர் படுக்கைக்கு எடுத்துச் செல்கிறார், அதைப் போர்வையடியில் வைத்துக்கொண்டு நாற்பது நொடிகள் படுக்கிறார், மாவு உப்பி உயர்ந்து வந்துவிடுகிறது! இதுபோல ஓரா சளசளவென்று பேசிக்கொண்டேயிருப்பாள். அவர்கள் மனதாரச் சிரிப்பார்கள், அந்த ரஷ்யப் பெண் அந்தக் காற்றுமழையிலும் ஓரா ஒரு ஏமாளியென எப்படிக் கண்டுபிடித்தாள் என வியப்பார்கள். ரொட்டி மாவுப் பெண்ணைக் கிண்டல் செய்வார்கள். அவளது சிகிச்சை மையத்துக்கு வரும் நோயாளிகளை, அவளது பணியைக் கேலி செய்வார்கள். அவர்களுக்கு அது சற்று விசித்திரமாக இருந்தது. "முன்பின் தெரியாத ஒருவர் வருகிறார், உடனே எப்படி அவரது உடம்பைப் பிடித்துவிடுகிறீர்கள்?" அவள் பற்றவைத்த சிறுநெருப்பு சுழன்று எரிய ஆரம்பிக்கிறது, அவர்களிடையே இணக்கமும் மகிழ்வும் உண்டாகிறது. "நான் என்ன சொல்லவருகிறேனென்று புரிகிறதா? இவை உங்களுக்கு விளங்குகின்றனவா, அல்லது நான் வெறுமனே ..."

அவன் ஆர்வமுடன் தலையசைக்கிறான். இதுபோல ஒன்று அல்லது இரண்டு விஷயங்களைத் தனது மதுவிடுதியில் அல்லது அந்த இந்திய உணவகத்தில் அவன் பார்த்திருக்கலாம். அல்லது தெருக்களில் நடக்கையில், அல்லது கடற்கரையில். இத்தனைக்குப் பிறகும் தனது கண்களை அவன் இழந்துவிடவில்லைபோல. எல்லாவற்றையும் அவன் பார்த்திருப்பான், ரகசியமாகக் கவனித்திருப்பான், ஒட்டுக்கேட்டிருப்பான், அப்படியே உள்ளே சேகரித்து வைத்துக்கொண்டிருப்பான். ஆமாம், அவன் அப்படித்தான், பெரும் குற்றநிகழ்வின், மனித இனமென்னும் குற்றநிகழ்வின், தடயங்களைச் சேகரிக்கும் துப்பறிவாளன்போல.

"அதன்பிறகு எல்லாம் இயல்பாகிவிடும், முழுமையாக நாங்கள் அங்கிருப்போம், சிரிப்போம், உளறுவோம், பேசுவோம். மூவரும் நல்ல புத்திசாலிகள், நகைச்சுவை மிக்கவர்கள், இடித்துரைப்பதில் தேர்ந்தவர்கள், குரூரமாகப் பேசக் கற்றவர்கள், உங்களையும் இலனையும்போல." இந்த வார்த்தைகள் அவ்ரமைச் சோகத்தில் மூழ்கடிக்கின்றன, காரணம், அவள் சொல்லாமல் விட்டது என்னவென்றும் அவனுக்குத் தெரியும்: எப்போதுமே அந்த உரையாடல்களில் அவளுக்குப் பிடிபடாத ஏதோவொன்று இருக்கும், புலனெல்லைக்குட்பட்டதொரு மின்னல் அவர்களிடையே மின்னுகையில்

அதன் தொடர்ச்சியான இடியோசையை மட்டுமே அவளால் கேட்க முடியும். மேசைக்கு உணவு வந்துசேரும்போது உணவுப் பரிமாற்றத்தின் மெல்லரவம் தொடங்கும், அவளுக்கு அதிகம் பிடித்தது அதுதான். தட்டுகள், கிண்ணங்கள், கரண்டி நிறைய உணவுகள் கைமாறிக் கைமாறிச் செல்கின்றன, முள்கரண்டிகள் மற்றவரது தட்டுகளை மெல்ல இடிக்கின்றன, நால்வரும் உணவு வகைகளை ஒப்பிடுகின்றனர், ருசித்து அனுபவிக்கின்றனர், விமர்சிக்கின்றனர், பகிர்ந்துகொள்ள முன்வருகின்றனர். தாராளகுணம் மற்றும் மகிழ்வின் குடைநிழல் அவர்கள்மீது கவிகிறது, இறுதியில் இது அமைதியான இனிமை நிறைந்த கணம், அவளது பங்கு மகிழ்ச்சி. இப்போது உரையாடலை மேலோட்டமாக மட்டுமே கவனிக்கிறாள். உரையாடல் ஒன்றும் முக்கியமானதல்ல, சொல்லப்போனால் இப்போது அது கவனத்தைச் சிதறடிக்கும் விஷயம். அவர்கள் தங்களுக்குள்ளேயே கேலி செய்துகொள்கிறார்கள், பறக்கும் தட்டுகளைப்போல உணவுத் தட்டுகள் இப்படியும் அப்படியும் பறக்கின்றன, மற்ற மேசைகளில் இருப்பவர்கள் என்ன நினைப்பார்கள். அல்லது அவர்கள் ராணுவம் பற்றியோ புதிதாக வந்திருக்கும் குறுந்தகடு பற்றியோ விவாதிக்கிறார்கள். என்ன பெரிய வித்தியாசம்? இந்தக் கணம், அதுதான் முக்கியம்: இறுகத் தழுவிக்கொண்டாயிற்று.

“மோசம்,” ஆடமிடம் ஓஃப்பர் சொல்வதைக் கேட்கிறாள். “கோடை முழுவதும் நெபி மூஸாவில் ஈக்களை அடித்தபடி கழித்தோம், கடைசியில் பார்த்தால் நாங்கள் கொன்றதெல்லாம் பலவீனமான ஈக்கள். எனவே எதிர்த்துப் போராடும் ஈக்களின் தலைமுறையை உருவாக்கினோம், இப்போது அவற்றின் மரபணுக்கள் வலுவடைந்துள்ளன.” இருவரும் சிரித்தார்கள். இருவருக்கும் அழகான பல்வரிசை, ஓரா நினைத்துக்கொண்டாள். தனது தயார்நிலைப் படைப்பிரிவின் சமையலறையில் எலிகள் சுதந்திரமாகச் சுற்றித்திரிந்ததை விவரித்தான் ஆடம். ஓஃப்பர் தனது வெற்றிச்சீட்டை இறக்கித் திருப்பியடித்தான்: ஒரு நரி – அது ஒரு வெறிபிடித்த நரியாக இருக்கலாம் – அவனது படைக்குழுவினரது அறைக்குள் எல்லோரும் உறங்கிக்கொண்டிருக்கையில் புகுந்து யாருடைய முதுகுப்பையிலிருந்தோ ஒரு முழு கேக்கைத் திருடிக்கொண்டு போய்விட்டது. வழக்கமாக ராணுவத்தைப்பற்றிப் பேசுவதுபோல கனமான உரத்த குரலில் அவர்கள் பேசினர். “காரணம் எப்போதும் ஓஃப்பரின் காதுகளில் அழுக்கும் உயவுக் களிம்பும் நிறைந்திருக்கும்,” அவ்ரமிடம் விளக்குகிறாள். ஓராவும் இலனும் சிரிசிரியென்று சிரித்தனர், அவ்வளவு சந்தோஷம். மூலிகை வாசனை சேர்த்த ரொட்டித் துண்டுகளை விழுங்கினர். இங்கே அவர்களது பாத்திரம் தெளிவானது: அவர்கள் போதுமான அளவு ஒரு குழப்பப் பின்னணியைத் தந்தனர். அந்தப் பின்னணி, அவர்களது பிள்ளைகள் தங்களது முதிர்ச்சி, தற்சார்பைப் பிரகடனம் செய்கையில் அவற்றுக்கு ஒத்து ஊதியது. அங்கிருந்து அந்தப் பிரகடனம் எதிரொலித்து பிள்ளைகளிடமே திரும்பியது. இது எல்லாக் காலகட்டத்திலும் நடந்தது, இது தங்களது பிரகடனங்களில் அவர்களுக்கே நம்பிக்கையுண்டாக வழிவகுத்தது. பையன்கள் பேச்சை விபத்துகள் பக்கம் திருப்பினர். இந்த உரையாடல்களுக்கென ஒரு நிலைத்த ஒழுங்கு இருந்தது, ஓரா அதனை இப்போது உணர்கிறாள், சீரான, மெல்லத் தீவிரமடையும் தொடர்வரிசையது. ஆயுதமேந்தியவர்களுக்கான படையில்

தனது பணி தொடங்கிய விதத்தை ஆடம் விவரித்தான். படையதிகாரிகளில் ஒருவர், பீரங்கி வண்டியில் பீரங்கியின் பக்கவாட்டு நீட்டலில் பீரங்கி ஓட்டுநர் சிக்கிக்கொண்டால் என்னவாகுமென செய்துகாட்டினார். வண்டியின் மேலோட்டில் ஒரு மரத்தொட்டியை வைத்தார், பீரங்கியைப் பக்கவாட்டில் திருப்பினார், பீரங்கிக் குழல் மரத்தொட்டியை எப்படிச் சிதறடிக்கிறதெனக் காட்டினார், "ஒழுங்கான முறையைப் பின்பற்றாமல் பீரங்கிவண்டியிலிருந்து வெளியேவர முயற்சிப்பவர்களுக்கு இப்படித்தான் நடக்கும்," ஆடம் தன் தம்பி ஓஃபரை எச்சரித்தான், ஓரா அப்படியே உறைந்துபோனாள்.

"எங்களிடம் ஒரு படைவீரன் இருந்தான்," ஓஃபர் சொன்னான், "பாவப்பட்ட ஜென்மம், சரியான குழப்பவாதி, எங்கள் கம்பெனியின் உதைமூட்டை, கடந்துபோகும் யாரும் அவனை ஒரு குத்துக் குத்திவிட்டுத் தான் செல்வார்கள். சுமார் ஒரு மாதத்திற்கு முன்பு, உருமறைப்பு தாக்குதல் பயிற்சியின்போது அவன் பீரங்கிவண்டியிலிருந்து விழுந்துவிட்டான், கை வீங்கிவிட்டது. எனவே அவனை டி.ட்டிக்கு அனுப்பினார்கள்," புரியவில்லையென்பது போன்ற ஓராவின் பார்வையையடுத்து வேண்டா வெறுப்புடன் அதை விளக்குகிறான், "டிஸிப்ளின் டென்ட்." – "அங்கே அவன்மேல் ஒரு ஆன்ட்டெனா விழுந்து மண்டையைப் பிளந்துவிட்டது." இலனும் ஓராவும் பீதியுடன் ஒருவரையொருவர் பார்த்துக்கொண்டனர், இந்தப் பேச்சுக்குப் பதிலாய் ஒரு வார்த்தையும் சொல்லக்கூடாது என்பது அவர்களுக்குத் தெரியும். அவர்கள் எது சொன்னாலும், கவலையுடன் கருத்துச் சொன்னாலும், அதைக் கேலியாக்கிச் சிரிப்பர் ("ஸ்கர்ட் ஆன் தி லெஃப்ட்," ஓராவைப் பற்றி ஓஃபரிடம் இப்படித்தான் எச்சரிப்பான் ஆடம்). ஆனால் ஆடமும் ஓஃபரும் அவர்களது பார்வையைப் புரிந்துகொண்டனர். அவரவர்களுக்குத் தேவைப்பட்ட விபரங்கள் சொல்லப்பட்டன. இப்போது அஸ்திவாரங்கள் அமைக்கப்பட்டபின், அவற்றிலிருந்து தங்களது பிள்ளை களை இனியும் அவர்கள் காப்பாற்றவியலாத பல்வேறு வகையான ஆபத்துகள் பற்றிய அறிவை அவர்கள் பெற்றபின் ஓஃபர் சாதாரணமாக ஒன்றைச் சொன்னான்: இரண்டு வாரங்களுக்கு முன்பு டெல் அவிவ் மத்திய பேருந்து நிலையத்தைத் தாக்கி நான்கு சிவிலியன்களைக் கொன்ற தற்கொலைக் குண்டுதாரி அவனுடைய சோதனைத் தடுப்பைக் – அவனது படையணியின் பொறுப்பிலிருக்கும் சோதனைத் தடுப்பைக் – கடந்துதான் சென்றிருக்கிறான்.

தீவிரவாதி சரியாக எப்போது கடந்து போனான் என்பது அவர் களுக்குத் தெரியுமா, தாக்குதலுக்கு ஓஃபரின் படையணிதான் காரணம் என யாராவது சொன்னார்களா என எச்சரிக்கையுடன் கேட்டான் இலன். அந்த நபர் கடந்து சென்றபோது பணியிலிருந்தது யார் என்பதைக் கண்டுபிடிக்க வாய்ப்பில்லையென விளக்கினான் ஓஃபர். அதோடு ஒரு சாலை சோதனைத் தடுப்பில் வைத்துக் கண்டுபிடிக்கவியலாத வெடிபொருளை அவன் எடுத்துச் சென்றிருக்கலாம். ஓரா வாயடைத்துப்போனாள், பேச்சு வரவில்லை. இலன் எச்சிலைக் கூட்டி விழுங்கிக்கொண்டு சொன்னான்,"உனக்கொன்று தெரியுமா? வழியில் உங்களது சோதனைத் தடுப்பில் அல்லாமல் டெல் அவிவில் போய்த் தன்னை வெடித்துக்கொண்டானே அதுவரை

எனக்கு மகிழ்ச்சியே." ஓஃபருக்குக் கடும் கோபம்: "ஆனால் அப்பா, அது என்னுடைய வேலை! அவர்கள் வந்து சரியாக என்மீது வெடிக்க வேண்டுமென்றுதான் அங்கு நான் நிற்கிறேன், அதைக் கொண்டுபோய் டெல் அவிவில் வெடிக்க வேண்டுமென்பதற்காக அல்ல."

ஓரா–அப்போது அவள் என்ன செய்துகொண்டிருந்தாள்? அவள் நினைவு தெளிவற்றிருக்கிறது. நடந்ததை அவளால் சரியாக நினைவுகூர முடியவில்லை. அவளுக்கு நினைவிருப்பதெல்லாம் சட்டென்று தான் உள்ளீடற்றுப்போய் வெற்றுக்கூடாய் நின்றதுதான். அவள் வாயில் எதுவோ சிக்கிக்கொண்டது, பைன் பருப்பு தூவி வாதுமைச் சுவைச்சாற்றில் தோய்த்த ரை ரொட்டியாக இருக்கவேண்டும். ஓஃபரும் ஆடமும் தங்களுக்குத் தெரிந்த ஒரு படைவீரனைப் பற்றிப் பேச ஆரம்பித்துவிட்டிருந்தனர். அவன் பயிற்சியின் இறுதியில் நடந்த பெற்றோர்தின விழாவில் முன்பின் தெரியாத ஒரு தம்பதியிடம் சென்று கைகளை விரித்து, "அம்மா, அப்பா, என்னை உங்களுக்குத் தெரியவில்லையா?" எனக் கத்தியிருக்கிறான். ஓஃபரும் ஆடமும், ஏன் இலனும்கூட, விழுந்துவிழுந்து சிரித்தார்கள். ஓரா பாதி வாய் திறந்தவளாய் அமர்ந்திருக்கக் குட்டி தேவதை போன்ற பரிசாரகி மேசைகளைச் சுற்றிவந்து குசுகுசுப்பாக அவளிடம் கேட்டாள்: "எல்லாம் எப்படியிருந்தது?" இரண்டு வாரங்கள் முன்பு வெடிபொருளுடன் ஒரு தீவிரவாதி ஓஃபரைத் தாண்டிச் சென்றிருக்கிறான், அது ஓஃபரின் வேலை: அவன் சரியாக அங்கு நின்றது டெல் அவிவில் அல்லாமல், தீவிரவாதிகள் வந்து அவன்மீது வெடிக்க வேண்டுமென்பதற்காகத்தான்.

அதன்பிறகு ஓஃபரிடம் விளையாட்டுத்தனம் மறைந்தது, தீவிரமாகப் பேச ஆரம்பித்தான், கடந்தவாரம் ஹெப்ரானில் அவன் மேற்கொண்ட தற்காலிகப் பணி பற்றி ஆடமிடமும் இலனிடமும் சொன்னான். அதுபற்றிப் பேச அவனுக்கு அனுமதியில்லை, ஆனால் சுருக்கமாகச் சொல்லலாம். அங்கே கஸ்பாவிலிருந்த தேடப்பட்டுவரும் நபர்களை ஒழித்துக்கட்ட அவனது படையணி அனுப்பப்பட்டது – ஓரா அதற்குமேல் அவனது பேச்சைக் கேட்கவில்லை, அவள் வேறெங்கோ கொண்டுசெல்லப் பட்டிருந்தாள் – இது இதற்குமுன் அவர்கள் செய்யாதது, இது அவர்களது வழமையான பணியும் கிடையாது. ஒரு முழுக் கட்டடத்தையே தங்கள் பிடிக்குள் கொண்டுவந்து அதை ஒரு கண்காணிப்புத் தளமாக மாற்றினர், அங்கு குடியிருந்தவர்களை ஒரு அடுக்ககக் குடியிருப்பில் அடைத்தனர். "அவர்களை நாங்கள் நன்றாகவே நடத்தினோம்," சொல்லிவிட்டு அவளை ஓரக்கண்ணால் பார்த்தான், ஆனால் இப்போது அவள் அங்கில்லை. அவள் மட்டும் அவன் பேசுவதைக் கேட்டுக்கொண்டிருந்தால், எதையேனும் மாற்றியமைத்திருப்பாள். ஒருவேளை அப்படிச் செய்திருக்கவும் முடியாது. பிறகு இந்த உரையாடல் எப்படி முடிந்தது? பல வாரங்கள் மாதங்களாகக் கடும் பிரயத்தனம் புரிந்து பின்னோக்கிப் பார்க்கையில்தான் பல்வேறு துண்டுகளையும் ஒருங்கிணைத்து அந்த மாலைப்பொழுதின் உரையாடல் குறித்த ஒரு தோராயமான சித்திரத்தை அவளால் உருவாக்க முடிகிறது. சந்தேகத்துக்கிடமான ஒரு நபரைக் கைது செய்வதற்கான வழிமுறைகளை விளக்குமாறு ஆடமிடம் ஓஃபர் கேட்டான். அதிலும் அவள் சில துணுக்குகளைத்தான் கேட்டாள். ஹீப்ரூவிலும் அரபியிலும் மூன்றுமுறை

கத்துவோம், "நில்லுங்கள்! யாரங்கே?" மறுபடியும் மூன்றுமுறை, "நில்லுங்கள், இல்லாவிடில் சுடுவேன்" (ஆடம்). "வகேஃப் வா'லா பதுக்ஹக்" (ஓஃபர்). பிறகு துப்பாக்கியை எடுத்து குதிரையைத் தயாராக்கி குறிபார்க்கும் வளையத்தினூடாக அறுபது டிகிரிகள் பார்க்கிறீர்கள் (மறுபடியும் ஓஃபர்?). பிறகு சுடுகிறீர்கள் (ஆடம்). அவர்களது குரல்களின் இசையொழுங்கு, இருவரும் சேர்ந்து ஆடமின் இலக்கணத் தேர்வுக்குப் படிக்கும்போது ஒலித்ததுபோல ஒலிப்பதைக் காண்கிறாள். அப்போது ஆடம் ஆசிரியர் ஓஃபர் மாணவன். "நீ கால்களைக் குறிபார், ஆமாம் முட்டிக்குக் கீழே, அசையாமல், குறிபார்க்கும் வளையம் வழி, அப்போதும் அவன் நிற்க வில்லையென்றால், உடல் மையத்தைப் பார்த்துச் சுட்டுக் கொன்றுவிடு." உடல் என்றால் என்னவென்பதை மறந்துவிட்டதாக வெட்கத்துடன் சொன்னான் ஓஃபர். ஆடம் திட்டுகிறான், "பள்ளிக்கூடத்தில் நீ இயற்பியல் எதுவும் படிக்கவில்லையா?" ஓஃபர் சொன்னான், "படித்திருக்கிறேன், ஆனால் மனிதருக்கு திணிவு எங்கேயிருக்கிறது?" ஆடம் கடுகடுப்பாகச் சொன்னான், "நான் பிராந்தியப் படையிலிருந்தபோது சொல்வார்கள், 'மார்புக்காம்புகளுக்கு நடுவே சுடு.'" ஓஃபர் சொன்னான், "கடைசியாக நடந்த துப்பாக்கிச் சுடும் பயிற்சியில் மாதிரி மனித உருவத்தின் வயிற்றில் சுட்டேன். பயிற்சியாளர் சொன்னார், 'முட்டிகளைத்தானே குறிபார்க்கச் சொன்னேன்!' நான் சொன்னேன், 'ஆனால், சார், இப்படிச் சுட்டாலும் அவன் விழுந்துவிடுவான்தானே?'" இருவரும் சிரித்தனர். ஓஃபர் ஓராவை ஒருவித எச்சரிக்கைப் பார்வை பார்த்தான். இம்மாதிரி நகைச்சுவைகளை அவள் விரும்புவதில்லையென்பது அவனுக்குத் தெரியும். ஆடமுக்கும் இது தெரியும், இளித்தபடி அவன் சொன்னான், "தங்கள் முகத்தில், சுட்டுப் பழகுவதற்கான குறி வளையங்களை வரைந்துகொண்டு அராபியர்கள் திரிவதாக சில படைவீரர்கள் நினைக்கிறார்கள்."

இப்போது அவர்களுடன் அவள் இருக்கிறாள். அவள் திரும்பி விட்டாள். அவள் மூளையில் ஏற்பட்டிருந்த தற்காலிகப் பிரச்சனை சரிசெய்யப்பட்டுவிட்டது. "ஆனால் அப்பா, அது என்னுடைய வேலை! அவர்கள் வந்து சரியாக என்மீது வெடிக்க வேண்டுமென்றுதான் அங்கு நான் நிற்கிறேன், அதைக் கொண்டுபோய் டெல் அவிவில் வெடிக்க வேண்டுமென்பதற்காக அல்ல," என ஓஃபர் சொன்னபோது அவளுள் குறுக்கு மின்னோட்டம் பாய்ந்தது போலிருந்தது. அவர்களோடு சேர்ந்து சிரிக்கிறாள், வலிந்து சிரிக்கிறாள், காரணம் அவர்கள் மூவரும் சிரிக்கிறார்கள். அவளால் அவர்களது சிரிப்பு வட்டத்துக்கு வெளியே நிற்கமுடியாது. ஆனால் ஏதோ சரியில்லை. இலனையடுத்து ஓஃபரை, அதற்கடுத்து ஆடமை, மீண்டும் இலனை என அவள் பார்வை பரிதாபத்துடன் சுற்றிவருகிறது. ஏதோவொரு விஷயம் வேடிக்கையாகத் தெரிகிறது, சங்கடமாகச் சிரிக்கிறாள், அந்தச் சங்கடத்தை அவர்களால் கண்டுபிடிக்க முடிகிறதா என்றும் பார்க்கிறாள். குறுக்கு மின்னோட்டம் பாய்ந்த கணம் அவள்முன் எதுவோ தோன்றியது: ஒரு சித்திரம், நிஜச் சித்திரம், தெளிவாகக் கண்டுணரக்கூடிய சித்திரம், வெளியிலிருந்து உள்ளே ஓடிவருபவரின் சித்திரம். வயல்களிலிருந்து ஓடிவருகிறார், அவர்களது மேசைமேல் தாவி ஏறுகிறார், கால்சராயைக் கீழே இழுத்துவிடுகிறார், குத்துக்காலிட்டு உட்காருகிறார், உணவுத்தட்டுகள் தம்ளர்கள் நடுவே பெரிய விட்டையாக

நாற்றமடிக்கும் மலத்தை இறக்குகிறார். எதுவுமே நடவாததுபோல அவளது ஆண்கள் பேசிக்கொண்டிருந்தார்கள், பக்கத்து மேசைகளில் இருந்தவர்களும் இயல்பாகவே காணப்பட்டனர். குட்டி தேவதைகள் பரபரப்பாக இயங்கி, "எல்லாம் எப்படி இருக்கிறது? எல்லாம் நன்றாக இருக்கிறதா?" எனக் கேட்டனர். ஒன்று மட்டும் அவளுக்கு விளங்கவில்லை, இதுபோன்றவொரு சூழலில் எப்படி நடந்துகொள்ள வேண்டுமென்று எல்லோருமே பயிற்சி எடுத்துக்கொண்டிருப்பதுபோலத் தோன்றியது. அதாவது உங்கள் பையன், "ஆனால் அப்பா, அது என்னுடைய வேலை! அவர்கள் வந்து சரியாக என்மீது வெடிக்க வேண்டுமென்றுதான் அங்கு நான் நிற்கிறேன், அதைக் கொண்டுபோய் டெல் அவிவில் வெடிக்க வேண்டுமென்பதற்காக அல்ல," என்று சொல்லும் சூழலில். அவள் நிறைய பயிற்சி வகுப்புகளைத் தவறவிட்டுவிட்டாள் போலிருக்கிறது, சட்டென்று உணவு விடுதியில் தாங்க முடியாத அளவுக்குக் கடும் வெப்பம், நடந்தது என்னவென்று இப்போதுதான் அவளுக்குப் புரிகிறது, அறிகுறிகள் நெருங்கி வருவதை உணர்கிறாள், அவளுக்கு வியர்த்து வழிகிறது. முன்பும் இதுபோன்ற தாக்குதல்கள் அவளுக்கு நடந்திருக்கின்றன. முழுக்கமுழுக்க அது உடல் தொடர்பானது, வேறொன்றுமில்லை, வெப்பத் தெறிப்புகள், மாதவிடாய் முற்றாய் நின்றுவிட்டதனால் உண்டாகும் உடல் சீற்றங்கள். அது அவளது கட்டுப்பாட்டை மீறியது, உடலின் ஒரு குட்டி இன்டிஃபாடா. லத்ரூன் அணிவகுப்பு மைதானத்தில் ராணுவ உயர் பயிற்சிக்குப்பின் நடந்த விழாவின்போது படையணிகள் ஆயிரக்கணக்கான உயிர்நீத்த படைவீரர்களின் பெயர்கள் பொறிக்கப்பட்ட பெரிய சுவரைக் கடந்து சென்றபோது அது நிகழ்ந்தது; நெபி மூஸாவில் பெற்றோர்கள் வரவழைக்கப்பட்டு நடத்தப்பட்ட சுடும் பயிற்சி நிகழ்வின்போதும் அது நடந்தது; இதுபோல இன்னும் இரண்டு மூன்று தடவைகள். ஒருமுறை மூக்கில் ரத்தம் வந்தது, இன்னொருமுறை வாந்தியெடுத்து விட்டாள், மற்றொருமுறை வெறி பிடித்தவள்போல அழுதாள். இப்போது, சங்கடமாகச் சிரிக்கிறாள், வயிற்றுப்போக்கு ஏற்படும்போல இருக்கிறது, கழிப்பறைக்குப்போகும்வரைகூடத் தாங்காது, அந்தளவுக்கு மோசம். முஷ்டியை இறுக்கி உடலைக் கட்டுக்குள் கொண்டுவருகிறாள், அவள் முகம்கூட இறுகிப்போகிறது. அவளுக்கு நடப்பதை எப்படி அவர்கள் உணராமலிருக்கிறார்கள்? பேசிக்கொண்டிருக்கும் அவர்களை ஒருவர் மாற்றி ஒருவராகப் பலவீனமாகப் பார்க்கிறாள். சிரிப்பது அவர்களுக்கு நல்லது: சிரிப்பைத் தொடருங்கள், மனதுக்குள் நினைத்துக்கொள்கிறாள், ஒருவாரத்து இறுக்கத்தைத் தளர்த்திக்கொள்ளுங்கள். ஆனால் அவளுள் உடலியக்கங்கள் முற்றாகக் குலைந்து போகின்றன. அவள் வெறும் திரவங்கள் நிரம்பிய ஓடாக இருக்கிறாள். அவளொரு தேங்காய். இவர்களெல்லாம் நடிகர்களோ? தனது குடும்பத்துக்குப் பதிலாக வேறு குடும்பத்தை இங்கு வைத்துவிட்டார்களா? அவள் இதயம் வேகமாகத் துடிக்கிறது. எப்படி அவர்களுக்கு இந்தத் துடிப்பு கேட்காமலிருக்கிறது? அவள் இதயத்தின் ஓசையை எப்படி அவர்கள் செவியுறாமலிருக்கிறார்கள். அவள்மீது தனிமை கவிகிறது. அது குழந்தைப் பருவத்தின் அடித்தளமாக அமைந்த தனிமை. இங்கே மிகவும் வெப்பமாக இருக்கிறது, சத்தியமாக. எல்லா அடுப்புக்களையும் பற்றவைத்துவிட்டு ஜன்னல்கள் அனைத்தையும்

மூடிவிட்டாற்போலிருக்கிறது. நாறுகிறது. துர்நாற்றம். அவளுக்கு மூச்சுத் திணறுகிறது. தனது சக்தியனைத்தையும் திரட்டிக்கொண்டு தளராது நிற்கிறாள். ஆனால் அவர்களுக்கு எதுவும் தெரிந்துவிடாமலிருப்பது முக்கியம், இந்த அற்புதமான, சந்தோஷமான மாலைப்பொழுதை அவள் கெடுத்துவிடக்கூடாது. வேடிக்கையும் விளையாட்டுமாய், அவர்களுக்கு இது அவ்வளவு அற்புதமான பொழுது. தன்னுடலிலிருந்து வெளிப்படும் முட்டாள்தனமான ஒன்றினால் அவள் அதைப் பாழ்படுத்திவிட மாட்டாள், அந்த ஒன்று அவளை இரக்கமுள்ளவளாகவும் மாற்றியிருந்தது. இன்னும் ஒரு நிமிடம் எல்லாம் கட்டுக்குள் வந்துவிடும், மனோதிடமிருந்தால் போதும். “ஆனால் அப்பா, அது என்னுடைய வேலை!” இதை அவன் எவ்வளவு தீவிரத்துடனும் பொறுப்புணர்வுடனும் சொன்னான் என்று அவள் யோசிக்கக்கூடாது. இப்போது இலன், ஆடம், ஓஃபரின் சிரிக்கும் முகங்களின் முன்னால், கடவுளே, அது திரும்ப வருகிறது, மறுபடி அவன் வந்துவிட்டான். இந்த மெல்லிய ஒளியில், நேர்த்தியான தும்பிகளின் மத்தியில் – “எல்லாம் எப்படி இருக்கின்றன? எல்லாம் நன்றாக இருக்கின்றனவா?” – இதோ அவன், இரண்டு பாதங்களையும் வைத்து மேசையில் தாவி ஏறி பெரிய விட்டையைப் போடுகிறான், கலவரமூட்டும் அலையொன்று அவளுள் எழுகிறது, இன்னும் ஒரு நொடி, அவள் உடம்பில் இடமிருக்காது. அவளது வாய், கண்கள், மூக்குவழி அது வெடித்து வெளியேறும். அவசரஅவசரமாக எல்லாவற்றையும் அவள் மூடிக்கொள்கிறாள், அவளுக்கு நம்பிக்கைத் துரோகமிழைக்கும் உடல் துளைகளை விரைந்து அடைக்கிறாள். அந்த மனிதனின் நிம்மதிபற்றி மட்டுமே அவள் சிந்தனை செல்கிறது, திடமான இரண்டு கால்களால் மேசையில் தாவியேறிய அந்த இழிபிறவியின் மிகப்பெரும் இழிவான நிம்மதி. அது போலத்தான், சிறிய வெண்ணிறத் தட்டுகள், மெல்லிய ஒயின் கோப்பைகள், துடைக்குந்தாள்கள், அடர்வண்ண ஒயின்போத்தல்கள், அஸ்பாரகஸ் தண்டுகள் இவற்றின் நடுவே சாதாரணமாக குத்துக்காலிட்டு அமர்ந்து ஆவிபறக்கும் விரைந்து பரவும் துர்நாற்றத்துடனான பெரிய விட்டையைப் போட்டான். மேசையின் மையத்திலிருந்து மலக் கவர்ச்சி கொண்டு அவளை நோக்கிப் புன்னகைக்கும் நிர்வாணமான பெரிய ராட்சசனிடமிருந்து தன் பார்வையை விலக்கத் சக்தியனைத்தையும் திரட்டிப் போராடுகிறாள் ஓரா. அவன் இல்லை, அங்கு அவன் இல்லை, ஆனால் அவளையவன் கிழித்துத் திறக்கப் போகிறான். கொஞ்சம் காத்திருங்கள்! அழகும் இனிமையுமாகப் பாடியபடி, உதடுகளை இறுக மூடிக்கொண்டு வேகமாக எழுந்துசெல்கிறாள்.

நெடுநாட்களுக்கு முன்பு, கைப்பற்றப்பட்ட பகுதிகளில் ஓஃபரின் ராணுவப்பணி தொடங்கிய நேரம், (“இது தனி விஷயம், அந்த உணவக மாலைப்பொழுதுடன் சம்பந்தமற்றது,” என்கிறாள் அவ்ரமிடம்) அப்போது அவர்கள் எய்ன் கரீமில் வசித்துவந்தனர், வீட்டின் பின்பகுதியிலிருந்து தோட்டத்துள் இறங்கிச் சென்ற படிகளில் விசித்திரமான ஏதோ சத்தம் கேட்டது. அந்த சத்தத்தைப் பின்தொடர்ந்து தோட்டத்தின் விளிம்புக்குச் சென்றாள், அங்கே ஓஃபர் அமர்ந்திருப்பதைப் பார்த்தாள். குட்டைக்

கால்சராயும் ராணுவச்சட்டையும் அணிந்திருந்தான். விடுமுறையில் வந்திருந்தான். பேனாக்கத்தியைக்கொண்டு அழகான ஒரு கிளையைச் சீவிக்கொண்டிருந்தான். அது என்னவென்று கேட்டாள், முரண்நகை வெளிப்படும் புருவங்களையுயர்த்திக் கேட்டான், “பார்க்க எப்படி இருக்கிறது?”

“உருட்டுக்கட்டைபோல இருக்கிறது.”

அவன் புன்னகைத்தான். “இதுவொரு தடி. தடியே, இதோ அம்மணி வந்திருக்கிறார் பாருங்கள். அம்மா இவர்தான் தடி.”

“உனக்கெதற்குத் தடி.”

சிரித்துவிட்டு ஓஃபர் சொன்னான், “சிறு நரிகளை அடித்து உதைக்க.” உன்னைத் தற்காத்துக்கொள்ள ராணுவத்தில் ஆயுதங்கள் வழங்கப்பட வில்லையா என ஓரா கேட்டாள். அவன் சொன்னான், “அவர்கள் தடிகள் தருவதில்லை, தடிகள்தான் எங்களுக்கு அதிகம் தேவைப்படுபவை. எங்களது வேலைச் சூழலில் இதுதான் சிறந்த ஆயுதம்.” அது தன்னைக் கலவரப்படுத்துகிறது என்றாள், “ஒரு தடியினால் என்ன ஆகிவிடப்போகிறது அம்மா? அது குறைந்தபட்ச வலுவைப் பிரயோகிப்பது.”

தனக்குப் பழக்கமில்லாத வெறுப்புடன் இந்தத் தடிக்குச் சுருக்கெழுத்துப் பெயர் ஏதாவது இருக்கிறதா எனக் கேட்டாள், “மஃப் அல்லது வேறு ஏதாவது?”

“ஆனால், அம்மா தடிகள் வன்முறையைத் தடுப்பவை! அதனை உருவாக்குபவை அல்ல.”

“அப்படியே இருந்தாலும், என் மகன் உட்கார்ந்து ஒரு தடியை சீவிக்கொண்டிருப்பதைப் பார்ப்பது எனக்கு உவப்பாயில்லை.”

ஓஃபர் ஒன்றும் சொல்லவில்லை. “என்னுடன் இதுபோன்ற வாதங்களில் ஈடுபடுவதை எப்போதும் தவிர்த்துவிடுவான்,” அவ்ரமிடம் சொல்கிறாள். “இதுபோன்ற பேச்சுகள் அவனை ஒன்றும் செய்வதில்லை, அரசியலில் தனக்கு நாட்டமில்லை என்றே எப்போதும் சொல்வான்.” அவன் தனது வேலையைச் செய்கிறான் அவ்வளவே. பணிமுடிந்ததும் எல்லாவற்றையும் செய்து முடித்ததும், மிகச் சரியாக, நடந்தது என்னவென்று நினைத்துப் பார்ப்பேன் என அவளுக்கு உறுதியளித்தான்.

நல்ல உருட்டாக வரும்வரை தடியை அவன் சீவிச் சரிசெய்து கொண்டிருந்தான். படிகளின்மீது அவனுக்கு மேலாக ஓரா நின்றாள், மந்திரத்துக்குக் கட்டுப்பட்டவள்போல திறமைமிகு அவன் கைகள் வேலை செய்வதைக் கவனித்தபடியிருந்தாள். “அவனுடையவை அற்புதமான கைகள். அவன் செய்த பொருட்களை நீங்கள் பார்க்க வேண்டும். வட்ட உணவுமேசை. எங்களுக்கென அவன் செய்துகொடுத்த கட்டில்.”

இழுபடும் தன்மையுள்ள நாடாத்துணியைக் கைபிடியாக தடியின் உச்சியைச் சுற்றிக் கட்டினான். கீழே இறங்கிப்போய் அதைத் தான் தொட்டுப் பார்க்க வேண்டுமென்றாள். சில காரணங்களுக்காக அவள் அதைத் தொட்டுப் பார்ப்பது அவசியமாக இருந்தது, அதனால் அடிவிழும்போது எப்படி இருக்கும் என்பதை உணர்ந்தறிய வேண்டும். “ஒரு கறுத்த, இறுகிய,

உவப்பற்ற துணிபோல," அவ்ரமிடம் சொல்கிறாள், அவன் எச்சிலைக் கூட்டி விழுங்கிக்கொண்டு தொலைவாகப் பார்க்கிறான். ஓஃபர் தடியைச் சுற்றி இன்னும் அதிகம் பழுப்பு வண்ண நாடாக்களை ஒட்டினான், தடி தயாராகிவிட்டது. அப்போதுதான் அவன் அதைச் செய்தான். தடியின் வலுவைப் பரிசோதிக்க, அதில் மறைந்திருக்கும் சக்தியைச் சோதித்துப் பார்க்க தன் உள்ளங்கையில் மூன்றுமுறை அதைக்கொண்டு அடித்தான். இப்போதுதான் தன் பயிற்சியைத் துவங்கியிருக்கும் ஒருவன் பயங்கர மிருகமொன்றுடன் விளையாடுவதுபோல அதனோடு விளையாடினான். "அங்கு உட்கார்ந்து ஓஃபர் தடியைச் சீவி உருவாக்கிக்கொண்டிருந்த தருணம் மோசமானதொரு தருணம், நீங்கள் இதைத் தெரிந்துகொள்வது அவசியம்."

இதையும் நான் ஒத்துக்கொள்கிறேன் என்பதை உறுதி செய்வதுபோல அவ்ரம் ஆமோதிப்பாகத் தலையசைக்கிறான்.

"எங்கே விட்டேன்?"

"அணைத்துக்கொள்ளுதல், மற்றும் அந்த உணவகம்," அவன் நினைவு படுத்துகிறான். அடிக்கடி "எங்கே விட்டேன்?" என அவள் கேட்கும் விதம் அவனுக்குப் பிடித்திருக்கிறது. இப்படி அவள் செய்யும்போதெல்லாம் துல்லியம் மறந்த, தெளிவற்ற, கவனம் சிதறிய ஓர் இளம் பெண் அவளது முகத்திலிருந்தும் எட்டிப் பார்க்கிறாள்.

ஓராவிடமிருந்து ஏக்கப் பெருமூச்சு வெளிப்படுகிறது. "ஆமாம். ஆடமின் பிறந்தநாளைக் கொண்டாடிக்கொண்டிருந்தோம், அந்த ஷபாத்துக்கு அவர்கள் இருவருமே வீட்டிலிருப்பார்கள் என்பது கடைசி நிமிடம்வரை எங்களுக்குத் தெரியாது. ஆடம் பிக்ஆவில் தயார்நிலைப் பணியிலிருந்தான். ஓஃபர் ஹெப்ரானில் இருந்தான். வார இறுதிக்கு வீட்டுக்கு வர முடியாத நிலை, ஆனால் கடைசி நிமிடத்தில் அவர்கள் அவனைப் போக அனுமதித்தனர், அங்கிருந்து ஜெரூசலேம் வரும் வண்டி ஒன்று இருந்தது, வெகு தாமதமாக களைத்துப்போய் வீடு வந்துசேர்ந்தான். விருந்தின்போது அவனுக்குச் சிலதடவை கண்கள் சொருகிக்கொண்டு வந்தது. அவனுக்கு அது கடுமையான வாரம். தான் எங்கிருக்கிறோம் என்பதுகூடத் தெரியாத அளவுக்கு அவன் அவ்வளவு சோர்வுற்றிருந்தான்.

அவ்ரம் எதிர்பார்ப்புடன் அவளைப் பார்க்கிறான்.

"அது அற்புதமான மாலைப்பொழுது," திடீர் அஜீரணத்தினால் அந்த முழுச்சாப்பாட்டில் கிட்டத்தட்ட எதையுமே தான் சாப்பிடாததை சாமர்த்தியமாக மறைத்தபடி சொல்கிறாள். "அனைவரும் ஆடமுக்கு நலம் பாராட்டி அருந்த விரும்பினேன்," ஓஃபர் கடும் சோர்விலிருந்தான் என்பதை அவ்ரமிடம் ஸ்தாபித்துவிட்டதாய் எண்ணிக்கொண்டு அதே பதற்றமிக்கக் குரலில் தொடர்கிறாள். பிறகு நடந்த விசாரணையிலும் அவளுடனான முடிவற்ற விவாதங்களிலும் தனது தரப்பாய் இந்தச் சோர்வைத்தான் அவன் முன்வைத்தான். "கொண்டாட்டங்களின்போது நாங்கள் நலம் பாராட்டி அருந்துவது வழக்கம்..."

மறுபடியும் அவள் தயங்குகிறாள்: எங்களது இந்தக் குடும்ப விஷயங்கள், எங்களது சடங்குகள், உங்களுக்கு வேதனை தருகின்றனவா? அவன் கண்கள் அவளிடம் சமிக்ஞை செய்கின்றன: மேலே சொல், தொடர்ந்து சொல்.

"வழக்கமாக தனது நலன் பாராட்டி அருந்த ஆடம் எப்போதும் அனுமதிப்பதில்லை. அந்நியர்கள் காதில் அது விழக்கூடிய பொதுவிடங்களில் அதைச் செய்ய அனுமதியில்லை. இதில் அவன் இலனைப்போல."

"ரொம்பச் சரி." ஆனால் அன்று மாலை ஆடம் அதற்கு ஒத்துக் கொண்டான், அதுவும் ஒஃபர் மட்டுமே அதைச் செய்ய வேண்டும் எனச் சொல்லி. உடனே நானும் இலனும் 'நல்லது' என்றோம், அவன் இதற்கு ஒத்துக்கொண்டதே எங்களுக்குப் பெரிய ஆச்சரியமாக இருந்தது. என்னுடைய நலம் பாராட்டுதலை பின்னர் அவன் தனியாக இருக்கும் போது செய்யலாம், அல்லது அதை அவனுக்கு எழுதி அனுப்பி விடலாம் என நினைத்தேன். எப்போதும் அவனுக்குப் பிறந்தநாள் வாழ்த்துகளை எழுதித்தான் தெரிவிப்பேன், சொல்லப்போனால் அவர்கள் அனைவருக்குமே அப்படித்தான். காரணம் என்னவென்றால் இதுபோன்ற நிகழ்வுகள் அனைத்தையும் தொகுத்துப் பார்க்க அல்லது ஒரு குறிப்பிட்ட காலப்பகுதியை திரட்டிச் சொல்ல உதவும் சந்தர்ப்பங்களாக அவை அமைந்தன. நான் அனுப்பிய வாழ்த்து அட்டைகளை அவன் பத்திரப்படுத்தி வைத்திருந்தான் என்பது எனக்குத் தெரியும்... "ஏய், இப்போது நிஜமாகவே நாம் பேசிக்கொண்டிருக்கிறோம் என்பது உங்களுக்கு உரைக்கிறதா?"

"நான் கேட்டுக்கொண்டுதானிருக்கிறேன்."

"எல்லாவற்றையும் ஒழுங்குபடுத்த இந்த நாடு முழுவதையும் நாம் நடந்து கடந்துவர வேண்டும்."

"அதுவொன்றும் மோசமான விஷயமில்லையே."

அவள் ஒன்றும் பேசவில்லை.

"எங்கே விட்டேன்?" சற்றுக் கழித்து அவளுக்குப் பதிலாக அவன் கேட்கிறான், "உணவகத்தில். ஒஃபர் ஆடமுக்காக நலம் பாராட்டியது," என்று தானே பதிலும் சொல்கிறான்.

"ஓ, பிறந்தநாள்."

மறுபடியும் தன் நினைவுகளில் அமிழ்கிறாள். அந்த வாரக்கடைசி. கவனமான, தொட்டால் உடைந்துவிடும் மெல்லிய சந்தோஷத்தின் கடைசித் தருணங்கள். இத்தனை நாளும் இங்கே தான் என்ன செய்து கொண்டிருக்கிறோம் என எண்ணிப் பார்க்கிறாள்: ஒரு காலத்தில் கூடியிருந்த, இனியொருபோதும் இணைய வாய்ப்பில்லாத குடும்பம் குறித்த பாராட்டுரையை வாசித்துக்கொண்டிருக்கிறாள்.

"ஒஃபர் தலையைக் கைகளில் தாங்கி, சில நிமிடம் மௌனமாக யோசித்தான். அவன் அவசரப்படவில்லை. எப்போதுமே ஆடமைவிட அவன் சற்று மெதுவானவன்தான். பொதுவாகப் பார்க்க அவன்

கனமானவன் திடமானவன், அவனது அசைவுகள், பேச்சு, அவன் தோற்றம்கூட கனமானது. வழக்கமாக இருவரையும் பார்க்கும் அந்நியர்கள் அவனை ஆடமைவிட வயதுகூடியவன் என நினைத்தார்கள். ஆடமின் வேண்டுகோளை அவன் தீவிரமாக எடுத்துக்கொண்டது நல்ல விஷயம்.

“முதலில் தான் ஆடமின் தம்பியாக இருப்பதில் எவ்வளவு மகிழ்ச்சியடைகிறேன் எனச் சொன்னான், ஆடமுடன் உயர்நிலைப் பள்ளிக்குப் போக ஆரம்பித்த கடந்த சில வருடங்களில், அதிலும் ஆடம் பணிபுரிந்த படைப்பிரிவில் தானும் இணைந்தபோதிருந்து, தனக்குத் தெரிந்தவர்கள் – ஆசிரியர்கள், படைவீரர்கள், அதிகாரிகள் – வழியாக ஆடமைப் பற்றி அவன் அறிந்துகொண்டான். எல்லோரும் அவனை ஆடமென்று நினைத்து அழைத்ததும் பிறகு ஆடமின் தம்பியாக அவனைக் கொண்டாடியதும் முதலில் பதற்றமாக இருந்தது, ஆனால் இப்போது ...”

“நிஜமாகவே,” தனது மெதுவான கரகரத்த கனமான குரலில் சொன்னான் ஓஃபர், “எப்போதும் பலரும் என்னிடம் வந்து உன்னைப் பற்றிப் பேசுவார்கள் – நீ எவ்வளவு சிறந்தவன், எப்படிப்பட்ட நண்பன், எந்த விஷயத்தையும் முன்னின்று தொடங்குபவன் என்று. எல்லோரும் உனது நகைச்சுவைகளை அறிந்துவைத்திருந்தார்கள், படையணியில் நீ எப்படி உதவினாய், மனம் சோர்ந்திருந்தவரை எப்படி உற்சாகப்படுத்தினாய் என ஒவ்வொரு வீரரிடமும் ஒரு கதை இருந்தது–”

“இதுதான் ஆடமா?” கவனமான குரலில் கேட்கிறான் அவ்ரம். “நீ, ஆடமைப் பற்றித்தான் சொல்கிறாய் இல்லையா?”

“ஆமாம், எங்களுக்கும் அவனது இந்தப் புதிய பரிமாணம் ஆர்வத்தைத் தூண்டுவதாக இருந்தது. வருடங்களாக வீட்டில் ஆடம் கட்டிக் காத்துவந்த தன்னைப்பற்றிய பிம்பத்தை ஓஃபர் இப்படிக் கண்மூடித்தனமாகப் போட்டு உடைக்கிறானே என இலன் நகைச்சுவையாகக் குறிப்பிட்டார்.”

“அல்லது நீ கண்டுபிடித்த அந்த விளையாட்டு,” சிரித்தபடி ஆடமிடம் சொல்கிறான் ஓஃபர், “இன்னும் அந்த விளையாட்டுக்கு பள்ளிக்கூடத்தில் உன் பெயர்தான் வைக்கப்பட்டிருக்கிறது.”

“என்ன அது?” இலன் குறுக்கிட்டான்.

“வகுப்பறையில் ஒரு ஆசிரியர் சொல்ல அறவே வாய்ப்பில்லாத ஏழு வார்த்தைகளைத் தேர்ந்தெடுக்க வேண்டும். ‘பீட்ஸா’, ‘இடுப்பு நடனக்காரி’ ‘எஸ்கிமோ’ போன்ற வார்த்தைகள். வகுப்பு தொடங்குகையில் ஒவ்வொருவரும் இந்த வார்த்தைகளைத் தங்கள் முன் எழுதிவைத்திருப்பர், ஏதோ பாடத் தொடர்பான ஒன்று என்பதுபோல ஆசிரியரிடம் அவர்கள் அப்பாவித்தனமான கேள்விகளைக் கேட்க வேண்டும், இது தெரியாமல் ஆசிரியர் தனது பதிலில் இந்த வார்த்தைகளனைத்தையும் சொல்ல வேண்டும்.”

கண்கள் மின்ன முன்னோக்கிக் குனிந்து கைவிரல்களைக் கோர்த்துக் கொண்டான் இலன். “ஆசிரியருக்கு இதுபற்றி எதுவும் தெரியாது, அப்படித் தானே.”

“ஒன்றும் தெரியாது.” ஆடம் புன்னகைத்தான். “சலிப்பூட்டும் தனது வகுப்பில் மாணவர்கள் ஆர்வம்கொண்டு கேள்வி கேட்பதில் அவருக்குச் சந்தோஷமே.”

“ஹா,” என்ற இலன் பெருமை பொங்க ஆடமைப் பார்த்தான். “ஒரு தந்திரசாலியைத்தான் நான் வளர்த்திருக்கிறேன்.”

ஆடம் பணிந்து வணங்கினான், இலனைப் பார்த்துச் சிரித்தபடி ஓஃபர் சொன்னான், “ஒரு ‘கண்டறியும் தீப்பொறி,’ அப்படித்தான் இல்லையா?” இதை ஆமோதித்த இலன் தனது தோளை ஓஃபரின் தோளுடன் இடித்தான். ஓராவுக்கு அந்த விளையாட்டின் விதிமுறைகள் இன்னமும் பிடிபடவில்லை, தனக்குப் புரியாததை அவள் விரும்புவதுமில்லை. ஆடமைப்பற்றி ஓஃபர் சொல்ல ஆரம்பித்திருந்தவற்றுக்கு மீண்டும் திரும்ப வேண்டுமென்று பரபரத்தாள்.

“வெல்வது யார்?” இலன் கேட்டான்.

“பட்டியலில் இருப்பவற்றில் அதிக வார்த்தைகளை ஆசிரியர் வாயால் சொல்ல வைப்பவர்.”

இலன் தலையாட்டினான். “சரி. குறிப்பிட்ட ஒரு வார்த்தையை அவர் வாயால் எப்படிச் சொல்ல வைப்பீர்கள், உதாரணம் சொல்லுங்கள்.”

“ஆனால், ஆடமைப் பற்றி ஓஃபர் ஏதோ சொல்லிக்கொண்டிருந்தானே,” அவர்களுக்கு நினைவூட்டினாள் ஓரா.

“கொஞ்சம் பொறுங்கள் அம்மா,” உற்சாகம் பொங்கச் சொன்னான் ஓஃபர், “இது அட்டகாசமான விஷயம். எங்கே, எனக்கொரு வார்த்தையைக் கொடு.”

ஆடம் சொன்னான், “நீயே ஒன்றைத் தேர்ந்தெடுத்துக்கொள்.”

“என் காதில் அது விழவேண்டாம், இங்கே நான்தான் ஆசிரியர்!” இலன் சிரித்தான்.

பையன்கள் குனிந்து குசுகுசுத்தனர், சிரித்தனர், தலையசைத்துக் கொண்டனர்.

“இதுவொரு வரலாற்றுப் பாடம்,” அதிலொரு திருப்பத்தைச் சேர்த்தவனாக ஆடம் சொன்னான்.

“அப்படியானால் ட்ரைஃபஸ் விவகாரத்தை எடுத்துக்கொள்வோம்,” இலன் முடிவாகச் சொன்னான். “அது இன்னும் கொஞ்சம் என் நினைவிலிருக்கிறது.”

தேசத்துரோகக் குற்றம் சாட்டப்பட்ட அந்த ஃபிரெஞ்ச் யூத ராணுவ அதிகாரி தொடர்பான சம்பவங்களைப் பேசத் தொடங்கினான் இலன். ஓஃபரும் ஆடமும் அவனைக் கேள்விகளால் துளைத்தனர். விசாரணை, ட்ரைஃபஸுக்கு ஆதரவாக வாதாடியவர்கள் வாயடைக்கப்பட்டது, வழங்கப்பட்ட தீர்ப்பு இவைபற்றி இலன் பேசினான். ட்ரைஃபஸின்

குடும்பம், அவர்களது வழமைகள், அவர்களது உடை, உணவு இவற்றில் பையன்கள் அதிக ஆர்வம் காட்டினர். இலன் தனது விரிவுரையில் கவனம் செலுத்தியிருந்தான், அவர்கள் வைத்த கண்ணிகளில் சிக்காமல் நகர்ந்தான். அனைவர் முன்னிலையிலும் ட்ரைஃபஸ் அவமானத்துக் குள்ளாக்கப்பட்டபோது மக்கள் நடுவேயிருந்து தியடோர் ஹெர்ஸல் தோன்றுகிறார். பையன்கள் கேள்வி கேட்கும் வேகம் அதிகரிக்கிறது. ஓரா பின்னோக்கிச் சாய்ந்து அவர்களைக் கவனிக்கிறாள், அவள் தங்களைக் கவனிப்பதை உணர்ந்த மூவரும் இன்னும் வேகமெடுக்கின்றனர். ட்ரைஃபஸ் சிறைத்தண்டனை விதிக்கப்பட்டு டெவில்ஸ் ஐலேண்டுக்கு அனுப்பப்படுகிறார், எமிலி ஜோலா தனது *ஜேஅக்யூஸ்ஜ* எழுதுகிறார், எஸ்தர்ஹேஸி கைதுசெய்யப்பட்டு தண்டனை விதிக்கப்படுகிறார், ட்ரைஃபஸ் விடுதலையாகிறார், ஆனால் பையன்களுக்கு ஹெர்ஸல் மீதுதான் அதிக ஆர்வம். *தெர் யூதன்ஸ்தாத்* வெளியிடப்படுகிறது. துருக்கிய சுல்தானையும் ஜெர்மானிய கைஸரையும் ஹெர்ஸல் சந்திக்கும் கட்டம் வருகிறது. இலன் முன்னோக்கிச் சாய்ந்து நாவால் உதடுகளை ஈரப்படுத்திக்கொள்கிறான். அவன் கண்கள் மின்னுகின்றன. எருதை நெருங்கும் இரண்டு இளம் ஓநாய்களைப்போலப் பையன்கள் அவனுக்கு இரண்டு புறமிருந்தும் எச்சில் வடிக்கிறார்கள். இதில் யாருடைய வெற்றியைத் தான் விரும்புகிறோம் என நிச்சயமாகத் தெரியாத நிலையிலும் இந்தப் பரபரப்பில் ஓராவும் மூழ்குகிறாள். அவள் மனம் பையன்கள் பக்கமே இருக்கிறது, ஆனால் அவர்கள் முகத்தில் காணும் கட்டற்ற ஆர்வம் அவளைச் சுணங்கச் செய்கிறது, இலனின் காதோரம் புதிதாக ஆங்காங்கே தென்படும் நரைமுடிகளைப் பார்த்து அவளுக்கு இரக்கம் உண்டாகிறது. முதல் ஸீயோனிஸ மாநாடு பேசலில் கூடுகிறது, *அல்ட்நியூலேண்ட்* வெளியிடப்படுகிறது, ஸீயோனிய தேசத்தை அமைக்கவென்று உகாண்டாவில் பெரும் நிலப்பரப்பை வழங்க பிரிட்டன் முன்வந்தது –” ‘வெள்ளையர்களின் உடல்நலத்துக்கு ஏற்றதாக இருக்கப்போகும் ஒரு நிலம்,’ தனது உயர்நிலைப்பள்ளி நாட்களை நினைவுபடுத்தி இலன் சொன்னான் – இதை ஏற்றுக்கொண்டிருந்தால் இப்போது எப்படி இருந்திருக்கும் என ஆடம் யோசித்துப்பார்த்தான்: யூதர்கள் அங்குபோய் தங்களது மிகைப் பதற்றத்துடன் விஷயங்களைக் கிளற ஆரம்பித்திருந்தால் ஆப்பிரிக்கா முழுவதற்கும் பைத்தியம் பிடித்திருக்கும். இலன் மேலும் சொன்னான், “சந்தேகமின்றி அறுபதே நொடிகளில் அங்கு யூத எதிர்ப்பு ஆழ வேர்விட்டுப் பரவியிருக்கும்.”

ஓஃபர் சிரித்தான். “பிறகு நாம் தான்ஸானியாவை ஆக்கிரமிக்க வேண்டியிருந்திருக்கும்.”

“பிறகு கென்யாவையும் ஸாம்பியாவையும்!”

“ஆமாம், அவர்களது வெறுப்பிலிருந்து நம்மைக் காத்துக்கொள்ள.”

“பிறகு அவர்களுக்கு இஸ்ரேலை நேசிக்கக் கற்றுக் கொடுத்திருப்போம், கோழி சூப்புடன் *யிட்டிஸ்கீட்டையும்* தந்திருப்போம்!” ஆடம் விழுந்து புரண்டு சிரிக்கிறான்.

“அப்புறம் அந்த கஃபல்ட்டெ மீன்,” சிரித்தபடியே சொன்னான் இலன், பையன்கள் இருவரும் துள்ளிக்குதித்து ஆரவாரித்தனர்: “அதேதான், அந்த வார்த்தைதான்!”

பிரதான உணவு வந்தது. ஒவ்வொரு உணவும் ஓராவின் நினைவுக்கு வருகிறது. ஆடம் இடுப்பிறைச்சித் துண்டம் ஒன்றைச் சாப்பிட்டான், இலன் வாத்துக் கால்கள் ஆர்டர் செய்தான், ஓஃபருக்கு மெலிதாக நறுக்கிய சமைக்கப்படாத மாமிசத் துண்டங்களாலான உணவு. அவள் பார்வை ஓஃபரின் பச்சை மாமிசத்தின் பக்கம் செல்கிறது; மரக்கறியுணவு உண்ட ஓஃபரை அவள் ஏக்கத்துடன் நினைத்துப்பார்த்தாள். அதன்பிறகான வாரங்களில், மாதங்களில், உறக்கமற்ற பீதிக்கனவால் நிறைந்த இரவுகளில், அந்த மாலைப்பொழுதில் நடந்தவற்றை ஒவ்வொரு நிமிடம் நிமிடமாக மனதுக்குள் ஓட்டிப் பார்க்கையில், அந்த இறைச்சியை உண்டபோது, அந்த வார்த்தை விளையாட்டு விளையாடியபோது ஓஃபரின் மனதில் என்னவிதமான எண்ணங்கள் ஓடியிருக்கும் என நினைத்துப்பார்ப்பாள். நிஜமாகவே அவனுக்கு எதுவும் மனதில் தோன்றியிருக்காதோ – ஆக்கிரமிப்பு, வெறுப்பு பற்றியெல்லாம் பேசினார்களே, மனிதரை அடைத்து வைப்பது விடுதலை செய்வது பற்றியெல்லாம்கூடப் பேசினார்களே, வாயடைப்பது பற்றிக்கூடப் பேச்சு வந்ததே. எப்படி அவனுக்குள் சிறியதொரு எச்சரிக்கை மணிகூட ஒலிக்காமல் போனது? அப்போது பேசிய பலவற்றுக்கிடையிலும் பாரதூரமான ஒரு தொடர்பைக்கூட அவன் உணராமல் போனதெப்படி? உதாரணத்துக்கு, ஹெப்ரானில் ஒரு வீட்டின் நிலவறையிலமைந்த இறைச்சிக் கூடத்துள் வாயடைக்கப்பட்டு சிறை வைக்கப்பட்ட முதியவர்.

“உண்மையிலேயே அவன் மிகவும் களைத்திருந்தான்,” எந்தச் சம்பந்தமுமின்றிச் சொல்கிறாள். “அவன் கண்கள் பாதி மூடியிருந்தன. அவன் தலை தொங்கியபடியே இருந்தது. இரண்டு நாட்களாக அவன் உறங்கவில்லை, அதோடு அவன் மூன்று பியர் அருந்தியிருந்தான். ஆனால் அந்த வார்த்தை விளையாட்டும் நகைச்சுவைகளும் அவனைச் சோர்வுறாமல் வைத்திருந்தன.”

ஒன்று மட்டும் அவன் நினைவிலிருந்தது போலிருக்கிறது. சட்டென்று அவன் ஆடமின் கைப்பேசியைக் கேட்டான், ராணுவத்துக்குப் பேச வேண்டுமென்றான். அந்தச் சித்திரம் அவள் மனதிலிருக்கிறது: அவன் கையில் கைப்பேசி. புருவங்கள் அசைந்தன. நெற்றியில் சுருக்கங்கள். அந்தக் களைப்பினூடாக எதையோ அவன் ஒன்று திரட்டிக்கொண்டிருந்தான். கைப்பேசித் திரையைப் பார்த்தவன் இதற்குமுன் தான் கண்டிராத ஒரு புது விஷயத்தை அதில் கண்டு ஆர்வமுற்றான், அதை ஆடம் அவனுக்கு விளக்கினான்.

“ஓஃபர் ஆடமை இன்னும் நீ நலம் பாராட்டி முடிக்கவில்லை,” ஓரா சொன்னாள்.

“நீ எங்கோ திசைமாறிப் போய்விட்டாய்,” என்ற ஆடம் தனது இறைச்சித் துண்டத்தை விழுங்க ஆரம்பித்தான்.

“இது நியாயமில்லை!” ஓரா கெஞ்சினாள். “இன்னும் அவன் ஒன்றையும் சொல்லவில்லை!”

“அவன் விரும்பினால் சொல்லட்டும்,” ஆடம் சொன்னான். “ஆனால் இட்டுக்கட்டுதல் வேண்டாம்!”

ஓஃபரின் முகத்தில் மறுபடி தீவிர பாவம் குடிகொண்டது. மாறிமாறி அவன் முகம் மென்மையும் இறுக்கமும் அடைந்தது. செதுக்கியது போன்ற பெரிய உதடுகள் – அவ்ரமின் உதடுகள் – தம் போக்கில் அசைந்தன. தன் முள்கரண்டியை அவன் கீழே வைத்தான். ஆடமும் இலனும் ஆச்சரியப் பார்வைகளைப் பரிமாறிக்கொள்வதை ஓரா கவனித்தாள்: கவனம், அவர்களது கண்கள் பேசின, உங்கள் கைக்குட்டைகளைத் தயாராக வைத்துக்கொள்ளுங்கள்.

பிறகு ஓஃபர் பேசினான். “உண்மை என்னவென்றால் நீயின்றி, அம்மாவுக்கும் அப்பாவுக்கும்கூடத் தெரியாத பலவிதமான எனது மோசமான தருணங்களிலும் நீ என்னைப் பார்த்துக்கொண்ட அந்த அக்கறையின்றி எப்படி நான் வாழ்வேன் என்று தெரியவில்லை.”

அது ஆச்சரியமாக இருந்தது. ஓராவுக்கு ஊக்கம் பிறந்தது, இலனுக்கும் அப்படியே. “ஏனென்றால் எங்களுக்கு இதற்கு மாறான சந்தர்ப்பங்களைப் பற்றித்தான் தெரியும், அது ஓஃபர் ஆடமைப் பார்த்துக்கொண்ட விதம். சட்டென்று அவன் நாங்களறியாத புது உலகை எங்களுக்குக் காட்டினான், ஆனால் அப்படியொன்று இருக்குமென்று நான் நினைத்திருந்தேன், தெரியுமா? நான் சொல்வது புரிகிறதா?”

அவ்ரம் மிக வேகமாகத் தலையசைக்கிறான். அவனது கீழுதடு வாய் முழுவதையும் மூடுகிறது.

“அவன் தன் பார்வையைத் தாழ்த்திக்கொள்வதைப் பார்த்தேன், அவன் கழுத்து வெட்கத்தில் சிவந்திருந்தது, அவன் சொல்வது உண்மைதானென்று புரிந்துகொண்டேன்.”

“நான் நினைக்கிறேன்,” ஓஃபர் தொடர்ந்தான், “இந்த உலகில் என்னை, எனது அந்தரங்கத்தை, உன்னைப்போல அறிந்தவர் ஒருவருமில்லை. நான் பிறந்த நிமிடத்திலிருந்து எப்போதும் எனக்கு நல்லது மட்டுமே செய்த ஒருவர் உன்னைத் தவிர வேறு எவரும் இந்த உலகில் இல்லை.”

ஆடம் பதிலேதும் பேசவில்லை, நகைச்சுவையாக எதுவும் சொல்லவில்லை. அவளும் இலனும் இவற்றைக் கேட்க வேண்டுமென அவன் உள்ளூர விரும்பியது போலிருந்தது.

“அதோடு இந்த உலகில் உன்னைப்போல என் நம்பிக்கைக்குரியவர், என் நெருக்கத்துக்குரியவராக இருப்பவர், என் நேசத்துக்குரியவராக இருப்பவர் வேறு யாருமில்லை. யாருமே இல்லை.”

பையன்கள் தங்கள் கண்களைப் பார்க்காதிருக்கும் பொருட்டு ஓராவும் இலனும் தலைகளைத் தாழ்த்திக்கொண்டனர்.

“குறிப்பாக எனக்கு நீ உபதேசம் செய்கையில் அல்லது என்னுடைய இசை ரசனை பற்றிக் கேலி பேசுகையில் என எப்போதும் உன் மட்டில் நான் கடும் கோபம் கொண்டிருந்தாலுமேகூட.”

“*கன்ஸ் ன்’ ரோஸஸ்* எல்லாம் இசை கிடையாது, *ஆக்ஸ்ல் ரோஸ்* எல்லாம் பாடகர் இல்லை,” ஆடம் சொல்கிறான்.

“ஆனால் அப்போது எனக்கது தெரியாது, என்னுடைய சந்தோஷத்தைக் கெடுப்பதாக உன்மேல் எனக்கு எரிச்சல் உண்டாகும், கடைசியில் நீ சொன்னது சரியென்று உணர்ந்தேன். ஆக, எல்லா வகையிலும் என்னை நீ மேம்படுத்தினாய். எல்லாவிதமான அசிங்கங்களிலிருந்தும் என்னை காப்பாற்றினாய். நீ பெரிய பலசாலியாக இல்லாதபோதும் என்னை அடிக்கும் பையன்களை என் அண்ணனிடம் சொல்லி உங்களை ஒரு வழி பண்ணிவிடுவேன் என மிரட்ட முடியாதபோதும், எப்போதும் என் அரணாக நீ இருந்ததை நான் உணர்ந்தேன், எனக்கு யாராலும் எதுவும் நேர்ந்துவிடாமல் பார்த்துக்கொண்டாய்.” இத்தனை திறந்த மனதுடன் தான் பேச ஆரம்பித்திருப்பதை இப்போதுதான் உணர்ந்தவன்போல அவன் வெட்கினான்.

நீண்ட மௌனம். அனைவரின் தலைகளும் கவிழ்ந்திருந்தன. அவர்கள் விஷயத்தின் ஆழத்தைத் தொட்டுவிட்டிருந்தனர். இலன் அவர்களுக்குச் சிரிப்பு மூட்ட முயலக்கூடாது, மூவரில் யாரேனும் ஒருவர் நனது நகைச்சுவைப் பேச்சார்வத்துக்குப் பலியாகிவிடக்கூடாது என்று மூச்சையடக்கிப் பிரார்த்தித்தாள் ஓரா.

“*லஹாயெம்* (நல்வாழ்வுக்கு),” எனக்கூறி மெல்லிய குரலில் நலம் பாராட்டினான் இலன். “நம் குடும்பத்துக்கும்.” அவன் கண்களில் கண்ணீர், நன்றி பொங்க அவளைப் பார்த்துக் கோப்பையை உயர்த்தினான்.

“*லஹாயெம்,*” ஆடமும் ஓஃபரும் இலன் சொன்னதைத் திருப்பிச் சொன்னார்கள், அவள் ஆச்சரியப்படும்படி நேரே அவளைப் பார்த்துக் கோப்பைகளை உயர்த்தினர். “நம் குடும்பத்துக்காக,” மெதுவாகச் சொன்னான் ஓஃபர், இப்போது அவனது கண்கள் புதியதொரு அலைவரிசையில் அவளது கண்களைச் சந்தித்தன, வினாடிக்கும் குறைவான நேரம் அவள் மனதில் அந்த எண்ணம் வந்துபோனது—அவனுக்குத் தெரியும்.

“தன் பேச்சினால் தானே திகைப்புற்றவனாக அதன்பிறகு அவன் சற்று இறுக்கமாக இருந்தான். மீண்டும் கைகளில் தலையைத் தாங்கிக்கொண்டான், இப்படி, அவனை நோக்கித் திரும்பிய ஆடம் அவனை அணைத்துக் கொண்டான். நிஜமாகவே அவனை அவன் அணைத்துக்கொண்டான், இரண்டு கைகளாலும்” – அவ்ரம் தன் மனக்கண்ணில் அவர்களைப் பார்க்கிறான் – “ஓஃபரோடு ஒப்பிட சிறிய உருவம் கொண்டவனாக இருந்தாலும் முழுவதுமாக ஆடம் அவனை வளைத்து அணைத்தான், ஓஃபரின் தலை சாய்ந்தது, இப்படி.”

அவனது அழகான வடிவுமிக்க தலை அவள் நினைவுக்கு வருகிறது. அப்போது அவன் தலையை மழிக்க ஆரம்பித்திருக்கவில்லை, முடிதிருத்திய பின் அவன் தலை பார்க்க அவ்வளவு நன்றாக இருக்கும். ஓஃபர்

குழந்தையாக இருந்தபோது செய்ததுபோல ஒரு கணம் ஆடம் ஓஃபரின் தலைமுடியை முகர்வது போலிருந்தது, அப்போதுதான் அவன் தலைக்குக் குளித்திருந்தான். அவள் மூளை தன்பாட்டுக்கு அந்தக் காட்சியை மீளவும் கட்டமைக்கிறது, அவளது தலை அவளது தோளிலேயே புதைகிறது.

“இலனும் நானும் அவர்களைக் கவனித்தபடியிருந்தோம், எனக்கொரு உணர்வு ஏற்பட்டது, இலனுக்கும் அது ஏற்பட்டிருக்கலாம், எப்போதும் அவரிடம் இதுபற்றி நான் கேட்டதில்லை—”

“என்ன உணர்வு?”

“அவர்கள் அணைத்துக்கொண்டபோது, உடன் எனக்குத் தோன்றியது அது உடலும் உள்ளமும் என. நானும் இலனும் மறைந்த பிறகும் அவர்கள் சேர்ந்தே இருப்பார்கள், பிரியமாட்டார்கள், யாராலும் பிரிக்கப்பட்ட மாட்டார்கள், ஒருவரிடமிருந்து மற்றவர் தனித்துவிடப்படமாட்டார்கள், ஒரு தேவையென்றால் ஒருவருக்கொருவர் உதவிக்கொள்வார்கள். அவர்கள் ஒரு குடும்பமாக இருப்பார்கள், புரிகிறதா?”

சித்திரவதைக்குள்ளானதன் முகச்சுழிப்புடன் அவ்ரமின் வாய் கோணுகிறது.

“என்ன நடக்கப் போகிறது, அவ்ரம்?” கண்களில் நீர் தளும்ப அவனைப் பார்க்கிறாள். “ஒருவேளை அவனுக்கு—”

“சொல்லு, அவனைப்பற்றி எனக்குச் சொல்லு!” ஏறத்தாழ உரக்கக் கத்துகிறான் அவ்ரம்.

உணவகத்திலிருந்து வீடு திரும்புகையில், எல்லோரும் நிறைவுடன், இறுக்கமற்று, நெகிழ்வாய் இருந்தோம். பெண்ணுடை அணிவதில் விருப்பமுடைய கவர்ச்சிமிக்க மரம்வெட்டியைப் பற்றிய மோன்ட்டி பைதன் வேடிக்கைப் பாடலைப் பையன்கள் பாடினர். ஏதோ இப்போதுதான் தங்களது பெற்றோரைப் பெரியவர்களாகப் பார்ப்பதுபோல வழமையான தங்களது தூய்மைவாதத்திலிருந்து அவர்கள் விலகி வந்தது அவளுக்கு மகிழ்வளிக்கிறது. பின்னிருக்கையிலிருந்தபடி பாடுகையில் அவர்கள் தங்களது முட்டிகளை வயிறுகளை மார்புகளை இடித்துக்கொண்டனர் – ஓஃபரின் அகன்ற மார்பு மேளம்போல, ஆழ்ந்த எதிரொலியை உண்டாக்குவது கேட்டு அவள் கிளர்ச்சியுற்றாள். பிறகு அவர்கள் எந்த மதுவிடுதிக்குப் போகலாம் என்பது பற்றி ஆலோசிக்கத் தொடங்கினர். இரவு இவ்வளவு நேரம் கடந்து குடிப்பதற்கு இன்னும் அவர்களுக்கு வலுவிருப்பதை நினைத்து ஓராவும் இலனும் ஆச்சரியப்பட்டனர், அதுவும் கண்களைத் திறப்பதே ஓஃபருக்குச் சிரமமாக இருந்த நிலையில். இருவரும் ஒரே இடத்துக்கு மட்டும் போக வேண்டாமென்று இலன் கேட்டுக்கொண்டான், ஒரு மாதம் முன்பு வெடிகுண்டுகளைக் கட்டிக்கொண்டு ஜெரூசலேம் மதுவிடுதியில் நுழைய முயற்சிசெய்து பிடிபட்ட தீவிரவாதியைப் பற்றி அவர்களுக்கு நினைவூட்டினான். பையன்கள் இருவரும் நெஞ்சில் கைவைத்துத் தீவிர முகபாவத்துடன் தாங்கள் பிரிந்தே செல்வதாக உறுதியளித்தனர்: ஓஃபர்

‘ஷாஹித் நம்பிக்கை’ மதுவிடுதிக்கும் ஆடம் ‘ஹிஸ்புல்லா தியாகிகள்’ இரவு விடுதிக்கும் செல்வார்கள். “பிறகு நாங்கள் ‘எழுபது கன்னியர்’ சதுக்கத்தில் சந்திப்போம், அதன்பின் புறநகர்ப்பகுதியில், அதிகமும் ஆள் நடமாட்டம் மிகுந்த இடங்களில் சற்றுநேரம் சுற்றுவோம், மத்தியக் கிழக்குப் பகுதியினரின் உடல் தோற்றமும் ஊடுருவும் கண்களும் கொண்ட மனிதர்களை மட்டும் நெருங்குவோம்.”

மறுநாள் காலை எட்டு மணி, ஓஃபரும் ஆடமும் இன்னமும் தூங்கிக்கொண்டிருந்தனர், விடியும்போதுதான் அவர்கள் வீட்டுக்கு வந்திருந்தனர். அவளும் இலனும் சமையலறையில் அமர்ந்திருந்தனர். நேற்றைய நிகழ்வின் தாக்கத்தில் மூழ்கியவர்களாய் தங்களது காலை நடைக்குத் தயாராகிக்கொண்டிருந்தனர். கிளம்பும் முன்பாக பையன்கள் எழுந்ததும் சாப்பிடத் தயாராக நிறைய பச்சைக் காய்கறிக் கலவை, ஜஹ்னூன் ரொட்டி, நன்கு வேகவைத்த முட்டைகள், தக்காளி மசியல் இவற்றைத் தயாரித்து வைத்தார்கள். காய்கறிகளைத் தோல் சீவிக்கொண்டும் நறுக்கிக்கொண்டும் மெல்லிய குரலில் ஆடமிடம் ஓஃபர் சொன்னவை பற்றி, அபூர்வமான அந்த அணைப்பைப் பற்றிப் பேசிக்கொண்டனர். அப்போது யாரோ கவனமாகக் கதவைத் தட்டும் ஒலி, அதைத் தொடர்ந்து பரிச்சயமற்ற விதத்தில் ஒலிக்கப்படும் அழைப்புமணியோசை கேட்டது.

இலனும் ஓராவும் ஒருவரையொருவர் பார்த்துக்கொண்டனர். அது பைத்தியக்காரத்தனம்தான், இருந்தும் இதுபோல அழைப்புமணி ஒலிப்பது ஒரேயொரு விஷயத்தைத்தான் குறிக்க முடியும். ஓரா கத்தியைக் கீழே வைத்துவிட்டு இலனைப் பார்த்தாள், அவன் கண்கள் விரிந்தன. கிட்டத்தட்ட மின்னலென ஒரு மனப்பிறழ்வு, இயல்பாக மனிதருக்கு ஏற்படாததொரு பேரச்சம் அவர்கள் நடுவே பரவி இறுகியது. யாவும் மந்தமடைந்து இறுதியில் அசைவிழந்தன. ஆடமும் ஓஃபரும் வீட்டிலிருக்கிறார்கள் என்ற அசைக்க முடியாத உண்மை நினைவில் உறைத்தாலும், ஒருவேளை அவர்கள் வீட்டிலில்லாமலும் இருக்கலாம் என்ற கிலேசம். “ஓர் இரவு முழுக்க அவர்களை நாங்கள் பார்க்கவில்லை, இஸ்ரேலில் ஓர் இரவு என்பது மிக நீண்ட காலம். ஏதேனும் நடந்திருக்கலாம், அவசரமாக அவர்கள் ராணுவத்துக்குத் திரும்ப அழைக்கப்பட்டிருக்கலாம். செய்தியையும் கேட்கவில்லை, எப்படி நாங்கள் செய்தியைக் கேட்காமல் போனோம்?”

முந்தின இரவு ஆடம் எடுத்துச் சென்ற கார்ச்சாவியை ஓராவின் கண்கள் தேடின. ஆணியில் அது தொங்கிக்கொண்டிருப்பதைக் காணலாம் என நினைத்தாள், ஆனால் அது வேறு சாவியாகவும் இருக்கலாம். பொறுமையின்றி மறுபடியும் ஒலிக்கப்படும் அழைப்புமணி. “அவர்கள் வீட்டிலிருக்கிறார்கள், அவர்கள் இருவரும் வீட்டிலிருக்கிறார்கள்,” வற்புறுத்திச் சொல்லிக் கொண்டாள் ஓரா, “அவர்கள் உறங்கிக்கொண்டிருக்கிறார்கள், இதற்கும் அவர்களுக்கும் எந்த சம்பந்தமுமில்லை.” பையன்கள் காரில் விளக்குகளை அணைக்காமல் விட்டிருக்க வேண்டும், அண்டை வீட்டுக்காரர் அதைச் சொல்ல வந்திருப்பார். யாரேனும் கார்க் கதவை உடைத்துத் திறந்து விட்டிருக்கலாம், அதை அவள் ஏற்றுக்கொள்வாள், வரவேற்பாள். மீண்டும் தீர்க்கமான தட்டுதல்கள், அங்கே தங்களது இருப்பை மறைக்க நினைத்தவர்கள்போல அவர்களில் ஒருவரும் அசையவில்லை.

எல்லாமே திடீரென்று ஒரு இறுதி ஒத்திகைக்கான விசித்திரத் தன்மையைக் கொண்டுவிட்டன, எப்போதுமே தங்களுக்காகக் காத்திருந்த ஒன்றைத்தான் அவர்கள் ஒத்திகை செய்தார்கள் என்றபோதும் ஏனோ தங்களது பாத்திரங்களை ஏற்றுச்செய்ய அவர்களால் முடியவில்லை. அடுப்பு மேடையில் ஒரு கையை ஊன்றிச் சாய்ந்தான் இலன். சமீபமாக, பையன்கள் ராணுவத்தில் சேர்ந்தபிறகு அவனது முதுமை கூடிவிட்டிருந்ததைப் பார்த்தாள். அவ்வன் முகத்தில் வேதனையின் ரேகை, தோற்றுப் போனதன் ஏமாற்றம்; அவனது எண்ணவோட்டத்தை அவளால் யூகிக்க முடிந்தது: இனிய மாயை ஒன்றினுள் அவர்கள் வாழ்ந்துவந்தார்கள், அந்த மாயை தகர்க்கப்பட்டது. அவர்களது அந்தரங்க நிலவறைக்குள் யாரோ அத்துமீறி நுழைந்துவிட்டார்கள். இருபது வருடங்களாக ஒரு இருட்பள்ளத்தாக்கின் மேலாக எப்போதும் கீழே அது இருக்கிறது என்பதை அறிந்தவர்களாக அந்தரத்தில் நடந்தபடியிருந்தார்கள், இப்போது அவர்கள் விழுகிறார்கள், எப்போதும் அவர்கள் விழுந்தபடியே இருப்பார்கள், வாழ்வு முடிந்துவிட்டது. அவர்களது முந்தைய வாழ்வு முடிந்துவிட்டது.

அவனருகே செல்ல விரும்பினாள், அப்போதுதான் வழமைபோல அவன் அவளைக் கட்டிக்கொள்வான், தனக்குள்ளாக அவளைத் திரட்டி வைத்துக்கொள்வான், ஆனால் அவளால் நகர முடியவில்லை. இன்னுமொரு இரைச்சலான அழைப்புமணியோசை. ஒரு கணம் ஓராவுக்கு விசித்திரமான உணர்வு ஏற்பட்டது, அது யதார்த்தத்தின் முற்றிலும் வேறுபட்ட இரண்டு பரிமாணங்கள் ஒன்றிணைந்தது போன்ற உணர்வு. ஒன்றில் ஆடமும் ஓஃபரும் படுக்கையில் நன்றாக உறங்கிக்கொண்டிருந்தனர், இன்னொன்றில் அவர்களில் ஒருவரைப் பற்றிய செய்தியைத் தெரிவிக்க ராணுவம் வந்திருந்தது. இரண்டு பரிமாணங்களுமே தூலமானவை, இருந்தும் எப்படியோ ஒன்றோடொன்று முரண் கொள்ளாதவை. "கதவைத் திற, ஏன் நீ கதவைத் திறக்காமலிருக்கிறாய்?" இலன் முணுமுணுத்தான். "ஆனால், இருவரும் வீட்டிலிருக்கிறார்கள், இல்லையா?" தனக்கே அந்நியமானதொரு குரலில் கேட்டாள் ஓரா. எதுவும் கூற முடியாத துயருடன் அவன் தோள்களைக் குலுக்கினான், அவர்கள் வீட்டிலிருந்தால்கூட எவ்வளவு நேரத்துக்கு அவர்களை நம்மால் பாதுகாக்க முடியம் என்பது போலிருந்தது அவனது செய்கை. அப்போது ஓராவுக்குள் அந்தச் சிந்தனை ஓடியது: அவர்கள் இருவரில் யார்? அவளது குழப்பத்தைத் துளைத்து அந்தக் குலுக்குச்சீட்டு நினைவு நுழைந்தது. ஒரு தொப்பியை எடு, ஒன்றே போன்ற இரண்டு துண்டுக் காகிதங்களை...

ஓரா கதவைத் திறந்தாள், தர்மசங்கடத்துடன் காணப்பட்ட இரண்டு சீருடையணிந்த வீரர்களைப் பார்த்துத் திகிலுற்றாள். ராணுவ போலீஸ் பிரிவைச் சேர்ந்த இரண்டு இளம் வீரர்கள். அவர்களையும் தாண்டி வழக்கமாகச் செய்தி அறிவிக்க வருபவர்களுடன் வரும் மருத்துவரை அவளது கண்கள் தேடின, ஆனால் அவர்கள் இருவர் மட்டுமே வந்திருந்தனர். ஒருவனுக்கு மென் தூரிகைபோலக் கொத்தாகச் சேர்ந்திருந்த நீண்ட கண் மயிரிழைகள். இப்படி அற்பமான விவரங்களையும் அவள் கவனித்தாள் என்பது தப்பிப் பிழைப்பவருக்குரிய பண்பாக இல்லை; இந்த தேசத்தில் கூர்மையான உள்ளுணர்வுகள் தேவை. முகம் பருக்களால்

நிறைந்திருந்த மற்றவன் பெரிய முத்திரையிடப்பட்ட அச்சிட்ட கடிதம் ஒன்றைக் கையில் வைத்திருந்தான். அவன் ஓஃபர் வீட்டிலிருக்கிறாரா எனக் கேட்டான்.

கெதெஷ் ஆற்றில் அந்த ஆளிடமிருந்து அவர்கள் பறித்துவந்த குறிப்பேட்டில் இன்னும் சில பக்கங்கள் காலியாக இருந்தன. அவற்றிலொரு பக்கத்தைப் பொடியான கையெழுத்தில் ஓரா நிறைக்கிறாள்:

ஆயிரக்கணக்கான நொடிகள், மணிகள், நாட்கள், லட்சக்கணக்கான செயல்பாடுகள், கணக்கற்ற நடவடிக்கைகள், முயற்சிகள், தவறுதல்கள், வார்த்தைகள், சிந்தனைகள், எல்லாமே இந்த உலகில் ஒரு மனிதனை உருவாக்க.

அவ்ரமுக்கு அதைப் படித்துக் காட்டுகிறாள்.

"அவனுக்கு ஒன்றும் ஆகாது. நாம் இதைச் செய்வதனால் அவனுக்கு ஒன்றும் ஆகாது."

"நிஜமாகவா சொல்கிறீர்கள்?" அவள் கேட்கிறாள்.

"மிகச்சரியாக எதைச் செய்ய வேண்டுமென்பது உனக்குத் தெரியும், எப்போதுமே," என்கிறான். சற்றுநேரம் கழித்து, "ஒரு நிமிடம் அதைக் கொடு, பார்ப்போம்," என்கிறான். அவனிடம் குறிப்பேட்டைத் தருகிறாள். கவனமாக அதைக் கையில் வைத்துக்கொண்டு குசுகுசுப்பாகத் தனக்குத் தானே படிக்கிறான்: "ஆயிரக்கணக்கான நொடிகள், மணிகள் . . . கணக்கற்ற நடவடிக்கைகள் . . . தவறுதல்கள் . . . எல்லாமே இந்த உலகில் ஒரு மனிதனை உருவாக்க." குறிப்பேட்டை மடியில் வைத்துக்கொண்டு ஓராவைப் பார்க்கிறான், மெல்லிய அச்சத்தின் மேகம் நிழலிட்டு அவன் கண்களை இருளச் செய்கிறது.

"இன்னொரு வாக்கியத்தைச் சேர்த்துக்கொள்ளுங்கள்," அவனைப் பார்க்காமலே சொன்னபடி பேனாவைத் தருகிறாள். "*ஒரு மனிதனை, மிகச் சுலபமாக அழித்துவிடக்கூடிய ஒரு மனிதனை.* இதை எழுதுங்கள்."

அவன் எழுதுகிறான்.

அவளுக்கு ஒரு விஷயம் நினைவுக்கு வருகிறது:

"ஒன்றுக்குள் ஒன்றமைந்த அடைப்புக்குறி கணக்கைப் போடுவோம். அது எப்படியென்று உனக்குத் தெரியுமா?"

"முதலில் சதுர அடைப்புக்குறிகள் பிறகு வழக்கமான அடைப்புக்குறிகள், இல்லையா?"

"மாதிரிக் கணக்கில் இருப்பதுபோலச் செய்யலாம். இங்கே ஒரு மாதிரிக் கணக்குக் கொடுத்திருப்பார்கள்."

"ஆனால் எக்கச்சக்கமான எண்கள் . . . எனக்காக இதை நீங்கள் செய்யமாட்டீர்களா?"

"நானே அதைச் செய்துவிட்டால், கணக்கை எப்படி நீ கற்றுக் கொள்வாய்?"

"பரிதாபத்துக்குரிய இந்தப் பிள்ளையிடம் உங்களுக்கு இரக்க மில்லையா?"

"போதும், சாமர்த்தியமாக நடிப்பதை நிறுத்து. நிமிர்ந்து உட்கார், ஓஃபர், கிட்டத்தட்ட நீ தரை மட்டத்தில் இருக்கிறாய்."

"எனக்கு இதைப் படிக்கவே தெரியாதே!"

"சிணுங்குவதை நிறுத்து."

"நிறுத்திவிட்டேன்."

"சொல்வதைக் கேள், இந்த ஒன்றுக்குள் ஒன்றமைந்த அடைப்புக்குறி களைப் பற்றி உனக்குச் சொல்லிக்கொடுப்பது அல்லாமல் எனக்கு நிறைய வேலைகள் உள்ளன."

"ஆர்டிசோக் தயாராகிவிட்டதா?"

"கொஞ்சம் பொறு, அதற்கு நேரமாகும்."

"அதன் வாசனை என்னைப் பைத்தியமாக்குகிறது."

"சமையலறையில் வீட்டுப்பாடத்தைச் செய்வதாயிருந்தால் மேசையை சுத்தம் செய்துவிட்டுச் செய். உன் குறிப்பேடுகளை அழுக்காக்கிவிடுவாய். எத்தனையாவது பக்கத்தில் இருக்கிறாய்?"

"நூற்றைம்பது. இது பெரிய தேர்வு. நான் தேர்ச்சியடைய மாட்டேன்."

"பொறுமையாக இரு. முதலில் இந்தச் சமன்பாடுகளைப் பார்ப்போம். இதைப் படி. படி, சும்மா முறைத்துப் பார்க்காதே."

"ம்மாமாமா..."

"நானொன்றும் பசு இல்லை. உடனே இதைப் படி!"

"2xஐயும் 3ஐயும் பிரிப்பது எது?"

"சரி, அவற்றைப் பிரிப்பது எது? கேக்கை தூர வை."

"எனக்கெப்படித் தெரியும்? இதில் என்ன சொல்கிறார்கள் என்று எனக்குப் புரியவில்லை. இது ஹீப்ரூதானா?"

"அடைப்புக்குறிகளுக்கு உள்ளிருப்பவற்றிலிருந்து தொடங்குவோம்."

"ஆனால் இந்த அசிங்கம் பிடித்த 2xஐ என்ன செய்வது?"

"அதை 3ஆல் பெருக்கு. எல்லாவற்றையும் மூன்றால் பெருக்கு. பெருக்கிப் பார்."

"அடத் தூ, மறுபடியும் 2x."

"மீண்டும் முயற்சிப்போம், ஆனால் எரிச்சல்படக்கூடாது, சரியா? கேக் சாப்பிடுவதை நிறுத்து! ஏற்கனவே பாதித் தட்டைக் காலிசெய்துவிட்டாய்."

“என்ன செய்வது? எனக்கு சக்தி தேவை.”

“இப்போது உன்னுடைய 3 கழித்தல் 2xஐ செய்.”

“என்னுடையதா? இப்போது அது என்னுடையதா?”

“உன்னுடையது, உன்னுடையது, நான் பள்ளிக்கூடத்தை விட்டு நீண்ட நாளாகிறது.”

“என் மூளை செயல்படாமல் போய்விட்டதை நீங்கள் தெரிந்துகொள்ள வேண்டும், எல்லாம் உங்களால்தான்.”

“ஓஃபர் நான் சொல்வதைக் கேள். இந்தப் பயிற்சியை நீ செய்ய முடியாமல் போவதற்கு எந்தக் காரணமும் இல்லை.”

“காரணம் இருக்கிறது.”

“என்ன?”

“நானொரு முட்டாள்.”

“இல்லை. நீ முட்டாள் இல்லை.”

“சமன்பாடுகளைத் தீர்க்கும் மூளைப் பகுதி எனக்கு இல்லை.”

“இங்கே பார், வாயை மூடு, உண்மையைச் சொல்வதென்றால் உன்னோடு பேசுவது ஒரு வழக்கறிஞரோடு பேசுவது போலுள்ளது! இன்னும் ஒருசில பயிற்சிகளே உள்ளன.”

“ஒருசிலவா? நூற்று அறுபத்தோறாம் பக்கம்வரை இருக்கின்றன . . .”

“இதைவிடச் சிக்கலானவற்றை இதற்குமுன் செய்திருக்கிறாய். போனவாரம் என்ன செய்தோமென நினைவிருக்கிறதா?”

“ஆனால் கடைசியில் அதை நானே செய்தேன்!”

“ஆமாம், நீதான் செய்தாய். மனது வைத்தால் நீ எதையும் செய்யலாம். இப்போது, இதை அழகாகச் செய்து முடிப்போம், பிறகு நாம் மற்றக் கணக்குகளைச் செய்யலாம்.”

“ஓ, ‘நாம்’ கணக்குகளைச் செய்யலாம், நல்ல விஷயம்.”

இருவரும் சேர்ந்து சிரிக்கிறார்கள். அவன் தலை அவளது தோளில் உரசுகிறது, ஒரு பூனைபோலப் பிறாண்டுகிறான், அவளும் அதற்கு எதிர்வினை புரிகிறாள்.

“அப்புறம், நிகோடினுக்கு இன்று யாராவது உணவளித்தார்களா, அதனுடைய கிண்ணத்தைக் கழுவினார்களா?”

“நான் செய்தேன். சொறிந்துவிடுங்கள்!”

அவள் அவன் தலையைச் சொறிந்துவிடுகிறாள். “இப்போது பயிற்சிகளைச் செய்.”

“இதுதான் எனக்கான நன்றியா?”

“இங்கே கவனி. மறுபடியும் மிகவும் வேகமாகச் செய்கிறாய், இவற்றை நீ சரிபார்ப்பதில்லை.”

“நிறுத்துங்கள் அம்மா, இனியும் என்னால் இதைச் செய்ய முடியாது! தொலைபேசி எங்கே?”

“இப்போது எதற்கு உனக்குத் தொலைபேசி?”

“குழந்தை பாதுகாப்பு சேவை மையத்துக்குப் பேசப் போகிறேன்–.”

“வேடிக்கையாக இருக்கிறது. கவனத்தைக் கணக்கில் வை: குணகங்களின் அடிப்படையையும் எண்களைச் சுருக்கவும் கற்றுக்கொண்டால் போதும் – ஏன் சிரிக்கிறாய்?”

“தெரியவில்லை. இதில் குணமாகவும் சுருக்கமாகவும் எதுவும் இல்லையே!”

இருவரும் சிரிக்கிறார்கள். கீழே படுத்து கால்களை உதைக்கிறான் ஓஃபர்.

“இங்கே பார், ஒழுங்காக எழுந்து உட்கார். நாம் கொஞ்சம்கூட முன்னகரவில்லை.”

“என்மேல் இரக்கம் வையுங்கள் அம்மா, நான் பரிதாபத்துக்குரிய, ஏதுமறியா, இழிந்த அனாதை.”

“உடனே வாயை மூடுகிறாயா இல்லையா?”

“சரி, சரி. நான் என்ன சொன்னேன்?”

“அமைதியாக இப்போது கணக்கைப் போடு. உன்னிடமிருந்து இன்னொரு வார்த்தையை நான் கேட்கக்கூடாது. வரிசைமுறையைப் பின்பற்றிச் செய்.”

“பிறகு நீங்கள் ஆர்டிசோக் தருவீர்கள்தானே?”

“ஆசையாய்த் தருவேன். இந்நேரம் அது தயாராயிருக்கும் என நினைக்கிறேன்.”

“தோய்த்துச் சாப்பிட மேயோனெஸ் சாஸும் உண்டல்லவா?”

“உண்டு.”

“அப்புறம் இன்னொன்றும் – ஓ, ஒன்றை நான் விட்டுவிட்டேன். தவறு செய்துவிட்டேன், பெரும் தவறு செய்துவிட்டேன்.”

“குசுவிடுவது ஒன்றும் தவறு இல்லையே?”

“அப்படியானால் x குசுவுக்குச் சமமா?”

அவர்கள் விழுந்துவிழுந்து சிரிக்கிறார்கள்.

“நாம் இருவருமே இதைவிட்டு விலகிப் போய்க்கொண்டிருக்கிறோமென நினைக்கிறேன். கணக்குகளுக்குத் திரும்புவோம் வா.”

“எனக்குக் கணக்குப் போன்ற பிரச்சனைகள் வேண்டாம்! சுலபமான வாழ்க்கைதான் வேண்டும்!”

“விசிலடிக்கிறாயா?”

“இல்லை, புழங்குமறையிலிருந்து அப்பாதான் விசிலடிக்கிறார்.”

“இலன், எனக்கொரு உபகாரம் செய்யுங்கள், விசிலடிப்பதை நிறுத்துங்கள்! அது எங்கள்–”

“ஆமாம், அது எங்கள் கவனத்தைச் சிதறடிக்கிறது அப்பா.”

“உன் வேலையை நீ செய்.”

“அவர் இங்கே வந்து நம்மைச் சிரிக்க வைக்க நடனமாடுவார் எனப் பந்தயம் கட்டுகிறேன்...”

“உன் விருப்பம்!”

“அவருக்குக் காட்டுப்பூனைக் காதுகள். நீங்கள் ஒரு காட்டுப்பூனையைத் திருமணம் செய்துகொண்டுள்ளீர்கள்.”

“போதும், உளறுவதை நிறுத்து. இந்தக் கணக்கை எப்படி அணுகுவாய்?”

“ஒரு கொலைகாரனின் முகத்துடன்.”

“கவனம், அது இன்னமும் சூடாக இருக்கிறது. இதில் தோய்த்துக்கொள், புத்தகத்தைக் கறைபடுத்திக் கொள்ளாதே.”

“ஒரு எண்ணை நான்கால் பெருக்கி, பெருக்குத் தொகையுடன் இரண்டைக் கூட்ட முப்பது கிடைக்கிறது. இதை எங்ஙனம் செய்வதென்று எப்படி நான் அறிவேன்?”

“இப்படி வைத்துக்கொள்: x பெருக்கல் நான்கு கூட்டல் 2, சேர்த்தால் முப்பது.”

“எனக்குப் புரிகிறது! நான்கு x கூட்டல் 2 சமம் 30.”

“இதற்கு அர்த்தம்?”

“அதாவது, $4x$, 28க்கு சமம். அதாவது x, 7க்கு சமம்! அல்லேலூயா! மாமேதை, மாமேதை!”

“அற்புதம். எப்போதும் ஒரு படியிலிருந்து அடுத்தப் படிக்கு எண்களை மதிப்பு மாற்றாமல் எடுத்துச் செல்ல வேண்டுமென்பதை நினைவில் வைத்திரு. எப்போதும் x ஒரு புறமும் மற்றவை இன்னொரு புறமும் இருக்க வேண்டும்.”

“எனக்கு இவை சுவாரஸ்யமானவையாக மாறுகின்றன.”

“இப்போது இந்தப் பயிற்சிக்குப் போகலாம். இதிலும் ஒரு மாறி இருக்கிறது.”

“இவன் ஏன் மாறிக்கொண்டிருப்பவனாக இருக்கிறான், எனக்குத் தெரிய வேண்டும்.”

“அமைதியாகக் கணக்கைச் செய்கிறாயா, இல்லையா?”

“ஆர்டிசோக் இதயப்பகுதி கொஞ்சம் வேண்டுமா?”

“உனக்கு இதயம் வேண்டாமா? அதுதானே அப்பூவில் ருசியான பகுதி.”

“எடுத்துக்கொள்ளுங்கள். நல்ல சூடான யூத இதயம்.”

“சரி. இப்போது கணக்கைக் கவனி. கிட்டதட்ட எல்லாவற்றையும் முடித்துவிட்டாய்.”

“பைபிள் பாடத்திலும் எனக்கு உதவுவீர்களா?”

“பைபிள் அப்பாவுடையது.”

“ஆமாம், அவரும் அப்படித்தான் நினைத்துக்கொண்டிருக்கிறார்.”

சில நாட்கள் கழித்து இலன் இதை அவளிடம் சொன்னான்: அவன் சோபாவில் படுத்து செய்தித்தாள் படித்துக்கொண்டிருந்தபோது சமையலறையிலிருந்து அவர்களின் குரல்கள் மிதந்துவந்தன, படித்துக் கொண்டிருந்த கட்டுரையிலிருந்து கவனத்தை விலக்கி அவர்கள் என்ன பேசுகிறார்கள் எனக் கேட்டான். முதலில் போய் ஓஃபரின் சிணுங்கலையும் நடிப்பையும் அதட்டி நிறுத்த வேண்டுமென எழுந்த எண்ணத்தை சிரமப்பட்டுக் கட்டுப்படுத்திக்கொண்டான். ஓஃபருக்கு ஓரா அதிகச் செல்லம் கொடுப்பதை, அவனிடம் கண்டிப்புக் காட்டாதிருப்பதை, அவன் கெட்டுப்போக உடந்தையாயிருப்பதை நினைத்து அவனுக்குக் கோபமேற்பட்டது. அவனுடன் என்றால் அதிகபட்சம் எல்லாமே பத்து நிமிடம்தான், எல்லாச் சமன்பாடுகளையும் ஓஃபர் எப்போதோ தீர்த்திருப்பான் என அவன் நினைத்தான். ஆனால் இடையில் குறுக்கிட்டால் இருவருமே தன்மீது கோபம் கொள்வர், விவாதம் புரிந்தபடியும் ஒருவரையொருவர் கேலி செய்தபடியிருந்தாலும் இந்த உரையாடல் தடைபடுவதை அவர்கள் விரும்பமாட்டார்கள் எனவும் நினைத்தான். எனவே படுத்தபடியே அவர்கள் பேசுவதைக் கேட்டான். ஆயிரக்கணக்கான செயல்கள், வார்த்தைகள், எண்ணங்கள், சந்தர்ப்பங்கள், தவறுகள், செய்கைகள் என மெல்ல, நிதானமாக அவள் கைகளில் படிந்து தீர்க்கமாக உருக்கொண்டிருக்கும் ஓஃபரின் இருப்பைத் தனது உடலாலும் உள்ளத்தாலும் உணர்ந்தான். ஒருபோதும் தன்னால் அதைச் செய்ய முடியாதென்பதையும் அறிந்தான். ஓஃபருடன் நீண்டநேரம் அவனால் இருக்க முடியாது, அவனது விரக்தி மனநிலை, தானொரு தோத்தாங்குளி என்ற எண்ணம், குத்தல்கள் இவற்றை அவனால் ஏற்றுக்கொள்ள முடியாது. இவற்றிலிருந்து அவனது கவனத்தைத் திருப்பவும் மெல்ல அதற்கான தீர்வுகளை நோக்கி அவனை நடத்தவும்கூட அவனுக்குத் தெரியாது.

ஓரா அவன் சொல்வதைக் கேட்டாள். அப்போது நன்கு இருட்டி விட்டிருந்தது. பையன்கள் தங்களது அறையில் இருந்தனர், இலனும் அவளும் சோபாவில் படுத்திருந்தனர். அவன் விரல்கள் அவளது பின் கழுத்தின் மெல்லிய ரோமங்களுடன் விளையாடிக்கொண்டிருந்தன.

அவள் முகம் அவனது முகத்தில் பதிந்திருந்தது. அவள் சொன்னாள், "ஆனால் அவனை வளர்த்ததில் பெரும் பங்கு உங்களுடையது. இதுபோல பிள்ளைகள் வாழ்வில் அக்கறைகொண்ட தந்தையரை நான் அதிகம் பார்த்ததில்லை."

"ஆனால் சமையலறையில் நீங்கள் பேசுவதைக் கேட்டபோது, எனக்கு–"

"அவர்கள் சிந்திக்கும் விதம், அவர்களது நகைச்சுவையுணர்வு, அவர்கள் அறிந்துள்ள விஷயங்கள், கூர்ந்த அறிவு, எல்லாமே நீங்கள்தான்."

"இருக்கலாம், எனக்குத் தெரியவில்லை. எனக்கு நிச்சயமாகத் தெரியும். அது நாம் இருவரும்தான். நாம் இருவரும் சேர்ந்த கலவை." அவளது கையைத் தேடித் தடவி விரல்களை இறுகப் பற்றிக்கொண்டான். "ஏனென்றால் எவற்றையெல்லாம் அவர்களுக்கு நான் தந்தேனோ அவற்றையெல்லாம் ஏதாவதொரு வழியில் அவர்கள் பெற்றே இருப்பார்கள், வாழ்க்கையிட மிருந்து, மற்றவரிடமிருந்து. ஆனால் அவர்களுக்கு நீ அளித்தது –" அவனது இன்னொரு கையின் விரல்கள் இதுவரை அவளறியாத ஒருவிதத்தில் அசைகின்றன, ஏதோ மாவைப் பிசைவதுபோல.

இலனின் பிசையும் இயக்கத்தை மீள நிகழ்த்திக் காட்டும் அவளது விரல்களை அவ்ரம் பார்க்கிறான், அங்கே அவர்களுடன் இருக்கவும், அவளது மென்மையான, தாய்க்குரிய தினசரி மாவைத் தொட்டுப் பார்க்கவும் அனுமதித்ததற்கு அவளுக்கு மானசீகமாக நன்றி சொல்கிறான்.

இலனைத் தன் கைளுள் பொதிந்துகொண்ட ஓரா, அவன் இதமாக உணரும்பொருட்டு தன் கால் முட்டிகளை அவன் கால்களுக்கிடையே அழுத்திக்கொண்டாள், அப்படியே, பிணைந்தவாறே இருவரும் நீண்டநேரம் கிடந்தார்கள். அவளது தலைக்கு மேலாக இலன் புன்னகைத்தான். "இருந்தாலும், அவனது நடிப்பை நான் வெகு சீக்கிரமே முடித்து வைத்திருப்பேன்."

ஓரா அவன் கழுத்தில் சிரித்தாள். "நிச்சயம் செய்திருப்பீர்கள், என் அன்பே."

அவன் ஆழப் பெருமூச்சு விட்டான். அவனைத் தேற்றும் விதமாகத் தன் பாதத்தை நீட்டி அவள் அவனது பாதத்தைத் தொட்டாள். விழித்தவர்களாய், மௌனமாய் ஏறத்தாழ இரவு முழுக்கவும் அவர்கள் படுக்கையில் கிடந்தார்கள். அவ்வப்போது இருவரில் ஒருவர் பெருமூச்சு விடுவர், உடன் அடுத்தவரது குடல் இறுகும். இம்முறை அவன் தனது தொடுகையால் அவளது பிரியத்தைத் திருப்பித் தந்தான், அவளது பாதக் குவிமேட்டில் தன் கால்விரல் களால் தொட்டான். மெல்ல அவள் முனகினாள். அவன் சீறலாக மூச்சுவிட்டான், அவள் மெல்லியதொரு அசையை உச்சரித்தாள், மெல்ல அவன் தொண்டையைச் செருமினான். பெரிய மேடான தனது வயிற்றை மறுபுறம் திருப்பும் சிக்கலான வேலையை அவள் தொடங்கினாள். பிறகு அவனை இன்னும் நெருங்கினாள், தன் தலையை அவனது தோள் பள்ளத்தில் பதிக்கும்வரை மணலில் ஊரும் கடல் சிங்கத்தைப்போல எக்கி முன்னகர்ந்தாள், பிறகு கேட்டாள், "ஏன் நீங்கள் உறங்கவில்லை?"

"என்னால் முடியவில்லை," இலன் சொன்னான்.

"நீங்கள் பதற்றமாக இருக்கிறீர்கள்."

"ஆமாம். கொஞ்சம். உனக்கு இல்லையா?"

அவனது உடல் பள்ளத்திலிருந்து அவள் அசைய வில்லை, ஆனாலும் அவள் அங்கு இல்லை. "சொல்லுங்கள், எந்தவகையிலும் நீங்கள் தப்பிச் செல்லுதலை திட்டமிட வில்லைதானே, இல்லை திட்டமிடுகிறீர்களா?"

“இல்லை, அப்படியெல்லாம் இல்லை!”

“இந்தமுறை போனால் பிறகு திரும்பிவருவதற்கென்று இடமேதும் இருக்காது என்பதை மட்டும் நீங்கள் தெரிந்துகொள்ள வேண்டும். அது போன தடவைபோல இருக்காது.”

பக்கத்து அறையில் உறக்கத்தில் ஆடம் குழறினான். தன்னிடம் அவளது குரல் எப்போதுமே உற்சாகம் தருவதாக இருந்ததை இலன் நினைத்துக்கொண்டான்; ஒரு குழந்தைக்குரிய மகிழ்வுடனும் களங்க மின்மையுடனும் நம்பிக்கையுடனும் அவளைப்போல அவனது வருகையில் மகிழ்ந்தவர் யாருமில்லை. அவளது வரவேற்கும் உணர்ச்சி வெளிப்பாடு களில் அவன் திளைக்கையில், தான் எப்படிப்பட்டவனாக இருக்க விரும்பினானோ கிட்டத்தட்ட அதுபோன்ற ஒருவனாகவே தன்னை உணர்ந்தான், அது மட்டுமன்றித் தன்னால் அப்படிப்பட்ட ஒருவனாக மாற முடியுமென்றும் நம்பினான். காரணம், ஓரா அவன் அப்படிப்பட்டவன் என ஏற்கனவே நம்பியிருந்ததுதான். அவன் முணுமுணுத்தான், “நான் இங்கேயே இருப்பேன், ஓரா. எங்கும் போகவில்லை. உனக்கு ஏன் இந்த எண்ணம்?”

அவன் பேசியது தனக்குக் கேட்காததுபோல அழுத்தமான குரலில் தொடர்ந்தாள். “ஏனென்றால் அதேபோல மறுபடியும் என்னை நீங்கள் ஏமாற்றலாம், அதை நான் தாங்கிக்கொள்வேன், ஆனால் ஆடம் உருக்குலைந்து போவான். அவனை அது ஒழித்துக் கட்டிவிடும், பிறகு உங்களை நான் விடமாட்டேன்.”

தான் அங்கேயே இருக்கப் போவதாக இலன் மீண்டும் சொன்னான், ஆனால் அவளது தோளை வருடிக்கொடுப்பதை நிறுத்தினான், ஓரா அசையாமல் தன் தோலுக்கும், அவளுக்கு மேலாகத் தளர்ந்து தொங்கிய அவனது கைக்கும் நடுவிலுள்ள தொலைவை அளந்தாள். இலன் மனதில் இப்படி ஓடியது: அவளுக்கு வருடிக்கொடு, அவளைத் தொடு. இன்னும் சற்றுநேரம் ஓரா காத்திருந்து பார்த்தாள், பிறகு பிரயாசையுடன் உடலை அந்தப் பக்கம் திருப்பிக்கொண்டாள்.

பின்னர், அடுத்த அச்ச அலை எழும்போது தாங்களிருவரும் தழுவிக் கொண்டிருப்பதை உணர்கிறார்கள், அவன் வயிறு அவள் முதுகிலும், தலை அவளது பின்கழுத்திலும் படிந்திருந்தது.

“அவனை நினைத்து எனக்கு அச்சமாக இருக்கிறது,” அவளது கேசத்தில் முணுமுணுத்தான். “உனக்குப் புரிகிறதா? இன்னும் பிறக்காத ஒரு குழந்தையை நினைத்து நான் அச்சப்படுகிறேன்.”

“என்ன அது, சொல்லுங்கள், என்னிடம் பேசுங்கள்.”

“எனக்குத் தெரியவில்லை, அவனையொரு முழுமையடைந்த ஆளுமை போல நான் உணர்கிறேன். நன்கு முதிர்ச்சியடைந்த ஒருவனைப்போல.”

“ஆமாம்.” உள்ளுக்குள் சிரித்துக்கொண்டாள் ஓரா. “நானும் அப்படித் தான் உணர்கிறேன்.”

"பிறகு அவனுக்கு எல்லாம் தெரியும் என்பதுபோல உணர்கிறேன்."

"எதைப்பற்றி?"

"என்னைப்பற்றி. நம்மைப்பற்றி. நடந்ததுபற்றி."

அவளது விரல்கள் அவனது முன்னங்கையை இறுகப் பற்றின. "நீங்கள் அவருக்கு கெடுதல் எதுவும் செய்யவில்லை. அவ்ரமுக்கு நீங்கள் செய்ததெல்லாம் நன்மைகள்தாம்."

"அவனை நினைத்து எனக்கு அச்சமாக இருக்கிறது," முணுமுணுத்தபடி அவளை இன்னும் இறுகக் கட்டிக்கொள்கிறான். "முதல்முறையாக அவனைப் பார்க்கையில் எனக்கு ஏற்படப்போகும் எண்ணங்களை நினைத்து அச்சப்படுகிறேன், அவன் அவனைப்போலவே இருப்பான் என்பதை நினைத்து நான் அச்சப்படுகிறேன்." அல்லது இன்னும் மோசமான வகையில் – அவன் அவர்கள் இருவரைப் போலவும் இருப்பான். அவளும் அவனும் சேர்ந்த கலவையாக. ஒவ்வொரு முறையும் அவனைப் பார்க்கும்போது உண்மையிலே அவர்கள் இருவரும் எப்படி ஒரே மாதிரி இருக்கிறார்கள் என்பதைக் காண்பான்.

குட்டி ஆடமை நினைத்துக்கொண்டாள், அவன் அவளைப்போலவோ இலனைப்போலவோ இல்லை. விசித்திரமாக சிலநேரம் அவனது முகத்திலும் வெளிப்பாடுகளிலும் சற்றே அவ்ரமின் சாயல் இருந்தது.

"ஓரா," அவளது கழுத்தில் முணுமுணுத்தான், "அவன் தந்தையைப் பற்றி அவனிடம் சிறிது நாம் சொல்ல வேண்டுமென உனக்குத் தோன்ற வில்லையா? தான் எங்கிருந்து வந்தோமென்று அப்போதுதானே அவனுக்குத் தெரியும்?"

"எல்லா நேரமும் அவனிடம் நான் சொல்லிக்கொண்டுதானிருக்கிறேன்."

"எப்படி?"

"எனக்கு உறக்கம் வராதபோது."

"அவனுடன் நீ பேசுகிறாயா?"

"மனதில் அவனுடன் பேசுகிறேன்."

"எதைப்பற்றி?"

"அவ்ரமைப்பற்றி, நம்மைப்பற்றி. அப்போதுதானே அவனுக்குத் தெரியும்."

அவன் விரல்கள் அவள் கேசத்தில் அலைகின்றன, அவனது உள்ளங் கையில் தன் தலையை சாய்த்துக்கொண்டாள். அவளது உச்சந்தலையின் நெடிமிக்க வாசனை கர்ப்பகாலத்தில் தீவிரமடைந்திருந்தது. சற்றே அது அருவருப்புத் தந்தாலும் இலன் அந்த வாசனையை மிகவும் விரும்பினான், அல்லது ஒருவேளை அந்த அருவருப்பினாலேயே அவன் அதை விரும்பி யிருக்கலாம். அவளுடலிருந்து வரும் அந்த எளிய வாசனை பண்படுத்தப் படாததாக, நாட்டுப்புறத்தாரது போன்று இருந்ததனாலும் இருக்கலாம்.

தனது பாலுறுப்பு மெல்ல எழுச்சிகொள்ள அவன் எண்ணிக்கொண்டான், இது வீடு.

அவள் மௌனமாகப் புன்னகைத்துத் தன் புட்டங்களை அவனுடலோடு சேர்த்து அழுத்திக்கொண்டாள். "பதினோராம் வகுப்பில் என்று நினைக்கிறேன், நான் அவருக்கு எழுதினேன் அவர் விரும்பியபடி காதலன் காதலியாக, ஒரு ஜோடியாக இல்லாவிடினும் எப்போதைக்குமாக நாங்களிருவரும் ஒன்று சேர்ந்திருக்க முடியும், எப்படி என்பதெல்லாம் ஒரு விஷயமே இல்லை, ஆனால் எங்களால் சேர்ந்திருக்க முடியும் என்று. அவரொரு தந்தி அனுப்பினார், அவரது யெலிகிராம்கள் (yellegrams) பற்றி உங்களுக்குத் தெரியுமே" – இலன் அவளது பின்னங்கழுத்தில் சிரிக்கிறான் – "எனது கடிதம் கிடைத்ததிலிருந்து தன் கோட்டின் மார்பு மடிப்பில் ஒரு ரோஜாவை வைத்துக்கொண்டுச் சுற்றி வருவதாக, என்ன விசேஷம் என்று யாராவது கேட்டால் 'நேற்று எனக்குத் திருமணமாகிவிட்டது' எனச் சொல்வதாக அதில் கூறியிருந்தார்."

"எனக்கு நினைவிருக்கிறது, ஒரு சிவப்பு ரோஜா."

அவர்கள் பேசாதிருந்தனர். அவன் விரல்களை மெல்ல அவள் வருடிக் கொடுத்தாள். அவ்ரம் திரும்பி வந்ததிலிருந்து விரல் நகங்களைக்கூட எளிதாக எடுத்துக்கொள்ள முடியாமலிருந்தது.

"நாம் வாழவேண்டுமென விரும்புகிறேன், இலன்."

"சரி."

"நான் சொல்வது நம்முடைய வாழ்வு. உங்களுடையதும் என்னுடையதும்."

"ஆமாம், சரி."

"இந்தச் சவப்பெட்டியிலிருந்து சீக்கிரம் வெளியேற விரும்புகிறேன்."

"சரி."

"நாமிருவரும்."

"சரி."

"நான் சொல்வது, நானும் நீங்களும்."

"ஆமாம், நிச்சயமாக."

"நாம் வாழத் தொடங்கவேண்டும்."

"ஓரா–"

"கணநேர நிகழ்வுக்கு வாழ்நாள் முழுவதும் பதில் சொல்லிக்கொண்டிருக்க முடியாது."

"ஆமாம்."

“அதோடு நாம் செய்யாத குற்றத்துக்கும்.”

“ஆமாம்.”

“நாம் குற்றமேதும் செய்யவில்லைதானே, இலன்.”

“நீ சொல்வது சரி.”

“நாம் குற்றமேதும் செய்யவில்லையென்பது உங்களுக்குத் தெரியும்.”

“ஆமாம்.”

“உங்களை ஏன் நான் நம்பவில்லை?”

“மெதுவாக. மெதுவாக அது விளங்கும்.”

“என்னை இறுக அணைத்துக்கொள்ளுங்கள், கவனமாக...”

அவனது கையை எடுத்துத் தன் வயிற்றின்மீது வைத்துக்கொண்டாள். முதலில் அவனது கை பின்னால் இழுத்துக்கொண்டது, பிறகு அது மேலே ஏறியது, எதுவரை ஏற வேண்டுமோ அதற்கு மேலும் ஊர்ந்து ஏறியது. ஓரா அசையாமல் படுத்திருந்தாள். கடந்த சில மாதங்களில் தன்னிலிருந்து கனத்த ஸ்தனங்கள் முளைத்து வந்திருப்பதை உணர்ந்தாள், பென்னம்பெரிய பழங்கள், நீர்யானைகள்போல. அவற்றை அவன் தொடுகையில் சங்கடப்பட்டாள். அவளது தோல் வலியுடன் விரிந்தது. அவன் அழுத்தினால் மார்பு வெடித்துத் திறந்துகொள்ளும். அவன் கையை மீண்டும் வயிற்றில் கொண்டு வைத்தாள்: “இங்கே எப்படியிருக்கிறதென்று பாருங்கள்.”

“இது?”

“ஆமாம்.”

“உண்மையிலே இது அவனா?”

அவனது நீளமான விரல்கள் கவனமாக அவள் வயிற்றின்மீது அலைந்தன. கொட்டகையில் இருவரும் சேர்ந்திருந்ததிலிருந்து, அவளோடும் ஆடமோடும் வாழவென்று அவன் திரும்பி வந்ததிலிருந்து அவனால் அவளுடன் உடலுறவுகொள்ள முடியவில்லை. அவனையவள் வற்புறுத்த வில்லை; அப்படியிருந்தது அவளுக்கும் சௌகரியமாகவே இருந்தது.

“இது என்ன?”

“கால் முட்டி, முழங்கை மூட்டாகவும் இருக்கலாம்.”

எப்படி இந்தக் குழந்தையை நான் நேசிப்பேன்? நம்பிக்கை வறண்டவனாய் நினைத்துக்கொண்டான்.

“அவனுக்குப் போதுமான அன்பு என்னிடம் இருக்கிறதா என்பதைச் சிலநேரம் என்னாலேயே தெரிந்துகொள்ள முடிவதில்லை,” என்றாள் அவள். “ஆடம் என்னை அதிகமும் நிறைத்துவிடுகிறான், என் மனதில் இன்னொரு குழந்தைக்கு எப்படி இடம் உண்டாக்குவேன் எனத் தெரிய வில்லை.”

"அவன் அசைகிறான் ..."

"எப்போதுமே அப்படித்தான் செய்கிறான். என்னை அவன் தூங்க விடுவதில்லை."

"அவன் பலசாலிதான்போல. நிரம்ப வலுக்கொண்டவன்."

"அவன் அவ்வளவு துடிப்பாய் இருக்கிறான்."

அவர்கள் கவனமாகப் பேசினர். அவளது கர்ப்பகாலம் முழுவதும் இந்த எளிய விஷயங்களை ஒருவர் மற்றவரிடம் சொல்லவில்லை. சிலநேரம் ஆடம் வழியாக "வயிற்றிலிருக்கும் பாப்பா" பற்றிப் பேசினார்கள், உள்ளிருப்பவன் குறித்து யூகங்கள் மேற்கொண்டனர். தனிப்பட்ட வகையில் கிட்டத்தட்ட அவர்கள் எதுவுமே சொன்னதில்லை, பிரசவத்துக்குக் குறித்திருந்த தினம் கடந்து ஒன்பது நாட்களாகிவிட்டிருந்தது.

அடர்ந்த, வலுவான குட்டி அவ்ரம் தங்களோடு படுக்கையில் இருக்கிறான், இனி எப்போதும் அவன் தங்களுடனே இருப்பான் என்று சமீப மாதங்களாக இலனுக்கு தினமும் இரவில் தோன்றியது. எங்களுக்குப் பழக்கப்பட்டிருந்த விதமான ஒரு நிழலைப் போலல்ல, நிஜமான குட்டி அவ்ரம், உயிருடன், அவ்ரமின் அசைவுகளுடன், அவனது நடையுடன், ஒருவேளை அவனது முகத்துடனும்கூட.

உன்னுடைய அப்பா – தனக்குள் மிதக்கும் சிசுவை மனதில் வைத்து நினைத்துக்கொண்டாள் ஓரா, தன்னையுமறியாமலே இலனின் கையைக் கொண்டு வயிற்றின்மீது சுற்றிச்சுற்றி வந்தாள் – தனது வாழ்வின் ஒவ்வொரு கணமும், சுவாரஸ்யமும் உள்ளக் கிளர்ச்சியும் அர்த்தமும் நிறைந்ததாக இருக்கவேண்டுமென்று பன்னிரண்டு வயதில் உறுதி எடுத்துக் கொண்டதாகச் சொல்லியிருக்கிறார். அது சாத்தியமில்லையென்று அவரிடம் சொல்ல முயன்றிருக்கிறேன், எந்த வாழ்க்கையும் உச்சங்களும் சிகரங்களும் மட்டுமே நிறைந்ததாய் இருக்க முடியாது என்றேன், "என் வாழ்வு இருக்கும், நீ பார்ப்பாய்," என்றார்.

எங்கள் இருவருக்குமே ஜாஸ் இசை பிடிக்கும், நினைத்துக்கொண்ட இலன் ஓராவின் கழுத்தில் சிரித்தான். டெல் அவிவிலிருக்கும் பார்–பாரிமுக்கு நாங்கள் போவது வழக்கம், அராலே காமின்ஸ்கி மற்றும் மேமலோ கெய்த்தனோபோலோஸைக் கேட்க. பிறகு பேருந்தில் ஜெரூசலேம் திரும்புகையில், கடைசி இருக்கையில் அமர்ந்து எங்கள் சொந்த வார்த்தைகளைப் போட்டும், இசைக்கருவிகள்போல வாயால் ஒலி எழுப்பியும் ஜாஸ் கச்சேரியை நிகழ்த்துவோம், பிற பயணிகள் எரிச்சலடைவார்கள், நாங்கள் கவலைப்படமாட்டோம்.

உன் அப்பாவை அவருடைய பதினாறாவது வயதிலிருந்துதான் எனக்குத் தெரியும், ஓரா நினைத்துக்கொண்டாள். அவர் குழந்தையில் எப்படி இருந்தார் என்பதை ஒருவேளை இப்போது நான் தெரிந்துகொள்ளலாம்.

அவர்கள் அப்படியே நீண்டநேரம் கிடந்தார்கள், நெருக்கமாக, ஓம்பரைப்பற்றி அமைதியாகப் பேசியபடி.

அவனுக்கு ஐந்து வயதிருந்தபோது ஒருநாள் – நீலநிறக் குறிப்பேட்டில் மீதமிருக்கும் பக்கமொன்றில் எழுதுகிறாள் – "அம்மா," அப்பா" என்று அழைப்பதை நிறுத்திவிட்டு ஓம்பர் எங்களை "ஓரா," "இலன்" என்று அழைக்கத் தொடங்கினான். நான் அதைப் பெரிதாக எடுத்துக்கொள்ள வில்லை, சொல்லப்போனால் அதை நான் ரசித்தேன். ஆனால் இலனுக்கு அது தொந்தரவு தந்ததைப் பார்த்தேன். "நீங்கள் மட்டும் என்னைப் பெயர் சொல்லிக் கூப்பிடலாம், நான் உங்களைப் பெயர் சொல்லிக் கூப்பிடக் கூடாதென்றால் எப்படி?" என்றான் ஓம்பர். அப்போது இலன் சொன்னது இப்போதுவரை அழியாமல் என் நினைவிலிருக்கிறது: "இந்த முழு உலகத்திலும் என்னை 'அப்பா' என்று அழைக்கக்கூடியவர்கள் இரண்டே பேர்தான் இருக்கிறார்கள்." அது எனக்கு எப்பேர்பட்ட விஷயம் தெரியுமா? இதை நினைத்துப் பார்: இந்த உலகில் நீ 'அப்பா' என்று அழைக்க நிறைய பேர் இருக்கிறார்களா என்ன? இல்லை அல்லவா?" ஓம்பர் இதைக் கவனித்துக் கேட்பதைப் பார்த்தேன், அவனுக்கு அது உறைத்தது, அதிலிருந்து எப்போதுமே அவரை அவன் 'அப்பா' என்றே அழைத்தான்.

"என்ன எழுதிக்கொண்டிருக்கிறாய்?" ஒரு கையை ஊன்றி எழுந்து அமர்ந்து அவ்ரம் கேட்கிறான்.

"நான் பயந்தே போனேன். நீங்கள் தூங்கிக்கொண்டிருப்பதாக அல்லவா நினைத்தேன். நீண்ட நேரமாக என்னைப் பார்த்துக்கொண்டிருக்கிறீர்களா?"

"முப்பது, நாற்பது வருடங்களாக."

"நிஜமாகவா? நான் கவனிக்கவில்லை."

"பிறகு, என்ன எழுதிக்கொண்டிருந்தாய்?"

அதை அவனுக்குப் படித்துக் காட்டுகிறாள். கனத்த தனது தலை சாய்ந்திருக்க அவன் கேட்கிறான். பிறகு அவன் நிமிர்ந்து பார்க்கிறான்: "அவன் என்னைப் போலவா இருக்கிறான்?"

"என்ன?"

"உன்னைத்தான் கேட்கிறேன்."

"அவன் உங்களைப்போல இருக்கிறானா என்றா?"

முதல்முறையாக அவனுக்கு ஓம்பரின் தோற்றத்தை விவரமாக எடுத்துரைக்கிறாள். வெயிலில் கறுத்த திறந்த பெரிய முகம். பேரமைதி, ஊடுருவும் தன்மை இரண்டும் சேர்ந்த நீலக் கண்கள். அவளுக்கு இருந்ததுபோலவே பார்வைக்குத் தட்டுப்படாத மிகவும் வெளுப்பான புருவங்கள். சில பழுப்புநிறப் புள்ளிகள் தென்படும் பெரிய கன்னங்கள்,

வளைந்த நெற்றியின் தீவிரத்தைக் குலைவுறச் செய்யும் ஏளனப் புன்னகை. அவளிடமிருந்து வார்த்தைகள் தட்டுத்தடுமாறி வருகின்றன, அவ்ரம் அவற்றை விழுங்குகிறான். சிலநேரம் அவனது உதடுகள் அசைகின்றன, அவளது வார்த்தைகளை அவன் மனப்பாடம் செய்வதை, அவற்றைத் தனதாக்கிக்கொள்ள முயல்வதை உணர்கிறாள். ஆனால், அவற்றை அவனே எழுதும்வரை ஒருபோதும் அவை அவனுடையவை ஆகா என்பதை உணர்கிறாள்.

ஊற்றுப் போன்ற தனது சரளமான பேச்சு அவளைச் சங்கடப் படுத்துகிறது, அவளால் அதை நிறுத்த முடியவில்லை, ஏனென்றால் இப்போது அவள் செய்ய வேண்டியது இதுதான்: நுட்பமாக அவனை விவரிக்க வேண்டும், அதிலும் குறிப்பாக அவனது உடலை. கண் மயிரிழை ஒவ்வொன்றுக்கும் விரல் நகம் ஒவ்வொன்றுக்கும், கடந்து போகும் முகத்தோற்றம் ஒவ்வொன்றுக்கும், அவனது வாய் அல்லது கைகளின் அசைவு ஒவ்வொன்றுக்கும், ஒரு நாளின் வேறுபட்ட பொழுதுகளில் அவன் முகத்தின்மீது விழும் நிழல்களுக்கும், அவனது மனநிலை ஒவ்வொன்றுக்கும், அவனது சிரிப்பு, கோபம், ஆச்சரியம் இவற்றின் ஒவ்வொரு வகைக்கும் அவள் ஒரு பெயரிடுவாள். இதுதான். இதற்காகத்தான் அவ்ரமைத் தன்னுடன் அழைத்து வந்திருக்கிறாள். இவற்றுக்கெல்லாம் ஒரு பெயர் வைக்க. ஓஃபரது வாழ்க்கைக் கதையை, உடலின் கதையை, ஆன்மாவின் கதையை, அவனுக்கு நிகழ்ந்தவற்றின் கதையை அவனிடம் சொல்ல.

ஒரு விரலை நீட்டுகிறாள். "சற்றுப் பொறுங்கள். இப்போது என்ன நினைத்தேன்? ம்ம்ம்..." அவள் விரல்கள் காற்றில் அலைகின்றன, அதிலிருந்து சிறு நெருப்புப் பொறியையேனும் உண்டாக்கிவிட முயல்கின்றன. "உங்களைப் பற்றிய ஒரு விஷயம்தான் நினைவில் வந்தது. என்ன அது? ஓ, ஆமாம் அதுதான்!" அவள் சிரிக்கிறாள். "ஒரு காலத்தில் உங்களுக்கொரு எண்ணமிருந்தது, ராணுவத்தில் இருக்கும்போது ஒரு கதை எழுத விரும்பினீர்கள், உலக முடிவைப் பற்றிய கதையை நீங்கள் எழுத ஆரம்பிக்கும் முன்பாக வேறொரு கதையை, நினைவிருக்கிறதா?"

"என் உடலைப் பற்றிய கதை." அவன் விரைவாக அதனின்றும் விலகியவனாக அதனைப் புறந்தள்ளியவனாகப் புன்னகைக்கிறான், இளக்காரமாகச் சிரிக்கிறான்.

ஆனால் ஓரா அவனை விடுவதாக இல்லை. "நீங்கள் சுயசரிதை போல ஒன்று எழுத நினைத்தீர்கள், அதில் ஒவ்வொரு அத்தியாயமும் உங்களது உடல் பாகம் ஒன்றைப் பற்றி இருக்கும்–"

"ஆமாம், ஒரு *சுயசரிதை*. அது சிறுபிள்ளைத்தனமானது."

"உங்கள் நாவைப் பற்றிய அத்தியாயத்தைப் படிக்க அனுமதித்தீர்கள், நினைவிருக்கிறதா?"

தடுப்பதுபோல இரண்டு கைகளையும் வீசுகிறான். "அதை விடு, நிஜமாகவே அது பெரிய மடத்தனம்."

"அது பயங்கரமாயிருந்தது. அது சுயசரிதையில்லை, அவதூறு. உண்மையாகச் சொல்கிறேன் அவ்ரம், உங்கள் நடத்தைக்கு ஒரு சாட்சி தேவைப்படுகையில் உங்களையே நீங்கள் அழைக்காதீர்கள்."

அவளது கூற்றை ஒப்புக்கொள்ளாமலே அவளைச் சாந்தப்படுத்துவது போல உவப்பற்ற, பொய்யான ஒரு சிரிப்புச் சிரிக்கிறான் அவ்ரம். அசுத்த ஆவிகள் வதைத்த அந்த நேரங்களில் தன்மட்டிலேயே எப்படித் திரிபுற்றும் குரூரமாயும் நடந்துகொண்டோம் என்பதை நினைக்கையில் அவன் கண்களின் ஆழத்தில் ஒரு குள்ளநரித்தனம் மின்னுகிறது. சட்டென்று அவன்மீது அவளுக்கு ஏக்கம் உண்டாகிறது, தாங்க முடியாத ஏக்கம், தீவிரமான பட்டவர்த்தனமான ஒரு ஏக்கம், அவனது முழுமைக்குமான ஏக்கம்.

அவன் சொல்கிறான்: "நம்மைப் பார், வயது முதிர்ந்த இருவர்."

"மனம் மூப்படையும் முன் உடல் முதிர்வுகொள்வதில்லை."

அவளது எண்ணங்களைப் படித்தவாறு நீண்டநேரம் அவளையே உற்றுப் பார்க்கிறான். சற்றும் விலகாத விசித்திரமான அவன் பார்வை, எந்தக் கெட்ட நோக்கமும் இன்றி அவள்மீது படிந்திருக்கிறது. மாறாக அவளைக் குறித்து அவனிடம் அன்பும் கனிவுமான எண்ணங்களே இப்போது இருக்கும் என அவளுக்குத் தோன்றுகிறது.

"ஓரா."

"என்ன?"

"சற்று உன்னோடு இணைந்துகொள்ளவா?"

"எங்கே?"

"அதுவொன்றும் பிரச்சனையில்லை."

"சற்றுப் பொறுங்கள்! நீங்கள் சொல்வது..?"

"இல்லை, உனக்கு விருப்பமிருந்தால் மட்டும்—"

"ஆனால், நீங்கள் ... சற்றுப் பொறுங்கள், இப்போதா?"

"வேண்டாமா?"

உறங்கும் பைக்குள் அவள் உடல் கிளர்கிறது, துடிக்கிறது. "நீங்கள் சொல்வது..?"

கண்களால் அவன் ஆமாம் என்கிறான்.

"என்னுடைய இடத்திலா, உங்களது இடத்திலா?"

தனது உறங்கும் பையிலிருந்து உடலை வளைத்துநெளித்து வெளியே வந்து எழுந்து நிற்கிறான் அவ்ரம். தனது பையின் ஜிப்பைத் திறந்து அவனுக்காகத் தன் கரங்களை விரிக்கிறாள்: "வாருங்கள், வாருங்கள், எதுவும் பேச வேண்டாம், உடனே விரைவாக வாருங்கள். நீங்கள்

வரவே மாட்டீர்கள் என நினைத்தேன்." அவளது உறங்கும் பைக்குள் கனமாக அடர்த்தியாக அப்படியே தொப்பென்று அவள்மீது விழுகிறான், பல அடுக்கான துணிகளிலும் மனச்சங்கடத்திலும் பொதியப்பட்டு அவர்களது உடல்கள் விறைத்துத் திகைத்து நிற்கின்றன. அவர்களது கைகள் தடுமாறுகின்றன, மேலும்கீழுமாக நகருகின்றன, பின்னோக்கி இழுத்துக்கொள்கின்றன. இது ஒன்றும் சரிப்பட்டு வராது என்பது மட்டும் தெளிவாகத் தெரிகிறது. இது சரியில்லை. தவறு. அவர்களிருவரும் அந்த இடத்துக்குத் திரும்பக்கூடாது. கண நேரத்துக்கு ஓஃபரைத் தான் மறந்துவிட்டால், திடீரென அவன் பாதுகாப்பின்றி விடப்பட்டால் என்ன ஆகுமோ என அஞ்சுகிறாள். அவ்ரமின் மனதில் ஓடும் எண்ணத்தைச் சரியாக யூகிக்கிறாள்: குற்றவாளி மறுபடியும் சம்பவ இடத்துக்குத் திரும்புதல், மாறாட்டம் கண்டுவிட்ட அவன் புத்தியில் இப்போது இதுதான் இருக்கிறது. அவன் காதுக்குள் முனகுகிறாள், "நினைக்காதீர்கள், எதையும் நினைக்காதீர்கள்." அவனது நெற்றிப் பொட்டுகளில் தனது விரல்களை அழுத்துகிறாள், அவ்ரம் அவள்மீது கிடக்கிறான், அவனது பெரிய எலும்புகள், அவனது தசை, அவளுள் உடைத்துப் புகும் முன் தன்னுள்ளே தான் உடைத்து நுழைய வேண்டுமென்று போராடுபவன்போல பெரும் விசையுடன் தன்னுடலை அவளது உடல்மீது செலுத்துகிறான், ஆனால் அவளும்கூடத் தயாராக இல்லை. "பொறுங்கள், பொறுங்கள்." அலையும் அவனது உதடுகளிடமிருந்து தனது வாயைத் தூர நகர்த்துகிறாள். "சற்றுப் பொறுங்கள், என்னை நசுக்குகிறீர்கள்."

ஒரு உரையாடலைத் தொடங்கிவிட்டபின் தன்னுடன் உரையாடலில் ஈடுபட்டிருப்பவர் யாரென்று அல்லாமல் தானே யாரென்று நினைவு படுத்திக்கொள்ள முயன்றுகொண்டிருப்பவர்களைப்போல பல நிமிடங் களுக்கு அப்படியே இருக்கிறார்கள். பிறகு அங்கேயுமிங்கேயுமாக, ஒரு திறந்த பொத்தானின் பின்னால், மாட்டப்படாத ஒரு கொக்கியின் பின்னால் அவர்களது வாசனைகள் எழுகின்றன, ஒரு சட்டைக்கும் கால்சராய்க்கும் நடுவே விரல்கள் நழுவிச் செல்கின்றன, சட்டென்று சருமம் தென்படுகிறது, வெதுவெதுப்பான உயிர்த்துடிப்புள்ள சருமம். சருமத்தோடு சேரும் சருமம், சருமத்துள் சருமம், இதோ இங்கேயொரு வாய், விருப்புடன் உறிஞ்சும் உறிஞ்சப்படும் வாய். அவ்ரம் முனகுகிறான்: அவளது வாய், நேசத்துக்குரிய அவளது வாய், அப்போதுதான் அவன் நினைவுக்கு வருகிறது. அவனது நாக்கு அவள் உதடுகளை மெல்லத் தொடுகிறது, துழாவுகிறது, பரிசோதிக்கிறது, ஆச்சரியம் கொள்கிறது. ஓரா உறைந்துபோகிறாள்: மௌனமாக அவனுக்கு நினைவூட்டுகிறாள், இது ஒன்றுமில்லை, வெறும் இரண்டு மில்லிமீட்டர்கள். ஆனால் ஏதோவொன்று இன்னும் அதிகம் தளர்ந்து போனதாகத் தெரிகிறது. அவன் மெல்ல கவனமாக நாசூக்காக நக்குகிறான் உறிஞ்சுகிறான். ஏதோவொன்று அங்கு உறங்கிவிட்டது, அவ்வளவுதான். ஆனால் அது வெதுவெதுப்பாக இருக்கிறது, அது அவளுடையது, அது அவள்மீது பதிந்திருக்கும் வேதனை, அவனது குணமளிக்கும் ஆற்றல் மேலெழுகிறது. அது அவள், இப்போது தானிருக்கும் எல்லாமுமாக அவள்.

நாய் அவர்களைச் சுற்றிக் குதித்தோடுகிறது, அவர்களுக்கு நடுவில் தன் முகத்தைப் புதைத்துக்கொள்ள முயன்றபடி, ஏக்கத்துடன் மோப்பம் பிடித்தபடி உச்சவொலியில் குரைக்கிறது. விலக்கித் தள்ளப்பட்டதும் பக்கத்திலேயே அவர்களுக்கு முதுகு காட்டி கால்களை விரித்துப் படுக்கிறது. அதன் ரோமங்களினூடாக அவமதிப்பின் நடுக்கம் ஒரு அலைவரியாய்ப் பரவிச்செல்கிறது. அகல விரிந்த அவ்ரமின் கரம் ஓராவின் முதுகைத் தாங்கிப் பிடிக்கிறது, அவளை இறுக்கி அவனோடு சேர்க்கிறது. “பொறுங்கள், இப்போது மெதுவாக, உங்கள் கையைக் கொடுங்கள், உங்களைக் கொடுங்கள்.” மார்பகம் ஒன்றின்மீது அவனது கை. முன்பை விடவும் மிருதுவான, பெரிதான மார்பகம். ஆமாம், இருவருமே அதை உணர்கிறார்கள், அவனது கை வழியே அவள் அதை அறிகிறாள். “உனது இனிய மார்பகங்கள்,” அவளது காதில் குசுகுசுக்கிறான், அவனது கரத்தோடு கரம்கோர்த்து அவனோடு தனது உடலைச் சுற்றி வருகிறாள். “உணருங்கள், இதை உணருங்கள்,” எல்லாமே அகன்றதாயும் முழுமையாயும் உள்ளன. ஒரு பெண். “தொடுங்கள், எவ்வளவு மென்மையாக இருக்கிறது பாருங்கள்.” “ஆமாம் நீ வெல்வெட், ஓராலே.” “என்னில் அருந்துங்கள்.” நீண்ட மௌனம். ஆனால், அப்போதுதான் அவர்கள் வேறு இடங்களில் தம்மைக் காண்கிறார்கள். அவ்ரமின் சிந்தனையில் நேத்தா பறக்கிறாள்: எங்கேயிருக்கிறாய் நேத்துஷ், நாம் பேச வேண்டும், சொல்வதைக் கேள், நாம் பேச விஷயங்கள் இருக்கின்றன; ஓரா ஒரு கணம் இலனுடன் இருக்கிறாள், அவனது கைகளின் தொடுகை, அவனது மணிக்கட்டு எலும்புகள். வெயிலில் கன்றிய அவர்களது சருமம், அவர்களுள் பொதிந்திருக்கும் ஆற்றல். அவனது மணிக்கட்டின்மீது விரல்களை ஓடவிடுவாள், ஏதோ இரும்புச் சாவியினை, அவனது ஆண்மையின் ரகசியத்தைத் தொடுவதுபோல இருக்கும். ஆனால் அதனோடு அவளது சிந்தனையில் அவள்மீதான கட்டுக்கடங்கா வேட்கையில் வெளுத்துப்போன உதடுகளுடன் அந்தக் கதாபாத்திரம் எரானும் மேலெழுந்து வருகிறான். பித்துப்பிடித்தது போன்ற அவனது மன்றாடல்களும்: இப்போது இதை அணிந்துகொள், இதை உடுத்திக்கொள், இங்கு வர அவனுக்கு என்ன துணிச்சல்? பிறகு அவள் ஆச்சரியப்படும் விதத்தில் நீண்ட இரண்டு கட்டைவிரல்கள் அவள் உடலை நீவிவிடுகின்றன. முழுமையான இரண்டு உதடுகள் துடிக்கின்றன, கறுத்த, ப்ளம் போன்ற உதடுகள். எங்கிருந்து வந்தன இவை, தன் முழு உடலையும் அவ்ரமை நோக்கி இறுக்குகிறாள், “வாருங்கள் நீங்கள், நீங்கள் வாருங்கள்.” உடன் எதிர்வினையாற்றுகிறான் அவ்ரம், தனது அலைதல்களிலிருந்து திரும்புகிறான், அடையாளங்களைக் கொண்டு அவனை நினைவுகூர்கிறாள், இறுக்கும் பிடி, அவளது கழுத்து வட்டத்துள் புதையும் அவனது தலை, ஏதோ குழந்தை என்பதுபோல அவளது தலையை ஒரு கையால் தாங்கிப் பிடித்திருக்கிறான், ஓராவின் தலை பாதுகாக்கப்பட வேண்டும், அவனது இன்னொரு கை அவள் வயிற்றைத் தடவிக்கொடுக்கிறது, உணர்ச்சி மேலிட்ட விரல்களால் அதனைப் பற்றிக் கொண்டிருக்கிறது. அவள் புன்னகைக்கிறாள், மிருதுவான, பெரிய, முழுமையான பெண்ணின் வயிற்றுக்கான அவனது வேட்கை (அவனது விரல்முனைகள் வழி எப்போதுமே அதை அறிந்து வந்திருக்கிறாள்,

அவன் விரல்கள் வயிற்றைத் தொடும் விதத்திலிருந்தே அவளுக்கு அது தெரியும், அவன் நிஜமாக விரும்பிய கற்பனைப் பெண்ணை அவளால் மனதில் தீட்டிக்கொள்ள முடியும்), இப்போது இறுதியாக அவளால் அதுபோன்ற ஒன்றைக் கொடுக்க இயலும், அப்போது அவள் கொண்டிருந்த இறுகிய, சிறுவனது போன்ற, மேளத்தில் கட்டியது போன்ற தோல் இப்போது இல்லை. அவனிடத்தில் நன்றிப்பெருக்கு, அதை அவள் சடுதியில் கண்டுகொள்கிறாள். அவனது தசை, முழுவதும் விசித்திர உணர்வுகளால் கிளர்வுறும் அவளது சிறு வயிற்றை இன்பக் கிளர்ச்சிக்கு ஆளாக்குகிறது, ஒருவழியாக ஒரு பயன்பாட்டுக்கு உகந்ததாகிவிட்டிருந்த வயிறு. அவன் வாய் அவளது வாய்க்காக வேட்கையுறுகிறது, பிறகு அவனது உணர்ச்சிவேகம், எல்லாமே பழகியவையாகவும் பிரியமானவையாகவும் இருக்கின்றன, அவர்கள் நடுவே ஏக்கத்தின் பேரலை ஒன்று உடைகிறது. *நாம்*, மனதுக்குள் அவள் புலம்புகிறாள். பல பால்மடிகளும் காம்புகளும் கொண்ட பெண் ஓநாய், அவை அனைத்திலும் அவ்ரம் அருந்துகிறான். இதுதான் நாம்! அவனுக்கு அடியில் நெளிந்தவளாக அவள் மகிழ்வில் திளைக்கிறாள். இப்படித்தான் நாம் இருக்கிறோம், இப்படித்தான் எப்போதும் நாமிருந்தோம், இப்படித்தான் நாம் தொடைமீது தொடை வைப்போம், நமது பாதங்கள் பின்னிக்கொள்ளும், நமது கைகளும், நமது உடலின் எல்லா மூலைகளும், மிகத் தொலைவான மூலைகளும்கூட. முழங்கைகள், கணுக்கால்கள், கால் முட்டுகளின் பின்புறங்கள். கொண்டாட்ட மனநிலை, அவன் காதில் எதையோ முணுமுணுக்கிறாள் ஒரா, பிறகு தன்னுடைய நாவின் நுனியால் அவனது நாவின் நுனியைத் தொடுகிறாள், உள்ளுக்குள் சில்லிப்பு கவ்வுகிறது, இருவரிலும் தீப்பற்றிக்கொள்கிறது. கொல்லனது போன்ற அவன் கைகள் அவளை ஏந்துகின்றன, வெட்டுப்பட்டதுபோல அவள் தலை பின்னால் சாய்கிறது, இருவரும் சேர்ந்து அவளுக்கடியில் இருக்கும் நிலத்தை வேகமாய் மோதுகிறார்கள். அவன் அவள் கழுத்தில் இருக்கிறான், அவனது பற்கள் அவளது ரத்தநாளத்தில், சீறலும் முனகலும். அவள் சொல்கிறாள், "நிறுத்தாதீர்கள், நிறுத்தாதீர்கள்," தன் இடுப்பு எலும்புகள் தரையைத் தொட, அவளில் அவன் வேகமாய்ச் சவாரி செய்யட்டும், உரக்கக் கத்தட்டும், மேளமாய் அவளை இசைக்கட்டும், அவன் ஒருவன் மட்டுமிருக்கிறான், இப்போது அவளோடிருக்கிறான், அவர்களோடு இன்னொரு பெண் இல்லை, இப்போது அவனும் அவளும் மட்டுமே, தமது அலுவலில் ஈடுபட்டிருக்கும் ஒரு ஆணும் பெண்ணும், இப்படித்தான் அவளிடம் அவன் சொல்வான்: "இப்போது நாம் நம்முடைய அலுவலில் ஈடுபட்டிருக்கும் ஒரு ஆணும் பெண்ணும்," விசித்திரமான, சம்பிரதாயமான தனது பேச்சின் பைத்தியத்தன்மையால் அவளைச் சபலத்துக்குள்ளாக்குவான். இந்த முழு உலகத்திடமிருந்தும் தன் முகத்தை அவன் திருப்பிக்கொண்ட விதம், ஒற்றை இடியில் இலனைப் பற்றிய நினைப்பின் சித்திரவதையிலிருந்து அவளை விடுவித்த விதம். அது ஒரு ஆணும் பெண்ணும் தமது அலுவலில் ஈடுபட்டிருத்தல். இப்போதும்கூட அவர்களது உடல்களைத் தாண்டி உலகம் எதுவும் இல்லை, அவர்களது மூச்சுக்கு வெளியே வேறு மூச்சு இல்லை, இலன் இல்லை, நேத்தா இல்லை, ஓஃபர் இல்லை, ஓஃபர் இல்லை, ஓஃபர் இல்லை, ஆமாம், ஆமாம் ஓஃபர் இல்லை, அவ்ரமும் ஒராவும் இப்படியிருக்கிறார்களென்றால் இங்கு

ஓஃபர் இருக்கிறான், இங்கு இருக்கிறான், இங்கு இருப்பான், இங்கு ஒரு ஓஃபர் இருப்பான், இப்போது ஓஃபரை விட்டுவிடு, நிமிட நேரத்துக்கு அவனை விடுவித்துவிடு.

நேரம் மெல்ல நகர்கிறது. தொலைவே ஏதோவொரு நிலவறையில் ஊறுகாயிடப்பட்ட காலத்தின் ஜாடிகளில் பதப்படுத்தி வைக்கப்பட்டவர்கள் போல் உணர்கிறார்கள். உறங்குகிறார்கள், விழிக்கிறார்கள் மறுபடியும் திரும்பிவருகிறார்கள். பரந்த நிலங்களை, சமவெளிகளை, இன்மைகளை, அவமதிப்புகளை, ஏக்கங்களை, வருத்தங்களைக் கடந்து வருகிறார்கள். மறுபடியும் அவன் வேகம் குறைகிறான், இருவரும் சேர்ந்து தெம்பூட்டிக் கொள்ள ஏதுவாக, அவன் வேகத்தைக் குறைக்க வேண்டுமென அவள் நினைக்கையில்தான் மிகச்சரியாக அவனும் வேகத்தைக் குறைத்து நிற்கிறான். புயல் நடுவே அலைவற்ற வளையம் ஒன்று வேகமாக மூச்சிரைக்கிறது, அதனுள்ளாகத் தங்களையவர்கள் சுருட்டி வைத்துக்கொள்கிறார்கள். அவ்ரம் மௌனமாக இருக்கிறான், ஒருவேளை தளர்ந்தவனாய், அவளுக்குள்ளாகச் சுருங்கி ஆழ்ந்து உறங்கிக்கொண்டிருக்கலாம். அவனது செங்குத்தான, ஆழமான முக்குளிப்பை அவள் நினைத்துப் பார்க்கிறாள். இப்போது அவன் வரலாற்றுக் காலத்துக்கு முந்தைய ஒரு கடல் உயிரி, தன்னில் பாதி புதைபடிமமாகிவிட்ட ஒரு மீன், அவளுள் அவன் புரளுகிறான், அவளது ஆழங்களுள் மூழ்குகிறான். இப்போது அவன் இங்கு இருக்கிறான், ஒரு கணமும் இங்கிருந்து நகர மாட்டான், அவளுக்குள்ளாக மருட்டும் மாயக்காட்சிகளைக் கண்டபடி, அவளது தசையின் பவழப் பாறைகளிடையே ஓய்வாக இருந்தபடி மெதுவாக துடித்துக்கொண்டு மட்டுமிருப்பான். அவள் காத்திருக்கிறாள், மறுபடி அவன் நகரத் தொடங்குகிறான், மிகவும் மெதுவாக, தனது உதடுகளை அவன் தோளில் பதித்தவாறு, மிகுந்த கவனத்துடன் அவனோடு அவளும் நகருகிறாள், பருமனாக உடல் எடைகூடி நகருவதற்கு சிரமப்படுபவனாக அவனை அவள் நினைவுகூர்கிறாள், அவனிலிருந்து வெளிப்படும் நடனத்தையும். மெல்ல அவனது வாசனை மாறும், அவள் புன்னகைக்கத் தொடங்குகிறாள். அது அவ்ரமிடம் மட்டுமே காணப்படும் வாசனை, அதுவும் இது போன்ற நேரங்களில் மட்டும் வெளிப்படுவது, அதனை வார்த்தைகளால் வர்ணிக்க இயலாது.

“ஒருநாள், இப்போது இல்லை, ஒருநாள்” பிறகு அவனது பின்னங் கழுத்துச் சுருள் முடிகளுடன் விளையாடியபடி அவள் முணுமுணுக் கிறாள் “உங்களது நடைபயணத்தைப் பற்றி நீங்கள் எழுதுவீர்கள்.”

வானமெனும் மறைவிடத்தினடியில் அவர்கள் அம்மணமாகப் படுத்துக் கிடக்கிறார்கள், மெல்லிய தூரிகைகளால் காற்று அவர்களை வருடிச் செல்கிறது.

“உங்களால் நிரப்பப்பட மிக ஏங்கிக் காத்திருந்தேன்,” அவள் சொல்கிறாள்.

நாய் இப்போது அவர்களை இன்னும் நெருங்கிவந்து படுத்திருக்கிறது, இப்போது எந்த வேலையுமின்றி இருக்கும் தனது கையால் அதனை வருடிவிட வேண்டி இன்னும் அருகே வா என ஓரா சொன்னதற்கு அது

கீழ்ப்படியவில்லை, நிலவொளியில் வெண்மையடைந்து கொண்டிருக்கும் அந்த இரண்டு உடல்களை அது நேர்ப் பார்வையில் பார்க்கவுமில்லை. அதன் பார்வை அவர்களைச் சந்திக்கையில் தனது அதிருப்தியின் நாக்கினால் உதடுகளை நக்குகிறது.

"என்ன?" திகட்டவைத்த நிறைவிலிருந்து விழித்தவனாய்க் கேட்கிறான். "இந்த நடைபயணம் பற்றி நீ என்ன சொன்னாய்?"

"நான் வைத்திருந்தது போன்ற, சிறிய குறிப்பேடுகளையும் உங்களுக்கு என்னவெல்லாம் தேவைப்படுவகிறதோ அவற்றையும் வாங்கித் தருவேன், நீங்கள் நம்மைப் பற்றி எழுதுவீர்கள்."

அவன் சங்கடமாகச் சிரிக்கிறான். மெல்லக் கடிந்துகொள்வது போல விரல்களை அவள் கழுத்தில் தட்டுகிறான்.

"என்னையும் உங்களையும் பற்றி, எப்படி நாம் நடந்தோம் என்பது பற்றி, ஓஃபரைப் பற்றி. நான் சொன்னவை அனைத்தையும்," தீவிரமான குரலில் சொல்கிறாள் ஓரா. அவனது வலது கையை எடுத்து ஒவ்வொரு விரல் முனையாக முத்தமிடுகிறாள். "இது பற்றி மனஅழுத்தம் எதையும் ஏற்படுத்திக்கொள்ள வேண்டாம். எனக்குக் கவலையில்லை, ஒரு வருடம், இரண்டு வருடங்கள், பத்து வருடங்கள், எவ்வளவு காலம் வேண்டு மானாலும் எடுத்துக்கொள்ளுங்கள்."

உணவுவிடுதி வாடிக்கையாளரின் ஆர்டரை விடவும் சிக்கலான ஒன்றை இனித் தான் எழுதுவதென்றால் அதுவொரு அதிசயமாகவே இருக்கும் என அவ்ரம் நினைக்கிறான்.

"நான் சொல்வனவற்றை நீங்கள் நினைவுபடுத்திக்கொண்டாலே போதும். எதற்கு உங்களுக்கு இத்தனை பெரிய மூளை? ஏனென்றால், நான் மறந்துவிடுவேன், நிச்சயமாக நான் மறந்துவிடுவேன், எல்லாவற்றையுமே நீங்கள் நினைவு வைத்திருப்பீர்கள், ஒரு வார்த்தையும் விடாமல்." மின்னும் நட்சத்திரங்களைப் பார்த்து மெலிதாகச் சிரிக்கிறாள்.

"இலன் உங்களைத் தேடிச் சென்றது தெரியுமா?" அவனது தோளில் முணுமுணுக்கிறாள்.

"எப்போது?"

"அப்போது?"

"போர் முடிந்த பிறகா?"

"இல்லை, போரின் துவக்கத்தில்."

"எனக்குப் புரியவில்லை. என்ன..?"

"அவர் கால்வாய்வரை சென்றார்—"

"இருக்கவே முடியாது."

"பேவல் ராணுவத் தளத்திலிருந்து நடந்தே சென்றார்."

“சாத்தியமில்லை ஓரா, என்ன பேசுகிறாய் நீ?”

“நான் சொல்வது நிஜம்.”

அவளது கைக்கு அடியில் அவன் முதுகு இறுகுகிறது, அவனது முட்டாள்தனம் அவளுக்கு ஆச்சரியமளிக்கிறது: தன் வாயில் அவள் வைத்திருந்தவையெல்லாம் சந்தோஷ முணுமுணுப்புகளும், திருப்தி யொலிகளும்தாம், ஆனால் இது வெளியே வந்துவிட்டது.

“போரின் இரண்டாவது நாள், அல்லது மூன்றாவது நாள், எனக்குச் சரியாக நினைவில்லை.”

சடாரென்று இசைகேடான வகையில் எழுந்து அமர்கிறான் அவ்ரம், இப்போதும் அவனது நிர்வாணம் மென்மையானதாக, அவளுள் புனிதப் படுத்தப்பட்டதாக இருக்கிறது. “இல்லை, அப்படியிருக்க முடியாது. அப்போதே எதிரியிடம் கால்வாயை நாங்கள் இழந்துவிட்டிருந்தோம்.” ஏதேனும் குறிப்புகள் தென்படுகின்றனவா என அவள் முகத்தைப் பார்க்கிறான். கைவிடப்பட்டுவிட்டு நேரமாகிவிட்டபோதும் இன்னும் துடித்துக்கொண்டிருக்கும் தன்னுடலின் இனிமையுள் இன்னுமவள் மயங்கிக் கிடக்கிறாள். “கால்வாய் முழுக்க எகிப்தியர்கள். என்ன சொல்கிறாய், ஓரா?”

“இருந்தும் அவர்கள் நெருங்க முடியாத சில இடங்கள் நம்மிடம் இருந்தன, இல்லையா?”

“ஆமாம், ஆனால் எப்படி அவனால்... அங்கெல்லாம் போக வழியே இல்லையே, எகிப்தியர்கள் அப்பிரதேசத்தினுள் இருபது கிலோ மீட்டர்கள் உள்ளே வந்துவிட்டிருந்தனர். எங்கே இந்தக் கதையை நீ உருவாக்கினாய்?”

அவனுக்கு முதுகைத் திருப்பிக்கொண்டு பந்துபோல உடலைக் குறுக்கிக்கொள்கிறாள், தன்னையே சபித்துக்கொள்கிறாள். இருபத்தோரு வருடங்கள் இதை மனதில் வைத்துக்கொண்டிருந்தேன். எதற்கு இப்போது போய் இதைச் சொல்ல வேண்டும்?

“ஏய், ஓரா?”

“ஒரு நிமிடம்.”

ஏன் இப்போது, அதுவும் அவர்கள் கலவிகொண்ட பிறகு? எந்தப் பிசாசு வந்து அவளை இதைப் பாழாக்கத் தூண்டியது? நாம் கூடியிருந்தோம் என்ற நிதர்சனம் மிகவும் நல்லது, நாம் ஓஃபருக்குச் செய்ய முடிந்த மிகச் சிறந்த விஷயமும் அதுவே எனத் தனக்குள் திடமாக நினைத்துக்கொள்கிறாள். “அதுபற்றி மன உளைச்சல் கொள்ளாதீர்கள்!” அவனை நோக்கித் திரும்புகிறாள். அவளது மனம் தளர்ந்துபோகிறது, ஏனென்றால், அங்கே அவள் அதைக் காண்கிறாள், ஓஃபரை அவர்கள் உருவாக்கிய, கடந்த அந்தக் கூடலுக்குப் பின் அவனில் அவள் கண்ட அதே முகத்தோற்றத்தைக் காண்கிறாள். அவன் முகம் வாடிவிட்டது, உணர்வுகள் வடிந்து வெறுமையாகிவிட்டது.

“அது குறித்த மனஉளைச்சல் ஏதுமில்லை, திடீரென்று இந்தக் கதையை என்மீது வைப்பதுதான் நெருடுகிறது.”

“உங்களிடம் . . . உங்களிடம் அதைச் சொல்ல வேண்டுமென்று நினைக்கவில்லை. அதுவாகவே வெளியே வந்துவிட்டது.”

“ஆனால் அது என்ன கதை?” முணுமுணுப்பாகக் கேட்கிறான்.

“இரண்டாம் அல்லது மூன்றாம் நாள் பேவலிலிருந்து தண்ணீர் லாரியில் கிளம்பினார். ஒரு போலிப் பயண ஆவணம் தயாரித்துக்கொண்டார். டஸ்ஸா தலைமையகம் வரை சென்றார். அங்கிருந்து, நான் நினைக்கிறேன், ஒரு கனேடிய அல்லது ஆஸ்திரேலிய தொலைக்காட்சிக் குழுவினரோடு ஜீப்பில் தொற்றிக்கொண்டு சென்றார். ஒளிப்பதிவாளர் மற்றும் செய்தியாளர் எனத் தங்களது அறுபதுகளிலிருந்த இரண்டு கிறுக்குகள். மிகவும் உற்சாகமாக இருந்தனர், இதுபோன்ற பேரழிவுச் சம்பவங்களை விரும்புபவர்கள், உங்களுக்குத் தெரியுமே.”

“ஆனால் அவன் மனதில் என்ன நினைத்துக்கொண்டிருந்தான்?” உடல் நடுங்கக் கேட்கிறான் அவ்ரம். பொறுங்கள், அதை சொல்லத்தான் வருகிறேன் என்பதுபோல ஓரா சைகை செய்கிறாள்.

“பாலைவனத்தின் நடுவில் எரிபொருள் தீர்ந்து ஜீப் நின்றுவிட்டது, எனவே அவர் தனியே நடந்துசென்றார். இரவுநேரம், வரைபடம் எதுவுமில்லை, தண்ணீரும் கிட்டத்தட்ட இல்லை. அவரைச் சுற்றிலும்– உங்களுக்குத்தான் தெரியுமே.”

இல்லை, சொல்லு என்று வார்த்தைகளின்றி மௌனமாகக் கேட்கிறான் அவ்ரம்.

இருபத்தோரு ஆண்டுகளுக்கு முன்பு ஒரு காலை வேளையில் இலனிடமிருந்து கேட்டதை இப்போது அவ்ரமிடம் விரிவாகச் சொல்லி – நிறைய விஷயங்கள் அவள் நினைவிலிருக்கின்றன – அந்தச் சம்பவத்தை முழுமையாக்குகிறாள்.

இலன் நடந்தான். சாலைகள் குறித்து அச்சப்பட்டவன் அவற்றினோரமாக மணல்மீது நடந்தான், சில நேரம் மணல் முழங்கால் புதையுமளவு இருந்தது. ஏதேனும் வாகனத்தைக் கண்டால் அப்படியே படுத்து மறைந்துகொண்டான். எரிந்து கரிந்துகிடந்த ஜீப்புகள், கவச வாகனங்கள், புகையும் பீரங்கி வண்டிகள், உடைந்து கிடந்த எரிபொருள் வண்டிகள் நடுவே இரவு முழுக்க நடந்தான். எகிப்திய கவச வாகனங்கள் இரண்டுமுறை அவனைக் கடந்து சென்றன. காயம்பட்டுக் கிடந்த ஒரு எகிப்தியப் படைவீரனின் உதவி கேட்கும் குரலைச் செவியுற்றான், ஆனால் அதுவொரு பொறியாக இருக்குமோ என்று அஞ்சி அருகே செல்லாமல் தவிர்த்தான். கறுத்த கைகளைத் தலையின் பின்னால் கட்டியபடி, தலை பின்னோக்கி வளைந்து வாய் பிளந்து கரிந்துகிடந்த ஓர் உடலைப் பார்த்தான். முன்னியக்கி இல்லாத, எரிந்த ஹெலிகாப்டர் ஒரு மணற்குன்றின் பக்கவாட்டில் செருகிக்கொண்டிருந்தது. அது நம்முடையதா எதிரிகளுடையதா என்று அவனால் சொல்ல முடியவில்லை. அதனுள்ளே

இன்னமும் படைவீரர்கள் முன்னோக்கிச் சாய்ந்தவர்களாக தீர்க்கமாகப் பார்த்துக்கொண்டிருந்தனர். அவன் தொடர்ந்து நடந்தான்.

"அவர் நடந்துகொண்டேயிருந்தார். தான் சரியான திசையில் செல்கிறோமா என்பதுகூட அவருக்குத் தெரியாது. அவர் மனதில் என்ன நினைத்துக்கொண்டிருந்தார் எனக் கேட்டீர்களே, அவர் எதையும் நினைத்துக்கொண்டிருக்கவில்லை. அவர் நடந்தார், ஏனென்றால் அவர் நடந்தார். ஏனென்றால் அங்கே அந்தச் சாலையின் முடிவில் நீங்கள் இருந்தீர்கள். ஏனென்றால் சந்தர்ப்பவசத்தால் அவருக்குப் பதிலாக நீங்கள் அங்கு இருந்தீர்கள். நானாக இருந்தால் அதைச் செய்திருப்பேனா, தெரியவில்லை. ஆனால் அது செய்தாக வேண்டிய ஒரு செயலாக இருந்ததென்றே நினைக்கிறேன், எனக்குச் சரியாகத் தெரியவில்லை."

அவள் இங்கு நடந்து அலைந்துகொண்டிருப்பதும் மிகச்சரியாக அது போன்றதுதான், அவ்ரம் நினைக்கிறான். தன் உடலில் உயர்ந்துவரும் நடுக்கங்களைத் தவிர்க்க முயற்சிக்கிறான். அவள் நடக்கிறாள், ஏனென்றால் அவள் நடக்கிறாள். ஏனென்றால் ஓஃபர் அங்கே அந்தச் சாலையின் முடிவில் இருக்கிறான். ஏனென்றால் இப்படித்தான் அவனைக் காப்பாற்ற முடியுமென முடிவு செய்துவிட்டாள், இந்த முடிவிலிருந்து யாராலும் அவளைப் பின்வாங்கச் செய்ய முடியாது. "நானாக இருந்தால் அதைச் செய்திருக்கமாட்டேன்," கோபமாகச் சொல்கிறான். அவள் விவரிக்கும் சம்பவம் அவன்மீது அடுக்குவனவற்றை, நிமிடத்துக்கு நிமிடம் அவன் மேல் விழுந்து மூடுவனவற்றைத் தடுக்கும் விதத்தில் காப்பரண் அமைத்துக்கொள்கிறான். "இதுபோல அவனைத் தேடி நான் போயிருக்க மாட்டேன், எனக்கு மரணபீதி கண்டிருக்கும்."

"இல்லை, நீங்கள் போயிருப்பீர்கள். நீங்கள் சரியாக அதைத்தான் செய்திருப்பீர்கள்." அவள் நினைத்துக்கொள்கிறாள், ஒரு உன்னதச் செயல், செய்யக்கூடாத ஒரு செயல்.

"எனக்கு உறுதியாகத் தெரியவில்லை," பற்களைக் கடித்துக்கொண்டு சீறுகிறான்.

"இன்னொரு விஷயமும் உங்களுக்குச் சொல்வேன். பல ஆண்டுகளாக உங்களிடமிருந்து அவர் கற்றுக்கொண்ட யாவற்றையும் வைத்துப் பார்க்க, தன்னால் அதைச் செய்ய முடியுமென்பது அவருக்குத் தெரிந்திருந்தது."

அந்த இரவைப் பற்றி தன் நினைவிலிருந்தவற்றை ஒரேயொரு முறை மட்டும், அந்த விடியற்காலையில், இலன் அவளிடம் சொன்னான். உறக்கத்தில்போல பின்னாலிருந்து திடீரென்று அவளை இறுக்கினான், தனது கைகளாலும் கால்களாலும் அவளைப் பிணைத்தான், உடல் வலிகளால் அந்தச் சம்பவத்தை அவளுள் இறக்கினான். இப்போது அதுபோல அவ்ரமுக்குச் செய்ய வேண்டியது அவளது முறை. அதைச் சொல்லவேண்டுமென்று அவள் நினைக்கவில்லை. எந்தச் சந்தர்ப்பத்திலும் எந்தச் சூழ்நிலையிலும், ஒருபோதும் அதைச் சொல்லக்கூடாதென அவளிடம் சத்தியம் வாங்கிக்கொண்டிருந்தான் இலன். ஓஃபர் பிறப்பதற்கு சற்று முன்பு இலனேகூட தன்னிடமிருந்து அந்தச் சம்பவம் வெடித்து

வெளிவருமென்று நினைத்திருக்கமாட்டான் என்பதை இப்போது எண்ணிப் பார்க்கிறாள். அதோடு அவை போதுமென்றிருந்தது. இந்த ரகசியங்கள் போதும்.

இலன் நடந்துகொண்டேயிருந்தான். வானில் வெளிச்சம் வர ஆரம்பித்திருந்தது. அடிக்கடி அவன் புதர்களிலோ மணற்குன்றுகளின் நிழல் மடிப்புகளிலோ மறைந்துகொள்ள வேண்டியிருந்தது. அவன் கண்களிலும் மூக்கிலும் மணல் நிறைந்தது. மணலால் பற்கள் நரநரத்தன. உளவுத்துறையில் சொகுசாகப் பணிபுரியும் படைவீரன் அவன், இப்போது கையில் ஒரு எஸ்.கே.எஸ் துப்பாக்கி, அதற்கு குண்டுகள் இல்லை, துணைக்கருவிகளும் இல்லை, அதனோடு ஒரு தண்ணீர்க் குடுவை. இவற்றுடன் நடக்கிறான். ஓய்வெடுக்க வேண்டி ஒரு பள்ளத்தில் படுத்தவன் அப்படியே உறங்கியிருக்க வேண்டும். கண்விழித்தபோது அருகே கண்ணாடியணிந்த ஒருவன் அமர்ந்து தன்னைப் பேசாதிருக்கும்படி சைகை செய்வதைப் பார்த்தான். 401ஆம் படைப்பிரிவைச் சேர்ந்த பீரங்கிவண்டி ஓட்டுநர், அவனது பீரங்கிவண்டி தாக்கப்பட்டிருந்தது, அவனது குழுவினர் அனைவரும் கொல்லப்பட்டிருந்தனர். எகிப்தியர்கள் பீரங்கி வண்டியைக் கொள்ளையடித்தபோது இறந்துவிட்டவன்போல நடித்துத் தப்பிவிட்டிருந்தான். இந்த இருவரும், ஒரு தண்ணீர்க் குடுவை மற்றும் ஒரு கிழிந்த வரைபடத்தை வைத்துக்கொண்டு பலமணி நேரமாகச் சிறு சப்தமுமெழுப்பாமல் – காரணம் அவர்கள் எகிப்தியக் கமாண்டோ படைகளுக்கு அஞ்சினர் – வழிதேடினர். இறுதியில் கடற்கரையை அடைந்து, எதிரிகளால் கைப்பற்ற முடியாத கோட்டையான ஹமாமாவின் உள்வாங்கிய கூரையொன்றின் மேல், அழுக்கேறி கிழிந்து போயிருந்தாலும் இன்னும் பறந்துகொண்டிருந்த இஸ்ரேலியக் கொடியைக் கண்டார்கள்.

அவள் பேசப்பேச தன் கட்டைவிரல்களைப் பிற விரல்களின் முனைகள் மீதாக ஓடவிடுகிறான், ஏதோ அவற்றைத் திரும்பத்திரும்ப எண்ண வேண்டும் என்பதுபோல. நானில்லை, அப்படியிருக்க முடியாது, தனக்குள்ளே முணுமுணுத்துக்கொள்கிறான். எதைப்பற்றி இவள் பிதற்றுகிறாள்?

“அது நிஜம். அது நடந்தது.”

“ஓரா, சொல்வதைக் கேள், இந்த விஷயத்தில் என்னுடன் விளையாடாதே.”

“உங்களோடு எப்போதாவது நான் விளையாடியிருக்கிறேனா?” கோபமாகக் கேட்கிறாள்.

“எனது பாதுகாப்புப் பிரதேசத்திலிருந்து ஹமாமா ஒரு கிலோமீட்டர் தொலைவிலிருந்தது.”

“ஒன்றரை கிலோமீட்டர்கள்.”

“எப்படி அவன் இதுபற்றி என்னிடம் எதுவும் சொல்லாமலிருந்தான்?”

“அவரிடம் இதுபற்றிச் சொன்னீர்களா?” அப்போது அவள் இலனிடம் கேட்டாள்.

“நான் அவனைச் சென்று சேர்ந்திருந்தால், அவனுக்கு இதெல்லாம் தெரிந்திருக்கும். நான் அங்கு போகவில்லை, எனவே அதனை அவனிடம் சொல்லவில்லை.”

அவ்ரமைத் தொடாமலே அவனுள் என்ன நிகழ்கிறதென்பதை அவளால் உணர முடிந்தது. உறங்கும் பையைத் தனது நிர்வாணத்தின் மீதாக இழுத்துவிட்டுக்கொள்கிறாள்.

“எனக்குப் புரியவில்லை,” கிட்டத்தட்ட அவன் கத்துகிறான். “மெதுவாக மீண்டும் எனக்கு விளக்கு, எப்படி அது நடந்தது?”

“கற்பனை செய்து பாருங்கள். யோம் கிப்பூர் தினத்தன்று அவர் பேவலில் இருந்தார். நம் கோட்டைகளெனக் கருதப்பட்ட இடங்கள் எதிரியின் வசமாகிக்கொண்டிருந்தன, நிறைய உயிரிழப்புகள் வேறு. பீதியூட்டும் வதந்திகள் உலவின. இலன் எகிப்தியத் தகவல் பரிமாற்றங்களை ஒற்றுக் கேட்டார், ஒரு விஷயம் அவருக்குத் தெரியவந்தது—”

“‘ஒற்றுக்கேட்டார்’ என்றால் என்ன அர்த்தம்?” கடும் சீற்றத்துடன் துள்ளியெழுகிறான் அவ்ரம். “அவன் ரேடியோ ஆபரேட்டர் கிடையாது, ஒரு மொழிபெயர்ப்பாளன்! செய்திப் பரிமாற்றங்களை இடைமறித்துக் கேட்க அவனுக்கு அனுமதி தந்தது யார்?”

“யாராவது அவருக்கு அனுமதி தந்தார்களா என்பது எனக்குத் தெரியாது. ஆளற்றுக்கிடந்த ஒரு ரேடியோ ஒலியாய்வுக் கருவியை அவர் கண்டுபிடித்தார். மொழிபெயர்ப்புப் பணியின் இடைவெளிகளில் அதில் அமர்ந்து விளையாட்டாய் அலைவரிசைகளை மறித்துக் கேட்டார். முதல் சில நாட்களில் அது எப்படிப்பட்டவொரு களேபரமாயிருந்திருக்குமென்று உங்களுக்குத் தெரியும்.”

“இது சாத்தியமேயில்லை.” தனது கனத்த தலையை குலுக்கிக் கொள்கிறான் அவ்ரம். “இதுபோன்ற ஒரு விஷயத்தை ஏன் நீ என்னிடம் சொல்ல வேண்டுமென எனக்கு விளங்கவில்லை.”

பதின்பருவத்து இலன் வாய்ஸ் ஆஃப் அமெரிக்காவில் வில்லிஸ் கானோவரின் ஜாஸ் நிகழ்ச்சியைக் கேட்பதற்காக அவ்ரமின் வீட்டிலிருந்த பழைய ரேடியோவை ஆராய்ந்தது திடீரென அவன் நினைவுக்கு வருகிறது. இலனின் பச்சைக் கண்கள் சுருங்குகின்றன, நீண்ட அவனது விரல்கள் மெல்லக் குமிழைத் திருகுகின்றன. அவ்ரம் எழுந்து தனது உடைகளை அணிந்துகொள்கிறான். உடம்பில் துணியின்றி இந்தச் செய்தியை அவனால் கேட்க முடியாது.

“ஏன் எழுந்திருக்கிறீர்கள்?”

“எனக்குத் தெரிய வேண்டும் ஓரா. அந்தத் தகவல் பரிமாற்றத்தில் அவன் ஏதாவது கேட்டானா?”

“சற்றுப் பொறுங்கள், அங்குதான் வருகிறேன், என்னை—”

“என் குரலை அவன் கேட்டானா?” அவன் கண்கள் விரிகின்றன.

"இது போலெல்லாம் என்னால் சொல்ல முடியாது." அவள் எழுந்து வேகமாக உடையணிந்துகொள்கிறாள். "இதுபோல–நீங்கள்–என்னை–நெருக்கினால்!"

"ஆனால், அங்கேயவன் என்ன செய்திருக்க முடியும்?" ஒரு கால் கால்சராயிலிருந்து வெளியே தொங்க அவ்ரம் கத்துகிறான். இருவரும் ஒற்றைக் காலில் நொண்டியபடி, பணிய மறுத்துக் கிளர்ச்சி செய்யும் கால்சராய்களுடன் மல்லுக்கட்டியவர்களாய், கத்தியபடியே தடுமாறிக் கொண்டிருக்கிறார்கள். அச்சத்தில் நாய் குரைக்கிறது. "அவன் எதைத் தேடிப் போனான்?"

"உங்களை! அவர் உங்களைத் தேடிப் போனார்!"

"அவனென்ன முட்டாளா? யாரவன், ராம்போவா?"

மூச்சிரைக்க ஒருவரையொருவர் பார்த்தபடி அமர்கிறார்கள்.

"எனக்குக் கொஞ்சம் காபி வேண்டும்." அவ்ரம் எழுந்து இருட்டில் விறகுகளையும் சுள்ளிகளையும் சேகரிக்கிறான். அவர்கள் நெருப்பு மூட்டுகிறார்கள். இரவு குளிராகவும் சீற்றமாகவும் இருக்கிறது. கனவில் போல பறவைகள் கிறீச்சிடுகின்றன, கட்டைக் குரலில் தவளைகள் ஒலியெழுப்புகின்றன, கீரிப்பிள்ளைகள் அதிர்வொலி உண்டாக்குகின்றன. தொலைவே நாய்கள் குரைக்கின்றன, நிலைகொள்ளாமல், இருண்ட பள்ளத்தாக்கைப் பார்த்தபடியே நாய் அங்குமிங்கும் ஓடுகிறது. அவனது கூட்டத்தார் குரைப்பதை அதனால் கேட்க முடியுமா என ஓரா நினைக்கிறாள். தன் கூட்டத்தைப் பிரிந்ததை நினைத்து அது வருந்தக்கூடும்.

"கேளுங்கள், போர் முடிந்தபின் அவரை ராணுவ விசாரணைக்கு உட்படுத்த விரும்பினார்கள்," நிதானமாகச் சொல்கிறாள். "ஆனால் கடைசியில் வேண்டாமென்று விட்டுவிட்டார்கள். சந்தர்ப்ப சூழ்நிலைகள். நிகழ்ந்த குழப்பங்கள். அவர்கள் நடவடிக்கையைக் கைவிட்டனர்."

"ஆனால், அவனுக்குச் சுடக்கூடத் தெரியாதே! என்ன நினைத்துக் கொண்டிருந்தான் அவன்? அவனைக் கேட்டாயா?"

"கேட்டேன்."

"என்ன சொன்னான்?"

"என்ன சொல்வார்? தன்னைச் சுடுவதற்கு ஒரு ஆளைத் தேடிக் கொண்டிருந்தேன் என்றார்."

"என்ன?"

"'அவனுக்கு யாராவது உபகாரம் செய்ய வேண்டும்,'" இலன் சொன்னதை அப்படியே சொல்கிறாள். "என்ன பார்க்கிறீர்கள்? அவர் சொன்னது இதுதான்."

இஸ்மய்லியா நகருக்கு எதிரே சூயஸ் கால்வாயின் கரையில் அமைந்திருந்த அவர்களது பாதுகாப்பு அரணான ஹமாமாவை அவனும் பீரங்கி வண்டி

ஓட்டுநரும் காலை பத்துமணிக்கு அடைந்தனர். வெகு தொலைவு என்று சொல்ல முடியாத தூரத்தில் எகிப்தியர்கள் ஒரே திரளாகக் கால்வாயைக் கடந்து சினாய் தீபகற்பத்துக்குள் நுழைந்துகொண்டிருந்ததை முதல் தடவையாகப் பார்த்தனர். அதை வெறித்துப் பார்த்தபடியே நின்றனர். அந்தக் காட்சியை நம்புவது கடினமாக இருந்தது. இலன் அவளிடம் சொன்னான், "ஏனோ அது கிலி ஏற்படுத்தவில்லை. ஏதோ திரைப்படம் பார்ப்பதுபோல உணர்ந்தோம்."

நுழைவாயிலுக்கு அருகேயிருந்த கோபுரத்திலிருந்து பார்த்துக் கொண்டிருந்த படைவீரனைச் சத்தம்போட்டு அழைத்தனர், வெள்ளைநிற பனியனைக் காற்றில் வீசிக்காட்டினர், உள்ளே விடும்படி கேட்டனர். காப்பரணிலிருந்து சிறியதொரு துப்பாக்கி ஓசை வெளியே வந்தது. அவர்கள் ஓடிச்சென்று தரையில் விழுந்தனர், கைகளை முன்னே விரித்து கத்திக்கொண்டே இருந்தனர். கதவு சிறிது திறந்து, பார்க்க பீதியடைந்தவர் போலத் தோன்றிய அதிகாரி ஒருவர் அவர்களை நோக்கி நீட்டிய ஊஸி துப்பாக்கியுடன் எட்டிப் பார்த்தார். "யார் நீங்கள்?" என்று கத்தினார். இலனும் அந்தப் படைவீரனும் தாங்கள் இஸ்ரேலியர்கள் என்றார்கள். அசைய வேண்டாம் என அவர்களிடம் கத்தினார் அதிகாரி. "எங்களை உள்ளே விடுங்கள்," என மன்றாடினர், ஆனால் அவர் அவசரப்படவில்லை. "எங்கிருந்து வருகிறீர்கள்?" அவர்கள் தங்கள் படை எண்களைச் சொன்னார்கள். "இஸ்ரேலில் எங்கிருந்து வருகிறீர்கள்?" "ஜெரூசலேம்," என்றுவிட்டு இருவரும் ஒருவரையொருவர் பார்த்துக்கொள்கின்றனர். இதை ஏற்றுக்கொண்ட அதிகாரி, அவர்களை அசையாமல் இருக்கச் சொல்லிவிட்டு அங்கிருந்து போனார். அவர்களுக்குக் கீழிருந்த பூமி நடுங்கியது. தங்களது முதுகுகளுக்குப் பின்னால் எகிப்தியப் பீரங்கி வண்டிகளின் முனகலொலியை அவர்களால் கேட்க முடிந்தது. "எந்தப் பள்ளியில் படித்தாய்?" உதடுகளை அசைக்காமல் குசுகுசுப்பாகக் கேட்டான் இலன். "போயர், உங்களுக்கு ஒரு வகுப்பு பின்னால்," என்றான் அந்தப் படைவீரன். "அப்படியானால், என்னை உனக்குத் தெரியுமா?" ஆச்சரியமாகக் கேட்டான் இலன். அவன் புன்னகைத்தான். "யாருக்குத் தான் தெரியாது. நீண்ட தலைமுடியுடன் குண்டாக இருப்பானே, மரத்திலிருந்துகூட குதித்தானே, எப்போதும் அவனும் நீயும் ஒன்றாக இருப்பீர்களே." கதவு அகலத் திறந்தது; அதிகாரி அவர்களை கைகளை உயர்த்தியபடி, முழங்காலிட்டு மெதுவாக உள்ளே வருமாறு சைகை செய்தார்.

செவ்வரியோடிய கண்களுடன் ஆவிகள் அவர்களைச் சுற்றி நின்றன. வெண்ணிறப் புழுதி பூசிய ஐம்பது ஆவிகள். காப்பரணின் எல்லா மூலைகளிலிருந்தும் திரண்டுவந்து இவர்கள் இருவரை மட்டும் சூழ்ந்து நின்றன. வழியில் தாம் பார்த்தவற்றை இவர்கள் சொல்ல அமைதியாகக் கேட்டன. சோர்ந்து, களைத்த, இலனைப்போல இரண்டு மடங்கு வயதுள்ள காப்பரணின் தலைமைப் படையதிகாரி இந்தப் பகுதியில் என்ன செய்கிறீர்கள் எனக் கேட்டார். இலன் அவர் கண்களைப் பார்த்து மாக்மாவிலிருந்து ஒரு ரகசியத் தகவலையும், ஒரு ரகசியத் தளவாடத்தையும்

நீக்கும் பொருட்டு பேவலிலிருந்து அனுப்பப்பட்டதாகச் சொல்லிவிட்டு, தான் எப்போது அங்கு போகலாம் எனக் கேட்டான். படைவீரர்கள் ஒருவரையொருவர் ஓரக்கண்ணால் பார்த்துக்கொண்டனர். தலைமைப் படையதிகாரி வெறுமனே முகத்தைச் சுழித்தார், பீரங்கி வண்டி ஓட்டுநரைத் தன்னுடன் அழைத்துச் சென்றார். முகத்தில் எந்த உணர்ச்சியுமற்ற, தயார்நிலைப்படையைச் சேர்ந்த ஆஜானுபாகுவான வீரன் ஒருவன் இலனைப் நோக்கித் திரும்பி இழுத்திழுத்துச் சொன்னான், “மாக்மாவை மறந்துவிடு, அங்கிருந்தவர்கள் கதை முடிந்துவிட்டது. அதிசயமாக யாராவது உயிர் பிழைத்திருந்தாலும் எல்லாப் பக்கங்களிலிருந்தும் எகிப்தியர்கள் அவர்களது கழுத்தை நெரித்துகொண்டுள்ளனர்.” இலன் அதிர்ந்துபோனான். “அப்படியானால் ஏன் யாரும் சென்று அவர்களுக்கு உதவவில்லை? விமானப்படை ஏன் எகிப்தியர்களை அங்கிருந்து துரத்தவில்லை?” படைவீரர்கள் நமுட்டுச் சிரிப்புச் சிரித்தனர். “விமானப்படையா, அதை மறந்துவிடு,” அந்த ஆஜானுபாகுவான தயார்நிலைப் படைவீரன் சொன்னான். “தரை, கடல், விமானப் படைகள் குறித்து நீ அறிந்து வைத்திருப்பவற்றையெல்லாம் மறந்துவிடு.” அவனுக்கு ஒத்தூதும் விதமாக மற்றவர்களும் முணுமுணுத்தனர். “ஹிஜாயோனிலிருக்கும் வீரர்கள் ரேடியோவில் அழுவதை நீ கேட்டிருக்க வேண்டுமே,” கரிபூசிய முகத்துடனிருந்த வெளிர் மஞ்சள் தேகத்தவன் சொன்னான். “அது எங்களை மனச்சோர்வடைய வைத்துவிட்டது.” “அழுதார்களா? உண்மையிலே அவர்கள் அழுதார்களா?” முணுமுணுப்பாகக் கேட்டான் இலன். அந்த ஆஜானுபாகுவானவன் சொன்னான், “அவர்கள் அழுதார்கள், உதவிக்கு வரவில்லையென்று எங்களை வசைமொழிந்தார்கள். கவலைப்படாதே, சீக்கிரமே நாமும் அழுதுகொண்டிருப்போம்.” அழுக்கான துணித் தொங்கலில், கட்டுப்போட்ட தனது கையைத் தொங்கவிட்டிருந்த இன்னொரு படைவீரன் சொன்னான், “எப்படி அது நடக்கிறது என்பதை இப்போது நாங்கள் தெரிந்துகொண்டோம், எல்லா கட்டங்களையும்.” குட்டையான, கறுத்த தேகமுடைய சார்ஜென்ட் கிறீச்சிட்டான்: “எல்லாச் சத்தமும் கேட்கும். கடைசி நிமிடம்வரை உங்களுக்குக் கேட்கும், தாமாகவே அவர்கள் மலங்கழித்துக் கொள்வதுவரை. நேரடி ஒலிபரப்பு.” கட்டைகுட்டையான ஒரு தயார்நிலைப் படைவீரன் சொன்னான்: “இதுவரை சில காப்பரண்களில் இதை நாங்கள் அனுபவித்திருக்கிறோம்.” ஒருவர் மற்றவரைக் குறுக்கிட்டவர்களாய் அவர்கள் இலனுடன் பேசினர். அவர்கள் குரல்கள் வேறுபட்டிருக்கவில்லை. தான் அங்கிருப்பதைப் பயன்படுத்தி, தன் வழியாக அவர்கள் ஒருவரோடொருவர் பேசிக்கொள்வதை இலன் உணர்ந்தான்.

அவர்களிடமிருந்து விலகி கால்கள் பின்ன நடந்து போய் தரையில் ஒரு மூலையில் அமர்ந்தான். அசையாமல் சுற்றிலும் பார்த்தான். அவன் சிந்தனை வெறுமையுற்றிருந்தது. அடிக்கடி யாராவது வந்து அவனிடம் பேச்சுக் கொடுத்தனர், போரைப் பற்றி, இஸ்ரேலில் நிலைமை பற்றி அவனைக் கேட்டனர். ராணுவ மருத்துவர் அவனைக் கட்டாயப்படுத்திக் கொஞ்சம் தண்ணீர் அருந்தச் சொன்னார், தள்ளு படுக்கையில் படுக்கச் சொல்லி உத்தவிட்டார். உத்தரவுக்குப் பணிந்தவனாக படுத்துக்கொண்டவன்

அப்படியே சற்றுநேரம் உறங்கிவிட்டிருக்க வேண்டும். பூகம்பம் நிலத்தைக் குலுக்கி, புழுதி எழுந்து காற்றை நிறைத்தபோது விழித்துக்கொண்டான். எங்கோ தொலைவே ஈனஸ்வரத்தில் ஒலிக்கும் அபாய எச்சரிக்கை மணி, பிறகு எல்லாத் திசையிலிருந்தும் விரைந்தோடிவரும் காலடி ஓசைகள், உரத்து ஒலிக்கும் பீதிக் குரல்கள். யாரோ அவனிடம் ஒரு தலைக்கவசத்தைத் தூக்கிப்போட்டனர். அவன் எழுந்தான், மனம் குழம்பியவனாய், கலைக்கப்பட்ட எறும்புக்கூட்டின் களேபரத்துக்கு நடுவில் ஒரு சுவரிலிருந்து அடுத்த சுவர் என அந்தப் பதுங்கு குழியைச் சுற்றி நடந்தான். வேகம்கூட்டி இயக்கப்பட்ட ஒரு திரைப்படத்தினூடாக மிக மெதுவாக நடப்பவனைப் போல உணர்ந்தான், அவனைச் சுற்றிலும் பாய்ந்தோடும் வீரர்களைத் தொட்டால் அவனது கை அவர்களது உடல்களை ஊடுருவிச் செல்லும் போலிருந்தது.

"ஓரா."

"என்ன?"

"இதையெல்லாம் எப்போது உன்னிடம் சொன்னான்?"

"ஓஃபர் பிறந்த அன்று காலை."

"என்ன, பிரசவ அறையிலா?"

"இல்லை. நாங்கள் வீட்டிலிருந்தபோது. மருத்துவமனைக்குக் கிளம்பும் முன். மிகவும் அதிகாலையில்."

"அப்படியே எழுந்து அவன் சொல்லத் தொடங்கினானா?"

அவள் கண்சிமிட்டுகிறாள், இந்த விவரங்கள் ஏன் இவனுக்கு அவ்வளவு முக்கியமாக இருக்கின்றன, அந்த நாட்களைப் போல அவனது முன்னறிவிக்கும் திறன் விழித்துக்கொண்டது குறித்து அவள் ஆச்சரியம் கொள்கிறாள். "இங்கே பாருங்கள், முதலும் கடைசியுமாக அந்தச் சம்பவம் பற்றி நான் கேள்விப்பட்டது அப்போதுதான்."

"பிறகு எப்படி எல்லாம் உனக்கு நினைவிருக்கிறது?"

"அந்தக் காலைப்பொழுது என்னால் மறக்க முடியாதது. அவர் சொன்ன ஒவ்வொரு வார்த்தையும்." அவள் பார்வையை விலக்கிக் கொள்கிறாள், ஆனால், அவன் வேவு பார்க்கிறான், துல்லியமாகவும் ஆர்வமாகவும் ஆராய்கிறான். அவளுக்குப் புரிகிறது: அவனால் எதையோ உணர முடிகிறது. அது என்ன என்றுதான் அவனால் புரிந்துகொள்ள முடியவில்லை.

OOO

தொடர் குண்டுவீச்சு நின்றது. எல்லோரும் அமைதியானார்கள், இரும்புத் தலைக்கவசங்களையும், குண்டு துளைக்காத மேற்சட்டையையும் கழற்றினார்கள். யாரோ துருக்கியக் காபி தயாரித்து இலனுக்கு ஒரு

கோப்பை தந்தார்கள். அவன் எழுந்தான், இயந்திரம்போல நடந்து தலைமைப் படையதிகாரியிடம் சென்றான். தான் அம் ஹஷிபாவிலுள்ள தனது படைத்தளத்துக்குத் திரும்பிப் போகலாமா எனக் கேட்டான். வரைபடங்கள் மற்றும் ரேடியோ கருவிகளிலிருந்து தங்கள் தலைகளை உயர்த்தி இவன் என்ன பைத்தியமா என்பதுபோல படைவீரர்கள் பார்த்தனர். அவன் கேட்ட கேள்வியை ஒருவர் மற்றவரிடம் திரும்பவும் கேட்டுக்கொண்டனர். “உண்மையிலேயே யதார்த்தம் புரியாதவனாக இருக்கிறாயே. இங்கிருந்து வெளியே போக ஒரே வழி உடைந்த ராணுவ அடையாள உலோக வில்லைகளை வாயில் கவ்விச் செல்வதுதான்.” அவர்கள் ஏளனச் சிரிப்புச் சிரித்தனர்.

“அப்போதுதான் அவருக்கு தாம் எந்த மாதிரியான இக்கட்டில் வந்து சிக்கியிருக்கிறோம் என்பது புரிந்தது,” ஓரா சொன்னாள்.

“எனக்கு இது தெரியாதே,” வேதனையுடன் முணுமுணுக்கிறான் அவ்ரம்.

எவ்வளவு விஷயங்கள் உங்களுக்குத் தெரியாது என்பதை அறிய இதைக் கேட்டு முடிக்கும்வரை பொறுத்திருங்கள், ஓரா மனதுக்குள் எண்ணுகிறாள்.

“அவர் கையில் ஓர் ஊசியைத் திணித்து இதைச் சுடத் தெரியுமா எனக் கேட்டனர். ஆறு மாதங்களுக்கு முன்பு குறிபார்த்துச் சுட்டுப் பழகியதாகச் சொன்னார். அவர்கள் இளக்காரமாகச் சிரித்துவிட்டு அவரை ஏதோ கருவியொன்றின் பக்கத்தில் அமர வைத்தனர். அது ஏதோ இருட்டில் பார்க்க உதவும் கருவி என நினைக்கிறேன்–”

“எஸ்.எல்.எஸ், ஸ்டார்லைட் ஸ்கோப், மாக்மாவில் எங்களிடமும் ஒன்று இருந்தது.” அவ்ரம் முணுமுணுத்தான்.

“இந்தத் தள்ளாட்டத்திலிருந்து வெளியே வா, ஏனென்றால் எகிப்தியர்கள் வந்துகொண்டிருக்கிறார்கள்; இந்த நிலையில் அவர்களை வரவேற்பது மரியாதையாக இருக்காது என அவரிடம் சொன்னார்கள். அப்போதும் அவர்கள் நகைச்சுவையாகப் பேசிக்கொண்டிருந்தனர்.”

அந்தத் தொலைநோக்கி வழியாக அவனால் எதையும் பார்க்க முடியவில்லை, உண்மையில் அவனுக்கு அதை இயக்குவது எப்படியெனத் தெரியவில்லை. இரவு முழுவதும் மிக அருகில் அரபியில் உரத்துக் கத்தும் குரல்களை, பெரிய தளவாடங்கள் தண்ணீரில் விழும் ஓசையைக் கேட்டுக்கொண்டிருந்தான், எகிப்தியர்கள் இன்னமும் கால்வாயைக் கடந்துகொண்டிருந்தார்கள். தொடர்ந்து எறிகணைகள் வீழ்ந்து காப்பரணை அதிரவைத்துக்கொண்டிருந்தன. அடிக்கடி அவன் தனக்குள் சொல்லிக்கொண்டான்: அவ்ரம் இறந்துவிட்டான். என் நண்பன் அவ்ரம் இறந்துவிட்டான், அவனது உடல் இங்கேதான் பக்கத்தில் எங்கோ இருக்கிறது. அந்த வார்த்தைகளை மனதுக்குள் தொடர்ந்து சொல்லிக்கொண்டிருந்தாலும் அவற்றின் அர்த்தத்தை அவன் உணரவில்லை. அவன் சிறு வேதனையும் கொள்ளவில்லை, தனக்கு

வேதனையேற்படவில்லையென்பதை நினைத்து அவன் மனக்குழப்பமும் கொள்ளவில்லை.

கேட்க முடியாத கேள்விகள் உள்ளே அடித்துக்கொள்ள, தங்கள் இதயங்கள் வேகமாகத் துடிக்க, அவர்கள் இருவரும் மௌனமாக அமர்ந்திருக்கின்றனர். நீ என்ன நினைத்தாய் ஓரா? நாங்கள் உன்னை அழைத்து ஒரு தொப்பியையும் இரண்டு துண்டுச் சீட்டுகளையும் எடு என்றபோது நீ என்ன நினைத்தாய்? குலுக்குச் சீட்டை எடுத்தபோது என்ன செய்துகொண்டிருக்கிறோம் என்று உண்மையிலே உனக்குத் தெரியாதா? மனதில் ரகசியமாக நீ என்ன விரும்பினாய்? தொப்பியிலிருந்து எந்தப் பெயரை நீ எடுக்க விரும்பினாய்? நடக்கப் போவது என்னவென்று தெரிந்திருந்தால் – வேண்டாம், இந்தக் கேள்வியைக் கேட்க வேண்டாம். இருந்தும் ஒரேயொருமுறை அவன் அதைக் கேட்க வேண்டியிருக்கிறது: நடக்கப்போவது என்னவென்று தெரிந்திருந்தால், எந்தப் பெயரை நீ தேர்ந்தெடுத்திருப்பாய்?

காலை நான்கு மணிக்கு வேறொருவர் வந்து அந்தப் பணியை ஏற்றுக்கொண்டு அவனை விடுவித்தார். இலன் பதுங்குகுழி நோக்கி ஓடினான், அவன் தலைமீதாக ஒரு எறிகணை பறந்து சென்றது. திகிலுற்றவனாய் பதுங்குகுழியின் பக்கவாட்டிலிருந்த இடுங்கிய சிறு அறைக்குள் சுருண்டுகொண்டான். உடல் நடுங்க "கழிப்பறை எங்கே?" என்று அருகே அகழியில் குனிந்து நின்றிருந்த தாடிக்காரப் படைவீரரிடம் கத்தினான். "எங்கெல்லாம் நீ மலம் போகிறாயோ, அங்கெல்லாம் கழிப்பறை தான்," என்று அவர் முனகினார். எந்த நிமிடமும் தனது கால்சராய்கள் நிரம்பிவிடும் என்று உணர்ந்தான். விரைவாகத் தனது கால்சராய்களைக் கீழே இழுத்துவிட்டான், ஆசீர்வதிக்கப்பட்ட சில கணங்களுக்கு போர், எறிகணைத் தாக்குதல், தான் தொலைத்துவிட்ட அவ்ரம் என யாவற்றையும் மறந்திருந்தான், கழிவுகளை வெளியேற்றுவதில் முழு கவனத்தையும் வைத்திருந்தான். கட்டுப்பாட்டு அறைக்கு வந்தபோது அங்கு நிலவிய அமைதி அவனை அச்சுறுத்தியது. கண்காணிப்பு அமைப்பில் ஏறி மேற்கே பார் என யாரோ அவனிடம் சமிக்ஞை செய்தார்கள். வெள்ளையும் மஞ் சளுமான பெருந்திரள் ஒன்று பெரிய அலைபோல காப்பரணை நோக்கி பாலைவனத்தினூடாக மிதந்து வந்துகொண்டிருந்தது. "அவர்களுடையவை, இருபது பீரங்கி வண்டிகள் இருக்கலாம். துப்பாக்கிகள் அனைத்தும் நம்மை நோக்கியுள்ளன," சிரமத்துடன் வார்த்தைகளை வெளித்துப்பினான் ஒருபடைவீரன்.

குண்டு வீச்சு ஆரம்பித்தது. பீரங்கிகள் குண்டு வீசின, தொலைவே ஒரு மலையுச்சியிலிருந்து சிறுபீரங்கிகள் படையும் குண்டு வீசியது, எகிப்திய சுகோய் ஒன்று மேலே பறந்து குண்டுகளைப் போட்டது. காற்றும் நிலமும் அதிர்ந்தன. இலனின் கண்முன் இருந்த யாவையும் குலுங்கின. மனிதர்கள், கான்கிரீட் சுவர்கள், மேசைகள், ரேடியோ கருவிகள், ஆயுதங்கள் எல்லாமே. ஒவ்வொன்றும் தமது இயல்பான வடிவத்திலிருந்து விலகின, கடுமையாக ரீங்கரித்தன. புதிதாக ஒரு பேதி இலனின் வயிற்றைக் கலக்கியது. திரும்பி இடுங்கிய அந்த அறைக்கு ஓடினான்.

இலன் கடந்து செல்லும்போது நீண்ட ராணுவ உள்ளாடையிலிருந்த சிவப்புத் தலை இளைஞன் முணுமுணுத்தான், “உலகம் செத்துவிட்டது.” இது கடிதங்கள் எழுத வேண்டிய – அல்லது அதுபோல ஏதாவது செய்ய வேண்டிய – நேரம் என இலனுக்கு மந்தமாக உரைத்தது. அவனது பெற்றோருக்கு, ஓராவுக்கு, அவ்ரமுக்கு. மீண்டும் தான் அவ்ரமுக்கு எதுவுமே எழுதவில்லையென்பது அப்போது அவன் நினைவுக்கு வந்தது. அவனுக்காக வகுப்பறையில் குறிப்புகளையோ, ஆபாசமான வேடிக்கைப் பாடல்களையோ, ஒலிப்பதிவுக்கான குறிப்புகளையோ, எஃப்ராய்ம் கிஷோனின் மேற்கோள்களையோ, ஃபேனி ஹில்லின் மேலாட்டமான தல்முட் விளக்கங்களையோ எழுதியதில்லை. தங்களது வகுப்புத் தோழிகளின் அழகை வர்ணித்து ரஷி எழுத்துக்களில் எழுதப்பட்ட பாடல்களோ, வகுப்பு நேரத்தில் ஆசிரியர்களது கண் முன்பே சங்கேத எழுத்துக்களில் நிகழ்ந்த நீண்ட உரையாடல்களோ இனி இல்லை. அவ்ரம் திரைக்கதை எழுதி இலன் இயக்கப்போகும் இஸ்ரேலின் உச்சத் திரைப்படம் – ஒரு நியான் ரியாலிஸ்ட் திரைப்படம் – குறித்த இனிய கனவுகள் இனியில்லை. பணிபுரிய அவர்கள் தனித்தனியே அனுப்பப்பட்ட படைத் தளங்களுக்கிடையே பறந்த, மடத்தனமான எழுத்து என்பதற்கான தணிக்கை முத்திரையின் வட்டவடிவ மைக்கறைகள் படிந்த, காமம் பொங்கும் ஆழ் கருத்தாக்கங்கள் நிறைந்த மோனை நயம் அமைந்த கடிதங்கள் இல்லை. ராணுவத் தொலைஅச்சு இயந்திரம் வழி அவர்கள் அனுப்பிக்கொண்ட, யாராலும் உடைத்தெறிய இயலாத, அவர்களது சொந்த ரகசியங்களின் அடிப்படையிலமைந்த சங்கேத எழுத்துக்களாலான செய்திகள் இல்லை. பகூனின் மற்றும் க்ரோபோட்கின், கீரோஅக் மற்றும் பரோஸின் புதிய கண்டங்களையும், ஃபீல்டிங்கின் டாம் ஜோன்ஸையும் ஜோசப் ஆன்ட்ரூஸையும் அல்லது துருயனோவின் யூத நகைச்சுவை மற்றும் கூரறிவு குறித்த புத்தகத்தையும் கண்டுபிடிக்க இருவரும் சேர்ந்து மேற்கொண்ட பயணங்கள் இனி கிடையாது. நகைச்சுவைகள், சமத்காரப் பேச்சுகள், ஆபாசச் சொல் விளையாட்டுகள், ஒரு பார்வையில் எல்லாவற்றையும் புரிந்துகொள்ளுதல், எதிரியின் தேசத்தில் இரண்டு உளவாளிகளுக் கிடையிலான ஆழ்ந்த, ரகசியம் மிக்க பரஸ்பர அடையாளம், இரண்டே குழந்தைகள், கண்ணீல் நீர் வரும்வரையிலான வெறித்தனமான சிரிப்பைத் தாண்டியும் அக்குழந்தைகளை இணைத்த அந்த ஒன்று, எல்லாமே முடிந்துவிட்டன என்பதை இலன் உணர்ந்தான்.

அவ்வளவுதான். யஃபே நாஃப் பள்ளத்தாக்கில் “யானைத் தந்தம்” எனப்பட்ட பாறைமீது அமர்ந்துகொண்டு அவர்கள் சத்தம் போட்டுப் படித்த ‘வன்தாக்கு’ குறித்து, ‘இவ்வாறு கூறினான் ஜரதுஷ்ரா’ இவற்றை இனி அவன் யாரிடம் வியந்து பேசுவான். நள்ளிரவில் பஹத் 15 படைத்தளத்தின் பாதுகாப்பு வேலியின் ஓட்டை வழியாக ஓடும்போது மோஷே க்ராயின் கோட்பாடுகளையும் பீட்டில்ஸ் பாடல்களில் குறியீட்டாக்கம் செய்யப்பட்டிருக்கும் ப்ளூஸ் பன்னிசைகள் பற்றி யாருடன் அவன் விவாதிப்பான்? மந்திர மலையில் நாஃப்தாவுக்கும் செட்டம்பிரினிக்கும் இடையிலான வயிற்றுவலி உண்டாக்குமளவுக்கான விரிவான விவாதங்களை இனி யார் அவனோடு சேர்ந்து நாடகமாக்கி,

சுருக்கியுரைத்து, இயக்கக் கஷ்டமான அகாய் ஒலிப்பதிவுக் கருவியில் பதிவு செய்வார்கள்? டேவிட் அவிடன் அல்லது யோனா வாலக்கின் கவிதைகளிலிருந்து, *கேட்ச்–22* அல்லது முழுவதும் மனப்பாடமாக அவ்ரமால் சொல்ல முடிந்த *பால் மரத்தின் கீழ்* என்ற மனிதக் குரலைப் புகழும் பாடலிலிருந்து இனி மேற்கோள்கள் எதுவுமிருக்காது. இந்த உலகில் வேறு யார் அவனை டெல் அவிவிலிருக்கும் *யெடியோத் அஹரோனாட்* பத்திரிகை அலுவலகத்துக்கு இழுத்துச் சென்று, "அனுமதி கிடைக்கும் பட்சத்தில் நமது நேருக்கு நேரான தனிச் சந்திப்பில் மதிப்புக்குரிய தங்களின் காதுகளில் அதைத் தெரிவிப்போம்" எனப் பூடகமாகக் கடிதங்கள் எழுதியவர்கள் இந்தச் சிறுவர்களா என வியந்துபோன அதன் முதன்மை ஆசிரியரைச் சந்திக்கச் செய்திருக்க முடியும்? மாதம் ஒருமுறை அந்தப் பத்திரிகை முழுவதும் கவிஞர்களது எழுத்துகளால் நிறைந்திருக்க வேண்டும் என்பதுதான் அந்த விஷயம். ("எல்லாப் பகுதிகளும்," பிரதான தலைப்புச் செய்தியிலிருந்து விளையாட்டு, விளம்பரங்கள் வரை எல்லாமும், வானிலை அறிவிப்புகூட என அவ்ரம் விளக்கினான்.) ஒவ்வொரு மாதமும் மியூசிக் அகாடமி நூலகத்திலிருந்து அவர்கள் திருடிவந்த டவுன்பீட் பத்திரிகையின் புகை சூழ்ந்த அறைகளில், அவ்ரமுடன் மட்டுமே, அவர்களது வாழ்வுக்கு இணையாக யாருக்கும் தெரியாமல், அவனால் முழு வாழ்வு வாழ இயலும். அந்தப் பத்திரிகையின் உதவியுடன் அவர்கள் கவனமாக, கார்னெகி ஹால், பிரிசெர்வேஷன் ஹால், நியூ ஆர்லியன்ஸின் அடைசலான ஜாஸ் கச்சேரி அறைகள் இங்கெல்லாம் தங்களது இரவுநேரப் பொழுதுபோக்கைத் திட்டமிட்டார்கள். புதிய ஜாஸ் இசைத் தொகுப்புகள், தங்களால் இஸ்ரேலில் வாங்க இயலாத புத்தகங்கள் இவைபற்றிக் கனவு கண்டார்கள். இவற்றின் உள்ளடக்கம் குறித்த தங்களது தீவிரக் கற்பனையின்பாற்பட்ட உத்தேசங்களில் களிப்புற்றார்கள். வெறும் விமர்சனங்கள் மற்றும் விளம்பரங்களிலிருந்தே டியூக் எலிங்டனின் *'இசைதான் என் கள்ளக்காதலி'* அவர்களைப் பல வாரங்களுக்குப் பைத்தியமாக அடித்தது. பழைய வாத்தியங்களைத் தேடிக்கொண்டு யார் அவனோடு கின்ஸ்பர்க் மற்றும் ஆலன்பி தெருக்களுக்கு வருவார்கள்? தன்னிடம் இல்லாத பணத்தைக்கொண்டு அவனுக்காக ஸ்டான் கெட்ஸ் மற்றும் ஜான் கோல்ட்ரானே இசைத் தொகுப்புகளை வாங்கித் தருவார்கள்? அவ்ரமுடன் பழகுவதற்கு முன்பு அவன் கண்டறிந்திராத அல்லது கற்பனை செய்திராத ஜாஸ் மற்றும் ப்ளூஸின் அரசியல் எதிர்ப்பின் மட்டில் தனது காதுகளைத் யார் திறப்பார்கள்? "எழுச்சியற்ற விதையின் சந்ததியே", "முறைதவறிப் பிறந்த அதுல்லம் நகரத்தானே," "கீல்வாதம் பீடித்த கொப்புளமே" என அவனைத் தவிர உற்சாகத்துடன் வேறு யாரும் அவனை அழைக்க மாட்டார்கள். ஹீப்ரூவின் சிறப்பியல்புகள் மற்றும் கிரேக்க மொழியிலிருந்து அது கடன் பெற்றவைகள் குறித்து அவனுடன் அத்தனைத் தீர்க்கமாக யார் வாதிடுவார்கள். பேக்காமன் விளையாட்டில் சிறப்பானதொரு நகர்த்தலுக்குப் பிறகு, "உன் கர்ஜனைதான் எத்தனை வலுவானது, ஓ சிங்கமே!" எனக் கத்தி அவனை யார் பாராட்டுவார்கள்?

அயலோன்–ஷென்அர் அரபி–ஹீப்ரூ அகராதியை மனப்பாடமாக ஒப்பிக்கும் இரைச்சல்மிகு போட்டிகள் இனி இருக்காது, ஆகவே அவனை

யாரும், *ததாலஸ்*: "பாராளுமன்றம் முதலானவற்றின் தாழ்வாரங்களில் ஆட்களை இச்சையோடு மயக்குதல்" (உண்மையிலே இலன் அந்த "முதலானவற்றின்" என்பதை நினைவுபடுத்திக்கொள்ள வேண்டியிருந்தது) என்பதைக் கொண்டு தாக்க மாட்டார்கள். கூட்டமான இழுவைப் படிகளில் *நஹீதா* – "நன்கு வளர்ந்து திரண்ட முலைகளையுடைய கன்னிப்பெண்," என நைச்சியமாக அவனிடம் சொல்வானே, அவர்களது அரபியாக்கப்பட்ட ஹீப்ரூவும், ஹீப்ருவாக்கப்பட்ட அரபியும் இனி இல்லை. போத்தல்களை *பக்புகிம்* என்பதற்குப் பதிலாக பகாபிக் என அவனால் சொல்ல முடியாது, பறவைகளை *ட்டிஸிபோரிம்* என்பதற்குப் பதிலாக *ட்டிஸாபாஃபிர்* என்க மாட்டான். ஆணுறைகளை *காந்தோமிம்* என்பதற்குப் பதிலாக *கானாதெம்* என்றோ, புட்டங்களை *அகுஸிம்* என்பதற்குப் பதிலாக *அகா'யெஸ்* என்றோ குறிப்பிட அவனால் இயலாது. கொதிக்கும் அண்டாவில் முங்கி அவனை எடுத்து, கால் நகங்களில் காவியபடி புயலைக் கடந்துவந்து, மரணத்தின் பிணைக் கயிறுகளிலிருந்து விடுவிக்க யார் இருக்கிறார்கள்?

அவன் கட்டுப்பாட்டு அறைக்குத் திரும்பி வந்தபோது இஸ்ரேலியப் பீரங்கி வண்டிகள் எகிப்தியப் பீரங்கிவண்டிகளின் பக்கவாட்டில் வந்து தாக்கி அவற்றில் இரண்டுக்குத் தீ வைத்திருந்தன. காப்பரணில் இருந்த அனைவரும் உற்சாகக் குரலெழுப்பி ஒருவரையொருவர் தழுவிக்கொண்டனர். பீரங்கிவண்டிகளை நோக்கி உற்சாகத்துடன் கையசைத்தனர், தாங்கள் அங்கிருந்து மீட்கப்படுவதற்கான ஆயத்தங்களை மேற்கொண்டனர். சேதமின்றித் தப்பித்த எகிப்தியப் பீரங்கிவண்டிகளைத் தேடி படையினர் மணற்குன்றுகளில் மறைந்தபோது ஆழ்ந்த, நஞ்சோடிய மௌனம் காப்பரண் எங்கும் பரவியது. அசைத்த கைகள் அப்படியே பாதியில் பொருத்தமற்றுத் தொங்க படைவீரர்கள் அமைதியாக நின்றனர்.

சற்றுக் கழித்து ஒரு எகிப்தியப் படைவீரன் தோள்பட்டைகளிலிருந்து தீ எரிய தனது பீரங்கிவண்டியினுள்ளிருந்து மேலேறினான். வண்டியிலிருந்து கீழே குதித்துக் கைகளை உயர்த்தியபடி சுற்றிச்சுற்றி ஓடிவந்தான், கடைசியில் முகம்குப்புறக் கீழே விழுந்தான், அவன் உடல் சிறிது நேரம் வெட்டி வெட்டி இழுத்து கடைசியில் அசைவற்றுப்போனது. உடல் முழுவதையும் பற்றி தீ எரியத் தொடங்க விசித்திரமானதொரு சரணாகதியில் அப்படியே கிடந்தான். நான்கு எகிப்திய கவச வாகனங்கள் வந்து உருமறைப்புச் சீருடையில் இருந்த படைவீரர்களை இறக்கிவிட்டுச் சென்றன, அவர்கள் காப்பரணைப் பார்த்துத் தங்களுக்குள் ஏதோ ஆலோசித்தனர். காப்பரணின் தலைமைப் படையதிகாரி கட்டளையிட கையில் சுடும் ஆயுதம் வைத்திருந்தவர்களெல்லாம் சுடத் தொடங்கினர். இலனும் சுட்டான். அவனது முதல் சுடுதல் – அந்தப் போரில் அவன் சுட்டது அந்த ஒருமுறைதான் – அது அவன் செவிப்பறையைக் கிழித்து காதுக்குள் ஓயாத ரீங்கரிப்பை உண்டாக்கியது. எகிப்திய வீரர்கள் வாகனங்களில் தாவியேறிப் பின்வாங்கினர். கைவிடப்பட்ட கியர் பெல்ட் ஒன்றிலிருந்து தண்ணீர்க் குடுவையை எடுத்து ஒரே மூச்சில், கிட்டத்தட்ட அதிலிருந்த

தண்ணீர் முழுவதையும் குடித்தான் இலன். அவனது கால் முட்டிகள் நடுங்கின. தான் ஒரு ஆளைக் கொன்றிருப்போம் என்ற எண்ணம், அவ்வாறு செய்ய வேண்டுமென்று மனதார விரும்பினோம் என்ற உண்மை, இந்தப் பயணம் தொடங்கியதிலிருந்து அவன்மீது படிந்திருந்த மென்பூச்சை அகற்றியது.

தலைமைப் படையதிகாரி அவனை அழைத்தார், அவன் எங்கிருந்து வந்தான் என்பது பற்றித் தனக்குக் அக்கறையில்லை, ஆனால், இனி அவன் அவருடைய கட்டுப்பாட்டில்தான் இருக்க வேண்டும் என்றார். கண்காணிப்பு நிலைகளைச் சுற்றிவந்து அங்கிருப்பவர்கள் கேட்பனவற்றைச் செய்ய வேண்டும் என்றார். அடுத்த சிலமணி நேரத்துக்கு அவன் பெட்டி பெட்டியாக வெடிபொருட்களையும், கைப்பிடி வைத்த பெரிய தகரக் கலன்களில் தண்ணீர் மற்றும் ஜெனரேட்டர் எரிபொருளையும், ராணுவ மருத்துவர்கள் தயாரித்துத் தந்த சாண்ட்விச்சுகளையும் சிரமத்துடன் சுமந்தலைந்தான். அவனுடன் அடர்ந்த தாடி வைத்த அதிகம் பேசாத ஒரு படைவீரனும் வந்தான். அவன் கவச வாகனம் ஒன்றிலிருந்து இயந்திரத் துப்பாக்கியொன்றைக் கழற்றி வந்து காப்பரணின் வடக்கேயிருந்த கண்காணிப்பிடத்தின் மீது பொருத்த உதவினான். அவன் மேலும் மேலும் ஆவணங்கள், படிவங்கள், செயல் பதிவேடுகள் என "நிர்வாகப் பொருட்களை" சேகரித்தான், அவற்றை முற்றத்தில் போட்டு எரித்தான்.

வேலையின் நடுவில் சிறுநீர் கழிக்கச் சென்றபோது இலனுக்குள் ஒரு எண்ணம் உதித்தது. கவசவாகனத்திடம் சென்று உருமறைப்பு வலையை கழற்றிச் சுருட்டிக்கொண்டான், அங்கே குவியலாகக் கிடந்த கருவிகளை உற்றுப்பார்த்தான். நீண்டநேரம் அவற்றைப் பார்த்தபடியே நின்றுகொண்டிருந்தான். யாரோ அவனைக் கன்னத்தில் அறைந்ததுபோல திடீரென துள்ளிக் குதித்தவன் எவ்வளவு முடியுமோ அவ்வளவு வேகமாக உளவுப்பிரிவின் கீழ்நிலை அதிகாரியிடம் ஓடினான். அவரைக் கவச வாகனத்திடம் இழுத்துவந்து தான் செய்ய விரும்பியதைச் சொன்னான்.

அந்த அதிகாரி அவனை உற்றுப்பார்த்தார், பிறகு சத்தம் போட்டுச் சிரித்தார், அவனைத் திட்டினார். அந்தக் கருவிகளுக்கு ஏதாவது நேர்ந்தால் தலைமையகம் உன்னைக் கடுமையாக தண்டிக்கும் என்று கத்தினார். அதேநேரம் இன்னும் ஒன்று அல்லது இரண்டு மணி நேரத்தில் பெட்ரோல் ஊற்றி வாகனத்தையே எரித்துவிட வேண்டும் என்றார். "ஒரேயொரு கருவியை மட்டும் எனக்கு ஒருமணி நேரத்துக்குக் கொடுங்கள் போதும்," என்றான் இலன். முடியாது என்று தலையசைத்த அதிகாரி கைகளை நெஞ்சுக்குக் குறுக்காய் கட்டிக்கொண்டார். அவர் உருவில் பெரியவராக இருந்தார், இலனைவிடவும் உயரமாகப் பருமனாக இருந்தார். இலன் நிதானமாகச் சொன்னான், "நாம் எல்லோருமே சாகப்போகிறோம், அற்பமான இந்த ரேடியோ கருவியை ஏன் நீங்கள் எனக்குத் தரக்கூடாது?" அவர் அந்த உருமறைப்பு வலையை மீண்டும் கவச வாகனத்தில் கட்டினார், தனக்குத்தானே விசிலடித்துக்கொண்டார். வேலையை முடித்துவிட்டுத் திரும்புகையில் இன்னும் அங்கே இலன் நின்றுகொண்டிருப்பதைப் பார்த்தார். "ஓடிப் போ, இங்கே உனக்கு எந்த

வேலையும் இல்லை," எனச் சீறினார். "அரைமணி நேரம்தான். நீங்கள் கணக்கிட்டுக்கொள்ளலாம்," என்றான் இலன். அதிகாரி முகம் சிவந்தார். தன்னை அவன் எரிச்சலுக்குள்ளாக்குவதாக அவனிடம் உறுமினார், அதோடு மாக்மாவிலிருக்கும் ரேடியோ கருவி அழிக்கப்பட்டு நீண்ட காலமாகிறது, எனவே அங்கிருந்து சமிக்ஞைகள் அனுப்பப்படுவதில்லை என்றும் சொன்னார். இலன் புன்னகைத்தான், முகமலர்ச்சியுடன், கிட்டத்தட்ட குரலில் இனிமை பொங்க ("ஆமாம், இலன் தனக்கு ஏதாவது தேவையென்கிற பட்சத்தில் . . ." ஓரா சொல்கிறாள், அவ்ரம் ஆமோதிப்பாகத் தலையசைக்கிறான்) "இன்னும் ஒரேயொரு தகவலை மட்டும் சொல்லுங்கள். காப்பரண்களில் அவர்கள் வேறு என்ன கருவிகளைப் பயன்படுத்துகிறார்கள்?" இலனின் நட்பார்ந்த அணுகுதலைக் கண்ட அதிகாரி, மாக்மாவில் சில பிஆர்சி–6 வாக்கி–டாக்கிகள் இருந்ததாகவும் இப்போது எதுவும் அங்கிருக்க வாய்ப்பில்லையென்றும் முணுமுணுத்தார். இந்த ரேடியோ ஒலியாய்வுக் கருவி பிஆர்சி–6இன் அலைவரிசையை கண்டுணரக்கூடியதா என இலன் கேட்டான். அந்தக் கருவியிலிருந்து இலனின் கையை வேகமாகத் தள்ளிவிட்ட அதிகாரி, வலையைத் திரும்பவும் இறுக்கிக் கட்டினார், அவன் அந்த இடத்தைவிட்டுப் போகவில்லையெனில் அவ்வளவுதான் என்று உறுமினார். வழக்கமான தனது நிதானத்துடன் இலன் மறுபடியும் அவரை நோக்கிப் புன்னகைத்தான். அந்தக் கருவியை ஒரேயொரு மணி நேரத்துக்கு மட்டும் அவனிடம் தந்தால் எகிப்தியர்கள் வரும்போது அவர்தான் உளவுப்பிரிவு அதிகாரி என அவர்களிடம் சொல்லமாட்டேன் எனச் சத்தியம் செய்தான்.

"என்ன சொன்னாய்?" தடுமாற்றத்துடன் கேட்டார் அதிகாரி. அவரைத் தன் கைகளால் கவச வாகனத்தோடு சேர்த்து அழுத்தினான், அவர் முகத்தை நேரே பார்த்து மீண்டும் அதைச் சொன்னான். உதவி தேடி அவரது கண்கள் அங்குமிங்கும் அலைந்தன. எளிய ஆபகஸ்ஸைப் போல அவரது மூளையின் சக்கரங்கள் இயங்கத் தொடங்கியிருந்ததை அவன் உணர்ந்தான். "நீ அவ்வளவுதான்," மூச்சுவாங்க அவன் காதுக்குள் சொன்னார், "நீயொரு கேடுகெட்டவன், உளவாளி, இது தேசத்துரோகம்." ஆனால் அவர் இதைக் குசுகுசுப்பாகச் சொன்னார், அவரது கணக்கீடுகளின் முடிவுகளை அது வெளிப்படுத்தியது. இலன் தனது பிடியைத் தளர்த்தினான். ஒருவரையொருவர் பார்த்தபடி அவர்கள் நின்றனர். "எங்கிருந்து வந்தாய்? நீ யார்?" கரகரப்பான குரலில் முணுமுணுத்தார் அதிகாரி. தனது பச்சைக் கண்களால் இலன் அவரை மூழ்கடித்தான். விரல் நகங்கள் பிடுங்கப்படுவது போலவும் அவனது விதைப்பைகளில் மின் முனைகள் மாட்டப்படுவது போலவும் நடித்துக்காட்டினான். அதிகாரி முனகினார். அவனது உதடுகள் ஓசையின்றி அசைந்தன. இவையெல்லாம் ஒரு பத்து வினாடிகள்தாம் நீடித்திருக்கும். இதுபோன்ற பயங்கரமான ஒரு சூழ்நிலையை இனியும் அவரால் சமாளிக்க முடியாமல் அவனுக்கு உதவ முன்வந்தார். ஒரு வார்த்தையும் பேசாமல் உருமறைப்பு வலையை அவிழ்த்து அந்த ரேடியோ கருவியைப் பிரித்தெடுத்தார். கண்காணிப்பு அறை பதுங்கு குழிக்கு வெளியே இருந்த சிறிய மேசையில் வைத்துவிட்டுத் திரும்பி நடக்க ஆயத்தமானார். இலன் அவர் கையைப் பிடித்து நிறுத்திக் கேட்டான், "இது பிஆர்சி

சமிக்ஞைகளைக் கண்டறியும் என்று உறுதியாகத்தான் சொல்கிறீர்களா?" ஒரு மனோவசியக்காரனின் கண்களைத் தவிர்ப்பதுபோல இலனின் கண்களைத் தவிர்த்த அந்த அதிகாரி, "இல்லை அது கண்டறியாது. அது சரியான கோணத்தில்கூட இல்லை."

"அப்படியானால் அதைச் சரியான தொலைவெல்லையில் வையுங்கள்."

அதிகாரி அந்தக் கருவியை உள்ளிழுத்து இன்னும் சாய்ந்துவிடாமலிருந்த ஒரு ஆன்ட்டெனாவில் கம்பியைக் கொண்டு மாட்டினார். ஒரு திருப்புளியை எடுத்து கருவியின் மூடியை அகற்றினார், அதன் உள் பாகங்களைக் குடைந்து அதன் அலைவரிசை எல்லையை விரிவுபடுத்தினார். வேலையை முடித்து விட்டு எழுந்து சட்டையின் முதுகுப்புறம் வியர்வையில் நனைந்திருக்க கைகளைத் தளர்வாகத் தொங்கப் போட்டபடி இலனைப் பார்க்காமலே நடந்து சென்றார்.

ஓரா பேசுகையில் அவ்ரம் தனது உறங்கும் பையை ஒரு கூடுபோல தன்னுடலைச் சுற்றி இழுத்துவிட்டுக்கொள்கிறான். அவனது வெண்ணிற முகம் மட்டுமே வெளியே நீட்டிக்கொண்டுள்ளது.

"ஓரா?"

"என்ன?"

"இது அத்தனையும் உன்னிடம் அவன் சொன்னானா?"

"ஆமாம்."

"ஓஃபர் பிறந்த அன்று காலையில்?"

"நான் சொன்னேனே—"

"ஓஃபர் பிறக்கும் முன்பு இதையெல்லாம் சொல்ல வேண்டுமென்று அப்படி என்ன உந்துதல்?"

"அப்படித்தான் நினைக்கிறேன். அவரைக் கேளுங்கள்."

"காலைக் காபியைக் குடித்தபடி பேசிக்கொண்டு அமர்ந்திருக்கிறீர்கள், திடீரென்று அவன் உன்னிடம் அதைச் சொல்ல ஆரம்பிக்கிறான், அப்படித் தானே—"

"எனக்கு விவரமாகத் தெரியவில்லை அவ்ரம்."

"அந்தக் காலைப் பொழுதில் நடந்தவற்றில் எதையும் நான் மறக்க முடியாது என்று சொன்னாயே."

"ஆமாம், அதற்கு என்ன?"

"இது ரொம்ப சுவாரஸ்யமாக இருக்கிறது, உனக்கு அப்படி இல்லையா?"

"எது?"

நிலத்தின் விளிம்புக்கு

“ஓஃபர் பிறப்பதற்கு முந்தைய இரவு அவன் இந்த முடிவெடுத்தது. அனைத்துக்கும் மேலாக இது விசித்திரமாயிருக்கிறது.”

“எது விசித்திரம்?”

“அந்த நேரத்தை அவன் தேர்ந்தெடுத்தது.”

“ஆமாம், அந்த நேரம்தான். ஏனென்று உங்களுக்குப் புரியவில்லையா?”

அவன் கண்கள் அவளது கண்களை ஆராய்கின்றன. எதையும் மறைக்காமல் நேராக அவனைப் பார்க்கிறாள். தன்னையும் இலனையும், தன் வயிற்றிலிருக்கும் ஓஃபரையும் அவனிடம் தருகிறாள். அவன் அவளைப் பார்க்கிறான், அவள் வழியாக அவர்களைப் பார்க்கிறான்.

“ஹலோ ஹலோ ஹலோ ஹலோ,”– களைப்புற்றுச் சோர்ந்த, குழறலான ஒரு குரல். இலன் தன் இருக்கையில் சட்டென நிமிர்ந்து உட்கார்ந்தான். அப்படிச் செய்கையில் அந்த சமிக்ஞை அறுபட்டது. மறுபடி கவனமாக அலைவரிசைக் குமிழைத் திருகினான். திடீரென அவன் விரல்கள் கட்டுப்படுத்தவியலாத அளவுக்கு நடுங்கின. விரல்களை மடக்கிக்கொண்டு மணிக்கட்டால் சுழற்றினான். அசையாமல் இரண்டு மணி நேரமாக அங்கு அமர்ந்திருந்தான். மயிரிழை மயிரிழை அளவாக ஆள்காட்டி விரல் மட்டும் குமிழைத் திருக, சமிக்ஞைகளின் புல்வெளியை அவன் கண்கள் கூர்ந்து ஆராய்ந்தன: விட்டுவிட்டு அந்தச் சிறு திரையில் பச்சைப் புல்லிதழ்கள் துளிர்த்து நீண்டபடியும் வதங்கி வீழ்ந்தபடியுமிருந்தன. “ஹலோ ஹலோ ஹலோ,” எங்கோ தொலைவே கேட்பதுபோல அந்தக் குரல் முணுமுணுப்பாகப் பலவீனமாக மறுபடியும் ஒலித்தது. “ஹலோ ஹலோ…” ரேடியோவின் இரைச்சல் அலையில் அந்தக் குரல் தேய்ந்தது. ஸேகர் ஏவுகணைப் படையின் தளபதியிடம் இஸ்மய்லியாவிலிருந்து யாரோ அரபியில் கத்திக்கொண்டிருந்தார்கள். இலன் தன்னை அமைதிப்படுத்திக் கொள்ளவும் தான் நினைத்தது தவறு, இந்தக் கடும் குழப்ப ஒலிகளுக்கு நடுவே ஒரு குரலையும் அடையாளம் காண வழியில்லையென்று தனக்குத்தானே உறுதிப்படுத்திக்கொள்ளவும் முயன்றான். எகிப்திய, இஸ்ரேலிய ரேடியோ அலைவரிசைகளினூடாக கவனமாகக் குமிழைத் திருகினான். வெறித்தனமான கூச்சல்கள், எஞ்சின் முனகல்கள், வீழும் எறிகணை ஒலிகள், ஹீப்ருவிலும் அரபியிலும் கேட்கும் கட்டளைகள், கிறீச்சிடல்கள், வசைகள் என பலவித சத்தங்களின் கலவை. அப்போது சட்டென்று இரைச்சல்களின் ஆழத்திலிருந்து பலவீனமான, நம்பிக்கை வறண்ட அந்தக் குரல் மீண்டும் மேலெழுந்து வந்தது: “ஹலோ ஹலோ, சீக்கிரம் பதில் பேசுங்கள், முட்டாள்களே.” இலனின் மயிர்க்கால்கள் குத்திட்டு நின்றன.

இரண்டு கைகளாலும் ஹெட்ஃபோன்களை தலையுடன் சேர்த்து இறுக்கிக்கொண்டு ஒவ்வொரு வார்த்தையாக அதைக் கேட்டான்: “எல்லோரும் எங்கே போய்விட்டீர்கள்? ஸ்கர்வி பீடித்த நபும்சகர்களே, இரவில் என் ஆவி வந்து உங்களைப் பிடித்து ஆட்டுவிக்கட்டும்!” ஹெட்ஃபோன்களைப் பிடுங்கி எறிந்துவிட்டு கட்டுப்பாட்டு அறைப்

பதுங்கு குழிக்கு ஓடினான், விரைவாக விவரத்தைச் சொன்னான். “மாக்மாவில் நமது படைவீரன் ஒருவன் இருக்கிறான்! அவன் பேசுவதைக் கேட்டேன், ரேடியோவில், அவன் உயிரோடு இருக்கிறான்.”

படையதிகாரி அவனை ஒரு பார்வை பார்த்துவிட்டு வேகமாக அவன் பின்னால் சென்றார். ரகசியமாக அலைவரிசைகளை மறித்துக் கேட்கும் சாதனத்தைப் பயன்படுத்த உன்னை அனுமதித்தது யார் என்று அவர் கேட்கவில்லை. உடல் நடுங்க ஹெட்ஃபோன்களை அவரது காதுகளின் மாட்டினான்: “கேளுங்கள், அவன் உயிரோடிருக்கிறான், உயிரோடிருக்கிறான்.” முஷ்டிகளை இறுக்கிக்கொண்டு மேசைமீது குனிந்தார் படையதிகாரி, குரல்களைக் கேட்டார், அவரது நெற்றி சுருங்கியது, முகபாவம் மாறியது. இலன் வேகமாக யோசித்தான்: அவ்ரம் எப்போதுமே இதுபோலத்தான் பேசுவான் என்பதை அவருக்கு நான் விளக்க வேண்டும்; இப்படி அவன் பேசினாலும்கூட அவனை நாம் காப்பாற்றியாக வேண்டுமென்பதையும் சேர்த்துச் சொல்ல வேண்டும்.

அன்று படையதிகாரி முன்னால் அவ்ரமைக் குறித்துத் தான் தர்மசங்கடம் அடைந்ததை நினைத்து பல ஆண்டுகள் கழித்து இப்போதும் தன்னைத் தானே துன்புறுத்திக்கொள்வதாக ஓஃபர் பிறக்கவிருந்த தினத்தின் விடியற்காலையில் இலன் சொன்னான். அவன் அப்படிச் சொன்னபோது, அவ்ரம் தான் பேசிய விதத்திலும், செயல்பட்ட விதத்திலும், முழுக்கத் தனது இருப்பை வெளிப்படுத்திய விதத்திலும் எல்லோரும் தத்தமக்குள் கொண்டிருந்த தர்மசங்கடம் தரும் ஒரு அந்தரங்க ரகசியத்தை அவன் மட்டும் மற்றவர் காணும்படி வெளிப்படுத்தினான் என்பதை உணர்ந்தாள் ஓரா. “மற்றவர்கள் யோசிக்க அஞ்சுவதையும் எப்போதும் நான் உரக்கச் சொல்வேன்,” என அவன் சொன்னதை நினைத்துக்கொண்டாள். உணர்ச்சிகளை அடக்கிக் கொண்டவராய் மூச்சுவிட்டப் படையதிகாரி நிமிர்ந்தார். “சரி. இந்தப் பையன், அவனை எங்களுக்குத் தெரியும், அவன் கதை முடிந்துவிட்டதென்று நினைத்திருந்தோம்,” என்றார். ஹெட்ஃபோன்களை எடுத்துவிட்டு அவர் கேட்டார், “இங்கே இந்தக் கருவியை அமைக்க உனக்கு அனுமதி தந்தது யார்?”

அதைக் காதில் வாங்காததுபோல உடைந்த குரலில் இலன் கேட்டான்: “உங்களுக்கு அவனைத் தெரியுமா? ஏன் என்னிடம் நீங்கள் சொல்லவில்லை?”

படையதிகாரி புருவத்தை உயர்த்தினார். “ஆமாம், நீ யார்? நான் அதை உன்னிடம் சொல்ல வேண்டிய அவசியம் என்ன?”

இலன் வெளிறிப்போனான், அவன் மூச்சுவிடச் சிரமப்படுவது போலத் தோன்றியது, இதைக் கண்ட படையதிகாரி தனது கடுமையைக் குறைத்துக்கொண்டார். “சொல்வதைக் கேள். பதற்றப்படாதே, உட்கார். இப்போது அவனுக்காக எதையும் நாம் செய்ய முடியாது.” அவர் பேச்சுக்குக் கீழ்ப்படிந்தவனாக இலன் அமர்ந்தான். அவனது கைகால்கள் பலவீனமடைந்திருந்தன, முகத்தில் வியர்வை பொங்கியது. “முதல் நாளும் இரண்டாம் நாளும் இந்தத் தகவல் பரிமாற்ற அமைப்பு முழுவதையுமே அவன் கலங்கடித்தான்,” தன் கடிகாரத்தைப் பார்த்தபடியே படையதிகாரி சொன்னார்.

“என்ன செய்தான்?” முணுமுணுப்பான குரலில் கேட்டான் இலன்.

“வந்து தன்னை அங்கிருந்து காப்பாற்றி அழைத்துச் செல்லும்படி இடைவிடாமல் முட்டாள்தனமாக உளறியபடியும் கத்தியபடியுமிருந்தான். அவனுக்குக் காயம் வேறு பட்டிருக்க வேண்டும். ஒரு கையையோ காலையோ அல்லது வேறு எதையோ இழந்துவிட்டிருக்கிறான், எனக்குச் சரியாக நினைவில்லை. உண்மை என்னவென்றால் அவன் பல வெளிப்படையான விவரங்களைத் தர ஆரம்பித்தான், அதைக் கேட்பதை நாங்கள் நிறுத்திக்கொண்டோம். பிறகு அங்கிருக்கும் மற்றவர்களைப் போலவே அவனும் அலைவரிசையிலிருந்து காணாமல் போனான், எல்லாம் முடிந்துவிட்டதென்று நாங்கள் நினைத்துக்கொண்டோம். இவ்வளவு நேரம் அவன் தாக்குப் பிடித்துக்கொண்டிருப்பது பாராட்டப்பட வேண்டிய விஷயம். “நீ மறந்துவிடு.”

“எதை?” இலன் முணுமுணுத்தான்.

“அவனை,” மீண்டும் ஒருமுறை ரேடியோ ஒலியாய்வுக் கருவியின் திசையில் தன் புருவங்களை உயர்த்தியவராய்ச் சொன்னார் படையதிகாரி. அதிலிருந்து அவ்ரமின் குரல் வெளிப்பட்டது. ட்யூக் எலிங்டனின் “ஏ ரயிலில் ஏறு” பாடலைத் தன் உதடுகள் வழி அவன் பிளிறியபோது விசித்திரமாக அவன் குரல் மகிழ்வுடன் ஒலித்தது.

படையதிகாரி பதுங்குகுழியை நோக்கி நடக்கத் திரும்பினார், இலன் அவரது கையைப் பற்றிக்கொண்டான். “எனக்குப் புரியவில்லை. நம்மால் முடியாது என்றீர்களே அதற்கு என்ன அர்த்தம்? அவன் ஒரு இஸ்ரேலியப் படைவீரன், இல்லையா? ‘நம்மால் முடியாது’ என்றால் என்ன அர்த்தம்?” படையதிகாரி எச்சரிப்பதுபோல அவனை ஒரு பார்வை பார்த்துவிட்டு அவனது பிடியிலிருந்து மெல்லத் தன் கையை விடுவித்துக்கொண்டார். இருவரும் ஒருவரையொருவர் பார்த்தபடி நின்றிருக்க, ரஷ்ய, அமெரிக்க ஜாஸ் இசைக்குழுக்களுக்கிடையே நடக்கவிருக்கும் போட்டி குறித்தும், நேயர்கள் தங்களுக்குப் பிடித்த இசைக்குழுவுக்கு வாக்களித்துத் தபால் அட்டைகள் அனுப்பக் கேட்டும் ஆங்கிலத்தில் அறிவிப்பு செய்யும் அவ்ரமின் குரல் அவர்களுக்கிடையே மிதந்து வந்தது.

படையதிகாரி குள்ளமானவராகத் துயரம் பீடித்த முகத்தோற்றத்துடன் காணப்பட்டார். அவர் முகம் மாவு போன்ற தூசினால் மூடப்பட்டிருந்தது. “அதை மறந்துவிடு,” என மெல்லச் சொன்னார். “நான் சொல்கிறேன் மறந்துவிடு. இப்போது அவனுக்காக எதையும் நம்மால் செய்ய முடியாது. மொத்த எகிப்திய ராணுவமும் அவனைச் சூழ்ந்துள்ளது, அந்தப் பகுதியில் நமது படை ஒன்றுகூட இல்லை. அதோடு அவன் பேசுவதைக் கேள்,” அவ்ரம் எங்கே அவர் பேசுவதைக் கேட்டுவிடுவானோ என்பதுபோல குசுகுசுப்பாகச் சொன்னார், “நாம் எங்கிருக்கிறோம் என்ற கவலையை மறந்தவனாக அவன் இருக்கிறான், நிஜமாகவே.” அவர் சொன்னதை உறுதி செய்வதுபோல அச்சமூட்டும் வகையில் விசித்திரமாயிருந்த நீண்ட, ஏற்ற இறக்கத்துடனான கிறீச்சொலி இசையை வெளிப்படுத்தினான் அவ்ரம். படையதிகாரி வேகமாகக் குமிழைத் திருகி அவ்ரமது கிறீச்சிடலின் இடத்தில் கட்டளைக் குரல்களையும், சற்றுநேரமே ஒலித்த துப்பாக்கி

மற்றும் பீரங்கிப் படையினரின் துல்லியமாகச் சுட உதவும் ட்ராக்கிங் பாயின்ட்களின் ஓசைகளையும் வைத்தார். அந்தத் துப்பாக்கி ஓசைகள் இலனுக்கும்கூட கேட்டன. இதுபோன்ற சூழ்நிலைகளில் இவ்வாறு சுடுவது அவர்களது வழியில் தர்க்கப்பூர்வமானதும் செல்லத்தக்கதுமாகும்.

“கொஞ்சம் நில்லுங்கள்,” அறையைவிட்டு வெளியேறிய படையதிகாரி யின் பின்னால் ஓடினான் இலன். “யாராவது அவனுடன் பேச முடிந்ததா?”

படையதிகாரி இல்லையென்று தலையை ஆட்டிவிட்டுத் தொடர்ந்து நடந்தார். “ஆரம்பத்தில் பேச முடிந்தது. முதல்நாள் அவனிடம் நல்ல ரேடியோ கருவி இருந்தது, ஆனால் பிறகு அது வேலை செய்யவில்லை. செய்திகளைப் பெறும் வகையில் தனது பிஆர்சியை வைக்கவும் அவனுக்குத் தெரிந்திருக்கவில்லை.”

“அவனுக்குத் தெரியவில்லையா?” திகிலுடன் கேட்டான் அவ்ரம். “எப்படி அவனுக்குத் தெரியாமல் போனது? அவன் செய்யவேண்டிய தெல்லாம் வரும் செய்திகளைக் கேட்க வேண்டியதுதானே, அப்படி அவன் செய்யவில்லையா?”

படையதிகாரி நடந்தபடியே தோள்களைக் குலுக்கிக்கொண்டார். “அந்த உபகரணங்கள் செயலற்றுப் போய்விட்டன என நினைக்கிறேன். அல்லது அவன் செயலிழந்து போயிருக்க வேண்டும்.” சட்டென்று அவர் நின்றார், இலனை நோக்கித் திரும்பினார், அவனை உற்றுப் பார்த்துவிட்டுக் கேட்டார், “உனக்கும் இந்த ஆளுக்கும் என்ன சம்பந்தம்? அவனை உனக்குத் தெரியுமா?”

“அவன் பேவலிலிருந்து வருபவன். உளவுப்பிரிவு.”

படையதிகாரியின் முகம் இறுகியது. “எனக்கு அது தெரியாது. இது நல்லதில்லை. நாம் தகவல் தெரிவிக்க வேண்டும்.”

அவரது ஆர்வம் இலனுக்கு உற்சாகம் தந்தது. “இங்கே பாருங்கள், அவன் எதிரிகளிடம் பிடிபட்டுவிடக்கூடாது. நிறைய விஷயங்கள் அவனுக்குத் தெரியும், எல்லாமே அவனுக்குத் தெரியும். அவனுக்கு அற்புதமான நினைவுத்திறன், அவர்கள் பிடிக்கும் முன் அவனை நாம்—”

சட்டென்று அவன் மௌனமானான். தன் நாவைக் கடித்துத் துப்பிவிட விரும்பினான். விசித்திரமும் திருகலுமான ஏதோவொன்று படையதிகாரியின் கண்களில் மின்னியது, அந்தக் கணம் அவ்ரமுக்குத் தானே மரண தண்டனையைக் கையளித்துவிட்டதை இலன் உணர்ந்தான். தான் செய்துவிட்டதை எண்ணித் திகைத்தவனாக அவன் அங்கேயே நின்றான். மாக்மாவின் போர்ச் சிதிலங்களுக்கிடையே பாதுகாப்புக்கு அச்சுறுத்தலாக மறைந்து கிடக்கும் ஒரு விஷயத்தை அழிக்கச் செல்லும் இஸ்ரேலிய ஃபாண்டம் போர்விமானம் ஒன்று காப்பரணுக்கு மேலாக கரணமடித்துப் பறப்பதாக அவன் மனக்கண்ணில் காட்சி தோன்றியது. மேஜரான அந்தப் படையதிகாரியின் பின்னால் ஓடினான், அவரைச் சுற்றிலும் பின்னாலும் முன்னாலும் வந்து நெளிந்து குழைந்தான். “அவனைக் காப்பாற்ற முயற்சியுங்கள், ஏதாவது செய்யுங்கள்!” அவன் கெஞ்சினான்.

படையதிகாரி அவனை நோக்கி வேகமாகத் திரும்பினார், முதல் முறையாக அவர் தன் பொறுமையை இழந்தார். "உளவுப் பிரிவைச் சேர்ந்தவனென்றால் ஏன் அவன் வாயை மூடிக்கொண்டு சும்மாயிருக்கக் கூடாது?" தோள்களைப் பற்றி இலனை அவர் உலுக்கினார், "அவனென்ன மடையனா? எல்லா அலைவரிசைகளையும் அவர்கள் கேட்டுக்கொண்டிருப்பது அவனுக்குத் தெரியாதா? இந்தப் பகுதியில் குசு விட்டால்கூட துல்லியமாக எங்கேயென்று அவர்கள் கண்டுபிடித்துவிடுவார்கள் என்பதை அவன் அறியவில்லையா?" என்று கத்தினார்.

"ஆனால் அவன் பேசியதை நீங்கள் கேட்டீர்கள் இல்லையா," மனம் சோர்ந்தவனாக இலன் முணுமுணுத்தான். "நான் நினைக்கிறேன், உண்மையில் அவன்–"

"நான் சொல்கிறேன், அவன் அங்கேயே கிடக்கட்டும் விடு!" படையதிகாரி இரைந்தார், அவரது கழுத்து நரம்புகள் புடைத்தன. "அந்த அலைவரிசையிலிருந்து வெளியே வா, ரேடியோ ஒலியாய்வுக் கருவியை மூடி கவச வாகனத்தில் வை, பிறகு என் கண் முன்னால் நிற்காதே!"

கோபமாகக் கைகளை ஆட்டியபடி படையதிகாரி அங்கிருந்து சென்றார். இலனுக்குத் தான் என்ன செய்கிறோம் என்பது விளங்கவில்லை. அவர் பின்னால் ஓடினான், வழியை மறித்தான், நெற்றியோடு நெற்றி தொட நேருக்கு நேராக அவர் முன் நின்றான். "அவனது பேச்சை மட்டுமாவது கேட்க விடுங்கள். குறைந்தபட்சம் அவன் சொல்வதைக் கேட்க அனுமதியுங்கள்."

இலனது அகம்பாவத்தைக் கண்டுவியந்த படையதிகாரி "முடியாது" என்று சீறினார். "இன்னும் மூன்று வினாடிகள்தான், அதற்குள் இங்கிருந்து நீ–"

"ஆனால் நாம் இதைச் செய்தாக வேண்டும்!" இலன் முனகலாகச் சொன்னான். "அப்போதுதான் அவன் லீச் பற்றி அவர்களிடம் ஏதாவது சொன்னானா என்பது தெரியும்–"

"என்ன அது லீச்?"

இலன் தன் முகத்தை அவருக்கு அருகில் கொண்டுசென்று எதையோ முணுமுணுத்தான்.

மௌனம். படையதிகாரி கண்களைச் சிமிட்டினார், இடுப்பில் கைகளை வைத்துக்கொண்டு பதுங்குகுழியின் சுவர்களிலிருந்த ஓட்டைகளை ஆராய்ந்தார். எப்போதுமே 'லீச்' எந்த விவாதத்துக்கும் எதிர்ப்புக்கும் அப்பாற்பட்டதாயிருந்தது. இறுதியில் "என் வீரர்களைத் தர முடியாது," என்று அவர் உறுமினார்.

"நான் உங்களில் ஒருவன் கிடையாதே," இலன் அவருக்கு நினைவூட்டினான். இருவரும் ஓரடி பின்னே எடுத்து வைத்தனர். "நீயும் உன் உளவுப்பிரிவும் அதில் சிக்கிக்கொள்ளுங்கள்," அந்தப் படையதிகாரி மெல்லிய குரலில் சொன்னார். "உண்மையிலே எங்களை நீ ஆபத்தில்

சிக்கவைத்துவிட்டாய். இங்கிருக்கும் எல்லாரையும் கொன்று விட்டாய். போ, இங்கிருந்து போய்விடு, நீ விரும்புவதைச் செய், அதிலிருந்து நான் கைகழுவிக்கொள்கிறேன்."

"ஹலோ, ஹலோ? யாராவது இருக்கிறீர்களா?" இலன் ஹெட்ஃபோன்களை அணிந்துகொண்டபோது அந்தக் குரல் திரும்பி வந்தது. படையதிகாரியின் உடல் சூடு இன்னும் அந்த ஹெட்ஃபோன்களில் இருந்தது. "ஏன் யாரும் பதில் பேச மாட்டேனென்கிறீர்கள்? என்ன இது, விளையாடுகிறீர்களா? ஓவர், ஓவர், ஓவர்." நம்பிக்கை இழந்தவனாக அவ்ரம் குழறினான். "பாழாய்ப்போன கருவி. இது வேலை செய்கிறதா இல்லையா? எப்படி நான் ... ஹலோ? இது ஊளையிடுகிறது. அடத் தூ!"

அவன் ரேடியோ கருவியை உதைத்திருக்க வேண்டும். நாற்காலி ஒன்றை இழுத்துப் போட்டு அறைக்கு முதுகு காட்டியபடி அமர்ந்தான் இலன். தன்னையே கட்டுப்படுத்தி மனதை அமைதிப்படுத்திக்கொண்டு யதார்த்தமாக யோசிக்க ஆரம்பித்தான். அவ்ரம் இங்கிருந்து ஒன்றரை கிலோமீட்டர் தொலைவிலுள்ள ஒரு காப்பரணில் இருக்கிறான். அவன் தனியே இருப்பதாகத் தெரிகிறது, காயங்களுடன் மனச்சமநிலையற்று இருக்கலாம். அவன் குரலைக் கேட்கும் எகிப்திய உளவுப்படையைச் சேர்ந்த எவரும் எந்த நிமிடமும் அவனது இருப்பிடத்தைக் கண்டுபிடித்து தங்கள் படையினரை அங்கு அனுப்பலாம்.

யதார்த்தமாக யோசிப்பது தன்னை இன்னும் அதிகக் கவலைக்கு ஆட்படுத்துவதை உணர்ந்தான் இலன்.

"எனக்கு சுத்தமான தண்ணீரும் கட்டுத்துணிகளும் வேண்டும்," தளர்ந்துபோனவனாகக் குழறினான் அவ்ரம். "இது நாறுகிறது. கந்தலாக இருக்கிறது ... ஹலோ? ஹலோ? ஒன்றும் கேட்கவில்லை. நீங்கள் ஏன் நான் பேசுவதைக் கேட்கப் போகிறீர்கள் முட்டாள்களா. சரி, என் குரலை நீங்கள் கேட்கவில்லையென்றால், இதுபோலக் காயம் உங்கள் உடம்பிலும் நாறும். நிச்சயமாக உங்கள் சதை அழுகிப்போகும், தூ."

வாயை மூடு, இலன் மனதுக்குள் கெஞ்சினான். உதடுகளை இறுக மூடிக்கொண்டு அவனிடம் மன்றாடினான். அங்கே மறைந்தபடி வாயை மூடிக்கொண்டு இரு.

மௌனம். இலன் காத்திருந்தான். மேலும் மௌனம். நிம்மதிப் பெருமூச்சொன்றை வெளிப்படுத்தினான். மௌனம் நீடித்தது. இலன் முன்னோக்கிக் குனிந்தான், அவன் கண்கள் விட்டு விட்டு ஒளிர்ந்த திரையையே பதற்றத்துடன் உற்றுப் பார்த்தன. "எங்கேயிருக்கிறாய் நீ? எங்கே போய் மறைந்தாய்?" அவன் முணுமுணுத்தான்.

"செடி, இது பீச்." புதிய குரலொன்று உறுமும் எஞ்சின் ஓசைக்கு மேலாக மெதுவாக எழும்பி வந்தது. "லெக்ஸிகன் 42இல் நாம் தாக்கப் பட்டிருக்கிறோம். உயிரிழப்புகள் நிகழ்ந்துள்ளன. இங்கிருந்து மீட்க வேண்டுகிறோம்."

“பீச், சரி, இது செடி. குறித்துக்கொள்ளவும். மீட்க விரைவில் ஆட்களை அனுப்புகிறோம், ஓவர்.”

“செடி, இது பீச். நன்றி, காத்திருக்கிறோம். விரைவாக வாருங்கள் இங்கு பெரிய களேபரமாக இருக்கிறது.”

“பீச், இது செடி. நாங்கள் நடவடிக்கையிலிருக்கிறோம், நடவடிக்கையி லிருக்கிறோம், அவுட்.”

“உதாரணமாக, ஷேக்ஸ்பியர் மரணமற்றவன்,” அந்த பலவீனமான முணுமுணுப்பு மறுபடி ஒலித்தது. “மொஸார்ட்டும் கூட. வேறு யார்?”

இலனது விரல்கள் துடித்தன. ஒவ்வொரு முறை அவ்ரமின் குரல் கேட்கும்போதும் அவனது ஆரம்ப எதிர்வினை கட்டுப்படுத்த முடியாததாக இருந்தது. துடிப்பை நிறுத்திய அவன் இதயம் அந்தக் குரல் ஒலிக்கும் அலைவரிசையின் மட்டில் நடுங்கியது. சமிக்ஞைக் கோடுகள் சுருங்கி மீண்டும் ஒத்திசைவு அலைகளின் பசும் குட்டைப் புதர்களாயின. அவ்ரமின் வக்கனையான வசைகளைக் கொண்டு கோபமாகத் தன்னையே திட்டிக்கொண்டான் இலன்.

“சாக்ரடீஸுக்கும் மரணமில்லை என்றுதான் நினைக்கிறேன். போதுமான அளவுக்கு அவரை நான் அறிந்திருக்கவில்லை. இந்தக் கோடையில்தான் கொஞ்சம் படிக்க ஆரம்பித்தேன், முழுதும் படித்து முடிக்க இயலவில்லை. வேறு யார்? காஃப்கா? இருக்கலாம். நிச்சயம் பிகாஸோ. அப்புறம் மறுபடியும் கரப்பான்கள், அவற்றுக்கும் மரணமில்லை.”

புதிதாக அரபியில் ஒரு குரல் அந்த அலைவரிசையில் வந்தது. “டிவிஷன் 16 போர்துகால் கவனிக்கவும். 42வது கிலோமீட்டரில் யூத பீரங்கிவண்டி ஒன்று தென்பட்டது, ஓவர்.”

“ஹலோ, ஹலோ, பதில் பேசுங்கள், வேசை மகன்களா, எதிரியிடம் பணிந்துவிட்ட துரோகிகளே. இங்கேயே கிடந்து என்னைச் சாக விட்டுவிட்டீர்களா? எப்படி என்னை நீங்கள் சாகவிடலாம்?”

“போர்துகால் கவனிக்கவும். யூதப் பீரங்கிவண்டிகளை நோக்கிச் செல்கிறோம். அல்லாவுக்குச் சித்தமானால் ஐந்து நிமிடங்களில் அங்கிருப்போம்.”

“அன்புள்ள நேயர்களே,” சட்டென்று விபரீதம் தொனிக்கும் மயக்கும் குரலில் அவ்ரம் முணுமுணுத்தான், இலனுக்கு அது அதிர்ச்சியாக இருந்தது. “விரைந்து இங்கே வாருங்கள், ஏனென்றால் சீக்கிரமே இங்கு அவ்ரமில் எதுவும் மிச்சமில்லாது போகப்போகிறது.”

“செடி. இது பீச், இன்னும் மீட்புக் குழு வருவதாகத் தெரியவில்லை. இங்கு நிலைமை மோசமாக இருக்கிறது. ஓவர்.”

“பீச். இது செடி. கவலை வேண்டாம், அனைத்தும் கட்டுக்குள் உள்ளன. இன்னும் ஏழு நிமிடங்களில் மீட்புக்குழு உங்களிடம் வரும். தேவைப்பட்டால் நீலங்களையும் உதவிக்கு அழைப்போம், ஓவர்.”

“நன்றி, நன்றி, நீலங்கள் வருவது சிறப்பு, வேகமாக வாருங்கள், என்னிடம் இரண்டு தீக்குச்சிகள் காயங்களுடன் உள்ளன, ஓவர்.”

“இது உங்கள் அன்புக்குரிய அவ்ரம்,” மறுபடியும் அவன் குரல் அலைவரிசைக்குள் மிதந்து வந்தது. “இது அவ்ரம், நீங்கள் விரைந்து இங்கு வந்து தன் மூதாதைகளோடு அவன் சென்று உறங்கும் முன் தன்னைக் காப்பாற்ற மன்றாடுகிறான், ஆனால் அவர்களோ அவனது காயம் மாதவிடாய்ப் போல என்று சொல்லி பிடிவாதமாக அவனோடு உறங்க மறுக்கிறார்கள்—”

“மாக்மாவைச் சேர்ந்த அந்த ஆளை நீ கண்டறிந்ததாகக் கேள்விப் பட்டேன்,” இலனைக் கடந்து சென்ற ஒரு ஏமனிய படைவீரன் இளித்தபடி சொன்னான். “மறுபடியும் அவன் கழிசடைகளைக் கக்குகின்றான் இல்லையா? இந்நேரம் அவன் வேகமெடுத்திருப்பான் என நினைத்தோம், நான் சொல்வது உனக்குப் புரியுமென்று நினைக்கிறேன்.”

“ஆக நீயும் அவன் பேசுவதைக் கேட்டாயா?”

அவ்வீரன் பெருமூச்சுவிட்டான், அவன் கண்களில் ஒரு குரூர மின்னல் வெட்டி, அவனது முகத்தை மூடியிருந்த புழுதியைக் கீறி வெளிவந்தது. “யார்தான் கேட்கவில்லை? முழுக்க வெறிக்கூச்சல். எங்களை வசைபாடினான், மிரட்டினான். கட்டுக்கடங்காத வெறி. எதற்காக நீங்கள் சிரிக்கிறீர்கள்?”

“இல்லை, ஒன்றுமில்லை. உண்மையிலே அவன் உங்களை மிரட்டினானா?”

“ஜெனரல் கோரோதிஷ் ஒரு சாதாரண படைவீரனிடம் பேசுகையில் கூட அப்படி மிரட்ட மாட்டார். கொஞ்சம் நகரு, நான் கேட்கிறேன்.” மேசைமீது குனிந்து இலனின் ஒரு பக்கத்து ஹெட்ஃபோனைப் பிடுங்கித் தன் காதோடு வைத்துக்கொண்டான். கேட்கக்கேட்கச் சிரித்தான், தலையாட்டினான். “ஆமாம், அது அவன்தான், சரி, சளசளவென்ற உளறல். இஸ்ரேலியப் பாராளுமன்றத்தில் இருக்க வேண்டியவன்.”

“எல்லா நேரமும் இப்படித்தான் இருந்தானா?” பதில் தெரிந்திருந்தும் இந்தக் கேள்வியைக் கேட்டான் இலன்.

“முதலில் நன்றாக இருந்தான். அப்படியொரு தைரியம். ரேடியோவில் கவனமாகப் பேசினான், குறிப்புகளைக் கொண்டு பேசினான், சங்கேதப் பெயர்களைப் பயன்படுத்தினான். டாஸாவிலுள்ள பிரிகேடியர் ஜெனரலிடமும் பேசினான் என நினைக்கிறேன், அவரிடம் தகவலைச் சொன்னான்.”

எவ்வளவு விரைவாக அவ்ரம் ராணுவ வழக்காடலுக்குத் தன்னைப் பழக்கிக்கொண்டான் என்பதை இலன் எண்ணிப் பார்த்தான், ஏதோ தன் தாய்மொழியில் பேசுவதுபோல அதில் பேசுவான். ஆழ்ந்த குரலில் இசையுடன் அவன் சொல்வதை இலன் கேட்பான், “நெகடிவ், ம்ம்ம், நெகடிவ், ஓவர்.” தலைமையகத்தில் அதைக் கேட்பவரது அதிர்ச்சியை நடித்துக் காட்டுவான் (“மாக்மாவில் இந்நிகழ்ச்சியை தனியொருவனாக நடத்தும் இந்தச் சிறுவனை யாருக்காவது தெரியுமா?”).

"நீங்கள் பயன்படுத்துவது பிஆர்சி–6," பரிகாசமாகச் சொன்னான் அந்தப் படைவீரன். "இது ஒரு வாக்கி–டாக்கி போல; இதில் எப்படி அவனைக் கண்டுபிடித்தீர்கள் எனத் தெரியவில்லை."

"எனக்காக ஒருவர் அதை சரியாக அமைத்துக் கொடுத்தார்."

"இது உள்ளகத் தகவல் தொடர்புக்கானது, எப்படிப் பார்த்தாலும் காப்பரணுக்குள் பயன்படுத்த மட்டுமானது. இது ஒரு மோசமான பெரிய உலோகக் குப்பை, இதுபோன்ற அலைவரிசை எல்லைகளுக்கானது அல்ல."

"நீ ரேடியோ ஆபரேட்டரா?"

"தெரியவில்லையா?" என்று சிரித்தவன் தனது பெரிய காதுகளைக் காட்டினான்.

"எவ்வளவு நேரம் இந்தக் கருவி தாக்குப்பிடிக்கும்?"

இந்தக் கேள்வியை ஆராய்கையில் தன் உதட்டைப் பிதுக்கிக்கொண்டான், கடைசியில் சொன்னான்: "அது சில விஷயங்களைப் பொறுத்தது."

"எவற்றைப் பொறுத்தது?"

"அதில் எத்தனை பேட்டரிகள் உள்ளன என்பதையும், நமது ஆள் ஒருவன் உயிரோடு சிக்கிக்கொண்டுள்ளான் என்பதை அந்தப் பக்கத்திலிருப்பவர் புரிந்துகொள்ள எவ்வளவு நேரம் ஆகிறது என்பதையும் பொறுத்தது."

பின்னணியில் அவ்ரம் தீவிரமாகப் பாடினான், "என் கூடாரத் திருவிழா ஓர் ஆனந்தம் – பசும்புல்வெளியும் விளக்குகளுமாய்!" தாளத்துக்கேற்ப தலையை ஆட்டியபடி அவ்ரமோடு சேர்ந்து பாடலை முணுமுணுத்தான் ரேடியோ ஆபரேட்டர். "அவன் பாட்டைக் கேளுங்கள் ஏதோ செஸேம் தெருவில் இருக்கிறோமென நினைத்துக்கொண்டிருக்கிறான்."

அவன் பாடல் ஒரு வேதனை முனகலாய் வெளிப்பட்டது. சற்று நேரத்துக்கு அவ்ரமின் குரல் மறைந்துபோனது. இலன் உடல் நடுங்க ஊசியால் குத்தி அலைவரிசையைச் சரிசெய்ய முயன்றான், ரேடியோவை அடித்தான், அப்போதுதான் தீர்க்கமான அந்த ரீங்கரிக்கும் ஓசை ஒலியாய்வுக் கருவியிலிருந்தல்ல தன் காதிலிருந்து வருகிறது என்பதை உணர்ந்தான், அது துப்பாக்கி கொண்டு அவன் சுட்ட அந்த ஒற்றைச் சுடுதலால் உண்டாகியிருந்தது. அவ்ரமை மீண்டும் அவன் கண்டுபிடித்தபோது அவன் குரலில் அச்சமூட்டும் அந்த உற்சாகத்தின் தடயம்கூட இல்லை. அமைதியான, சாந்தமான ஒரு முணுமுணுப்பாக மட்டுமே அது இருந்தது: "எனக்கு நினைவில்லை, என்னைத் தனியே விடுங்கள், என் மூளை வற்றிவிட்டது. நான் உங்களிடம் சொல்ல விரும்பியது... உங்களிடம் நான் என்ன சொல்ல விரும்பினேன்? முதலில் எதற்கு நான் இங்கு வந்தேன்? எதற்காக இங்கு இருக்கிறேன்? நான் இந்த இடத்தைச் சேர்ந்தவனே இல்லை."

தோளோடு தோளும் காதோடும் காதும் சேர அந்த ரேடியோ ஆபரேட்டரும் இலனும் ரேடியோ கருவியின் மீது குனிந்தனர். "அவன்

மனதில் யாரோ ஒரு பெண்ணை நினைத்திருக்கிறான், அவன் பேசுவதைக் கேட்டாயா?” என்றான் ரேடியோ ஆபரேட்டர்.

“ஆமாம்.”

“அய்யோ பரிதாபம். அவளை மறுபடியும் பார்க்க முடியாதென்பது அவனுக்குத் தெரியவில்லை.”

“அப்புறம், இங்கு உணவு எதுவுமில்லை,” புகார் சொன்னான் அவ்ரம், “இங்கே இருப்பதெல்லாம் ஈக்கள் மட்டும்தான், கோடிக்கணக்கில். கேடுகெட்டவர்களே, என் ரத்தமனைத்தையும் உறிஞ்சிவிட்டீர்கள். எனக்குக் காய்ச்சல், இந்த இடத்தில் தொட்டுப் பாருங்கள், இங்கே தண்ணீர் இல்லை, அவர்கள் காப்பாற்றவும் வரவில்லை, ஹலோ ...”

“அவன் பிரச்சனை என்னவென்றால்,” அந்தப் படைவீரன் சொன்னான், “ரேடியோவை அவன் அணைக்காமல் திறந்தே வைத்திருப்பதுதான்.” எப்போதுமே அவன் அதைத் திறந்துதான் வைத்திருப்பான், மனதுக்குள் நினைத்துக்கொண்டவனாய் சிரித்தான் இலன். அவ்ரமுக்கு அது பிடித்திருந்திருக்கும்.

“ஹலோ, மூத்திரக்குழாய் இல்லாதவன்களே, விரையடிக்கப் பட்டவன்களே ...” அவ்ரம் தன் உளறலைத் தொடர்ந்தான், ஆனால் அவனிடம் ஆர்வம் குன்றிவிட்டிருந்தது. உள்ளீடற்று, வெற்றாய் வார்த்தைகள் வாயிலிருந்தும் வெளிப்பட்டன. “உங்கள் வேடிக்கையும் விளையாட்டும் போதும், எனக்கு அது புரிகிறது, இப்போது உடனே வந்து என்னைக் காப்பாற்றுங்கள், நான் வீட்டுக்குப் போக வேண்டும்.”

“என்ன இது?” முகச்சுழிப்புடன் கேட்டான் அந்தப் படைவீரன். “அவன் சொல்வது புரிகிறதா?”

“புரிகிறது,” என்றான் இலன்.

அவ்ரமின் குரல் முணுமுணுப்பாய்க் கேட்டது, “ஏய், உங்களுக்கும் எகிப்தியப் படையினருக்கும் தொடர்பு ஏதும் இருக்குமோ?”

படைவீரன் முனகினான், “அவர்களை அவன் கூப்பிடுவது மோச மானது. இப்போது அவனே அவர்களை விரும்பி அங்கு அழைக்கிறான்.”

“ப்ரிமிஸலில் இருக்கும் உன் அத்தை 13வது படைப்பிரிவின் பொல்லாத அகித் கம்ஸியின் பாட்டியோடு ஒன்றாகப் பள்ளியில் படித்தவளோ?”

நம்பிக்கையற்றவனாய் ஒரு முயற்சியை ஆரம்பித்தான் இலன்: “நிஜமாகவே நம்மால் அங்கு ஒரு படையை அனுப்ப முடியாதா—”

ஹெட்ஃபோன்களை வேகமாகக் கழற்றி இலனின் காதுகளில் மாட்டிவிட்டு எழுந்த ரேடியோ ஆபரேட்டர், நீண்ட நேரம் அவனையே பார்த்துக்கொண்டிருந்தான். “உன் பெயர் என்னவென்று சொன்னாய்?”

“இலன்.”

"நல்லது, நான் சொல்வதைக் கேள். அந்த ஹெட்ஃபோன்களைக் கழற்றிவிட்டு, இப்போதே அவற்றைக் கழற்றிவிட்டு, அவனைக் கடந்து வா. அவனை மறந்துவிடு. கலாஸ். அப்படியொருவன் இருக்கவில்லை."

"அவனை மறந்துவிடுவதா?" பரிகாசமாகச் சொன்னான் இலன். "அவ்ரமை மறந்துவிடுவதா?"

"தெளிவான முடிவெடுப்பது உனக்கு நல்லது." என்றவன் எதையோ புரிந்துகொண்டவனாய், "இரு, இரு, அவனை உனக்குத் தெரியுமா?" எனக் கேட்டான்.

"எனக்கு அவன் நண்பன்."

"நெருங்கிய நண்பனா அல்லது பேருக்கு நண்பனா?"

"நெருங்கிய நண்பன்."

"நான் சொன்னவற்றை மறந்துவிடு," முணுமுணுப்பாகச் சொன்னவன் அங்கிருந்து சென்றான்.

"தேள், இது வண்ணத்துப்பூச்சி. உங்களது வலப்புறம் கூட்டமாக ஸேகர் ஏவுகணைகள் தென்படுகின்றன. வீச்செல்லை ஐநூறு. சுடுங்கள், சரமாரியாகச் சுடுங்கள். ஓவர்."

"செடி, நீங்கள் அனுப்புவதாகச் சொன்ன வான்படை உதவி எங்கே? 'காப்பி,' 'வந்துகொண்டிருக்கிறது,' என்று தொடர்ந்து சொல்லிக் கொண்டிருக்கிறீர்களே தவிர ஒன்றும் வந்தபாடில்லை. இங்கே எங்களை அவர்கள் கொன்று கொண்டிருக்கிறார்கள்! ஒருவர் இறந்துவிட்டார், ஒருவர் காயம்பட்டுக் கிடக்கிறார், ஓவர், ஓவர்."

"அவரது முன் நிர்ணயிக்கப்பட்ட நேரத்தில் யார், அவரது நேரத்துக்கு முன்பு யார்; நீரால் யார், நெருப்பால் யார்; வாளால் யார், மிருகத்தினால் யார்."

"ஹலோ! என்னவாயிற்று உனக்கு? யோம் கிப்பூர் முடிந்து இரண்டு நாட்களாயிற்றே."

"மிக்க அருளும் கருணையும் கொண்டவருமான அல்லாவின் பெயரால் அனைத்துப் படைப்பிரிவுகளுக்கும் சொல்லிக்கொள்வது, 16ஆம் பிரிவு திட்டமிட்டபடி கால்வாயைக் கடந்துகொண்டிருக்கிறது. இதுவரை எவ்விதமான தீவிர எதிர்ப்புமில்லை, இன்ஷா அல்லா, வெற்றியை நோக்கி நாம் முன்னேறுவோம்."

"அபீர், இது தவ்தீவன், உன் கேள்விக்கு பதில், எல்லையோரம் இங்கே ஒருவர் அங்கே இருவர் எனக் கிட்டத்தட்ட ஐம்பது வீரர்கள் இன்னும் உயிரோடு இருக்கிறார்கள்."

"செடி, அவர்கள் எங்களை நோக்கி வந்துகொண்டிருக்கிறார்கள், ஏன் பதில் பேச மாட்டேனென்கிறீர்கள்?"

“கழுத்து நெறிபட்டு யார், கல்லடி பட்டு யார், ஓய்வாக இருக்கப் போகிறவர் யார், சுற்றித் திரியப்போகிறவர் யார், இணக்கத்துடன் வாழப்போகிறவர் யார், வதைபட்டுக் கிடக்கப்போகிறவர் யார்?”

“இரண்டு ஐந்து மூன்று அருகே ஒரு யூத பைலட் அடிபட்டுப் புதர்களில் கிடக்கிறான்.”

“உங்களுக்கான கட்டளைகள்: தயாராக இருங்கள், ரேடியோவை மௌனமாக வையுங்கள், அவர்கள் அவனைக் காப்பாற்ற வரும்வரை காத்திருங்கள், அவர்கள் வந்ததும் சரமாரியாகச் சுடுங்கள், ஓவர்.”

“அப்புறம் என்னுடைய அம்மா, முட்டாள்களான சகோதரர்களைக் கைவிட்டுச் செல்பவர்களான நீங்கள் அவளைப் பற்றித் தெரிந்துகொள்ள தகுதியில்லாதவர்களென்றாலும்கூட—”

விரல் கணுக்கள் வெளுத்துப்போகும்வரை இலன் அந்தக் கருவியின் இரண்டு பக்கங்களிலும் அழுத்தினான்.

கரகரப்பான அவ்ரமின் குரல் சொன்னது, “என் அம்மா, அவள் இறந்துவிட்டாள், சட்டென்று மாயமாகிவிட்டாள். ஆனால் எப்போது மவள்...” நெரிபடுவதுபோன்ற ஒரு சத்தத்தை எழுப்பினான். “என்மட்டில் அவள் எப்போதும் பொறுமை காத்தாள், என் உயிரின்மீது சத்தியமாகச் சொல்கிறேன்.” அவன் சங்கடமாகச் சிரித்தான். “‘என் உயிரின்மீது,’ எவ்வளவு சிறப்பான வார்த்தைகள்! என்—உயிரின்—மீது—இதற்கு என்ன அர்த்தமென்று உங்களுக்குத் தெரியுமா? என் உயிரின்மீது! லஹாயெம்!”

நடுநடுவே கொரகொர ஒலிகள் மட்டும் கேட்க, மீண்டுமொரு நீண்ட மௌனம். பச்சை சமிக்ஞைப் பட்டை சுருங்கி நடுங்கி உடைந்தது, பிறகு மறுபடியும் நீண்டு உயர்ந்தது.

“அவளோடு சேர்ந்து பெஸாலல் தெருவைச் சுற்றி வருவேன்,” அவ்ரம் தொடர்ந்தான், இப்போது அவன் மிகவும் பலவீனமுற்றிருப்பதுபோலத் தோன்றியது, இலன் அப்படியே ரேடியோமீது தளர்ந்து விழுந்தான். “சிறு பையனாக இருந்தபோது திறந்தவெளி அங்காடியான சுக் அருகே வசித்து வந்தோம்... எனக்கு நினைவில்லை, உங்களிடம் இதைச் சொல்லியிருக்கிறேனா என எனக்கு நினைவில்லை. எப்படி எதுவும் எனக்கு நினைவிலில்லாமல் போனது? இப்போது முகங்கள் நினைவில்லை, ஓராவின் முகம் நினைவில்லை... அவளது புருவங்கள் மட்டும் நினைவிலிருக்கின்றன.”

அவன் மிகுந்த பிரயாசையுடன் மூச்சுவிட்டான். அவன் சக்தியற்றுப் போவதை, அவனது பிரக்ஞை நழுவுவதை இலனால் உணர முடிந்தது.

“அப்புறம், அம்மாவுடன் நானும் பெஸாலல் தெருவில் சுற்றுவோம், ஸேக்கர் பூங்கா வரை, யாருக்காவது அதைத் தெரியுமா? ஹலோ?”

இலன் ஆமோதிப்பாகத் தலையசைத்தான்.

“அவள் என் கையைப் பிடித்துக்கொள்வாள், அப்போது எனக்கு ஐந்து வயதிருக்கும், தெருக்கோடிவரை செல்வோம், பிறகு திரும்பி துவக்கப்

புள்ளிக்கு வருவோம், எனக்கு அலுத்துப் போகும்வரை மறுபடியும் மறுபடியும் தெருவைச் சுற்றுவோம்."

அவனிடமிருந்து கலகலவென்ற ஒலி, பிறகு அவன் மௌனமானான். பின்னணிச் சத்தங்களும் ஓய்ந்தன. அப்பகுதி முழுவதையும் விசித்திரமானதொரு கலவரமூட்டும் அமைதி சூழ்ந்தது. வாய்க்காலின் இரண்டு பக்கங்களிலுமிருந்த எல்லோருமே அவ்ரமின் கதையைக் கேட்க ஒரு கணம் தமது இயக்கங்களை நிறுத்திக்கொண்டுவிட்டது போலிருந்தது.

"உங்களுக்குத் தெரியுமா, நீங்கள் குழந்தையாக இருக்கையில் பெரியவர்கள் உங்களோடு விளையாடும்போது எப்போது நம் மட்டில் அவர்கள் சலிப்புகொள்வார்களோ என்ற பயம் இருந்துகொண்டேயிருக்கும். எப்போது அவர்கள் தங்கள் கைக்கடிகாரத்தைப் பார்ப்பார்கள், எப்போது நம்மோடு இருப்பதை விடவும் முக்கியமானதொரு வேலை அவர்களுக்கு வரும்?"

"ஆமாம்," என்றான் இலன். "ஆமாம்."

"ஆனால், அம்மா, எதுவுமே எனக்கு சலிக்கும் முன் அவளுக்குச் சலிக்காது, நான் செய்யும் எதுவுமே, எந்த விஷயமாக இருந்தாலும் சரி. எனக்கும் முன்பாக அவளாக ஒரு விளையாட்டை முடித்துக்கொள்ள மாட்டாள்." அவன் பனிமூட்டத்தினூடாக மிதந்து சென்றுகொண்டிருந்தான். ஒரு குழந்தையினது போல் அவனது குரல் உணர்ச்சியற்று மெலிதாக ஒலித்தது, அவ்ரமை அம்மணமாகப் பார்ப்பது போலிருந்தது இலனுக்கு, ஆனால் அவனால் பேச்சை நிறுத்த முடியவில்லை. "அது உங்களது வாழ்வு முழுமைக்குமான பலத்தைத் தரும் ஒரு விஷயம். ஒரு மனிதனை மகிழ்ச்சிக்குள்ளாக்கும் விஷயம், இல்லையா?"

மிகவும் மெலிந்திருந்த, பரபரப்புடன் காணப்பட்ட மதச் சடங்குகளை நிறைவேற்றும் படைவீரன் இலனின் நாற்காலியில் வந்து மோதி நின்றான், தனது மத சம்பந்தமான பொருட்களை மூட்டைகட்டித் தருமாறு கேட்டான். சில வினாடிகளுக்கு ஒருமுறை இயந்திரத்தனமாகக் கண் சிமிட்டினான், புன்னகைத்தான். இலன் தனது ஒலியாய்வுக் கருவியிலிருந்தும் எழுந்தான், கைகால்களை உதறிக்கொண்டபோதுதான் ஒருமணி நேரமாகத் தான் அசையாமல் அமர்ந்திருந்ததை உணர்ந்தான். அந்தப் படைவீரனுக்கருகில் மண்டியிட்டு அமர்ந்து காலியான வெடிபொருட்கள் பெட்டி ஒன்றில் பைபிள்கள், ஜெபப் புத்தகங்கள், சிறு வட்டத் தொப்பிகள், மதச்சடங்கில் பயன்படும் ஒயினருந்தும் கோப்பை, ராணுவத்தில் வழங்கப்பட்ட ஒன்பது கிளைகளையுடைய மெழுகுவர்த்தித் தாங்கி, ஷபாத் மெழுகுவர்த்திகள் இவற்றுடன் சுக்கோத் விழாவுக்கென மணமுள்ள ஒரு எத்ராக் பழத்தையும்கூட அடுக்கினான். அந்தப் படைவீரன் எத்ராக் பழத்தைக் கையிலெடுத்து உயர்த்திப் பிடித்தான், பிறகு அதைத் தன் முகத்தில் புதைத்துக்கொண்டு அதன் சிட்ரஸ் வாசனையைத் தீவிர உணர்ச்சிப் பெருக்குடன் முகர்ந்தான். யோம் கிப்பூருக்கு அடுத்தநாள் தனக்குக் குழந்தை பிறந்திருப்பதை உடைந்த குரலில் இலனிடம் சொன்னான். அந்தச் செய்தியை பிரிகேடியர் ஜெனரலே ரேடியோவில் அவனுக்குத்

தெரிவித்திருந்தார், ஆனால் சங்கேத பாஷையில் பயிற்சியில்லாததால் பிறந்திருப்பது ஆணா பெண்ணா என்பதை அந்த உரையாடலிலிருந்து அவனால் உறுதியாகத் தெரிந்துகொள்ள முடியவில்லை, அதோடு அதைக் கேட்டு பிரிகேடியர் ஜெனரலைத் தொந்தரவு செய்வது அவனுக்குச் சங்கடமாக இருந்தது. கடவுளுக்குச் சித்தமானால் தனது மகனையோ மகளையோ பார்க்கும் அதிர்ஷ்டம் அவனுக்கு வாய்க்கும். பையனாக இருந்தால் ஜெனரல் கோராதிஷின் பெயரான ஷமுயேலையும், பெண்ணாக இருந்தால் ஜெனரல் ஷரோனின் பெயரான ஏரியலாவையும் வைப்பான். பேசுகையில் அவன் கண்களைச் சிமிட்டிக்கொண்டே இருந்தான், முகத்தில் பாவங்கள் விரைவாக மாறிக்கொண்டிருந்தன. இவ்வளவு நேரமும் தன்னை அழைக்கும், இறைஞ்சும் அவ்ரமின் குரலைத் தனக்குள் கேட்டுக்கொண்டிருந்தான் இலன். இருந்தும் அந்தப் படைவீரனை உற்சாகப்படுத்திக்கொண்டிருந்தான், ஒலியாய்வுக் கருவியில் அமர்ந்து மங்கி மறையும் வரை அவ்ரமின் குரலைக் கேட்காமல் சிறிது நேரம் கவலையின்றி நிம்மதியாக இருந்தமைக்காகத் தன்னையே கடிந்துகொண்டான்.

காப்பரணுக்கு மிக அருகில் எறிகணைகள் விழுந்தன. காற்றை முகர்ந்துவிட்டு முகத்தைச் சுழித்தான் படைவீரன். “இவை என்பிசிக்கள்!” என்று கத்தினான். *நியூக்ளியர்–பயலாஜிக்கல்–கெமிக்கல் சாதனம்–அவசர காலத்தில் மட்டும் திறக்கவும்* என மேலே எழுதியிருந்த பெரிய இரும்பு அலமாரியை நோக்கி இலனை இழுத்துச் சென்றான். தனது ஊஸியின் அடிப்பாகத்தால் பூட்டை உடைத்தான், பெட்டியின் கதவு அகலத் திறந்தது. உள்ளே கீழிருந்து மேலே வரை காலி அட்டைப் பெட்டிகள். அதைப் பார்த்த படைவீரன் கத்தத் தொடங்கினான், தலையிலடித்துக்கொண்டான், கால்களைத் தரையில் உதைத்தான். இலன் ஒலியாய்வுக் கருவியிடம் திரும்பிவந்து ஹெட்ஃபோன்களைக் காதுகளில் அணிந்துகொண்டான்.

“தனது வயிறு கிழிபடுவதற்கு அவ்ரமுக்கு இன்னும் எத்தனை நிமிடங்கள் இருக்கிறதென நினைக்கிறீர்கள்? மென்மையான, ரோமங்களடர்ந்த, தனது நகங்களை அதன்மீது அவன் ஓட்ட விரும்பிய வயிறு. அவனுக்கு இருப்பறையாகவும் தானியக் களஞ்சியமாகவும் இருந்த வயிறு–”

“நிறுத்து, இந்தப் பேச்சை நிறுத்து!” என்றான் இலன்.

“உங்களுக்கு இது விளையாட்டுப்போலத் தோன்றலாம், ஏனென்றால் அவ்ரம் இன்னும் ஒரு நாற்பது ஐம்பது வருடங்களுக்கு இந்த உலகத்திலிருக்க திட்டமிட்டிருந்தான், முதியவனாகும்வரை, கேடுகெட்டக் கிழடாகும்வரை வாழ அவன் திட்டமிட்டிருந்தான். அவ்வப்போது கிட்டும் முலைகளையும் தொடைகளையும் தடவிக்கொடுக்கவும், உலகைச் சுற்றிப்பார்க்கவும், அதன் விரிவுகளைக் கண்களால் விழுங்கவும், தேவைப்படுவர்களுக்கு தனது ஒரு சிறுநீரகத்தையோ அல்லது ஒரு காதையோ தானம் தரவும், லௌகீக இன்பங்களில் திளைக்கவும், புத்தக அடுக்கில் உண்மையாகவே நடுங்கக்கூடிய ஒரேயொரு புத்தகத்தையாவது எழுதிவிடவும் அவன் நம்பிக்கைகொண்டிருந்தான்–”

இலன் தலையை உலுக்கிக்கொண்டான். ஹெட்ஃபோன்களைக் கழற்றிவிட்டு எழுந்தான். பதுங்குகுழிகள் வழியாக நடந்தான். இஸ்மய்லியா

மருத்துவனையை நோக்கியிருந்த ஒரு கண்காணிப்பு நிலை அருகே வந்ததும் நின்றான். இரண்டு தயார்நிலைப் படைவீரர்கள் ஏதோ உல்லாசக் கப்பலில் இளைப்பாறிக்கொண்டிருப்பவர்கள்போல மணல் மூட்டைகள்மீது பாதங்களை வைத்து அமர்ந்திருந்தனர். தங்களது வழமையான படைப்பணிக் காலத்தில் அவர்கள் ஆறாம் நாள் போரில் பங்குபெற்றிருந்தவர்கள், இலனின் கண்களுக்கு இருவரும் வயதானவர்களாகத் தோன்றினர். அந்த வயதுவரை அவன் இருக்கப்போவதில்லை என்ற உண்மையை மனச்சலனம் ஏதுமற்று யோசித்துப் பார்த்தான். இருவரும் மனநிறைவும் மகிழ்வும் கொண்டவர்களாக இருந்தனர், ஆறாவது படைத்தொகுதி வந்துகொண்டிருப்பதாகவும் எல்லாம் முடிந்துவிட்டது எனத் தாங்கள் நிம்மதி கொண்ட அந்த நிமிடத்தை எண்ணி "அ–ரபிக்கள்" விரைவிலேயே வருந்தப்போகிறார்கள் என்றும் உறுதிபடச் சொன்னார்கள். இருவரும் சேர்ந்து "ராபினுக்காக காத்திருக்கிறான் நாஸர்" பாடலை பெருங்குரலெடுத்துக் கடூரமாகப் பாடத் தொடங்கினர். காற்றை முகர்ந்த இலன் அவர்கள் குடித்திருப்பதை அறிந்தான் – மட்டமான ராணுவ ஒயினாக இருக்க வேண்டும். பின்னால் மணல் மூட்டைகள் நடுவே சில காலிப் போத்தல்கள் மறைத்து வைக்கப்பட்டிருப்பதைப் பார்த்தான்.

அவர்களிடமிருந்து விலகி வந்து இஸ்மய்லியாவின் நீல நீர்ப்பரப்பையும் பசுந் தோட்டங்களையும் வெறித்தபடி நின்றான். அங்கிருந்து சிறிது தொலைவில்தான் எகிப்திய ஜீப்புகளின் முடிவற்ற அணிவகுப்பு பாலத்தின் மேல் கால்வாயைக் கடந்துகொண்டிருந்தது. மனிதர்கள் மற்றும் வாகனங்களின் பெருங்கூட்டமொன்று காப்பரணுக்கு மிக அருகில், நின்று அதைக் கைப்பற்றவேண்டுமென்ற எண்ணம்கூட இல்லாமல், இரைச்சலுடன் சென்றுகொண்டிருந்தது. அவ்ரமுடன் சேர்ந்து தான் இருமுறை பார்த்த த லாங்கஸ்ட் டே திரைப்படத்தைப் பற்றி நினைத்துக்கொண்டான் இலன். தானறிந்த துண்டுதுண்டான யதார்த்தத்தை இனி ஒன்றுசேர்க்க முடியாது என்பதை உணர்ந்தான், தீவிரமாக யோசிப்பதை அப்படியே கைவிட்டான்.

எறிகணைகள் தாக்கின. பறந்துவிழும் கற்களைத் தடுக்க அமைக்கப் பட்டிருந்த எஃகு வலை கிழியத் தொடங்கியது. கற் சில்லுகள் பறக்கத் தொடங்கின. காப்பரணின் பாதுகாப்பு அடுக்கு தளர்ந்துகொண்டிருந்தது, காற்று சாம்பலும் கரிப்புகையும் புழுதியும் கலந்து நிறைந்தது. தெற்கே மாக்மாவை நோக்கிப் பார்க்க முடியாமல் அப்படியே நின்றிருந்தான் இலன். ஆனால் தனது விழியோரம் அவனால் காணமுடிந்த சுழன்றெழும் புகை அவ்ரமின் இடத்திலிருந்து வருகிறது என்பதை உணர்ந்தான். சில வீரர்களை அனுப்பி அவ்ரமை மீட்டுவரப் படையதிகாரியை நிர்ப்பந்திக்க முடியுமா என யோசித்தான், ஆனால் அதற்கு வழியில்லை என்பது அவனுக்குத் தெரிந்திருந்தது. தனது வீரர்கள் ஒரு தற்கொலை நடவடிக்கையில் இறங்க அவர் விடமாட்டார். அவனையறியாமலே கட்டுப்பாட்டு அறையை நோக்கி நடந்தான். கண்கள் சிவந்து அவற்றில் கண்ணீர் திரையிட் டிருந்தது, அவன் மூச்சுவிடத் திணறினான். வழியில் தனது சிறிய மேசையையும் அதிலிருந்த ஒலியாய்வுக் கருவியையும் கடந்துசென்றான். அவனால்

அந்த மேசையில் தன்னை இருத்திக்கொள்ள இயலவில்லை. இறுக்கமும் புழுக்கமுமான பதுங்கு குழியில், யாருக்கோ காற்றடிக்கும் கை பம்ப்பின் நினைவு வந்தது. அதனாலும் எந்தப் பிரயோசனமும் இல்லை, ஆனால் அதனால் உண்டான ஒலி – குள்ளநரியின் பலவீனமான ஊளை போன்ற ஒலி – அங்கு நிலவிய துயர மனநிலையை அதிகரிக்கவே செய்தது. எகிப்திய மிக் விமானம் ஒன்று எரிந்தபடி நேரே சரிந்து தரையை நோக்கி வந்தது, அது வீழ்ந்துகொண்டிருக்கையிலே அதிலிருந்து ஒரு பாராசூட் விரிந்தது. பதுங்குகுழியைச் சுற்றியிருந்த கண்காணிப்பு நிலைகளிலிருந்து அங்கொன்றும் இங்கொன்றுமாகக் கைத்தட்டல் ஒலி எழுந்தது. கால்வாயின் கரையில் நேராகப் பாராசூட்டில் இறங்கிய விமானி விந்தி நடந்து பாலத்தை அடைந்தான். எகிப்தியப் படைவீரர்கள் அவனிடம் ஓடிவந்தனர், அவனைத் தழுவிக்கொண்டனர், காப்பரணிலிருந்து தொடுக்கப்பட வாய்ப்புள்ள தாக்குதலிலிருந்து அவனை அவர்கள் பாதுகாப்பதுபோலத் தோன்றியது. சோர்ந்த மனதுடன் மௌனமாக இஸ்ரேலியப் படைவீரர்கள் அதைப் பார்த்துக்கொண்டிருந்தனர். அந்த எகிப்திய வீரர்களிடையே காணப்பட்ட எழுச்சி அவர்களது பொறாமையைத் தூண்டியது. அழுக்கேறிய தனது முகத்தை விரல்களால் தேய்த்துக்கொண்டான் இலன். பேவலில் நிலத்தடி பதுங்குமிடத்தில் கேட்புக் கருவிகளில் எகிப்திய வீரர்களின் பேச்சுக்களை அவன் கேட்ட அந்த ஆயிரக்கணக்கான மணி நேரங்களிலும், இரவுபகலாக அவர்களது உரையாடல்களை மொழிபெயர்த்த அந்த நாட்களனைத்திலும், அவர்களது ராணுவ வழக்கங்கள், அற்ப கணங்கள், கேலிகள், ஆபாச நகைச்சுவைகள், மிக அந்தரங்கமான ரகசியங்கள் இவற்றை அவன் அறிந்தான். அவர்கள் எந்தளவுக்கு உண்மையான, இயல்பான மனிதர்களாக, ரத்தமும் சதையும் ஆன்மாவுமாக இருந்தார்கள் என்பதை இப்போது தங்களது விமானி நண்பனை அவர்கள் அணைத்துக்கொண்டபோது உணர்ந்ததுபோலத் தீவிரமாக அப்போது அவன் உணர்ந்திருக்கவில்லை.

“ஆனால் நான் உணர்ந்தேன்,” ஓராவிடம் சொல்கிறான் அவ்ரம். நீண்டநேரம் கழித்து இப்போதுதான் அவன் பேசுகிறான். “மற்ற ரேடியோ ஆபரேட்டர்களைவிடவும், ஏன் இதில் அனுபவமுள்ள மூத்தவர்களைவிடவும், இந்த ஒற்றுக்கேட்கும் விஷயம் எனக்கு மிகவும் சுவாரஸ்யமாக இருந்தது. தன் வாயைத் திறக்கும் எவனது பேச்சையும் தடையின்றிக் கேட்கலாம் என்ற விஷயமே எனக்குப் பெரும் கிளர்ச்சியைத் தந்தது. மூடிய கதவுகளுக்குள்ளிருந்து மற்றவர்கள் என்ன பேசுகிறார்கள் என்பதை நாம் அறிய முடியும் என்கிற உண்மையும்கூட.” அவன் சிரிக்கிறான். “ஆமாம், ராணுவ ரகசியங்கள்மீது எனக்கு அவ்வளவாக ஆர்வமிருந்ததில்லை, தெரியுமா? முட்டாள்தனமான விஷயங்கள், அதிகாரிகளிடையேயான ஆர்வத்தைக் கிளப்பும் சங்கதிகள், உளறல்கள், கிசுகிசுக்கள், அவர்களது அந்தரங்க வாழ்க்கை பற்றிய அனைத்துவிதமான குறிப்புகள். செகண்ட் ஆர்மியைச் சேர்ந்த இரண்டு ரேடியோ ஆபரேட்டர்கள், இருவருமே டெல்டாவைச் சேர்ந்த அரபி விவசாயக்கூலிகள், ஒரு கட்டத்தில்தான் அவர்கள் இருவரும் காதலிக்கிறார்கள் என்பதை நான் உணர்ந்தேன், அதிகாரப்பூர்வ செய்தித்தொடர்பு வலையத்தில் அவர்கள்

ஒருவருக்கொருவர் மறைமுகக் குறிப்புகளை அனுப்பிக்கொண்டார்கள். இதுபோன்ற ஒன்றைத்தான் நான் எதிர்பார்த்தேன்."

"மனிதக் குரலையா?" ஓரா கேட்டாள்.

ஒரு இஸ்ரேலிய எஃப்–4 ஃபாண்டம் போர்விமானம் திடீரென வானத்தில் தோன்றியது, காப்பரணுக்கு மேலாக வளைந்து வந்தது, தனது இரண்டு துப்பாக்கிகளாலும் சுட்டது. யாரும் அசையவில்லை. விமானத்தின் உறுமல் அந்தப் பகுதியெங்கும் நிறைந்தது. அது இலனின் உடலையும் நிரப்பியது, அதனுள் பெரும் திகிலைக் கிளப்பியது. கனமான சாம்பற்கிண்ணம் மேசைமீது மோசமாக நடனமாடியது, பின்னர் தரையில் விழுந்து சுக்குநூறானது. இலனுடன் காப்பரணுக்கு வந்திருந்த ஜெரூசலேத்து பீரங்கிவண்டி வீரன் முற்றத்தில் நின்று காபி அருந்திக்கொண்டிருந்தான். காபிக் குவளையின் விளிம்புக்கு மேலாக அவன் கண்கள் வானத்தை உற்றுப் பார்த்தன. அவனது மூக்குக் கண்ணாடி லேசாக ஒளிர்ந்தது, விமானம் சற்றே அவனை நோக்கிச் சாய்ந்தது, தோள்பட்டையிலிருந்து இடுப்புவரை குறுக்காக அவனது உடல் பிளந்து முற்றத்தின் இரண்டு புறங்களிலும் எறியப்படுவதை இலன் பார்த்தான். உடலை வளைத்து அவன் வாந்தியெடுத்தான். அவனுக்கு அடுத்து இருந்தவர்களும் வாந்தியெடுத்தனர். சில வீரர்கள் விமானப் படையையும், ஒட்டுமொத்தமாக இஸ்ரேலிய ராணுவத்தையும் வசைகூறி வான் நோக்கி தங்கள் முஷ்டியை உயர்த்தினர்.

விமான எதிர்ப்பு குண்டுகளைச் சரமாரியாகச் சுட்டு எகிப்தியர்கள் சிவப்பு–ஆரஞ்சு வண்ணத்தால் வானத்தை நிறைத்தனர். அவ்வப்போது தாக்கப்பட்டு விழும் எறிகணைகளின் நெருப்புத் தடத்தைத் பார்க்க முடிந்தது. அவற்றுக்கு நடுவே புகுந்து புகுந்து வந்தது ஃபாண்டம், ஆனால் திடீரென அதன் வால் பகுதியிலிருந்து தீ எழும்பி வந்தது, அடர்ந்த கரும்புகை வளையங்களை எழுப்பிச் சுழன்றுசுழன்று கீழே வந்தது. தரையில் மோதும்வரை வீரர்கள் அதை மௌனமாகப் பார்த்துக் கொண்டிருந்தனர். ஒரு பாராசூட்டும் அதிலிருந்து விரியவில்லை. காப்பரணில் இருந்தவர்கள் ஒருவர் மற்றவரது பார்வையைத் தவிர்த்தனர். இலன் திரும்ப முற்றத்தைப் பார்த்தபோது இறந்த வீரனது உடலை இரண்டு வெவ்வேறு போர்வைகளைக் கொண்டு மூடிவைத்திருந்தனர்.

"உன் நண்பனுக்கு என்னவாயிற்று?" கறுத்த அந்த ரேடியோ ஆபரேட்டர் கேட்டான். "அவன்மட்டில் உன் முயற்சியைக் கைவிட்டுவிட்டாயா?"

அவன் என்ன சொல்கிறானென்று இலனுக்குப் புரியவில்லை.

"மாக்மாவிலிருந்தானே அவன். அந்த முயற்சியைக் கைவிட்டது நல்லதுதான்."

இலன் அவனையே உற்றுப்பார்த்தான். அவன் புத்தி தெளிந்தது. அங்கிருந்து ஓடினான்.

"ஹலோ, ஹலோ, யாருக்காவது நான் பேசுவது கேட்கிறதா? ஹலோ? இங்கே நான் தனியாக இருக்கிறேன். நேற்று, அல்லது அதற்கு முந்தின

நாள் அனைவரையும் அவர்கள் கொன்றுவிட்டார்கள். இருபதுபேர் இருக்கும். அவர்கள் யாரென்று தெரியவில்லை, நிலைமை கட்டுமீறிப் போவதற்கு சில மணி நேரங்கள் முன்பு இங்கு வந்தேன். வாசலில் வைத்து அவர்களைக் கொன்றார்கள், வெளியே இழுத்துப்போய் நாய்களைச் சுடுவதுபோலச் சுட்டார்கள். சிலரை அடித்துக் கொன்றார்கள். எங்கள்மேல் உருண்டு வந்த டீசல் பீப்பாய்களடியில் ரேடியோ ஆபரேட்டரும் நானும் மறைந்துகொண்டோம். இறந்துவிட்டவர்கள்போல நடித்தோம்."

ஏதோவொரு மாற்றம் தெரிந்தது, இலன் அதை உடனே கண்டுபிடித்து விட்டான். அவ்ரம் தெளிவாக, அசட்டுத்தனமின்றிப் பேசினான். நாம் பேசுவதை யாரோ கேட்கிறார்கள், அவன் பேச்சைக் கேட்டாக வேண்டு மென்ற அவசியத்துடன் கேட்கிறார்கள் என்ற நிச்சயத்துடன் அவன் பேசுவது போலிருந்தது.

"நமது நண்பர்கள் அழுவதைக் கேட்டேன். தங்களைக் கொல்ல வேண்டாமென்று எகிப்தியர்களிடம் அவர்கள் மன்றாடினர். இரண்டு வீரர்கள் பிரார்த்தனை செய்யத் தொடங்கினர், பிரார்த்தனையின் நடுவிலேயே அவர்கள் சுடப்பட்டனர். அங்கிருந்து சென்ற எகிப்தியர்கள் திரும்ப வரவில்லை. தொடர்ந்து எறிகணைகளை அடித்துக்கொண்டே யிருக்கின்றனர். இப்போது இந்த அறைக்கு உங்களால் வரமுடியும் என்று நான் நினைக்கவில்லை. எல்லாம் அழிக்கப்பட்டுவிட்டது. வாசற்காலைத் தாங்கிப் பிடித்திருந்த கம்பிகள் முற்றாக வளைந்துவிட்டன."

கண்களை மூடிக்கொண்டு இலன் அவ்ரம் விவரிப்பவற்றை காண முயன்றான்.

"முதல்நாள் மாலைவரை நான் ரேடியோ ஆபரேட்டருடன் இருந்தேன். என்னிடமிருந்து சுமார் இரண்டு மீட்டர் தள்ளி அவன் கிடந்தான், கடுமையாகக் காயம்பட்டிருந்தான், ஒரு ரேடியோ அவன் மேல், இன்னொரு சிறிய ரேடியோ அவனுக்குப் பக்கத்தில், பிறகு ஏராளமான பேட்டரிகள். குறைந்தது எண்பதாவது இருக்கும், ஏனென்றால் அவற்றை அவன் எண்ணிக்கொண்டே இருந்தான், அவனுக்கு பேட்டரிகளை எண்ணுவதில் பெரும் விருப்பு இருந்தது. அவனுக்குக் காலில் காயம், எனக்குத் தோள்பட்டையில். இந்த இடம் தீப்பற்றியபோது வெடித்த கையெறிகுண்டு ஒன்றிலிருந்து கிளம்பிய தெறிகுண்டு என்மீது பாய்ந்தது. என் உடலிலிருந்து அது பாதி வெளிநீட்டிக்கொண்டிருக்கிறது. என்னால் அதைத் தொடமுடிகிறது. அசையாமலிருந்தால் அது தைத்த இடத்திலிருந்து ரத்தம் வருவதில்லை. வலி மட்டும்தான். எப்படிப்பட்டவொரு விசித்திரமான விஷயம் இது, என் உடம்பினுள் இரும்பு. ஹலோ, ஹலோ?"

"ஆமாம், நீ பேசுவது எனக்குக் கேட்கிறது," மென்மையாகச் சொன்னான் இலன்.

"எப்படியோ. ரேடியோ ஆபரேட்டருக்கு நிறைய ரத்த இழப்பு. அவனுக்கு ரத்தம் போய்க்கொண்டே இருந்தது. அவன் பெயர் எனக்குத் தெரியவில்லை. மிக அரிதாகவே நாங்கள் பேசிக்கொண்டோம், அப்போதுதான் பிணைக்கைதிகளாகப் பிடிக்கப்படுகையில் ஒருவர்

நிலத்தின் விளிம்புக்கு 639

மற்றவரைப் பற்றி அதிகம் தெரியாதவர்களாக இருக்க முடியும். சற்றுக் கழித்துப் பார்த்தபோது அவன் உடல்நிலை சீர்குலைந்து வருவதைப் அறிந்தேன், அவன் நடுங்கிக்கொண்டிருந்தான். அவனை உற்சாகப்படுத்த முயன்றேன், ஆனால் நான் பேசுவது அவனுக்குக் கேட்கவில்லை. ஒரு கட்டத்தில் தவழ்ந்துபோய் அவன் தொடையில் குருதித் தடுப்புப் பட்டையைக் கட்டினேன். அவன் உளறிக்கொண்டிருந்தான். பிரமை பிடித்தவன் போல் காணப்பட்டான். என்னைத் தனது குழந்தையாக நினைத்துக்கொண்டான், பிறகு தனது மனைவியாக. அப்போதும் ரேடியோ வேலை செய்தது, நான் டாஸாவிலிருக்கும் ஒரு அதிகாரிக்குப் பேசினேன், அவர் மிக மூத்த அதிகாரி என நினைக்கிறேன். இங்கே நடந்துகொண்டிருப்பதை அவருக்கு விவரித்தேன், ராணுவம் என்ன செய்ய வேண்டுமென்றும் சொன்னேன். உதவி வந்துகொண்டிருக்கிறது என்று உறுதி சொன்னவர் என்னை மீட்க விமானப்படை ஒரு ஹெலிகாப்டரை அனுப்பும் என்றார். அன்றிரவு, எப்போதென எனக்குத் தெரியவில்லை, ரேடியோ ஆபரேட்டர் இறந்துவிட்டான்."

அவனது பிதற்றலை விடவும் அவ்ரமின் திடீரென்ற இந்தத் தெளிவு இலனுக்கு மிகவும் சங்கடமாக இருந்தது. தனக்கு நிகழவிருப்பதனின்று தன்னைப் பாதுகாக்கும் காப்பு ஏதுமின்றி நிராயுதபாணியாக அவ்ரம் நிற்பதாக இலன் நினைத்தான்.

"அதன்பிறகு நான் சற்றுத் தரையைத் தோண்டினேன், கீழே ஒரு துளைக்குள் விழும்வரை தோண்டிக்கொண்டேயிருந்தேன். கிட்டத்தட்ட ஒரு மீட்டர் ஆழத்தில் மல்லாந்த நிலையில், ரேடியோவுடனும் எல்லா பேட்டரிகளுடனும் விழுந்தேன். இங்கே என்னால் நிமிர்ந்து உட்காரக்கூட முடியவில்லை, பாழாய்ப்போன ரேடியோ என்மீது கிடக்கிறது, இந்தத் துளையிலிருந்து நான் பேசுவது யாருக்கும் கேட்க வாய்ப்பில்லை, ஆனால் இப்படியுமப்படியும் திரும்ப முடிகிறது, இரண்டு பக்கமும் சில அடி தூரம் உருளக்கூட முடியும். காற்று உள்ளே வருவதற்காக சில மணல் மூட்டைகளை அடுக்கி வைத்துள்ளேன், ஆனால் இங்கே எகிப்தைப் போல இருட்டாயிருக்கிறது–"

சற்றே நிறுத்திவிட்டுப் பலவீனமான ஒரு பெருமூச்சுடன் சொன்னான்: "எகிப்தைப்போல இருட்டாக, புரிகிறதா?"

இலனிடமிருந்து ஓர் உற்சாகச் சிரிப்பு வெளிப்பட்டது.

"நீங்கள் நம்ப முடியாத அளவுக்கு மலம் சேர்த்து வைத்திருக்கிறேன். இன்னும் கழிக்க என்னுள் என்ன மிச்சமிருக்கிறதென தெரியவில்லை. மூன்று நாட்களாக உணவு ஏதுமில்லை, தண்ணீரும் கிட்டத்தட்ட இல்லை, தூக்கமும் வெகு சொற்பம்தான். நான் உறங்கிக்கொண்டிருக்கையில் அவர்கள் என்னைக் கொல்வதை என்னால் நினைத்துப் பார்க்கவும் முடியவில்லை.

"நான் உறங்கும்போது மட்டும் வேண்டாம், கடவுளே."

அவனது நினைவு தப்புவதை இலன் அறிந்தான்.

“அவர்கள், எகிப்தியக் காமாண்டோ படையினர், இங்கே நிற்க விரும்ப மாட்டார்கள். வேலையை முடிக்கப் பின்னர் அவர்கள் திரும்பி வருவார்கள். நீங்கள் அப்படி நினைக்கிறீர்களா? எனக்குத் தெரியவில்லை. அதுபற்றி எனக்கென்ன தெரியும்? இந்த இடம் மொத்தத்தையும் வெடிக்கச் செய்வார்கள், பிறகு வந்து சோதனையிடுவார்கள். குண்டு வீசுவது மேலானது, இல்லையா? பெரும் ஓசையுடன் போய்விடலாம். இது மிகவும் சிக்கலாகிவிட்டது. இதை நம்ப முடியவில்லை, தொடர்ந்து நான் . . .” அவனிடமிருந்து திடீர்ச் சிரிப்பு வெளிப்பட்டது. “இல்லை, நான் சொல்ல வந்தது, உண்மையில், இங்கு நான் என்ன செய்துகொண்டிருக்கிறேன்? எதற்காக நான்?”

இலன் அஞ்சியொடுங்கினான். இப்போது அவ்ரம் அந்தக் குலுக்குச் சீட்டு விஷயத்தைப் பேசுவான் என்பது அவனுக்குத் தெரிந்திருந்தது.

“ஏய், ஓரா, ஓராலே, எங்கேயிருக்கிறாய்? உன்நெற்றியைத் தொட வேண்டும். என் விரலால் உன் புருவங்களையும் வாயையும் வரைய வேண்டும்... என்னை அப்படி நீ பைத்தியமாக அடித்தாய்.”

இலன் கைகளை வாய்மீது வைத்துக்கொண்டான்.

“சொல்வதைக் கேள். இப்போது எனக்குள்ளொரு எண்ணம் தோன்றியது. அது பிரமாதமான ஒரு எண்ணம். உன்னிடமோ இலனிடமோ நான் சொல்லாதது . . . ஹலோ? இந்தப் பால்வெளியில் யாரேனும் இருக்கிறீர்களா? ஹலோ, மானுடமே? இலன்?”

திகிலுற்றவனாய் தனது நாற்காலியிலிருந்து துள்ளியெழுந்தான் இலன்.

“காப்பரண் முழுவதையும் அவர்கள் எரித்தார்கள்,” பீதியுடன் முணுமுணுத்தான் அவ்ரம். “மனிதர்கள், சாதனங்கள், சமையலறை, எங்களது முதுகுப்பைகள், தங்களது கண்ணில் பட்ட எல்லாவற்றையும் சேர்த்து. தீயுமிழுகளுடன் அவர்கள் சுற்றி வந்து இவை அனைத்துக்கும் தீமூட்டினர். அதை நான் கேட்டேன். எல்லாம் எரிந்துகொண்டிருந்தன. என் கைகளும் முகமும் வெப்பத்தில் கருகிவிட்டன, கரிச்சிட்டம் படிந்து நான் முழுக் கறுப்பாகிவிட்டேன். என் குறிப்பேடுகளைக்கூட அவர்கள் எரித்துவிட்டார்கள். எனது ஒரு முழு வருடத்து வேலை தீக்கிரை யாகிவிட்டது. கடந்த ஒரு வருடம் முழுமையும், என் எண்ணங்கள், அவ்வளவுதான், மாயமாகிவிட்டது. தூத்தெறி. படைத்தளத்தில், விடுப்பில், படைத்தளத்துக்குப் பயணப்படும் வழியில் எனக்குக் கிடைத்த ஒவ்வொரு நிமிட ஓய்வும் அவற்றிலிருந்தது. இந்த வருடம் நான் எப்படியிருந்தேன் என்பதை நீ பார்த்தாய். ஏழு குறிப்பேடுகள். நாசம். தடிமனான குறிப்பேடுகள், ஒவ்வொன்றும் இருநூற்று இருபது பக்கங்கள், எல்லாம் எண்ணங்கள்—”

குரல் உடைந்து அவன் அழத்தொடங்கினான். அழுதுகொண்டே பேசினான். அவன் பேச்சைப் புரிந்துகொள்ள முடியவில்லை. இலன் எழுந்து அவ்ரமின் தேம்புதலைக் கேட்டபடியே நின்றான். சட்டென்று ஹெட்ஃபோன்களைக் கழற்றித் தூர எறிந்தான்.

எகிப்தியர்கள் குண்டுவீச்சைத் தீவிரப்படுத்தினர். 240மி.மி சிறுபீரங்கி எறிகணைகள் தொடர்ந்து வீழ்ந்தபடியிருந்தன. கண்காணிப்பு நிலைகளிலிருந்து கத்தி எச்சரித்தார்கள்: படகுகள் அடையாளம் தெரியாத சாதனங்களைச் சுமந்தபடி காப்பரணுக்கு நேர்கீழாக ரகசியமாகக் கால்வாய்க் கரையில் ஏறுகின்றன. பதுங்குகுழிகள், கண்காணிப்பு நிலைகள், அறைகள் இங்கெல்லாம் அச்சத்தின் குளிர்காற்று வீசியது. படகுகள் கரையிலிருந்தபடி நீரேற்றிக்கொண்டன. முதலில் அது ஆசுவாசம் தந்தது. ஜெட் விமானங்கள் பறந்து பதுங்குகுழிகள் காபி கோப்பைகள் மண்டை எலும்புகள் என எங்கும் காற்றை அடர்த்தியாக்கியிருந்த புழுதியை விரட்டின, ஆனால் சீக்கிரமே காப்பரணின் அடிப்புறம் உள்வாங்கத் தொடங்கியது. கண்காணிப்பு நிலைகளிலிருந்த வீரர்கள் கையிலிருந்த எல்லா ஆயுதங்களையும் கொண்டு சுட்டனர், கையெறி குண்டுகளை வீசினர். படகுகள் அங்கிருந்து சென்றன, ஆனால் காப்பரணின் ஒருபக்கம் மெல்லத் தரையில் புதைந்தது, ஒரு கோணலான கடும் பரிகாசம்போல அது தோன்றியது.

படையதிகாரி கட்டுப்பாட்டு அறை பதுங்குகுழிக்கு அனைத்து வீரர்களையும் அழைத்தார். இலன் ஒரு ஓரமாகத் தரையில் அமர்ந்தான். முணுமுணுத்தபடி, பிரமையில் பிதற்றியபடி, உயிரைக் காப்பாற்றக் கெஞ்சியபடி அவ்ரமின் குரல் உள்ளே அவன் மண்டையை அறுத்தது. வீரர்களும் அதிகாரிகளும் கைகால்களைப் பரப்பி சுவரோரமாகத் தளர்வாக அமர்ந்தார்கள். அடுத்தவரது கண்களைப் பார்ப்பதைத் தவிர்த்தார்கள். இப்போது கொழகொழப்பான புழுதி தண்ணீர் சேர்த்துத் தெளிக்கப்பட்டது, காற்று நிச்சயமான அடர்த்தியுடனிருந்தது, அதில் கடுமையான மல நாற்றமும், உணரத்தக்க பேரச்சத்தின் படிவும். மிருதுவான, மழமழவென்ற கன்னங்களுடன் ஏதோ பதினைந்து வயதுப் பையன் போலக் காணப்பட்ட படைவீரன் ஒருவன் இலனுக்கு அருகில் கண்களை மூடிச் சுருண்டு படுத்திருந்தான், எதையோ விரைவாக, பக்தியுடன் முணுமுணுத்துக்கொண்டிருந்தான். இலன் அவனது காலைத் தொட்டு தனக்காக ஒரு பிரார்த்தனை செய்யச் சொன்னான். கண்களைத் திறக்காமலே அந்தப் பையன் தான் பிரார்த்தனை செய்துகொண்டிருக்கவில்லை என்றான். அவன் மதப் பிரார்த்தனையில் ஈடுபட்டிருக்கவில்லை மாறாக வேதிச் சமன்பாடுகளை ஒப்பித்துக்கொண்டிருந்தான். அவனது பள்ளித் தேர்வுகளுக்கு முன்பு இப்படித்தான் அவன் தனது பதற்றத்தைத் தணித்துக்கொள்வானாம், இப்படிச் செய்வது எப்போதுமே அவனுக்கு உதவிகரமாக இருந்திருக்கிறது. தனக்காகவும் சில சமன்பாடுகளைச் சொல்லுமாறு இலன் அவனைக் கேட்டுக்கொண்டான்.

படைவீரர்களும் அதிகாரிகளும் தலையைத் தொங்கப்போட்டு அமர்ந்திருந்தனர். வெளியே பாலைவனம் ஆர்ப்பரித்துக்கொண்டிருந்தது— ஒவ்வொரு அடிக்கும் சிரமத்துடன் அசைந்து எழுந்தும் தளர்ந்து வீழ்ந்தும் கொண்டிருக்கும் ஒரு மிகப்பெரிய, அடிபட்ட மிருகம். எகிப்திய வீரர்கள் காப்பரணின் வெளி வாயிற்கதவை உடைக்கும் ஓசையைக் கேட்கப் போகிறோம் என நினைத்தபடியே இருந்தான் இலன். அவர்களது குரல்களை அவன் மூளை தெளிவாக உருவாக்கியது. துப்பாக்கியின்

பின் கட்டையால் அவர்கள் வெளி வாயிற்கதவை உடைத்தனர். பிறகு காப்பரணின் சுவருக்கு அந்தப்பக்கம் வெடிச்சத்தங்கள் கேட்டன, வேகமாக உள்நுழைந்த பிறகு அவர்களது வெற்றி ஆர்ப்பரிப்பும் கேட்டது. அரபியில் கத்தும் ஓசைகள், துப்பாக்கி சுடும் ஓசைகள், ஹீப்ருவில் கேட்ட கூவலும் கெஞ்சலும் மெல்ல மறைந்து தேய்ந்தன. ஓர் உலோகச் சுவை மேல்வரிசைப் பற்களையும் மூக்குத் தண்டையும் உறையவைத்து, மரத்துப்போகவைத்து இலனின் வாயெங்கும் பரவியது. “அது வலிக்காது, அது வலிக்காது,” என்று குழறினான் அந்த இளம் வீரன். அவன் கண்கள் இறுக்கமாக மூடியிருந்தன, அவனது கால்சராயில் திட்டாக மூத்திரம் பரவியது.

சிறுவனாக இருந்தபோது ஒருமுறை தான் கண்டுபிடித்திருந்த ஒன்றை நினைவுபடுத்திக்கொள்ள நடுங்கியபடியே முயன்றான் இலன். அது மகிழ்ச்சி வழிமுறை. அது எப்படிப்பட்ட வழிமுறை? தன்னை அவன் பல பாகங்களாக, பல பிரதேசங்களாகப் பிரித்துக்கொள்வான். தனது ஒரு பாகத்தில் வருத்தமுற்றிருக்கையில் அதைத் தாண்டி வேறொரு பாகத்துக்குச் சென்றுவிடுவான். உண்மையில் ஒருபோதும் அது பலன் தந்ததில்லை, ஆனால் குறைந்தபட்சம் அவனுக்கு உள்ளுக்குள் தாவிச் செல்லும் உணர்வுக் கிளர்ச்சி உண்டானது, அவனுக்கேயான அவசரகால வெளியேறும் இருக்கை ஒன்று அவனை உந்தி மேலே தள்ளுவது போல. அது அவனை அவனது வாழ்க்கையின் சில கணங்களுக்குள் தள்ளும். தனது பெற்றோரின் விவாகரத்து, தன் அம்மாவைப் பார்க்க வரும் புதிய ஆண்களின் அணிவரிசை, உலக மொத்தத்திற்கும் முன்பாக தனது பெண் படைவீரர்களுடனான தனது அப்பாவின் அருவருப்பான செய்கைகள், டெல் அவிவிலிருந்து ஜெரூசலேத்துக்குக் கட்டாயத்தின் பேரில் நடந்த இடப்பெயர்வு, தான் வெறுத்த பள்ளிக்கூடம், அவனது அப்பாவின் அதிகாரத்தின் கீழிருந்த போக்குவரத்துத் தளத்தில் வாரம் தோறும் மூன்று பகல்கள் இரவுகள் எனக் கழித்த கடும் சலிப்பு. பேவலின் வடக்கு ஓங்கலில் ஆன்ட்டெனாக்களின் அடியில் ஒருமுறை அவ்ரமுடன் சேர்ந்து காவல் பணியிலிருக்கையில் தனது ஒரு காலத்திய குழந்தைத் தனத்தைக் கேலிசெய்தபடியே இந்த வழிமுறையைப் பாதி நகைச்சுவை கலந்து சொன்னான், ஆனால் அதன்மீதான அவ்ரமின் ஒன்றுகுவியும் ஈர்ப்பையும் விலகலையும் அவன் உணரத் தவறவில்லை. இலன் புதிதான, மிகவும் சிக்கலான ஒரு விஷயத்தைக் கண்டுபிடித்துவிட்டது போல அப்போது அவனைப் பார்த்தான் அவ்ரம். இந்த வழிமுறை பற்றி மிகவும் விலாவாரியாகக் கேள்விகள் கேட்டான். இந்த எண்ணம் எப்படி அவனுக்கு ஏற்பட்டது, ஒவ்வொரு கட்டத்திலும் வேறுபட்ட உணர்வுகள் எப்படி உண்டாகின்றன என இந்தச் செயல்முறையின் நுணுக்கங்கள் பற்றித் தெரிந்துகொள்ள விரும்பினான். கருணையற்ற வகையில் இலனது ஆர்வத்தைக் கிளப்பிவிட்டு புருவத்தை வளைத்துச் சிரித்தான் அவ்ரம். “அடுத்த கட்டம் என்ன தெரியுமா?”

சோர்வாகப் புன்னகைத்தான் இலன். “என்ன? அடுத்த கட்டம் என்ன?”

“உன்னையே நீ ஏராளம் சிறு சதுரங்களாகப் பிரித்துக்கொண்ட பின் அவை எதிலும் நீ பொருந்தாமல் போய்விடுவாய்!” உற்சாகத்துடன்

சொன்னான் அவ்ரம். அதில் சிறிது பரிகாசம் இருந்தார்ப்போலுமிருந்தது இல்லாதது போலுமிருந்தது. "நான் சொல்கிறேன், தற்கொலை செய்துகொள்ள இதைவிட அழகான வழியொன்றை நான் கேள்விப்பட்டதில்லை! அதுவும் யாரும் அறியாமல் தற்கொலை செய்துகொள்ள!"

○○○

படைப்பிரிவின் தலைமையகத்துடன் இணைக்கப்பட்ட தரைவழித் தொலைபேசி ஒலித்தது, வழக்கமாகக் கேட்கும் ஒரு குரல். பேசியவர் தான் யாரென்று சொல்லவில்லை, சொல்ல வேண்டிய அவசியமும் அவருக்கு இருக்கவில்லை. ஒரு முழுப் படைப்பிரிவுடன் அவர்களது இடத்தை அடைந்து காப்பரண்களில் சிக்கியுள்ள ஒவ்வொருவரையும் காப்பாற்றத் திட்டமிட்டிருப்பதாகப் படைவீரர்களிடம் அவர் சொன்னார். அவர்கள் ஒருவரையொருவர் பார்த்துக்கொண்டனர், பிறகு மெல்ல எழுந்து கைகால்களை உதறிக்கொண்டனர். பாதங்கள் தரையை உதைத்தன, சோர்ந்திருந்த கைகால்கள் வழி ரத்தம் பாயத்தொடங்கியது. "ஏரிக் வருகிறார்!" அந்த வார்த்தைகளைச் சுவைத்தவர்களாய் படைவீரர்கள் ஒருவர் மற்றவரிடம் சொல்லிக்கொண்டனர். மெல்லத் தங்கள் இயக்கங்களை விரைவுபடுத்தியவர்கள் காப்பரணெங்கும் தத்தமது நிலைகளுக்குத் திரும்பினர். இலனும்கூட தனக்குத் தானேயும் அடுத்தவரிடத்தும் அந்த வார்த்தைகளைச் சொன்னான்: "ஏரிக் வருகிறார். ஏரிக் எகிப்தியர்களை ஒழிப்பார். ஏரிக் அவ்ரமையும் என்னையும் காப்பாற்றுவார். ஒருநாள் இதையெல்லாம் நினைத்து நாங்கள் சிரிப்போம்."

"ஏனென்றால் எப்போதும் நீ என்னவளாக இருக்க மாட்டாய், நீ இலனுடையவள்," இலன் திரும்பிவந்து ஹெட்ஃபோன்களை அணிந்து கொண்ட உடனே அவ்ரமின் குரல் சொன்னது. "அப்புறம் நான், முதன்முதலாக உன்னைப் பார்த்த அந்த நிமிடம் தொட்டு உன்னைப் பற்றிய என் மனப்பதிவு இதுதான், வேறு எந்தப் பெண்ணுமே உனக்கான மாற்றாள் மட்டும்தான். என் மனதில் அது தீர்க்கமாக இருக்கிறது, ஆக எதை நான் எதிர்பார்க்க? மனிதர்கள் தங்களது வாழ்வை ஏதோ பெரிதாக நினைத்துக்கொள்கிறார்கள். என்னுடைய இப்போதைய கவலை யெல்லாம் என்னுடைய வெப்ப அசௌகரியம்தான், உங்களுக்குத் தெரியும், பாழாய்ப்போன தீமூட்டிகள். உண்மை என்னவென்றால் எப்போதுமே எனக்குக் கம்பியில் கோர்த்து வாட்டப்பட்ட இறைச்சியை ரொட்டியில் வைத்து மடித்த ஷவர்மா உணவு பிடிக்கவே பிடிக்காது. நான் இறக்க விரும்பவில்லை ஓரா."

அவன் அழுதான், சிரித்தான், ஓராவுடன் பேசினான், அவளது உடலை, அவனும் அவளும் உடலுறவுகொள்வதை விவரித்தான். வழக்கம் போல நிஜத்தில் அவளோடிருக்கையில் இருப்பதை விடவும் கற்பனையில் அவன் மிகவும் துணிவுள்ளவனாக இருந்தான்.

இலன் கேட்டுக்கொண்டிருந்தான். தான் கேட்டவற்றை முதலாக வும் கடைசியாகவும் ஓஃபர் பிறக்கவிருந்த அன்று ஓராவிடம் அவன் சொன்னான். ஒருபோதும் மீண்டும் அதைப்பற்றி அவர்கள் பேசியதில்லை.

அவனுக்கு முதுகு காட்டிப் படுத்திருந்தாள், சிறிதும் அவள் அசையவில்லை. அவளுக்கு நெருக்கமாகப் படுத்து அவ்ரம் சொன்னவற்றை அவன் சொல்லிக்கொண்டிருந்தான். அவனது உதடுகள் வழியாக அவ்ரமின் குரலை அவள் கேட்டாள். "அவன் மிகவும் சித்தம் கலங்கியிருந்தான்," என்றான் இலன். அவள் ஒரு வார்த்தையும் பேசவில்லை. அவன் மௌனமாக இருந்தான். அவன் எதுவும் பேசவில்லை, அவளை எதுவும் கேட்கவுமில்லை. அவள் அமைதியாகப் படுத்திருந்தாள். இலன் கைநீட்டி அவளது உள்ளாடையைக் கீழே இழுத்தான். அவள் அசையவில்லை, அவனைத் தடுக்கவில்லை. அவனது பெயரைச் சிறு தயக்கத்துடன் சொன்னாள், அவ்வளவே. முழு வேகத்துடன் அவன் அவளுள் நுழைந்தான். அந்த உடலுறவு விவரிப்பு அவ்ரமின் வெற்றுக் கற்பனைதானா என அவன் கேட்டிருந்தால் அவள் உண்மையைச் சொல்லியிருப்பாள். அவன் கேட்கவில்லை. அவன் அவளுள் நுழைந்தான். அவள் உணர்ச்சி எதையும் வெளிக்காட்டவில்லை. தன்னுள் அவனை எடுத்துக்கொண்டாள். அவளது உணர்வுகள் உச்சமடைந்தன, தான் செய்வது குறித்துத் தன்னையே எச்சரித்துக்கொண்டாள், ஆனால் தனதுடல் அவனை உள்ளெடுத்துக்கொள்ள மிகவும் விரும்புவதை உணர்ந்தாள். தன்னுள்ளிருக்கும் சிசுவைத் தான் எப்படிப் பாதுகாத்துக்கொள்வதென யோசித்தாள், ஆனால் அவளது உடல் கட்டற்று பதில்வினையாற்றியது, அவனுக்காக அது மிகவும் தாபம் கொண்டது. அவனது கைகளும் தொடைகளும் அவளை நெருக்கின. அவன் வாய் அனலாக இருந்தது, அவளது பின்கழுத்தை அவன் கடித்தான், கிட்டத்தட்ட அப்படியே அவளுள் நுழைந்தான். பின்னால் பல வருடங்கள் கடந்தும் தான் அதில் ஈடுபட்டோம் என்பதை நம்புவது அவளுக்குக் கடினமாக இருந்தது. அவளது வயிறு ஊசலாடியது. அவ்ரம் அவளுள் விதைத்திருந்த குழந்தை அவளுக்குள் இப்படியும் அப்படியும் ஆடினான், பிறந்து வெளிவரத் தயாராக இருந்தான், ஆனால் அந்தச் சிறிது நேரத்துக்கு அவளும் இலனும் ஒரு ஆணாகவும் ஒரு பெண்ணாகவும் மட்டுமிருந்து தங்களது அலுவலில் ஈடுபட்டனர்.

சுயமயக்கத்தில் கிறங்கியிருந்த தெளிவற்ற ஸ்திதியில் இது அந்தக் குழந்தை பிறப்பதற்காகத்தான் என்பதையவள் உணர்ந்தாள். இதன்மூலம் இலன் அந்தக் குழந்தைக்குத் தந்தையாக இருக்கவியலும், இதன்மூலம் அவனும் நானும் மீண்டும் கணவன் மனைவியாக இருக்கவியலும்.

"ஹலோ, ஹலோ, இது ஃப்ரீ மாக்மாவின் குரல். இது மூன்றாவது இரவு. இல்லை நான்காவதா? காலம் குறித்த ஓர்மையை நான் இழந்துவிட்டேன். சுவரிலிருக்கும் சிறு திறப்பு வழியாக முன்பு நான் வெளியே வந்திருக்கிறேன். இங்கே சிறிதுநேரம் முற்றிலும் அமைதியாக இருந்தது, எனவே தவழ்ந்து நான் வெளியே வந்தேன். இது ஆரம்பித்ததிலிருந்து முதல் தடவையாக. என்னால் அசையவே முடியவில்லை. சண்டை ஓய்ந்து அவர்கள் கால்வாய்க்கு அந்தப் பக்கம் போய்விட்டார்கள் என நினைத்தேன். ஆனால் உண்மை அதுவல்ல என நினைக்கிறேன். அது, குறைந்தபட்சம் என்னுடைய பகுதியில், இன்னமும் தொடர்ந்துகொண்டுதானிருக்கிறது

என நினைக்கிறேன். ஏனென்றால் நான் வெளியே பார்த்தபோது கூட்டம் கூட்டமாக அவர்கள் கால்வாயைக் கடந்துகொண்டிருந்தார்கள். நம்புவதற்குக் கடினமாக இருந்தது, நமது படையினர் ஒருவரையும் காணோம்."

திரும்பவும் அவன் நல்ல தெளிவுடன் பேசுவது போலிருந்தது.

"காப்பரணை ஆராய்ந்தேன், ரேடியோ ஆபரேட்டருடையதைத் தவிர்த்து இன்னும் மூன்று சடலங்களைப் பார்த்தேன், எல்லாம் நம்முடைய ஆட்கள், பதுங்குகுழி 2இல், முழுதும் கரிந்த நிலையில். முதலில் அவற்றை மரக்கட்டைகள் என நினைத்தேன், நம்புங்கள், பிறகே எனக்கு அது புரிந்தது—இந்த இடத்தில் மரங்கள் எதற்கு வர வேண்டும்? அவர்கள் ஜெரூசலேம் படையணியின் தயார்நிலை வீரர்கள். யோம் கிப்பூருக்கு முந்தின நாள் நான் இங்கு வந்தபோது, நேரே எனது குறிப்பேட்டை எடுத்துக்கொண்டு கால்வாய் ஓரம் சென்றேன். கால்வாய் மிகவும் அமைதியாக இருந்தது, பேவலில் அவர்கள் சொல்லி எங்களை அச்சுறுத்தியவையெல்லாம் கட்டுக்கதைகள் என நினைத்தேன். அங்கே சாய்ந்துகொள்ள ஒரு பீப்பாயைக் கண்டுபிடித்தேன். தண்ணீருக்கு முதுகு காட்டி அமர்ந்து கொஞ்சம் எழுதினேன், எல்லாம் விரைவாக என்னை அந்தச் சூழலுக்குப் பழக்கிக்கொள்ளத்தான். எனக்கு மேலே கண்காணிப்பு நிலைமீது இந்த மூன்று பேரும் இருந்திருக்கின்றனர். நான் எழுதியதைப் படித்துவிட்டு அதனை நாடகமாக அவர்கள் நடித்துக் காட்டினர். அவர்களோடு நான் சண்டை போட்டேன், கிட்டத்தட்ட அது கைகலப்பு அளவுக்குப் போய்விட்டது. நான் மோசமாக உணர்ந்தேன். அவர்கள் இறந்து கிடந்ததைப் பார்க்க மூவரையும் ஒன்றாகக் கொன்றிருக்கிறார்கள் என நினைக்கிறேன். மூவரையும் ஒன்றாகக் கட்டி வைத்து சுட்டிருக்கலாம். அப்போது நான் என்ன செய்ய—

"இங்கு எல்லாமே சிதிலமாகிக்கொண்டிருக்கிறது. இரும்புத் தடிகள், கற்கள், வலைகள், வளைந்தும் உருகியும் கிடக்கும் ஊஸிக்கள். காப்பரணின் மீதாக எகிப்தியக் கொடியைப் பார்த்ததாக நினைவு. மூன்று டப்பா இறைச்சித் துண்டங்கள் கிடைத்தன, ஒரு ஹம்மஸ் டப்பாவும், ஒரு இனிப்பு மக்காச்சோள டப்பாவும்கூட. மிக முக்கியமாக இரண்டு போத்தல் தண்ணீர். என்னால் இறைச்சியை உண்ண முடியாது. இனி மீதமிருக்கும் என் வாழ்நாளுக்கும் இறைச்சியைத் துறந்துவிட்டேன்.

"இரண்டு தலைக்கவசங்கள் நிறைய மண், என் மலத்தை மூடிவைக்க. இப்போது என்னிடம் உணவு இருப்பதால் என் மலக்குடல் முழுவேகத்தில் வேலை செய்யும் என நினைக்கிறேன், ஹா—ஹா.

"இதில் முக்கியமானது என்னவென்றால், நான் மறுபடியும் கூண்டுக்குத் திரும்பிவிட்டேன். ஊர்ந்து இங்கு வந்தேன். தன்னையே—உறிஞ்சிக்கொள்ளும் — இஸ்லாமியத் துறவியான டெர்விஷ் நிலையில் கிடக்கிறேன். இந்தக் கேடுகெட்ட இயந்திரத்தை இயக்குவது எப்படி என்று மட்டும் எனக்குத் தெரிந்தால், அடச் சே! யாராவது இருக்கிறீர்களா? ஹலோ ...

“இது ஒன்றும் வலி தருவதாக இல்லையென்றுதான் நினைக்கிறேன். நினைவிழந்துபோக விரும்புகிறேன். இதற்கு முன், அங்கே அவர்களை அப்படிப் பார்த்தபோது என் கழுத்தை என் கைகளாலேயே நெரித்துக் கொள்ள முயன்றேன், ஆனால் அதைச் செய்கையில் இருமல் வந்ததால் யாருக்கேனும் அது கேட்டுவிடும் என்று பயந்தேன்.

“முதலில் என்னையவர்கள் சித்திரவதைக்கு ஆளாக்க மாட்டார்கள் என்று நினைக்கிறேன். என்னைப் போன்ற ஒரு ஆள் அவர்களுக்கு தகவல் சுரங்கம்போல. காட்சிகள் தோன்றித்தோன்றி மறைவதைப் பார்த்துக் கொண்டிருக்கிறேன். அதுவொரு மோசமான திரைப்படம்.

“அதில் நல்ல விஷயம் என்னவென்றால் என்மட்டில் வீணடிக்க அவர்களுக்கு நிறைய நேரம் இல்லை.

“ஆனால் எவ்வளவு நேரம்? ஒரு நிமிடம்? மூன்று நிமிடங்கள்? எவ்வளவு நேரம் பிடிக்கும்?

“விரைவாகச் செய்து முடியுங்கள். தலைக்குள் ஒரு தோட்டா.

“வேண்டாம், தலையில் வேண்டாம்.

“பிறகு எங்கே?

“சரி, விரைவாக வாருங்கள். வாருங்கள், வேசை மகன்களே! கேடுகெட்ட எகிப்தியர்களே, பக்கவாட்டில் நடப்பவர்களே!”

எவ்வளவு முடியுமோ அவ்வளவு சத்தமாகக் கத்தினான். நன்றாக அறையும் சத்தம் துலக்கமாக இரண்டுமுறை இலனுக்குக் கேட்டது, அவ்ரம் தன்னையே அறைந்துகொண்டான்.

மெல்லிய குரலில் “இலன்” என்றான் அவ்ரம், ஏதோ தொலைபேசியில் பேசுவது போலிருந்தது. “கடைசியில் நீதான் ஓராவைத் திருமணம் செய்து கொள்வாய். நீண்டதூரம் போக வேண்டும், ஆணழகனே. உன் மகனுக்கு அவ்ரம் பெயரை வைப்பேன் என்று எனக்கு வாக்குக் கொடுப்பாயா? ஆனால் ‘ஹா’ சேர்த்து–*அவ்ரஹாம்*! பல தேசங்களின் தந்தை! அவனிடம் என்னைப் பற்றிச் சொல். இலன் உன்னை எச்சரிக்கிறேன், நீ மட்டும் அப்படிச் செய்யாவிட்டால் இரவில் படுக்கையில் என் ஆவி வந்து உன்னை ஆட்டுவிக்கும், உன் நாணலைக் காயப்படுத்தும்.”

பிறகு அவன் சிரித்தான். “இதைக் கேள்! ஒருமுறை, ராணுவத்தில் சேரும் முன்பு ஹைஃபாவிலிருக்கும் ஓராவின் வீட்டுக்குச் சென்றேன், அவள் அம்மா என் சப்பாத்துக்களைக் கழற்றச் சொன்னார், என் காலுறைகள் நாறின, கிட்டத்தட்ட ஒரு வாரமாக அவற்றை நான் மாற்றியிருக்கவில்லை, உனக்குத்தான் என்னைப் பற்றித் தெரியுமே. புழங்குமறையில் மெத்தை வைத்த பெரிய நாற்காலியில் என்னையவர் அமர வைத்தார், அவர்களது மகளுடன் என்ன செய்ய நான் ரகசியத் திட்டமிட்டுள்ளேன் என்பதை அறிய விரும்பினார், காலுறைகள் குறித்து நான் பதற்றமாக உணர்ந்தேன், பிறகு அவரிடம் நான் சொல்லத் தொடங்கினேன், எனக்குப் பதினேழு வயதாக இருந்தபோது ஓர் உள்ளொடுக்கவாதியாக இருக்க முடிவு

செய்தேன், பிறகு கொஞ்சநாள் சிற்றின்பவாதியாக இருந்தேன், இப்போது சில மாதங்களாக ஐயுறுவாதியாக இருக்கிறேன். காலுறை நாற்றத்தை அவர் உணராதிருக்கும் பொருட்டு நான் நீண்ட உரை நிகழ்த்தினேன். அதுவொரு அற்ப சம்பவம். ஆனால் இதை ஓராவிடம் சொல், ஒருநாள் உன் பையன் அவ்ரஹாமிடமும் நீங்கள் இதைச் சொல்லிச் சிரிக்கலாம், சிரிக்கக்கூடாதா என்ன?

"போதும்," அவன் கெஞ்சினான். "வாருங்கள், நீங்கள் யாராயிருந்தாலும் கிளம்பி வாருங்கள்."

"ஏழு குறிப்பேடுகள், ஓரா—உனக்குப் புரிகிறதா? அதுவொரு அற்புதமான எண்ணம். கேள், நான் ஒரு தொடர் எழுதத் திட்டமிட்டிருந்தேன், ஒரேயொரு நாடகத்தையல்ல. குறைந்தது மூன்று. ஒவ்வொன்றும் ஒருமணி நேரம். எந்தச் சமரசமுமில்லை. ஒரேயொரு தடவை, நான் பெரிதாக ஒன்றைச் செய்யப் போகிறேன், நமது பழைய நண்பர் ஆர்சனது 'வார் ஆஃப் தி வேர்ல்ட்ஸ்' போல. உலக முடிவு பற்றி நான் சிந்தித்துக் கொண்டிருந்தேன். அதுதான் கரு, இல்லையா? அயல் கிரகத்தாரது படையெடுப்பு அல்லது அணுகுண்டினால் ஏற்படும் உலக முடிவு அல்ல. ஒரு எரிகல் தாக்குதல் பற்றி சிந்தித்துக்கொண்டிருந்தேன், சரியாக எப்போது அது நடக்கப்போகிறதென்று எல்லோருக்குமே தெரிந்திருக்கும். உலக முடிவின் தினம் தெரிந்திருப்பதுதான் அதில் பிரதானம், இல்லையா? இந்த உலகில் இருக்கும் எல்லோருக்குமே, எப்போது அது நடக்குமென்பது—

"இதை உன்னிடம் சொல்ல முடியவில்லையே என்ற ஏக்கம் என்னைக் கொல்கிறது. உனது ஒப்புதல் இல்லாமல், உனது உற்சாகமூட்டல் இல்லாமல் ஒரு விஷயத்தை நான் எப்படி நான் எழுதப்போகிறேன்? கேள், இதைக் கேள், நான் சொல்வதைக் கேள்," அவன் மிகுந்த சிரமத்துடன் மூச்சுவிட்டான்.

ஓராவிடமோ இலனிடமோ ஒரு புதிய எண்ணத்தைத் தெரிவிக்கும் போதெல்லாம் அவ்ரம் தீவிர உணர்ச்சிப் பெருக்கில் இருப்பான். அவனிட மிருந்து வெப்பக் கதிர்வீச்சு வெளிப்படும். அந்த நிலத்தடி பொந்தில் மகிழ்வு பொங்கக் கைகால்களை அவன் அசைப்பதை இலன் கற்பனை செய்ய முயன்றான்.

"சரியாக இந்தத் தேதியில் நாம் அழிக்கப்பட்டுவிடுவோம் என மனித குலம் முழுமைக்கும் தெரிந்திருக்கும். ஒரேயொரு உயிர்கூட தப்பிக்க முடியாது, விலங்குகள் தாவரங்கள்கூட. அதன் பிடியிலிருந்து ஒருவரும் தப்ப முடியாது, விலக்கு கேட்டுப் பெறுவதற்கான குழுக்கள் கிடையாது, உயர்மட்ட முடிவுகள் கிடையாது. உயிர்களனைத்தும் ஆவியாகிப் போகும்.

"அந்தக் கேடுகெட்டவர்கள் ஏழு குறிப்பேடுகளை எரித்தனர்!" நிஜமான அதிர்ச்சியுடன் அவன் மீண்டும் கத்தினான். "எப்படி அவர்கள் இப்படி என்னை ஏமாற்றலாம்?

"கேள், கடிகாரங்கள் ஆவியாதலுக்கு இன்னும் எவ்வளவு நேரமிருக்கிறது என்பதை மட்டுமே காட்டும். இப்போது மணி என்ன என யாரேனும்

கேட்டால் அதற்கு ஒரேயொரு அர்த்தம்தான். அதற்கு இன்னும் எவ்வளவு நேரமிருக்கிறது—

"புரிகிறதா? கொஞ்சம் பொறு இன்னுமிருக்கிறது."

இலன் நாவால் உதடுகளை வருடிக்கொண்டான். அவ்ரமின் உற்சாகம் அவனையும் தொற்றத் தொடங்கியது. அவ்ரமை கிட்டத்தட்ட முழு அழகாக்கிய அந்த அகவொளியை அவனால் காண முடிந்தது.

"உதாரணத்துக்கு, அருங்காட்சியகங்கள் தமது காட்சிக்கூடங்கள் மற்றும் கிட்டங்கிகளிலிருந்து படங்களையும் சிலைகளையும் நீக்கிவிடும். எல்லா கலைப் படைப்புகளையும் நீக்கிவிடும். அவையனைத்தும் தெருவுக்கு வந்துவிடும். இதை நினைத்துப் பாரேன், டெல் அவிவ் அல்லது அஷ்கெலான் அல்லது டோக்கியோவில் சாதாரணவொரு பழைய வீட்டுக்கு வெளியே வீனஸ் தெ மைலோவும் குவெர்னிகாவும் வேலிப்படல் மீது சாய்த்து வைக்கப்பட்டிருக்கின்றன. தெருக்களனைத்தும் கலையால், மனிதர்கள் இதுவரை வரைந்த, செதுக்கிய, படைத்தப் படைப்புகளால் நிறைந்திருக்கும். கிவாட்டயிம் சமுதாய மையத்தில் கலை வகுப்புப் பாட்டிகளோடு பேராசான்கள். நாஹூம் குட்மன், ரினாய்ர், ஜாரிஸ்ட்கி, காவ்கின் இவர்கள் மழலையர் பள்ளிப் பிள்ளைகளின் ஓவியங்களுக்குப் பக்கத்தில். படங்களும், களிமண், இரும்பு, செயற்கைக் களிமண், கல் இவற்றாலான சிற்பங்களும் காணப்படும். எல்லா பாணிகளையும், பண்டைய எகிப்து, இன்காக்கள், இந்தியர்கள் தொடங்கி மறுமலர்ச்சிக் காலம் வரை எல்லாக் காலங்களையும் சேர்ந்த கலைப் படைப்புகள், அனைத்தும் தெருக்களில். கற்பனை செய்துபார், எனக்காகக் கொஞ்சம் கற்பனை செய்துபார். சதுக்கங்களில், மிகக் குறுகலான சந்துகளில், கடற்கரையில், மிருகக்காட்சி சாலைகளில் என நீங்கள் பார்க்குமிடங்களிலெல்லாம் கலைப் படைப்புகள், இன்னதென்று கிடையாது, அழகின் ஒரு வகையான பெரும் ஜனநாயகம்—

"பிறகு, நீ என்ன நினைக்கிறாய்? சாதாரண மக்கள் மோன லிசாவை ஓர் இரவு வீட்டுக்கு எடுத்துச் செல்லலாம். அல்லது தி கிஸ்ஸை. இது மிகவும் அதிகமென நினைக்கிறாயா? இரு, இரு, ஓ, குறைந்த விசுவாச முள்ளவளே, உனக்கு இதில் நம்பிக்கை உண்டாகும்படி செய்வேன் ..." அவ்ரம் புன்னகைத்தான், தனக்கும் அவ்ராமுக்கும் மட்டுமே தெரிந்த ஒரு அந்தரங்க நகைச்சுவையை நினைத்து இலன் வேதனையுற்றான்.

ஒரு புதிய கருத்தைப் பரீட்சித்துப் பார்க்கையில் அவ்ரமின் முகம் மாறும் விதத்தை இலனால் மனதில் காண முடிந்தது. அவனது சக்தி மொத்தமும் ஒன்று குவிந்து கண்களின் ஆழத்தில் ஒரு தீப்பொறியாக, மிதந்தலையும் தீப்பொறியாக மாறி நிற்கும். அதே நேரம் அவனை ஐயம் மேலிட்டவனாகத் தோன்றவைக்கும் வகையில் அவன் முகம் குறிப்பிடத்தக்கதொரு மானுட வெளிப்பாட்டை ஏற்கும். ஏதோ அவனிடம் கொடுக்கப்பட்ட சந்தேகத்திற்கிடமான சில பொருட்களை எடை பார்ப்பது போல. பிறகு அந்த வெடிப்பு: பொறி பற்றிக்கொள்ளும், ஒரு புன்னகை விரியும், உள்ளங்கைகளும் கைகளும் விரியும். "உலகே, வா!" அவ்ரம் கத்துவான். "என்னைத் தீவிரமாகப் புணரு!"

“சரி, இன்னும் நான் முழுமையாக தீர்க்காத பிரச்சனை ஒன்று உள்ளது,” ஒரே நேரத்தில் ஒருமுகப்பட்டவனாகவும் கவனம் சிதறியவனாகவும் தனக்குள்ளே முணுமுணுத்தான் அவ்ரம். “மக்கள் தங்களது வாழ்க்கை அமைப்புகளை, உதாரணமாகத் தங்களது குடும்பங்களை, கலைத்துவிடுவார்களா, அல்லது இறுதி நிமிடம் வரை எல்லாவற்றையும் உள்ளது உள்ளபடியே விட்டுவிட விரும்புவார்களா? நீ என்ன சொல்கிறாய்? அப்போது மக்கள் முகத்துக்கு நேரே உண்மையை மட்டுமே பேசத் துணிவார்களா என நினைத்துப் பார்க்கிறேன், ஏனென்றால் நேரம் கடந்துகொண்டிருக்கிறது, நேரமே இல்லை, இல்லையா?”

சில வினாடிகள் மௌனமாயிருந்த பின் குழறினான், “இது போன்ற சூழ்நிலையில், மிக அற்பமான விஷயம்கூட, உதாரணமாக மக்காச்சோள டப்பாவின் மீது வரையப்பட்டிருக்கும் படம், ஒரு பேனா, அல்லது பேனாவின் உள்ளிருக்கும் சிறு சுருள்கம்பி திடீரென ஒரு கலைப் படைப்பாகத் தோன்றுகிறது, இல்லையா? மானுட ஞானம் அனைத்தினதும், கலாச்சாரம் அனைத்தினதும் சாரம்சமாக.

“அடத் தூ, இப்போது என்னிடம் பேனா இல்லை. உண்மையில் இப்போது நான் எழுத ஆரம்பிப்பேன். இப்போது அந்தச் சூழலில் நான் இருப்பது போல உணர்கிறேன்.”

இலன் எழுந்து பதுங்குக் குழிக்கு ஓடினான். சில இழுப்பறைகளைத் துழாவி ராணுவ மதகுருவான அந்தப் படைவீரன் யோம் கிப்பூருக்காக அவனிடம் தந்திருந்த சில காகிதங்களைக் கண்டெடுத்தான். இருபுறமும் அச்சிடப்பட்டிருந்தாலும் அந்தக் காகிதங்கள் அகண்ட ஓரங்களைக் கொண்டிருந்தன.

“இனிய எலிசபெத் ராணி,” ரேடியோவில் அவ்ரம் பாடினான். இலன் எழுதினான்.

“என் ராணி, என் இனிய ராணி.

“நிகழவிருக்கும் பேராபத்திலிருந்து உனைக் காப்பாற்ற நான் துடிக்கிறேன்.

“அரசர்கள் மெதுவே மரணிப்பார்கள், என் ராணியே.

“மணிகள் உரத்து ஒலிக்க.

“பூக்கள் தூவப்பட்ட வண்டிகளோடு.

“ஒரு டஜன் கறுப்புக் குதிரை ஜோடிகளோடு.”

அவன் பாடினான், ரேடியோவின் பேசும் பகுதியில் மூச்சுவிட்டான். அவனது வார்த்தைகளைக் கேட்டு எழுதுவது சிரமாயிருந்தது. அந்த ராகம் ஒழுங்கற்றதொரு வாய்க்குள்ளான ரீங்காரமாக இருந்தது. அதில் உணர்ச்சியைத் தூண்டும் விஷயங்களும் காற்றும் நிறைந்திருந்தன. தன்னையுமறியாமல் அந்தப் பாடலுடன் ஒத்துப் போகக்கூடிய இசைக் கோர்வையை யோசிக்க ஆரம்பித்தான் இலன்.

"ஆனால்!" கரகரத்த குரலில் சொன்னான் அவ்ரம். அவன் தன் கையை உயர்த்தி அசைக்கிறானென்று தன்னால் சத்தியமாகச் சொல்ல முடியுமென நினைத்தான் இலன். "அதற்கும் முன்னால் சற்றே உன்னை நாங்கள் கொல்லக் கூடும், பிரியத்துக்குரிய எலிசபெத் ராணியே.

"முகத்தில் உணர்ச்சிகளற்ற பணியாள் ஒருவன் உன்னிடம் மதுக்கோப்பையைத் தருவான்,

"அது முறையாக உன்னை வழியனுப்பி வைக்க,

"எங்களுக்கு மூன்று நாட்களுக்கு முன்னால் உன்னை உறங்க வைப்போம்,

"கருங்காலி சவப்பெட்டியில்,

"(அல்லது மஹோகனி).

"அப்போதுதான் நீ அவமானப்பட வேண்டியிருக்காது.

"பொதுவான, முகமற்ற ஒரு மரணத்தினால்,

"அச்சத்தின் கடூர கிறீச்சீடல்களால்,

"இறுதிக் கணங்களில் நாங்கள் விடும் நாற்றமடிக்கும் குசுக்களால்,

"அதோடு என் ராணியே, ராணியே,

"உனது உயர்ந்த எண்ணங்கள்

"நாங்கள் மலினமாக இறப்பதனின்றும் தடுக்காது,

"எங்களுக்கு விதிக்கப்பட்டது போல மலினமாக இறப்பதனின்றும்."

அவ்ரம் பாடுவதை நிறுத்திக் கடைசியாக வெளிப்பட்ட வார்த்தைகளை எதிரொலிக்க விட்டான். அவனையுமறியாமல் இலனுக்கு எண்ணம் இப்படி ஓடியது, தொடக்கம் என்ற வகையில் ஒன்றும் மோசமில்லை, ஆனால் கொஞ்சம் அதிகப்படியாக பிரெக்ட் தன்மை இருந்தது. கர்ட் வெய்லும் பக்கத்தில்தான் இருந்தார், நிஸிம் அலோனியும்கூட இருக்கலாம்.

"ஓரா, இதுபோன்ற காட்சிகள் டசன் கணக்கில், நூற்றுக்கணக்காகவும் இருக்கலாம், அந்தக் குறிப்பேடுகளில் நான் எழுதி வைத்திருந்தேன். அவர்கள் நாசமாய்ப் போக. எப்படி அவற்றை நான் மறுபடியும் உருவாக்குவேன்–

"இலனுக்கும் எனக்கும் பிடித்தமான ஒரு வரி உண்டு, கேளேன். *பிடித்தமானதாயிருந்த* என்று சொல்லியிருக்க வேண்டும், காரணம் எங்களில் ஒருவர், வருந்தத்தக்க வகையில் அது நானாக இருப்பேன், இறந்த கால வாக்கியங்களில் பேசக் கற்றுக்கொள்ள வேண்டும். நான் இருந்தேன், நான் விரும்பினேன், ம்ம்ம் . . . நான் புணர்ந்தேன், நான் எழுதினேன்–"

அவனது குரல் உடைந்தது, மறுபடியும் அவன் மெல்ல விசும்ப ஆரம்பித்தான். அவன் பேசுவதைப் புரிந்துகொள்வது கடினமாயிருந்தது.

“பிரசித்தி பெற்ற தாமஸ் மன் ‘டெத் இன் வெனீஸில்’ எழுதிய வரி அது,” சில நிமிடங்கள் கழித்து அவன் தொடர்ந்தான், மீண்டும் அவன் குரல் இறுகிப் பதற்றமுடன் ஒலித்தது, நகைச்சுவையாகப் பேசும், நடிக்கும் அவனது குரலின் பரிதாபகரமான போலியாக அது இருந்தது. “அது மிகப் பிரமாதமான ஒரு வரி, அதை நீ கேட்க வேண்டும். அந்த எழுத்தாளன், வயதானவன், அவன் பெயரென்ன, ஆஷன்பா, அவனுக்குக் ‘கலைஞனுக்கான அச்சம்’ இருந்தது, உனக்குத் தெரியுமில்லையா? ‘கலை தொடர்பான தனது இலக்குகளை எட்ட முடியாமல் போகுமோ என்ற அச்சம்–அவனது முழுமையையும் வெளிப்படுத்தும் முன் அவனது காலம் முடிந்துவிடும் என்ற கவலை.’ இதுபோல ஏதோவொன்று. என் அன்பே நான் அஞ்சுகிறேன், இந்தச் சூழ்நிலையில் என் நினைவு துவண்டு கிடக்கிறது, ஏனைய பிறவும் அப்படியே. அவர்கள் உங்களைத் தூக்கிலிடுகையில் குறைந்தபட்சம் ஒரு நல்ல விந்து வெளியேற்றத்துக்கு உத்தரவாதமுண்டு, ஆனால் தீமூட்டியுடன் அப்படியொரு ஏற்பாடு இருக்கிறதா எனத் தெரியவில்லை–

“அப்படியே இரு–

“கைதிகளை என்ன செய்யலாம்? விட்டுவிடலாமா? கொலைகாரர்களை திருடர்களை வன்புணர்வாளர்களை விட்டுவிடலாமா? அப்படிப்பட்ட ஒருவரை எப்படிச் சிறையில் வைத்திருக்க முடியும்? தூக்குக்குக் காத்திருக்கும் கைதிகளை நான் என்ன செய்ய?”

வேதனைமிகு மௌனத்துக்குப் பின் அவன் கேட்கிறான், “பள்ளிக் கூடங்கள்? இனி கற்பித்தலில் எந்த அர்த்தமும் இல்லை. எதிர்காலம் என்ற ஒன்று அவர்களுக்கு இல்லையென்பது வெளிப்படையாகத் தோன்றும் நிலையில், எதுவுமே இல்லையென்ற நிலையில் அதற்காக யாரையும் தயார்ப்படுத்துவதிலும் அர்த்தமில்லை. அதோடு பெரும்பாலான குழந்தைகள் பள்ளியை விட்டு விலகிவிடுவார்கள் என நினைக்கிறேன். அவர்கள் வாழ விரும்பக்கூடும், வாழ்வினுள்ளே இருக்க அவர்கள் விரும்பக்கூடும். இன்னொரு பக்கம் பெரியவர்கள் பள்ளிக்கூடம் போக வேண்டியிருக்குமோ? ஏன் போகக்கூடாது? ஆமாம், அதுவொன்றும் மோசமில்லை.” களிப்பில் அவன் சங்கடமான ஒரு சிரிப்புச் சிரித்தான். “ஏராளமானோர் தங்களது வாழ்வின் அந்தக் காலகட்டத்தை மீட்டுருவாக்கம் செய்ய விரும்புவர்.

“இந்தக் கந்தைத் துணி கடுமையாக நாறுகிறது, ஆனால் குறைந்தபட்சம் அது என் ரத்தப்போக்கை நிறுத்தியிருக்கிறது. கையை அசைப்பது சிரமமாயிருக்கிறது. தாங்க முடியாத அந்த வலி சில நிமிடங்களுக்கு முன்பிருந்து மறுபடி வந்திருக்கிறது. காய்ச்சலும் ஏறிக்கொண்டிருக்கிறது. என் உடைகளைக் களைந்துவிட மிகவும் விரும்புகிறேன், ஆனால் அவர்கள் வரும்போது நிர்வாணமாக இருக்க விரும்பவில்லை. அவர்களுக்கு நானே உபாயங்களைத் தந்துவிடக்கூடாது.”

ஒரு நாயைப்போல அவன் மூச்சுவாங்கினான். அந்தக் கதை மெதுவாக மீண்டும் தனக்குள் நுழைய வேண்டும், தனது தொடுகையால் அது

தன்னை மீட்டெடுக்க வேண்டும் என அவன் விரும்புவதை இலனால் உணரமுடிந்தது.

“குழந்தைகள், பையன்களும் பெண்களும், ஒன்பது அல்லது பத்து வயதில் திருமணம் புரிவார்கள், அப்போதுதான் வாழ்க்கை பற்றி கொஞ்ச மேனும் உணர்ந்தறிய அவர்களுக்கு வாய்ப்புக் கிட்டும்.”

இலன் பேனாவை வைத்துவிட்டு வலிக்கும் தன் கண்களைத் தேய்த்து விட்டுக்கொண்டான். நிலவறையில், தனக்கென அவனே கட்டிக்கொண்ட சிறு கருவறையில் அவ்ரம் மல்லாந்து படுத்திருக்க அவனை எகிப்தியப் படை சுற்றி வளைப்பதைக் கண்டான். வெல்ல முடியாத அவ்ரம், அவன் நினைத்தான்.

“அந்தக் குழந்தைகளுக்குச் சிறு அடுக்ககக் குடியிருப்புகள் வழங்கப்படும், தங்களது வாழ்வை அவர்களே வாழ்வர். கையோடு கை கோர்த்தபடி மாலை நேரங்களில் சதுக்கங்களில் நடை மேற்கொள்வர். பெரியவர்கள் பெருமூச்சுடன் அவர்களைப் பார்ப்பார்கள் ஆனால் ஆச்சரியமடைய மாட்டார்கள்.

“நிறைய விஷயங்கள் என் நினைவுக்கு வருகின்றன.

“என் கண் முன்னே அவை நிஜம்போல நிற்கின்றன.

“ஏய்!” சிரித்தபடிக் கத்தினான் அவ்ரம். “யாராவது அதைக் கேட்டுக் கொண்டிருந்தால், எனக்காக குழந்தைகள் பற்றி நான் சொன்னதை எழுதி வைத்துக்கொள்ளுங்கள்! என்னிடம் பேனா இல்லை, என்னவொரு அவமானம்.”

“நான் எழுதிக்கொண்டிருக்கிறேன்,” குழறலாகச் சொன்னான் இலன். “மேலே சொல், நிறுத்தாதே.”

“அரசாங்கங்கள் மக்களுக்கு போதை மருந்தைத் தரலாம், அவர்களுக்குத் தெரியாமல் சிறு அளவில். குடிநீர் விநியோகம் மூலம்? ஆனால் ஏன்? அதனால் எனக்கு என்ன நன்மை?

“அச்சம் பற்றிய உணர்வைக் குழப்பவா?”

“அதுபற்றி யோசிக்க வேண்டும்.”

தன்னிடம் ஒரு சிறந்த உபாயமிருந்தால் ஒரு குழப்பத்துக்கு நடுவிலும் தன்னால் அதை செயல்படுத்தவியலும் என அவ்ரம் எப்போதும் நகைச்சுவையாகச் சொல்வது இலனுக்கு நினைவு வந்தது.

“அந்தச் சீனன் சொன்னது சரிதான்” வியப்புடன் சொன்னான் அவ்ரம். “உங்கள் சிந்தனையைக் கூர்மையாக்க அருகே ஒரு தீமூட்டி இருப்பதைப் போன்ற வேறு சூழல் இருக்க முடியாது.

“மக்கள் தங்கள் பூனைகளையும் நாய்களையும் கைவிட்டுவிடுவார்கள்.

“ஆனால் எதற்காக? செல்லப் பிராணிகள் ஆறுதல் தருபவை இல்லையா?

“இல்லை, இப்படி யோசித்துப் பாருங்கள், மக்களால் யாருக்குமே பிரியத்தைத் தர இயலவில்லை. அவர்களிடம் உபரிப் பிரியம் இல்லை.

“ஆக, இது முழு தன்முனைப்பின் யுகமா?

“எனக்குப் புரியவில்லை... மக்கள் முழுக்கமுழுக்கக் கட்டுக்கடங்காமல் போய்விடுகிறார்கள் என்கிறாயா? தெருவில் சுற்றும் கும்பல்களைப் போல? முழுமுற்றான தீவினை? *ஹோமோ ஹோமினி லூபஸ் எஸ்ட்?* *(ஒரு மனிதன் இன்னொருவனுக்கு ஓநாய், இல்லையா?)*

“இல்லை, அது அத்தனைச் சுலபமானது இல்லை. சலிப்பூட்டும் ஒன்று. சட்டகங்களைத் தொடர்ந்து வைத்திருக்கவே விரும்புகிறேன், அதிலும் விசேஷமாக இறுதியை நோக்கிய நேரத்தில். இதுதான் அதனுடைய சக்தி. இதுதான் இதுபோன்ற கதையுடைய சக்தியாக இருக்கும், மக்கள் ஒருவாறு தம்முடைய—”

இடையிடையே கிளர்ச்சியடைந்தவனாகவும் தளர்ந்து சோர்ந்தவனாகவும் அவன் மெதுவாகப் பேசிக்கொண்டேயிருந்தான், அந்தப் பேச்சைக் கவனித்துக் கேட்பது இலனுக்குச் சிரமமாகயிருந்தது. இதற்கு முன் அவனிடம் யாரும் இப்படி மனம் திறந்ததில்லை, அவளோடு கூடியிருந்த நேரத்தில் ஓராகூட இப்படி இருந்ததில்லை. எழுதஎழுத அவனுக்குள் ஏதோவொன்று பதிந்தது: தானொரு உண்மையான கலைஞன் கிடையாது என்ற புதிய, நிதானமிக்க, தெளிந்த அறிவு. தான் அவ்ரமைப் போல இல்லை. அவனைப்போல இல்லை.

“சொல்ல மறந்துவிட்டேன், குழந்தைகளும் கைவிடப்படுவர்.

“ஆமாம், ஆமாம், பெற்றோர் தம் குழந்தைகளைக் கைவிடுவர்.

“ஏன் கூடாது – எனக்கு ஐந்து வயதிருக்கும்போது என் தந்தை அதைச் செய்தார்.

“அடக் கருமமே, எவ்வளவோ சாத்தியங்கள் உள்ளன. ஒரு வருடம், ஐயா ஒரு முழு வருடம் இதில் நான் சிக்கிக் கிடந்தேன். அது வேலை செய்யவில்லை, தடுமாறியது, இயற்கைக்கு மாறானதாக, பழகிப்போன ஒன்றாக இருந்தது, ஆனால் இப்போது, ஒரேயடியாக—”

எல்லாவற்றையும் எழுதினான் இலன். தான் அங்கிருந்து உயிரோடு வெளியே வந்துவிட்டால் புதிய பாதையொன்றைத் தேட வேண்டியிருக்கும் என்பதையவன் மனதார அறிந்திருந்தான். அவன் என்னவாக விரும்பினானே அது ஒருபோதும் நடக்கப்போவதில்லை. அவன் திரைப்படங்கள் எடுக்கப் போவதில்லை. இசையையும் உருவாக்கப்போவதில்லை. அவனொரு கலைஞன் இல்லை.

“ஆக, பெண்கள் ரகசியமாக, எல்லா வகையான மறைவிடங்களிலும் குழந்தைகளைப் பிரசவிப்பார்கள் என்போம், சரியா? இயற்கை வெளியில், குப்பைமேடுகளில், வாகன நிறுத்துமிடங்களில், பிறகு அவர்கள் பச்சிளங் குழந்தைகளை விட்டுவிட்டு ஓடிவிடுவார்கள்தானே? ஆமாம், அதேதான்... பெற்றோர்களால் அந்தத் துயரத்தைத் தாங்கவியலாது.

"இன்னும் கதையின் இந்தப் பாகம் முழுக்கவே சற்றுப் பலவீனமாக இருக்கிறது.

"பெற்றோராக இருப்பது எப்படியென என்னால் கற்பனை செய்ய முடியவில்லை. பெற்றோர் பிள்ளைகள் குடும்பம் என்றால் என்னவென்று என்னால் விளங்கிக்கொள்ள முடியவில்லை.

"மக்கள் தங்களுக்கு நிகழப் போகிற அனைத்தினதுமான மிகச் சரியான அர்த்தத்தைப் புரிந்துகொள்ள அவகாசமிருப்பதுதான் மோசமான விஷயம்.

"இன்னொரு பக்கம், மற்றொரு பக்கம், மற்றொரு பக்கம்" – அவன் விழிப்பு நிலைக்கு வந்துவிட்டிருந்தான், உற்சாகமாக இருந்தான் – "உங்கள் கனவுகளை, அதிகற்பனைகளை சட்டென நிறைவேற்றிக்கொள்ளும் ஒரு நிலை அது. அவமானமொன்றுமில்லை, தெரியுமா? சொல்லப்போனால் குற்றவுணர்வும் கூட கிடையாது?"

ஏதோ அந்தரங்கமான பெரும் அவமானமொன்றை ஒத்துக்கொள்வது போல அவன் அடங்கிய ஆனால் வெற்றி தொனிக்கும் ஒரு சிரிப்புச் சிரித்தான்.

இலன் தலையைக் கையில் தாங்கிக்கொண்டு ஹெட்ஃபோன்களை காதோடு இறுக்கினான், ஒரு வார்த்தை விடாமல் வேகமாக எழுதினான்.

"ஏன் கூடாது? ஏன் கூடாது?" தன்னுடனே வாக்குவாதத்தில் ஈடுபடு பவன்போல அவ்ரம் முணுமுணுத்தான். "நான் பேசவந்த விஷயத்திலிருந்து விலகிச் சென்றுவிட்டேனா? இலன் என்ன சொல்வான்? எனக்குள் மீண்டும் வெட்டிப் பேச்சுகள் நிறைந்துவிட்டது என்பானா?

"அவனது குத்தும் ஊசிகளுக்கு என்னிடம் நிறைய பலூன்கள் இருப்பது நல்லதுதான்." அவன் சிரித்தான். இலன் சிரித்தான், உடன் அவன் முகம் வேதனையில் கோணியது.

"தாம் என்னவாக இருக்கிறோம் என்பது பற்றி யாரும் குற்றவுணர்வு கொள்ளமாட்டார்கள். ஒரு நேரம் வரும், அது நீண்டகாலமாக இருக்காது, ஒருமாதம் போதும், அல்லது ஒருவாரம். தாங்கள் என்னவாக விரும்பி னார்களோ அந்த விருப்பத்தைப் பூர்த்தி செய்துகொள்ள ஒவ்வொருவராலும் இயலும். அது அவர்களது உடலும் மனமும் அவர்களுக்கு அளித்த ஒன்று, மற்றவர்கள் அவர்கள்மீது சுமத்தியவையன்று. கடவுளே இவற்றையெல்லாம் கெட்டுப்போக வையும்!" அவன் கர்ஜித்தான். "இப்போது உட்கார்ந்து இதையெல்லாம் நானே எழுத வேண்டுமென ஆசைப்படுகிறேன். என்னவொரு ஒளி, பேரொளி, இறைவன்."

சற்று நேரம் பேச்சை நிறுத்திவிட்டுப் பெருமூச்சு விட்டான். "ஒவ்வொரு காட்சியும், ஒவ்வொரு நிலக்காட்சியும் அல்லது ஒவ்வொரு முகமும், அல்லது மாலை நேரத்தில் தனது அறையில் அமர்ந்திருக்கும் ஒரு ஆண் அல்லது சிற்றுண்டிச்சாலையில் தனியே அமர்ந்திருக்கும் ஒரு பெண். அல்லது பேசியவாறே வயலினூடாக நடக்கும் இருவர், அல்லது பபுள்கம்மை ஊதி முட்டைவிடும் ஒரு பையன். சின்னஞ்சிறு

விஷயங்களில் அப்படியொரு அழகு இருக்கும், ஓராலே, எப்போதும் அதை நீ காண்பாயென என வாக்குக் கொடு.

"மரணத்தின் பள்ளத்தாக்கில் நான் நடக்க நேர்ந்தாலும்," மெல்லிய குரலில் சொன்னான் அவ்ரம், "தீமையானதெதற்கும் நான் அஞ்சேன், ஏனென்றால் என் கதை என்னுடனே இருக்கிறது.

"அவர்கள் பணத்தைப் பயன்படுத்துவார்களா என்பதுபற்றி நான் முடிவு செய்ய வேண்டும்—

"அதை நாம் பிறகு பார்த்துக்கொள்ளலாம்—

"பிறகு என்பது இனியில்லை முட்டாளே.

"ஹலோ, இஸ்ரேலே, தாய்மண்ணே, இன்னும் நீ இருக்கிறாயா?"

சமிக்ஞை வலுவிழந்துகொண்டிருந்தது. பேட்டரி வீரியமிழந்து கொண்டிருக்க வேண்டும். இலனின் பாதம் ஓய்வின்றித் தரையைத் தட்டியபடியிருந்தது.

"அவர்கள் விரைவாக வந்துவிட விரும்புகிறேன்," வேதனையில் முனகினான் அவ்ரம். "வந்து இத்பா அல் யாஹுத் (யூதர்களைக் கொல்லுங்கள்) என்று கத்தியபடி அனைத்தையும் எரியூட்டட்டும்.

அவன் மிகுந்த சிரமத்துடன் மூச்சுவிட்டான். எப்போது அவன் தனது சூழ்நிலையைப் புரிந்துகொண்டவனாக இருந்தான், எப்போது அவன் கவனம் பிறழ்ந்தவனாக இருந்தான் என்பதை இலனால் கணிக்க முடியவில்லை.

இப்போது கட்டுப்படுத்தவியலாத வகையில் தேம்பியழுதான் அவ்ரம். "எல்லாமே மரணிக்கப் போகின்றன. என்னால் இப்போது எழுதவியலாத சிந்தனைகள் கருத்துகள் எல்லாமே. என் கண்கள் எரிந்துபோகும், கால் விரல்களும்கூட.

"இலன், மடையா, "தேம்புதலினூடே அவன் குசுகுசுத்தான், "இனி இந்தக் கருத்து உன்னுடையது. ஒருவேளை நான் திரும்பிவராவிட்டால் அல்லது ஒருவேளை நான் அலங்கரிக்கப்பட்ட ஜாடியில் திரும்பி வந்தால், இதைக்கொண்டு நீ விரும்புவதைச் செய். அதை ஒரு திரைப்படமாக்கு. உன் மனப்போக்கு எனக்குத் தெரியும்."

அவ்ரமுக்குப் பின்னால் யாரோ கனமான பொருட்களை அப்படியும் இப்படியும் அசைப்பதுபோல ரேடியோவில் சலசலப்புக் கேட்டது.

"கேள், அது இப்படி ஆரம்பிக்க வேண்டும், என்னுடைய ஒரே நிபந்தனை இது: ஒரு தெரு, பகல் நேரம், மக்கள் இயல்பாக நடந்துகொண்டிருக்கிறார்கள். அமைதி. எந்தச் சத்தமும் இல்லை. கத்தல் இல்லை, முணுமுணுத்தல்கூட இல்லை. பின்னணி இசையும் கூடாது. நடந்துகொண்டிருப்பவர்களில் சிலர் இங்கொருவர் அங்கொருவராக பெரிய பெட்டிகள்மீது ஏறி நிற்கிறார்கள். ஒரு இளம்பெண் நின்றுகொண்டிருக்கிறாள், உதாரணத்துக்கு ஒரு சலவைத் தொட்டிமீது, அவளை மையப்படுத்தி கேமரா நகர்கிறது. அந்தச் சலவைத்

தொட்டிதான் வீட்டிலிருந்து அவள் கொண்டுவந்தது. சிவப்பு சலவைத் தொட்டி. கைகளை இறுகக் கட்டியபடி அவள் நிற்கிறாள். முகத்தில் சோகப் புன்னகை, அவள் தனக்குத்தானே புன்னகைத்துக்கொள்கிறாள்–"

இலன் ஹெட்ஃபோன்களை இறுகப் பற்றிக்கொண்டான். பின்னணியில் மனிதக் குரல்கள் கேட்பதுபோல உணர்ந்தான்.

"தன்னைச் சுற்றிலும் நின்றிருப்பவர்களை அவள் கவனம் கொள்வதில்லை. தனக்குத்தானே பேசிக்கொள்கிறாள். இலன், உன்னை எச்சரிக்கிறேன், அவள் அழகானவளாக இருக்க வேண்டும், என்ன? எனக்குப் பிடித்தாற் போன்ற அப்பழுக்கற்ற நெற்றி, துல்லியமான புருவங்கள், அப்புறம் பெரிய கவர்ச்சியான வாய், மறந்துவிடாதே. அவள் யாரைப் போன்ற தோற்றத்திலிருக்க வேண்டுமென உனக்குத்தான் தெரியுமே. முடிந்தால் அவளையேகூட நீ பயன்படுத்திக்கொள்ளலாம்தானே?"

சந்தேகமில்லை, இப்போது எகிப்தியர்கள் காப்பரணுக்குள் புகுந்துவிட்டார்கள். ரேடியோ கருவியின் ஒலிவாங்கியில் அதைக் கேட்க முடிகிறது, ஆனால் இன்னும் அவ்ரம் அதை உணரவில்லை.

அவ்ரம் சிரித்தான். "உயிரே போனாலும் அவள் நடிக்க மாட்டாள், ஆனால் அவள் அவளாக இருந்தால் போதும், நம்மிருவரையும் விட அதை எப்படிச் செய்வதென அவள் நன்றாக அறிவாள், சரிதானே? அவள் முகத்தை மட்டும் நீ படம் பிடி, நமக்கு வேறெதுவும் தேவையில்லை, புரிகிறதா? அவள் முகத்தை மட்டும், அந்த சந்தோஷம் நிரம்பிய, களங்கமற்ற புன்னகையை மட்டும்–"

சத்தங்கள் உரத்து ஒலித்தன. இலன் எழுந்து நின்றான். அவனது இடது பாதம் கடுமையாக தரையை உதைத்தபடியிருந்தது, கைகள் நெற்றிப் பொட்டுகளுடன் சேர்த்து ஹெட்ஃபோன்களை அழுத்தின.

"ஒரு நிமிடம் பொறு," குழப்பமுற்றவனாக அவ்ரம் முணுமுணுத்தான், "இங்கே யாரோ இருக்கிறார்கள் என நினைக்கிறேன்–"

"சுடாதீர்கள்!" அவன் ஆங்கிலத்தில் கத்தினான். பிறகு அரபியில் முயன்றான்: "*அனா பிலா சிலாக்!* நான் நிராயுதபாணி!"

கரகரப்பான அரபியில் எழுந்த கத்தல்கள் இலனின் காதுகளை நிறைத்தன. அவ்ரமுக்குச் சற்றும் குறையாமல் பீதியடைந்த ஒரு எகிப்தியப் படைவீரன் அரண்டுபோய்க் கத்தினான். அவ்ரம் உயிர்ப்பிச்சை கேட்டான். ஒருமுறை துப்பாக்கிச் சுடும் ஓசை கேட்டது. அது அவ்ரமைத் தாக்கியிருக்க வேண்டும். அவன் அலறினான். அவன் குரல் இனியும் மனிதக் குரலாக இல்லை. இன்னொரு படைவீரன் வந்து இங்கேயொரு யூதப் படைவீரன் இருக்கிறான் என தனது நண்பர்களை அழைத்தான். கூச்சல்கள் மற்றும் உதைக்கும் ஓசைகளின் கலவையால் அலைவரிசை நிறைந்து வழிந்தது. இலன் முன்னும்பின்னுமாக அசைந்து, "அவ்ரம், அவ்ரம்," என முணுமுணுத்தான். அருகே நடந்து சென்றவர்கள் கண்டும்காணாமல் சென்றார்கள். பிறகு இன்னும் நெருக்கமாக ஒரு வேட்டுச் சத்தம் கேட்டது. கேலிப் பேச்சுக்கள், அதன்பின் மௌனம். ஒரு உடல் இழுத்துச் செல்லப்படும் ஓசை, பிறகு

மறுபடியும் அரபியில் வசவுச் சொற்கள், உரத்த சிரிப்பு, இன்னுமொரு வேட்டுச் சத்தம். அதன் பின் அவ்ரமின் ரேடியோ கருவி மௌனத்தில் ஆழ்ந்தது.

படையதிகாரி வீரர்கள் அனைவரையும் மீண்டும் கட்டுப்பாட்டு அறைக்கு அழைத்தார். யாரும் நம்மைக் காப்பாற்ற வருவதுபோலத் தெரியவில்லை, நாமேதான் இங்கிருந்து தப்பிச் செல்ல வேண்டும் என்றார். அவர்களது கருத்து என்னவென்று கேட்டார். அங்கே நிதானமான, நட்பார்ந்த ஓர் உரையாடல் நடந்தது. உயிர்களைக் காப்பாற்ற வேண்டிய கடமை பற்றிப் பேசினார்கள். ராணுவமும் இந்த தேசமும் நம்மைக் கோழைகளாக, துரோகிகளாகப் பார்க்குமே என்று அஞ்சினார்கள். யாரோ மஸாதாவையும் யோத்ஃபாத்தையும் குறிப்பிட்டார்கள். இலன் அவர்கள் நடுவே அமர்ந்திருந்தான். அவனுக்கு உடலும் இருக்கவில்லை, மனமும் இருக்கவில்லை. எல்லாவற்றையும் சுருக்கமாகச் சொன்னபிறகு இன்றிரவு நாம் இங்கிருந்து வெளியேறப் போவதாக ஏரிக் ஷெரோனுக்கு உடனே தெரிவிக்கவிருப்பதாகச் சொன்னார். “ஏரிக் முடியாது என்று சொல்லிவிட்டால்?” யாரோ கேட்டார்கள். ஒருவன் சொன்னான், “நமக்கு ஐந்து வருட சிறைத்தண்டனை கிடைக்கும், ஆனால் நாம் உயிருடன் இருப்போம்.”

தரைவழித் தொலைபேசி இயங்கவில்லை, படையதிகாரி இருவழி ரேடியோவைப் பயன்படுத்தினார், “தலைவரிடம்” பேச வேண்டுமென்றார். நிலைமை மோசமாக இருப்பதால் அங்கிருந்து வெளியேற முடிவு செய்திருப்பதாகச் சொன்னார். சற்றுநேரம் அமைதி நிலவியது, பிறகு ஏரிக் சொன்னார், “அற்புதம், நீங்கள் கிளம்புங்கள், வழியில் உங்களோடு வந்து சேர்ந்துகொள்கிறோம்.” படைவீரர்கள் ஏரிக் பேசுவதைக் கேட்டார்கள். “உங்களால் முடிந்ததைச் செய்யுங்கள்,” அவர் நிறுத்தினார், அவர் தீவிரமாக யோசிப்பதை அவர்களால் உணர முடிந்தது. கடைசியில் அவர் பெருமூச்சு விட்டபடி சொன்னார், “சரி, அப்புறம், ம்ம்ம், குட்பை, உங்களுக்கு என் வாழ்த்துகள் ...”

கிளம்பும் முன் மதச் சடங்குகளுக்கான படைவீரர்கள் மாலை நேரப் பிரார்த்தனையைச் சொன்னார்கள், அவர்களோடு இன்னும் சில படைவீரர்களும் சேர்ந்துகொண்டார்கள். பிறகு அனைவரும் கிளம்ப ஆயத்தமானர்கள். தண்ணீர்க் குடுவைகளை நிரப்பி அவை ஓசையெழுப்பாமல் இருக்கும்படி பார்த்துக்கொண்டார்கள். சில்லறைகள், சாவிகளை உடைகளின் பைகளிலிருந்து எடுத்துவிட்டார்கள். ஒவ்வொருவரிடமும் ஓர் ஆயுதமிருந்தது. இலனிடம் அவனது ஊஸியோடு சேர்த்து ஒரு பஸூக்காவும். “பீரங்கி வண்டிக்கு எதிராகப் பயன்படுத்தும் குழாய்,” என்று விளக்கினார்கள். அதை எப்படி இயக்குவதென அவனுக்குத் தெரிந்திருக்கவில்லை. அவன் ஒன்றும் பேசவில்லை.

அதிகாலை இரண்டு மணிக்கு அவர்கள் புறப்பட்டார்கள். பௌர்ணமி நிலவின் ஒளியில் காப்பரண் ஓர் அழிபாடுபோலக் காணப்பட்டது. ஏற்ற இறக்கமாய் சமனின்றி அமைந்திருந்த இந்த இடமா இவ்வளவு நாளும்

அவர்களைப் பாதுகாத்தது என்பதை நம்புவது கடினமாக இருந்தது. இலன் இடதுபுறமாக, அவ்ரமின் காப்பரண் இருக்கும் திசைப்பக்கமாகப் பார்ப்பதைத் தவிர்த்தான்.

ஒன்றுக்கொன்று சற்று இடைவெளி விட்டு இரண்டு வரிசைகளாக அவர்கள் நடந்தனர். இலனின் வரிசையின் முதலில் படையதிகாரி இருந்தார், அடுத்த வரிசையின் முதலில் அவரது துணையதிகாரி. படையதிகாரிக்கு அடுத்து அலெக்ஸாண்டிரியாவில் பிறந்த படைவீரன் இருந்தான். அவர்கள் எகிப்தியப் படையினரை எதிர்கொள்ள நேர்ந்தால் தாங்கள் எகிப்தியக் கமாண்டோக்கள், யாஹூத்தை ஒழிக்கப் போய்க்கொண்டிருக்கிறோமென அவன் கத்த வேண்டுமென்று ஏற்பாடு. எகிப்தியக் கமாண்டோவின் ஊக்கத்தை வெளிப்படுத்தவேண்டி நடக்கையில் இந்த வரிகளை அவன் தனக்குள்ளே சொல்லிப் பார்த்துக்கொண்டு வந்தான். தன் வரிசையில் நடுவில் எங்கோ தலையைக் கவிழ்த்தபடி வந்தான் இலன். அடிக்கடி அவர்கள் மணலில் தடுமாறினார்கள், மௌனமாக விழுந்தார்கள், சத்தமின்றி வசைகூறினார்கள்.

திடீரென அரபியில் கூச்சல்கள் கேட்டன. சாலையின் பக்கங்களை ஆராய பிரகாச விளக்குடன் அருகே எகிப்தியக் கவச வாகனம் ஒன்று சென்றது.

"எகிப்தியர்களது வாகன நிறுத்தம் ஒன்றுக்கு நடந்து வந்துவிட்டோ மென்று நினைத்தோம்," அந்த விடிகாலையில் ஓராவிடம் சொன்னான் இலன். அவனது உடல் அமைதியடைந்து விட்டிருந்தது, ஆனால் அவன் இன்னமும் அவளுள் மடிந்து கிடந்தான், அவன் கைகள் அவளது தோள்களுக்குள் புதைந்து கிடந்தன. "அங்கே உறங்கிக்கொண்டிருந்த ஒருவரது போர்வையைக்கூட நான் மிதித்துவிட்டேன்."

அதிர்ச்சியடைந்தவளாய் அவள் அப்படியே அசையாமல் கிடந்தாள், அவளது உடல் அவனது உடலுக்கருகே இன்னும் துடித்துக்கொண்டிருந்தது.

"நாங்கள் அசையவில்லை, மூச்சுவிடவில்லை. கவச வாகனம் நேராகச் சென்றுவிட்டது. அவர்கள் எங்களைப் பார்க்கவில்லை. எதையும் கவனிக்கவில்லை. முப்பத்துமூன்று வீரர்கள் அங்கே தரையோடு ஒட்டிப் படுத்துக் கிடந்தோம் இருந்தும் அவர்கள் எங்களைப் பார்க்கவில்லை. நாங்கள் எழுந்து சாலையிலிருந்து விலகித் திரும்ப மணலுக்கு ஓடினோம்." தனது பின்கழுத்தில் அவனது வெப்ப மூச்சை உணர்ந்தாள். "கிழக்கு நோக்கிப் போய்க்கொண்டேயிருந்தோம், இரவு முழுக்க ஓட்டமும் நடையுமாகச் சென்றோம். என்னுடைய துப்பாக்கியையும் பஸூக்காவையும் தூக்கிக்கொண்டு நான் ஓடினேன். அது கடினமாக இருந்தது, ஆனால் உயிர் பிழைத்திருக்க நான் விரும்பினேன். மனதில் அந்த எண்ணம் மட்டுமே ."

அவன் தன்னிலிருந்து உடனே வெளியே வர வேண்டும் என விரும்பினாள். அவளால் சொல்ல முடியவில்லை.

"அப்புறம் சூரியன் உதித்தது. எங்கிருக்கிறோம் என எங்களுக்குத் தெரியவில்லை, அது எங்கள் பகுதியா அல்லது அவர்களுடையதா

நிலத்தின் விளிம்புக்கு

என்பதும் தெரியவில்லை. இஸ்ரேலிய ராணுவம், அப்படியொன்று இன்னும் இருந்தால், எங்கிருக்கிறது? தரையில் வாகனச் சக்கரங்களின் தடத்தைப் பார்த்தேன். இஸ்ரேலிய ராணுவம் மட்டுமே கவச வாகனங்களைச் சங்கிலிகளுடன் பயன்படுத்துவது என் நினைவுக்கு வந்தது, ஆனால் இந்தத் தடங்கள் எகிப்தியர்கள் பயன்படுத்தும் சோவியத் பிடிஆரினால் ஏற்பட்டவை. இதை நான் படையதிகாரியிடம் சொன்னேன். உடன் நாங்கள் வேறு திசையில் பயணிக்க ஆரம்பித்தோம். பாறைகளும் மண்மேடுகளும் நிறைந்த வறண்ட சிற்றாறு ஒன்றை அடையும்வரை தொடர்ந்து நடந்துகொண்டிருந்தோம். அங்கே ஓய்வெடுக்க அமர்ந்தோம். நாங்கள் கடும் சோர்வுற்றிருந்தோம். எங்களைச் சுற்றிலுமிருந்த பாறைகளில் பீரங்கி வண்டிகள் எரிந்துகொண்டிருந்தன. ராட்சசத் தீப்பந்தங்கள். அவை யாருடையவை என எங்களுக்குத் தெரியவில்லை. அந்தப் பகுதி முழுக்கக் கருகிய தசையின் நாற்றம் வீசியது. அதை உன்னால் கற்பனை செய்ய முடியாது, ஓரா.”

அவளது உடல் விதிர்த்தது, அவன் தன்னுடலை அவளுடையதோடு இன்னும் இறுக்கினான். அவளை மூச்சுவிடக்கூட விடவில்லை. வயிற்றி லிருந்த சிசு வேகமாகத் துடிப்பது போலிருந்தது. இலன் அவளிடம் சொல்லிக்கொண்டிருப்பதில் எதை வேண்டுமானாலும் எப்படியேனும் அது கிரகித்துக்கொள்ளுமென்று நினைத்தாள்.

“நாங்களிருக்கும் இடத்தை தங்களால் அடைய முடியவில்லை என ரேடியோவில் அவர்கள் சொன்னார்கள். இன்னும் சற்று நாங்கள் காத்திருக்க வேண்டும். நாங்கள் காத்திருந்தோம். சில மணிநேரம் கழித்து இந்த மலைத்தொடருக்கு வந்துவிட முயற்சி செய்யுங்கள் என்றார்கள். சங்கேத வரைபடம் ஒன்றை அளித்தார்கள். நேர் எதிரே மலைத்தொடரைப் பார்க்கும்வரை நாங்கள் நடந்தோம். ஆனால் பாறைகள் மேலிருந்து எகிப்தியர்கள் எங்களை நோக்கித் தொடர்ந்து சுட்டுக்கொண்டே இருந்தார்கள், எங்களை அவர்களால் தாக்க இயலவில்லை. எல்லாமே அதிசயமாக இருந்தது. சினிமாவில் போல துப்பாக்கிக் குண்டுகள் எங்களை சீறிக் கடந்துகொண்டிருக்க நாங்கள் நடந்துகொண்டிருந்தோம். மலைத் தொடரை அடைந்தபோது அது முழுக்க எகிப்திய வீரர்கள். எல்லாம் முடிந்துவிட்டது என நாங்கள் நினைத்தோம்.

“இந்த நிலையில் என்னால் மூச்சுவிட முடியவில்லை இலன்–”

“ஆனால் ஒரு நிமிடத்தில் எங்களது பீரங்கி வண்டிகள் வந்து அவர்களைக் கடுமையாகத் தாக்கின. ஒரு சண்டை தொடங்கியது. துப்பாக்கிச் சூடு. நாங்கள் எங்கள் புட்டங்கள் மீதமர்ந்து வெறுமனே அந்தத் திரைப்படத்தைப் பார்க்கிறோம். எல்லாமே பற்றி எரிகின்றன. எரிந்தபடியே வீரர்கள் ஜீப்புகளிலிருந்து வெளியே குதிக்கிறார்கள். எங்ளைக் காப்பாற்ற வந்த காரணத்தால் வீரர்கள் கொல்லப்படுகிறார்கள். புட்டங்களை அழுத்தியமர்ந்து நாங்கள் பார்க்கிறோம். எங்களுக்கு எந்த உணர்ச்சியுமேற்படவில்லை, எந்த உணர்ச்சியும்!”

“இலன் நிஜமாகவே என்னை நீங்கள் மூச்சுத் திணறவைக்கிறீர்கள்–”

“தீமூட்டிகளை எரித்து நாங்களிருக்குமிடத்தைக் காட்டும்படி அவர்கள் ரேடியோவில் கத்தினார்கள். நாங்கள் தீமூட்டியைக் கொளுத்தினோம். நாங்களிருக்குமிடத்தை அவர்கள் கண்டுகொண்டார்கள். மலைத்தொடரிலிருந்து ஒரு பீரங்கி வண்டி இறங்கி வந்தது. அது செங்குத்துச் சரிவு, ஒரு சுவர். வண்டி எங்களை வந்தடைந்தது. ஒரு எம்60 பேட்டன், அதிகாரியொருவர் சுழற்கூண்டுக்கு வெளியே தலையை நீட்டி வேகமாக வந்து வண்டியில் ஏறும்படி சமிக்ஞை செய்கிறார். “இப்போது நாங்கள் என்ன செய்ய?” என அவரைப் பார்த்துக் கத்துகிறோம். வண்டியில் ஏறுங்கள், நேரமில்லை என சமிக்ஞை செய்கிறார். ‘நாங்கள் எல்லோருமா?’ ‘எழுந்திருங்கள், எழுந்திருங்கள்!’ ‘எழுந்திருங்கள் என்றால்?’ ‘சீக்கிரம் எழுந்திருங்கள்!’ நாங்கள் முப்பத்துமூன்று பேர் இருக்கிறோம். ஓரா, என்ன சொன்னாய்?”

“இலன்!”

“மன்னித்துக்கொள், மன்னித்துக்கொள். உனக்குக் கஷ்டம் கொடுத்து விட்டேனா?”

“வெளியே எடுங்கள், உடனே வெளியே எடுங்கள்.”

“இன்னும் ஒரு நிமிடம், தயவுசெய்து, ஒரு நிமிடம்தான், உன்னிடம் நான் சொல்ல–”

“இது நல்லதில்லை இலன்–”

“இன்னும் ஒரு நிமிடம் மட்டும். ஓரா தயவுசெய்து ஒரு நிமிடம், அவ்வளவுதான்.” அவன் வேகமாக ஆனால் தீர்க்கமாகப் பேசினான். “நாங்கள் பீரங்கி வண்டி மீது ஏறினோம், ஒவ்வொருவரும் எதையாவது பற்றிப் பிடித்துக்கொண்டோம். பலர் பீரங்கி வண்டியின் சிறிய மேல் மூடியோடு ஒட்டிக்கொண்டார்கள், பத்துப் பேர் சுழற்கூண்டுக்குள் நெருக்கி அமர்ந்தார்கள். வண்டியின் பின்புறம் தாவியேறிய நான் எனக்கும் மேலிருந்த வீரனின் காலைப் பிடித்துக்கொண்டேன், யாரோ ஒருவர் என் சப்பாத்துக்களைப் பற்றிக்கொண்டார். பீரங்கி வண்டி உருண்டு சென்றது. அது உருள மட்டும் செய்யவில்லை ஸேகர்களிடமிருந்து தப்பிக்க குறுக்குமறுக்காக விரைந்தும் சென்றது, நாங்கள் அதில் பேருக்கு ஒட்டிக்கொண்டிருந்தோம். விழுந்துவிடாதே, விழுந்துவிடாதே, இதுதான் அப்போது என் மனதில் ஓடிய சிந்தனை.”

இந்தக் குழந்தை, பிறக்கும் முன்னே அது கேட்டுக்கொண்டிருக்கும் விஷயங்கள் என ஓராவின் எண்ணம் ஓடியது.

“பீரங்கி வண்டி தாறுமாறாகக் குலுங்கியது,” முணுமுணுப்பாகச் சொன்னபடியே உடல் உதற இலன் மீண்டும் அவளை இறுக்கிக் கொண்டான். “எலும்புகள் உடைகின்றன, மூச்சுவிட முடியவில்லை, எங்கு பார்த்தாலும் புழுதி, கற்கள் பறக்கின்றன, உடம்பின் துவாரங்களனைத்தையும் மூடிக்கொண்டு உயிரைக் கையில் பிடித்திருக்கிறோம்.”

அவள் வாயை, மூக்கை புழுதி துளைத்தது. மஞ்சள் வண்ணப் பாலைவன ஓடைகள். அவளுக்கு மூச்சுத் திணறியது, இருமினாள்.

தன் வயிற்றிலுள்ள சிசுவும் புரண்டுகொள்ள, அந்தப் பக்கம் திரும்பிக் கொள்ளவென தனதுடலைக் குறுக்கிக்கொண்டு போராடுவதாக உணர்ந்தாள். நிறுத்துங்கள், நிறுத்துங்கள், என் பிள்ளையின் மனதில் நஞ்சை விதைக்காதீர்கள், தனக்குள்ளே அவள் முனகினாள்.

"பீரங்கி வண்டியில் ஒட்டியபடி சில கிலோமீட்டர்கள் இப்படியே போனது, பிறகு திடீரென அது நடந்தது – அதேதான். எல்லாம் முடிந்தது. நாங்கள் ஆபத்துப் பகுதியைக் கடந்து வந்துவிட்டிருந்தோம். நான் பிடித்திருந்த காலை என்னால் விட முடியவில்லை, என் கையின் பிடியை தளர்த்த முடியவில்லை."

அவனது தசைகள் தளர்ந்தன. ஒரு பாறைபோலக் கனமாக அவனது தலை அவளது கழுத்தின் மீது விழுந்தது. அவன் விரல்கள் மெல்ல அவள் உடலிலிருந்து தம்மை விடுவித்துக்கொண்டு அவள் முகத்துக்கு நேரே பிடி தளர்ந்து கிடந்தன. அவள் அசையவில்லை. அவளுக்குள்ளிருந்து அவன் நழுவி வெளியே வந்தான். சற்று நேரம் கடந்தது. இன்னும் சற்று நேரம். அவன் சிரமத்துடன் மூச்சுவிட்டான். அவன் முகம் அவளது முகத்துக்கு முன்பாக இருந்தது, மிகவும் பலவீனமாகச் சுருண்டு கிடந்தான். அவளுள் ஒரு கடும் வலி ஊடுருவிச் சென்றது.

"இலன்," மெல்ல அவள் அழைத்தாள். அவளது நெற்றிப் பொட்டுகள் வேகமாகத் துடிக்க ஆரம்பித்தன, சிறு வியர்வைத் துளிகள் உடல்மீது மினுமினுத்தன. அவளது உடல் அவளிடம் ஏதோ சொன்னது. அதன் பேச்சைக் கேட்டு நடப்பவள் போல முழங்கையை ஊன்றி எழுந்தாள். "இலன், நான் நினைக்கிறேன்–"

"ஓரா, இப்படிச் செய்துவிட்டோமே?" பீதியில் அவன் முணுமுணுப்பதைக் கேட்கிறாள். "இப்படிச் செய்துவிட்டேனே நான்." தனது ஈரத் தொடைகளைத் தொட்டு அவள் முகர்ந்து பார்த்தாள். "இலன் அதுதான் என நினைக்கிறேன்."

அவன் அங்கிருந்த நாட்களிலேகூட படுக்கையறைகளிலும், முக்கியமாகச் சமையலறையிலும், சுவர்களில் ஆழ ஓடிய விரிசல்களைப் பற்றிக் கேட்கிறான். இந்த வருடங்களில் வீடு உள்வாங்கியபடியே இருந்ததா, தங்கள் சட்டகங்களிலிருந்து வெளித்துருத்திக்கொண்ட உத்தரங்களை எப்படி அவளும் இலனும் சமாளித்தார்கள் எனக் கேட்கிறான். தனது அறையிலிருந்த பெரிய இழுப்பறை மேசை இன்னும் இருக்கிறதா என்கிறான். அந்த வீட்டைவிட்டுத் தாங்கள் எய்ன் கரீமுக்குக் குடிபெயரும்வரை அந்த மேசை ஒரு குல மூப்பரைப் போல அந்த அறையை ஆட்சி செய்துகொண்டிருந்தது என்கிறாள். படுக்கையறை அலமாரியும் அப்படியே இருந்தது. “அந்த வீட்டில் அனேகமாக எதையும் நாங்கள் மாற்றவில்லை. உங்களிடம் சொன்னதுபோல சமையலறையில் சிறிது திருத்தம், பையன்கள் வளர்ந்துவிட்டபோது கீழே அடித்தளத்தில் தைக்கும் அறையிலும் கொஞ்சம் மாற்றம்.”

பாதை கரடுமுரடாகச் சென்றது, இவ்வளவு காலையிலேயே கடும் வெப்பமாக இருந்தது. இதுவரை அவர்கள் ஏறியதிலேயே தாபோர்தான் மிகவும் செங்குத்தான மலை. சிலநேரம் பாதை திரும்புமிடத்தில் கடும் செங்குத்தைக் கண்டு அவர்கள் பின்னோக்கி நடக்கிறார்கள். “தொடைத் தசைகளை ஓய்வெடுக்கவிட்டு இந்த இரண்டு பேரும் சற்று வேலை செய்ய விடுங்கள்,” இரண்டு கைகளாலும் தன் புட்டங்களைத் தட்டுகிறாள் ஓரா, “க்ளூடீயஸ் மேக்ஸிமஸ், க்ளூடீயஸ் மீடியஸ். இவர்களும் தங்களது பணியைச் செய்யட்டும்.”

கேஃபார் தாவோர் மற்றும் பரந்துகிடந்த யாவ்னிஎல் பள்ளத்தாக்கு இவற்றைப் பார்த்தபடி அவர்கள் பின்னோக்கி

நடந்துவந்தபோது அவளுடன் சேர்ந்து அவ்ரம் ஒவ்வொரு அறையாக அந்த வீட்டுக்குள் நடக்கிறான். கூடத்து வழியில் உள்வாங்கிக்கொண்ட தரை, தேவையற்ற விதத்தில் மெருகூட்டப்பட்ட படுக்கையறை, ஒழுங்கின்றி அமைக்கப் பட்ட – அவற்றுள் சில தமது இடத்திலிருந்தும் வெளிநீட்டிக் கொண்டிருந்த – தண்ணீர்க் குழாய்கள் பற்றிக் கேட்கிறான். வீட்டின் ஒவ்வொரு அழகான இடம் பற்றி மட்டுமல்லாமல் அதன் ஒவ்வொரு குறையையும் ஒழுங்கின்மையையும் பற்றிக் கேட்கிறான், ஏதோ தான் அவ்வீட்டுக்குள் உலாவுவதையும் அதுபற்றிக் கரிசனம் கொள்வதையும் நிறுத்திக்கொண்டதே இல்லையென்பதுபோல. அடித்தளத்தில் இருக்கும் சாக்கடைத் துளை மழை பெய்யும் ஒவ்வொரு முறையும் நிரம்பி வழிகிறதா எனக் கேட்கிறான்.

"அது ஓஃபரது பராமரிப்பின் கீழ் வருவது. மழை பெய்யும் போதெல்லாம் தான் வெள்ள நிவாரணப் பணியை மேற்கொள்வதாகச் சொல்வான், துடைப்பான்கள், வாளிகள், கந்தைத் துணிகளை தயார்படுத்திக் கொள்வான். பிற்பாடு அவன் அதிநவீன முறைக்கு மாறினான், இதற்கென்று ஒரு சிறிய மோட்டார் வைத்துக்கொண்டான்." ஓரா சிரிக்கிறாள். "அதை நீங்கள் பார்த்திருக்க வேண்டுமே, அதில் ஒரு என்ஜின் இரண்டு குழாய்கள். ஆனால் வீடு கட்டியதிலிருந்தே தொடங்கிய பிரச்சனையை அவன் தீர்த்துவைத்தான் என்று நினைக்கிறேன்."

"எங்களுக்கென ஒரு கட்டிலையும் அவன் செய்தான்," என்றவளுக்கு இது அவனிடம் சொல்லக்கூடாத விஷயமென்பது உறைத்தது, ஆனால் இப்போது அவர்கள் நல்ல மனநிலையில் இருந்தார்கள், ஏன் அதைச் சொல்லக்கூடாது?

"அவனே ஒரு கட்டிலைச் செய்தானா?"

"ஆமாம், பதினோராம் வகுப்புப் படிக்கும்போது, அல்லது அது பன்னிரண்டாம் வகுப்பா?" கொஞ்சம் மூச்சுவாங்கிக்கொள்ளவென நிற்கிறாள், திடமாக வளைந்து நிற்கும் பைன் மரத்தின்மீது சாய்ந்து கொள்கிறாள். "அதை விடுங்கள், சும்மா அதுபற்றி எண்ணம் ஓடியது. எனக்கு நினைவிலிருக்கும் பிறவற்றைச் சொல்கிறேன் கேளுங்கள்." நைச்சியமாக அவள் பேச்சை மாற்றுகிறாள், ஏனென்றால் அவ்ரம் அந்தக் கேள்வியைக் கேட்டபோது அதில் கடும் வலி தென்பட்டதாக உணர்ந்தாள். ஓஃபருக்கு மூன்று வயதிருக்கையில் எப்படி அவன் அவளிடம் வந்து, "உங்களுக்கு ஒரு கதை சொல்லப்போகிறேன்," என்பான் என்பதை அவனிடம் சொல்கிறாள். அவள், "சொல், கேட்கிறேன்," என்பாள். ஓஃபர் ஏதாவதொரு மூலையை வெறித்துப் பார்த்தபடி நின்றிருக்க, இவள் கதைக்காக வெகுநேரம் காத்திருப்பாள். பிறகு அவன் முகத்தில் ஒரு மிடுக்குத் தோன்றும், மூச்சை நன்றாக இழுத்துக்கொண்டு கரகரப்பான குரலில் கிளர்ச்சியுடன், "அப்புறம்..." என்பான்.

"அப்புறம் என்ன?" சற்றுக் கழித்துக் கேட்டான் அவ்ரம்.

"உங்களுக்கு அது புரியவில்லை," சத்தமாகச் சிரித்தபடியே சொல்கிறாள், அவளது சிரிப்பு உருண்டு சென்று பள்ளத்தாக்கை அடைந்தது. "ஓ," என்கிறான் சங்கடமாக. "முழுக் கதையும் அதுதான்?"

“அப்புறம், அப்புறம் . . . கதைகளில் இதுதான் முக்கிய விஷயம், இல்லையா?”

“என்னுடைய மிகச் சிறிய கதையையும்விட இது மிகச் சிறிய கதை.” அவ்ரம் புன்னகைக்கிறான், கைகளைக் கால்முட்டிகளில் தாங்கியபடி வேகமாக மூச்சுவாங்குகிறான்.

“எனக்கு அதை நினைவுபடுத்துங்கள்.”

“‘நான் பிறந்த நாளன்று, அடையாளம் காணமுடியாத வகையில் என் வாழ்வு மாறியது.’”

ஓரா பெருமூச்செறிகிறாள், “அப்புறம் . . .”

“அப்புறம் அவன் உனக்கொரு கட்டிலைத் தயார் செய்தான்.”

“முதலில் அதையவன் தனக்கென்றுதான் செய்தான்,” ஓரா தெளிவு படுத்துகிறாள்.

ஒருநாள் நள்ளிரவில் வீட்டைச் சுற்றி ஓஃபர் நடக்கும் ஓசையைக் கேட்டாள். எழுந்து அவனிடம் சென்றாள், ஏதோ தன்னைப் பைத்தியமாக அடிக்கிறது என்றான். அவன் ஒரு கட்டில் செய்ய விரும்பினான், ஆனால் என்ன வகையான கட்டிலென முடிவெடுக்க இயலவில்லை, அது அவனை உறக்கத்திலிருந்து எழுப்பிக்கொண்டே இருந்தது. அது அற்புதமான விஷயம் என்றாள் ஓரா. அவன் படுத்துறங்கிய சிறுவர் கட்டில் உப்பிக் கிடந்தது, அமருகையில் கிரீச் என ஓசையெழுப்பியது, அவனது வாலிப எடையில் அது உடைந்துவிடும்போல் இருந்தது. “என்னிடம் பலவிதத் திட்டங்கள் உள்ளன, ஆனால் முடிவெடுக்கத்தான் இயலவில்லை,” என்றான். கிளர்ச்சியுற்றவனாய் தன் கைகளில் ஊதிக்கொண்டான், தன்னால் உறங்க இயலவில்லை என மீண்டும் சொன்னான். அந்தக் கட்டிலை இப்போதே தயார் செய்தேயாக வேண்டுமென்ற நினைப்பு வந்து தொடர்ந்து பல இரவுகள் உறக்கத்தின் நடுவில் விழித்துக்கொண்டான், தன் மனதில் அவன் அந்தக் கட்டிலைப் பார்த்தான், ஆனால் அது அவ்வளவு தெளிவாக இல்லை, அது வந்து உடன் மறைந்துவிட்டது.

அவன் ஓராவைச் சுற்றி நடந்தான், வேகமாக விரல்களால் தாளமிட்டான், கீழுதட்டைக் கடித்துக்கொண்டான். நடப்பதை நிறுத்தி நிமிர்ந்தான், அவனது முகபாவம் மாறுபட்டிருந்தது. அறையைக் குறுக்காகக் கடந்துசென்று, சொல்லப்போனால் அவள் வழியாகக் கடந்து சென்று மேசை மீதிருந்த காகிதம் ஒன்றையும் பென்சிலையும் எடுத்தான், ஏதோவொரு பொருளை அளவுகோலாகப் பயன்படுத்தி அதிகாலை மூன்றுமணிக்கு அந்தக் கட்டிலை வரையத் தொடங்கினான்.

பின்னாலிருந்து அவள் எட்டிப் பார்த்தாள். அவனது விரல்களிலிருந்து, ஏதோ அவற்றினது நீட்சியென்பது போல, லகுவாகவும் துல்லியமாகவும் கோடுகள் பரவின. தனக்குள்ளே முணுமுணுத்தவனாய் உள்ளுக்குள் துடிப்பானதொரு விவாதத்தில் ஈடுபட்டான். அவள் பார்த்துக்கொண்டிருக்க மேலே மூடாப்புடனான ஆடம்பரமான பெரிய கட்டில் உருவானது. ஆனால் எரிச்சலுடன் காகிதத்தைக் கசக்கி எறிந்தான். “அதிக நாசூக்கு,

அதிக அழகு.” அவன் குடியானவனின் படுக்கையைச் செய்ய விரும்பினான். இன்னொரு காகிதத்தை எடுத்து வரைந்தான், அவன் கைகள்தாம் எவ்வளவு அழகானவை என நினைத்தாள், ஒரே நேரத்தில் கனமானதாகவும் நுண்ணியதாகவும் அவை இருந்தன. மணிக்கட்டுகளின் அந்த முக்கோண வடிவ அழகுகள். அவன் விளக்கினான், “இது வெளிச்சட்டம், இதில் மர இணைப்புகள் வர வேண்டும்.”

“அதில் என்னால் உனக்கு உதவ முடியும்,” உற்சாகமாகச் சொன்னாள் ஓரா. “பின்யா–மினாவுக்குப் போவோம், அங்கேதானே நாம் அதை வாங்கினோம்.” கழுவுந்தொட்டிக்கு மேலிருந்த, சமையல் பாத்திரங்கள் அடுக்கப்பட்டு காய்ந்த மிளகாய்கள் தொங்கிக்கொண்டிருந்த மர அலமாரியைக் காட்டினாள்.

“அப்படியானால், நீங்கள் என்னோடு வருகிறீர்களா?”

“கண்டிப்பாக, நாம் சேர்ந்தே போவோம், பிறகு ஜிக்ரான் யோக்கோவில் பொழுதைக் கழிப்போம்.”

“எனக்கு யூகலிப்டஸ் மரக் கட்டைகள் வேண்டும். கால்களுக்கான நான்கு நீண்ட கட்டைகள்.”

‘யூகலிப்டஸ் ஏன்?”

“அவற்றின் நிறம் எனக்குப் பிடிக்கும்.” இந்தக் கேள்வி அவனுக்கு வியப்பைத் தந்தது போலிருந்தது. “இங்கே, தலைப்பலகைக்கு மேலே ஒரு இரும்பு வளைவு.” அதை விரைவாக வரைந்தான்.

“அந்தக் கட்டிலைச் செய்ய ஏறத்தாழ பத்து மாதங்களைச் செலவிட்டான் ஓஃபர்,” அவ்ரமிடம் சொல்கிறாள் ஓரா.

“எய்ன் நகுபா கிராமத்தில் ஒரு பட்டறை இருந்தது, அங்கிருந்த கொல்லனை அவன் சினேகம் பிடித்துக்கொண்டான். மணிக்கணக்காக அங்கே உட்கார்ந்து பலவற்றையும் கற்றுக்கொண்டான். சில சமயம் அங்கே அவனைக் காரில் அழைத்துச் செல்கையில் கட்டில் எப்படித் தயாராகி வருகிறது என எனக்குக் காட்டுவான்.” குச்சியைக் கொண்டு தரையில் வரைகிறாள், “இதுதான் அந்த வளைவு, தலைக்கு மேலிருக்கும் இரும்பு வளைவு. மணிமகுடம்.”

“நன்றாக இருக்கிறது,” தரையைப் பார்த்துக்கொண்டிருக்கும் அவள் முகத்தைப் பார்க்கிறான் அவ்ரம். அவர்களது இரண்டு தலைகளுக்கும் மேலே ஒரு வளைவு.

மலையுச்சியை அடைவதற்குச் சற்று முன்பு ஓய்வாக ஓக் மற்றும் பைன் மரங்கள் நடுவே அமர்கிறார்கள். ஷிப்லி அராபிய நாடோடிகள் கிராமத்திலிருந்த சிறு மளிகைக்கடை அவர்கள் இழந்த தெம்பை திரும்பக் கொடுத்தது. அங்கே அவர்களுக்கு ஒரு பொட்டலம் நாய் உணவுகூடக் கிடைத்தது, அதோடு அங்கே ரேடியோ எதுவும் செய்தி ஒலிபரப்பிக்கொண்டிருக்கவில்லை. அவர்கள் ஒரு முழுக் காலையுணவை வேகமாக விழுங்குகிறார்கள், உடன் புதுமணம் கமழும் திடமான காபியும். காற்று அவர்களது வியர்வையைக் காயவைக்கிறது. வயல்கள் பழுப்பு –

மஞ்சள் – பச்சை கட்டங்களாகத் தெரியும் ஜெஸ்ரல் பள்ளத்தாக்கின் தெளிவான காட்சியையும், கிலியட் மலைகள், மெனாஷெ குன்றுகள் மற்றும் கார்மல் மலைத் தொடர்களால் அமைந்த தொடுவானத்துள் சென்று மறையும் நிலவிரிவுகளையும் ரசிக்கிறார்கள்.

"அதைப் பாருங்கள்," அவர்களுக்கு வாலைக் காட்டியபடி கால்களைப் பரத்திப் படுத்திருக்கும் நாயைப் பார்க்கிறாள் ஓரா. "நாமிருவரும் ஒன்றாகப் படுத்திருந்ததைப் பார்த்ததிலிருந்து இப்படித்தான்."

"பொறாமையா?" என்று கேட்கும் அவ்ரம் ஒரு பைன் குறும்பையை அதன் பாதத்துக்கருகில் வைக்கிறான், அது வீம்புடன் தலையை அந்தப் பக்கமாகத் திருப்பிக்கொள்கிறது.

ஓரா எழுந்து நாயிடம் செல்கிறாள், அதன் கன்னங்களைத் தேய்த்து விட்டு மூக்குடன் மூக்குரசுகிறாள். "என்னவாயிற்று? நாங்கள் என்ன செய்துவிட்டோம்? ஏய், உன் தோழன் அந்தக் கறுப்பனை நினைத்து ஏங்குகிறாயா என்ன? நிஜமாகவே அவன் கட்டுமஸ்தானவன்தான், ஆனால் பெயிட் ஸாயித்தில் உனக்கொரு துணையைக் கண்டுபிடிப்போம்." நாய் எழுந்து சில அடிகள் சென்று பள்ளத்தாக்கைப் பார்த்து மறுபடி அமர்கிறது. "பார்த்தீர்களா அதை?" வியப்புடன் சொல்கிறாள் ஓரா.

ஓராவின் முகத்தில் தோன்றிமறைந்த அவமானத்தைக் கண்டு துணுக்குற்றவனாய், "அந்தக் கட்டில், அந்த வளைவு பற்றிச் சொல்," என அவளுக்கு நினைவூட்டுகிறான் அவ்ரம்.

அதை ஓஃபர் அவளுக்கு விளக்கினான். "முதலில் ஒரே மாதிரியான இரண்டு துண்டுகளைக் கொண்டு நான் அந்த வளைவை அமைத்தேன், அவை இங்கே இந்த இணைப்புக் கட்டையால் இணைக்கப்பட வேண்டும். அது நன்றாக இருந்தது, தொழில்நுட்ப ரீதியாகவும் சரியாக இருந்தது, ஆனால் எனக்கது பிடிக்கவில்லை. அது எனக்குப் பிடிக்கவில்லை, நான் விரும்பிய கட்டிலோடு அது ஒத்துப்போகவில்லை."

அவளால் அவன் சொன்னவை அனைத்தையும் புரிந்துகொள்ள முடியவில்லை, ஆனால் தனது படைப்பை அவன் விவரிப்பதைக் கேட்பதும் பார்ப்பதும் அவ்வளவு பிடித்திருந்தது.

"ஆக இப்போது நான் வேறு வளைவைச் செய்துகொண்டிருக்கிறேன், இப்போது அது ஒரே துண்டு, அதன்மீது இரும்பு இலைகளைக் கொண்டு மூடப்போகிறேன். அது மிகுந்த சிக்கலுடையதாக இருக்கும், ஆனால் அது அப்படித்தானிருக்க வேண்டும், இருக்க வேண்டும், தெரியுமா?"

அவளுக்குத் தெரிந்திருந்தது.

மரக்கட்டைகளின் புழுத்துளைகளைக் கிருமிநீக்கம் செய்தான், வார்னிஷ் கொண்டு அவற்றை அடைத்தான், ஒவ்வொரு கட்டையின் மையத்திலும் தொண்ணூறு பாகையளவு கோணத்தில் செதுக்கினான்.

"'இது திடமான மரம், எதையும் தாங்கக்கூடியது,'" அவன் சொன்னதை அப்படியே சொல்கிறாள், "ஆனால் ஓஃபர் வலுமிக்கவன், அவனுக்கு உங்களுடைய கைகள், இந்த இடத்தில் தடிமனாக இருக்கும்,"

வெளிப்படையான சந்தோஷத்துடன் அவ்ரமின் கையில் தட்டிக் காட்டுகிறாள். “பல வாரங்கள் அந்த மரக்கட்டைகளை வைத்துக் கொண்டு வேலை செய்தான், இறுதியாகத் தனது சொந்தப் பணத்தைக் கொண்டு இரும்பை வெட்டவென்று ஒரு மின்சார வாளை வாங்கினான், அனைத்தையும் அவனே செய்தான், கார் ஓட்டிச் செல்வது தவிர்த்து எங்களை வேறு எதையும் அவன் செய்யவிடவில்லை. ஆனால் அவன் விரும்பியதைச் செய்ய அந்த வாள் பயன்படவில்லை, அவன் இன்னொரு பிளேடை, இன்னும் மூர்க்கமான ஒன்றை, வாங்கினான்,” ஒரு நிபுணருக் குரிய வகையில் அவள் அழுத்தங்கொடுத்துச் சொல்கிறாள். “பிறகு அவன் மரக்கட்டைகளுக்குள் சட்டங்களை அமைத்தான். கொஞ்சம் பொறுங்கள்–”, அவன் உதடுகளில் உருவாகி வரும் ஒரு கேள்வியை இடைமறித்துப் பேசுகிறாள். “தலைக்குமேல் வரும் அந்த வளைவுக்காக. இரும்பைக் கொண்டு அந்தச் சிறு இலைகளையும் அவனே செய்தான். அழகான சிறிய ரோஜா இலைகள், இருபத்தோரு இலைகள், முட்களுடன்.”

அவ்ரம் கேட்டுக்கொண்டிருந்தான், கண்களைச் சுருக்கி கூர்மையாக. ஏதோ யோசனையில் தன் கைகளைத் தடவிக்கொள்கிறான்.

“ஒவ்வொரு இலையையும் இறுதி அம்சம் வரை துல்லியமாக வடிவமைத்தான். நீங்கள் பார்த்திருந்தால் அவை எவ்வளவு அற்புதமாகவும், நுட்பமாகவும் அமைந்திருந்தன என்பதை ரசித்திருப்பீர்கள். “அது மிகப்பெரிய கரடுமுரடான மரக்கட்டை, ஆனால் சட்டத்துக்காகவென்று இந்த அலைபோன்ற கோடுகளில் வழுவழுவென்று ஆனது” – அவள் கைகளை வளைத்துக் காட்டுகிறாள். ஒரு கணம் அவள் ஓஃபரையே அவர்களுக்கு நடுவில் உணர்கிறாள், பெரியவனாக, வலுவானவனாக, மென்மையானவனாக, “அதுபோன்றவொரு கட்டிலை எங்குமே நான் பார்த்ததில்லை.”

இதில் மிகவும் உயிர்த்துடிப்புள்ள ஏதோவொன்று இருக்கிறது, அவள் நினைத்துப் பார்க்கிறாள். அதன் இரும்புப் பாகங்களில்கூட அசைவுகள் இருந்தன.

“அதைச் செய்து முடித்தவுடன், எங்களுக்குத் தந்துவிட முடிவு செய்தான்.”

“அவ்வளவுக்கும் பிறகா?”

“அவனோடு விவாதித்தோம், அதற்கு சம்மதிக்க மாட்டோமென்றோம். ‘இப்படியொரு விசேஷமான கட்டில், நீண்ட காலம் இதற்காக நீ உழைத்தாய், ஏன் அது உன்னுடையதாக இருக்கக்கூடாது?’”

“ஆனால் அவன் பிடிவாதமாக இருந்தான்.” அவ்ரம் புன்னகைக்கிறான்.

“என்ன நடந்ததென்று எனக்குத் தெரியாது. செய்து முடித்துவிட்டு பார்த்தபோது அது அவனைச் சற்றே மிரளச் செய்திருக்க வேண்டும். அது மிகவும் பெரிதாக இருந்தது. நான் பார்த்தவற்றிலே மிகவும் பெரிதான கட்டில்.”

அந்தக் கட்டிலையும் அதன் அளவையும், வசதியாக எத்தனை பேர் அதில் படுக்கலாம் என்பதையும் பற்றிச் சொல்லவந்ததை அப்படியே

விழுங்கிக்கொள்கிறாள். கைகளிலிருந்து மண்ணை உதறுகிறாள். ஏன் அவனிடம் இதைச் சொல்ல வேண்டும்? இந்தக் கதையிலிருந்து சீக்கிரம் வெளியேறிவிட வேண்டும்.

"ஆனாலும் அவன் சொன்னான், 'ஒருநாள் எனக்குத் திருமணமாகும் போது எனக்கென ஒரு புதிய கட்டிலைச் செய்துகொள்வேன். இப்போதைக்கு எனக்கு ஒரு கட்டில் வாங்கிக் கொடுங்கள்.' அவ்வளவுதான். இதுவொரு சிறிய கதை. உங்களுக்குத் தெரிந்தார்ப்போல. வாருங்கள் கிளம்புவோம்."

அவர்கள் எழுந்து தேவாலயங்களையும் மடங்களையும் தவிர்த்தவர்களாய் மலையுச்சியைச் சுற்றி நடக்கிறார்கள், பிறகு ஷிப்லியை நோக்கிக் கீழே இறங்க ஆரம்பிக்கிறார்கள்.

பருந்தொன்று அவர்கள் தலைக்குமேல் வட்டமிடுகிறது, செம்மறியாட்டின் அடிப்புற மென்மயிர்கள் நெருஞ்சிச் செடியில் ஒட்டிக்கொண்டிருக்கின்றன. கிராமத்து நாய்களின் குரைப்பைக் கேட்கும் அந்த நாய் சாதாரணமாக ஓராவுக்கு அருகே வந்து அவளது காலை உரசுகிறது. ஓராவினால் ஒருவர்மீதான மனவெறுப்பை மூன்று நிமிடங்கள்கூடத் தக்கவைத்திருக்க முடியாது, அவள் குனிந்து அதன் பொன்னிற ரோமங்களை வருடிக்கொடுக்கிறாள்.

"அதுதானே? நாம் நண்பர்கள்தானே? என்னை மன்னித்துவிட்டாயல்லவா? நீ எளிதில் உணர்ச்சிவயப்படுபவள். இதை யாராவது உன்னிடம் சொல்லியிருக்கிறார்களா?"

அவர்கள் இணையாக நடக்கிறார்கள். ஓரா அதைத் திட்டுகிறாள், வருடிக்கொடுக்கிறாள், நாய் தன் வாலை உயர்த்திச் சுருட்டிக்கொண்டு மீண்டும் அவர்களைச் சுற்றி மெதுவாகக் குதித்தபடி வருகிறது. கடந்த இரவையும் எதிர்வரும் இரவையும் பற்றி நினைத்துக்கொள்கிறாள், அவ்ரமின் முதுகைப் பார்க்கிறாள். அவளது நினைவிலிருந்ததைப்போல அவனது புருவங்கள் மென்மையாக வெல்வெட் போன்று இல்லையென்பதைக் கடந்த இரவுதான் அறிந்துகொண்டாள். திரட்சியான வெளிக்காதுகள், குடும்பத்தில் ஓஃபருக்கு மட்டுமே அப்படி இருந்தது, இலனும் ஆடமும் அவனது பெரிய முட்டாள்க் காதுகளைக் கேலி செய்வார்கள். அவற்றைத் தொடக்கூட அவளை அனுமதிக்கமாட்டான் ஓஃபர். தொட்டுப் பார்க்க அவை எப்படியிருக்கும் என இப்போது அவள் தெரிந்துகொண்டாள். ஐந்து வருடங்கள், அவள் நினைத்துக்கொள்கிறாள். ஐந்து வருடங்களுக்கு முன்புதான் இலனும் நானும் அந்தக் கட்டிலைப் புழக்கத்துக்குக் கொண்டு வந்தோம். அது ஓசையெழுப்பும் என இலன் பயந்தான். பிறகு அவன் இறங்கிக் கீழே புழங்குமறைக்குச் சென்று மேலே அவளுக்குக் கேட்கும்படி கத்தினான், "இப்போது செய்." பைத்தியம் பிடித்தவள்போல ஓரா கட்டிலின் மேலிருந்து கீழ்வரை குதித்துக்குதித்துப் பார்த்தாள். கடுமையாகக் குதித்ததிலும் வெறிபிடித்தார்ப்போல சிரித்ததிலும் அவளுக்கு மயக்கமே வந்துவிடும் போலிருந்தது (ஆனால் ஒரு கிறீச்சிடல் ஒலிகூட கீழே கேட்கவில்லை.)

"எனக்கு அவனைப் பிடித்திருக்கிறது," சட்டெனச் சொல்கிறான் அவ்ரம்.

"என்ன ?"

அவன் தோள்களைக் குலுக்கிக்கொள்கிறான், மெல்லிய வியப்பில் அவனது உதடுகள் சுருண்டுகொள்கின்றன. "அவன் மிகவும்..."

"மிகவும் ?"

"எனக்குத் தெரியவில்லை, அவன் அப்படிப்பட்டவொரு..." உடலுக்கும் முன்பாக உயர்ந்த அவனது கைகள் ஓஃபரை வரைகின்றன, செதுக்குகின்றன, உயிருள்ள, அடர்த்தியான, திடமான, ஆண்மைமிக்க ஓஃபரை, கற்பனைத் தழுவலில் அவனை இறுக்கிப் பிசைந்தபடி. இப்போது அவன் அவளை நேசிப்பதாகச் சொல்லியிருந்தால்கூட இந்தளவுக்கு அவள் மனம் நெகிழ்ந்திருக்கமாட்டாள்.

"அவன் அப்படி இல்லாதபோதும்..." என ஆரம்பிப்பவள் மனதை மாற்றிக்கொள்கிறாள்.

"எப்படி இல்லை ?"

"அவன் இல்லை, எனக்குத் தெரியவில்லை, அவனொரு கலைஞன் இல்லைதானே ?"

"கலைஞனா ?" அவ்ரமுக்கு வியப்பு. "அதனாலென்ன ?"

"ஒன்றுமில்லை, அதை விடுங்கள், மறந்துவிடுங்கள். கொஞ்சம் இருங்கள், அதை உங்களிடம் நான் சொல்லவில்லையே—ஓ," அவள் வாய் பிளக்கிறாள். "நீங்கள் என்னைத் திகைப்படையச் செய்துவிட்டீர்கள்." அவள் நின்று அவனது கையை எடுத்து நெஞ்சில் வைத்துக்கொள்கிறாள். "இங்கே தொடுங்கள், அதை உணருங்கள். அவனை நேசிப்பதாகச் சொன்னீர்களே, அதை நீங்கள் சொன்னவிதம் எப்படியிருந்தது தெரியுமா. அவனைப்பற்றி நான் சொல்லாதது இன்னும் நிறைய."

சிரித்தபடி தலையைக் குலுக்கிக்கொள்கிறாள். "அவன் ஒரு கிணற்றைக் காப்பாற்றினான், தெரியுமா ? விடுங்கள் நான் கொஞ்சம் அதிகப்படியாகப் பீற்றிக்கொள்கிறேன்."

சற்றே அவமானமடைந்தவனாகக் கேட்கிறான் அவ்ரம், "இதுதான் பீற்றிக்கொள்வதா ?"

"இல்லையென்றால் வேறென்ன ?"

"அது, அவனைப்பற்றி என்னிடம் சொல்வது."

நடையில் வேகம்கூட்டி அவனுக்கும் முன்னால் சென்றபடி தன் கைகளை விரிக்கிறாள். அங்கே மூச்சு முட்டுமளவுக்கு ஆக்ஸிஜன் மிகுந்திருந்தது.

"ஓஃபரும் ஆடமும் ஒரு கிணற்றைக் கண்டுபிடித்தனர். பெயிட் நெகோஃபா அருகே அதார் மலையடிவாரத்தில் அவர்கள் நடைபயணம் மேற்கொண்டிருந்தனர். அங்கே சேறும் கற்களும் நிறைந்து ஊற்று அடைந்து விட்டிருந்த சிறு கிணற்றைப் பார்த்தனர், அதில் தண்ணீர் இல்லை. மெல்லிய ஒழுக்கு மட்டுமே வந்துகொண்டிருந்தது. ஒரு முழு வருடத்துக்கு

அந்தக் கிணற்றை மீட்கப்போவதாகச் சொன்னான் ஓஃபர், உங்களுக்குப் புரிகிறதா? ராணுவத்திலிருந்து விடுப்பில் வீட்டுக்கு வந்ததும் அந்த இடத்துக்குப் போவான். சிலநேரம் அவனுடன் ஆடமும் செல்வான். ஆடம் இந்தச் செயல்திட்டத்தில் இல்லை, ஆனால் ஓஃபர் அங்கே தனியே இருப்பதை நினைத்து அவன் அஞ்சினான். அந்த இடம் சரியாக எல்லைப் பகுதியிலிருந்தது, எனவே அவர்கள் இருவரும் சேர்ந்தே அங்கு சென்றனர்."

ஒவ்வொரு முறை அவள் "அவர்கள் இருவரும்" எனும்போது தனது விலாப்பகுதியில் வெம்மை பரவுவதை அவன் உணர்ந்திருந்தான்.

"ஊற்றை அடைத்திருந்த கற்களையும் பாறைகளையும், மண், சேறு, சகதி, வேர் முதலியவற்றையும் அவர்கள் அகற்றினர்." பேசுகையில் அவள் ஒளி பொருந்தியவளாகிவிடுகிறாள், ஓஃபர் அவளை உயிர்த்துடிப்பால் நிரப்புகிறான். இது நல்லது, இது நல்லதாகவே இருக்கும் என்று அவளுக்கு உறுதி பிறக்கிறது, அவளது பைத்தியக்காரத்தனமான திட்டம் ஈடேறும். "இப்படி அவர்கள் சுத்தம் செய்தபின், நீரைச் சேகரிக்கவென்று ஒன்றரை மீட்டர் ஆழத்தில் சிறு குட்டையைத் தோண்டினார்கள். நாங்களும் அங்கு நிறைய நேரத்தைக் கழித்தோம், அவர்கள் இருவரும் தனித்திருப்பதை நாங்கள் விரும்பவில்லை. சனிக்கிழமைகளில் அங்கு சென்று உணவருந்துவதை வழக்கமாகக் கொண்டிருந்தோம். அவர்களது நண்பர்களும் அங்கு சென்றார்கள், எங்களது நண்பர்களில் சிலரும். ஒருநாள் உங்களை அங்கு அழைத்துச்செல்ல வேண்டும். அந்தக் குட்டைக்கு மேலாக பெரிய மல்பெரி மரமொன்று இருக்கிறது. அப்போது ஓஃபர் மேற்பார்வையாளனாக இருக்க நாங்களெல்லாம் அவனுக்குக் கீழ் வேலை செய்தோம்."

"ஆனால் எப்படி? இதைச் செய்வது எப்படியென எவ்வாறு அவன் தெரிந்துகொண்டான்?"

"முதலில் வீட்டில் சிறு மாதிரியொன்றைச் செய்துகொண்டான். அதில் இலன் அவனுக்கு உதவினான்". கட்டுக்கடங்காத ஆர்வம் அவர்களைத் தொற்றிக்கொள்ள வீடெங்கும் வரைபடங்களும், நீர் விநியோகத்திற்கான கணக்கீடுகளுமாய், பாயும் கோணங்கள், கன அளவுகள் என மாறாத பரிசோதனைகளும் மாதிரிச் செயல்பாடுகளுமாய் அவர்கள் இருந்ததை நினைத்துப் பார்க்கிறாள். "பிறகு, தெரியுமா, நாம் செய்ய வேண்டிய தெல்லாம்…"

"என்ன? நாம் செய்யவேண்டியதெல்லாம் என்ன?"

"அதை நிஜத்தில் கட்டுவதுதான்," தீவிரமான தொனியில் விவரிக்கிறாள். "கிணற்றுச் சுவர்களை வலுப்படுத்துதல், கான்கிரீட், சாந்து. ஒவ்வொரு கட்டமாக அனைத்திலும். அதற்கு விசேஷமானதொரு சாந்து தேவை. இலன் ஒன்றரை டன் சாந்தையும் மணலையும் சிரமத்துடன் காரில் ஏற்றிச் சென்று சேர்த்தார். உங்களுக்குத் தெரிந்ததுதான், யாருக்காகவும் தனது லேண்ட் க்ரூஸரை அவர் தியாகம் செய்யமாட்டார், ஆனால் ஓஃபருக்காகச் செய்தார். பிறகு அவன் பழமரங்களைக் கொண்டு தோட்டமொன்றை உருவாக்கினான். அதில் அவனுக்கு உதவினோம். ஒரு ப்ளம் மரம், ஒரு

எலுமிச்சை மரம், ஒரு மாதுளை மரம், ஒரு பாதாம் மரம் இவற்றுடன் சில ஆலிவ் மரங்களையும் அங்கு கொண்டு வைத்தோம். இப்போது அங்கே நிஜமான சிறு பாலைவனச்சோலை காணப்படுகிறது, கிணறு அழிபடாமல் இருக்கிறது."

அவள் கைகளை நீட்டிச் சோம்பல் முறிக்கிறாள், உற்சாகமாய் அடி வைத்து நடக்கிறாள். அவள் சொல்வதற்கு இன்னும் நிறைய விஷயங்கள் இருக்கின்றன.

அவர்கள் ஷிப்லியைக் கடந்து நடக்கிறார்கள். அவர்களது பாதை வயல்கள், தோப்புகள் மற்றும் இருபுறமும் செழித்து வளர்ந்து தழைந்திறங்கி அவர்களுக்கு அரணாக நிற்கும் தாவரங்களைக் கொண்ட மறைவான வழிகளினுடாகச் செல்கிறது. தெளிவாகத் தெரியாத நிழல்களின் சுமையாலும், எதனாலென்று சொல்லமுடியாத வேதனையாலும் ஓரா தளர்ந்து மெதுவாக நடக்கிறாள். முன்பிருந்த அந்த மிகச்சிறு நம்பிக்கைக் கரைந்து இப்போது முட்டாள்தனமானதாகவும் உள்ளீடற்றதாகவும் தோன்றுகிறது.

இப்போது அங்கே அவர்களோடிருக்கும் ஓஃபரைப்பற்றி நினைக்கிறான் அவ்ரம். அந்த இடத்தில் அவனைக் கற்பனை செய்ய முயல்கிறான், தன்னையே கட்டாயப்படுத்தி தெருக்களையும் குறுக்குச் சந்துகளையும் மனதில் கொண்டுவர முயற்சி செய்கிறான். ஆனால் நிரந்தரமான ஒரு போர் நாடகம் மட்டுமே அவன் மனதுள் நிகழ்கிறது, அவன் ஒருபோதும் நுழையாத, முற்றாகக் காலியான அரங்கில் தொடர்ந்து அந்நாடகம் நடத்தப்படுகிறது. இதுபோல அவனிடம் ஆறு அரங்குகள் உண்டு, எல்லாமே காலியான இருண்ட அரங்குகள். ஒவ்வொரு அரங்கிலும் முடிவற்ற வெவ்வேறு நாடகங்கள் நடத்தப்படுகின்றன, அவன் உறங்கும்போதும் விழிக்கும்போதும். நாடகங்கள் தொடர்ந்து நடக்கவேண்டும், அவன் காதுகளை அடைகையில் அவற்றின் ஒலிகள் தொலைவேயிருந்து கேட்பன போலவும் தெளிவற்றும் இருந்தன. அவன் அரங்கினுள் செல்லவில்லை.

அடி ஒவ்வொன்றையும் வைக்கும்போது ஒரு புது அச்சம் மெல்ல ஓராவினுள் இறங்குகிறது. அவளது அச்சம் தவறானதாகக்கூட இருக்கலாம். ஒருவேளை எல்லாவற்றையும் அவள் தலைகீழாக நினைத்துக்கொண்டிருக்க லாம். ஒருவேளை ஓஃபரைப் பற்றிய கதைகளை அவ்ரமிடம் அதிகம் அவள் சொல்லச்சொல்ல, ஓஃபரின் ஆயுள் குறைந்துகொண்டே போகலாம். மூச்சு முட்டுவது போன்ற நிலையில் அவள் சொல்கிறாள், "திரும்பி வருகையில் அவன் எப்படிப்பட்ட ஆளாக இருப்பான்?"

"ஆமாம்," அவளுக்குப் பின்னாலிருந்து முணுமுணுக்கிறான் அவ்ரம். "நானும் அதைத்தான் யோசித்தேன்."

"அங்கே அவன் எதைப் பார்த்துக்கொண்டிருக்கிறான், என்ன செய்துகொண்டிருக்கிறான் என என்னால் வலுக்கட்டாயமாக சிந்திக்க முடியவில்லை."

"ஆமாம், ஆமாம்."

“அவன் முற்றிலும் வேறுபட்ட மனிதனாகத் திரும்பி வரலாம்.”

தலை குனிந்தவர்களாய், கனத்த சுமைகளைச் சிரமத்துடன் இழுத்தபடி தொடர்ந்து நடக்கிறார்கள்.

ஆனால் ஓஃபர் இப்போது பாதுகாப்பாக இருப்பானா என யோசிக்கிறாள். ஹெப்ரானில் நடந்த அந்த சம்பவத்துக்குப் பிறகு அவன் எதையும் தாங்கிக்கொள்ளக்கூடியவனாக இருப்பான். எனக்கு என்ன தெரியும்? உண்மையிலேயே அவனைப் பற்றி எனக்கு என்ன தெரியும்? இங்கே வாழ்வதற்கு என்னை விடவும் அதிகப் பொருத்தமானவனாக அவன் இருக்கலாம்.

ஏனென்றால், என் அகன்ற வாயை மட்டும் நான் மூடிக்கொண்டு இருந்துவிட்டிருந்தால் இன்று எனக்கென ஒரு குடும்பம் இருந்திருக்கும், அவள் நினைத்துக்கொள்கிறாள். இலன், ஆடம், ஓஃபர் மூவருமே அவளைப் பல தடவை எச்சரித்திருக்கிறார்கள். சில சூழ்நிலைகளை, சில பிரச்சனைகளைப் பொருத்தமட்டில் மௌனமாக இருந்துவிடுவது நல்லதென்று அவளுக்குச் சொல்ல பல்லாயிரம் சிறிய சமிக்ஞைகளை அவர்கள் தந்திருக்கிறார்கள். அதுபற்றிப் பேசாமல் இருந்துவிடு. உங்களது ஆழ்மனதின் முழு ஓட்டத்தையும் நேரடி ஒளிபரப்பில் கொட்டித் தீர்க்கவேண்டிய அவசியம் இல்லை, சரிதானே? ஆனால் எல்லாமே முடிந்த பின்னர்தான் அவளுக்கு அது புரிந்தது. எல்லாச் சூழ்நிலைக்கும் அவர்கள் இடையறாது தங்களைத் தயார்படுத்திக்கொண்டிருந்தனர்– எந்தச் சூழ்நிலைக்கும். உண்மையிலே ஒரு “சூழ்நிலை” ஏற்படும் என்பதை அவர்கள் வெகு முன்பே எந்த ஐயமுமின்றி அறிந்திருந்தனர். ஆடமும் ஓஃபரும் ஒவ்வொருவரும் மூன்று வருடங்களென ஆறு வருடங்கள் ரோந்துகள், சோதனைச்சாவடிகள், துரத்தல்கள், மறைந்திருந்து தாக்குதல், இரவுநேரச் சோதனைகள், எதிரிகளை ஒடுக்குவதன் பொருட்டான காட்சிப் போர் நடவடிக்கைகள் என ராணுவப் பணியிலிருந்ததால் ஒரு “சூழ்நிலை” ஏற்படாமலிருக்க வாய்ப்பே இல்லை. இந்த எரிச்சலூட்டும், கடுகடுக்கவைக்கும் ஆண் ஞானமே ஓராவை சீற்றம்கொள்ள வைத்தது. அவள் மட்டும் ஒரு குட்டிப்பெண் போல நிர்வாணமாக நடந்து கொண்டிருக்க அவர்கள் மூவரும் நல்ல பாதுகாப்புக் கவசங்களை அணிந்திருந்தார்கள். “நீங்கள் இன்னும் ஹைஃபாவில் இருக்கவில்லை, டாரதி,” என்று ஒரு குடும்ப விவாதத்தின்போது அவள் முதுகில் தட்டினான் ஆடம். அது என்ன விஷயம்? ஓஃபரின் பிரச்சனையோடு சம்பந்தப்பட்டதா, அல்லது வேறு விஷயமா? யாருக்கு நினைவிருக்கும்? அவன் பேசிக்கொண்டிருப்பது எதைப்பற்றி, எதையவன் நாசூக்காக உணர்த்த முற்படுகிறான் என்பதை அவள் உணர ஆரம்பிக்கும் நேரம் அவர்கள் பேச்சை வேறு விஷயத்துக்கு மாற்றியிருப்பார்கள். பின்னர் தங்கள் பேச்சை மீண்டும் பழைய விஷயத்துக்கே சட்டென்று மாற்றுவார்கள், அவள் தான் சம்பந்தப்பட்டதைத் தொடங்குகையில் சீட்டாட்டத்தில் ஏமாற்றுபவர்களைப்போல அவர்கள் வேகமாகப் பேச்சை மாற்றிக் கொள்வார்கள். இதுபற்றி அவ்ரம் என்ன சொல்வான் என யோசிக்கிறாள்.

தனது அரங்குகள் அனைத்திலும் வேகமாக நுழைகிறான் அவ்ரம். ஒரு கை விரல்களைப்போல ஐந்து அரங்குகள். ஒருகாலத்தில் அவை

அதிக எண்ணிக்கையில் இருந்தன, மிக அதிக எண்ணிக்கையில். ஆனால் இந்த வருடங்களில் மிகுந்த சிரமத்துடன் அவன் அந்த எண்ணிக்கையைக் குறைத்திருக்கிறான். ஒரேநேரத்தில் அவையனைத்தும் செயல்படும்படி பார்த்துக்கொள்வதென்பது அவனது சக்தியை மீறிய விஷயம், அதற்கு அவனுக்கு வசதி வாய்ப்புகளும் குறைவு. வரிசையாக மூடியிருக்கும் கதவுகளின் வழியாக அவசரமாக உள்ளேபோய் வெளியே வருகிறான், இரண்டு கைகளின் விரல்களைக் கொண்டும் அவற்றை எண்ணுகிறான், இரண்டாவது கை உபரிப் பயன்பாட்டுக்கு. காதைத் தீட்டிக்கொண்டு உள்ளிருந்து வரும் பலவீனமான முணுமுணுப்பைக் கேட்கிறான், இருபத்தாறு வருடங்களாக, இரவும்பகலும், அவற்றின் புதுமை மாறாமல் நாடகங்களின் பின்னணி இசை தொடர்ந்து இசைக்கப்படுகிறது. இங்கொன்றும் அங்கொன்றுமாக வரிகளைச் செவிகொள்கிறான், சிலநேரம் ஒரேயொரு வார்த்தை போதும் கதையில் அவர்கள் எந்த இடத்தில் இருக்கிறார்கள் என்பதைத் தெரிந்துகொள்வான். ஒரேயடியாக அரங்குகளை மூடிவிட்டு விளக்குகளை அணைத்துவிட வேண்டும் என்று சிலநேரம் நினைப்பான். இன்னொரு பக்கம் அதைத் தொடர்ந்து நிலவப்போகும் மௌனத்தை நினைத்தால் கடும் பீதி உண்டாகும். உள்ளீடற்ற ஒரு மௌனம், இருட் பள்ளத்தாக்கில் முடிவற்று ஓசையுடன் வீழ்ந்தபடியிருக்கும் காற்று.

ஒவ்வொரு எண்மீதும் கட்டைவிரலை ஓடவிட்டு, ரகசியமாகத் தன் விரல்களை எண்ணுகிறான். குறித்த கால இடைவெளியில் அவன் இதைச் செய்ய வேண்டும், அது அவனது வாடிக்கையான பராமரிப்புப் பணி. போர் குறித்து ஒரு நாடகம். போருக்குப் பிந்தைய நிலை குறித்து இன்னொரு நாடகம், அதில் மருத்துவமனை வாசம், அறுவைச் சிகிச்சைகள் ஆகியன இருந்தன. இன்னொன்று இஸ்ரேலில் களப் பாதுகாப்புப் படை, ஷபக், பாதுகாப்பு அமைச்சகம் மற்றும் உளவுத் துறை தலைமையகம் ஆகியன நடத்திய விசாரணைகள் குறித்த நாடகம். மற்றொரு நாடகம் இலன், ஓரா மற்றும் அவர்களது பிள்ளைகளின் வாழ்க்கை பற்றியது. அடுத்த நாடகம், போர்க்கைதிகளுக்கான சிறை பற்றியது, ஆமாம், அபாஸியாவில் நடப்பது, இந்த நாடகத்தைத்தான் வேறெவற்றுக்கும் முன்னால், முதலாவது அரங்கில், அவன் வைத்திருக்க வேண்டும். இந்நாடகத்தைக் கொண்டு ஆரம்பிக்க வேண்டுமென்பதை மறந்துவிட்டிருந்தான், அது நல்ல விஷயமாக இல்லை. ஓஃபரைப் பற்றிய எண்ணங்கள், இப்போது போரில் ஈடுபட்டிருக்கும் ஓஃபரைப் பற்றிய எண்ணங்கள் அவனை நிலைகுலையச் செய்திருக்க வேண்டும். இது நல்லதில்லை.

மீண்டும் அவன் தன் விரல்களை எண்ணுகிறான். எதிராக நிற்கும் கட்டைவிரல்தான் போர்க்கைதி குறித்த நாடகம். எந்தச் சூழ்நிலையிலும் அவன் அதை அவமானப்படுத்தக்கூடாது. இப்போது அவன் செய்த இந்தப் பெரும் தவறுக்கு, மன்னிக்க முடியாத அவமதிப்புக்கு, வேதனைமிகு, மரியாதைக் குறைவான கீழ்மைப்படுத்தலுக்குப் பிராயச்சித்தமாகச் சிறு பலி ஏதாவது கொடுக்க வேண்டும். இரண்டாவது நாடகம் போர் குறித்தது. மருத்துவமனை, சிகிச்சைகள் எல்லாம் மூன்றாவது நாடகம். இஸ்ரேலில் நடக்கும் விசாரணைகள் நான்காவது நாடகத்தில். ஓரா மற்றும் இலனின் குடும்பம் ஐந்தாவது நாடகத்தில்.

கைகளை நன்றாகக் கால்சராய்ப் பைகளுக்குள் நுழைத்துத் தன்னையே கிள்ளிக்கொள்கிறான், தொடைத் தசைகளைத் திருகி தனது ஆணிகளான கட்டைவிரல் மற்றும் மோதிரவிரலை வேறு யாருடைய தசையோ என்பது போல இறக்குகிறான். என்ன தைரியம் உனக்கு, போர்க்கைதிகளுக்கான சிறையிலிருந்து ஏன் நீ தொடங்கவில்லை! நடந்தபடியே, மண்டியிட்டு உயரமான, மீசை வைத்த விசாரணையாளரிடம், டாக்டர் அஷ்ரஃபிடம், அச்சமூட்டும், முறுக்கேறிய கைகளைக் கொண்ட டாக்டர் அஷ்ரஃபிடம் கெஞ்சுகிறான். அது எப்போதுமே அப்படி நடப்பதில்லை என விளக்கு கிறான். மிக அரிதாகவே அது நிகழ்ந்திருக்கிறது. மீண்டும் அது நிகழாது. அவனது வெகு ஆழத்தில், கிழிபடும் தோலின் வழியாக: பிரமாதம், இப்போது நீ பேசுகிறாய், உன் தவறை நீ புரிந்துகொண்டுவிட்டாய். அவனது ஆடையிலும் விரல்முனைகளிலும் ஈரம் பரவுகிறது.

ஓரா முகத்தைக் கைகளில் தாங்கிக்கொண்டிருக்கிறாள். வற்றிய கிணற்றுக்குள் பார்த்துக் கத்துவதுபோல, “அவ்ரம்!” என அவனைப் பார்த்துக் கத்துகிறாள். “அவ்ரம்!” நிலைகுத்திய விழிகளால் அவளைப் பார்க்கிறான். அவன் இங்கு இல்லை. தனது இருண்ட நாடக அரங்குகளுக்குள் வெறித்தனமாக நுழைந்து வெளிவந்தபடியிருக்கிறான். “அவ்ரம், அவ்ரம்,” திகிலுற்றவளாய் அவனை அழைக்கிறாள், போராடுகிறாள், சளைக்காமல் முயற்சிக்கிறாள். அதைச் செய்யும் ஆற்றல் அவளுக்கு உண்டு. தயங்கி நகரும் அலைகளில் பயணித்து அவன் சுயநினைவுக்கு வருகிறான், எழுகிறான், தனது விழிகளின் கருமணிகளில் மறுபடி மீண்டும் உயிர்க்கிறான், பரிதாபத்துக்குரிய சரணாகதியில் புன்னகைக்கிறான்.

“மூன்று வாரங்களுக்கு ஒருமுறை விடுப்பில் அவன் வீட்டுக்கு வந்தான்,” ஓரா சொல்கிறாள். கதவைத் தாண்டி உள்ளே வந்ததுமே அவன்மீது பாய்ந்து இறுகக் கட்டிக்கொள்வாள், பிறகே நினைவு வந்து தனது மார்பகங்களை அவனிடமிருந்தும் விலக்கிக்கொள்வாள். லேசாக முளைவிட்டிருக்கும் மென்மையான அவனது தாடை முடிகளில் கன்னம் உரசுவாள். அவன் முதுகில் தொங்கும் துப்பாக்கியின் உலோக பாகத்தில் பட்டு அவளது கைவிரல்கள் விதிர்த்து மடங்கிக்கொள்ளும், அந்த முதுகில் ராணுவ மயமாகாத, ராணுவத்துக்குச் சொந்தமாயில்லாத, தனது கைக்குத் தேவைப்படும் ஓர் இடத்தை அவை தேடும். அவள் கண்களை மூடி, பழுதின்றி அவனை மீண்டும் வீட்டுக்குக் கொண்டுவந்ததற்காக யாருக்கெல்லாம் நன்றி சொல்ல வேண்டுமோ அவர்களுக்கெல்லாம் நன்றி சொல்வாள். கடவுளோடு மீண்டும் இணக்கமாகிவிடக்கூட விருப்பம் கொண்டிருந்தாள். அவள் தன்னுடைய நண்பன் என்பதுபோல முதுகில் வேகமாக மூன்று தட்டு தட்டுகையில் அவள் தெளிவடைவாள். அந்த *த்வாக்–த்வாக்–த்வாக்கைக்* கொண்டு அவளைத் தழுவும்போதிலே, அவளுக்கும் அவனுக்குமிடையிலான எல்லைகளையும் அவன் வகுத்துக் காட்டிவிடுவான். ஆனால் அவள் இதில் அனுபவமிக்கவள், விரைவிலேயே அவமதிப்பின் முணுமுணுப்புகளை மகிழ்வின் உற்சாக ஒலிகளில் மூழ்கடித்துவிடுவாள். “இப்படி வா, உன் உடம்பைப் பார்ப்போம். உடம்பு கன்றிப்போய்க் கிடக்கிறது, வெயிலில் நீ கறுத்துப் போய்விட்டாய்,

வெப்பக்காப்புக் களிம்பை போதுமான அளவு நீ பயன்படுத்துவதில்லை. இந்தச் சிராய்ப்பு எப்படி ஏற்பட்டது? இவ்வளவு கனமான மூட்டையைத் தூக்கிக்கொண்டு எப்படி உன்னால் நடமாட முடிகிறது, எல்லோருமே இப்படிக் கனக்கும் முதுகுப்பையுடன்தான் வீட்டுக்குப் போகிறார்கள் என்கிறாயா?" அவன் உளறலாக எதையாவது சொல்வான். ஒரு காலத்தில் பள்ளிக்குப் போகையில் இந்த வீட்டையே உன் முதுகில் சுமந்து சென்றாய் என்று அவனிடம் நினைவுபடுத்த உண்டாகும் ஆவலை அடக்கிக்கொள்வாள். அவன் ராணுவத்தின் ஆயுதப்படை பிரிவில்தான் பணியாற்றுவான் என்பதை அப்போதே அவள் யூகித்திருக்க வேண்டும்.

தனது க்ளிலன் துப்பாக்கியை மெதுவாகக் கழற்றினான், தோட்டாக்களைத் தடிமனான காக்கிப் பட்டைத் துணியில் இறுக்கிக் கட்டினான். அவன் பெரிய ராட்சசன் போலவும் அந்த வீடு அவனுக்கு மிகச் சிறியது போலவும் தோன்றியது. மொட்டையடிக்கப்பட்ட தலையும் வளைந்த நெற்றியும் அவனுக்கு அச்சுறுத்தும் தோற்றத்தைத் தந்திருந்தன. ஒரு கணம் சோதனைத் தடுப்பு ஒன்றில் தனது அடையாள அட்டையை அவள் பவ்யமாக அவனிடம் தந்துகொண்டிருந்தாள். "நீ பசியோடிருப்பாய்!" உற்சாகமாய்ச் சொன்னாள், அவள் தொண்டை வறண்டிருந்தது. "மதிய உணவு நேரத்தில் வருவதாக ஏன் நீ சொல்லவில்லை? நீ பிற்பகல்தான் வருவாய் என நினைத்திருந்தோம். வரும் வழியில் தொலைபேசியாவது செய்திருக்கலாம், இறைச்சிக் கண்டத்தை குளிராற்றியாவது வைத்திருப்பேன்."

"அவன் இறைச்சியுண்கிறான் என்கிற விஷயம் இன்றுவரை என் மனதில் பதியாதது," அவ்ரமிடம் சொல்கிறாள். "அவனுக்குப் பதினாறு வயதிருக்கும், தன் மனதை மாற்றிக்கொண்டான். தனது மரக்கறியுணவுப் பழக்கத்தை அவன் கைவிட்டது அவனைவிடவும் எனக்குக் கடினமான ஒன்றாக இருந்தது. உங்களுக்குப் புரிகிறதா?"

"ஏன், மரக்கறியுணவுப் பழக்கமென்ன விசேஷமானதா? அது ஒருவரது சிறப்பியல்பா?" குறுகுறுப்புடன் கேட்கிறான் அவ்ரம்.

"ஆமாம், அப்படித்தான் நினைக்கிறேன். அது ஒருவகை தூய்மையும்கூட. பரிசுத்தத் தன்மை என்று சொல்ல மாட்டேன், ஏனென்றால் மரக்கறியுணவுப் பழக்கம் கொண்டிருந்தாலும்கூட ஓஃபர் எப்போதும்..." சற்றுத் தயங்குகிறாள், அவனிடம் சொல்லத்தான் வேண்டுமா? அவளால் சொல்ல முடியுமா? அவள் சொல்லலாமா? "அவன் இகவாழ்வுக்காரனாக இருந்தான் (நல்லவேளை "உடலைப் பிரதானமாக எண்ணுபவனாக" இருந்தான் எனச் சொல்லாமல் விட்டோமே), "அவனது முதிர்வின் ஒரு பகுதி ஒரே நேரத்தில் சட்டெனத் திசைமாறியது, தனது வலுவனைத்துடனும் அந்தத் திசை நோக்கி, மரக்கறியுணவுப் பழக்கத்துக்கு எதிர்த் திசை நோக்கித் திரும்பியது, அது ஒருவகை எதிர்மை." சங்கடமாகச் சிரிக்கிறாள். "நான் சொல்வது என்னவென்று எனக்கே விளங்கவில்லை."

"என்ன எதிர்?"

"எனக்குத் தெரியவில்லை. அதிகமும் அது *யார்* என்பது பற்றியதாக இருக்கலாம்."

“யாருக்கு எதிர்?”

“எனக்கும் தெரியவில்லை,” ஆனால் அவளுக்குள் ஒரு யூகமுண்டு, “ஒருவேளை அது மென்மைத்தன்மைக்கு எதிராக? பலவீனத்துக்கு எதிராக?”

அவ்ரம் சொல்கிறான், “ஆடமா?”

“இருக்கலாம், எனக்குத் தெரியவில்லை. அவன் எவ்வளவு முடியுமோ அவ்வளவு . . . எனக்குத் தெரியவில்லை . . . கறாராக இருக்க முடிவு செய்தானென்று நினைக்கிறேன், நிறைந்த ஆண்மையுடனும். இரண்டு கால்களும் தரையில் அழுந்த ஊன்றியிருக்கும்படி, சற்றே வேண்டுமென்றே உடலைப் பிரதானப்படுத்தி, அப்படித்தானா?”

பகலின் வெம்மை கூடிக்கொண்டே வருகிறது, அவர்கள் மௌனமாக நடக்கிறார்கள், அப்படி நடப்பது சௌகரியமாக இருக்கிறது. இப்போது சொல்ல முடியாததை மாலையோ, மறுநாளோ அல்லது வருடங்கள் கழித்தோ சொல்லிக்கொள்ளலாம். எப்படிப் பார்த்தாலும் அது சொல்லப்பட்டுவிடும். தெவோரா மலையுச்சியை அடைந்து நிழல் படிந்த புல்திட்டு ஒன்றில் படுத்து உறங்குகிறார்கள். மலைகளால் சக்தியுறிஞ்சப்பட்டவர்களாய் ஏறத்தாழ இரண்டு மணிநேரம் உறங்கு கிறார்கள். விழித்தபோது அவர்களைச் சுற்றிலும் குடும்பம் குடும்பமாக மனிதர்கள். தாபோர் மலை, கில்போவா, நாசரேத், ஜெஸரீல் பள்ளத்தாக்கு இவற்றைப் பார்த்தபடி ஒரு நாளை ஓய்வாகக் கழிக்க வந்திருப்பவர்கள். கார் ரேடியோக்களிலிருந்து எல்லாத் திசையிலும் சத்தமாக அரபி இசை ஒலிக்கிறது, வாட்டடுப்புகளிலிருந்து புகை கலந்த மணம் எழுகிறது, வேகமாக இயங்கும் விரல்களைக் கொண்ட பெண்கள் நீண்ட மர மேசைகளில் இறைச்சியையும் காய்கறிகளையும் நறுக்குகிறார்கள், கிபேவை உருட்டுகிறார்கள், சிறுகுழந்தைகள் சிரிக்கின்றன, மெல்ல அழுகின்றன, நிறைந்த ஹூக்காக்களிலிருந்து ஆண்கள் புகைக்கிறார்கள், பையன்கள் கண்ணாடிப் புட்டிகளை நிற்கவைத்து ஒன்றன்பின் ஒன்றாகக் குறிபார்த்துக் கல்லால் அடித்து உடைக்கிறார்கள். உறக்கம் அவர்களை உருட்டிவிட்டிருந்த இருட்பள்ளத்தாக்கை வியந்தவர்களாய் ஓராவும் அவ்ரமும் பதறியடித்து இந்தக் காட்சிக்குள் எழுகிறார்கள். உஷாராக இருக்கத் தவறவிட்டோம் என்ற உணர்வு அவர்களுக்கு ஏற்படுகிறது. விரைந்து தங்களது பைகளையும் ஊன்று கம்புகளையும் எடுத்துக்கொண்டு ஒரு வார்த்தையும் பேசாமல் விடுமுறை கொண்டாட்டக்காரர்களிடையே நடந்து வெளியே வருகிறார்கள். விவரிக்க முடியாத ரகசியத்துடன் அவர்கள் நழுவி வெளியேறுகிறார்கள், நாயும் கால்களுக்கிடையே வாலை மடக்கிக்கொண்டு அவர்களோடு வருகிறது. அருகேயிருக்கும் அராபிய கிராமத்தை நோக்கிய பாதையில் அவர்கள் இறங்கி வருகிறார்கள். பாங்கு சொல்பவர் தொழுகைக்கு அழைக்கிறார், அவரது குரலின் எதிரொலிகள் அவர்களை மூழ்கடிக்கின்றன. அபாஸியாவில் தான் சந்தித்த பாங்கு சொல்பவரை நினைத்துக்கொள்கிறான் அவ்ரம். மெட்டுக்கேற்ப பாடல் வரிகளை ஹீப்ரூவில் எழுதிக்கொண்டு தனது சிறையறையில் அவரோடு சேர்ந்து பாடுவான்.

சூரியன் சிவந்துபோய், வானத்தில் தாழ்வாக இருந்தபடி இறுதியாக ஒருமுறை வண்ணங்களைத் தீப்பற்றச் செய்துவிட்டு நிலத்திற்கு மேலாக நின்றது. "சீக்கிரமே இருட்டிவிடும், தூங்குவதற்கு ஒரு இடத்தைக் கண்டுபிடிக்க வேண்டும்," என்கிறான் அவ்ரம். பாதை அடையாளக் குறிகள் அழிக்கப்பட்டிருக்கின்றன, அல்லது யாரோ வேண்டுமென்றே அவற்றை உடைத்துப் போட்டிருக்கிறார்கள், அடையாளங்கள் வரையப் பட்ட கம்பங்களைத் தவறான திசையை நோக்கித் திருப்பி வைத்திருக் கிறார்கள். "ஆனால் இந்த இடம் மிகவும் அழகாக இருக்கிறது," ஓரா முணுமுணுக்கிறாள், வேறொருவருடைய காட்சியினுள் உற்றுப் பார்ப்பதைப்போல அவள் குரலில் அவமானம் தொனிக்கிறது. இனியும் அவர்களுடையதாக இருக்க வாய்ப்பில்லாத அந்தப் பாதை ஆலிவ் தோப்புகள், பழத்தோட்டங்கள் வழியாக வளைந்துநெளிந்து போகிறது. ஒருவேளை அவர்கள் வேறு பாதைக்குள் தள்ளப்பட்டிருக்கலாம். பாதைக்கு இணையாக ஓடையொன்று பாய்ந்து செல்கிறது. ஸமியின் சிலும்பலும் ஓஃபருடன் ராணுவ முகாமுக்குச் சென்ற பயணமும் அவள்மீது மயங்கிச் சரிந்த யாஸ்தியும் அவனுக்குப் பாலூட்டிய பெண்ணும் அந்த ரகசிய மருத்துவமனையின் தரையில் அமர்ந்து சிறு எரிவாயு அடுப்புகளில் உணவைச் சூடாக்கிக்கொண்டிருந்தவர்களும் மண்டியிட்டு தனக்கு முன் நாற்காலியில் அமர்ந்திருந்தவருக்குக் காலில் கட்டுப் போட்டுக்கொண்டிருந்த நபரும் அவள் நினைவுக்கு வருகின்றனர்.

அடிவாங்கியவர்களாய், காயம்பட்டுக் கிடந்த அம்மனிதர்களைப் பார்க்கையில் ஸமியின் மனவோட்டம் என்னவாக இருந்திருக்குமென்பதை எப்படி அவள் யோசிக்காமல் போனாள்? வீட்டுக்குப் போனதும் முதல் வேலையாக அவரைத் தொலைபேசியில் அழைத்து மன்னிப்புக் கேட்கவேண்டும் என மனதுக்குள் தீர்மானித்துக்கொள்கிறாள். அன்று தான் இருந்த மனநிலையை விவரித்து, எதுவுமே நடக்கவில்லையென்பதுபோல அவளோடு அவரை மறுபடியும் இணக்கம்கொள்ளச் செய்துவிடுவாள். அவர் மறுத்தால் மிக எளிய வழியில் அவள் விளக்குவாள். அவர்கள் இணக்கமாகத்தான் வேண்டும், ஏனென்றால் ஒரேயொரு மோசமான நாளை மறந்து அவர்கள் இணக்கமாகவில்லையென்றால் அந்தப் பெரும் பிணக்கு தீர்க்கப்பட வாய்ப்பில்லாமலே போகக்கூடும். இந்த நினைவுகளை அகழ்ந்தபடியே செல்கிறாள், ஸமியுடனான உற்சாகமான உரையாடலைத் திட்டமிடுகையில் அவள் உதடுகள் அசைகின்றன. அவ்ரம் புருவமுயர்த்தி எதிரேயிருக்கும் குன்றின் உச்சியைப் பார்க்கிறான், அங்கே ஒரு பாறையின் பின்னாலிருந்து இடையனொருவன் அவர்களிருவரையும் பார்த்துக்கொண்டிருக்கிறான். தன்னை அவர்கள் பார்த்துவிட்டதை உணர்ந்த அவன் கைகளைக் குவித்து வாய்மீது வைத்துப் பக்கத்து குன்றின் உச்சியில் குதிரை அல்லது கோவேறு கழுதையின் மீதிருக்கும் இன்னொரு இடையனை அரபியில் கூவி அழைக்கிறான். அவன் இன்னொருவனை அழைக்க இன்னொரு குன்றின் உச்சியிலிருந்து மூன்றாவதாக ஒருவன் வெளிப்படுகிறான். மேலே இடையர்கள் முன்னும் பின்னுமாக கூவி அழைத்துக்கொண்டிருக்க ஓராவும் அவ்ரமும் விரைவாகப் பாதையில் கீழிறங்குகிறார்கள். அவர்களது பேச்சை வாயைத் திறக்காமல் மெதுவான குரலில் மொழிபெயர்க்கிறான் அவ்ரம்: "யார் அவர்கள்?" ஒரு இடையன்

கேட்கிறான். அடுத்தவன் சொல்கிறான், "எனக்குத் தெரியவில்லை, சுற்றுலாப் பயணிகளாக இருக்கலாம்." தீர்மானமாக "யூதர்கள்," என்கிறான் மூன்றாமவன். "அவனது சப்பாத்துகளைப் பார், நிச்சயம் அவர்கள் யூதர்களாகத்தான் இருக்க வேண்டும்." "அப்படியானால் இங்கே அவர்கள் என்ன செய்துகொண்டிருக்கிறார்கள்?" "தெரியவில்லை. சும்மா நடக்கிறார்கள்போல." "யூதர்கள், சும்மா நடக்கிறார்களா, இங்கேயா?" என்கிறான் குதிரை மீதிருப்பவன். அவன் கேள்விக்கு யாரிடமிருந்தும் பதிலில்லை. அவர்களது எஜமானர்கள் கத்திப் பேசுகையில் மந்தைக் காவலுக்கிருக்கும் நாய்கள் குரைக்கின்றன. ஓராவின் நாய் பதிலுக்கு உறுமுகிறது, குரைக்கிறது. தனது காலருகே இழுத்து அதனை அமைதிப்படுத்த முயல்கிறாள் ஓரா. இடையர்களுள் ஒருவன் தொடர்ச்சியாகத் தனது குரலை ஏற்றியிறக்கிப் பாடத் தொடங்குகிறான், குன்று உச்சிகளிலிருந்து மற்றவர்களும் அவனோடு சேர்ந்துகொள்கிறார்கள். நாம் விரைவாகப் போயாக வேண்டும் என கிசுகிசுக்கிறான் அவ்ரம். ஓராவுக்கு அது காதல் அல்லது சரசமாடலுக்கான பாடல்போலத் தோன்றுகிறது, அல்லது அது அவளை நோக்கி சாடையாகப் பாடப்பட்ட மோசமான அர்த்தம் கொண்ட பாடலாகவும் இருக்கலாம். ஒன்றையொன்று நெருங்கிவரும் இரு குன்றுகளுக்கிடையேயான குறுகலான பாதையில் இருவரும் அமைதியாக நடக்கின்றனர், சொல்லப்போனால் ஓடுகின்றனர். பாதையின் முடிவில் பெரிய பாறைகளின் குவியல் அவர்களது வழியை மறித்து நிற்கிறது. இருப்பவற்றிலே பெரிதான பாறையொன்றின் கீழ் வைக்கோல் தொப்பியணிந்த நல்ல தடிமனான மூன்று ஆண்கள் தங்கள் உடம்பைத் தளர்த்தி வசதியாகப் படுத்தபடி எந்த உணர்ச்சியுமின்றி அவர்களைப் பார்க்கின்றனர்.

அசையாது நின்றபடி, வேகமாக மூச்சுவாங்க, "ஷலோம்," என்கிறாள் ஓரா.

அவர்கள் மூவரும் "ஷலோம்," என்கிறார்கள். அவர்களுக்கு நடுவில் விரிந்திருக்கும் பாயில் தர்ப்பூசணிப் பழத் துண்டுகளும் ஒரு செப்புத் தட்டில் மூன்று காபி கோப்பைகளும் இருக்கின்றன. கைப்பிடியற்ற ஃபிஞ்சன் காபி கோப்பை மண்ணெண்ணெய் அடுப்பில் வைக்கப்பட்டிருக்கிறது.

"நாங்கள் நடைபயணம் மேற்கொண்டிருக்கிறோம்," என்கிறாள் ஓரா.

"சதான் – உங்களுக்கு அது நன்மை பயக்கும்," அவர்களுள் வயதானவராக இருந்தவர் சொல்கிறார். அவருக்கு நன்கு வலுவேறிய திரட்சியான முகம், அதில் மஞ்சளேறிக்கொண்டிருக்கும் வெள்ளை மீசை.

"இங்கே நன்றாக இருக்கிறது," அவள் முணுமுணுக்கிறாள், விசித்திரமாக அவள் குரலில் மன்னிப்புக் கேட்கும் தொனி.

"ஃபதலு(நல்வரவு) – தயவுசெய்து," என்றபடி அமருமாறு அவர்களிடம் சைகை செய்தவர் பிஸ்தா நிறைந்த தட்டை அளிக்கிறார்.

"இது எந்த இடம்?" எனக் கேட்டபடி தான் நினைத்ததை விடவும் அதிகமாக, கை நிறைய, பிஸ்தாக்களை அள்ளிக்கொள்கிறாள்.

“நாம் எய்ன் மாஹெலில் இருக்கிறோம்,” என்கிறார் அவர். “அங்கே மேலே நாசரேத், அந்த விளையாட்டரங்கம் இருக்கிறது. நீங்கள் எங்கிருந்து வருகிறீர்கள்?”

ஓரா சொல்கிறாள். ஆச்சரியமடைந்தவர்களாய் அவர்கள் மூவரும் நிமிர்ந்து உட்காருகிறார்கள். “இவ்வளவு தூரமா? *யா அனி*” (அப்படியானால்) நீங்கள் தடகள வீரர்களா?

ஓரா சிரிக்கிறாள். “இல்லையில்லை. தற்செயலாக நாங்கள் இவ்வளவு தூரம் வந்துவிட்டோம்.”

“காபி?”

அவ்ரமைப் பார்க்கிறாள் ஓரா, அவன் ஆமோதிப்பாகத் தலையசைக்கிறான். அவர்கள் தங்களது முதுகுப்பைகளை இறக்கி வைக்கின்றனர். அன்று காலை ஷிப்லியில் வாங்கிய பிஸ்கட் பொட்டலமும், கின்னரெட்டில் வாங்கிய வேஃபர் பொட்டலமும் அவள் பையில் இருக்கின்றன. அந்த முதியவர் அவர்களுக்கு தர்ப்பூசணித் துண்டுகளைத் தருகிறார்.

“ஆனால், தயவுசெய்து செய்திகள் பற்றி எதுவும் பேசாதீர்கள்,” தன்னையும் மீறி உளறுகிறாள் ஓரா.

ஃபிஞ்சனில் இருக்கும் காபியை மெதுவாகக் கலக்கியபடி, “ஏதேனும் விசேஷ காரணமா?” எனக் கேட்கிறார்.

“இல்லை, காரணமெதுவுமில்லை. அதிலிருந்தெல்லாம் விலகி நிம்மதியாக இருக்க விரும்புகிறோம், அவ்வளவுதான்.”

சிறிய கோப்பைகளில் அவர் காபியை ஊற்றுகிறார். அவருக்குப் பக்கத்தில் தடித்த கைகளுடன் மரபான தலைமறைப்புத் துணியும் அதைத் தலையுடன் இறுக்கிய கயிறுடனும் காணப்பட்ட அதிகம் பேசாத நபர் தனது ஹுக்காவிலிருந்து அவ்ரமுக்கு ஒருமுறை புகைக்கத் தருகிறார். அவ்ரம் ஒருமுறை புகைக்கிறான். பிறகு ஒரு இளைஞன் – நிச்சயமாகக் குன்றுகள் மீதிருந்து அவர்களைப் பார்த்த அந்த மூன்று இடையர்களில் ஒருவன் – தனது குதிரையில் இங்கு வந்து அவர்களோடு சேர்ந்துகொள்கிறான். அந்த முதியவரின் பேரன் அவன். பெரியவர் அவனைத் தலையில் முத்தமிடுகிறார், பின் விருந்தினர்களுக்கு அறிமுகப்படுத்துகிறார். “இவன் பெயர் அலி ஹபீப்–அல்லா. இவனொரு பாடகன், உங்கள் டிவியில் காண்பிக்கப்படவிருக்கும் ஒரு போட்டி நிகழ்ச்சியில் முதல் சுற்றில் வெற்றி பெற்றிருக்கிறான்,” என்கிறார் தாத்தா சிரித்தபடி, அவன் முதுகில் செல்லமாகக் குத்துகிறார்.

“சொல்லுங்கள். நான் கேட்கும் இரண்டு கேள்விகளுக்கு உங்களால் பதில்சொல்ல முடியுமா?” அவளையே ஆச்சரியப்படுத்தும் திடீர் தைரியத்துடன் கேட்கிறாள் ஓரா.

“கேள்விகளா?” தனது முழு உடலையும் அவளை நோக்கித் திருப்புகிறார் முதியவர். “என்னமாதிரிக் கேள்விகள்?”

“ஒன்றுமில்லை, சாதாரண விஷயம்தான்,” அவள் சிரிக்கிறாள். “நாங்கள் ஒரு விஷயத்தைச் செய்துகொண்டிருக்கிறோம், உண்மையில்

அதை நாங்கள் இன்னும் தொடங்கவில்லை, அதைச் செய்யலாம் என்று நினைத்துக்கொண்டிருக்கிறோம். வழியில் சிறிய அளவில் ஏதோ கணக்கெடுப்புப்போல ஒன்றை எடுத்துவரும் ஒரு நபரைச் சந்தித்தோம்." மீண்டும் சங்கடமாகச் சிரிக்கிறாள், அவ்ரமைப் பார்ப்பதைத் தவிர்க்கிறாள். "எனவே ஒவ்வொரு முறை யாரையாவது சந்திக்க நேர்கையில் இரண்டு கேள்விகள் கேட்கலாமென்று நாங்கள் நினைத்தோம், இல்லை நான் நினைத்தேன். சிறு கேள்விகள்."

அவ்ரம் அவளைத் திகைப்புடன் பார்க்கிறான்.

"என்ன கேள்விகள்?" என்கிறான் அலி, பரபரப்பில் அவன் கன்னங்கள் சிவந்துவிட்டிருக்கின்றன.

"இது ஏதாவது பத்திரிகைக்கா?" விடாமல் காபியைக் கலக்கியபடியும், அடுப்பில் அனலைக் கூட்டிக் குறைத்தபடி இருக்கும் முதியவர் கேட்கிறார்.

"இல்லையில்லை, இது தனிப்பட்ட விஷயம், எங்களுக்காக." அவள் அவ்ரமைப் பார்த்துக் கண் சிமிட்டுகிறாள். "எங்கள் பயணத்துக்கான ஞாபகார்த்தமாக."

"கேளுங்கள்," என்றபடி கால்களைப் பாயின்மீது நீட்டிக்கொள்கிறான் பேரன்.

அந்த நீலநிறக் குறிப்பேட்டை வெளியே எடுத்தபடி "உங்களுக்கு ஆட்சேபமில்லையென்றால் நீங்கள் சொல்வதை நான் எழுதிக்கொள்ளலாமா, இல்லாவிடில் நீங்கள் சொன்னது எனக்கு நினைவிருக்காது," என்கிறாள் ஓரா. ஏற்கனவே அவள் தன் கையில் பேனாவை எடுத்துக்கொண்டிருந்தாள். முதியவரில் தொடங்கி அந்த இளைஞன் வரை பார்க்கிறாள். "மிகச் சிறிய கேள்விகள்," என்கிறாள். எதிர்வரும் தவறின் உலோகச் சுவையை உணர்ந்தவளாய் இப்போது அவள் பின்வாங்குகிறாள், உட்சுருங்குகிறாள். கேள்வி கேட்பதை ஒத்திப்போட முயல்கிறாள். ஆனால் எல்லாக் கண்களும் அவள்மீது, தப்பிக்க வழியில்லை. "சரி, முதல் கேள்வி. அது இதுதான், உங்களுக்கு மிகவும்–"

"இப்போது நாம் இதனைச் செய்யாமலிருப்பது நல்லது என நினைக்கிறேன்," இடைமறித்துச் சொன்னபடி அர்த்தபூர்வமாகப் புன்னகைக்கிறார் முதியவர். பேரனின் முதுகில் தன் கையை அழுந்த வைத்துக்கொள்கிறார். "இன்னும் தர்ப்பூசணிகள்?"

"கிட்டத்தட்ட மூன்று வாரங்களுக்கு ஒருமுறை விடுப்பில் வீட்டுக்கு வருவான்," மறுநாள் திரும்பவும் சொல்கிறாள் ஓரா. அன்று மதியம் தெவோரா மலையில் இழைபிரிந்து சென்ற விஷயத்தை இப்போது சேர்த்துப் பின்னியபடியே அதனுள் வருகிறாள். எப்படி வாசற்படியிலேயே அவன்மீது விழுவாள், தீராப் பசியுடன் நாற்புறமிருந்தும் எப்படி அவனைத் தாக்குவாள் என்பதை நினைத்துப் பார்க்கிறாள். அவனது மிகப்பெரிய முதுகுப்பை வாசலை அடைத்துக்கொள்ளும், இரண்டு கைகளைக் கொண்டும் அதைக் கழற்ற முயலுவாள், முடியாமல் முயற்சியைக்

கைவிட்டுவிடுவாள். "யால்லா, சீக்கிரம், எல்லாவற்றுக்கும் முன்னால் பையிலிருப்பவற்றை வெளியே எடு. நேரே துவைக்கும் எந்திரத்தில் போய்ப் போடு. இறைச்சியுருண்டைகளை எடுத்து சூடுபடுத்துகிறேன், பெரிய இறைச்சிக் கண்டத்தை இரவுக்கு வைத்துக்கொள்ளலாம். புதிதாக ஒரு போலானீஸ் சாஸ் வந்திருக்கிறது, எப்படியிருக்கிறதென்று பார், உன் அப்பாவுக்கு அது மிகவும் பிடித்திருக்கிறது, உனக்கும் பிடிக்கும். தீனியடைத்த காய்கறிகள் சமைத்துள்ளேன், சீக்கிரமே நல்ல சாலட் சாப்பிடலாம், இரவு பெரிய விருந்து இருக்கிறது. இலன்!" அவள் கத்துகிறாள், "ஓஃபர் வந்திருக்கிறான் பாருங்கள்!"

மனமெங்கும் மிருக சந்தோஷம் நிறைந்து வழிய சமையலறையின் ஆழங்களுக்கு மீள்கிறாள். அவளால் கூடுமென்றால் அவனை முழுதும் நக்குவாள், இப்போதும், அவனுடைய இந்த வயதிலும். அவன்மீது இறுக ஒட்டிக்கொண்டிருக்கும் அனைத்தையும் துடைப்பாள், அவள் மூக்கில், வாயில், எச்சிலில் என இன்னும் சுற்றிக்கொண்டிருக்கும் அவனது குழந்தைப் பருவத்து வாசனைகளை மீட்பாள். வாஞ்சையின் அலையொன்று அவளுள் நிறைந்து அவனை நோக்கி வழிகிறது. இதற்கெல்லாம் மசியாது ஒரு முழு மயிரிழையளவு அவளிடமிருந்து விலகுகிறான் ஓஃபர். அவள் அதை உணர்கிறாள், இது நடக்குமென்று அவளுக்குத் தெரியும்: விரைந்து தன் மனதை மாற்றிக்கொண்டவனாய் அவளிடமிருந்து தன்னை இறுக மூடிக்கொண்டுவிடுகிறான். மனம் நிறைந்த பிரியம் வெளியே கிடந்து துடிக்க, நிலைகுலைந்து ஒரு கேலிப் பொருளாய் மாறி அவள் நிற்க அவள் முகத்துக்கு நேரே கதவை அறைந்து சாத்திய இலன், ஆடம், அவளது ஆண்கள் அனைவரையும் போலவே அவனும் செய்தான்.

ஆனால் இந்த அவமானம் வளர்ந்து பெருக அவள் அனுமதிக்க மாட்டாள். அதுவும் இப்போது. இதோ இலன் கண்ணாடியைக் கழற்றிய படி படிப்பறையிலிருந்து வருகிறான். அன்போடு, அளவாக ஓஃபரை அணைத்துக்கொள்கிறான். ஓஃபரிடம் கவனமாகப் பரிமாறுகிறான். கன்னத்தைக் கன்னம் தொடுகிறது. "இப்போதே உயரமாகிவிடாதே," செல்லமாகக் கடிந்துகொள்கிறான். தளர்ந்த சோபையற்ற ஒரு சிரிப்புச் சிரிக்கிறான் ஓஃபர். மகிழ்வும் எச்சரிக்கையும் கலந்த உணர்வுடன் அவனைச் சுற்றி வருகிறார்கள் இலனும் ஓராவும். "அங்கே பதுங்குகுழிகளில் ஏதேனும் புதுச் செய்திகள் உண்டா?" "நிஜமாகவே, ஒன்றுமில்லை. வீட்டில் எல்லாம் எப்படியிருக்கின்றன?" "ஒன்றும் மோசமில்லை, சீக்கிரமே தெரிந்துகொள்வாய்." "ஏன், ஏதாவது நடந்துவிட்டதா?" "இல்லை, என்ன நடந்துவிடக்கூடும்? எல்லாம் நீ போகும்போது எப்படியிருந்தனவோ அப்படியேதான் இருக்கின்றன." "குளிக்கிறாயா?" "வேண்டாம், பிறகு."

நாறும் சீருடை, உடலோடு ஒட்டிய அழுக்கு, அது சற்றே அவனைப் பாதுகாக்கிறது என ஓரா நினைக்கிறாள், இவற்றைக் களைவது அவனுக்குக் கடினமாக இருக்கிறது. ரோந்துகள் பீரங்கி வண்டிகளைச் சரிபார்த்தல், சோதனைச் சாவடிப் பணி, மறைந்திருந்து தாக்குவதற்கான ஆயத்த ஏற்பாடுகள் என களத்தில் மூன்று வாரங்கள். அவன்மீது நல்ல வீச்ச மடித்தது. அவன் கைவிரல்கள் கடினப்பட்டு வெட்டுக் காயங்கள் நிறைந்து காணப்பட்டன. நகங்கள் கறுத்துப் போயிருந்தன. உதடுகள்

ஓயாது ரத்தம் கசிந்துகொண்டிருப்பவைபோல் தோன்றின. உணர்ச்சியற்ற, எதிலும் கவனம் குவியாத பார்வை. அவனது கண்கள் வழியாக அவள் வீட்டைப் பார்க்கிறாள். அந்தச் சுத்தம், தரைவிரிப்புகளின் சம ஒழுங்கு, படங்கள், நுட்பமான சிறுசிறு விஷயங்கள். உலகில் இப்படியொரு தூய்மை நிலவுவதை நம்புவது அவனுக்குச் சிரமமாயிருக்கிறது. அந்த மென்மையை அவனால் தாங்கிக்கொள்ளவே முடியவில்லை எனலாம். இலனை அவள் பார்க்கும்போது ஓஃபரது பார்வையில் இப்போது தன்னையவன் எப்படிக் காண்கிறான் என்பது தெளிவாகத் தெரிகிறது. ஆர்வமற்ற குடிமக்கள் கூட்டத்தில் ஒருவனாக, ராணுவத்தனம் நீங்கியவனாக, ஏறத்தாழ ஒரு குற்றவாளிபோல அவன் தன்னைக் காண்கிறான். மார்புக்குக் குறுக்காய்க் கைகளைக் கட்டிக்கொண்டு, முகவாய்க்கட்டையைச் சிறிது உயர்த்தி கரகரப்பான குரலில் தனக்குள்ளே முணுமுணுத்துக்கொள்கிறான்.

சமையலறை மேசைமீதமர்ந்து தலையைக் கைகளில் தாங்கிக் கொள்கிறான் ஓஃபர். அவன் கண்கள் கிட்டத்தட்ட மூடிக்கொண்டுள்ளன. சன்னமான குரல்களில் மெல்ல இயல்பானதொரு உரையாடல் அவர்கள் மத்தியில் தொடங்குகிறது, யாரும் கவனம் கொடுத்துக் கேட்காத துண்டு துண்டான பேச்சுகள். அவற்றின் நோக்கமெல்லாம் ஓஃபர் அந்தச் சூழலுள் தன்னைப் பொருத்திக்கொள்வதற்கான சிறிது அவகாசத்தை அளிப்பதுதான். அது அவன் இருந்த உலகிற்கும் இந்த உலகிற்கும் ஒரு தொடர்பை உருவாக்க; அல்லது ஒருவேளை ஒன்றை மற்றதிலிருந்து பிரிக்கக்கூட இருக்கலாம் என்று அவள் நினைக்கிறாள்.

அவளுக்குத் தெரியும் – அவ்ரமிடம் விளக்குகிறாள் – அந்த உலகிலிருந்து இந்த உலகுக்குள் (வீட்டுக்குள்) நுழைகையில் எரிந்து போகாமல் அவனைக் காப்பாற்ற வேண்டி, அந்த உலகத்தை அழிக்க, குறைந்தபட்சம், சிறிது நேரத்துக்கு அதைத் தள்ளிவைக்க அவளும் இலனும் கடும் பிரயாசைப்படுவார்கள். இந்த நேரத்தில் இந்த எண்ணம் இலனின் மனதுள்ளும் ஓடுகிறது. இருவரும் ஒருவரையொருவர் பார்த்துக் கொள்கின்றனர். அவர்கள் முகத்தில் மகிழ்ச்சி நிறைந்திருக்கிறது, ஆனால் சேர்ந்து ஒரு குற்றத்தைப் புரிந்தவர்களைப்போல அவர்களது கண்களின் ஆழத்தில் எங்கோ ஒருவர் மற்றவரைத் தவிர்க்கின்றனர்.

ஓஃபர் சட்டென எழுந்துநின்று தன் மொட்டைத் தலையை ஆவேசமாகத் தேய்த்துக்கொள்கிறான். சமையலறைக்கும் உணவருந்து மிடத்துக்கு மிடையே மெதுவே நடக்கிறான், இங்கிருந்து அங்கு அங்கிருந்து இங்கு. இலனும் ஓராவும் அவனை ஓரக்கண்ணால் பார்க்கின்றனர், அவன் இங்கு இல்லை, அது வெளிப்படை. அவன் வேறுபட்டதொரு பாதையில் நடக்கிறான், தன் மூளைக்குள் பதிந்திருக்கும் பாதையில். ரொட்டியைத் துண்டங்களாக்குவதிலும் உணவைப் பொரிப்பதிலும் அவர்கள் கவனம் குவித்துள்ளனர். இலன் ரேடியோவைச் சத்தமாக வைக்கிறான், மதியச் செய்தி நிகழ்ச்சியின் ஓசைகள் அறைக்குள் கொட்டுகின்றன. உடனே தன்னை மீட்டுக்கொண்டவனாகத் திரும்ப வந்து, அங்கிருந்து அவன் எழவேயில்லையென்பதுபோல, மேசையில் அமர்கிறான் ஓஃபர். ஜலாமெ சோதனைச் சாவடியைச் சேர்ந்த ஓர் இளம் பெண் படைவீரர், அன்று காலை வெடிபொருட்களை கால்சராயில் வைத்துக் கடத்திச் செல்ல முயன்ற

பதினேழு வயது பாலஸ்தீனியப் பையனை தான் எப்படிப் பிடித்தேன் என்பதைப் பேட்டியெடுப்பவரிடம் சொல்லிக்கொண்டிருக்கிறாள். இன்று எனது பிறந்தநாள் என்றுவிட்டுக் களுக்கென அவள் சிரிக்கிறாள். அவளுக்குப் பத்தொன்பது வயது. “பிறந்தநாள் வாழ்த்துகள்,” என்கிறார் பேட்டியெடுப்பவர். “அற்புதம், இதைவிட சிறப்பானதொரு பிறந்தநாள் பரிசை நான் நினைத்துப் பார்த்திருக்க முடியாது” என்று சிரித்தபடி சொல்கிறாள்.

ஓஃபர் இதைக் கேட்டுக்கொண்டிருக்கிறான். அவனது படைச் சரகத்திலிருந்து ஜலாமெ அதிக தூரமில்லை. ஒன்றரை வருடங்களுக்கு முன்பு அவன் அங்குதான் பணியிலிருந்தான். இப்போது அங்கிருந்திருந்தால் வெடிபொருட்களைக் கைப்பற்றியது அவனாக இருந்திருக்கலாம். அல்லது அது அவனாக இல்லாமலும் இருந்திருக்கலாம். அனைத்துக்கும் மேலாக அது அவனது பணி, பொதுமக்கள்மீது அல்லாமல் தன்மீது அந்தத் தீவிரவாதி மோதி வெடிப்பதற்காக அங்கு அவன் நிற்க வேண்டும். ஓரா திணறலாக மூச்சுவிட்டாள். ஏதோ நெருங்கிவருவதை உணர்ந்தாள். இதுவரை அவன் பணிபுரிந்த சோதனைச் சாவடிகள், காவல் தடுப்புகளின் பெயர்களை தனக்குத்தானே சொல்லிக்கொள்கிறாள். ஹிஸ்மெ, ஹால்ஹல், அல் ஜப்ஆ, அசிங்கமான பெயர்கள். குழறல்கள், உறுமல்கள், ஊளைகளும் சேர்ந்த அந்த அராபிய மொழி என்று எண்ணியவாறே அவள் அடிமேல் அடியாக மெதுவாக நடக்கிறாள். உயர்நிலைப் பள்ளியிலும் ராணுவத்திலும் ஏன் இலனும் அவ்ரமும் அதில் மிகவும் ஆர்வம் கொண்டிருந்தனர். இன்னுமதிகமாகத் தனக்கு எரிச்சலூட்டிக்கொள்கிறாள்: அதாவது, கிட்டத்தட்ட அந்த மொழியின் ஒவ்வொரு வார்த்தையும் பெருந்துயர் அல்லது பேரழிவோடு தொடர்புடைய ஏதொவொன்றுடன் சம்பந்தப்பட்டுள்ளது, இல்லையா? இலனை மெல்ல இடிக்கிறாள்: “காய்கறிகளை எப்படி நறுக்கிக்கொண்டிருக்கிறீர்கள் பாருங்கள். இந்தச் சாலடில் காய்கறிகள் அவனுக்கு நன்கு சன்னமாக நறுக்கப்பட்டிருக்க வேண்டுமென்று உங்களுக்குத் தெரியாதா? நீங்கள் போய் மேசையை ஒழுங்குபடுத்துங்கள், எனக்கு உபகாரமாக இருக்கும்!” பணிவான புன்னகையுடன் கைகளை மேலே தூக்கிக்கொள்கிறான் இலன், காய்கறிகளுடனான தாக்குதலைத் தொடங்குகிறாள் ஓரா. கூரிய கத்தியை எடுக்கிறாள், இப்படியும் அப்படியும் வீசிப் பார்த்துவிட்டு ஹஜ் அமீன் அல்–ஹீசைனியுடன் சேர்த்து அப்த் அல்–காதர் அல்–ஹுஸைனியை, ஷுகேரியை, நிமேய்ரியை, அயதுல்லா கொமேனியை, நஷாஷிபியை, அராபத்தை, ஹமாஸை, முகமது அப்பாஸை, இவர்கள் அனைவரது கோட்டைகளை, கடாஃபிகளை, ஸ்கட்களை, இஸ் அல்–தின் அல்–காஸமை, காஸம் ஏவுகணைகளை, காஃபர் காசிமை, கமால் அப்துல் நாஸரைத் துண்டாட சினம் பொங்கக் கத்தியைக் கீழிறக்குகிறாள். அவர்கள் அனைவரையும் ஒன்றாகக் கொல்கிறாள்: கத்யூஸாக்கள், இன்டிஃபாடாக்கள், தியாகிகள் படைகள், புனிதமானவைகள், புனிதப்படுத்தப்பட்டவைகள், ஒடுக்கப்பட்டவைகள், அபு–ஜில்தா மற்றும் அபு ஜிகாத், ஜெபாலியா, ஜெபாலிய்யா, ஜெனின் மற்றும் ஜர்னுகா, மர்வான் பார் குவெளதி இவற்றையும்கூட. என்றாலும் கடவுளுக்குத்தான் தெரியும் இந்த இடங்கள் எல்லாம் எங்கிருக்கின்றனவென்று. குறைந்தபட்சம் இவை இயல்பாக

ஒலிக்கும் பெயர்களைக் கொண்டிருந்தால். அவள் பெருமூச்செறிகிறாள். குறைந்த பட்சம் இப்பெயர்கள் இன்னும் கொஞ்சம் இனிமையானவையாக இருந்தால்! வெறியுடன் கத்தியைக் கையில் பிடித்தபடி கடைசியாக அவள் கான் யூனூஸை, ஷேக் முனீஸை, தேர் யாஸினை, ஷேக் யாஸினை, சதாம் ஹூசைனை, அல்–காவுக்ஜியை சன்னமாக நறுக்குகிறாள். இவர்கள் கொண்டுவருவதெல்லாம் பிரச்சனைகள்தாம், ஆரம்ப நிமிடம் முதலே இவர்களிடமிருந்து பிரச்சனை தவிர்த்து வேறெதுவுமில்லை, பற்களைக் கடித்துக்கொண்டு உறுமுகிறாள். அப்புறம் சப்ராவை, ஷதிலாவை என்ன செய்ய, அல்–குத்ஸை, நக்பாவை, ஜிகாதை, *ஷாஹீதுகளை, அல்லாஹு* அக்பரை என்ன செய்ய, காலேத் மாஷலை, ஹஃபீஸ் அல்–ஆசாதை, கோஷோ ஒகமாடோவை என்ன செய்ய? அழிக்கப்பட்டாக வேண்டிய குளவிக் கூண்டை இடிப்பதுபோல அவையனைத்தையும் போட்டு வரைமுறையின்றி இடிக்கிறாள். பாரூக் கோல்ட்ஸ்டெயினையும் யிகால் அமீரையும் அவற்றோடு சேர்த்துக்கொள்கிறாள், திடீரென்று உண்டான அறிவால் கோல்டா, பிகின், ஷமீர், ஷரோன், பிபி, பாரக், ராபின் இவர்களையும், ஷிமோன் பெரஸையும் – அவர்களது கைகளில் ரத்தமில்லையா என்ன? – அதில் விட்டெறிகிறாள். இங்கே, இந்த இடத்தில் ஒரு ஐந்து நிமிடத்துக்கு அமைதி நிலவ அவர்கள் உண்மையாகவே தங்களால் இயன்ற அனைத்தையும் செய்தார்களா? அவளது வாழ்வைத் தரைமட்டமாக்கிய அவர்கள், அவளது பிள்ளைகளில் ஒருவனை ஒவ்வொரு நொடியும் தேசியமயமாக்கிக் கொண்டிருக்கும் அவர்கள் – தன்மீதான ஓஃபர் மற்றும் இலனது பார்வைகளை உணர்ந்து அவள் நிறுத்துகிறாள். நெற்றி வியர்வையைப் புறங்கையில் துடைக்கிறாள், கோபமாகக் கேட்கிறாள், “என்ன? என்ன இது?” ஏதோ அவர்களும் ஏதோவொரு பிரச்சனைக்குக் காரணம் என்பதுபோல. பிறகு தன்னையவள் ஆற்றுப்படுத்திக்கொள்கிறாள். “அது ஒன்றுமில்லை விடுங்கள், ஏதோ ஞாபகம், ஏதோ ஒன்று எனக்கு எரிச்சல் மூட்டிவிட்டது.” காய்கறிக் கலவையில் நிறைய ஆலிவ் எண்ணெயும் விரைவாகக் கொஞ்சம் உப்பும் மிளகும் சேர்த்து, எலுமிச்சையொன்றைப் பிழிந்துவிட்டு சுவை சேர்த்து அழகான அந்தக் கிண்ணத்தை, பல வண்ணங்கள் மற்றும் வாசனைகளின் கலவையை, ஓஃபர் முன் வைக்கிறாள். “சாப்பிடு ஓஃபர், ஓஃபர்கீ. ஒரு அரபி சாலட், உனக்குப் பிடித்தாற்போல.”

ஓஃபர் தன் புருவங்களையுயர்த்தி அவளது ஆர்வமூட்டும் தயாரிப்புக் குறித்த தனது கருத்தைத் தெரிவிக்கிறான். இன்னமும் அவன் மிகவும் மெதுவாகவே இயங்குகிறான். கவனம் சிதறிய அவனது பார்வை மேசைமீது கிடக்கும் செய்தித்தாளினால் கவரப்படுகிறது. அதன் பின்புலத்தைப் புரிந்துகொள்ளாமல் ஒரு கருத்துப் படத்தை வெறுமனே வெறிக்கிறான். இந்த வாரம் செய்திகள் என்னவென்று கேட்கிறான். இலன் செய்திகளைச் சொல்லிக்கொண்டிருக்க அவன் செய்தித்தாளைப் புரட்டிக்கொண்டிருக்கிறான். அவனுக்குச் செய்தியில் ஆர்வமில்லையென நினைக்கிறாள் ஒரா. தான் பாதுகாக்கும் இந்த தேசத்தின் மீது நிஜமாகவே அவனுக்கு ஆர்வமில்லை. சிறிது காலமாகவே அவள் இதைக் கவனித்து

வருகிறாள்: அவனது வெளியடுக்குக்கும் (அங்குதான் அவன் தனது நேரத்தை அதிகம் செலவிட்டான்) அவனது உள்ளடுக்குக்கும் (இந்த இடத்துக்கும்) இடையிலான தொடர்பு துண்டிக்கப்பட்டிருந்தது. “விளையாட்டுப் பகுதி எங்கே?” எனக் கேட்கிறான், மறுசுழற்சிக் கூடையிலிருந்து விளையாட்டுப் பகுதியடங்கிய தாளை உருவித் தருகிறான் இலன். ஓஃபர் அதில் தலையைப் புதைத்துக்கொள்கிறான். அங்கிருக்கையில் அவன் செய்திகளைக் கேட்பதுண்டா, இஸ்ரேலில் என்ன நடக்கிறதென்று தொடர்ந்து ஆர்வமுடன் கவனிப்பதுண்டா என எச்சரிக்கையுடன் கேட்கிறாள். அவன் ஆயாசத்துடனும், விசித்திரமானதொரு கசப்புடனேகூடவும் தோள்களைக் குலுக்குகிறான்: இந்த விவாதங்கள் அனைத்தும் – வலது, இடது – அதே வேறுபாடுகள்தாம். அவைபற்றி யாருக்கு அக்கறை.

அவன் நாற்காலியிலிருந்து எழுகிறான், மண்டியிடுகிறான், முதுகுப் பையின் பட்டிகளை விடுவித்து அதிலிருப்பவற்றை வெளியே எடுத்து வைக்க ஆரம்பிக்கிறான். அவனது மண்டையோட்டைப் பார்த்து வியக்கிறாள்: மிகவும் பெரிது, வலு மிக்கது, திடமானது. பெரிய, நன்கு வளர்ந்த எலும்புகளின் சிக்கலான கட்டமைப்பு. இப்படி எலும்புகளை வளர்க்க எப்போது அவனுக்கு நேரம் கிடைத்தது, எப்படி இந்தத் தலை தனது உடல்வழி வெளியே வந்தது என எண்ணிப் பார்க்கிறாள். அவன் முதுகுப்பையை திறக்கையில் அழுக்குக் காலுறைகளின் கடுமையான வீச்சம் காற்றை நிறைக்கிறது. ஓராவும் இலனும் சங்கடமாகச் சிரித்துக் கொள்கிறார்கள். இந்த நாற்றம் பக்கம்பக்கமாகப் பேசுகிறது: அவற்றில் அவள் கவனம் செலுத்தினால், காலுறைகளை ஒவ்வொரு இழையாகப் பிரித்துப் பார்த்தால், கடந்த சில வாரங்களில் அவன் எவற்றையெல்லாம் கடந்து வந்திருக்கிறானென அவளால் சொல்ல முடியும் என நினைக்கிறாள்.

அவளது மனவோட்டத்தை அறிந்தவன்போல, களைப்பினால் கறுத்துக் கிடக்கும் ஒரு ஜோடி பெரிய கண்களை உயர்த்தி அவளைப் பார்க்கிறான். ஒரு கணம் அவன் மீண்டும் சிறுவனாகி விட்டான், தன்னைப் பற்றிப் புரிந்துகொள்ள அவனுக்கு அவனது அம்மா தேவை. “என்ன இது, ஓஃபர்கீ?” அவனது முகத் தோற்றத்தைப் பார்த்து கலவரமுற்றவளாகப் பலவீனமாகக் கேட்கிறாள். “அது ஒன்றுமில்லை,” என்று வழக்கம்போலச் சொல்பவன் வலுக்கட்டாயமாகப் புன்னகைக்கிறான். அவள் மனதுள் சிந்தனை ஓடுகிறது, புஸிகேட் புஸிகேட், எங்கே நீ போனாய்? *ஹெப்ரானிலுள்ள ஹல்ஹலுக்கும் கஸ்பாவுக்கும் போனேன். புஸிகேட் புஸிகேட் அங்கே நீ என்ன செய்தாய்? தாக்கத் தயாராய் மறைந்திருந்து கல்லெறியும் சிறுவர்கள்மீது ரப்பர் குண்டுகளைச் சுட்டேன்.*

“உன்னைக் கெஞ்சிக் கேட்கிறேன்,” சுமார் ஒரு வருடம் முன்பு, அவையெல்லாம் நிகழும் முன்பே, அதற்கு ஒரு மாதம் முன்பாக இருக்கலாம், அவள் அவனிடம் சொன்னாள்., “ஒருபோதும் அந்தப் பையன்களைச் சுடாதே.” “அப்படியானால் நான் என்ன செய்ய?” இளப்பமான ஒரு புன்னகையோடு கேட்டான். அவளைச் சுற்றிவந்து குதித்தாடினான், அழுக்கான காக்கி பனியன் அவனது அகன்ற வெற்றான சிவந்த மார்பில் தொற்றிக்கொண்டிருந்தது, மோத வரும் காளையைத் தவிர்க்க விரும்பும் காளைச் சண்டை வீரனைப் போல அவன் மார்பு முறுக்கிக்கொண்டது.

இடையிடையே குனிந்து அவள் நெற்றியில் அல்லது கன்னத்தில் மெல்ல முத்தமிட்டான். "அவர்களை என்ன செய்வதென்று சொல்லுங்கள் அம்மா? சாலையில் வாகன ஓட்டிகளுக்கு அவர்கள் ஆபத்து விளைவிப்பவர்கள்."

"அவர்களைப் பயம் காட்டி விரட்டி விடு," ஏதோ புதிய போர்முறையை முயற்சிப்பதுபோலத் தந்திரமாகச் சொன்னாள். "அவர்களை அறை, அடி, எது வேண்டுமானாலும் செய், ஆனால் சுட மட்டும் செய்யாதே."

"நாங்கள் பாதங்களைத்தான் குறி பார்ப்போம்," ஆடம் இலன் தொலைக்காட்சியில் பேசும் ராணுவ விவகாரம் தொடர்பான விற்பன்னர்கள் அரசாங்க அமைச்சர்கள் ராணுவ படைத்தளபதிகள் இவர்களிடம் ஓரா கண்ட அதே அலட்டலான இறுமாப்புடன் விளக்கினான் ஓஃபர். "அவர்களைப் பற்றி அதிகம் கவலைப்படாதீர்கள். அதிகபட்சம் ஒரு ரப்பர் தோட்டா செய்வதெல்லாம் ஒரு கை அல்லது காலை உடைப்பதுதான்."

"நீ குறி தவறி யாருடைய கண்ணையாவது பெயர்த்துவிட்டால்?"

"அப்படியானால் அந்த யாரோ மீண்டும் என்மீது கல்லெறிய மாட்டான். ஒரு உதாரணம் சொல்கிறேன். எங்கள் ஆள் ஒருவன் எங்கள் துப்பாக்கி நிலையிடத்தின்மீது கல்லெறிந்த மூன்று சிறுவர்களைச் சுட்டு, டுப்–டுப்–டுப், ஆளுக்கு ஒன்று, அவர்களது கால்களை உடைத்தான். மிக நேர்த்தியாகச் செய்தான், நம்புங்கள் அந்தப் பையன்கள் மீண்டும் அங்கு வரமாட்டார்கள்."

"ஆனால் அவர்களது சகோதர்கள் வருவார்கள்! அவர்களது நண்பர்கள் வருவார்கள்! சில வருடங்கள் கழித்து அவர்களது பிள்ளைகள் வருவார்கள்!"

"எப்போதுமே அவர்கள் பிள்ளை பெற்றுக்கொள்ளாதபடிக்குக் குறிபார்த்துச் சுட வேண்டுமென நினைக்கிறேன்," அரவமின்றி நிழல் போலக் கடந்துசென்ற ஆடம் சொன்னான்.

சற்றே சங்கோஜத்துடன் பையன்கள் இருவரும் சிரித்தனர், சங்கடமாக ஓராவைப் பார்த்தான் ஓஃபர்.

அவன் கையைப் பிடித்து இழுத்துக்கொண்டு போய் இலனின் படிப்பறையில் நிறுத்தி அவனுக்கு முன் நின்றாள். "யாரையும் காயப்படுத்தும் எண்ணத்துடன் சுடமாட்டேன் என நீ எனக்கு உறுதியளிக்க வேண்டும், இப்போதே." என்றாள்.

ஓஃபர் அவளைப் பார்த்தான், அவனுள் கோபம் பொங்கத் தொடங்கியது. "அம்மா, கலாஸ், நிறுத்துங்கள், நீங்கள் என்ன … எனக்கு வழங்கப்பட்டிருக்கும் உத்தரவுகள் உண்டு, ஆணைகள் உண்டு!"

ஓரா காலை வேகமாகத் தரையில் உதைத்தாள். "இல்லை, அப்படி யில்லை, நான் சொல்வது கேட்கிறதா? ஒருபோதும் நீ ஒரு மனிதனைக் காயப்படுத்துவதற்கென சுடக்கூடாது! எனக்கு அது பற்றி அக்கறையில்லை, வானத்தை நோக்கிச் சுடு, தரையைப் பார்த்துச் சுடு, எல்லாத் திசையிலும் குறி தவறிச் சுடு, யாரையும் தாக்காதே!"

“அவன் கையில் பெட்ரோல் வெடிகுண்டு இருந்தால்? துப்பாக்கி இருந்தால்?”

இந்த உரையாடல் அல்லது இதுபோன்றதொரு உரையாடல் இதற்கு முன்பும் அவர்களிடையே நடந்திருக்கிறது. அல்லது ஆடம் தன் ராணுவப் பணிக்காலத்தைத் தொடங்கியபோது அவனோடு நிகழ்ந்ததாயிருக்கலாம். அந்த வாதங்கள் அவளுக்குத் தெரியும், ஓஃபருக்கும் தெரியும். இனி இதுபற்றிப் பேசாமலிருக்க வேண்டும், குறைந்தபட்சம் பேச்சில் மிகவும் கவனமாக இருக்க வேண்டும் எனப் பிரதிக்ஞை கொள்வாள். இந்த யுத்தத்தின் மிக முக்கியமான கட்டத்தை நினைத்து அவள் அஞ்சுவாள், எதிர்பாராவகையில், மறைந்திருந்து நிகழ்த்தப்படும் தாக்குலுக்கு அவன் ஆளாகையில் தனது வார்த்தைகள் அவன் மனதுக்குள் நுழைந்து அவனை வீழ்த்திவிடுமோ, அவனது எதிர்வினையாற்றலை ஒரு கணம் தள்ளிப்போட்டுவிடுமோ என்ற அச்சம் அது.

“உன் உயிருக்கு ஆபத்தென்றால் சரி, அதை நான் கேட்கவில்லை. அதுபற்றி நான் வாதம் செய்யவில்லை, எப்படி முடியுமோ அப்படி உன் உயிரைக் காத்துக்கொள், ஆனால் அப்படிப்பட்டவொரு சந்தர்ப்பத்தில் மட்டும்.”

ஓஃபர் இலனைப்போல அகன்ற மார்புக்குக் குறுக்காய் தளர்வான தொரு தோரணையில் கைகளைக் கட்டிக்கொண்டு வாய்விரியப் புன்னகைத்தான். “என் உயிருக்கு ஆபத்தென்று மிகச்சரியாக எப்படி நான் கண்டுகொள்வது? எதிரியிடம் தாக்குதலுக்கான நோக்கமென்னவென்ற படிவத்தைப் பூர்த்தி செய்யச் சொல்லிக் கேட்கலாமா?”

அவளோடு அவன் அல்லது வேறு யாரும் விளையாடுகையில், அவர்கள் நன்கறிந்த அவளது வாதிடும் திறனின்மையை, அதுபோன்ற தருணங்களில் அவளிடமிருந்து வெளிப்படும் பலவீனமான துணிபுகளை தங்களுக்குச் சாதகமாகப் பயன்படுத்திக்கொள்கையில் அவள் அருவருப்பான ஒரு உணர்வுக்குள் தள்ளப்படுவாள்.

“உண்மையாகத்தான் அம்மா. விழித்துக்கொள்ளுங்கள். ஹலோ! அங்கே ஒரு போர் நடந்துகொண்டிருக்கிறது! எப்படிப் பார்த்தாலும் அவர்களைப் பற்றி நீங்கள் பைத்தியமாக இருக்கிறீர்களென நான் நினைக்கவில்லை.”

“அவர்களைப் பற்றி அப்படி நான் நினைப்பதால் என்னவாகிவிடப் போகிறது?” அவள் கத்தினாள். “விஷயம் அதுவல்ல. நாம் அங்கு இருக்க வேண்டுமா இல்லையா என்பது பற்றி உன்னோடு இப்போது நான் விவாதிக்கவில்லை.”

“நல்லது, எனக்கென்ன, நாம் இன்றே அங்கிருந்து வெளியேறி அவர்கள் குழப்பமான வாழ்வை வாழ்ந்து ஒருவரையொருவர் கொன்று தீர்த்துக் கொள்ள விட்டுவிடுவோம். ஆனால் அம்மா, இந்தக் காலகட்டத்தில் அங்கே இருப்பதற்கான கேடுகெட்ட அதிர்ஷ்டம் எனக்கிருக்கையில், நான் என்னதான் செய்ய வேண்டுமென நினைக்கிறீர்கள்? சொல்லுங்கள்.

அவர்கள் முன் படுத்து என் கால்களை விரித்துக் காட்ட வேண்டுமென விரும்புகிறீர்களா?"

இதற்கு முன்பு அவளிடம் அவன் இதுபோலப் பேசியதில்லை. அவன் கோபத்தில் குமுறிக்கொண்டிருந்தான். அவளது உணர்வுகள் வடிந்தன. அவனது பேச்சுக்களை ஒன்றுமில்லாமல் செய்யும், அவற்றை வென்றுவிடும் வாதம் ஒன்று நிச்சயம் இருக்கும். ஒலிநீக்கம் செய்யப்பட்ட அலறலில் அவள் கைவிரல்கள் காதருகே தம்மைப் பரப்பி வைத்துக்கொண்டன. ஒரு நிமிடம் பொறு. அவள் வெளிமூச்செடுத்து நைந்த தனது சிந்தனையை ஒன்றுதிரட்ட முயன்றாள். அதை ஒன்றுசேர்த்துத் தான் சொல்ல விரும்பியது என்னவென்பதை விரைவில் தனக்குத்தானே விளக்கிக்கொள்வாள். சரியான எளிமையான சரடில் தன் வார்த்தைகளை அடுக்குவாள். "இங்கே பார், ஒஃபர், உன்னைவிட நானொன்றும் புத்திசாலியில்லை" (அப்படி அவள் இருந்ததுமில்லை) "உன்னைவிட ஒழுக்கமானவளும் இல்லை" (இந்த வார்த்தை அவளைத் திகிலுறச் செய்தபோதும், தெளிவாக அறிந்திருந்த மற்றவர்களைப் போலன்றி அதன் உண்மையான அர்த்தத்தை நிஜமாகவே அவள் உணர்ந்திருக்கவில்லை), "ஆனால் நானறிவேன், இது உண்மை!" (சற்றே அற்பமான விதத்தில் இதை வீறிட்ட குரலில் சொன்னாள்) "உன்னைவிட எனக்கு வாழ்வனுபவம் அதிகம்!" (நிஜமாகவா? சட்டென இதுவும் கரைந்துவிட்டது: நிஜமாகவா உனக்கு அதிகம்? ராணுவத்தில் அவன் கடந்து வந்திருப்பவற்றை மனதில் கொண்டால்? தினந்தோறும் அவன் பார்க்கும் செய்யும் அனைத்துடனும் ஒப்பிட்டால்?) "இதுவரையும் உனக்குத் தெரியாத ஒன்று எனக்குத் தெரியும், அது–"

அது எது? என்ன அது? அவன் கண்ணில் ஒளிரும் வியப்பை அவளால் பார்க்க முடிந்தது, அதற்கு தான் எதிர்வினையாற்றக்கூடாது என மனதுக்குள் உறுதி பூண்டாள். பிரதான விஷயத்தில் கவனம் செலுத்துவாள், தனக்கு முன் நிற்கும் காட்டுமிராண்டியிடமிருந்து தனது பிள்ளையைக் காப்பாற்றும் அந்த விஷயத்தில்.

"இன்னும் ஐந்து வருடங்களில், இல்லை ஐந்து இல்லை: ஒரு வருடம்! இப்போதிலிருந்து ஒரு வருடம், நீ வெளியே வந்துவிடுவாய், இந்தச் சூழ்நிலையை முற்றிலும் வேறானதொரு கோணத்தில் பார்ப்பாய். அதுவரை பொறு. அது நியாயமா இல்லையா என்பது பற்றி நான் பேசவேயில்லை. அங்கே நடந்தவற்றை எப்படி ஒருநாள் நீ திரும்பிப் பார்ப்பாய் என்பதைத்தான் சொல்லிக்கொண்டிருக்கிறேன்" – அவனது உதட்டுச் சுழிப்பையும் ஏளனப் புன்னகையையும் தீரத்துடன் புறந்தள்ளினாள் – "அப்போது நீ எனக்கு நன்றி சொல்வாய்," விடாப்பிடியாய்ச் சொன்னாள்; சற்றே அவள் தடுமாறினாள், இருவருக்குமே அது தெரியும், தடுமாறி நின்றவள் தன் கைக்குச் சிக்காத அந்த வெற்றிதரும் வாதத்தை பிரயாசையுடன் தேடினாள். "ஒருநாள் எனக்கு நன்றி சொல்வாய், பாரேன்!"

"நன்றி சொல்ல நான் உயிரோடு இருந்தால்."

"இப்படியெல்லாம் என்னிடம் பேசாதே!" அவள் அலறினாள், அவள் முகம் சிவந்தது. "இதுபோன்ற நகைச்சுவைகளை என்னால் தாங்கிக்கொள்ள முடியாது, உனக்குத் தெரியாதா?"

அவை அப்பாவின் நகைச்சுவைகள், இருவரும் அறிவார்கள்.

கடும் கோபத்தின் கண்ணீர் அவள் கண்களில் நிறைந்தது. புத்திசாலித் தனமான ஒரு பதிலை ஏறத்தாழ தன் மனதில் அவள் கொண்டு வந்திருந்தாள், ஆனால் வழக்கம்போல தனது சிந்தனைத் தொடர்ச்சியைத் தவறவிட்டிருந்தாள், இணைப்பை நழுவவிட்டிருந்தாள், எனவே தன் கையை நீட்டி இறைஞ்சுவதுபோல அவன் கையைப் பற்றிக்கொண்டு அவனை உற்றுப்பார்த்தாள்: அந்த இறுதி வாதம் ஒரு யாசகம், இல்லையென்றால் கருணை வேண்டிய மன்றாடல். "எனக்கு வாக்குக் கொடு, யாரையும் வேண்டுமென்றே காயப்படுத்த மாட்டேனென்று."

அவன் முடியாதென்று தலையாட்டினான், சிரித்தான், தோள்களைக் குலுக்கிக்கொண்டான். "இல்லையம்மா முடியாது. இது ஒரு யுத்தம்."

இருவரும் ஒருவரையொருவர் பார்த்துக்கொண்டனர். இந்தப் பிரிவு அவர்களை அச்சுறுத்தியது. அவள் மனதில் நினைவொன்று வெட்டிச் சென்றது. கிட்டத்தட்ட முப்பது வருடங்களுக்கு முன்பு, அவளிடமிருந்து அவர்கள் அவ்ரமைப் பிரித்தபோது, அவளது வாழ்வை தேசியமயமாக்கிய போது ஏற்பட்ட அதே பேரச்சம் மற்றும் தோல்வியின் குளிர் எரிச்சல். மறுபடியும் அதே பழைய கதை: இந்த தேசம் இரும்புச் சப்பாத்துக்களுடன், தேசம் என்றவொன்று இருக்கக்கூடாத இடத்தில் பெரும் ஓசையுடன் தன் பாதங்களைப் பதித்தது.

"போதும் அம்மா. என்னவாயிற்று உங்களுக்கு? சும்மா விளையாட்டுக்குச் சொன்னேன். இதோடு விடுங்கள், போதும்." அவளை அணைக்கக் கைகளை நீட்டினான், அவள் அதில் மயங்கிப்போனாள், எப்படி அவளால் மயங்காமலிருக்க முடியும்? அதுவும் அவனே முன்வந்து அணைக்கையில். அவளது உடல் முழுவதையுமே தன்னோடு சேர்த்து அணைத்துக்கொண்டான், தனது முதுகுப்புறத்தில் எந்திரத்துக்குரிய த்வாக்; த்வாக், த்வாக் ஒலியை அவள் உணர்ந்தாள்.

பார்வையைத் தாழ்த்திக்கொண்டு அவ்ரமிடம் சொல்கிறாள், இந்தச் சண்டையின்போது அவனை நசுக்கிவிடக்கூடிய ஒரு வாதம் அவளிடம் இருந்தது, அதை அவன்முன் அவள் வைக்கவில்லை, அதைப் பயன்படுத்தவும் ஒருபோதும் அவள் அனுமதிக்கப்பட்டதில்லை. அவளுள் பொங்கிக்கொண்டிருந்தது ஒரு பாலஸ்தீனியச் சிறுவனின் கண்களோ கால்களோ அல்ல. எப்படிப் பார்த்தாலும் ஓஃபரால் ஒரு மனிதனைக் காயப்படுத்த இயலாது, ஏனென்றால் அப்படி நடந்தால், அதற்கு ஆயிரம் நியாயங்கள் இருந்தாலும்கூட, எதிராளி ஒரு குண்டை வெடிக்க ஆயத்தமாக இருந்தாலும்கூட அதன்பிறகு ஒருபோதும் ஓஃபரின் வாழ்வு முன்பு போல இருக்காது. அவ்வளவுதான். மிகவும் எளிமையாக, மறுக்க முடியாத வகையில் சொல்ல வேண்டுமென்றால் அதன் பிறகு அவனுக்கு வாழ்வென்று ஒன்று இருக்காது.

ஆனால் ஓரடி பின்னே வந்து அவனை, அவனது உடலின் வலுவை, அந்தத் தலையை பார்த்தபோது தனது எண்ணத்தில் அவளால் உறுதியாக இருக்க முடியவில்லை.

ஒரு வாரமாக தான் உடைமாற்றவோ குளிக்கவோ இல்லையென இப்போது சமையறையில் அவன் சொல்கிறான். உதடுகளை அசைக்காமல் இறுக்கமாகப் பேசுகிறான், அவன் பேச்சைப் புரிந்துகொள்ள ஓராவும் இலனும் மெனக்கெட வேண்டியிருக்கிறது. ஒரு ஜன்னலை மூட அல்லது கதவைத் திறக்க, அல்லது சற்று நேரம் சும்மா அங்கு தனியே நிற்கவென இலன் மாடி முகப்புக்குச் செல்வதை ரகசியமாகக் கவனிக்கிறாள் ஓரா. ஓஃபரின் முதுகுப்பையிலிருந்து கொட்டிய ஈரமும் பிசுபிசுப்பும் கொழகொழப்புமான குவியலை நோக்கிக் குனிகிறாள். சீருடைகள், மொடமொடவென்ற காலுறைகள், ராணுவ பெல்ட், உள்ளாடைகள். இந்தக் குப்பையை அவள் கையிலெடுக்கையில் ஆடைகளின் பைகளிலிருந்து மணல் மெல்லக் கொட்டுகிறது, ஒரு தோட்டாவும் பேருந்துச் சீட்டு ஒன்றும்கூட கீழே விழுகின்றன. அவற்றைத் துவைக்கும் இயந்திரத்திலிட்டு உச்சபட்சக் கடும் சுழற்சியில் வைக்கிறாள். இயந்திரம் ஓசையெழுப்பி அதன் உருளை சுழலத் தொடங்குகையில் ஒருவழியாக இந்த அந்நியனை இயல்புக்குப் பழக்கும் செயல்முறையை துரிதப்படுத்திவிட்டோமென்பது போல முதல் முறையாக ஆசுவாசமாக உணர்கிறாள்.

தலையைச் செய்தித்தாளில் புதைத்தவனாக அவனுக்காகப் போடப் பட்ட மேசையில் ஓஃபர் அமர்ந்திருக்கிறான், பேசுகிற வலு அவனுக்கு இன்னும் உண்டாகவில்லை. முப்பத்துச் சொச்ச மணி நேரமாக அவன் தூங்கவில்லை. இந்த வாரம் ஏராளமான பணிகள் இருக்கின்றன, அவற்றை அவன் பிறகு சொல்வான். விரைவிலேயே அவர்களுக்குள் இசைவு கூடி வருகிறது:

“ஆமாம், இப்போது பிரதான விஷயம் நீ இங்கிருப்பது,” என்கிறாள் ஓரா. “காத்திருந்து காத்திருந்து எங்களுக்குப் பைத்தியமே பிடித்துவிட்டது.”

“தினம் காலையில் அம்மா உனக்காகச் சமைத்து வைத்துக் கொண்டிருப்பாள்.”

“மிகைப்படுத்திச் சொல்லாதீர்கள்! வழக்கம்போல அப்பா இதை மிகைப்படுத்திச் சொல்கிறார், எனக்கு வேறு எதைச் செய்யவும் நேரமில்லை. பருப்புகள் சேர்த்த சாக்லேட்டுகளை நேற்று நான் செய்தது நல்லதாகப் போய்விட்டது.”

“இங்கே பாரேன்,” இலன் முனகுகிறான், ஓஃபரின் தீர்ப்புக்காகத் தனது வாதத்தை அவன் முன் வைக்கிறான்: “நேற்று மதியம் முழுக்க அவள் கடைத்தெருவில் பலவற்றையும் வாங்கிக்கொண்டிருந்தாள். காய்கறிக்காரனிடமிருந்து திருடினாள், கறிக்கடைக்காரனிடமிருந்து கொள்ளையடித்தாள். அதிருக்கட்டும், அங்கே சாப்பாடெல்லாம் எப்படி?”

“முன்னைக்குப் பரவாயில்லை. புதிய சமையல்காரர் வந்திருக்கிறார், இப்போதெல்லாம் சமையலறையில் எலிகள் இல்லை.”

“பயிற்சிக் காலத்திலிருந்த அதே வீரர்களுடன்தான் இருக்கிறாயா?”

“கிட்டத்தட்ட. இன்னொரு படையணியிலிருந்து புதிதாகச் சிலர் வந்தார்கள், ஒன்றும் பிரச்சனையில்லை.”

“இந்த வார இறுதியில் எல்லோருமே வீட்டுக்குப் போயிருக்கிறார்களா?”

“அப்பா, தயவுசெய்து நாம் பிறகு பேசலாம். எனக்குக் கடும் சோர்வாக இருக்கிறது.”

விசித்திரமானதொரு மௌனம் அவர்கள் மேல் கவிகிறது. இலன் ஆரஞ்சுகளைப் பிழிகிறான், ஓரா இறைச்சி உருண்டைகளைச் சூடுபடுத்துகிறாள். விசித்திரமிக்க சிறுவனொருவன் விசித்திரமானதொரு வாசனையுடன் சமையலறை மேசையில் அமர்ந்திருக்கிறான். கண்ணால் காணவும் அதுபற்றி சிந்திக்கவும் சிரமமுண்டாக்கும் ஓர் இடத்திலிருந்து இங்குவரை நீண்டிருக்கும் நீண்ட இழைகள் அவனுக்குப் பின்னால் அவிழத் தொடங்குகின்றன. அவளிடம் ஏதோ சொல்லிக்கொண்டிருக்கிறான் இலன். ஒரு கனடா நாட்டு முதலீட்டு நிறுனத்திற்கும் குடித்துவிட்டு வாகனம் ஓட்டுவதைத் தடுக்க வழி கண்டுபிடித்துக் கொண்டிருக்கும் பீர்ஷிபாவைச் சேர்ந்த இரண்டு இளைஞர்களுக்குமிடையேயான ஒப்பந்தத்துக்காக இரண்டு வருடங்களாக அவன் செய்துவருபவை பற்றிய சில நுணுக்கமான விவரங்கள் அவை. ஒப்பந்தம் கையெழுத்தாக எல்லாமே தயார், கிட்டத்தட்ட அது முடிந்துவிட்ட ஒப்பந்தம், கடைசி நிமிடத்தில் கையெழுத்திட அவர்கள் பேனாவை வெளியே எடுத்தபோது...

வார்த்தைகள் அவளை ஊடுருவத் தவறுகின்றன. இந்த நாடகத்தில், நடிகர்கள் எல்லோருமே நிஜமானவர்களாக இருக்கும் இந்த நாடகத்தில் தன்னுடைய பாத்திரத்தை அவளால் நடிக்க முடியவில்லை. அவளுக்குப் பழக்கமான வசனங்கள், ஆனால் நாடகம் மேடையேற்றப்பட்டிருக்கும் வெளி – ஓஃபரின் சோர்ந்து களைத்த, மனங்குன்றிய மௌனத்தின் ஓடு – எல்லாவற்றையும் அபத்தமானதாகவும் உடைந்துபோனதாகவும் மாற்றிவிட்டது, கடைசியில் இலனும் ஆர்வம் குன்றி மெதுவாகப் பேசுவதை நிறுத்திக்கொள்கிறான்.

கழுவுந்தொட்டிக்கு அருகே நின்று, தனக்கேயென்று அவள் எடுத்துக்கொண்டதொரு கணத்தில் கண்களை மூடிக்கொள்கிறாள், கவனம் குவித்து வழக்கமான தனது பிரார்த்தனையைச் சொல்கிறாள். போற்றுதலான பிரார்த்தனை அல்ல, அதற்கு எதிரான ஒன்று. மனதளவில் புற சமயத்தவளான அவள் சிறு தெய்வங்களை, சாதாரணமாகக் காணும் அடையாளங்களை, சிறு அற்புதங்களைக் கொண்டு ஒப்பேற்றிக் கொள்வாள். தொடர்ச்சியாக மூன்று பச்சை விளக்குகளைப் பார்த்தால், காயவைத்த துணிகளை மழைக்கு முன்பே உள்ளே கொண்டு வந்துவிட நேரமிருந்துவிட்டால், உலர்சலவை இயந்திரம் அவளது சட்டைப் பையில் வைத்த நூறு ஷெகல் நோட்டைக் கண்டுகொள்ளாமல் விட்டுவிட்டால், அப்புறம்... ஆமாம் வழக்கமாக விதியுடன் அவள் மேற்கொள்ளும் பேரங்களும் உண்டு. யாராவது அவளது காரின் முட்டுத் தாங்கியை பின்புறமிருந்து இடித்தால்? அபாரம்: ஒருவாரத்துக்கு ஓஃபருக்கு ஆபத்தில்லை! ஒரு நோயாளி தனது இரண்டாயிரம் ஷெகல் கடனைத் திரும்பத் தர மறுக்கிறார்? பிராயசித்தம்! ஓஃபருக்கு ஏதோவோரிடத்தில் இன்னொரு இரண்டாயிரம் கணக்கில் சேரும்.

உவப்பற்ற அந்த மௌனத்திலிருந்து ஒரு புதிய வீட்டு அரட்டைச் சுற்று தொடங்குகிறது.

“சாலடுக்குப் போக மீதி வெங்காயம் எங்கே?”

“உனக்கு அது வேண்டுமா?”

“இறைச்சி உருண்டைகளோடு கொஞ்சம் சேர்த்து வதக்கலாம் என்றிருந்தேன்.”

“அதில் மிளகைச் சேர், அவனுக்குப் பிடிக்கும், பிடிக்கும்தானே ஓஃபர்?”

“ஆமாம், ஆனால் அதிகமாக வேண்டாம். எங்கள் சமையல்காரர் மொராக்கியர், அவரது ஷாக்ஷுகா என் வாயில் தீ மூட்டிவிடும்.”

“அப்படியானால் நீ ஷாக்ஷுகா சாப்பிடுகிறாய்?”

“ஒருநாளைக்கு மூன்று தடவை.”

இந்த உரையாடலின் இழை மௌனமாகவும் ரகசியமாகவும் தந்திரமாகவும் முன்பின்னாகத் தன்னை நெய்து வலுவடைகிறது. அப்போது ஆடம் தொலைபேசியில் தான் வீட்டிலிருந்து இரண்டு வினாடி தொலைவில் இருப்பதாகச் சொல்கிறான், வருகிற வழியில் செய்தித்தாளும் கொஞ்சம் தின்பண்டங்களும் வாங்கிக்கொண்டு வருவதாகவும் அவனை விட்டுவிட்டு அவர்கள் சாப்பிட ஆரம்பிக்கக் கூடாதென்றும் சொல்கிறான். மூவரும் புன்னகை விரிய பார்வைகளைப் பரிமாறிக்கொள்கிறார்கள் – ஆடம் நம்மை ஒரு தொலை இயக்கியைக்கொண்டு இயக்குகிறான். ஓஃபர் சென்ற பிறகு வீட்டில் ஏற்பட்ட மாற்றங்களைப் பற்றி இலனும் ஓராவும் சம்பந்தமில்லாமல் உளறுகிறார்கள்.

“வீட்டில் நடப்பவை குறித்து எப்போதும் அவன் அக்கறை கொண்டிருந்தான்,” ட்ஸிப்போரிக்கு அருகே மொத்த வயல்வெளியுமே நடனமாடுவதுபோல் தோற்றமளிக்கும் வகையில் பழுப்பு ஆரஞ்சு வண்ண மொசுமொசு கரடிக் கம்பளிப்பூச்சிகள் ஒத்திசைந்த அசைவுகளில் தங்கள் பட்டுக் கூடுகளுக்குள் நெளிந்தபடியிருக்கும் திறந்த வயல்வெளியை வெட்டிச் செல்லும் பாதையில் நடக்கையில் அவள் அவ்ரமிடம் சொல்கிறாள். “நாங்கள் வாங்க நினைக்கும் அறைக்கலன் ஒவ்வொன்றைப் பற்றியும் அவன் தெரிந்துகொள்ள விரும்பினான். வீட்டு உபயோகச் சாதனம் ஏதாவது பழுதாகையில் அதைச் சரிசெய்ய எவ்வளவு செலவாயிற்று என்றும் பழுதுநீக்க வந்தவர் எப்படி இருந்தார் எனவும் அவனுக்குத் தெரிவிக்க வேண்டுமென்று வற்புறுத்துவான். பழுதான எந்த சாதனத்தையும், அதன் பழுதான பாகங்களைக்கூட, அவன் வந்து பார்க்கும்வரை தூக்கியெறிய மாட்டோமென்று எங்களிடம் சத்தியம் வாங்கிக்கொண்டான். ராணுவத்தில் பணியாற்றத் தொடங்கிய பிறகு வீட்டின் சிறு சிறு பழுதுகளை – மின்சாதனப் பழுது, தண்ணீர்க்குழாய்ப் பழுது, அடைத்துக்கொண்ட கழிவுநீர் வடிகால், உடைந்த சன்னல் தடுப்புகள், முற்றத்தில் புல்வெளி மற்றும் செடிகள் பராமரிப்பு வேலை போன்றவற்றை – அவன் விடுமுறையில் வந்து சரிசெய்யும் வரை அப்படியே வைத்திருக்கும்படி கேட்டுக்கொள்வான்.” ஆனால் இந்த வேலைகளின் மீது இப்போது அவன் சற்று சலிப்புற்றுவிட்டதுபோல ஓராவுக்குத்

தோன்றுகிறது. வீட்டின் சுவாரஸ்யமற்ற சாதாரண பழுதுகள் இப்போது அவனை ஈர்ப்பதில்லை.

மேசையை ஒழுங்கு செய்தாயிற்று, உணவு தயார். இலன் ஏதோ சொல்ல ஓஃபரின் முகத்தில் முதல் புன்னகைக் கீற்றைப் பார்க்க முடிகிறது. இருவரும் அதையொரு நீறுபூத்த நெருப்பாகப் பார்க்கிறார்கள், ஊதிஊதி அதற்கு அவர்கள் உயிரூட்ட வேண்டும். துப்பாக்கியை நிறுத்தியிருக்கும் குறுகலான அறையில் இரண்டு குட்டிகளையுடைய ஒரு பூனையை அவர்கள் வளர்த்து வருவது பற்றியும் அந்தத் தாய்ப் பூனையைத் தான் தத்தெடுத்துக்கொள்ள முடிவு செய்திருப்பதைப் பற்றியும் சொல்கிறான் ஓஃபர். “என்ன நினைத்தேனென்றால், அங்கு எனக்குத் தாய்போல ஏதாவது வேண்டுமல்லவா,” மெல்லிய நாணத்துடன் சொன்னான். சங்கடமாகச் சிரிக்கிறான். கடாயின் சமையல் மணங்களுக்கு மேலாக மிதக்கிறாள் ஓரா. இதோ ஒருவழியாக ஆடம் வந்துவிட்டான். “எல்லாமே ஆறிப்போய்விட்டன,” புகார் தெரிவிக்கிறாள் ஓரா, ஆனால் எல்லாமே நல்ல சூடாக இருக்கின்றன, பையன்கள் ஒருவரையொருவர் தழுவிக் கொள்கின்றனர், அவர்களது குரல்களின் ஓசை ஒன்றுகலக்கிறது, சேர்ந்து சிரிக்கிறார்கள், எதுபோலும் இல்லாத ஓர் ஒலி அது. “சிலநேரம், இந்தப் பயணத்தில் அந்த ஒலியைக் கனவு காண்பேன், அவர்களது சிரிப்பை நிஜமாகவே என்னால் கேட்க முடியும்,” அவள் அவ்ரமிடம் சொல்கிறாள்.

ஆடமைப் பார்த்ததும் ஓஃபரின் முகம் மலர்கிறது, ஆடம் போகுமிடமெல்லாம் கண்களால் அவனைப் பின்தொடர்கிறான். ஆடம் வீட்டிலிருப்பதை இப்போதுதான் அவன் புரிந்துகொண்டதுபோலத் தெரிகிறது, தனது மூன்றுவார காலத் தூக்கத்திலிருந்து அவன் மெல்ல விழித்துக்கொள்கிறான். ஓஃபர் விழித்துக்கொள்கையில் அவர்களும்கூட விழித்துக்கொள்கிறார்கள், அந்த நான்கு பேரும் உயிர்பெற்று எழுந்து வருகிறார்கள். பின்னணியில் விசுவாசத்துடன் இயங்கியபடி, ஒடுங்கிய இரைச்சலுடனும் கண்ணுக்குத் தெரியாத அதன் பிஸ்டன்கள் மற்றும் சக்கரங்களின் இனிய உலோக ஒலிகளுடனும் ரீங்கரித்தபடி நம்பிக்கைக் குரிய ஒரு பழைய இயந்திரம் போல சமையலறையும் ஓஃபரின் அசைவுகளைப் பின்தொடர்வதில் அவர்களுடன் சேர்ந்துகொள்கிறது. அந்த இசைக்குச் செவி கொடு, அவள் மனதுக்குள் சொல்லிக்கொள்கிறாள். அந்த இசையில் நம்பிக்கை கொள். சரியான ராகம் இதுதான்: சட்டி கொதித்துக் குமிழ்விடுகிறது, ஒரு குளிர்ப்பதனப் பெட்டி ரீங்காரமிடுகிறது, கரண்டியொன்று தட்டில் ஒலியெழுப்புகிறது, குழாய் நீர் பெருக்குகிறது, ரேடியோவில் முட்டாள்தனமான ஒரு விளம்பரம், உன்னுடைய குரல், இலனின் குரல், உன் பிள்ளைகளின் குரல், அவர்களின் அரட்டைச் சத்தம், அவர்களின் சிரிப்பு. இது முடிவுறவே கூடாது. சரக்கறையிலிருந்து சீரான லயத்தில் இயங்கும் சலவை இயந்திரத்தின் விர்ர்ர் ஒலி இடையில் கேட்கும் உலோக கிளிங் ஒலியினால் இன்னும் சீர்மை கொள்கிறது; பெல்ட்டின் உலோகக் கொக்கியாக இருக்கலாம், அல்லது சட்டைப் பையில் தங்கிவிட்ட திருகாணி, இல்லை, அது கைதவறி வைத்துவிட்ட இன்னுமொரு தோட்டா, ஓரா அப்படித்தான் நினைக்கிறாள். உச்சக்கட்டக் காட்சியில் அது திடீரென வெடித்து நம் அனைவரையும் நோக்கிப் பறந்து வரும்.

ஒரு வருடம் முன்பு ஒருநாள் தனது அடுத்த நோயாளிக்கான பார்க்கும் அனுமதியை ரத்துச் செய்ய மருத்துவமனைச் செயலரைக் கேட்டுக் கொண்டாள். அவளுக்கு அது மிகக்கடினமான நாளாக இருந்தது, இரவெல்லாம் அவள் தூங்கவில்லை. "அப்போது வீட்டு விஷயங்கள் தொடங்கிவிட்டிருந்தன," என்கிறாள், அவள் சொல்வதை பதற்றத்துடன் கேட்கிறான் அவ்ரம்: அவள் குரலில் ஏதோவொரு வித்தியாசம். சட்டென ஓடிப்போய் எமெக் ரிஃபெய்ம் துணிக்கடை ஒன்றில் ஒரு முக்காடு அல்லது குளிர்க் கண்ணாடி அல்லது தன்னை உற்சாகப்படுத்திக்கொள்ள உதவும் ஏதோவொன்றைத் தான் வாங்கிக்கொள்ளப் போகிறோம் என நினைத்தாள். ஜாஃபா தெருவிலிறங்கித் தினமும் தனது காரை நிறுத்தும் கார் நிறுத்துமிடம் நோக்கி நடந்தாள். வழக்கத்துக்கு மாறாக தெரு சலனமற்றிருந்தது, அங்கு நிலவிய விசித்திர மௌனம் அவளைப் பதற்றமுறச் செய்தது. அவள் திரும்பி மருத்துவமனைக்குப் போகவே விரும்பினாள், இருந்தும் அவள் நடந்தாள். தெருவில் நடப்பவர்கள் ஒருவர் மற்றவரது கண்களைப் பார்க்காமல் விரைவாக நடப்பதைக் கவனித்தாள். சற்றுநேரம் கழித்து அவளும் அப்படியே நடந்தாள், கண்களைத் தாழ்த்தி மற்றவர்களைத் தவிர்த்தபடி. ஆனால் என்ன நடக்கிறது என்பதை அறிய அவ்வப்போது ரகசியமாகச் சுற்றும்முற்றும் பார்த்தாள். அநேகமும் அவள் அவர்கள் கையில் எதையாவது எடுத்துச் செல்கிறார்களா எனப் பார்த்தாள், பெரிய பொதி அல்லது பெரிய பை. அல்லது பார்க்க அவர்கள் பதற்றத்துடன் இருக்கிறார்களா எனப் பார்த்தாள். ஆனால் பார்ப்பதற்கு எல்லோருமே சந்தேகத்துக்குரியவர்களாகத் தோன்றினர், அவர்களும் அவளை அப்படியே கண்டிருக்கக்கூடும் என நினைத்துக்கொண்டாள். தன்னால் ஆபத்து எதுவும் இல்லையென்பதை அவர்களுக்குத் தெரியப்படுத்த வேண்டும் இல்லையா? அவளது அருகில் இருக்கையில் அவர்கள் பதற்றமின்றி இருக்கலாம், வீணாய் அவர்களுக்கு நெஞ்சு படபடக்கத் தேவையில்லையல்லவா? இன்னொரு விதத்தில் பார்த்தால் இதுபோன்ற விஷயங்களைப் போகிற போக்கில் அவள் சொல்லிச் செல்லவும்கூடாது. தோள்களை நிமிர்த்தி உடலை நேராக்கினாள், அடுத்தவர்களை முகத்துக்கு நேரே பார்த்தாள். அப்படி அவள் செய்தபோது, கிட்டத்தட்ட அவள் பார்த்த அனைவரிலும் ஒரு குறிப்பு, அவர்கள் ஒரு கொலைகாரராகவோ அல்லது கொலைத்தாக்குதலுக்கு ஆளானவராகவோ அல்லது இரண்டும் சேர்ந்தவராகவோ இருப்பதற்கான சாத்தியம், ஒரு உள்மறைந்த சாத்தியம் இருந்தது.

இப்படியான அசைவுகளை, பார்வைகளை எப்போது அவள் கற்றாள்? பதற்றமிக்க ஓரக்கண் பார்வை, பாதைகளை மோப்பம் பிடித்து தமக்கான தடங்களைத் தாமே தேர்ந்துகொள்ளும் காலடிகள். உருவாகி வரும் ஒரு புதிய நோயின் அறிகுறிகளைப்போல, தன்னைப் பற்றிய புதிய விஷயங்களை அவள் கண்டுகொண்டாள். அவளைச் சுற்றிலும் நடப்பவர்கள் அனைவரும், சிறுபிள்ளைகள்கூட, அவற்றின்மட்டில் தங்கள் காதுகள் செவிடாகிவிட்டிருந்த ஆனால் தங்களது உடல்களால் மட்டுமே கேட்டுணரக்கூடிய ஒரு விசிலின் ஓசைகளுக்கு ஏற்ப நின்றுநின்று தடுமாற்றத்துடன் நகர்வதாகத் தோன்றியது. அவள் விரைவாக நடந்தாள், அவளுக்கு மூச்சு வேகமாக வாங்கியது. எப்படி இதிலிருந்து நீ வெளியேறப்

போகிறாய்? அவள் யோசித்தாள். இங்கிருந்து எப்படி நீ செல்வாய்? பேருந்து நிலையத்தை அடைந்ததும் நின்றவள் அங்கிருந்த பிளாஸ்டிக் இருக்கைகள் ஒன்றில் அமர்ந்தாள். அவள் பேருந்து நிலையத்தில் காத்திருந்து பல வருடங்கள் ஆகிவிட்டன. வழுவழுப்பான மஞ்சள் பிளாஸ்டிக் இருக்கையில் அமர்ந்துகூட அவள் தன் தோல்வியை ஒப்புக்கொண்டதுபோலத்தான். நிமிர்ந்து உட்கார்ந்து மூச்சைச் சீராக்கினாள். இன்னும் ஒரு நிமிடத்தில் அவள் எழுந்து நடக்கத் தொடங்குவாள். முதற்கட்ட தற்கொலைத் தாக்குதல்கள் அவள் நினைவுக்கு வந்தன. நகருக்கு வெளியிலிருக்கும் பள்ளிக்கூடத்திலிருந்து வீட்டுக்குச் செல்லும் பேருந்தில் ஏற வேண்டிய பேருந்து நிறுத்தம்வரை எப்படிப் பாதுகாப்பான பாதையில் வரவேண்டுமென வழிகாட்டுவதற்காக இலன் ஓஃபருடன் சென்றுவிட்டிருந்தான். ஆடம் அப்போது ராணுவத்திலிருந்தான். முதல் பாதை, 18ஆம் எண் பேருந்தில் தற்கொலைக் குண்டுதாரி இருபது பயணிகளைக் கொன்ற இடத்துக்கு மிக அருகில் இருந்தது. நடைபாதையோரம் அமைந்த பென் யெஹூதா பேரங்காடி வழியாக அவன் நடந்துவரலாம் என இலன் சொன்னதற்கு, அங்கு மூன்று குண்டுகள் வெடித்து ஐந்து பேர் மரணமடைந்ததையும் நூற்று எழுபது பேர் காயமடைந்ததையும் நினைவுபடுத்தினான் ஓஃபர். பின்புறமாகச் சுற்றிச் சென்று மஹானே அங்காடித் தெருவருகே வந்து முடியும் சற்றே நீளமான ஒரு வழியை வகுக்க முற்பட்டான் இலன். ஆனால் சரியாக அங்குதான் இரட்டைத் தற்கொலைத் தாக்குதல் நடந்தது என்றான் ஓஃபர்: பதினைந்து பேர் மரணம், பதினேழு பேர் காயம். அவன் சொன்னான், எப்படிப் பார்த்தாலும் நகரத்திலிருந்து எய்ன் கரீமுக்குப் போகும் பேருந்துகள் அனைத்தும் மத்தியப்பேருந்து நிலையத்தைக் கடந்தே போகின்றன, அங்கேயும் ஒரு குண்டுவெடிப்பு நடந்திருக்கிறது, அதே 18ஆம் எண் பேருந்து, இருபத்தைந்து பேர் மரணம், நாற்பத்து மூன்று பேர் காயம். ஆகவே அவர்கள் இருவரும் தெருத்தெருவாகச் சுற்றி வந்தனர். அவ்ரமிடம் இதனைச் சொல்கையில் மரணமடைந்தவர்கள் மற்றும் காயமடைந்தவர்களது எண்ணிக்கையைக் குறித்து வைக்கும் ஸ்பைரல் பைண்ட் செய்யப்பட்ட அந்த ஆரஞ்சு வண்ணக் குறிப்பேட்டை இப்போதும் ஓஃபர் தன்னுடன் வைத்திருக்கிறானோ என்ற பீதியூட்டும் எண்ணம் அவளுக்குள் ஓடுகிறது. இன்னும் எந்தக் குண்டுவெடிப்பும் நிகழாத தெருக்களும் குறுக்குச் சந்துகளும் மாற்ற முடியாத வகையில் முன்னொழுங்கு செய்யப்பட்டும், எளிதில் தாக்குதலுக்கு உள்ளாகும் வகையிலும் அமைந்திருந்ததைக் கண்டான் இலன், இன்னும் அவ்விடங்களில் எதுவும் நிகழாமல் இருப்பதை நினைத்து ஆச்சரியமடைந்தான். கடைசியில் தன் முயற்சியை அவன் கைவிட்டான், நடுத்தெருவில் நின்றபடி சொன்னான், “ஓஃபிரிகோ, நான் சொல்வது என்னவென்றால், எவ்வளவு முடியுமோ அவ்வளவு வேகமாக நட. முடிந்தால் ஓடு.”

அப்போது ஓஃபர் அவனைப் பார்த்த பார்வை – பிற்பாடு இலன் ஓராவிடம் சொன்னான் – அவனால் எப்போதும் அதை மறக்க முடியாது.

இதையெல்லாம் தீவிரமாக அவள் யோசித்துக்கொண்டிருக்கையில் நிறுத்தத்தில் ஒரு பேருந்து வந்து நின்றது. பேருந்தின் கதவு திறந்ததும் கடமை தவறாதவளாக ஓரா பேருந்தில் ஏறினாள், கட்டணம் எவ்வளவு, பேருந்து எந்த வழியாகப்போகிறது போன்ற விஷயங்களைத் தான்

யோசிக்கவில்லையென்பது அப்போதுதான் அவளுக்கு உறைத்தது. தயக்கத்துடன் ஐம்பது ஷெகல் தாள் ஒன்றை நீட்ட சில்லரை கேட்டு ஓட்டுநர் அவளிடம் எரிந்து விழுந்தார். பர்ஸைத் துழாவினாள், சில்லரை எதுவும் இல்லை, கோபமாகத் திட்டியபடியே அவள் கைநிறைய மீதியைச் சில்லரைகளாகத் தந்துவிட்டு, உள்ளே போகுமாறு விரட்டினார். அவள் பயணிகளைப் பார்த்தபடி நின்றாள். அவர்களில் பெரும்பாலானவர்கள் மிகவும் வயதானவர்கள், சோர்ந்து களைத்த, விரக்தி தோய்ந்த முகங்களையுடையவர்கள். சிலர் கால்களுக்கு நடுவே நிரம்பி வழியும் கூடைகளை வைத்தபடி அங்காடியிலிருந்து திரும்பிக்கொண்டிருந்தனர். சீருடை அணிந்த உயர்நிலைப் பள்ளி மாணவர்கள் சிலரும் இருந்தனர், விசித்திரமாக அவர்கள் அமைதியாகக் காணப்பட்டனர். திகைப்புடனும், வெளிக்காட்டிக் கொள்ளாத உணர்ச்சியுடனும் அவர்களைப் பார்த்தாள் ஓரா. அவள் தன் திட்டத்தை மாற்றிக்கொள்ள விரும்பினாள், பேருந்திலிருந்து இறங்கிவிட நினைத்தாள். “அந்தப் பேருந்தில் ஏற வேண்டுமென்று நான் நினைக்கவேயில்லை,” அவ்ரமிடம் சொல்கிறாள். ஆனால் பின்னாலிருந்த யாரோ அவளைப் பேருந்தின் உட்பகுதி நோக்கித் தள்ளினார்கள், சிரமத்துடன் சில அடிகள் முன்னால் வைத்தாள் ஓரா. இருக்கைகள் எதுவும் காலியாக இல்லாததால், மேலேயிருந்த கைப்பிடியைப் பற்றிக்கொண்டு, கன்னத்தை புஜத்தில் தாங்கி சன்னல் வழியே வெளியே நகரத்தை வேடிக்கை பார்த்தபடி நின்றுகொண்டு வந்தாள். இங்கே நான் என்ன செய்துகொண்டிருக்கிறேன்? அவள் தன்னையே கேட்டுக்கொண்டாள். நான் இங்கு இருக்கவேண்டிய அவசியம் இல்லை. பேருந்து ஜாஃபா சதுக்கத்தில் வரிசை கலைந்து கிடக்கும் கடைகளையும், ஸ்பரோ உணவு விடுதியையும், சீயோன் சதுக்கத்தையும் – 1975இல் அங்குதான் சந்தேகம் எழாதபடி குண்டுகளடைத்து வைக்கப்பட்டிருந்த குளிர்பதனப் பெட்டி திறந்ததும் வெடித்து ஓவியர் நாஃப்தலி பெஸெமின் மகன் உட்பட பலரைக் கொன்றது – கடந்தது ராணுவத்திலிருந்தபோது அவனோடு அவளுக்கு அறிமுகமிருந்தது. தனது மகனின் மரணத்துக்குப் பிறகு பெஸெமினால் ஓவியம் தீட்ட முடிந்திருக்குமா என அவள் நினைத்துக்கொண்டாள். ஒய்எம்சிஏ நிறுத்தத்தில் சில இருக்கைகள் காலியாகின. அவள் இருக்கை ஒன்றில் அமர்ந்தாள், அடுத்த நிறுத்தத்தில் இறங்கிக்கொள்வதென்று முடிவெடுத்தாள். பேருந்து லிபர்டி பெல் பார்க்கையும், எமெக் ரிஃபெய்மையும் கடந்தபோது அவள் பேருந்திலேயே இருந்தாள். கஃபே ஹில்லெலைக் கடந்தபோது சற்று வாய்விட்டே அவள் சொன்னாள், இப்போது நீ இறங்கப் போகிறாய், இறங்கி உள்ளே போய் ஒரு காபி அருந்தப் போகிறாய். ஆனால் அவள் இறங்கவில்லை.

பயணிகள் அவ்வளவு அமைதியாய் இருந்தது அவளுக்கு வியப்பேற்படுத்தியது. ஏதோ தம் சக பயணிகளைப் பார்க்கத் துணிவற்றவர்கள்போல அனேகம் பயணிகள் அவளைப் போலவே வெளியே பார்த்துக்கொண்டு வந்தனர். பேருந்து நிற்கும் ஒவ்வொரு நிறுத்தத்திலும் சற்றே நிமிர்ந்து உட்கார்ந்து ஏறி உள்ளே வருபவர்களைப் பார்த்தனர். புதிய பயணிகளும் ஏற்கனவே பேருந்தில் இருப்பவர்களை கண்களை இடுக்கிக்கொண்டு ஆராய்ந்தனர். அது மிக விரைவான பார்வைப் பரிமாற்றம், வினாடிக்கும் குறைவான நேரம்தான், ஆனால் நம்ப முடியாத அளவுக்குச் சிக்கலான,

கடும் பணிகளான வகைபிரித்தல் மற்றும் பட்டியலிடுதல் போன்றவை நடந்தபடியிருந்தன. கேடமோனியன் குடியிருப்புப் பகுதி, மல்ஹா பேரங்காடி இவற்றைக் கடந்து கடைசி நிறுத்தத்தை அடைந்ததும் ஓட்டுநர் பின்னோக்குக் கண்ணாடியில் அவளைப் பார்த்துச் சத்தமாகச் சொன்னார், "அம்மணி, இதோடு பாதை முடிந்துவிட்டது." நகரத்துக்குத் திரும்பப் போக பேருந்து உள்ளதா என ஓரா கேட்டாள். "அதோ அங்கேயிருக்கும் பேருந்து," என்ற ஓட்டுநர் 18ஆம் எண் பேருந்தைச் சுட்டிக் காட்டினார். "விரைந்து செல்லுங்கள், பேருந்து கிளம்பப் போகிறது. சற்றுக் காத்திருக்கச் சொல்லி அந்த ஓட்டுநருக்குக் கேட்க என் ஹாரனை ஒலிக்கிறேன்."

காலியான அந்தப் பேருந்தில் ஏறினாள். அவள் கண்கள் விலகிச் சென்று வினாடிக்கும் குறைவான நேரத்துக்கு ஒரு காட்சியைக் காண்கின்றன, சிதைவு, உருக்குலைவு, ரத்தச் சிதறல்கள். எது பாதுகாப்பான இருக்கையாக இருக்கும் என யோசிக்க ஆரம்பித்தாள். சங்கட உணர்வு மட்டும் தோன்றாமலிருந் திருந்தால் ஓட்டுநரையே கேட்டிருப்பாள். பேருந்து குண்டுவெடிப்புகள்பற்றித் தான் கேட்டறிந்தவற்றை நினைவுபடுத்திக்கொள்ள முயன்றாள். பெரும்பாலான வெடிப்புகள் தீவிரவாதி பேருந்தில் ஏறியதும் நிகழ்ந்தனவா என அவளால் உறுதி செய்துகொள்ள முடியவில்லை. அப்படியிருக்கும் பட்சத்தில் குண்டுவெடிப்புகள் பேருந்தின் முன் பகுதியில் நிகழ்ந்திருக்கும். அல்லது அவன் உள்ளே சென்று, பேருந்தின் நடுப்பகுதியில் வந்து நின்றவுடன் பெரும்பான்மையான பயணிகள் அவனைச் சுற்றிலுருமிருக்க தனது *அல்லாஹூ* அக்பரை உரக்கச் சொல்லிவிட்டு பொத்தானை அழுத்தியிருப்பான். பின் வரிசையில் உட்காருவது என்று முடிவெடுத்தாள். குண்டுச் சிதறல்களும் உலோகத் துண்டுகளும் அவளை வந்தடையும் முன் எப்படியாவது தடுக்கப்பட்டுவிடும் என எழுந்த எண்ணத்தை வலுக்கட்டாயமாகப் புறந்தள்ளினாள். சிறிது நேரத்துக்குப் பின் மிகவும் தனிமையாக உணர்ந்தாள், ஒரு வரிசை முன்னே வந்தாள். இந்த எளிய இடமாற்றம் இன்னும் சிறிது நேரத்தில் தனது விதியை முடித்துவிடுமோ என எண்ணியவள் தன்னைக் கூர்ந்து பார்க்கும் ஓட்டுநரின் கண்களைப் பின்னோக்குக் கண்ணாடியில் சந்தித்தாள். "சட்டென்று எனக்கு அது தோன்றியது," அவ்ரமிடம் சொல்கிறாள், "நான்தான் தற்கொலைக் குண்டுதாரி என்று அவர் நினைத்திருப்பார்."

ஒருமணி நேரப் பயணத்திற்குப் பின்னர் அவள் சோர்ந்து களைத்திருந் தாள், இருந்தும் தனது தற்காப்புக் கேடயத்தைத் தளர்த்த அவள் தயாராக இல்லை. அவள் கண்கள் சொக்கின, சன்னலில் தலை சாய்த்து ஒரு குட்டித் தூக்கம் போட வேண்டுமென்ற உடலின் விருப்பத்தைப் போராடித் தடுத்தாள். கடந்த சில நாட்களாக, மகிழ்வின்றியும் மிக விரைவாகவும் பெரியவர்களின் ரகசியங்களைத் தெரிந்துகொள்ளும் ஒரு குழந்தையைப்போல உணர்ந்தாள். ஒருவாரம் முன்பு, கஃபே மொமண்டில் – அது முழுதும் நிரம்பியோ காலியாகவோ இல்லாத காலை நேரத்தில் – அமர்ந்திருந்தாள். கனமான கோட் அணிந்த கட்டை குட்டையான பெண்ணொருத்தி குழந்தையைப் போர்வையில் பொதிந்து தோளில் போட்டபடி உள்ளே வந்தாள். அவள் இளம்பெண் இல்லை, நாற்பத்தைந்து வயதிருக்கும், அதுதான் சந்தேகம்கொள்ள வைத்தது. "அது குழந்தையில்லை," என்ற முணுமுணுப்பு வேகமாகக் காற்றில்

பரவியது, உடனே அந்த இடம் தலைகீழானது. அங்கிருந்தவர்கள் தாவிக்குதித்தனர், தப்பியோடுகையில் நாற்காலிகளைக் கவிழ்த்தனர், தட்டுகளையும் தம்ளர்களையும் தட்டிவிட்டனர், வாசற்கதவை அடைய ஒருவரோடொருவர் மோதிக்கொண்டனர். இந்தக் குழப்பத்தை ஒன்றும் புரியாதவளாகப் பார்த்தாள் அந்தப் பெண், எல்லாம் அவளால்தான் என்பதை அவள் புரிந்துகொண்டதுபோலத் தெரியவில்லை. அவள் மேசையொன்றில் அமர்ந்து குழந்தையை மடியிலிறுத்திக்கொண்டாள். ஓரா நகர முடியாமல், மந்திரத்துக்குக் கட்டுப்பட்டவள் போல அமர்ந்து அவளையே பார்த்துக்கொண்டிருந்தாள். அந்தப் பெண் போர்வையை விலக்கி சிறிய ஊதா வண்ணக் கோட்டின் பொத்தான்களைக் கழற்றினாள், தூங்கிவழிந்த முகத்துடன் வெளியே உற்றுப்பார்த்த கொழுகொழு வென்றிருந்த குழந்தையைப் பார்த்துச் சிரித்தாள். "ஆ, ஜூஜூ, ஜூஜூ, ஜூஜூ," அவள் குழந்தையைக் கொஞ்சினாள்.

ஏறி நின்று சுற்றிலும் பார்க்கத் தோதான ரெயிஷ் லாகிஷை நோக்கிய பாதையில் ரப்பானிய துறவிகளின் காலடித் தடங்கள்மீது அவர்கள் நடந்துசெல்கிறார்கள்; கேரோப் மற்றும் ஓக் மரங்களினூடாகச் சுற்றிச் சுற்றிச் செல்கிறது சமதளப் பாதை, தொலைவே கொழுத்த பசுக்கள் மேய்ந்துகொண்டிருக்கின்றன. ஓரா அவ்ரமிடம் சொல்கிறாள்: மறுநாள் மதியம். தனது அடுத்த பணி அமர்வையும் ரத்து செய்யும்படி மீண்டும் அவள் செயலரிடம் சொன்னாள், 18ஆம் எண் பேருந்து நிறுத்தத்துக்கு நடந்து சென்றாள், கடைசி நிறுத்தம்வரை அந்தப் பேருந்தில் பயணித்தாள். அவளுக்குப் பிற்பகலில் பணிகள் ஏதும் இல்லாததாலும், வீட்டில் தனியே இருப்பது பிடிக்காததாலும் மீண்டும் பேருந்தைப் பிடித்து கிர்யத் ஹா யோவல் குடியிருப்பில் இருக்கும் முதல் நிறுத்தத்துக்கு வந்தாள். அங்கிருந்து இன்னொரு பேருந்து மாறி புறநகருக்குத் திரும்பினாள். பேருந்திலிருந்து இறங்கிச் சிறிது தூரம் நடந்தாள், கடைகளின் கண்ணாடிச் சன்னல்கள் வழியே பொருட்களைப் பார்த்தபடி செல்கையில் அவற்றில் தெருவின் பிரதிபலிப்பைக் கவனித்தாள், கடந்து செல்பவர்களைக் கூர்ந்து ஆராய்ந்தாள், தன்னையே கட்டாயப்படுத்திக்கொண்டு மெதுவாக நடந்தாள்.

அடுத்தநாள் காலை தனது முதல் நோயாளியைப் பார்க்கும் முன்னர் மத்தியப் பேருந்து நிலையத்தில் 18ஆம் எண் பேருந்தைப் பிடித்தாள், இம்முறை அவள் முன்பகுதியில் அமர்ந்தாள். ஒவ்வொரு மூன்றாவது அல்லது நான்காவது நிறுத்தத்திலும் இறங்கி வேறொரு பேருந்துக்கு மாறினாள். சிலமுறை அவள் தெருவைக் கடந்து அந்தப் பக்கம் சென்று எதிர்த்திசையில் செல்லும் பேருந்தில் பயணித்தாள். ஒரு கற்பனைச் சதுரங்க ஆட்டத்தில் தனதுடல் ஒரு சதுரங்கக் காய் என்பதுபோல ஒவ்வொரு முறையும் வேறுபட்டதொரு இடத்தில் அமர முயன்றாள். தனது மூன்றாவது நோயாளியைப் பார்க்கத் தாமதமாகிவிடும் என உணர்ந்தபோது மருத்துவமனை இயக்குநர்கள் தன்னை இன்னொருமுறை பேச்சு வார்த்தைக்கு அழைப்பார்களே என ஒரு கணம் பயந்தாள், ஆனால் அந்த எண்ணத்தைத் தான் இன்னும்

அதிக வலுவுடன் இருக்கும் ஒரு நேரத்துக்கு தள்ளிப்போட்டாள். அந்நாட்களில் அவள் பெரும் அசதியுடனிருந்தாள், அமர்ந்த உடனே அவள் தலை தொங்கிவிடும், சில சமயம் அப்படியே சற்று நேரத்துக்கு உறங்கியும் விடுவாள். உறக்கக் கலக்கத்துடனே மசங்கலான பார்வையில் பேருந்திலிருப்போரைப் பார்ப்பாள். யாரென்று தெரியாதவர்களுக் கிடையேயான உரையாடல் ஒலிகளும் தொலைபேசி அழைப்புகளும் அவளது உறக்கத்தை ஊடுருவிக் கலைக்கும். பேருந்து ஒரு நிறுத்தத்தில் நின்று யாரும் ஏறவில்லையென்றால் உடனே பேருந்து முழுவதும் ஒரு நிம்மதி பரவும், பயணிகள் ஒருவரோடொருவர் பேசத் தொடங்குவர். அவளது பயணங்களுள் ஒன்றின்போது ரெட் ஆர்மியின் பதக்கங்களால் தன்னை அலங்கரித்திருந்த கனத்த சரீரம் கொண்ட முதியவர் ஒருவர் தனது அங்காடிக் கூடையிலிருந்து பெரிய பழுப்பு வண்ண உறையை எடுத்துத் திறந்து, கட்டி வளர்ந்திருந்த தனது சிறுநீரகத்தின் எக்ஸ்ரே படத்தைக் காட்டினார். அந்த எக்ஸ்ரே படத்தினூடாக எல்லை ரோந்துப் படையைச் சேர்ந்த இரண்டு எத்தியோப்பியப் படைவீரர்கள், ஒரு இளைஞனது – அவன் அராபியனோ அல்லது அராபியனல்லாதவனோ – சான்றாவணங்களை ஆராய்ந்துகொண்டிருந்ததை மங்கலாகப் பார்த்தாள். கால்களால் அந்த இளைஞன் நடைபாதையை உதைத்தபடியிருந்தான்.

அவர்கள் நின்று ஆசுவாசப்படுத்திக்கொள்கிறார்கள். இடுப்பில் கைகளை வைத்துக்கொள்கிறார்கள். ஏன் நாம் இதுபோல ஓடிக் கொண்டிருக்கிறோம். ஒருவர் மற்றவரை நோக்கி மௌனமாகக் கேட்டுக் கொள்கிறார்கள். ஆனால் ஏதோவொன்று அவர்களது குதிகால்களை உதைக்க ஆரம்பித்திருந்தது, குண்டூசிகளையும் ஊசிகளையும் நெஞ்சில் போட்டுக் குலுக்கியது. அழகான நெதோஃபா பள்ளத்தாக்கை வெறுமனே ஒரு பார்வை பார்த்துவிட்டு தெரிபிந்த், ஓக், பிர்ச் மரங்கள் நிறைந்த காட்டினூடாக வேகமாக நடக்கிறார்கள். பார்வையைப் பாதையில் வைத்து மௌனமாக நடக்கிறாள் ஓரா. அவ்ரம் அவளை எச்சரிக்கையுணர்வுடன் பார்க்கிறான், ஒரு தப்படிக்கும் அடுத்ததற்கும் இடையில் அவன் முகம் கோணிக்கொள்கிறது, முற்றாக மூடிக்கொள்கிறது. கையை நீட்டி, “இங்கே பாருங்கள்,” என்கிறாள். பாதையில் அவர்களது பாதங்களருகே அடைசலான ஒரு சித்திர எழுத்துத் தொடர், எல்லாத் திசைகளிலிருந்தும் நீண்டுவரும் கோடுகளின் வலைப்பின்னல், இவை சென்று புதர்ச்செடியொன்றின் கிளையிலிருக்கும் நத்தைக் கூட்டத்தில் முடிகின்றன.

இரண்டாம் வாரத்தில் சில ஓட்டுநர்கள் அவளை அடையாளம் தெரிந்து வைத்திருந்தனர். சந்தேகப்படும்படி எதுவும் அவளிடம் இல்லாத தால் அதிக முக்கியம் வாய்ந்த விஷயங்களில் கவனம் செலுத்தும் பொருட்டு தங்கள் சிந்தனையிலிருந்து அவளை வடிகட்டிவிட்டனர். தொடர்ச்சியாகப் பயணிக்கும் சிலரை அவள் அடையாளம் காணத் தொடங்கினாள். வழக்கமாக அவர்கள் ஏறுமிடம் இறங்குமிடம் இவற்றை யும் தெரிந்துகொண்டாள். கைபேசியிலோ சக பயணிகளுடனோ அவர்கள் பேசுகையில் அவர்களது உடல்நலப் பிரச்சனைகள், அவர்களது குடும்பங்கள், அரசாங்கத்தைப் பற்றிய அவர்களது எண்ணங்கள் குறித்தும் அவள் அறிந்துகொண்டாள். குறிப்பாக ஒரு வயதான தம்பதியர் அவளது

கவனத்தை ஈர்த்தனர். அந்த ஆண் உயரமாக ஒல்லியாக இருந்தார். அந்தப் பெண்மணி மிகவும் குட்டையாக, தோல் சுருக்கங்களுடன், ஒளி ஊடுருவிச் சென்றுவிடுமோ என்பது போன்ற உடலுடன் இருந்தார். அந்தப் பெண்மணி இருக்கையில் அமரும்போது பேருந்தின் தரையைத் தொடாமல் கால்கள் அந்தரத்திலேயே ஊசலாடின. எப்போதுமே அப்பெண்ணிடமிருந்து கபம் நிறைந்த மோசமான இருமல் வெளிப்படும். பெண்ணின் கணவர் அவள் பயன்படுத்திய துடைக்குந்தாள்களை கவலையுடன் ஆராய்ந்து பார்த்துவிட்டுப் புதிய துடைக்குந்தாள்களை நிறைத்து வைப்பார். ஒவ்வொரு முறையும் அங்காடித் தெருவில் அவர்கள் ஏறியதும் ஓரா சற்று விழித்துக்கொள்வாள். அவளைப் போலவே அவர்களும் கடைசி நிறுத்தம்வரை பயணித்தனர். அவள் ஆச்சரியப்படும் வகையில் அவர்கள் கிட்டத்தட்ட எப்போதுமே அவளுடனே சேர்ந்து திரும்பிப் போகும் பேருந்தில் ஏறி, முதலில் தாங்கள் ஏறிய நிறுத்தத்திலேயே, தெருவின் எதிர்ப்பக்கத்தில் இறங்குவர். அவர்களது இந்த வழக்கத்துக்கு என்ன அர்த்தம் என்று அவளால் புரிந்துகொள்ள முடியவில்லை.

மூன்று அல்லது நான்கு வாரங்களுக்குத் தினமும் ஓரா 18ஆம் எண் பேருந்தைப் பிடித்துக் குறைந்தது ஒரு மணி நேரம் நகரத்தைச் சுற்றிப் பயணிப்பதில் செலவிட்டாள். பேருந்திலிருக்கையில் கேடான எண்ணங்கள் அவள் மட்டில் தமது பிடியைத் தளர்த்திக்கொண்டதை உணர்ந்தாள். பெரும்பாலான நேரங்களில் முழுமையான ஒற்றைச் சிந்தனையை அவள் கொண்டிருந்ததில்லை. ஒரு நிறுத்தத்திலிருந்து அடுத்ததற்கு வெறுமனே தன் உடலை அவள் மாற்றி வைத்துக்கொண்டிருந்தாள். பேருந்தின் குலுக்கலுக்கு, கிறீச்சிடும் நிறுத்திகளுக்கு, சாலைப் பள்ளங்களுக்கு, தங்களது எச்சரிக்கும் போதனைகளை முழு ஒலியில் அலறவிட்ட மதச்சார்பு வானொலி நிலையங்களுக்கு என அவள் பழகிவிட்டிருந்தாள். அவ்வளவு நேரம் வெளியில் என்ன வேலை என்று இலன் எப்போதுமே கேட்காததால், தனது இந்தச் செயலை அவனிடமிருந்து அவள் மறைத்துக்கொள்ள முடிந்தது. இரவு உணவுக்காக அமர்ந்திருக்கையில் சிலநேரம் மௌனமாக அவனை வெறித்துப் பார்த்துக் கண்களால் கதறுவாள்: நான் எங்கே போகிறேன், என்ன செய்கிறேன் என்று எப்படி உணராமல் போனீர்கள்? இதுபோலச் செல்வதற்கு எப்படி என்னை அனுமதித்தீர்கள்?

“அப்போதுதான் ஓஃபருடனான அந்தச் சம்பவம் நடந்தது,” நீண்ட நேரமாக அமைதியாக இருக்கும் அவ்ரமிடம் பூடகமாகச் சொல்கிறாள் ஓரா. “அது மோசமான மாதம், படையணியிலும் படைப்பிரிவிலும் தொடர்ந்து கேள்விகள், கூடவே விசாரணைகள், புலன் விசாரணைகள். என்னவென்று கேட்காதீர்கள்.” பெருமூச்சுடன் எச்சிலைக் கூட்டி விழுங்கு கிறாள். இவனிடம் சொல்லியாக வேண்டிய நேரம் வந்துவிட்டது. இவன் அதைக் கேட்க வேண்டும், அறிந்துகொள்ள வேண்டும், அதுபற்றித் தானே ஒரு முடிவுக்கு வர வேண்டும். அந்நாட்களில் அவள் உச்சரித்த ஒவ்வொரு சொல்லும் பார்த்த ஒவ்வொரு பார்வையும், ஓஃபர், இலன், ஆடம் மூவரும் தங்களைச் சீண்டுவதாக உணர்ந்த அவளது ஒவ்வொரு மௌனமும் ஒரு சண்டைக்கான களனாக அமைந்தன. இந்தப் பேருந்துப் பயணங்களில் அவர்களிடமிருந்து சற்றே ஆசுவாசமாக உணர்ந்தாள், அவளிடமிருந்தேகூட. அவர்களோடு சதா வம்பிழுக்கத் தோன்றும்

அவளது விசித்திரப் பிடிவாதத்திலிருந்தும், உண்மையைச் சொன்னால் அவளைப் பைத்தியமாக அடிக்கத் தொடங்கியிருந்த அவளது அற்பமான, சுற்றிவளைத்த கேள்விகளிடமிருந்தும்கூட. ஒவ்வொரு முறையும் அவள் அங்கே என்ன நடந்ததோ என நினைத்து மருகுகையிலும், மணிக்கொரு முறை ஒலிபரப்பாகும் வானொலிச் செய்தியை அறிவிக்கும் பீப் ஒலிகளைக் கேட்கையிலும், அல்லது அவள் ஓஃபரைப் பற்றி வெறுமனே நினைத்தாலுமேகூட அக்கேள்விகள் அமில விக்கல்களைப் போல அவளிடமிருந்து வெடித்துக் கிளம்பின. "அவனைப் பற்றி நினைக்கத் தொடங்கினாலே அதற்கும் முன்பாக அந்த நிகழ்வை மனம் யோசிக்கத் தொடங்கிவிடும்."

"என்னதான் நடந்தது?" அவ்ரம் கேட்கிறான்.

கடைசியாக உள்ளேயிருந்து பதில் வரும் என்பது போல தனக்குள்ளாக செவியைத் தீட்டிக்கொண்டு காத்திருக்கிறாள். இரண்டு கைகளாலும் முதுகுப்பையின் பட்டிகளைப் பிடிக்கிறான் அவ்ரம், அவற்றை இறுகப் பற்றிக்கொள்கிறான்.

ஒருநாள் மருத்துவமனையை விட்டுக் கிளம்பினாள் ஓரா, காத்திருப்போர் அறையிலிருந்த ஒரு தம்பதியரிடம் ஒப்புக்கு மன்னிப்புக் கேட்டுவிட்டு விரைவாக ஒரு சுற்று வருவதற்காக 18ஆம் எண் பேருந்தில் ஏறினாள். மெகாஷர் பணிமனை அருகே பேருந்து சென்றுகொண்டிருந்தபோது பெரும் வெடியோசையைக் கேட்டாள். பிறகு சற்று நேரம் ஆழங்காண முடியா பேரமைதி. பயணிகளின் முகங்கள் மெல்லத் தொங்கிப்போய் வெளிறின. காற்றில் கடும் மல நாற்றம் வீசியது, ஓரா அச்சத்தினால் உண்டான வியர்வையில் குளித்திருந்தாள். பயணிகள் கத்தினர், வசை கூறினர், அழுதனர், தங்களைப் பேருந்திலிருந்து இறக்கிவிடும்படி ஓட்டுநரிடம் மன்றாடினர். நடுத்தெருவில் பேருந்தை நிறுத்திக் கதவுகளைத் திறந்துவிட்டார் ஓட்டுநர். முந்திக்கொண்டு வெளியே வருவதற்காக பயணிகள் ஒருவர் ஒருவரோடு முட்டி மோதியபடியும், கால்களாலும் கைளாலும் உதைத்துத் தள்ளிக்கொண்டும் விரைவாகச் சென்றனர். ஓட்டுநர் பின்னோக்குக் கண்ணாடியில் பார்த்தார், "நீங்கள் பேருந்திலேயே இருக்க விரும்புகிறீர்களா?" என்றார். வேறு யாரிடமெல்லாம் இதைச் சொல்கிறார் என அறிய ஓரா பின்னால் திரும்பிப் பார்த்தாள். அங்கே அந்த முதிய தம்பதியர் ஒருவரையொருவர் அணைத்தபடி அமர்ந்திருந்தனர். அந்தப் பெண்மணியின் சிறிய, கிட்டத்தட்ட முடிகளனைத்தும் கொட்டிவிட்டிருந்த தலை அந்த ஆளின் உடம்பில் புதைந்திருந்தது. அவர் அவள்மீது சாய்ந்து அவள் தோள்களைப் பற்றியிருந்தார். அவர்களது முகத்தில் கண்ட உணர்வுகளை விவரிப்பது கடினமாக இருந்தது, அதிர்ச்சி, அச்சம் மற்றும் கடும் ஏமாற்றத்தின் கலவையாக அது இருந்தது. வானொலி உடன் அவசரகால ஒலிபரப்புக்கு மாறியது. "முதலில் எனது இரங்கலைத் தெரிவித்துக்கொள்கிறேன், காயமடைந்தவர்கள் விரைவில் குணமடைய வேண்டும்," அமைச்சர்கள், பாதுகாப்பு நிபுணர்கள் ஒருவர் மாற்றி ஒருவர் சொல்லிக்கொண்டிருந்தனர். அந்தக் குண்டுவெடிப்பு டேவிட்கா சதுக்கமருகே, எதிர்த்திசையில் சென்றுகொண்டிருந்த பேருந்தில் நிகழ்ந்

திருக்கிறது. சற்று முன்னர்தான் ஓராவின் பேருந்து அந்தப் பேருந்தைக் கடந்துவந்தது. ஷாரி ஸெதெக் மற்றும் ஹடஸா மருத்துவமனைகளை நோக்கி அவரச ஊர்திகள் விரைய ஆரம்பித்திருந்தன.

மறுநாள் காலை எல்லாப் பேருந்து நிறுத்தங்களிலும் ராணுவ வீரர்களும் காவல்துறையினரும் பாதுகாப்பில் ஈடுபட்டிருந்தனர். சொற்ப எண்ணிக்கையிலிருந்த பயணிகள் அதிகப் பதற்றத்துடனும், எரிச்சலுடனும் காணப்பட்டனர், அதேநேரம் அவர்கள் வழக்கத்தைவிட அதிக சந்தேகத்துக்குரியவர்களாகவும் இருந்தனர். யாராவது வரிசையின் நடுவே நுழைந்தாலோ காலை மிதித்தாலோ மேலே மோதினாலோ கடும் கோபமும் எரிச்சலும் கிளம்பியது. மக்கள் தங்கள் கைபேசிகளில் சத்தமாகப் பேசிக்கொண்டனர். அந்தக் கைபேசிகளை அங்கிருந்து அவர்கள் வெளியேயிருக்கும் உலகத்துக்கு நீட்டிச் சுவாசிக்க உதவும் குழாய்களாக உபயோகிப்பதாக ஓராவுக்குத் தோன்றியது. குண்டுவெடிப்பு நிகழ்ந்த இடத்தைக் கடந்தபோது பேருந்துக்குள் மௌனம். சன்னல் வழியே பார்க்கையில் தாடியுடன் வைதீகத் தோற்றத்திலிருந்த ஒரு நபரைப் பார்த்தாள் ஓரா. அவர் பாதிக்கப்பட்டோரை அடையாளம் காணும் குழுவைச் சேர்ந்த தன்னார்வலர். மரத்தின் மேலிருந்தபடி ஒரு துணியையும் சிறிய இடுக்கியையும் கொண்டு மரக்கிளையில் ஒட்டியிருக்கும் எதையோ மெல்லப் பதமாக எடுத்து பிளாஸ்டிக் பையில் போடுகிறார். பெயிட் ஹாகெரமில் மழலையர் பள்ளிக் குழந்தைகள் கூட்டமொன்று ஏறுகிறது, சிலரது கைகளில் வண்ண பலூன்கள். குழந்தைகள் சிரித்தபடியும் சத்தமாகப் பேசியபடியும் சுற்றிச்சுற்றி வந்தனர். எல்லோரும் அந்த பலூன்களையே வெறித்துப் பார்த்தார்கள். தன் போக்கில் ஒரு பலூன் வெடித்தபோது, எல்லோருமே அது ஒரு பலூன்தான் என அறிந்திருந்த போதும், பீதியின் கடும் கிறீச்சொலி பேருந்தைத் துளைத்தது. அரண்ட சில குழந்தைகள் அழ ஆரம்பித்தன. அவமானமடைந்த பயணிகள், சோர்ந்து போனவர்களாய் ஒருவர் மற்றவரது முகத்தைப் பார்ப்பதைத் தவிர்த்தனர்.

இந்தப் பயணங்களில் ஒன்றின்போது தனக்குத் தெரிந்த ஒருவரைச் சந்திக்க நேர்ந்தால், தான் என்ன செய்துகொண்டிருக்கிறோம், எங்கு போய்க்கொண்டிருக்கிறோம் என்பதை எப்படி அவரிடம் சொல்வதென்ற தீர்மானமற்றவளாய்த் தான் இருப்பதை ஒன்றுக்கும் மேற்பட்ட தடவைகள் உணர்ந்திருக்கிறாள். சிலநேரம் தனக்குள்ளே அவள் எண்ணிக்கொள்வாள்: இது என்ன பைத்தியக்காரத்தனமான நடத்தை? உனக்கு ஏதாவதொன்று நடந்தால் இலனும் பையன்களும் என்ன ஆவார்கள், ஓஃபர் தன்னால்தான் இப்படி ஆனதென்று – கடவுளே அப்படி நடக்கக்கூடாது – நினைப்பானில்லையா? அல்லது அவன் பொருட்டு உனக்கு ஏதாவது ஆக வேண்டுமென்று நீ விரும்புகிறாயா? ஆமாம், இப்போதும்கூட. மூன்று அல்லது நான்கு வாரங்களாக தினமும் வீட்டிலிருந்தோ வேலை முடிந்தோ அவமானத்துக்குள்ளான முகத்துடன், ஒருவகையான தோல்வியுற்ற பகற்கனவு நிலையில் அருகிலிருக்கும் பேருந்து நிலையத்துக்குத் தன்னையும் மீறி அவள் நடப்பாள். அங்கே மற்றவர்களிடமிருந்து சற்றுத் தள்ளியே நிற்பாள். ஏனையோரும்கூட தங்களுக்குள் இடைவெளி விட்டு நிற்கவேண்டுமென்றே விரும்பினர்.

பிறகு அவள் பேருந்தில் ஏறுவாள். பேருந்தின் மையப்பகுதிக்கு நடப்பாள், தனக்காகக் காத்திருக்கும் இருக்கையை மசங்கலாகப் பார்ப்பாள், அந்த முதிய தம்பதியைத் தேடுவாள், அவர்களும் அவளை எதிர்பார்த்திருந்தது போலிருக்கும், கூட்டுச் சதிகாரர்களுக்குரிய துயரார்ந்த நட்புணர்வுடன் அவர்கள் தலையை அசைப்பார்கள். அவள் இருக்கையில் அமர்வாள், தலையைச் சன்னலில் சாய்த்துக்கொள்வாள், சில நேரம் அப்படியே தூங்கிவிடுவாள், தூங்கிய நிலையிலேயே சில நிறுத்தங்கள் அல்லது பேருந்தின் பயணத்தடம் முழுவதும் பயணிப்பாள். பேருந்தில் தான் எவ்வளவு நேரம் செலவிடப் போகிறோம் என்பது முன்கூட்டியே அவளுக்குத் தெரியாது. அதுபோல உரிய நேரம் வரும்வரை அவளால் பேருந்திலிருந்து இறங்க முடியாது. எந்த வெளிப்படையான காரணமும் இன்றி ஊசி மூலம் செலுத்திய மருந்தின் தாக்கம் குறைந்துவிட்டது போல நிம்மதியும் விடுதலையுணர்வும் அவளுக்கு உண்டாகும், அப்போதுதான் பேருந்திலிருந்து இறங்கி தனது நாளை அவளால் தொடர முடியும்.

வாரங்கள் செல்லச்செல்ல, ஹெப்ரானில் நிலவறை இறைச்சிக் கூடத்திலிருந்து வெளியே கொண்டுவரப்பட்ட ஒரு கிழவன் அவர்கள் முன்னிலையில் தான் பிறந்த தினத்திலிருந்ததுபோல அம்மணமாய், ஆடியும் சிரித்தும் ஆர்ப்பரித்த விசித்திரமிக்கக் காட்சியை தன் கண்முன் கொண்டு நிறுத்த இன்னும் வலுவாக அவளால் இயன்றது. “அந்தக் கட்டடத்தின் சொந்தக்காரன் பெரிய இறைச்சி வியாபாரி,” அவ்ரமிடம் விளக்குகிறாள். அவனுக்கு இப்போதும் எதுவும் விளங்கவில்லை, மூச்சிரைக்கிறது, கண்கள் அலைபாய்கின்றன. அவளுக்கு நினைவிருக்கிறது அதுபற்றிப் பேசுகையில், அதுவும் அந்த நிர்வாண நடனம் பற்றிப் பேசுகையில், இந்த விஷயம்தான் அந்தச் சம்பவத்திலேயே மிகவும் சிரமமான பகுதி என்பதுபோல, படைவீரர்கள் மிகவும் சங்கோஜமாக உணர்ந்தனர். அவன் முழு முட்டாளாக நடந்துகொண்டான் என்று விசாரணைகள் நடந்த காலத்தில் விசாரணையொன்றுக்கு முந்தின நாள் இரவு வந்து அவர்களது வீட்டிலேயே தங்கிவிட்ட படைவீரன் சொன்னான். அவன் பெயர் த்விர், க்ஃபார் ஸோல்த் கிப்புட்ஸைச் சேர்ந்தவன். ஆறடி ஐந்தங்குலம், மெலிந்து உயரமாக இருந்தான், பார்க்கச் சிறுவன் போன்ற முகத்தோற்றம். அவனையும் ஓஃபரையும் ஓரா படைப்பிரிவின் தலைமையகத்துக்கு அழைத்துச் சென்றாள்—

“ஓரா, கொஞ்சம் நிறுத்து,” வெளிறிய முகத்துடன் சொல்கிறான் அவ்ரம். “எனக்குப் புரியவில்லை, அந்தக் கிழவன் யார்?”

“ராணுவம் அந்த வழக்கைத் தீவிரமாக எடுத்துக்கொண்டது,” சிறிது நேர மௌனத்துக்குப் பின் ஓரா சொல்கிறாள். அந்த மௌனத்தின்போது திடீரென்று கடும் சோர்வு பீடித்தவர்களாய் அவர்கள் தரையில் பொத்தென்று அமர்கிறார்கள், பெரிய மஞ்சள் அல்லிகள் பூத்து ஒளிரும் குளத்தின் கரையில் தண்ணீரை ஒட்டி அமர்கிறார்கள். தன்னைச் சுற்றிலுமிருப்பவற்றின்மீது தண்ணீரை விசிறியடித்த வண்ணம் நாய் தொடர்ந்து நீருக்குள் குதித்தபடியிருக்கிறது, தன்னுடன் சேர்ந்துகொள்ள அவர்களையும் அழைக்கிறது. நாயை அவர்கள் பார்க்கவில்லை. கூன்வளைந்தவர்களாய் இருவரும் அருகருகே அமர்ந்திருக்கிறார்கள்.

குறைந்தபட்சம் பொது இடத்தில் அதுபற்றிப் பேசுவதை நிறுத்துங்கள் என ஓஃபர் அவளிடம் பலமுறை கேட்டுக்கொண்டிருந்தாலும் ஓரா த்விரிடம் அதைக் கேட்க வேண்டியிருந்தது. “அந்தக் கிழவர் அங்கிருந்ததை எப்படி மறந்தீர்கள்?”

த்விர் தன் அகன்ற தோள்களைக் குலுக்கிக்கொண்டான். “எனக்குத் தெரியவில்லை. ஒருவேளை படையணியிலிருந்த எல்லோருமே வேறு யாரேனும் ஒருவர் அவரை வெளியே அனுப்பிவிட்டிருக்கலாம் என நினைத்திருக்க வேண்டும்.”

ஓஃபர் கோபமாக ஓசையுடன் மூச்சுவிட்டான், ஓரா தான் அமைதியாக இருப்பதாக வாக்களித்தாள், ஒரு வார்த்தையும் பேசப்போவதில்லை என்றாள். புருவத்தை உயர்த்தியவளாக, காதுகளைத் தொட்டுவிடும் அளவுக்கு தோள்களைக் குறுக்கிக் கொண்டு காரைச் செலுத்தினாள். “ஒரு மனிதனை எப்படி உங்களால் மறக்க முடிந்தது?” சிறிதுநேரம் கழித்து அவளை மீறியும் வார்த்தைகள் வந்துவிட்டன. “இறைச்சிக் கூடத்துள் இருக்கும் ஒரு மனிதனை முழுதாக இரண்டு நாட்கள் எப்படி உங்களால் மறந்திருக்க முடிந்தது, எனக்கு விளக்கிச் சொல்லுங்கள்!”

வலியும் வியப்புமாய் ஒரு கட்டுப்படுத்தவியலா உறுமலை வெளிப்படுத்துகிறான் அவ்ரம். மேலே உயரத்திலிருந்து போடப்பட்ட உடல் தரையில் மோதும் ஒலி.

த்விர் கெஞ்சுவதுபோல ஓஃபரைப் பார்த்தான். ஓஃபர் ஒன்றும் பேசவில்லை, ஆனால் அவன் கண்கள் இருண்டன. அதை ஓராவும் பார்த்தாள், ஆனால் அவளால் தன்னைக் கட்டுப்படுத்திக்கொள்ள இயலவில்லை.

“நான் எதைச் சொல்ல முடியும், ஓரா? அது சரியில்லைதான். அதை மறுக்க முடியாது. இப்போது நாங்கள் எல்லோரும் கடுந்துயரை அனுபவித்துக்கொண்டிருக்கிறோம், ஆனால் ஒவ்வொருவருமே அவரவருக்கு அளிக்கப்பட்ட வேலைகளில் மும்முரமாக இருக்கிறோம். மூளையை உறிஞ்சி வறண்டுபோகச் செய்யும் எட்டு மணி தொடங்கி எட்டு மணி வரையிலான இப்படி அப்படி நகரவியலாத முறைமாற்றுப் பணி. உண்மை என்னவென்றால் திடீரென்று எங்களுக்குப் பழக்கமேயில்லாத ஒரு பணியில் ஈடுபடுத்துவார்கள். அந்த அடுக்கக் குடியிருப்பில் ஒரு கழிவறை மட்டும் இணைந்த ஒற்றை அறையில் சில குடும்பங்களை இரண்டு நாட்களுக்கு எங்களோடு வைத்திருக்க வேண்டியிருந்தது. குழந்தைகள், முதியவர்கள், அவர்களது அழுகை, கூச்சல், புலம்பல். மனச்சமநிலையை இழக்க இது போதும். அதேநேரம் தெருக்களையும் தற்காப்புத் தாக்குதலுக்காக அமைக்கப்பட்ட இடத்தையும் கண்காணிக்க வேண்டும், மறைந்திருந்து சுடும் பிரதான துப்பாக்கி வீரர்களுக்கு அரணாக நிற்க வேண்டும், ஹமாஸைச் சேர்ந்தவர்கள் தரைத்தளத்தில் வாசற்கதவுகளில் கண்ணிவெடியைப் புதைக்காமல் பார்த்துக்கொள்ள வேண்டும், இம்மாதிரியான சூழ்நிலையில் அந்த விஷயம் கவனத்துக்கு வராமல் போய்விட்டது.

ஓரா உதட்டைக் கடித்துக்கொண்டாள். தனக்குள்ளிருந்த அத்தனை கட்டுப்பாட்டுணர்வையும் திரட்டி அவள் சொன்னாள், "இருந்தாலும் த்விர், எப்படி ஒரு கூட்டமாயிருந்த நீங்கள்—"

"அம்மா!" ஓஃப்பர் கத்தினான். கத்திபோல வெட்டிய ஒற்றைக் குரல் அது. மீதிப் பயணத்தை அவர்கள் மௌனமாகக் கழித்தனர். தலைமையகத்தை அடைந்தபோது, அவள் திட்டமிட்டிருந்ததுபோல அந்த ஆரம்பகட்ட விசாரணையின் முடிவு தெரியும்வரை ஓரா அங்குக் காத்திருக்க வேண்டாமென்று சொல்லிவிட்டான் ஓஃப்பர். "இப்போதே வீட்டுக்குக் கிளம்புங்கள்," என்றான்.

ஓரா அவனை, மழித்த தலையும் தெளிந்த பார்வையும் கொண்ட தனது திடம் மிக்கப் பிள்ளையை, பார்த்தாள். அவள் கண்களில் நீர் நிறைந்தது. அந்தக் கேள்வி ஏறத்தாழ மீண்டும் வெடித்துக் கிளம்பியது. அச்சமூட்டும் அமைதி பொதிந்த குரலில் ஓஃப்பர் சொல்கிறான், "அம்மா, நான் சொல்வதைக் கவனமாகக் கேளுங்கள். இதுதான் கடைசித் தடவை. இந்தப் பிரச்சனையில் இனி தலையிடாதீர்கள். *இந்தப் பிரச்சனையில் இனி தலையிடாதீர்கள்!*" அவன் கண்கள் சாம்பல் வண்ண எஃகுத் துண்டுகள் போலும், உதடுகள் இரும்புக் கம்பிகள் போலும், மழித்த தலை குளிர்ந்த நெருப்புப் பந்து போலுமிருந்தன. அவனது அதிகாரம், கடினத்தன்மை, எல்லாவற்றையும்விட அவனது அந்நியத்தன்மை இவற்றிலிருந்து ஓரா விலகி நின்றாள், அவன் அவளை முத்தமிடக்கூட அனுமதிக்காமல் அப்படியே திரும்பி உள்ளே சென்றான்.

கடும் துக்கம் கொப்பளிக்க அவள் காரை எடுத்துக்கொண்டு கிளம்பினாள், அவளால் சாலையைச் சரியாகப் பார்க்க முடியவில்லை. அழுக்கான மழை வலுவாக அடித்துப் பெய்ய ஆரம்பித்தது, அந்த ஃபியட் புன்ட்டோவின் நீர்த்துடைப்பான் ஒன்று வேலை செய்யவில்லை. இலன் அழைத்தபோது சில வார்த்தைகள் மட்டும் பேசினாள். சத்தம் போட்டு அந்தக் கேள்வியை அவனிடம் கேட்காமல் அவளால் எதுவும் பேச முடியவில்லை. அவனும் தன் பொறுமையை இழந்தான், இவ்வளவு நீண்ட காலம் அவன் பொறுமை காத்து வந்தது ஆச்சரியம்தான், அவளது வெளிவேட நேர்மையுணர்வு தனக்கு அயற்சியூட்டுவதாகச் சொன்னவன் இப்போது ஓஃப்பருக்கு அவள் தேவை, அவளது முழு ஆதரவு தேவை என்பதை மனதில் கொள்ள வேண்டுமென்றான்.

யாருக்கு ஆதரவு எனக் கத்த விரும்பியவள், "எதற்கு ஆதரவு? எதற்கு ஆதரவு?" என இரைந்தாள், ஏனென்றால் அவளுக்கு இனியும் அது குறித்து நிச்சயமாய்த் தெரியவில்லை.

இலன் சாந்தமடைந்தவனாகச் சொன்னான். "உன் மகனுக்கு ஆதரவு, நீ அவனுடைய தாய் இல்லையா? அவனுக்கிருக்கும் ஒரே தாய் நீ, நிபந்தனைகளற்று இப்போது அவனுக்கு நீ தேவை, புரிகிறதா? நீ அவனது தாய், நீ ஏதோ *அமைதிக்கான தாய்* இல்லை, சரியா?"

ஓரா வாயடைத்துப் போனாள். எங்கிருந்து அவன் இதைக் கண்டுபிடித்தான்? அமைதிக்கான தாய்மார்களோடு அவளுக்கு என்ன சம்பந்தம்? அந்த இடதுசாரிப் பெண்களுடனும் அவர்களது நடுநிலையான

சோதனைச் சாவடி கருத்துக்களுடனும் அவளுக்கு என்ன தொடர்பு? அவளுக்கு அவர்களைப் பிடிக்கக்கூடச் செய்யாதே! படைவீரர்கள் பணியிலிருக்கையில் வந்து அவர்களைத் தொந்தரவுக்குள்ளாக்கும் அவர்களிலும் அவர்களது சித்தாந்தத்திலும் பிடிவாதமான, எரிச்சலூட்டும் நியாயமற்ற ஏதோவொன்று இருந்ததாக அவள் உணர்ந்தாள். அந்தச் சோதனைச் சாவடிகளை கண்காணித்து இயக்கும் பொருட்டு மூன்று வருடங்களாக அங்கேயே சிக்கிக்கொண்டிருக்கும் அந்தப் பிள்ளைகளை எப்படி நீங்கள் குற்றம் சாட்டலாம்? அங்கு செல்வதற்குப் பதிலாக ஏன் அவர்கள் ராணுவ வளாகத்தில் நுழைந்து போராடக்கூடாது அல்லது க்நெஸட்டுக்கு முன் போய் கூச்சலிடக்கூடாது? மட்டுமீறிய அவர்களது தன்னம்பிக்கையில், சோதனைச் சாவடி அதிகாரிகளிடம் மரியாதையின்றி நடந்துகொள்வதில், தொலைக்காட்சி விவாத நிகழ்ச்சிகளில் உயர் படை அதிகாரிகளிடம் விவாதிப்பதில் அவர்களது தொடர்ந்து புலம்பித் திரியும் பலவீனம் வெளிப்படுவதை அவள் கண்டிருக்கிறாள். மரியாதைகூட வேண்டாம், சிறிது நன்றியைக் காட்டலாம், மிகச்சிறிய அளவு நன்றி. நம்மைப் பாதுகாப்பாக வைத்திருக்க நமது அசிங்கமான எல்லா வேலைகளையும் அவர்கள் செய்கிறார்கள், நமக்காக ஆக்கிரமிப்பு என்ற அருவருப்பான செயலில் ஈடுபட்டிருக்கிறார்கள். இந்தக் குழப்பமான உரையாடலை தனக்குள் அவள் நிகழ்த்திக்கொண்டிருக்கையில் இலன் தொடர்ந்து மென்மையான குரலில் சொல்லிக்கொண்டிருந்தான். "ஆமாம், அங்கே ஒரு பெரிய தவறு நடந்துவிட்டது. அது மிக மோசமானது, நான் ஒத்துக்கொள்கிறேன். ஆனால் அதற்கு ஓஃபர் காரணமில்லை, இதை மனதில் வைத்துக்கொள். கட்டடத்துக்குள்ளும் அதைச் சுற்றிலும் இருபது படைவீரர்கள் இருந்தனர். இருபது. இந்த விவகாரம் மொத்தத்தையும் நீ அவன்மேல் சுமத்த முடியாது. அங்கே தலைமைப் படையதிகாரி அவனில்லை, அவன் ஒரு சாதாரண அதிகாரிகூட இல்லை. மற்றவர்களை விடவும் நியாயமானவனாக அவன் இருக்கவேண்டும் என ஏன் நீ எதிர்பார்க்கிறாய்?

"நீங்கள் சொல்வது சரிதான்," ஓரா முணுமுணுத்தாள். "நீங்கள் சொல்வது நூறு சதவீதம் சரி, ஆனால்..." அவளை மீறியும் அந்தக் கேள்வி மீண்டும் வெளிப்பட்டது. வாரங்களாக இப்படித்தான், அதை அவளால் கட்டுக்குள் வைக்க இயலவில்லை. ஏதோ அவள் உடலில் தன்போக்கில் ஒரு நச்சுக் கலவையை உற்பத்திச் செய்து தொடர்ந்த இடைவெளிகளில் அதனை விக்கல்களாக வெளிப்படுத்தி வருவது போல உணர்ந்தாள். இலன் அப்போதும் தன் கட்டுப்பாட்டில் இருந்தான். தான் மட்டும் மன அலைவில் இருக்க, தன்னைச் சுற்றியிருப்பவர்கள் எப்படித் தங்களைக் கட்டுப்பாட்டில் வைத்துக்கொண்டிருக்கிறார்கள் என்பது அவளுக்கு வியப்பாக இருந்தது. வீட்டில் மற்ற மூவரும் துல்லியமாகத் தங்களைக் கட்டுப்பாட்டில் வைத்திருக்கக் காரணம் அவள் சிதைவுற்றுக்கொண்டிருப்பதும், இன்னொரு விசித்திரமான வழியில் வெளித்தெரியாத சிக்கலான வீட்டுப் பொருளாதாரத்தைத் தாங்கிப் பிடித்திருப்பதும்தான். அதோடு அவர்களுக்குப் பதிலாக சங்கடமான அவமானகரமான தனது வீழ்ச்சியை அவள் நிகழ்த்திக்கொண்டிருந்ததும்தான். அதையும் அவர்களுக்காகவே அவள் செய்தாள். ஆயிரமாவது முறையாக இலன் அவளுக்கு

நினைவுபடுத்தினான்: வியாழக்கிழமை அதிகாலையிலேயே, சுமாராய் நாலரை மணி இருக்கும், அந்தக் கிழவர் அந்த அறைக்குள் வைக்கப்பட்டு ஒன்பது மணிநேரம் கழித்து – "வைக்கப்பட்டு" என்றான் அவன், அவர்கள் மூவரும் செயப்பாட்டு வினையைப் பயன்படுத்தத் தொடங்குவதை அவள் கண்டுகொண்டாள். "வைக்கப்பட்டு," "கைவிடப்பட்டு," "மறக்கப்பட்டு..." – உண்மையில் ஓஃபர் கீழ்த்தளத்தில் அறையொன்றுக்குள் இருக்கும் அந்த நபரைப் பற்றித் தன் படையதிகாரியிடம் கேட்டிருக்கிறான், அதற்குப் படையதிகாரி தங்கள் படைக்குழுவின் தலைவரான நிர் அந்த நபரை வெளியே கொண்டுவர இந்நேரம் யாரையாவது அனுப்பியிருப்பார் என்றார்.

அதற்குமேல் அவன் எதுவும் கேட்டிருக்க மாட்டான் என ஓரா நினைத்தாள். இலனும் எதுவும் சொல்லவில்லை. அந்த நபரைப் பற்றித் தான் மறந்துவிட்டதாக ஓஃபரே அவர்களிடம் சொல்லியிருக்கிறான், அவனுக்கு முக்கியமான வேறு வேலை இருந்தது. இனியும் அம்மாதிரியான கேள்வியைக் கேட்க இயலாத நேரம் ஒன்று வந்துவிடுகிறது, ஏனென்றால் அதற்கான பதிலை எண்ணி நீங்கள் அச்சப்படத் தொடங்கிவிடுகிறீர்கள்.

அவள் பேசுவதைக் கேட்டுகொண்டே அவ்ரம் தோள்களுக்கிடையே இன்னும் கீழேகீழேயென தன் தலையை உள்ளழுத்திக்கொள்கிறான். அவளால் அவன் கண்களைப் பார்க்க முடியவில்லை.

இலன் ஆழ மூச்செடுத்துக்கொண்டு சொன்னான், "உனக்கு என்னதான் வேண்டும் ஓரா? இதுவரையிலான எல்லா விசாரணைகளிலும் நிர், டாம் இருவருமே குற்றமற்றவர்கள் என்றுதான் ராணுவம் கூறியிருக்கிறது. இந்தக் குழப்பமெல்லாம் அவர்களைச் சுற்றித்தான் நடந்தது."

"எனக்கு எதுவும் தேவையில்லை, அவர்கள் எல்லாரையுமே விடுவித்து விடுவார்கள் என்றுதான் நினைக்கிறேன். இருந்தும் முழுதாக இரண்டு நாட்களும் ஓஃபர் எப்படித் தானே கீழேபோய் அந்த நபர் இருக்கிறாரா, இல்லையா எனப் பார்க்காமல் போனான்–"

அவர்கள் சொன்ன வார்த்தைகளை உயர்ந்துவரும் மூர்க்கத்துடன் திரும்பத்திரும்ப அவள் சொல்லி கடந்த மாதம் பலமுறை அவர்களுக்குள் வாக்குவாதம் நடந்திருக்கிறது, இப்போது இலன் கத்தினான், "போதும்! என்னவாயிற்று உனக்கு என்று உன்னிடமே கேட்டுக்கொள்? நீ பைத்திய மாகிவிட்டாய்!" அவன் அழைப்பைத் துண்டித்தான். சில நிமிடங்கள் கழித்து அழைத்து மன்னிப்புக் கேட்டான். பேசுகையில் ஒருபோதும் அவர்கள் அழைப்பைத் துண்டித்துக்கொண்டதில்லை, அவனும்கூட இதற்குமுன் இதுபோலக் கடுமையாகக் கோபப்பட்டதில்லை. "ஆனால் இந்த விஷயத்தில் எனக்கு மிகவும் எரிச்சலூட்டுகிறாய்," தளர்ந்த குரலில் அவன் சொன்னான். மறுபடி சுமூகமாவதற்கான அவனது விருப்பத்தை அவளால் உணர முடிந்தது, அதோடு அவன் சொல்வதும் சரிதான் என்று தோன்றியது. அவர்கள் மீண்டும் இணைந்தால்தான் இருவரும் ஒன்றாக இந்தப் பிரச்சனையைக் கடந்து வரவியலும். அறிவோடும் நிதானத்தோடும் கையாளவில்லையென்றால் படையணி மற்றும் படைப்பிரிவு அளவில் இருக்கும் இந்த வழக்கு ராணுவ நீதிமன்றத்துக்குப் போய்விடும் மோசமான

நிலை ஏற்பட்டுவிடும். அப்படி நடந்துவிட்டால் உடனே அது செய்தியாகி விடும். இலன் அவளுக்கு நினைவுபடுத்தியதுபோல அந்த முட்டாள்கள் இதை வைத்து ஏதேனும் பரபரப்புக்குரிய மோசமான விஷயம் கிடைக்குமா எனத் தோண்டுவார்கள். இன்னொன்றையும் நீ நினைவில் வைத்துக் கொள்ள வேண்டும், ஓரா தனக்குள் சொல்லிக்கொண்டாள். அந்த இறைச்சிக்கூடத்தில் யாரும் இறக்கவில்லை, யாரும் காயப்படவில்லை, யாரும் பட்டினிகூட கிடக்கவில்லை, ஏனென்றால் அங்கே இறைச்சிக் கொக்கிகளில் மாடுகளும், செம்மறிகளும், வெள்ளாடுகளும் தொங்கிக் கொண்டிருந்தன. கத்தாமலிருக்கும் பொருட்டு வாயில் அவர்கள் கட்டியிருந்த துணியை அந்தப் பாலஸ்தீனியக் கிழவன் எப்படியோ அவிழ்த்துவிட்டிருந்தான். தற்காப்புத் தாக்குதல் பகுதி என்பதால் ராணுவம் அடிக்கடி மின்வெட்டை ஏற்படுத்தியிருந்தது, அதனால் அந்த ஆள் குளிரில் உறைந்துபோயிருக்கவில்லை, சொல்லப்போனால் அந்த ஆளை அவர்கள் அங்கே ஒரு மாதிரி சமைத்தது போலிருந்தது. அவனை வேகவைத்தார்கள் பின் உறைய வைத்தார்கள், பிறகு மீண்டும் குளிர் நீக்கினார்கள். தான் யாரிடம் பேசத் தகுந்தவள் என்பதை ஓஃபரின் சக படைவீரர்கள் வழியாக மெதுவாகப் புரிந்துகொண்டாள் ஓரா. அவர்கள் அந்த அறையைத் திறந்தபோது அந்த ஆள் நிர்வாணமாய் மேலெங்கும் விலங்கு ரத்தத்துடன் வீச்சம் மூக்கைத் துளைக்க தரையில் உருண்டு கிடந்தான். அப்போது ஓஃபர் வீட்டுக்கு வந்துவிட்டிருந்தான். “வெள்ளிக்கிழமை மாலை ஆறு மணிக்கு அந்தக் கிழவர் வீட்டுக்கு அனுப்பப்பட்டார்,” அவ்ரமிடம் முணுமுணுத்தாள். “கதவு திறந்து வெளியே நடைபாதைக்கு வந்ததும் அவருக்கு வெட்டிவெட்டி இழுத்தது. தரையில் கிடந்தபடி படைவீரர்களுக்காக அவர் வினோத நடனமொன்றை ஆடிக் காட்டுவது போலிருந்தது. தலையை நடைபாதையில் முட்டிக்கொண்டார். படைவீரர்களை நோக்கிக் கையைக் காட்டினார், பிறகு தன்னைச் சுட்டிக்கொண்டார், ஏதோ அடைபட்டிருந்த இரண்டு நாட்களும் ஒரு பிரமாதமான நகைச்சுவையைக் கேட்டுக்கொண்டிருந்தவர் போல கெக்கெக்கே என்று பயங்கரமாகச் சிரித்தார். சீக்கிரமே தெளிவடைந்து அந்த நகைச்சுவையை அவர்களிடம் அவர் சொல்லவும் கூடும். அவரை அவர்கள் எழுந்திருக்கச் சொல்லி ஆணையிட்டார்கள், அவர் எழுந்திருக்கவில்லை, அவரால் எழுந்திருக்க முடியவில்லையோ என்னவோ. அவர் தள்ளாடினார், கால்கள் பின்னின, தனது பைத்தியச் சிரிப்பைச் சிரித்தபடியே தொடர்ந்து தலையை நடைபாதையில் முட்டிக்கொண்டார். தனது நாக்கு நுனிவரை வந்துவிட்டதை ஓஃபரின் நண்பர்களிடமோ இலனிடமோ ஆடமிடமோ ஏன் ஓஃபரிடமோகூட சொல்லாமல் கட்டுப்படுத்திக் கொண்டாள் ஓரா: அனைத்துச் சோதனைச் சாவடிகளையும் ஆவணப் பரிசோதனைகளையும் உடல் பரிசோதனைகளையும் ஒரு பாலஸ்தீனியர் சுலபமாகக் கடந்து வர ஒரேவழி அவர் பைத்தியமாகிவிடுவதுதான். இந்த எண்ணமே அவளுக்கு அந்நியமானதுதான், அது அவளது விருப்பத்தை மீறி அவள் மூளையில் உதித்தது. இதுபோன்ற சீற்றங்கள், இடதுசாரி டூரட்(தன்னை மீறி கத்துதல், பேசுதல்) தாக்குதல்கள் எனத் தன்னிடமிருந்து இன்னும் இன்னும் அதிகமாக வெளிப்பட ஆரம்பித்தால் என்னவாகும் என சற்றே யோசித்துப்பார்த்தாள், விரைவாகத் தனது எண்ணங்களைக் கட்டுக்குள் கொண்டுவந்தாள். தர்க்கப்பூர்வமாக எண்ணிப்பார்த்தாள்,

அனைத்துக்கும் மேலாக ஓஃபருக்கு ஆதரவாக நிற்பதற்காக இலனுக்கு அவள் நன்றியுடையவளாக இருக்க வேண்டும். அவன் அந்த வழக்கின் விவரங்களை நுணுக்கமாகப் படித்து அந்த இரண்டு நாட்களிலும் ஒவ்வொரு நிமிடமும் நிகழ்ந்தவற்றை ஓஃபருடன் சேர்ந்து மீட்டுருவாக்கம் செய்தான். ஒவ்வொரு விசாரணைக்கும் குறுக்கு விசாரணைக்கும் முன்பு அவனைக் கவனமாகத் தயார் செய்தான். ராணுவத்திலும் வெளியிலும் தனக்குத் தெரிந்த ஒன்றிரண்டு பேரிடம் பேசினான், தன் செல்வாக்கைப் பயன்படுத்தி அதை படைப்பிரிவுக்குள்ளான விசாரணையாக மட்டுப் படுத்தி விரைவாக முடிக்கவும் செய்தான். தனது ஓட்டை வாயை இனி கட்டுக்குள் வைத்திருப்பதென்று பிரதிக்ஞை செய்துகொண்டாள் ஓரா. எல்லாவற்றையும் அவள் இழந்துவிடவில்லை, இப்போது தான் சொல்லவந்ததை அவள் சொல்லிவிட்டாள், ஒருவழியாகக் குடும்பத்தில் தனது இயல்பான இடத்தை மறுபடி அவள் எடுத்துக்கொள்ளலாம். தனது குட்டியைப் பாதுகாக்கும் இந்தச் சண்டையை அவள் இன்னும் ஒரு நாள்கூட ஊதிப் பெருக்க இயலாது என்பது தெளிவானது. கீறல்களும் பிளவுகளும் பெரிதாகிக்கொண்டு வந்தன, அவை எல்லா இடங்களில் தென்பட்டன, இலனைப் பார்க்கும்போதெல்லாம் அவனும் அப்படியே உணர்வதாக நினைத்தாள், அவன் சற்றே கலவரமடைந்திருக்கிறான், அவ்வளவே. அவர்களுக்கு நிகழ்ந்தனவற்றை எண்ணி அவன் முடங்கிப் போய்விடவில்லை.

அவள் பேசுவதைக் கேட்டுக்கொண்டே கைகளால் தன்னைச் சுற்றி இறுக்கிக்கொள்கிறான் அவ்ரம். கண்களைக் குருடாக்கும் ட்ஸிப்போரி ஆற்றின் இளநீல வண்ணங்களுக்கு மத்தியில் ஓர் உறைபனி அவன்மீது இறங்கிவருவதை உணர்கிறான். அது இருண்ட சிறையறையெனும் உறைபனி, கல்லில் மோதித் சிதறடித்த தலை. ஓராவின் உதடுகளில் குருதி வற்றி விட்டிருந்தது. அந்த இரவுகளில் உறக்கத்தின் நடுவில் விழித்தவர்களாய் எப்படி அவளும் இலனும் அருகருகே பேச்சற்று அமர்ந்திருப்பார்கள் என்பதைச் சொல்கிறாள். குறிப்பிடத்தகுந்த ஒரு வேகத்தில் தங்கள் குடும்பம் சிதைந்து வருவதாக இருவரும் உணர்ந்தார்கள். இத்தனை வருடங்களும் நேரம் பார்த்துக் காத்திருந்த காலால் நசுக்கும் சக்தியொன்று வெடித்துக் கிளம்பி புரிந்துகொள்ள முடியாத உணர்ச்சி வேகத்துடன் அவர்களை நோக்கிப் பாய்ந்து வந்தது. அதனிடம் விசித்திரமான உவகைமிகு பழிவாங்கும் வெறியும் தென்பட்டது. தாளமுடியா வலியில் அவ்ரம் முகத்தைக் கோணிக்கொள்கிறான், தலையை ஆட்டுகிறான். வேண்டாம், வேண்டாம்.

சிறிது எதிர்த்து நிற்கும் குணமும் நிதானமும் கொண்டே அவளால் இப்போதும் இந்தச் சீர்குலைவைத் தடுத்து நிறுத்த முடியும், காரைச் செலுத்தியபடி இலன் மென்மையாகத் தன்னை சாந்தப்படுத்த முயலுவதைக் கேட்டவாறு மனதுக்குள் இவ்வாறு நினைத்துக்கொள்கிறாள் ஓரா. இப்போது அது அவளது முடிவெடுத்தலில் அவளது ஒரு அன்பான வார்த்தையில் அவளுக்குள் நிறைந்திருக்கும், அவளையும்கூட கொன்று கொண்டிருக்கும் அந்த விஷத்தைக் கைவிடுவதில் இருந்தது. சட்டென இரண்டு கைளாலும் ஓட்டும் சக்கரத்தைக் குத்தினாள், தன் மனதின் ஆழத்திலிருந்து குரலெடுத்து கைபேசியில் கத்தினாள், ”ஒரு மனிதன்

இறைச்சிக்கூடத்தில் இருப்பது எப்படி அவனுக்கு நினைவில்லாமல் போனது?" தனது வார்த்தைகளின் லயத்துக்கேற்ப ஓட்டும் சக்கரத்தைக் குத்தினாள். குத்தப்படுவது தான்தான் என நினைத்து அவ்ரம் பின்நகர்கிறான். "ஒரு இரவும்பகலும், இன்னொரு இரவும்பகலும், எப்படி அவனுக்கு நினைவில்லாமல் போனது? தான் செய்ய வேண்டிய வேலைகளை ஒன்றுவிடாமல் நினைவில் வைத்திருப்பவன், இல்லையா? நீர்க் கசியும் ஒவ்வொரு குழாயையும், கதவுப் பிடி ஒவ்வொன்றையும்கூட. உலகிலேயே மிகவும் பொறுப்பான பிள்ளை அவன், இருந்தும் ஒரு முழு இரவும்பகலும் பின்னொரு இரவும்–"

"ஆனால் நீ அவனை மட்டும் ஏன் குற்றம் சொல்கிறாய்? "கடும் வேதனை முனகலுடன் கேட்டான் இலன், ஒருவழியாகத் தன்னால் ஒரு கேடயத்தை ஊடுருவ முடிந்துவிட்டது என நினத்தாள் ஓரா. தனக்குள் பேசிக்கொள்பவனைப்போல முணுமுணுப்பாகச் சொன்னான், "அவனா அதை ஆரம்பித்தான்? அதுபோன்ற ஒன்று நடக்கவேண்டுமென்று அவன் விரும்பினானா? அந்த ஆளை அதனுள்ளே வைக்க முடிவு செய்தது அவனா?" இரண்டு போலீஸ் வாகனங்கள் பளீர் விளக்குகளை ஒளிரவிட்டபடி பின்னால் ஒன்றும் இடப்பக்கம் ஒன்றுமாக தன்னைப் பின்தொடர்வதை அப்போதுதான் பார்த்தாள், அவசர நிறுத்தத்துக்கான இடத்தில் காரை நிறுத்துமாறு அவற்றிலிருந்த காவலர்கள் சைகை செய்தனர். சட்டென்று அச்சம் மேலிட அவள் வேகமெடுத்தாள். தான் செய்தது என்னவென்று அவளுக்கே தெரியவில்லை. ஆறுமாத கால ரத்துக்குப் பிறகு இரண்டு மாதங்களுக்கு முன்புதான் தனது ஓட்டுநர் உரிமத்தைத் திரும்பப் பெற்றிருந்தாள். "அங்கே ஒரு பெரிய ராணுவ நடவடிக்கை நிகழ்ந்துகொண்டிருந்தது என்பதைவேறு நான் உனக்கு நினைவுபடுத்த வேண்டுமா?" இலன் தொடர்ந்து பேசிக்கொண்டிருந்தான். "அங்கே தேடப்பட்டுக்கொண்டிருந்த குற்றவாளிகள் இருந்தனர், துப்பாக்கிச்சூடு நடைபெற்றுக்கொண்டிருந்தது, நாற்பத்தெட்டு மணிநேரமாக தூங்காமல் பணியிலிருந்தான் ஓஃபர். அவர்கள் செய்யத் தேவையற்ற, அதற்கான பயிற்சியும் இல்லாத ஒரு பணிக்கு அவனும் அவன் கூட்டாளிகளும் அனுப்பப்பட்டிருந்தனர். இப்படியிருக்க எதைப் பற்றி இங்கு நாம் விவாதம் செய்துகொண்டிருக்கிறோம்?"

"அவன் அந்தக் கட்டடத்தில், பல தளங்கள் மேலே, இருந்திருக்கிறான். அங்கே உண்ணவும் அருந்தவும் செய்திருக்கிறான், தளங்களில் மேலும் கீழுமாகப் போய் வந்தபடியிருந்திருக்கிறான்." சகதியான அவசர நிறுத்தப் பாதையில் காரைத் திருப்பி, எப்படியாவது அவர்களிடமிருந்து தப்பித்துவிட வேண்டுமென்று வேகமாக ஓட்டினாள். அவர்கள் அவளை நெருங்கிவிட்டது தெரிந்ததும் காரை நிறுத்தினாள். "ரேடியோ கருவியில் சென்னிடமும் டாமிடமும் குறைந்தது இருபது முறையாவது பேசியிருப்பான், ஆகவே அந்தக் கிழவனை வெளியே விட்டாயிற்றா எனக் கேட்க அவனுக்கு இருபது சந்தர்ப்பங்கள் இருந்திருக்கின்றன, ஆனால் அவன் என்ன செய்தான்?" இலன் பதில் பேசவில்லை. "சொல்லுங்கள் இலன், அவன் என்ன செய்தான்?" கரகரப்பான குரலில் கத்தினாள் ஓரா. அவன் மறுபடியும் கோபம் கொண்டு கத்தாமலிருக்கும் பொருட்டு தனது மூச்சையடக்கிக்கொள்ள சிரமப்படுவது அவளுக்குப் புரிந்தது.

இரண்டு வாகனங்களிலிருந்தும் மூன்று காவலர்கள் இறங்கி அவளிடம் வந்தனர். ஒருவர் தனது வாக்கி–டாக்கியில் பேசியபடி இருந்தார். இலன் சொன்னான், "தான் கீழே சென்று பார்த்திருக்க வேண்டும் என அவன் சொன்னானே." அவள் ஏளனச் சிரிப்புச் சிரித்தாள், அவளுக்குப் பரிச்சயமற்ற அருவருப்பான ஒரு சிரிப்பு. "பார்த்திருக்க வேண்டுமென்று, ஆமாம் நிச்சயமாக. இரண்டு முழு நாட்கள் அவன் போய்ப் பார்க்க வேண்டுமென்று நினைத்திருந்தான். அவன் தீவிரமாக அதுபற்றி நினைக்கையில் அவர்கள் வந்து ஜெரூசலேத்துக்கு வண்டி கிளம்புகிறது என்று சொல்லிவிட்டார்கள், இல்லையா? பிறகு நாம் அனைவரும் அந்த உணவு விடுதிக்குச் சென்றோம், இல்லையா? அவன் அதை மறந்தேவிட்டான், இல்லையா?" இப்போதுதான் உண்மையான காரணத்தைத் தெரிந்துகொண்டவள்போல அவள் உணர்வுபொங்க ஒரு வெடிச்சிரிப்புச் சிரித்தாள். "அந்த மாலை முழுவதும் அவனுக்கு அது நினைவுக்கு வரவில்லை! ஓ, மன்னிக்கவும், நான் அதை மறந்துவிட்டேன்! இது உங்களுக்கு ஆத்திரமூட்டவில்லை?" ஓரா இரைந்தாள், அவளது கழுத்து நரம்புகள் புடைத்தன. "சொல்லுங்கள் இலன், அது உங்களுக்கு ஆத்திரமூட்டவில்லை?" "ஓரா, நீ நிதானமிழந்துகொண்டு வருகிறாய்," பெரும் வியப்புடன் அவளைக் கூர்ந்து நோக்கிய, இருவருக்குமிடையிலான சண்டையின்போது அவன் பயன்படுத்திய, தனது கசப்பில் தன்னிலிருந்து பீறிட்டுக் கிளம்பிய அசிங்கத்தில் புரளும்படி அவளைத் தனியே விட்டுச் செல்கையில் அவன் பயன்படுத்திய அந்தப் பழைய உணர்ச்சிகளற்ற இயல்பான தொனிக்குத் திரும்பியவனாய் இலன் சொன்னான். "தயவு செய்து கவனமாக இரு. சாலையைக் கவனித்து ஓட்டு," அதேபோன்ற, ஒரு அறிவுரை வழங்கும் வழக்கறிஞனது குரலில் சொன்னான். காரின் கதவுகளை உள்ளேயிருந்து பூட்டிக்கொண்டு, தங்கள் முகங்களைக் கண்ணாடியில் அழுத்தியபடி வேகமாக காரின் கதவுகளைத் தட்டும் காவலர்களை உதாசீனம் செய்தாள். அவர்களில் ஒருவன் வசவு அடையாளம் காட்டிய தன் விரலைச் சேற்று மழைத்துளிகளால் மூடியிருந்த முன்புறக் கண்ணாடித் தடுப்பின்மீது இழுத்தான். ஓட்டும் சக்கரத்தின்மீது தலைவைத்து அவள் முணுமுணுத்தாள், "ஆனால் அது ஓஃபர்தான், உங்களுக்குப் புரிகிறதா இலன்? அது நமக்கு நிகழ்ந்தது. அது நம்முடைய ஓஃபர். ஓஃபர் எப்படி இப்படிச் செய்யலாம்? எப்படி அவன் இப்படிச் செய்யலாம்?"

காலை ஐந்தரை மணி, கார்மல் மலை உயர்ந்து எழும்பத் தொடங்கும் இடத்தில் பிணைந்து கிடந்த ஓராவும் அவ்ரமும் ஒருவர் மற்றவரிடமிருந்து தங்களை விடுவித்துக்கொள்கிறார்கள். அவன் கூடாரங்களையும் உறங்கும் பைகளையும் மடித்து வைக்கிறான், தங்கள் இருவரது பைகளையும் பயணத்துக்குத் தயார் செய்கிறான். அருகிலுள்ள மளிகைக் கடையில் உண்பதற்கு ஏதேனும் வாங்கக் கிளம்புகிறாள் ஓரா.

"நாம் நீண்டகாலம் பிரிந்திருக்கவில்லை," போனவள் திரும்பிவந்து அவனைக் கட்டியணைத்துச் சொல்கிறாள்.

"நான் உன்னோடு வரவா?"

"இல்லை, இவற்றையெல்லாம் பார்த்துக்கொண்டு இங்கேயே இருங்கள். சில நிமிடங்களில் வந்துவிடுவேன்."

"நான் காத்திருக்கிறேன்."

"நான் வந்துவிடுவேன்," அவள் சொல்கிறாள், குரலில் நிச்சயமற்ற தன்மை. "என்னவென்று தெரியவில்லை, சட்டென்று எதை நினைத்தோ பயம்," அவனது அணைப்பிலிருந்தபடி முணுமுணுக்கிறாள்.

"ஒருவேளை நாகரிகம் என்பது எப்படிப்பட்டது என நீ தெரிந்துகொள்ளலாம், தொடர்ந்து இங்கிருக்க விரும்பலாம்."

அவள் அசௌகரியமாக உணர்கிறாள். கனவின் சீரண மாகாத மிச்சங்களைப் போல விடாப்பிடியான ரத்தநாள அடைப்பு ஒன்று அவளது உடலுக்குள் நகருகிறது. நன்றாகப் பார்க்கும் பொருட்டுக் கைகளை விலக்கி அவனை அப்படியே

அசையாமல் நிறுத்துகிறாள், தன் நினைவில் அவனைச் செதுக்கிக் கொள்கிறாள். "இப்போதுதான் தெரிகிறது, உங்களுக்கு நான் நன்றாக முடிவெட்டி விடவில்லை. தனியே நீட்டியிருக்கும் அந்த முடிக்கற்றையை இன்றைக்கு வெட்டிவிடுகிறேன்."

அந்த முடிக்கற்றையை அவன் விரலால் வருடுகிறான்.

"உங்களுக்குச் சவரம் செய்யவும் என்னை அனுமதிப்பீர்கள் என நினைக்கிறேன்."

"சரி."

"ஏனென்று தெரியவில்லை, உங்களைத் தாடியுடன் பார்க்க எரிச்சலாக இருக்கிறது."

"ஓ, அதுவா."

"ஆமாம், அதுதான்."

"சரி."

"தாடியை வெட்டிவிட்டால்கூடப் போதும். பார்க்கலாம். கொஞ்ச மாக வெட்டிவிடலாம்."

"இப்போதிருப்பதே எனக்கு நன்றாக இருக்கிறது, உனக்கப்படித் தோன்றவில்லையா?"

இருவரும் ஒருவரையொருவர் பார்த்துக்கொள்கின்றனர். அவர்களது கண்களின் கருவிழிகள் சிரிக்கின்றன.

"கொஞ்சம் உப்பும் மிளகும் வாங்கி வா. நம்மிடம் எண்ணெயும் கிட்டத்தட்டத் தீர்ந்துவிட்டது."

"கைவிளக்குக்கு பேட்டரிகள் வேண்டும், சரியா?"

"கொஞ்சம் சாக்லேட்டுகளும் வாங்கி வா, எனக்கு இனிப்பாக ஏதாவது வேண்டும்."

"வேறு ஏதாவது வேண்டுமா, அன்பே?"

அதன் விரல்நுனிகள் வழியாக மெல்லிய கரமொன்று அவர்களுக்குள் பயணிக்கிறது. அவ்ரம் தோள்களைக் குலுக்கிக்கொள்கிறான். "நீ எனக்குப் பழகிவிட்டாய்."

"கவனம். பழக்கத்துக்கு அடிமையாகி விடுவீர்கள்."

அவன் உதடுகள்மீது விரலை வைக்கிறாள். "முதலில் இந்தப் பாதையை நடந்து கடப்போம். பிறகு எது நமக்கு தோதுப்படுகிறது என்று பார்ப்போம்." ஓராவையும் பின் அவ்ரமையும் நாய் பார்க்கிறது, அவளோடு சேர்ந்து கொள்ளலாமா, இல்லை இவனோடே இருந்துவிடலாமா?

"ஓரா, கொஞ்சம் பொறு."

அவள் நிற்கிறாள்.

“உன்னோடு இருப்பதுதான் எனக்கு நல்லது,” என்பவன் பார்வையைத் தாழ்த்தித் தன் கைகளைப் பார்க்கிறான். “நீ அதைப் புரிந்துகொள்ள வேண்டுமென்று விரும்புகிறேன்.”

“அப்படியானால் அதைச் சொல்லுங்கள். எனக்குச் சொன்னால்தான் புரியும்.”

“என்னை இதுபோல நீ உன்னுடனும் ஓஃபருடனும், உன்னுடைய அனைத்துடனும் அனுமதித்த விதம்.” அவன் கண்கள் சிவக்கின்றன. “நீ எனக்கு என்னவெல்லாம் தருகிறாய் என்று உனக்குத் தெரியாது.”

“உங்களுக்குச் சொந்தனமானவற்றை உங்களிடம் திரும்பத் தருகிறேன், அவ்வளவுதான்.”

மீண்டும் அவர்கள் கட்டிக்கொள்கிறார்கள், அவனைவிடவும் உயரமாக இருப்பதால் அவள் சற்றே தன் கால்களை அகட்டி வைத்துக்கொள்ள வேண்டியிருக்கிறது. எப்போதுமே அது அப்படித்தான் நடந்தது. தன்னைச் சந்திக்க அவ்ரம் ஒப்புக்கொண்ட அந்த வருடங்களில் அவனைப் பார்க்க அவள் டெல் அவிவ் கிளம்பும்போதெல்லாம் ஓஃபர் எப்படியாவது அதைக் கண்டுபிடித்துவிடுவான், ஏதோ காரணத்துக்காய் அது இப்போது அவள் நினைவுக்கு வருகிறது. அவன் அமைதியிழந்தவனாகிவிடுவான் அல்லது கடும் மனச்சோர்வு பீடித்துவிடும், சிலநேரம் கடுமையான காய்ச்சல் கண்டுவிடும். இவையெல்லாம் அவர்கள் சந்திப்பதைத் தடுப்பதற்கான சதிச் செயல்கள் போலிருக்கும். திரும்பி வந்ததும் ஒரு விலங்கைப்போல அவளை முகர்ந்து பார்ப்பான். அவள் அங்கு என்ன செய்துகொண்டிருந்தாள் எனக் கேட்டு வற்புறுத்துவான். வெளிப்படையான கபடத்துடன், அவள் எங்கு போயிருந்தாள் என்பது இலனுக்குத் தெரியுமா என்று கேட்பான்.

அவ்ரம் தன்னோடு சேர்த்து அவளை அணைத்துக்கொள்கிறான், தனது இரண்டு கைகளாலும் அவளது புட்டங்களைப் பற்றிக்கொள்கிறான். அவளது க்ளூடீயஸ் மேக்ஸிமஸ் மற்றும் க்ளூடீயஸ் மீடியஸ்போல வேறு எதுவும் இல்லை எனக் குழறலாகச் சொல்கிறான். “கடையில் கவனமாக இரு,” அவளது கேசத்தில் சொல்கிறான். அவன் சொல்லாமல் விட்டது இருவருக்குமே கேட்கிறது: “யாரிடமும் அதிகம் பேசாதே. ரேடியோ ஒலிபரப்பில் இருந்தால் அதை நிறுத்தச் சொல்லிவிடு. எந்தச் சூழ்நிலையிலும் செய்தித்தாள்களைப் பார்க்காதே. செய்தித் தலைப்புகளைக் கவனிக்காதே.”

அவள் திரும்பி நடக்கிறாள், நடுவே சில தடவை நின்று ஒரு சினிமா நட்சத்திரத்தினது போன்ற நீண்ட தயக்கமான கையசைப்பு, பின் காற்றில் அவனுக்கொரு முத்தம். இடுப்பில் கைகளை வைத்து அவன் சிரிக்கிறான், அந்த வெள்ளை ஷர்வால் அவன் உடம்பைச் சுற்றி படபடவென அடித்துக்கொள்கிறது. நாய் விரைப்பாக நிமிர்ந்து அவனுக்குப் பக்கத்தில் அமர்ந்திருக்கிறது. பார்க்க நன்றாக இருக்கிறான் என நினைக்கிறாள் ஓரா. முடிவெட்டியிருக்கும் விதம், ஓஃபரின் உடைகள், அவன் நிற்பது சிரிப்பது இவற்றில் ஒரு வெளிப்படைத்தன்மை இருக்கிறது. “அவன் மீண்டும் உயிர்பெற்று வருகிறான்,” தனக்குத் தானே

வாய்விட்டுச் சொல்லிக்கொள்கிறாள். இந்த நடைபயணம் அவனுக்கு உயிர்ப்பளித்திருக்கிறது. எனக்கு என்ன தந்திருக்கிறது? இந்தப் பயணத்துக்குப் பிறகு அவன் வாழ்வில் என்னுடைய இடம் என்னவாக இருக்கும்? இதன்பிறகு எனக்கான இடமொன்று ஒன்று அமையுமா?

பொறு, சற்றே கலக்கமுற்றவளாக எண்ணிக்கொள்கிறாள், ஏன் அந்த நாய் என்னுடன் வரவில்லை? இதை எண்ணி முடிக்கும் முன்பே அவ்ரம் குனிந்து நாயின் பின்புறத்தில் தட்டி அவள் பின்னால் ஓடச் சொல்கிறான்.

ஒருமணி நேரம் கழித்து க்ஃபார் ஹஸிதிம் பேரங்காடியின், "வழுவாத க்ளாட் ஆசாரத்துக்குட்பட்ட" என எழுதியிருந்த பிளாஸ்டிக் பைகளிலிருப்ப வற்றை அமைதியாக வெளியே எடுத்துவைக்கிறாள். பிறகு அவற்றைப் பிரித்து இரண்டு பைகளிலும் வைக்கிறாள்; பிஸ்கட்டுகள், க்ராக்கர்கள், டப்பாவிலடைத்த உணவுகள், பூயோன் சூப் பாக்கெட்டுகள். அவள் விரைவாகத் துல்லியமாக இயங்குகிறாள்.

"ஏதாவது நடந்ததா, ஓராலே?"

"இல்லை, என்ன நடந்தது?"

"எனக்குத் தெரியவில்லை. உன்னைப் பார்த்தால்..."

"நான் நன்றாகத்தான் இருக்கிறேன்."

அவ்ரம் மேலுதட்டை நாவால் நக்குகிறான். "சரி, சரி." சற்றுக் கழித்து, "ஓரா..." என இழுக்கிறான்.

"என்ன?"

"கீழே ரேடியோ கேட்டாயா? செய்தித்தாள் எதையும் பார்த்தாயா?"

"அங்கே ரேடியோ இல்லை, செய்தித்தாளை நான் பார்க்கவுமில்லை. கிளம்புங்கள், போகலாம். இந்த இடம் எனக்கு எரிச்சலூட்டுகிறது."

தங்கள் பைகளை முதுகில் ஏற்றிக்கொள்கிறார்கள், யாகுர் கிப்புட்ஸின் விளையாட்டு மைதானத்தைக் கடக்கிறார்கள், சிவப்பு அடையாளக் குறிகளிட்ட பாதையைத் தேர்ந்தெடுக்கிறார்கள். விரைவில், மாஅபிலிம் எனப் பெயர் மாற்றப்பட்ட ஸ்னேக் ஆற்றை நோக்கிச் செல்லும் நீலக்குறிகளிடப்பட்ட பாதைக்கு மாறுகிறார்கள். மலைமீது ஏறத் தொடங்கு கிறார்கள். அந்தப் பகற்பொழுது இன்னும் காலைப் பனியில் மூழ்கித் திளைத்துக்கொண்டு தனது பிரகாச ஒளிர்வை சோம்பலுடன் தள்ளிப் போட்டுக்கொண்டிருந்தது. மேலே செல்லச் செல்லப் பாதையின் சரிவு செங்குத்தாகிறது, அவர்களிருவரும் நாயும் கடுமையாக மூச்சிரைக்க ஏறுகிறார்கள்.

"ஒரு நிமிடம்," அவளை அழைக்கிறான், "அங்கே உன்னிடம் யாராவது ஏதாவது சொன்னார்களா?"

"யாரும் எதுவும் சொல்லவில்லையே."

அந்தச் செங்குத்துப் பாதையில் ஏறத்தாழ அவள் ஓடுகிறாள். அவள் குதிகால்களிலிருந்து சிறு கற்கள் தெறிக்கின்றன. அவ்ரமினால் முடியவில்லை, நின்று வியர்வையைத் துடைத்துக்கொள்கிறான். அதே நேரம் அவனைப் பார்க்காமல் அவனுக்கு ஒரு பாறை மேலே, வளைந்த ஆச்சரியக்குறி போல நிற்கிறாள் ஓரா. ஓக் மரங்கள் மற்றும் பால் போன்ற காலை நேரத்துப் புகைகளினூடாக அவர்களால் ஸிவலன் பள்ளத்தாக்கை, ஹைஃபாவின் புறநகரை, யாகுர் ரயில் நிலையத்தை, அவைகள் இயக்கம் கொள்ள ஆரம்பிப்பதைப் பார்க்க முடிகிறது. விரிகுடாவில் எண்ணெய் சுத்திகரிப்பு நிலையத்தின் இரட்டை புகைபோக்கிக் கோபுரங்களிலிருந்து வெளிப்படும் வெண்ணிற நீராவிப் புகைத்திரைகள் மெல்லச் சுருண்டு மூடுபனியுடன் கலக்கின்றன. அவளைச் சுற்றி நிறைந்திருக்கும் திடீர் எரிச்சலைத் தணிக்க அவளுக்கு ஏதாவது கொடுக்க நினைக்கிறான் அவ்ரம். என்ன கொடுப்பதென்று மட்டும் அவனுக்குத் தெரிந்திருந்தால். ரயில் நிலையத்தை நோக்கியச் சாலையில் பளபளக்கும் கார்கள் பறக்கின்றன. தூரத்து ரயில் ஒன்று உலோகம் மற்றும் வெளிச்சத்தின் லயம் கூடிய தீப்பொறிகளை வெளியேற்றிச் செல்கிறது. ஆனால் இங்கே மலையில் எப்போதாவது கேட்கும் சரக்கு வாகனத்தின் ஹார்ன் ஒலி அல்லது அவசர ஊர்தியொன்றின் பிடிவாதமான ஓலத்தைத் தவிர வேறு சப்தங்கள் இல்லை.

“இங்கே, நான் இப்படித்தான் வாழ்கிறேன்,” கடைசியில் நிதானமாகச் சொல்கிறான், நேர்மையாகவும்கூட, அல்லது நேர்மையான பேச்சுக்கு அளிக்கப்பட்ட தன்னடக்கமான கையூட்டுப் போல.

“எப்படி?” அவனுக்கு மேலே அவளது குரல் கரகரப்பாக, எதிலோ உராய்வது போல ஒலிக்கிறது.

“இது போலத்தான். நான் வேடிக்கை பார்க்கிறேன்.”

“அப்படியானால் நீங்கள் உள்ளே செல்லும் நேரம் வந்துவிட்டது,” கோபமாகச் சொல்லிவிட்டு மீண்டும் நடக்கத் தொடங்குகிறாள்.

“என்ன? நில்—”

“சொல்வதைக் கேளுங்கள், ஓஃபர் நன்றாக இருக்கிறான்,” அவனை வெட்டி விட்டு நடக்கிறாள். மகிழ்ச்சிப் பரபரப்பில் அவள் பின்னே ஓடுகிறான் அவ்ரம்.

“என்ன? உனக்கு எப்படித் தெரியும்?”

“பதிவாகியிருக்கும் செய்திகளைத் தெரிந்துகொள்ள அந்த மளிகைக் கடையிலிருந்து வீட்டுக்குத் தொலைபேசி செய்தேன்.”

“நீ அதைச் செய்யலாமா?”

“ஆமாம், செய்யலாமே.” பிறகு தனக்குள்ளே அவள் முணுமுணுத்துக் கொள்கிறாள். “அதைவிடவும் அனேகம் விஷயங்களைச் செய்யலாம்.”

“அவன் செய்திகள் அனுப்பியிருந்தானா?”

“பன்னிரண்டு.”

சவரக் கத்திபோல வெட்டி வேகமாக முன்னே செல்கிறாள். மெல்லிய, காலை நேரத்து சிலந்திவலைகள் அவள் முகத்தில் அப்பிக்கொள்கின்றன, கோபமாக அவற்றைத் துடைத்தெறிகிறாள். அவள் நடவடிக்கைகளில் எதிலும் குற்றங்காணும் ஒரு வளரிளம்பருவத்துப் பெண்ணின் மங்கலான சாயல் பளிச்சிடுகிறது. "குறைந்தபட்சம் நேற்றிரவு வரை அவன் நன்றாக இருந்தான்," அவள் சொல்கிறாள். "கடைசிச் செய்தி பதினொன்றே காலுக்கு வந்திருந்தது." தன் கைக்கடிகாரத்தைப் பார்க்கிறாள். சூரியன் எவ்வளவு உயரத்தில் இருக்கிறது எனப் பார்க்கிறான் அவ்ரம். இருவருக்குமே அது தெரிந்திருக்கிறது. பதினொன்றே கால்... நல்லதுதான். ஆனால் இப்போது அதற்கு எந்த அர்த்தமுமில்லை, நேற்றைய செய்தித்தாளைப் போல. அந்தக் குரல்–செய்தியை அவன் அனுப்பிய உடனே எங்கோ ஒரு மணற்கடிகை திருப்பித் தலைகீழாக வைக்கப்பட்டது. ஒரு நிறுத்து கடிகாரம் மீண்டும் பூஜ்யத்திலிருந்து ஆரம்பித்தது. அச்சத்துக்கு மாற்றாய் நம்பிக்கை என்பதில் எந்த அனுகூலமும் இல்லை.

"சரி, ஏன் நீ அவனது கைப்பேசிக்கு அழைக்கவில்லை?"

"அவனையா?" தலையை ஆட்டுகிறாள், சங்கடமாகச் சிரிக்கிறாள். "இல்லை, வாய்ப்பேயில்லை." வேட்டைக்காரனை நோக்கி மான் திரும்புவது போல அவனைப் நோக்கிப் பாதியளவு திரும்புகிறாள், வார்த்தைகளின்றி மூர்க்கமிகு கண்களால் கேட்கிறாள்: உங்களுக்குப் புரியவில்லையா? இன்னும் அது உங்களுக்குப் புரியவில்லையா, அவன் வீடு திரும்பும்வரை என்னால் அது முடியாது, ஒருபோதும் என்னால் அது முடியாது என்பது?

பாதை கடினமானதாய் இணக்கமற்றதாய் மாறுகிறது, அவ்ரமை கவலை ஆட்கொள்கிறது. திடீரென ஓஃபர் நெருங்கி வந்துவிட்டான், அவன் குரல் இன்னும் அவள் காதுகளில் எதிரொலித்துக்கொண்டிருக்கிறது. ஓஃபரின் எண்ணங்களும் அதனுள் புகுந்து வருகிறதோ என்பது போல அவ்ரமைப் போர்த்தியிருக்கும் ஓஃபரின் ஆடை காற்றில் சரசரக்கிறது.

"அவன் என்ன பேசினான்?"

"எல்லாவிதமான விஷயங்களையும் பேசினான். நகைச்சுவையாகப் பேசினான். ஓஃபரைப் பற்றி உங்களுக்குத் தெரியுமில்லையா?"

"ஆமாம்," தனக்குள்ளே சிரித்தபடி சொன்னான் அவ்ரம்.

"'ஆமாம்'என்றால் என்ன அர்த்தம்?" வெறுப்புடன் கேட்கிறாள். "அவனைப் பற்றி என்ன பெரிதாய் உங்களுக்குத் தெரிந்திருக்கும்?"

"நீ சொல்லியிருக்கும் எல்லாமும்," திகைப்புடன் சொல்கிறான் அவ்ரம்.

"ஆமாம். கதைகள். நம்மிடம் நிறையக் கதைகள் இருக்கின்றனவே."

அவன் குறுகிப்போனவனாக நடக்கிறான். ஏதோ நடந்திருக்கிறது என்பது மட்டும் உண்மை. ஏதோ நடக்கக்கூடாத ஒன்று. கண்களுக்கு எட்டும் வரை ஊதா மற்றும் வெள்ளை நிறத்தில் நீண்டு வளர்ந்த சேஜ் தண்டுகள், ரோஜா வண்ணத்தில் பளிச்சிடும் கேம்பியன் பூக்கள், பூத்து நெடுநாளாகி

வாடி உதிரும் அபினிப் பூக்களின் சிவப்பை தமதாக்கிக்கொள்ளும் காட்டுப்பருத்திப் பூக்கள். ஆங்காங்கே பனித்துளிகள் தொற்ற பைன் முட்கள். மணிகள் ஒலிக்கும் ஓசை: ஆட்டு மந்தையொன்று கடந்து போகிறது. நீண்ட மெல்லிய கால்களில் ஆட்டுக்குட்டிகள் நடுங்கியபடிச் செல்கின்றன, தரையைத் தொட்டுவிடுவனபோல சூலுற்ற ஆடுகளின் வயிறுகள் ஊசலாடுகின்றன. ஆடுகளின் மடிகளையும் வயிறுகளையும் பார்த்துக்கொண்டிருக்கும் அவ்ரமைப் பார்க்கிறாள் ஓரா, கையும் களவுமாகப் பிடிபட்டதுபோல அவன் சங்கோஜமடைகிறான்.

மூச்சு வாங்கியபடியும் வேதனையில் முனகியபடியும் செங்குத்துப் பாதையில் அவர்கள் தொடர்ந்து நடக்கிறார்கள். அவ்ரம் அமைதியிழந்து தவிக்கிறான், ஏறத்தாழ அஞ்சி நடுங்கிக்கொண்டிருக்கிறான். முழுமையான காதலாலான ஓர் இரவை அவர்கள் பகிர்ந்துகொண்டிருக்கிறார்கள். இறுதியாக அவர்களது உடல்கள் மீண்டும் ஒன்றன்மீதொன்று விசுவாசம்கொள்ளத் தகுந்தனவாயிருந்தன என்றும் இன்னும் பல ஆண்டுகளுக்கு தம்மைப் பிரிக்க இயலாதென்ற நம்பிக்கையைக் கொண்டிருந்தன என்றும் தோன்றியது. இரவு முழுக்க அவர்கள் உடலுறவு கொண்டார்கள் தூங்கினார்கள் பேசினார்கள் தூங்கினார்கள் உடலுறவு கொண்டார்கள் சிரித்தார்கள் உடலுறவுகொண்டார்கள். நேத்தா வந்தாள் சென்றுவிட்டாள், உள்ளே நுழைந்தாள் பின் வெளியேறி மறைந்தாள், போகையில் அவனுடலையும் கொண்டு போனாள் என்று ஓராவிடம் சொல்லியிருக்கிறான். அபூர்வமானதொரு பேரமைதி அவனுள் நிறைந்தது. ஒரு கனவில் போல ஓராவும் நேத்தாவும் தங்களுக்கிடையே மிக மெதுவாக ஒருவரிடமிருந்து மற்றவரை நோக்கி அவனை ஊஞ்சலாட்டுவதாகக் கற்பனை செய்திருந்தான். அதன் பின்னர் அவளருகில் படுத்திருக்கையில் உயிரற்றுப் போன ஒரு கை அல்லது காலுக்கு ரத்தம் பாய்ந்தது போல மகிழ்ச்சி மெதுவாக அடிகள் வைத்து அவனுக்குள் திரும்பி வந்ததை உணர்ந்தான்.

"ஒன்று மட்டும் எனக்குத் தெரிகிறது, அது நான் கற்பனைகூட செய்யாதது," தலையை அவன் மார்பில் வைத்தபடி அவள் படுத்திருக்க, அந்த வேளையில் அவன் சொன்னான்.

"ம்ம்ம்?"

"ஒரு வாழ்நாள் முழுவதும் இலக்கின்றி ஒருவர் வாழ்ந்துவிட முடியும்."

"இதுதானா அது?" முழங்கைகளில் ஊன்றி உடலைச் சற்றே உயர்த்தி அவனைப் பார்த்தாள். "எந்த இலக்குமே இன்றியா?"

"ஒருகாலத்தில், எனக்குள் நான் மரணமுற்றிருந்தபோது, இந்த வாழ்க்கையில் நான் இதைத்தான் எதிர்பார்ப்பேன் என நீ சொல்லியிருந்தால், அங்கேயே என் உயிரை விட்டிருப்பேன். அது அத்தனை பயங்கரமான தில்லை என இப்போது தெரிகிறது. உன்னாலும் இது முடியும். அதற்கான வாழும் ஆதாரம் நான்."

"ஆனால் இதற்கு என்ன அர்த்தம்? விளக்கமாகச் சொல்லுங்கள். இலக்கில்லாத வாழ்க்கையென்றால் என்ன அர்த்தம்?"

அவன் தீவிரமாக யோசித்தான். "உண்மையாகவே எதுவும் உங்களை வேதனைப்படுத்துவதில்லை, எதுவும் உங்களை மகிழ்ச்சிக்குள்ளாக்குவதுமில்லை. உயிரிருப்பதால் நீங்கள் வாழ்கிறீர்கள், இறந்து போகாதிருப்பதால் நீங்கள் வாழ்கிறீர்கள்."

ஓஃபருக்கு ஏதாவது நிகழ்ந்தால் நீங்கள் எப்படி உணர்வீர்கள் எனக் கேட்க வந்ததைக் கட்டுப்படுத்திக்கொண்டாள்.

"உங்கள் முன் எல்லாமே கடந்து போய்க்கொண்டிருக்கின்றன," என்றான். "யுகங்களாக இப்படித்தான் நடந்துகொண்டிருக்கிறது."

"எல்லாமுமா?"

"ஆசையென்பது கிடையாது."

"என்னோடு இதுபோல இருக்கும்போது?" தனது இடுப்பை அவனது இடுப்பை நோக்கி நகர்த்தினாள். அவன் புன்னகைத்தான். "ஆமாம், சில தருணங்கள் இருக்கின்றன."

அவள் புரண்டு அவன்மீது படுத்தாள். அவர்கள் ஒருவர் மற்றவர்மீது மெதுவாக அசைந்தனர். மெல்ல உடலைப் பின்னோக்கி வளைத்து அவனுக்காகத் தன்னைத் திறந்தாள், அவன் அவளுள் நுழையவில்லை. இப்படியிருப்பதே அவனுக்கு இன்பமாயிருந்தது, அவன் பேச விரும்பினான்.

"எண்ணற்ற முறை நான் நினைத்திருக்கிறேன் ..."

அசைவதை அப்படியே சட்டென்று நிறுத்தினாள்: அவன் குரலில், முகத்தில் ஏதோவொன்று.

"உதாரணத்துக்கு, உங்களுக்கு ஒரு குழந்தை இருந்தால்," விரைவாக முணுமுணுத்தான், "வாழ்வில் அது ஒரு இலக்காக இருக்கும், இல்லையா? காலையில் விழித்தெழுவதற்கு அந்தவொரு காரணம் போதுமில்லையா?"

"என்ன? ஆமாம். வழக்கமாக அப்படித்தான். ஆமாம்."

"வழக்கமாகவா? எப்போதுமே என்றில்லையா? எல்லா நேரமும் இல்லையா?"

கடந்த வருடத்தின் சில காலைவேளைகளை ஓரா நினைத்துப் பார்த்தாள். "எப்பொழுதுமே என்றில்லை. எல்லா நேரமும் இல்லை."

"உண்மையாகவா?" வியப்புடன் கேட்டான் அவ்ரம். "ஆனால் நான் நினைத்தேன் ..."

கவனமாக ஒருவர் மற்றவரது உடல்மீது இயங்கியபடி மௌனமாகிறார்கள். அவன் பாதம் வளைந்து அவளது கண்டைக்காலைப் பற்றியிருக்க, அவனது கை அவள் பின்னங்கழுத்தை வருடிக்கொண்டிருக்கிறது.

"விசித்திரமான ஒரு விஷயத்தைச் சொல்லட்டுமா?"

"விசித்திரமான ஏதாவது விஷயத்தைச் சொல்லுங்கள்," என்று முனகியவள், தன் உடல் முழுவதையும் அவன் உடலோடு சேர்த்து அழுத்தினாள்.

"நான் அங்கிருந்து திரும்பி வந்தேனில்லையா? எனக்கு என்ன நடந்தது என்று புரிந்துகொள்ளத் தொடங்கியபோது, உனக்குத்தான் எல்லாம் தெரியுமே . . ." அதெல்லாம் எதற்கு என்பதுபோல கையை வீசினான். "அந்த ஆசை இருந்தபோதும், அதாவது வாழ்வில் ஒரு இலக்கு, குறிக்கோள் இருந்தபோதும், அது இருக்கிறது என்பதை உணர்ந்தபோது, மனச்சலனமற்ற தருணங்களில் ஏனோ அது கடன்பெற்ற ஒன்றென எனக்குத் தோன்றியது, அதுவும் ஒரு குறித்த காலத்துக்கு மட்டும்." அவன் சற்று நிறுத்தினான். "உண்மை வெளிப்படும்வரை மட்டும்."

"என்ன உண்மை?" அவள் கேட்டாள். தாக்குவதற்காக இரண்டு வரிசைகளில் காத்திருப்போர் மற்றும் அந்தக் குரூர ஆணை என அவள் நினைத்தாள்.

"உண்மையில் அது என்னுடையது இல்லை," விறைப்பாகச் சொன்னான் அவ்ரம். கைகளை ஊன்றிக்கொண்டு தலையுயர்த்தி அர்த்தமுடன் அவளையே வெறித்துப் பார்த்தான். "அதைக் கொண்டிருக்கும் தகுதிகூட எனக்கில்லை," ஒன்றுமற்ற சாதாரண விசாரணையின்போது தான் செய்த கொடூரமான குற்றத்தை ஒப்புக்கொள்பவனைப்போல அவன் சொன்னான்.

அவள் மனதில் ஒரு எண்ணம் விரைவாக ஓடியது: இவனுக்கு ஒரு குழந்தை இருந்திருந்தால்?

"என்னவாயிற்று?" அவ்ரம் கேட்டான்.

"என்னை அணைத்துக்கொள்ளுங்கள்."

இவனுக்கு மட்டும் ஒரு குழந்தையிருந்தால், தீவிரமாக யோசித்தாள், அவனது சொந்தக் குழந்தை, அவனால் வளர்க்கப்படக்கூடிய ஒரு குழந்தை. எப்படி இதுபற்றி யோசிக்காமல் போனேன்? இவன் ஒருநாள் தந்தையாகக்கூடிய சாத்தியம் இருப்பதை . . .

"ஓரா, என்னவாயிற்று?"

அவன் கழுத்தில் மூச்சுவிட்டாள். "என்னை அணைத்துக்கொள்ளுங்கள். அணைப்பை விடாதீர்கள். இந்தப் பயணம் முடித்துத் திரும்புகையில் வீடுவரை என்னோடு நடந்து வருவீர்கள், இல்லையா?"

"நிச்சயமாக. நாம் சேர்ந்தேதான் நடந்துகொண்டிருக்கிறோம், நீ என்ன சொல்ல–"

"எப்போதும், எப்போதுமே நாம் சேர்ந்தேயிருப்போமா?" சட்டென்று தனது நினைவில் மேலெழுந்து வந்த வாக்கியத்தின், அவளது இருபதாவது பிறந்தநாளுக்கு தந்தி மூலம் அவனனுப்பிய ஒரு வாக்குறுதியின், ஒரு துணுக்கை அவனிடம் தூக்கிப்போட்டாள்.

"மரணம் நம்மை ஒன்று சேர்க்கும்வரை," தயக்கமின்றி அந்த வாக்கியத்தைப் பூர்த்தி செய்தான்.

அப்போதுதான், அந்தக் கணம்தான் ஓஃபர் ஆபத்திலிருப்பதாக அவ்ரமுக்கு ஓர் உணர்வு ஏற்பட்டது. இதுபோன்ற உணர்வு இதற்கு முன்பு

அவனுக்கு உண்டானதில்லை: இருண்ட குளிர்மிகுந்த ஏதோவொன்று அவனது மனதைக் கூறிட்டது. அந்த வேதனை தாங்கவியலாததாயிருந்தது. ஓராவை அவன் இறுக அணைத்துக்கொண்டான். அப்படியே இருவரும் உறைந்துபோனார்கள்.

“நீங்கள் அதை உணர்கிறீர்களா?” மெல்லிய குரலில் அவன் காதில் சொன்னாள். “அதை உணர்ந்தீர்கள், உணர்ந்தீர்கள்தானே?”

அவ்ரம் அவளது கேசத்தில் மூச்சுவிட்டான், மௌனமாக. அவன் உடல் வியர்வையில் குளித்துவிட்டிருந்தது.

“அவனைப் பற்றி எண்ணுங்கள்,” முணுமுணுத்தவாறே தன்னுடலை முழுதுமாக அவனுடலுடன் சேர்த்து இறுக்கிக்கொண்டாள், பிறகு அவன் அவளுள் நுழைந்தான்.

“எனக்குள்ளிருக்கையில் அவனைப்பற்றி எண்ணுங்கள்.”

புயல் நடுவே சிக்கிக்கொண்டவர்களைப்போல ஒருவரையொருவர் இறுகப் பற்றிக்கொண்டு அவர்கள் மெல்ல இயங்கினார்கள். “அவனைப் பற்றி எண்ணுங்கள், அவனைப் பற்றி எண்ணுங்கள்!” அவள் கத்தினாள்.

“இதைக் கேளுங்கள்,” சிலமணி நேரம் கழித்து, யாகுரிலிருந்து கார்மல் மலை வரை செல்லும் பாதையில் நடக்கையில் கோபமாகச் சொல்கிறாள். “நேற்று அவன் தொலைபேசியில் எனக்கொரு செய்தியை விட்டுச் சென்றிருந்தான். ஓஃபர். ‘நான் நன்றாக இருக்கிறேன், அந்தக் கெட்டவர்கள் அப்படியொன்றும் நன்றாக இல்லை’.”

“நீ எங்கிருக்கிறாய், எங்கே போய் மறைந்தாய், எப்படியிருக்கிறாய் என்றெல்லாம் அவன் கேட்கவில்லையா?”

“ஆமாம், கேட்டான். பலமுறை. அவன் மோசமாகக் கவலைப்படுபவன். எங்களில் மிகப்பெரிய கவலைக்காரன் அவன். எல்லாம் அவனுக்குத் தெரிந்தாக வேண்டும்”. இப்போது அவ்ரமிடம் எதையும் சொல்லத் தேவையில்லையென அவள் நினைத்தாள், ஆனால் தன்போக்கில் அது வெளியே வந்துவிடுகிறது, இதையும் அவன் தெரிந்துகொள்ளட்டும், அப்போதுதான் அவனது நினைவில் இது சேரும். அவனுக்கு இந்தத் தேவையிருந்தது, குழந்தையிலிருந்தே அவனை மீறிய ஒரு செயலாகவும் அது இருந்தது, நாங்கள் ஒவ்வொருவரும் சரியாக எங்கே இருக்கிறோம் என்பதை எப்போதும் அவன் அறிந்து வைத்திருக்க வேண்டும், அப்போது தான் நீண்ட நேரத்துக்கு அவனிடமிருந்து யாரும் மறைந்திருக்க முடியா தில்லையா. அவனுக்கு எங்களனைவரையும் ஒன்றாகச் சேர்த்து வைத்திருக்க வேண்டும்.”

அவள் பேச்சை நிறுத்துகிறாள், குழந்தையாக இருக்கையில் ஏதேனும் வாக்குவாதம் தொடங்கினால் எப்படி அவன் உடனே பீதியடைவான் என்பது அவள் நினைவுக்கு வருகிறது. அவளுக்கும் இலனுக்குமிடையே சிறு வாக்குவாதம் என்றால்கூட அவன் பீதிகொள்ள ஆரம்பித்துவிடுவான்.

அவர்களைச் சுற்றி வந்து அவர்கள் நெருங்கி வரும் பொருட்டு ஒருவர்மீது மற்றவரைத் தள்ளுவான். ஆனால் எப்படி அவனே நாங்கள் பிரிவதற்கு காரணமானான்? அவள் எண்ணிப்பார்க்கிறாள். நெற்றியால் காற்றை உந்தித் தள்ளியபடி வேகமாக முன்னோக்கி நடக்கிறாள். தொலைபேசியில் இலனும் அவளுக்கு ஏதேனும் செய்தியைப் பதிந்து வைத்திருந்திருப்பானா என அவ்ரம் யோசிக்கிறான். அல்லது ஆடம் தொலைபேசியில் அழைத்து அவளைக் காயப்படுத்தும் எதையாவது பதிந்து வைத்திருக்க வேண்டும்.

அவனுக்குத் தெம்பூட்டவும் அவளது சீற்றத்திலிருந்து அடைக்கலம் தேடும் முகமாயும் நாய் அவ்ரமை உரசுகிறது. பிறகு வாலைத் தொங்கப் போட்டுக்கொள்கிறது, அதன் முகத்தில் சிரிப்பு இல்லை.

“நீ என்ன சொன்னாய்? ‘நான் நன்றாக இருக்கிறேன், ‘அந்தக் கெட்டவர்கள்–’”

“அந்தக் கெட்டவர்கள் அப்படியொன்றும் நன்றாக இல்லை.”

இந்த வார்த்தைகளை அவ்ரம் திரும்பத்திரும்பச் சொல்லிப் பார்த்துக் கொள்கிறான். ஒரு இளைஞனுக்குரிய திமிரைச் சுவைத்தவனாக அவன் நினைக்கிறான்–

ஆனால் அவன் மனதுள் நினைப்பதை ஓரா வாய்விட்டுச் சொல்கிறாள், “‘அங்கே ப்ரூஸ்கோவில் அவர்கள் இது போன்றவற்றைச் சொல்லவில்லை.’”

அவ்ரம் கைகளை உயர்த்தி, “உன்னை என்னால் வெல்ல முடியாது! நீ எல்லாம் தெரிந்தவள்,” என்கிறான்.

அவளை முகஸ்துதி செய்ய முயன்ற அவனது எத்தனம் பலனளிக்க வில்லை. முறைப்புடன் மெல்லிய ஓட்டமாய் முன்னே செல்கிறாள்.

பேவலில் மொழிபெயர்ப்பாளர்களது முறைமாற்றுப் பணிக் குறிப்பேட்டில் அவன் தொடர் பத்தி ஒன்று எழுதி வந்தான், அதன் தலைப்பு “நமது நகரம் ப்ரூஸ்கோ.” அதில் ஷ்டெட்ல் நகர்வாசிகள் ட்ஸெஸ்கி, சோமக், ஃபிஷ்ல்–பாரெக் ஆகியோரது நடுக்கம்மிக்க, சந்தேகத்துக்கிடமான புலம்பல்களைத் தனது அறிக்கைகளாகப் பதிந்து வந்தான். ஸகாஸிக்கிலிருந்து லக்ஸருக்கு மாற்றப்பட்ட ஒரு எகிப்திய மிக்–21, சுக்கான் பிரச்சனையால் தரையிறக்கப்பட்ட ஒரு துபோலேய், கமாண்டோ வீரர்களுக்கு வழங்கப்பட்ட போர்க்கால பங்கீட்டுணவு இவையெல்லாம் அவ்ரமினால் உருவாக்கப்பட்ட இந்த மூன்று ப்ரூஸ்கோவியர்களால் மரியாதைக் குறைவான, தோல்வி மனப்பான்மை தொனிக்கும் மிகக் கடுமையான விமர்சனங்களால் அலங்கரிக்கப்பட்டன. அவ்ரமின் வார்த்தைகளில் “யூதத் தலைமறைவிடம்” எனப்பட்ட இதனை படைத்தள தலைமையதிகாரி கண்டுபிடிக்கும்வரை இந்தக் கதாபாத்திரங்களைத் தொடர்ந்து விரிவுபடுத்தி மெருகேற்றிக்கொண்டிருந்தான் அவ்ரம். தலைமையதிகாரி அவனுக்குத் தண்டனையாக அவனது தேசியக் கருத்துகள் வலுப்பெறும் பொருட்டு அணிவகுப்பு முற்றத்தில் தேசியக்கொடியருகே ஒருவாரம் இரவுக் காவல் பணியிலிருக்க உத்தரவிட்டார்.

"ஆனால் ஓரா," தன்மட்டில் அவளது மனதை இளகச் செய்யக்கூடிய அந்த நினைவின் இனிமையை விரைந்து தனக்குச் சாதகமாகப் பயன்படுத்திக் கொள்ள நினைத்து அவன் சொல்கிறான்.

"சரி, என்ன அது?"

ஒரு செருமலுடன், கிட்டத்தட்ட ஒரு தேம்புதலுடன், முகத்தை அவன் பக்கம் திருப்பாமலே கேட்கிறாள். அவள் தோள்கள் நடுங்குகின்றன, அல்லது அது அவனது கற்பனையா?

"வேறு செய்திகள் ஏதும் இருந்தனவா?"

"சில இருந்தன. அத்தனை முக்கியமானவையல்ல."

"இலனிடமிருந்துமா?"

"மிகவும் இரக்கப்பட்டு தொலைபேசியில் அழைத்திருந்தார், உங்கள் நண்பர். இங்கே என்ன நடக்கிறதென்று கேட்டார். திடீரென இஸ்ரேலில் நிலவும் சூழலை நினைத்துத் தீவிரமாகக் கவலைப்பட்டார், நான் வீட்டிலிருந்து மறைந்துவிட்டதை நினைத்தும். நீங்களே கற்பனை செய்துகொள்ளுங்கள்."

"நீ அங்கு இல்லையென்பது அவனுக்கு—"

"ஓஃபர் அவரிடம் சொல்லியிருக்கிறான்."

அவ்ரம் காத்திருக்கிறான். இதில் இன்னும் விஷயங்கள் இருக்கின்றன என்பது அவனுக்குத் தெரியும்.

"ஆடமுடன் அவர் இஸ்ரேல் திரும்பவிருக்கிறார். அதற்கு இன்னும் சில நாட்களாகும், எப்போது அவர்கள் விமானம் ஏறுவார்கள் என்பது பற்றி அவருக்கு உறுதியாகத் தெரியவில்லை. இப்போது அவர்கள் பொலிவியாவில் ஏதோவொரு உப்புச் சமவெளியில் இருக்கிறார்கள்." அவள் கோபமும் கசப்புமாய்ச் சொன்னாள்,"அங்கே என் காயங்களுக்குப் போதுமான அளவு உப்பு இருக்கும்."

"ஆடம்?"

"ஆடமுக்கு என்ன?"

"அவன் ஏதாவது செய்தியை விட்டுச் சென்றிருந்தானா?"

வியப்பு மேலிட அவள் நிற்கிறாள், தான் மறந்துவிட்டது அவளுக்கு உரைக்கிறது. அவளால் அதை நம்ப முடியவில்லை.

"ஓரா?"

ஏனென்றால் ஆடம் அவளை விசாரித்ததாக இலன் சொன்னது பற்றி இப்போதுதான் நினைத்தாள். அவள் தனக்குள்ளே மூழ்கிவிட்டிருந்தாள், அதனால் இதை ஏறத்தாழ மறந்தே விட்டிருந்தாள். "ஆடம் ஹை சொல்கிறான்," என இலன் அதைத் தனியே குறிப்பிட்டிருந்தான். அதை அவள் மறந்துவிட்டிருந்தாள். ஆடம் சொன்னது சரிதான், உண்மையிலே அவன் சொன்னது சரிதான். அவள் இயற்கையான தாய் இல்லை.

"ஓரா, என்னவாயிற்று?"

"ஒன்றுமில்லை, விடுங்கள்." மீண்டும் கிட்டத்தட்ட ஓடுவது போல நடக்கிறாள். "என்னுடைய இடத்தில் வேறு முக்கியச் செய்திகள் எதுவுமில்லை."

"உன்னுடைய இடத்தில்?"

"என்னைக் கொஞ்சம் தனியே விடுங்கள், சரியா? கேள்விகள் கேட்டு என்னவாகப்போகிறது. என்னைக் கொஞ்சம் தனியே விடுங்கள்!"

"நான் கேட்கவில்லை," அவன் முணுமுணுக்கிறான், உள்ளுக்குள் துவண்டு போகிறான்.

மூக்கு வழியாக மட்டும் சுவாசிக்கவும், நீண்ட நேரம் பேசாமல் அமைதியாக வரவும் அவர்களைக் கட்டாயப்படுத்தி ஒரு ஈக்கள் கூட்டம் அவர்களுடன் வருகிறது. வேர்கள் வெளித்தெரிய சுற்றிலும் ஈர மண்குவியல்களைப் பார்க்கிறான் அவ்ரம்: இரவு காட்டுப்பன்றிகள் வந்து போயிருக்கின்றன.

அதன் பின்னர் அவர்கள் எழுத்துக்கள் ஆழப் பொறிக்கப்பட்ட பெரிய கரிய பாறையைப் பார்க்கிறார்கள்: *நாதவ்.* அருகேயிருக்கும் இன்னொரு பாறையில் இப்படி எழுதியிருக்கிறது: *கேப்டன் நாதவ் க்ளெய்ன் நினைவுத் தோட்டம். யோர்தான் பள்ளத்தாக்கில் நடந்த தொடர் அதிரடிப் போரில் வீழ்ந்தார். 27 ஸிவன் 5729. ஜூலை 12 1969.* பாதைக்கு அந்தப் பக்கம் பைன் முட்கள் மற்றும் குறும்பைகளுக்கு நடுவே ஒரு நினைவிடமும் பெயர்ப்பலகையும் காணப்படுகின்றன: *ஹைஃபா, க்ஃபர் ஹஸ்திமைச் சேர்ந்த சானா மோஷேயின் மகன் ஸ்டாஃப் சார்ஜன்ட் மெனாக்கிம் ஹோலண்டரின் நினைவாக.* *யோம் கிப்பூர் போரில் தாவோஸூக்கான சண்டையில் 13 டிஷ்ரீ 1734இல் தனது 23ஆம் வயதில் வீழ்ந்தார்.*

சிறிது நேரம் கழித்து வழியில் *1973*இல் இருந்த கால்வாய்ப் பகுதியின் பெரிய கான்கிரீட் புடைப்பமைப்பைக் காண்கிறார்கள். அதில் *நமது படைகளின் நிலைகள்* என எழுதப்பட்டிருக்கிறது. மிகச் சிறிதாக மாக்மாவும் அங்கிருக்கிறது. கூட்டமான கள்ளிச் செடிகளின் ரம்ப வடிவ விளிம்பமைப்பு கொண்ட நீண்ட இலைகளின் வழியே தங்க முலாமிட்ட மான் மற்றும் சிங்கத்தின் சிலைகளையும், சூயஸ் கால்வாய் சண்டையில் *1970, மே 23*இல் வீழ்ந்த எட்டு வீரர்களின் பெயர்களைத் தாங்கிய நினைவிடத்தையும் பார்க்கிறார்கள். ஓரக்கண்ணால் அவ்ரமைப் பார்க்கிறாள் ஓரா, இந்த நினைவுத் தடைகளைத் தாண்டி அவன் சேதாரமின்றி வருகிறானா எனப் பார்க்கிறாள். ஆனால் அவள் ஒருத்தியால்தான் அவன் தொல்லைக்குள்ளாகியிருப்பது போலத் தெரிகிறது. எப்படி அவனிடம் சொல்வது, எங்கிருந்து தொடங்குவதென அவளுக்குத் தெரியவில்லை.

அவளோடு அவன் சேர்ந்து வரமுடியாத அளவுக்கு அவள் வேகமாக நடக்கிறாள். நாய் அடிக்கடி நிற்கிறது, மூச்சிரைக்க என்ன என்பதுபோல

அவ்ரமைப் பார்க்கிறது. அவன் தோள்களைக் குலுக்குகிறான்: எனக்கும்கூடத் தெரியவில்லை. ஷக் யூசுஃப் காய்கறிக் கடைக்கு எதிரில் உஸாஃபியாவின் பிரதான சாலையிலிருந்து திரும்பிப் பாதை அடையாளக் குறிகளைப் பின்தொடர்ந்து செல்கிறார்கள், அது பைன் மரங்கள் அங்கொன்றும் இங்கொன்றுமாக வளர்ந்திருக்கும் ஒரு தோப்பை நோக்கிச் செல்கிறது. குவியல்குவியலாய் குப்பைகள், கழிவுகள், டயர்கள், அறைக்கலன்கள், பழைய செய்தித்தாள்கள், இறைந்து கிடக்கும் தொலைக்காட்சிப் பெட்டிகள், டசன் கணக்கில் காலி பிளாஸ்டிக் போத்தல்கள்.

“வேண்டுமென்றே இவற்றையெல்லாம் இங்கே எறிந்திருக்கிறார்கள்,” சீற்றமாகச் சொல்கிறாள். “நான் சொல்கிறேன், இது நம் மீதான அவர்களது வக்கிரமான பழிவாங்கல்.”

“யாருடைய பழிவாங்கல்?”

“அவர்களுடைய பழிவாங்கல்.” கையை அகல வீசுகிறாள். “யாரென்று உங்களுக்குத் தெரியும்.”

“ஆனால் அவர்களது இடத்தைத்தானே அவர்கள் அசுத்தமாக்கிக் கொண்டிருக்கிறார்கள்! இது அவர்கள் ஊர்.”

“இல்லையில்லை. அவர்கள் வீட்டுக்குள் பார்த்தால் தகதகவென்று மின்னும், அவர்களைப்பற்றி எனக்குத் தெரியும். ஆனால் வெளியே இருப்பவை அரசாங்கத்தினுடையவை, யூதர்களுடையவை. அவற்றைக் குப்பைமேடாக்குவது அவர்களுக்கான ஒரு புனிதக் கட்டளை. இது அவர்களது புனிதப்போரின்(ஜிகாத்) ஒரு பகுதியும் கூட. இங்கே பாருங்கள், இதைப் பாருங்கள்!” ஒரு காலிப் போத்தலை உதைக்க முயன்று குறிதவறுகிறாள், தடுமாறி பின்னோக்கி விழும் அளவுக்குப் போகிறாள்.

உஸாஃபியா, துரூஸ் மதத்தவருடைய ஊர். அவ்ரம் கவனமுடன் அவளுக்கு நினைவுபடுத்துகிறான், அவர்கள் ஜிகாத் கட்டளைகளுக்குக் கட்டுப்பட்டவர்களில்லை. “அதோடு நாம் அர்பெல், கின்னரெட், அமுத் ஆறு இங்கெல்லாம் குப்பைக் குவியல்களைப் பார்த்தோமே, அவையெல்லாம் முழுக்கமுழுக்க யூதக் குப்பைகள்.”

“இல்லையில்லை, இது அவர்கள் தங்களது எதிர்ப்பைத் தெரிவிக்கும் முறை. உங்களுக்குப் புரியவில்லையா? நேரடியாகக் கிளர்ந்தெழ அவர்களுக்குத் திராணியில்லை. அவர்கள் வெளிப்படையாக நம்மோடு மோத வந்தார்களெனில், நேர்மையாகவே அவர்கள்மேல் நான் இன்னுமதிக மரியாதை கொள்வேன்.”

அவளுக்கு மனது சரியில்லையென்பதை அவ்ரம் உணர்கிறான், அதை அவர்கள்மீது காட்டுகிறாள். அவளைப் பார்க்கிறான், அவள் முகம் அருவருக்கத்தக்கதாய் மாறுகிறது.

“அவர்களிடம் உங்களுக்குக் கோபமில்லையா? அங்கே உங்களுக்கு அவர்கள் செய்தவற்றை நினைத்து உங்களுக்குக் கோபமோ வெறுப்போ தோன்றவில்லையா?”

அவ்ரம் யோசிக்கிறான். இறைச்சிக்கூடத்திலிருந்த அந்த முதியவர், நிர்வாணமாக நடைபாதையில் கிடந்தவாறு, தலையை அதில் முட்டியவாறு, படைவீரர்களுக்கு முன்னால் வளைந்து நெளிந்தவாறு அவன் மனதில் தோன்றுகிறார்.

"இவ்வளவு நீண்டநேரம் யோசிக்க என்னவிருக்கிறது? உங்களுக்குச் செய்தவற்றில் யாரேனும் கால்பங்கு சித்திரவதையை எனக்குச் செய்திருந்தால் கூட இந்த பூமியின் எந்த மூலையில் இருந்தாலும் அவர்களைத் தேடிக் கண்டுபிடிப்பேன். கொலைக்கூலிகளை அமர்த்தி அவர்களை வஞ்சம் தீர்ப்பேன், அது இப்போது என்றாலும்கூட."

"வேண்டாம்," என்கிறான் அவன். அவனைச் சித்திரவதைக்கு உள்ளாக்கியவர்களது உருவங்களைத் தன் கண்முன் கொண்டுவருகிறான்: கபடமிகு சிறு கண்களும், அருவருப்பூட்டும் அலங்காரமான ஹீப்ரூ பேச்சும், அவனைத் துண்டுதுண்டாய்க் கிழித்த அந்தக் கைகளுமாய் முதன்மை விசாரணையாளர் லெஃப்டினென்ட் கர்னல் டாக்டர் அஷ்ரஃப். எப்போதெல்லாம் முடியுமோ அப்போதெல்லாம் அவனை அடித்த, இவனிடமிருக்கும் ஏதோவொன்று தங்களுக்கு வெறியேற் படுத்துகிறது என நினைத்தார்ப்போல மற்றவர்களைவிட அதிக முறை அவனைச் சித்திரவதைக்கு ஆட்படுத்திய அபாஸிய சிறையதிகாரிகள். அவனை உயிரோடு புதைத்த இருவர், பக்கவாட்டில் நின்று அதைப் புகைப்படமெடுத்தவன், வெளியேயிருந்து அவர்களால் உள்ளே கொண்டுவரப்பட்ட இருவர் – அவர்கள் இருவரும் உனக்கென்றே விசேஷமாக வரவழைக்கப்பட்டவர்கள் என்றார் அஷ்ரஃப், அவர்கள் மரணதண்டனை விதிக்கப்பட்ட கைதிகள், அலெக்ஸாண்டிரியாவிலிருந்த பொதுச் சிறையிலிருந்து வரவழைக்கப்பட்ட வன்புணர்வாளர்கள் – இவர்களிடம்கூட இனியும் அவனுக்குக் குரோதமில்லை. அவர்களைப் பற்றி நினைக்கையில் அவனுக்குத் தோன்றுவது எந்த உணர்ச்சியும் கலவாத விரக்திதான். அங்கே தான் மாட்டிக்கொள்ளவும் இவற்றையெல்லாம் அனுபவிக்கவும் நேர்ந்த தனது துரதிரஷ்டத்தை எண்ணிச் சில நேரம் சாதாரணமான, ஆற்றவியலாத ஒரு சோகம் தோன்றும்.

தன்மீது குவிந்திருக்கும் குப்பைகளை உடம்பை உலுக்கி வெளியே தள்ளிவிட முயல்வதுபோல அந்தப் பாதை இடப்புறமாகச் சட்டென்று ஒடிந்து வளைந்து அவர்களை சீக் ஆற்றுப் படுகைமீது துப்புகிறது, பிறகு கீழிறங்கிப் புவியின் வயிற்றுள் குதிக்கிறது. காலைப்பனி படர்ந்த பாறைகள் வழுக்க, பாதையெங்கும் குறுக்குமறுக்காய் தடித்த வலுவான வேர்கள் பரவியிருக்க அவர்கள் கவனமாக அடியெடுத்து வைக்க வேண்டியிருந்தது. சிறுசிறு ஒளித்துண்டுகளில் தாவரப் பசுமையினூடாக சூரியன் நடனமாடுகிறது.

ஆடம் எப்படி எனக்கு ஹை சொன்னான்? அவள் யோசிக்கிறாள். இப்படி நடந்துகொள்ளத் தோன்றும் வகையில் அவனுக்கு என்ன நடந்திருக்கும்? அவனது உணர்வுகள் என்ன?

ஓக் மரங்கள், தெரிபிந்த்கள், பைன் மரங்கள். பார்க்க இவை தாத்தா பாட்டிகள் போலிருக்கின்றன. ஆற்றின் இரு கரைகளிலும் தழைந்து

நிற்கின்றன, அவற்றின் கிளைகளிலிருந்து கொடிகள் தடதடத்து இறங்கி வருகின்றன. இங்கொன்றும் அங்கொன்றுமாக ஆர்ப்யூடஸ் மரங்கள். மிகப்பெரிய பைன் மரமொன்று வெட்டுப்பட்டுத் தரையில் கிடக்கிறது, அதன் குறும்பைகள் காய்ந்து கிடக்கின்றன, பாதைக்கு அந்தப் பக்கம் நடுமரம் வெளுப்பேறிக் கொண்டிருக்கிறது. அவ்ரமும் ஓராவும் அதைப் பார்க்க இயலாமல் ஒரேநேரத்தில் முகத்தைத் திருப்பிக்கொள்கிறார்கள்.

நெடிது வளர்ந்து கருகிக் கிடக்கும் நாணல்களால் நிறைந்த வறண்ட நீர்த்தேக்கத்துக்கு அருகேயிருந்து கலைந்த தலைமுடியுடன் இரண்டு உயரமான சிறுவர்கள் அவர்களை நோக்கி வருகிறார்கள். ஒருவனுக்கு அடர்ந்த கருங்கேசம், மற்றவனுக்குச் சுருண்டு தொங்கும் பொன்னிறக் கேசம். இருவரது தலையிலும் மரபான யூதர் அணியும் சிறு வட்டத் தொப்பிகள். அவர்கள் முகத்தில் சிநேக பாவம். முதுகுகளில் பெரிய பைகள், அவற்றின்மீது சுருட்டி வைக்கப்பட்ட உறங்கும் பைகள். அவ்ரமும் ஓராவும் இதுபோன்ற சந்திப்புகளில் இப்போது நிபுணர்களாகிவிட்டிருந்தார்கள். பெரும்பாலும் அவர்கள் ஒரு “ஹலோ,” சொல்லிவிட்டு கண்களைத் தாழ்த்திக்கொண்டு மற்ற நடைபயணிகளைக் கடந்துசெல்ல விட்டுவிடுவார்கள். ஆனால் இந்தமுறை ஓரா வாய்விரியப் புன்னகைத்தவாறு அந்தப் பையன்களுக்கு முகமன் கூறிவிட்டு தன் முதுகுப்பையை கீழிறக்குகிறாள். “எங்கிருந்து வருகிறீர்கள், பையன்களா?” எனக் கேட்கிறாள்.

பையன்கள் ஒருவரையொருவர் சற்றே ஆச்சரியமுடன் பார்த்துக் கொள்கின்றனர், ஆனால் அவளது புன்னகை இதமாகவும், அவர்களை ஈர்ப்பதாகவும் இருக்கிறது.

“ஒரு காபி இடைவேளை வேண்டும்போல இருக்கிறதா? இப்போதுதான் புதிய பிஸ்கட்டுகள் வாங்கினேன். ஆசாரம் கெடாதவை.” அவர்களது தொப்பிகளைப் பார்த்தவாறு பயபக்தியுடன் சொல்கிறாள். தாய்க்குரிய இதமும் ஒருவிதமான விளையாட்டுக் காதலும் பெருகிட அவர்களுடன் அரட்டை அடிக்கிறாள், சத்தம் போட்டுச் சிரிக்கிறாள். ஒருமணி நேரத்துக்கு முன்புதான் ஜெரூசலேத்திலிருந்து வந்திருந்த ஒரு மருத்துவருடன் ஷோகெஃப் மலையில் அவர்கள் காபி அருந்தியிருந்ததாலும் அவளது அழைப்பை ஏற்றுக்கொள்கிறார்கள். அந்த மருத்துவர் அவர்களிடம் விளையாட்டாய்ப் பலவிதக் கேள்விகள் கேட்டு அதற்கான பதில்களை ஒரு நோட்டுப் புத்தகத்தில் குறித்துக்கொண்டார். ஓரா பதற்றம்கொள்கிறாள்.

சற்றுத் தயங்கினாலும், அவள் வேண்டிக் கேட்டுக்கொண்டதன்பேரில் காபி அருந்த அமர்ந்தபோது அந்த மருத்துவர் அவர்களிடம் என்ன சொன்னார் என்பதைச் சொன்னார்கள். “அந்த ஆள் அற்புதமாக காபி போடுகிறார்,” கறுத்த நிறமுடையவன் குறிப்பிட்டான். பல வருடங்களாக அந்த ஆளும் அவன் மனைவியும் சேர்ந்து இந்தப் பயணத்தை மேற்கொள்ளத் திட்டமிட்டிருந்தனர், வடக்கிலிருந்து தாபா வரை மலைப்பாதை வழியாக, ஏறத்தாழ ஆயிரம் கிலோமீட்டர்கள். ஆனால் அந்த ஆளின் மனைவி நோய்வாய்ப்பட்டு மூன்று வருடங்களுக்கு முன் இறந்துவிட்டார். அவர்கள் சொல்லும் கதையின் சுவாரஸ்யத்தினாலோ அல்லது ஒருவேளை

இமைகொட்டாமல் அதனைக் கேட்டுக்கொண்டிருக்கும் ஓராவைக் கண்டோ பையன்கள் ஒருவர் மற்றவரது பேச்சில் குறுக்கிட்டபடி விவரிக்கின்றனர். அவர் மனைவி இறக்கும் முன்பு அவள் இல்லாவிட்டாலும் தனியாகவேனும் அவர் இந்தப் பயணத்தை மேற்கொண்டு முடிக்க வேண்டுமென்று சத்தியம் வாங்கிக்கொண்டாள். "அதோடு வழியில் அவர் இன்னொன்றையும் செய்ய வேண்டுமென்று அவள் எதிர்பார்த்தாள்," சிரித்தபடி சொல்கிறான் பொன்னிறச் சுருள் கேசமுடையவன். "கடைசியில் அவளுக்கு இப்படியொரு எண்ணம் உதித்தது ..." கறுத்த நிறமுள்ளவன் தன் நண்பனின் வாயிலிருந்து கதையைப் பிடுங்கிக்கொள்கிறான். "அதாவது வழியில் யாரையாவது பார்க்கும் ஒவ்வொரு முறையும் அவர்களிடம் அந்த ஆள் இரண்டு கேள்விகள் கேட்க வேண்டும்." அந்தக் கதையை மீளச் சொல்கையில்தான் அதன் உண்மையான அர்த்தம் தங்களை ஊடுருவ அவர்கள் அனுமதிப்பது போல் தெரிகிறது.

ஓரா புன்னகைக்கிறாள், ஆனால் அவள் கவனம் கதையில் இல்லை. தன் மன ஆழத்தில் அந்தப் பெண்ணைக் கற்பனை செய்ய முயல்கிறாள். அவள் மிக அழகானவளாக, நிறைந்த ஒளிவீசும் அழகுடையவளாக, ஆன்மிகமும் உலக அறிவும் சேர்ந்தவளாக, தழைந்திறங்கும் தேன் வண்ணக் கூந்தலுடன் இருந்திருக்க வேண்டும். சற்று நேரத்துக்குத் தனது பிரச்சனைகளை மறந்து அந்த முகம் தெரியாத பெண்ணுடன் ஒட்டிக் கொள்கிறாள். தாமி, தாமர் என அவளை அழைத்தாள், அல்லது தனது மரணப்படுக்கையில் தன் கணவனுக்காக "வேறொன்றை" கண்டுதர முயன்ற தம்யூஷா என. அல்லது வேறொருவரை. தனது கணவனை மிக நன்றாக அறிந்திருந்ததோடு (அந்த ஆள் போட்டிருந்த சட்டை நிஜமாகவே ஒரு இத்தாலிய உணவகத்தின் மேசை விரிப்புப் போலிருந்தது) எந்தப் பெண்ணாலும் தவிர்க்க முடியாத இரண்டு கேள்விகளையும் அவனுக்குக் கொடுத்தனுப்பிய அந்தப் பெண்ணை நினைத்து வாஞ்சையும், நுட்பமான நயத்தலுமாய்ப் புன்னகைக்கிறாள்.

பையன்கள் சுள்ளிகளையும் வைக்கோலையும் சேகரிக்கின்றனர். நெருப்பு மூட்டி நீறுபூத்த தணல்மீது கரிபடிந்த ஃபின்ஜனை வைக்கின்றனர், தாங்கள் சேகரித்து வைத்திருக்கும் தேயிலையை அதில் போடுகின்றனர். தனது பையிலிருந்து இன்னுமதிக உணவுகளை எடுத்தபடியிருக்கிறாள் ஓரா. "மந்திரவாதியின் தொப்பிபோல," அவள் சிரிக்கிறாள், தனது அட்சயப் பாத்திரத்திலிருந்து அளிப்பதில் மகிழ்வுற்றவளாக. காலை பேரங்காடி சென்று வாங்கிவந்த எல்லாவற்றையும் அவள் வெளியே எடுத்துப் பரப்புவதை சற்றே கவலையுடன் பார்த்துக்கொண்டிருக்கிறான் அவ்ரம். டப்பாடப்பாவாக ஹம்மஸ் மற்றும் லபானே, உடைத்த பச்சை ஆலிவ்கள், இன்னும் கதகதப்பும் மென்மையும் மாறாத சிறிய உருண்டை ரொட்டிகள். எல்லாவற்றையும் சுவைத்துப் பார்க்கும்படி வற்புறுத்துகிறாள், மகிழ்வுடன் அவர்களும் அவ்வாறே செய்கின்றனர். தாங்கள் இதுபோன்று நல்ல சாப்பாடு சாப்பிட்டு நீண்ட காலமாகிறது என வாய் நிறைய உணவை வைத்துக்கொண்டு அவர்கள் சொல்கிறார்கள். இந்தப் பயணத்தில் தாங்கள் எவ்வளவு கஞ்சத்தனமாக இருந்தோம், எவ்வளவு கஷ்டப்பட்டுத் தங்களது சிறிய குடும்பத்தை நடத்துகிறோம் எனப் பெருமையாகச்

சொல்லுகிறார்கள். வேகவேகமாக அவர்கள் உணவை விழுங்குவதை வாஞ்சையுடன் பார்க்கிறாள். அவ்ரம்தான் அந்த இடத்தில் சற்றே ஒட்டாதவன் போலிருக்கிறான்.

அந்த நீண்ட பாதையில் கிழக்கிலிருந்தும் வடக்கிலிருந்தும் பயணிப்பது குறித்த தங்களது அனுபவங்களை ஒப்பிட்டுக்கொள்கிறார்கள். பயணத்தில் காத்திருக்கும் எதிர்பாராத விஷயங்கள், தடைகள் பற்றிய உதவிகரமான அறிவுரைகளும் முக்கியத் தகவல்களும் ஏராளம் பரிமாறிக் கொள்ளப்படுகின்றன. அந்த ஆளுக்கென விட்டுவந்த குறிப்பில் தனது தொலைபேசி எண்ணை எழுதியிருந்தது நல்லதற்குத்தான் என நினைத்துக் கொள்கிறாள். அவன் அவளைத் தொலைபேசியில் அழைத்தால் தனது குறிப்பேட்டில் அவனெழுதிய பக்கங்களை அப்படியே அவளால் சொல்ல முடியும்.

ஒருவழியாக அவ்ரமும் உற்சாகமடைகிறான். அவனுக்கும் இந்தப் பாதை வீடு போலத்தானே. அவனுக்குள் உண்டாகியிருக்கும், அவன் இதற்குமுன் ஒருபோதும் அறிந்திராத, நடைபயணிகளுக்கான தோழமையுணர்வு கண்டு அவனே வியப்படைகிறான். ஒருவேளை ஓராவைப்போல அவனும் அந்தப் பையன்களின் நல்ல பசியை, சொல்லப்போனால் அவர்கள் அவனது மேசையில் அருந்திக்கொண்டிருக்கிறார்கள் என்ற உண்மையை ரசிப்பவனாயிருக்கலாம். அவர்கள் இருவரும் மிக இயல்பாய் உணவருந்திக் கொண்டிருப்பதுபோலத் தோன்றுகிறது. இதுதான் உலகம் போகிற போக்கு: தேவையின் நிமித்தம் கடும் சிக்கனமும் ஒறுப்புமாக வாழும் வறுமைக்கு ஆட்பட்ட இளைஞர்கள் வழியில் சந்திக்கும் வசதி படைத்தவர்களது தாராள உள்ளங்கள் வழங்குவனவற்றை எப்போதாவது அனுபவிக்கிறார்கள். அவ்ரமின் தொளதொள ஷர்வால் மற்றும் ரப்பர் பேண்ட் போட்டுக் கட்டியிருக்கும் குதிரைவால் கொண்டையை மீறி இந்த இடத்தில் அவர்கள் ஒரு நட்பார்ந்த, பார்க்கக் கண்ணியமான ஒரு தம்பதி. இனியும் இளைஞர்களாக இல்லாத ஆனால் முதிர்ந்தும்விடாத ஒரு ஆணும் பெண்ணும், நிச்சயம் அவர்களுக்கு வளர்ந்த பிள்ளைகள் இருக்க வேண்டும், ஒன்றிரண்டு சிறு குழந்தைகளுக்கு தாத்தா பாட்டியாக இருக்கவும்கூடும். தங்களது வழமையான அன்றாட வாழ்விலிருந்து சிறு விடுப்பெடுத்துக்கொண்டு சிறியதொரு சாகசப் பயணம் கிளம்பி யிருக்கிறார்கள். தாபோர் மலையுச்சிக்குப் போகும் செங்குத்துப் பாதையைப் பற்றி, ஆர்பல் மலையில் ஏறுகையில் காணும் பாறைப் படிக்கட்டுகள் இரும்பு முளைகள் பற்றி அவர்களுக்குச் சொல்வதில் மிகுந்த உற்சாகமடைகிறான் அவ்ரம். சில அறிவுரைகளும் எச்சரிக்கைகளும்கூட வழங்குகிறான். ஆனால் கிட்டத்தட்ட அவன் ஏதாவது சொல்ல எத்தனிக்கும் ஒவ்வொரு முறையும் அவனை முந்திக்கொண்டு சற்றே அலங்காரமாக அதைச் சொல்ல வருகிறாள் ஓரா. திடீரென அவள் இளைஞர்களுக்குப் புத்துணர்வூட்டுவதிலும் அவர்களுக்கான மொழியைப் பேசுவதிலும் தான் எந்தளவுக்குத் திறமை கொண்டவள் என்பதை எப்பாடுபட்டாவது நிரூபிக்க விரும்புவது போலிருந்தது. அவளைப் பார்க்கையில் அவன் குறுகிப்போகிறான். யாருடனும் எளிதில் நட்பாகிவிடுவேன் என்ற அவளது மிகைபாவனை விலாவில் வளர்ந்த முழங்கைபோல ஒவ்வாமலிருக்கிறது. அவளது நடத்தை

அந்நியமானதாக, உவகை தராதவொன்றாக இருக்கிறது. இதெல்லாம் தன்மீதான அவளது வன்மத்தின் வெளிப்பாடு, எதனாலோ அவன் மீது இன்னும் அவள் கோபமாக இருக்கிறாள், அதனாலேயே தன்னையும் அந்த இளைஞர்கள் இருவரையும் சுற்றி அவளே வனைந்திருக்கும் சிறு வட்டத்திலிருந்து படிப்படியாக மூர்க்கமுடன் அவனை ஒதுக்கி வெளியே தள்ளிக்கொண்டிருக்கிறாள் என்பது அவனுக்குப் புரிய ஆரம்பிக்கிறது.

அவன் பின்வாங்கிக்கொள்கிறான். தன் விளக்கை அணைத்துவிட்டு தனக்குள்ளே இருளில் அமர்ந்துகொள்கிறான்.

டெகோவா குடியேற்றப் பகுதியில் வசிக்கும் அந்த இளைஞர்கள் தங்களுக்கு மிக அருகில் நடக்கும் இந்த மௌன யுத்தத்தை உணர்ந்தார்களில்லை. எய்லாத்திலிருந்தான சாலை குறித்த ஆச்சரியங்களைப் பற்றிச் சொல்கிறார்கள். அஸ்தமனத்தின் போதான ட்ஸின் ஆறு, ஆஷ்கெலான் ஆற்றுப் பள்ளங்களில் பூத்திருக்கும் டாஃபடில்கள், எய்ன் அவ்தத்தின் மலையாடுகள். தானும் அவ்ரமும் ஜெரூசலேம் வரை மட்டுமே செல்லத் திட்டமிட்டிருப்பதாகச் சொல்கிறாள் ஓரா. கண்கள் எங்கோ பார்த்திருக்க அவள் சொல்கிறாள், "ஒருநாள் எய்லாத், தாபா வரை நாங்கள் இந்தப் பாதையின் தென்திசை நோக்கிய பயணத்தையும்கூட மேற்கொள்ளலாம்." நெஜவில் இருக்கும் ராணுவப் பயிற்சிப் பிராந்தியங்கள் பற்றிப் புகார் தெரிவிக்கிறார்கள். அவை வறண்ட ஆற்றுப் படுகைகள் மற்றும் மலைகளிலிருந்து சாதாரண பழைய சாலைகளுக்கு பயணப்பாதையை திருப்பிவிட்டிருக்கின்றன என்கிறார்கள். அராபிய நாடோடிகளது மூர்க்கமிக்க நாய்களைப் பற்றி அவர்கள் எச்சரிக்கிறார்கள், "அவர்களிடம் எக்கச்சக்கமான நாய்கள், உங்கள் பாதுகாப்பை உறுதிசெய்துகொள்ளுங்கள்." அந்த உரையாடல் இப்படியே சுற்றிச்சுற்றி வருகிறது. திடீரென தன் முகத்தில் எதுவோ வட்டமிடுவதை உணர்கிறான் அவ்ரம், நிமிர்ந்து பார்க்க அது ஓராவின் பார்வை, சித்திரவதைக்குள்ளானது போன்ற, தொடர்பறுந்த ஒரு வெற்று வெறிப்பு, ஏதோ திடீரென புதிய கடும் வேதனை தரும் ஒன்றை அவனில் பார்ப்பதுபோல. முகத்திலிருக்கும் ரொட்டித் துணுக்கைத் தட்டிவிடத் தன்னையறிமாலே அவனது கை நீளுகிறது.

அவர்களோடு பேசுகையில் ஜெரூசலேம் பத்துநாள் நடைத் தொலைவில் இருப்பதை அறிகிறார்கள். "உங்களுக்கு இன்னும் சிறிது நாட்கள் பிடிக்கலாம்," என்கிறார்கள் பையன்கள். "கடைசியில் அது அப்படியே மேலெழுந்து வரும்," சிரித்தபடி சொல்கிறான் சுருட்டை முடிக்காரன். "ஷாஅர் ஹாகேயிலிருந்தே வீடு உங்களை இழுக்கத் தொடங்குவதை உணர்வீர்கள்."

ஓராவும் அவ்ரமும் ஒருவர் மற்றவரிடம் திகில் பார்வையை வீசிக் கொள்கின்றனர். பத்தே நாட்கள்தானா? பிறகு என்ன? அதன் பிறகு என்ன?

"ஓரா நில், நீ ஓடுகிறாய்."

“நான் நடப்பதே இப்படித்தான்.”

சில மணி நேரங்களுக்கு இப்படியே போகிறது. பற்களை நரநரத்த படி கட்டுப்பாடில்லாமல் நடக்கிறாள். அவளை நெருங்கும் தைரியமின்றி அவ்ரமும் நாயும் தயங்கிபடி பின்னால் வருகிறார்கள். அவளால் நடக்க இயலாதபோது கிட்டத்தட்ட விழுந்துவிடுவாள் என்ற நிலையிலிருக்கும் போது மட்டும் நடப்பதை நிறுத்துகிறாள்.

அலோன் பள்ளத்தாக்கு, ஷோகெஃப் மலை, உள்ளித் தழைகள், சைக்ளமேன்கள், அபினிச் செடிகளைக் கடந்து வந்தார்கள். எதிர்பாராமல் கடலைப் பார்த்தார்கள். பயணத்தில் ஆரம்பத்திலிருந்தே இந்தத் தருணத்துக்காகக் காத்திருந்தாள் ஓரா. ஆனால் அவள் நிற்கவில்லை, தனது பிரியத்துக்குரிய கடலைச் சுட்டிக்காட்டவுமில்லை. வாயை இறுக மூடி, நடப்பதற்கான பிரயாசை குறித்து முணுமுணுத்தபடி, அவள் தொடர்ந்து நடந்துகொண்டிருந்தாள். அவள் பின்னால் தயங்கி நடந்தபடியே வந்தான் அவ்ரம். கலிலேய மலையை விடவும் கார்மல் மலையேற்றம் கடுமையாக இருந்தது. கற்கள் நிறைந்த பாதை, வெட்டுப்பட்ட மரங்கள் நிறைய குறுக்கே கிடந்தன, முட்புதர்கள் வளர்ந்து நிறைந்திருந்தன. கிளர்ச்சியுடன் ஒன்று மற்றொன்றை அழைத்தவாறு பாடும் சிறு பறவைகளான டிட்மௌஸ்களும் ஜேய்களும் அவர்களுக்கு மேல் வட்டமிட்டன. மாறி மாறி அவர்களைக் கடந்தபடி நீண்டதூரம் அவை அவர்களோடு பறந்து வந்தன. மாலையானதும் அகன்ற விரிசலுடனிருந்த பாதை நடுவே வளர்ந்திருந்த ராட்சசப் பைன் மரத்துக்கு முன்னால் வந்துநின்றார்கள். மங்கிய மாலைக் கிரணங்கள் மரத்தை நிறைத்திருந்தன, அதன் மெல்லிய இலைகள் நடுவே ஒருவித வினோத ஊதா வண்ணம் ஒளிர்ந்தது.

அதைப் பார்த்தவாறே நின்றார்கள். ஒளிரும் நீறுபூத்த நெருப்பு.

மீண்டும் நடக்கத் தொடங்கினார்கள். சற்று நேரம் நின்றாலும்கூட மனம் அலைகழிப்புக்கு ஆளாவதை அவ்ரமும் உணரத் தொடங்கினான். அச்சம் அவனை அரிக்கத் தொடங்கியது. ஒரு புதிய அச்சம். சாலையை அடைந்ததும் ஒரு பேருந்தைப் பிடிக்க வேண்டுமென அவன் நினைத்தான். அல்லது ஒரு வாடகைக் காரையாவது.

ரகித் இடிபாடுகள், யெஸாக் குகைகள், அச்சமூட்டும் வகையில் செருக்குடன் நின்றிருக்கும் உயர்ந்த பாறை. பெரிய பாறைகளுக்கு நடுவே மரத்தின் வேர்களையும் சிறு குகைகளையும் பற்றிக்கொண்டு இறங்கி வந்தார்கள். அவ்ரம் மீண்டும்மீண்டும் பின்னால் போய் பாறைகள் மிகுந்த பாதையைப் பார்த்துப் பயந்து முனகிய நாயைத் தூக்கிவர வேண்டியிருந்தது. இருள் கவியத் தொடங்கியபோதும் பாதையும் பாதை அடையாளக் குறிகளும் கண்ணுக்குத் தெரியும்வரை நடந்தார்கள். குறைந்த நேரமே, பதற்றத்துடன் உறங்கினார்கள், பயணத்தின் முதல்நாள் இரவில் போல நடு இரவில் எழுந்துகொண்டார்கள், காரணம் அவர்களது உடல்களுக்குக் கீழே பூமி ரீங்கரித்தபடியும் சலசலத்தபடியும் இருந்தது. அவ்ரம் உண்டாக்கிய தீயினருகே அமர்ந்து அவன் தயாரித்த தேநீரை இருவரும் அருந்தினார்கள். அந்த அமைதியும் அதை நிரப்பிய விஷயமும் மிகப் பயங்கரமாக இருந்தன. ஓரா கண்களை மூடி பெயிட் சாயித்தில்

தனது வீட்டை நோக்கிச் செல்லும் தெருவை மனதில் கொண்டுவந்தாள். வெளிக்கதவு, முற்றம், வாசற்கதவுவரை செல்லும் படிக்கட்டுகள். ஆடம் ஹைற சொன்னான் என இலன் சொல்வதை மீண்டும் அவள் கேட்டாள். இலனின் குரலில் ஆடமின் கவலையை அவளால் உணர முடிந்தது. அவனது கரிசனத்தையும். சட்டென அவனுக்கு அவள்மீது ஏன் கவலை உண்டானது? ஏன் அவளுக்காக அவன் வருத்தப்பட வேண்டும்? அவள் வேகமாக எழுந்து தட்டுக்களை பைக்குள் வைக்க ஆரம்பித்தாள், ஏனோதானோவென்று அவற்றைத் தன் முதுகுப்பைக்குள் செருகினாள்.

நிலவு வெளிச்சம் மட்டுமே துணைக்கிருக்க அவர்கள் இருட்டில் நடந்தார்கள், பிறகு வானம் பிரகாசமடையத் தொடங்கியது. சிலமணி நேரமாக அவர்கள் ஒரு வார்த்தையும் பேசிக்கொள்ளவில்லை. சரியான நேரத்தில் போய் ஓஃபரை பிடித்துவிடத் தாங்கள் ஓடிக்கொண்டிருப்பது போலிருந்தது அவ்ரமுக்கு. அது கட்டட இடிபாடுகளில் சிக்கிய ஒருவரை காப்பாற்ற விரைவதுபோல, ஒவ்வொரு நொடியும் முக்கியமானது. அவள் மௌனமாக இருப்பது நல்லதல்ல என நினைத்தான் அவ்ரம். அவள் ஓஃபரைப் பற்றிப் பேசவில்லை. இதுதான் அவனைப்பற்றி நாங்கள் பேசவேண்டிய நேரம், இதுதான் அவனைப்பற்றி அவள் பேச வேண்டிய நேரம். அவனைப்பற்றி நாம் பேச வேண்டும்.

பிறகு தனக்குள்ளே மௌனமாக அவன் பேசத் தொடங்கினான். ஓஃபரைப் பற்றியக் கதைகளை, ஓரா அவனிடம் சொன்னவற்றை, சிறு தருணங்களை, வார்த்தை மாறாமல் அவன் திரும்பத் தனக்குள் சொல்லிக் கொண்டான்.

"அவன் நன்றாக இருக்கிறான் என்று சொல்," குருடாக்கும் சூரியனின் ஒளியில் உறுமுகிறான். சட்டென்று முன்னே பாய்ந்து சென்று ஓராவை முந்துபவன் அவள் வழியை மறித்து நிற்கிறான். "அவனுக்கு ஒன்றும் ஆகவில்லையென்று சொல், என்னிடமிருந்து எதையும் நீ மறைக்கவில்லை என்று சொல். என்னைப் பார்," அவன் கத்துகிறான். இருவருக்கும் கடுமையாக மூச்சிரைக்கிறது.

"கடந்த இரவுக்கும் முந்திய இரவு வரையான விஷயங்கள்தாம் எனக்குத் தெரியும். அப்போது அவன் நன்றாக இருந்தான்." அவள் முகத்திலிருந்த தெளிவு அகன்றுவிட்டிருந்தது. கடந்த ஒருமணி நேரத்தில் அவளுக்கு ஏதாவது நடந்திருக்க வேண்டும், தேநீர் அருந்தியதற்கும் சூரிய உதயத்துக்கும் நடுவில். ஒரு நீண்ட யுத்தத்தின் இறுதியில் தோற்றுப் போனவள் போல வதங்கிக் கிடந்தாள், முதுகு கூனிட்டிருந்தது.

"அப்படியானால் என்ன பிரச்சனை? நேற்றிலிருந்து ஏன் இப்படி இருக்கிறாய்? நான் என்ன செய்துவிட்டேன்?"

"உங்களது தோழி," மிகவும் சிரமத்துடன் சொல்கிறாள்.

"நேத்தா?" அவன் முகம் வெளுக்கிறது. "என்னவாயிற்று அவளுக்கு?"

ஓரா அவனை நீண்ட பரிதாபமானதொரு பார்வை பார்க்கிறாள்.

"அவள் நன்றாகத்தானே இருக்கிறாள்? அவளுக்கு ஏதாவது ஆகிவிட்டதா?"

"நன்றாக இருக்கிறாள். உங்கள் தோழி நன்றாக இருக்கிறாள்."

"பிறகு என்ன?"

"உண்மையில் அவள் பேச்சைக் கேட்க நன்றாக இருப்பதாகத்தான் தெரிகிறது. விளையாட்டுத்தனமாகவும்கூட."

"அவளோடு பேசினாயா?"

"இல்லை."

"பிறகு எப்படி?"

கனமான அடிகள் வைத்து மெதுவாகப் பாதையிலிருந்து விலகி புதரடர்ந்த பகுதிக்குச் செல்கிறாள். நெருஞ்சிகள் குறுஞ்செடிகளினூடாக நடக்கிறாள், தடுமாறுகிறாள். அவ்ரம் அவள் பின்னால் செல்கிறான். உயரமான சாம்பல்நிறப் பாறைகளாலான கரடுமுரடான சிறு குன்றில் ஏறுகிறாள், அவனும் அவளைப் பின்தொடர்கிறான். விரைவிலேயே அவர்கள் அங்கிருக்கும் சிறு பாறைக் குழிவை அடைகிறார்கள். அங்கு ஒளி மந்தமாகவும் நிழல் கவிந்தும் காணப்படுகிறது. சூரியன் தனது கதிர்களை அங்கிருந்து திரட்டியெடுத்துக்கொண்டது போலிருக்கிறது.

ஓரா பாறை விளிம்பின்மீது சரிந்தமர்ந்து கைகளில் முகத்தைப் புதைத்துக் கொள்கிறாள். "இங்கே பாருங்கள், நானொரு காரியம் செய்துவிட்டேன்... எனக்குத் தெரியும், அது தவறுதான். உங்கள் அடுக்ககக் குடியிருப்பு எண்ணுக்கு அழைத்தேன். உங்களுக்கு வந்திருந்த குரல் செய்திகளின் பதிவைக் கேட்டேன்."

அவன் நிமிர்ந்து அமர்கிறான். "என்னுடைய குடியிருப்புக்கா? அங்குமா நீ அழைத்தாய்?"

"ஆமாம்."

"எப்படி?"

"ஒரு சங்கேதக் குறியீடு உண்டு, எல்லாத் தொலைபேசிகளுக்கும் பொதுவானது, நாமாக ஒரு குறியீட்டை உட்செலுத்தும் முன்பாக தொலைபேசி தயாரிக்கும் நிறுவனம் இயல்பாக வைக்கும் குறியீடு. அது ஒன்றும் அவ்வளவு சிக்கலானதில்லை."

"ஆனால் எதற்காக?"

"என்னைக் கேட்காதீர்கள்."

"எனக்குப் புரியவில்லை. இதோ பார்–"

"அவ்ரம், நான் அதைச் செய்தேன், அவ்வளவுதான். அப்போது நான் என் கட்டுப்பாட்டில் இல்லை. முதலில் வீட்டுக்கு அழைத்தேன், பிறகு என் விரல்கள் தாமாகவே உங்கள் எண்ணுக்குத் தாவின."

நாய் எழுந்து வந்து அவர்களுக்கு நடுவே அமர்ந்துகொள்கிறது, தனது வெதுவெதுப்பான மொசுசொசுவென்ற உடலை ஓராவுக்குத் தருகிறது. அவள் தன் கைகளை அதன்மீது வைத்துக்கொள்கிறாள். "அப்போது எனக்கு என்ன ஆயிற்று என்றே தெரிவில்லை. இங்கே பாருங்கள், உண்மையிலே நான் ... நான் வெட்கப்படுகிறேன்."

"சரி, என்ன நடந்தது? அவள் என்ன செய்தாள்? அவள் ஏதாவது செய்துகொண்டாளா?"

"அவள் குரலைக் கேட்க வேண்டுமென்ற விருப்பம் மட்டும்தான், அவள் குரல் வழியாக அவளைத் தெரிந்துகொள்ள விரும்பினேன். நான் வேறு எதுவும்—"

"ஓரா," அவன் கத்துகிறான். "அவள் என்ன சொன்னாள்?"

"உங்களுக்காகச் சில செய்திகள் பதிவாகியிருந்தன. பத்தொன்பது செய்திகள். ஒன்று உங்கள் உணவு விடுதி உரிமையாளரிடமிருந்து. உணவு விடுதியில் புனரமைப்புப் பணிகள் அடுத்த வாரம் முடிகின்றன. நீங்கள் திரும்ப வேலைக்கு வரவேண்டுமென்று அவர் கேட்டுக்கொண்டார். உண்மையிலே உங்களை அவருக்குப் பிடித்திருக்கிறது. அந்தக் குரலிலிருந்து அதை உணர முடிகிறது. இல்லம் புகும் விருந்தொன்றும் அவர்கள்—"

"நேத்தா, நேத்தா என்ன சொன்னாள்?"

"உட்காருங்கள், எனக்கும் மேலாக இப்படி நீங்கள் நிற்கும்போது என்னால் அதைச் சொல்லமுடியாது."

அவள் சொன்னதை அவன் கேட்டதுபோலத் தெரியவில்லை. சுற்றிலும் தன்னை நோக்கி நீட்டிக்கொண்டிருக்கும் சாம்பல்நிறப் பாறைகளை வெறிக்கிறான். இந்த இடத்தில் ஏதோவொன்று அவனைச் சூழ்ந்து நெருங்கிக்கொண்டிருக்கிறது.

கன்னத்தை நாயின் உடல்மீது வைத்துக்கொள்கிறாள் ஓரா. "அவள், ஒன்றரை வாரங்களுக்கு முன்பு அழைத்திருக்கிறாள், அதற்கும் முன்பாகக் கூட இருக்கலாம். உடனடியாகத் தன்னை அழைக்கும்படி கேட்டிருந்தாள். பிறகு இன்னும் சில தடவைகள், அவள் கேட்டாள் ... இல்லை உங்கள் பெயரை மட்டும் சொன்னாள். 'அவ்ரம்?' 'அவ்ரம் இருக்கிறீர்களா?' 'அவ்ரம் பதில் சொல்லுங்கள்.' இதுபோல."

அவ்ரம் அவள் முன் மண்டியிடுகிறான். சட்டென்று அவன் தலை தாங்கவியலாத அளவுக்குப் பாரமடைகிறது. அதன்மீது ஓரா குனிந்திருக்க நாய் தன் கரிய மென்மையான கண்களால் அவளைப் பார்க்கிறது.

"இன்னொரு செய்தி, அதில் அவள் ..." ஓரா மென்று விழுங்குகிறாள், அவள் முகத்தில் குழந்தைத்தனமான, வெருண்டது போன்ற ஒரு பாவம். "முக்கியமான ஒரு விஷயத்தை உங்களிடம் சொல்ல வேண்டுமென்றாள், பிறகு ... ஆமாம், கடைசிச் செய்தி கடந்த மாலைக்கும் முந்தின மாலை வந்திருந்தது." சங்கடமாகச் சிரிக்கிறாள். "அது சரியாக ஓஃபர் எனக்குத் தனது கடைசி செய்தியைப் பதிந்த நேரம்."

அவ்ரம் முதுகை வளைத்துத் தன்னுடலை வளையம் போலாக்கிக் கொள்கிறான், தாக்குதலை ஏற்றுக்கொள்ளத் தயாராக. அவன் திகைப்புக்கு ஆளாகமாட்டான்.

"'அவ்ரம், நான் நேத்தா பேசுகிறேன்,'" உணர்ச்சியற்ற குரலில் சொல்கிறாள் ஓரா, அவள் கண்கள் அவனைத் தாண்டிய ஒரு புள்ளியில் குவிந்துள்ளன. "'நான் நுவெய்பாவில் இருக்கிறேன், நீங்கள் வீட்டுக்கு வந்து நீண்ட நாட்களாகிறது, உங்களுக்குப் பிரியமானவர்களை நீங்கள் தொலைபேசியில் திரும்ப அழைப்பதில்லை—"

ஓராவின் குரலில் நேத்தாவைக் கண்டவனாய் ஆமாம் என்பது போல அவ்ரம் தலையசைக்கிறான்.

எந்த உணர்ச்சியுமற்ற குரலில் தொடர்ந்து சொல்கிறாள் ஓரா, ஒரு குரல்வித்தைக் கலைஞன் முழுமையாய்த் தன்னை இயக்குவது போல் உணர்ந்தாள். "சில நாட்களுக்கு முன்பு சற்றே நான் கருவுற்றிருப்பதுபோல உணர்ந்தேன், உங்களிடம் சொல்ல எனக்குத் துணிவிருக்கவில்லை, என்ன செய்யலாம் என முடிவெடுக்கவும், என் சிந்தனையை ஒழுங்குசெய்யவும் இங்கு வந்தேன். ஆமாம், இறுதியில் அது அவ்வாறாக இல்லை, நான் தவறாகக் கணித்துப் பயந்துவிட்டிருந்தேன். ஆக, நீங்கள் எதுபற்றியும் கவலைப்படத் தேவையில்லை என் அன்பே.' பிறகு ஒரு பீப் ஒலி."

அவளை வெறித்துப் பார்க்கிறான். "என்ன? எனக்குப் புரியவில்லை. நீ என்ன சொன்னாய்?"

"இதில் புரியாமல் போக என்ன இருக்கிறது?" தனது மோன நிலையிலிருந்து விழித்தெழுகிறாள் ஓரா, அவனுக்கெதிராகத் தன் கத்திகளைத் தீட்டுகிறாள். "இதில் உங்களுக்குப் புரிபடாத விஷயம் எது? நான் எதையேனும் ஹீப்ரூவில் அல்லாமல் வேறு மொழியில் சொன்னேனா? 'கருவுறுதல்' என்ற வார்த்தை உங்களுக்குப் புரியவில்லை? 'தவறாகக் கணித்துப் பயந்துவிட்டேன்' என்பது புரியவில்லை? 'என் அன்பே' என்பது உங்களுக்குப் புரியவில்லை?"

அவன் வாய் பிளக்கிறது, அளவிடமுடியாத ஆச்சரியத்தில் முகம் இறுகுகிறது. சட்டென்று எதிர்பாரா விதத்தில் அவள் அவனிடமிருந்தும் நாயிடமிருந்தும் விலகிச் செல்கிறாள். கைகளை உடலோடு இறுக்கிக் கொண்டு முன்னும்பின்னுமாக மெல்ல ஆடுகிறாள். இதை நிறுத்து, தனக்கே அவள் ஆணையிட்டுக்கொள்கிறாள். ஏன் அவனைத் தாக்குகிறாய்? உனக்கு அவன் அப்படியென்ன செய்துவிட்டான்? ஆனால் அவளால் முடியவில்லை. முன்னும்பின்னுமாக ஆடுகிறாள். தனது குடல் பகுதியிலிருந்து லகுவாக வரும் இந்த நூலை இன்னுமின்னுமென வெளியே இழுத்தபடி தன்னைச் சுருணை பிரிக்கிறாள், தான் முற்றாக மறைந்து போகும்வரை பிரித்தபடியிருக்கிறாள் ... இது மட்டும் சாத்தியமானால்.

பாவம் நேத்தா—*ஆமாம், இறுதியில் அது அவ்வாறாக இல்லை, நான் தவறாகக் கணித்துப் பயந்துவிட்டிருந்தேன்.* அவ்ரமும் நேத்தாவும் எப்படிப் பேசிக்கொள்வார்கள் என்பதை ஓரா அறிகிறாள், அந்த லயம், மெல்லிய விளையாட்டு, இலனுடன் கத்திச்சண்டை போடுவானே

அதுபோல. இலனும் பையன்களோடு இப்போதும் அப்படித்தான் செய்கிறான், அதே மின்னல் வேக புத்தி. இது ஓராவால் இனியும் இயலாதது, சொல்லப்போனால் அவளால் எப்போதும் அது இயலாததாகவே இருந்தது. தவறாகக் கணித்து பயந்துவிட்டிருந்தேன் நேத்தா களுக்கென்று சிரித்திருந்தாள். எந்தளவுக்கு அவள் தன்னை நேசிக்கிறாள், எந்தளவுக்கு அவள் வேதனைப்படுகிறாள் என்பதாவது இவனுக்குத் தெரியுமா?

அவன் முணுமுணுக்கிறான். "எதற்கு என்மேல் நீ கோபமாய் இருக்கிறாயென்று எனக்கு இன்னும் புரியவில்லை."

"கோபமா?" அவள் வேகமாகத் தலையைப் பின்னுக்குச் சாய்த்து விஷம் துப்புவதுபோல ஒரு சிரிப்புச் சிரிக்கிறாள். "ஏன் நான் கோபப்பட வேண்டும்? உங்களிடம் கோபப்பட என்ன இருக்கிறது? மாறாக நான் சந்தோஷப்பட வேண்டும், சரியா?"

"எதற்காக?"

"ஒருநாள் உங்களுக்கொரு குழந்தை பிறக்கும் என்ற சாத்தியத்தை நினைத்து," முகத்தைத் தீவிரமாகவும் சற்றே விளையாட்டுத்தனமானகவும் வைத்துக்கொண்டு சொல்கிறாள்.

"எனக்குக் குழந்தை கிடையாது, ஓஃப்பரைத் தவிர்த்து எனக்கு வேறு குழந்தை கிடையாது," தீர்க்கமாகச் சொல்கிறான்.

"உங்களுக்குப் பிறக்கலாம். ஏன் பிறக்கக் கூடாது? உங்கள் வயதுள்ள ஆண்களால் அது முடியும்." அவள் மீண்டும் இயல்பு நிலைக்கு வருகிறாள். தன்னைப் பீடித்திருந்த பைத்தியக்காரத்தனத்துக்கு, குறுகிய மனப்பான்மைக்கு, அற்பத்தனத்துக்கு மன்னிப்புக் கோருவதுபோல அவன் கைகளில் வந்து விழுகிறாள். ஒரு குழந்தை இருப்பது அவனுக்கு எவ்வளவு நன்றாக இருக்கும், அவன் அற்புதமான ஒரு அப்பாவாக—முழுநேர அப்பாவாக இருப்பான். ஆனால் இன்னுமொரு பற்றியெரியும் வாள் அவளுள் எல்லாத் திசைகளிலும் சுழல்கிறது, சட்டென்று எதையோ அறிந்தவள்போலத் திகைப்புடன் எழுகிறாள்: "உங்களுக்கு ஒரு பெண் குழந்தை பிறக்கலாம். அவ்ரம் உங்களுக்குப் பெண் குழந்தை பிறக்கும்."

"என்ன பேசுகிறாய் நீ?" வேகமாக எழுந்து அவளுக்கு எதிரே வந்து நிற்கிறான். "நேத்தா தான் கருவுறவில்லையென்று சொல்லிவிட்டாளே, அப்படி நினைத்ததாக மட்டும்தானே சொன்னாள்." அவளை அணைக்க நெருங்குகிறான், அவனிடமிருந்து நழுவிச்சென்று பாறையிலிருக்கும் பெரிய பள்ளத்தில் உடலைச் சுருட்டிக்கொண்டு அமர்கிறாள். ஒரு விரலைச் சப்புவது போன்றோ, ஒரு வீறிடலை அடக்கிக்கொள்வது போன்றோ கைகளால் வாயை மூடிக்கொள்கிறாள்.

"எழுந்து வா, நடக்கலாம்." அவளருகே மண்டியிட்டு அமர்ந்து குழறலின்றி, நம்பிக்கை தொனிக்கப் பேசுகிறான். "உன் வீடு வரை நடப்போம், எவ்வளவு தூரம் நான் உன்னோடு வரவேண்டுமென்று நினைக்கிறாயோ அவ்வளவு தூரம் வருகிறேன். எந்த மாற்றமுமில்லை ஓரா, எழுந்திரு."

“எதற்காக?” நிராதரவான குரலில் முணுமுணுக்கிறாள்.

“எதற்காக என்றால்?”

கண்ணீருடன் அவனைப் பார்க்கிறாள். “உங்களுக்குப் பெண் குழந்தை பிறக்கும்.”

“பெண் குழந்தையெல்லாம் இல்லை,” கடுமை தோன்றச் சொல்கிறான். “என்னவாயிற்று உனக்கு?”

“திடீரென எனக்குத் தோன்றியது, சட்டென அது சாத்தியப்படுமென்று தோன்றுகிறது.”

“எனக்கு ஓஃபர் மட்டும்தான் பிள்ளை,” மீண்டும் தீர்மானமாகச் சொல்கிறான் அவ்ரம். “இங்கே பார்: நீயும் நானும் சேர்ந்து ஓஃபரைக் கொண்டிருக்கிறோம்.”

“ஓஃபர் எப்படி உங்களுக்குச் சொந்தமாவான்,” அவன் கைகளுள் இருந்தபடி சீறுகிறாள். அவள் கண்கள் எங்கோ அலைபாய்கின்றன. “அவனைப்பற்றி உங்களுக்குத் தெரியாது, அவனைப் பார்க்கக்கூட நீங்கள் விரும்பியதில்லை. ஓஃபருக்கு நீங்கள் யார்? ஓஃபர் என்பது உங்களுக்கு வெறும் வார்த்தைகள்தாம்.”

“இல்லையில்லை.” கடும் வேதனையுடன் அவளைப் பிடித்து வேகமாக உலுக்குகிறான், அவளது தலை முன்னும்பின்னுமாக ஊசலாடுகிறது. “இல்லை. அது உண்மையில்லையென்பது உனக்குத் தெரியும்.”

“ஆனால், நான் உங்களிடம் சொன்னதெல்லாம் வார்த்தைகள்தானே.”

“ஒரா உன்னிடம் அவனுடைய ..?”

“என்ன?”

“அவனுடைய புகைப்படம் இருக்கிறதா?”

அவனது வார்த்தைகளைப் புரிந்துகொள்ள முடியவில்லையென்பது போல, அவனை அப்படியே பார்த்துக்கொண்டேயிருக்கிறாள். பிறகு தனது பையைத் தோண்டித் துழாவி ஒரு பழுப்பு வண்ணச் சிறு பையை எடுக்கிறாள். பார்க்காமலே அதைத் திறந்து அவனிடம் நீட்டுகிறாள். சிறிய பிளாஸ்டிக் ஜன்னலில் ஒருவர் தோள்மீது ஒருவர் கை போட்டபடி இரண்டு பையன்கள். ஆடம் ராணுவத்தில் சேர்ந்த அன்று காலை எடுக்கப்பட்ட படம் அது. இருவருக்கும் நீளமான முடி, இருவரிலும் வயது குறைவாக, ஒல்லியாக இருக்கும் ஓஃபர் தனது கைகளாலும் பார்வையாலும் அண்ணனைத் தழுவியபடி அவனோடு ஒட்டிக்கொண்டுள்ளான். அந்தப் புகைப்படத்தை அவ்ரம் பார்க்கையில் அவனது முகத்திலிருக்கும் எல்லா உறுப்புகளும் கட்டுப்பாடற்று உணர்ச்சிவயப்படத் தொடங்குகின்றன. “அவ்ரம்” என்கிறாள் மெல்லிய குரலில். புகைப்படத்தைப் பிடித்திருக்கும் கைமீது தன் கையை வைக்கிறாள். புகைப்படத்தை நேராக்குகிறாள்.

“எவ்வளவு அழகான பையன்,” அவ்ரம் முணுமுணுக்கிறான்.

ஓரா கண்களை மூடிக்கொள்கிறாள். தனது தெருவின் இருபுறமும் மக்கள் நின்றுகொண்டிருப்பதைப் பார்க்கிறாள். அவர்களுள் சிலர் அதற்குள்ளாகவே முற்றத்துக்குச் சென்றுவிட்டனர், இன்னும் சிலர் வாசற்கதவுக்கு முன்னிருக்கும் படிகளில் நிற்கின்றனர். கண்களைத் தாழ்த்தியவர்களாக மௌனமாக அவளுக்காக அவர்கள் காத்திருக்கின்றனர். அவர்களைக் கடந்து அவள் வீட்டுக்குள் செல்வதற்காகக் காத்திருக்கின்றனர்.

அப்போதுதான் அது தொடங்கும்.

"என்னோடு பேசுங்கள். அவனைப்பற்றிச் சொல்லுங்கள்," அவள் முணுமுணுக்கிறாள்.

"என்ன சொல்ல?"

"உங்களுக்கு அவன் என்னவாக வேண்டும்?"

அந்தச் சிறு பையை புகைப்படத்துடன் மீண்டும் முதுகுப்பையினுள் வைக்கிறாள். ஏனோ அந்தப் படத்தை அவளால் வெயிலில் வைத்திருக்க இயலவில்லை. அங்கேயே அமர்ந்து அந்தப் படத்தைப் பார்த்தபடியே இருக்க வேண்டுமென்று விரும்பினாலும் அவளைத் தடுக்கும் துணிவு அவனுக்கு இல்லை.

"ஓரா–"

"சொல்லுங்கள், அவன் உங்களுக்கு என்னவாக் வேண்டும்?"

எழுந்து அங்கிருந்து போய்விட வேண்டுமென்று விசையாக எழும் விருப்பத்தை தன்னுள் அவன் உணர்கிறான். கரடுமுரடான சாம்பல் வண்ணக் கற்கள் நிறைந்த விசித்திரமான இந்தச் சிறு பள்ளத்தின் நிழலிலிருந்து வெளியேறிவிட வேண்டும். பாதையின் அந்தப் பக்கம் வடிவ ஒழுங்கற்ற இரு செங்குத்துப் பாறைகளுக்கு நடுவே சூரியன் முத்தமிடும் பச்சை வெளி விரிந்திருக்க, இங்கே அவர்கள் நிழலுக்குள், அதிகப்படியான நிழலுக்குள் கிடக்கிறார்கள்.

"நீங்கள் பேசுவது எனக்குக் கேட்கவில்லை," அவள் மெல்ல முணுமுணுக்கிறாள்.

"முதலில்... முதலில் அவன் உன்னுடைய பிள்ளை. அவனைப்பற்றி நானறிந்த முதல் விஷயம் அதுதான், அவனைக் குறித்த என்னுடைய முதல் யோசனையும் அதுதான்."

"சரி."

"அவனைப்பற்றி நான் நினைப்பதெல்லாம் இதுதான்: அவன் உன்னுடையவன், உனது ஒளியை உனது நற்குணங்களைக் கொண்டவன், எப்போதும், அவனது வாழ்வு முழுவதும், எப்படி வழங்க வேண்டுமென்று நீ அறிந்த வகையில் அவனுக்கு நீ வழங்கியவற்றைக் கொண்டிருப்பவன். எப்போதுமான உன்னுடைய அபரிமிதம், உன்னுடைய அன்பு, உன்னுடைய தாராளகுணம். எல்லாவிடங்களிலும், அங்கேயும்கூட அவனைப் பாதுகாக்கவிருப்பது இதுதான்."

"பாதுகாக்கவிருப்பது?"

"ஆமாம், ஆமாம்." அவ்ரம் அவளுக்குப் பின்னால் எங்கோ பார்க்கிறான், துவண்ட அவளது உடலைத் தன்னோடு அணைத்துக்கொள்கிறான். அவளது உடல் குளிர்ந்திருக்கிறது, மூச்சுச் சீரற்று வருகிறது.

"இன்னும் சொல்லுங்கள், எனக்கு நீங்கள் சொல்ல வேண்டும்."

"உன்னை அணைக்கையில் உன்னோடு சேர்த்து அவனையும் நீ அணைத்துக்கொள்ளச் செய்கிறாய். அதுதான். நான் காண்பது அதைத்தான். ஆமாம்."

அவள் பார்வை எங்கோ விலகிச்செல்ல, முகம் தளருகிறது. கண்களைத் திறந்துகொண்டே அவன் கைகளில் அவள் உறங்குவது போலிருக்கிறது. அவளை எழுப்ப விரும்புகிறான், அவளுக்கு உயிரூட்ட விரும்புகிறான். ஆனால் அவளில், வெறித்த அவளது பார்வையில், பிளந்திருக்கும் வாயில் என்னவோ இருக்கிறது...

"அது எப்படியிருக்கிறதென்றால்," அவ்ரம் திணறுகிறான், "அவனை நீ எங்கோ உன்னோடு அழைத்துச் செல்ல முயல்வது போலுள்ளது, அதுவும் தனியாக, ஆனால் அவன் மிகவும் பாரமாக இருக்கிறான். எப்போதும் அவன் தூங்கிக்கொண்டே இருக்கிறான்."

ஓரா தலையைசைக்கிறாள், புரிகிறது இருந்தும் புரியவில்லை. தளர்ந்தனவாய், திசையறியாதனவாய் அவனது முழங்கையில் அவள் விரல்கள் அசைகின்றன, தம்போக்கில் ஊர்ந்து அவனது உடையின் கைப்பகுதியைத் தொட்டுணர்கின்றன.

"அவனுக்கு மயக்க மருந்து கொடுத்தது போலிருக்கிறது," அவ்ரம் தணிந்த குரலில் சொல்கிறான். "ஏனென்று தெரியவில்லை, அது முழுமையாக எனக்குப் புரியவில்லை. அப்போது நீ என்னிடம் வந்து அவனைத் தூக்க உதவுமாறு கேட்கிறாய்."

"ஆமாம்," என்கிறாள் மெல்ல.

"நாமிருவரும் சேர்ந்து அவனை எங்கோ தூக்கிச்செல்ல வேண்டியிருக்கிறது, எங்கென்று தெரியவில்லை, எதற்கென்றும் புரியவில்லை. நாமிருவரும் சேர்ந்தே அவனைத் தாங்கிக்கொண்டிருக்கிறோம், நமக்கிடையே, எப்போதும். அவன் அங்கே போய்ச்சேர நாமிருவருமே தேவைப்படுகிறோம், அவ்வளவுதான்."

"ஆமாம்."

"நம் இருவரால்தான் அவனை அங்கே கொண்டுசேர்க்க முடியும்."

"எங்கே?"

"எனக்குத் தெரியவில்லை."

"அங்கே என்ன இருக்கிறது?"

"எனக்குத் தெரியவில்லை."

"நல்லதா?" பரிதாபகரமாய் சத்தமிடுகிறாள். "அங்கே அது நல்ல இடமா?"

"எனக்குத் தெரியவில்லை."

"என்ன இது, என்னிடம் என்ன சொல்லிக்கொண்டிருக்கிறீர்கள்? இது நீங்கள் கண்ட கனவா? அவனைப் பற்றி நீங்கள் கனவு கண்டீர்களா?"

"அது நான் என் கண்களில் காண்பது," நிராதரவான தொனியில் பதிலளிக்கிறான் அவ்ரம்.

"என்னதான் அது?"

"நாமிருவரும் சேர்ந்து அவனைத் தாங்கிப் பிடித்திருக்கிறோம்."

"சரி?"

"அவன் நம்மிருவருக்கும் நடுவே நடக்கிறான்."

"சரி, அது நல்லதுதான்."

"ஆனால் அவன் ஆழ்ந்த உறக்கத்திலிருக்கிறான், கண்கள் மூடியிருக்கின்றன, ஒரு கையை உன்மீதும் இன்னொரு கையை என் மீதும் வைத்திருக்கிறான்."

"எனக்குப் புரியவில்லை."

சடாரென்று உடம்பை உதறிக்கொள்கிறான் அவ்ரம். "நாம் இங்கிருந்து கிளம்புவோம் ஓரா."

அவள் வேதனையுடன் முனகுகிறாள். "இது நல்லதில்லை. எப்போதும் அவன் விழித்தபடிதான் இருக்க வேண்டும். ஏன் அவன் தூங்கிக் கொண்டிருக்கிறான்?"

"இல்லை, அவன் ஆழ்ந்த உறக்கத்திலிருக்கிறான். அவன் தலை உன் தோளில் பதிந்திருக்கிறது."

"ஆனால், எதற்கு அவன் ஆழ்ந்து உறங்க வேண்டும்?" ஓரா கத்துகிறாள், அவள் குரல் உடைகிறது.

இதைக் காணாதிருக்கும்பொருட்டு அவ்ரம் கண்களை மூடிக் கொள்கிறான். கண்களைத் திறக்கையில் அவன் முன் திகிலுடன் அவனை வெறித்தபடி நிற்கிறாள்.

"நாம் நினைப்பது தவறாயிருக்கலாம்," என்கிறாள், அவள் முகம் கோணிக்கொள்கிறது. "ஆரம்பத்திலிருந்தே எல்லாவற்றையும் நாம் தவறாகச் செய்துவிட்டோம். இந்தப் பாதையில் இவ்வளவு தொலைவும், இத்தனை தூரம் நடந்த நடையும்–"

"அது உண்மையில்லை! அப்படிச் சொல்லாதே, நாம் நடப்போம், அவனைப்பற்றிப் பேசுவோம்–"

நிலத்தின் விளிம்புக்கு

“எல்லாமே நான் நினைத்ததற்கு நேர்மாறாய் இருக்கிறது.”

“எப்படி நேர்மாறாய்?”

மெதுவாகத் தன் உள்ளங்கைகளை வெளிக்காட்டுகிறாள். “நாம் இருவரும் அவனைப்பற்றிப் பேசினால், நாம் அவனைப்பற்றிப் பேசிக் கொண்டேயிருந்தால், அவனைப் பாதுகாக்கலாம், சேர்ந்து பாதுகாக்கலாம் என நினைத்தேன், சரியா?”

“ஆமாம், ஆமாம், நீ சொல்வது உண்மை, ஓரா, நீ பாரேன்–”

“ஆனால் இது அதற்கு நேர்மாறாக இருக்கிறதோ?”

“என்ன? என்ன அந்த நேர்மாறான விஷயம்?” அவன் மெல்லக் கேட்கிறான்.

அவள் உடல் துடிப்பதை தன்னுடலில் உணர்கிறான். அவன் கையை அவள் இறுகப் பற்றிக்கொள்கிறாள். “நீங்கள் எனக்கொரு உறுதியளிக்க வேண்டும்.”

“சரி, நீ கேட்பது எதுவாயினும்.”

“இவையனைத்தையும் நீங்கள் நினைவில் வைத்திருக்க வேண்டும்.”

“சரி, நான் நினைவில் வைத்திருப்பேனென்பது உனக்குத் தெரியும்.”

“ஆரம்பத்திலிருந்து, நாம் சந்தித்ததிலிருந்து. நாம் சிறுவயதினராய் இருந்தது, அந்தப் போர், தனித்துவைக்கப்படிருந்த இடத்தில் நாம் சந்தித்தது, இரண்டாவது போர், உங்களுக்கு நடந்தவை, இலனுக்கு நடந்தவை, எனக்கு நடந்தவை, நடந்த யாவையும், சரியா?”

“சரி, சரி.”

“ஆடமையும் ஓஃபரையும் பற்றிக்கூட. என் கண்களைப் பார்த்து வாக்குக் கொடுங்கள்.” இரண்டு கைகளிலும் அவன் முகத்தை ஏந்திக்கொள்கிறாள். “நீங்கள் நினைவில் வைத்திருக்க வேண்டும், சரியா?”

“அனைத்தையும்.”

“ஒருவேளை ஓஃபர் ...” கண்கள் பனிக்க அவள் குரல் தழைகிறது, கிடைமட்டமான, ஆழ்ந்த, கறுப்பான ஒரு தோற்சுருக்கம் அவளது கண்களுக்கிடையே ஓடுகிறது. “ஒருவேளை அவன்–”

“அப்படி நீ நினைக்கக்கூட கூடாது!” அவள் தோளைப்பற்றி ஆவேசமாக உலுக்குகிறான் அவ்ரம்.

அவள் தொடர்ந்து பேசிக்கொண்டிருக்கிறாள், ஆனால் எதையும் அவன் காதில் வாங்கவில்லை. அவளைத் தன்னோடு சேர்த்து அணைத்து அவள் முகத்தில் முத்தமிடுகிறான், அவனுக்கோ அவன் முத்தங்களுக்கோ அவள் பணிந்து இளகவில்லை, அவனிடம் அவள் தருவதெல்லாம் தடித்த ஓடு போன்ற தனது முகத்தைத்தான்.

"நீங்கள் நினைவில் வைத்திருப்பீர்கள்," அவன் அவளை உலுக்கும்போது அவள் சொல்கிறாள். "ஓஃபரை, அவனது வாழ்க்கையை, அவனது முழு வாழ்க்கையையும் நீங்கள் நினைவில் வைத்திருப்பீர்கள், சரியா?"

ஏதோ பதுங்கியிருப்பவர்கள்போல அந்தச் சிறு பள்ளத்தில் நீண்ட நேரம் அமர்ந்திருக்கிறார்கள். புயலுக்குத் தப்பித்த அகதிகள்போல ஒருவரையொருவர் அணைத்தபடி அமர்ந்திருக்கிறார்கள். ஓசைகள் மெதுவாகத் திரும்பி வருகின்றன. தேனீயின் ரீங்காரம், பறவையொன்றின் கீச்சிடல், பள்ளத்தாக்கில் எங்கோ வீடு கட்டும் பணியிலிருக்கும் தொழிலாளர்களது குரல்கள்.

அவனது உடலிலிருந்து தன்னுடையதை விடுவித்துக்கொண்டு பள்ளத்தின் தனக்குரிய பக்கம் வந்து பாறை விளிம்பின்மீது படுத்துக் கொள்கிறாள். முழங்கால்களை வயிற்றோடு இறுக்கிக்கொண்டு திறந்த தன் உள்ளங்கைகளில் கன்னத்தை வைத்துக்கொள்கிறாள். அவள் கண்கள் திறந்திருக்கின்றன, ஆனால் அவை எதையும் பார்க்கவில்லை. அவ்ரம் அவளருகே வந்து அமர்கிறான், தொட்டும் தொடாமல் அவன் விரல்கள் அவள்மீது ஊர்கின்றன. ஜஅதார், பொடீரியம் இவற்றின் வாசனைகளுடன் கும்மென்ற ஹனிசக்கிளின் இனிய வாசம் கலந்த தென்றல் அவ்விடத்தை நிறைக்கிறது. அவளுடலுக்குக் கீழே குளிர்ந்த பாறையும், மகத்தான திடமான முடிவிலியாய் மலையும். அவள் நினைத்துக்கொள்கிறாள், இந்தப் புவி ஓடுதான் எத்தனை மெலிதானது.

டிசம்பர் 2007.